AF899939

പേടിച്ചുപോയ മനുഷ്യൻ

pedichupoya manushyan

•

original title
the man who was afraid

•

maxim gorky

•

translation
p sarathchandran

•

first edition
january 2017

•

typesetting
star communications, thiruvananthapuram

•

published
chintha publishers, thiruvananthapuram

•

printed
repro india ltd, mumbai

•

cover
midas

•

വിതരണം

ദേശാഭിമാനി ബുക്ക് ഹൗസ്

H O തിരുവനന്തപുരം-695 035
phone: 0471-2303026, 6063026
www.chinthapublishers.com
chinthapublishers@gmail.com

ബ്രാഞ്ചുകൾ

ഹെഡ്ഡാഫീസ് ബ്രാഞ്ച് കുന്നുകുഴി • സ്റ്റാച്യു തിരുവനന്തപുരം • കെ എസ് ആർ ടി സി ബസ് സ്റ്റേഷൻ ആലപ്പുഴ • കെ എസ് ആർ ടി സി ബസ് സ്റ്റേഷൻ എറണാകുളം • മച്ചിങ്ങൽ ലെയ്ൻ തൃശൂർ • ഐ ജി റോഡ് കോഴിക്കോട് • മാവൂർ റോഡ് കോഴിക്കോട് • എൻ ജി ഒ യൂണിയൻ ബിൽഡിങ് കണ്ണൂർ • സെൻട്രൽ ബസ് ടെർമിനൽ കോംപ്ലക്സ് താവക്കര കണ്ണൂർ

CO - 2472 / 4075
ISBN - 978-93-86364-45-6

പേടിച്ചുപോയ മനുഷ്യൻ

മാക്സിം ഗോർക്കി

പരിഭാഷ:

പി ശരത്ചന്ദ്രൻ

ചിന്ത പബ്ലിഷേഴ്സ്
തിരുവനന്തപുരം-695 035

മാക്സിം ഗോർക്കി (1868–1936)

വിഖ്യാത റഷ്യൻ/സോവിയറ്റ് എഴുത്തുകാരൻ.

സോഷ്യലിസ്റ്റ് റിയലിസത്തിന്റെയും പ്രോഗ്രസീവ് ലിറ്ററേച്ചറിന്റെയും വക്താവ്. മാക്സിം ഗോർക്കി എന്നത് തൂലികാനാമമാണ്. യഥാർത്ഥ പേര് അലക്സി മാക്സിമോവിച്ച് പെഷ്കോവ്. 10–ാം വയസ്സിൽ അനാഥനായി ത്തീർന്നു. 1880 ൽ 12–ാം വയസ്സിൽ അദ്ദേഹം വീടുപേക്ഷിച്ച് അമ്മൂ മ്മയെത്തേടി യാത്രയായി. അമ്മൂമ്മ കഥ പറയാൻ വളരെ സമർത്ഥയാ യിരുന്നു. കഥകളോടുള്ള ഇഷ്ടം ഇവിടെനിന്ന് ആരംഭിക്കുന്നു. അവരുടെ മരണം അദ്ദേഹത്തെ വളരെയധികം വേദനിപ്പിച്ചു. ദുഃഖം താങ്ങാനാവാതെ 1887 ഡിസംബറിൽ ഒരു ആത്മഹത്യാശ്രമം നടത്തി. പിന്നെ അഞ്ചു വർഷം യാത്രയുടെ കാലമായിരുന്നു. റഷ്യൻ സാമ്രാജ്യം മുഴുവൻ ചുറ്റിനടന്ന് കണ്ടു. പത്രപ്രവർത്തനം ആയിരുന്നു ജോലി. ഗോർക്കിയുടെ ആദ്യപു സ്തകം *(Essays and stories)* 1898 ൽ പുറത്തിറങ്ങി. കല സമൂഹത്തിനും മൂല്യങ്ങൾക്കും രാഷ്ട്രീയത്തിനും വേണ്ടിയാണെന്ന് അദ്ദേഹം ശക്തിയായി വിശ്വസിച്ചു. 1934 ൽ തന്റെ പ്രിയപുത്രനായ മാക്സിം പെഷ്കോവിന്റെ മരണം ഗോർക്കിയെ പൂർണ്ണമായി തളർത്തി. 1936 ജൂണിൽ അദ്ദേഹവും ലോക ത്തോട് വിടവാങ്ങി.

പി ശരത്ചന്ദ്രൻ

ആലപ്പുഴ ജില്ലയിൽ മുതുകുളത്ത് 1949 ൽ ജനിച്ചു. അച്ഛൻ: മഹാകവി അഴകത്ത് പത്മനാഭക്കുറുപ്പിന്റെ ചെറുമകൻ പരമേശ്വരനുണ്ണിത്താൻ. അമ്മ: പ്രശസ്ത സാഹിത്യകാരനും ചലച്ചിത്രകാരനുമായ പി പത്മരാ ജന്റെ സഹോദരി പത്മിനി അമ്മ.

എഞ്ചിനീയറിങ്ങിൽ ഡിഗ്രി.

ആനുകാലികങ്ങളിൽ ചെറുകഥകൾ പ്രസിദ്ധീകരിച്ചിട്ടുണ്ട്. *ഫീനി ക്സിന്റെ ഇതിഹാസം* (വിയറ്റ്നാമിൽ നിന്നുള്ള കഥകൾ), *ബൊക്കാച്ചിയോ കഥകൾ, ടാഗോർ കഥകൾ, സ്പാനിഷ് ക്ലാസിക് കഥകൾ, ഒളിത്താവള ത്തിലെ കുറിപ്പുകൾ* (ദസ്തയേവ്സ്കിയുടെ നോവൽ), പാവങ്ങൾ (വി ക്ടർ ഹ്യൂഗോ) എന്നീ പരിഭാഷകൾ പ്രസിദ്ധീകരിച്ചിട്ടുണ്ട്.

ടാഗോർ കഥകൾ 2009 ലും 2010 ലും സ്കൂൾ വായനോത്സവത്തിൽ വായനയ്ക്കുവേണ്ടി തെരഞ്ഞെടുക്കപ്പെട്ടു.

ഭാര്യ	:	ശിവലത
മകൻ	:	ഉണ്ണികൃഷ്ണൻ
വിലാസം	:	ടി സി 29/1065, അംബാ ഗാർഡൻസ് പാൽക്കുളങ്ങര, തിരുവനന്തപുരം. ഫോൺ: 9947070782

പ്രസാധകക്കുറിപ്പ്

വിഖ്യാത റഷ്യൻ/സോവിയറ്റ് എഴുത്തുകാരനായിരുന്നു മാക്സിം ഗോർക്കി. മാക്സിം ഗോർക്കി തൂലികാനാമമായിരുന്നു. യഥാർത്ഥ പേർ അലക്സി മാക്സിമോവിച്ച് പെഷക്കോവ്. കല സമൂഹത്തിനും മൂല്യങ്ങൾക്കും രാഷ്ട്രീയത്തിനും വേണ്ടിയാണെന്ന് ഉറച്ചുവിശ്വസിച്ച എഴുത്തുകാരനായിരുന്നു അദ്ദേഹം. നാടോടികൾക്കും തൊഴിലാളി വർഗ്ഗത്തിനുംവേണ്ടി അദ്ദേഹം കഥകളെഴുതി. തന്റെ ഭ്രാന്തവും അനിയന്ത്രിതവും അതിശക്തവും ആയ ശബ്ദത്തിൽ; നഗ്നപാദനായ സ്വപ്നാടകനെപ്പറ്റി, ഒന്നും ഇല്ലാത്ത നിർഭയനെപ്പറ്റി, ദുരിതാവസ്ഥയിലും അവശേഷിക്കുന്ന ഉല്ലാസത്തെപ്പറ്റി.

ഗോർക്കിയുടെ പ്രധാനപ്പെട്ട കൃതികളിലൊന്നാണ് *ദി മാൻ ഹൂ വാസ് അഫ്രൈഡ്. പേടിച്ചുപോയ മനുഷ്യൻ* എന്ന ശീർഷകത്തിൽ പി ശരത്ചന്ദ്രൻ അതു പരിഭാഷപ്പെടുത്തിയിരിക്കുന്നു.

ലളിതവും അനിർഗ്ഗളവുമായി നിർവ്വഹിച്ചിരിക്കുന്ന പരിഭാഷ മികച്ച വായനാനുഭവം നല്കും.

ചിന്ത പബ്ലിഷേഴ്സ്

ഒന്ന്

ഏകദേശം അറുപത് വർഷങ്ങൾക്ക് മുമ്പ് കോടിക്കണക്കിന് മനുഷ്യൻ യക്ഷിക്കഥകളിൽ കാണുന്ന വേഗതയിൽ വോൾഗയിൽനിന്ന് ജീവിതം കണ്ടെത്തിയിരുന്നു. ആ കാലത്ത് ഇഗ്നാറ്റ് ഗോർഡിയീവ് എന്ന ചെറുപ്പക്കാരൻ സയേവ് എന്ന പണക്കാരനായ കച്ചവടക്കാരന്റെ പത്തേമാരികളിൽ ഒന്നിൽ വെള്ളം പമ്പുചെയ്യുന്ന ജോലിയിൽ ഉണ്ടായിരുന്നു.

അതികായനും സുന്ദരനും മണ്ടത്തരം തൊട്ടുതീണ്ടിയിട്ടില്ലാത്തവനുമായ അയാൾ എല്ലാസമയത്തും എവിടെവെച്ചും ഭാഗ്യം പിന്തുടരുന്നവരിൽ ഒരാളായിരുന്നു. അതിന്റെ കാരണം അവർ അനുഗൃഹീതരും അദ്ധ്വാനികളും ആയതല്ല. മറിച്ച് അവരുടെ ലക്ഷ്യങ്ങളിലേക്കുള്ള യാത്രയ്ക്ക് ഏതുവഴി തെരഞ്ഞെടുക്കണമെന്ന് ആലോചിച്ചു നില്ക്കാനുള്ള സാവകാശം അവർക്ക് കിട്ടാത്തതാണ്. അവരുടെ സ്വന്തം മോഹങ്ങളൊഴിച്ച് മറ്റ് നിയമങ്ങളൊന്നും അവർക്ക് അറിയില്ല. ചിലപ്പോൾ അവരുടെ മനഃസാക്ഷിയെപ്പറ്റി അവർ ഭീതിയോടെ സംസാരിച്ചു. ചിലപ്പോൾ സ്വന്തം മനഃസാക്ഷിയോട് പോരടിച്ച് അവർ സ്വയം പീഡിപ്പിച്ചു. പക്ഷേ, മനഃസാക്ഷി കീഴടക്കാൻ പറ്റാത്ത ഒരു ശക്തിയായിമാറുന്നത് ദുർബ്ബലർക്ക് മാത്രമാണ്. ശക്തന്മാർ അതിനെ പെട്ടെന്ന് കീഴടക്കി അതിനെ അവരുടെ ആഗ്രഹങ്ങളുടെ അടിമയാക്കിമാറ്റും. കാരണം, അവസരവും സ്വാതന്ത്ര്യവും കൊടുത്താൽ മനഃസാക്ഷി അവരുടെ ജീവിതത്തെപ്പോലും തകർത്തുകളയുമെന്നുള്ള തോന്നൽ അവർക്കുണ്ട്. അവർ അതിനുവേണ്ടി ദിവസങ്ങൾ ബലികൊടുക്കുന്നു. എന്നിട്ടും മനഃസാക്ഷി അവരുടെ മനസ്സിനെ കീഴടക്കുകയാണെങ്കിൽ ആ തോല്വിയിൽപ്പോലും അവർ തകർക്കപ്പെടുന്നില്ല. മനഃസാക്ഷിയുടെ സ്വാധീനത്തിലും അവർ മനഃസാക്ഷിയില്ലാതെ ജീവിച്ച സമയത്തെപോലെ ശക്തരാണ്.

നാല്പതുവയസ്സിൽ ഇഗ്നാറ്റ് ഗോർഡിയീവ് മൂന്ന് ആവിക്കപ്പലുകളുടെയും പത്ത് പത്തേമാരികളുടെയും ഉടമയായി. വോൾഗയിൽ പണക്കാരനും ബുദ്ധിമാനുമായി അയാൾ ആദരിക്കപ്പെട്ടിരുന്നു. പക്ഷേ, അയാൾക്ക് 'ഭ്രാന്തൻ' എന്ന ഇരട്ടപ്പേര് വീണിരുന്നു. കാരണം, അയാളുടെ ജീവിതം അയാളെപോലെയുള്ള മറ്റ് ആളുകളുടെ ജീവിതം പോലെ വളവുകളില്ലാത്ത ഒരു നീർച്ചാലിലൂടെയല്ല ഒഴുകിയിരുന്നത്. ഇടയ്ക്കിടയ്ക്ക് അയാളുടെ ജീവിതത്തിന്റെ മുഖ്യലക്ഷ്യമായ ലാഭം എന്ന നീർച്ചാലിനു പുറത്തേക്ക് അയാളുടെ ജീവിതം കലങ്ങിമറിഞ്ഞ് വഴിമാറി ഒഴുകിക്കൊണ്ടിരുന്നു. ഇഗ്നാറ്റിന്റെ ശരീരത്തിനുള്ളിൽ മൂന്ന് ആത്മാവുകൾ ഉണ്ടെന്ന് തോന്നിയതുപോലെ അയാളിൽ മൂന്ന് ഗോർഡിയീവുമാർ ഉണ്ടെന്ന് തോന്നുമായിരുന്നു.

അവരിൽ ഏറ്റവും ശക്തന് അത്യാർത്തിമാത്രമാണ് ഉണ്ടായിരുന്നത്. അവന്റെ കല്പന അനുസരിച്ച് ഇഗ്നാറ്റ് ജീവിച്ചപ്പോൾ അയാൾ ജോലി ചെയ്യാനുള്ള മെരുങ്ങാത്ത അഭിനിവേശത്തിനടിമയായ ഒരു മനുഷ്യൻ മാത്രം ആയിരുന്നു. രാത്രിയും പകലും ഈ അഭിനിവേശം അയാളിൽ നീറിക്കൊണ്ടിരുന്നു. അയാൾ അതിൽ പൂർണ്ണമായും മുഴുകിപ്പോയിരുന്നു. എവിടെ നിന്നും നൂറുകണക്കിനും ആയിരക്കണക്കിനും റൂബിളുകൾ പിടിച്ചുപറിച്ചുകൊണ്ടിരുന്ന അയാൾക്ക് ഇതുവരെ വേണ്ടത്ര പണത്തിന്റെ ഒച്ചയും കിലുക്കവും ഒരിക്കൽപ്പോലും കേൾക്കാൻ കഴിഞ്ഞിട്ടില്ലെന്ന് തോന്നി. അയാൾ വോൾഗയിൽ അങ്ങോളമിങ്ങോളം ഓടിനടന്ന് വലകെട്ടി സ്വർണ്ണം കോരിയെടുത്തു. അയാൾ നാട്ടുമ്പുറങ്ങളിൽ നിന്ന് ധാന്യങ്ങൾ വാങ്ങി. അതുമായി അയാളുടെ പത്തേമാരികളിൽ അയാൾ റിബിൻസ്കിലേക്ക് ഒഴുകിപ്പോയി. ചിലപ്പോൾ അറിഞ്ഞുകൊണ്ടും ചിലപ്പോൾ അറിയാതെയും അയാൾ പിടിച്ചുപറി നടത്തി. ചതിച്ചു. വിജയിക്കുമ്പോൾ അയാൾ ഇരകളെ നോക്കി പൊട്ടിച്ചിരിച്ചു. പണത്തിനുവേണ്ടിയുള്ള അർത്ഥശൂന്യമായ അന്തർദാഹത്തിലൂടെ അയാൾ കവിതയുടെ ഉയരങ്ങളിലേക്ക് ഉയർന്നു. പക്ഷേ, റൂബിളിനുവേണ്ടിയുള്ള ഈ നായാട്ടിൽ വളരെ കൂടുതൽ ശക്തി ബലി കൊടുത്തിരുന്നെങ്കിലും സങ്കുചിതമായ അർത്ഥത്തിൽ അയാൾ അത്യാഗ്രഹി ആയിരുന്നില്ല. ചിലപ്പോൾ സങ്കല്പിക്കാൻ കഴിയാത്തതരത്തിലുള്ള സത്യസന്ധമായ ഉദാസീനതയോടെ അയാൾ സ്വന്തം സ്വത്തിനെപോലും വഞ്ചിച്ചു. ഒരിക്കൽ വോൾഗയിലൂടെ മഞ്ഞ് ഒഴുകി വന്നിരുന്ന സമയത്ത് മഞ്ഞുകട്ട അയാളുടെ പത്തേമാരിയെ ഇടിച്ച് കുത്തനെയുള്ള കരയോടുചേർത്ത് ഞെരിച്ചമർത്തിയപ്പോൾ തീരത്തുനിന്നിരുന്ന അയാൾ പെട്ടെന്ന് വിളിച്ചുകൂവി.

"അതുതന്നെ! ഒന്നുകൂടി കൊടുക്ക്! അതിനെ ശരിക്ക് ഞെരിക്ക്! ഇപ്പോൾത്തന്നെ ഒരിടികൂടി കൊടുത്തുനോക്ക്! വെറുതെ ഒന്ന് ശ്രമിച്ചു നോക്ക്!"

"ഇഗ്നാറ്റ്, എന്താണ് വിളിച്ചു കൂവുന്നത്?" അയാളുടെ കൂട്ടുകാരൻ അടുത്തേക്ക് നടന്നുവന്നുകൊണ്ട് ചോദിച്ചു. "മഞ്ഞുകട്ട നിങ്ങളുടെ

പോക്കറ്റിൽ നിന്ന് പതിനായിരമെങ്കിലും പൊടിച്ചുകളയും. മനസ്സിലായോ?"

"അതു സാരമില്ല. പകരം ഞാൻ ഒരു ലക്ഷം കൂടി ഉണ്ടാക്കും. പക്ഷേ, വോൾഗ എങ്ങനെയാണ് ജോലി ചെയ്യുന്നതെന്ന് നോക്ക്! തൈരിനെ കത്തികൊണ്ട് മുറിക്കുന്നതുപോലെ അവൾക്ക് ലോകത്തെ കഷണങ്ങളാക്കാൻ പറ്റും. നോക്ക് നോക്ക്! എന്റെ "ബൊയറിന്യാ"യെ നോക്ക്! അവൾ ഒരിക്കൽ മാത്രമേ ഒഴുകിയിട്ടുള്ളൂ. ശരി. നമുക്ക് മരിച്ചവർക്കുള്ള കുർബ്ബാന ചൊല്ലാം."

പത്തേമാരി ഞെരിഞ്ഞുടഞ്ഞ് തടി ചീളുകളായി മാറി. ഇഗ്നാറ്റും മയാകിനും നദീതീരത്തെ മദ്യശാലയുടെ ജനാലയിലൂടെ പുറത്തേക്ക് നോക്കി ബൊയറിന്യായുടെ കഷണങ്ങൾ മഞ്ഞുകട്ടകൾക്കൊപ്പം നദിയിലൂടെ ഒഴുകിപ്പോകുന്നത് ശ്രദ്ധിച്ചുകൊണ്ട് വോഡ്ക്ക കുടിച്ചുകൊണ്ടിരുന്നു.

"വള്ളത്തിന്റെ കാര്യം ആലോചിച്ച് ഇഗ്നാറ്റിന് ദുഃഖം തോന്നുന്നുണ്ടോ?"

"ഞാൻ എന്തിനാണ് അതിനെപ്പറ്റി ദുഃഖിക്കുന്നത്? എനിക്ക് അത് വോൾഗ തന്നതാണ്. വോൾഗ അത് തിരിച്ചെടുത്തിരിക്കുന്നു. അതുകൊണ്ട് എന്റെ കൈ ഒന്നും അടർന്നുപോയിട്ടില്ലല്ലോ."

"എന്നാലും"

"എന്ത് എന്നാലും? കുറഞ്ഞപക്ഷം അത് സംഭവിച്ചത് എങ്ങനെയാണെന്ന് എനിക്ക് കാണാൻ കഴിഞ്ഞത് ഒരു നല്ല കാര്യമല്ലേ?" ഇത് ഭാവിയിലേക്കുള്ള ഒരു പാഠം ആണ്. പക്ഷേ, എന്റെ 'വോൾഗറിന്' തീപിടിച്ചപ്പോൾ എനിക്ക് ശരിക്കും വിഷമം ഉണ്ടായിരുന്നു. അത് ഞാൻ കണ്ടില്ല. ഇരുട്ടുള്ള രാത്രിയിൽ ഇതുപോലെയുള്ള പലകകളുടെ ഒരു കൂമ്പാരം വെള്ളത്തിനുമുകളിൽക്കിടന്ന് ആളിക്കത്തുന്നതു കാണാൻ എന്ത് ഭംഗിയായിരുന്നു കാണും. ങേ? അത് വളരെ വലിയ ഒരു ആവിക്കപ്പൽ ആയിരുന്നു."

"അതിലും നിങ്ങൾക്ക് ദുഃഖം തോന്നിയില്ലേ?"

"ആവിക്കപ്പലിനെപ്പറ്റിയാണോ? സത്യത്തിൽ എനിക്ക് കപ്പലിനെപ്പറ്റി വിഷമം തോന്നിയിരുന്നു. പിന്നെ അതിനെപ്പറ്റി വിഷമിക്കുന്നത് വെറും വിഡ്ഢിത്തമാണ്! അതുകൊണ്ട് എന്ത് പ്രയോജനം? എനിക്ക് കരയാമായിരുന്നു. പക്ഷേ, കണ്ണുനീരുകൊണ്ട് തീ അണയ്ക്കാൻ പറ്റില്ലല്ലോ! ആവിക്കപ്പലിന് തീ പിടിച്ചോട്ടെ! എല്ലാം കത്തിപ്പടർന്ന് ചാരമായാലും ഞാൻ അതിന്റെ മുകളിൽ തുപ്പും! പക്ഷേ, മനസ്സ് ജോലി ചെയ്യാൻ വേണ്ടി എരിയുകയാണെങ്കിൽ എല്ലാം പുതുതായി ഉയർന്നുവരും. അത് ശരിയല്ലേ?

"അതെ." മയാകിൻ പുഞ്ചിരിച്ചുകൊണ്ട് പറഞ്ഞു. "നിങ്ങളുടെ വാക്കുകൾക്ക് ശക്തിയുണ്ട്. ഇങ്ങനെ പറയുന്നവർ ആരായാലും അവർക്ക് എല്ലാം നഷ്ടപ്പെടുന്ന സമയത്തും അവർ സമ്പന്നരായിരിക്കും."

ആയിരക്കണക്കിന് റൂബിൾ നഷ്ടപ്പെട്ടതിൽ ഇഗ്നാറ്റ് ബഹളം വെച്ചില്ലെങ്കിലും അയാൾക്ക് ഓരോ കോപ്പക്കിന്റെ പോലും വില വ്യക്തമായി

അറിയാം. അയാൾ പാവങ്ങൾക്ക് വല്ലപ്പോഴും മാത്രമാണ് എന്തെങ്കിലും കൊടുക്കുന്നത്. അതും മൊത്തത്തിൽ ജോലി ചെയ്യാൻ കഴിവില്ലാത്തവർക്ക് മാത്രം. സാമാന്യം ആരോഗ്യമുള്ള ഒരു മനുഷ്യൻ ഭിക്ഷ ചോദിച്ചാൽ അയാൾ പറയും:

"ഇവിടെ നിന്നിട്ട് പ്രയോജനമില്ല! നിങ്ങൾക്ക് ഇപ്പോഴും ജോലി ചെയ്യാൻ പറ്റും. എന്റെ പണിക്കാരന്റെ അടുത്തുപോയി ചവറുവാരിക്കളയാൻ അയാളെ സഹായിക്കൂ! ഞാൻ നിങ്ങൾക്ക് അതിനുള്ള കൂലി തരാം."

ജോലി ചെയ്തുകൊണ്ടിരിക്കുമ്പോൾ അയാൾ ആളുകളോട് ദേഷ്യപ്പെടുന്നതു കേട്ടാൽ അനുകമ്പ തോന്നും. അതുകൂടാതെ റൂബിളിനുവേണ്ടിയുള്ള നായാട്ടിനിടയിൽ അയാൾ സ്വയം വിശ്രമിച്ചില്ല. പിന്നീട് പെട്ടെന്ന് സാധാരണ വസന്തത്തിലാണ് ഇങ്ങനെ സംഭവിക്കുന്നത്, ഭൂമിയുടെ മുകളിലുള്ളതെല്ലാം അതിമനോഹരമായി മാറി തെളിഞ്ഞ ആകാശത്തുനിന്നും കുറ്റപ്പെടുത്തുന്ന തരത്തിൽ വന്യമായ ചില കാര്യങ്ങൾ മനസ്സിൽ തെളിഞ്ഞു വരുമ്പോൾ ഇഗ്നാറ്റ് ഗോർഡിയീവിന് അയാളുടെ വ്യാപാരത്തിന്റെ യജമാനൻ അയാളല്ലെന്ന് തോന്നും. താൻ അതിന്റെ ദുർബ്ബലനായ ഒരു അടിമമാത്രമാണെന്ന് അയാൾക്ക് തോന്നും. പിന്നീട് അയാൾ കോപത്തോടെ ചുറ്റുപാടും നോക്കിക്കൊണ്ട് ഉറക്കെ ചോദിക്കാൻ ഭയക്കുന്ന ഏതോ ചോദ്യം നിശ്ശബ്ദമായി സ്വയം ചോദിച്ചു കൊണ്ട് ദിവസങ്ങളോളം ആലോചനയിൽ മുഴുകി ഇരിക്കും. ഈ ചോദ്യം അയാളുടെ മറ്റേ ആത്മാവിനെ ഉയർത്തി. ഒരു വിശക്കുന്ന മൃഗത്തിന്റെ ആസക്തി നിറഞ്ഞ പ്രക്ഷുബ്ധമായ ആത്മാവ്. അയാൾ ധിക്കാരിയും ലോകത്തോട് പുച്ഛം ഉള്ളവനും ആയിരുന്നു. അയാൾ കുടിച്ചു. അധഃപതിച്ച ജീവിതം നയിച്ചു. മറ്റുള്ളവരെ കുടിയന്മാരാക്കി. അയാൾ ഒരു നിർവൃതിയിലേക്ക് പ്രവേശിച്ചു. അയാളുടെ ഉള്ളിൽ അഴുക്കിന്റെ അഗ്നിപർവ്വതം പോലെയുള്ള ഏതോ കാര്യം തിളച്ചുമറിഞ്ഞു. അയാൾ സ്വയം വിളക്കിച്ചേർത്ത് വലിച്ചുകൊണ്ടുനടന്ന ചങ്ങല ഭ്രാന്തുപിടിച്ച് അയാൾ സ്വയം വലിച്ചു പൊട്ടിച്ചുകൊണ്ടിരിക്കുകയാണെന്ന് തോന്നി. അയാൾ മദ്യപാനവും ഉറക്കക്കുറവും കൊണ്ട് വീങ്ങിപ്പോയ മുഷിഞ്ഞ മുഖവും ഭ്രാന്തമായി അലഞ്ഞുതിരിയുന്ന കണ്ണുകളുമായി പരുക്കൻ ശബ്ദത്തിൽ അലറിവിളിച്ചുകൊണ്ട് നഗരത്തിലെ ഒരു മദ്യശാലയിൽനിന്ന് മറ്റൊന്നിലേക്ക് അലഞ്ഞുകൊണ്ടിരുന്നു. പണം അയാൾ എണ്ണിനോക്കാതെ വാരിവിതറി. നാടോടിപ്പാട്ടുകളുടെ ഈണത്തിനൊപ്പം അയാൾ വിളിച്ചുകൂവി. നൃത്തം ചെയ്തു. അല്ലെങ്കിൽ അയാൾ അടിപിടി ഉണ്ടാക്കി. പക്ഷേ, ഒന്നിലും ഒരിടത്തും അയാൾക്ക് സാന്ത്വനം കണ്ടെത്താൻ കഴിഞ്ഞില്ല.

ഒരു ദിവസം കീറിപ്പറിഞ്ഞ ളോഹയിട്ട കഷണ്ടിക്കാരനും കുള്ളനുമായ ഒരു അധഃപതിച്ച പുരോഹിതനെ ഇഗ്നാറ്റ് കണ്ടുമുട്ടാൻ ഇടയായി. അയാൾ ചേറ് ഷൂവിൽ പറ്റിപ്പിടിക്കുന്നതുപോലെ ഇഗ്നാറ്റിനോട് ഒട്ടിച്ചേർന്നു. അയാൾ വ്യക്തിത്വം ഇല്ലാത്ത വൃത്തികെട്ട ഒരു വികൃതജീവി ആയിരുന്നു. അയാൾ ഒരു കോമാളിയുടെ ഭാഗം അഭിനയിച്ചുകൊണ്ടി

രുന്നു. അവർ അയാളുടെ കഷണ്ടിയിൽ കടുകെണ്ണ തേച്ചു. അയാളെ നാലു കാലിൽ നടത്തി. അവർ പലതരം ബ്രാൻഡികൾ കൂട്ടിക്കലർത്തി അയാൾക്ക് കൊടുത്തിട്ട് അയാളെക്കൊണ്ട് പരിഹാസ്യമായ നൃത്തം ചെയ്യിച്ചു. ഒരു വിഡ്ഢിത്തം നിറഞ്ഞ ചിരിയോടെ പറയുന്നതെല്ലാം അനുസരിച്ച ശേഷം അയാൾ കൈനീട്ടിക്കൊണ്ട് എന്നത്തേയും പോലെ പറഞ്ഞു.

"എനിക്ക് ഒരു റൂബിൾ തരൂ!"

അവർ അയാളെ നോക്കി ചിരിച്ചു. ചിലപ്പോൾ അവർ ഇരുപത് കോപ്പക് കൊടുക്കാറുണ്ട്. ചിലപ്പോൾ ഒന്നും കൊടുക്കില്ല. പക്ഷേ, ചില സമയത്ത് അവർ അയാൾക്കുവേണ്ടി ചെലവാക്കിയ പത്തുറൂബിളിലും കൂടുതലുള്ള ബില്ലുകൾ അയാളുടെ നേർക്ക് വലിച്ചെറിഞ്ഞു.

"എടോ കൊള്ളരുതാത്തവനേ, നിങ്ങൾ ആരാണെന്ന് പറയൂ." ഒരു ദിവസം ഇഗ്നാറ്റ് അയാളോട് വിളിച്ചുകൂവി.

പുരോഹിതൻ ഇഗ്നാറ്റിന്റെ വിളി കേട്ട് ഭയന്നുപോയി. അയാൾ ഇഗ്നാറ്റിനെ നോക്കി തലകുനിച്ച് നിശ്ശബ്ദനായിരുന്നു.

"നിങ്ങൾ ആരാണ്? പറയൂ."

"ഞാൻ എല്ലാവർക്കും ചീത്ത പറയാനുള്ള ഒരു മനുഷ്യനാണ്" പുരോഹിതൻ മറുപടി പറഞ്ഞു.

"നിങ്ങൾ ഒരു നെറികെട്ടവൻ ആണോ?" ഇഗ്നാറ്റ് കടുപ്പത്തിൽ ചോദിച്ചു.

"നെറികെട്ടവനോ? അത് എന്റെ ദാരിദ്ര്യം കൊണ്ടും എനിക്ക് മനോ ബലം ഇല്ലാത്തതുകൊണ്ടാണ്."

"ഇവിടെ വരൂ!" ഇഗ്നാറ്റ് അയാളെ വിളിച്ചു. "ഇവിടെ വന്ന് എന്റെ അടുത്ത് ഇരിക്കൂ."

പുരോഹിതൻ പേടിച്ചു വിറച്ച് മടിയോടെ നടന്ന് ലഹരിയിലായിരുന്ന കച്ചവടക്കാരന്റെ മുന്നിൽ പോയിനിന്നു.

"ഇവിടെ ഇരിക്കൂ!" ഭയന്നു നിന്നിരുന്ന പുരോഹിതന്റെ കൈപിടിച്ച് അടുത്തിരുത്തിക്കൊണ്ട് ഇഗ്നാറ്റ് പറഞ്ഞു. "നിങ്ങൾ എനിക്ക് വളരെ വേണ്ടപ്പെട്ട ഒരു മനുഷ്യനാണ്. ഞാനും നെറികെട്ടവനാണ്. നിങ്ങൾ ദാരിദ്ര്യം കൊണ്ട് അങ്ങനെയായി. ഞാൻ എന്റെ തോന്ന്യാസംകൊണ്ട് അങ്ങനെയായി. ഞാൻ ദുഃഖം കാരണമാണ് നെറികെട്ടവനായത്. മനസ്സി ലായോ?"

"എനിക്ക് മനസ്സിലായി." പുരോഹിതൻ സൗമ്യമായി പറഞ്ഞു. അവിടെ കൂടിയിരുന്നവരെല്ലാം കുലുങ്ങിച്ചിരിക്കുകയായിരുന്നു.

"ഇപ്പോൾ ഞാൻ എന്താണെന്ന് നിങ്ങൾക്ക് മനസ്സിലായിട്ടുണ്ടോ?"

"എനിക്ക് മനസ്സിലായിട്ടുണ്ട്."

"എങ്കിൽ പറയൂ." ഇഗ്നാറ്റ് നിങ്ങൾ ഒരു നെറികെട്ടവനാണ്!"

പുരോഹിതന് അങ്ങനെ പറയാൻ കഴിഞ്ഞില്ല. അയാൾ ഇഗ്നാറ്റിന്റെ വളരെ വലിപ്പമുള്ള രൂപത്തിലേക്ക് ഭയത്തോടെ നോക്കിക്കൊണ്ട് തന്നെ ക്കൊണ്ട് പറ്റില്ലെന്ന് തലകുലുക്കിക്കാണിച്ചു. അവിടെ കൂടിയിരുന്നവരുടെ

പൊട്ടിച്ചിരി ഇപ്പോൾ ഒരു ഇടിമുഴക്കമായി മാറിയിരുന്നു. പുരോഹിതനെക്കൊണ്ട് തന്നെ ചീത്തവിളിപ്പിക്കാൻ ഇഗ്നാറ്റിന് കഴിഞ്ഞില്ല. അതിനുശേഷം അയാൾ ചോദിച്ചു.

"ഞാൻ നിങ്ങൾക്ക് പണം തരട്ടോ?"

"തന്നോളൂ." പുരോഹിതൻ പെട്ടെന്ന് മറുപടി പറഞ്ഞു.

"അതുകൊണ്ട് നിങ്ങൾക്ക് എന്ത് ആവശ്യമാണ് ഉള്ളത്?"

അയാൾ മറുപടി പറയാൻ കൂട്ടാക്കിയില്ല. ഇഗ്നാറ്റ് അയാളുടെ കോളറിൽ കയറിപ്പിടിച്ചു കുലുക്കി. അയാളുടെ വൃത്തികെട്ട ചുണ്ടിൽ നിന്നും താഴെപറയുന്ന വാക്കുകൾ ഇഗ്നാറ്റ് കുലുക്കി പുറത്തു ചാടിച്ചു. അയാൾ പേടിച്ചു വിറച്ചുകൊണ്ട് ഏറക്കുറെ രഹസ്യം പറയുന്നമട്ടിലാണ് സംസാരിച്ചത്.

"എനിക്ക് സെമിനാരിയിൽ പതിനാറു വയസ്സുള്ള ഒരു മകൾ ഉണ്ട്. അവൾക്കുവേണ്ടിയാണ് ഞാൻ സമ്പാദിക്കുന്നത്. അല്ലെങ്കിൽ അവൾ അവിടെ നിന്ന് പുറത്തുവരുമ്പോൾ അവളുടെ നഗ്നത മറയ്ക്കാൻ പോലും ഒന്നും ഉണ്ടാവില്ല."

"ങാ" പുരോഹിതന്റെ കോളറിൽനിന്ന് പിടിവിട്ടുകൊണ്ട് ഇഗ്നാറ്റ് പറഞ്ഞു. പിന്നീട് ഇടയ്ക്കിടയ്ക്ക് പുരോഹിതനെ തുറിച്ചുനോക്കിക്കൊണ്ട് ഇഗ്നാറ്റ് വളരെനേരം ആലോചനയിൽ മുഴുകി ദുഃഖിച്ചിരുന്നു. പെട്ടെന്ന് അയാളുടെ കണ്ണുകൾ ചിരിക്കാൻ തുടങ്ങി. അയാൾ ചോദിച്ചു.

"കുടിയാ, നിങ്ങൾ കള്ളം പറയുകയല്ലേ?"

പുരോഹിതൻ നിശ്ശബ്ദനായി കുരിശുവരച്ചതിനുശേഷം തലകുനിച്ചിരുന്നു.

"അത് സത്യമാണ്!" അവിടെ കൂടിയിരുന്നവരിൽ ഒരാൾ പുരോഹിതന്റെ വാക്കുകൾക്ക് അടിവര ഇട്ടു കൊണ്ട് പറഞ്ഞു.

"സത്യം? വളരെ നല്ല കാര്യം" കൈ ചുരുട്ടി മേശപ്പുറത്തിടിച്ചുകൊണ്ട് പുരോഹിതനെ നോക്കി ഇഗ്നാറ്റ് അലറി. "നിങ്ങൾക്ക് മകളെ വില്ക്കാം. മകളെ എനിക്ക് വില്ക്കാൻ നിങ്ങൾക്ക് എന്ത് കിട്ടണം."

പുരോഹിതൻ തലകുലുക്കിക്കൊണ്ട് പിന്നോട്ട് നീങ്ങി കുനിഞ്ഞിരുന്നു.

"ആയിരം!"

പുരോഹിതൻ അയാളുടെ മുകളിൽ തണുത്തവെള്ളം കോരി ഒഴിച്ചതുപോലെ ചുളുങ്ങുന്നതുകണ്ട് അവിടെ കൂടിയിരുന്നവർ കുലുങ്ങിച്ചിരിച്ചു.

"രണ്ടായിരം!" തിളങ്ങുന്ന കണ്ണുകളുമായി ഇഗ്നാറ്റ് അലറി.

"നിങ്ങൾക്ക് എന്തുപറ്റി? ഇത് എന്താണ്?" രണ്ടു കൈയും ഇഗ്നാറ്റിന്റെ മുന്നിലേക്ക് നീട്ടിക്കൊണ്ട് പുരോഹിതൻ ശബ്ദം താഴ്ത്തി പറഞ്ഞു.

"മൂവായിരം!"

"ഇഗ്നാറ്റ്!" മുഴക്കമുള്ള നേർത്ത ശബ്ദത്തിൽ പുരോഹിതൻ ഉറക്കെപ്പറഞ്ഞു. "ദൈവത്തെ ഓർത്ത് ക്രിസ്തുവിനെ ഓർത്ത് ഇതൊന്ന് മതി

യാക്കൂ! മതി! ഞാൻ അവളെ വില്ക്കും! ഞാൻ അവളെ വില്ക്കുന്നത് അവൾക്കു വേണ്ടി മാത്രം ആയിരിക്കും!"

അയാളുടെ മുനയുള്ള വിളറിയ ശബ്ദത്തിൽ ആരുടെയോ നേർക്കുള്ള ഒരു ഭീഷണി മുഴങ്ങുന്നുണ്ടായിരുന്നു. മറ്റാരും ഒരിക്കലും കണ്ടിട്ടില്ലാത്ത വിധത്തിൽ അയാളുടെ കണ്ണുകൾ കല്ക്കരിപോലെ തിളങ്ങി. പക്ഷേ, ലഹരിയിലായിരുന്ന ജനക്കൂട്ടം വിഡ്ഢികളെപ്പോലെ അയാളെ നോക്കി പൊട്ടിച്ചിരിച്ചു.

"മിണ്ടരുത്!" ഇഗ്നാറ്റ് എഴുന്നേറ്റു നിന്ന് ചുറ്റും കണ്ണോടിച്ചുകൊണ്ട് വിട്ടുവീഴ്ചയില്ലാത്തമട്ടിൽ വിളിച്ചു പറഞ്ഞു. "ചെകുത്താന്മാരേ, നിങ്ങൾക്ക് ഇവിടെ നടന്നുകൊണ്ടിരിക്കുന്ന കാര്യം മനസ്സിലാക്കാൻ പറ്റുന്നില്ലേ? നിങ്ങൾ കുലുങ്ങിച്ചിരിച്ചുകൊണ്ടിരിക്കുമ്പോൾ ഒരാൾക്ക് കരയാൻ ഇതു ധാരാളമാണ്."

അയാൾ പുരോഹിതന്റെ അടുത്തുചെന്ന് അയാളുടെ മുന്നിൽ മുട്ടുകാലിൽ ഇരുന്നുകൊണ്ട് പതറാതെ പറഞ്ഞു.

"ഞാൻ എന്തുമാത്രം നെറികെട്ടവനാണെന്ന് പിതാവിനിപ്പോൾ മനസ്സിലായിട്ടുണ്ട്. ഇനിയിപ്പോൾ എന്റെ മുഖത്ത് തുപ്പാം!"

അപഹാസ്യമായ ചില വൃത്തികെട്ട കാര്യങ്ങൾ സംഭവിച്ചു. പുരോഹിതനും ഇഗ്നാറ്റിന്റെ മുന്നിൽ മുട്ടുകുത്തി. അയാൾ ഒരു വലിയ ആമയെ പോലെ ഇഗ്നാറ്റിന്റെ കാലിൽ കെട്ടിപ്പിടിച്ച് ഏങ്ങലടിച്ചുകൊണ്ട് അയാളുടെ മുട്ടിൽ ചുംബിച്ചു. ഇഗ്നാറ്റ് അയാളെ തറയിൽനിന്നു പിടിച്ച് എഴുന്നേല്പിച്ചുകൊണ്ട് ഉറക്കെ പറഞ്ഞു. അയാളുടെ ശബ്ദത്തിൽ ആജ്ഞയും യാചനയും ഉണ്ടായിരുന്നു.

"തുപ്പൂ! എന്റെ നാണംകെട്ട കണ്ണിലേക്ക് തന്നെ തുപ്പൂ!"

ഇഗ്നാറ്റിന്റെ ഉറച്ച ശബ്ദം കേട്ട് അവിടെ കൂടിയിരുന്നവർ അമ്പരന്നു. അവർ വീണ്ടും മദ്യശാലയുടെ ജനാലകൾ കിലുങ്ങുന്നതുപോലെ പൊട്ടിച്ചിരിച്ചു.

"ഞാൻ നിങ്ങൾക്ക് നൂറുറൂബിൾ തരാം! തുപ്പ്!"

ഈ മനുഷ്യൻ സ്വയം വിലയിടിക്കുന്ന കാര്യങ്ങൾ യാചിക്കുന്നത് കേട്ടതിന്റെ സന്തോഷമോ അല്ലെങ്കിൽ അതിന്റെ ഭയമോ കൊണ്ട് പുരോഹിതൻ തറയിൽ ഇരുന്നു ഏങ്ങലടിച്ചു.

ഒടുവിൽ ഇഗ്നാറ്റ് നിലത്തു നിന്ന് എഴുന്നേറ്റു. പുരോഹിതനെ തള്ളിമാറ്റി പണത്തിന്റെ ഒരു പൊതിക്കെട്ട് അയാളുടെ നേർക്ക് വലിച്ചെറിഞ്ഞുകൊണ്ട് അയാൾ പറഞ്ഞു. അയാൾ അപ്പോൾ പുഞ്ചിരിക്കുന്നുണ്ടായിരുന്നു.

"വൃത്തികെട്ട കൂട്ടങ്ങൾ! ഇത്തരം മനുഷ്യന്റെ മുന്നിൽ ഒരാൾക്ക് പശ്ചാത്തപിക്കാൻ കഴിയുമോ? മറ്റുള്ളവരാകട്ടെ ഒരു പാപിയെക്കണ്ട് പൊട്ടിച്ചിരിക്കുന്നു. ഞാൻ സ്വയം ഭാരം ഇറക്കിവയ്ക്കാൻ തുടങ്ങുകയായിരുന്നു. ഞാൻ പറയാം. ഞാൻ വിചാരിച്ചു. ഇല്ല. ഞാൻ ഒന്നും വിചാരിച്ചില്ല. കാര്യം ഒന്നും ഇല്ല! ഇവിടുന്ന് പുറത്ത് പോകണം! വീണ്ടും എന്റെ

മുന്നിൽ വരാതിരിക്കാൻ നിങ്ങൾ ശ്രദ്ധിക്കണം. നിങ്ങൾ കേൾക്കുന്നുണ്ടോ?"

"ഒരു പ്രത്യേകതരക്കാരൻ!" ഏറക്കുറെ ഇളക്കം തട്ടിയ ജനക്കൂട്ടം പറഞ്ഞു.

അയാളുടെ കുട്ടിയെപ്പറ്റി നഗരത്തിൽ ഇതിഹാസങ്ങൾ രചിക്കപ്പെട്ടു. എല്ലാവരും അയാളെ മാത്രം കുറ്റപ്പെടുത്തി. പക്ഷേ, ഒരാളും അയാളോടൊപ്പം കുടിക്കാനുള്ള ഒരു ക്ഷണം പോലും ഒരിക്കലും നിരസിച്ചില്ല. അങ്ങനെ അയാൾ ആഴ്ചകൾ ജീവിച്ചു.,

മദ്യശാലകളുടെ മണം വിട്ടുമാറുന്നതിനുമുമ്പ് അപ്രതീക്ഷിതമായി വീട്ടിൽ തിരിച്ചെത്തുന്നത് അയാളുടെ പതിവായിരുന്നു. പക്ഷേ, അപ്പോഴേക്കും അയാൾ തലകുനിച്ച് നിശ്ശബ്ദനായിട്ടുണ്ടാകും. അയാളുടെ മാപ്പു പറയുന്ന കണ്ണുകളിൽ ഇപ്പോൾ നാണക്കേട് കത്തിപ്പടരുന്നുണ്ടാകും. ഭാര്യയുടെ ശകാരം അയാൾ നിശ്ശബ്ദനായി കേട്ടുനില്ക്കും. ഒരു ആട്ടിൻകുട്ടിയെപ്പോലെ സൗമ്യനായി അയാൾ അയാളുടെ മുറിയിൽക്കയറി കതകടയ്ക്കും. കുറേ മണിക്കൂറുകളോളം അയാൾ കുരിശിന്റെ മുമ്പിൽ തലകുനിച്ച് മുട്ടുകുത്തിയിരിക്കും. അയാളുടെ കൈകൾ നിസ്സഹായതയോടെ ഞാന്നുകിടക്കും. പ്രാർത്ഥിക്കാനുള്ള ധൈര്യം ഇല്ലാത്തതുപോലെ അയാളുടെ ചുണ്ടുകൾ അനങ്ങുന്നുണ്ടാകില്ല. അയാളുടെ ഭാര്യക്ക് വാതിലിനടുത്തേക്ക് ശബ്ദം ഉണ്ടാക്കാതെ നടന്നുവന്ന് മുറിക്കുള്ളിൽ ശബ്ദങ്ങൾ ശ്രദ്ധിക്കുന്ന പതിവ് ഉണ്ടായിരുന്നു. കതകിനു പിന്നിൽ നിന്ന് ആഴത്തിലുള്ള നെടുവീർപ്പുകൾ കേൾക്കാൻ കഴിഞ്ഞിരുന്നു. രോഗം വന്ന് തളർന്ന കുതിരയുടെ നിശ്വാസം പോലെയുള്ള ഒരു ശബ്ദം.

"ദൈവമേ! അങ്ങ് കാണുന്നുണ്ടാകും!" ഇഗ്നാറ്റ് കൈപ്പത്തികൾ വിശാലമായ നെഞ്ചിൽ അമർത്തിവെച്ചുകൊണ്ട് ശബ്ദം അടക്കിപ്പിടിച്ച് പറഞ്ഞു.

പശ്ചാത്താപത്തിന്റെ ദിവസങ്ങളിൽ അയാൾ വെള്ളം ഒഴിച്ച് മറ്റൊന്നും കുടിച്ചില്ല. കഴിക്കുന്നത് വരകിന്റെ റൊട്ടിമാത്രം ആയിരുന്നു.

രാവിലെ തന്നെ അയാളുടെ മുറിയുടെ വാതിലിനു പുറത്ത് ഭാര്യ ഏകദേശം ഒന്നര റാത്തൽ റൊട്ടിയും ഉപ്പും ഒരു വലിയ കുപ്പിവെള്ളവും കൊണ്ടുവയ്ക്കും. അയാൾ കതകുതുറന്ന് ആഹാരസാധനങ്ങൾ എടുത്തതിനുശേഷം വീണ്ടും കതകടയ്ക്കും. ഈ സമയത്ത് ആരും അയാളെ ശല്യപ്പെടുത്തിയില്ല. എല്ലാവരും അയാളെ ഒഴിവാക്കിനിർത്താൻ ശ്രമിച്ചു. കുറച്ചു ദിവസം കഴിയുമ്പോൾ മറ്റൊരു രൂപത്തിൽ തമാശ പറഞ്ഞ് പൊട്ടിച്ചിരിച്ചുകൊണ്ട് അയാൾ വീണ്ടും പ്രത്യക്ഷപ്പെട്ടു. പിന്നീട് തന്റെ വ്യാപാരത്തിൽ അസാമാന്യവൈദഗ്ദ്ധ്യമുള്ള ഇഗ്നാറ്റ് ഇരതേടുന്ന കിളിയുടെ സൂക്ഷ്മതയോടെ ഗോതമ്പും മറ്റു ധാന്യങ്ങളും ശേഖരിക്കുന്നതിനുള്ള കരാറുകൾ തയ്യാറാക്കി.

പക്ഷേ, ഇഗ്നാറ്റിന്റെ ജീവിതത്തിലുടനീളം ഒരിക്കലും അയാളെ വിട്ടുപോകാത്ത ഒരു തീക്ഷ്ണമായ ആഗ്രഹം ഉണ്ടായിരുന്നു. ഒരു മകൻ വേണ

മെന്നുള്ള ആഗ്രഹം. അയാൾക്ക് പ്രായം കൂടുന്നതിനനുസരിച്ച് അയാളുടെ ആഗ്രഹവും വലുതാകുമായിരുന്നു. പലപ്പോഴും ഇത്തരം വർത്തമാനങ്ങൾ അയാളും ഭാര്യയും തമ്മിൽ നടന്നിരുന്നു. രാവിലെ ചായകുടിക്കുമ്പോഴും ഉച്ചയ്ക്ക് ഭക്ഷണം കഴിക്കുന്നസമയത്തും ചുവന്നു തുടുത്ത മുഖവും മയങ്ങുന്ന കണ്ണുകളും ആരോഗ്യവും തടിയും ഉള്ള ഭാര്യയെ ദുഃഖത്തോടെ തുറിച്ചു നോക്കിക്കൊണ്ട് അയാൾ ചോദിച്ചു:

"നിനക്ക് ഒന്നും തോന്നുന്നില്ലേ?"

അയാൾ എന്താണ് ഉദ്ദേശിക്കുന്നതെന്ന് അവൾക്ക് അറിയാം. പക്ഷേ, അവൾ അവളുടെ സ്ഥിരമായ മറുപടി പറഞ്ഞു.

"എനിക്ക് എന്തു തോന്നാൻ? നിങ്ങളുടെ കൈയിലുള്ള മണി കിലുങ്ങുന്നതല്ല."

"വിഡ്ഢി, ഞാൻ പറയുന്നതു നിനക്ക് അറിയാം."

"ഇങ്ങനെ ചീത്തവിളിച്ചതു കൊണ്ട് ഒരാൾക്ക് ഗർഭം ഉണ്ടാകുമോ?"

"നിനക്ക് കുഞ്ഞുണ്ടാകാത്തത് ചീത്തവിളി കൊണ്ടല്ല. നീ കൂടുതൽ ആഹാരം കഴിക്കുന്നതുകൊണ്ടാണ്. അവിടെ കുഞ്ഞിന് കിടക്കാനുള്ള സ്ഥലം ഇല്ല."

"ഇതുകേട്ടാൽ എനിക്ക് ഗർഭം ഉണ്ടായിട്ടില്ലെന്ന് തോന്നും?"

"അതെല്ലാം പെണ്ണല്ലേ?" ഇഗ്നാറ്റ് കുറ്റപ്പെടുത്തുന്നമട്ടിൽ പറഞ്ഞു. "എനിക്ക് ഒരു മകനേയാണ് വേണ്ടത്! നിനക്ക് മനസ്സിലായോ? ഒരു മകൻ! ഒരു അവകാശി! എന്റെ സ്വത്തെല്ലാം ഞാൻ ആർക്കു കൊടുക്കും? ഇതെല്ലാം ഞാൻ കന്യാസ്ത്രീമഠത്തിന് കൊടുത്താൽ മതിയോ? അവർക്ക് ഞാൻ വേണ്ടതെല്ലാം കൊടുത്തിട്ടുണ്ട്! അല്ലെങ്കിൽ ഇതെല്ലാം നിനക്ക് തന്നാൽ മതിയോ? നീ ഒന്നാംതരം ഭക്തയല്ലേ? പള്ളിയിലായാലും നീ മീൻകഷണത്തിന്റെ കാര്യം ആയിരിക്കും ആലോചിക്കുന്നത്. ഞാൻ മരിച്ചാൽ നീ വീണ്ടും കല്യാണം കഴിക്കും. എന്റെ പണം മുഴുവൻ ഏതെങ്കിലും വിഡ്ഢിയുടെ കൈയിൽ കിട്ടും. ഇതിനു വേണ്ടിയാണ് ഞാൻ ജോലി ചെയ്യുന്നതെന്ന് നീ വിചാരിക്കുന്നുണ്ടോ?"

തന്നെ പിൻതുടരാൻ ഒരു മകൻ ഇല്ലെങ്കിൽ ജീവിതത്തിന് ലക്ഷ്യമില്ലെന്നുള്ള തീക്ഷ്ണമായ വേദന അയാളെ പിടികൂടിയിരുന്നു.

ഒൻപതു വർഷത്തെ അവരുടെ വിവാഹജീവിതത്തിനിടയിൽ അയാളുടെ ഭാര്യ നാലു പെൺമക്കളെ പ്രസവിച്ചിരുന്നു. അവരെല്ലാവരും മരിച്ചു. അവരുടെ ജനനം ഇഗ്നാറ്റ് വിറയലോടെ കാത്തുനിന്നെങ്കിലും അവരുടെ മരണത്തിൽ അയാൾ കൂടുതലൊന്നും ദുഃഖിച്ചില്ല. എങ്ങനെ കണക്കുകൂട്ടിയാലും അവർ അയാൾക്ക് ആവശ്യം ഉള്ളവർ ആയിരുന്നില്ല. അവരുടെ വിവാഹത്തിന്റെ രണ്ടാം വർഷം മുതൽ അയാൾ ഭാര്യയെ തല്ലാൻ തുടങ്ങി. തുടക്കത്തിൽ ലഹരിയിലായിരിക്കുമ്പോൾ "ഭാര്യയെ നിങ്ങളുടെ ആത്മാവിനെപ്പോലെ സ്നേഹിക്കുകയും അവളെ ഒരു പിയർമരം പോലെ കുലുക്കുകയും ചെയ്യുക" എന്ന പഴഞ്ചൊല്ല് അനുസരിച്ച് ശത്രുത ഇല്ലാതെയാണ് അയാൾ ഇങ്ങനെ ചെയ്തിരുന്നത്. പക്ഷേ, ഓരോ പ്രസവത്തിനും

ശേഷവും അയാളുടെ പ്രതീക്ഷ തെറ്റുമ്പോൾ ഭാര്യയോടുള്ള വെറുപ്പ് കൂടുതൽ ശക്തമായിക്കൊണ്ടിരുന്നു. അയാൾക്ക് മകനെ കൊടുക്കാത്തതിന്റെ പ്രതികാരമായി അയാൾ അവളെ ആഹ്ലാദത്തോടെ അടിക്കാൻ ആരംഭിച്ചു.

ഒരിക്കൽ വ്യാപാരസംബന്ധമായി സമാർസ്ക് പ്രവിശ്യയിൽ ആയിരിക്കുമ്പോൾ വീട്ടിലുള്ള ബന്ധുക്കളിൽനിന്നും ഭാര്യയുടെ മരണം അറിയിച്ചുകൊണ്ടുള്ള ഒരു കമ്പിസന്ദേശം അയാൾക്ക് കിട്ടി. അയാൾ കുരിശു വരച്ച് അല്പസമയം ആലോചിച്ചു നിന്നതിനുശേഷം അയാളുടെ ചങ്ങാതിയായ മയാകിന് എഴുത്ത് എഴുതി.

“അവളുടെ ശവം മറവുചെയ്യുന്നതിന് എനിക്കുവേണ്ടി കാത്തിരിക്കേണ്ട; എന്റെ സ്വത്തുക്കൾ ശ്രദ്ധിക്കണം.”

പിന്നീട് മരിച്ചവരുടെ കുർബ്ബാനയ്ക്കുവേണ്ടി അയാൾ പള്ളിയിൽ പോയി. മരിച്ചുപോയ അകിലിനായുടെ ആത്മാവിനുവേണ്ടി പ്രാർത്ഥിച്ചതിനുശേഷം കഴിയുന്നതും വേഗം വിവാഹം കഴിക്കേണ്ടത് തന്റെ ആവശ്യമാണെന്ന് അയാൾ ആലോചിച്ചു തുടങ്ങി.

അന്ന് അയാൾക്ക് നാല്പത്തി മൂന്ന് വയസ്സായിരുന്നു. ഒത്ത ഉയരവും വിരിഞ്ഞ മാറും മുഖ്യപുരോഹിതനെപ്പോലെ പരുക്കൻ ശബ്ദവുമുള്ള അയാളുടെ ഇരുണ്ടപുരികങ്ങൾക്കു താഴെ ഉണ്ടായിരുന്ന വലിയ കണ്ണുകളിൽ ആത്മവിശ്വാസം പ്രകടമായിരുന്നു. കണക്കിലേറെ കറുത്തതാടി വളർന്നുനിന്ന വെയിലേറ്റ് കരുവാളിച്ച അയാളുടെ മുഖത്തും മൊത്തത്തിൽ ഗാംഭീര്യം തോന്നുന്ന അയാളുടെ രൂപത്തിലും റഷ്യാക്കാരന്റെ കാപട്യമില്ലാത്ത പരുക്കൻ സൗന്ദര്യം ഉണ്ടായിരുന്നു. അയാളുടെ അനായാസമായ ചലനങ്ങളിലും സാവധാനത്തിലുള്ള അഹംഭാവം നിഴലിക്കുന്ന നടത്തത്തിലും സ്വന്തം കഴിവിനെപ്പറ്റിയുള്ള ഒരു ബോധം പ്രകടമായിരുന്നു. അയാളിലുള്ള ഒരു ഉറച്ച ആത്മവിശ്വാസം. സ്ത്രീ അയാളെ ഇഷ്ടപ്പെട്ടിരുന്നു. അയാൾ അവരെ ഒഴിവാക്കിയതും ഇല്ല.

ഭാര്യ മരിച്ച് ആറുമാസം കഴിയുന്നതിനു മുമ്പുതന്നെ ഉറലിലുള്ള ഒരു കൊസാക്കിന്റെ മകളെ അയാൾ വിവാഹം ആലോചിച്ചു. ഉറലിൽപോലും പണക്കാരനായി അറിയപ്പെട്ടിരുന്ന ഇഗ്നാറ്റിന്റെ വിവാഹാലോചനയെ ചെറുത്തുനില്ക്കാൻ വധുവിന്റെ അച്ഛന് കഴിഞ്ഞില്ല. അയാൾ മകളെ വിവാഹം കഴിച്ചുകൊടുത്തു. ശരത്ക്കാലം ആയപ്പോഴേക്കും ചെറുപ്പക്കാരിയായ ഭാര്യയോടൊപ്പം ഇഗ്നാറ്റ് വീട്ടിൽ തിരിച്ചെത്തി. അവളുടെ പേര് നട്യാലാ എന്നായിരുന്നു. നല്ല ഉയരവും ശരീരവും നീലക്കണ്ണുകളും പിന്നിയിട്ട നീണ്ട തലമുടിയും ഉള്ള അവൾ സുന്ദരനായ ഇഗ്നാറ്റിന് ചേരുന്ന പെൺകുട്ടി ആയിരുന്നു. അയാൾക്ക് ഭാര്യയെപ്പറ്റി അഭിമാനം തോന്നി. അയാൾ ശക്തനായ ഒരു പുരുഷന്റെ തീക്ഷ്ണമായ പ്രണയം അവൾക്കു സമ്മാനിച്ചു. അയാൾ സന്തോഷവാനായിരുന്നു. പക്ഷേ, പെട്ടെന്നു തന്നെ ജാഗ്രതയുള്ള കണ്ണുകളുമായി അയാൾക്ക് അവളെപറ്റി ആലോചിക്കേണ്ടിവന്നു.

അയാളുടെ ഭാര്യയുടെ ശാലീനമായ നീണ്ടമുഖത്തുകൂടി വല്ലപ്പോഴും

മാത്രമായിരുന്നു ഒരുപുഞ്ചിരി കടന്നുപോകുന്നത്. അവൾ എപ്പോഴും ജീവിതവുമായി പൊരുത്തമില്ലാത്ത എന്തൊക്കെയോ കാര്യങ്ങൾ ആലോചിച്ചുകൊണ്ടിരുന്നു. ചിലപ്പോൾ ശാന്തമായ അവളുടെ നീലക്കണ്ണുകളിൽ ദുരൂഹതയും വിദ്വേഷവും ജ്വലിക്കുന്നുണ്ടായിരുന്നു. വീട്ടുജോലികളുടെ ചുമതലയിൽനിന്ന് സ്വതന്ത്രമാകുമ്പോൾ ആ വീട്ടിലെ ഏറ്റവും വലിയ മുറിയുടെ ജനാലയുടെ അടുത്ത് വന്ന് രണ്ടുമൂന്നു മണിക്കൂർനേരം അവൾ നിശ്ശബ്ദയായി തനിച്ചിരിക്കും. അവൾ വഴിയിലേക്ക് നോക്കുന്നുണ്ടെങ്കിലും ജനാലയുടെ അപ്പുറത്ത് ചലിച്ചുകൊണ്ടിരുന്ന ഒന്നിലും സത്യത്തിൽ അവൾക്ക് താല്പര്യം ഇല്ല. അതേസമയം ആ നോട്ടം അവൾ അവളുടെ സ്വന്തം ആത്മാവിലേക്ക് നോക്കുന്നതുപോലെ ആഴം ഉള്ളതായിരുന്നു. അവളുടെ നടത്തവും അസാധാരണമായിരുന്നു അവളുടെ ചലനങ്ങളെ നിയന്ത്രിക്കുന്ന എന്തൊക്കെയോ വസ്തുക്കൾ ആ മുറിക്കുള്ളിൽ കിടക്കുന്നുണ്ടെന്നുള്ള രീതിയിലായിരുന്നു നടൃാലയുടെ നടത്തം. അവൾ ശ്രദ്ധയോടെ വളരെ സാവധാനത്തിലാണ് ആ വലിയ മുറിക്കുള്ളിൽ നടന്നിരുന്നത്. അവരുടെ വീട്ടിൽ പൊങ്ങച്ചം തോന്നിപ്പിക്കുന്ന പരുക്കൻ ആഡംബരവസ്തുക്കൾ നിറഞ്ഞിരുന്നു. അവിടെയുള്ള എല്ലാ കാര്യങ്ങളും വീട്ടുടമസ്ഥന്റെ സമ്പത്തിന്റെ തിളക്കം വിളിച്ചുപറയുന്നവ ആയിരുന്നു. അയാളുടെ ഭാര്യ വിലകൂടിയ വീട്ടുപകരണങ്ങൾക്കും വെള്ളിപ്പാത്രങ്ങൾക്കും ഇടയിലൂടെ നടന്നത് അവയെല്ലാംകൂടി അവളെ പിടിച്ച് ഞെരിക്കാനിടയുണ്ടെന്ന് ഭയക്കുന്നമട്ടിൽ സങ്കോചത്തോടെ ആയിരുന്നു. ഈ വാണിജ്യനഗരത്തിലെ ശബ്ദായമാനമായ ജീവിതത്തിൽ നിശ്ശബ്ദയായ ഈ സ്ത്രീക്ക് താല്പര്യം ഇല്ലെന്ന് വ്യക്തമായിരുന്നു. അവളുടെ ഭർത്താവിനൊപ്പം വണ്ടിയിൽ പോകുമ്പോൾ അവളുടെ കണ്ണുകൾ ഡ്രൈവറുടെ പിൻവശത്ത് ഉറച്ചുനിന്നു. അയാൾ അവളെ എവിടെയെങ്കിലും സന്ദർശനത്തിന് കൊണ്ടുപോയാൽ അവിടെയും അവൾ വീട്ടിലെപ്പോലെ വിചിത്രമായി പെരുമാറി. അവരുടെ വീട്ടിൽ അതിഥികൾ വരുമ്പോൾ അവരോടോ അവർ പറയുന്ന കാര്യങ്ങളിലോ താല്പര്യം കാണിക്കാതെ അവരെ അവൾ ആവേശത്തോടെ സല്ക്കരിച്ചു. അവളുടെ മുഖത്ത് ഒരു നിഴൽപോലെ അവ്യക്തമായ പുഞ്ചിരിയെ അപൂർവ്വം സന്ദർഭങ്ങളിൽ വിളിച്ചു വരുത്തിയിരുന്നത് തമാശ പറയുന്ന മയാകിൻ മാത്രം ആയിരുന്നു. മയാകിൻ അവളെപ്പറ്റി എപ്പോഴും പറഞ്ഞിരുന്നു.

"അത് ഒരു തടിക്കഷണമാണ്. സ്ത്രീയല്ല. പക്ഷേ, ജീവിതം തീപിടിക്കുന്ന തടിക്കഷണങ്ങളുടെ ഒരു കൂനപോലെ ആണ്. നമ്മളിൽ ഓരോരുത്തരും ഏതെങ്കിലും സമയത്ത് ആളിക്കത്തും. കാത്തിരിക്കണം. അവൾക്കും തീ പിടിക്കും. അയാൾ എങ്ങനെ കത്തിപ്പടരുമെന്ന് നമുക്ക് കാണാം."

ഇഗ്നാറ്റ് അവളെ കളിയാക്കാൻ വേണ്ടി മുറയ്ക്ക് പറഞ്ഞു;

"ങ്ഹേ! നീ എന്താണ് ആലോചിച്ചു കൂട്ടുന്നത്. നിനക്ക് വീട്ടിൽ പോകണമെന്നുണ്ടോ? മുഖത്ത് കുറച്ചുകൂടി തെളിച്ചം വന്നോട്ടെ!"

അവൾ ഒന്നും സംഭവിക്കാത്തതുപോലെ അയാളെ നോക്കിക്കൊണ്ട് നിശ്ശബ്ദയായി ഇരിക്കും.

'നീ പള്ളിയിലേക്ക് മാത്രം എപ്പോഴും പോകുന്നുണ്ട്. നമ്മൾ കാത്തിരിക്കണം. നമ്മുടെ പാപങ്ങൾക്കുവേണ്ടി പ്രാർത്ഥിക്കാൻ നമുക്ക് ഇഷ്ടം പോലെ സമയമുണ്ട്. ആദ്യം പാപങ്ങൾ ചെയ്യണം. നിനക്ക് അറിയില്ലേ? പാപങ്ങൾ ചെയ്തില്ലെങ്കിൽ നമ്മൾ പശ്ചാത്തപിക്കില്ല. നമുക്ക് നമ്മുടെ മോചനം ലഭിക്കില്ല. നമ്മൾ ചെറുപ്പമായിരിക്കുമ്പോൾ പാപങ്ങൾ ചെയ്യുന്നതാണ് കൂടുതൽ നല്ലത്. നമുക്ക് ഒന്ന് പുറത്തുപോകാം?"

"എനിക്ക് പുറത്തുപോകണമെന്ന് തോന്നുന്നില്ല."

അയാൾ അവളുടെ അടുത്തിരുന്ന് കെട്ടിപ്പിടിക്കുന്ന പതിവുണ്ട്. അവൾ അനങ്ങില്ല. അയാളുടെ തലോടലുകൾ അവൾ തിരിച്ചു കൊടുക്കുന്നത് വല്ലപ്പോഴും മാത്രം ആയിരുന്നു. അവളുടെ കണ്ണുകളിലേക്ക് സൂക്ഷിച്ചുനോക്കിക്കൊണ്ട് അയാൾ പലപ്പോഴും പറഞ്ഞിരുന്നു.

"നട്യാലാ! നീ ഇത്രമാത്രം ദുഃഖിക്കുന്നതെന്താണ്? കാര്യം എന്താണെന്ന് എന്നോട് പറയൂ. ഇവിടെ നിനക്ക് ഒറ്റപ്പെട്ടതായി തോന്നുന്നുണ്ടോ."

"ഇല്ല." അവൾ ഒറ്റവാക്കിൽ മറുപടി പറഞ്ഞു.

"പിന്നെ എന്താണ്? നീ നിന്റെ ആളുകളെ പറ്റിയാണോ ആലോചിക്കുന്നത്?"

"അല്ല. അതൊന്നുമല്ല."

"എന്താണ് നീ ചിന്തിക്കുന്നത്?"

"ഞാൻ ഒന്നും ചിന്തിക്കുന്നില്ല."

"പിന്നെ എന്താണ്?"

"ഓ! ഒന്നുമില്ല!"

ഒരിക്കൽ കുറേക്കൂടി പൂർണ്ണമായ ഒരു മറുപടി അവളിൽ നിന്ന് ലഭിക്കുന്നതിൽ അയാൾ വിജയിച്ചു:

"എന്റെ മനസ്സിൽ എന്തോ ചില ചിന്താക്കുഴപ്പങ്ങൾ ഉണ്ട്. അത് എന്റെ കണ്ണുകളിലും ഉണ്ട്. ഇതെല്ലാം യഥാർത്ഥമല്ലെന്ന് എനിക്ക് എല്ലാ സമയത്തും തോന്നുന്നു."

അവൾ ഭിത്തികളിലേക്കും വീട്ടുപകരണങ്ങളിലേക്കും ചുറ്റുപാടുമുള്ള മറ്റു സാധനങ്ങളിലേക്ക് വിരൽചൂണ്ടിക്കാണിച്ചു. ഇഗ്നാറ്റ് അവളുടെ സംസാരത്തെപ്പറ്റി കൂടുതൽ ആലോചിച്ചില്ല. അയാൾ ചിരിച്ചുകൊണ്ട് പറഞ്ഞു.

"അതിൽ കാര്യമില്ല! ഇവിടെ ഉള്ളതെല്ലാം യഥാർത്ഥത്തിൽ ഉള്ളതുതന്നെ ആണ്. ഇതെല്ലാം വിലപിടിപ്പുള്ള കനത്ത സാധനങ്ങൾ ആണ്. ഇതൊന്നും നിനക്ക് വേണ്ടെങ്കിൽ ഞാൻ ഇതെല്ലാം കത്തിച്ചുകളയാം. അല്ലെങ്കിൽ ഞാൻ വില്ക്കാം. ഇതെല്ലാം കളഞ്ഞിട്ട് പുതിയവ വാങ്ങാം. അങ്ങനെ വേണമെന്ന് നീ ആഗ്രഹിക്കുന്നുണ്ടോ?"

"എന്തിന്?" അവൾ ശാന്തമായി പറഞ്ഞു.

അവസാനം അയാൾ അത്ഭുതപ്പെട്ടു. ഇത്രയും ചെറുപ്പവും ആരോ

ഗ്യവും ഉള്ള ഒരാൾക്ക് മുഴുവൻ സമയവും ഉറങ്ങുന്നതുപോലെ എങ്ങനെയാണ് ജീവിക്കാൻ കഴിയുന്നത്? ഒരു കാര്യവും ശ്രദ്ധിക്കാതെ എല്ലാവരേയും ഒഴിവാക്കിക്കൊണ്ട് എങ്ങനെയാണ് അവൾക്ക് ജീവിക്കാൻ പറ്റുന്നത്?

അതിനുശേഷം അയാൾ അവളെ പലപ്പോഴും സാന്ത്വനപ്പെടുത്തിയിരുന്നു:

“അല്പം കൂടി കാത്തിരിക്കണം. നിനക്ക് ഒരു മകൻ ഉണ്ടാകും. അതിനുശേഷം മൊത്തിൽ വ്യത്യാസമുള്ള ഒരു ജീവിതം തുടങ്ങും.

നീ ഇത്രയും വിഷമിക്കാനുള്ള കാരണം ചിന്തിക്കാൻ ഒന്നുമില്ലാത്തതുകൊണ്ടാണ്. അവൻ നിന്നെ ശല്യപ്പെടുത്തും. നീ എനിക്കുവേണ്ടി ഒരു ആൺകുട്ടിയെ പ്രസവിക്കും. പ്രസവിക്കില്ലേ?”

“ദൈവത്തിന്റെ ഇഷ്ടം അതാണെങ്കിൽ” അവൾ തലകുനിച്ചുകൊണ്ട് മറുപടി പറഞ്ഞു.

പിന്നീടുള്ള അവളുടെ നിശ്ശബ്ദത അയാളെ ദേഷ്യം പിടിപ്പിച്ചു.

“ശരി, നീ എന്തിനാണ് ഇങ്ങനെ മുഖം വീർപ്പിച്ചിരിക്കുന്നത്? നീ കണ്ണാടിയുടെ പുറത്തുകൂടി നടക്കുന്നതുപോലെയാണ് നടക്കുന്നത്. നിന്നെ കണ്ടാൽ ആരെയോ കൊന്നിട്ട് വരികയാണെന്ന് തോന്നും. നിനക്ക് ഒന്നിലും ഒരു താല്പര്യം ഇല്ല മണ്ടി.”

ഒരു ദിവസം ലഹരിയിൽ വീട്ടിലെത്തിയപ്പോൾ അയാൾ അവളെ തലോടാൻ തുടങ്ങി. അവൾ അയാളുടെ അടുത്തുനിന്ന് മാറിപ്പോയി. അതോടെ അയാൾ ദേഷ്യപ്പെട്ട് അലറി.

“നടാല്യാ! ഒന്നും അറിയാത്തപോലെ ഭാവിക്കരുത്!”

അവൾ അയാളുടെ നേർക്ക് മുഖംതിരിച്ചുകൊണ്ട് ശാന്തമായി ചോദിച്ചു. “എന്തുവേണം?”

അവളുടെ നിർഭയമായ നോട്ടവും ചോദ്യവും കൂടി ഇഗ്നാറ്റിനെ കൂടുതൽ ദേഷ്യം പിടിപ്പിച്ചു.

“എന്തുവേണം പോലും” അയാൾ അവളുടെ അടുത്തേക്ക് നടന്നുകൊണ്ട് അലറി.

“നിങ്ങൾക്ക് എന്നെ കൊല്ലണമെന്നുണ്ടോ?” അവൾ നിന്നിടത്തുനിന്ന് അല്പം പോലും അനങ്ങാതെ അയാളോടു ചോദിച്ചു. അവൾ കണ്ണുപോലും ചിമ്മിയില്ല.

അയാളുടെ കോപത്തിനു മുന്നിൽ ആളുകൾ വിറയ്ക്കുന്നതാണ് ഇഗ്നാറ്റ് കണ്ടിട്ടുള്ളത്. അവളുടെ ശാന്തത അയാൾക്ക് അപരിചിതവും അപമാനവും ആയിരുന്നു.

“മിണ്ടരുത്” അവളെ അടിക്കാൻ കൈ ഉയർത്തിക്കൊണ്ട് അയാൾ വിളിച്ചുകൂവി. സാവധാനത്തിലാണെങ്കിലും സമയത്തുതന്നെ അവൾ അടികൊള്ളാതെ ഒഴിഞ്ഞുമാറി. അതിനുശേഷം അവൾ അയാളുടെ കൈകടന്നുപിടിച്ച് തള്ളിമാറ്റിക്കൊണ്ട് യാതൊരു ഭാവവ്യത്യാസവും ഇല്ലാതെ പറഞ്ഞു.

"എന്നെ തൊട്ടുപോകരുത്. എന്റെ അടുത്തുവരാൻ ഞാൻ നിങ്ങളെ അനുവദിക്കില്ല.!"

അവളുടെ കണ്ണുകൾ കൂടുതൽ ചെറുതായി. അവയുടെ ലോഹത്തിളക്കം പോലെയുള്ള തുളച്ചിറങ്ങുന്ന തിളക്കത്തിൽ ഇഗ്നാറ്റിന്റെ ലഹരി ഇറങ്ങി. അവളുടെ നോട്ടത്തിൽ നിന്നും അവളും ശക്തിയുള്ള ഒരു മൃഗമാണെന്ന് മനസ്സിലായി. അവൾ തീരുമാനമെടുത്താൽ ജീവൻ പോയാലും അയാളെ അടുപ്പിക്കില്ലെന്ന് അയാൾ തിരിച്ചറിഞ്ഞു.

"ഓ" മുറുമുറുത്തു കൊണ്ട് അയാൾ അവിടെനിന്ന് തിരിച്ചുപോയി.

ഒരിക്കൽ പിൻവാങ്ങിക്കഴിഞ്ഞാൽ അയാൾ പിന്നീട് ആവർത്തിക്കില്ല. അയാൾക്ക് ആ സ്ത്രീയെ സഹിക്കാൻ കഴിയില്ല. ആ കാര്യത്തിൽ ഭാര്യ അയാളുടെ മുമ്പിൽ തല കുനിക്കില്ല. ഇത് അയാളെ അധഃപതിപ്പിക്കും. അതിനുശേഷം ഭാര്യ ഒരു കാര്യത്തിലും ഒരിക്കൽപ്പോലും അയാൾക്ക് കീഴടങ്ങാൻ പോകുന്നില്ലെന്നും അവർ തമ്മിൽ പ്രാധാന്യത്തിനുവേണ്ടിയുള്ള ഒരു വാശിയേറിയ പോരാട്ടം ഉറപ്പാണെന്നും അയാൾ തിരിച്ചറിയാൻ തുടങ്ങി.

"നമുക്ക് നോക്കാം! ആരു ജയിക്കുമെന്ന് നമുക്ക് നോക്കാം!" അടുത്ത ദിവസം ജിജ്ഞാസയോടെ ഭാര്യയെ ശ്രദ്ധിച്ചുകൊണ്ട് അയാൾ ആലോചിച്ചു. കൂടാതെ നേരത്തെ തന്നെ അയാളുടെ മനസ്സിൽ മിക്കവാറും അയാൾക്ക് വിജയം ആസ്വദിക്കാൻ പറ്റുന്ന ഒരു പോരാട്ടം ഉടൻതന്നെ തുടങ്ങാനുള്ള ഒരു ശക്തമായ മോഹം രൂക്ഷമായിക്കഴിഞ്ഞിരുന്നു.

പക്ഷേ, നാലു ദിവസത്തിനുശേഷം നടാല്യാ ഫോമിനിച്ച് നാ അവളുടെ ഭർത്താവിനോട് അവൾ ഗർഭിണിയാണെന്ന കാര്യം പ്രഖ്യാപിച്ചു.

ഇഗ്നാറ്റ് സന്തോഷം കൊണ്ട് വിറച്ചു. അവളെ ബലമായി കെട്ടിപ്പിടിച്ചുകൊണ്ട് അയാൾ അവ്യക്തമായി പറഞ്ഞു.

"നടാല്യാ, നീ നല്ലവളാണ്! നടാല്യാ അത് ആൺകുഞ്ഞായിരുന്നെങ്കിൽ! നീ എനിക്കൊരു മകനെ പ്രസവിക്കുകയാണെങ്കിൽ ഞാൻ നിന്നെ പണക്കാരിയാക്കും! ഞാൻ തുറന്നു പറയാം, ഞാൻ നിന്റെ അടിമയായിരിക്കും! ദൈവത്തിനെക്കൊണ്ട് ഞാൻ സത്യം ചെയ്യുന്നു! ഞാൻ നിന്റെ കാല്ക്കൽവീഴും! നിനക്ക് ഇഷ്ടമാണെങ്കിൽ എന്റെ പുറത്തുകയറിനിന്ന് എന്നെ ചവിട്ടിമെതിക്കാം!"

"ഇതൊന്നും ഞാൻ വിചാരിച്ചാൽ നടക്കുന്ന കാര്യമല്ല. ഇതിനൊക്കെ ദൈവം വിചാരിക്കണം." അവൾ ശബ്ദം താഴ്ത്തി പറഞ്ഞു.

"അതെ, ദൈവം വിചാരിക്കണം" ഇഗ്നാറ്റ് മനഃപ്രയാസത്തോടെ തല താഴ്ത്തി.

ആ നിമിഷം മുതൽ അയാൾ ഭാര്യയെ ഒരു കൊച്ചുകുട്ടിയെ ശ്രദ്ധിക്കുന്നതുപോലെ ശ്രദ്ധിക്കാൻ തുടങ്ങി.

"നീ എന്തിനാണ് ജനാലയുടെ അടുത്തിരിക്കുന്നത്. നിനക്ക് ജലദോഷം വരും." അയാൾ സൗമ്യമായ ശബ്ദത്തിൽ കർക്കശമായി പറഞ്ഞുകൊണ്ടിരുന്നു. 'നീ കോണിപ്പടികൾ എന്തിനാണ് ചാടിക്കയറുന്നത്. നീ

കൂടുതൽ ആഹാരം കഴിക്കുന്നത് കൂടുതൽ നല്ലതാണ്. രണ്ട്പേർക്ക് വേണ്ട ആഹാരം കഴിക്കണം. അവന് വിശക്കാൻ പാടില്ല.”

ഗർഭിണി ആയപ്പോൾ നടാല്യാ കൂടുതൽ നിശ്ശബ്ദയായി. അവൾ അവളിലേക്ക് മാത്രം കൂടുതൽ ആഴത്തിൽ നോക്കിക്കൊണ്ട് അവളുടെ ഉള്ളിലെ പുതിയ ജീവന്റെ തുടിപ്പുകളിൽ മതിമറന്നു പോയതായി തോന്നി. പക്ഷേ അവളുടെ മുഖത്തെ പുഞ്ചിരി കൂടുതൽ തെളിഞ്ഞു. പുലരിയുടെ ആദ്യ കിരണങ്ങൾപോലെ തീക്ഷ്ണതകുറഞ്ഞ എന്തൊക്കെയോ പുതിയകാര്യങ്ങൾ ചിലനേരത്ത് അവളുടെ കണ്ണുകളിൽ മിന്നിമറഞ്ഞു.

ഒടുവിൽ പ്രസവത്തിന്റെ സമയം വന്നപ്പോൾ അത് ശരത്ക്കാലത്തെ വെളുപ്പാൻകാലം ആയിരുന്നു. അവളുടെ വേദനയുടെ ആദ്യ നിലവിളിയിൽ ഇഗ്നാറ്റ് വിളറിപ്പോയി. അയാൾ എന്തോ കൈവീശിക്കാണിച്ചുകൊണ്ട് അവൾ കിടക്കുന്ന കിടക്കമുറിയിൽനിന്നും പുറത്തുവന്ന് അയാളുടെ അമ്മ പണ്ട് പ്രാർത്ഥനാമുറിയായി ഉപയോഗിച്ചിരുന്ന താഴത്തെ നിലയിലെ ചെറിയ മുറിയിലേക്ക് പോയി. അയാൾ വോഡ്ക കൊണ്ടു വരാൻ പറഞ്ഞു. വീട്ടിലെ കോലാഹലവും മുകളിൽനിന്നുവരുന്ന അയാളുടെ ഭാര്യയുടെ കരച്ചിലും ശ്രദ്ധിച്ചുകൊണ്ട് അയാൾ മേശയുടെ അടുത്തിരുന്ന് വോഡ്ക കുടിക്കാൻ തുടങ്ങി. മുറിയുടെ മൂലയിൽ ക്രിസ്തുവിന്റെ ഇരുണ്ട രൂപം അരണ്ടവെളിച്ചത്തിൽ ഉദാസീനതയോടെ നിവർന്നുനിന്നിരുന്നു. മുകളിൽ എന്തോ ഉരഞ്ഞുനീങ്ങുന്നതിന്റെ ശബ്ദവും കാലൊച്ചയും കേൾക്കുന്നുണ്ടായിരുന്നു. ഭാരമുള്ള ഏതോ സാധനം മുറിയുടെ ഒരഭാഗത്തു നിന്ന് മറ്റൊരു ഭാഗത്തേക്ക് കൊണ്ടുപോകുന്നു. അവിടെ പാത്രങ്ങൾ കൂട്ടിമുട്ടുന്നുണ്ടായിരുന്നു. ആളുകൾ കോണിപ്പടിയിലൂടെ തിരക്കിട്ട് കയറുകയും ഇറങ്ങുകയും ചെയ്യുന്നുണ്ടായിരുന്നു. എല്ലാം തിടുക്കത്തിലാണ് നടന്നുകൊണ്ടിരിക്കുന്നത്. എങ്കിലും സമയം സാവധാനം ഇഴഞ്ഞുനീങ്ങുകയായിരുന്നു. ഇഗ്നാറ്റിന് മുകളിൽ നിന്ന് അടക്കിപ്പിടിച്ച സംസാരം കേൾക്കാൻ കഴിഞ്ഞിരുന്നു.

“അവൾക്ക് ഇങ്ങനെ പ്രസവിക്കാൻ കഴിയില്ലെന്നാണ് തോന്നുന്നത്. ദൈവത്തിന്റെ വാതിൽ തുറക്കാൻ നമുക്ക് പള്ളിയിലേക്ക് പോകുന്നതാണ് നല്ലത്.”

വീട്ടിലെ ആശ്രിതരിൽ ഒരാളായ വാസുഷ്കാ ഇഗ്നാറ്റിന്റെ മുറിയുടെ തൊട്ടടുത്തുള്ള മുറിയിൽക്കയറി ഉച്ചത്തിൽ പ്രാർത്ഥിക്കാൻ തുടങ്ങി.

“ദൈവമേ! അങ്ങയുടെ കാരുണ്യം ആകാശങ്ങളിൽ നിന്ന് താഴോട്ട് ചൊരിഞ്ഞാലും! മനുഷ്യജീവികളുടെ നിസ്സഹായതയിൽ അങ്ങയുടെ ദിവ്യമായ സഹായം ഉണ്ടാകേണമേ! അങ്ങയുടെ ജോലിക്കാരനോട് പൊറുക്കേണമേ!”

പെട്ടെന്ന് മറ്റെല്ലാ ശബ്ദങ്ങളേയും നിശ്ശബ്ദമാക്കിക്കൊണ്ട് ആത്മാവിനെ പിളർക്കുന്ന അമാനുഷമായ ഒരു നിലവിളിയും അതിന്റെ തുടർച്ചയായ ഒരു കരച്ചിലും മുറിക്ക് മുകളിലൂടെ ഒഴുകി ഇപ്പോൾ അരണ്ടവെളിച്ചം നിറഞ്ഞുനിന്ന മുറിയുടെ മൂലകളിലെത്തി അപ്രത്യക്ഷമായി. ഇഗ്നാറ്റ്

ക്രിസ്തുവിന്റെ രൂപത്തിലേക്ക് ഇടയ്ക്കിടയ്ക്ക് ചരിഞ്ഞുനോക്കിക്കൊണ്ട് ദീർഘനിശ്വാസം വിട്ടു. അയാൾ ആലോചിച്ചു.

"അത് വീണ്ടും ഒരു പെൺകുട്ടിയാകാൻ സാദ്ധ്യതയുണ്ടോ?"

വല്ലപ്പോഴും അയാൾ എഴുന്നേറ്റ് വെറുതെ മുറിയുടെ നടുക്കുപോയിനിന്ന് ക്രിസ്തുവിന്റെ രൂപത്തെനോക്കി വണങ്ങിയതിനുശേഷം നിശ്ശബ്ദനായി കുരിശുവരച്ചു. പിന്നീട് അയാൾ മേശയുടെ അടുത്തേക്ക് തിരിച്ചുപോയി. ഇത്രയും മണിക്കൂറുകൾ കഴിഞ്ഞിട്ടും അയാൾക്ക് ലഹരി കിട്ടാത്ത വോഡ്ക എടുത്ത് വീണ്ടും കുടിച്ചു. അടുത്ത ദിവസം ഉച്ചവരെ അയാൾ ഉറക്കം തൂങ്ങിക്കൊണ്ട് കഴിച്ചുകൂട്ടി.

അവസാനം പ്രസവം എടുക്കുന്ന സ്ത്രീ സന്തോഷമുള്ള നേർത്ത ശബ്ദത്തിൽ അയാളോട് വിളിച്ചുപറഞ്ഞുകൊണ്ട് തിടുക്കത്തിൽ കോണിപ്പടികൾ ഇറങ്ങിവന്നു.

"ഇഗ്നാറ്റ് മാറ്റ്വിയാച്ച്! ഒരു മകനെ കിട്ടിയതിൽ ഞാൻ നിങ്ങളെ അഭിനന്ദിക്കുന്നു."

"നിങ്ങൾ കള്ളം പറയുകയാണ്." അയാൾ അവ്യക്തമായി പറഞ്ഞു. "ബാറ്റുഷ്കാ നിങ്ങൾക്ക് എന്തുപറ്റി!" അയാൾ ശക്തി മുഴുവനെടുത്ത് ദീർഘനിശ്വാസം വിട്ടതിനു ശേഷം മുട്ടുകുത്തിയിരുന്ന് രണ്ട് കൈയും ബലമായി നെഞ്ചത്തു ചേർത്തുവെച്ചു കൊണ്ട് വിറയ്ക്കുന്ന ശബ്ദത്തിൽ പിറുപിറുത്തു:

''ദൈവമേ നന്ദി! എന്റെ സന്തതി പരമ്പരയെ തടസ്സപ്പെടുത്താൻ അങ്ങ് ആഗ്രഹിക്കുന്നില്ലെന്ന് വ്യക്തമാണ്! അങ്ങയുടെ മുന്നിലെ എന്റെ പാപങ്ങൾ പശ്ചാത്താപം ഇല്ലാതെ അവശേഷിക്കില്ല. ദൈവമേ, ഞാൻ അങ്ങയ്ക്ക് നന്ദി പറയുന്നു." അതിനുശേഷം അയാൾ എഴുന്നേറ്റുകൊണ്ട് ഉടൻതന്നെ കല്പനകൾ പുറപ്പെടുവിക്കാൻ തുടങ്ങി.

"ഹേ! പുരോഹിതനെ കൊണ്ടുവരാൻ ആരെങ്കിലും സെയിന്റ് നിക്കൊളാസിലേക്ക് പോകട്ടെ! അയാളോട് വരാൻ ഇഗ്നാറ്റ് മാറ്റ്വിയിച്ച് പറഞ്ഞെന്ന് പറഞ്ഞാൽ മതി! അയാൾ വന്ന് അവൾക്കുള്ള പ്രാർത്ഥന നടത്തട്ടെ!"

അവളുടെ ജോലിക്കാരി മുറിക്കുള്ളിലേക്ക് വന്ന് അയാളോട് പറഞ്ഞു.

"ഇഗ്നാറ്റ് മാറ്റ്വിയിച്ച്, നടാല്യാ ഫോമിനിച്ച്നാ നിങ്ങളെ വിളിക്കുന്നു. അവർക്ക് നല്ല സുഖം ഇല്ല."

"എന്ത് സുഖമില്ലെന്നാണ് പറയുന്നത്. അതെല്ലാം മാറും." സന്തോഷം മിന്നിത്തിളങ്ങുന്ന കണ്ണുകളോടെ അയാൾ അവളോട് പറഞ്ഞു. ഞാൻ ഉടൻ വരുന്നുണ്ടെന്ന് അവളോട് പറയൂ! ഞാൻ അവൾക്ക് ഒരു സമ്മാനം കൊണ്ടു വരുന്നുണ്ടെന്ന് പറയൂ! നില്ക്കൂ! പുരോഹിതനു കഴിക്കാൻ എന്തെങ്കിലും ഉണ്ടാക്കണം. മയാകിനെ അന്വേഷിക്കാൻ ആരെ എങ്കിലും പറഞ്ഞുവിടൂ!"

അവളുടെ വളരെ വലിയ രൂപം കൂടുതൽ വളർന്നു വലുതായിട്ടുണ്ടെന്ന് തോന്നി. സന്തോഷത്തിന്റെ ലഹരിയിൽ അയാൾ മുറിക്കുള്ളിൽ

വെറുതെ ചുറ്റിനടന്നു. അയാൾ കൈതിരുമ്മിക്കൊണ്ട് പുഞ്ചിരിക്കയും ക്രിസ്തുവിന്റെ രൂപത്തിലേക്ക് ഭക്തിയോടെ നോക്കുകയും ചെയ്യുന്നുണ്ടായിരുന്നു. അയാൾ സ്വയം കുരിശുവരച്ചു. ഒടുവിൽ അയാൾ ഭാര്യയുടെ അടുത്തേക്ക് പോയി.

അയാളുടെ കണ്ണുകളിൽ ആദ്യം പതിഞ്ഞത് പ്രസവം എടുക്കുന്ന സ്ത്രീ കുളിപ്പിച്ചു കൊണ്ടിരുന്ന ചുവന്ന ചെറിയ ശരീരം ആയിരുന്നു. ഇഗ്നാറ്റ് പിന്നിൽ കൈകെട്ടി അവനെ ശ്രദ്ധിച്ചുകൊണ്ട് ശബ്ദം ഉണ്ടാക്കാതെ അവന്റെ അടുത്തേക്ക് ചെന്നു. നഗ്നനും നിസ്സഹായനും ദുർബ്ബലനുമായ അയാളുടെ മകൻ വെള്ളത്തിൽ കിടന്ന് ഞെളിപിരികൊണ്ടു കൊണ്ട് പരാതി പറഞ്ഞുകൊണ്ടിരുന്നു.

“അങ്ങോട്ടു നോക്കൂ! അവനെ കുറേക്കൂടി ശ്രദ്ധിക്കണം! അവന്റെ എല്ലുകൾ ഉറച്ചിട്ടില്ല.” ഇഗ്നാറ്റ് പ്രസവം എടുക്കുന്ന സ്ത്രീയോട് സൗമ്യമായി പറഞ്ഞു.

കുഞ്ഞിനെ ഒരു കൈയിൽനിന്ന് മറ്റേകൈയിലേക്ക് ചാതുര്യത്തോടെ എറിഞ്ഞു കൊണ്ട് പല്ലില്ലാത്ത വായ്തുറന്ന് പൊട്ടിച്ചിരിച്ചുകൊണ്ട് പ്രസവം എടുക്കുന്ന സ്ത്രീ പറഞ്ഞു:

“നിങ്ങൾ നിങ്ങളുടെ ഭാര്യയുടെ അടുത്തേക്ക് പോകുന്നതാണ് കൂടുതൽ നല്ലത്.”

അയാൾ അനുസരണയോടെ കിടക്കയുടെ അടുത്തേക്ക് നടക്കുന്നതിനിടയിൽ ചോദിച്ചു.

“നടാല്യാ, നിനക്ക് എങ്ങനെയുണ്ട്?”

അവളുടെ അടുത്തെത്തിയപ്പോൾ കിടക്ക മറയ്ക്കാനുള്ള തിരശ്ശീല അയാൾ വീണ്ടും വലിച്ചുമൂടിയിച്ചു. കിടക്കയുടെ മുകളിൽ തിരശ്ശീലയുടെ നിഴൽവീണു.

“ഞാൻ ഇതിൽ നിന്ന് രക്ഷപ്പെടില്ല.” അവൾ ശബ്ദം താഴ്ത്തി പരുഷമായി പറഞ്ഞു.

മരിച്ചപാമ്പുകളെ പോലെ അവളുടെ ഇരുണ്ട മുടിച്ചുരുളുകൾ പടർന്നു കിടന്നിരുന്ന വെളുത്ത തലയിണയിൽ പുതഞ്ഞിരുന്ന അയാളുടെ ഭാര്യയുടെ മുഖത്തേക്ക് സൂക്ഷിച്ചുനോക്കിക്കൊണ്ട് ഇഗ്നാറ്റ് നിശ്ശബ്ദനായി നിന്നു. അവളുടെ വിടർന്ന വലിയ കണ്ണുകൾക്കു ചുറ്റും കറുത്ത വൃത്തങ്ങൾ രൂപപ്പെട്ട് ജീവനില്ലാത്തതായ അവളുടെ മുഖം അയാൾക്ക് അപരിചിതമായിരുന്നു. ഭിത്തിതുളച്ചിറങ്ങി ദൂരെ എവിടേക്കോ നോക്കുകയാണെന്നു തോന്നുന്ന അവളുടെ ഭയാനകമായ കണ്ണുകളും അയാൾക്ക് പരിചിതമായിരുന്നില്ല. ആപത്തിന്റെ മുന്നറിയിപ്പുകൊണ്ട് ചുരുങ്ങിപ്പോയ അയാളുടെ മനസ്സിലെ ആഹ്ലാദത്തിന്റെ സ്പന്ദനങ്ങൾക്ക് വേഗത കുറഞ്ഞു.

“ഇതൊന്നും സാരമില്ല. ഇതൊന്നും കാര്യമാക്കേണ്ട. ഇത് എപ്പോഴും ഇങ്ങനെതന്നെയാണ്. അയാൾ ഭാര്യയെ ചുംബിക്കാൻവേണ്ടി കുനിയുന്നതിനിടയിൽ പറഞ്ഞു. പക്ഷേ, അവൾ അയാളുടെ മുഖത്തു സൂക്ഷിച്ചു

നോക്കിക്കൊണ്ട് ഞരങ്ങി.

"ഞാൻ ഇതിൽനിന്ന് രക്ഷപ്പെടില്ല."

അവളുടെ ചുണ്ടുകൾ തണുത്തു മരവിച്ചിരുന്നു. അയാളുടെ ചുണ്ടുകൾ അവയിൽ തൊട്ടപ്പോൾ അവളുടെ ഉള്ളിൽ മരണം പ്രവേശിച്ചുകഴിഞ്ഞിട്ടുണ്ടെന്ന് അയാൾ തിരിച്ചറിഞ്ഞു.

"ദൈവമേ!" ഭയം കൊണ്ട് തൊണ്ട അടഞ്ഞുപോകുന്നതും ശ്വാസം തടസ്സപ്പെടുന്നതും അനുഭവിച്ചുകൊണ്ട് അയാൾ പരിഭ്രമിച്ച് നിലവിളിച്ചു. "നടാല്യാ അവൻ എന്ത് ചെയ്യും? അവനെ ആര് നോക്കും! അവനെ നോക്കണ്ടെ! നിനക്ക് എന്തുപറ്റി?"

അയാൾ ഭാര്യയോട് എന്തൊക്കെയോ കരഞ്ഞുപറയാൻ തുടങ്ങി. പരിചാരിക തിരക്കു കൂട്ടിക്കൊണ്ട് അയാൾക്കു ചുറ്റും നടക്കുന്നുണ്ടായിരുന്നു. കരഞ്ഞുകൊണ്ടിരുന്ന കുഞ്ഞിനെ അവൾ താലോലിച്ചുകൊണ്ടിരുന്നു. അവൾ അയാൾക്ക് ധൈര്യം കൊടുത്തുകൊണ്ട് സംസാരിച്ചു. പക്ഷേ, അയാൾ അവൾ പറയുന്നതൊന്നും കേൾക്കുന്നുണ്ടായിരുന്നില്ല. അയാളുടെ ഭാര്യയുടെ ഭയപ്പെടുത്തുന്ന മുഖത്തുനിന്നും മുഖംതിരിക്കാൻ അയാൾക്ക് കഴിഞ്ഞില്ല. അവളുടെ ചുണ്ടുകൾ അനങ്ങുന്നുണ്ടായിരുന്നു. വളരെ താഴ്ന്ന ശബ്ദത്തിൽ അവൾ വാക്കുകൾ ഉച്ചരിക്കാൻ ശ്രമിക്കുന്നത് അയാൾ കേട്ടു. പക്ഷേ, അതൊന്നും അയാൾക്ക് മനസ്സിലായില്ല. കിടക്കയുടെ അറ്റത്തിരുന്നുകൊണ്ട് അയാൾ പറഞ്ഞു.

"ഇതൊന്ന് ആലോചിച്ചു നോക്കൂ! നീ ഇല്ലാതെ അവന് ഒന്നും ചെയ്യാൻ കഴിയില്ല! അവൻ കുഞ്ഞാണ്! മനസ്സിൽ ശക്തി സംഭരിക്കണം! ഈ ചിന്തയെ മനസ്സിൽ നിന്ന് ആട്ടി ഓടിക്കണം!"

അയാൾ സംസാരിച്ചുകൊണ്ടിരുന്നെങ്കിലും പറയുന്നത് പ്രയോജനമില്ലാതെ വാക്കുകളാണെന്ന് അയാൾക്ക് അറിയാമായിരുന്നു. അയാളുടെ ഉള്ളിൽ കണ്ണുനീർ ഉറഞ്ഞുകൂടി. അയാളുടെ നെഞ്ചിൽ കരിങ്കല്ല് പിടിച്ചുവെച്ചതുപോലുള്ള ഭാരവും മഞ്ഞുകട്ട കയറ്റിവെച്ചതുപോലുള്ള തണുപ്പും അനുഭവപ്പെട്ടു.

"എന്നോട് ക്ഷമിക്കണം. ഞാൻ പോകട്ടെ! ഒരു കാര്യം! കുടിക്കരുത്" നടാല്യാ ശബ്ദം പുറത്തുവരാതെ പിറുപിറുത്തു.

പുരോഹിതൻ അവളുടെ മുഖം മൂടിയതിനുശേഷം യാചനയുടെ വാക്കുകൾ സാവധാനം വായിക്കാൻ തുടങ്ങി.

"ദൈവമേ, സർവ്വശക്തനായ ദൈവമേ, ഓരോ രോഗവും ഭേദമാക്കുന്ന അങ്ങ് ഒരു കുഞ്ഞിനെ പ്രസവിച്ച അങ്ങയുടെ ജോലിക്കാരി നടാല്യായെ സുഖപ്പെടുത്തേണമേ! ഇപ്പോൾ കിടക്കുന്ന കിടപ്പിൽനിന്ന് അവളെ പൂർവ്വസ്ഥിതിയിൽ ആക്കേണമേ!

വൃദ്ധന്റെ ശബ്ദം ഇടയ്ക്കിടയ്ക്ക് തടസ്സപ്പെട്ടിരുന്നു. അയാളുടെ മെലിഞ്ഞു മുഖത്ത് പുരുഷത്വം ഉണ്ടായിരുന്നു. അയാളുടെ വേഷത്തിൽനിന്നും പനിനീരിന്റെ മണം വന്നിരുന്നു.

"അവളിൽനിന്ന് ജനിച്ച ശിശുവിനെ സംരക്ഷിക്കേണമേ! സംഭവിക്കാ

വുന്ന എല്ലാ പ്രലോഭനങ്ങളിൽനിന്നും എല്ലാ ക്രൂരതകളിൽനിന്നും എല്ലാ കൊടുങ്കാറ്റുകളിൽനിന്നും എല്ലാ ചെകുത്താന്മാരിൽ നിന്നും രാത്രിയിലും പകലിലും അവനു സംരക്ഷണം നല്കേണമേ!"

ഇഗ്നാറ്റ് പ്രാർത്ഥനകേട്ട് ശബ്ദമുണ്ടാക്കാതെ കരഞ്ഞു. അയാളുടെ ചൂടുള്ള വലിയ കണ്ണുനീർത്തുള്ളികൾ ഭാര്യയുടെ കൈത്തണ്ടയിൽവീണു. പക്ഷേ, കണ്ണുനീർ വീഴുന്നത് അവൾ അറിഞ്ഞില്ലെന്ന് വ്യക്തമായിരുന്നു. കൈത്തണ്ടക്ക് അനക്കമില്ലായിരുന്നു. കണ്ണുനീർ വീഴുന്നതറിഞ്ഞ് കൈത്തണ്ടയുടെ തൊലി വിറച്ചില്ല. പ്രാർത്ഥന അവസാനിക്കുമ്പോൾ നടാല്യയുടെ ബോധം പോയിരുന്നു. അവൾ ജീവിച്ച രീതിയിൽ തന്നെ ഒരുവാക്കുപോലും പറയാതെ അവൾ മരിച്ചു. ആഡംബരപൂർവ്വമായ ഒരു സംസ്കാര ചടങ്ങിനുശേഷം ഇഗ്നാറ്റ് മകന്റെ മാമോദീസ നടത്തി ഫോമ എന്ന് പേരിട്ടു. മനസ്സില്ലാമനസ്സോടെ അയാൾ അവനെ തന്റെ പഴയ കൂട്ടുകാരൻ മയാകിന്റെ കുടുംബത്തിന് വിട്ടുകൊടുത്തു. കുറച്ചുകാലം മുമ്പ് മയാകിന്റെ ഭാര്യയും പ്രസവിച്ചിട്ടുണ്ടായിരുന്നു. ഭാര്യയുടെ മരണം ഇഗ്നാറ്റിന്റെ ഇരുണ്ടതാടിയിൽ ധാരാളം നരച്ചമുടികളുടെ വിത്തുവിതച്ചു. പക്ഷേ, അയാളുടെ കണ്ണുകളുടെ രൂക്ഷമായ തിളക്കത്തിൽ ഒരു പുതിയ ശാന്തതയും തെളിച്ചവും പ്രത്യക്ഷപ്പെട്ടു

രണ്ട്

പഴക്കമുള്ള ലിൻഡൻ മരങ്ങളുടെ നിര രാജകീയ പ്രൗഢിയോടെ പടർന്നുനില്ക്കുന്ന വേലിയുടെ അടുത്തുള്ള വലിയ രണ്ടുനില വീട്ടിലാണ് മയാകിൻ താമസിച്ചിരുന്നത്. ഇലച്ചിലുള്ള മരച്ചില്ലകൾ ചിത്രത്തുന്നലുകൾ നടത്തിയ തിരശ്ശീലകൾ മൂടിയ ജനാലകൾക്ക് മുകളിൽ പടർന്നുപന്തലിച്ചിരുന്നു. പലതരം വീട്ടുപകരണങ്ങളും പെട്ടികളും കൊണ്ട് നിറഞ്ഞിരുന്ന ചെറിയ മുറികളിലേക്ക് മുറിഞ്ഞുപോയ സൂര്യരശ്മികൾ ഒളിഞ്ഞുനോക്കുന്നുണ്ടായിരുന്നു. അതുകൊണ്ട് എല്ലാമുറികളും സ്ഥായിയായി ദുഃഖം പ്രകടമാക്കുന്ന നിഴൽപോലെയുള്ള ഇരുട്ടിന്റെ ആധിപത്യത്തിലായിരുന്നു. കുടുംബത്തിന് ദൈവവിശ്വാസം ഉണ്ടായിരുന്നു. മെഴുകിന്റെയും പനിനീരിന്റെയും വിളക്കെണ്ണയുടെയും ഗന്ധം വീട്ടിനുള്ളിൽ നിറഞ്ഞുനിന്നു. പശ്ചാത്താപമുള്ള നെടുവീർപ്പുകളും പ്രാർത്ഥനകളും അന്തരീക്ഷത്തിൽ പറന്നു നടന്നു. മതപരമായ അനുഷ്ഠാനങ്ങൾ കടുകിട വ്യത്യാസമില്ലാതെ വീട്ടുകാരുടെ മൊത്തം താല്പര്യത്തോടെ ആചരിച്ചിരുന്നു. പകുതി ഇരുണ്ട മുറികളിലെ ശ്വാസം മുട്ടിക്കുന്ന കനത്ത അന്തരീക്ഷത്തിൽ കറുത്ത വസ്ത്രങ്ങളും മൃദുവായ പാദരക്ഷകളും അണിഞ്ഞ സ്ത്രീരൂപങ്ങൾ നിശ്ശബ്ദമായി ചുറ്റിത്തിരിഞ്ഞു. അവരുടെ മുഖങ്ങളിൽ എല്ലാ സമയത്തും. പശ്ചാത്തപിച്ചുകൊണ്ടിരിക്കുന്ന ലക്ഷണം ഉണ്ടായിരുന്നു.

യക്കോവ് ടരാസോവിച്ച് മയാകിന്റെ കുടുംബത്തിൽ അയാളുടെ

ഭാര്യയും മകളും കൂടാതെ ബന്ധുക്കളായ അഞ്ച് സ്ത്രീകളും കൂടി ഉണ്ടായിരുന്നു. അവരിൽ ഏറ്റവും പ്രായം കുറഞ്ഞവളുടെ വയസ്സ് മുപ്പത്തിനാല്. ഇവരെല്ലാം ഒരേപോലെ ദൈവവിശ്വാസികളും വ്യക്തിത്വമില്ലാത്തവരും വീട്ടുകാരിയായ ആന്റോണിയോ ഇവാനോവ്നായുടെ ആജ്ഞാനുവർത്തികളും ആയിരുന്നു. അവൾ ചാരനിറമുള്ള കണ്ണുകളിൽ ബുദ്ധിയും ആജ്ഞാശക്തിയും നിഴലിക്കുന്ന ഉയരമുള്ള ഒരു മെലിഞ്ഞ സ്ത്രീ ആയിരുന്നു. മയാകിന് ടരസ് എന്ന് പേരുള്ള ഒരു മകനുംകൂടി ഉണ്ടായിരുന്നു. പക്ഷേ, അയാളുടെ പേര് വീട്ടിൽ ഒരിക്കലും ഉച്ചരിക്കാറില്ല. പത്തൊമ്പതാം വയസ്സിൽ ടരസ് മോസ്കോയിൽ പഠിക്കാൻപോയെന്നും അവിടെ മൂന്നു വർഷം കഴിഞ്ഞ് അച്ഛന്റെ ആഗ്രഹത്തിനെതിരായി വിവാഹം കഴിച്ചെന്നും യക്കോവ് അയാളെ കൈവിട്ടെന്നും അടുപ്പമുള്ളവർക്കെല്ലാം അറിയാം. ടരസ് അടയാളങ്ങൾ ഒന്നും അവശേഷിപ്പിക്കാതെയാണ് അപ്രത്യക്ഷനായത്. എന്തോ കാര്യത്തിന് അയാളെ സൈബീരിയായിലേക്ക് നാടുകടത്തിയെന്ന് അപവാദം പ്രചരിച്ചിരുന്നു.

യാക്കോവ് മയാകിന്റെ ശരീരപ്രകൃതം വളരെ വ്യത്യസ്തമായിരുന്നു. ഉയരംകുറഞ്ഞ് മെലിഞ്ഞ് ചെറിയ ചുവന്നതാടിയും കൗശലമുള്ള പച്ചക്കണ്ണുകളുമുള്ള അയാൾ ഓരോരുത്തരോടും ഇങ്ങനെ പറയുകയാണെന്ന് തോന്നും.

“സാരമില്ല സാർ, വിഷമിക്കരുത്. നിങ്ങൾ എന്താണെന്ന് എനിക്ക് അറിയാമെങ്കിലും എന്നെ നിങ്ങൾ ശല്യപ്പെടുത്തിയില്ലെങ്കിൽ ഞാൻ നിങ്ങളെ വെളിപ്പെടുത്തുകയില്ല.”

അയാളുടെ താടി ആകൃതിയിൽ മുട്ടയോട് സാമ്യമുള്ളതായിരുന്നു. പക്ഷേ, വളരെ വലുതായിരുന്നു. ചുളിവുകൾ നിറഞ്ഞ വലിയ നെറ്റി കഷണ്ടിത്തലയുമായി യോജിച്ച് സത്യത്തിൽ അയാൾക്ക് രണ്ടു മുഖങ്ങൾ ഉണ്ടെന്നുള്ള തോന്നൽ ഉണ്ടാക്കി. നീണ്ട മൂക്കും തുളച്ചിറങ്ങുന്ന ബുദ്ധിശക്തിയുമുള്ള യാതൊരു മറയുമില്ലാത്ത ഒരു മുഖം. ഈ മുഖത്തിനുമുകളിൽ കണ്ണും വായും ഇല്ലാത്ത ചുളിവുകൾ നിറഞ്ഞ മറ്റൊരു മുഖം. മയാകിൻ ഈ മുഖത്തിനു താഴെ അയാളുടെ കണ്ണുകളും ചുണ്ടുകളും ഒരു നിശ്ചിതസമയംവരെ മറ്റാർക്കും കാണാൻ കഴിയാത്തതരത്തിൽ ഒളിച്ചുവയ്ക്കുകയും ആ സമയം വന്നുകഴിയുമ്പോൾ അയാൾ ലോകത്തെ വ്യത്യസ്തമായ കണ്ണുകൾകൊണ്ട് നോക്കുകയും വ്യത്യസ്തമായ ഒരു പുഞ്ചിരി പുഞ്ചിരിക്കുകയും ചെയ്യും.

അയാൾ പട്ടണത്തിലെ തുറമുഖത്തിനടുത്തുള്ള വടങ്ങൾ വില്ക്കുന്ന കടയുടെ ഉടമസ്ഥൻ ആയിരുന്നു. കടയുടെ മേൽക്കൂര വരെ വടങ്ങളും കയറുകളും ചണച്ചരടുകളും നിറഞ്ഞിരുന്നു. കടയ്ക്കുള്ളിൽ കരകരാ എന്ന് ശബ്ദം ഉണ്ടാക്കുന്ന കണ്ണാടിവാതിലുള്ള ഒരു ചെറിയ മുറി ഉണ്ട്. ഈ മുറിക്കുള്ളിൽ ഒരു ജീർണ്ണിച്ച പഴയ മേശയും ഒരു വലിയ കൈയുള്ള കസേരയും ഉണ്ട്. മയാകിൻ ചായകുടിച്ചുകൊണ്ട് പകൽമുഴുവൻ ഈ കസേരയിൽ ഇരുന്ന് “മോസ്ക്കോവ്സ്കിയ വിഡോമോ സിറ്റി” വായിച്ചു

കൊണ്ടിരിക്കും. വർഷാരംഭം മുതൽ വർഷാവസാനം വരെ ജീവിതകാലം മുഴുവനും അയാൾ അതിന്റെ വരിക്കാരനാണ്. കച്ചവടക്കാർക്കിടയിൽ അയാൾ ബുദ്ധിമാനു കിട്ടുന്ന മതിപ്പും ബഹുമാനവും ആസ്വദിച്ചിരുന്നു. അയാൾ അയാളുടെ പുരാതനമായ പരമ്പരയെപ്പറ്റി പൊങ്ങച്ചം പറയുന്ന തിൽ ആസക്തിയുള്ളവനായിരുന്നു. പരുക്കൻ ശബ്ദത്തിൽ അയാൾ പറഞ്ഞുകൊണ്ടിരുന്നു:

"ഞങ്ങൾ മയാകിനുകൾ കാതറൈൻ അമ്മയുടെ ഭരണകാലം മുതൽ കച്ചവടക്കാരായിരുന്നു. അതിന്റെ ഫലമായി ഞാൻ ഒരു ശുദ്ധരക്തമുള്ള മനുഷ്യനാണ്."

അയാളുടെ വീട്ടിൽ ഇഗ്നാറ്റ് ഗോർഡീയീവിന്റെ മകൻ ആറുവർഷം താമസിച്ചു. ഏഴുവയസ്സിൽ ഫോമാ അവന്റെ രൂപംകൊണ്ടും ബദാംകായ പോലുള്ള കണ്ണുകളിലെ ഗൗരവഭാവം കൊണ്ടും പ്രായത്തിൽ കഴിഞ്ഞ പക്വത തോന്നുന്നവനായിരുന്നു. ബാലിശമായ ആഗ്രഹങ്ങളിൽ പിടിവാ ശിക്കാരനാണെങ്കിലും വഴക്കും ബഹളവും ഇല്ലാത്ത അവൻ പകൽ മുഴു വൻ മയാകിന്റെ മകൾ ലൂബയോടൊത്ത് കളിപ്പാട്ടങ്ങളുമായി ചെലവഴിച്ചു. ചാർച്ചക്കാരുടെ കൂട്ടത്തിൽ വൃദ്ധയായ ഒരു പരിചാരികയായിരുന്നു ലൂബ യുടെ കാര്യങ്ങൾ നോക്കിയിരുന്നത്. അവർ സാമാന്യം ഭീരുക്കളായ കുട്ടി കളോടുപോലും ശബ്ദം താഴ്ത്തി ഒറ്റവാക്കിൽ സംസാരിക്കുന്ന ഒരു ജീവി ആയിരുന്നു. കിട്ടിയ സമയം മുഴുവൻ പ്രാർത്ഥനകൾ കാണാതെ പഠി ക്കാൻ സമർപ്പിച്ചിരുന്ന അവൾക്ക് ഫോമായോടു പറയാൻ കഥകൾ ഉണ്ടാ യിരുന്നില്ല.

ഫോമാ പെൺകുട്ടിയുമായി സൗഹൃദത്തിലായിരുന്നു.പക്ഷേ, അവൾ കളിയാക്കുന്ന സമയത്തും ദേഷ്യപ്പെടുന്ന സമയത്തും അവന്റെ മൂക്കു കൾ വിടർന്നു. അവന്റെ കണ്ണുകൾ പരിഹാസത്തോടെ നോക്കി. അവൻ ധിക്കാരത്തോടെ അവൾക്ക് അടികൊടുത്തു. അവൾ കരഞ്ഞുകൊണ്ട് അമ്മയുടെ അടുത്തുപോയി പരാതി പറഞ്ഞു. പക്ഷേ, അന്റേനിനായിക്ക് ഫോമയോട് സ്നേഹമായിരുന്നു. അവർ മകളുടെ പരാതികൾക്ക് വലിയ ശ്രദ്ധ കൊടുത്തില്ല. അത് കുട്ടികളുടെ കൂട്ടുകെട്ടിനെ കൂടുതൽ ബലപ്പെ ടുത്തി. ഫോമയുടെ പകലുകൾക്ക് നീളം കൂടുതലായിരുന്നു. കിടക്കയിൽ നിന്ന് എഴുന്നേറ്റാലുടൻ തനിയെ മുഖം കഴുകിയതിനുശേഷം ക്രിസ്തു വിന്റെ പ്രതിമയ്ക്ക് മുന്നിൽ വന്നുനില്ക്കുന്ന ഒരു ശീലം അവനുണ്ടായി രുന്നു. വസൂരിക്കുത്തുള്ള ബുസ്യായുടെ പിറുപിറുക്കലിനൊപ്പം അവൻ വളരെനേരം പ്രാർത്ഥനകൾ ചൊല്ലി. പിന്നീട് അവൻ ചായ കുടിച്ചു. ധാരാളം ബിസ്കറ്റും കേക്കും തിന്നു. വേനൽക്കാലത്ത് ചായകുടികഴിഞ്ഞ് കുട്ടികൾ വേലിയുടെ ഭാഗത്തേക്ക് പോയി. അവിടെ നിന്നുകൊണ്ട് താഴോ ട്ടുനോക്കിയാൽ ഇരുട്ടായിരുന്നതുകൊണ്ട് കുട്ടികൾക്ക് അത് ഭയമായി രുന്നു. മലയിടുക്കിന്റെ അറ്റത്തേക്ക് പോകാൻ കുട്ടികളെ അനുവദിച്ചിരു ന്നില്ല. ഇത് അവർക്ക് മലയിടുക്കിനോട് ഭയം തോന്നാനുള്ള പ്രേരണയായി. മഞ്ഞുകാലത്ത് പുറത്തു ഭയങ്കരതണുപ്പായതുകൊണ്ട് ചായകുടികഴിഞ്ഞ്

അത്താഴം കഴിക്കുന്നത് വരെ അവർ വീട്ടിനുള്ളിലിരുന്ന് കളിച്ചു. അല്ലെങ്കിൽ മുറ്റത്തിറങ്ങി വലിയ മഞ്ഞുകൂനയുടെ മുകളിൽകയറി തെന്നിയിറങ്ങി.

മയാകിൻ പറയുന്നതുപോലെ അവരുടെ ഉച്ചഭക്ഷണം റഷ്യൻ രീതിയിലുള്ള അത്താഴം ആയിരുന്നു. ആദ്യം ഒരു പാത്രം കൊഴുപ്പ്. പിന്നീട് ക്യാബേജ് സൂപ്പിന്റെ കൂടെ വരക്ബിസ്കറ്റ്. പക്ഷേ, ഇറച്ചി ഇല്ല. അതിനുശേഷം ഇതേ സൂപ്പിന്റെ കൂടെ ചെറിയ കഷണങ്ങളാക്കി മുറിച്ച ഇറച്ചി കഴിച്ചിരുന്നു. പിന്നീട് അവർ വറുത്ത ഇറച്ചിക്കഷണങ്ങൾ കഴിച്ചു. പന്നിയോ വാത്തത്താറാവോ കഞ്ഞിയോടൊപ്പം ഉണ്ടാകും. പിന്നീട് സേമിയായുടെ കൂടെ ഒരു പാത്രം സൂപ്പ്. സാധാരണ ഇതെല്ലാം കഴിഞ്ഞ് മധുരപലഹാരങ്ങളും കാണും.

വല്ലപ്പോഴും ക്ഷീണം കൊണ്ട് നെടുവീർപ്പിടുന്നതൊഴിച്ച് അവർ ഭക്ഷണം കഴിക്കുമ്പോൾ നിശ്ശബ്ദരായിരുന്നു. കുട്ടികൾ ഓരോരുത്തരും പ്രത്യേകം പാത്രങ്ങളിലാണ് ഭക്ഷണം കഴിച്ചത്. മുതിർന്നവർ ഒരു പാത്രത്തിൽ നിന്ന് ഭക്ഷണം കഴിച്ചു. ഇത്രയും ഭക്ഷണം കഴിച്ചതിന്റെ ക്ഷീണത്തിൽ അവർ മയങ്ങിപ്പോയി. രണ്ടുമൂന്നുമണിക്കൂർ നേരത്തേക്ക് മയാകിന്റെ വീട് കൂർക്കംവലിയും മയക്കത്തിലെ നെടുവീർപ്പുകളും കൊണ്ട് നിറഞ്ഞു.

ഉറക്കമുണരുമ്പോൾ അവർ ചായകുടിച്ചുകൊണ്ട് നാട്ടുവർത്തമാനങ്ങൾ പറഞ്ഞു. 'പള്ളിയിലെ ഗായകസംഘം, ശെമ്മാച്ചന്മാർ, വിവാഹങ്ങൾ അല്ലെങ്കിൽ ഏതെങ്കിലും കച്ചവടക്കാരുടെ മോശം പെരുമാറ്റം അങ്ങനെ പലതും' ചായകുടി കഴിഞ്ഞ് മയാകിൻ ഭാര്യയോട് പറയാറുണ്ടായിരുന്നു;

"എന്തായാലും അമ്മ എന്റെ ബൈബിൾ എടുത്തുകൊണ്ടുതരണം."

യക്കോവ് ടരാസോവിച്ച് മറ്റ് എന്തിനേക്കാളും ഇയ്യോബിന്റെ പുസ്തകമാണ് വായിക്കുന്നത്. അയാൾ വെള്ളിഫ്രെയിമുള്ള തടിച്ച കണ്ണട ആർത്തി പ്രകടമാക്കുന്ന വലിയ മൂക്കിനു മുകളിൽ എടുത്തുവെച്ചുകൊണ്ട് അയാളുടെ എല്ലാ കേൾവിക്കാരും അവരവരുടെ സ്ഥാനങ്ങളിൽ ഉണ്ടെന്ന് ചുറ്റുപാടും നോക്കി ഉറപ്പുവരുത്തും.

അവർ എല്ലാവരും അയാൾ സ്ഥിരമായി അവരെ കണ്ടുകൊണ്ടിരിക്കുന്ന ഇരിപ്പിടങ്ങളിൽ ഇരിക്കുന്നുണ്ടായിരുന്നു. അവരുടെ മുഖങ്ങളിൽ പരിചിതമായ വിരസതയും ഭയവും അയാൾക്ക് കാണാൻ കഴിഞ്ഞു.

"ഉസ് എന്ന സ്ഥലത്ത് ഒരു മനുഷ്യൻ ഉണ്ടായിരുന്നു." മയാകിൻ പരുക്കൻ ശബ്ദത്തിൽ ആരംഭിച്ചു. മുറിയുടെ മൂലയിൽ കിടന്നിരുന്ന ചാരുബെഞ്ചിൽ ലൂബയുടെ തൊട്ടടുത്ത് ഇരുന്നിരുന്ന ഫോമായ്ക്ക് തന്റെ തലതൊട്ടപ്പൻ ഉടൻതന്നെ കഷണ്ടിത്തല തടവിക്കൊണ്ട് നിശ്ശബ്ദനാകുമെന്ന് അറിയാമായിരുന്നു. അവൻ ഉസിൽ നിന്നുള്ള ഈ മനുഷ്യനെ സങ്കല്പിച്ചുകൊണ്ട് ശ്രദ്ധയോടെ ഇരുന്നു. ഈ മനുഷ്യൻ വസ്ത്രം ധരിച്ചിരുന്നില്ല. അയാൾക്ക് നല്ല ഉയരവും ഉണ്ടായിരുന്നു. രക്ഷകന്റെ ബിംബത്തിലെ

പോലെ അയാളുടെ കണ്ണുകൾ വളരെ വലുതായിരുന്നു. അയാളുടെ ശബ്ദം പട്ടാളത്താവളത്തിൽ മുഴങ്ങുന്ന പിത്തള പെരുമ്പറയുടെ ശബ്ദം പോലെ മുഴക്കമുള്ളതായിരുന്നു. ഈ മനുഷ്യൻ തുടർച്ചയായി കൂടുതൽ കൂടുതൽ വളർന്നുകൊണ്ടിരുന്നു. ഒടുവിൽ ആകാശം മുട്ടെ വളർന്നുകഴിഞ്ഞപ്പോൾ അയാൾ ഇരുണ്ട കൈകൾ മേഘങ്ങൾക്കിടയിലേക്ക് തള്ളിക്കയറ്റി അവയെ ധീരമായി വലിച്ചുകീറിക്കൊണ്ട് ഭയാനകമായ ശബ്ദത്തിൽ വിളിച്ചുകൂവി:

"ദൈവം വേലിക്കുള്ളിലാക്കി വഴിമറച്ചുവെച്ച മനുഷ്യന് എന്തിനാണ് വെളിച്ചം നല്കുന്നത്?"

ഫോമാ ഭയന്നു. അവൻ വിറച്ചു. അവന്റെ കണ്ണുകളിൽ നിന്ന് മയക്കം പറന്നുപോയി. അവൻ ഇടയ്ക്കിടയ്ക്ക് താടി ചൊറിഞ്ഞുകൊണ്ട് ചെറിയ പുഞ്ചിരിയോടെ സംസാരിച്ചുകൊണ്ടിരുന്നു. അവന്റെ തലതൊട്ടപ്പന്റെ ശബ്ദം കേട്ടു:

"അയാൾ എത്രമാത്രം ധീരനാണെന്നു നോക്കൂ!'

ഉസ് പ്രദേശത്തുനിന്നുള്ള ആ മനുഷ്യനെ പറ്റിയാണ് തലതൊട്ടപ്പൻ പറയുന്നതെന്ന് ഫോമായ്ക്ക് അറിയാം. എന്തായാലും തലതൊട്ടപ്പൻ പുഞ്ചിരിച്ചത് കുട്ടിയെ സാന്ത്വനപ്പെടുത്തി. അതിന്റെ അർത്ഥം ആ മനുഷ്യൻ ആകാശത്തെ തകർക്കില്ല. അയാളുടെ ഭയാനകമായ കൈകൊണ്ട് ആകാശത്തെ ആ മനുഷ്യൻ ധീരമായി പിച്ചിക്കീറുകയില്ല. അതിനുശേഷം ഫോമാ വീണ്ടും അയാളെ കാണുന്നു. അയാൾ നിലത്തിരിക്കുകയാണ് അയാളുടെ ശരീരം മുഴുവൻ പുഴുക്കൾ ഇഴഞ്ഞു നടക്കുന്നു. അയാളുടെ തൊലി പൊട്ടിപ്പൊളിഞ്ഞിരിക്കുന്നു. പക്ഷേ, ഇപ്പോൾ അയാൾ അയാളുടെ ആരോഗ്യമെല്ലാം നഷ്ടപ്പെട്ട് പള്ളി വരാന്തയിലെ ഒരു പിച്ചക്കാരനെപ്പോലെ ആണ്.

ഇവിടെ അയാൾ പറയുന്നു:

"മനുഷ്യൻ എന്താണ്, അയാൾ നിശ്ചയമായും പാപം ചെയ്യാത്തവനാണോ? അയാൾ സ്ത്രീയിൽ നിന്നു ജനിച്ചവൻ, അയാൾ എങ്ങനെ ധർമ്മനിഷ്ഠയുള്ളവനാകും?"

"അയാൾ ഇതു ദൈവത്തിനോട് പറയുകയാണ്" മയാകിൻ ആവേശത്തോടെ വിശദീകരിച്ചു. "മാംസം കൊണ്ട് തീർന്നിരിക്കുന്നവനായ ഞാൻ എങ്ങനെയാണ് ധർമ്മനിഷ്ഠ ഉള്ളവനാകുന്നത്? ദൈവത്തിനോട് ചോദിക്കുന്നത് ഈ ചോദ്യമാണ്? അത് എങ്ങനെ സംഭവിക്കും?

മയാകിൻ ചോദ്യം ചോദിക്കുന്ന മട്ടിൽ വിജയാഹ്ലാദത്തോടെ അയാളുടെ കേൾവിക്കാരെ നോക്കി.

"ധർമ്മനിഷ്ഠയുള്ള മനുഷ്യൻ അർഹത നേടുന്നുണ്ട്."

യക്കോവ് മയാകിൻ അവരെ നോക്കി പുഞ്ചിരിച്ചുകൊണ്ട് പറയുന്നു:

"വിഡ്ഢികൾ! നീ അവരെക്കൊണ്ടുപോയി ഉറക്കാൻ കിടത്ത്."

ഇഗ്നാറ്റ് എല്ലാദിവസവും മയാകിന്റെ വീട്ടിൽ വന്നു. അയാളുടെ മകനുവേണ്ടി കളിപ്പാട്ടങ്ങൾ കൊണ്ടുവന്നു. അവനെ കെട്ടിപ്പിടിച്ചു. പക്ഷേ

ചിലപ്പോൾ അസംതൃപ്തിതോന്നി. അയാൾ ഇഷ്ടക്കേട് മറച്ചുവെക്കാതെ അവനോട് പറഞ്ഞു.

"നീ എന്തിനാണ് മുഖംവീർപ്പിച്ചിരിക്കുന്നത്? നീ എന്തിനാണ് ചിരിക്കാത്തത്?"

അതിനു ശേഷം അയാൾ മയാകിനോട് പരാതി പറയും:

"അവൻ അവന്റെ അമ്മയെ പോലെയാകുമെന്ന് അവൻ ഭയക്കുന്നു. അവന്റെ മുഖത്ത് സന്തോഷം ഇല്ല."

"നിങ്ങൾ വെറുതെ സംഭവിക്കാത്ത കാര്യങ്ങൾ ആലോചിച്ച് വിഷമിക്കുകയാണ്. 'മയാകിൻ പുഞ്ചിരിച്ചുകൊണ്ട് മറുപടി പറഞ്ഞു.

മയാകിനും അയാളുടെ വളർത്തുമകനെ ഇഷ്ടമായിരുന്നു. ഒരു ദിവസം ഫോമായെ വീട്ടിലേക്ക് കൊണ്ടുപോകുകയാണെന്ന് ഇഗ്നാറ്റ് പറഞ്ഞപ്പോൾ മയാകിൻ വളരെയധികം വിഷമിച്ചു.

"ഇവൻ ഇവിടെ നില്ക്കട്ടെ" അയാൾ കെഞ്ചി." ഇവിടെ ഞങ്ങളോട് അവൻ വളരെ അടുപ്പത്തിലാണ്. അവൻ കരഞ്ഞുകൊണ്ടിരിക്കുകയാണ്."

"അവൻ കരച്ചിൽ നിർത്തിക്കോളും. എനിക്ക് അവനെ നിങ്ങൾക്കുവേണ്ടി ഇവിടെ നിർത്താൻ പറ്റില്ല. ഇവിടുത്തെ ചുറ്റുപാട് ശരിയല്ല. ഇവിടം ഒരു സന്ന്യാസിയുടെ ആശ്രമംപോലെ വിരസമാണ്. ഇത് ശരിയാവില്ല. ഞാൻ വീട്ടിൽ വരുമ്പോൾ വീട് ഒഴിഞ്ഞുകിടക്കുന്നു. ഇവിടെ എനിക്ക് ഒന്നും ഇല്ല. അതിനുവേണ്ടി ഞാൻ നിങ്ങളുടെ വീട്ടിലേക്ക് താമസം മാറ്റുന്നത് ശരിയാണെന്ന് തോന്നുന്നില്ല. ഞാൻ അവനു വേണ്ടി അല്ല. അവൻ എനിക്കുവേണ്ടിയാണ്. ഇപ്പോൾ എന്റെ സഹോദരി വീട്ടിൽ വന്നിട്ടുണ്ട്. അവനെ നോക്കാൻ ഇപ്പോൾ അവിടെ ആരെങ്കിലും ഉണ്ടല്ലോ!"

കുട്ടിയെ അയാൾ വീട്ടിലേക്ക് കൂട്ടിക്കൊണ്ടുവന്നു.

അവിടെ പല്ലുകൊഴിഞ്ഞ കൊളുത്തുപോലെ വളഞ്ഞ മൂക്കുള്ള ഒരു കിഴവി അവനെ എതിരേറ്റു. ഉയരമുള്ള കിഴവിക്ക് കൂനുണ്ടായിരുന്നു. നരച്ച മുടി കറുത്ത സിൽക്ക് തൊപ്പിവെച്ച് മറച്ച് നരച്ചവേഷം ധരിച്ചിരുന്ന അവരെ തുടക്കത്തിൽ അവന് ഇഷ്ടപ്പെട്ടില്ല. അവർ അവനെ ഭയപ്പെടുത്തുകപോലും ചെയ്തു. പക്ഷേ, അവരുടെ ചുളിവുകൾ നിറഞ്ഞ മുഖത്തെ അവനോടുള്ള വാത്സല്യം തിളങ്ങിക്കൊണ്ടിരുന്ന കറുത്തകണ്ണുകൾ ശ്രദ്ധയിൽപ്പെട്ടപ്പോൾ ഉടൻതന്നെ അവൻ മുഖം വിശ്വാസത്തോടെ അവരുടെ കാൽമുട്ടുകളിൽ അമർത്തി.

"എന്റെ പൊന്നുമോൻ അടുത്തുവാ!" അവർ പട്ടുപോലെ മൃദുവായ ശബ്ദത്തിൽ ഉറക്കെ പറഞ്ഞുകൊണ്ട് സാന്ത്വനത്തോടെ അവന്റെ മുഖത്ത് തലോടി. "എന്റെ അടുത്തുവരൂ."

അവരുടെ തലോടൽ ഫോമായ്ക്ക് പൂർണ്ണമായും ഒരുപുതിയ അനുഭവമായിരുന്നു. അവരുടെ തലോടലിന് വ്യത്യസ്തമായ ഒരു മാധുര്യവും മൃദുത്വവും ഉണ്ടായിരുന്നു. അവൻ വൃദ്ധയുടെ കണ്ണുകളിലേക്ക് പ്രതീക്ഷയോടെ നോക്കി. അവന്റെ മുഖത്ത് ജിജ്ഞാസ ഉണ്ടായിരുന്നു. ഇതുവരെ അവന് അപരിചിതമായിരുന്ന ഒരു പുതിയ ലോകത്തിലേക്ക് വൃദ്ധ

അവനെ കൂട്ടിക്കൊണ്ടുപോയി. ആദ്യദിവസം തന്നെ അവനെ ഉറങ്ങാൻ കിടത്തിയിട്ട് അവന്റെ തൊട്ടടുത്തിരുന്ന് മുഖം കുനിച്ചുകൊണ്ട് അവർ ചോദിച്ചു.

"ഫോമുഷ്ക്കാ, ഞാൻ നിനക്ക് ഒരു കഥ പറഞ്ഞുതരട്ടെ?"

അതിനുശേഷം അവന്റെ മുന്നിൽ ഇന്ദ്രജാലംപോലെയുള്ള ഒരു ജീവിതത്തിന്റെ ചിത്രങ്ങൾവരച്ചിട്ട വൃദ്ധയുടെ പട്ടുപോലുള്ള ശബ്ദത്തിലൂടെയാണ് ഫോമ എപ്പോഴും ഉറക്കത്തിലേക്ക് വീണിരുന്നത്. രാക്ഷസന്മാരെ തോല്പിക്കുന്ന അതികായന്മാർ,. ബുദ്ധിമതികളായ രാജകുമാരിമാർ, ബുദ്ധിമാന്മാരായി മാറുന്ന മണ്ടന്മാർ, അത്ഭുതപ്പെടുത്തുന്ന പുതിയതരം മനുഷ്യരുടെ നിര കുട്ടിയുടെ വശ്യമായ ഭാവനയ്ക്ക് മുന്നിലൂടെ കടന്നുപോയിരുന്നു. അമ്മൂമ്മയുടെ മനസ്സിലെ നിധികളും മനോരാജ്യങ്ങളും ഒരിക്കലും അവസാനിക്കുന്നതായിരുന്നില്ല. അവർ പലപ്പോഴും യക്ഷിക്കഥയിലെ മന്ത്രവാദിനിയെപ്പോലെ അവന്റെ മുന്നിൽ പ്രത്യക്ഷപ്പെട്ടു. ചിലപ്പോൾ അവർ ഒരുതരം പ്രിയങ്കരിയായ മന്ത്രവാദിനി ആയിരുന്നു. ചിലപ്പോൾ സുന്ദരിയും ബുദ്ധിമതിയുമായ വസാലിസ ആയും അവർ അവന്റെ മുന്നിൽ പ്രത്യക്ഷപ്പെട്ടിരുന്നു. അവൻ ശ്വാസം അടക്കിപ്പിടിച്ച് മുറിക്കുള്ളിൽ നിറഞ്ഞു നിന്ന് ഇരുട്ടിലേക്ക് കണ്ണുകൾ മലർക്കെത്തുറന്ന് സൂക്ഷിച്ചു നോക്കിക്കൊണ്ട് ഉണർന്നുകിടന്നു. ക്രിസ്തുവിന്റെ രൂപത്തിനുമുന്നിൽ കത്തിക്കൊണ്ടിരുന്ന ചെറിയ വിളക്കിന്റെ വെളിച്ചത്തിൽ സാവധാനം വിറച്ചുകൊണ്ടിരുന്ന ഇരുട്ടിനെ അവൻ ശ്രദ്ധിച്ചു. ഫോമാ ഈ ഇരുട്ടിനുള്ളിൽ യക്ഷിക്കഥയിലെ ജീവിതത്തിന്റെ അത്ഭുതകരമായ ചിത്രങ്ങൾ നിറച്ചു. നിശ്ശബ്ദമായി ജീവനുള്ള നിഴലുകൾ മുറിയുടെ നിലത്തുകൂടി ഇഴഞ്ഞ് ഭിത്തിയിലേക്ക് പടർന്നുകയറിക്കൊണ്ടിരുന്നു. ഈ നിഴലുകളിലേക്ക് രൂപങ്ങളും നിറങ്ങളും സന്നിവേശിച്ച് അവയ്ക്ക് ജീവൻ സംഭാവന ചെയ്തതിനുശേഷം അവയെ കണ്ണടച്ചുതുറക്കുന്നതിനിടയിൽ നശിപ്പിച്ചു കളയുന്നതിൽ അവന് ഒരേസമയം ഭയവും ആഹ്ലാദവും തോന്നിയിരുന്നു. അവന്റെ കണ്ണുകളെ മൂടിയിരുന്ന ഇരുട്ടിൽ നിഷ്കളങ്കവും ബാലിശവുമായ പുതിയ ചില കാര്യങ്ങൾ പ്രത്യക്ഷപ്പെട്ടു. അവന്റെ ഏകാന്തതയും അജ്ഞതയും അവനിൽ വേദനാജനകമായ പ്രതീക്ഷകൾ ഉണർത്തിക്കൊണ്ട് അവന്റെ ജിജ്ഞാസയെ ഇളക്കി വിട്ടു. അവന്റെ ജിജ്ഞാസ ഇരുട്ടിന്റെ മൂടുപടത്തിനുള്ളിൽ ഒളിച്ചുവെച്ചിരിക്കുന്നതെന്താണെന്ന് കണ്ടെത്താൻ അവനെ നിർബ്ബന്ധിച്ചു. അവൻ അന്വേഷിച്ചെങ്കിലും ഒന്നുംതന്നെ കണ്ടെത്താൻ കഴിഞ്ഞില്ല. പക്ഷേ, അത് കണ്ടെത്താൻ കഴിയുമെന്നുള്ള പ്രതീക്ഷ അവന് നഷ്ടമായിരുന്നില്ല.

അവൻ അവന്റെ അച്ഛനെ ഭയക്കുകയും ബഹുമാനിക്കുകയും ചെയ്തു. ഇഗ്നാറ്റിന്റെ വലിയ രൂപം, അയാളുടെ പെരുമ്പറപോലുള്ള ശബ്ദം, താടിവളർന്നുനില്ക്കുന്ന മുഖം, നരച്ച തലമുടി ഇതെല്ലാം കൂടിച്ചേർന്നപ്പോൾ ഇഗ്നാറ്റിന് യക്ഷിക്കഥയിലെ കൊള്ളക്കാരന്റെ ഛായ ഉണ്ടെന്ന് ഫോമായ്ക്ക് തോന്നി.

അച്ഛന്റെ ശബ്ദമോ അയാളുടെ ഉറച്ച കാലൊച്ചയോ കേൾക്കുമ്പോൾ ഫോമാ ഞെട്ടി. പക്ഷേ, അയാൾ അവനെ മുട്ടുകാലിൽ എടുത്തുവെച്ച് മുകളിലേക്ക് ഉയർത്തുകയും ഉയരത്തിലേക്ക് എടുത്തെറിഞ്ഞ് തിരികെ പിടിക്കുകയും ചെയ്യുമ്പോൾ കുട്ടിയുടെ മുഖത്തെ ഭയം അപ്രത്യക്ഷമായി.

ഒരിക്കൽ അവന് എട്ടുവയസ്സുള്ളപ്പോൾ ഒരു യാത്ര കഴിഞ്ഞെത്തിയ അച്ഛനോട് അവൻ ചോദിച്ചു.

"അച്ഛൻ എവിടെയായിരുന്നു?"

"വോൾഗയിൽ"

"അവിടെ പിടിച്ചുപറിക്കുകയായിരുന്നോ?" ഫോമ മൃദുവായി ചോദിച്ചു.

"എന്ത്?" പുരികം ചുളിച്ചുകൊണ്ട് ഇഗ്നാറ്റ് ശബ്ദം താഴ്ത്തി ചോദിച്ചു.

"അച്ഛൻ കൊള്ളക്കാരനല്ലേ? എനിക്ക് അറിയാം" അച്ഛന്റെ ജീവിതത്തിന്റെ രഹസ്യം മനസ്സിലാക്കിയമട്ടിൽ കണ്ണുചിമ്മിക്കൊണ്ട് ഫോമാ പറഞ്ഞു.

"ഞാൻ ഒരു കച്ചവടക്കാരനാണ്!" അയാൾ ആത്മവിശ്വാസത്തോടെ പറഞ്ഞു. പക്ഷേ, ഒരു നിമിഷത്തെ ആലോചനയ്ക്ക് ശേഷം അയാൾ സഹതാപത്തോടെ പുഞ്ചിരിച്ചുകൊണ്ട് കൂട്ടിച്ചേർത്തു. "നീ ഒരു മണ്ടനാണോടാ! ഞാൻ ധാന്യങ്ങളുടെ കച്ചവടം നടത്തുന്നു. എനിക്ക് ആവിക്കപ്പലുകൾ ഉണ്ട്. നീ 'യർമാക്' കണ്ടിട്ടുണ്ടോ? അത് എന്റെ കപ്പലാണ്. അത് നിനക്കുകൂടി ഉള്ളതാണ്."

"അത് വലിയ കപ്പലാണോ?"

"അതെ. പക്ഷേ, നീ ചെറിയ കുട്ടി ആയതുകൊണ്ട് ഞാൻ നിനക്ക് ചെറുതൊരെണ്ണം വാങ്ങിത്തരാം. ഞാൻ വാങ്ങട്ടെ?"

"വാങ്ങിക്കോളൂ," ഹോമ സമ്മതിച്ചു. പക്ഷേ, അല്പനേരം നിശ്ശബ്ദനായിനിന്ന് ആലോചിച്ചതിനുശേഷം അവൻ ദുഃഖത്തോടെ സാവധാനം പറഞ്ഞു. "പക്ഷേ, ഞാൻ വിചാരിച്ചിരുന്നത് അച്ഛൻ ഒരു കൊള്ളക്കാരനോ രാക്ഷസനോ ആയിരിക്കുമെന്നായിരുന്നു."

"ഞാനൊരു കച്ചവടക്കാരനാണെന്ന് ഞാൻ നിന്നോടല്ലേ പറഞ്ഞത്!" ഇഗ്നാറ്റ് ഇഷ്ടപ്പെടാത്തമട്ടിൽ ആവർത്തിച്ചു. വിശ്വാസം തകർന്നുപോയതിന്റെ വിഷമം നിഴലിക്കുന്ന മകന്റെ മുഖത്തേക്കുള്ള അയാളുടെ നോട്ടത്തിൽ അതൃപ്തി ഉണ്ടായിരുന്നു.

"അച്ഛൻ റൊട്ടിക്കാരൻ ഫെഡോർ അപ്പൂപ്പനെപോലെയാണോ?" അല്പസമയം ആലോചിച്ചതിനുശേഷം ഫോമ ചോദിച്ചു.

"അതെ, അതെ, അയാളെപ്പോലെയാണ്. ഞാൻ അയാളേക്കാൾ ധനവാനാണെന്ന് മാത്രം. എനിക്ക് ഫെഡോറിനേക്കാൾ പണമുണ്ട്."

"അച്ഛന് ഒരുപാട് പണമുണ്ടോ?"

"ഉണ്ട്, ചിലർക്ക് ഇതിലും കൂടുതൽ ഉണ്ട്."

"അച്ഛന് എത്ര വീപ്പയുണ്ട്."

"എന്ത് ഉണ്ടെന്നാണ് ചോദിച്ചത്?"

"അച്ഛൻ പണം എത്ര വീപ്പയിൽ നിറച്ചുവെച്ചിട്ടുണ്ടെന്നാണ് ചോദിച്ചത്?"

'മണ്ടാ! പണം വീപ്പയിൽ നിറച്ചാണോ വെയ്ക്കുന്നത്?'

"അല്ലാതെങ്ങനെയാണ്?" ഫോമാ ആവേശത്തോടെ അച്ഛന്റെ മുഖത്തേക്ക് നോക്കിക്കൊണ്ട് പെട്ടെന്ന് പറയാൻ ആരംഭിച്ചു. "ഒരിക്കൽ കൊള്ളക്കാരൻ മാക്സിംകാ ഒരു പട്ടണത്തിൽ മോഷ്ടിക്കാൻ ചെന്നപ്പോൾ ഏതോ ഒരു പണക്കാരന്റെ വീട്ടിൽ നിന്ന് പന്ത്രണ്ടുവീപ്പ നിറയെ പണമാണ് മോഷ്ടിച്ചത്. അയാൾ പിന്നീട് ഒരു പള്ളിയിൽ നിന്ന് പലതരം വെള്ളിപ്പാത്രങ്ങളും മോഷ്ടിച്ചു. അതുമാത്രമല്ല ഒരു മനുഷ്യൻ പള്ളിയിലെ മണി അടിക്കാൻ നോക്കിയതിന് മാക്സിംകാ വാളുകൊണ്ട് അയാളുടെ കഴുത്തിൽ വെട്ടി."

"ഇത് നിനക്ക് അപ്പച്ചി പറഞ്ഞുതന്നതാണോ?"

"അതെ, എന്താണ്?"

"ഒന്നുമില്ല!" ഇഗ്നാറ്റ് ചിരിച്ചുകൊണ്ട് പറഞ്ഞു. "അപ്പോൾ നീ അച്ഛൻ ഒരു കൊള്ളക്കാരനാണെന്നാണ് വിചാരിച്ചിരുന്നത്."

"ഒരുപക്ഷേ, അച്ഛൻ പണ്ട് ഒരു കൊള്ളക്കാരൻ ആയിരുന്നുകാണും?"

ഫോമാ വീണ്ടും വിഷയത്തിലേക്ക് തിരിച്ചുവന്നു. ആയിരുന്നു എന്ന ഉത്തരം കേൾക്കാനുള്ള അങ്ങേയറ്റത്തെ സന്തോഷം അവന്റെ മുഖത്ത് വ്യക്തമായിരുന്നു.

"ഞാൻ ഒരിക്കലും കൊള്ളക്കാരനായിരുന്നില്ല. മതി ഇതൊന്ന് അവസാനിപ്പിക്ക്."

"ഒരിക്കലും?"

"ആയിരുന്നില്ലെന്ന് ഞാൻ പറഞ്ഞില്ലേ! നീ എന്തൊരു കുട്ടിയാണ്! ഒരു കൊള്ളക്കാരനാകുന്നത് നല്ല കാര്യം ആണോ? എല്ലാ കൊള്ളക്കാരും പാപികളാണ്. അവർക്ക് ദൈവത്തിൽ വിശ്വാസമില്ല. അവർ പള്ളിവരെ കൊള്ളയടിക്കും. പള്ളിയിൽ നിന്ന് അവർക്കെല്ലാം ശാപംകിട്ടിയിട്ടുണ്ട്. നീ ഉടൻതന്നെ പഠിപ്പ് തുടങ്ങണം. അതിനുള്ള സമയം ആയിട്ടുണ്ട്. വലിയ താമസം ഇല്ലാതെ നിനക്ക് ഒൻപതുവയസ്സാകും. ദൈവത്തിന്റെ കൃപയോടെ ആരംഭിക്കണം. നീ മഞ്ഞുകാലത്ത് പഠിക്കണം. വസന്തത്തിൽ ഞാൻ നിന്നെ എന്റെ കൂടെ വോൾഗയിൽ കൊണ്ടുപോകും."

"ഞാൻ സ്കൂളിൽ പോകുന്നുണ്ടോ?"

"ആദ്യം നീ അപ്പച്ചിയുടെ കൂടെ വീട്ടിൽ ഇരുന്ന് പഠിക്കും." അതിനുശേഷം രാവിലെ കുട്ടി അപ്പച്ചിയുടെ മേശയുടെ അടുത്തിരുന്ന് അപ്പച്ചി പറയുന്ന അക്ഷരങ്ങൾ ആവർത്തിച്ച് പറയാൻ ആരംഭിച്ചു.

"ഫോമാ മിടുക്കനാണ്." മകന്റെ വിദ്യാഭ്യാസത്തിലെ പുരോഗതിയെപ്പറ്റി അറിയുമ്പോൾ ഇഗ്നാറ്റ് അത് അംഗീകരിച്ചുകൊണ്ട് പറയും. "നമുക്ക് വസന്തകാലത്ത് മീൻ പിടിക്കാൻ അസ്ട്രാഖാനിൽ പോകാം. ശരത്ക്കാലം ആകുമ്പോൾ ഞാൻ നിന്നെ സ്കൂളിൽ വിടാം!"

കുന്നിലൂടെ താഴോട്ട് ഉരുളുന്ന ഒരുപന്തുപോലെ ഫോമായുടെ

ജീവിതം മുന്നോട്ട് ഉരുണ്ടുകൊണ്ടിരുന്നു. അവന്റെ അദ്ധ്യാപികയായ അപ്പച്ചി അവന്റെ കളിക്കൂട്ടുകാരിയും ആയിരുന്നു. ലൂബോവ്മയാകിൻ കൂടി അവരോടൊപ്പം ചേരുമ്പോൾ വൃദ്ധ ഒരു ബുദ്ധിമുട്ടും ഇല്ലാതെ അവരിൽ ഒരാളായി മാറി.

അവർ ഒളിച്ചുകളിച്ചു. കണ്ണുപൊട്ടൻ കളിച്ചു. ഒരു തൂവാലകൊണ്ട് കണ്ണുമൂടിക്കെട്ടി അൻഫിസായെ കാണുന്നത് കുട്ടികൾക്ക് വിനോദമായിരുന്നു. രണ്ട് കൈയും നിർത്തിപ്പിടിച്ച് മുറിയിൽ കിടക്കുന്ന മേശയിലും കസേരയിലും തട്ടിമുട്ടി കയറി ഇരിക്കാൻ സൗകര്യമുള്ള എല്ലാ മൂലകളിലും അവരെ അന്വേഷിച്ചുകൊണ്ട് അവർ വിളിച്ചു പറയും:

"കൊച്ചുതെമ്മാടികൾ, നീയെല്ലാം എവിടെയാണ് ഒളിച്ചിരിക്കുന്നത്? ങേ?"

വൃദ്ധയുടെ ചുക്കിച്ചുളിഞ്ഞ ശരീരം യുവത്വമുള്ള ഒരു മനസ്സിനെ കൈവശം വെച്ചിരുന്നു. അതിന്റെ ശക്തിയും കഴിവുകളും പരിഗണിച്ചാൽ അത് ആദരണീയമായിരുന്നു. അത് രണ്ടു കുട്ടികളുടേയും ജീവിതത്തിന്റെ വഴി ആയിരുന്നു.

ഇഗ്നാറ്റ് അതിരാവിലെ കച്ചവടസ്ഥലത്തേക്ക് പോകുന്ന പതിവുണ്ട്. ചിലപ്പോൾ നേരം വൈകുന്നതുവരെ അയാൾ അവിടെ കഴിച്ചുകൂട്ടും. ചിലപ്പോൾ വൈകുന്നേരം അയാൾ നഗരസഭയിലേക്ക് പോകും. ചിലപ്പോൾ അയാൾ വീട്ടിൽതിരിച്ചെത്തുന്നത് ലഹരിയിലായിരുന്നു. ഇത്തരം സന്ദർഭങ്ങളിൽ ആദ്യമൊക്കെ ഫോമാ അയാളുടെ അടുത്തുനിന്ന് ഒഴിഞ്ഞുമാറി ഒളിച്ചിരിക്കും. പിന്നീട് അതുമായി അവൻ പരിചയിച്ചു. അവന്റെ അച്ഛൻ കുടിക്കുമ്പോൾ കുടിക്കാതിരിക്കുന്നതിലും മെച്ചമാണെന്ന് അവൻ തിരിച്ചറിഞ്ഞു. അയാൾ കൂടുതൽ ദയാലുവും കൂടുതൽ കാപട്യം ഇല്ലാത്തവനുമായി മാറിയിരുന്നു. അയാളുടെ പെരുമാറ്റം സാമാന്യം തമാശതോന്നുന്നതായിരുന്നു. രാത്രിയിലാണ് ഇങ്ങനെ സംഭവിക്കുന്നതെങ്കിൽ പെരുമ്പറ പോലുള്ള അയാളുടെ ശബ്ദം കേട്ടായിരിക്കും ഫോമാ ഉണരുന്നത്.

"അൻഫിസാ! എന്റെ പൊന്നു പെങ്ങളെ! ഞാൻ എന്റെ മകനെ കാണട്ടെ! ഞാൻ എന്റെ അവകാശിയെ ഒന്നു തൊട്ടുനോക്കട്ടെ!"

അപ്പച്ചി ഉച്ചത്തിൽ വിളിച്ചുകൂവി ചീത്തപറയുന്നതുപോലെയാണ് മറുപടി പറയുന്നത്.

"പൊയ്ക്കോളൂ! നീ പോയിക്കിടന്ന് ഉറങ്ങുന്നതാണ് നല്ലത്. പിശാച്! വീണ്ടും കുടിച്ചിട്ട് വന്നിരിക്കുന്നു. ങേ? നിന്റെ തലയിൽ നരകയറിക്കഴിഞ്ഞിട്ടുണ്ട്. നിനക്ക് അത് അറിയില്ലേ?"

"അൻഫിസാ, ഒറ്റക്കണ്ണുകൊണ്ട് ഞാൻ എന്റെ മകനെ ഒന്ന് കണ്ടോട്ടെ?" അൻഫിസാ അച്ഛനെ അകത്തുവരാൻ അനുവദിക്കില്ലെന്ന് ഫോമായ്ക്ക് അറിയാം. അവരുടെ ബഹളത്തിനിടയിലും അവൻ ഉറക്കത്തിലേക്ക് വീണ്ടും വീണു. പക്ഷേ, പകൽസമയത്ത് ഇഗ്നാറ്റ് കുടിച്ചുകൊണ്ടുവരുമ്പോൾ അയാൾ അവനെ പൊക്കിയെടുത്ത് മുറിക്കുള്ളിൽ കറങ്ങിനടന്നുകൊണ്ട് ലഹരിയോടെ പൊട്ടിച്ചിരിക്കുന്നതിനിടയിൽ ചോദി

ച്ചുകൊണ്ടിരിക്കും:

"ഫോമ്കാ! നിനക്ക് എന്ത് വേണം? പറയൂ! സമ്മാനം വേണോ? കളിപ്പാട്ടം വേണോ? ചോദിക്കൂ! നിനക്കുവേണ്ടി ഞാൻ ലോകത്തുള്ളതെന്തും വാങ്ങിത്തരുമെന്ന് നീ മനസ്സിലാക്കണം. എനിക്ക് കോടികൾ ഉണ്ട്! എനിക്ക് ഇതിലും കൂടുതൽ ഉണ്ടാക്കാൻ പറ്റും! മനസ്സിലായോ? എല്ലാം നിന്റേതാണ്!"

പെട്ടെന്ന് ആഞ്ഞുവീശിയ ഒരു കാറ്റിൽ കെട്ടുപോകുന്ന ഒരു മെഴുകുതിരിനാളംപോലെ അയാളുടെ ആവേശം അണഞ്ഞു. അയാളുടെ തുടുത്ത മുഖം വിറയ്ക്കാൻ തുടങ്ങി. അയാളുടെ തീക്ഷ്ണമായ കണ്ണുകളിൽ കണ്ണുനീർ നിറഞ്ഞു. അയാളുടെ ചുണ്ടുകളിൽ ദുഃഖവും ഭയവും നിഴലിക്കുന്ന ഒരു പുഞ്ചിരി വിടർന്നു.

"അൻഫിസാ, അവൻ മരിച്ചുപോയാൽ എനിക്ക് എന്തു ചെയ്യാൻ പറ്റും?"

ഇത് പറഞ്ഞുതീരുന്നതിനുമുമ്പു തന്നെ അയാൾക്ക് ദേഷ്യം പിടിച്ചിട്ടുണ്ടാകും.

"എല്ലം ഞാൻ കത്തിക്കും!" മുറിയുടെ ഇരുണ്ട മൂലയിലേക്ക് നോക്കിക്കൊണ്ട് അയാൾ അലറും "എല്ലാം ഞാൻ നശിപ്പിക്കും! ഞാൻ ഡൈനാമൈറ്റ് വെച്ച് തകർക്കും!"

"മതി! അവസാനിപ്പിക്ക്! കുട്ടിയെ പേടിപ്പിക്കാനാണോ വിളിച്ചുകൂവുന്നത്? അതോ അവന് അസുഖം വരുത്തണമെന്നാണോ ആഗ്രഹം?" അൻഫിസാ ഇടയ്ക്കുകയറി പറഞ്ഞു. മുറുമുറുത്തുകൊണ്ട് ഇഗ്നാറ്റ് തിരിച്ചുപോകുന്നതിന് അൻഫിസയുടെ വാക്കുകൾ ധാരാളമായിരുന്നു.

"ശരി, ശരി ശരി! ഞാൻ പോകുന്നു; ഞാൻ പോകുന്നു. പക്ഷേ, വിളിച്ചുകൂവരുത്! ശബ്ദം ഉണ്ടാക്കരുത്! അവനെ പേടിപ്പിക്കരുത്!"

ഫോമായ്ക്ക് എന്തെങ്കിലും അസുഖം ഉണ്ടെങ്കിൽ അവന്റെ അച്ഛൻ എല്ലാ കാര്യങ്ങളും മാറ്റിവച്ച് ഒരുനിമിഷംപോലും വീട്ടിൽനിന്ന് മാറിനില്ക്കില്ല. പക്ഷേ, മണ്ടൻ ചോദ്യങ്ങളും ഉപദേശങ്ങളും കൊണ്ട് സഹോദരിയേയും മകനേയും അയാൾ ബുദ്ധിമുട്ടിച്ചു. ഭയം നിഴലിക്കുന്ന കണ്ണുകളുമായി ദുഃഖത്തോടെ നെടുവീർപ്പിട്ടുകൊണ്ട് അയാൾ വീട്ടിനുള്ളിൽ കറങ്ങിനടന്നു.

''നീ എന്തിനാണ് ദൈവത്തെ ഉപദ്രവിക്കുന്നത്?'' അൻഫിസ പറഞ്ഞു. "നിന്റെ മുറുമുറുപ്പ് ദൈവം കേൾക്കുന്നുണ്ടെന്നുള്ള കാര്യം ഓർമ്മവേണം. അദ്ദേഹത്തിന്റെ ഔദാര്യങ്ങളിൽ നീ ആവലാതി പറഞ്ഞുകൊണ്ടിരുന്നാൽ ദൈവം നിന്നെ ശിക്ഷിക്കും."

"അൻഫിസാ" ഇഗ്നാറ്റ് നെടുവീർപ്പിട്ടു. "അങ്ങനെ സംഭവിച്ചാൽ എന്റെ ജീവിതം തുലഞ്ഞു! ഞാൻ ജീവിച്ചത് എന്തിനുവേണ്ടിയാണ്? ആർക്കറിയാം?" അച്ഛന്റെ മനോഭാവത്തിൽ പെട്ടെന്നുണ്ടാകുന്ന വ്യത്യാസങ്ങൾ തുടക്കത്തിൽ അവനെ ഭയപ്പെടുത്തിയിരുന്നു. പക്ഷേ, ഇത്തരം പെരുമാറ്റങ്ങളുമായി പെട്ടെന്നുതന്നെ അവൻ പരിചയിച്ചു. അച്ഛൻ വീട്ടി

ലേക്ക് വരുന്നത് ജനാലയിലൂടെ കാണുന്ന സമയത്തെല്ലാം ഫോമാ താല്പര്യമില്ലാതെ വിളിച്ചു പറഞ്ഞു.

"അപ്പച്ചീ, അച്ഛൻ വീണ്ടും കുടിച്ചിട്ട് വരുന്നുണ്ട്."

വസന്തം വന്നു. വാക്കുപാലിച്ചുകൊണ്ട് ഇഗ്നാറ്റ് അയാളുടെ ആവിക്കപ്പലുകളിൽ ഒന്നിൽ അയാളോടൊപ്പം മകനെക്കൂടി കൊണ്ടുപോയി. അവിടെ ഫോമയുടെ കണ്ണുകളിൽ മുമ്പിൽ കാഴ്ചകൾ നിറഞ്ഞ ഒരു പുതിയ ജീവിതം തുറന്നു.

ഗോർഡിയീവിന്റെ മനോഹരമായ വലിയ ആവിക്കപ്പലുകൾ "യർമാക്" ഒഴുക്കിനൊത്ത് സുന്ദരമായ തീരങ്ങൾ സാവധാനം അവന്റെ മുന്നിലൂടെ നീങ്ങിക്കൊണ്ടിരുന്നു. ഇടതുവശത്ത് ആകാശം. തൊടുന്നതുവരെ പരന്നു കിടക്കുന്ന പച്ചത്തഴപ്പിന്റെ ഒരു ആഡംബര പരവതാനി, വലതുവശത്തെ ഉയർന്ന തീരത്ത് ആകാശത്തേക്ക് വളർന്നു നില്ക്കുന്ന മയക്കം ബാധിച്ച നിബിഡവനങ്ങൾ.

വിരിഞ്ഞ മാറുള്ള നദി ഇരുകരകൾക്കുമിടയിൽ രാജകീയമായി മലർന്നകിടന്ന് അതിന്റെ അദൃശ്യമായ ശക്തിയെ പറ്റിയുള്ള അറിവോടുകൂടി സാവധാനത്തിൽ നിശ്ശബ്ദമായി ഒഴുകിക്കൊണ്ടിരുന്നു. മലനിരകൾ നിറഞ്ഞ നദീതീരം വെള്ളത്തിൽ ഒരു കറുത്ത നിഴലായി പ്രതിഫലിച്ചു. ഇടതുവശത്തെ നദീതീരം വിശാലമായ പുൽത്തകിടികൊണ്ടും സ്വർണ്ണ നിറമുള്ള മണൽത്തിട്ടകൊണ്ടും അലങ്കരിച്ചിരിക്കുന്നു. മലനിരകളിലും പുൽത്തകിടിയിലും അങ്ങിങ്ങായി ഗ്രാമങ്ങൾ പ്രത്യക്ഷപ്പെടുന്നു. കുടിലുകളുടെ ജനാലകളിലും വൈക്കോൽ കൊണ്ടുള്ള മഞ്ഞനിറമുള്ള മേൽക്കൂരകളിലും സൂര്യൻ തിളങ്ങുന്നു. തഴച്ചുവളരുന്ന മരക്കൂട്ടങ്ങൾക്കിടയിൽ പള്ളിക്കുരിശുകൾ വെട്ടിത്തിളങ്ങുന്നു. നരച്ച കാറ്റാടിച്ചിറകുകൾ മടിയോടെ അന്തരീക്ഷത്തിൽ കറങ്ങിക്കൊണ്ടിരുന്നു. ഫാക്ടറിയുടെ പുകക്കുഴലിൽ നിന്നും കറുത്ത മേഘച്ചുരുളുകളായി പുക ആകാശത്തേക്ക് ഉയരുന്നു. നീലയും വെള്ളയും ചുവപ്പും വേഷങ്ങൾ ധരിച്ച കുട്ടികളുടെ സംഘങ്ങൾ കപ്പൽ കാഴ്ചയിൽപ്പെട്ടപ്പോൾ ഉറക്കെ വിളിച്ചുകൂവി. അവരുടെ കൂക്കിവിളി നദിയുടെ നിശ്ശബ്ദതയെ ഭഞ്ജിച്ചു. കപ്പലിന്റെ ചക്രങ്ങളിൽ നിന്ന് ശക്തിയുള്ള തിരമാലകൾ കുട്ടികളുടെ പാദങ്ങളിൽ ആഞ്ഞടിച്ചതിനുശേഷം കരയിലേക്ക് ഇരച്ചുകയറി. ഇപ്പോൾ കുട്ടികളുടെ ഒരു സംഘം തൊട്ടിലിൽ ആടുന്നതുപോലെ തിരമാലകളിൽ ആടിക്കളിക്കാൻ വേണ്ടി ഒരു വള്ളത്തിൽക്കയറി നദിയുടെ മദ്ധ്യത്തിലേക്ക് തുഴഞ്ഞെത്തിയിരിക്കുന്നു. ദ്വീപുകൾപോലെ വെള്ളത്തിനുമുകളിൽ അങ്ങിങ്ങായി മരങ്ങൾ ഉയർന്നു നിന്നിരുന്നു. ചിലപ്പോൾ നദി കരകവിഞ്ഞൊഴുകിയപ്പോൾ ധാരാളം മരങ്ങൾ കടപുഴകിവീണ് മുങ്ങിപ്പോയിട്ടുണ്ടാകും. നദീതീരത്തു നിന്ന് ദുഃഖകരമായ ഒരുപാട്ട് കേട്ടു:

"ഓ....... ഒരിക്കൽക്കൂടി!"

കപ്പൽ അനേകം ചങ്ങാടങ്ങളിലേക്ക് തിരമാലകൾ തെറിപ്പിച്ചുകൊണ്ട് മുന്നോട്ടുപോയി. തിരമാലകളിൽപ്പെട്ട് ചങ്ങാടങ്ങൾ തുടർച്ചയായി ഉല

ഞ്ഞുകൊണ്ടിരുന്നു. നീലവേഷം ധരിച്ച ചങ്ങാടത്തിലെ മനുഷ്യർ ചാഞ്ചാട്ടത്തിനിടയിൽ കപ്പലിലേക്ക് പൊട്ടിച്ചിരിച്ചുകൊണ്ട് എന്തൊക്കെയോ വിളിച്ചുപറഞ്ഞു. മനോഹരമായ വലിയ കപ്പൽ നദിയുടെ ഒരുവശത്തുകൂടിയാണ് നീങ്ങിക്കൊണ്ടിരുന്നത്. അതിൽ കയറ്റിയിരുന്ന മഞ്ഞനിറത്തിലുള്ള തടിക്കഷണങ്ങൾ സ്വർണ്ണംപോലെ തിളങ്ങി. കലങ്ങിയ വെള്ളത്തിൽ അവയുടെ പ്രതിബിംബങ്ങൾ മങ്ങിപ്പോയിരുന്നു. എതിർവശത്തുനിന്ന് യാത്രക്കാരുമായി വന്ന ഒരുകപ്പൽ ചൂളം വിളിക്കുന്നു. അതിന്റെ ചൂളംവിളിയുടെ പ്രതിദ്ധ്വനി മലനിരകളിലെ കാട്ടിനുള്ളിൽ എവിടെയോ സ്വയം നഷ്ടപ്പെട്ട് അപ്രത്യക്ഷമാകുന്നു. രണ്ട് കപ്പലുകളും കൂടി ഇളക്കിവിടുന്ന തിരമാലകൾ നദിയുടെ മദ്ധ്യഭാഗത്തു വെച്ച് പരസ്പരം കൂട്ടിമുട്ടി കപ്പലുകളുടെ വശങ്ങളിലേക്ക് തെറിച്ചുവീണു. കപ്പലുകൾ നദിയുടെ നടുക്കുകിടന്ന് ഉലഞ്ഞു. നദീതീരത്തെ കുന്നിൻ ചരിവുകളിൽ തഴച്ചുവളരുന്ന മഞ്ഞുകാല ധാന്യങ്ങളുടെ പരവതാനി ഉണ്ടായിരുന്നു. വെട്ടുകുരുവികൾ അതിന്റെ മുകളിൽനിന്ന് പറന്നുയർന്നു. നീലാകാശത്തിനു ചുവട്ടിൽ അവയ്ക്ക് വ്യക്തത ഉണ്ടായിരുന്നു. മറ്റൊരു പക്ഷിക്കൂട്ടം മേയാൻ ഇറങ്ങുന്നു. ദൂരത്തുനിന്ന് നോക്കുമ്പോൾ അവ കുട്ടികളുടെ കളിപ്പാട്ടങ്ങളാണെന്ന് തോന്നി. ഒരു ഇടയന്റെ ചെറിയ രൂപം ഒരു ഊന്നുവടിയിൽ ചാരി നിന്ന് നദിയിലേക്ക് നോക്കിനില്ക്കുന്നു.

വെള്ളത്തിന്റെ തിളക്കത്തിൽ കണ്ണഞ്ചിപ്പോകുന്നു. എല്ലാ സ്ഥലങ്ങളിലും സ്വാതന്ത്ര്യം. എല്ലാ സ്ഥലങ്ങളിലും മോചനം. പുൽത്തകിടികൾ ഉത്സാഹത്തോടെ തഴച്ചുവളർന്നുകിടക്കുന്നു. നീലാകാശം വാത്സല്യത്തോടെ നിർമ്മലമായിരിക്കുന്നു. വെള്ളത്തിന്റെ നിശ്ശബ്ദമായ ചലനങ്ങളിൽമാത്രം നിയന്ത്രിച്ചു നിർത്തിയിരിക്കുന്ന ഒരു ശക്തി അനുഭവപ്പെടുന്നുണ്ട്. ആ വെള്ളത്തിനു മുകളിൽ മഹാമനസ്കതയുള്ള മേയ്മാസത്തിലെ സൂര്യൻ തിളങ്ങുന്നു. ദേവതാരു മരങ്ങളുടെയും തളിരിലകളുടെയും അനുപമമായ ഗന്ധം അന്തരീക്ഷത്തിൽ നിറഞ്ഞു നില്ക്കുന്നു. പുതിയ ചിത്രങ്ങൾ ഒന്നൊന്നായി പ്രദർശിപ്പിക്കപ്പെടുന്നതുപോലെ നദീതീരം അതിന്റെ സൗന്ദര്യംകൊണ്ട് അവരുടെ മനസ്സിനെയും കണ്ണുകളെയും തലോടിക്കൊണ്ട് അവരുമായുള്ള കണ്ടുമുട്ടൽ തുടരുന്നുണ്ടായിരുന്നു.

അവർക്കു ചുറ്റുമുള്ളതിലെല്ലാം ഏതോതരത്തിലുള്ള അലസതയുടെ മുദ്രപതിഞ്ഞിരുന്നു— പ്രകൃതിയിലും മനുഷ്യരിലും അത് പതിഞ്ഞിട്ടുണ്ടായിരുന്നു. അവിടെ പ്രകൃതിയും മനുഷ്യരും അലസതയിലായിരുന്നു. പക്ഷേ, ആ അലസതയിൽ വിചിത്രമായ ഒരു ചാരുത ഉണ്ട്. ആ അലസതയുടെ മറുവശത്ത് ഇതുവരെ വ്യക്തമായ ഉദ്ദേശ്യമോ ലക്ഷ്യമോ ഇല്ലാത്ത അപാരമായ ഒരു ശക്തിയെ ഒളിപ്പിച്ചിരിക്കുന്നതായി തോന്നി. പകുതി മയക്കത്തിലായിരുന്ന ഈ ജീവിതത്തിന്റെ ബുദ്ധിശൂന്യത മനോഹരമായ മലഞ്ചെരിവിൽ ദുഃഖത്തിന്റെ നിഴലുകൾ വിതറിയിരുന്നു. കരയിൽ നിന്നുള്ള കാറ്റിൽപ്പെട്ട് നദിയിൽ പറന്നുവീണ കുയിലിന്റെ കരച്ചിലിൽ പോലും കൂടു

തൽ ഉണർവ്വ് നല്കുന്നതും പുതുമനിറഞ്ഞതുമായ എന്തിനോ വേണ്ടിയുള്ള നിശ്ശബ്ദമായ മോഹവും ക്ഷയവും ഉള്ളതായി മനസ്സിലാക്കാൻ കഴിഞ്ഞിരുന്നു. അതിന്റെ വിഷാദം നിറഞ്ഞ പാട്ടിലൂടെ ആരുടെയോ സഹായത്തിനുവേണ്ടി അത് യാചിക്കുകയാണെന്ന് തോന്നി. ഇടയ്ക്കിടയ്ക്ക് അതിന്റെ പാട്ടിൽ നൈരാശ്യത്തിന്റെ കിലുക്കം കേൾക്കുന്നുണ്ട്. നദി അതിന്റെ പാട്ടുകൾക്ക് നെടുവീർപ്പുകൾകൊണ്ട് മറുപടി പറയുന്നു. ധ്യാനത്തിലായിരുന്ന മരച്ചില്ലകൾ ഉലയുന്നു. നിശ്ശബ്ദത.

ഫോമാ പകൽ മുഴുവൻ ക്യാപ്റ്റന്റെ മുറിക്കുള്ളിൽ അച്ഛനോടൊപ്പം ചെലവഴിച്ചു. അവൻ ഒന്നുംപറയാതെ കണ്ണുതുറന്നുപിടിച്ച് നദീതീരത്തെ അനന്തമായ കാഴ്ചകളിലേക്ക് നോക്കിയിരുന്നു. പരിചിതമായ ഏതോ യക്ഷിക്കഥകളിലെ മന്ത്രവാദികളും രാക്ഷസന്മാരും അധിവസിക്കുന്ന അത്ഭുതരാജ്യത്തെ വെട്ടിത്തിളങ്ങുന്ന വീതികൂടിയ ഒരു വഴിയിലൂടെയാണ് താൻ സഞ്ചരിച്ചുകൊണ്ടിരിക്കുന്നതെന്ന് അവന് തോന്നി. ഇടയ്ക്കിടയ്ക്ക് അവർക്ക് മുന്നിലൂടെ കടന്നുപോകുന്ന സകലതിനേയും പറ്റിയുള്ള ചോദ്യങ്ങൾ അവൻ അച്ഛന്റെ തലയിലേക്ക് കുത്തിനിറയ്ക്കും. ഇഗ്നാറ്റ് താല്പര്യത്തോടെ ചോദ്യങ്ങൾക്കുള്ള മറുപടി ചുരുക്കിപ്പറഞ്ഞു. പക്ഷേ, അയാളുടെ മറുപടികളിൽ അവന് തൃപ്തി തോന്നിയില്ല. ആ മറുപടികളിൽ അവൻ താല്പര്യം തോന്നുന്നതും മനസ്സിലാക്കാൻ പറ്റുന്നതുമായ ഒന്നും തന്നെ ഉണ്ടായിരുന്നില്ല. അവൻ കേൾക്കാൻ ആഗ്രഹിച്ചതൊന്നും അവന് കേൾക്കാൻ കഴിഞ്ഞില്ല. ഒടുവിൽ അവൻ നെടുവീർപ്പിട്ടുകൊണ്ട് അച്ഛനോട് പറഞ്ഞു:

“അൻഫിസാ അപ്പച്ചിക്ക് അച്ഛനേക്കാൾ നല്ലവണ്ണം അറിയാം.”

“എന്ത് അറിയാമെന്നാണ് നീ പറയുന്നത്?” ഇഗ്നാറ്റ് പുഞ്ചിരിച്ചുകൊണ്ട് ചോദിച്ചു.

“എല്ലാ കാര്യങ്ങളും” കുട്ടി ആത്മവിശ്വാസത്തോടെ മറുപടി പറഞ്ഞു.

അവന്റെ മുന്നിൽ അത്ഭുതരാജ്യങ്ങളൊന്നും പ്രത്യക്ഷപ്പെട്ടില്ല. പക്ഷേ, നദിക്കരയിൽ പലപ്പോഴും നഗരങ്ങൾ പ്രത്യക്ഷപ്പെട്ടു. അവയെല്ലാം ഫോമാ താമസിക്കുന്ന നഗരംപോലെയുള്ള നഗരങ്ങൾ ആയിരുന്നു. ചിലത് കൂടുതൽ വലിയ നഗരങ്ങൾ ആയിരുന്നു. ചിലത് ചെറുതും. പക്ഷേ, ആളുകളും വീടുകളും പള്ളികളും അവന്റെ നഗരത്തിലേതുപോലെ ആയിരുന്നു. ഫോമാ അച്ഛനോടൊപ്പം ഈ നഗരങ്ങളെല്ലാം നോക്കിക്കണ്ടു. പക്ഷേ, അവന് സംതൃപ്തി തോന്നിയില്ല. അവൻ ക്ഷീണിച്ച് ദുഃഖത്തോടെ കപ്പലിലേക്ക് തിരിച്ചുവന്നു.

“നാളെ നമ്മൾ അസ്ട്രാഖാനിൽ ആയിരിക്കും.” ഒരു ദിവസം ഇഗ്നാറ്റ് പറഞ്ഞു.

“അതും മറ്റു നഗരങ്ങൾ പോലെ ആണോ?”

“തീർച്ചയായും അത് മറ്റൊരുതരത്തിൽ ആകുന്നത് എങ്ങനെയാണ്?”

“അസ്ട്രഖാനിനു ശേഷം എന്താണ്?’

“കടൽ. അതിന്റെ പേര് കാസ്പിയൻ കടൽ എന്നാണ്.”

“അവിടെ എന്താണുള്ളത്?”

“മീനുകൾ, വെള്ളത്തിൽ മറ്റെന്താണ് ഉള്ളത്?”

“വെള്ളത്തിൽ കൈറ്റസ് പട്ടണം ഉണ്ട്.”

“കൈറ്റസിന്റെ കാര്യം മറ്റൊന്നാണ്. അവിടെ നീതിമാന്മാർ മാത്രം താമസിക്കുന്ന സ്ഥലമാണ്.”

“കടലിനു മുകളിൽ നീതിമാന്മാർ മാത്രമുള്ള പട്ടണം ഇല്ലേ?”

“ഇല്ല.” ഇഗ്നാറ്റ് പറഞ്ഞു. നിമിഷനേരത്തെ നിശ്ശബ്ദതയ്ക്കുശേഷം അയാൾ കൂട്ടിച്ചേർത്തു. “കടലിലെ വെള്ളത്തിന് ഉപ്പുരസമുണ്ട്. ആർക്കും അത് കുടിക്കാൻ പറ്റില്ല.”

“കടലിനപ്പുറത്ത് സ്ഥലങ്ങൾ ഉണ്ടോ?”

“തീർച്ചയായും കടലിന് അവസാനം ഉണ്ട്. കടൽ ഒരു കോപ്പ പോലെയാണ്.”

“ആ സ്ഥലങ്ങളിലും പട്ടണങ്ങൾ ഉണ്ടോ?”

“വീണ്ടും പട്ടണം! തീർച്ചയായും അവിടെ പട്ടണങ്ങൾ ഉണ്ട്. പക്ഷേ, അത് നമ്മുടെ സ്ഥലമല്ല. അത് പേർഷ്യയുടേതാണ്. പേർഷ്യക്കാർ ചന്തയിൽ പിസ്റ്റാച്ചിയോ കായും അപ്രിക്കോട്ടും വില്ക്കുന്നത് നീ കണ്ടിട്ടില്ലേ?”

“കണ്ടിട്ടുണ്ട്. ഞാൻ അവരെ കണ്ടിട്ടുണ്ട്.” ഫോമാ മറുപടി പറഞ്ഞു കഴിഞ്ഞ് ആലോചനയിൽ മുഴുകി.

ഒരു ദിവസം അവൻ അച്ഛനോട് ചോദിച്ചു:

“ഇനിയും ഒരുപാട് സ്ഥലങ്ങൾ ബാക്കിയുണ്ടോ?”

“ഭൂമി വളരെ വലുതാണ്! നടന്നുപോകുകയാണെങ്കിൽ പത്തുകൊല്ലം കൊണ്ട് നിങ്ങൾക്ക് അതിനെ പ്രദക്ഷിണം വയ്ക്കാൻ കഴിയില്ല.”

ഭൂമിയുടെ വലിപ്പത്തെപ്പറ്റി വളരെനേരം മകനോട് സംസാരിച്ചു കഴിഞ്ഞ് ഒടുവിൽ ഇഗ്നാറ്റ് പറഞ്ഞു:

‘‘എന്നിട്ടും ഇതുവരെ അതിന്റെ വലിപ്പം എത്രയാണെന്നും അത് എവിടെചെന്ന് അവസാനിക്കുന്നെന്നും ആർക്കും അറിയാൻ പാടില്ല.”

“ഭൂമിയിൽ എല്ലാം ഒരുപോലെയാണോ?”

“നീ എന്താണ് ഉദ്ദേശിക്കുന്നത്?”

“പട്ടണങ്ങളും മറ്റും?”

“തീർച്ചയായും. പട്ടണങ്ങൾ എല്ലാം ഒരുപോലെയാണ്. എല്ലായിടത്തും വീടുകളും വഴികളും എന്നുവേണ്ട, അവശ്യമുള്ള എല്ലാകാര്യങ്ങളും ഉണ്ട്.”

ഇതുപോലെയുള്ള അനേകം സംഭാഷണങ്ങൾക്കുശേഷം ഇടയ്ക്കിടയ്ക്ക് വിദൂരതയിലേക്ക് നോക്കിയിരിക്കുന്ന പതിവ് ഫോമാ അവസാനിപ്പിച്ചു.

കപ്പലിലെ ജോലിക്കാർ അവനെ ഇഷ്ടപ്പെട്ടു. പൊട്ടിച്ചിരിച്ച് കൊണ്ട് അവന്റെ കൂടെ കളിക്കാൻ കൂട്ടുകൂടുന്ന വെയിലുകൊണ്ട് കരുവാളിച്ച ആ നല്ല മനുഷ്യനെ അവനും ഇഷ്ടപ്പെട്ടു. അവർ അവനുവേണ്ടി മീൻപിടിക്കാനുള്ള ഉപകരണങ്ങൾ ഉണ്ടാക്കി. പലകകൾ ചേർത്തുവെച്ച് വളരെ

ചെറിയ വള്ളങ്ങൾ നിർമ്മിച്ചു. ഇഗ്നാറ്റ് കച്ചവടത്തിനുവേണ്ടി പട്ടണങ്ങളിൽ പോകുമ്പോൾ നങ്കൂരമിടുന്ന സ്ഥലങ്ങളിൽ അവർ അവനെ വള്ളത്തിലിരുത്തി തുഴഞ്ഞുകളിപ്പിച്ചു. പലപ്പോഴും അവർ അച്ഛനെപ്പറ്റി സംസാരിക്കുന്നത് അവൻ കേട്ടു. പക്ഷേ, അവർ പറയുന്നതൊന്നും അവൻ ശ്രദ്ധിച്ചില്ല. അച്ഛനെപ്പറ്റി കേട്ടതൊന്നും ഒരിക്കലും അവർ അയാളോടു പറഞ്ഞില്ല. പക്ഷേ, ഒരു ദിവസം അസ്ട്രാഖാനിൽവെച്ച് കച്ചവടത്തിനുവേണ്ടി കപ്പലിൽ ഇന്ധനം കയറ്റിക്കൊണ്ടിരിക്കുമ്പോൾ യന്ത്രം നന്നാക്കുന്ന പെട്രോവിച്ച് പറയുന്നത് ഫോമോ കേൾക്കാൻ ഇടയായി:

"അയാൾ വളരെകൂടുതൽ തടികയറ്റാൻ കല്പിച്ചു. അയാൾ എന്തൊരു മനുഷ്യനാണ്! അയാൾ തുടക്കത്തിൽത്തന്നെ മേൽത്തട്ടുവരെ സാധനം നിറയ്ക്കും. എന്നിട്ട് കിടന്ന് അലറാൻ തുടങ്ങും." "നീ എന്നും യന്ത്രം തകരാറിലാക്കും. വേണ്ട സമയത്ത് എണ്ണ ഒഴിക്കില്ല."

നരച്ച നാവികന്റെ ശബ്ദം മറുപടി പറഞ്ഞു;

"ഇതിനെല്ലാം കാരണം അയാളുടെ അതിരുകടന്ന അത്യാഗ്രഹമാണ്. ഇവിടെ ഇന്ധനത്തിന് വിലകുറവാണ്. അതുകൊണ്ട് കയറ്റാവുന്നതിന്റെ പരമാവധി ഇന്ധനം അയാൾ ഇതിൽ കയറ്റിക്കൊണ്ടുപോകും. അയാൾ അത്യാഗ്രഹിയാണ്. പിശാച്!"

"ഹോ! എന്ത് അത്യാഗ്രഹമാണ്!"

അവർ ഈ വാക്ക് പലതവണ ആവർത്തിച്ചപ്പോൾ ഫോമായുടെ ഓർമ്മയിൽ നിന്നും അതിന് സ്വാതന്ത്ര്യം ലഭിച്ചില്ല. രാത്രിയിൽ ഭക്ഷണം കഴിച്ചുകൊണ്ടിരിക്കുമ്പോൾ അച്ഛന്റെ മുഖത്തേക്ക് നോക്കി അവൻ പെട്ടെന്ന് ചോദിച്ചു:

"അച്ഛാ!"

"എന്തുവേണം?"

"അച്ഛൻ അത്യാഗ്രഹിയാണോ?"

അച്ഛന്റെ ചോദ്യങ്ങൾക്കുള്ള മറുപടിയായി പെട്രോവിച്ചും നാവികനും തമ്മിൽ സംസാരിച്ചതൊക്കെ ഫോമാ അയാളോടു പറഞ്ഞു. ഇഗ്നാറ്റിന്റെ മുഖം മ്ലാനമായി. അയാളുടെ കണ്ണുകൾ ദേഷ്യംകൊണ്ട് തിളങ്ങാൻ തുടങ്ങി.

"അപ്പോൾ അങ്ങനെയൊക്കെയാണ് കാര്യങ്ങൾ" തലകുലുക്കിക്കൊണ്ട് ഇഗ്നാറ്റ് ഉറക്കെപ്പറഞ്ഞു. "ശരി. നീ അവരു പറയുന്നതൊന്നും കേൾക്കാൻ നില്ക്കണ്ട. നീയും അവരും തമ്മിൽ വ്യത്യസമുണ്ട്. അവർ നിനക്ക് സമന്മാരല്ല. നീ അവരുടെ യജമാനൻ ആണ്. അവർ നിന്റെ ജോലിക്കാരും. അത് മനസ്സിലാക്കണം. നമുക്ക് വേണമെങ്കിൽ അവരെ എല്ലാം കരയിൽ ഇറക്കിവിടാം. എല്ലായിടത്തും അവർ പട്ടികളെപോലെ സുലഭമാണ്. മനസ്സിലായോ? എന്നെപ്പറ്റി അവർ ഒരുപാട് ചീത്ത പറയും. കാരണം ഞാൻ അവരുടെ യജമാനനാണ്. എല്ലാ കാര്യങ്ങൾക്കും കാരണം ഞാൻ പണക്കാരനാണെന്നുള്ളതാണ്. പണക്കാരനോട് അസൂയ കാണും. സന്തോഷമുള്ളവൻ എല്ലാവരുടേയും ശത്രു ആണ്."

രണ്ട് ദിവസങ്ങൾക്കുശേഷം കപ്പലിൽ ഒരു പുതിയ നാവികനും യന്ത്രത്തിന്റെ പണികൾ അറിയാവുന്ന ഒരു പുതിയ ജോലിക്കാരനും ഉണ്ടായിരുന്നു.

"യാക്കോവ് എവിടെപ്പോയി?" കുട്ടി ചോദിച്ചു

"ഞാൻ അവനെ ജോലിയിൽനിന്നും പിരിച്ചുവിട്ടു."

"ആ കാര്യം കൊണ്ടാണോ?"

"അതെ അതുകൊണ്ടുതന്നെയാണ്."

"പെട്രോവിച്ചിനെയും പിരിച്ചുവിട്ടോ?"

"അതെ, അവനേയും പറഞ്ഞയച്ചു."

ആളുകളെ ഇതുപോലെ പെട്ടെന്ന് മാറ്റി മറ്റാളുകളെ ജോലിക്ക് കൊണ്ടുവരാൻ അച്ഛൻ കഴിവുണ്ടെന്നുള്ള സത്യത്തിൽ ഫോമാ സന്തോഷിച്ചു. അവൻ അച്ഛന്റെ മുഖത്തുനോക്കി പുഞ്ചിരിച്ചു. അവൻ കപ്പലിന്റെ മേൽത്തട്ടിലേക്ക് കയറിവന്ന് അവിടെ ഒരു കയർ അഴിച്ചെടുത്ത് അതുകൊണ്ട് തറതുടയ്ക്കാനുള്ള കയറുചൂൽ ഉണ്ടാക്കിക്കൊണ്ടിരുന്ന നാവികന്റെ അടുത്തുചെന്ന് നിന്നു.

'നമുക്ക് ഒരു പുതിയ നാവികൻ വന്നിട്ടുണ്ട്." ഫോമാ പ്രഖ്യാപിച്ചു.

"എനിക്ക് അറിയാം. ഫോമോ ഇഗ്നാറ്റിച്ച്! ഉറക്കം എങ്ങനെ ഉണ്ടായിരുന്നു."

"യന്ത്രത്തിൽ പണിയെടുക്കുന്ന ഒരു പുതിയ ജോലിക്കാരനും വന്നിട്ടുണ്ട്."

"പെട്രോവിച്ചിനെപ്പറ്റി ഫോമായ്ക്ക് വിഷമം ഉണ്ടോ? നിങ്ങൾ തമ്മിൽ വലിയ അടുപ്പത്തിലായിരുന്നല്ലോ!"

"ശരിയാണ്. പക്ഷേ, അയാൾ എന്തിനാണ് എന്റെ അച്ഛനെ ചീത്ത പറഞ്ഞത്?"

"ഓ? അവൻ ചീത്തവിളിച്ചോ?"

''അയാൾ ചീത്തപറയുന്നത് ഞാൻ എന്റെ ചെവിയിൽ കേട്ടതാണ്."

"ഫോമായുടെ അച്ഛനും കേട്ടോ?"

"ഇല്ല. ഞാൻ അച്ഛനോടു പറഞ്ഞുകൊടുത്തു."

"ഫോമാ പറഞ്ഞുകൊടുത്തോ?" നാവികൻ പെട്ടെന്ന് നിശ്ശബ്ദനായി ജോലിയിലേക്ക് തിരിച്ചുപോയി.

"ഞാൻ ഇവിടുത്തെ യജമാനനാണെന്ന് അച്ഛൻ എന്നോട് പറഞ്ഞു. എനിക്ക് വേണമെങ്കിൽ എല്ലാവരേയും ഇവിടെ നിന്ന് പറഞ്ഞയയ്ക്കാമെന്നും അച്ഛൻ പറഞ്ഞു."

''ഇപ്പോൾ പറഞ്ഞയച്ചതുപോലെ" ആവേശത്തോടെ തന്റെ പരമാധികാരത്തെ പറ്റി പൊങ്ങച്ചം പറഞ്ഞുകൊണ്ടുനിന്ന കുട്ടിയെ ദുഃഖത്തോടെ നോക്കിക്കൊണ്ട് നാവികൻ പറഞ്ഞു. അന്നുമുതൽ കപ്പലിലെ ജോലിക്കാർ മുമ്പ് കാണിച്ചിരുന്ന താല്പര്യം തന്നോട് കാണിക്കുന്നില്ലെന്ന് ഫോമാ തിരിച്ചറിഞ്ഞു. ചിലർ കൂടുതൽ അനുസരണയുള്ളവരും വിനയമുള്ളവരുമായി മാറി. മറ്റുള്ളവർ അവനോട് സംസാരിക്കാൻ കൂട്ടാക്കിയില്ല.

എപ്പോളെങ്കിലും സംസാരിക്കുകയാണെങ്കിൽ അവർ ദേഷ്യപ്പെട്ടാണ് സംസാരിച്ചത്. പണ്ടത്തെപോലെ സന്തോഷത്തോടെ ആയിരുന്നില്ല. കപ്പലിന്റെ മേൽത്തട്ട് കഴുകുന്നത് കണ്ടുനില്ക്കാൻ ഫോമാ ഇഷ്ടപ്പെട്ടിരുന്നു: കാലുറകൾ മുട്ടുവരെ തെറുത്തുകയറ്റിവെച്ച് തൊട്ടിയിൽ വെള്ളം നിറച്ച് മേൽത്തട്ടുമൊത്തം നനച്ചുകൊണ്ട് നാവികർ അവിടെയെല്ലാം ഓടി നടക്കും. അവരിൽ ചിലർക്ക് കാലുറകൾ പോലും ഉണ്ടാകില്ല. അവരുടെ കൈയിൽ ചൂലും ബ്രഷും ഉണ്ടായിരിക്കും. ചിരിച്ച് ബഹളം കൂട്ടിക്കൊണ്ട് അവർ പരസ്പരം വെള്ളം കോരി ഒഴിക്കും. ചിലർ വെള്ളത്തിൽ വീഴും. വെള്ളം അരുവികളായി എല്ലാ ദിക്കിലേക്കും ഒഴുകിക്കൊണ്ടിരിക്കും. നാവികരുടെ ജോലിക്കിടയിലുള്ള ഈ കളിയിൽ ഫോമാ അവർക്ക് ഒരിക്കലും ശല്യമായിരുന്നില്ല. എന്നുമാത്രമല്ല അവൻ അവരുടെ പുറത്ത് വെള്ളം കോരി ഒഴിച്ചു. അവർ അവന്റെ പുറത്തു വെള്ളമൊഴിക്കുമെന്ന് ഭീഷണിപ്പെടുത്തുമ്പോൾ ചിരിച്ചുകൊണ്ട് അവിടെനിന്ന് രക്ഷപ്പെട്ട് ദൂരത്തേക്ക് ഓടിപ്പോയി. അവരുടെ കളിയിൽ അവരോടൊപ്പം അവനും സജീവമായി പങ്കെടുത്തിരുന്നു. പക്ഷേ, യക്കോവിനെയും പെട്രോവിച്ചിനെയും പിരിച്ചുവിട്ടതിനുശേഷം ആരും അവനോടൊപ്പം കളിക്കാൻ തയ്യാറാകുന്നില്ലെന്നും ആർക്കും അവനോട് സ്നേഹമില്ലെന്നും ഫോമയ്ക്ക് തോന്നിയിരുന്നു. അവരുടെ അവഗണനയിൽ അവൻ അത്ഭുതവും വിഷമവും തോന്നി. അവൻ കപ്പലിന്റെ മേൽത്തട്ടിൽ നിന്നും ചുക്കാന്റെ അടുത്തേക്ക് നടന്നെത്തി ദൂരെക്കാണുന്ന പച്ചക്കാടുകളിലേക്ക് വിഷാദത്തോടെ നോക്കിയിരിക്കാൻ തുടങ്ങി. താഴെ മേൽത്തട്ടിൽ നാവികർ സന്തോഷത്തോടെ വെള്ളം തെറിപ്പിച്ചുകൊണ്ടിരുന്നു. അവരുടെ പൊട്ടിച്ചിരി അവൻ കേൾക്കുന്നുണ്ടായിരുന്നു. അവൻ അവരുടെ അടുത്തേക്ക് പോകാൻ ആഗ്രഹിച്ചു. പക്ഷേ, ഏതോ ഒരു കാര്യം അവനെ പിന്തിരിപ്പിച്ചു.

"കഴിയുന്നത്ര അവരിൽ നിന്ന് അകന്നുനില്ക്കുക" അവൻ അച്ഛന്റെ വാക്കുകൾ ഓർത്തു. "നീ അവരുടെ യജമാനൻ ആണ്."

അവന് നാവികരെ ചീത്തവിളിക്കാൻ തോന്നി. അച്ഛനെക്കൊണ്ട് അവരെ ചീത്തവിളിപ്പിക്കാൻ പറ്റിയ എന്തെങ്കിലും കാര്യം അധികാരത്തോടെ അച്ഛനോട് വിളിച്ചുപറയാൻ അവൻ ആഗ്രഹിച്ചു. എന്താണ് പറയാൻ പറ്റുന്നതെന്ന് അവൻ വളരെനേരം ആലോചിച്ചു. പക്ഷേ, ഒന്നും തന്നെ അവനെക്കൊണ്ട് ആലോചിച്ചെടുക്കാൻ കഴിഞ്ഞില്ല. രണ്ടുമൂന്നു ദിവസങ്ങൾ കടന്നുപോയി. ജോലിക്കാർക്ക് ഇപ്പോൾ അവനോട് താല്പര്യമില്ലെന്ന് അവന് പൂർണ്ണമായും വ്യക്തമായി. കപ്പലിനുള്ളിൽ താൻ ഒറ്റപ്പെട്ടിരിക്കുന്നതായി അവന് തോന്നി. പലപ്രാവശ്യം പുതിയ കാഴ്ചകളുടെ നിറമുള്ള മൂടൽമഞ്ഞിനിടയിലൂടെ കഥകളും പുഞ്ചിരിയും മൃദുലമായി മുഴങ്ങുന്ന പൊട്ടിച്ചിരിയുമായി അൻഫിസാ അപ്പച്ചിയുടെ രൂപം ഫോമായുടെ കൺമുമ്പിൽ തെളിഞ്ഞുവന്നു. അത് അവന്റെ മനസ്സിൽ സന്തോഷത്തിന്റെ ഇളംചൂട് നിറച്ചു. അവൻ ഇപ്പോഴും യക്ഷിക്കഥകളുടെ ലോകത്തായിരുന്നു ജീവിച്ചുകൊണ്ടിരുന്നത്. പക്ഷേ, സത്യത്തിന്റെ അദൃ

ശ്യവും ക്രൂരവുമായ കൈകൾ ഫോമാ അവനുചുറ്റും കണ്ടുകൊണ്ടിരുന്ന അത്ഭുതങ്ങളുടെ മനോഹരമായ നേർത്തവലയെ വലിച്ചുകീറാൻ തുടങ്ങിക്കഴിഞ്ഞിരുന്നു. നാവികന്റെയും യന്ത്രം നന്നാക്കുന്നവന്റെയും സംഭവത്തോടെ ഫോമാ അവന്റെ ചുറ്റുപാടുകളെപറ്റി കൂടുതൽ ശ്രദ്ധിക്കാൻ തുടങ്ങി. ഫോമായുടെ കണ്ണുകൾക്ക് കൂടുതൽ സൂക്ഷ്മത വന്നു. ബോധപൂർവ്വമുള്ള ഒരു അന്വേഷണത്തിനുള്ള ആഗ്രഹം അവന്റെ കണ്ണുകളിൽ പ്രത്യക്ഷപ്പെട്ടു. അച്ഛനോടുള്ള അവന്റെ ചോദ്യങ്ങളിൽ മനുഷ്യന്റെ പ്രവൃത്തികളെ നിയന്ത്രിക്കുന്ന കാര്യങ്ങൾ മനസ്സിലാക്കാനുള്ള ഒരു മോഹത്തിന്റെ മുഴക്കം ഉണ്ടായിരുന്നു.

ഒരു ദിവസം അവന്റെ മുന്നിൽ ഒരു രംഗം അരങ്ങേറി: നാവികർ തടിക്കഷണങ്ങൾ കൊണ്ടുപോകുകയായിരുന്നു. അവരിൽ ഏറ്റവും ചെറുപ്പമായ യഫിം കൈവണ്ടിയുന്തിക്കൊണ്ട് മേൽത്തട്ടിലൂടെ നടന്നുപോകുന്നതിനിടയിൽ കോപത്തോടെ ഉറക്കെ പറഞ്ഞു:

“ഇല്ല. എന്തായാലും അയാൾക്ക് മനഃസാക്ഷി എന്ന സാധനം ഇല്ല! ഞാൻ തടികൊണ്ടുപോകാമെന്ന് കരാറിൽ പറഞ്ഞിട്ടില്ല! ഒരു നാവികന്റെ ജോലി വ്യക്തമാണ്. തടി ചുമക്കുന്നതുകൂടി ഉൾപ്പെടുത്തിത്തന്നതിന് നന്ദിയുണ്ട്! എന്നെ സംബന്ധിച്ചിടത്തോളം ഇത് ഞാൻ വില്ക്കാത്ത സാധനം ആരെങ്കിലും വന്ന് ബലമായി എടുത്തുകൊണ്ടുപോകുന്നതുപോലെ ആണ്! അയാൾക്ക് മനഃസാക്ഷി ഇല്ല! നമ്മുടെ ജീവിതം പിഴിഞ്ഞ് ചാറ് പുറത്തെടുക്കുന്നത് ബുദ്ധിയാണെന്നാണ് അയാൾ വിചാരിച്ചിരിക്കുന്നത്!”

ഫോമാ അയാളുടെ മുറുമുറുപ്പ് കേട്ടു. അത് അവന്റെ അച്ഛനെപറ്റിയാണെന്ന് ഫോമായ്ക്ക് അറിയാം. മുറുമുറുത്തുകൊണ്ടാണെങ്കിലും യഫിം കൈവണ്ടിയിൽ മറ്റുള്ളവരേക്കാൾ കൂടുതൽ തടിക്കഷണങ്ങൾ കയറ്റിവെച്ച് മറ്റുള്ളവരേക്കാൾ കൂടുതൽ വേഗതയിൽ തള്ളിക്കൊണ്ടു പോകുന്നുണ്ടെന്നുള്ള കാര്യം ഫോമാ പ്രത്യേകം ശ്രദ്ധിച്ചു. നാവികരിൽ ഒരാൾ പോലും യഫിമിന്റെ മുറുമുറുപ്പിന് മറുപടി പറഞ്ഞില്ല. അവനോടൊപ്പം ജോലി ചെയ്തിരുന്ന നാവികൻ പോലും നിശ്ശബ്ദനായിരുന്നു. യഫിം കൈവണ്ടിയിൽ തടിക്കഷണങ്ങൾ ആത്മാർത്ഥതയോടെ കൂനകൂട്ടുന്നതിൽ മാത്രം അയാൾ ഇടയ്ക്കിടെ പ്രതിഷേധിച്ചു.

‘മതി” നാവികൻ മുഖം വീർപ്പിച്ചു കൊണ്ട് പറയും. “നിങ്ങൾ കുതിരപ്പുറത്തല്ല കയറ്റി വയ്ക്കുന്നത്. ആണോ?”

“നിങ്ങൾ സംസാരിക്കാതിരിക്കുന്നതാണ് കൂടുതൽ നല്ലത്. നിങ്ങൾക്ക് കൈവണ്ടി ഉന്തുന്ന ജോലിയാണ് തന്നിരുന്നത്. അതിന് നിങ്ങൾ ബഹളം ഉണ്ടാക്കരുത്. നിങ്ങളുടെ ചോര ഊറ്റിയാലും മിണ്ടാൻ പാടില്ല. നിങ്ങൾക്ക് എന്ത് അവകാശമാണ് പറയാനുള്ളത്?” യഫിം പറഞ്ഞു.

പെട്ടെന്ന് ഇഗ്നാറ്റ് എവിടെനിന്നോ പ്രത്യക്ഷപ്പെട്ടു. നാവികന്റെ അടുത്തേക്ക് നടന്നുചെന്ന് അയാളുടെ മുന്നിൽ നിന്നുകൊണ്ട് ഇഗ്നാറ്റ് കർക്കശമായി ചോദിച്ചു.

“നിങ്ങൾ എന്താണ് സംസാരിച്ചുകൊണ്ടിരുന്നത്?”

'ഞാൻ പറഞ്ഞത് എനിക്ക് അറിയാം.' യഫിം മടിച്ചുമടിച്ചു മറുപടി പറഞ്ഞു. "ഞാൻ ഒന്നും പറയാൻ പാടില്ലെന്ന് കരാറിൽ ഇല്ല."

"ആരാണ് ചോര ഊറ്റാൻ പോകുന്നത്?" ഇഗ്നാറ്റ് താടി തടവിക്കൊണ്ട് ചോദിച്ചു.

താൻ കയ്യോടെ പിടികൂടപ്പെട്ടിരിക്കുകയാണെന്ന് യഫിമിന് മനസ്സിലായിട്ടുണ്ടായിരുന്നു. അതിൽനിന്ന് രക്ഷപ്പെടാൻ വഴികാണാതെ അയാൾ കൈയിലിരുന്ന തടിക്കഷണങ്ങൾ താഴെ ഇട്ടു. അയാൾ കൈ രണ്ടും കാലുറയും വശങ്ങളിൽ തുടച്ചു. ഇഗ്നാറ്റിന്റെ മുഖത്തുനോക്കി സാമാന്യം ധൈര്യത്തോടെ അയാൾ പറഞ്ഞു.

"ഞാൻ പറഞ്ഞത് ശരിയല്ലേ? നിങ്ങൾ അത് ഊറ്റിയെടുക്കുന്നില്ലേ?"

"ഞാനോ?"

"നിങ്ങൾ തന്നെ."

ഫോമാ അവന്റെ അച്ഛൻ കൈ ഉയർത്തി വീശുന്നത് കണ്ടു. അടിയുടെ ശബ്ദം ഉച്ചത്തിൽ പ്രതിദ്ധ്വനിച്ചു. യഫിം തടിക്കഷണങ്ങൾക്ക് മുകളിൽ മറിഞ്ഞുവീണു. അയാൾ ഉടൻ തന്നെ എഴുന്നേറ്റ് നിശ്ശബ്ദനായി ജോലി തുടർന്നു. ബിർച്ച് മരത്തിന്റെ വെളുത്ത തടിക്കഷണങ്ങളിൽ അയാളുടെ മുറിവുപറ്റിയ മുഖത്തുനിന്നും ചോര ഇറ്റുവീഴുന്നുണ്ടായിരുന്നു. അയാൾ ഷർട്ടിന്റെ കൈയിൽ മുഖത്തെ രക്തം തുടച്ചു. അതിനുശേഷം അയാൾ ഷർട്ടിന്റെ കൈയിലേക്ക് നോക്കി നെടുവീർപ്പിട്ടു. പിന്നീട് കൈവണ്ടിയുന്തി കൊണ്ട് അയാൾ ഫോമായെ കടന്നുപോയപ്പോൾ രണ്ട് കലങ്ങിയ കണ്ണുനീർത്തുള്ളികൾ അയാളുടെ മൂക്കിന്റെ വശങ്ങളിൽ പറ്റിയിരുന്നു വിറയ്ക്കുന്നുണ്ടായിരുന്നു. ഫോമാ അത് ശ്രദ്ധിച്ചു.

രാത്രിയിൽ ഭക്ഷണം കഴിക്കുമ്പോൾ ഫോമാ ആലോചനയിലായിരുന്നു. ഇടയ്ക്കിടയ്ക്ക് അവൻ ഭയത്തോടെ അച്ഛനെ നോക്കുന്നുണ്ടായിരുന്നു.

"നീ എന്താണ് മുഖം വീർപ്പിച്ചിരിക്കുന്നത്?"

'ഞാൻ മുഖംവീർപ്പിച്ചെന്നോ?"

"ഒരുപക്ഷേ നിനക്ക് എന്തെങ്കിലും സുഖമില്ലാതുണ്ടോ? എന്തെങ്കിലും ഉണ്ടെങ്കിൽ എന്നോട് പറയണം."

"അച്ഛന് നല്ല ശക്തി ഉണ്ട്." ആലോചനയിൽ നിന്ന് ഞെട്ടി ഉണർന്നുകൊണ്ട് ഫോമാ പറഞ്ഞു.

"എനിക്കോ? ശരിയാണ്. ദൈവം എനിക്ക് ആരോഗ്യംതന്ന് സഹായിച്ചിട്ടുണ്ട്."

"അച്ഛൻ എത്ര ശക്തിയായിട്ടാണ് അയാളെ അടിച്ചത്!" അവൻ തല ഉയർത്താതെ പതുക്കെ പറഞ്ഞു.

ഇഗ്നാറ്റ് ഒരു കഷണം റൊട്ടി വായിലേക്ക് കൊണ്ടുപോകാൻ തുടങ്ങുകയായിരുന്നു. പക്ഷേ, മകന്റെ സംസാരം കേട്ട് അയാളുടെ കൈ പെട്ടെന്ന് നിശ്ചലമായി. അയാൾ കുനിഞ്ഞിരിക്കുന്ന ഫോമായെ നോക്കി പെട്ടെന്ന് ചോദിച്ചു.

"നീ യഫിമിന്റെ കാര്യമാണോ ഉദ്ദേശിച്ചത്?"

"അതെ, അയാൾ ചോര ഒലിപ്പിക്കുന്നുണ്ടായിരുന്നു. പിന്നീട് അയാൾ എന്തു പാടുപെട്ടാണ് നടന്നത്? അയാൾ എന്ത് കരച്ചിലാണ് കരഞ്ഞത്?" ഫോമാ ശബ്ദം താഴ്ത്തി പറഞ്ഞു.

ഇഗ്നാറ്റ് റൊട്ടി ചവച്ചുകൊണ്ട് ഉറക്കെ മുറുമുറുത്തു.

"ശരി നിനക്ക് അവനെപ്പറ്റി വിഷമം ഉണ്ടോ?"

"അത് കഷ്ടമായിപ്പോയി" ഇടറിയ ശബ്ദത്തിൽ ഫോമാ പറഞ്ഞു.

"അതുശരി. അതായത് നീ അത്തരക്കാരനാണ്." ഇഗ്നാറ്റ് സ്വയം പറഞ്ഞു.

പിന്നീട് ഒരു നിമിഷത്തെ നിശ്ശബ്ദതയ്ക്ക് ശേഷം അയാൾ വീഞ്ഞു ഗ്ലാസിൽ വോഡ്ക നിറച്ചു. ഗ്ലാസ് കാലിയാക്കിയതിനുശേഷം കർക്കശ മായ ശബ്ദത്തിൽ അയാൾ പറഞ്ഞു.

"നിനക്ക് അവനോട് അനുകമ്പ തോന്നേണ്ട കാര്യം ഇല്ല. അവൻ ഇടയ്ക്കിടയ്ക്ക് ബഹളം ഉണ്ടാക്കും. അതുകൊണ്ട് അവൻ കിട്ടേണ്ടത് കിട്ടി. എനിക്ക് അവനെ അറിയാം. അവൻ നല്ല ജോലിക്കാരനാണ്. അവന് ആരോഗ്യം ഉണ്ട്. ഒരു മണ്ടത്തരവും കാണിക്കില്ല. പക്ഷേ, തർക്കിക്കു ന്നത് അവന്റെ ജോലിയല്ല. ഞാൻ ചിലപ്പോൾ തർക്കിച്ചെന്നുവരും. കാരണം ഞാൻ യജമാനൻ ആണ്. യജമാനൻ ആകുന്നത് എളുപ്പമുള്ള കാര്യമല്ല. ഒരു ഇടികിട്ടിയതുകൊണ്ട് അവൻ മരിക്കില്ല. അതുകൊണ്ട് അവൻ കൂടുതൽ അറിവുള്ളവനാകും. അതാണ് അതിനുള്ള വഴി. ഫോമാ! നീ കുട്ടിയാണ്. നിനക്ക് ഇതൊന്നും മനസ്സിലാകില്ല. എങ്ങനെ ജീവിക്ക ണമെന്ന് ഞാൻ നിന്നെ പഠിപ്പിക്കാം. ഒരുപക്ഷേ, എനിക്ക് ഭൂമിയിൽ ദിവ സങ്ങൾ കുറവായിരിക്കാം."

ഇഗ്നാറ്റ് അല്പസമയം നിശ്ശബ്ദനായിരുന്നു. അയാൾ വീണ്ടും വോഡ്ക കുടിച്ചതിനുശേഷം യാന്ത്രികമായി സംസാരം തുടർന്നു.

"മനുഷ്യരോട് അനുകമ്പയുണ്ടാവേണ്ടത് ആവശ്യമാണ്. നിനക്ക് അനുകമ്പ തോന്നിയത് ശരിയായ കാര്യമാണ്. പക്ഷേ, അവരോടുള്ള അനു കമ്പ വിവേകപൂർവ്വമായിരിക്കണം. ആദ്യമായി ഒരു മനുഷ്യനെ നോക്കി മനസ്സിലാക്കണം. പിന്നീട് അയാളിൽ നല്ല കാര്യങ്ങൾ എന്തുണ്ടെന്നും അയാളെ എങ്ങനെ ഉപയോഗപ്പെടുത്താമെന്നും കണ്ടെത്തണം! അയാൾ കഴിവുള്ളവനാണെന്ന് നിങ്ങൾക്ക് തോന്നിയാൽ അയാളെ സഹായി ക്കണം. അയാളോട് അനുകമ്പ വേണം. അവൻ ജോലിക്ക് പറ്റാത്തവനാ ണെന്ന് തോന്നിയാൽ അവന്റെ പുറത്ത് തുപ്പണം. അവനെ പറഞ്ഞുവി ടണം. ഇത് മനസ്സിൽ എപ്പോളും ഓർമ്മയുണ്ടായിരിക്കണം. എന്തുകാര്യ ത്തിനും പരാതി പറയുകയും നെടുവീർപ്പിടുകയും സങ്കടപ്പെടുകയും ചെയ്യുന്നവനെ ഒന്നിനും കൊള്ളില്ല. അവൻ അനുകമ്പ അർഹിക്കുന്നില്ല. അവനെ സഹായിക്കുന്നതു കൊണ്ട് പ്രയോജനം ഇല്ല. അയാളോട് അനു കമ്പ കാണിച്ചാൽ അവർ കൂടുതൽ മുഖംവീർപ്പിക്കും. അത് അവരെ കൂടു തൽ പ്രയോജനം ഇല്ലാത്തവരാക്കും. നിന്റെ തല തൊട്ടപ്പന്റെ വീട്ടിൽ നീ

പലതരം ആളുകളെ കണ്ടിട്ടുണ്ട്. ഭാഗ്യമില്ലാത്ത സഞ്ചാരികളെയും ആശ്രിതന്മാരെയും എല്ലാത്തരത്തിലുള്ള ഉപദ്രവകാരികളെയും നീ കണ്ടിട്ടുണ്ട്. അവർ മനുഷ്യരല്ല. അവർ വെറും പുറംതോട് മാത്രമാണ്. അവരെ ഒന്നിനും കൊള്ളില്ല. അവർ മൂട്ടകളെപോലെയാണ്. അവർ ഈച്ചകളെ പോലെ വൃത്തികെട്ട ജീനുകളാണ്. അവർ ദൈവത്തെ ഓർക്കുന്നില്ല. അവർക്ക് ദൈവം ഇല്ല. വിഡ്ഢികൾക്ക് അവരോട് അനുകമ്പ തോന്നാൻ വേണ്ടിയാണ് അവർ ദൈവത്തെ വിളിക്കുന്നത്. അങ്ങനെ അവരുടെ വയറുനിറയ്ക്കാൻ വേണ്ടി മാത്രമാണ് ജീവിക്കുന്നത്. തീറ്റിയും കുടിയും ഉറക്കവും പരാതിപറയലുമല്ലാതെ അവരെക്കൊണ്ട് ഒന്നിനും പറ്റില്ല. ആത്മാവിന്റെ പതനം മാത്രമാണ് അവരെക്കൊണ്ടുള്ള നേട്ടം. നിങ്ങളുടെ വഴിയിൽ അവർ ഉണ്ട്. അവരെ തട്ടിമാറ്റിയിട്ട് വേണം നിങ്ങൾക്ക് മുന്നോട്ടുപോകാൻ. അവരുടെ ഇടയിൽ ഒരു നല്ല മനുഷ്യൻ ഉണ്ടെങ്കിൽ അയാൾ കേടായ ആപ്പിളുകൾക്കിടയിലെ നല്ല ആപ്പിളിനെപോലെ പെട്ടെന്ന് ചീഞ്ഞുപോകും. അതുകൊണ്ട് ആർക്കും ഒരു പ്രയോജനം ഉണ്ടാകാൻ പോകുന്നില്ല. നീ വെറും കുട്ടിയാണ്. അതാണ് കുഴപ്പം. നീ ഞാൻ പറയുന്നത് മനസ്സിലാക്കാറായിട്ടില്ല. കഷ്ടപ്പാടിൽ പതറാത്തവനെ സഹായിക്കുക. അവൻ നിങ്ങളോട് സഹായം ചോദിച്ചെന്ന് വരില്ല. പക്ഷേ, നിങ്ങൾ സ്വയം ചിന്തിച്ച് സഹായം ചെയ്തുകൊടുക്കണം. അവൻ ആവശ്യപ്പെടാതെ നിങ്ങൾ അവനെ സഹായിക്കണം. നിങ്ങളുടെ സഹായം കൊണ്ട് അവന്റെ അഭിമാനത്തിന് ക്ഷീണം തട്ടുകയാണെങ്കിൽ, നിങ്ങൾ അവനെ സഹായിക്കുകയാണെന്ന് അവൻ ഒരിക്കലും തിരിച്ചറിയാൻ പാടില്ല. സാമാന്യബുദ്ധി ഉപയോഗിച്ച് ആ രീതിയിൽ വേണം അവനെ സഹായിക്കാൻ! ഉദാഹരണത്തിന് രണ്ട് പലകകൾ ചേറിൽ വീണുപോയെന്ന് വിചാരിക്കുക. അതിൽ ഒരു പലക ദ്രവിച്ചതാണ്. ഒന്ന് നല്ല ഉറപ്പുള്ള പലകയാണ്. നിങ്ങൾ എന്ത് ചെയ്യും? ദ്രവിച്ച പലകകൊണ്ട് എന്തെങ്കിലും ഉപയോഗം ഉണ്ടോ? അത് കളയുന്നതാണ് നല്ലത്. അത് ചേറിൽത്തന്നെ കിടക്കട്ടെ! നിങ്ങളുടെ കാലിൽ ചേറ് പറ്റിപ്പിടിക്കാതിരിക്കാൻ വേണ്ടി നിങ്ങൾക്ക് അതിൽ ചവിട്ടി നടക്കാം. നല്ല പലക ചേറിൽ നിന്ന് പൊക്കിയെടുത്ത് വെയിലത്തു വെച്ച് ഉണക്കി എടുക്കാം. നിങ്ങൾ അത് ഉപയോഗിക്കുന്നില്ലെങ്കിൽ മറ്റാരെങ്കിലും അതെടുത്ത് ഉപയോഗിക്കും. എന്റെ ഫോമാ, അതിന്റെ ഒരു രീതി അതാണ്! ഞാൻ പറയുന്ന കാര്യം ശ്രദ്ധിച്ചുകേൾക്കണം. ഒരിക്കലും മറക്കാൻ പാടില്ല. യഫിമിനോട് അനുകമ്പ തോന്നേണ്ട ആവശ്യം ഇല്ല. അവൻ കഴിവുള്ളവനാണ്. അവന് അവന്റെ വില അറിയാം. ചെവിക്കുറ്റിക്ക് ഇടികൊടുത്തതുകൊണ്ട് നിങ്ങൾക്ക് അവന്റെ മനസ്സിനെ തളർത്താൻ പറ്റില്ല. ഞാൻ ഒരാഴ്ചയോളം അവനെ ശ്രദ്ധിക്കും. അതിനുശേഷം ഞാൻ അവനെ ചുക്കാൻ മുറിയിലാക്കും. അവൻ നല്ല ഒരു നാവികൻ ആയിരിക്കും. ഉദ്യോഗക്കയറ്റം കൊടുത്താൽ അവൻ കപ്പിത്താനാകാൻ വരെ ധൈര്യം ഉള്ളവനാണ്. അവൻ യുക്തിയുള്ള ഒരു കപ്പിത്താൻ ആയിരിക്കും. ആ രീതിയിലാണ് ആളുകൾ വലുതാവുന്നത്. മോനൊരു കാര്യം മനസ്സിലാക്കണം.

ഇത്തരം അവസ്ഥകളിലൂടെ ഞാനും കടന്നുപോയിട്ടുണ്ട്. അവന്റെ പ്രായത്തിൽ ഒന്നിൽ കൂടുതൽ തവണ എന്റെ ചെവിക്കുറ്റിക്കും ഇടികിട്ടിയിട്ടുണ്ട്. നമുക്കെല്ലാവർക്കും ജീവിതം സ്നേഹനിധിയായ അമ്മ അല്ലെന്നുള്ള കാര്യം എന്റെ മകൻ മനസ്സിലാക്കണം. അത് നമ്മളോട് കർക്കശമായി പെരുമാറുന്ന യജമാനത്തിയാണ്."

ഇഗ്നാറ്റ് രണ്ടുമണിക്കൂറോളം മകനോട് സംസാരിച്ചു. അയാൾ അയാളുടെ യൗവ്വനത്തെപ്പറ്റിയും കഷ്ടപ്പാടുകളെപ്പറ്റിയും മനുഷ്യരെപ്പറ്റിയും അവരുടെ ഭയാനകമായ ശക്തിയെപ്പറ്റിയും അവരുടെ ബലഹീനതകളെപ്പറ്റിയും മകനോട് പറഞ്ഞുകൊണ്ടിരുന്നു. അവർ എങ്ങനെയാണ് ജീവിച്ചതെന്നും മറ്റുള്ളവരുടെ ചെലവിൽ ജീവിക്കാൻവേണ്ടി ചിലപ്പോൾ എങ്ങനെയാണ് നിർഭാഗ്യവാന്മാരായി അഭിനയിച്ചതെന്നും അയാൾ അവനോട് വിവരിച്ചു.

അതിനുശേഷം അയാൾ അവനോട് അയാളെപ്പറ്റി പറഞ്ഞു. ഒരു സാധാരണ ജോലിക്കാരനിൽനിന്നും ഒരു വലിയ വ്യാപാരസ്ഥാപനത്തിന്റെ ഉടമ എന്ന നിലയിലേക്ക് ഉയർന്നതെങ്ങനെയാണെന്ന് അയാൾ വിശദീകരിച്ചു. ഫോമാ അയാളുടെ വാക്കുകൾ ശ്രദ്ധിച്ചുകേട്ടു. അവന് അച്ഛൻ തന്നോടു കൂടുതൽ കൂടുതൽ അടുത്തുകൊണ്ടിരിക്കുന്നതായി തോന്നി. അൻഫിസാ അപ്പച്ചിയുടെ യക്ഷിക്കഥകളിൽ കുത്തി നിറച്ചിരുന്ന കാര്യങ്ങൾ ഉണ്ടായിരുന്നില്ലെങ്കിലും അച്ഛന്റെ കഥകളിൽ അത്രതന്നെ താല്പര്യം തോന്നുന്നതും പുതുമയും വ്യക്തതയും യക്ഷിക്കഥകളേക്കാൾ മനസ്സിലാക്കാൻ പറ്റുന്നതുമായ ചില കാര്യങ്ങൾ ഉണ്ടായിരുന്നു. അവന്റെ കുഞ്ഞു മനസ്സിൽ ശക്തിമത്തായ സ്നേഹം മിടിക്കാൻ തുടങ്ങി. അവൻ അച്ഛനിലേക്ക് ആകർഷിക്കപ്പെട്ടു. ഇഗ്നാറ്റിന് അവന്റെ കണ്ണുകളിൽനിന്ന് മകന്റെ വികാരം ഊഹിക്കാൻ കഴിഞ്ഞു. അയാൾ പെട്ടെന്ന് എഴുന്നേറ്റ് അവനെ കെട്ടിപ്പിടിച്ച് നെഞ്ചിലേക്ക് അമർത്തി. ഫോമാ അച്ഛന്റെ കഴുത്തിൽ കൈചുറ്റി അച്ഛന്റെ കവിളിനോട് അവന്റെ കവിൾ അമർത്തിവെച്ചു. ഫോമാ നിശ്ശബ്ദനായിരുന്നു. അവന്റെ ശ്വാസോച്ഛ്വാസത്തിന്റെ വേഗത കൂടി.

"എന്റെ മോനേ," ഇഗ്നാറ്റ് അവ്യക്തമായ ശബ്ദത്തിൽ മന്ത്രിച്ചു. "എന്റെ പൊന്നുമോനേ! ഞാൻ ജീവിച്ചിരിക്കുമ്പോൾ തന്നെ കാര്യങ്ങൾ മനസ്സിലാക്കണം. എന്തു ചെയ്യാം! ജീവിക്കുന്നത് ബുദ്ധിമുട്ടുള്ള കാര്യമാണ്."

അച്ഛന്റെ നിസ്സഹായത കേട്ട് കുട്ടിയുടെ ഹൃദയം തുളുമ്പി. അവൻ പല്ലുകൾ ചേർത്തുവെച്ചു. ചൂടുള്ള കണ്ണുനീർ അവന്റെ കണ്ണുകളിൽ നിന്ന് പുറത്തേക്ക് ഒഴുകി.

ഈ ദിവസം തന്നെ ഇഗ്നാറ്റ് അയാളുടെ മകനിൽ പ്രത്യേകതയുള്ള എന്തെങ്കിലും വികാരം ജ്വലിപ്പിച്ചിട്ടില്ല. ഫോമായ്ക്ക് അയാളിൽ പുതുമകൾ ഉണ്ടായിരുന്നില്ല. അയാളുടെ വലിയ രൂപം കണ്ടുകണ്ട് അവൻ തളർന്നുപോയിരുന്നു. അവൻ അയാളെ ചെറിയ തോതിൽ ഭയപ്പെട്ടു. അതേസമയം അവന്റെ അച്ഛൻ അവന്റെ ആഗ്രഹത്തിനൊത്ത് എന്ത് വേണമെങ്കിലും ചെയ്യുമെന്ന് അവൻ മനസ്സിലാക്കിയിരുന്നു. ചിലപ്പോൾ ഒന്നോ

രണ്ടോ ദിവസത്തേക്ക് അല്ലെങ്കിൽ ഒരുപക്ഷേ, വേനൽക്കാലം കഴിയുന്നതുവരെ ഇഗ്നാറ്റ് വീട്ടിൽനിന്ന് മാറിനില്ക്കാറുണ്ട്. എന്നിട്ടും ഫോമാ അയാളുടെ അസാന്നിദ്ധ്യം ശ്രദ്ധിച്ചിട്ടുപോലും ഇല്ല. അവൻ അൻഫിസാ അപ്പച്ചിയുടെ സ്നേഹത്തിൽ അത്രമാത്രം മതിമയങ്ങിപ്പോയിരുന്നു. ഇഗ്നാറ്റ് തിരിച്ചുവരുന്നത് അവന് സന്തോഷമായിരുന്നു. പക്ഷേ, അച്ഛന്റെ വരവാണോ അയാൾ വാങ്ങിക്കൊണ്ടുവരുന്ന കളിപ്പാട്ടങ്ങളാണോ അവനെ സന്തോഷിപ്പിച്ചിരുന്നതെന്ന് അവന് വ്യക്തമായിരുന്നില്ല. പക്ഷേ, ഇപ്പോൾ ഇഗ്നാറ്റിനെ കാണുമ്പോൾ തന്നെ അവൻ അയാളുടെ അടുത്തേക്ക് ഓടിച്ചെന്ന് കൈയിൽ കയറിപ്പിടിച്ചു പൊട്ടിച്ചിരിച്ചുകൊണ്ട് അയാളുടെ കണ്ണുകളിലേക്ക് നോക്കും. അവനെ അയാൾ രണ്ടുമൂന്നു മണിക്കൂർ സമയത്തേക്ക് കാണാതിരുന്നാൽ അവന്റെ ക്ഷമ നശിക്കും: അച്ഛനോടുള്ള അവന്റെ താല്പര്യം വർദ്ധിച്ചു. അവർ ഒന്നിക്കുന്ന ഓരോ സന്ദർഭത്തിലും ഫോമാ അവന്റെ അച്ഛനോട് യാചിച്ചു കൊണ്ടിരുന്നു.

"അച്ഛാ, അച്ഛൻ എവിടെയായിരുന്നു?"

കപ്പൽ ഇപ്പോൾ വോൾഗയിലൂടെ മുന്നേറിക്കൊണ്ടിരിക്കുകയായിരുന്നു. ആകാശം കാർമേഘങ്ങൾ മൂടിക്കിടക്കുന്ന ജൂലൈയിലെ ശ്വാസം മുട്ടിക്കുന്ന ഒരു രാത്രി. വോൾഗ മൊത്തത്തിൽ ഒരു അപശകുനം സൂചിപ്പിക്കുന്ന തരത്തിലുള്ള ശാന്തതയിലായിരുന്നു. അവർ കസാനിലെത്തി ധാരാളം കപ്പലുകളുടെ ഒരറ്റത്തായി ഉസ്‌ലോണിനു സമീപം നങ്കൂരമിട്ടു. നങ്കൂരച്ചങ്ങലകളുടെ കിലുക്കവും ജോലിക്കാരുടെ അലർച്ചയും കേട്ട് ഫോമാ ഉണർന്നു. അവൻ ജനലിലൂടെ പുറത്തേക്ക് നോക്കി. വളരെ ദൂരത്തായി വിളക്കുകളുടെ മങ്ങിയവെളിച്ചം അവൻ കണ്ടു. കപ്പലിന്റെ ചുറ്റുപാടുമുള്ള വെള്ളം എണ്ണപോലെ കൊഴുപ്പുള്ളതും കറുത്തതുമായിരുന്നു. കാഴ്ചയിൽ മറ്റൊന്നും തന്നെ ഉണ്ടായിരുന്നില്ല. അവന്റെ ഹൃദയം അസഹ്യതയോടെ തുടിച്ചു. അവൻ ശ്രദ്ധയോടെ ചെവികൂർപ്പിച്ചു. കഷ്ടിച്ച് കേൾക്കാൻ കഴിയുന്ന ദുഃഖസൂചകമായ ഒരു ശബ്ദം അവന്റെ ചെവിയിലെത്തി. സ്വാർത്ഥവാഹകസംഘത്തിന്റെ സങ്കീർത്തനം പോലെ കാവൽക്കാർ പരസ്പരം ദുഃഖത്തോടെ വിളിച്ചു പറയുന്നു. കപ്പൽ നീരാവി പുറത്തുവിട്ടു കൊണ്ട് ദേഷ്യപ്പെട്ട് ചൂളംവിളിച്ചു. നദിയിലെ കറുത്ത വെള്ളം നിശ്ശബ്ദമായി കപ്പലിന്റെ വശങ്ങളിൽ വിഷാദത്തോടെ തെറിച്ചുവീണു. കണ്ണുകഴയ്ക്കുന്നതുവരെ ഇരുട്ടിലേക്ക് സൂക്ഷിച്ചുനോക്കിക്കൊണ്ടുനിന്നപ്പോൾ കറുത്ത തട്ടുകളും അവയ്ക്കുമുകളിൽ കത്തിക്കൊണ്ടിരിക്കുന്ന ചെറിയവിളക്കുകളും അവൻ തിരിച്ചറിഞ്ഞു. അതെല്ലാം ചങ്ങാടങ്ങളാണെന്ന് അവന് അറിവുണ്ട്. പക്ഷേ, ഈ അറിവ് കൊണ്ട് അവന് സമാധാനമായില്ല. അവന്റെ ഹൃദയം വല്ലാതെ മിടിച്ചു. അവന്റെ സങ്കല്പത്തിൽ ഭയാനകമായ കറുത്ത പ്രതിബിംബങ്ങൾ ഉയർന്നുവന്നു.

"ഓ...." ഒരു നീണ്ട കരച്ചിൽ ദൂരത്തുനിന്നും ഉയർന്നുവന്ന് ഒരു നിലവിളിയായി അവസാനിച്ചു.

ആരോ മേൽത്തട്ടിലൂടെ നടന്ന് കപ്പലിന്റെ അറ്റത്ത് എത്തിയിരുന്നു.

"ഓ....." നിലവിളി വീണ്ടും കേട്ടു. പക്ഷേ, ഈ പ്രാവശ്യം അത് കൂടുതൽ അടുത്തെത്തിയിരുന്നു.

"യഫിം!" മേൽത്തട്ടിൽ നിന്നിരുന്ന ആരോ സാവധാനം വിളിച്ചു. "യഫിംകാ!"

"എന്താണ്?"

"എണീക്കടാ പിശാചേ! കൊളുത്തുകൾ അഴിച്ചെടുക്ക്"

"ഓ...." വളരെ അടുത്തുനിന്നും ആരോ മുരണ്ടു. ഫോമാ ഞെട്ടലോടെ ജനാലയുടെ അടുത്തുനിന്നും പിന്നോട്ടു മാറി.

അസ്വസ്ഥത നിഴലിക്കുന്ന ആ ശബ്ദം അടുത്തടുത്തു വരുന്നതിനൊത്ത് അതിന്റെ ശക്തി കൂടിക്കൊണ്ടിരുന്നു. ഒടുവിൽ അത് തേങ്ങലായി മാറി ഇരുട്ടിൽ അവസാനിച്ചു. മേൽത്തട്ടിൽ അവർ അമ്പരപ്പോടെ പിറുപിറുത്തു:

"യഫിംകാ! എഴുന്നേല്ക്കൂ! ഒരു വിരുന്നുകാരൻ ഒഴുകി നടക്കുന്നു!"

"എവിടെ?" ആരോ എവിടെയോ നിന്ന് ചോദിക്കുന്നതു കേട്ടു. പിന്നീട് നഗ്നമായ പാദങ്ങൾ മേൽത്തട്ടിലൂടെ ശബ്ദമുണ്ടാക്കിക്കൊണ്ട് ചുറ്റിത്തിരിഞ്ഞു. ഒരു ബഹളവും ഒച്ചപ്പാടും കേട്ടു. രണ്ട് വലിയ കൊളുത്തുകൾ കുട്ടിയുടെ മുഖത്തിനു മുന്നിലൂടെ ഏറെക്കുറെ നിശ്ശബ്ദമായി വെള്ളത്തിലേക്ക് വീണു.

"ഒരു വിരുന്നുകാരൻ!' ആരോ വിങ്ങിപ്പൊട്ടി. അതിനുശേഷം വളരെ വ്യത്യസ്തമായി വെള്ളം നാലുപാടും തെറിക്കുന്നതതിന്റെ ശബ്ദം പ്രതിദ്ധ്വനിച്ചു.

ഈ തേങ്ങൽകേട്ട് ഫോമാ പേടിച്ചുവിറച്ചു. പക്ഷേ, അവന് ജനാലപ്പടിയിൽ നിന്ന് കൈ എടുക്കാനോ വെള്ളത്തിൽനിന്ന് കണ്ണെടുക്കാനോ കഴിഞ്ഞില്ല.

"വിളക്കു തെളിക്കൂ. ഒന്നും കാണാൻ കഴിയുന്നില്ല."

"നേരെ നോക്കൂ."

"അതിനുശേഷം വെള്ളത്തിനു മുകളിലേക്കു ഒരു മങ്ങിയ വെളിച്ചം വന്നുവീണു. വെള്ളം ശാന്തമായി ഇളകിക്കൊണ്ടിരിക്കുന്നത് ഫോമാ കണ്ടു. വേദനകൊണ്ട് പുളയുന്ന വെള്ളത്തെ ഒരു തലോടലിലൂടെ ആശ്വസിപ്പിക്കാനെന്നമട്ടിൽ ഇളകുന്ന വെള്ളത്തിനു മുകളിലൂടെ ഒരു തിരമാല കടന്നുപോയി.

"നോക്കൂ! നോക്കൂ" മേൽത്തട്ടിൽ നിന്നിരുന്നവർ ഭയത്തോടെ പതുക്കെ പറഞ്ഞു.

ഈ സമയത്ത് വെളുത്ത പല്ലുകൾ ഇളിച്ചുകൊണ്ടു കിടക്കുന്ന ഒരു മനുഷ്യന്റെ മുഖം വെളിച്ചത്തിന്റെ വട്ടത്തിനുള്ളിൽ പ്രത്യക്ഷപ്പെട്ടു. അത് വെള്ളത്തിനു മുകളിൽക്കിടന്ന് അടികൊണ്ടിരുന്നു. അതിന്റെ പല്ലുകൾ കണ്ടാൽ അത് ഫോമായെ നോക്കി പുഞ്ചിരിച്ചുകൊണ്ട് പറയുന്നതു പോലെ തോന്നി:

"ഏയ്! കുട്ടി! ഇവിടെ തണുപ്പാണ്. ഞാൻ പോകുന്നു!"

കൊളുത്തുകൾ കുലുങ്ങി. അത് ഉയർത്തിയതിനുശേഷം വീണ്ടും വെള്ളത്തിലേക്ക് താഴ്ത്തി. അവിടെ അത് ശ്രദ്ധയോടെ എന്തോ സാധനം തള്ളിനീക്കാൻ തുടങ്ങി.

"അയാളെ തള്ളിനീക്ക്! ഉന്തിവിട്ടാൽ മതി! സൂക്ഷിക്കണം! അയാൾ ചക്രത്തിനടിയിൽ പോയി കയറും!"

"എങ്കിൽ നിങ്ങൾ വന്ന് തള്ളിവിട്"

കൊളുത്തുകൾ പല്ലിറുമ്മുന്നതു പോലുള്ള ശബ്ദം ഉണ്ടാക്കിക്കൊണ്ട് കപ്പലിന്റെ വശത്തുകൂടി ഉരഞ്ഞുനീങ്ങി. അത് ശ്രദ്ധിച്ചുകൊണ്ടുനിന്ന ഫോമായ്ക്ക് കണ്ണടയ്ക്കാൻ കഴിഞ്ഞില്ല. അവന്റെ തലയ്ക്കുമുകളിൽ കേട്ടുകൊണ്ടിരുന്ന മേൽത്തട്ടിലെ കാലൊച്ചകൾ സാവധാനത്തിൽ അമരത്തിലേക്ക് നീങ്ങിക്കൊണ്ടിരുന്നു. അതിനുശേഷം വീണ്ടും മരിച്ചവനു വേണ്ടിയുള്ള വിലാപം വീണ്ടും കേട്ടു.

"ഒരു പാവം!"

"അച്ഛാ" ഫോമാ മണിമുഴക്കം പോലെയുള്ള ശബ്ദത്തിൽ വിളിച്ചു പറഞ്ഞു. "അച്ഛാ!" അവന്റെ അച്ഛൻ ചാടി എഴുന്നേറ്റ് അവന്റെ അടുത്തേക്ക് പാഞ്ഞുവന്നു.

"എന്താണത്? അവർ അവിടെ എന്തുചെയ്യുകയാണ്?" ഫോമാ ഉറക്കെ ചോദിച്ചു.

ഉറക്കെ വിളിച്ചുകൂവിക്കൊണ്ട് ഇഗ്നാറ്റ് മുറിയിൽ നിന്നു പുറത്തേക്ക് കുതിച്ചു. ഫോമാ സംശയത്തോടെ ചുറ്റുപാടും നോക്കിക്കൊണ്ട് അച്ഛന്റെ കിടക്കയുടെ അടുത്തെത്തുന്നതിനു മുമ്പുതന്നെ അയാൾ മുറിക്കുള്ളിൽ തിരിച്ചുവന്നു.

"അവർ നിന്നെ പേടിപ്പിച്ചോ? അവിടെ ഒന്നുമില്ല.!" അവനെ കെട്ടിപ്പിടിച്ചുകൊണ്ട് ഇഗ്നാറ്റ് പറഞ്ഞു. "എന്റെ കൂടെ കിടന്നുകൊള്ളൂ."

"അതെന്താണ്?" ഫോമാ ശബ്ദമുണ്ടാക്കാതെ ചോദിച്ചു.

"അത് വെറുതെ ബഹളം ഉണ്ടാക്കുകയാണ്. ഒരാൾ വെള്ളത്തിൽ മുങ്ങി. അയാൾ അവിടെ ഒഴുകിനടക്കുന്നുണ്ട്. അതിനെന്താണ്! പേടിക്കണ്ട. അയാൾ ഒഴുകുന്നത് നമ്മൾക്ക് കാണാൻ കഴിയുന്നുണ്ട്."

"അവർ എന്തിനാണ് അയാളെ തള്ളുന്നത്?" ഫോമാ പേടിച്ച് കണ്ണടച്ച് അച്ഛന്റെ നെഞ്ചത്തേക്ക് പറ്റിച്ചേർന്നുകൊണ്ട് ചോദിച്ചു.

"അങ്ങനെ ചെയ്യണം. അല്ലെങ്കിൽ ഒരുപക്ഷേ, വെള്ളം അയാളെ തള്ളി കപ്പലിന്റെ ചക്രത്തിനടിയിൽ കൊണ്ടിടും. നമ്മുടെ കപ്പലിന്റെ ചക്രത്തിലാണെങ്കിൽ നാളെ പൊലീസുകാർ അത് ശ്രദ്ധിക്കും. അത് കുഴപ്പമാണ്. അന്വേഷണം തുടങ്ങും. നമ്മളെ പരിശോധനയ്ക്ക് വേണ്ടി ഇവിടെ പിടിച്ചിടും. അതുകൊണ്ടാണ് നമ്മൾ അയാളെ തള്ളിനീക്കുന്നത്. അതുകൊണ്ട് അയാൾക്ക് പ്രശ്നമൊന്നുമില്ല. അയാൾ മരിച്ചുകഴിഞ്ഞു. അയാൾക്ക് വേദനിക്കില്ല. പക്ഷേ, ജീവിച്ചിരിക്കുന്നവർക്ക് അയാളെക്കൊണ്ട് ബുദ്ധിമുട്ടുകൾ ഉണ്ടാകും. മോനുറങ്ങ്."

"അപ്പോൾ അയാൾ അങ്ങനെ ഒഴുകിനടക്കും?"

'അയാൾ ഒഴുകി നടന്നുകൊള്ളും. എവിടെയെങ്കിലും വെച്ച് അവർ അയാളെ കരയ്ക്കടുത്തു കുഴിച്ചിടും."

"ഒരു മീൻ അയാളെ പിടിച്ച് വിഴുങ്ങുമോ?"

"മനുഷ്യന്റെ ശരീരം മീൻ തിന്നില്ല. ഞണ്ടുകൾ തിന്നും. അവയ്ക്ക് ഇഷ്ടമാണ്."

അച്ഛന്റെ ശരീരത്തിന്റെ ചൂടുതട്ടി ഫോമായുടെ ഭയം ഉരുകിപ്പോകുകയായിരുന്നു. പല്ലിളിക്കുന്ന ആ ഭയാനകമായ മുഖം കറുത്ത വെള്ളത്തിൽ പൊങ്ങിക്കിടന്ന് ഇപ്പോഴും ഉലഞ്ഞുകൊണ്ടിരുന്നു.

"അയാൾ ആരാണ്?"

"ദൈവത്തിനറിയാം!" അയാൾക്കു വേണ്ടി ദൈവത്തിനോട് പ്രാർത്ഥിക്കാം: ദൈവമേ അയാളുടെ ആത്മാവിന് ശാന്തി നല്കണമേ!"

"ദൈവമേ അയാളുടെ ആത്മാവിന് ശാന്തി നല്കേണമേ!"

"അതുമതി. ഇനി ഉറങ്ങാം. ഒന്നും പേടിക്കണ്ട. അയാൾ ഇപ്പോൾ വളരെ ദൂരത്തേക്ക് ഒഴുകിപ്പോയിട്ടുണ്ടാവും. ഒരു കാര്യം ശ്രദ്ധിക്കണം. കപ്പലിന്റെ വശത്തേക്ക് പോകുന്നത് ശ്രദ്ധിച്ചുവേണം. നിങ്ങൾ ചിലപ്പോൾ വെള്ളത്തിലേക്ക് മറിഞ്ഞുവീഴും."

"അയാൾ മറിഞ്ഞുവീണതാണോ?"

"തീർച്ചയായും. ഒരുപക്ഷേ, അയാൾ കുടിച്ചിരുന്നുകാണും. അയാളുടെ അവസാനം ഇങ്ങനെയായത് അതുകൊണ്ടായിരിക്കും! ഒരുപക്ഷേ, അയാൾ സ്വയം വെള്ളത്തിൽ ചാടിയതാവാനും ഇടയുണ്ട്. അങ്ങനെ ചെയ്യുന്ന ആളുകൾ ഉണ്ട്. അവർ തനിയെ വെള്ളത്തിൽ ചാടി മുങ്ങിമരിക്കും. മരണം ചിലർക്ക് ഒരു അവധി ദിവസം ആകുന്ന രീതിയിലാണ് ജീവിതത്തിൽ പലപ്പോഴും കണ്ടുവരുന്നത്. ചിലപ്പോൾ അത് എല്ലാവർക്കുമുള്ള ഒരു അനുഗ്രഹമാണ്."

"അച്ഛാ."

"കിടന്നുറങ്ങ് മോനേ."

മൂന്ന്

സ്കൂളിലെ ആദ്യദിവസം. നിയന്ത്രണമില്ലാത്ത കുട്ടികൾക്കും കുസൃതികൾക്കുമിടയിൽ അമ്പരന്നു നില്ക്കുന്നതിനിടയിൽ അവർക്കിടയിൽനിന്ന് അവനു താല്പര്യം തോന്നിയ രണ്ടു കുട്ടികളെ ഫോമ തിരഞ്ഞെടുത്തു. ഒരാൾ ഫോമയുടെ മുന്നിലാണ് ഇരുന്നിരുന്നത്. ഫോമയുടെ സ്ഥാനത്തിരുന്ന് നോക്കുമ്പോൾ പുള്ളിപ്പൊട്ടുകൾ നിറഞ്ഞ ഒരു തടിച്ച കഴുത്തും വീതിയുള്ള പിൻഭാഗവും വലിയ ചെവികളും ചുവന്ന കുറ്റിത്തലമുടി എഴുന്നു നില്ക്കുന്ന തലയുടെ പിൻവശവും അവൻ കണ്ടു.

കീഴ്ചുണ്ട് ഞാണുകിടക്കുന്ന ക്ലാസ് ടീച്ചർ "ആഫ്രിക്കക്കാരൻ സ്മോളിൻ" എന്ന് ഉറക്കെ വിളിച്ചുകൂവിയപ്പോൾ ചുവന്ന കുറ്റിമുടിയുള്ള ആൺകുട്ടി സാവധാനം എഴുന്നേറ്റ് ടീച്ചറുടെ അടുത്തുചെന്ന് അയാളുടെ

മുഖത്തേക്ക് ശാന്തമായി നോക്കിക്കൊണ്ടുനിന്ന് അയാൾ ചോദിച്ച ചോദ്യം ശ്രദ്ധിച്ചുകേട്ടതിനുശേഷം കറുത്ത ബോർഡിൽ ചോക്കുകൊണ്ടു വടി വൊത്ത അക്കങ്ങൾ വരച്ചുവെച്ചു.

"കൊള്ളാം നന്നായിരിക്കുന്നു. അത്രയും മതി" ടീച്ചർ പറഞ്ഞു. "യോഷോയ് നിക്കെളായ് മുന്നോട്ടു വരട്ടെ!"

ഫോമായുടെ തൊട്ടടുത്തിരുന്നവരിൽ എലിക്കുഞ്ഞിന്റെ കണ്ണുപോലെ ചെറിയ കണ്ണുകളുള്ള വെറിപിടിച്ച ഒരു മെലിഞ്ഞ ആൺകുട്ടി ചുറ്റുപാടും കണ്ണോടിച്ചുകൊണ്ട് സകല സാധനങ്ങളിലും തട്ടി മുട്ടിക്കൊണ്ട് കടന്നുവന്നു. കറുത്ത ബോർഡിനടുത്തുനിന്നും അവൻ ചോക്കു കൈവശപ്പെടുത്തി. എന്നിട്ട് ബൂട്ടിന്റെ മുൻഭാഗം തറയിൽ കുത്തി ഉയർന്നുനിന്നുകൊണ്ട് ബോർഡിൽ നിന്ന് വായിച്ചെടുക്കാൻ പറ്റാത്ത ചെറിയ അടയാളങ്ങൾ വരച്ചുവെച്ചു. ബോർഡു മുഴുവൻ ചോക്കുപൊടി കൊണ്ട് നിറഞ്ഞു.

"ഇത്രയും ബലം കൊടുത്ത് എഴുതരുത്" മുഖം ചുളിച്ച് തളർന്ന കണ്ണുകൾ ചെറുതാക്കിക്കൊണ്ട് ടീച്ചർ പറഞ്ഞു. യോഷോവ് മണിനാദം പോലെയുള്ള ശബ്ദത്തിൽ പെട്ടെന്ന് സംസാരിച്ചു:

"ആദ്യത്തെ കച്ചവടക്കാരന്റെ ലാഭം പതിനേഴ് കോപ്പക്കാണെന്ന് ഇപ്പോൾ നമുക്ക് അറിയാം."

"മതി, ഗോർഡിയീവ് രണ്ടാമത്തെ കച്ചവടക്കാരൻ എന്ത് നേട്ടമുണ്ടാക്കിയെന്ന് കണ്ടെത്താൻ നമ്മൾ എന്തുചെയ്യും?"

സ്മോളിന്റേയും യോഷോവിന്റെയും പരസ്പരവിരുദ്ധമായ പെരുമാറ്റം ശ്രദ്ധിച്ചുകൊണ്ടിരുന്ന ഫോമായ്ക്ക് ചോദ്യം പെട്ടെന്ന് മനസ്സിലായില്ല. അതുകൊണ്ട് അവൻ മറുപടി പറയാതെ നിശ്ശബ്ദനായിരുന്നു.

"നിനക്ക് അറിയില്ലേ? സ്മോളിൻ! അവന് അത് വിശദീകരിച്ചു കൊടുക്കൂ."

ചോക്കുപൊടി പുരണ്ട വിരലുകൾ ശ്രദ്ധയോടെ തുടച്ചതിനുശേഷം സ്മോളിൻ തുണിക്കഷണം മാറ്റിവെച്ചു. ഫോമായെ നോക്കാതെ ബോർഡിൽ ചോദ്യത്തിന്റെ ഉത്തരം കണ്ടെത്തിയതിനുശേഷം അവൻ വീണ്ടും കൈതുടയ്ക്കാൻ തുടങ്ങി. ഈ സമയത്ത് പുഞ്ചിരിച്ചുതുള്ളിച്ചാടിക്കൊണ്ട് യോഷോവ് അവന്റെ ഇരിപ്പടത്തിലേക്ക് തിരിച്ചുപോയി.

ഫോമായുടെ അടുത്തുചെന്നിരുന്ന് അവന്റെ കൈയിൽ തട്ടിവിളിച്ചു കൊണ്ട് യോഷോവ് പറഞ്ഞു "നിനക്ക് അത് അറിയില്ലേ? മൊത്തം ലാഭം എത്രയായിരുന്നു. മുപ്പത് കോപ്പക്ക്. ഉള്ളത് രണ്ടു കച്ചവടക്കാരാണ്. ഒരുത്തന് പതിനേഴ് കിട്ടി. മറ്റവന് എത്രകിട്ടും?"

"എനിക്ക് അറിയാം." അവന്റെ സ്ഥാനത്തേക്ക് തിരിച്ചുവന്നുകൊണ്ടിരുന്ന സ്മോളിന്റെ മുഖത്തുനോക്കി ആലോചിച്ചുകൊണ്ടിരുന്ന ഫോമാ മറുപടി പറഞ്ഞു. അവന്റെ നീലക്കണ്ണുകളും തടിച്ചുവീർത്ത പുള്ളിക്കുത്തുകൾ നിറഞ്ഞ വട്ടമുഖവും ഫോമായ്ക്ക് ഇഷ്ടപ്പെട്ടില്ല. യോഷോവ് അവന്റെ കാലിൽ നുള്ളിക്കൊണ്ട് ചോദിച്ചു.

"നീ ആരുടെ മകനാണ്? ഭ്രാന്തന്റെ മകനാണോ?"

"അതെ."

"അപ്പോൾ എപ്പോളും ഞാൻ നിനക്ക് പറഞ്ഞു തന്നുകൊണ്ടിരിക്കണമെന്ന് നീ ആഗ്രഹിക്കുന്നുണ്ടോ?"

"ഉണ്ട്."

"പകരം നീ എനിക്ക് എന്താണ് തരാൻ പോകുന്നത്?"

ഫോമാ അല്പസമയം ആലോചിച്ചതിനുശേഷം ചോദിച്ചു.

"ഇതെല്ലാം നീ തനിയെ പഠിച്ചതാണോ?"

"ഞാൻ വലിയ മിടുക്കനാണ്. നിനക്ക് അത് മനസ്സിലാകും."

"ഹേ! യോഷോവ് നീ അവിടെയിരുന്ന് വീണ്ടും സംസാരിക്കുകയാണ്."

യോഷോവ് ചാടി എഴുന്നേറ്റുകൊണ്ട് ഇവാൻ ആൻഡ്രിയിച്ചിനോട് ധൈര്യമായി പറഞ്ഞു.

"സർ, ഞാനല്ല സംസാരിച്ചത്. ഗോർഡിയീവ് ആണ് സംസാരിച്ചത്."

"രണ്ടുപേരും സംസാരിച്ചു." സ്മോളിൻ ശാന്തമായി പ്രഖ്യാപിച്ചു.

അദ്ധ്യാപകൻ മുഖം ചുളിച്ചുകൊണ്ട് വലിയ ചുണ്ടുകോട്ടി അവരെ എല്ലാം ഒന്നിച്ച് താക്കിതുചെയ്തു. പക്ഷേ, അയാളുടെ വാക്കുകൾക്ക് യോഷോവിന്റെ മുറുമുറുപ്പ് തടസ്സപ്പെടുത്താൻ കഴിഞ്ഞില്ല.

"സ്മോളിൻ! നീ പറഞ്ഞു കൊടുത്തതെല്ലാം എനിക്ക് ഓർമ്മയുണ്ടായിരിക്കും."

"ശരി, നീ എന്തിനാണ് മുഴുവൻ കുറ്റവും പുതിയ കുട്ടിയുടെ പുറത്തുവെച്ചു കെട്ടിയത്? മുഖം യോഷോവിന്റെ നേർക്ക് തിരിക്കാതെ സ്മോളിൻ ശബ്ദം താഴ്ത്തി ചോദിച്ചു.

"ശരി ശരി" യോഷോവ് വെറുപ്പോടെ പറഞ്ഞു.

ഫോമാ നിശ്ശബ്ദനായി തൊട്ടടുത്തിരുന്ന യോഷോവിനെ നോക്കി. അവന്റെ ചുറുചുറുക്ക് ഫോമായ്ക്ക് പെട്ടെന്ന് ഇഷ്ടപ്പെട്ടെങ്കിലും യോഷോവിന്റെ അടുത്തുനിന്ന് കഴിയുന്നത്ര അകന്നു നില്ക്കാൻ ഫോമാ ആഗ്രഹിച്ചു. ഒഴിവുസമയത്ത് സ്മോളിൻ പണക്കാരനായ ഒരു തുകൽ സംസ്കരണശാലയുടെ ഉടമസ്ഥന്റെ മകനാണെന്ന് യോഷോവിൽനിന്നും ഫോമാ മനസ്സിലാക്കി. യോഷോവ് ദരിദ്രനായ ഒരു ഖജനാവ് സൂക്ഷിപ്പുകാരന്റെ മകനാണെന്നും ഫോമാ തിരിച്ചറിഞ്ഞു. കാൽമുട്ടിലും കൈമുട്ടിലും തുന്നലുകളുള്ള വേഷത്തിൽനിന്നും ആർത്തി നിറഞ്ഞ വിളറിയ കണ്ണുകളിൽനിന്നും എല്ലുകൾ ഉന്തിനില്ക്കുന്ന മെലിഞ്ഞ രൂപത്തിൽ നിന്നും അവൻ ദരിദ്രനാണെന്നുള്ള കാര്യം വ്യക്തമാക്കിയിരുന്നു. യോഷോവ് മുഴങ്ങുന്ന ശബ്ദത്തിൽ അവന്റെ വാക്കുകളെ ആംഗ്യങ്ങളും ഗോഷ്ടികളും കാണിച്ച് വിശദീകരിച്ചുകൊണ്ടാണ് സംസാരിച്ചിരുന്നത്. അതുമാത്രമല്ല പലപ്പോഴും അവൻ ഉപയോഗിക്കുന്ന വാക്കുകളുടെ അർത്ഥം അവനു മാത്രം അറിവുള്ളതായിരുന്നു.

"നമുക്ക് കൂട്ടുകാരാകാം." അവൻ ഫോമയോട് പ്രഖ്യാപിച്ചു.

‘നീ എന്തിനാണ് ടീച്ചറോട് എന്നെപ്പറ്റി പരാതി പറഞ്ഞത്?” ഫോമാ ഗോർഡിയീവ് സംശയത്തോടെ യോഷോവിനെ നോക്കിക്കൊണ്ട് ക്ലാസിൽ നടന്നകാര്യം ഓർമ്മിപ്പിച്ചു.

“അതു കൊണ്ട് നിനക്ക് എന്തു കുഴപ്പം? നീ പുതിയ കുട്ടിയാണ്. പോരാത്തതിന് പണക്കാരനുമാണ്. ടീച്ചർ പണക്കാരെ ബുദ്ധിമുട്ടിക്കുകയില്ല. ഞാൻ പാവപ്പെട്ടവനാണ്. ഞാൻ ഒരിക്കൽപ്പോലും അയാൾക്ക് സമ്മാനങ്ങൾ കൊണ്ടുവന്നിട്ടില്ല. അതുകൊണ്ട് ഞാൻ മര്യാദകെട്ടവനാണ്. ഞാൻ പഠിക്കാൻ മോശമായിരുന്നെങ്കിൽ അയാൾ എന്നെ നേരത്തെ തന്നെ പറഞ്ഞുവിടുമായിരുന്നു. ഞാൻ ഇവിടെ നിന്ന് ജിംനേഷ്യത്തിലേക്കാണ് പോകുന്നത്. രണ്ടാം ക്ലാസ് ജയിക്കുമ്പോൾ ഞാൻ ഇവിടെനിന്ന് പോകും. രണ്ടാംക്ലാസിനുവേണ്ടി എന്നെ ഒരാൾ ഇപ്പോൾത്തന്നെ പരിശീലിപ്പിക്കുന്നുണ്ട്. നിനക്ക് എത്ര കുതിരകൾ ഉണ്ട്?”

“മൂന്ന്. നീ ഇത്രമാത്രം പഠിക്കുന്നത് എന്തിനാണ്?” ഫോമാ ചോദിച്ചു.

“ഞാൻ പാവപ്പെട്ടവനായതുകൊണ്ട്. പാവങ്ങൾ പാടുപെട്ട് പഠിച്ചാൽ ഒരുപക്ഷേ, അവർ പണക്കാരാകും. അവർ ഡോക്ടറന്മാരും ഉദ്യോഗസ്ഥന്മാരും ആകും. ഞാൻ കുതിരപ്പട്ടാളക്കാരനാകും. എന്റെ ഒരുവശത്ത് വാളും എന്റെ ബൂട്ടിൽ കുതിരമുള്ളും ഉണ്ടായിരിക്കും. ഞാൻ ടക്ടക് എന്ന് കുതിരപ്പുറത്ത് പാഞ്ഞുപോകും. നീ എന്താകാനാണ് പോകുന്നത്?”

“എനിക്ക് അറിയില്ല.” കൂട്ടുകാരനെ ദുഃഖത്തോടെ നോക്കിക്കൊണ്ട് ഫോമാ പറഞ്ഞു.

“നിനക്ക് ഒന്നും ആകണമെന്നില്ല. നിനക്ക് പ്രാവിനെ ഇഷ്ടമാണോ?”

“അതെ.”

“നിന്നെ എന്തിനു കൊള്ളാം!” യാഷോവ് ഫോമായുടെ സാവധാനത്തിലുള്ള സംസാരരീതി അനുകരിച്ചു കൊണ്ട് പറഞ്ഞു.

“നിനക്ക് എത്ര പ്രാവുകൾ ഉണ്ട്.?”

“എനിക്ക് ഒരെണ്ണം പോലും ഇല്ല.”

“ങേ! നീ പണക്കാരനായിട്ടും നിനക്ക് പ്രാവില്ലേ? എനിക്ക് പോലും മൂന്നെണ്ണം ഉണ്ട്. എന്റെ അച്ഛൻ പണക്കാരനായിരുന്നെങ്കിൽ എനിക്ക് കുറഞ്ഞത് നൂറുപ്രാവുകളെങ്കിലും ഉണ്ടാകുമായിരുന്നു. ദിവസം മുഴുവൻ ഞാൻ അതിന്റെ കൂടെ കിടന്ന് ഓടുമായിരുന്നു. സ്മോളിന് നല്ല ഒന്നാം തരം പ്രാവുകൾ ഉണ്ട്. പതിനാലെണ്ണം. ഒരെണ്ണത്തിനെ അവൻ എനിക്ക് സമ്മാനിച്ചിട്ടുണ്ട്. അവൻ അത്യാഗ്രഹിയാണെന്നു മാത്രം. പണക്കാരെല്ലാം അത്യാഗ്രഹികളാണ്. നീയും അത്യാഗ്രഹിയാണോ?”

“എനിക്ക് അറിയില്ല.” ഫോമാ സംശയിച്ച് മറുപടി പറഞ്ഞു.

“സ്മോളിന്റെ വീട്ടിൽ പോയാൽ നമുക്ക് മൂന്നുപേർക്കുംകൂടി പ്രാവുകളുടെ പിന്നാലെ ഓടാം.”

“വീട്ടിൽനിന്ന് സമ്മതം കിട്ടിയാൽ ഞാൻ വരാം.”

“നിന്റെ അച്ഛന് നിന്നെ ഇഷ്ടമല്ലേ?”

“അച്ഛന് എന്നെ ഇഷ്ടമാണ്.”

"അപ്പോൾ അച്ഛൻ നിന്നെ അനുവദിക്കും. പക്ഷേ, ഞാൻ നിന്റെ കൂടെ വരുന്നുണ്ടെന്ന് മാത്രം അച്ഛനോട് നീ പറയരുത്. ഒരുപക്ഷേ, അയാൾ നിന്നെ എന്റെ കൂടെ വരാൻ അനുവദിക്കില്ല. അച്ഛനോട് നീ സ്മോളിന്റെ വീട്ടിൽ പോകുന്നെന്ന് പറഞ്ഞാൽ മതി. സ്മോളിൻ!"

തടിയൻ അവരുടെ അടുത്തെത്തി. യോഷോവ് അവജ്ഞയോടെ അവന്റെ തലയിൽപിടിച്ച് കുലുക്കിക്കൊണ്ട് സംസാരിച്ചു.

"എടാ ചുവപ്പ് തലയൻ മണ്ടച്ചാരേ! നീ കുറ്റപ്പെടുത്തുന്നവനാണ്! നിന്നെപ്പോലുള്ള മണ്ടന്മാരുമായി കൂട്ടുകൂടുന്നതുകൊണ്ട് ഒരു പ്രയോജനവും ഇല്ല."

"നീ എന്തിനാണ് എന്നെ ചീത്ത പറയുന്നത്?" ഫോമായെ സൂക്ഷിച്ചു നോക്കിക്കൊണ്ട് സ്മോളിൻ യോഷോവിനോട് ശാന്തമായി ചോദിച്ചു.

"ഞാൻ നിന്നെ ചീത്തവിളിക്കുകയല്ല. ഞാൻ സത്യം പറയുകയാണ്." അവൻ ഉന്മേഷത്തോടെ നിവർന്നു നിന്നുകൊണ്ട് വിശദീകരിച്ചു. "നീ കുറ്റം പറഞ്ഞവനാണെങ്കിലും ഞാൻ അത് കാര്യമാക്കുന്നില്ല. അത് പ്രശ്നമാക്കേണ്ട! ഞായറാഴ്ച കുർബ്ബാന കഴിഞ്ഞ് ഞങ്ങൾ നിന്നെക്കാണാൻ വരുന്നുണ്ട്."

"വരൂ" സ്മോളിൻ തലകുലുക്കി സമ്മതിച്ചു.

"വേഗം വാ. അവർ ഇപ്പോൾ ബെല്ലടിക്കും. എനിക്ക് ഈ കുരുവിക്കുഞ്ഞിനെ വില്ക്കണമെങ്കിൽ ഓടിപ്പോകണം." അവൻ പോക്കറ്റിൽനിന്ന് ഒരു കടലാസ് പൊതി വലിച്ച് പുറത്തെടുത്തു. അതിനുള്ളിൽ ജീവനുള്ള കുരുവിക്കുഞ്ഞ് കിടന്ന് പിടയുന്നുണ്ടായിരുന്നു. കൈപ്പത്തിയിൽ നിന്നും രസം അപ്രത്യക്ഷമാകുന്നതുപോലെ സ്കൂൾ മുറ്റത്തുനിന്നും അവനെ കാണാതായി.

യോഷോവിന്റെ സാമർത്ഥ്യം കണ്ട് ഫോമാ അത്ഭുതപ്പെട്ടുപോയി. സ്മോളിന്റെ അഭിപ്രായം അന്വേഷിക്കുന്നമട്ടിൽ അവന്റെ മുഖത്തേക്ക് നോക്കിക്കൊണ്ട് ഫോമാ പറഞ്ഞു.

"അവൻ ഒരു വിചിത്രജീവിയാണ്!"

"അവൻ എപ്പോളും ഇങ്ങനെയാണ്. അവൻ വലിയ ബുദ്ധിമാനാണ്." ചുവന്ന തലമുടിക്കാരൻ വിശദീകരിച്ചു.

"അവന് ഭയങ്കര ഉത്സാഹമാണ്" ഫോമാ കൂട്ടിച്ചേർത്തു.

"ഭയങ്കര ഉത്സാഹമാണ്" സ്മോളിൻ സമ്മതിച്ചു. പിന്നീട് അവർ നിശ്ശബ്ദരായി പരസ്പരം നോക്കിനിന്നു.

"നീ അവന്റെ കൂടെ എന്റെ വീട്ടിൽ വരുന്നുണ്ടോ?" ചുവന്ന മുടിക്കാൻ ചോദിച്ചു.

"ഉണ്ട്."

"വരൂ. അവിടെ നല്ല രസമാണ്."

ഫോമാ അതിന് മറുപടി പറഞ്ഞില്ല. അതിനുശേഷം സ്മോളിൻ അവനോട് ചോദിച്ചു:

"നിനക്ക് ഒരുപാട് കൂട്ടുകാരുണ്ടോ?"

“എനിക്ക് ഒരു കൂട്ടുകാരൻ പോലും ഇല്ല.”

“ഞാൻ സ്കൂളിൽ വരുന്നതുവരെ എനിക്കും കൂട്ടുകാർ ഉണ്ടായിരുന്നില്ല. ബന്ധുക്കൾ മാത്രമാണ് ഉണ്ടായിരുന്നത്. നിനക്ക് ഇപ്പോൾ ഒന്നിച്ച് രണ്ടു കൂട്ടുകാരെ കിട്ടി.”

“ശരിയാണ്” ഫോമാ പറഞ്ഞു.

“നിനക്ക് സന്തോഷമായോ?”

“എനിക്ക് സന്തോഷമായി.”

“നമുക്ക് ഒരുപാട് കൂട്ടുകാരുള്ളപ്പോൾ നല്ല രസമാണ്. പഠിക്കാനും അപ്പോൾ എളുപ്പമാണ്. അവർ നമ്മളെ സഹായിക്കും.”

“നീ പഠിക്കാൻ മിടുക്കനാണോ?”

“തീർച്ചയായും. എനിക്ക് എല്ലാം നന്നായി അറിയാം.” സ്മോളിൻ ശാന്തമായി പറഞ്ഞു.

മണി അടിക്കാൻ ആരംഭിച്ചു. മണി അടിക്കുന്ന വേഗത ശ്രദ്ധിച്ചാൽ മണി അടിച്ചുകഴിഞ്ഞ് അയാൾ എവിടേക്കോ പേടിച്ച് ഓടിപ്പോകാൻ തുടങ്ങുകയാണെന്ന് തോന്നും.

ക്ലാസിൽ ഇരിക്കുമ്പോൾ ഫോമയ്ക്ക് ഏറെക്കുറെ കൂടുതൽ സ്വാതന്ത്ര്യം തോന്നാൻ തുടങ്ങിയിരുന്നു. അവൻ ക്ലാസിലെ മറ്റുകുട്ടികളുമായി അവന്റെ കൂട്ടുകാരെ താരതമ്യപ്പെടുത്തി നോക്കി. അവർ സ്കൂളിലെ ഏറ്റവും നല്ല കുട്ടികളാണെന്നും എല്ലാവരുടേയും ശ്രദ്ധ ആദ്യം കിട്ടുന്നത് അവർക്കാണെന്നും വളരെ പെട്ടെന്നുതന്നെ ഫോമാ തിരിച്ചറിഞ്ഞു. ബോർഡിൽ എഴുതിയിരുന്ന 5 ഉം 7 ഉം ഇതുവരെ മായിച്ചുകളഞ്ഞിരുന്നില്ല. അവന്റെ കൂട്ടുകാർ മറ്റുകുട്ടികളെക്കാൾ മുന്നിൽ നില്ക്കുന്നതിൽ ഫോമായ്ക്ക് വളരെ അധികം സന്തോഷം തോന്നി.

അവർ ഒന്നിച്ചാണ് സ്കൂളിൽ നിന്നും വീട്ടിലേക്ക് തിരിച്ചുപോയത്.

പക്ഷേ, യോഷോവ് പെട്ടെന്നുതന്നെ ഏതോ ചെറിയ ഇടവഴിയിലേക്ക് തിരിഞ്ഞു. സ്മോളിൻ ഫോമായുടെ വീടുവരെ അവനോടൊപ്പം ഉണ്ടായിരുന്നു. പിരിയുമ്പോൾ സ്മോളിൻ പറഞ്ഞു:

“നമ്മൾ രണ്ടുപേരും വീട്ടിലേക്ക് തിരിച്ചുവരുന്നത് ഒരു വഴിക്കാണ്.”

വീട്ടിൽ ഫോമായ്ക്ക് ഗംഭീരസ്വീകരണമായിരുന്നു: അവന്റെ അച്ഛൻ കൊത്തുപണികളുള്ള ഒരു വെള്ളിസ്പൂൺ അവന് സമ്മാനം കൊടുത്തു. അവന്റെ അപ്പച്ചി അവർ സ്വയം തുന്നിയെടുത്ത ഒരു തൂവാല അവന് സമ്മാനിച്ചു. അവർ അവന് ഇഷ്ടപ്പെട്ട വിഭവങ്ങൾ എല്ലാം ഒരുക്കിക്കൊണ്ട് അവനുവേണ്ടി കാത്തിരിക്കുകയായിരുന്നു. അവൻ കോട്ട് അഴിച്ചുവെച്ച നിമിഷത്തിൽത്തന്നെ അവർ അവനെ മേശയുടെ അടുത്തുപിടിച്ചിരുത്തി ചോദ്യങ്ങൾ കൊണ്ട് മൂടി.

“എങ്ങനെ ഉണ്ടായിരുന്നു? നിനക്ക് സ്കൂൾ ഇഷ്ടപ്പെട്ടോ?” മകന്റെ ചുവന്നുതുടുത്ത മുഖത്തുനോക്കിക്കൊണ്ട് ഇഗ്നാറ്റ് സ്നേഹത്തോടെ ചോദിച്ചു.

“വളരെ നല്ല സ്കൂളാണ്. ഇവിടെ നല്ല രസമാണ്.” ഫോമാ മറുപടി

പറഞ്ഞു.

അവന്റെ അപ്പച്ചി ദുഃഖത്തോടെ നെടുവീർപ്പിട്ടു. "എന്റെ പൊന്നു മോൻ സൂക്ഷിക്കണം. കൂട്ടുകാരുടെ ഇടയിൽ നിന്ന് മോൻ ഒഴിഞ്ഞു നില്ക്കണം. അവർ നിന്നെ ഉപദ്രവിക്കുകയാണെങ്കിൽ ഉടൻതന്നെ അത് ടീച്ചറിനോട് പറയണം."

"ബാക്കി കൂടി പറയൂ." എന്തൊക്കെയാണ് ഇനിയും പറയാനുള്ളത്? ഇഗ്നാറ്റ് പുഞ്ചിരിച്ചു. ഒരിക്കലും ഇങ്ങനെ ചെയ്യരുത്. ഉപദ്രവിക്കുന്നവരെ സ്വയം നേരിടണം. നിന്റെ കൈകൊണ്ട് തന്നെ അവരെ ശിക്ഷിക്കണം. മറ്റൊരാളുടെ കൈകൊണ്ടല്ല അവരെ ശിക്ഷിക്കേണ്ടത്. അവിടെ നല്ല കുട്ടികൾ ഉണ്ടോ?"

"രണ്ടുപേരുണ്ട്." യോഷോവിനെ ഓർത്തു കൊണ്ട് ഫോമാ പുഞ്ചിരിച്ചു. "അവരിൽ ഒരുത്തന് ഭയങ്കര ധൈര്യമാണ്."

"അവൻ ആരാണ്?"

"ഒരു കാവല്ക്കാരന്റെ മകൻ."

"ധൈര്യമുണ്ടെന്നല്ലേ നീ പറഞ്ഞത്."

"ഭയങ്കര ധൈര്യം!"

"ശരി അതിരിക്കട്ടെ! മറ്റവൻ?"

"മറ്റയാൾ ചുവന്ന മുടിക്കാരൻ സ്മോളിൻ."

"ങാ! അത് മിട്രി ഇവാനോവിച്ചിന്റെ മകനാണെന്ന് വ്യക്തമാണ്. അവനോട് കൂട്ടുകൂടാം. അവൻ നല്ല കൂട്ടുകാരനായിരിക്കും. മിട്രി ഒരു വിവരമുള്ള കർഷകനാണ്. അയാളുടെ മകൻ അച്ഛനെപ്പോലെയാണെങ്കിൽ പ്രശ്നമില്ല. പക്ഷേ, മറ്റവൻ ഫോമാ നീ അവരെ ഞായറാഴ്ച നമ്മുടെ വീട്ടിലേക്ക് ക്ഷണിച്ചാൽ നന്നായിരുന്നു. ഞാൻ അവർക്ക് ചില സമ്മാനങ്ങൾ വാങ്ങിക്കാം. അതെല്ലാം അവർക്ക് കൊടുത്ത് നിനക്ക് അവരെ സല്ക്കരിക്കാം. അവർ എങ്ങനെയുള്ളവരാണെന്ന് നമുക്ക് നോക്കാം."

"ഈ ഞായറാഴ്ച സ്മോളിൻ എന്നോട് അവന്റെ വീട്ടിൽ ചെല്ലാൻ പറഞ്ഞിട്ടുണ്ട്." അച്ഛന്റെ മുഖത്തേക്ക് ചോദ്യഭാവത്തിൽ നോക്കിക്കൊണ്ട് ഫോമാ പറഞ്ഞു.

"ശരി" നിനക്ക് അവിടെ പോകാം! അതിൽ തെറ്റൊന്നും ഇല്ല. പൊയ്ക്കോളൂ. ലോകത്ത് എന്തെല്ലാംതരം മനുഷ്യർ ഉണ്ടെന്ന് കാണണം. നിങ്ങൾക്ക് സൗഹൃദങ്ങളില്ലാതെ തനിയെ ജീവിക്കാൻ പറ്റില്ല. ഉദാഹരണത്തിന് നിന്റെ തലതൊട്ടപ്പനും ഞാനും ഇരുപത് കൊല്ലത്തോളമായി കൂട്ടുകാരാണ്. അവന്റെ സാമാന്യബുദ്ധികൊണ്ട് എനിക്ക് ഒരുപാട് പ്രയോജനം ഉണ്ടായിട്ടുണ്ട്. അതുകൊണ്ട് നീയും നിന്നേക്കാൾ ബുദ്ധിയും വിവരമുള്ള കുട്ടികളുമായി കൂട്ടുകൂടാൻ ശ്രമിക്കണം. നല്ല മനുഷ്യരുമായി ഇടപെടുമ്പോൾ വെള്ളിനാണയത്തിനിടയിലെ ചെമ്പുനാണയം പോലെ നിങ്ങളും വെള്ളിനാണയമായി മാറിയെന്നുവരും."

സ്വന്തം താരതമ്യത്തിൽ പൊട്ടിച്ചിരിച്ചുകൊണ്ട് ഇഗ്നാറ്റ് ഗൗരവത്തിൽ കൂട്ടിച്ചേർത്തു.

“ഞാൻ തമാശ പറഞ്ഞതാണ്. കൃത്രിമത്വം ഇല്ലാതിരിക്കാൻ ശ്രമിക്കണം. കാപട്യം നല്ലതല്ല. അല്പം സാമാന്യബോധം വേണം. അത് എത്ര മാത്രം കുറവാണെങ്കിലും സാരമില്ല. പക്ഷേ, അത് നിങ്ങളുടെ സ്വന്തം ആയിരിക്കണം. നിനക്ക് പഠിക്കാനുണ്ടോ?”

“ഒരുപാട് പഠിക്കാനുണ്ട്.” അവൻ നെടുവീർപ്പിട്ടു. അവന്റെ നെടുവീർപ്പിന്റെ പ്രതിദ്ധ്വനിപോലെ അപ്പച്ചി ഒരു കൂറ്റൻ നെടുവീർപ്പിട്ടുകൊണ്ട് സംസാരിക്കാൻ ആരംഭിച്ചു.

“ശരി. പോയി പഠിക്ക്. സ്കൂളിൽ മറ്റുള്ളവരേക്കാൾ മോശമാകരുത്. എന്നാലും ഞാൻ ഒരുകാര്യം നിന്നോട് പറയാം. നിങ്ങളുടെ സ്കൂളിൽ ഇരുപത്തഞ്ച് ക്ലാസുണ്ടെങ്കിലും അവിടെ അവർക്ക് നിങ്ങളെ എഴുതാനും വായിക്കാനും കണക്കുകൂട്ടാനും ഒഴിച്ച് മറ്റൊന്നും അവർക്ക് ഒരിക്കലും പഠിപ്പിക്കാൻ സാധിക്കില്ല. നിങ്ങൾ അവിടെനിന്ന് ചില തോന്ന്യാസങ്ങളും ചിലപ്പോൾ പഠിച്ചെന്നുവരും. ദൈവം നിന്നെ രക്ഷിക്കട്ടെ! നീ അങ്ങനെ വല്ലതും കാണിച്ചാൽ ഞാൻ എന്റെ കൈകൊണ്ട് തന്നെ നിനക്ക് അടി തരും. നീ പുകവലിക്കുകയാണെങ്കിൽ ഞാൻ നിന്റെ ചുണ്ട് മുറിച്ചുകളയും.”

“ഫോമുസ്കാ, ദൈവത്തെ മറക്കരുത്.” അപ്പച്ചി പറഞ്ഞു. “ദൈവത്തെ ഓർത്തുകൊള്ളണം.”

“അത് സത്യമാണ്!” ദൈവത്തെ ബഹുമാനിക്കണം. അതുപോലെ നിന്റെ അച്ഛനേയും ബഹുമാനിക്കണം. പക്ഷേ, സ്കൂൾ പുസ്തകങ്ങൾ കൊണ്ട് വലിയ പ്രയോജനമില്ലെന്ന് ഞാൻ പറയും. ആശാരിക്ക് ഉളിയും കൊട്ടുവടിയും ആവശ്യമുള്ളതുപോലെ നിങ്ങൾക്ക് പുസ്തകങ്ങളുടെ ആവശ്യം ഉണ്ട്. ഇതെല്ലാം വെറും ഉപകരണങ്ങളാണ്. ഉപകരണങ്ങൾക്ക് അവ ഉപയോഗിക്കേണ്ടതെങ്ങനെയാണെന്ന് നിങ്ങളെ പഠിപ്പിക്കാൻ കഴിയില്ല. മനസ്സിലായോ?” നമുക്ക് നോക്കാം: ഒരു ആശാരിയുടെ കൈയിൽ ഉത്തരം പണിയാൻ വേണ്ടി ഉളിയും കൊട്ടുവടിയും ഏല്പിച്ചെന്ന് വിചാരിക്കുക. കൈയിൽ ഉളിയും പിടിച്ച് നിന്നതുകൊണ്ട് കാര്യമില്ല. കൈയും കാലും മുറിക്കാതെ ഉത്തരം എങ്ങനെ പണിഞ്ഞുണ്ടാക്കണമെന്ന് അയാൾ മനസ്സിലാക്കിയിരിക്കണം. നിങ്ങളുടെ കാര്യത്തിൽ എഴുതാനും വായിക്കാനുമുള്ള അറിവ് നിങ്ങൾക്ക് തരുന്നു. അതുകൊണ്ട് നിങ്ങളുടെ ജീവിതത്തെ നിങ്ങൾ ക്രമീകരിക്കണം. ഇതിൽനിന്ന് പുസ്തകംകൊണ്ട് മാത്രം വലിയ പ്രയോജനം ഇല്ലെന്ന് നമുക്ക് മനസ്സിലാക്കാം. പുസ്തകങ്ങൾകൊണ്ട് പ്രയോജനം ഉണ്ടാക്കേണ്ടത് ആവശ്യമാണ്. ഇതിനുള്ള കഴിവാണ് ഏതു പുസ്തകത്തേക്കാളും പ്രയോജനമുള്ള കാര്യം. എന്നിട്ടും ഇതിനെപ്പറ്റി ഒരു പുസ്തകത്തിലും എഴുതിയിട്ടില്ല. ഫോമാ, ഈ കാര്യം നീ ജീവിതത്തിൽ നിന്ന് മനസ്സിലാക്കിയെടുക്കണം. പുസ്തകത്തിന് ജീവനില്ല. നിങ്ങൾക്ക് അതിനെ എന്തുവേണമെങ്കിലും ചെയ്യാം. വേണമെങ്കിൽ നിങ്ങൾക്ക് അതിനെ കീറിക്കളയാം. അത് കരഞ്ഞുവിളിക്കില്ല. എന്നാൽ ജീവിതത്തിൽ നിങ്ങളുടെ ഒരു ചുവട് പിഴച്ചുപോയാൽ ജീവിതം ആയിരം

ശബ്ദങ്ങളിൽ നിങ്ങളുടെ നേർക്ക് ആക്രോശിക്കാൻ തുടങ്ങും. അത് നിങ്ങളെ അടിച്ച് നിലത്തിടും.”

ഫോമാ മേശപ്പുറത്ത് കൈമുട്ട് ഊന്നി താടിക്ക് കൈകൊടുത്തിരുന്ന് കൊണ്ട് അച്ഛൻ പറയുന്നതെല്ലാം ശ്രദ്ധയോടെ കേട്ടു. അയാളുടെ ശക്തിയുള്ള ശബ്ദത്തിന്റെ സ്വാധീനത്തിൽ താൻ ഉത്തരം പണിയാൻ തുടങ്ങുന്ന ആശാരിയാണെന്ന് ഫോമായ്ക്ക് തോന്നുന്നുണ്ടായിരുന്നു. ഇപ്പോൾ താൻ കൈവിടർത്തിക്കൊണ്ട് ഏതോ വലിയ ജീവിയെ പിടികൂടാൻ വേണ്ടി പതുങ്ങി പതുങ്ങി ശ്രദ്ധയോടെ അതിന്റെ സമീപത്തേക്ക് നടന്നടുത്തുകൊണ്ടിരിക്കുകയാണെന്ന് ഫോമാ സ്വയം സങ്കല്പിച്ചു.

“ഒരു മനുഷ്യൻ അയാളുടെ ജോലിക്ക് വേണ്ടി അവളെ നിശ്ചയമായും സ്വയം തയ്യാറാക്കിയെടുക്കണം. അതിനുള്ള വഴികളെല്ലാം അയാൾക്ക് പൂർണ്ണമായും പരിചിതമായിരിക്കണം. ഒരു മനുഷ്യൻ കപ്പലിലെ കപ്പിത്താനെപോലെയാണ്. യൗവ്വനം വേലിയേറ്റത്തിന്റെ സമയം പോലെയാണ്. നിങ്ങൾക്ക് വളവും തിരിവും ഇല്ലാതെ സഞ്ചരിക്കാം! എവിടെ നോക്കിയാലും നിങ്ങളുടെ മുന്നിൽ ഒരു വഴി തുറന്നുകിടക്കുന്നുണ്ടാകും. പക്ഷേ, വേലിയേറ്റം കഴിഞ്ഞ് വെള്ളം ഇറങ്ങും. അപ്പോൾ അങ്ങിങ്ങായി മണൽത്തിട്ടകളും പാറക്കെട്ടുകളും നിങ്ങളുടെ മുന്നിൽ പ്രത്യക്ഷപ്പെടും. സുരക്ഷിതമായി തുറമുഖത്ത് എത്തിച്ചേരാൻ ഇതെല്ലാം മനസ്സിലാക്കി വെച്ചുകൊണ്ട് ഇതിൽനിന്നെല്ലാം ഒഴിഞ്ഞുമാറി മുന്നോട്ടുപോകേണ്ടത് നിങ്ങളുടെ ആവശ്യമാണ്.”

“ഞാൻ കപ്പലിനെ തുറമുഖത്തെത്തിക്കും!” അച്ഛനെ അഭിമാനത്തോടെ നോക്കിക്കൊണ്ട് ആത്മവിശ്വാസത്തോടെ ഫോമാ പറഞ്ഞു.

“ങേ? നീ ധീരനാണല്ലോ!” ഇഗ്നാറ്റ് പൊട്ടിച്ചിരിച്ചു. ഇഗ്നാറ്റിന്റെ കൂടെ അപ്പച്ചിയും അനുകമ്പയോടെ ചിരിക്കാൻ തുടങ്ങി.

വോൾഗയിലൂടെ അച്ഛനോടൊപ്പം സഞ്ചരിച്ചതിനുശേഷം ഫോമാ വീട്ടിൽ കൂടുതൽ സജീവമായി. അവൻ അച്ഛനോടും അപ്പച്ചിയോടും മയാകിനോടും കൂടുതൽ സംസാരിച്ചു. പക്ഷേ, തെരുവിൽ ഒരു പുതിയ സ്ഥലത്ത് നില്ക്കുമ്പോൾ അല്ലെങ്കിൽ അപരിചിതരുടെ സാന്നിദ്ധ്യമുള്ളപ്പോൾ അവന്റെ മുഖം മ്ലാനമായിരുന്നു. ചുറ്റുപാടും അവന് വിരോധികൾ ഉള്ളതുപോലെ അല്ലെങ്കിൽ ആരൊക്കെയോ എവിടെയൊക്കെയോ ഒളിച്ചിരുന്ന് അവനെ ശ്രദ്ധിക്കുന്നുണ്ടെന്നമട്ടിൽ അവൻ നാലുചുറ്റും സംശയത്തോടെ നോക്കിക്കൊണ്ടിരിക്കും.

പല രാത്രികളിലും അവൻ പെട്ടെന്ന് ഞെട്ടിഉണർന്ന് ഇരുട്ടിലേക്ക് കണ്ണുതുറന്ന് മിഴിച്ചുനോക്കിക്കൊണ്ട് വളരെനേരം ചുറ്റും നിറഞ്ഞിരിക്കുന്ന നിശ്ശബ്ദതയെ ശ്രദ്ധിച്ചുകൊണ്ട് വെറുതെ കിടക്കും. അപ്പോൾ അവന്റെ അച്ഛന്റെ കഥകൾ പ്രതിബിംബങ്ങളും ചിത്രങ്ങളുമായി അവന്റെ മുമ്പിൽ രൂപം മാറും. അറിയാതെതന്നെ ആ കഥകളെ അപ്പച്ചിയുടെ യക്ഷിക്കഥകളുമായി അവൻ കൂട്ടിക്കുഴയ്ക്കും. അങ്ങനെ സത്യത്തിന്റെ ഉറപ്പുള്ള നിഴലുകളിൽ സങ്കല്പത്തിന്റെ തിളങ്ങുന്ന നിറങ്ങൾ സങ്കീർണ്ണമായി കൂട്ടി

ക്കുഴച്ച് അവൻ അവനുവേണ്ടി താറുമാറായ സാഹസികകഥകൾ സൃഷ്ടിച്ചുകൊണ്ടിരുന്നു. ഇതിന്റെ ഫലം തിരിച്ചറിയാൻ പറ്റാത്ത അസാധാരണമായ എന്തൊക്കെയോ കാര്യങ്ങൾ ആയിരുന്നു. ഫോമാ കണ്ണുകൾ അടച്ച് ഇതിനെയെല്ലാം അവനിൽനിന്ന് ആട്ടിയോടിച്ചുകൊണ്ട് അവനെ പേടിപ്പെടുത്തുന്ന സ്വന്തം സങ്കല്പങ്ങളുടെ ഇത്തരം കളികൾ തടസ്സപ്പെടുത്താൻ അവൻ പരിശ്രമിച്ചു. ഉറങ്ങാനുള്ള അവന്റെ ശ്രമം വിജയിച്ചില്ല. ഇരുണ്ട പ്രതിബിംബങ്ങൾ മുറിക്കുള്ളിൽ കൂടുതൽ കൂടുതൽ നിറഞ്ഞു. അപ്പോൾ അവൻ രഹസ്യമായി അവന്റെ അപ്പച്ചിയെ ഉണർത്തി.

"അപ്പച്ചി! അപ്പച്ചി!"

"എന്താണ്? ക്രിസ്തു നിന്റെ കൂടെ ഉണ്ട്."

"ഞാൻ അപ്പച്ചിയുടെ കൂടെ കിടക്കാൻ വരും." ഫോമാ ശബ്ദം താഴ്ത്തിപ്പറഞ്ഞു.

"എന്തിന്? മോൻ ഉറങ്ങ്."

"എനിക്ക് പേടിയാണ്." അവൻ ഏറ്റുപറഞ്ഞു.

"ദൈവം വീണ്ടും ഉയിർത്തെഴുന്നേല്ക്കുമെന്ന് തനിയെ പറഞ്ഞുകൊണ്ട് കിടന്നാൽ മതി. അപ്പോൾ നിനക്ക് പേടി തോന്നില്ല."

ഫോമാ കണ്ണുതുറന്ന് കിടന്നുകൊണ്ട് പ്രാർത്ഥിക്കുന്നു. രാത്രിയുടെ നിശ്ശബ്ദത അവന്റെ മുന്നിൽ ലോകത്തിനു മുകളിലൂടെ ഒഴുകി കട്ടപിടിച്ച ഇരുണ്ട വെള്ളത്തിന്റെ ഒരിക്കലും അവസാനിക്കാത്ത വിശാലതയായി സ്വയം പ്രത്യക്ഷപ്പെടുന്നു. അതിനുമുകളിൽ ഇളകുന്ന ഓളങ്ങൾ ഇല്ല. ചലനത്തിന്റെ നിഴൽപോലും ഇല്ല. അങ്ങേയറ്റം അഗാധമാണെങ്കിലും അതിന്റെ ഉള്ളിൽ ശൂന്യത ആണ്. ഒരാൾ ഈ നിശ്ചലമായ വെള്ളത്തിനുള്ളിലേക്ക് ഇരുട്ടിലൂടെ നോക്കിയാൽ പേടിച്ചുപോകും. പക്ഷേ, ഇപ്പോൾ രാത്രിയിലെ കാവല്ക്കാരന്റെ ലാത്തി നിലത്തുമുട്ടുന്ന ശബ്ദം കേൾക്കുന്നു. വെള്ളത്തിന്റെ ഉപരിതലം വിറച്ചുതുടങ്ങുന്നതും ചെറിയ കുമിളകൾ ഓളങ്ങൾക്കുമുകളിൽ നൃത്തം ആരംഭിക്കുന്നതും ഫോമാ കൺമുമ്പിൽ കാണുന്നു. ഗോപുരമണിയുടെ ശബ്ദത്തിൽ വെള്ളം കലങ്ങിമറിയുന്നു. മണിമുഴക്കത്തിനൊപ്പം വെള്ളം ചെറുതായി വിറച്ചുകൊണ്ടിരുന്നു. വെള്ളത്തിന്റെ വിദൂരമായ ഇരുണ്ട ഉപരിതലത്തിലേക്ക് വെളിച്ചം വാരിവിതറുന്ന ഒരുവലിയ പ്രകാശബിന്ദുവും വെള്ളത്തിനൊപ്പം വിറച്ചുകൊണ്ടിരിക്കുന്നു. ഉറവിടത്തിലെ ആ പ്രകാശബിന്ദു വിളറിവിളറി അപ്രത്യക്ഷമാകുന്നു. വീണ്ടും അവിടെ ഇരുണ്ട മരുഭൂമിയുടെ മരണംപോലുള്ള തളർന്ന പ്രശാന്തത സജീവമാകുന്നു.

"അപ്പച്ചി" ഫോമാ യാചനയുടെ സ്വരത്തിൽ മന്ത്രിക്കുന്നു.

"എന്താ മോനേ."

"ഞാൻ അപ്പച്ചിയുടെ അടുത്തുവരികയാണ്."

"എന്റെ മോൻ വന്നോളൂ."

അപ്പച്ചിയുടെ കിടക്കയിൽ വന്ന് അവരോട് പറ്റിച്ചേർന്നുകൊണ്ട് വീണ്ടും അവൻ യാചിക്കുന്നു.

"എന്നോട് എന്തെങ്കിലും പറയില്ലേ?"

"ഈ രാത്രിയിലോ?" ഉറക്കപ്പിച്ചിൽ അപ്പച്ചി എതിർക്കുന്നു.

"എന്തെങ്കിലും പറയില്ലേ?"

അവന് വളരെനേരം ചോദ്യം തുടരേണ്ട ആവശ്യം വരുന്നില്ല. കോട്ടുവായിട്ടുകൊണ്ട് പകുതി മയക്കത്തിൽ വൃദ്ധ സാവധാനം കഥ പറയാൻ തുടങ്ങി.

"ശരി, എന്റെ മോനേ, ഒരിടത്തൊരിടത്തൊരു നാട്ടിൽ ഒരു മനുഷ്യനും അയാളുടെ ഭാര്യയും ജീവിച്ചിരുന്നു. അവർ വളരെ പാവങ്ങളായിരുന്നു. അവരുടെ ഭാഗ്യദോഷംകൊണ്ട് കഴിക്കാൻ പോലും അവർക്ക് ഒന്നും ഉണ്ടായിരുന്നില്ല. അവർ ചുറ്റുപാടുമുള്ള സ്ഥലങ്ങളിൽ തെണ്ടാൻ പോകും. ആരെങ്കിലും ഒരു കഷണം കേടായ റൊട്ടി കൊടുക്കും. അതുകൊണ്ട് അവർ കുറച്ചുകാലം കഴിച്ചുകൂട്ടും. അങ്ങനെ ഇരിക്കുമ്പോൾ ഭാര്യ ഗർഭിണിയായി. അവർക്ക് ഒരു കുട്ടി ജനിച്ചു. അതിന്റെ ജ്ഞാനസ്നാനം നടത്തേണ്ടത് ആവശ്യമായി വന്നു. പാവങ്ങളായതുകൊണ്ട് അവർക്ക് അതിഥികളേയും തലതൊട്ടപ്പനേയും സല്ക്കരിക്കാനുള്ള കഴിവില്ല. അതുകൊണ്ട് കുട്ടിയുടെ ജ്ഞാനസ്നാനത്തിന് ആരും മുന്നോട്ടുവന്നില്ല. അവർ പല തരത്തിലുള്ള ശ്രമങ്ങളും നടത്തി. എന്നിട്ടും ആരും മുന്നോട്ടുവന്നില്ല. അപ്പോൾ അവർ ദൈവത്തോട് 'ദൈവമേ! ദൈവമേ!' എന്ന് വിളിച്ചു പ്രാർത്ഥിക്കാൻ തുടങ്ങി."

ദൈവം കുട്ടിയുടെ തലതൊട്ടപ്പനായ ഈ കഥ ഫോമായ്ക്ക് അറിയാം. അവൻ ഇത് പല തവണ കേട്ടതാണ്. അവൻ ഈ കുട്ടിയെ മനസ്സിൽ കാണാൻ തുടങ്ങിക്കഴിഞ്ഞിരുന്നു. വെള്ളക്കുതിരപ്പുറത്തുകയറി മരുഭൂമിയിലെ ഇരുട്ടിലൂടെ തലതൊട്ടപ്പനേയും തലതൊട്ടമ്മയേയും കാണാൻ പോകുന്നതും അവിടെ പാപികൾ താങ്ങാൻ പറ്റാത്ത കഷ്ടപ്പാടുകൾക്ക് ശിക്ഷിക്കപ്പെട്ടിരുന്നത് കാണുന്നതും താൻ തന്നെയാണെന്ന് അവൻ സ്വയം സങ്കല്പിക്കാൻ തുടങ്ങിക്കഴിഞ്ഞിരുന്നു. അവൻ അവരുടെ തളർന്ന കരച്ചിലും യാചനകളും കേട്ടു.

"എടോ മനുഷ്യാ! ഞങ്ങൾ ഇവിടെ എത്രകാലം കൂടി കഷ്ടപ്പെടണമെന്ന് ദൈവത്തോട് ചോദിക്കില്ലേ?"

രാത്രിയിൽ വെള്ളക്കുതിരപ്പുറത്ത് സഞ്ചരിക്കുന്നത് അവനാണെന്നും യാചനയും വിലാപവും അവനോടാണെന്നും ഫോമായ്ക്ക് തോന്നി. അവന്റെ ഹൃദയം തിരിച്ചറിയാൻ പറ്റാത്ത ആഗ്രഹങ്ങൾ കൊണ്ട് ചുരുങ്ങുന്നു. അവന്റെ ദുഃഖം മാറിടത്തെ ഞെരിക്കുന്നു. തുറന്നുവയ്ക്കാൻ ഭയന്ന് മുറുക്കിയടച്ച അവന്റെ കണ്ണുകളിൽ കണ്ണുനീർ അടിഞ്ഞുകൂടുന്നു.

കിടക്കയിൽ അവൻ അസ്വസ്ഥനായി ഉരുണ്ടുമറിയുന്നു.

"ഉറങ്ങു മോനേ, ക്രിസ്തു നിന്റെ കൂടെ ഉണ്ട്." ചെയ്ത പാപങ്ങൾക്ക് പകരം കഷ്ടപ്പാടനുഭവിക്കുന്ന മനുഷ്യരുടെ കഥ അവസാനിപ്പിച്ചുകൊണ്ട് വൃദ്ധ പറയുന്നു.

പക്ഷേ, ഇത്തരം ഒരു രാത്രിക്ക് ശേഷം രാവിലെ ഫോമാ സന്തോഷ

ത്തോടെ ഉറക്കമുണർന്നു. അവൻ തിടുക്കത്തിൽ കുളികഴിഞ്ഞ് ചായകുടിച്ചുകൊണ്ട് സ്കൂളിലേക്ക് ഓടി. അവന്റെ കൈവശം മധുരമുള്ള കേക്കുകൾ ഉണ്ടായിരുന്നു. അവിടെ വിശപ്പൊഴിയാത്ത കൊച്ചു യോഷോവ് അവനുവേണ്ടി കാത്തിരിക്കുന്നുണ്ട്. പണക്കാരനായ കൂട്ടുകാരന്റെ ഔദാര്യത്തിലായിരുന്നു യോഷോവിന്റെ ജീവിതം.

"എന്തെങ്കിലും തിന്നുന്നുണ്ടോ?" അവൻ ആർത്തിയോടെ മണംപിടിച്ചുകൊണ്ട് ഫോമായെ സ്വീകരിച്ചു. "ഞാൻ അത് കഴിക്കട്ടെ. വീട്ടിൽ നിന്ന് ഒന്നും കഴിക്കാതെയാണ് ഞാൻ വന്നത്. ഞാൻ രാവിലെ ഉണർന്നത് താമസിച്ചാണ്. ഇന്നലെ രാത്രിയിൽ ഞാൻ രണ്ടുമൂന്നുമണിവരെ പഠിച്ചു. നീ കണക്ക് ചെയ്തോ?"

"ഇല്ല ഞാൻ ചെയ്തില്ല."

"എടാ മടിയാ! ഞാൻ പെട്ടെന്ന് പറഞ്ഞു തരാം."

"അവൻ മുരണ്ടുകൊണ്ട് കൊച്ചു പല്ലുകൾ ഒരു പൂച്ചക്കുട്ടിയെപ്പോലെ കേക്കിനുള്ളിലേക്ക് തള്ളിക്കയറ്റി. കേക്ക് തിന്നുന്ന താളത്തിന് ഇടതുകാൽ ഇളക്കിച്ചവിട്ടിക്കൊണ്ട് കൊച്ചുകൊച്ചുവാക്കുകളിലൂടെ അവൻ ഫോമായ്ക്ക് കണക്കു പറഞ്ഞുകൊടുത്തു;

"നമുക്ക് നോക്കാം? ഒരു മണിക്കൂറിൽ എട്ട് തൊട്ടി ചോർന്നു. എത്ര മണിക്കൂറാണ് ചോർന്നു കൊണ്ടിരുന്നത്? ആറു മണിക്കൂർ? ഹോ! നീ വീട്ടിൽ തിന്നുന്നത് എന്ത് നല്ല പലഹാരങ്ങളാണ്. അതുകൊണ്ട് എന്ത് ചെയ്യണം? എട്ടിനെ ആറു കൊണ്ട് ഗുണിക്കണം. ഉള്ളിയുടെ കൂടെ കേക്ക് നിനക്ക് ഇഷ്ടമാണോ? എനിക്ക് അത് ഭയങ്കര ഇഷ്ടമാണ്. അതിന്റെ അർത്ഥം ആറുമണിക്കൂറിൽ നാല്പത്തിഎട്ട് തൊട്ടി ചോർന്നുപോയി. മൊത്തം ഉണ്ടായിരുന്നത് തൊണ്ണൂറു തൊട്ടി ആയിരുന്നു. ബാക്കി നിനക്ക് മനസ്സിലായില്ലേ?"

ഫോമാ യോഷോവിനെ സ്മോളിനേക്കാൾ ഇഷ്ടപ്പെട്ടു. പക്ഷേ, അവൻ സ്മോളിനോട് കൂടുതൽ ചങ്ങാത്തത്തിലായിരുന്നു. യോഷോവിന്റെ കഴിവും ഉത്സാഹവും അവനെ അത്ഭുതപ്പെടുത്തി. യോഷോവ് അവനേക്കാൾ മിടുക്കനാണെന്ന് ഫോമായ്ക്ക് മനസ്സിലായി. അവന് യോഷോവിനോട് അസൂയ തോന്നി. അതേസമയം വയറുനിറഞ്ഞവന് വിശക്കുന്നവനോടുതോന്നുന്ന അനുകമ്പയും ഫോമായ്ക്ക് യോഷോവിനോട് ഉണ്ടായിരുന്നു. ഒരു പക്ഷേ, അവൻ ചുവന്നതലയുള്ള സ്മോളിനേക്കാൾ കൂടുതൽ യോഷോവിനെ ഇഷ്ടപ്പെടാനുള്ള കാരണം ഈ അനുകമ്പ ആയിരിക്കാം. നല്ല ഭക്ഷണം കഴിക്കുന്ന കൂട്ടുകാരെ പരിഹസിക്കാൻ ഇഷ്ടപ്പെടുന്ന യോഷോവ്–പലപ്പോഴും അവരോട് പറഞ്ഞു. "നിങ്ങൾ കേക്ക് നിറച്ചുവെച്ചിരിക്കുന്ന പെട്ടികൾ ആണ്."

"നീയാണെങ്കിൽ വെറും തെണ്ടിയാണ്. ഒരു ഇരപ്പാളി."

യോഷോവിന്റെ മഞ്ഞനിറമുള്ള മുഖം ഇരുണ്ടു.

'നീ പറഞ്ഞത് ശരിയാണ്! അത് അങ്ങനെതന്നെയാണ്! ഞാൻ ഇനിയും നിനക്ക് പറഞ്ഞുതരാൻ പോകുന്നില്ല. നീ അപ്പോൾ ഒരു തടി

ക്ഷണം പോലെ ആയിരിക്കും.”

പിന്നീട് ഏകദേശം മൂന്നു ദിവസത്തേക്ക് അവർ പരസ്പരം സംസാരിച്ചില്ല. ഈ ദിവസങ്ങളിൽ ആദരണീയനായ ഇഗ്നാറ്റ് മാറ്റ്വിയിച്ചിന്റെ മകന് ഏറ്റവും കുറവ് മാർക്കിടേണ്ടിവന്ന ടീച്ചറെ അവരുടെ പിണക്കം വളരെ കൂടുതൽ വിഷമത്തിലാക്കിയിരുന്നു.

യോഷോവിന് എല്ലാ കാര്യങ്ങളും അറിയാം. വക്കീലിന്റെ വീട്ടുജോലിക്കാരി പ്രസവിച്ചതിന് വക്കീലിന്റെ ഭാര്യ വക്കീലിന്റെ തലയിൽ ചൂടു കാപ്പി ഒഴിച്ച കാര്യം അവൻ സ്കൂളിൽ വെച്ച് വിശദമായി പറഞ്ഞു. ചിത്രശലഭങ്ങളെ എങ്ങനെ എവിടെവെച്ച് പിടിക്കാൻ പറ്റുമെന്ന് അവന് പറയാൻ കഴിയും. അവന് പക്ഷിയെ പിടിക്കുന്ന കൂടുണ്ടാക്കാൻ അറിയാം. ആയുധ നിർമ്മാണശാലയുടെ മച്ചിന്റെ മുകളിൽ പട്ടാളക്കാരൻ എങ്ങനെ തൂങ്ങിമരിച്ചെന്ന് അവൻ വിശദീകരിക്കും. അന്നത്തെ ദിവസം ഏതു കുട്ടിയുടെ രക്ഷകർത്താവാണ് ടീച്ചർക്ക് സമ്മാനം കൊടുത്തതെന്നും ആ സമ്മാനം എന്തായിരുന്നെന്നും വരെ അവൻ കൃത്യമായി പറയും.

സ്മോളിന്റെ താല്പര്യങ്ങളും അറിവുകളും കച്ചവടക്കാരന്റെ ജീവിതരീതിയുടെ പരിധിക്കുള്ളിൽ ഒതുങ്ങിനില്ക്കുന്നവയായിരുന്നു. അവന്റെ ഏറ്റവും വലിയ താല്പര്യം വീടിന്റേയും വീട്ടുസാധനങ്ങളുടെയും കുതിരകളുടെയും വില കണക്കാക്കി അയാൾ ഇയാളെക്കാൾ പണക്കാരനാണോ എന്ന് തീരുമാനിക്കുന്നതിൽ ആയിരുന്നു. ഇതിലൊക്കെ അവന് കൃത്യമായ അറിവുണ്ടായിരുന്നു. അതിനെപ്പറ്റി അവൻ ആവേശത്തോടെ സംസാരിച്ചു.

ഫോമായെപ്പോലെ അവനും യോഷോവിനോട് പാവങ്ങളോടു തോന്നുന്ന അനുകമ്പ തോന്നിയിരുന്നു.പക്ഷേ, അവന് യോഷോവിനോട് കൂടുതൽ അടുപ്പം ഉണ്ടായിരുന്നു. ഗോർഡിയീവ് യോഷോവിനോട് വഴക്കിടുമ്പോളെല്ലാം സ്മോളിൻ അവരെ സമാധാനിപ്പിക്കാൻ പെട്ടെന്ന് ഇടപെട്ടു. ഒരുദിവസം വീട്ടിലേക്ക് തിരിച്ചുപോരുമ്പോൾ അവൻ ഫോമായോട് പറഞ്ഞു:

“നീ എന്തിനാണ് യോഷോവിനോട് എപ്പോഴും വഴക്കടിക്കുന്നത്?”

“അവൻ എന്തിനാണ് ഇത്രയും അഹംഭാവം കാണിക്കുന്നത്?”

“നീ പഠിക്കാത്തതുകൊണ്ടാണ് അവൻ അഹംഭാവം കാണിക്കുന്നത്. എന്നും അവനല്ലേ നിനക്ക് പറഞ്ഞുതരുന്നത്? അവൻ മിടുക്കനാണ്. അവന് പണമില്ലാത്തതിന് അവനെ കുറ്റപ്പെടുത്താൻ കഴിയുമോ? അവൻ വേണമെന്നുവെച്ചാൽ എന്ത് കാര്യവും അവന് പഠിക്കാൻ പറ്റും. അവനും പണക്കാരനാകും.”

“അവൻ കൊതുകിനെപ്പോലെയാണ്.” ഫോമാ വെറുപ്പോടെ പറഞ്ഞു. “അവൻ മൂളിക്കൊണ്ട് കറങ്ങിനടക്കും. എന്നിട്ട് ഒട്ടും പ്രതീക്ഷിക്കാതിരിക്കുമ്പോൾ വന്ന് കുത്തും.”

പക്ഷേ, ഇവരുടെ ജീവിതത്തിൽ അവരെ ഒന്നിപ്പിക്കുന്ന എന്തൊക്കെയോ കാര്യങ്ങൾ ഉണ്ടായിരുന്നു. അവരുടെ അവസ്ഥകളിലും സ്വഭാ

വങ്ങളിലുമുള്ള വ്യത്യാസങ്ങളെപ്പറ്റിയുള്ള ബോധം പൂർണ്ണമായും ഇല്ലാതാകുന്ന മണിക്കൂറുകൾ അവർക്ക് ഉണ്ടായിരുന്നു. ഞായറാഴ്ചതോറും അവർ സ്മോളിന്റെ വീട്ടിൽ ഒത്തുകൂടി. അവർക്ക് അവിടെ ഒരു വലിയ പ്രാവിൻ കൂട് ഉണ്ടായിരുന്നു. അവർ ഉത്സാഹത്തോടെ മേൽക്കൂരയിൽ കയറി പ്രാവുകളെ കൂടിനു പുറത്താക്കി.

ഭംഗിയുള്ള പ്രാവുകൾ അവയുടെ മഞ്ഞുപോലെ വെളുത്ത ചിറകുകൾ കുടഞ്ഞുകൊണ്ട് ഒന്നിനു പിറകേ ഒന്നായി കൂട്ടിൽനിന്ന് പുറത്തേക്ക് കുതിച്ചു. കൂടിന്റെ മേൽക്കൂരയിൽ കയറി കുട്ടികളുടെ മുന്നിൽ കൊക്കുരുമ്മിക്കൊണ്ട് ആത്മവിശ്വാസത്തോടെ നിരന്നിരുന്നു. സൂര്യപ്രകാശമേറ്റ് അവ തിളങ്ങുന്നുണ്ടായിരുന്നു.

"അതിനെ പേടിപ്പിക്കാം!" ക്ഷമിച്ച് നില്ക്കാൻ കഴിയാതെ യോഷോവ് തുള്ളിക്കൊണ്ട് പറഞ്ഞു.

സ്മോളിൻ നീണ്ട പുല്ലുകൾ അറ്റത്ത് വെച്ചുകെട്ടിയ ഒരു കമ്പെടുത്ത് ചൂളമടിച്ചുകൊണ്ട് പ്രാവുകളുടെ നേർക്കുവീശി.

ഭയന്നുപോയ പ്രാവുകൾ ചിറകുകൾ ആഞ്ഞുവീശിക്കൊണ്ട് തിരക്കിട്ട് പറന്നു ഉയർന്നു. ഇപ്പോൾ അവ മഞ്ഞുപോലെ വെളുത്ത തിളങ്ങുന്ന തൂവലുകൾ ഇളക്കി വട്ടമിട്ടുപറന്നുകൊണ്ട് കൂടുതൽക്കൂടുതൽ ഉയരത്തിൽ ആകാശനീലിമയുടെ ആഴങ്ങളിലേക്ക് അനായാസമായി ഒഴുകിക്കൊണ്ടിരുന്നു. അവയിൽ ചിലത് ഏറെക്കുറെ നിശ്ചലമായി ഒഴുകുന്ന പരുന്തുകൾക്കൊപ്പം ആകാശത്തിന്റെ നെറുകയിലേക്ക് പറന്നുയരാൻ പരിശ്രമിച്ചുകൊണ്ടിരിക്കുന്നു. മറ്റുള്ളവ ഇവയ്ക്കിടയ്ക്ക് ഒരു മഞ്ഞുകട്ടപോലെ താഴോട്ട് വീണു. ഇടയ്ക്കിടയ്ക്ക് അമ്പുപോലെ മേലോട്ടുകുതിച്ചും ആകാശത്തെ ഇളക്കിമറിച്ചുകൊണ്ട് പറന്നുനടന്നു. ഇപ്പോൾ പ്രാവുകളുടെ സംഘം ആകാശത്തെ മണൽപ്പരപ്പിനടിയിൽ നിശ്ചലമായി തൂങ്ങിക്കിടക്കുകയാണെന്നും അതിനുശേഷം അവ കൂടുതൽ കൂടുതൽ ചെറുതായി ആകാശത്തിനുള്ളിലേക്ക് മുങ്ങുകയാണെന്നും തോന്നി. കുട്ടികൾ പ്രാവുകളിൽനിന്നും കണ്ണെടുക്കാതെ അവയോടുള്ള ആരാധനയുമായി കഴുത്തുതിരിച്ച് മുകളിലേക്ക് നോക്കിക്കൊണ്ടുനിന്നു.

സൂര്യകിരണങ്ങൾ തട്ടിത്തിളങ്ങുന്ന ശാന്തമായ ആകാശത്തിലേക്ക് ഭൂമിയിൽ നിന്നും പറന്നുയർന്ന ചിറകുള്ള ജീവികളോടുള്ള അസൂയ വിട്ടുമാറിയിരുന്നില്ലെങ്കിലും അവരുടെ ക്ഷീണിച്ച കണ്ണുകളിൽ ആഹ്ലാദത്തിന്റെ തിളക്കം ഉണ്ടായിരുന്നു. കഷ്ടിച്ചു കാണാൻ കഴിയുന്ന ആകാശത്തെ അവ്യക്തമായ പാടുകൾ കുട്ടികളുടെ ഭാവനയെ സ്വാധീനിച്ചു. അവരുടെ മൊത്തം വികാരവും രഹസ്യം പറയുന്നതുപോലുള്ള യോഷോവിന്റെ പ്രസ്താവനയിൽ ഉണ്ടായിരുന്നു.

"ഇതുപോലെ നമുക്കും പറക്കണം!"

പലപ്പോഴും പ്രാവുകളായി രൂപം മാറി ആത്മാവുകൾ സ്വർഗ്ഗത്തിലേക്ക് പറന്നുകയറുമെന്ന് മനസ്സിലാക്കിയിരുന്ന ഫോമായ്ക്ക് നെഞ്ചിനുള്ളിൽ പറക്കാനുള്ള അതിശക്തമായ ആഗ്രഹം ആളിക്കത്തുന്നതായി

തോന്നി. പരസ്പരം കൈകോർത്ത് നിശ്ശബ്ദരായി ആകാശത്തു നിന്നും കിളികൾ തിരിച്ചുവരുന്നത് പ്രതീക്ഷിച്ചുകൊണ്ടുനിന്ന അവരും ജീവിതത്തിന്റെ നിശ്വാസങ്ങളിൽ നിന്ന് പ്രാവുകൾ ഭൂമിയിൽനിന്ന് പറന്നുപോയ ദൂരത്തേക്ക് ഒഴുകിപ്പോയിരുന്നു. ഈ നിമിഷത്തിൽ അവർ വെറും കുട്ടികളായിരുന്നു. അവരുടെ കണ്ണുകളിൽനിന്ന് അവരുടെ വികാരങ്ങൾ തീരുമാനിക്കാം. ആകാശത്തെ പ്രാവുകളെപ്പോലെ അവർക്ക് സന്തോഷമുണ്ടായിരുന്നു.

പക്ഷേ, ഇപ്പോൾ പ്രാവുകൾ വീണ്ടും മേൽക്കൂരയിലേക്ക് തിരിച്ചുവന്നിരിക്കുന്നു. പറന്നു ക്ഷീണിച്ചുവന്ന പ്രാവുകളെ കൂട്ടിനുള്ളിലേക്ക് ഓടിച്ചുകയറ്റാൻ എളുപ്പമാണ്.

“നമുക്ക് ആപ്പിൾ പറിക്കാൻ പോകാം?”

എല്ലാ കളികളുടേയും സാഹസികതകളുടേയും തുടക്കക്കാരനായ യോഷോവ് അഭിപ്രായം പറയുന്നു. അവന്റെ ആഹ്വാനത്തോടെ അവരുടെ മനസ്സിൽ പ്രാവുകൾ സൃഷ്ടിച്ച സമാധാനം നഷ്ടമായി. പിന്നീട് അവർ ഓരോ ശബ്ദത്തിനും ചെവികൊടുത്തുകൊണ്ട് കൊള്ളക്കാരെപോലെ പിൻവശത്തെ മുറ്റം ശബ്ദമുണ്ടാക്കാതെ കുറുകെ കടന്ന് തൊട്ടടുത്ത പറമ്പിലെ തോട്ടത്തിലേക്ക് നടന്നു.

മറ്റുള്ള എല്ലാ കളികളേക്കാളും സാഹസികതകളേക്കാളും ഇത്തരം അതിക്രമങ്ങൾ ഫോമായുടെ താല്പര്യത്തിനായിരുന്നു. ഈ അതിക്രമങ്ങൾ കാണിക്കുമ്പോൾ അവൻ കാണിക്കുന്ന ധൈര്യം കൂട്ടുകാരെ അമ്പരപ്പിച്ചു. അത് കാണുമ്പോൾതന്നെ അവർക്ക് ദേഷ്യംവന്നു. അവൻ മറ്റുള്ളവരുടെ തോട്ടമാണെന്ന കാര്യത്തിൽ മനഃപൂർവ്വം അശ്രദ്ധ കാണിച്ചു. ആപ്പിൾ മരത്തിന്റെ ചില്ലകൾ വലിച്ചൊടിക്കുമ്പോൾ അവൻ ഉറക്കെ വിളിച്ചുകൂവും. പുഴു കയറിയ ആപ്പിൾ അവൻ ഉടമസ്ഥന്റെ വീടിനു നേരെ വലിച്ചെറിഞ്ഞു. ഇതിനിടയിൽ പിടിക്കപ്പെട്ടാലുള്ള അപകടം അവനെ ഭയപ്പെടുത്തിയില്ല.

അവനെ സംബന്ധിച്ചിടത്തോളം ഇത്തരം അതിക്രമങ്ങൾ ഏറെക്കുറെ ഒരു പ്രോത്സാഹനം ആയിരുന്നു. ആ സമയത്ത് അവന്റെ കണ്ണുകളുടെ കറുപ്പ് നിറം കൂടും, അവൻ പല്ലുഞെരിക്കും. അവന്റെ മുഖഭാവത്തിൽ ദേഷ്യവും അഭിമാനവും നിഴലിക്കും.

സ്മോളിൻ അവജ്ഞയോടെ ചുണ്ടുകോട്ടി പറയും.

“ബഹളം മുഴുവൻ നീ തനിച്ച് ഉണ്ടാക്കുന്നതാണ്.”

“എന്തായാലും ഞാൻ ഒരു പേടിത്തൂറിയല്ല.” ഫോമാ മറുപടി പറഞ്ഞു.

“നീ പേടിത്തൂറിയല്ലെന്ന് എനിക്ക് അറിയാം. പക്ഷേ, അതുകൊണ്ട് നീ പൊങ്ങച്ചം പറയുന്നത് എന്തിനാണ്. ഒരാൾക്ക് പൊങ്ങച്ചം പറയാതെ തന്നെ ഒരു കാര്യം ചെയ്യാൻ പറ്റും.”

യോഷോവ് മറ്റൊരു കാഴ്ചപ്പാടിലാണ് അവനെ കുറ്റപ്പെടുത്തിയത്:

“നിനക്ക് അറിഞ്ഞുകൊണ്ട് അവരുടെ കൈയിൽപോയി വീഴണമെ

ന്നുണ്ടെങ്കിൽ നിനക്ക് പോയി വീഴാം. പക്ഷേ, ഞാൻ നിന്റെ കൂട്ടിനില്ല. അവർ നിന്നെ പിടികൂടി നിന്റെ അച്ഛന്റെ അടുത്ത് കൊണ്ടുപോകും. നിന്റെ അച്ഛൻ നിന്നെ ഒന്നും ചെയ്യില്ല. എനിക്ക് എന്റെ എല്ലു പുറത്തു ചാടുന്ന തരത്തിലുള്ള അടി കിട്ടും."

"പേടിത്തൂറി!" ഫോമാ വാശിയോടെ ആവർത്തിച്ചു.

കിഴവൻ ചുമാക്കോവ് ഒരു ദിവസം ഫോമായെ പിടികൂടി. മെലിഞ്ഞുണങ്ങിയ ചുമാക്കോവ് സെക്കന്റ് ക്യാപ്റ്റൻ ആയിരുന്നു. മോഷ്ടിച്ച ആപ്പിൾ ഉടുപ്പിനുള്ളിൽ ഒളിപ്പിച്ചിരുന്ന ഫോമായെ ശബ്ദമുണ്ടാക്കാതെ പതുങ്ങി വന്ന് പിടിച്ചു നിർത്തിക്കൊണ്ട് ഭയപ്പെടുത്തുന്ന ശബ്ദത്തിൽ കിഴവൻ വിളിച്ചുകൂവി.

"കൊച്ചുതെമ്മാടി, നിന്നെ എനിക്ക് ഇപ്പോളാണ് കൈയിൽ കിട്ടിയത്!"

ഫോമായ്ക്ക് അന്ന് പതിനഞ്ചു വയസ്സ് ഉണ്ടായിരുന്നു. അവൻ കിഴവന്റെ പിടിയിൽനിന്നും തെന്നിമാറി. എങ്കിലും അവൻ അവിടെ നിന്ന് ഓടിപ്പോയില്ല. അവൻ കിഴവനെ നോക്കി നെറ്റിചുളിച്ച് കൈചുരുട്ടിക്കൊണ്ട് ഭീഷണിയുടെ സ്വരത്തിൽ വിളിച്ചുപറഞ്ഞു:

"നിങ്ങൾക്ക് എന്നെ തൊടാനുള്ള ധൈര്യമുണ്ടോ?"

"ഞാൻ നിന്നെ തൊടില്ല. പക്ഷേ, നിന്നെ ഞാൻ പൊലീസിൽ ഏല്പിക്കും. നീ ആരുടെ മകനാണ്?"

ഫോമാ ഈ ചോദ്യം ഒട്ടും പ്രതീക്ഷിച്ചിരുന്നില്ല. അവന്റെ പകയും ധൈര്യവും നിമിഷനേരംകൊണ്ട് അവനെ ഉപേക്ഷിച്ച് പോയി.

പൊലീസ് സ്റ്റേഷനിലേക്കുള്ള യാത്ര ഒരിക്കലും അച്ഛൻ ക്ഷമിക്കില്ലെന്ന് അവന് തോന്നി. അവൻ ഞെട്ടിവിറച്ചുകൊണ്ട് പറഞ്ഞൊപ്പിച്ചു.

"ഗോർഡിയീവിന്റെ മകനാണ്."

"ഇഗ്നാറ്റ് ഗോർഡിയീവിന്റെ മകനാണോ?"

"അതെ."

ഇപ്പോൾ സെക്കന്റ് ക്യാപ്റ്റനാണ് ഞെട്ടിയത്. അയാൾ എന്തോ കാരണം കൊണ്ട് പെട്ടെന്ന് നിവർന്നുനിന്ന് ദീർഘശ്വാസം വിട്ടുകൊണ്ട് തൊണ്ട ശരിയാക്കി. അതിനുശേഷം അയാൾ ബലംപിടിത്തം അവസാനിപ്പിച്ചു. ഫോമായോട് അയാൾ ഒരു അച്ഛൻ പറയുന്നതുപോലെ പറഞ്ഞു:

"ഇത് നാണക്കേടാണ്! ഇത്രയും ആദരിക്കപ്പെടുന്ന പ്രശസ്തനായ ഒരാളിന്റെ മകൻ! ഇത് നിങ്ങളുടെ അവസ്ഥയ്ക്ക് ചേർന്നതല്ല! പൊയ്ക്കോളൂ. പക്ഷേ, ഒരിക്കൽക്കൂടി ഇത് സംഭവിക്കരുത്. സംഭവിച്ചാൽ എനിക്ക് അച്ഛനോട് പറയേണ്ടിവരും. എന്തായാലും അദ്ദേഹത്തെ ഞാൻ അന്വേഷിച്ചതായി പറയണം."

കിഴവന്റെ മുഖത്തുനിന്നും അയാൾക്ക് അവന്റെ അച്ഛനെ പേടിയാണെന്ന് ഫോമായ്ക്ക് മനസ്സിലായി. ഒരു ചെന്നായ്ക്കുട്ടിയെപോലെ അവൻ തലചരിച്ച് ചുമാക്കോവിനെ നോക്കി. അനുവാദം കൊടുത്തിട്ടും അവിടെ നിന്ന് പോകാൻ കൂട്ടാക്കാത്ത കുട്ടിയെ സംശയത്തോടെ നോക്കിക്കൊണ്ട്

പരിഹാസ്യമായ ഗൗരവഭാവത്തിൽ കിഴവൻ അയാളുടെ നരച്ച മീശ പിരിച്ചുകാണിച്ചു.

"നീ പൊയ്ക്കോളൂ" അവന്റെ വീട്ടിലേക്കുള്ള വഴി ചൂണ്ടിക്കാണിച്ചു കൊണ്ട് കിഴവൻ ആവർത്തിച്ചു.

"പൊലീസിന്റെ കാര്യം എന്തായി?" ഫോമാ ചങ്കൂറ്റത്തോടെ ചോദിച്ചു. വരാനിടയുള്ള മറുപടിയോട് ആ നിമിഷത്തിൽ തന്നെ അവന് ഭയം തോന്നുന്നുണ്ടായിരുന്നു.

കിഴവൻ പുഞ്ചിരിച്ചു. "ഞാൻ വെറുതെ തമാശ പറഞ്ഞതാണ്. നിന്നെ ഒന്ന് പേടിപ്പിക്കാമെന്ന് വിചാരിച്ചു."

"നിങ്ങൾക്ക് എന്റെ അച്ഛനെ പേടിയാണ്." കിഴവന്റെ മുഖത്തുനിന്നും മുഖം തിരിച്ച് തോട്ടത്തിനുള്ളിലേക്ക് നക്കുന്നതിനിടയിൽ ഫോമാ പറഞ്ഞു.

"എനിക്ക് പേടിയാണെന്നോ? നമുക്ക് നോക്കാം." ചുമാക്കോവ് അവ നോട് വിളിച്ചു പറഞ്ഞു. കിഴവന്റെ ശബ്ദത്തിൽ നിന്നും താൻ അയാളെ വേദനിപ്പിച്ചെന്ന് ഫോമായ്ക്ക് മനസ്സിലായി. അവന് നാണക്കേടും ദുഃഖവും തോന്നി. വൈകുന്നേരംവരെ അവൻ വെറുതെ ചുറ്റിത്തിരിഞ്ഞു. വീട്ടിൽ തിരിച്ചെത്തിയപ്പോൾ അവനെ എതിരേറ്റത് അച്ഛന്റെ കർക്കശമായ ചോദ്യം ആയിരുന്നു:

"ഫോമാ, നീ ചുമാക്കോവിന്റെ തോട്ടത്തിൽ പോയിരുന്നോ?"

"ഞാൻ പോയിരുന്നു." അച്ഛന്റെ കണ്ണുകളിലേക്ക് നോക്കിക്കൊണ്ട് അവൻ ശാന്തമായി മറുപടി പറഞ്ഞു.

നിശ്ചയമായും ഇഗ്നാറ്റ് ഇത്തരം ഒരു മറുപടി പ്രതീക്ഷിച്ചിരുന്നില്ല. അയാൾ താടിതടവിക്കൊണ്ട് കുറച്ചുസമയം നിശ്ശബ്ദനായി ഇരുന്നു.

'മണ്ടാ! നീ അങ്ങനെ ചെയ്തത് എന്തിനാണ്? നിനക്ക് ഇവിടെ വേണ്ടത്ര ആപ്പിൾ സ്വന്തമായില്ലേ?"

ഫോമാ, മറുപടി പറയാതെ അച്ഛന്റെ മുമ്പിൽ തലകുനിച്ചു നിന്നു.

"കണ്ടോ! നിനക്ക് നാണക്കേടുണ്ട്! നിന്നെക്കൊണ്ടിത് ചെയ്യിച്ചത് യോഷോവായിരിക്കും! അവൻ വരുമ്പോൾ അവന് ഞാൻ കൊടുത്തോളാം! നിങ്ങളുടെ കൂട്ടുകെട്ട് ഞാൻ അവസാനിപ്പിക്കും!"

"അത് ഞാൻ തനിയെ ചെയ്തതാണ്." ഫോമാ ധൈര്യമായി പറഞ്ഞു.

"പക്ഷേ, നീ എന്തിനാണ് അങ്ങനെ ചെയ്തത്?"

"ചെയ്യാൻ കാരണം"

"ചെയ്യാൻ കാരണം" അച്ഛൻ അവനെ പരിഹസിച്ചുകൊണ്ട് അനു കരിച്ചു. "ശരി, നീ അതു ചെയ്തെങ്കിൽ നിന്നോടും മറ്റുള്ളവരോടും അതിന്റെ കാരണം വ്യക്തമാക്കാൻ നിനക്ക് കഴിക്കണം. ഇവിടെ വരൂ!"

ഫോമാ കസേരയിൽ ഇരുന്നിരുന്ന അച്ഛന്റെ അടുത്തേക്ക് നടന്നു ചെന്ന് അയാളുടെ കാൽമുട്ടുകൾക്കിടയിൽ കയറി നിന്നു. ഇഗ്നാറ്റ് അവന്റെ തോളിൽ കൈവെച്ച് പുഞ്ചിരിച്ചുകൊണ്ട് അവന്റെ കണ്ണുകളി

ലേക്ക് നോക്കി.

"നിനക്ക് നാണക്കേട് തോന്നുന്നുണ്ടോ?"

"എനിക്ക് തോന്നുന്നുണ്ട്." ഫോമാ നെടുവീർപ്പിട്ടു.

"മണ്ടാ! നിനക്ക് മനസ്സിലായല്ലോ! നീ എനിക്കും നിനക്കും നാണക്കേടുണ്ടാക്കി."

മകന്റെ തല നെഞ്ചോട് ചേർത്തുവെച്ച് തലമുടിയിൽ തഴുകിക്കൊണ്ട് അയാൾ ചോദിച്ചു. "നീ എന്തിനാണ് ഇത്തരം ഒരു കാര്യം ചെയ്തത്? മറ്റുള്ളവരുടെ ആപ്പിൾ എന്തിനാണ് മോഷ്ടിക്കുന്നത്?"

"എനിക്ക്– എനിക്കറിയില്ല." ഫോമാ പരിഭ്രമത്തോടെ പറഞ്ഞു. "ഒരു പക്ഷേ, ഞാൻ തനിച്ചായതുകൊണ്ടായിരിക്കും. എല്ലാ ദിവസവും ഒരേ കളിയാണ് ഞാൻ കളിക്കുന്നത്. അത് കളിച്ച് കളിച്ച് ഞാൻ മടുത്തു! എന്നാൽ ഇത് അപകടം പിടിച്ചുകളിയാണ്."

"ആവേശം ഉണ്ടാക്കാനാണോ?"

"അതെ."

"ങാ! ഒരുപക്ഷേ, അതായിരിക്കാം. പക്ഷേ, നീ ശ്രദ്ധിക്കണം. ഇത് നീ അവസാനിപ്പിക്കണം. അല്ലെങ്കിൽ ഞാൻ നിന്നെ കാര്യമായി കൈകാര്യം ചെയ്യും."

"ഇനി ഒരിക്കലും ഒരിടത്തും ഞാൻ വലിഞ്ഞുകയറത്തില്ല." ഫോമാ ആത്മവിശ്വാസത്തോടെ പറഞ്ഞു.

"അപ്പോൾ എല്ലാ കുറ്റവും നീ സ്വയം ഏറ്റെടുക്കുന്നു. അത് കൊള്ളാം. ഭാവിയിൽ നിനക്ക് എന്ത് സംഭവിക്കുമെന്ന് ദൈവത്തിനുമാത്രം അറിയാം. എന്തായാലും അത് വളരെ നല്ലകാര്യമാണ്. ഒരാൾ അയാളുടെ പ്രവൃത്തികളുടെ ഫലം സ്വയം ഏറ്റെടുക്കാൻ ആഗ്രഹിക്കുന്നത് നിസ്സാരകാര്യമല്ല. നിന്റെ സ്ഥാനത്ത് മറ്റാരെങ്കിലും ആയിരുന്നെങ്കിൽ കൂട്ടുകാരെ കുറ്റപ്പെടുത്തുമായിരുന്നു. എന്നാൽ നീ പറഞ്ഞത് നീ അത് തനിച്ച് ചെയ്തെന്നാണ്. ഫോമാ, അത് ശരിയായ വഴിയാണ്. നീ കുറ്റം ചെയ്യുന്നു. പക്ഷേ, അതിന്റെ ചുമതല നീ തന്നെ ഏറ്റെടുക്കുന്നു. ചുമാക്കോവ് നിന്നെ അടിച്ചോ?" തല്ക്കാലത്തേക്ക് സംസാരം അവസാനിപ്പിച്ചുകൊണ്ട് ഇഗ്നാറ്റ് ചോദിച്ചു.

"എങ്കിൽ ഞാൻ തിരിച്ചടിക്കുമായിരുന്നു" ഫോമാ ആത്മവിശ്വാസത്തോടെ പറഞ്ഞു.

"ഓഹോ" അവന്റെ അച്ഛൻ അർത്ഥംവെച്ച് പറഞ്ഞു.

"അയാൾക്ക് അച്ഛനെ പേടിയാണെന്ന് ഞാൻ അയാളോട് പറഞ്ഞു. അതുകൊണ്ടാണ് അയാൾ പരാതിപറയാൻ വന്നത്. അല്ലെങ്കിൽ അയാൾ അച്ഛനോട് അതിനെപ്പറ്റി ഒന്നും പറയാൻ പോകുന്നില്ല."

"അങ്ങനെയാണോ?"

"ദൈവത്തിനാണെ സത്യം. അയാൾ എന്നോട് പറഞ്ഞത്. അച്ഛനെ അയാൾ അന്വേഷിച്ചെന്ന് പറയണമെന്നാണ്."

"അങ്ങനെ പറഞ്ഞോ?"

"പറഞ്ഞു."

"ഹോ! പട്ടി! അവർ എന്തുതരം മനുഷ്യരാണെന്ന് നോക്കൂ. അയാളുടെ സാധനം കൊള്ളയടിച്ചിട്ടും അയാൾ അന്വേഷണം അറിയിക്കുന്നു! അതിന് ഒരു കോപ്പക്കിൽ കൂടുതൽ വില ഉണ്ടാവില്ലെന്നുള്ളത്. സത്യമാണ്. പക്ഷേ, എനിക്ക് ഒരു റൂബിൾ പോലെയാണ് അയാൾക്ക് ഒരു കോപ്പക്ക്. വിലയല്ല കാര്യം. പക്ഷേ, അത് എന്റേതായിരുന്നെങ്കിൽ ഞാൻ അത് വലിച്ചെറിയാതെ ആരും അതിൽ തൊടാൻ ധൈര്യപ്പെടില്ല. ഓ! അവന്റെ കാര്യം എന്തെങ്കിലുമാകട്ടെ! ശരി, നീ എവിടെയായിരുന്നു?"

അവന്റെ അച്ഛന്റെ അടുത്തിരുന്ന് അന്ന് മനസ്സിൽ പതിഞ്ഞ കാര്യങ്ങളെല്ലാം പറഞ്ഞു. ഇഗ്നാറ്റ് മകന്റെ മുഖത്തുനിന്നും കണ്ണെടുക്കാതെ കേട്ടുകൊണ്ടിരുന്നു. അയാൾ ദുഃഖത്തോടെ പുരികം ചുളിച്ചു.

"നീ ഇപ്പോഴും കാര്യങ്ങൾ ആഴത്തിൽ മനസ്സിലാക്കിയിട്ടില്ല. നീ ഇപ്പോഴും കുട്ടിയാണ്."

"ഞങ്ങൾ മലയിടുക്കിൽവെച്ച് ഒരു മൂങ്ങയെ പേടിപ്പിച്ചു." ഫോമാ പറഞ്ഞു. "അത് നല്ല രസമായിരുന്നു. അത് അങ്ങോട്ടും ഇങ്ങോട്ടും പറന്നുനടന്ന് ഒരു മരത്തിൽ പോയിടിച്ചു. അത് വേദനകൊണ്ട് കരയാൻപോലും തുടങ്ങി. ഞങ്ങൾ അതിനെ വീണ്ടും പേടിപ്പിച്ചു. വീണ്ടും അത് അങ്ങോട്ടും ഇങ്ങോട്ടും പറന്നു. വീണ്ടും അത് ഏതോ മരത്തിൽ പോയിടിച്ചു. അതിന്റെ തൂവലുകൾ പൊഴിഞ്ഞു തുടങ്ങിയിരുന്നു. മലയിടുക്കിലെല്ലാം പറന്ന് നടന്ന് ഒടുവിൽ അത് വളരെ ബുദ്ധിമുട്ടി എവിടെയോ ഒളിച്ചു. ഞങ്ങൾ പിന്നീട് അതിനെ കണ്ടുപിടിക്കാൻ ശ്രമിച്ചില്ല. ഞങ്ങൾക്ക് സങ്കടം തോന്നി. അതിന്റെ ശരീരത്തെല്ലാം മുറിവുണ്ടായിരുന്നു. അച്ഛാ, പകൽ മൂങ്ങയ്ക്ക് ഒട്ടും കണ്ണുകാണില്ലേ?"

"കാണില്ല!" ഇഗ്നാറ്റ് പറഞ്ഞു. "ചില മനുഷ്യൻ പകൽ സമയത്തെ ഈ മൂങ്ങയെപ്പോലെ ജീവിതത്തിലും ചുറ്റിത്തിരിഞ്ഞുകൊണ്ടിരിക്കും. അയാളുടെ സ്ഥലം കണ്ടെത്താൻ വേണ്ടി സ്ഥിരമായി അന്വേഷണം തുടരും. പക്ഷേ, ഒന്നുകൊണ്ടും ഒരു പ്രയോജനം ഇല്ല. അയാൾ വീണ്ടും വീണ്ടും പരിശ്രമിക്കും. അയാളുടെ തൂവൽകൊഴിഞ്ഞുപോകും. അല്ലാതെ യാതൊരു ഉപയോഗവും അതുകൊണ്ടില്ല. അയാൾക്ക് മുറിവുപറ്റുന്നു. അസുഖം പിടിപെടുന്നു. എല്ലാം നഷ്ടപ്പെടുന്നു. പിന്നീട് അയാളുടെ അസ്വസ്ഥതയിൽ നിന്ന് ആശ്വാസം കിട്ടാൻ വേണ്ടി എവിടെ വേണമെങ്കിലും എല്ലാ ശക്തിയുമെടുത്ത് അയാൾ സ്വയം ഇടിച്ച് നിലത്തുവീഴും. ഇത്തരം മനുഷ്യരെപ്പറ്റി ദുഃഖം വേണം."

"അത് അവർക്ക് എത്രമാത്രം വേദന ഉണ്ടാക്കും?" ഫോമാ ശബ്ദം താഴ്ത്തി പറഞ്ഞു.

'മൂങ്ങയുടെ വേദന അവർക്കും കാണും."

"എന്തുകൊണ്ടാണ് ഇങ്ങനെ സംഭവിക്കുന്നത്?"

"എന്തുകൊണ്ടാണ്? അത് പറയാൻ പറ്റില്ല. ചിലർ കഷ്ടപ്പെടുന്നത് അയാളുടെ അഹങ്കാരം കൊണ്ട് കണ്ണുകാണാതാകുന്നതുകൊണ്ടാണ്.

അയാൾ കൂടുതൽ ആഗ്രഹിക്കുന്നു. പക്ഷേ, അതിനുള്ള ശക്തി അയാൾക്ക് കുറവാണ്. മറ്റൊരാൾക്ക് കാരണം അയാളുടെ മണ്ടത്തരമാണ് പക്ഷേ, നിനക്ക് മനസ്സിലാക്കാൻ പറ്റാത്ത മറ്റ് ആയിരത്തൊന്ന് കാരണങ്ങൾ വേറെ ഉണ്ട്."

"അകത്തുവന്ന് ചായ കുടിക്ക്" അൻഫിസാ അവരോട് വിളിച്ചു പറഞ്ഞു. അവർ വളരെ നേരമായി ഉമ്മറത്ത് നില്ക്കുകയായിരുന്നു. അച്ഛന്റെ തോളത്തേലേക്ക് ചാരിനില്ക്കുന്ന ഫോമായുടെ മുകളിലേക്ക് കുനിഞ്ഞിരിക്കുന്ന സഹോദരന്റെ വലിയ രൂപത്തെ അവർ സ്നേഹം നിറഞ്ഞ ആരാധനയോടെ നോക്കിനില്ക്കുകയായിരുന്നു.

ഇങ്ങനെ ദിവസങ്ങൾ കഴിയുന്നതിനൊത്ത് ഫോമായുടെ ജീവിതം പുരോഗമിച്ചു. വികാരങ്ങളുടെ ധാരാളിത്തമില്ലാത്ത ശാന്തമായ ജീവിതം. വിരസമായ അവന്റെ ജീവിതപശ്ചാത്തലത്തിൽ ചിലപ്പോൾ ഒരു മണിക്കൂർ സമയത്തേക്ക് അല്ലെങ്കിൽ ഒരു ദിവസത്തേക്ക് ചില ശക്തമായ തോന്നലുകൾ ഫോമായുടെ മനസ്സിൽ ഉയർന്നുവന്നിരുന്നു. പക്ഷേ, ഇത്തരം തോന്നലുകൾ ഉടൻതന്നെ തുടച്ചുനീക്കപ്പെട്ടിരുന്നു. ഇതൊക്കെയുണ്ടെങ്കിലും അവന്റെ മനസ്സ് ശാന്തമായ ഒരു തടാകം ആയിരുന്നു. ജീവിതത്തിന്റെ പ്രക്ഷുബ്ധമായ കൊടുങ്കാറ്റിൽനിന്നും ഒളിച്ചുവയ്ക്കപ്പെട്ട ഒരു തടാകം. അതിന്റെ ഉപരിതലത്തിൽ തൊടുന്നതെല്ലാം ഒന്നുകിൽ അതിന്റെ ആഴങ്ങളിലേക്ക് മുങ്ങിപ്പോയി. അല്ലെങ്കിൽ പ്രശാന്തമായ ഉപരിതലത്തിലൂടെ നിശ്ശബ്ദമായി ഒഴുകി എവിടെയോ അപ്രത്യക്ഷമായി.

ജില്ലാ സ്കൂളിലെ അഞ്ചുവർഷങ്ങൾക്കഴിഞ്ഞ് തവിട്ടുനിറമുള്ള മുഖവും കട്ടിപ്പുരികങ്ങളും കറുത്ത തലമുടിയും മേൽച്ചുണ്ടിനുമുകളിൽ കറുപ്പ് നിറവുമുള്ള ഫോമാ നാലുക്ലാസുകൾ തരക്കേടില്ലാതെ വിജയിച്ചതിനു ശേഷം പുറത്തുവന്നു. അവന്റെ വലിയ കറുത്ത കണ്ണുകളിൽ നിഷ്ക്കളങ്കമായ ഒരു വിഷാദഭാവം ഉണ്ടായിരുന്നു. അവന്റെ ചുണ്ടുകൾ ഒരു കൊച്ചുകുട്ടിയുടെ ചുണ്ടുകൾപോലെ പകുതി വിടർന്നിരുന്നു. പക്ഷേ, അവന്റെ മോഹങ്ങൾക്ക് എതിർപ്പ് ഉണ്ടാകുമ്പോൾ അല്ലെങ്കിൽ മറ്റെന്തെങ്കിലും കാരണം കൊണ്ട് അവൻ ദേഷ്യപ്പെടുമ്പോൾ ഫോമായുടെ കൃഷ്ണമണികൾ വികസിക്കും. അവൻ ചുണ്ടുകൾ ഇറുക്കി അടയ്ക്കും. അവന്റെ മുഖത്ത് ഒന്നിനും വഴങ്ങാത്ത ഒരു മുഖഭാവം പ്രത്യക്ഷപ്പെടും. പലപ്പോഴും അവന്റെ തലതൊട്ടപ്പൻ പുഞ്ചിരിക്കണോ എന്ന് ഉറപ്പില്ലാത്ത മട്ടിൽ പുഞ്ചിരിച്ചുകൊണ്ട് അവനോട് പറയാറുണ്ടായിരുന്നു;

"ഫോമാ, പെണ്ണുങ്ങൾക്ക് നീ തേനിനേക്കാൾ മധുരമുള്ള സാധനമായിരിക്കും. പക്ഷേ, ഇതുവരെ നിന്റെ ഭാഗത്തുനിന്നും കൂടുതൽ സാമാന്യബുദ്ധിയൊന്നും കാണാൻ കഴിഞ്ഞിട്ടില്ല."

ഈ വാക്കുകൾ കേൾക്കുമ്പോൾ ഇഗ്നാറ്റ് നെടുവീർപ്പിട്ടും

"നീ നിന്റെ മകനെ കഴിയുന്നതും വേഗം കൂടെകൂട്ടിയാൽ നന്നായിരിക്കും."

"സമയമുണ്ടല്ലോ. കുറച്ചുകൂടി കാത്തിരിക്കാം."

"എന്തിനാണ് കാത്തിരിക്കുന്നത്? രണ്ടുമൂന്നു കൊല്ലം അവർ വോൾഗയിൽ ചുറ്റിത്തിരിയട്ടെ! പിന്നീട് നമുക്ക് അവന്റെ വിവാഹം നടത്താം. എന്റെ ലുബോവ് ഉണ്ടല്ലോ.

ലുബോവ് മയാകിൻ ഇപ്പോൾ ഏതോ ബോർഡിങ് സ്കൂളിൽ അഞ്ചാംക്ലാസിൽ പഠിക്കുകയായിരുന്നു. ഫോമാ പലപ്പോഴും അവളെ വഴിയിൽവെച്ച് കണ്ടിരുന്നു. അപ്പോഴെല്ലാം പരിഷ്കാരമുള്ള തൊപ്പിവെച്ച തല അവനേക്കാൾ വലിയവളാണെന്ന ഭാവത്തിൽ അവൾ കുനിച്ചുപിടിച്ചിരുന്നു. ഫോമാ അവളെ ഇഷ്ടപ്പെട്ടു. പക്ഷേ, അവളുടെ ചുവന്നുതുടുത്ത കവിളുകൾക്കും തവിട്ടുനിറമുള്ള തിളങ്ങുന്ന കണ്ണുകൾക്കും ചുവന്ന ചുണ്ടുകൾക്കും അഹംഭാവത്തോടെയുള്ള അവളുടെ അവഗണന അവനിൽ ഉണ്ടാക്കിയ അപമാനത്തെ തണുപ്പിക്കാൻ കഴിഞ്ഞില്ല. അവൾ ജിംനേഷ്യത്തിലെ ചില വിദ്യാർത്ഥികളുമായി പരിചയത്തിലായിരുന്നു. അവരുടെ കൂട്ടത്തിൽ അവന്റെ പഴയ ചങ്ങാതി യോഷോവ് ഉണ്ടായിരുന്നെങ്കിലും ഫോമായ്ക്ക് അവരോട് താല്പര്യം തോന്നിയില്ല. അവരുമായുള്ള ചങ്ങാത്തം അവനെ അമ്പരപ്പിച്ചു. അവരെല്ലാവരും അവന്റെ മുമ്പിൽ അവരുടെ പഠിത്തത്തെപ്പറ്റി പൊങ്ങച്ചം പറയുകയാണെന്ന് അവന് തോന്നി. അവർ അവന്റെ അറിവില്ലായ്മയെ പരിഹസിക്കുന്നതായി അവന് അനുഭവപ്പെട്ടു. അവർ ലുംബോവിന്റെ വീട്ടിൽ ഒത്തുകൂടി ഏതെങ്കിലും പുസ്തകം വായിക്കും. അവർ വായിക്കുകയോ പരസ്പരം ഉറക്കെ തർക്കിക്കുകയോ ചെയ്യുന്ന സമയത്ത് അവൻ കടന്നുചെല്ലുകയാണെങ്കിൽ അവനെ കാണുമ്പോൾത്തന്നെ അവർ നിശ്ശബ്ദരാകും. ഇത് അവനെ അവരിൽ നിന്ന് കൂടുതൽ അകറ്റി. ഒരു ദിവസം അവൻ മയാകിന്റെ വീട്ടിൽ ഉണ്ടായിരുന്ന സമയത്ത് ലുംബോവ് അവനെ തോട്ടിൽ നടക്കാൻ വേണ്ടി വിളിച്ചുകൊണ്ടുപോയി. അവിടെ വെച്ച് അവനെ കളിയാക്കുന്ന മട്ടിൽ അവൾ ചോദിച്ചു:

"നീ എന്താണ് ആരോടും കൂടുകൂട്ടാത്തത്? നീ ഒരിക്കലും ഒന്നിനെപ്പറ്റിയും സംസാരിക്കാറില്ല."

"എനിക്ക് ഒന്നും അറിയില്ല. പിന്നെ എന്തിനെപ്പറ്റി സംസാരിക്കാൻ പറ്റും?"

"പഠിക്കണം. പുസ്തകങ്ങൾ വായിക്കണം."

"അതൊന്നും എനിക്ക് തോന്നുന്നില്ല."

"ജിംനേഷ്യത്തിലെ കുട്ടികൾക്ക് എല്ലാ കാര്യങ്ങളും അറിയാം. അവർക്ക് എല്ലാ കാര്യങ്ങളേയും പറ്റി സംസാരിക്കാനും അറിയാം. യോഷോവ് തന്നെ അതിന്റെ ഉദാഹരണമാണ്."

"എനിക്ക് യോഷോവിനെ അറിയാം. വായാടി."

"നിനക്ക് അവനോട് അസൂയയാണ്. അവൻ നല്ല മിടുക്കനാണ്. അവൻ ഉടൻതന്നെ ജിംനേഷ്യത്തിൽ നിന്ന് ബിരുദമെടുക്കും. പിന്നീട് അവൻ സർവ്വകലാശാലയിൽ പഠിക്കാൻ വേണ്ടി മോസ്കോയിൽ പോകും."

"ശരി, അതിനെന്താണ്?" ഫോമാ താല്പര്യമില്ലാതെ പറഞ്ഞു.

"നീ പഠിക്കാതെ ഇവിടെ തുടരുന്നുണ്ടാകും."

"ശരി, അതിനെന്താണ്?"

"അത് നന്നായിരിക്കും." ലുബോവ് അവനെ കളിയാക്കിക്കൊണ്ട് പറഞ്ഞു.

"ശാസ്ത്രം ഇല്ലാതെതന്നെ ഞാൻ ശ്രദ്ധ പിടിച്ചുപറ്റും" ഫോമാ അവജ്ഞയോടെ പറഞ്ഞു.

"ഈ പഠിത്തക്കാരുടെ മുഖത്തു നോക്കി എനിക്ക് ചിരിക്കേണ്ടിവരും. വിശപ്പുള്ളവർ പഠിക്കട്ടെ. എനിക്ക് അതിന്റെ ആവശ്യം ഇല്ല."

"ഹോ! നീ എന്ത് മണ്ടനാണ്. ഓക്കാനം വരുന്നു" പെൺകുട്ടി വെറുപ്പോടെ പറഞ്ഞു. അവനെ തോട്ടത്തിൽ ഉപേക്ഷിച്ചതിനുശേഷം പെൺകുട്ടി അവിടെനിന്ന് പോയി. അവൾ നടന്നുപോകുന്നത് നോക്കിക്കൊണ്ടു നില്ക്കുമ്പോൾ അപമാനം കൊണ്ട് അവന്റെ തലകുനിഞ്ഞുപോയി. അവൻ സാവധാനം തോട്ടത്തിനുള്ളിലേക്ക് നടന്നു.

അവൻ മനനത്തിന്റെ മധുരമുള്ള വിഷവും ഏകാന്തതയുടെ സൗന്ദര്യവും തിരിച്ചറിയാൻ തുടങ്ങിക്കഴിഞ്ഞിരുന്നു. സങ്കല്പങ്ങൾക്ക് തീ കൊളുത്തുന്ന വേനലിലെ അസ്തമയങ്ങളുടെ വൈകുന്നേരങ്ങളിൽ അവന്റെ മനസ്സിലേക്ക് അസ്വസ്ഥവും ദുർഗ്രഹവുമായ ഒരു ആഗ്രഹം നുഴഞ്ഞുകയറി. തോട്ടത്തിന്റെ ഏതെങ്കിലും ഇരുണ്ട കോണിൽ ഇരിക്കുന്ന സമയത്ത് അല്ലെങ്കിൽ കിടക്കയിൽ കിടക്കുന്ന സമയത്ത് അവന്റെ മുന്നിലേക്ക് യക്ഷിക്കഥകളിലെ രാജകുമാരിമാരുടെ രൂപങ്ങൾ തെളിഞ്ഞുവന്നു. അവർക്ക് ലുബോവിന്റെയും അവന്റെ പരിചയക്കാരായ മറ്റുപെൺകുട്ടികളുടേയും മുഖച്ഛായ ഉണ്ടായിരുന്നു. അവർ അരണ്ടവെളിച്ചത്തിൽ അവന്റെ മുന്നിലൂടെ നിഗൂഢമായ നോട്ടങ്ങളുമായി നിശ്ശബ്ദരായി ഒഴുകിക്കൊണ്ടിരുന്നു. ചിലപ്പോൾ ഈ കാഴ്ച അവനെ ലഹരിപ്പിടിപ്പിച്ചു. അവൻ എഴുന്നേറ്റ് നിവർന്നുനിന്ന് നെടുവീർപ്പിട്ടു. ചിലപ്പോൾ ഇതേ കാഴ്ചകൾ അവനെ ദുഃഖിപ്പിച്ചു. അവന് കരയണമെന്ന് തോന്നി. പക്ഷേ, കണ്ണുനീർ ചൊരിയാനുള്ള നാണക്കേടുകൊണ്ട് അവൻ സ്വയം നിയന്ത്രിച്ചു. ഒരിക്കലും അവൻ നിശ്ശബ്ദതയിലിരുന്ന് കരഞ്ഞില്ല. എന്നാൽ ദൈവത്തിനോട് നന്ദി പ്രകടിപ്പിക്കാനുള്ള ആഗ്രഹം കൊണ്ട് അവന്റെ ഹൃദയം പെട്ടെന്ന് വിറയ്ക്കാൻ തുടങ്ങി. പ്രാർത്ഥനയുടെ വരികൾ അവന്റെ ഓർമ്മയിലൂടെ കടന്നുപോയി. ആകാശത്തേയ്ക്ക് നോക്കി വളരെനേരം അവൻ ആ വരികൾ ഉരുവിട്ടു. സ്വന്തം പ്രാർത്ഥനയിലേക്ക് അവന്റെ അമിത ഊർജ്ജത്തെ കടത്തിവിടുന്നതിനനുസരിച്ച് അവന്റെ മനസ്സിന്റെ ഭാരം കുറഞ്ഞുകൊണ്ടിരുന്നു.

അച്ഛൻ ശ്രദ്ധയോടെ അവനെ കച്ചവടക്കാരുടെ സമൂഹത്തിന് പരിചയപ്പെടുത്തി. അവനെ വാണിഭശാലയിൽ കൂട്ടിക്കൊണ്ടുപോയി. അയാൾ കരാറുകളെപ്പറ്റിയും വാണിജ്യസ്ഥാപനങ്ങളെപ്പറ്റിയും കൂട്ടുകച്ചവടക്കാരെപറ്റിയും അവനോട് വിശദമായി സംസാരിച്ചു. അവർ അവരുടെ വഴി എങ്ങ

നെയാണ് കണ്ടെത്തിയതെന്ന് അവനെ പറഞ്ഞ് മനസ്സിലാക്കി. അവർക്ക് ഇപ്പോൾ എത്രമാത്രം സ്വത്തുണ്ടെന്നും അവരുടെ രീതികൾ എന്തൊക്കെയാണെന്നും അയാൾ പറഞ്ഞുകൊടുത്തു. ഓരോ കാര്യങ്ങൾക്കും അർഹിക്കുന്ന പരിഗണന നല്കിക്കൊണ്ട് ഫോമാ പെട്ടെന്നു തന്നെ അത്തരം കാര്യങ്ങളിൽ പ്രാവീണ്യം നേടി.

"നമ്മുടെ പൂമൊട്ട് ചോരച്ചുവപ്പുനിറമുള്ള റോസ്സാപ്പൂവായി വിടർന്നുകൊണ്ടിരിക്കുന്നു." മയാകിൻ കണ്ണുചിമ്മിക്കൊണ്ട് ഇഗ്നാറ്റിനോട് പറഞ്ഞു.

എന്നാൽ പത്തൊൻപത് വയസ്സായിട്ടും ഫോമായിൽ ബാലിശമായ എന്തൊക്കെയോ കാര്യങ്ങൾ അവശേഷിച്ചിരുന്നു. അവന്റെ പ്രായത്തിലുള്ള മറ്റുകുട്ടികളിൽ നിന്നും അവനെ വ്യത്യസ്തനാക്കുന്ന നിഷ്കളങ്കമായ എന്തൊക്കെയോ കാര്യങ്ങൾ. മറ്റുകുട്ടികൾ അവൻ മണ്ടനാണെന്നുള്ള കണക്കുകൂട്ടലിൽ അവനെ പരിഹസിച്ചു. അവനോടുള്ള അവരുടെ പെരുമാറ്റത്തിൽ നീരസം തോന്നി. അവൻ അവരിൽ നിന്ന് അകന്നുനിന്നു. അവനെ കരുതലോടെ ശ്രദ്ധിച്ചുകൊണ്ടിരുന്ന അവന്റെ അച്ഛനും മയാകിനും ഫോമായുടെ സ്വഭാവത്തിലെ അസ്ഥിരത ഗൗരവമുള്ള ആശങ്കകൾക്ക് കാരണമായി.

"എനിക്ക് അവനെ മനസ്സിലാക്കാൻ പറ്റുന്നില്ല!" ഇഗ്നാറ്റ് പശ്ചാത്താപത്തോടെ പറഞ്ഞു. "അവൻ ധൂർത്തടിക്കുന്നില്ല. സ്ത്രീകളുടെ പിറകേ പോകുന്നതായി തോന്നുന്നില്ല. നിങ്ങളോടും എന്നോടും ബഹുമാനത്തോടെയാണ് പെരുമാറുന്നത്. എല്ലാ കാര്യങ്ങളും ശ്രദ്ധിച്ചു കേൾക്കും. അവൻ ഒരു ആൺകുട്ടി എന്നതിനേക്കാൾ ഒരു പെൺകുട്ടിയെ പോലെയാണ്! എങ്കിൽപോലും അവൻ മണ്ടനാണെന്ന് തോന്നുന്നില്ല!"

"അല്ല; എന്തായാലും അവൻ മണ്ടനല്ല." മയാകിൻ പറഞ്ഞു.

"അവൻ ഏതോ കാര്യത്തിനുവേണ്ടി കാത്തിരിക്കുകയാണെന്ന് തോന്നും. അവന്റെ കണ്ണുകൾക്ക് മുന്നിൽ ഏതോ മൂടുപടം വീണ് കാഴ്ചയില്ലെന്ന് തോന്നും. അവന്റെ മരിച്ചുപോയ അമ്മ ഇതേരീതിയിലാണ് ഇവിടെയെല്ലാം തപ്പിത്തടഞ്ഞിരുന്നത്. നോക്കൂ. സ്മോളിന് എന്റെ മകനേക്കാൾ രണ്ടുവയസ്സ് മാത്രമാണ് കൂടുതൽ ഉള്ളത്. പക്ഷേ, അവൻ എത്രമാത്രം വളർന്ന് ഒരു മനുഷ്യനായിരിക്കുന്നു! ഇപ്പോൾ അവനാണോ അവന്റെ അച്ഛനാണോ മുകളിലെന്ന് പറയാൻ ബുദ്ധിമുട്ടാണ്. അവൻ എന്തൊക്കെയോ പഠിക്കാൻ വേണ്ടി ഏതോ ഫാക്ടറിയിൽ പോകാൻ ആഗ്രഹിക്കുന്നുണ്ട്. അവൻ അച്ഛനോട് അവനെ അയാൾ വേണ്ടതുപോലെ പഠിപ്പിച്ചില്ലെന്ന് പറയുന്നതു കേട്ടു. എന്റെ മകൻ മനസ്സിലുള്ള ഒരു കാര്യവും സൂചിപ്പിക്കില്ല. ദൈവത്തിനറിയാം!"

"നോക്കൂ." മയാകിൻ അയാളെ ഉപദേശിച്ചു. "നിങ്ങൾ അവനെ ആദ്യമായി കച്ചവടത്തിൽ ഇടപെടുത്തണം! എനിക്ക് ഉറപ്പുണ്ട്! സ്വർണ്ണം തീയിലാണ് പരിശോധിച്ചുനോക്കേണ്ടത്. സ്വാതന്ത്ര്യം കിട്ടുമ്പോൾ അവന്റെ മനോഭാവം നമുക്ക് പരിശോധിക്കാം. അവനെ ഒറ്റയ്ക്ക് പറഞ്ഞുവിടണം."

“അവനെ പരീക്ഷിക്കാനാണോ?”

“അതെ. അവൻ എന്തെങ്കിലും കുരുത്തക്കേട് കാണിച്ചെന്നുവരും. നിങ്ങൾക്ക് എന്തെങ്കിലും നഷ്ടം വരാൻ ഇടയുണ്ട്. പക്ഷേ, അവന്റെ രീതികൾ നമുക്ക് മനസ്സിലാക്കാൻ പറ്റും.”

“തീർച്ചയായും പറ്റും. ഞാൻ അവനെ പറഞ്ഞുവിടാം.” ഇഗ്നാറ്റ് തീരുമാനിച്ചു.

“അങ്ങനെ വസന്തത്തിൽ ചരക്കുകയറ്റിയ രണ്ട് പത്തേമാരികളുമായി ഇഗ്നാറ്റ് മകനെ കച്ചവടത്തിന് പറഞ്ഞുവിട്ടു. പത്തേമാരികളെ ഗോർഡിയീവിന്റെ ഫിലിഷ്നി എന്ന കപ്പലാണ് നയിച്ചിരുന്നത്. ഫോമായുടെ പഴയ പരിചയക്കാരൻ യഫിം എന്ന നാവികനായിരുന്നു കപ്പലിന്റെ ചുമതല. യഫിം ഇല്യച്ച് ഇപ്പോൾ കാട്ടുപൂച്ചയുടെ കണ്ണുകളുള്ള ആരോഗ്യവാനായ ഒരു മുപ്പതുകാരൻ ആയിരുന്നു. വിട്ടുവീഴ്ചയില്ലാത്ത പരിപൂർണ്ണമായ പക്വതയുള്ള ഒരു ക്യാപ്റ്റൻ.

എല്ലാവരും തൃപ്തരായിരുന്നതുകൊണ്ട് അവർ വളരെപ്പെട്ടെന്ന് സന്തോഷത്തോടെ യാത്രതിരിച്ചു. തുടക്കത്തിൽ അവനെ വിശ്വസിച്ച് ചെയ്യാൻ ഏല്പിച്ചിരിക്കുന്ന ചുമതലകളിൽ ഫോമായ്ക്ക് അഭിമാനം തോന്നിയിരുന്നു. ഓരോ നോട്ടക്കുറവിനും കുറ്റപ്പെടുത്തലുകളും ചീത്ത വിളികളുമില്ലാത്ത ചെറുപ്പക്കാരനായ യജമാനന്റെ സാന്നിദ്ധ്യം യഫിമിനും സന്തോഷമുണ്ടാക്കുന്നതായിരുന്നു. കപ്പലിലെ ഏറ്റവും പ്രധാനപ്പെട്ട രണ്ടുപേരുടെ സന്തോഷമുള്ള മനോഭാവം അതിലെ മൊത്തം ജോലിക്കാരിലും നേരിട്ട് പ്രതിഫലിച്ചു. ചരക്കുകയറ്റി ഏപ്രിലിൽ യാത്ര തുടങ്ങിയ കപ്പൽ മേയ്മാസം തുടങ്ങിയപ്പോൾ അവരുടെ ലക്ഷ്യത്തിൽ എത്തി. പത്തേമാരികൾ കപ്പലിന്റെ വശത്തായി കരയോട് ചേർന്ന് നങ്കൂരമിട്ടു. ഫോമായുടെ ചുമതല വരക് കഴിയുന്നതുംവേഗം വിതരണം ചെയ്ത് പണം കൈപ്പറ്റുന്നതായിരുന്നു. അതിനുശേഷം അവർക്ക് ഉടൻതന്നെ പേമിലേക്ക് പോകാനുള്ളതാണ്. അവിടെ ചന്തയിൽ വിതരണം ചെയ്യാമെന്ന് ഇഗ്നാറ്റ് സമ്മതിച്ചിട്ടുള്ള ഇരുമ്പു സാധനങ്ങൾ അവർക്കുവേണ്ടി കാത്തിരിക്കുന്നുണ്ട്.

കരയിൽനിന്ന് അല്പം അകലെ ഒരു പൈൻമരക്കാടിനോട് ചേർന്ന ഒരു ഗ്രാമത്തിന്റെ എതിർവശത്തായിരുന്നു പത്തേമാരികൾ നങ്കൂരമിട്ടിരുന്നത്. അവർ എത്തിച്ചേർന്നതിന്റെ അടുത്തദിവസം അതിരാവിലെതന്നെ സ്ത്രീകളും പുരുഷന്മാരും അടങ്ങുന്ന ഒരു വലിയ ജനക്കൂട്ടം നടന്നും കുതിരപ്പുറത്തുമായി നദിക്കരയിൽ എത്തിയിരുന്നു. വിളിച്ചുകൂവിയും പാട്ടുപാടിയും പത്തേമാരിയുടെ മേൽത്തട്ടിൽ അങ്ങിങ്ങായി കൂട്ടംകൂടി നിന്നിരുന്ന അവർ പെട്ടെന്ന് ജോലി ആരംഭിച്ചു. ചരക്കറയിലേക്ക് ഇറങ്ങിച്ചെന്ന സ്ത്രീകൾ ചാക്കുകളിൽ വരക് നിറയ്ക്കുകയായിരുന്നു. ഗ്രാമീണർ വരക് നിറച്ച ചാക്കുകൾ ചുമന്നുകൊണ്ട് പലകത്തട്ടുകൾക്ക് മുകളിലൂടെ കരയിലേക്ക് ഓടിയിറങ്ങി. അവിടെനിന്ന് വളരെക്കാലമായി അവർ പ്രതീക്ഷിച്ചുകൊണ്ടിരുന്ന വരകുമായി ചരക്കുവണ്ടികൾ സാവധാനം ഗ്രാമത്തിലേക്ക് യാത്ര തിരിച്ചു. സ്ത്രീകൾ പാട്ടുപാടി. ഗ്രാമീണർ പരസ്പരം ചീത്ത

വിളിച്ചുകൊണ്ട് തമാശ പറഞ്ഞു. നാവികർ സമാധാനത്തിന്റെ സംരക്ഷകരായി മാറിക്കൊണ്ട് ജോലിക്കാരെ ഇടയ്ക്കിടയ്ക്ക് വഴക്കു പറഞ്ഞു. ചുമട്ടുകാരുടെ ഭാരം കൊണ്ട് വളഞ്ഞുപോകുന്ന പലകകൾ വെള്ളത്തിൽ മുങ്ങിപ്പൊങ്ങി ചുറ്റുപാടും വെള്ളം തെറിപ്പിച്ചു. കരയിൽ നിന്നിരുന്ന കുതിരകൾ ചിനച്ചു. ചരക്കുവണ്ടികളുടെ ചക്രങ്ങൾക്കടിയിലെ മണ്ണ് വണ്ടിചക്രങ്ങളിലുരഞ്ഞ് ശബ്ദം ഉണ്ടാക്കി.

ഇപ്പോൾ സൂര്യൻ ഉദിച്ചു കഴിഞ്ഞിരിക്കുന്നു. കാറ്റിൽ പുതുമയും ഉന്മേഷവും പൈൻമരങ്ങളുടെ മണവും നിറഞ്ഞിരുന്നു. ആകാശം പ്രതിഫലിച്ചിരുന്ന വോൾഗയിലെ ശാന്തമായ ഓളങ്ങൾ നങ്കൂരങ്ങളുടെ ചങ്ങലകളിലും കപ്പലിന്റെ വശങ്ങളിലും തട്ടി ഉടഞ്ഞുപോകുമ്പോൾ സൗമ്യമായി പരാതിപറയുന്നുണ്ടായിരുന്നു. അദ്ധ്വാനത്തിന്റെ ഉച്ചത്തിലുള്ള സന്തോഷം നിറഞ്ഞ ആർപ്പുവിളികൾ ഉയർന്നു. സൂര്യകിരണങ്ങളേറ്റ് പ്രകൃതിയുടെ യുവത്വം നിറഞ്ഞ സൗന്ദര്യം തിളങ്ങി– പ്രപഞ്ചം മുഴുവൻ കരുണാർദ്രവും എന്നാൽ ഏറെക്കുറെ പ്രാകൃതവുമായ ഒരു സമ്പൂർണ്ണശക്തിയുടെ സാന്നിദ്ധ്യം ഉണ്ടായിരുന്നു. ഇത് ഫോമായുടെ മനസ്സിനെ ഇളക്കിമറിച്ചുകൊണ്ട് അവന്റെ ഉള്ളിൽ സമ്മിശ്രമായ തോന്നലുകളും മോഹങ്ങളും ഉണർത്തിവിട്ടു. അവൻ കപ്പലിന്റെ മേലാപ്പിനു താഴെ കിടന്ന മേശയ്ക്കരുകിൽ യഫിമിനും ചരക്ക് സ്വീകരിക്കാൻ വന്നയാളിനും ഒപ്പമിരുന്ന് ചായ കുടിക്കുകയായിരുന്നു. അയാൾ ഗ്രാമീണനായ ഒരു ഗുമസ്തൻ ആയിരുന്നു. ചുവന്ന തലമുടിയുള്ള കണ്ണട വെച്ച ഒരു മാന്യൻ. അയാൾ അസ്വസ്ഥതയോടെ തോളുകൾ ചലിപ്പിച്ചുകൊണ്ട് ഗ്രാമീണരുടെ പട്ടിണിയെപ്പറ്റി പരുക്കൻ ശബ്ദത്തിൽ പറഞ്ഞുകൊണ്ടിരുന്നു. പക്ഷേ, ഫോമാ അയാൾ പറയുന്നതൊന്നും ശ്രദ്ധിക്കുന്നുണ്ടായിരുന്നില്ല. താഴെ നടന്നുകൊണ്ടിരുന്ന ജോലിയിലേക്കും വോൾഗയുടെ മറുകരയിൽ ഉയർന്നുനില്ക്കുന്ന പൈൻമരങ്ങൾ നിറഞ്ഞ മഞ്ഞനിറമുള്ള മണൽത്തിട്ടയിലേക്കും അവൻ മാറിമാറി നോക്കിക്കൊണ്ടിരുന്നു. അവിടെ ജനവാസം ഉണ്ടായിരുന്നില്ല. നിശ്ശബ്ദത അവിടെ തളം കെട്ടിനിന്നിരുന്നു.

“എന്നെങ്കിലും ഞാൻ അവിടെ പോകും” ഫോമാ ആലോചിച്ചു. വളരെ ദൂരത്തുനിന്ന് വരുന്നതുപോലെ ഗുമസ്തന്റെ ശബ്ദം ഫോമായുടെ ചെവിയിൽ വീണു.

“പറഞ്ഞാൽ നിങ്ങൾ വിശ്വസിക്കില്ല. അവസാനം സഹിക്കാൻ പറ്റാത്ത അവസ്ഥയായി മാറി! ഇതുപോലൊരു സംഭവം പോലും നടന്നു! ഒസയിലെ ഒരു തരക്കേടില്ലാത്ത മനുഷ്യന്റെ അടുത്തേക്ക് ഒരു കൃഷിക്കാരൻ പതിനാറുവയസ്സുള്ള സ്വന്തം മകളെ കൂട്ടിക്കൊണ്ടുപോയ സംഭവം പോലും ഉണ്ടായി. ഒസയിലെ താമസക്കാരൻ ചോദിച്ചു ‘നിങ്ങൾക്ക് എന്ത് വേണം?’ അയാൾ പറഞ്ഞ മറുപടി ‘ഞാൻ എന്റെ മകളെ നിങ്ങൾക്കു വേണ്ടി കൊണ്ടുവന്നിട്ടുണ്ട്’ എന്നായിരുന്നു. ഒസയിലെ മനുഷ്യൻ എന്തിനാണ് കൂട്ടിക്കൊണ്ടു വന്നതെന്ന് ചോദിച്ചു. അയാൾ പറഞ്ഞു. ‘ഒരു പക്ഷേ, നിങ്ങൾ അവളെ സ്വീകരിക്കും. നിങ്ങൾ അവിവാഹിതനല്ലേ?’

"എന്താണ് നിങ്ങൾ ഉദ്ദേശിക്കുന്നത്?"

"ഞാൻ അവളെ പട്ടണം മുഴുവൻ കൊണ്ടുനടന്നു. അവളെ എവിടെയെങ്കിലും വീട്ടുജോലിക്ക് നിർത്താമെന്നാണ് വിചാരിച്ചത്. പക്ഷേ, ആർക്കും അവളെ ആവശ്യമില്ല. കുറഞ്ഞപക്ഷം അവളെ വെപ്പാട്ടിയായിട്ടെങ്കിലും നിങ്ങൾക്ക് സ്വീകരിക്കാൻ പറ്റില്ലേ?"

"നിങ്ങൾക്ക് മനസ്സിലാകുന്നില്ലേ? സ്വന്തം മകളെ അയാൾ കാഴ്ചവയ്ക്കുന്നു. അതിനെപ്പറ്റി ഒന്ന് ചിന്തിച്ചുനോക്കൂ! മകളെ വെപ്പാട്ടിയാക്കാൻ കൊണ്ടുനടക്കുന്ന അവസ്ഥ! ഹോ? ഒസയിലെ മനുഷ്യന് നിശ്ചമായും അയാളോട് ദേഷ്യവും അവജ്ഞയും തോന്നിക്കാണും. പക്ഷേ, കൃഷിക്കാരൻ അയാളോട് പറഞ്ഞ കാര്യങ്ങളിൽ യുക്തി ഉണ്ടായിരുന്നു."

അയാൾ പറഞ്ഞു. "ഒന്ന് ആലോചിച്ചു നോക്കൂ! ഈ സയമത്ത് എനിക്ക് അവളെക്കൊണ്ട് എന്താണ് പ്രയോജനം? ഒരു പ്രയോജനവും ഇല്ല. എനിക്ക് മൂന്ന് ആൺകുട്ടികൾ ഉണ്ട്. അവർ ജോലിക്കാരായി മാറും. അവരെ സംരക്ഷിക്കേണ്ടത് ആവശ്യമാണ്. പെൺകുട്ടിക്കു പകരം എനിക്ക് പത്ത് റൂബിൾ തന്നാൽ മതി. അത് എന്റെ ആൺകുട്ടികൾക്ക് പ്രയോജനപ്പെടും!"

ഫെയിം കഥ കേട്ട് നെടുവീർപ്പിട്ടു. "വളരെ മോശമായിപ്പോയി! വിശപ്പ് കരിങ്കല്ലിനെപ്പോലും തുളയ്ക്കുമെന്നാണ് പണ്ടുള്ളവർ പറയുന്നത്. വയറിന് സ്വന്തമായി നിയമങ്ങൾ ഉണ്ട്."

കഥ കേട്ടുകഴിഞ്ഞപ്പോൾ പെൺകുട്ടിയുടെ വിധി അറിയാനുള്ള താല്പര്യം ഫോമായ്ക്ക് അടക്കിനിർത്താൻ കഴിഞ്ഞില്ല. അവർ ഗുമസ്തനോട് ഉടൻ തന്നെ അന്വേഷിച്ചു.

"അയാൾ ആ പെൺകുട്ടിയെ വിലയ്ക്കു വാങ്ങിയോ?'

"ഒരിക്കലുമില്ല!" ഗുമസ്തൻ പരുഷമായി പറഞ്ഞു.

"അപ്പോൾ അവൾക്ക് എന്ത് സംഭവിച്ചു?"

"ചില നല്ല മനുഷ്യർക്ക് അവളോട് അനുകമ്പ തോന്നി. അവർ അവളെ സംരക്ഷിച്ചു."

"ങാ!" ഫോമാ മൂളി. പെട്ടെന്ന് കോപത്തോടെ അവൻ ഉറക്കെപ്പറഞ്ഞു. "ഞാൻ ആ കർഷകന് നല്ല തൊഴി കൊടുക്കുമായിരുന്നു! അവന്റെ തല ഞാൻ ഒറ്റയിടിക്ക് തകർക്കുമായിരുന്നു."

ഫോമാ ഗുമസ്തനെ മുഷ്ടി ചുരുട്ടിക്കാണിച്ചു.

"എന്തിന്?" കണ്ണട മുഖത്തുനിന്നും എടുത്തുമാറ്റിക്കൊണ്ട് ഗുമസ്തൻ പറഞ്ഞു. "അയാളെ അതിനു പ്രേരിപ്പിച്ച കാര്യം നിങ്ങൾക്ക് മനസ്സിലായിട്ടില്ലെന്ന് തോന്നുന്നു."

"എനിക്ക് മനസ്സിലായി" ഫോമാ ഗുമസ്തന്റെ വാക്ക് നിഷേധിച്ചുകൊണ്ട് തലയാട്ടി.

"അയാൾക്ക് അങ്ങനെ ആലോചിക്കേണ്ടി വന്നതാണ്. അല്ലാതെ അയാൾക്ക് എന്തുചെയ്യാൻ കഴിയും?"

"ഒരു മനുഷ്യജീവിയെ വില്ക്കാൻ ഒരാൾക്ക് എങ്ങനെ സാധിക്കും?"

"അത് തീർച്ചയായും ക്രൂരതയാണ്. ഞാൻ നിങ്ങളോട് യോജിക്കുന്നു."

"ഒരു പെൺകുട്ടിയെയാണ് അയാൾ വില്ക്കാൻ കൊണ്ടുനടക്കുന്നത്. അയാൾക്ക് ഞാൻ ഒരു റൂബിൾ കൊടുക്കുമായിരുന്നു."

ഗുമസ്തൻ നിസ്സഹായനായി കൈമലർത്തിക്കൊണ്ട് സംസാരം നിർത്തി. അയാളുടെ ആംഗ്യം ഫോമയെ ചിന്താക്കുഴപ്പത്തിലാക്കി. അവൻ എഴുന്നേറ്റ് കപ്പലിന്റെ കൈവരിയുടെ അടുത്തുചെന്ന് പത്തേമാരിയുടെ മേൽത്തട്ടിൽ തിരക്കിട്ട് ജോലി ചെയ്തുകൊണ്ടിരുന്ന ആൾക്കൂട്ടത്തെ നോക്കി. അവിടെ നിന്നുള്ള ഒച്ചപ്പാടും ബഹളവും അവനെ ലഹരിപിടിപ്പിച്ചു. അവന്റെ മനസ്സിൽ തോന്നിയിരുന്ന അസ്വസ്ഥത ഇപ്പോൾ നോക്കി നില്ക്കുന്നവരെ മുഴുവൻ അത്ഭുതപ്പെടുത്തിക്കൊണ്ട് ഒരേസമയം നൂറ് വരക് ചാക്കുകൾ തോളിൽ ചുമന്ന് കൊണ്ടുപോകുന്ന തരത്തിൽ അദ്ധ്വാനിക്കാനുള്ള ശക്തമായ ആഗ്രഹമായി രൂപാന്തരപ്പെട്ടു.

"പെട്ടെന്നാകട്ടെ!" അവൻ മുഴങ്ങുന്ന ശബ്ദത്തിൽ താഴോട്ടു നോക്കി വിളിച്ചു പറഞ്ഞു. കുറേ മനുഷ്യർ തല ഉയർത്തി നോക്കി. അവന്റെ മുന്നിൽ കുറേ മുഖങ്ങൾ പ്രത്യക്ഷപ്പെട്ടു. അതിലൊന്ന് ആ കറുത്ത കണ്ണുള്ള സ്ത്രീയുടെ മുഖം ആയിരുന്നു. അവനെ നോക്കിക്കൊണ്ടിരുന്ന അവളുടെ മുഖത്ത് പ്രലോഭിപ്പിക്കുന്ന ഒരു പുഞ്ചിരി ഉണ്ടായിരുന്നു. അവന്റെ നെഞ്ചിനുള്ളിൽ എന്തൊക്കെയോ ആളിക്കത്തി. അത് ഒരു ചൂടുള്ള തിരമാലയായി അവന്റെ ഞരമ്പുകളിലൂടെ പടർന്നു. അവൻ കൈവരിയുടെ അടുത്തുനിന്ന് പിൻവാങ്ങി കവിളുകൾ ചുട്ടുപൊള്ളുന്നുണ്ടെന്നുള്ള തോന്നലോടെ മേശയുടെ അടുത്തേക്ക് തിരിച്ചുനടന്നു.

ഗുമസ്തൻ അവനോടു മാത്രമായി പറഞ്ഞു. "പാഴായി പോകുന്ന വരകിനു പകരം കുറച്ചുകൂടി ഞങ്ങൾക്ക് അനുവദിക്കണമെന്ന് ആവശ്യപ്പെട്ടുകൊണ്ട് അച്ഛന് ഒരു കമ്പി അടിക്കണം! ഇവിടെത്തന്നെ എന്തുമാത്രം നഷ്ടപ്പെടുന്നുണ്ടെന്ന് നോക്കൂ! ഇവിടെയാണെങ്കിൽ ഒരു റാത്തൽ വരകു പോലും അമൂല്യമാണ്! അത് നിങ്ങൾക്ക് മനസ്സിലായിട്ടുണ്ടാകും! നിങ്ങളുടെ അച്ഛൻ വളരെ നല്ലവനാണ്." അർത്ഥംവെച്ചുള്ള ഒരു ചിരിയോടെ അയാൾ സംസാരം അവസാനിപ്പിച്ചു.

"ഞാൻ എത്ര വരക് നിങ്ങൾക്ക് അനുവദിക്കണം?" ഫോമാ നിസ്സാര കാര്യംപോലെ ചോദിച്ചു. നിങ്ങൾ നൂറ് പുഡ്* വേണമെന്ന് ആഗ്രഹമുണ്ടോ?"

ചിന്താക്കുഴപ്പത്തിലായ ഗുമസ്തൻ അമിതസന്തോഷത്തോടെ ഉറക്കെപ്പറഞ്ഞു.

"അങ്ങനെ ചെയ്യാൻ പറ്റുമെങ്കിൽ ഞാൻ നിങ്ങളോട് നന്ദി പറയുന്നു."

"ഞാൻ ഇതിന്റെ ഉടമയാണ്," ഫോമാ ഉറപ്പിച്ചു പറഞ്ഞു. "അച്ഛന് കമ്പിയടിക്കാൻ നിങ്ങൾ പറയരുത്."

---

* നാല്പത് റഷ്യൻ റാത്തലുകൾക്ക് തുല്യമായ ഭാരം.

“ക്ഷമിക്കണം. നിങ്ങൾക്ക് പൂർണ്ണ അധികാരം ഇല്ലെന്ന് ഞാൻ സംശയിച്ചിട്ടില്ല. ഞാൻ ഈ മനുഷ്യർക്കെല്ലാവർക്കും വേണ്ടി നിങ്ങളോടും നിങ്ങളുടെ അച്ഛനോടും നന്ദി പറയുന്നു.”

യഫിം ചുണ്ടുകൾ അടച്ചുതുറന്ന് ശബ്ദം ഉണ്ടാക്കിക്കൊണ്ട് ചെറുപ്പക്കാരനായ യജമാനനെ താക്കീത് ചെയ്യുന്ന മട്ടിൽ നോക്കി. ഈ സമയത്ത് ഫോമയുടെ കൈയിൽ മുറുകെ പിടിച്ചുകൊണ്ട് അവസരം പ്രയോജനപ്പെടുത്തി സംസാരിച്ചുകൊണ്ടിരുന്ന ഗുമസ്തന്റെ സംസാരം അഹംഭാവത്തോടെ ഫോമാ കേട്ടു.

“ഇരുനൂറ് പുഡ് തരണം! അത് റഷ്യക്കാരന് ചേർന്ന കാര്യമാണ്! നിങ്ങളുടെ സമ്മാനത്തെപ്പറ്റി ഞാൻ അവരോട് വിളിച്ചുപറയട്ടെ! അവർക്ക് എന്തുമാത്രം നന്ദിയും സന്തോഷവും ഉണ്ടെന്ന് നിങ്ങൾക്ക് നേരിട്ട് കാണാം.

“യജമാനൻ ഇരുന്നൂറ് പുഡ് വരക് ദാനമായി തരുന്നു.”

“മുന്നൂറ് പുഡ്” ഫോമാ ഇടയ്ക്കുകയറി പറഞ്ഞു.

“നിങ്ങൾ കേൾക്കുന്നുണ്ടോ? മുന്നൂറ് പുഡ്. മുന്നൂറ് പുഡ് വരക് ദാനം തരുന്നു.”

പക്ഷേ, അവരുടെ അടുത്തുനിന്ന് കാര്യമായ പ്രതികരണം ഉണ്ടായില്ല. അവർ തല ഉയർത്തിയും താഴ്ത്തിയും ജോലി തുടർന്നു കൊണ്ടിരുന്നു. സംശയവും താല്പര്യക്കുറവും നിഴലിക്കുന്ന ചുരുക്കം ചില ശബ്ദങ്ങൾ മാത്രം പുറത്തുകേട്ടു.

“നന്ദി. ദൈവം നിങ്ങൾക്ക് വേണ്ടതെല്ലം തരട്ടെ! ഞങ്ങൾ നന്ദി പറയുന്നു.”

ചിലർ പൊട്ടിച്ചിരിച്ചുകൊണ്ട് പുച്ഛത്തോടെ സംസാരിച്ചു. “ഇതുകൊണ്ട് എന്ത് പ്രയോജനം! ഇതിനു പകരം നമുക്ക് എല്ലാവർക്കും ഓരോ ഗ്ലാസ് വോഡ്ക്ക തന്നിരുന്നെങ്കിൽ അതൊരു സഹായം ആകുമായിരുന്നു. കാരണം വരക് നമുക്ക് വേണ്ടി അല്ല. ഭരണസമിതിക്കാണ്.”

“ങേ! അവർക്ക് മനസ്സിലായില്ല.” ഗുമസ്തൻ എന്തുപറണമെന്നറിയാതെ ഉറക്കെപ്പറഞ്ഞു. “ഞാൻ താഴെപ്പോയി അവരോട് വിശദമായി പറയാം.”

അയാൾ അപ്രത്യക്ഷനായി. പക്ഷേ, അവന്റെ സമ്മാനത്തെ കർഷകർ പരിഗണിച്ച രീതി ഫോമായ്ക്ക് ഇഷ്ടപ്പെട്ടില്ല. ചുവന്ന കവിളുകളുള്ള സ്ത്രീയുടെ കറുത്ത കണ്ണുകൾ അസാധാരണമായ സന്തോഷത്തോടെ അവനെ നോക്കിക്കൊണ്ടിരുന്നത് ഫോമാ കണ്ടിരുന്നു. അവ നന്ദി പറഞ്ഞുകൊണ്ട് സ്നേഹത്തോടെ അവനെ ക്ഷണിക്കുകയാണെന്ന് തോന്നി. ആ സമയത്ത് ആ കണ്ണുകൾ ഒഴിച്ച് മറ്റൊന്നും അവൻ കണ്ടിരുന്നില്ല. അവൾ പട്ടണത്തിലെ സ്ത്രീകളുടെ വേഷമാണ് ധരിച്ചിരുന്നത്. അവളുടെ കറുത്തതലമുടിക്ക് മുകളിൽ അവൾക്ക് ഒരു പ്രത്യേക തരം തൂവാല ഉണ്ടായിരുന്നു.

കൈമുട്ടുവരെ നഗ്നമായ കൈകൾ അതിവേഗത്തിൽ ചലിപ്പിച്ചു

കൊണ്ട് ഒരു തടിക്കൂമ്പാരത്തിന്റെ മുകളിൽ ഇരുന്ന് അവൾ ചാക്കുകളുടെ കേടുപാടുകൾ തീർക്കുകയായിരുന്നു. കൊഴുത്തുരുണ്ട അവൾക്ക് നല്ല പൊക്കവും ഉണ്ടായിരുന്നു. അവൾ മുഴുവൻ സമയവും ഫോമായെ നോക്കി പുഞ്ചിരിച്ചു.

"ഫോമാ ഇഗ്നാറ്റിച്ച്" ശകാരിക്കുന്നമട്ടിലുള്ള യഫിമിന്റെ ശബ്ദം അവൻ കേട്ടു. "നിങ്ങൾ വെറുതെ കൊടുത്തത് വളരെ കൂടുതലാണ്. അത് അൻപത് പുഡ്സായിരുന്നെങ്കിൽ കുഴപ്പം ഇല്ലായിരുന്നു! പക്ഷേ, ഇത്രയും കൂടുതൽ എന്തിനാണ്? ഇതിന് നമുക്ക് നല്ല ചീത്ത കിട്ടുമെന്ന് പ്രതീക്ഷിക്കാം."

"ഞാൻ ആലോചിക്കട്ടെ!" ഫോമാ പറഞ്ഞു.

"എനിക്കെന്ത്? ഞാൻ മിണ്ടാതിരിക്കാം. പക്ഷേ, നിങ്ങൾ വളരെ ചെറുപ്പമായതുകൊണ്ട് നിങ്ങളുടെ പുറത്ത് ഒരു കണ്ണുവേണമെന്ന് എന്നോട് പറഞ്ഞിട്ടുണ്ട്. ഈ കാര്യം ഞാൻ ശ്രദ്ധിച്ചില്ലെന്നു പറഞ്ഞ് എന്റെ മോന്തയ്ക്ക് തട്ടുകിട്ടാനിടയുണ്ട്."

"അതെല്ലാം അച്ഛനോട് ഞാൻ പറഞ്ഞോളാം. മിണ്ടാതിരുന്നാൽ മതി!"

"അങ്ങനെയെങ്കിൽ അങ്ങനെ. ഇവിടെ എന്റെ യജമാനൻ നിങ്ങളാണ്."

"ശരി. സമ്മതിച്ചു."

"ഫോമാ ഇഗ്നാറ്റിച്ച്, ഞാൻ ഇതു പറഞ്ഞത് നിങ്ങൾക്കു വേണ്ടിയാണ്. നിങ്ങൾ ചെറുപ്പമായതുകൊണ്ട് മനസ്സിൽ കള്ളമില്ല."

"യഫിം, ഞാൻ അല്പനേരം തനിച്ചിരിക്കട്ടെ!"

യഫിം നെടുവീർപ്പിട്ടുകൊണ്ട് നിശ്ശബ്ദനായപ്പോൾ ഫോമ സ്ത്രീയെ നോക്കിക്കൊണ്ട് ആലോചനയിൽ മുഴുകി.

"ഇതുപോലെ ഒരു സ്ത്രീയെ അവർ എന്റെ അടുത്തു വില്ക്കാൻ കൊണ്ടുവന്നാൽ നന്നായിരുന്നു."

അവന്റെ ഹൃദയമിടിപ്പിന്റെ വേഗത കൂടി. ശാരീരിക ബന്ധം ഉണ്ടായില്ലെങ്കിലും ആണും പെണ്ണും തമ്മിലുള്ള വളരെ അടുത്ത ബന്ധത്തിന്റെ നിഗൂഢതകൾ സംഭാഷണങ്ങളിൽ നിന്ന് അവൻ മനസ്സിലാക്കിയിരുന്നു. അവൻ ഇതിനെ മനസ്സിലാക്കിയത് നാണക്കേടുണ്ടാക്കുന്ന പ്രാകൃതമായ വാക്കുകളിലൂടെയായിരുന്നു. ഈ വാക്കുകൾ അവന്റെ ഉള്ളിൽ അരോചകമായ ജിജ്ഞാസയുടേയും നാണക്കേടിന്റെയും ജ്വാലകൾ സൃഷ്ടിച്ചു. ഇത്തരം ജ്വാലകളെ വ്യക്തമായ പ്രതിബിംബങ്ങളിലൂടെ ഊഹിച്ചെടുക്കാൻ കഴിയാതെ വന്നപ്പോൾ അവന്റെ ഭാവന അതിനുവേണ്ടി പിടിവാശിയോടെ പരിശ്രമിക്കുന്നുണ്ടായിരുന്നു. അത്തരം ബന്ധങ്ങൾ എല്ലാം അതുപോലെയാണെന്നും ഒരിക്കലും മറ്റൊരുതരത്തിൽ ആയിരിക്കില്ലെന്നും പറഞ്ഞ് അവനെ അവർ പരിഹസിച്ചപ്പോൾ സ്ത്രീകളോടുള്ള ബന്ധം എല്ലാവർക്കും നാണക്കേടുതോന്നുന്ന രീതിയിൽ ആയിരിക്കണമെന്നില്ലെന്നും അത്തരം ബന്ധങ്ങളിൽ ഒരു മനുഷ്യജീവിക്ക് കൂടുതൽ പരിശുദ്ധവും പരി

ഷ്കൃതവും ധാർമ്മികവുമായ ഒരു സാദ്ധ്യത നിലനില്ക്കുന്നുണ്ടെന്നും അവൻ ചിന്തിച്ചിരുന്നു. അവൻ കേട്ടറിഞ്ഞതുപോലെ ഈ ബന്ധം സത്യത്തിൽ അത്രമാത്രം ലളിതവും പ്രാകൃതവുമാണെന്ന് അവൻ വിശ്വസിച്ചിരുന്നില്ല.

ഇപ്പോൾ കറുത്ത കണ്ണുകളുള്ള ആ ജോലിക്കാരിയെ ആരാധനയോടെ നോക്കിക്കൊണ്ടിരിക്കുമ്പോൾ പ്രാകൃതമായ ആ മനോഭാവം ഫോമായ്ക്ക് അനുഭവപ്പെട്ടു. ഏതോ ചില കാര്യങ്ങളെപ്പറ്റി അവന് ഭയവും നാണക്കേടും തോന്നുന്നുണ്ടായിരുന്നു. അവന്റെ അടുത്തുണ്ടായിരുന്ന യഫിം മുന്നറിയിപ്പ് കൊടുക്കുന്നതുപോലെ പറഞ്ഞു:

"നിങ്ങൾ അവളെ ഇങ്ങനെ നോക്കിക്കൊണ്ടിരുന്നാൽ എനിക്ക് പറയാതിരിക്കാൻ പറ്റില്ല. ഒന്നാമത് നിങ്ങൾക്ക് അവളെ പരിചയമില്ല. പക്ഷേ, അവൾ നിങ്ങളെ നോക്കി കണ്ണിറുക്കിക്കാണിച്ചാൽ നമുക്ക് കരയിലൂടെ വീട്ടിലേക്ക് നടന്നുപോകാൻ ഇടവരുത്തുന്ന കാര്യങ്ങൾ ഒരുപക്ഷേ, നിങ്ങൾ ചെയ്യാൻ ഇടയുണ്ട്. ഞാൻ കുറ്റപ്പെടുത്തുകയല്ല. അതിന്റെ കാരണം നിങ്ങളുടെ പ്രായവും സ്വഭാവവും ആണ്. നമ്മുടെ വേഷങ്ങളെങ്കിലും അവശേഷിക്കുകയാണെങ്കിൽ നമുക്ക് ദൈവത്തിനോട് നന്ദി പറയേണ്ടിവരും."

"നിങ്ങൾക്ക് എന്തുവേണം?" ഫോമായ്ക്ക് യഫിമിന്റെ സംസാരം മനസ്സിലായില്ല.

"എനിക്ക് ഒന്നും വേണ്ട. എന്നെ അനുസരിക്കുന്നതാണ് നിങ്ങൾക്ക് കൂടുതൽ നല്ലത്. സ്ത്രീകളുമായുള്ള ഇടപാടിൽ ഞാൻ ഒന്നാംതരം ഗുരു ആയിരിക്കും. സ്ത്രീകളോട് എല്ലാ കാര്യങ്ങളും തുറന്ന് സംസാരിക്കണം. അവൾക്ക് ഒരുകുപ്പി വോഡ്ക്ക കൊടുത്തതിനുശേഷം എന്തെങ്കിലും നല്ല ആഹാരം കൊടുക്കണം. പിന്നീട് രണ്ടുകുപ്പി ബിയർ കൂടി കൊടുക്കണം. എല്ലാം കഴിഞ്ഞ് ഇരുപത് കോപ്പക്ക് പണമായി അവളെ ഏല്പിക്കണം. ഈ വിലയ്ക്ക് കഴിയുന്നത്ര ഭംഗിയായി അവളുടെ മുഴുവൻ സ്നേഹവും അവൾ നിങ്ങൾക്ക് കാണിച്ചുതരും."

"നിങ്ങൾ കള്ളം പറയുകയാണ്." ഫോമാ സംശയത്തോടെ പറഞ്ഞു.

"ഞാൻ കള്ളം പറയുകയാണെന്നോ? ഞാൻ എന്തിനാണ് നിങ്ങളോട് കള്ളംപറയുന്നത്? ഒരുപക്ഷേ, ഒരു നൂറുതവണയെങ്കിലും ഇതൊക്കെ ഞാൻ കണ്ടിട്ടുള്ളകാര്യങ്ങളാണ്. അവളോട് ഇടപെടണമെങ്കിൽ നിമിഷനേരം കൊണ്ട് ഞാൻ അവളെ നിങ്ങൾക്ക് പരിചയപ്പെടുത്താം."

"ശരി. ഞാൻ സമ്മതിച്ചിരിക്കുന്നു." തൊണ്ട അടഞ്ഞ് ശ്വാസംവിടാൻ പോലും കഴിയാത്ത മട്ടിൽ ഫോമാ പറഞ്ഞു.

"ശരി, അപ്പോൾ വൈകിട്ട് ഞാൻ അവളെ മുകളിൽ കൊണ്ടുവരും."

യഫിം സമ്മതം ചോദിക്കുന്ന രീതിയിൽ ഫോമയുടെ മുഖത്തു നോക്കി പുഞ്ചിരിച്ചതിനുശേഷം സ്ഥലം വിട്ടു. വൈകുന്നേരംവരെ ഗുമസ്തന്റെ പ്രേരണകൊണ്ട് അവനോട് ആദരവ് കാണിച്ചുകൊണ്ടിരുന്ന ഗ്രാമീണരുടെ പ്രകടനം ശ്രദ്ധിക്കാതെ മൂടൽമഞ്ഞിനുള്ളിൽ അകപ്പെട്ട

തുപോലെ ഫോമാ അങ്ങോട്ടും ഇങ്ങോട്ടും വെറുതെ നടന്നുകൊണ്ടിരുന്നു. അവൻ അങ്ങേയറ്റം പേടിച്ചു പോയിരുന്നു. അവന് ആരുടെയോ മുന്നിൽ താൻ കുറ്റക്കാരനാണെന്ന് തോന്നി. അവനോട് സംസാരിച്ചവരോടെല്ലാം ഏതോ തെറ്റിന് മാപ്പുചോദിക്കുന്നവനെപ്പോലെ വളരെ താഴ്മയോടെയാണ് അവൻ സംസാരിച്ചത്. നേരം വൈകിയതോടെ കുറേ ജോലിക്കാർ അവരുടെ വീടുകളിലേക്ക് തിരിച്ചുപോയി. മറ്റുള്ളവർ നദിക്കരയിൽ വലിയ തീകുണ്ഡം ഉണ്ടാക്കി ഭക്ഷണം പാകം ചെയ്തുകൊണ്ടിരുന്നു. സന്ധ്യയുടെ നിശ്ശബ്ദതയിലൂടെ അവരുടെ അവ്യക്തമായ ശബ്ദങ്ങൾ ഒഴുകിനടന്നു. തീകുണ്ഡത്തിന്റെ പ്രതിഫലനം ചുവപ്പും മഞ്ഞയും രേഖകളായി മാറി നദിയുടെ നിശ്ചലമായ ഉപരിതലത്തിൽ വീണു കിടന്ന് വിറയ്ക്കുന്നുണ്ടായിരുന്നു. അതിന്റെ ജ്വാലകൾ ഫോമായുടെ അറയുടെ ജനാലയിലും ഇടയ്ക്കിടയ്ക്ക് വെട്ടിത്തിളങ്ങി. അവൻ മെഴുകുതുണികൊണ്ട് മൂടിയ ഒരു ചാരുബഞ്ചിന്റെ അറ്റത്ത് പ്രതീക്ഷയോടെ കാത്തിരുന്നു. അവന്റെ മുന്നിൽ കിടന്നിരുന്ന മേശപ്പുറത്ത് വോഡ്ക്കകുപ്പികളും ബിയർകുപ്പികളും റൊട്ടിയും മധുരപലഹാരങ്ങളും നിരത്തിയിരുന്നു. അവൻ ജനാലകൾ മൂടിയിട്ടു. വിളക്കു തെളിച്ചില്ല. നദീതീരത്തെ തീകുണ്ഡത്തിന്റെ വെളിച്ചം തിരശ്ശീലകളെ തുളച്ചിറങ്ങി മേശപ്പുറത്തിരുന്ന കുപ്പികളിലും അറയുടെ ഭിത്തികളിലുമായി ഇടയ്ക്കിടയ്ക്ക് തിളങ്ങുന്നുണ്ടായിരുന്നു. കപ്പലിൽ നിന്നും പത്തേമാരികളിൽ നിന്നും ശബ്ദങ്ങൾ ഒന്നും തന്നെ ഉയർന്നിരുന്നില്ല. കരയിൽ നിന്നു മാത്രം അവരുടെ സംസാരം കേൾക്കുന്നുണ്ടായിരുന്നു. ഓളങ്ങൾ കപ്പലിന്റെ വശങ്ങളിൽ തട്ടി ഏറെക്കുറെ നിശ്ശബ്ദമായി തകർന്നുകൊണ്ടിരുന്നു. ആരോ ഇരുട്ടിനുള്ളിൽ ഒളിച്ചിരുന്ന് തന്നെ ശ്രദ്ധിക്കുന്നതായി ഫോമായ്ക്ക് തോന്നി. ഇപ്പോൾ പത്തേമാരിയിലേക്ക് കയറാനുള്ള പലകകൾ കോപത്തോടെ വെള്ളത്തിൽ തട്ടുന്നതിന്റെ മുഴക്കം കേൾക്കാൻ കഴിയുന്നു. ക്യാപ്റ്റൻ ശബ്ദമുണ്ടാക്കാതെ ചിരിക്കുന്നതും സംസാരിക്കുന്നതും ഫോമാ കേൾക്കുന്നു. യഫിം അറയുടെ വാതിലിന്റെ പുറത്തുനിന്ന് നിർദ്ദേശങ്ങൾ നല്കുന്നതുപോലെ ഗൗരവത്തിൽ സംസാരിക്കുന്നു. ഫോമായ്ക്ക് ഉടൻതന്നെ വിളിച്ചുകൂവണമെന്ന് തോന്നി:

"അത് വേണമെന്നില്ല!"

അവൻ ചാരുബഞ്ചിൽ നിന്ന് എഴുന്നേറ്റു. പക്ഷേ, ഈ നിമിഷത്തിൽ വാതിൽതുറന്ന് ഉയരം കൂടിയ ഒരു സ്ത്രീരൂപം വാതിൽപ്പടിയിൽ പ്രത്യക്ഷപ്പെട്ടു. അവൾ അകത്തു കടന്ന് ശബ്ദം ഉണ്ടാക്കാതെ വാതിൽ അടച്ചുകൊണ്ട് പതുക്കെപ്പറഞ്ഞു:

"എന്റെ പൊന്നേ! ഇതിനകത്ത് എന്ത് ഇരുട്ടാണ്! ജീവനുള്ള ആരെങ്കിലും ഇതിനുള്ളിൽ ഉണ്ടോ?"

"ഉണ്ട്" ഫോമാ സൗമ്യമായി മറുപടി പറഞ്ഞു.

"ശരി."

സ്ത്രീ ശ്രദ്ധയോടെ മുന്നോട്ടുനടന്നു.

“ഞാൻ വിളക്കുതെളിക്കാം.” ഫോമായുടെ ശബ്ദം പതറിയിരുന്നു. അവൻ ചാരുബഞ്ചിന്റെ ഒരു കോണിലേക്ക് ചുരുണ്ടുകൂടി.

“ഈ വെളിച്ചം മതിയാകും. കുറച്ച് പരിചയിച്ചുകഴിയുമ്പോൾ നിങ്ങൾക്ക് എല്ലാ കാര്യങ്ങളും ഇരുട്ടത്ത് കാണാൻ പറ്റും.”

“ഇരിക്കൂ.” ഫോമാ പറഞ്ഞു.

“ശരി.”

അവൾ ചാരുബഞ്ചിൽ അവന്റെ അടുത്തുനിന്നും രണ്ട് ചുവട് ദൂരത്തു മാറി ഇരുന്നു. ഫോമാ അവളുടെ കണ്ണുകളുടെ തിളക്കം കണ്ടു. അവളുടെ വിടർന്ന ചുണ്ടുകളിലെ പുഞ്ചിരി കണ്ടു. അവളുടെ പുഞ്ചിരിയിൽ ദുഃഖം നിഴലിച്ചിരുന്നെങ്കിലും അത് അവന് ധൈര്യം കൊടുത്തു. അവൾക്ക് അവന്റെ കണ്ണുകൾ കാണാൻ കഴിഞ്ഞ നിമിഷത്തിൽ അവൾ മുഖംകുനിച്ച് നിലത്തേക്ക് നോക്കി. പക്ഷേ, അവളോട് എന്തു പറയണമെന്ന് അവന് അറിയില്ലായിരുന്നു. രണ്ട് മിനിറ്റ് നേരം രണ്ടുപേരും നിശ്ശബ്ദരായിരുന്നു. അത് ഒരു വൃത്തികെട്ട നിശ്ശബ്ദത ആയിരുന്നു. ഒടുവിൽ അവൾ സംസാരിക്കാൻ തുടങ്ങി:

“ഇവിടെ നിങ്ങൾ ഒറ്റപ്പെട്ടതായി നിങ്ങൾക്ക് തോന്നുന്നുണ്ടാകും.”

“ശരിയാണ്.” ഫോമാ മറുപടി പറഞ്ഞു.

“ഞങ്ങളുടെ സ്ഥലം നിങ്ങൾക്ക് ഇഷ്ടപ്പെട്ടോ?”

“നല്ല സ്ഥലമാണ്. ഇവിടെ എന്തുമാത്രം കാടുകൾ ഉണ്ട്.”

വീണ്ടും അവർ നിശ്ശബ്ദരായി.

“ഇവിടെയെത്തുമ്പോൾ നദിക്ക് വോൾഗയേക്കാൾ ഭംഗിയുണ്ട്.” ഫോമാ പാടുപെട്ട് പറഞ്ഞൊപ്പിച്ചു.

“ഞാൻ വോൾഗയിൽ ഉണ്ടായിരുന്നു?”

“എവിടെ?”

“സിംബിർസ്ക്കിൽ. പട്ടണത്തിൽ ഞാനും ഉണ്ടായിരുന്നു.”

“സിംബിർക്സിൽ ഉണ്ടായിരുന്നോ?” അവൾ പറഞ്ഞതിന്റെ പ്രതിദ്ധ്വനിപോലെ ഫോമാ ആവർത്തിച്ചു. ഒരു വാക്കുപോലും അവളോട് സംസാരിക്കാൻ കഴിയുന്നില്ലെന്ന് ഫോമാ വീണ്ടും തിരിച്ചറിഞ്ഞു.

പക്ഷേ, ആരോടാണ് ഇടപെടേണ്ടതെന്ന് അവൾക്ക് വ്യക്തമായിക്കഴിഞ്ഞിരുന്നു. അവൾ പെട്ടെന്ന് ആത്മവിശ്വാസത്തോടെ ചോദിച്ചു.

“നിങ്ങൾക്ക് എന്നെ ഒന്നു സല്ക്കരിച്ചുകൂടെ?”

“അതിനെന്ത്!” ഫോമാ പറഞ്ഞു തുടങ്ങി “ഞാൻ എന്ത് മനുഷ്യനാണ്? നമുക്ക് മേശയുടെ അടുത്തേക്ക് പോകാം.”

അയാൾ ഇരുട്ടിലൂടെ വെപ്രാളപ്പെട്ട് നടന്നു. മേശ കൈക്കൊണ്ട് തള്ളി നീക്കി. മേശപ്പുറത്തുണ്ടായിരുന്ന ഒരു കുപ്പി അയാൾ കൈയിൽ എടുത്തു. വീണ്ടും അത് ഇരുന്ന സ്ഥലത്തുതന്നെ തിരിച്ചുവെച്ചു. ഇതൊക്കെ ചെയ്തുകൊണ്ടിരിക്കുമ്പോൾ കുറ്റബോധത്തോടെ അവൻ ചിരിക്കുന്നുണ്ടായിരുന്നു. അവൾ അവന്റെ അടുത്തുവന്ന് മുഖത്തേയ്ക്കും വിറയ്ക്കുന്ന കൈകളിലേക്കും പുഞ്ചിരിച്ചുകൊണ്ട് മാറിമാറി നോക്കി.

"നിങ്ങൾക്ക് നാണമാണോ?" അവൾ പെട്ടെന്ന് ചോദിച്ചു.

അവളുടെ ശ്വാസം കവിളിൽ തട്ടുന്നത് അവൻ അറിയുന്നുണ്ടായിരുന്നു. അവൻ അവ്യക്തമായി മറുപടി പറഞ്ഞു.

"അതെ"

അവൾ അവന്റെ തോളിൽ കൈചുറ്റി അവളുടെ മാറത്തേക്ക് വലിച്ചടുപ്പിച്ചുകൊണ്ട് ആർദ്രതയോടെ പറഞ്ഞു:

"സാരമില്ല. എന്റെ സുന്ദരക്കുട്ടൻ നാണിക്കേണ്ട. എനിക്ക് നിങ്ങളോടുള്ള അനുകമ്പയ്ക്ക് അതിരില്ല!"

അവളുടെ സംസാരം കേട്ടപ്പോൾ അവന് കരയണമെന്ന് തോന്നി. മുഖം അവളുടെ മാറിലേക്ക് അമർത്തിക്കൊണ്ട് അവൻ അവളെ കെട്ടിപ്പിടിച്ചു. അവനുപോലും അർത്ഥം അറിയാത്ത എന്തൊക്കെയോ വാക്കുകൾ അവളോട് അവൻ പിറുപിറുക്കുന്നുണ്ടായിരുന്നു.

"പൊയ്ക്കോളൂ!" പെട്ടെന്ന് ഭിത്തിയിലേക്ക് തുറിച്ചുനോക്കിക്കൊണ്ട് ഫോമാ ഉറക്കെ പറഞ്ഞു.

കവിളിൽ ഉമ്മവെച്ചതിനുശേഷം അറയിൽ നിന്ന് പുറത്തേക്ക് പോകുന്നതിനിടയിൽ അവൾ പറഞ്ഞു:

"ശരി. ഞാൻ പോയേക്കാം!"

അവളുടെ സാന്നിദ്ധ്യത്തിൽ ഫോമായ്ക്ക് സഹിക്കാൻ പറ്റാത്ത നാണക്കേട് തോന്നി. പക്ഷേ, വാതിൽ അടച്ച് അവൾ ഇരുട്ടിൽ അപ്രത്യക്ഷയായപ്പോൾ അവൻ ചാടി എഴുന്നേറ്റ് ചാരുബഞ്ചിൽ ഇരുന്നു. പിന്നീട് പരിഭ്രമത്തോടെ അവൻ എഴുന്നേറ്റു. അവനിൽ ഉണ്ടായിരുന്നെന്ന് അവൻ ഇതുവരെ തിരിച്ചറിയാതെ വിലപിടിപ്പുള്ള ഏതോ ഒരു കാര്യം ഇപ്പോൾ നഷ്ടപ്പെട്ടുപോയെന്നുള്ള തോന്നൽ അവനെ പിടികൂടി. പക്ഷേ പെട്ടെന്നുതന്നെ അഹംഭാവത്തിന്റെ പൗരുഷം നിറഞ്ഞ ഒരു തോന്നലിന് അവൻ അടിമപ്പെട്ടു. അത് അവന്റെ നാണക്കേടിനെ മുക്കിക്കൊന്നു. നാണക്കേടിനു പകരം ആ സ്ത്രീയോടുള്ള അനുകമ്പ അവനിൽ മുളപൊട്ടി-കമ്പിളി വസ്ത്രങ്ങളില്ലാതെ തണുത്ത മേയ്മാസരാത്രിയിലേക്ക് ഒറ്റയ്ക്കിറങ്ങിപ്പോയ ആ സ്ത്രീയോടുള്ള അനുകമ്പ അവനിൽ നിറഞ്ഞു. അവൻ പെട്ടെന്ന് അറയിൽനിന്നും കപ്പലിന്റെ മേൽത്തട്ടിലേക്ക് ഇറങ്ങിവന്നു. അത് ചന്ദ്രനില്ലാതെ നക്ഷത്രങ്ങൾ മാത്രം തിളങ്ങുന്ന ഒരു രാത്രി ആയിരുന്നു. തണുപ്പും ഇരുട്ടും അവനെ ഒന്നിച്ച് ആലിംഗനം ചെയ്തു. നദീതീരത്തെ ചുവന്ന സ്വർണ്ണമുള്ള കൽക്കരിക്കൂമ്പാരം ഈ സമയത്തും മങ്ങിക്കത്തുന്നുണ്ടായിരുന്നു. ഫോമാ ചെവിയോർത്തു. ശ്വാസം മുട്ടിക്കുന്ന ഒരു നിശ്ശബ്ദത അന്തരീക്ഷത്തിൽ നിറഞ്ഞു നില്ക്കുന്നു. നദിയിലെ ഓളങ്ങൾ മാത്രം നങ്കൂരച്ചങ്ങലകളിൽ തട്ടി പിറുപിറുക്കുന്നുണ്ടായിരുന്നു. അടുത്തെങ്ങും ഒരു കാലൊച്ചപോലും കേൾക്കാനില്ല. ഫോമായ്ക്ക് ഇപ്പോൾ ആ സ്ത്രീയെ വിളിച്ചാൽ കൊള്ളാമെന്ന് തോന്നി. പക്ഷേ, അവന് അവളുടെ പേര് അറിയില്ല. അവൻ കുറച്ചുസമയം മേൽത്തട്ടിൽനിന്നു. പെട്ടെന്ന് മറപ്പുരയുടെ പിന്നിൽ കപ്പലിന്റെ അണിയത്തുനിന്നും ഒരു തേങ്ങൽ അവന്റെ

ചെവിയിൽവീണു. ഒരു വിലാപം പോലെ ആഴമുള്ള ഒരു തേങ്ങൽ. അവൾ അവിടെയുണ്ടെന്നുള്ള തിരിച്ചറിവിന്റെ ഞെട്ടലോടെ അവൻ കപ്പലിന്റെ അണിയത്തേക്ക് നടന്നു.

അവർ ഒരുവശത്ത് കൂട്ടിയിട്ടിരുന്ന വടങ്ങളുടെ കൂനയിൽ ചാരി ഇരുന്ന് കരഞ്ഞുകൊണ്ടിരിക്കുകയായിരുന്നു. അവളുടെ നഗ്നമായ വെളുത്ത ചുമലുകൾ വിറയ്ക്കുന്നത് ഫോമാ കണ്ടു. അവളുടെ ദയനീയ മായ തേങ്ങൽ അവൻ കേട്ടു. അവന് ദുഃഖം തോന്നി. അവൻ അവളുടെ അടുത്തുചെന്ന് കുനിഞ്ഞുനിന്നുകൊണ്ട് മടിയോടെ ചോദിച്ചു.

"എന്തിനാണ് കരയുന്നത്?"

അവൾ തലയാട്ടി. മറുപടി ഒന്നും പറഞ്ഞില്ല.

"ഞാൻ നിങ്ങളെ അപമാനിച്ചോ?"

"പൊയ്ക്കോളൂ!" അവൾ പറഞ്ഞു.

"പക്ഷേ, എന്തിനാണ് കരയുന്നത്?" അവളുടെ തലയിൽ കൈവെച്ചു കൊണ്ട് ഫോമാ പറഞ്ഞു. "ദേഷ്യപ്പെടരുത്. നിങ്ങളുടെ സ്വന്തം ഇഷ്ട ത്തിനാണ് നിങ്ങൾ വന്നത്."

"എനിക്ക് ദേഷ്യം ഇല്ല." അവൾ ഉറക്കെപ്പറഞ്ഞു. 'ഞാൻ എന്തിനാണ് നിങ്ങളോട് ദേഷ്യപ്പെടുന്നത്? നിങ്ങൾ ചതിയനല്ല. നല്ലവനാണ്. എന്റെ അടുത്തുവന്ന് ഇവിടെ ഇരിക്കൂ!"

ഫോമായുടെ കൈപിടിച്ച് ഒരു കുട്ടിയെപ്പോലെ അവനെ അവൾ മടി യിൽ ഇരുത്തി. അവന്റെ മുഖം അവൾ മാറോടു ചേർത്ത് അമർത്തി. അവൾ അവന്റെ മുഖത്തേക്ക് കുനിഞ്ഞ് അവളുടെ ചുണ്ടുകൾ വളരെനേരത്തേക്ക് അവന്റെ ചുണ്ടുകളിൽ അമർത്തിവെച്ചു.

അവൻ ഒരു കൈ അവളുടെ കഴുത്തിൽ ചുറ്റിപ്പിടിച്ചു. മറ്റേകൈ കൊണ്ട് അവളുടെ കവിളിൽ തഴുകിക്കൊണ്ട് അവൻ ചോദിച്ചു. "നിങ്ങൾ എന്തിനാണ് കരയുന്നത്?"

"ഞാൻ എന്നെപ്പറ്റി ഓർത്താണ് കരയുന്നത്. എന്തുകൊണ്ടാണ് നിങ്ങൾ എന്നെ പറഞ്ഞുവിട്ടത്?"

"എനിക്ക് എന്നെപ്പറ്റി നാണക്കേട് തോന്നാൻ തുടങ്ങി." ഫോമാ തല കുനിച്ചു കൊണ്ട് പറഞ്ഞു.

"എന്റെ പൊന്നേ! എന്നോട് സത്യം പറയണം. നിങ്ങൾക്ക് എന്നെ ഇഷ്ടപ്പെട്ടില്ലേ?"

അവൾ പുഞ്ചിരിച്ചുകൊണ്ട് ചോദിച്ചു. പക്ഷേ, വലിയ കണ്ണുനീർത്തു ള്ളികൾ ഫോമായുടെ നെഞ്ചിലേക്ക് ഇപ്പോഴും ഇറ്റുവീഴുന്നുണ്ടായിരുന്നു.

"എന്തിനാണ് നിങ്ങൾ അങ്ങനെ സംശയിക്കുന്നത്?" സാമാന്യം ഭയ ത്തോടെ ഫോമാ ചോദിച്ചു. പെട്ടെന്ന് അവളുടെ സൗന്ദര്യത്തെപ്പറ്റിയും സ്വഭാവത്തെപ്പറ്റിയും അവൻ അവളോട് എന്തൊക്കെയോ കാര്യങ്ങൾ അവ്യക്തമായി പിറുപിറുത്തു. അവളോട് അങ്ങനെ പറഞ്ഞതിൽ അവന് വിഷമമുണ്ടെന്നും അവളുടെ സാന്നിദ്ധ്യത്തിൽ അവന് ലജ്ജ തോന്നി യെന്നും അവൻ സമ്മതിച്ചു. അവന്റെ കുറ്റസമ്മതം ശ്രദ്ധയോടെ കേട്ടു

കൊണ്ട് അവൾ അവന്റെ കവിളിലും കഴുത്തിലും നഗ്നമായ നെഞ്ചിലും ചുംബിച്ചുകൊണ്ടിരുന്നു.

അവൻ സംസാരം അവസാനിപ്പിച്ചു. അപ്പോൾ അവൾ സംസാരിക്കാൻ തുടങ്ങി. മരിച്ചു പോയവരെപ്പറ്റി പറയുന്നതുപോലെ അവളുടെ ശബ്ദത്തിൽ ദുഃഖം ഉണ്ടായിരുന്നു:

"ഫോമാ ഇഗ്നാറ്റിവിച്ച്! ഞാൻ മറ്റെന്തോ കാരണമാണ് വിചാരിച്ചത്! നിങ്ങൾ "പൊയ്ക്കോളൂ!" എന്ന് പറഞ്ഞപ്പോൾതന്നെ ഞാൻ എഴുന്നേറ്റ് പുറത്തുപോന്നു. നിങ്ങൾ അങ്ങനെ പറഞ്ഞതുകേട്ടപ്പോൾ എനിക്ക് വിഷമം തോന്നി. വളരെ വിഷമം തോന്നി. അവർ ഒരിക്കലും തളരാതെ എന്നെ തഴുകിയിരുന്നതും ഓമനിച്ചിരുന്നതും ഞാൻ ഓർത്തുപോയി. സ്നേഹത്തോടെയുള്ള ഒരു പുഞ്ചിരിക്കുവേണ്ടി എനിക്കിഷ്ടമുള്ളതെല്ലാം അവർ ചെയ്യുമായിരുന്നു. ഇതെല്ലാം ഓർത്തപ്പോൾ ഞാൻ കരയാൻ തുടങ്ങി! എന്റെ ചെറുപ്പത്തെപ്പറ്റി എനിക്ക് ദുഃഖം തോന്നി. കാരണം എനിക്കിപ്പോൾ മുപ്പത് വയസ്സായി. ഒരു സ്ത്രീയുടെ അവസാനദിവസങ്ങൾ." അവൾ ഉച്ചത്തിൽ തറപ്പിച്ച് പറഞ്ഞു. പിന്നീട് ഓളങ്ങളുടെ മുറുമുറുപ്പിനൊപ്പം ഉയരുകയും താഴുകയും ചെയ്തുകൊണ്ടിരുന്ന അവളുടെ സുന്ദരമായ ശബ്ദത്തിലേക്ക് അവൾ തിരിച്ചുവന്നു:

"ചെറുപ്പത്തെ നമ്മൾ കാത്തുസൂക്ഷിക്കണം. ഞാൻ വെറുതെ പറയുന്നതല്ല!" അതിനെക്കാൾ വിലപിടിപ്പുള്ള മറ്റൊന്നും ലോകത്തില്ല. ചെറുപ്പം സ്വർണ്ണംപോലെ ആണ്. നിങ്ങൾക്ക് ഇഷ്ടമുള്ളതെന്തും സ്വന്തമാക്കാൻ പറ്റും. നിങ്ങൾക്ക് പ്രായമാകുമ്പോൾ ചെറുപ്പത്തെപ്പറ്റി ഓർമ്മിക്കാൻ എന്തെങ്കിലുമൊക്കെ അവശേഷിപ്പിച്ചുകൊണ്ട് ജീവിക്കുക. ഇവിടെ ഞാൻ എന്നെപ്പറ്റി ഓർത്തു. ഞാൻ കരഞ്ഞെങ്കിലും എന്റെ കഴിഞ്ഞ കാലത്തെ ജീവിതത്തിന്റെ ഓർമ്മകൾ എന്നെ ആളിക്കത്തിച്ചു. വീണ്ടും ഞാൻ ചെറുപ്പമായി. എന്റെ കുട്ടീ, എനിക്ക് നിന്റെ കൂടെ കുറച്ച് നല്ലസമയം ലഭിക്കുമെന്ന് ഉറപ്പുണ്ട്. നിനക്ക് എന്നെ ഇഷ്ടമായാൽ നമുക്ക് ആഹ്ലാദം ഉണ്ടാകും. ഏയ്! ഞാൻ എരിഞ്ഞ് ചാരമാകും. ഞാൻ ഇപ്പോൾത്തന്നെ ആളിക്കത്തുകയാണ്."

ഫോമായെ അവളിലേക്ക് അമർത്തിക്കൊണ്ട് അവന്റെ ചുണ്ടുകളിൽ അവൾ ആർത്തിയോടെ ചുംബിക്കാൻ ആരംഭിച്ചു.

പത്തേമാരിയിലെ കാവല്ക്കാരൻ പച്ചിരുമ്പിന്റെ പട്ടയിൽ കൊട്ടുവടി കൊണ്ട് അടിക്കാൻ തുടങ്ങി.

തുളച്ചിറങ്ങുന്ന മുഴക്കം രാത്രിയുടെ ഉദാത്തമായ നിശ്ശബ്ദതയെ കീറിമുറിച്ചു.

പത്തേമാരികളിലെ ചരക്കിറക്കിക്കഴിഞ്ഞ് കപ്പൽ പേമിലേക്ക് പോകാൻ തയ്യാറെടുക്കുമ്പോൾ നദീതീരത്തേക്ക് ഒരു കുതിരവണ്ടി വരുന്നത് യഫിമിന്റെ ശ്രദ്ധയിൽപ്പെട്ടു. യഫിമിനെ ചിന്താക്കുഴപ്പത്തിലാക്കിക്കൊണ്ട് ഒരു പെട്ടിയും കുറച്ച് ഭാണ്ഡക്കെട്ടുകളുമായി കറുത്തകണ്ണുകളുള്ള പിലാഗിയാ അതിനുള്ളിൽ ഉണ്ടായിരുന്നു.

"അവളുടെ സാധനങ്ങൾ എടുത്തുകൊണ്ടുവരാൻ ഒരു നാവികനെ പറഞ്ഞയയ്ക്കൂ." കരയിലേക്ക് നോക്കി തലയാട്ടിക്കൊണ്ട് ഫോമാ ആജ്ഞാപിച്ചു.

അവജ്ഞയോടെ മുഖംതിരിച്ചു കൊണ്ട് കോപത്തോടെ യഫിം ആജ്ഞ നടപ്പിൽ വരുത്തി. പിന്നീട് അവൾ താഴ്ന്ന ശബ്ദത്തിൽ ചോദിച്ചു.

"അപ്പോൾ, നമ്മുടെ കൂടെ അവളും വരുന്നുണ്ടോ?"

"അവൾ വരുന്നത് എന്റെ കൂടെയാണ്."

"അത് മനസ്സിലായി. എല്ലാവർക്കും ഒപ്പമല്ല വരുന്നതെന്ന് അറിയാം. എന്റെ ദൈവമേ!"

"നിങ്ങൾ എന്തിനാണ് നെടുവീർപ്പിടുന്നത്?"

"ഫോമാ ഇഗ്നാറ്റിച്ച്! നമ്മൾ ഒരു വലിയ പട്ടണത്തിലേക്കാണ് പോകുന്നത്. അവിടെ അവളെപോലെയുള്ള ധാരാളം സ്ത്രീകൾ കാണില്ലേ?"

"ഉണ്ടായിരിക്കാം. നിങ്ങൾ മിണ്ടാതിരുന്നാൽ മതി."

"ഞാൻ മിണ്ടാതിരിക്കാം. പക്ഷേ, ഇത് ശരിയല്ല."

"എന്ത്?"

"നമ്മൾ കാണിക്കുന്ന തോന്ന്യാസം. നമ്മുടെ കപ്പലിൽ മോശമായി യാതൊന്നും ഇല്ല. പെട്ടെന്ന് ഇപ്പോൾ ഒരു സ്ത്രീ ഇതിനുള്ളിൽ വന്നിരിക്കുന്നു! കുറഞ്ഞപക്ഷം അതൊരു കൊള്ളാവുന്ന സ്ത്രീ ആയിരുന്നെങ്കിലും സഹിക്കാമായിരുന്നു. പക്ഷേ, അതിപ്പോൾ അവൾക്ക് ഒരു സ്ത്രീ എന്നുള്ള പേര് മാത്രമേ ഉള്ളൂ.

ഫോമാ വിയോജിപ്പ് പ്രകടിപ്പിച്ചുകൊണ്ട് നെറ്റിച്ചുളിച്ചു. അവൻ വാക്കുകൾക്ക് ഊന്നൽ കൊടുത്തുകൊണ്ട് അധികാരഭാവത്തിൽ പറഞ്ഞു.

"യഫിം ഒരുകാര്യം നിങ്ങളെ ഓർമ്മിപ്പിക്കുന്നു. അവളെ പറ്റി എന്തെങ്കിലും അനാവശ്യം പറഞ്ഞാൽ ഞാൻ അവന്റെ തല പത്തലെടുത്ത് തല്ലിപ്പൊട്ടിക്കുമെന്ന് ഇവിടെയുള്ള എല്ലാവരോടും പറഞ്ഞേക്കണം."

"ഭയങ്കരംതന്നെ." വിശ്വാസംവരാതെ യജമാനന്റെ മുഖത്ത് ജിജ്ഞാസയോടെ നോക്കിക്കൊണ്ട് യഫിം പറഞ്ഞു. പക്ഷേ, അയാൾ പെട്ടെന്ന് ഒരു ചുവട് പിന്നോട്ട് നീങ്ങി. ഇഗ്നാറ്റിന്റെ മകൻ ഒരു ചെന്നായയെപോലെ കണ്ണു തുറിപ്പിച്ചുകൊണ്ട് അലറി:

"ചിരിക്കുന്നോ! ചിരിക്കുന്നതെങ്ങനെയാണെന്ന് ഞാൻ പഠിപ്പിച്ചു തരാം."

യഫിം പേടിച്ചുപോയെങ്കിലും അയാൾ അന്തസ്സായി മറുപടി പറഞ്ഞു:

"ഫോമാ ഇഗ്നാറ്റിച്ച്, നിങ്ങൾ ഇതിന്റെ ഉടമസ്ഥനാണെങ്കിലും നിങ്ങളെ ശ്രദ്ധിക്കാൻ എന്നെ ഏല്പിച്ചിട്ടുണ്ട്. യഫിം അവനെ ശ്രദ്ധിക്കണം. എന്നാണ് എന്നോട് പറഞ്ഞിട്ടുള്ളത്. അതുകൂടാതെ ഞാൻ ഇതിന്റെ കപ്പിത്താനാണ്."

"എവിടുത്തെ കപ്പിത്താൻ?" വിളറിവെളുത്തുപോയ ഫോമാ അടിമുടി വിറച്ചുകൊണ്ട് വിളിച്ചുകൂവി "അപ്പോൾ ഞാൻ ആരാണ്?"

"ഒരു പെണ്ണിനുവേണ്ടി നിലവിളിക്കേണ്ട കാര്യമില്ല. അത് നിസ്സാര

കാര്യമാണ്."

ഫോമായുടെ വിളറിയ മുഖം പെട്ടെന്ന് ചുവന്നുതുടുത്തു. അവന്റെ കാലുകൾ നിലത്തു ഉറച്ചു നില്ക്കാതായി. ജാക്കറ്റിന്റെ പോക്കറ്റിലേക്ക് കൈകൾ തിരുകിക്കയറ്റിക്കൊണ്ട് ഫോമാ പറഞ്ഞു:

"നിങ്ങൾ എവിടുത്തെ കപ്പിത്താനാണെന്നാണ് പറയുന്നത്! ഇവിടെ എനിക്ക് എതിരായി ഒരു വാക്കുകൂടി നിങ്ങൾ പറയുകയാണെങ്കിൽ അതോടെ നിങ്ങളുടെ കാര്യം കഴിഞ്ഞു. ഞാൻ നിങ്ങളെ കരയിൽ ഇറക്കിവിടും. ഞാൻ ചുക്കാൻ പിടിക്കുന്നവനേയും കൊണ്ട് മുന്നോട്ടുപോകും! മനസ്സിലായോ? നിങ്ങൾക്ക് എന്നോട് ആജ്ഞാപിക്കാൻ പറ്റില്ല. നിങ്ങൾക്ക് മനസ്സിലാകുന്നുണ്ടോ?"

അമ്പരന്നുപോയതുകൊണ്ട് യഫിമിന് സംസാരിക്കാൻ കഴിഞ്ഞില്ല. ഫോമായോട് പറയാൻ മറുപടി കണ്ടെത്താൻ കഴിയാതെ–വന്നപ്പോൾ അയാൾ യജമാനനെ നോക്കി കണ്ണുചിമ്മി.

"ഞാൻ പറഞ്ഞത് നിങ്ങൾക്ക് മനസ്സിലായോ?"

"എനിക്ക് മനസ്സിലായി." യഫിം പതുക്കെ പറഞ്ഞു. "പക്ഷേ, ഈ ബഹളമെല്ലാം എന്തിനുവേണ്ടിയാണ്? ഒരു.."

"കൂടുതൽ സംസാരിക്കേണ്ട."

മനസ്സിൽ കട്ടപിടിച്ചു കൊണ്ടിരുന്ന ദേഷ്യം കൊണ്ട് വികൃതമാക്കപ്പെട്ട ഫോമായുടെ മുഖം കണ്ടപ്പോൾ കഴിയുന്നതും വേഗം യജമാനന്റെ അടുത്തുനിന്ന് പോകുന്നതാണ് നല്ലതെന്ന് യഫിമിന് മനസ്സിലായി. അയാൾ അവിടെ നിന്ന് പെട്ടെന്ന് തിരിച്ചുപോന്നു.

"ഹോ! എന്ത് ഭയങ്കരമാണ്! ആപ്പിൾ വീണത് മരത്തിന്റെ തൊട്ടടുത്താണെന്നാണ് എനിക്ക് തോന്നുന്നത്!" കപ്പലിന്റെ മേൽത്തട്ടിലൂടെ നടന്നുപോകുമ്പോൾ അയാൾ വെറുപ്പോടെ പിറുപിറുത്തു. അയാൾക്ക് ഫോമായോട് ദേഷ്യം ഉണ്ടായിരുന്നു. ഒരു കാര്യവുമില്ലാതെ അപമാനം സഹിക്കുകയാണെന്ന് യഫിമിന് തോന്നി. പക്ഷേ, അതിനോടൊപ്പം തന്നെ യജമാനന്റെ അടിയുറച്ച അധികാരം അയാൾ അനുഭവിക്കാൻ തുടങ്ങിയിരുന്നു. വർഷങ്ങളായി ഒരു കീഴുദ്യോഗസ്ഥനായിരുന്ന അയാൾക്ക് അയാളുടെ മുകളിലുള്ള ഈ അധികാരപ്രകടനം ഏറെക്കുറെ ഇഷ്ടമായിരുന്നു. അയാൾ ചുക്കാൻ മുറിയിൽകയറി സ്രാങ്കിനോട് യജമാനനുമായുള്ള രംഗം വിശദമായി പറഞ്ഞു. അയാളുടെ ശബ്ദത്തിൽ സംതൃപ്തിയുടെ നിഴൽ ഉണ്ടായിരുന്നു.

"ഒരു കാര്യം മനസ്സിലാക്കണം." അയാൾ അയാളുടെ കഥ അവസാനിപ്പിച്ചു. "നല്ല ഇനം നായ്ക്കുട്ടിയെ ആദ്യവേട്ടയിൽ തന്നെ തിരിച്ചറിയാൻ പറ്റും. പുറമേ നോക്കിയാൽ അവൻ സാധാരണ നായ ആയിരിക്കും. ഒരു മനക്കട്ടിയുള്ള മനുഷ്യനും അതുപോലെയാണ്. സാരമില്ല. അയാൾ അയാളുടെ നേരമ്പോക്ക് നടത്തട്ടെ! ഇപ്പോൾ അതുകൊണ്ട് തെറ്റൊന്നും സംഭവിക്കില്ലെന്നാണ് തോന്നുന്നത്. അയാളെപോലുള്ള സ്വഭാവക്കാർക്ക് കുഴപ്പമൊന്നും പറ്റില്ല. എന്റെ നേർക്ക് അയാൾ എന്ത് ചാട്ടമാണ് ചാടിയത്!

തൊട്ടിയിൽ കിടന്നപ്പോൾ അയാൾക്ക് കുറുക്കിക്കൊടുത്തത് അധികാരമായിരുന്നെന്ന് തോന്നി!"

യഫിം പറഞ്ഞത് സത്യമായിരുന്നു. കഴിഞ്ഞുപോയ ഏതാനും ദിവസങ്ങൾകൊണ്ട് ഫോമായുടെ സ്വഭാവത്തിൽ വ്യക്തമായ മാറ്റങ്ങൾ പ്രകടമായിരുന്നു. അവന്റെ ഉള്ളിൽ ജ്വലിച്ചു കൊണ്ടിരുന്ന വികാരം അവനെ ഒരു സ്ത്രീയുടെ മനസ്സിന്റെയും ശരീരത്തിന്റെയും ഉടമസ്ഥനാക്കി. അവൻ ഈ അധികാരത്തിന്റെ പൊള്ളുന്ന മാധുര്യം ആസക്തിയോടെ വലിച്ചു കുടിച്ചു. അവനിൽ ഉണ്ടായിരുന്ന വൃത്തികേടുകളെ എല്ലാം ഇത് എരിച്ചു കളഞ്ഞു. ഇത് താല്പര്യങ്ങൾ ഇല്ലാത്ത വിഡ്ഢിയുടെ മുഖഭാവത്തെ നശിപ്പിച്ചുകൊണ്ട് മനുഷ്യൻ എന്ന നിലയിലുള്ള അവന്റെ വ്യക്തിത്വത്തെക്കുറിച്ച് ബോധമുള്ള ഒരു യുവത്വത്തിന്റെ അഹന്തയെ അവന്റെ ഹൃദയത്തിനുള്ളിൽ നിറച്ചു. ഒരു സ്ത്രീയോടുള്ള പ്രണയം പുരുഷന് എന്നും വിളവു നല്കിക്കൊണ്ടിരിക്കുന്ന ഒരു വസ്തുതയാണ്. അത് കഷ്ടപ്പാടുകൾക്ക് കാരണമാകുന്നതാണെങ്കിൽപ്പോലും ആ പ്രണയത്തിൽ സമ്പന്നമായ ധാരാളം കാര്യങ്ങൾ ഉണ്ട്. പ്രണയത്തിന്റെ പീഡനം സഹിക്കേണ്ടി വരുന്ന മനസ്സുകളിൽ അത് ശക്തിയുള്ള ഒരു വിഷമായി പ്രവർത്തിക്കും. പ്രണയം ഒരു മനുഷ്യന് ഇരുമ്പിനെ ഉരുക്കാക്കി മാറ്റുന്ന തീപോലെയാണ്.

അവന്റെ ആലിംഗനത്തിൽ കൊഴിഞ്ഞുപോയ യൗവ്വനത്തെ ഓർത്ത് തേങ്ങുന്ന മുപ്പതുകാരിയോടുള്ള അഭിനിവേശം അവന്റെ കാര്യങ്ങളിൽനിന്ന് ഫോമായെ അടർത്തിമാറ്റിയില്ല. അവളുടെ തലോടലിൽ ഒരിക്കൽപ്പോലും അവൻ മതിമറന്നില്ല. അവന്റെ കാര്യങ്ങളിൽ അവൻ പൂർണ്ണമായും ശ്രദ്ധിച്ചു. അവൾ നല്ലവീഞ്ഞുപോലെ ആയിരുന്നു. ഒരേസമയം പ്രണയിക്കാനും അദ്ധ്വാനിക്കാനുമുള്ള ദാഹം അവന്റെ മനസ്സിൽ അവൾ ഉണർത്തിവിട്ടു. അവന്റെ ചുംബനങ്ങളിലൂടെ അവളും കൂടുതൽ ചെറുപ്പമായി.

പേമിൽ എത്തിയപ്പോൾ ഒരു എഴുത്ത് അവിടെ അവനുവേണ്ടി കാത്തിരിക്കുന്നുണ്ടായിരുന്നു. അത് അവന്റെ തലതൊട്ടപ്പൻ അയച്ചുകൊടുത്തായിരുന്നു. മകനെ പറ്റിയുള്ള ആശങ്കകൊണ്ട് ഇഗ്നാറ്റിന്റെ മദ്യപാനം കൂടിയിട്ടുണ്ടെന്നും അയാളുടെ പ്രായത്തിൽ ഇതുപോലെ കുടിക്കുന്നത് അപകടമാണെന്നും അവനെ അറിയിക്കാനായിരുന്നു എഴുത്തിന്റെ ഉദ്ദേശ്യം. കാര്യങ്ങൾ പെട്ടെന്ന് തീർത്ത് കഴിയുന്നതും വേഗം വീട്ടിൽ തിരിച്ചെത്താനുള്ള ഉപദേശത്തോടെയാണ് കത്ത് അവസാനിച്ചത്. ഈ ഉപദേശം ഫോമായെ അസ്വസ്ഥനാക്കി. അവന്റെ മനസ്സിലെ ഒഴിവുദിവസങ്ങളെ അത് മേഘാവൃതമാക്കി. അവന്റെ ജോലിയുടെ വേവലാതികളും പിലാഗിയായുടെ തലോടലുകളും കൊണ്ട് ഈ കാർമേഘത്തിന്റെ നിഴലുകൾ പെട്ടെന്ന് ഉരുകിപ്പോയി. അവന്റെ ജീവിതം വോൾഗയിലെ ഓളങ്ങൾ പോലെ അതിവേഗത്തിൽ മുന്നോട്ട് ഒഴുകി. ഓരോ ദിവസങ്ങളും പുതിയ ചിന്തകൾ ഉണർത്തിക്കൊണ്ട് അവന്റെ മനസ്സിലേക്ക് പുതിയ അനുഭൂതികളെ വിളിച്ചു വരുത്തി. അവനോടുള്ള പിലാഗിയായുടെ ബന്ധം ഒരു

വെപ്പാട്ടിയുടെ എല്ലാ വികാരങ്ങളും ഉൾക്കൊള്ളുന്നതായിരുന്നു. ജീവിതത്തിന്റെ കോപ്പയിൽനിന്ന് അവസാനതുള്ളികൾ ഊറ്റിക്കുടിക്കുന്നതിന്റെ എല്ലാ വൈകാരികമായ ശക്തിയും അവളുടെ പ്രായത്തിലുള്ള സ്ത്രീകളിൽ ഉണ്ടായിരിക്കും. പക്ഷേ, ചിലപ്പോൾ തുല്യശക്തിയുള്ള മറ്റൊരു വ്യത്യസ്തമായ വികാരം അവളിൽ ഉയർന്നിരുന്നു. ഇത് ഫോമായെ അവളിലേക്ക് കൂടുതൽ അടുപ്പിച്ചു. അത് തെറ്റുകളിൽനിന്ന് പ്രിയപ്പെട്ട സ്വന്തം മകനെ രക്ഷപ്പെടുത്താനും അവനെ ജീവിക്കാനുള്ള വിവേകം പഠിപ്പിക്കാനുമുള്ള ഒരു അമ്മയുടെ അത്യാർത്തിക്ക് തുല്യമായ ഒരു വികാരം ആയിരുന്നു. പല രാത്രികളിലും കപ്പലിന്റെ മേൽത്തട്ടിൽ അവർ ആലിംഗനത്തിലായിരിക്കുമ്പോൾ അവൾ അവനോട് വാത്സല്യത്തോടെ പറഞ്ഞു.

"ഞാൻ ഒരു ചേച്ചിയാണെന്ന് വിചാരിക്കണം. ഞാൻ ജീവിച്ചിട്ടുള്ളവളാണ്. എനിക്ക് പുരുഷന്മാരെ അറിയാം. എന്റെ ജീവിതത്തിൽ ഞാൻ ഒരുപാട് പുരുഷന്മാരെ കണ്ടിട്ടുണ്ട്! ചങ്ങാതിമാരെ തെരഞ്ഞെടുക്കുന്നത് സൂക്ഷിച്ചുവേണം! കാരണം രോഗം പോലെ പടർന്നുപിടിക്കുന്ന മനുഷ്യർ ഉണ്ട്. ആദ്യമായി കാണുമ്പോൾ അവരെ നിങ്ങൾക്ക് തിരിച്ചറിയാൻ കഴിയില്ല. അവർ കണ്ടാൽ മറ്റുള്ളവരെപോലെ ആയിരിക്കും. പെട്ടെന്ന് നിങ്ങൾ പോലും അറിയാതെ അയാളെ ജീവിതത്തിൽ നിങ്ങൾ അനുകരിച്ചുതുടങ്ങും. നിങ്ങൾ ചുറ്റും നോക്കും. അയാളുടെ ചിരങ്ങ് നിങ്ങൾക്ക് പകർന്നുകിട്ടിയിരിക്കുന്നതായി നിങ്ങൾക്ക് മനസ്സിലാകും. എനിക്ക് ഒരു ചങ്ങാതി കാരണം എല്ലാം നഷ്ടപ്പെട്ടിട്ടുണ്ട്. എനിക്ക് ഭർത്താവും രണ്ട് കുട്ടികളും ഉണ്ടായിരുന്നു. ഞങ്ങൾ നല്ല രീതിയിൽ ജീവിച്ചിരുന്നതാണ്. എന്റെ ഭർത്താവ് ഒരു ഗുമസ്തൻ ആയിരുന്നു." അവൾ പെട്ടെന്ന് നിശ്ശബ്ദയായി. അവൾ കപ്പൽ ഉണ്ടാക്കിക്കൊണ്ടിരുന്ന ഓളങ്ങളിലേക്ക് വളരെനേരം നോക്കി ഇരുന്നു. പിന്നീട് നെടുവീർപ്പിട്ടുകൊണ്ട് വീണ്ടും അവൾ സംസാരിച്ചു:

"എന്നെപ്പോലെയുള്ള സ്ത്രീകളിൽ നിന്ന് കന്യാമറിയം നിങ്ങളെ രക്ഷിക്കട്ടെ. സൂക്ഷിക്കണം. എന്നാൽ നിങ്ങൾ കുട്ടിയാണ്. നിങ്ങളുടെ മനസ്സിന് വേണ്ടത്ര കട്ടി ഇല്ല. നിങ്ങളെപോലെ ശക്തിയും സൗന്ദര്യവും സമ്പത്തും ഉള്ളവരോട് സ്ത്രീകൾക്ക് ആസക്തി കൂടും. ഏറ്റവും കൂടുതൽ ഭയക്കേണ്ടത് മിണ്ടാപൂച്ചകളെയാണ്. അവർ ആണുങ്ങളെ കിട്ടിയാൽ അട്ടയെപോലെ കടിച്ചുതൂങ്ങിക്കിടന്ന് വലിച്ചുകുടിക്കും. എന്നാൽ അവർ അനുകമ്പയും മാന്യതയും ഉള്ളവരായിരിക്കും. അവർ നിങ്ങളുടെ ചാറ് കുടിക്കുന്നത് തുടർന്നുകൊണ്ടിരിക്കും. പക്ഷേ, അവരെ അവർ സംരക്ഷിച്ചു കൊള്ളും. ഒരു കാര്യവുമില്ലാതെ അവർ നിങ്ങളുടെ മനസ്സിനെ തകർക്കും. നിങ്ങൾക്ക് എന്നെപ്പോലെ പേടിയില്ലാത്തവരുമായി ഇടപെടുന്നതാണ് കൂടുതൽ നല്ലത്. ഇത്തരക്കാർ ജീവിക്കുന്നത് നേട്ടങ്ങൾക്കുവേണ്ടി അല്ല."

അവൾക്ക് നിശ്ചയമായും മറ്റ് താല്പര്യങ്ങൾ ഉണ്ടായിരുന്നില്ല. പേമിൽവെച്ച് ഫോമാ അവർക്കുവേണ്ടി വാങ്ങാത്ത പുതിയ വസ്തുക്കൾ ഇല്ലെന്നുതന്നെ പറയാം. അവൾക്ക് അതിൽ സന്തോഷം തോന്നി. പക്ഷേ,

എല്ലാം പരിശോധിച്ച ശേഷം അവൾ പറഞ്ഞു:

"നിങ്ങൾ നിങ്ങളുടെ പണം വെറുതെ ധൂർത്തടിക്കരുത്. നിങ്ങളുടെ അച്ഛന് ദേഷ്യം വരാതെ നോക്കണം. ഇതൊന്നും ഇല്ലെങ്കിലും എനിക്ക് നിങ്ങളോട് സ്നേഹമാണ്."

അവനോടൊപ്പമുള്ള യാത്ര കസാനിൽവെച്ച് അവസാനിക്കുമെന്ന് നേരത്തേ തന്നെ അവൾ അവനോട് പറഞ്ഞിരുന്നു. കസാനിൽ അവൾക്ക് വിവാഹം കഴിഞ്ഞ ഒരു സഹോദരി ഉണ്ട്. അവിടെ എത്തിച്ചേരുമ്പോൾ അവൾ മറ്റൊരു വഴിക്ക് പോകുമെന്ന് വിശ്വസിക്കാൻ ഫോമായ്ക്ക് കഴിഞ്ഞിരുന്നില്ല. അവൾ പറഞ്ഞിരുന്ന കാര്യം വീണ്ടും അവനോടു പറഞ്ഞു. അവൻ തന്നെ കൈവിടരുതെന്ന് അവളോട് യാചിക്കാൻ തുടങ്ങി.

"മുൻകൂട്ടി വിഷമിക്കേണ്ട കാര്യമില്ല" അവൾ പറഞ്ഞു. "നമുക്ക് മുന്നിൽ ഒരു രാത്രി മുഴുവൻ ഉണ്ട്. നിങ്ങൾക്ക് ദു:ഖിക്കാൻ തോന്നുന്നുണ്ടെങ്കിൽ ഞാൻ പിരിഞ്ഞു പോകുന്ന സമയത്ത് നിങ്ങൾക്ക് ദുഃഖിക്കാനുള്ള സമയം കിട്ടും."

പക്ഷേ, അവനെ കൈവിട്ടുകളയരുതെന്ന് അവളെ പ്രേരിപ്പിക്കാൻ അവൻ ശ്രമിച്ചു കൊണ്ടിരുന്നു. പ്രതീക്ഷിച്ചതുപോലെ അവന്റെ യാചന ഒടുവിൽ അവളെ വിവാഹം കഴിക്കാനുള്ള ആഗ്രഹത്തിന്റെ പ്രഖ്യാപനത്തിലാണ് അവസാനിച്ചത്.

"അതുകൊള്ളാം" അവൾ ചിരിക്കാൻ തുടങ്ങി. "എന്റെ ഭർത്താവ് ജീവിച്ചിരിക്കുമ്പോൾ നിങ്ങളെ എനിക്ക് വിവാഹം കഴിക്കാൻ പറ്റുമോ? എന്റെ പൊന്നേ! നിങ്ങൾക്ക് വിവാഹം കഴിക്കാനുള്ള ആഗ്രഹം ഉണ്ടോ? പക്ഷേ, എന്നെപോലെയുള്ള പെണ്ണുങ്ങളെ ആരെങ്കിലും വിവാഹം കഴിക്കാറുണ്ടോ? നിങ്ങൾക്ക് ഇഷ്ടംപോലെ വെപ്പാട്ടികൾ ഉണ്ടാകാം. മധുരപലഹാരങ്ങൾ തിന്ന് വയറു നിറഞ്ഞതിനുശേഷം വരക് റൊട്ടി തിന്നണമെന്ന് തോന്നുന്ന സമയത്തുവേണം വിവാഹം കഴിക്കാൻ! ആരോഗ്യമുള്ള ഒരു മനുഷ്യൻ അയാളുടെ സ്വന്തം സമാധാനത്തിനുവേണ്ടി സമയമാകാതെ വിവാഹം കഴിക്കരുതെന്നുള്ള കാര്യം ഞാൻ ശ്രദ്ധിച്ചിട്ടുണ്ട്. അയാളുടെ സംതൃപ്തിക്ക് ഒരു സ്ത്രീ മതിയാകില്ല. അയാൾ മറ്റു സ്ത്രീകളുടെ അടുത്ത് പോകും. നിങ്ങൾക്ക് ഒരു സ്ത്രീ മാത്രം മതിയെന്ന് ബോദ്ധ്യപ്പെട്ടുകഴിയുമ്പോൾ മാത്രമേ വിവാഹം കഴിക്കാൻപാടുള്ളൂ."

പക്ഷേ, അവൾ കൂടുതൽ സംസാരിക്കുന്തോറും അവൾ വിട്ടുപോകരുതെന്നുള്ള ആഗ്രഹത്തിന്റെ കാര്യത്തിൽ ഫോമായ്ക്ക് കൂടുതൽ വാശി തോന്നിയിരുന്നു.

"നിങ്ങൾ ഞാൻ പറയുന്നത് ശ്രദ്ധിച്ചുകേൾക്കണം" അവൾ പറഞ്ഞു. "നിങ്ങളുടെ കൈയിൽ ഒരു വിറകുകൊള്ളി കത്തിച്ചുപിടിച്ചിട്ടുണ്ടെന്ന് വിചാരിക്കുക. അതിന്റെ വെളിച്ചം ഇല്ലാതെ നിങ്ങൾക്ക് എല്ലാം കാണാൻ കഴിയുന്നുണ്ട്. അപ്പോൾ കൈ പൊള്ളാതിരിക്കാനും പുക ശ്വസിക്കാതിരിക്കാനുംവേണ്ടി വിറകുകൊള്ളി വെള്ളത്തിൽ മുക്കുന്നതായിരിക്കും. കൂടുതൽ നല്ല കാര്യം."

"എനിക്ക് നിങ്ങൾ പറയുന്നതൊന്നും മനസ്സിലാകുന്നില്ല."

"മനസ്സിലാക്കാൻ ശ്രമിക്കണം. നിങ്ങൾ എന്നെ ഉപദ്രവിച്ചിട്ടില്ല. എനിക്ക് നിങ്ങളെ ഉപദ്രവിക്കണമെന്ന് ആഗ്രഹവും ഇല്ല. അതുകൊണ്ടാണ് ഞാൻ പോകുന്നത്."

ഇതിനിടയിൽ ഒരു സംഭവം നടന്നില്ലായിരുന്നെങ്കിൽ ഈ തർക്കം എവിടെ ചെന്ന് അവസാനിക്കുമെന്ന് പറയാൻ ബുദ്ധിമുട്ടായിരിക്കും. കസാനിൽ എത്തിയപ്പോൾ ഫോമായ്ക്ക് മയാകിന്റെ ഒരു കമ്പി കിട്ടി. അയാൾ എഴുതി "ഒരു യാത്രക്കപ്പലിൽ കയറി ഉടൻ തിരിച്ചുവരണം." ഫോമായുടെ ഹൃദയം പിടച്ചു. അവൻ പരിഭ്രമിച്ചു പോയി. കുറച്ച് മണിക്കൂറുകൾക്ക് ശേഷം അകന്നു പോകുന്ന തുറമുഖത്ത് നില്ക്കുന്ന കാമുകിയുടെ മുഖത്തുനിന്നും കണ്ണെടുക്കാതെ അവൻ തുറമുഖത്തു നിന്നും യാത്രതിരിച്ച മറ്റൊരു കപ്പലിന്റെ മേൽത്തട്ടിൽ കൈവരിയിൽ പിടിച്ച് നിശ്ശബ്ദനായി നോക്കിക്കൊണ്ടു നില്ക്കുന്നുണ്ടായിരുന്നു. പിലാഗിയാ തൂവാല വീശിക്കൊണ്ട് പുഞ്ചിരിച്ചു. പക്ഷേ, അവൾ കരഞ്ഞു കൊണ്ടിരിക്കുകയാണെന്ന് അവന് അറിയാം. അവളുടെ കണ്ണുനീർ കൊണ്ട് ഫോമായുടെ ഷർട്ടിന്റെ മുൻവശം പൂർണ്ണമായും നനഞ്ഞുപോയിരുന്നു. അവന്റെ ഹൃദയം ദുഃഖം കൊണ്ട് തണുത്തിരുന്നു. തുറമുഖത്തു നില്ക്കുന്ന സ്ത്രീരൂപം ഉരുകിത്തീരുന്നതുപോലെ കൂടുതൽ കൂടുതൽ ചെറുതായി കൊണ്ടിരുന്നു. ഫോമാ കണ്ണെടുക്കാതെ അവളെ നോക്കിക്കൊണ്ടുനിന്നു. അവന്റെ മനസ്സിൽ അവളെപ്പറ്റിയുള്ള ദുഃഖവും അച്ഛനെ പറ്റിയുള്ള ഭയവും നിറഞ്ഞിരുന്നു. പെട്ടെന്ന് അതൊന്നുമല്ലാതെ ശക്തമായ മറ്റൊരുതോന്നൽ അവന്റെ മനസ്സിലേക്ക് കടന്നുവന്നു. ആ തോന്നൽ എന്താണെന്ന് അവന് വ്യക്തമായിരുന്നില്ല. പക്ഷേ, അത് മറ്റാരോടോ പക തോന്നുന്നതുപോലെയുള്ള ഒരു തോന്നൽ ആയിരുന്നു.

തുറമുഖത്തെ ജനക്കൂട്ടം മുഖമോ രൂപമോ ചലനമോ ഇല്ലാതെ ഇടകലരുന്ന കറുത്ത ബിന്ദുക്കളായി രൂപം മാറിയിരുന്നു. ഫോമാ കൈവരിയുടെ അടുത്തുനിന്ന് മടങ്ങിവന്ന് മേൽത്തട്ടിൽ ദുഃഖത്തോടെ അങ്ങോട്ടും ഇങ്ങോട്ടും നടക്കാൻ തുടങ്ങി.

യാത്രക്കാർ ഉറക്കെ സംസാരിച്ചു കൊണ്ട് ചായ കുടിക്കാൻ വേണ്ടി കാത്തിരിക്കുന്നുണ്ടായിരുന്നു. ജോലിക്കാർ മേൽത്തട്ടിൽ മേശകൾ ഒരുക്കുന്നതിന്റെ തിരക്കിലായിരുന്നു. താഴെ മൂന്നാംക്ലാസ്സിൽ എവിടെയോ ഒരു കുട്ടി കരയുന്നു. ഒരു പാചകക്കാരൻ കത്തികൊണ്ട് എന്തോ സാധനം അരിയുന്നു. തിരമാലകളെ കീറിമുറിച്ചുകൊണ്ട് പതഞ്ഞുപൊങ്ങുന്ന ഒഴുക്കിനെതിരെ വലിയ കപ്പൽ അതിവേഗത്തിൽ നീങ്ങിക്കൊണ്ടിരുന്നു. തകർക്കപ്പെടുന്ന തിരമാലകൾ കോപത്തോടെ വിറച്ചുകൊണ്ട് പതഞ്ഞുപൊങ്ങുന്നത് ഫോമാ കപ്പലിന്റെ മേൽത്തട്ടിൽ നിന്നുകൊണ്ട് കാണുന്നുണ്ടായിരുന്നു. അവന് ഏന്തെങ്കിലും തകർക്കാനോ വലിച്ചുകീറാനോ ഉള്ള വന്യമായ ഒരു ആഗ്രഹം തോന്നാൻ തുടങ്ങി. തിരമാലകളുടെ ഭാരവും ശക്തിയും സ്വന്തം തോളിലും നെഞ്ചത്തും ഏറ്റുവാങ്ങിക്കൊണ്ട് ഒഴുക്കി

നെതിരെ സ്വയം നീന്തിക്കയറാൻ അവന് തോന്നുന്നുണ്ടായിരുന്നു.

“വിധി!” അവന്റെ സമീപം ഉണ്ടായിരുന്ന ആരോ ഒരാൾ തളർന്നുപോയ പരുക്കൻ ശബ്ദത്തിൽ പറഞ്ഞു.

ഈ വാക്ക് അവന് പരിചിതമായിരുന്നു. അവന്റെ ചോദ്യങ്ങൾക്കുള്ള മറുപടിയായി അൻഫിസാ അപ്പച്ചി പലപ്പോഴും ഈ വാക്കിനെ ഉപയോഗിച്ചിരുന്നു. ഈ ചെറിയ വാക്കിനുള്ളിൽ ദൈവത്തിനു സമാനമായ ഒരു ശക്തിയെ അവൻ സങ്കല്പിച്ചിരുന്നു. അവൻ സംസാരിച്ചുകൊണ്ടിരുന്ന മനുഷ്യരെ നോക്കി. അവരിൽ ഒരാൾ അനുകമ്പ നിറഞ്ഞ മുഖമുള്ള ഇരുണ്ട് പൊക്കം കുറഞ്ഞ ഒരു വൃദ്ധൻ ആയിരുന്നു. മറ്റയാൾ ക്ഷീണിച്ച വലിയ കണ്ണുകളും കറുത്ത കുറ്റിത്താടിയുമുള്ള ഒരു ചെറുപ്പക്കാരനായിരുന്നു. അയാളുടെ വൃത്തികെട്ട വലിയ മൂക്കും ഒട്ടിയ മഞ്ഞ കവിളുകളും കണ്ടപ്പോൾ ഫോമായ്ക്ക് അവന്റെ തലതൊട്ടപ്പനെ ഓർമ്മവന്നു.

“വിധി!’ വൃദ്ധൻ ആത്മവിശ്വാസത്തോടെ ആവർത്തിച്ചു. അയാൾ പുഞ്ചിരിക്കാൻ തുടങ്ങി. “വിധി നദിയിൽ ചൂണ്ട ഇടുന്നവനെപോലെ ആണ്. ജീവിതത്തിന്റെ ബഹളത്തിനിടയിലേക്ക് വിധി ചൂണ്ടയിൽ ഇര കോർത്ത് വലിച്ചെറിയുന്നു. നമ്മൾ ആർത്തിയോടെ വായും പിളർന്ന് അതിന്റെ അടുത്തേക്ക് പാഞ്ഞടുക്കുന്നു. അപ്പോൾ വിധി ചൂണ്ട കരയിലേക്ക് വലിച്ചിടുന്നു. മനുഷ്യൻ നിലത്തുകിടന്ന് വാലിട്ടടിക്കുന്നു. പിന്നീട് അവന്റെ ഹൃദയം തകർന്നുപോയത് നമ്മൾ കാണുന്നു. എന്റെ ചങ്ങാതി, അത് അങ്ങനെയാണ്.”

സൂര്യരശ്മി കണ്ണിലേക്ക് തുളച്ചുകയറിയതുപോലെ ഫോമാ കണ്ണടച്ചു. അവൻ തലകുലുക്കി സമ്മതിച്ചുകൊണ്ട് ഉറക്കെ വിളിച്ചുപറഞ്ഞു.
''സത്യം! അത് സത്യമാണ്!”

ചങ്ങാതിമാർ അവനെ സൂക്ഷിച്ചു നോക്കി. വൃദ്ധന്റെ മുഖത്ത് വിവേകത്തിന്റെ പുഞ്ചിരി ഉണ്ടായിരുന്നു. വലിയ കണ്ണുള്ള മനുഷ്യന്റെ മുഖത്ത് സംശയവും ദേഷ്യവും ഉണ്ടായിരുന്നു. ഇത് ഫോമായെ ചിന്താക്കുഴപ്പത്തിലാക്കി. നാണക്കേട് തോന്നിയതുകൊണ്ട് അവൻ അവിടെ നിന്ന് നടന്നുനീങ്ങി. തുടക്കത്തിൽ ഒരു സ്ത്രീയെ അവന് കൊടുത്തുകൊണ്ട് അവനോട് ദയകാണിക്കുകയും അതിനുശേഷം ആ സമ്മാനം തിരിച്ചെടുക്കുകയും ചെയ്ത വിധിയെ പറ്റി അവൻ ചിന്തിച്ചുകൊണ്ടിരുന്നു. അവൻ അനുഭവിച്ച വ്യക്തത ഇല്ലാത്ത ശക്തമായ തോന്നൽ അവനെ കുരങ്ങുകളിപ്പിച്ചുകൊണ്ടിരിക്കുന്ന വിധിയോടുള്ള പകയാണെന്ന് അവൻ തിരിച്ചറിഞ്ഞു. ജീവിതം അവനെ വളരെക്കൂടുതൽ നശിപ്പിച്ചിരിക്കുന്നു. വിഷത്തിന്റെ ആദ്യ തുള്ളി നാക്കിലേക്ക് ഇറ്റുവീണതിനുശേഷം ഈ യാത്രയിൽ അവൻ ഉറങ്ങിയിട്ടില്ല. അവൻ അവന്റെ ഉള്ളിലെ പകയെപറ്റിയും വൃദ്ധൻ പറഞ്ഞ കാര്യത്തെപ്പറ്റിയും ഉള്ള ആലോചനയിൽ മുഴുകി. അവന്റെ പക അവനിൽ ദുഃഖമോ നിരാശയോ ഉണർത്തിയില്ല. പക്ഷേ, സാമാന്യം ദേഷ്യവും പ്രതികാരവും അവന് തോന്നുന്നുണ്ടായിരുന്നു.

ഫോമായെ എതിരേറ്റത് അവന്റെ തലതൊട്ടപ്പൻ ആയിരുന്നു.

അവന്റെ പരിഭ്രമത്തോടെയുള്ള ചോദ്യങ്ങൾക്ക് കുതിരവണ്ടിക്കുള്ളിൽ അവന്റെ തൊട്ടടുത്ത് ഇരുന്നതിനുശേഷം മയാകിൻ മറുപടി പറഞ്ഞു:

"നിന്റെ അച്ഛൻ കുട്ടികളെപോലെ ആയിരിക്കുന്നു."

"കുടിയാണോ?"

"അതിനേക്കാൾ മോശമായിരിക്കുന്നു. അയാളുടെ മനസ്സ് തകർന്നിരിക്കുകയാണ്."

"എന്റെ ദൈവമേ! സത്യത്തിൽ എന്താണ് സംഭവിച്ചത്?"

"നീ അറിഞ്ഞില്ലേ? ഒരു സ്ത്രീ മുഴുവൻ സമയവും അയാളുടെ ചുറ്റും കറങ്ങി നടക്കുന്നുണ്ട്."

"അവളെപറ്റി പറയൂ" പിലാഗിയായെ ഓർത്തുകൊണ്ട് ഫോമാ ഉറക്കെ പറഞ്ഞു. ഏതോ ഒരു കാരണം കൊണ്ട് അവന്റെ മനസ്സിൽ സന്തോഷം നിറഞ്ഞു.

"അവൾ അയാളുടെ പുറത്ത് കടിച്ചുതൂങ്ങിക്കിടന്ന് ചോര ഊറ്റുകയാണ്."

"അവളോ? അവൾ അധികം സംസാരിക്കില്ല. അവളുടെ നിശ്ശബ്ദത അഗ്നിപോലെ ആണ്. അയാളുടെ പോക്കറ്റിൽ നിന്ന് എഴുപത്തി അയ്യായിരം റൂബിൾ അവൾ തൂവലുപോലെ ആകാശത്തേക്ക് പറപ്പിച്ചുകഴിഞ്ഞു!"

"ഹോ! അവൾ ആരാണ്?"

"സോഫിയാ മിഡിനൻ സ്കായാ. വാസ്തുശില്പിയുടെ ഭാര്യ."

"എന്റെ ദൈവമേ! അങ്ങനെ സംഭവിക്കുമോ? എന്റെ അച്ഛൻ അവളെ കാമുകിയായി സ്വീകരിക്കാൻ ഇടയുണ്ടോ?" ഫോമാ അത്ഭുതത്തോടെ ശബ്ദം താഴ്ത്തി ചോദിച്ചു.

മയാകിൻ ഫോമായുടെ അടുത്തുനിന്നും അല്പം ദൂരത്തേക്ക് നീങ്ങി ഇരുന്ന് അവന്റെ മുഖത്തേക്ക് സൂക്ഷിച്ചുനോക്കിക്കൊണ്ട് തീരുമാനം എടുത്തമട്ടിൽ ഉറപ്പിച്ച് പറഞ്ഞു.

'നിനക്കും ഭ്രാന്താണ്! ദൈവത്തെക്കൊണ്ട് സത്യം ചെയ്യാം! നിനക്കും ഭ്രാന്താണ്! അറുപത്തി മൂന്നാം വയസ്സിൽ ഒരു കാമുകി! അതും ഇത്രയും വിലപിടിപ്പുള്ള ഒരു കാമുകി! നീ എന്താണ് സംസാരിക്കുന്നത്? ശരി, ഞാൻ ഈ കാര്യം ഇഗ്നാറ്റിനോട് പറയും."

മയാകിൻ പെട്ടെന്ന് പരുഷമായി പൊട്ടിച്ചിരിച്ചപ്പോൾ കോലാടിന്റെ താടിപോലെയുള്ള അയാളുടെ താടി വൃത്തികെട്ട രീതിയിൽ വിറയ്ക്കാൻ തുടങ്ങി. ഒരു വ്യക്തമായ മറുപടി കണ്ടെത്താൻ ഫോമായ്ക്ക് കൂടുതൽ സമയം വേണ്ടിവന്നു. മയാകിൻ അയാളുടെ ശീലത്തിന് വിപരീതമായി അസ്വസ്ഥനായിരുന്നു. സാധാരണ തടസ്സമില്ലാതെ ഒഴുകി കൊണ്ടിരിക്കുന്ന അയാളുടെ സംസാരം ഇപ്പോൾ ഇടയ്ക്കിടയ്ക്ക് തടസ്സപ്പെട്ടുകൊണ്ടിരുന്നു. അയാൾ സംസാരിക്കുന്നതിനിടയിൽ തൊണ്ട ശരിയാക്കുകയും ചീത്ത വിളിക്കുകയും ചെയ്യുന്നുണ്ടായിരുന്നു. പറയുന്ന കാര്യം എന്താണെന്ന് മനസ്സിലാക്കിയെടുക്കാൻ ഫോമാ ശരിക്കും കഷ്ടപ്പെട്ടു. സമ്പന്നനായ വാസ്തുശില്പിയുടെ ഭാര്യ സോഫിയാ പാവ്‌ലോവ്ന മിഡിൻസ്കായാ

നഗരത്തിൽ ഒരു സത്രവും വായനാശാലയും നിർമ്മിക്കുന്നതിനുവേണ്ടി സംഭാവനയായി എഴുപത്തയ്യായിരം റൂബിൾ നല്കാൻ ഇഗ്നാറ്റിനെ പ്രേരിപ്പിക്കുന്നുണ്ടായിരുന്നു. പാവങ്ങളെ സഹായിക്കാനുള്ള അവരുടെ അക്ഷീണമായ പ്രവർത്തനം നഗരത്തിൽ അങ്ങേയറ്റം പ്രസിദ്ധിനേടിയിരുന്നു. ഇഗ്നാറ്റിന്റെ മഹാമനസ്കതയെ പറ്റി പത്രങ്ങൾ കൊട്ടിഘോഷിച്ചു കഴിഞ്ഞിരുന്നു. ഈ സ്ത്രീയെ ഫോമാ തെരുവുകളിൽവെച്ച് ഒന്നിൽ കൂടുതൽ തവണ കണ്ടിട്ടുണ്ട്. അവൾക്ക് പൊക്കം കുറവായിരുന്നു. അവൾക്ക് നഗരത്തിലെ ഏറ്റവും സുന്ദരികളിൽ ഒരുവാളാണെന്നുള്ള സ്ഥാനം ഉണ്ടായിരുന്നെന്ന് ഫോമാ മനസ്സിലാക്കിയിരുന്നു. അവളുടെ ശീലങ്ങളെപറ്റി അവളുടെ സൗന്ദര്യത്തിനു ചേർന്ന കിംവദന്തികളും തയ്യാറാക്കപ്പെട്ടിരുന്നു.

"ഇതാണോ കാര്യം?" തലതൊട്ടപ്പൻ കഥ അവസാനിപ്പിച്ചപ്പോൾ ഫോമാ ഉറക്കെ പറഞ്ഞു. "എത്ര ആലോചിച്ചിട്ടും എനിക്ക് കാര്യം പിടികിട്ടിയില്ല."

"നീ എന്ത് കാര്യം ആലോചിച്ചെന്നാണ് പറയുന്നത്?" മയാകിൻ ദേഷ്യപ്പെട്ട് വിളിച്ചുകൂവി. "താടിപോലും ഇല്ലാത്ത നീ ഒരു കാര്യവും ആലോചിച്ചിട്ടില്ല."

"എന്നെ എന്തിനാണ് ചീത്ത പറയുന്നത്?" ഫോമാ ചോദിച്ചു.

"നിന്റെ അഭിപ്രായത്തിൽ എഴുപത്തി അയ്യായിരം റൂബിൾ ഒരു വലിയ തുകയാണോ? അതോ ചെറിയ തുകയാണോ?"

"വലിയ തുകയാണ്." ഫോമാ അല്പസമയം ആലോചിച്ചതിനു ശേഷം മറുപടി പറഞ്ഞു.

"ആണല്ലോ!"

"പക്ഷേ, അച്ഛന് ധാരാളം പണമുണ്ട്. നിങ്ങൾ എന്തിനാണ് അതിനെ പറ്റി ഇത്രയും ബഹളം ഉണ്ടാക്കുന്നത്?"

യക്കോവ് ടരോസോവിച്ച് ഞെട്ടിപ്പോയി. അയാൾ ചെറുപ്പക്കാരന്റെ മുഖത്തേക്ക് വെറുപ്പോടെ നോക്കിക്കൊണ്ട് ശബ്ദം താഴ്ത്തി ചോദിച്ചു.

"നീ ഇങ്ങനെയൊക്കെ പറഞ്ഞുതുടങ്ങിയോ?"

"ഞാനല്ലാതെ ആരാണ് പറയേണ്ടത്?"

"നീ കള്ളം പറയുകയാണ്! നിന്റെ ചെറുപ്പത്തിന്റെ മണ്ടത്തരമാണ് നിന്നെക്കൊണ്ട് ഇങ്ങനെയൊക്കെ പറയിക്കുന്നത്. ജീവിതം കൊണ്ട് ലക്ഷംതവണ പരീക്ഷിച്ചുകഴിഞ്ഞ എന്റെ വാർദ്ധക്യത്തിന്റെ മണ്ടത്തരം നീ ഇപ്പോളും ഒരു ചെറിയ നായ്ക്കുട്ടിയാണെന്നാണ് പറയുന്നത്. ഇതുപോലെ ഉറക്കെ കുരയ്ക്കാൻ നിനക്ക് പ്രായം ആയിട്ടില്ല."

അവന്റെ തലതൊട്ടപ്പന്റെ വളച്ചുകെട്ടിയുള്ള ഭാഷ പലപ്പോഴും ഫോമായെ ശുണ്ഠിപിടിപ്പിച്ചിട്ടുണ്ട്.

മയാകിൻ എന്നും അവനോട് അച്ഛനേക്കാൾ പരുക്കൻമട്ടിലാണ് സംസാരിച്ചിരുന്നത്. പക്ഷേ, ഇപ്പോൾ അയാൾ അവനെ അപമാനിക്കുകയാണെന്ന് അവന് തോന്നി. അവൻ ഗൗരവത്തിൽ മയാകിനോട് പറഞ്ഞു:

"ഞാൻ ഇപ്പോൾ ഒരു ചെറിയ കുട്ടി അല്ല. ആലോചനയില്ലാതെ

എന്നെ ചീത്തവിളിക്കാതിരിക്കുന്നതാണ് കൂടുതൽ നല്ലത്."

"പറയൂ പറയൂ. കേൾക്കട്ടെ!" പുരികങ്ങൾ ഉയർത്തി കളിയാക്കുന്നമട്ടിൽ നോക്കിക്കൊണ്ട് മയാകിൻ പറഞ്ഞു.

ഇത് ഫോമായെ കൂടുതൽ ചൊടിപ്പിച്ചു. അവൻ വൃദ്ധന്റെ കണ്ണുകളിലേക്ക് സൂക്ഷിച്ചുനോക്കിക്കൊണ്ട് വ്യക്തതയോടെ ഊന്നിപ്പറഞ്ഞു:

"എനിക്ക് നിങ്ങളുടെ അനാവശ്യമായ ചീത്ത വിളി കേൾക്കാൻ ആഗ്രഹമില്ലെന്ന് നിങ്ങൾ മനസ്സിലാക്കണം. ഇത് ഇവിടെവെച്ച് അവസാനിപ്പിക്കാം."

"ഓ! അതുശരി! എന്നോട് ക്ഷമിക്കണം."

യക്കോവ് ടരാസോവിച്ച് കുറച്ചുസമയത്തേക്ക് നിശ്ശബ്ദനായി. അയാൾ കണ്ണുകളടച്ച് മുഖം തിരിഞ്ഞിരുന്ന് ചുണ്ടുകടിച്ചു കൊണ്ടിരുന്നു. വണ്ടി ഒരു ഇടുങ്ങിയ വഴിയിലേക്ക് തിരിഞ്ഞു. ദൂരെനിന്ന് വീടിന്റെ മേൽക്കൂര കണ്ണിൽപ്പെട്ടപ്പോൾ ഫോമാ മനഃപൂർവ്വമല്ലാതെ മുന്നോട്ടു നീങ്ങിയിരുന്നു. ആ സമയത്തുതന്നെ മയാകിൻ ഒരു കുസൃതിച്ചിരിയോടെ അവനോട് ചോദിച്ചു.

"ഫോമാ! നീ ആരോട് കൊമ്പുകോർത്തിട്ടാണ് നിന്റെ നാക്കിന്റെ മൂർച്ച കൂട്ടിയത്?"

"എന്താണ് അങ്ങനെ ചോദിച്ചത്? എന്റെ നാക്കിന്റെ മൂർച്ച കൂടിയിട്ടുണ്ടോ?"

"നല്ല മൂർച്ചയുണ്ട്. അതുവേണം. അത് വളരെ അത്യാവശ്യമാണ്! ഞാനും നിന്റെ അച്ഛനും നീ ഒരു മിണ്ടാപ്രാണിയാകുമെന്ന് പേടിച്ചിരുന്നു. ശരി നീ വോഡ്ക കുടിക്കാൻ പഠിച്ചോ?"

"ഞാൻ അത് കുടിച്ചു."

"അത് കുറച്ച് നേരത്തേ ആണ്. നീ ഒരുപാട് വോഡ്ക കുടിച്ചോ?"

"എന്തിനാണ് ഒരുപാട് കുടിക്കുന്നത്?"

"അതിന്റെ സ്വാദ് എങ്ങനെയുണ്ട്?"

"വളരെ നല്ലതാണെന്ന് പറയാൻ പറ്റില്ല."

"അത് സാരമില്ല. ഇതൊന്നും അത്ര മോശപ്പെട്ട കാര്യമല്ല. നീ എല്ലാക്കാര്യങ്ങളും തുറന്നുപറയുന്നതാണ് കുഴപ്പം. നീ വഴിയിൽ കാണുന്നവരോടെല്ലാം നിന്റെ കുറ്റങ്ങളെല്ലാം എണ്ണിപ്പറഞ്ഞ് കുമ്പസരിക്കാൻ തയ്യാറാണ്. അത് ആവശ്യമുള്ള കാര്യമല്ലെന്ന് നീ തിരിച്ചറിയണം. ചിലപ്പോൾ മിണ്ടാതിരിക്കുന്നതുകൊണ്ട് ആളുകളെ സന്തോഷിപ്പിക്കുന്നതിന്റെ കൂടെ കുഴപ്പങ്ങളിൽനിന്ന് രക്ഷപ്പെടാനും പറ്റും. ഒരു മനുഷ്യന്റെ നാക്കിന് പലപ്പോഴും ബോധം ഉണ്ടാകില്ല. അത് അങ്ങനെയാണ്. നമ്മൾ ഇവിടെ എത്തിക്കഴിഞ്ഞു. നീ വന്നിട്ടുണ്ടെന്ന് നിന്റെ അച്ഛൻ അറിഞ്ഞിട്ടില്ല. അയാൾ വീട്ടിലുണ്ടോ എന്നുപോലും എനിക്ക് അറിയില്ല."

അയാൾ വീട്ടിലുണ്ടായിരുന്നു. തുറന്നു കിടന്ന ജനാലകളിലൂടെ അയാളുടെ ഉറക്കെയുള്ള പരുക്കൻ പൊട്ടിച്ചിരി കേൾക്കുന്നുണ്ടായിരുന്നു. വണ്ടി വീട്ടുമുറ്റത്തു വന്നുനില്ക്കുന്ന ശബ്ദം കേട്ട് ഇഗ്നാറ്റ് ജനാലയിലൂടെ പുറ

ത്തേക്ക് നോക്കി. മകനെ കണ്ടപ്പോൾ അയാൾ സന്തോഷം കൊണ്ട് വിളിച്ചുകൂവി.

'ങ്ങാ! നീ വന്നോ!"

അല്പസമയം കഴിഞ്ഞ് അയാൾ ഫോമായെ ഒരു കൈകൊണ്ട് നെഞ്ചത്തേക്ക് വലിച്ചടുപ്പിച്ചു. മറ്റേകൈ അവന്റെ നെറ്റിയിൽ അമർത്തിക്കൊണ്ട് അവന്റെ മുഖത്തേക്ക് തലകുനിച്ച് നോക്കി. അയാളുടെ കണ്ണുകളിൽ സംതൃപ്തിയുടെ പ്രകാശം ഉണ്ടായിരുന്നു.

"വെയിലുകൊണ്ട് നിന്റെ മുഖം കരുവാളിച്ചു പോയി. പക്ഷേ, നീ കൂടുതൽ ശക്തനായിരിക്കുന്നു. നീ സുന്ദരനാണ്! സോഫിയാ പാവ്‌ലോവ്നാ! എന്റെ മകൻ എങ്ങനെയുണ്ട്? അവൻ സുന്ദരനല്ലേ?"

"കാണാൻ മോശമല്ല" മാന്യതയുടെ തിളക്കമുള്ള ഒരു ശബ്ദം കേട്ടു. സുന്ദരിയും പ്രൗഢയുമായ ഒരു മെലിഞ്ഞ സ്ത്രീ മുറിയുടെ മുൻവശത്തെ മൂലയിൽ കിടന്നിരുന്ന മേശയിൽ കൈമുട്ടുകൾ ഊന്നിക്കൊണ്ട് ഇരിക്കുന്നുണ്ടെന്ന് അച്ഛന്റെ തോളിനുമുകളിലൂടെ എത്തിനോക്കി ഫോമാ കണ്ടുപിടിച്ചു. അവളുടെ വിളറിയ മുഖത്തെ കറുത്ത കണ്ണുകൾക്കും നേർത്ത പുരികങ്ങൾക്കും ചുവന്നു തുടുത്ത ചുണ്ടുകൾക്കും വിസ്മയിപ്പിക്കുന്ന വെളിച്ചം ഉണ്ടായിരുന്നു. അവളുടെ കസേരയുടെ പിന്നിൽ തലയ്ക്ക് മുകളിലായി വലിയ ഇലകളുള്ള അലങ്കാരച്ചെടിയുടെ ഭംഗിയുള്ള ഇലകൾ തൂങ്ങിക്കിടന്നിരുന്നു.

"സോഫിയാ പാവ്‌ലോവ്നാ, എന്തൊക്കെയുണ്ട് വിശേഷങ്ങൾ?" മയാകിൻ സ്നേഹാന്വേഷണം നടത്തിക്കൊണ്ട് അവളുടെ അടുത്തേക്ക് നടന്നുചെന്നു. "നിങ്ങൾ ഇപ്പോഴും പാവങ്ങളുടെ കൈയിൽനിന്നും സംഭാവന പിരിച്ചുകൊണ്ടിരിക്കുകയാണോ?"

അവൾ മയാകിനോടു പറഞ്ഞ മറുപടി അവൻ കേട്ടില്ല. അവന്റെ അച്ഛൻ അവനോട് പറഞ്ഞുകൊണ്ടിരുന്ന കാര്യങ്ങളും ഫോമാ കേൾക്കുന്നുണ്ടായിരുന്നില്ല. അവൻ നിശ്ശബ്ദനായി അവളെ നോക്കിക്കൊണ്ട് തലകുനിച്ച് അഭിവാദനം ചെയ്തു. അവൾ അവനെ നോക്കിക്കൊണ്ട് ശാന്തമായി പുഞ്ചിരിച്ചു. കടുംനിറമുള്ള വേഷം ധരിച്ചിരുന്ന അവളുടെ രൂപത്തിന് ഒരു കുട്ടിത്തം ഉണ്ടായിരുന്നു. ഇത് കസേരയുടെ ചുവപ്പുനിറവുമായി പൊരുത്തപ്പെടുന്നതായിരുന്നു. എന്നാൽ ഇരുണ്ട പശ്ചാത്തലത്തിൽ ചുരുണ്ട സ്വർണ്ണത്തലമുടിയുള്ള അവളുടെ വിളറിയ മുഖം പ്രത്യേകം മുഴച്ചുനിന്നു. മുറിയുടെ മൂലയിൽ പച്ചനിറമുള്ള ഇലകൾക്കു താഴെ ഇരുന്നിരുന്ന അവൾ ഒറ്റനോട്ടത്തിൽ ഒരു പൂവാണെന്ന് തോന്നും അല്ലെങ്കിൽ ഒരു പ്രതിമയാണെന്ന് തോന്നും.

"സോഫിയാ പാവ്‌ലോവ്നാ, അവൻ നിങ്ങളെ എന്ത് നോട്ടമാണ് നോക്കുന്നത്? ഒരു കഴുകൻ. അല്ലേ?" ഇഗ്നാറ്റ് ചോദിച്ചു.

അവളുടെ കണ്ണുകൾ കൂടുതൽ ചുരുങ്ങി. അവളുടെ കവിളുകളിലേക്ക് ഒരു നേരിയ ലജ്ജ കടന്നുവന്നു. അവൾ പൊട്ടിച്ചിരിച്ചു. അവളുടെ ചിരിയുടെ ശബ്ദം ഒരു വെള്ളിമണിയുടെ കിലുക്കം പോലെ ആയിരുന്നു.

പെട്ടെന്ന് കസേരയിൽ നിന്ന് എഴുന്നേറ്റുകൊണ്ട് അവൾ പറഞ്ഞു:

"ഞാൻ നിങ്ങളെ ഉപദ്രവിക്കുന്നില്ല. ഞാൻ പോകുന്നു."

അവൾ നിശ്ശബ്ദയായി ഫോമായെ കടന്നുപോയപ്പോൾ സുഗന്ധദ്രവ്യങ്ങളുടെ മണം അവന്റെ മൂക്കിലേക്ക് തുളച്ചുകയറി. അതിനിടയിൽ അവളുടെ നീലക്കണ്ണുകളും ഏറെക്കുറെ കറുപ്പു നിറമുള്ള പുരികങ്ങളും അവന്റെ ശ്രദ്ധയിൽപ്പെട്ടിരുന്നു.

"സൂത്രക്കാരി വഴുതിമാറി" അവൾ നടന്നുപോകുന്നത് ദേഷ്യത്തോടെ നോക്കിക്കൊണ്ട് മയാകിൻ ശബ്ദംതാഴ്ത്തി പറഞ്ഞു.

"അപ്പോൾ യാത്ര എങ്ങനെയുണ്ടായിരുന്നു? ധാരാളം പണം നീ ധൂർത്തടിച്ചോ?" അല്പം മുമ്പ് സോഫിയാ പാവ്ലോവ്നാ ഇരുന്നിരുന്ന കസേരയിലേക്ക് ഫോമായെ പിടിച്ചിരുത്താൻ ശ്രമിച്ചുകൊണ്ട് ഇഗ്നാറ്റ് ഉറക്കെ ചോദിച്ചു. ഫോമാ സംശയത്തോടെ അച്ഛന്റെ മുഖത്തേക്ക് നോക്കിക്കൊണ്ട് മറ്റൊരു കസേരയിൽ ഇരുന്നു.

"അവൾ ഒരു സുന്ദരിപെണ്ണല്ലേ?" ഫോമായുടെ മുഖത്തുനോക്കി. പുഞ്ചിരിച്ചുകൊണ്ട് മയാകിൻ ചോദിച്ചു. അയാളുടെ മുഖത്ത് കുസൃതി ഉണ്ടായിരുന്നു. "നീ അവളെ വായീനോക്കിക്കൊണ്ടിരുന്നാൽ നിന്റെ ഉള്ളു മുഴുവൻ അവൾ കാർന്നുതിന്നും."

എന്തോ കാരണം കൊണ്ട് ഫോമാ ഞെട്ടിപ്പോയി. അവൻ മയാകിനോട് മറുപടി പറയാതെ യാത്രയുടെ കാര്യമാത്രപ്രസക്തമായ ഒരു വിവരണം അച്ഛനോട് പറഞ്ഞുതുടങ്ങി. പക്ഷേ, ഇഗ്നാറ്റ് അവനെ തടസ്സപ്പെടുത്തി:

"ഞാൻ കുറച്ച് കോണിയാക് കൊണ്ടു വരാൻ പറയാം. അതിനു ശേഷം സംസാരിക്കാം."

"അച്ഛൻ നിർത്താതെ കുടിച്ചുകൊണ്ടിരിക്കുകയാണെന്ന് അവർ പറഞ്ഞു." ഫോമാ ഇഗ്നാറ്റിനെ അനുസരിക്കാതെ സംസാരം തുടർന്നു.

ഇഗ്നാറ്റ് അത്ഭുതത്തോടെ മകനെ നോക്കി. അയാൾ ജിജ്ഞാസയോടെ ചോദിച്ചു. "നിന്റെ അച്ഛനോട് ഇങ്ങനെയാണോ സംസാരിക്കേണ്ടത്?"

ഫോമാ മറുപടി പറയാതെ തലതാഴ്ത്തി.

"അതുശരി!" ഇഗ്നാറ്റ് അനുകമ്പയോടെ പറഞ്ഞതിനുശേഷം കോണിയാക് കൊണ്ടുവരാൻ ആജ്ഞാപിച്ചു.

മയാകിൻ കണ്ണുചിമ്മിക്കൊണ്ട് അവരെനോക്കി നെടുവീർപ്പിട്ടു. വൈകുന്നേരം ചായകുടിക്കാൻ അവരെ തന്റെ റാസ്പിബറി തോട്ടത്തിലേക്ക് ക്ഷണിച്ചതിനുശേഷം അയാൾ തിരിച്ചുപോയി.

"അൻഫിസാ അപ്പച്ചി എവിടെ?" അച്ഛന്റെ കൂടെ തനിച്ചായതിൽ സാമാന്യം അസ്വസ്ഥത തോന്നിയതുകൊണ്ട് ഫോമാ ചോദിച്ചു.

"അപ്പച്ചി കന്യാമഠത്തിൽ പോയി. അപ്പോൾ യാത്ര എങ്ങനെ ഉണ്ടായിരുന്നു. ഞാൻ അല്പം കോണിയാക് കുടിക്കാം."

ഫോമാ കാര്യങ്ങളെല്ലാം അച്ഛനോട് ചുരുക്കിപ്പറഞ്ഞു. അവൻ സത്യ

സന്ധമായ ഒരുപ്രസ്താവന നടത്തിക്കൊണ്ട് കഥ അവസാനിപ്പിച്ചു.

"ഞാൻ എനിക്കുവേണ്ടി ധാരാളം ചെലവാക്കി."

"എത്ര റൂബിൾ."

"ഏകദേശം അറുനൂറ് റൂബിൾ."

"ആറ് ആഴ്ചകൊണ്ട് അറുന്നൂറ് റൂബിൾ ചെലവാക്കിയെന്നോ? അത് വളരെ കൂടുതലാണ്. ഒരു ഗുമസ്തൻ എന്ന നിലയിൽ നീ എനിക്ക് വലിയ നഷ്ടം വരുത്തുമെന്നാണ് എനിക്ക് തോന്നുന്നത്. ഇതു മുഴുവൻ നീ എവിടെയാണ് ധൂർത്തടിച്ചത്?"

"ഞാൻ മുന്നൂറ് പഡ് വരക് ദാനം ചെയ്തു."

"ആർക്ക്? എന്തിന്?" ഫോമാ അത് സംബന്ധിച്ചുള്ള എല്ലാ കാര്യങ്ങളും പറഞ്ഞു.

"ഓ! അതുശരി. അതു കുഴപ്പമില്ല!" ഇഗ്നാറ്റ് സമ്മതിച്ചു. "അതുകൊണ്ട് നമ്മൾ ഏതുതരക്കാരാണെന്ന് മനസ്സിലാക്കിക്കൊടുക്കാൻ പറ്റും. അത് വളരെ വ്യക്തമാണ്. അച്ഛന്റെയും സ്ഥാപനത്തിന്റെയും പേര് നിലനിർത്താൻ അത് ആവശ്യമുള്ള കാര്യമാണ്. അതുകൊണ്ട് നഷ്ടമൊന്നും ഇല്ല. കാരണം അത് സ്ഥാപനത്തിന് വളരെ പ്രശസ്തി നല്കും. പ്രശസ്തിയാണ് കച്ചവടത്തിലേക്കുള്ള ഏറ്റവും നല്ല ചൂണ്ടുപലക. ശരി. മറ്റു ചെലവുകൾ എന്തൊക്കെയായിരുന്നു?"

"കുറച്ചുപണം മറ്റു കാര്യങ്ങൾക്കും ചെലവായി."

"തുറന്നു പറയൂ. ഞാൻ നിന്നോട് ചോദിക്കുന്നത് ചെലവായ പണത്തെപ്പറ്റി അല്ല. നീ അവിടെ ജീവിച്ചത് എങ്ങനെയാണെന്ന് എനിക്ക് അറിയണം." മകനെ സൂക്ഷിച്ചു നോക്കിക്കൊണ്ട് ഇഗ്നാറ്റ് നിർബ്ബന്ധിച്ചു.

"ഞാൻ തിന്നും കുടിച്ചും ജീവിച്ചു." ഇഗ്നാറ്റിന്റെ നിർബ്ബന്ധത്തിന് ഫോമാ വഴങ്ങിയില്ല. അവൻ മുഖം വീർപ്പിച്ച് തലകുനിച്ചിരുന്നു.

"വോഡ്ക കുടിച്ചിരുന്നോ?"

"വോഡ്കയും കുടിച്ചു."

"ങാ! അത് കുറച്ച് നേരത്തേയല്ലേ?"

"ഞാൻ എന്നെങ്കിലും ബോധം പോകുന്നതുവരെ കുടിച്ചിരുന്നോ എന്ന് യഫിമിനോട് ചോദിച്ചു നോക്ക്."

"ഞാൻ എന്തിനാണ് യഫിമിനോട് ചോദിക്കുന്നത്? എല്ലാ കാര്യങ്ങളും നീ തന്നെ പറയണം. അപ്പോൾ നീ കുടിക്കുന്നുണ്ടായിരുന്നു. എനിക്ക് അത് ഇഷ്ടമല്ല."

"പക്ഷേ, എനിക്ക് കുടിക്കണമെന്ന് നിർബ്ബന്ധമില്ല."

"നിനക്ക് അല്പം കോണിയാക് വേണോ?"

ഫോമാ അച്ഛനെനോക്കി വിശാലമായി പുഞ്ചിരിച്ചു. അച്ഛൻ അനുകമ്പയോടെ പുഞ്ചിരിച്ചുകൊണ്ട് അവനോട് മറുപടി പറഞ്ഞു:

"എടാ പിശാചേ! നീ കുടിച്ചോ! പക്ഷേ, ശ്രദ്ധ വേണം. നിന്റെ കച്ചവടം നീ മനസ്സിലാക്കണം. നിനക്ക് എന്തുചെയ്യാൻ പറ്റും. ഒരു കുടിയന് ബോധം തെളിയുന്നതുവരെ ഉറങ്ങാൻ പറ്റും. മറ്റൊന്നുംപറ്റില്ല. മണ്ടൻ.

ഒരിക്കലും കുടിയനാകാൻ പാടില്ല. പെൺകുട്ടികളുമായി നിനക്ക് നല്ല സമയം ഉണ്ടായിരുന്നോ? തുറന്നു പറയണം! ഞാൻ നിന്നെ അടിക്കുമെന്നുള്ള പേടി ഉണ്ടോ? അതോ മറ്റെന്തെങ്കിലും കാര്യമുണ്ടോ?"

"ഉണ്ട്. കപ്പലിൽ ഒരു പെണ്ണ് ഉണ്ടായിരുന്നു. പേമിൽ നിന്ന് കസാൻ വരെ അവൾ കപ്പലിൽ ഉണ്ടായിരുന്നു."

"അതുശരി." ഇഗ്നാറ്റ് നെടുവീർപ്പിട്ടുകൊണ്ട് നീരസത്തോടെ പറഞ്ഞു. "നീ വളരെ നേരത്തേ തന്നെ ദുശ്ശീലങ്ങൾ തുടങ്ങിയിരിക്കുന്നു."

"എനിക്ക് ഇരുപതുവയസ്സായി. നിങ്ങളുടെ കാലത്ത് പതിനഞ്ചു വയസ്സിൽ വിവാഹം കഴിക്കുമെന്ന് അച്ഛൻ തന്നെ എന്നോട് പറഞ്ഞിട്ടുണ്ട്." ഫോമാ മറുപടി പറഞ്ഞു.

"അന്ന് പതിനഞ്ചിൽ വിവാഹം കഴിച്ചിരുന്നു. ശരിയാണ്. നമുക്ക് ആ വിഷയം അവസാനിപ്പിക്കാം. നിനക്ക് ഒരു സ്ത്രീയുമായി ഇടപാടുകൾ ഉണ്ടായിരുന്നു. അതിൽ കാര്യമില്ല. ഒരു സ്ത്രീ ഒരു രോഗം വരാതിരിക്കാനുള്ള കുത്തിവയ്പുപോലെ ആണ്. അവളില്ലാതെ നിങ്ങൾക്ക് മുന്നോട്ടു ജീവിക്കാൻ കഴിയില്ല. എന്റെ കാര്യം പറഞ്ഞാൽ എനിക്ക് കപടവേഷം കെട്ടാൻ കഴിയില്ല. ഞാൻ നിന്നെക്കാൾ ചെറിയ പ്രായത്തിൽ സ്ത്രീകളുമായി ഇടപഴകാൻ തുടങ്ങിയിരുന്നു. പക്ഷേ, അവരോട് ഇടപെടുമ്പോൾ നമുക്ക് നമ്മളെ പറ്റി ശ്രദ്ധവേണം."

ഇഗ്നാറ്റ് വളരെനേരം തലകുനിച്ച് നിശ്ശബ്ദനായിരുന്ന് ആലോചിച്ചുകൊണ്ടിരുന്നു. ഒടുവിൽ അയാൾ തല ഉയർത്തി.

"ഫോമാ, ഞാൻ പറയുന്നതു ശ്രദ്ധിച്ചു കേൾക്കണം." അയാൾ പതറാതെ ആത്മവിശ്വാസത്തോടെ പറഞ്ഞു. "ഞാൻ കൂടുതൽ കാലം ഉണ്ടാകില്ല. എനിക്ക് പ്രായമായി. എന്റെ നെഞ്ചിൽ ഒരു തടസ്സം ഉണ്ട്. എനിക്ക് ശ്വാസം വിടാൻ ബുദ്ധിമുട്ടുണ്ട്. ഞാൻ മരിക്കും. അപ്പോൾ എന്റെ എല്ലാ കാര്യങ്ങളും നിന്റെ തോളിൽ ആയിരിക്കും. തുടക്കത്തിൽ നിന്റെ തലതൊട്ടപ്പൻ നിന്നെ സഹായിക്കും. അയാളെ അനുസരിക്കണം! നിന്റെ തുടക്കം നന്നായിരിക്കുന്നു. നീ എല്ലാ കാര്യങ്ങളും വേണ്ട രീതിയിൽ കൈകാര്യം ചെയ്തിട്ടുണ്ട്. നീ കടിഞ്ഞാൺ നിന്റെ കൈയിൽത്തന്നെ മുറുകെ പിടിച്ചിരുന്നു. ഒരു വലിയ തുക നീ ധൂർത്തടിച്ചെങ്കിലും നീ അത് ചിന്തിക്കാതെ ചെയ്തതല്ലെന്ന് വ്യക്തമാണ്. നിന്നെ അതിന് ഭാവിയിലും ദൈവം സഹായിക്കട്ടെ. ഒരുകാര്യം നീ അറിഞ്ഞിരിക്കണം. കച്ചവടം എന്ന് പറയുന്നത് ശക്തനായ ഒരു കാട്ടുമൃഗമാണ്. നിങ്ങൾ അതിനെ വിദഗ്ദ്ധമായി മെരുക്കിയെടുക്കണം. അതിന്റെ മൂക്കിൽ നല്ല ബലമുള്ള ഒരു കടിഞ്ഞാൺ ഇട്ടില്ലെങ്കിൽ അത് നിങ്ങളെ കീഴടക്കും. എല്ലാസമയത്തും കച്ചവടത്തിന്റെ മുകളിൽ നില്ക്കാൻ ശ്രമിക്കണം. അതിന്റെ ഓരോ ചെറിയ ചെറിയ ചലനങ്ങളും നിങ്ങൾക്ക് നേരിട്ട് കാണാൻ കഴിയുന്ന രൂപത്തിൽ നിങ്ങൾ ഏതുസമയത്തും അതിന്റെ മുകളിൽത്തന്നെ ഉണ്ടാകണം."

ഫോമാ അച്ഛന്റെ വിരിഞ്ഞ മാറിലേക്ക് നോക്കി. അയാളുടെ കനത്ത ശബ്ദം കേട്ടപ്പോൾ അവൻ സ്വയം ആലോചിച്ചു.

'ഓ, പക്ഷേ, അച്ഛൻ ഉടനെ ഒന്നും മരിക്കാൻ പോകുന്നില്ല."

ഈ ആലോചനയിൽ അവന് സന്തോഷം തോന്നി. അത് അവന്റെ ഉള്ളിൽ വളരെ കരുണാർദ്രവും സ്നേഹം നിറഞ്ഞതുമായ ഒരു വികാരം ഉണർത്തി.

"നിന്റെ തലതൊട്ടപ്പനെ വിശ്വസിക്കണം. അയാളുടെ തലയിൽ ഈ നഗരം മുഴുവനും വിതരണം ചെയ്യാനുള്ള സാമാന്യബുദ്ധി നിറച്ചു വെച്ചിട്ടുണ്ട്. അയാൾക്ക് കുറവുള്ള ഒരേ ഒരു കാര്യം ധൈര്യമാണ്. അല്ലെങ്കിൽ അയാൾ കൂടുതൽ ഉയരത്തിൽ എത്തുമായിരുന്നു. അതെ. ഈ ലോകത്തെ എന്റെ ദിവസങ്ങൾ എണ്ണപ്പെട്ടിരിക്കുന്നു. എനിക്ക് മരിക്കാൻ വേണ്ടിയുള്ള തയ്യാറെടുപ്പുകൾ നടത്താനുള്ള സമയം കഴിഞ്ഞിരിക്കുന്നു. എല്ലാം ഒരു വശത്ത് ഒതുക്കിവെച്ച് ആളുകളുടെ നല്ല വാക്കുകൾ കേൾക്കാൻ കഴിയുമെന്ന് ഉറപ്പുവരുത്തണം."

"അവർ നല്ലതുതന്നെ പറയും." ഫോമാ ആത്മവിശ്വാസത്തോടെ പറഞ്ഞു.

"അവർക്ക് അങ്ങനെ പറയാൻ ഒരു കാരണം വേണം."

"അതിന് സത്രം പണിയുന്നില്ലേ?"

ഇഗ്നാറ്റ് മകനെ നോക്കി പൊട്ടിച്ചിരിക്കാൻ തുടങ്ങി.

"അപ്പോൾ നിന്നെ ആ കാര്യം അറിയിക്കാൻ യക്കോവ് സമയം കണ്ടെത്തിക്കഴിഞ്ഞിരിക്കുന്നു. പിശുക്കൻ കിഴവൻ. അവൻ എന്നെ തീർച്ചയായും ചീത്ത പറഞ്ഞുകാണും."

"അല്പം" ഫോമാ പുഞ്ചിരിച്ചു.

"തീർച്ചയായും പറഞ്ഞുകാണും. അവനെ എനിക്ക് അറിയില്ലേ?"

"അത് സ്വന്തം പണമാണെന്നുള്ളമട്ടിലാണ് അയാൾ സംസാരിച്ചത്."

ഇഗ്നാറ്റ് കസേരയിൽ മലർന്നു കിടന്ന് കൂടുതൽ ഉച്ചത്തിൽ പൊട്ടിച്ചിരിച്ചു.

"കിഴവൻ ഞാ? അത് വളരെ ശരിയാണ്. അവന്റെ പണവും എന്റെ പണവും അവന് ഒരുപോലെയാണ്. കഷണ്ടിത്തലയന് ഒരു ഉദ്ദേശ്യം ഉണ്ട്. അതു എന്താണെന്ന് നിനക്ക് പറയാൻ പറ്റുമോ?"

ഫോമാ അല്പസമയം ആലോചിച്ചതിനുശേഷം മറുപടി പറഞ്ഞു.

"എനിക്ക് അറിയില്ല."

"നീ മണ്ടനാണ്. നമ്മുടെ ഭാവി അവൻ പറയും."

"അത് എങ്ങനെ പറയാൻ പറ്റും?"

"ഊഹിച്ചുനോക്ക്!"

അവൻ അച്ഛന്റെ മുഖത്ത് നോക്കി കാര്യം ഊഹിച്ചെടുത്തു. അവന്റെ മുഖം ഇരുണ്ടു. അവജ്ഞയോടെ കസേരയിൽ നിന്ന് എഴുന്നേറ്റുകൊണ്ട് തീരുമാനമെടുത്തമട്ടിൽ അവൻ പറഞ്ഞു.

"ഇല്ല. എനിക്ക് ആഗ്രഹം ഇല്ല. ഞാൻ അവളെ വിവാഹം കഴിക്കില്ല!"

"എന്തുകൊണ്ടില്ല. അവൾ ആരോഗ്യമുള്ള പെൺകുട്ടിയാണ്. അവൾ വിഡ്ഢിയല്ല. അവൾ ഒറ്റമകളാണ്."

“അപ്പോൾ ടരസോ? കാണാതായ മകൻ? പക്ഷേ, എനിക്ക് എന്താ യാലും ആ വിവാഹം വേണ്ട!”

“പോയവൻ പോയി. ഇനി ഇപ്പോൾ അവനേപറ്റി സംസാരിച്ചതു കൊണ്ട് പ്രയോജനം ഇല്ല. ‘എന്റെ എല്ലാ സ്ഥാവരജംഗമ വസ്തുക്കളും എന്റെ മകൾ ലുബോവിന് ചെന്നു ചേരേണ്ടതാണെന്ന് വിൽപത്രം ഉണ്ട്.” പിന്നെ അവൾ എന്റെ തലതൊട്ടപ്പന്റെ മകളാണെന്നുള്ളതും സത്യമാണ്. നമുക്ക് ഇത് ശരിയാക്കിയെടുക്കാം.”

“ഇതിലൊന്നും കാര്യമില്ല.” ഫോമാ ഉറപ്പിച്ചു പറഞ്ഞു. “ഞാൻ അവളെ വിവാഹം കഴിക്കില്ല!”

“ശരി. ഇപ്പോൾ അതിനെപ്പറ്റി സംസാരിക്കാൻ സമയമായിട്ടില്ല! പക്ഷേ, നിനക്ക് അവളെ ഇഷ്ടമല്ലാത്തത് എന്തുകൊണ്ടാണ്?”

“എനിക്ക് അവളുടെ സ്വഭാവം ഇഷ്ടമല്ല.”

“അതുശരി! അതിനെപ്പറ്റി ആലോചിച്ചു നോക്ക്! സാറിന് ഏതുതരം സ്ത്രീകളോടാണ് താല്പര്യമെന്ന് എനിക്ക് ചോദിക്കാമോ?”

“കൂടുതൽ നാട്യങ്ങളില്ലാത്ത പെൺകുട്ടികളോട്. അവൾ ജിംനേഷ്യ ത്തിലെ വിദ്യാർത്ഥികളുടെ കൂടിയായിരിക്കും. അല്ലെങ്കിൽ അവളുടെ പുസ്തകങ്ങൾക്കിടയിലായിരിക്കും. എല്ലാസമയത്തും അവൾ തിരക്കി ലാണ്. അവൾക്ക് എല്ലാ കാര്യങ്ങളും അറിയാം. അവൾ എന്റെ ചെല വിൽ പൊട്ടിച്ചിരിക്കാൻ ഇടയാകും.” ഫോമാ വികാരാധീനനായി പറഞ്ഞു.

“അത് വളരെ ശരിയാണ്. അവൾ വലിയ തന്റേടിയാണ്. പക്ഷേ, അത് നിസ്സാരകാര്യമാണ്. ശ്രമിച്ചാൽ എല്ലാത്തരം തുരുമ്പും നിങ്ങൾക്ക് നീക്കം ചെയ്യാൻ പറ്റും. നിന്റെ തലതൊട്ടപ്പൻ നല്ല വിവരമുള്ള കിഴവൻ ആണ്. അവന്റെ ജീവിതം ശാന്തമായിരുന്നു. ഒരു സ്ഥലത്ത് ഇരിക്കുകയാണെ ങ്കിലും പറയുന്ന കാര്യങ്ങൾ ശ്രദ്ധിച്ചാൽ പ്രയോജനം ഉണ്ട്. കാരണം ഈ ലോകത്തുള്ള ഏത് സംഭവത്തിന്റേയും തെറ്റായവശം അവന് മന സ്സിലാക്കാൻകഴിയും. അവൻ നമ്മുടെ കുലീനൻ ആണ്. അവൻ അവനെ പറ്റിത്തന്നെ ധാരാളം കാര്യങ്ങൾ മനസ്സിലാക്കിയവനാണ്. ടരസ് അവന്റെ പരമ്പര മുറിച്ചുകളഞ്ഞതുകൊണ്ട് ടരസിന്റെ സ്ഥാനത്ത് നീ വേണമെ ന്നാണ് അവൻ തീരുമാനിച്ചിരിക്കുന്നത്. നിനക്ക് മനസ്സിലായോ?”

“പറ്റില്ല. എന്റെ സ്ഥാനം എനിക്കുതന്നെ തിരഞ്ഞെടുക്കാൻ പറ്റും.”

‘നീ ഇപ്പോളും മണ്ടനാണ്.” മകന്റെ വാക്കുകൾക്ക് മറുപടിയായി ഇഗ്നാറ്റ് പുഞ്ചിരിച്ചു.

അൻഫിസാ അപ്പച്ചിയുടെ വരവുകാരണം അവരുടെ സംസാരം തട സ്സപ്പെട്ടു.

“ഫോമാ! നീ എപ്പോൾ വന്നു?” ഏതോ വാതിലിന്റെ പിന്നിൽ നിന്നും അപ്പച്ചി വിളിച്ചുകൂവി. ഫോമാ എഴുന്നേറ്റ് പുഞ്ചിരിച്ചുകൊണ്ട് അവരുടെ അടുത്തേക്ക് നടന്നു.

വീണ്ടും അവന്റെ വിരസമായ ജീവിതം സാവധാനം ഒഴുകിക്കൊണ്ടി രുന്നു. വീണ്ടും വാണിഭശാലകൾ. വീണ്ടും അച്ഛന്റെ നിർദ്ദേശങ്ങൾ. ഫോമാ

യുമായുള്ള ഇടപാടുകളിൽ ഒരുതരം അനുകമ്പ കലർന്ന പരിഹാസം വെച്ചുപുലർത്തിക്കൊണ്ട് ഇഗ്നാറ്റ് കൂടുതൽ വിട്ടുവീഴ്ചകൾ ഇല്ലാതെ അവനോട് പെരുമാറാൻ തുടങ്ങി. ഓരോ നിസ്സാരകാര്യങ്ങൾക്കും അയാൾ അവനെ കുറ്റപ്പെടുത്തി. സ്വാതന്ത്ര്യം കൊടുത്താണ് വളർത്തിയതെന്നും ഒരിക്കലും അവന്റെ വഴിയിൽ കുറുകെനിന്നിട്ടില്ലെന്നും ഒരിക്കൽ പോലും അവനെ അടിച്ചിട്ടില്ലെന്നും അയാൾ അവനെ നിരന്തരം ഓർമ്മപ്പെടുത്തിക്കൊണ്ടിരുന്നു.

"നിന്നെപോലെയുള്ളവന്മാരെ മറ്റ് തന്തമാർ വിറകുകൊള്ളികൊണ്ടാണ് അടിക്കുന്നത്. ഞാൻ ഒരിക്കലും വിരലുകൊണ്ടുപോലും തൊട്ടിട്ടില്ല."

"ഞാൻ അതിന് അർഹനല്ലാത്തതുകൊണ്ടാണ്." ഒരുദിവസം ഫോമാ ശാന്തമായി പറഞ്ഞു.

അവന്റെ മറുപടി ഇഗ്നാറ്റിനെ ദേഷ്യംപിടിപ്പിച്ചു.

"കൂടുതൽ സംസാരിക്കരുത്."

ഇഗ്നാറ്റ് അലറി. "ഞാൻ കൈയൂക്ക് കാണിക്കാത്തതുകൊണ്ടാണ് നിനക്ക് ധൈര്യം കിട്ടിയത്. ഞാൻ പറയുന്ന ഏതു കാര്യത്തിലും നീ ഒരു മറുപടി കണ്ടുപിടിക്കുന്നുണ്ട്. ഞാൻ കൈയൂക്ക് കാണിക്കുന്നില്ലെങ്കിലും വേണ്ടിവന്നാൽ നിന്റെ ഉപ്പൂറ്റിയിൽനിന്നുപോലും കണ്ണുനീർ പുറത്തുചാടിക്കാൻ എനിക്കു പറ്റും. നീ പുരയിടത്തിൽ വിഷക്കൂൺ പൊങ്ങിവരുന്നതുപോലെ വളരെ പെട്ടെന്ന് വളർന്നുവലുതായിരിക്കുന്നു. നിനക്ക് ഇപ്പോൾ തന്നെ ഒരു ദുർഗ്ഗന്ധം ഉണ്ട്."

"എന്നോട് ഇത്രമാത്രം ദേഷ്യപ്പെടുന്നത് എന്തിനാണ്?" അച്ഛന് സന്തോഷമുള്ള സമയം നോക്കി ഫോമാ ചോദിച്ചു. അവന് ഒരേസമയം മന:പ്രയാസവും സംഭ്രമവും തോന്നുന്നുണ്ടായിരുന്നു.

"കാരണം നിന്റെ അച്ഛൻ നിന്നോട് മുറുമുറുക്കുന്നത് നിനക്ക് ക്ഷമിക്കാൻ പറ്റുന്നില്ല. നീ ഉടൻതന്നെ വഴക്കടിക്കാൻ തുടങ്ങും."

"പക്ഷേ, അത് കുറ്റമാണോ? ഞാൻ മുമ്പുള്ളതിലും കൂടുതൽ ചീത്തയായിട്ടില്ല. എന്റെ പ്രായത്തിലുള്ള മറ്റുള്ളവർ ജീവിക്കുന്നത് ഞാൻ കാണുന്നില്ലേ?'

"ഞാൻ ചീത്ത പറഞ്ഞതുകൊണ്ട് നിന്റെ തല തെറിച്ചുപോകില്ല. എന്റേതല്ലാത്ത ചില കാര്യങ്ങൾ നിന്റെ സ്വഭാവത്തിൽ എനിക്ക് കാണാൻ കഴിയുന്നതു കൊണ്ടാണ് എനിക്ക് ദേഷ്യം വരുന്നത്. അത് എന്താണെന്ന് എനിക്ക് അറിയില്ല. പക്ഷേ, ഞാൻ അത് കാണുന്നുണ്ട്. ആ കാര്യങ്ങൾ നിനക്ക് ഉപദ്രവം ഉണ്ടാക്കും."

ഇഗ്നാറ്റ് പറഞ്ഞ വാക്കുകൾ ഫോമായെ ആലോചനയിലേക്ക് തള്ളിവിട്ടു. അവനും അസാധാരണമായ ചില കാര്യങ്ങൾ അവനിൽ ഉണ്ടെന്ന് തോന്നി. അവന്റെ പ്രായത്തിലുള്ള ചെറുപ്പക്കാരിൽ നിന്നും അവനെ വേർതിരിച്ചു നിർത്തുന്ന ചില കാര്യങ്ങൾ. പക്ഷേ, അത് എന്താണെന്ന് അവനും മനസ്സിലായില്ല. സംശയത്തോടെ അവൻ അവനെത്തന്നെ

നോക്കി.

കോടീശ്വരന്റെ മകനായ അവനെ ഇഗ്നാറ്റിനേക്കാൾ കുറഞ്ഞ സാമ്പത്തികശേഷിയുള്ള കച്ചവടക്കാർ ബഹുമാനത്തോടെ പുകഴ്ത്തുന്നതുകേട്ടുകൊണ്ട് ആയിരക്കണക്കിന് റൂബിളിന്റെ ഇടപാടുകൾ നടത്തിക്കൊണ്ടിരിക്കുന്ന എക്സ്ചെയിഞ്ചിലെ ശാന്തരായ മനുഷ്യരുടെ തിരക്കിനും സംസാരത്തിനും ഇടയിലായിരിക്കാൻ ഫോമാ ഇഷ്ടപ്പെട്ടിരുന്നു. അച്ഛന്റെ വ്യാപാരത്തിന്റെ ഏതെങ്കിലും ഒരു ഭാഗം സ്വയം ചുമതലയിൽ വിജയകരമായി പൂർത്തിയാക്കി അച്ഛന്റെ മുഖത്തുനിന്ന് അംഗീകാരത്തിന്റെ ഒരുപുഞ്ചിരി കിട്ടുമ്പോൾ അവന് സന്തോഷവും അഭിമാനവും തോന്നി. ഒരു മുതിർന്ന വ്യാപാരിയായി പ്രത്യക്ഷപ്പെടാനുള്ള അതിമോഹം അവനിൽ കുന്നുകൂടിയിരുന്നു. പക്ഷേ, പേമിലേയ്ക്കുള്ള യാത്രയ്ക്ക് മുമ്പ് അവന്റെ മനസ്സിൽ ഉണ്ടായിരുന്ന ഏകാന്തത അവന്റെ ജീവിതത്തിൽ നിന്ന് വിട്ടുമാറിയിരുന്നില്ല. എല്ലാ ദിവസവും മറ്റ് കച്ചവടക്കാരുടെ അവന്റെ പ്രായത്തിലുള്ള മക്കളോട് അവൻ ഇടപഴകിയിരുന്നെങ്കിലും അവന് കൂട്ടുകാർ വേണമെന്നുള്ള ആഗ്രഹം തോന്നിയില്ല. അവർ അവരുടെ ആഘോഷങ്ങളിൽ പങ്കെടുക്കാൻ വേണ്ടി അവനെ പല പ്രാവശ്യം ക്ഷണിച്ചു. പക്ഷേ, അവരുടെ ക്ഷണം നിരസിക്കുന്നതിനപ്പുറത്തേക്ക് അവൻ പോയി. അവൻ അവരെ കളിയാക്കിച്ചിരിച്ചു:

“നിങ്ങളുടെ അച്ഛന്മാർ നിങ്ങളുടെ ആഘോഷങ്ങളുടെ കാര്യം അറിയാൻ ഇടയുണ്ട്. അവർ നിങ്ങൾക്ക് അടി തരാതിരിക്കില്ല. അതിന്റെ പങ്കു പറ്റാൻ ഞാനും വരാം.”

അച്ഛന്മാരെ അറിയിക്കാതെയുള്ള അധഃപതിച്ച സുഖഭോഗങ്ങൾ നിറഞ്ഞ ജീവിതരീതി അവന് ഇഷ്ടമായിരുന്നില്ല. അതിനുവേണ്ടി അവർ ചെലവാക്കുന്ന പണം അച്ഛനമ്മമാരുടെ കൈയിൽ നിന്ന് മോഷ്ടിച്ചതോ അല്ലെങ്കിൽ ഉടമ്പടി രേഖകൾ ഒപ്പിട്ടുകൊടുത്ത് അമിതപലിശയ്ക്ക് കടം വാങ്ങിയതോ ആയിരുന്നു. അവന്റെ ഇത്തരം നിലപാടുകളുടെ തുടർച്ചയായി അവർക്ക് അവനോട് വെറുപ്പായിരുന്നു. അവന്റെ ഇത്തരം നിലപാടിൽ അവർക്ക് ദ്രോഹകരമായ അവന്റെ അഹംഭാവം ഉള്ളതായി അവർക്ക് തോന്നിയിരുന്നു. അവനേക്കാൾ പ്രായമുള്ളവരോട് സംസാരിക്കാൻ അവന് ധൈര്യം ഉണ്ടായിരുന്നില്ല. അവർ അവനെ മണ്ടനായി കണക്കാക്കാൻ ഇട വരും എന്നുള്ള ഒരു ഭയം അവന് ഉണ്ടായിരുന്നു.

അവർ പലപ്പോഴും പിലാഗിയായെ ഓർമ്മിച്ചു. ആദ്യമൊക്കെ അവളുടെ രൂപം അവന്റെ സങ്കല്പങ്ങളിൽ തിളങ്ങിയപ്പോൾ അവന് ദുഃഖം തോന്നി. പക്ഷേ, കാലം മുന്നോട്ടുപോകുന്നതിനൊത്ത് പിലാഗിയായുടെ തിളക്കമുള്ള നിറങ്ങൾ ഘട്ടംഘട്ടമായി തുടച്ചുമാറ്റപ്പെട്ടുകൊണ്ടിരുന്നു. അതിനെപ്പറ്റി അവൻ ബോധവാനാകുന്നതിനു മുമ്പുതന്നെ മെലിഞ്ഞ് മാലാഖയെപോലെയുള്ള സോഫിയാ പാവ്ലോവ്നാ മിഡിൻസ്കായ അവന്റെ ചിന്തകളിൽ സ്ഥാനം പിടിച്ചു. അവൾ ഏറെക്കുറെ ഒരേ ഉദ്ദേശ്യത്തോടെയുള്ള പലതരം അഭ്യർത്ഥനകളുമായി ഞായറാഴ്ചകൾതോറും

ഇഗ്നാറ്റിനെ കാണാൻ വരുന്നത് പതിവായിരുന്നു. “സത്രത്തിന്റെ പണി പെട്ടെന്ന് പൂർത്തിയാക്കണം.” അവളുടെ സാന്നിദ്ധ്യത്തിൽ ഫോമായ്ക്ക് അങ്ങേയറ്റത്തെ വിരസതയും പരുങ്ങലും അനുഭവപ്പെട്ടു. ഇത് അവനെ വേദനിപ്പിച്ചു. സോഫിയാ പാവ്‌ലോവ്നായുടെ പ്രണയം ഉണർത്തുന്ന നോട്ടത്തിന്റെ ഭാരം താങ്ങാൻ കഴിയാതെ അവന്റെ മുഖം വല്ലാതെ ചുവന്നു തുടുത്തു. അവനെ നോക്കുന്ന മേൽചുണ്ട് ചെറിയവിറയലോടെ അല്പം ഉയർന്ന് വെളുത്ത കുഞ്ഞരിപ്പല്ലുകൾ പ്രദർശിപ്പിക്കപ്പെടുന്നതും അവൻ ശ്രദ്ധിക്കുന്നുണ്ടായിരുന്നു. ഈ പുഞ്ചിരി എന്നും അവനെ ഭയപ്പെടുത്തി. അവൻ കണ്ണെടുക്കാതെ പാവ്‌ലോവ്നായെ നോക്കുന്നത് ശ്രദ്ധയിൽപ്പെട്ടപ്പോൾ ഒരു ദിവസം ഇഗ്നാറ്റ് ഫോമായോട് പറഞ്ഞു.

“സൂക്ഷിക്കണം അവൾ അണഞ്ഞു കിടക്കുന്ന ഒരു വിറകുകൊള്ളി പോലെ ആണ്. പുറത്തുനിന്ന് നോക്കുമ്പോൾ അത് കരിഞ്ഞ് കരിക്കട്ട പോലെ കറുത്തിരിക്കും. മൊത്തത്തിൽ തണുത്തിരിക്കുകയാണെന്ന് തോന്നും. പക്ഷേ, കൈയിൽ എടുക്കാൻ പോയാൽ നിങ്ങളുടെ കൈപൊള്ളും.”

ഫോമായുടെ മനസ്സിൽ അത്തരത്തിലുള്ള വികാരം ജ്വലിക്കാൻ പാവ്‌ലോവ്നാ മിഡിൻസ്കായ ഇടവരുത്തിയിരുന്നില്ല. കാരണം അവളിൽ പിലാഗിയായോട് സാമ്യമുള്ള ഒന്നുംതന്നെ ഇല്ലായിരുന്നു. അവൾ മറ്റുള്ള സ്ത്രീകളെപോലെ ആയിരുന്നില്ല. അവളെപ്പറ്റി നാണംകെട്ട കഥകൾ പരന്നിരുന്നെന്ന് അവന് അറിയാമായിരുന്നു. പക്ഷേ, അതൊന്നും അവൻ വിശ്വസിച്ചിരുന്നില്ല. പക്ഷേ, ഒരു ദിവസം ചാരനിറമുള്ള തൊപ്പിയും കഴുത്തുവരെ നീണ്ടുകിടക്കുന്ന തലമുടിയുമുള്ള ഒരു തടിച്ച മനുഷ്യനോടൊപ്പം ഒരു കുതിരവണ്ടിക്കുള്ളിൽ അവളെ കണ്ടതിനുശേഷം അവളോടുള്ള അവന്റെ ബന്ധങ്ങൾക്ക് വ്യത്യാസം വന്നു. അയാളുടെ മുഖം ഊതിവീർപ്പിച്ച ഒരു ചുവന്ന ബലൂൺ പോലെ ഉണ്ടായിരുന്നു. അയാൾക്ക് താടിയോ മീശയോ ഉണ്ടായിരുന്നില്ല. മൊത്തത്തിൽ കാഴ്ചയിൽ അയാൾ വേഷം മാറി നടക്കുന്ന ഒരു സ്ത്രീ ആണെന്ന് തോന്നുമായിരുന്നു. ഇത് അവളുടെ ഭർത്താവാണെന്ന് ഫോമാ തിരിച്ചറിഞ്ഞപ്പോൾ വ്യത്യസ്തമായ ഒരു ഇരുണ്ട തോന്നൽ അവന്റെ ഉള്ളിൽ മുളച്ചുപൊങ്ങി. ആ വാസ്തുശില്പിയെ അവൻ പരിഹസിക്കുന്നതായി അവനു തോന്നി. അതേസമയം അവന് അയാളോട് അസൂയയും ബഹുമാനവും തോന്നുന്നുണ്ടായിരുന്നു. ഇപ്പോൾ പെട്ടെന്ന് പാവ്‌ലോവ്നായുടെ സൗന്ദര്യം കുറഞ്ഞിട്ടുണ്ടെന്നും അവളിലേക്ക് എത്തിച്ചേരാൻ എളുപ്പമുണ്ടെന്നും അവന് തോന്നി. അവൻ അവളെ ഓർത്ത് ദുഃഖിക്കാൻ തുടങ്ങി. എന്നിട്ടും അവൻ വെറുപ്പോടെ മോശപ്പെട്ടരീതിയിൽ ആലോചിച്ചു:

“അയാൾ ഉമ്മ വയ്ക്കുമ്പോൾ തീർച്ചയായും അവൾക്ക് അറപ്പു തോന്നുന്നുണ്ടാകും.”

ഇതൊക്കെ അവസാനിച്ചു കഴിയുമ്പോൾ ചില സമയത്ത് ഒരുതരം ആഴം അളക്കാൻ പറ്റാത്ത ശ്വാസം മുട്ടൽ ഉണ്ടാക്കുന്ന ശൂന്യത അവന്

സ്വയം അനുഭവിക്കാൻ കഴിഞ്ഞിരുന്നു. ആ ശൂന്യതയെ ഒന്നുകൊണ്ടും നികത്താൻ കഴിയുമായിരുന്നില്ല. കടന്നുപോയ ദിവസത്തെ അനുഭവങ്ങൾക്കോ കഴിഞ്ഞകാലത്തിന്റെ ഓർമ്മകൾക്കോ ആ ശൂന്യതയെ നികത്തിയെടുക്കാൻ പറ്റില്ല. ഈ ശൂന്യത പാവ്ലോവ്നായേയും വാണിഭശാലയേയും അവന്റെ കാര്യങ്ങളേയും ചിന്തകളേയും മൊത്തത്തിൽ മുക്കിക്കളഞ്ഞു. ഇത് അവനെ അസ്വസ്ഥനാക്കി: ഈ ശൂന്യതയുടെ ഇരുണ്ട ആഴങ്ങളിൽ അതീവശ്രദ്ധയോടെ അവതരിക്കാൻ പരിശ്രമിച്ചുകൊണ്ടിരിക്കുന്ന അവനോടു ശത്രുതയുള്ള ഏതോ അജ്ഞാതശക്തിയുടെ സാന്നിദ്ധ്യമുള്ളതായി അവന് സംശയം തോന്നി.

ഇതിനിടയിൽ ഇഗ്നാറ്റിന്റെ സ്വഭാവത്തിൽ പുറമേ ചില വ്യത്യാസങ്ങൾ കണ്ടു തുടങ്ങിയിരുന്നു. അയാൾ എന്നത്തേക്കാളും കൂടുതൽ അസ്വസ്ഥനായിക്കൊണ്ടിരുന്നു. കൂടുതൽ സമയവും അയാൾ കുറ്റപ്പെടുത്തലുകൾക്ക് വേണ്ടി ചെലവാക്കാൻ തുടങ്ങി. അസുഖമാണെന്ന് പരാതി പറയുന്നത് അയാൾ പതിവാക്കി മാറ്റി:

"എനിക്ക് ഉറങ്ങാൻ പറ്റിയില്ല. ഞാൻ നല്ലപോലെ ഉറങ്ങിക്കൊണ്ടിരുന്നതാണ്. നിങ്ങൾ എന്റെ തൊലി ഉരിഞ്ഞാൽപ്പോലും ഞാൻ അറിയുമായിരുന്നില്ല. ഇപ്പോൾ ഞാൻ തിരിഞ്ഞും മറിഞ്ഞും കിടക്കുകയാണ്. വെളുപ്പാൻ കാലത്താണ് ഉറങ്ങുന്നത്. ഇടയ്ക്കിടയ്ക്ക് ഉണർന്നുകൊണ്ടിരിക്കും. എന്റെ ഹൃദയമിടിപ്പ് ശരിയല്ല. ചിലപ്പോൾ ശക്തി ഉണ്ടാകില്ല. വീണ്ടും പല സമയത്തും ടക് ടക് ടക് എന്ന് കേൾക്കാം. ചിലപ്പോൾ ശബ്ദം പെട്ടെന്ന് നെഞ്ചിനുള്ളിലേക്ക് ഇറങ്ങിപ്പോകും. എന്റെ ദൈവമേ! അങ്ങയുടെ കാരുണ്യം ചൊരിയാനുള്ള ദയ കാട്ടേണമേ!" തിളക്കം നഷ്ടപ്പെട്ടുപോയ പ്രകാശം മങ്ങിയ കണ്ണുകൾ ആകാശത്തേക്ക് ഉയർത്തി പാപബോധത്തോടെ അയാൾ നെടുവീർപ്പിട്ടു:

"എന്റെ അടുത്ത് എവിടെയോ ഒളിച്ചുനിന്നുകൊണ്ട് മരണം എന്നെ ശ്രദ്ധിക്കുന്നുണ്ട്." അയാൾ ഒരു ദിവസം കോപത്തോടെ പറഞ്ഞു. പക്ഷേ, അയാളുടെ ശബ്ദത്തിൽ എളിമ ഉണ്ടായിരുന്നു. നിശ്ചയമായും മരണം അയാളുടെ ബലിഷ്ഠമായ വലിയ ശരീരത്തെ വലിയ താമസമില്ലാതെ നിലത്തു വീഴ്ത്തി.

ഇത് സംഭവിച്ചത് ആഗസ്തിലെ ഒരു പ്രഭാതത്തിൽ ആയിരുന്നു. പെട്ടെന്ന് ആരോ തോളിൽ പിടിച്ച് കുലുക്കുന്നതായും ഒരു അടഞ്ഞശബ്ദം ചെവിയിൽ വീഴുന്നതായും തോന്നിയ സമയത്ത് ഫോമാ നല്ല ഉറക്കത്തിലായിരുന്നു.

"എഴുന്നേല്ക്കൂ."

അവൻ കണ്ണുതുറന്നു. അവന്റെ അച്ഛൻ കിടക്കയുടെ അടുത്തായി കസേരയിൽ ഇരുന്നുകൊണ്ട് നിർജ്ജീവമായ ശബ്ദത്തിൽ വിരസതയോടെ ആവർത്തിച്ചു കൊണ്ടിരിക്കുന്നത് അവൻ കണ്ടു.

"എഴുന്നേല്ക്കൂ; എഴുന്നേല്ക്കൂ."

സൂര്യൻ ഉദിച്ചിട്ട് അധികം സമയമായിട്ടില്ല. ഇഗ്നാറ്റിന്റെ വെളുത്ത

ഷർട്ടിൽ വീണ രശ്മികൾക്ക് അതിന്റെ ഇളം ചുവപ്പുനിറം ഇതുവരെ നഷ്ട പ്പെട്ടിരുന്നില്ല.

"വളരെ നേരത്തേയാണ് വിളിച്ചുണർത്തിയത്" ഫോമാ മൂരിനിവർന്നു കൊണ്ട് പറഞ്ഞു.

"പിന്നീട് നിനക്ക് എത്രവേണമെങ്കിലും ഉറങ്ങാം."

"ഇപ്പോൾ അച്ഛന് എന്നെക്കൊണ്ട് എന്തുവേണം?"

"എഴുന്നേല്ക്കൂ. ദയവുചെയ്തു എഴുന്നേല്ക്കില്ലേ?" സാമാന്യം സങ്കടത്തോടെ ഇഗ്നാറ്റ് കൂട്ടിച്ചേർത്തു. "ആവശ്യമില്ലെങ്കിൽ എന്തിനാണ് ഞാൻ നിന്നെ വിളിച്ചുണർത്തുന്നത്?"

ഫോമാ അച്ഛന്റെ മുഖത്തേക്ക് സൂക്ഷിച്ചു നോക്കി. നരച്ച മുഖത്തെ ക്ഷീണം അവന്റെ ശ്രദ്ധയിൽപ്പെട്ടു.

"അച്ഛന് സുഖമില്ലേ?"

"നല്ല സുഖമില്ല."

"ഒരാളെ ഡോക്ടറെ വിളിച്ചു കൊണ്ടുവരാൻ പറഞ്ഞുവിടട്ടെ?"

"അതൊന്നും വേണ്ട. ഞാൻ ഇപ്പോൾ ചെറുപ്പം അല്ല. ഡോക്ടർ പറയാതെ തന്നെ എനിക്ക് കാര്യങ്ങളെല്ലാം നല്ലവണ്ണം അറിയാം."

"എന്ത് കാര്യം?"

"ഓ, എനിക്ക് അതെല്ലാം അറിയാം." മുറിയുടെ മുക്കിലും മൂലയിലും അസാധാരണമായ ഒരു നോട്ടം നോക്കിക്കൊണ്ട് വൃദ്ധൻ പറഞ്ഞു. ഫോമാ വസ്ത്രം മാറാൻ തുടങ്ങി. അവന്റെ അച്ഛൻ തലകുനിച്ചിരുന്നു കൊണ്ട് സാവധാനം സംസാരിച്ചു:

"എനിക്ക് ശ്വസിക്കാൻ പേടിയാണ്. എന്റെ തോന്നൽ ഞാൻ ഇപ്പോൾ ഒരു നെടുവീർപ്പിടുകയാണെങ്കിൽ എന്റെ ഹൃദയം അതോടെ തകർന്നു പോകുമെന്നാണ്. ഇന്ന് ഞായറാഴ്ചയാണ്! രാവിലത്തെ കുർബ്ബാന കഴിയുമ്പോൾ അച്ചനെ വിളിച്ചുകൊണ്ടുവരാൻ ആളയയ്ക്കണം."

"അച്ചൻ എന്തൊക്കെയാണ് പറയുന്നത്?" ഫോമാ പുഞ്ചിരിച്ചു.

"ഒന്നുമില്ല. മുഖംകഴുകിയിട്ട് തോട്ടത്തിലേക്ക് വരണം. സമോവർ അങ്ങോട്ട് കൊണ്ടുവരാൻ ഞാൻ പറഞ്ഞിട്ടുണ്ട്. നമുക്ക് രാവിലത്തെ തണുപ്പിൽ ഇരുന്ന് ചായകുടിക്കാം. എനിക്ക് ഇപ്പോൾ കടുപ്പത്തിൽ ചൂടുചായ കുടിക്കാൻ തോന്നുന്നുണ്ട്. പെട്ടെന്ന് തയ്യാറാക്കണം."

വൃദ്ധൻ കസേരയിൽനിന്നും ബുദ്ധിമുട്ടി എഴുന്നേറ്റ് ആടി ആടി പുറത്തേക്ക് നടന്നു. അയാളുടെ തല കുനിഞ്ഞുപോയിരുന്നു. പാദങ്ങൾ നഗ്നമായിരുന്നു. ഫോമാ അച്ഛനെ നോക്കി. തുളച്ചിറങ്ങുന്ന ഭയത്തിന്റെ തണുപ്പ് അവന്റെ ഹൃദയത്തെ ഞെരിച്ചു. അവൻ പെട്ടെന്ന് മുഖം കഴുകിയതിനു ശേഷം തിടുക്കത്തിൽ തോട്ടത്തിലേക്ക് നടന്നു.

അവിടെ പന്തലിച്ചു നില്ക്കുന്ന ഒരു പ്രായം ചെന്ന ആപ്പിൾ മരത്തിന്റെ താഴെ ഒരു വലിയ കസേരയിൽ ഇഗ്നാറ്റ് ഇരിക്കുന്നുണ്ടായിരുന്നു. രാത്രി വസ്ത്രങ്ങൾ അണിഞ്ഞിരുന്ന വൃദ്ധന്റെ വെളുത്ത ശരീരത്തിൽ മരച്ചില്ലകൾക്കിടയിലൂടെ കടന്നുവന്ന സൂര്യരശ്മികൾ നേർത്ത വരകളായി

വീണുകിടന്നു. ഫോമായുടെ വസ്ത്രം യാദൃച്ഛികമായി ഏതോ ചെടിയുടെ ശിഖരത്തിൽ ഉടക്കിയതിന്റെ ശബ്ദം അത്യുച്ചത്തിലുള്ള ഒരു മുഴക്കമായി തോന്നിയതുകൊണ്ട് അവൻ ഞെട്ടി. അച്ഛന്റെ മുമ്പിൽ കിടന്നിരുന്ന മേശപ്പുറത്ത് തടിച്ചുകൊഴുത്ത ഒരു വളർത്തു പൂച്ചയെപോലെ സമോവർ ഇരുന്ന് മുരളുന്നുണ്ടായിരുന്നു. സമോവറിൽ നിന്നും നീരാവിയുടെ അരുവികൾ അന്തരീക്ഷത്തിലേക്ക് ഒഴുകി ഇറങ്ങി. തലേന്ന് നിർത്താതെ പെയ്ത മഴയിൽ കുതിർന്ന പുതുമയുള്ള തോട്ടത്തിന്റെ നിശ്ശബ്ദതയിൽ ലജ്ജയില്ലാതെ മുറുമുറുത്തു കൊണ്ടിരിക്കുന്ന തിളങ്ങുന്ന പിച്ചളപാത്രം ഒരു അധികപ്പറ്റാണെന്ന് ഫോമായ്ക്ക് തോന്നി. ചുവന്ന ആപ്പിളുകൾ നാണത്തോടെ ഒളിഞ്ഞു നോക്കുന്ന ഇരുണ്ട മരച്ചില്ലകൾക്കുതാഴെ കിടന്നിരുന്ന കസേരയിൽ മുഖം കുനിച്ച് തനിച്ചിരിക്കുന്ന അച്ഛന്റെ കാഴ്ച അവന്റെ മനസ്സിൽ ഉദിപ്പിച്ച ആർദ്രതയോടും ആ പിച്ചളസമോവറിന്റെ തിളക്കത്തിന് യാതൊരു പൊരുത്തവും ഉണ്ടായിരുന്നില്ല.

“ഇരിക്കൂ” ഇഗ്നാറ്റ് പറഞ്ഞു.

“നമുക്ക് ഡോക്ടറോട് വരാൻ പറയണം” ഫോമായുടെ ശബ്ദം ഇടറിയിരുന്നു.

“അതിന്റെ ആവശ്യം ഇല്ല. പുറത്തിരുന്നപ്പോൾ കുറച്ച് കുറഞ്ഞിട്ടുണ്ട്. ഇനി ഇപ്പോൾ നമുക്ക് ചായ കുടിക്കാം. മിക്കവാറും അതുകൊണ്ട് കുറച്ചുകൂടി കുറയും.” ഗ്ലാസുകളിൽ ചായ പകർന്നുകൊണ്ട് ഇഗ്നാറ്റ് പറഞ്ഞു. ചായപ്പാത്രം അച്ഛന്റെ കൈയിൽ ഇരുന്ന് വിറയ്ക്കുന്നത് ഫോമാ ശ്രദ്ധിച്ചു.

“കുടിക്കൂ.”

“ഫോമാ അവന്റെ ചായഗ്ലാസിന്റെ മുകളിൽ പറ്റിയിരുന്ന പത ഊതിക്കളയാൻ വേണ്ടി കുനിഞ്ഞപ്പോൾ അച്ഛൻ ശ്വസിക്കുന്നതിന്റെ ശബ്ദം ഫോമായെ വേദനിപ്പിച്ചു. പെട്ടെന്ന് മേശപ്പുറത്ത് എന്തോ ഒരു സാധനം വന്നു ശക്തിയോടെ ഇടിച്ചു പാത്രങ്ങൾ കിലുങ്ങാൻ തുടങ്ങി.

ഫോമാ ഞെട്ടിപ്പോയി. അവൻ തല ഉയർത്തിനോക്കി. അച്ഛന്റെ കണ്ണുകളിലെ ഏറെക്കുറെ അർത്ഥശൂന്യമായ ഭയം അവനെ സ്പർശിച്ചു. ഇഗ്നാറ്റ് മകനെ നോക്കി പരുഷമായി അടക്കം പറഞ്ഞു.

“ഒരു ആപ്പിൾ വീണതാണ്. അതിന്റെ ശബ്ദം വെടിയൊച്ചപോലെ ഉണ്ടായിരുന്നു.”

“ചായയിൽ കുറച്ച് കോണിയാക് ഒഴിക്കട്ടെ?” ഫോമാ അഭിപ്രായം ചോദിച്ചു.

“അതില്ലാതെ തന്നെ ഇത് നല്ലതാണ്.”

അവർ നിശ്ശബ്ദരായി. ഒരു കുരുവിക്കൂട്ടം ശല്യമുണ്ടാക്കിക്കൊണ്ട് ചിതറിത്തെറിച്ച് തോട്ടത്തിനു മുകളിലൂടെ പറന്നുപോയി. വീണ്ടും തോട്ടത്തിന്റെ പ്രൗഢമായ സൗന്ദര്യം ഉദാത്തമായ നിശ്ശബ്ദതയിൽ മുങ്ങി. ഇഗ്നാറ്റിന്റെ കണ്ണുകളിൽ എന്നിട്ടും ഭയം തങ്ങിയിരുന്നു.

“ദൈവപുത്രാ! എത്തിപ്പോയി. എന്റെ അവസാന മണിക്കൂർ എത്തിയിരിക്കുന്നു.”

“അച്ഛൻ ഇങ്ങനെ പറയരുത്!” ഫോമാ ശബ്ദം താഴ്ത്തി പറഞ്ഞു.

“എന്തിനാണ് പറയാതിരിക്കുന്നത്? മയാകിനോടും പുരോഹിതനോടും ഇവിടെ വരെ വരാൻ ആരെങ്കിലും പോയി പറയണം.”

“അവരെ വിളിച്ചുകൊണ്ടുവരാൻ ഉടൻതന്നെ ഞാൻ ആളയയ്ക്കാം.”

“കുർബ്ബാനയുടെ മണി അടിക്കാൻ താമസമില്ല. അച്ചൻ ഇപ്പോൾ വീട്ടിലുണ്ടാകില്ല. തിരക്കുകൂട്ടേണ്ട. കുർബ്ബാന പെട്ടെന്ന് തീരും.”

“ഇഗ്നാറ്റ് ഗ്ലാസിൽനിന്നും ശബ്ദം ഉണ്ടാക്കിക്കൊണ്ട് ചായ വലിച്ചു കുടിക്കാൻ തുടങ്ങി.

“ഞാൻ ഒന്നോ രണ്ടോ കൊല്ലം ഇനിയും ജീവിക്കും. എനിക്ക് നിന്നെപ്പറ്റി വളരെയധികം പേടിയുണ്ട്. സത്യസന്ധമായി ചങ്കുറപ്പോടെ ജീവിക്കണം. മറ്റുള്ളവരുടെ മുതലിൽ കണ്ണുവയ്ക്കരുത്. നിന്റെ സ്വന്തം മുതലിൽ വേണ്ടത്ര ശ്രദ്ധ ഉണ്ടാവണം.”

ഇഗ്നാറ്റിന് സംസാരിക്കാൻ ബുദ്ധിമുട്ടുണ്ടായിരുന്നു. അയാൾ പെട്ടെന്ന് സംസാരം നിർത്തി നെഞ്ച് തിരുമ്മിക്കൊണ്ടിരുന്നു.

‘മറ്റുള്ളവരിൽ വിശ്വസിക്കരുത്. അവരിൽ നിന്ന് ഒന്നും പ്രതീക്ഷിക്കരുത്. നമ്മൾ എല്ലാവരും നേടാൻ വേണ്ടിയാണ് ജീവിക്കുന്നത്. കൊടുക്കുവാൻ വേണ്ടി അല്ല. ദൈവമേ! പാപിയോട് ദയ കാട്ടണമേ!”

ദൂരെ എവിടെ നിന്നോ ഉയരുന്ന ഒരു മണിമുഴക്കം പ്രഭാതത്തിന്റെ നിശ്ശബ്ദതയെ അലോസരപ്പെടുത്തി. ഇഗ്നാറ്റും ഫോമായും മൂന്നുതവണ കുരിശു വരച്ചു.

ആദ്യത്തെ മുഴക്കത്തിനുശേഷം മണി രണ്ടാമതും മൂന്നാമതും മുഴങ്ങി. ഒട്ടും താമസിക്കാതെ അന്തരീക്ഷം ചുറ്റുപാടും നിന്ന് ഉയരുന്ന പള്ളിമണികളും മുഴക്കം കൊണ്ട് നിറഞ്ഞു. കൃത്യമായ ഇടവേളകളോടെ ഒഴുകിവരുന്ന ഉച്ചത്തിലുള്ള മണിമുഴക്കങ്ങൾ.

“അവർ കുർബ്ബാനയ്ക്കുള്ള മണി അടിക്കുകയാണ്.” മണിമുഴക്കങ്ങളുടെ പ്രതിദ്ധ്വനികൾക്ക് ചെവിയോർത്തുകൊണ്ട് ഇഗ്നാറ്റ് ചോദിച്ചു. “ശബ്ദം കൊണ്ട് നിനക്ക് ഏത് പള്ളിയിലെ മണിയാണെന്ന് തിരിച്ചറിയാൻ പറ്റുന്നുണ്ടോ?”

“ഇല്ല.” ഫോമാ പറഞ്ഞു.

“ശ്രദ്ധിച്ചു ചെവിയോർക്കണം. ഒരെണ്ണം ഇപ്പോൾ കേട്ടില്ലേ? ഒരു പരുക്കൻ ശബ്ദം. അത് നിക്കോളാ പള്ളിയിലേതാണ്. അത് പീറ്റർ മിട്രിച്ച് വ്യാജിൻ സമ്മാനിച്ചതാണ്. ഈ കേൾക്കുന്ന അടഞ്ഞ ശബ്ദം പ്രാസ്കിവാ പ്യാറ്റ്നിറ്റ്സായുടെ പള്ളിയിൽ നിന്നാണ്.”

മണിമുഴക്കങ്ങളുടെ അലയൊലികൾ അന്തരീക്ഷത്തെ ഇളക്കിമറിച്ച് അല്പസമയം അവയുടെ സാന്നിദ്ധ്യം അറിയിച്ചതിനുശേഷം തെളിഞ്ഞ നീലാകാശത്തിൽ അവ അലിഞ്ഞില്ലാതായി. ഫോമാ അച്ഛന്റെ മുഖത്തു നോക്കി ഇരുന്ന് എന്തൊക്കെയോ ആലോചിച്ചുകൊണ്ടിരുന്നു. അച്ഛന്റെ കണ്ണുകളിൽ ഉണ്ടായിരുന്ന പരിഭ്രമം അപ്രത്യക്ഷമാകുന്നത് അവൻ കണ്ടു. ഇപ്പോൾ അവയ്ക്ക് കൂടുതൽ തിളക്കം ഉണ്ടായിരുന്നു.

പക്ഷേ, പെട്ടെന്ന് വൃദ്ധന്റെ മുഖം വല്ലാതെ ചുവന്നു. അയാളുടെ കണ്ണുകൾ ദൂരെ എവിടേക്കോ നോക്കിക്കൊണ്ടിരുന്നു. അത് പുറത്തേക്ക് തള്ളിവന്നു. അയാളുടെ വായ് പേടിപ്പെടുത്തുന്ന ഒരു ശബ്ദത്തോടെ പിളർന്നു.

'ഫാ... ആ... ആ... ആ.."

ഈ ശബ്ദത്തിനു തൊട്ടുപിറകെ ഇഗ്നാറ്റിന്റെ തല അയാളുടെ തോളിലേക്ക് ചരിഞ്ഞു. അയാളുടെ ഭാരിച്ച ശരീരത്തെ ഭൂമി അധികാരത്തോടെ പിടിച്ചുവലിക്കുന്നതുപോലെ കസേരയിൽ നിന്ന് അയാൾ നിലത്തേക്ക് വഴുതി വീണു. ഒരു നിമിഷം ഫോമായ്ക്ക് അനക്കം ഉണ്ടായിരുന്നില്ല. പിന്നീട് അവൻ തിടുക്കത്തിൽ ഇഗ്നാറ്റിന്റെ തല നിലത്തുനിന്ന് ഉയർത്തിക്കൊണ്ട് അയാളുടെ മുഖത്തേക്ക് നോക്കി. നിശ്ചലമായ അയാളുടെ മുഖം ഇരുണ്ടു പോയിരുന്നു. മലർക്കെതുറന്ന അയാളുടെ കണ്ണുകളിൽ ഭയമോ വേദനയോ സന്തോഷമോ ഒന്നുംതന്നെ ഉണ്ടായിരുന്നില്ല. ഫോമാ ചുറ്റുപാടും നോക്കി. തോട്ടത്തിൽ ഒരാൾ പോലും ഉണ്ടായിരുന്നില്ല. മണിമുഴക്കങ്ങളുടെ പ്രതിദ്ധ്വനികൾ ആ സമയത്തും അന്തരീക്ഷത്തിൽ അട്ടഹസിക്കാനുണ്ടായിരുന്നു. ഫോമായുടെ കൈകൾ വിറയ്ക്കാൻ തുടങ്ങി. അവൻ അച്ഛന്റെ തലയിൽ നിന്നും കൈ പിൻവലിച്ചു. അത് ശക്തിയോടെ നിലത്തടിച്ചു. അയാളുടെ കരിനീലിച്ച കവിളുകളിലൂടെ കൊഴുപ്പുള്ള ഇരുണ്ട രക്തം നേർത്ത ഒരു അരുവിയായി കടവായിലൂടെ ഒഴുകിയിറങ്ങാൻ തുടങ്ങി.

ഫോമാ അയാളുടെ നെഞ്ചത്ത് രണ്ടു കൈകളും കൊണ്ട് ഇടിച്ചു. ശവശരീരത്തിന്റെ മുന്നിൽ കമഴ്ന്നു കിടന്ന് അവൻ അത്യുച്ചത്തിൽ വന്യമായി വിളിച്ചുകൂവി. അവൻ ഭയം കൊണ്ട് വിറയ്ക്കുന്നുണ്ടായിരുന്നു അവന്റെ ഭ്രാന്തൻ കണ്ണുകൾ കൊണ്ട് തോട്ടത്തിലെ പച്ചപ്പിനിടയിൽ ആർക്കോവേണ്ടി അവൻ അന്വേഷിച്ചുകൊണ്ടിരുന്നു.

നാല്

അച്ഛന്റെ മരണം ഫോമായെ ഞെട്ടിച്ചു. മരണം അയാളുടെ മനസ്സിൽ അസാധാരണമായ ഒരു നടുക്കം സൃഷ്ടിച്ചു. അയാളുടെ മനസ്സിലേക്ക് നിശ്ശബ്ദത കോരിയൊഴിക്കപ്പെട്ടു. ജീവിതത്തിന്റെ എല്ലാ ശബ്ദങ്ങളും ആഗിരണം ചെയ്തു വേദനയുണ്ടാക്കുന്നതും അടർത്തിമാറ്റാൻ പറ്റാത്തതുമായ ഒരു നിശ്ശബ്ദത. എല്ലാത്തരത്തിലുള്ള പരിചയക്കാരും അയാളുടെ നാലുവശത്തും തിക്കിത്തിരക്കിക്കൊണ്ടിരുന്നു. അവർ വന്നും പോയും ഇരുന്നു. അയാൾ അവരോട് എന്തെങ്കിലുമൊക്കെ പറഞ്ഞുകൊണ്ടിരുന്നു. അവരോടു പറഞ്ഞുകൊണ്ടിരുന്ന അയാളുടെ മറുപടികൾ അനവസരത്തിലായിരുന്നു. അവരുടെ വാക്കുകൾ അയാളിലേക്ക് സങ്കല്പങ്ങൾ കൊണ്ടുവന്നില്ല. അയാളുടെ മനസ്സിൽ നിറഞ്ഞുനിന്നിരുന്ന മരണംപോലെയുള്ള നിശ്ശബ്ദതയുടെ അത്യഗാധമായ ആഴങ്ങളിൽ യാതൊരു അടയാളങ്ങളും

അവശേഷിപ്പിക്കാതെ അവ മുങ്ങിമരിച്ചുകൊണ്ടിരുന്നു. അയാൾ കരഞ്ഞില്ല. ദുഃഖിച്ചില്ല. ഒന്നിനെക്കുറിച്ചും ആലോചിച്ചില്ല. അയാളുടെ എല്ലാ വികാരങ്ങളേയും ബലം പ്രയോഗിച്ച് പുറത്താക്കുകയും അയാളുടെ ഹൃദയത്തെ മരവിപ്പിക്കുകയും അയാളുടെ തലച്ചോറിനെ ശക്തിയായി വരിഞ്ഞുമുറുക്കുകയും ചെയ്തു. നിശ്ശബ്ദതയെ അയാൾ ജാഗ്രതയോടെ ശ്രദ്ധിക്കുന്നുണ്ടായിരുന്നു. അയാൾക്ക് അയാളുടെ ശരീരം മുഴുവൻ ഒരു ഭാരം അനുഭവപ്പെട്ടിരുന്നു. അയാളുടെ നെഞ്ചിനുള്ളിൽ അനുഭവപ്പെട്ടത് അസാമാന്യമായ ഭാരം ആയിരുന്നു. അതുകൂടാതെ സൂര്യൻ ആകാശത്ത് അത്യുച്ചത്തിലായിരിക്കുമ്പോൾ പോലും അയാൾക്ക് ലോകം ഇരുണ്ടതാണെന്ന് തോന്നി.

ശവസംസ്കാരത്തിന്റെ ഏർപ്പാടുകൾ നടത്തിയത് മയാകിൻ ആയിരുന്നു. അയാൾ ഉപ്പൂറ്റിക്കൊണ്ട് ശബ്ദം ഉണ്ടാക്കിക്കൊണ്ട് മുറികൾ തോറും ചുറുചുറുക്കോടെ തിരക്കിട്ട് ഓടി നടന്നു. അയാൾ വീട്ടുകാരെ സഹായിക്കാൻ വേണ്ടി അധികാരത്തോടെ അവരോട് കാര്യങ്ങൾ വിളിച്ചു പറഞ്ഞു. അയാൾ ഫോമായെ തോളിൽത്തട്ടി ആശ്വസിപ്പിക്കുന്നുണ്ടായിരുന്നു:

“നീ എന്തിനാണ് കരയാതിരിക്കുന്നത്. കരയണം. കരഞ്ഞാൽ നിനക്ക് ആശ്വാസം കിട്ടും. നിന്റെ അച്ഛന് പ്രായം ഉണ്ടായിരുന്നു. പ്രായം ശരീരത്തെ ബാധിക്കും. മരണം നമുക്ക് എല്ലാവർക്കും മുൻകൂട്ടി തീരുമാനിക്കപ്പെട്ടിട്ടുള്ള കാര്യമാണ്. നിങ്ങൾക്ക് അതിൽനിന്ന് രക്ഷപ്പെടാൻ പറ്റില്ല. അതുകൊണ്ട് ഒരിക്കലും സമയമാകാതെ നിങ്ങൾ മരവിച്ചുപോകാൻ പാടില്ല. നിങ്ങളുടെ ദുഃഖം കൊണ്ട് നിങ്ങൾക്ക് അവനെ തിരികെ ജീവിതത്തിലേക്ക് കൊണ്ടുവരാൻ പറ്റില്ല. നിങ്ങളുടെ ദുഃഖം അവന് ആവശ്യവും ഇല്ല. കാരണം പേടിപ്പെടുത്തുന്ന മാലാഖമാർ ശരീരത്തിൽ നിന്ന് ആത്മാവിനെ തട്ടിയെടുത്തുകഴിയുമ്പോൾ ആത്മാവ് എല്ലാ ബന്ധുക്കളേയും പരിചയക്കാരേയും മറന്നു പോകുമെന്ന് പറയപ്പെടുന്നു. അതിന്റെ അർത്ഥം നിങ്ങൾ കരഞ്ഞാലും ചിരിച്ചാലും മരിച്ചവനെ സംബന്ധിച്ചിടത്തോളം നിങ്ങൾക്ക് യാതൊരു പ്രാധാന്യവും ഇല്ല. പക്ഷേ, ജീവിക്കുന്നവരെ ജീവിച്ചിരിക്കുന്നവർ നിശ്ചയമായും ശ്രദ്ധിക്കണം. നിങ്ങൾ കരയുന്നത് കൂടുതൽ നല്ലതാണ്. കാരണം അത് മനുഷ്യസഹജമാണ്. അത് മനസ്സിന് വളരെ അധികം ആശ്വാസം തരും.”

പക്ഷേ, ഈ വാക്കുകൾ ഫോമായുടെ തലച്ചോറിലോ ഹൃദയത്തിലോ ഏതെങ്കിലും തരത്തിലുള്ള മാറ്റം വരുത്തിയില്ല. എന്തായാലും ശവസംസ്കാരത്തിന്റെ ദിവസം ഫോമാ ഏറെക്കുറെ സാധാരണനിലയിൽ എത്തിയിരുന്നു. അതിന് അവന്റെ മ്ലാനമായ ആത്മാവിനെ വിളിച്ചുണർത്താൻ വേണ്ടി നിരന്തരം പരിശ്രമിച്ചുകൊണ്ടിരുന്ന അവന്റെ തലതൊട്ടപ്പനോട് നന്ദി പറയണം.

ശവസംസ്കാരത്തിന്റെ ദിവസം മേഘാവൃതമായിരുന്നു. പൊടിപടലങ്ങൾക്കിടയിലൂടെ ചുരുളഴിഞ്ഞ ഒരു കറുത്ത നാടപോലെ ഒരു വലിയ ആൾക്കൂട്ടം ഇഗ്നാറ്റ് ഗോർഡിയീവിന്റെ ശവപ്പെട്ടിയെ അനുഗമിച്ചു. അങ്ങി

ങ്ങായി പുരോഹിതന്മാരുടെ വിശേഷ വസ്ത്രങ്ങളുടെ സ്വർണ്ണനിറം മിന്നിത്തിളങ്ങുന്നുണ്ടായിരുന്നു. പള്ളിയിലെ ഗായകസംഘത്തിന്റെ ഉദാത്തമായ സംഗീതവുമായി ആൾക്കൂട്ടത്തിന്റെ സാവധാനത്തിലുള്ള ചലനത്തിന് പൊരുത്തം ഉണ്ടായിരുന്നു. പിന്നിൽ നിന്നും വശങ്ങളിൽനിന്നും ആൾക്കൂട്ടം ഫോമായെ ഞെരിക്കുന്നുണ്ടായിരുന്നു. അച്ഛന്റെ നരച്ച തല ഒഴിച്ച് മറ്റൊന്നും ശ്രദ്ധിക്കാതെ അയാൾ നടന്നു. ഒരു ശോകഗാനത്തിന്റെ മാറ്റൊലി പോലെ അയാളുടെ ഹൃദയത്തിൽ പ്രതിദ്ധ്വനിച്ചുകൊണ്ടിരുന്ന ഗായകസംഘത്തിന്റെ പാട്ടൊഴിച്ച് മറ്റൊന്നും അയാൾ കേൾക്കുന്നുണ്ടായിരുന്നില്ല. അയാളോടൊപ്പം നടന്നുകൊണ്ടിരുന്ന മയാകിൻ ഇടയ്ക്കിടയ്ക്ക് നിർബ്ബന്ധബുദ്ധിയോടെ ഫോമായുടെ ചെവിയിൽ പറഞ്ഞുകൊണ്ടിരുന്നു:

'നോക്കൂ. എന്ത് ആൾക്കൂട്ടമാണ്. ആയിരക്കണക്കിന് ആളുകൾ വന്നിട്ടുണ്ട്. നിന്റെ അച്ഛനെ അനുഗമിക്കാൻ ഗവർണ്ണർ പോലും തയ്യാറായിരിക്കുന്നു. മുൻസിപ്പൽ കൗൺസിൽ മൊത്തം വന്നിട്ടുണ്ട്. മേയറും ഉണ്ട്. പിറകോട്ട് നീ തിരിഞ്ഞു നോക്കിയാൽ നിന്റെ തൊട്ടുപിന്നിൽ മിഡിൻസ്കായാ ഉണ്ട്! നഗരം ഇഗ്നാറ്റിനോടുള്ള ആദരവ് പ്രകടിപ്പിക്കുകയാണ്."

തുടക്കത്തിൽ ഫോമാ തലതൊട്ടപ്പന്റെ വാക്കുകൾ ശ്രദ്ധിച്ചിരുന്നില്ല. പക്ഷേ, മിഡിൻസ്കായായെ പറ്റി പറഞ്ഞപ്പോൾ ഫോമാ ഓർക്കാതെ തിരിഞ്ഞുനോക്കി. അയാൾ ഗവർണ്ണറെ പ്രത്യേകം ശ്രദ്ധിച്ചു. തിളക്കമുള്ള പട്ടുനാടയും നെഞ്ചത്ത് ബഹുമതി മുദ്രകളുമായി പ്രധാനപ്പെട്ട ഒരു വ്യക്തി ദുഃഖം നിഴലിക്കുന്ന മുഖഭാവവുമായി ശവപ്പെട്ടിയെ അനുഗമിക്കുന്നതു കണ്ടപ്പോൾ ഫോമായുടെ മനസ്സിലേക്ക് ഒരു തുള്ളി ആഹ്ലാദം ഇറ്റുവീണു.

"ഇന്ന് ആത്മാവ് സഞ്ചരിക്കുന്ന ഈ വഴി അനുഗ്രഹീതമാണ്." യാക്കോവ് ടരസോവിച്ച് മൃദുലമായി മൂളി. പെട്ടെന്ന് വെറുപ്പോടെ അയാൾ ഫോമായുടെ ചെവിയിൽ വീണ്ടും രഹസ്യം പറഞ്ഞു:

"എഴുപത്തയ്യായിരം റൂബിൾ വളരെ വലിയ തുകയാണ്. അതുകൊണ്ട് നിങ്ങൾക്ക് എത്രപേരെ വേണമെങ്കിലും അകമ്പടിക്ക് കൊണ്ടുവരാൻ പറ്റും. മിഡിൻസ്കായാ പതിനഞ്ചാം തീയതി കല്ലിടീൽ നടത്താനുള്ള പരിപാടി ഇട്ടിരിക്കുന്ന കാര്യം നീ കേട്ടിരുന്നോ? നിന്റെ അച്ഛൻ മരിച്ചിട്ട് വെറും നാല്പത് ദിവസം കഴിയുമ്പോളാണ് അവൾ കല്ലിടീലിന് പദ്ധതി തയ്യാറാക്കുന്നത്."

ഫോമാ വീണ്ടും തിരിഞ്ഞു നോക്കി. അവന്റെ കണ്ണുകൾ മിഡിൻസ്കായായുടെ കണ്ണുകളുമായി കൂട്ടിമുട്ടി. അവളുടെ തലോടൽ പോലെയുള്ള നോട്ടത്തിൽ അവൻ നെടുവീർപ്പിട്ടു. വെളിച്ചത്തിന്റെ ഇളം ചൂടുള്ള ഒരു കിരണം ആത്മാവിലേക്ക് തുളച്ചുകയറി അവിടെ കല്ലിച്ചുകിടന്ന എന്തിനേയോ ഉരുക്കിക്കളഞ്ഞതുപോലെയുള്ള ഒരു ആശ്വാസം ഉടൻതന്നെ അയാൾക്ക് അനുഭവിക്കാൻ കഴിഞ്ഞു. അപ്പോൾ അവിടെവെച്ചുതന്നെ താൻ മുഖംതിരിച്ച് അങ്ങോട്ടും ഇങ്ങോട്ടും നോക്കുന്നത് മോശ

മാണെന്ന് അയാൾ ആലോചിക്കാതിരുന്നില്ല.

പള്ളിയിൽവെച്ച് ഫോമായ്ക്ക് തലവേദന എടുക്കാൻ തുടങ്ങി. അയാളുടെ കാൽച്ചുവട്ടിലും ചുറ്റിലും ഉള്ള എല്ലാ കാര്യങ്ങളും ഇളകിക്കൊണ്ടിരിക്കുകയാണെന്ന് അയാൾക്ക് തോന്നി. മനുഷ്യരുടെ നിശ്വാസങ്ങളും പൊടിപടലങ്ങളും സുഗന്ധദ്രവ്യങ്ങളുടെ പുകയും ചേർന്ന് ശ്വാസം മുട്ടിച്ചുകൊണ്ടിരിക്കുന്ന അന്തരീക്ഷത്തിൽ മെഴുകുതിരികളുടെ നാളങ്ങൾ പേടിച്ച് വിറയ്ക്കുന്നുണ്ടായിരുന്നു. വിനീതനായ ക്രിസ്തുവിന്റെ വലിയ രൂപം അയാളെ മുകളിൽ നിന്നുകൊണ്ട് താഴോട്ട് നോക്കിക്കൊണ്ടിരുന്നു. രക്ഷകന്റെ നെറ്റിയിലെ കിരീടത്തിന്റെ ക്ലാവു പിടിച്ച സ്വർണ്ണത്തിൽ മെഴുകുതിരിനാളങ്ങളുടെ വെളിച്ചം പ്രതിഫലിച്ചത് അവന്റെ മനസ്സിലേക്ക് രക്തത്തുള്ളികളുടെ ഓർമ്മയെ വിളിച്ചുവരുത്തി.

യാഥാർത്ഥ്യങ്ങളിലേക്ക് തിരിച്ചു വന്ന ഫോമായുടെ മനസ്സ് പ്രാർത്ഥനകളുടെ ശോകമൂകമായ കവിതയെ സ്വയം ആർത്തിയോടെ വാരിവിഴുങ്ങിക്കൊണ്ടിരുന്നു. “വരൂ, നമുക്ക് അയാൾക്ക് അന്ത്യചുംബനം നല്കാം.” എന്ന ഹൃദയസ്പർശിയായ വരികൾ കേട്ടപ്പോൾ ഫോമായുടെ നെഞ്ചിൽനിന്നും ഉറക്കെയുള്ള ഒരു തേങ്ങൽ പുറത്തേക്ക് വന്നു. ദുഃഖത്തിന്റെ ഈ പൊട്ടിത്തെറിയിൽ പള്ളിയിലെ ആൾക്കൂട്ടം ഇളകിമറിഞ്ഞു

ഈ നിലവിളിയോടെ ഫോമായുടെ കാലുകൾ ഇടറാൻ തുടങ്ങി. അയാളുടെ തലതൊട്ടപ്പൻ അല്പം ദേഷ്യത്തോടെ ഫോമായുടെ കൈപിടിച്ച് ശവപ്പെട്ടിയുടെ അടുത്തേക്ക് തള്ളിനീക്കി. ഈ സമയത്ത് മയാകിൻ ഉറക്കെ പാടുന്നുണ്ടായിരുന്നു:

“അല്പം മുമ്പ് നമ്മോടൊപ്പം ഉണ്ടായിരുന്ന അയാളെ ചുംബിക്കൂ
ഫോമാ അയാളെ ചുംബിക്കൂ– അയാൾ കല്ലറയിലേക്ക്
കൈമാറ്റം ചെയ്യപ്പെട്ടിരിക്കുന്നു.
അയാൾ ഇരുട്ടിൽ താമസമാക്കുന്നു– മരിച്ച
വർക്കൊപ്പം അയാൾ മറവുചെയ്യപ്പെടുന്നു.”

ഫോമാ ചുണ്ടുകൾ കൊണ്ട് അച്ഛന്റെ നെറ്റിയിൽ സ്പർശിച്ചു. പെട്ടെന്ന് അയാൾ ഭയന്ന് പിന്നോട്ടുമാറി.

“സമാധാനമായിരിക്കൂ! നീ എന്നെ ഇടിച്ച് താഴെയിടുമായിരുന്നു.” മയാകിൻ ഫോമായോട് ശബ്ദം താഴ്ത്തി പറഞ്ഞു. ഈ അർത്ഥശൂന്യമായ വാക്കുകൾ ഫോമായെ സംബന്ധിച്ചിടത്തോളം മയാകിന്റെ കൈകൊണ്ടുള്ള പിടുത്തത്തേക്കാൾ കൂടുതൽ ബലം നല്കുന്ന ഒരു താങ്ങായിരുന്നു.

“നിശ്ശബ്ദവും നിർജ്ജീവവും ആയ എന്നെ മുന്നിൽ കാണുന്ന സഹോദരങ്ങളേ, സുഹൃത്തുക്കളേ, നിങ്ങൾ എനിക്കുവേണ്ടി വിലപിക്കൂ.” ഇഗ്നാറ്റിന്റെ ജഡം മനുഷ്യരോട് യാചിച്ചു. പക്ഷേ, അയാളുടെ മകൻ ഇപ്പോൾ കരയുന്നുണ്ടായിരുന്നില്ല.

അച്ഛന്റെ കറുത്ത പോയ ചീർത്തമുഖം ഫോമായുടെ ഭയത്തെ തിരിച്ചുകൊണ്ടുവന്നു. അയാൾക്കുചുറ്റും പരിചയക്കാർ ഉണ്ടായിരുന്നു.

അവർ അനുകമ്പയോടെ അയാളെ ആശ്വസിപ്പിച്ചു. അയാൾ അവർ പറയുന്നതെല്ലാം ശ്രദ്ധിച്ചു കേട്ടു. അവർക്കെല്ലാം അയാളെപ്പറ്റി ദുഃഖം തോന്നുന്നുണ്ടെന്നും അയാൾ അവർക്ക് വേണ്ടപ്പെട്ടവനായി മാറിയിട്ടുണ്ടെന്നും അയാൾക്ക് മനസ്സിലായി. തലതൊട്ടപ്പൻ അയാളുടെ ചെവിയിൽ രഹസ്യം പറഞ്ഞു:

"നോക്കൂ. അവരെല്ലാം നിന്റെ സേവ പിടിക്കാൻ ശ്രമിക്കുന്നത് നോക്കൂ. കള്ളിപ്പൂച്ചകൾക്ക് ഇറച്ചിയുടെ മണം കിട്ടിയിട്ടുണ്ട്."

ഈ വാക്കുകൾ ഫോമായ്ക്ക് അരോചകമായിരുന്നു. പക്ഷേ, അവ അയാൾക്ക് പ്രയോജനകരമായിരുന്നു. കാരണം ആ വാക്കുകൾ എല്ലാ കാര്യങ്ങൾക്കും മറുപടി കണ്ടെത്താൻ അയാൾക്ക് പ്രേരണയായി.

ശ്മശാനത്തിൽവെച്ച് ഇഗ്നാറ്റിന്റെ അനശ്വരമായ ഓർമ്മയ്ക്ക് വേണ്ടി അവർ പാട്ടുപാടിയപ്പോൾ അയാൾ വീണ്ടും ഉറക്കെ പൊട്ടിക്കരഞ്ഞു. മയാകിൻ ഉടൻതന്നെ അയാളുടെ കൈയ്ക്ക് പിടിച്ച് വലിച്ച് സ്നേഹപൂർവ്വം സംസാരിച്ചുകൊണ്ട് ശവപ്പെട്ടിയുടെ അടുത്തുനിന്ന് അയാളെ ദൂരത്തേക്ക് മാറ്റി നിർത്തി:

"നീ എന്ത് തൊട്ടാവാടിയാണ്. അവനെപ്പറ്റി എനിക്ക് ദുഃഖം ഇല്ലേ? എനിക്ക് അവന്റെ ശരിയായ മഹത്ത്വം അറിയാം. പക്ഷേ, നീ അവന്റെ മകൻ മാത്രമാണ്. എന്നിട്ടും ഞാൻ കരയുന്നില്ല. മുപ്പതുകൊല്ലത്തിൽ കൂടുതൽ ഞങ്ങൾ ഒന്നിച്ച് പൂർണ്ണയോജിപ്പോടെ ജീവിച്ചു. എന്തെല്ലാം കാര്യങ്ങൾ സംസാരിച്ചു. എന്തെല്ലാം കാര്യങ്ങൾ ആലോചിച്ചു. എത്രമാത്രം ദുഃഖങ്ങൾ കുടിച്ചുതീർത്തിരിക്കുന്നു. നീ ചെറുപ്പമാണ്. ഇത് നിനക്ക് ദുഃഖിച്ചിരിക്കാനുള്ള സമയമല്ല! നിന്റെ മുമ്പിൽ നിന്റെ ജീവിതം ഉണ്ട്. എല്ലാത്തരം സൗഹൃദയങ്ങളുടെ കാര്യത്തിലും നീ സമ്പന്നനായിരിക്കും. എന്നാൽ എനിക്ക് പ്രായമായി. ഞാൻ എനിക്കുള്ള ഒരേ ഒരു കൂട്ടുകാരനെയാണ് ഇപ്പോൾ കുഴിച്ചിട്ടത്. ഇപ്പോൾ ഞാൻ ഒരു പാപ്പരെപോലെ ആണ്. ഇനിയും എനിക്ക് ഒരു അടുത്ത കൂട്ടുകാരനെ ഉണ്ടാക്കി എടുക്കാൻ പറ്റില്ല."

വൃദ്ധന്റെ ശബ്ദം ഇടറാൻ തുടങ്ങി. അസാധാരണമായരീതിയിൽ അയാളുടെ ശബ്ദം ദുർബ്ബലമായി. അയാളുടെ മുഖം വലിഞ്ഞുമുറുകി. അയാളുടെ ചുണ്ടുകൾ വിറച്ചുകൊണ്ടിരുന്നു. അയാളുടെ ചെറിയ കണ്ണുകളിൽ നിന്ന് മുഖത്തെ ചുളിവുകളിലൂടെ ഇടയ്ക്കിടയ്ക്ക് കണ്ണുനീർ ഒഴുകുന്നുണ്ടായിരുന്നു. അയാളുടെ രൂപം അങ്ങേയറ്റം ദയനീയമായിരുന്നു. പെട്ടെന്ന് ഫോമാ ഒരു ശക്തന്റെ വാത്സല്യത്തോടെ അയാളെ കെട്ടിപ്പിടിച്ച് സ്വന്തം ശരീരത്തിലേക്ക് അമർത്തിക്കൊണ്ട് ഉറക്കെ വിളിച്ചുപറഞ്ഞു:

"അച്ഛാ കരയരുത്! കരയരുത്!"

"നീ പറഞ്ഞത് ശരിയാണ്!" മയാകിൻ ശബ്ദം താഴ്ത്തി പറഞ്ഞു. അയാൾ ആഴത്തിൽ ഒരു ദീർഘനിശ്വാസം വിട്ടുകൊണ്ട് വളരെ പെട്ടെന്ന് വീണ്ടും ബുദ്ധിമാനും സമർത്ഥനുമായ വൃദ്ധനായി രൂപം മാറി:

'നീ നിശ്ചയമായും കരയാൻ പാടില്ല.' കുതിരവണ്ടിക്കുള്ളിൽ ഫോമാ

യുടെ അടുത്തിരുന്ന് കൊണ്ട് അയാൾ രഹസ്യമായി പറഞ്ഞു. "ഇപ്പോൾ നീ യുദ്ധത്തിലെ സേനാനായകനാണ്. നീ ധൈര്യത്തോടെ നിങ്ങളുടെ പട്ടാളക്കാരെ നയിക്കേണ്ടവനാണ്. റൂബിളുകളാണ് നിന്റെ പട്ടാളക്കാർ. നിനക്ക് റൂബിളുകളുടെ ഒരുവലിയ സൈന്യം സ്വന്തമായുണ്ട്. ഇടതടവി ല്ലാതെ നിനക്ക് യുദ്ധം ചെയ്യേണ്ടിവരും!"

അയാൾക്ക് പെട്ടെന്ന് വന്ന മാറ്റത്തിൽ അത്ഭുതം തോന്നിയ ഫോമാ അയാളുടെ വാക്കുകൾ ശ്രദ്ധിച്ചു. എന്തോ കാരണം കൊണ്ട് മനുഷ്യർ ഇഗ്നാറ്റിന്റെ ശവപ്പെട്ടിയുടെ മുകളിലേക്ക് വാരിഎറിഞ്ഞ മൺകട്ടകൾ മയാകിൻ പറഞ്ഞവാക്കുകളിലൂടെ ഫോമായുടെ മനസ്സിലേക്ക് കടന്നു വന്നു.

"ഞാൻ ആരോടാണ് യുദ്ധം ചെയ്യേണ്ടത്?" നെടുവീർപ്പിട്ടുകൊണ്ട് ഫോമാ ചോദിച്ചു.

"അത് ഞാൻ നിനക്ക് പഠിപ്പിച്ചു തരാം. ഞാൻ ഒരു വിവരമുള്ള കിഴ വനാണെന്നും എന്നെ അനുസരിക്കണമെന്നും നിന്റെ അച്ഛൻ നിന്നോട് പറഞ്ഞിരുന്നോ?"

"പറഞ്ഞിരുന്നു."

"അപ്പോൾ എന്നെ അനുസരിക്കുക! നിന്റെ ചെറുപ്പത്തിന്റെ ശക്തി യുടെ കൂടെ എന്റെ മനസ്സുകൂടി കൂടിച്ചേർന്നാൽ ഒരു ഭേദപ്പെട്ട വിജയം നേടാൻ പറ്റും. നിന്റെ അച്ഛൻ നല്ല ഒരു മനുഷ്യനായിരുന്നു. പക്ഷേ, അവന് ദീർഘവീക്ഷണം ഇല്ലായിരുന്നു. അവൻ എന്റെ ഉപദേശം സ്വീകരിക്കുമാ യിരുന്നില്ല. അവൻ ജീവിതത്തിൽ വിജയിച്ചത് അവന്റെ മനസ്സുകൊണ്ടല്ല. തലകൊണ്ടാണ്. നിനക്ക് എന്താണ് സംഭവിക്കാൻ പോകുന്നത്? നീ എന്റെ വീട്ടിലേക്ക് താമസം മാറ്റുന്നതാണ് കൂടുതൽ നല്ലത്. കാരണം നിന്റെ വീട്ടിൽ നിനക്ക് ഒറ്റപ്പെട്ടുപോയതായി തോന്നും."

"അപ്പച്ചി വീട്ടിലുണ്ട്."

"അപ്പച്ചി? അവർ സുഖക്കേടുകാരിയാണ്. അവർ അധികകാലം ജീവി ച്ചിരിക്കില്ല."

"അങ്ങനെ പറയരുത്." ഫോമാ ശബ്ദം താഴ്ത്തി പറഞ്ഞു.

"ഞാൻ അങ്ങനെ പറയും. നിനക്ക് മരണത്തെ ഭയക്കേണ്ട ആവശ്യ മില്ല. നീ മരിക്കാറായ കിഴവി അല്ല. ഭയക്കാതെ ജീവിക്കുക. നിനക്ക് ചെയ്യാ നുള്ള കാര്യങ്ങൾ ചെയ്യുക. ലോകത്തെ ജീവിതം ചിട്ടപ്പെടുത്താനാണ് മനുഷ്യനെ നിയോഗിച്ചിരിക്കുന്നത്. മനുഷ്യനാണ് മൂലധനം — നിസ്സാര മായ ചെമ്പ് തുട്ടുകളും കോപ്പക്കുകളും ചേർന്ന റൂബിൾ പോലെയാണ് മനുഷ്യനേയും നിർമ്മിച്ചിരിക്കുന്നത്. കേട്ടു പഴകിയരീതിയിൽ മനുഷ്യന്റെ സൃഷ്ടി ഭൂമിയിലെ പൊടിയിൽ നിന്നാണ്. ലോകവുമായി മനുഷ്യൻ സമ്പർക്കത്തിൽ വരുമ്പോൾ അവൻ എണ്ണയും ഗ്രീസും വിയർപ്പും കണ്ണു നീരും ആഗിരണം ചെയ്ത് അവനിൽ ഒരു ആത്മാവും ഒരു മനസ്സും സ്വയം രൂപപ്പെടുന്നു. ഇത് വളമാക്കി അവൻ മുകളിലോട്ടും താഴോട്ടും വളരാൻ തുടങ്ങുന്നു. ഇപ്പോൾ അവന്റെ വില ഒരു ചെമ്പുതുട്ടാണെന്ന് നിങ്ങൾക്ക്

അറിയാം. ഇപ്പോൾ അവന്റെ വില പതിനഞ്ച് കോപ്പക്കിന്റെ ഒരു വെള്ളി നാണയമാണെന്ന് നിങ്ങൾക്ക് അറിയാം. ഇപ്പോൾ അവന്റെ വില നൂറു റൂബിളാണെന്നും ചിലപ്പോൾ അവന്റെ വില നിശ്ചയിക്കാൻ പറ്റാത്തത്ര വലുതാണെന്നും നിങ്ങൾ മനസ്സിലാക്കുന്നു. അവൻ ക്രയവിക്രയം ചെയ്യപ്പെടുന്നു. ജീവിതത്തിലേക്ക് അവൻ നിശ്ചയമായും പലിശ കൊണ്ടുവരണം. ജീവിതത്തിന് നമ്മുടെ ഓരോരുത്തരുടേയും മൂല്യം അറിയാം. അത് നമ്മുടെ പ്രയാണത്തെ തടസ്സപ്പെടുത്തില്ല. ബുദ്ധിമാനാണെങ്കിൽ ആരും തന്നെ സ്വന്തം നാശത്തിനുവേണ്ടിയല്ല ജോലി ചെയ്യുന്നത്. ജീവിതം വളരെ കൂടുതൽ വിവേകം സമ്പാദിച്ചു വെച്ചിട്ടുണ്ട്. നീ ശ്രദ്ധിക്കുന്നുണ്ടോ?”

“ഉണ്ട്. ഞാൻ ശ്രദ്ധിക്കുന്നുണ്ട്.”

‘നിനക്ക് എന്ത് മനസ്സിലായി?”

“എനിക്ക് എല്ലാം മനസ്സിലായി.”

‘മിക്കവാറും നീ പറയുന്നത് കള്ളമായിരിക്കും?’ മയാകിൻ സംശയം പ്രകടിപ്പിച്ചു.

“പക്ഷേ, നമ്മൾ മരിക്കണമെന്ന് നിർബ്ബന്ധം പിടിക്കുന്നത് എന്തിനാണ്?” ഫോമാ രഹസ്യമായി ചോദിച്ചു.

മയാകിൻ അവന്റെ മുഖത്തേക്ക് സങ്കടപ്പെട്ട് നോക്കി. അയാൾ ചുണ്ടു നുണഞ്ഞുകൊണ്ട് പറഞ്ഞു:

“അറിവുള്ള ഒരു മനുഷ്യൻ ഒരിക്കലും ഇത്തരം ഒരു ചോദ്യം ചോദിക്കില്ല. ഒരു നദിയാണെങ്കിൽ അത് എങ്ങോട്ടെങ്കിലും ഒഴുകിക്കൊണ്ടിരിക്കുമെന്നും ഒഴുക്കില്ലെങ്കിൽ അത് ഒരു ചതുപ്പ് സ്ഥലം ആയിരിക്കുമെന്നും അറിവുള്ള എല്ലാ മനുഷ്യർക്കും അറിയാം.”

“തലതൊട്ടപ്പൻ ഇടയ്ക്കിടയ്ക്ക് എന്നെ വെറുതെ കളിയാക്കുകയാണ്.” ഫോമാ ആത്മവിശ്വാസത്തോടെ പറഞ്ഞു. “കടൽ ഒരു സ്ഥലത്തേക്കും ഒഴുകുന്നില്ല.”

“കടൽ എല്ലാ നദികളേയും സ്വയം സ്വീകരിക്കുന്നു. അതിനുശേഷം ചിലസമയത്ത് കടലിൽ ശക്തിയായ കൊടുങ്കാറ്റ് വീശാറുണ്ട്. ജീവിതത്തിന്റെ കടലും മനുഷ്യർ ഇളക്കിവിടുന്ന കുഴപ്പങ്ങൾക്ക് കീഴടങ്ങാറുണ്ട്. ജീവിതത്തിന്റെ കടലിലെ വെള്ളം മരണംകൊണ്ട് നവീകരിക്കപ്പെടുന്നു. മരണം കൊണ്ട് അത് മലിനമാക്കപ്പെടുന്നില്ല. എത്ര മനുഷ്യർ മരിച്ചുകൊണ്ടിരുന്നാലും മനുഷ്യർ എണ്ണത്തിൽ വർദ്ധിക്കുന്നു.”

“അതെന്താണ്? പക്ഷേ, എന്റെ അച്ഛൻ മരിച്ചു.”

‘നീയും മരിക്കും.”

“അപ്പോൾ മനുഷ്യരുടെ എണ്ണം കൂടുന്നതുമായി എനിക്ക് എന്ത് ബന്ധമാണ് ഉള്ളത്?” ഫോമാ ദുഃഖത്തോടെ പുഞ്ചിരിച്ചു.

“ങാ!” മയാകിൻ നെടുവീർപ്പിട്ടു. “നിശ്ചയമായും അതിന് നമ്മളിൽ ആരുമായും ബന്ധമില്ല. നിങ്ങളുടെ കാലുറകളുടെ കാര്യം ഏതാണ്ട് ഇതുപോലെ ആണ്. ലോകത്ത് എല്ലാത്തരത്തിലുള്ള കാലുറകളും ഉണ്ടെന്നുള്ള സത്യവുമായി നമുക്ക് എന്ത് ബന്ധമാണ് ഉള്ളത്? പക്ഷേ, നിങ്ങൾ അവയെ

പറ്റിയൊന്നും ശ്രദ്ധിക്കുന്നില്ല. നിങ്ങൾ കാലുറ ധരിക്കുന്നു. പഴയതാകുമ്പോൾ അത് വലിച്ചെറിയുന്നു."

ഫോമാ തലതൊട്ടപ്പനെ അവജ്ഞയോടെ നോക്കി. വൃദ്ധൻ പുഞ്ചിരിക്കുകയാണെന്ന് മനസ്സിലാക്കിയപ്പോൾ അയാൾക്ക് ആശ്ചര്യം തോന്നി. അയാൾ ബഹുമനത്തോടെ ചോദിച്ചു.

"അച്ഛൻ മരണത്തെ ഭയക്കുന്നില്ലെന്ന് പറയുന്നത് സത്യമാണോ?"

"ഞാൻ ഏറ്റവും കൂടുതൽ ഭയക്കുന്നത് മണ്ടത്തരത്തെ ആണ്." മയാകിൻ നീരസത്തോടെ അഹങ്കാരം ഒഴിവാക്കി മറുപടി പറഞ്ഞു. "എന്റെ അഭിപ്രായം ഇതാണ്: ഒരു വിഡ്ഢി നിങ്ങൾക്ക് തേൻ തന്നാൽ അത് തുപ്പിക്കളയണം! ഒരു ബുദ്ധിമാൻ നിങ്ങൾക്ക് വിഷം തന്നാൽ അത് കുടിക്കണം!"

വൃദ്ധന്റെ പരിഹാസം ഫോമായെ ദേഷ്യം പിടിപ്പിച്ചു. അയാൾ സ്വയം പറയുന്നതുപോലെ പറഞ്ഞു:

"ഈ അടവുകൾ പ്രയോഗിക്കാതെ അച്ഛന് ഒരിക്കലും സംസാരിക്കാൻ പറ്റില്ല."

"എനിക്ക് പറ്റില്ല." മയാകിൻ ഉറക്കെ പറഞ്ഞു. അയാളുടെ കണ്ണുകൾ അസ്വസ്ഥതകൊണ്ട് ജ്വലിക്കാൻ തുടങ്ങി. "ഓരോ മനുഷ്യനും അയാളുടെ നാക്കുമാത്രമാണ് ഉപയോഗിക്കുന്നത്. ഞാൻ വിട്ടുവീഴ്ചയില്ലാത്തവനാണെന്ന് തോന്നുന്നുണ്ടോ?"

ഫോമാ മറുപടി പറഞ്ഞില്ല.

"ഏയ് നീ ഒരു കാര്യം മനസ്സിലാക്കണം. പഠിപ്പിക്കുന്നവൻ സ്നേഹിക്കുന്നുണ്ട്. ഇത് നന്നായി ഓർമ്മ വേണം. മരണത്തെപ്പറ്റി പറഞ്ഞാൽ അതിനെപ്പറ്റി ആലോചിക്കാതിരിക്കുക. ജീവനുള്ള ഒരു മനുഷ്യൻ മരണത്തെപ്പറ്റി ആലോചിക്കുന്നത് മണ്ടത്തരമാണ്. 'എക്ലിസിയാസ്റ്റസ്' മറ്റുള്ളവർ ആലോചിച്ചതിനേക്കാൾ മെച്ചപ്പെട്ട രീതിയിൽ മരണത്തെപ്പറ്റി ആലോചിച്ചുകൊണ്ട് പറഞ്ഞത് ഒരു ജീവനുള്ള നായ മരിച്ച സിംഹത്തേക്കാൾ മെച്ചമാണെന്നാണ്."

അവർ വീട്ടിൽ എത്തി. വീടിനടുത്തുള്ള തെരുവിലെല്ലാം വണ്ടികളുടെ തിരക്കായിരുന്നു. തുറന്നു കിടന്ന ജനാലകളിലൂടെ ഉറക്കെയുള്ള സംസാരം പുറത്തുവന്നിരുന്നു. ഫോമാ നടപ്പുരയിൽ പ്രത്യക്ഷപ്പെട്ടപ്പോൾ ത്തന്നെ ആരോ അയാളെ കൈപിടിച്ച് മേശയുടെ അടുത്തുകൊണ്ടുപോയിരുത്തി. ആരൊക്കെയോ അയാളെ എന്തെങ്കിലും കഴിക്കാനും കുടിക്കാനും നിർബ്ബന്ധിച്ചു. ഒരു ചന്തസ്ഥലത്തെ ശബ്ദകോലാഹലം അന്തരീക്ഷത്തിൽ ഉണ്ടായിരുന്നു. നടപ്പുരയ്ക്കുള്ളിൽ ശ്വാസം മുട്ടിക്കുന്ന തിരക്കായിരുന്നു. ഫോമാ നിശ്ശബ്ദനായി ഒരു ഗ്ലാസ് വോഡ്ക കുടിച്ചു. അതിനുശേഷം വീണ്ടും ഒരു ഗ്ലാസ് കൂടി കുടിച്ചു. അതിനുശേഷം വീണ്ടും ഒരു ഗ്ലാസ്. അയാൾക്ക് ചുറ്റും നിന്നിരുന്നവർ ശബ്ദമുണ്ടാക്കിക്കൊണ്ട് ആർത്തിയോടെ ചവച്ചുകൊണ്ടിരുന്നു. കുപ്പിയിൽനിന്ന് വോഡ്ക പകരുന്ന ശബ്ദം കേൾക്കുന്നുണ്ട്. വീഞ്ഞുഗ്ലാസുകൾ കൂട്ടിമുട്ടിക്കൊണ്ടിരുന്നു. അവർ

വറുത്ത ഇറച്ചിയെപ്പറ്റി സംസാരിച്ചു. ബിഷപ്പിന്റെ ഗായക സംഘത്തിലെ പ്രധാനപാട്ടുകാരന്റെ ശബ്ദത്തെ പറ്റി സംസാരിച്ചു. വീണ്ടും വറുത്ത ഇറച്ചിയെപ്പറ്റി സംസാരിച്ചുകൊണ്ടിരുന്നു. പിന്നീട് അവർ മേയർ ഒരു പ്രസംഗം നടത്താൻ ആഗ്രഹിച്ചിരുന്നതായി പറഞ്ഞു. പക്ഷേ, ബിഷപ്പിന്റെ പ്രസംഗത്തിനു ശേഷം അയാളുടെ പ്രസംഗം അതുപോലെ ഗംഭീരമാകില്ലെന്ന് തോന്നിയതുകൊണ്ട് അയാൾ ആ സാഹസത്തിൽ നിന്ന് പിൻതിരിഞ്ഞതായി അവർ പറയുന്നുണ്ടായിരുന്നു. ആരോ ദുഃഖത്തോടെ പറഞ്ഞുകൊണ്ടിരുന്നു:

"മരിച്ചയാളുടെ പതിവ് ഇതായിരുന്നു: അദ്ദേഹം കോരമീനിന്റെ കഷണമെടുത്ത് അതിനുമുകളിൽ കുരുമുളകുപൊടി വിതറി മറ്റൊരു കഷണം അതിനോടു ചേർത്തുവെച്ച് വോഡ്ക കുടിക്കുന്നതിനിടയിൽ കഴിക്കുമായിരുന്നു."

"നമുക്ക് അദ്ദേഹത്തെ പിന്തുടരാം." അവ്യക്തമായ ഒരു കനത്ത ശബ്ദം അട്ടഹസിച്ചു. ഫോമാ നെറ്റിചുളിച്ചുകൊണ്ട് സ്വാദുള്ള ഇറച്ചി ചവച്ചരക്കുന്ന തടിച്ച ചുണ്ടുകളിലേക്കും താടിയെല്ലുകളിലേക്കും നോക്കി. അല്പസമയം മുമ്പ് ഇവരുടെ ശാന്തത അയാളുടെ ആദരവിനുള്ള പ്രേരണയായിരുന്നു. പക്ഷേ, ഇപ്പോൾ അവരെ ഒന്നിച്ച് ചീത്തവിളിച്ച് മുറിയിൽനിന്ന് അടിച്ചുപുറത്താക്കാൻ അയാൾക്ക് തോന്നി.

"നിനക്ക് കുറച്ചുകൂടി അനുകമ്പ വേണം. നീ ആളുകളുമായി കുറച്ചുകൂടി അടുത്തു ഇടപഴകണം." മയാകിൻ ഫോമായുടെ അടുത്തെത്തി രഹസ്യം പറഞ്ഞു.

"അവർ ഇവിടെക്കിടന്ന് അത്യാർത്തി കാണിക്കുന്നത് എന്തിനാണ്? ഇത് കള്ളുഷാപ്പാണോ?" ഫോമാ കോപത്തോടെ പറഞ്ഞു.

"പതുക്കെ പറ" മുഖത്ത് പുഞ്ചിരിയോടെ ചുറ്റുപാടും തിരിഞ്ഞു നോക്കിക്കൊണ്ട് മയാകിൻ പറഞ്ഞു.

പക്ഷേ, അയാൾ താമസിച്ചുപോയി. അയാളുടെ പുഞ്ചിരികൊണ്ട് പ്രയോജനം ഉണ്ടായില്ല. ഫോമായുടെ സംസാരം അവർ കേട്ടുകഴിഞ്ഞിരുന്നു. സംസാരവും ബഹളവും കുറഞ്ഞു. അതിഥികളിൽ ചിലർ തിരക്കുകൂട്ടാൻ തുടങ്ങി. മറ്റുള്ളവർ നെറ്റിചുളിച്ചുകൊണ്ട് കത്തിയും മുള്ളും താഴെവെച്ച് ഫോമായെ അർത്ഥംവെച്ച് നോക്കിക്കൊണ്ട് മേശയുടെ അടുത്തുനിന്നും എഴുന്നേറ്റ് പോയി.

അവരുടെ ഇത്തരം നോട്ടങ്ങളെ ഫോമാ നിശ്ശബ്ദനായി മുഖം കുനിക്കാതെ കോപത്തോടെ നേരിട്ടു.

"നിങ്ങൾ മേശയുടെ അടുത്തേക്ക് വരണമെന്നാണ് ഞാൻ പറയുന്നത്" ചാരത്തിനിടയിലെ തീക്കനൽ പോലെ ആൾക്കൂട്ടത്തിനിടയിൽ തിളങ്ങിക്കൊണ്ടിരുന്ന മയാകിൻ വിളിച്ചുപറഞ്ഞു. "ഇരുന്നിട്ട് പ്രാർത്ഥിക്കൂ! അവർ ഉടൻതന്നെ പാൻകേക്ക് കൊണ്ടുവരും."

ഫോമാ മുഖംതിരിച്ച് വാതിലിനടുത്തേക്ക് നടന്നുകൊണ്ട് ഉറക്കെപ്പറഞ്ഞു:

"ഞാൻ തിന്നുന്നില്ല."

അയാളുടെ പിന്നിൽ എതിർപ്പിന്റെ ഒരു മൂളൽ ഫോമാ കേട്ടു. അയാളുടെ വളർത്തച്ഛൻ താഴ്മയോടെ ആരോടോ പറയുന്നത് ഫോമായുടെ ചെവിയിൽ വീണു:

"അത് ദുഃഖം കൊണ്ടാണ്. ഇഗ്നാറ്റ് അവന് ഒരേസമയം അച്ഛനും അമ്മയും ആയിരുന്നു."

ഫോമാ പുറത്തുവന്ന് തോട്ടത്തിൽ അവന്റെ അച്ഛൻ മരിച്ച സ്ഥലത്തേക്കു നടന്നു. ഏകാന്തതയും ദുഃഖവും അയാളുടെ ഹൃദയത്തെ ഞെരിച്ചു.

അയാൾ ഷർട്ടിന്റെ കോളർ അഴിച്ചിട്ടു. കുറച്ചുകൂടി എളുപ്പത്തിൽ അയാൾക്ക് ശ്വസിക്കാൻ കഴിഞ്ഞു. അയാൾ മുഖം കൈപ്പത്തികൾക്കുള്ളിൽ അമർത്തിവെച്ച് മേശപ്പുറത്ത് കൈമുട്ടുകൾ ഊന്നിക്കൊണ്ട് അനങ്ങാതിരുന്നു. മഴച്ചാറ്റൽ ഉണ്ടായിരുന്നു. മഴത്തുള്ളികളുടെ അധീനതയിൽ ആപ്പിൾ മരത്തിന്റെ ഇലകൾ ദുഃഖത്തോടെ പിറുപിറുത്തുകൊണ്ടിരുന്നു. കൊച്ചുകൊച്ചു തുള്ളികൾ മരത്തിൽനിന്ന് ഇറ്റുവീഴുന്നതും നോക്കിക്കൊണ്ട് യാതൊരു ചലനവും ഇല്ലാതെ അയാൾ വളരെനേരം ഇരുന്നു. അയാളുടെ തലച്ചോറിൽ വോഡ്കയുടെ ഭാരം ഉണ്ടായിരുന്നു. ഹൃദയത്തിൽ മനുഷ്യർക്കെതിരെ വളർന്നുകൊണ്ടിരുന്ന വെറുപ്പും ഉണ്ടായിരുന്നു. അമൂർത്തവും അവ്യക്തവുമായ ചില തോന്നലുകൾ അയാളുടെ ഉള്ളിൽ പൊട്ടിമുളച്ച് അപ്രത്യക്ഷപ്പെട്ടുകൊണ്ടിരുന്നു. നരച്ചമുടിയുടെ വളരെ ചെറിയ ഒരു കിരീടം ചൂടിയ തലതൊട്ടപ്പന്റെ കഷണ്ടിത്തലയും പഴയ പ്രതിമയുടെ മുഖത്തോടു സാമ്യമുള്ള ഇരുണ്ട മുഖവും പൊടുന്നനെ അയാളുടെ മുന്നിലൂടെ മിന്നിമറഞ്ഞു. തല തൊട്ടപ്പന്റെ പല്ലില്ലാത്ത വായും കൃത്രിമമായ പുഞ്ചിരിയും ഫോമായുടെ മനസ്സിലെ ഏകാന്തതയെ വർദ്ധിപ്പിച്ചു. അപ്പോൾ അയാൾക്ക് മിഡിൽസ്കായായുടെ മനോഹരമായ ചെറിയ രൂപവും ആർദ്രതയുള്ള കണ്ണുകളും ഓർമ്മവന്നു. മിഡിൽസ്കായായുടെ ഇടംകണ്ണിട്ടുനോക്കുന്ന മുഖത്തിന്റെ കൂടെ തുടുത്ത കവിളുകളും പിന്നിയിട്ട സ്വർണ്ണത്തലമുടിയുമുള്ള ലൂബോവ് മയാകിനായുടെ കൊഴുത്തുരുണ്ട് പൊക്കമുള്ള രൂപവും അയാളുടെ ഓർമ്മയിലേക്ക് കടന്നുവന്നു.

"മനുഷ്യരിൽ വിശ്വാസം പാടില്ല. അവരിൽ നിന്ന് കുറച്ച് മാത്രമേ പ്രതീക്ഷിക്കാൻ പാടുള്ളൂ." അച്ഛന്റെ വാക്കുകൾ അയാളുടെ ഓർമ്മയിൽ മുഴങ്ങാൻ തുടങ്ങി. മരച്ചില്ലകൾ മഴയിൽ കുതിർന്നിരുന്നു. അന്തരീക്ഷത്തിൽ ദുഃഖപൂർണ്ണമായ ശബ്ദങ്ങൾ നിറഞ്ഞിരുന്നു. ഇരുണ്ട ആകാശം കരയുകയാണെന്ന് തോന്നി. മരങ്ങളിൽ തണുത്ത കണ്ണുനീർത്തുള്ളികൾ വിറയ്ക്കുന്നുണ്ടായിരുന്നു. ഫോമായുടെ മനസ്സ് വരണ്ടുപോയിരുന്നു. അനാഥാവസ്ഥയുടെ വേദന അയാളുടെ മനസ്സിൽ ഒരു ചോദ്യം ഉയരാൻ കാരണമായി.

"ഞാൻ ഇപ്പോൾ തനിയെ എങ്ങനെ ജീവിക്കും?"

അയാളുടെ വസ്ത്രങ്ങൾ മഴയിൽ കുതിർന്നു. തണുപ്പുകൊണ്ട് വിറ

യ്ക്കാൻതുടങ്ങുകയാണെന്ന് തോന്നിയപ്പോൾ അയാൾ എഴുന്നേറ്റ് വീട്ടിനുള്ളിലേക്ക് പോയി.

അച്ഛനെപ്പറ്റി ആലോചിക്കാനോ ദുഃഖിക്കാനോ ഉള്ള സമയം കൊടുക്കാതെ ജീവിതം അയാളെ നാലുചുറ്റുംനിന്ന് പിടിച്ചുവലിച്ചു കൊണ്ടിരുന്നു. ഇഗ്നാറ്റിന്റെ മരണത്തിന്റെ നാല്പതാം ദിവസം ഫോമാ ഒഴിവുദിവസവേഷത്തിൽ സത്രത്തിന്റെ കല്ലിടീൽ ചടങ്ങിൽ പങ്കെടുക്കാൻ സന്തോഷത്തോടെ പോയി. ചടങ്ങിന്റെ തലേന്ന് ഫോമായെ സത്രം പണിയുടെ നിർവ്വാഹകസമിതി അംഗമായും മിഡിൻസ്കായാ പ്രസിഡന്റായ സംഘത്തിന്റെ പ്രതിഫലം പറ്റാത്ത അംഗമായും തിരഞ്ഞെടുത്തിരിക്കുന്ന വിവരം അറിയിക്കുന്ന ഒരു എഴുത്ത് മിഡിൻസ്കായാ അയാൾക്ക് കൊടുത്തുവിട്ടിരുന്നു. ഇത് അയാൾക്ക് ഇഷ്ടമായി. ഇന്നത്തെ കല്ലിടീൽ ചടങ്ങിൽ അയാൾ അഭിനയിക്കേണ്ട ഭാഗത്തെ പറ്റിയുള്ള ആലോചന ഫോമായെ വളരെ കൂടുതൽ ചിന്താക്കുഴപ്പത്തിലാക്കി. പോകുന്നവഴിക്ക് ആളുകളുടെ മുമ്പിൽ പരിഭ്രമിക്കാതെ പെരുമാറേണ്ടത് എങ്ങനെയാണെന്നുള്ള ചിന്ത അയാളെ അലട്ടിക്കൊണ്ടിരുന്നു.

“ഏയ്! നില്ക്കൂ!”

അയാൾ തിരിഞ്ഞുനോക്കി. ഒരു ഇടവഴിയിൽനിന്നും മയാകിൻ വെപ്രാളപ്പെട്ട് നടന്നുവന്നു. അയാൾ ഉപ്പൂറ്റി വരെ എത്തുന്ന ഒരു കോട്ടും തൊപ്പിയും ധരിച്ചിരുന്നു. അയാൾ കൈയിൽ ഒരു വലിയ കുട കരുതിയിട്ടുണ്ടായിരുന്നു.

“എന്നെക്കൂടി അവിടേക്ക് കൊണ്ടുപോകണം.” വണ്ടിക്കുള്ളിലേക്ക് ഒരു കുരങ്ങിനെപോലെ ചാടിക്കയറിക്കൊണ്ട് വൃദ്ധൻ പറഞ്ഞു. “സത്യം പറഞ്ഞാൽ ഞാൻ നിനക്കു വേണ്ടി കാത്തുനില്ക്കുകയായിരുന്നു. നീ വരാനുള്ള സമയം ആയെന്നുള്ള ധാരണയിൽ ഞാൻ നാലുചുറ്റും ശ്രദ്ധിക്കുന്നുണ്ടായിരുന്നു.”

“അവിടെ പോവുകയാണോ?”

“തീർച്ചയായും! എന്റെ കൂട്ടുകാരന്റെ പണം അവർ എങ്ങനെയാണ് മണ്ണിൽ കുഴിച്ചിടുന്നതെന്ന് എനിക്ക് കാണണം.”

ഫോമാ സംശയത്തോടെ മയാകിനെ നോക്കിയതിനുശേഷം നിശ്ശബ്ദനായിരുന്നു.

‘നീ എന്നോട് മുഖം വീർപ്പിച്ചിരിക്കുന്നത് എന്തിനാണ്? പേടിക്കേണ്ട, നീയും ഭാവിയിൽ ആളുകളുടെ ഇടയിൽ ഉപകാരിയായി അറിയപ്പെടും.”

“അച്ഛൻ എന്താണ് ഉദ്ദേശിക്കുന്നത്?”

“നിന്നെ സത്രംപണിയുടെ നിർവ്വാഹകസമിതി അംഗമായും സോഫിയായുടെ സംഘത്തിന്റെ പ്രതിഫലം പറ്റാത്ത അംഗമായും തിരഞ്ഞെടുത്ത വാർത്ത ഞാൻ ഇന്നത്തെ പത്രത്തിൽ വായിച്ചു.”

“ശരിയാണ്.”

“ഈ അംഗത്വം നിന്റെ പോക്കറ്റ് തിന്നുതീർക്കും!” മയാകിൻ നെടുവീർപ്പിട്ടു.

"അതുകൊണ്ട് ഞാൻ നശിക്കില്ല."

"എനിക്ക് അതിനെപ്പറ്റി അറിയില്ല." വൃദ്ധൻ വെറുപ്പോടെ പ്രസ്താവിച്ചു.

"ഞാൻ ഇതിനെപ്പറ്റി കൂടുതൽ പറയുന്നത് ഈ പരോപകാര കച്ചവടത്തിൽ വിവേകം വളരെക്കുറവായതുകൊണ്ടാണ്. ഇത് ഒരു കച്ചവടം പോലും അല്ലെന്ന് ഞാൻ പറയും. ഇത് വെറുതെ നശിക്കാൻ ഇടയാകുന്ന ഒരു അസംബന്ധമാണ്."

"മനുഷ്യരെ സഹായിക്കുന്നത് കൊണ്ട് കുഴപ്പം ഉണ്ടോ?"

"നീ വെറും പച്ചക്കറിയാണ്!" മയാകിൻ പുഞ്ചിരിച്ചുകൊണ്ട് പറഞ്ഞു. "നീ എന്റെ വീടുവരെ വരണം. ഇതിന്റെ കാര്യമെല്ലാം ഞാൻ നിനക്ക് പറഞ്ഞുതരാം. ഇതൊക്കെ തീർച്ചയായും നിനക്ക് ഞാൻ പഠിപ്പിച്ച് തരാം! നീ വരില്ലേ?"

"നിശ്ചയമായും ഞാൻ വരും!" ഫോമാ മറുപടി പറഞ്ഞു.

"അപ്പോൾ മറ്റൊരുകാര്യം. കല്ലിടീൽ ചടങ്ങിൽ നീ അഭിമാനത്തോടെ നിവർന്നു നില്ക്കണം. എല്ലാവർക്കും കാണാൻ കഴിയുന്ന തരത്തിൽ നീ അവിടെ ഉണ്ടാവണം. ഇത് ഞാൻ നിന്നോട് പറഞ്ഞില്ലെങ്കിൽ നീ ആരുടെയെങ്കിലും പിന്നിൽ പോയി ഒളിച്ചു നില്ക്കും."

"ഞാൻ എന്തിനാണ് ഒളിച്ചു നില്ക്കുന്നത്?" ഫോമാ താല്പര്യക്കുറവോടെ പറഞ്ഞു.

"അതുതന്നെയാണ് ഞാനും പറയുന്നത്. ഒളിച്ചുനില്ക്കേണ്ടയാതൊരു കാരണവും ഇല്ല. പണം നിന്റെ അച്ഛൻ കൊടുത്തതാണ്. അതിന്റെ അവകാശി എന്ന നിലയിൽ നിനക്ക് അതിന്റെ ആദരവ് കിട്ടാനുള്ള അർഹത ഉണ്ട്. ആദരവ് പണത്തിന് തുല്യമാണ്. ആദരവ് കൊണ്ട് ഒരു വ്യാപാരിക്ക് എവിടെനിന്നും കടം കിട്ടും. അയാൾക്ക് എവിടെ ചെന്നാലും ഒരുവഴി തുറന്ന് കിടക്കുന്നുണ്ടാകും. അടുത്ത കാര്യം എല്ലാവരും കാണുന്നതരത്തിൽ മുന്നോട്ടുവരണം. നിങ്ങൾ അഞ്ചുകോപ്പക്കിന്റെ ജോലി ചെയ്താൽ അതിന്റെ പ്രതിഫലമായി നിങ്ങൾക്ക് ഒരു റൂബിൾ കിട്ടിയിരിക്കണം. നിങ്ങൾ സ്വയം ഒളിച്ചുനിന്നാൽ. അതിന്റെ ഫലം മണ്ടത്തരം മാത്രം ആയിരിക്കും."

പ്രധാനപ്പെട്ട ആളുകളെല്ലാം ഒത്തുകൂടിക്കഴിഞ്ഞിരുന്ന അവരുടെ ലക്ഷ്യസ്ഥാനത്ത് അവർ എത്തിച്ചേർന്നു. കൂട്ടിയിട്ടിരുന്ന തടിക്കഷണങ്ങളുടെ മുകളിലും കല്ലിന്റെ മുകളിലും നിലത്തുമായി അവിടെ ഒരു വലിയ ജനക്കൂട്ടം ഉണ്ടായിരുന്നു. ബിഷപ്പിനും ഗവർണ്ണർക്കും നഗരത്തിന്റെ കുലീനതയുടെ പ്രതിനിധികൾക്കും ഒപ്പം മനോഹരമായ വസ്ത്രങ്ങൾ ധരിച്ച സ്ത്രീകളും അടങ്ങിയ ഒരു വലിയ സംഘം കല്ലുകളും കുമ്മായവും തയ്യാറാക്കിക്കൊണ്ടിരുന്ന കൽപ്പണിക്കാരുടെ പരിശ്രമം നോക്കിക്കൊണ്ട് നിന്നിരുന്നു. മയാകിനും ഫോമായും ഈ സംഘത്തിൽ ചേർന്നു. മയാകിൻ രഹസ്യമായി ഫോമായോടു പറഞ്ഞു:

"ധൈര്യം കൈവിടരുത്. ഈ മനുഷ്യർ അവരെ സിൽക്കിൽ പൊതി

യാൻ വേണ്ടി ആരുടെയൊക്കെയോ വയർ കൊള്ളയടിച്ചവരാണ്."

മയാകിൻ ബിഷപ്പിനേയും ഗവർണ്ണറേയും ബഹുമാനത്തോടെ അഭിവാദ്യം ചെയ്തു.

"ഓ! യക്കോവ് ടരസോവിച്ച്!" സൗഹൃദത്തോടെ പുഞ്ചിരിച്ചുകൊണ്ട് ഗവർണ്ണർ മയാകിന്റെ കൈപിടിച്ച് കുലുക്കി. വൃദ്ധൻ ബിഷപ്പിന്റെ കൈ ചുംബിച്ചുകൊണ്ടിരുന്നപ്പോൾ ഗവർണ്ണർ ചോദിച്ചു: "ചിരഞ്ജീവിയായ വൃദ്ധന് എന്തൊക്കെയാണ് വിശേഷങ്ങൾ?"

"ഞാൻ അങ്ങയോട് വിനയത്തോടെ നന്ദി പറയുന്നു! സോഫിയാ പാവ്ലോവിനായെ ഞാൻ ആദരവ് അറിയിക്കുന്നു!" ആൾക്കൂട്ടത്തിനിടയിൽകിടന്ന് പമ്പരം പോലെ കറങ്ങിക്കൊണ്ട് വളരെ വേഗതയിൽ മയാകിൻ സംസാരിച്ചു. ഒരു മിനിറ്റിനുള്ളിൽ സർക്കാർ വക്കീലിനും മേയർക്കും ഒപ്പം യോഗത്തിന്റെ അദ്ധ്യക്ഷം വഹിക്കുന്ന ജഡ്ജിയുടെ കൈപിടിച്ചു കുലുക്കുന്നതിൽ മയാകിൻ വിജയിച്ചു. ഒറ്റവാക്കിൽ പറഞ്ഞാൽ ആദ്യം അഭിവാദനം ചെയ്യണമെന്ന് അയാൾ ആഗ്രഹിച്ചിരുന്ന ആളുകളെ അയാൾ അഭിവാദനം ചെയ്തു. എന്തായാലും അത്തരം ആളുകൾ വളരെ കുറവായിരുന്നു. അയാൾ നേരമ്പോക്ക് പറഞ്ഞ് പുഞ്ചിരിച്ചുകൊണ്ട് എല്ലാവരുടേയും ശ്രദ്ധയെ അയാളുടെ മെലിഞ്ഞ രൂപത്തിലേക്ക് വളരെ പെട്ടെന്ന് ആകർഷിച്ചു. ഫോമാ സ്വർണ്ണനൂലുകൾ കൊണ്ട് ചിത്രപ്പണി നടത്തിയ വിലകൂടിയ വസ്ത്രങ്ങൾ ധരിച്ച മനുഷ്യരെ സംശയത്തോടെ നോക്കിക്കൊണ്ട് മയാകിന്റെ പിന്നിൽ തലകുനിച്ചുനിന്നു. സ്വന്തം ധൈര്യം ചോർന്നുപോകുന്നതായി തോന്നിയ ഫോമായ്ക്ക് വൃദ്ധന്റെ സാമർത്ഥ്യത്തിൽ അസൂയ തോന്നി. ഫോമാ കൂടുതൽ ഭയന്നു. പക്ഷേ, അതിനിടയിൽ മയാകിൻ ഫോമായുടെ കൈയ്ക്ക് പിടിച്ച് തന്റെ അടുത്തേക്ക് വലിച്ചടുപ്പിച്ചു.

"ബഹുമാനപ്പെട്ട ഗവർണ്ണർ അവർകൾ, ഇത് ഞാൻ തലതൊട്ട കുട്ടിയാണ്. മരിച്ചുപോയ ഇഗ്നാറ്റിന്റെ മകൻ ഫോമാ."

"ഓ!" ഗവർണ്ണർ അയാളുടെ മുഴങ്ങുന്ന ശബ്ദത്തിൽ പറഞ്ഞു. "കണ്ടതിൽ എനിക്ക് വളരെ സന്തോഷമുണ്ട്. നിങ്ങളുടെ ഭാഗ്യദോഷത്തിൽ എനിക്ക് ദുഃഖം ഉണ്ട്." ഫോമായുടെ കൈപിടിച്ചുകുലുക്കിയിട്ട് ഗവർണ്ണർ നിശ്ശബ്ദനായി. അല്പസമയം കഴിഞ്ഞ് ആലോചിച്ചുറപ്പിച്ചമട്ടിൽ അയാൾ ആത്മവിശ്വാസത്തോടെ പറഞ്ഞു. "അച്ഛനെ നഷ്ടപ്പെടുന്നത് വളരെ വേദന ഉണ്ടാക്കുന്ന ഒരു ഭാഗ്യക്കേടാണ്."

ഫോമായുടെ മറുപടിക്കുവേണ്ടി രണ്ടുമിനിറ്റ് കാത്തുനിന്നശേഷം അയാൾ മുഖം തിരിച്ച് മയാകിനെ നോക്കിക്കൊണ്ട് പ്രശംസിക്കുന്നമട്ടിൽ പറഞ്ഞു.

"യക്കോവ് ടരാസോവിച്ച്, നിങ്ങൾ ഇന്നലെ ടൗൺഹാളിൽ നടത്തിയ പ്രസംഗം എനിക്ക് വളരെ ഇഷ്ടപ്പെട്ടു. ഒരു പൊതുക്കാര്യത്തിന് പണം നല്കാൻ നിങ്ങൾ നടത്തിയ അഭ്യർത്ഥന വളരെ ബുദ്ധിപൂർവ്വമായിരുന്നു. മനോഹരവും ആയിരുന്നു. ജനങ്ങളുടെ യഥാർത്ഥ ആവശ്യങ്ങൾ അവർ

മനസ്സിലാക്കുന്നില്ല."

"ചെറിയ മൂലധനത്തിന്റെ അർത്ഥം നഗരവാസികൾ അവരുടെ പണം സ്വയം സ്വരൂപിക്കണമെന്നാണ് അങ്ങേക്ക് അറിവുള്ള കാര്യമാണ്."

"പൂർണ്ണമായും സത്യമാണ്! പൂർണ്ണമായും സത്യമാണ്!"

"മദ്യവർജ്ജനം എന്റെ അഭിപ്രായത്തിൽ നല്ല കാര്യമാണ്! എല്ലാവരും ബോധമുള്ളവരാകുന്നത് ദൈവം ഇഷ്ടപ്പെടും! ഞാൻ കുടിക്കാറില്ല. ആളുകൾക്ക് വായിക്കാൻ പോലും അറിയാത്ത സ്ഥിതിക്ക് ഈ വായനശാലകളും അഭ്യാസങ്ങളും കൊണ്ട് എന്തു പ്രയോജനം?"

ഗവർണ്ണർ അയാൾ പറഞ്ഞത് അംഗീകരിച്ചുകൊണ്ട് മറുപടി പറഞ്ഞു:

"ഇവിടെ നിങ്ങൾ ഈ പണം ഒരു സാങ്കേതികസ്ഥാപനം തുടങ്ങാൻ ഉപയോഗിക്കുന്നത് കൂടുതൽ മെച്ചമാണെന്നാണ് എന്റെ അഭിപ്രായം. ചെറിയ തോതിൽ അത് നിലനിർത്തിക്കൊണ്ടു പോകാൻ ഈ പണം കൊണ്ട് സാധിക്കുന്ന കാര്യമാണ്. തികയാതെവന്നാൽ നമുക്ക് സെയിന്റ് പീറ്റേഴ്സ് ബർഗ്ഗിൽ ആവശ്യപ്പെടാം. അവർ നമുക്ക് തരാതിരിക്കില്ല. പിന്നീട് നഗരവാസികൾക്ക് അവരുടെ പണം സ്വരൂപിക്കേണ്ടി വരില്ല. അപ്പോൾ മൊത്തം കാര്യങ്ങളും കൂടുതൽ ഉചിതമായിരിക്കും."

"ഞാൻ അങ്ങയോട് പൂർണ്ണമായും യോജിക്കുന്നു. പക്ഷേ, ഉല്പതിഷ്ണുക്കൾ നിങ്ങൾക്കു നേരെ പലതും വിളിച്ചുകൂവും."

"വിളിച്ചുകൂവുന്നത് അവരുടെ സ്ഥിരം തൊഴിലാണ്."

ഭദ്രാസനപ്പള്ളിയിലെ പ്രധാന പുരോഹിതന്റെ ആഴത്തിലുള്ള ചുമ വിശുദ്ധശുശ്രൂഷയുടെ തുടക്കം അറിയിച്ചു.

സോഫിയാ പാവ്‌ലോവ്നാ ഫോമായുടെ അടുത്തുവന്ന് അഭിവാദനം ചെയ്തശേഷം ശബ്ദംതാഴ്ത്തി ദുഃഖത്തോടെ പറഞ്ഞു.

"ശവസംസ്കാരത്തിന്റെ ദിവസം ഞാൻ നിങ്ങളുടെ മുഖം കണ്ടിരുന്നു. എനിക്ക് വല്ലാത്ത ദുഃഖം തോന്നി. നിങ്ങൾ എന്തുമാത്രം ദുഖിക്കുന്നുണ്ടാകുമെന്ന് ഞാൻ ദൈവത്തെ വിളിച്ചുപറഞ്ഞു."

ഫോമാ അയാൾ പറയുന്നത് ശ്രദ്ധിച്ചു കേട്ടു. അയാൾക്ക് തേൻ കുടിക്കുന്നതുപോലെ തോന്നി.

"എന്റെ കുട്ടീ! നിന്റെ കരച്ചിൽ എന്റെ ആത്മാവിനെ പിടിച്ചു കുലുക്കിക്കളഞ്ഞു. ഞാൻ നിങ്ങളോട് ഇങ്ങനെ സംസാരിക്കുന്നത് ഒരു മുതിർന്ന സ്ത്രീയുടെ സ്വാതന്ത്ര്യം എടുത്തുകൊണ്ടാണ്."

"നിങ്ങൾ! ഫോമാ ആശ്ചര്യപ്പെട്ടുകൊണ്ട് പറഞ്ഞു.

"അങ്ങനെയല്ലേ?" അയാളുടെ മുഖത്തേക്ക് നിഷ്കളങ്കമായി നോക്കിക്കൊണ്ട് അവൾ ചോദിച്ചു.

ഫോമാ മറുപടി പറഞ്ഞില്ല. അയാളുടെ തല നെഞ്ചിലേക്ക് കുനിഞ്ഞു.

"ഞാൻ ഒരു മുതിർന്ന സ്ത്രീയാണെന്ന് നിങ്ങൾ വിശ്വസിക്കുന്നില്ലേ?"

"ഞാൻ നിങ്ങളെ വിശ്വസിക്കുന്നു. നിങ്ങൾ പറയുന്ന എല്ലാ കാര്യങ്ങളും ഞാൻ വിശ്വസിക്കുന്നു. ഈ കാര്യം ഒഴിച്ച്. ഇതുമാത്രം സത്യമല്ല!"

"എന്താണ് സത്യമല്ലാത്തത്? എന്താണ് നിങ്ങൾ വിശ്വസിക്കുന്നത്?"

"അല്ല. ഇതല്ല. പക്ഷേ, മറ്റേത്, ഞാൻ എന്നോട് ക്ഷമിക്കണം! എനിക്ക് പറയാൻ പറ്റുന്നില്ല!" ഫോമാ പരിഭ്രമത്തോടെ പറഞ്ഞൊപ്പിച്ചു.

"നിങ്ങൾ ഇതിനെപ്പറ്റി ചിന്തിച്ച് ബുദ്ധിമുട്ടേണ്ട ആവശ്യം ഇല്ല." മിഡിൻസ്കായാ പ്രോത്സാഹനം നല്കിക്കൊണ്ട് പറഞ്ഞു. നിങ്ങൾ വളരെ ചെറുപ്പമാണ്. എല്ലാവർക്കും വിദ്യാഭ്യാസം ലഭിക്കാത്ത സാഹചര്യം ഉണ്ട്. പക്ഷേ, വിദ്യാഭ്യാസത്തിന്റെ ആവശ്യമില്ലാത്തവരും അതുകൊണ്ട് തകരാറ് സംഭവിക്കുന്നവരും ഉണ്ട്. അവർ കുട്ടികളെപോലെ ആത്മാർത്ഥത ഉള്ളവരും ഉത്സാഹം ഉള്ളവരും അങ്ങേയറ്റം ശുദ്ധമനസ്കരും ആയിരിക്കും. നിങ്ങൾ ആ കൂട്ടത്തിൽ പെട്ടവനാണ്. ശരിയല്ലേ?"

ഈ ചോദ്യത്തിന് ഫോമായ്ക്ക് എന്ത് മറുപടി പറയാൻ പറ്റും? അയാൾ ആത്മാർത്ഥമായി പറഞ്ഞു:

"ഞാൻ നിങ്ങൾക്ക് നന്ദി പറയുന്നു."

അയാളുടെ വാക്കുകൾ മിഡിൻസ്കായായുടെ കണ്ണുകളിൽ ആഹ്ലാദത്തിന്റെ തിളക്കം കൊണ്ടുവന്നു. ഫോമായ്ക്ക് സ്വന്തം നോട്ടത്തിൽ താനൊരു മണ്ടനാണെന്ന് തോന്നി. അയാൾക്ക് അയാളോടു തന്നെ കോപം വന്നു. അയാൾ അടഞ്ഞ ശബ്ദത്തിൽ പറഞ്ഞു:

"ശരിയാണ്. ഞാൻ അത്തരത്തിൽ ഉള്ളവനാണ്. എല്ലാസമയത്തും ഞാൻ മനസ്സിൽ തോന്നുന്നത് പറയും. എനിക്ക് ചതിക്കാൻ കഴിയില്ല. ചിരിക്കാനുള്ള എന്തെങ്കിലും കാര്യം കണ്ടാൽ ഞാൻ ഉള്ളുതുറന്ന് ചിരിക്കും. ഞാൻ ഒരു മണ്ടനാണ്."

'നിങ്ങൾ ഇങ്ങനെ സംസാരിക്കാൻ കാരണം എന്താണ്?'' മിഡിൻസ്കായ പരുഷമായി പറഞ്ഞു. വേഷം ഒതുക്കിവയ്ക്കുന്നതിനിടയിൽ അവളുടെ കൈ യാദൃച്ഛികമായി ഫോമായുടെ കൈപ്പത്തിയിൽ തഴുകി. ഇത് അയാൾ കൈപ്പത്തിയിലേക്ക് പെട്ടെന്ന് നോക്കാനുള്ള കാരണമായി. അയാളുടെ മുഖത്തെ പുഞ്ചിരിയിൽ ആഹ്ലാദവും ചിന്താക്കുഴപ്പവും ഉണ്ടായിരുന്നു.

"നിങ്ങൾ വിരുന്നിൽ പങ്കെടുക്കില്ലേ?" മിഡിൻസ്കായ ചോദിച്ചു.

"പങ്കെടുക്കും."

"നാളെ എന്റെ വീട്ടിൽവെച്ചുള്ള യോഗത്തിന് വരുന്നുണ്ടോ?"

"തീർച്ചയായും വരും!"

"ഒരുപക്ഷേ, ചിലപ്പോൾ നിങ്ങൾ വീടുവരെ വെറുതെ ഒരു സന്ദർശനം നടത്തില്ലേ?"

"ക്ഷണിച്ചതിന് നന്ദി! ഞാൻ വരാം."

"വരുന്നതിന് ഞാൻ നിങ്ങളോട് നന്ദി പറയണം."

അവർ നിശ്ശബ്ദരായി. കല്ലിടീൽ നടത്തിയ സ്ഥലത്ത് കൈവിടർത്തി ഭാവാവിഷ്കാരത്തോടെ പ്രാർത്ഥന ചൊല്ലിക്കൊണ്ടിരുന്ന ബിഷപ്പിന്റെ ആദരണീയമായ ശബ്ദം അന്തരീക്ഷത്തിൽ ഉയർന്നുകൊണ്ടിരുന്നു:

"കാറ്റോ ജലമോ മറ്റെന്തെങ്കിലും കാര്യങ്ങളോ ഇതിനെ കേടുവരു

ത്താതിരിക്കട്ടെ! അങ്ങയുടെ കാരുണ്യത്താൽ ഇത് പൂർത്തിയാക്കപ്പെടട്ടെ! ഇവിടെ ജീവിക്കുന്നവർക്കെല്ലാം ഏഷണികളിൽനിന്ന് സ്വാതന്ത്ര്യം ലഭിക്കട്ടെ!"

"നമ്മുടെ പ്രാർത്ഥനകൾ എത്രമാത്രം സുന്ദരമാണ്? എത്രമാത്രം സമ്പന്നമാണ്? ശരിയല്ലേ?" മിഡിൻസ്കായാ ചോദിച്ചു.

'ശരിയാണ്." ഫോമാ ഒറ്റവാക്കിൽ മറുപടി പറഞ്ഞു. അവളുടെ വാക്കുകളിലെ മനോഭാവം മനസ്സിലാക്കാൻ കഴിയാത്തതിൽ അയാൾ വീണ്ടും ലജ്ജിച്ചു.

"അവർ എല്ലാസമയത്തും നമ്മുടെ കച്ചവട താല്പര്യങ്ങളുടെ ശത്രുക്കൾ ആയിരിക്കും." മേയറുടെയും ഫോമായുടെയും ഇടയിൽ നിന്നുകൊണ്ട് ബോദ്ധ്യപ്പെടുത്തുന്ന മട്ടിൽ മയാകിൻ ഉറക്കെ പറഞ്ഞു. "അവർക്ക് എന്താണ് വേണ്ടത്? അവർക്ക് എങ്ങനെയെങ്കിലും പത്രത്തിന്റെ അംഗീകാരം കിട്ടണം. അവരുടെ ലക്ഷ്യം അതു മാത്രമാണ്. പക്ഷേ, അവർക്ക് പ്രധാന ലക്ഷ്യത്തിൽ എത്തിച്ചേരാൻ പറ്റില്ല. അവർ ജീവിക്കുന്നത് ആഡംബരത്തിനുവേണ്ടി മാത്രമാണ്. ജീവിതം ചിട്ടപ്പെടുത്തുന്നതിനുവേണ്ടി അല്ല. അവരുടെ മാനദണ്ഡങ്ങൾ ഇവയാണ്: പത്രങ്ങളും സ്വീഡനും. ഡോക്ടർ സ്വീഡന്റെ കാര്യം പറഞ്ഞ് ഇന്നലെ മുഴുവൻ സമയവും എന്നെ കളിയാക്കുകയായിരുന്നു. സ്വീഡനിലെ പൊതുവിദ്യാഭ്യാസവും മറ്റുകാര്യങ്ങളും എല്ലാം ഒന്നാം തരമാണെന്ന് ഡോക്ടർ പറയുന്നു. പക്ഷേ, ഏതുവിധത്തിലായാലും സ്വീഡൻ എന്താണ്? ഒരുപക്ഷേ, സ്വീഡൻ ഉദാഹരണമായി ഉപയോഗിക്കുന്ന ഒരു നുണ ആയിരിക്കാം. ഒരുപക്ഷേ, അവിടെ എന്തെങ്കിലും വിദ്യാഭ്യാസമോ മറ്റുകാര്യങ്ങളോ ഒന്നുംതന്നെ ഉണ്ടാകണമെന്നില്ല. അതുകൂടാതെ നമ്മൾ സ്വീഡനുവേണ്ടിയല്ല ജീവിക്കുന്നത്. സ്വീഡന് നമ്മളെ പരീക്ഷിക്കാൻ പറ്റില്ല. നമ്മുടെ നിലനില്പ് അനുസരിച്ചുവേണം നമ്മുടെ പ്രവർത്തനം. അതല്ലേ അതിന്റെ ശരി."

മുഖ്യപുരോഹിതൻ തല പിന്നോട്ട് ചരിച്ച് വിരസതയോടെ മുരണ്ടു:

"ഈ വീടിന്റെ സ്ഥാപകന്റെ ഓർമ്മ അനശ്വരമാകട്ടെ!"

ഫോമാ ഞെട്ടി. പക്ഷേ, മയാകിന് അയാളുടെ ഉടുപ്പിൽ പിടിച്ച് വലിച്ചുകൊണ്ട് ഫോമായുടെ സമീപം എത്തിക്കഴിഞ്ഞിരുന്നു. അയാൾ ഫോമായോടു ചോദിച്ചു:

"നീ വിരുന്നിന് പോകുന്നുണ്ടോ?"

ഇതിനിടയിൽ മിഡിൻസ്കായായുടെ വെൽവെറ്റുപോലെ മൃദുലമായ ഇളം ചൂടുള്ള കൈപ്പത്തി ഫോമായുടെ കൈപ്പത്തിക്കു മുകളിലൂടെ ഒരു തവണകൂടി തെന്നിനീങ്ങി.

വിരുന്ന് ഫോമായ്ക്ക് യഥാർത്ഥത്തിൽ പീഡനം ആയിരുന്നു. അയാളേക്കാൾ നല്ല രീതിയിൽ ഭക്ഷണം കഴിക്കുകയും സംസാരിക്കുകയും ചെയ്യുന്ന ഒരേപോലെയുള്ള മനുഷ്യർക്കിടയിൽ അയാൾ അകപ്പെടുന്നത് ജീവിതത്തിൽ ആദ്യമായിട്ടായിരുന്നു. അയാൾക്കും എതിർവശത്തിരിക്കുന്ന മിഡിൻസ്കായായ്ക്കും ഇടയിൽ ഒരു മേശയല്ല പർവ്വതമാണുള്ളതെന്ന്

ഫോമായ്ക്ക് തോന്നി. ഫോമായെ പ്രതിഫലം പറ്റാത്ത അംഗമായി തിരഞ്ഞെടുത്ത സംഘത്തിന്റെ സെക്രട്ടറി അയാളുടെ തൊട്ടടുത്ത് ഇരിക്കുന്നുണ്ടായിരുന്നു. അയാൾ ഒക്ടിഷ്ചേവ് എന്ന അസാധാരണ പേരുള്ള ചെറുപ്പക്കാരനായ ഒരു കോടതി ഉദ്യോഗസ്ഥൻ ആയിരുന്നു. ആ പേരിനെ കൂടുതൽ പരിഹാസ്യമാക്കാൻ ഉദ്ദേശ്യം ഉള്ളതുപോലെ അയാൾ കിലുക്കമുള്ള ശബ്ദത്തിൽ ഉറക്കെ സംസാരിച്ചുകൊണ്ടിരുന്നു. തടിച്ച് പൊക്കം കുറഞ്ഞ് വട്ടമുഖമുള്ള അയാൾ നിർത്താതെ സംസാരിക്കുന്നുണ്ടായിരുന്നു. കാഴ്ചയിൽ അയാൾ ഒരു പുതുപുത്തൻ പള്ളിമണിപോലെ തോന്നിച്ചു:

"നമ്മുടെ സംഘത്തിന്റെ ഏറ്റവും മെച്ചപ്പെട്ട കാര്യം നമ്മുടെ രക്ഷാധികാരിയാണ്. ഏറ്റവും ഉചിതമായ കാര്യമാണ് നമ്മൾ ഇപ്പോൾ ചെയ്തുകൊണ്ടിരിക്കുന്നത്. രക്ഷാധികാരിയുടെ പ്രീതിക്കുവേണ്ടി പ്രാർത്ഥിക്കുക. ഏറ്റവും ബുദ്ധിമുട്ടുള്ള കാര്യം അവരോട് അവരെ തൃപ്തിപ്പെടുത്തുന്ന ഒരു അഭിനന്ദനം അറിയിക്കാനാണ്. അതുകൊണ്ട് സത്യത്തിൽ നിങ്ങൾ ചിന്തിക്കുന്നവരുടെ സംഘത്തിലെ അംഗമല്ല. സോഫിയാ മിഡിൻസ്കായായെ സന്തോഷിപ്പിക്കാൻ താല്പര്യമുള്ള ആളുകളുടെ സംഘത്തിലെ അംഗമാണ്."

ഫോമാ പൊലീസ് മേധാവിയുമായുള്ള സംഭാഷണത്തിൽ ലയിച്ചിരിക്കുന്ന സംഘത്തിന്റെ രക്ഷാധികാരിയെ ഇടയ്ക്കിടയ്ക്ക് നോക്കിക്കൊണ്ട് സെക്രട്ടറിയുടെ സംസാരം ശ്രദ്ധിച്ചു കേട്ടു. ഫോമാ തിരക്കിട്ട് ഭക്ഷണം കഴിക്കുകയാണെന്ന് അഭിനയിച്ചുകൊണ്ട് സെക്രട്ടറിയുടെ സംസാരത്തിനുള്ള മറുപടിയായി മൂളിക്കൊണ്ടിരുന്നു. ഇതെല്ലാം ഒന്ന് പെട്ടെന്ന് അവസാനിച്ചിരുന്നെങ്കിലെന്ന് ആഗ്രഹിക്കുന്നുണ്ടായിരുന്നു. അയാൾക്ക് താൻ ഒരു മണ്ടനും വൃത്തികെട്ടവനുമാണെന്ന് തോന്നി. എല്ലാവരും അയാളെ ശ്രദ്ധിച്ചുകൊണ്ടിരിക്കുകയാണെന്നും കുറ്റപ്പെടുത്തിക്കൊണ്ടിരിക്കുകയാണെന്നും അയാൾക്ക് ഉറപ്പുണ്ടായിരുന്നു. ഇത് അയാളുടെ ചിന്തകളേയും വാക്കുകളേയും നിയന്ത്രിച്ചുകൊണ്ട് അയാളെ അദൃശ്യമായ വിലങ്ങുകൾകൊണ്ട് കെട്ടിയിട്ടു. അവസാനം അയാളുടെ എതിർവശത്ത് നിരന്നിരിക്കുന്ന പലതരം മുഖങ്ങൾ ചിരിക്കുന്ന കണ്ണുകൾ വിതറിയിട്ടിരിക്കുന്ന ഒരു വെളുത്ത തിരശ്ശീലയാണെന്നും ഈ കണ്ണുകൾ അയാളെ കുത്തിനോവിക്കുകയാണെന്നും ഉള്ള തോന്നലിലേക്ക് വരെ അയാൾ എത്തിച്ചേർന്നു.

മയാകിൻ അയാളുടെ കൈയിലിരുന്ന കത്തിയും മുള്ളും അതിവേഗത്തിൽ അന്തരീക്ഷത്തിൽ വീശിക്കൊണ്ട് മേയറുടെ അടുത്തിരുന്ന് നിർത്താതെ സംസാരിക്കുന്നുണ്ടായിരുന്നു. അയാളുടെ മുഖത്തെ ചുളിവുകൾ ഇടയ്ക്കിടയ്ക്ക് ചുരുങ്ങുകയും വികസിക്കുകയും ചെയ്തു. നരച്ച മുടിയും ചുവന്ന മുഖവും നീളം കുറഞ്ഞ കഴുത്തുമുള്ള മേയർ മയാകിനോടുള്ള യോജിപ്പ് പ്രകടിപ്പിക്കുന്ന മട്ടിൽ തടിച്ചവിരൽ ഇടയ്ക്കിടയ്ക്ക് മേശപ്പുറത്ത് ആഞ്ഞടിച്ചുകൊണ്ട് ഒരു കാളയെപോലെ അതീവശ്രദ്ധയോടെ മയാകിനെ നോക്കിക്കൊണ്ടിരുന്നു. മയാകിന്റെ ആത്മവിശ്വാസ

ത്തോടെയുള്ള സംസാരം അവിടുത്തെ ബഹളത്തിനും അട്ടഹാസങ്ങൾക്കും ഇടയിൽ മുങ്ങിപ്പോയിരുന്നു. സെക്രട്ടറിയുടെ ശബ്ദം ചെവിയിൽ നിന്ന് ഒഴിയാതിരുന്നതുകൊണ്ട് മയാകിന് പറയുന്ന ഒരു വാക്കുപോലും ഫോമായ്ക്ക് കേൾക്കാൻ കഴിഞ്ഞില്ല. സെക്രട്ടറിയുടെ ശബ്ദത്തിന്റെ കിലുക്കം അയാളുടെ ചെവിയിൽ തുടർച്ചയായി മുഴങ്ങിക്കൊണ്ടിരുന്നു:

"നോക്കൂ. ആർച്ച് ബിഷപ്പ് എഴുന്നേറ്റു. അദ്ദേഹം പ്രസംഗിക്കാൻ തയ്യാറെടുക്കുകയാണ്. ഇഗ്നാറ്റ് ഗോൾഡീയീവിന്റെ ശാശ്വതമായ ഓർമ്മ ഉടൻതന്നെ അദ്ദേഹം പ്രഖ്യാപിക്കും."

"ഞാൻ പോകാൻ പാടില്ലേ?" ഫോമാ ശബ്ദം താഴ്ത്തി ചോദിച്ചു.

"പോകുന്നതിന് പ്രശ്നമില്ല. ഇതൊക്കെ എല്ലാവർക്കും മനസ്സിലാകും."

ബിഷപ്പിന്റെ മുഴക്കമുള്ള ശബ്ദത്തിൽ മുറിക്കുള്ളിലെ ബഹളം മുങ്ങിപ്പോയെന്ന് തോന്നി. ഉന്നതരായ കച്ചവടക്കാർ ആഴമുള്ള ശബ്ദം പ്രവഹിച്ചുകൊണ്ടിരിക്കുന്ന പുരോഹിതന്റെ വായിലേക്ക് നോക്കിക്കൊണ്ടിരുന്നു. ഈ നിമിഷം പ്രയോജനപ്പെടുത്തിക്കൊണ്ട് ഫോമാ കസേരയിൽ നിന്ന് എഴുന്നേറ്റ് പുറത്തേക്ക് നടന്നു.

അല്പസമയത്തിനുശേഷം ഈ മനുഷ്യർക്കിടയിൽ തനിക്ക് സ്ഥലമില്ലെന്ന് അയാൾ വണ്ടിക്കുള്ളിലിരുന്ന് ദുഃഖത്തോടെ ചിന്തിച്ചു. അയാളുടെ മനസ്സിൽ അവർക്ക് പരിഷ്കാരം ഉണ്ടായിരുന്നു. അവരുടെ പ്രതാപവും മുഖഭാവവും പുഞ്ചിരിയും സംസാരവും അയാൾക്ക് ഇഷ്ടപ്പെട്ടില്ല. പക്ഷേ, അവരുടെ പെരുമാറ്റത്തിലെ സ്വാതന്ത്ര്യവും സാമർത്ഥ്യവും ഏതു കാര്യത്തെസംബന്ധിച്ചും വാതോരാതെ സംസാരിക്കാനുള്ള അവരുടെ കഴിവും അവരുടെ ഭംഗിയുള്ള വേഷങ്ങളും ഒത്തുചേർന്നപ്പോൾ അവർ അയാളിൽ അസൂയയും ആദരവും ചേർന്ന ഒരു മനോഭാവം ഉണർത്തി. ഈ മനുഷ്യരെ പോലെ തടസ്സമില്ലാതെ സംസാരിക്കാൻ കഴിയുന്നില്ലെന്നുള്ള ബോധം അയാളെ പീഡിപ്പിച്ചു. ഈ സമയത്ത് ഒന്നിലധികം തവണ ഈ കാര്യം പറഞ്ഞ് ലൂബാ മയാകിൻ അയാളെ പരിഹസിച്ചിരുന്നത് അയാൾ ഓർത്തു.

മയാകിന്റെ മകളെ ഫോമായ്ക്ക് ഇഷ്ടമായിരുന്നില്ല. ലൂബായെ അയാളെക്കൊണ്ട് വിവാഹം കഴിപ്പിക്കാനുള്ള മയാകിന്റെ ഉദ്ദേശ്യം അച്ഛനിൽനിന്ന് അറിഞ്ഞപ്പോൾ ഫോമാ അവളെ അകറ്റിനിർത്താൻ തുടങ്ങി. പക്ഷേ, അച്ഛന്റെ മരണശേഷം അയാൾ ഏറെക്കുറെ എല്ലാദിവസവും മയാകിന്റെ വീട്ടിൽ പോയിരുന്നു. എന്തുകാരണം കൊണ്ടോ ലൂബാ ഒരുദിവസം അയാളോട് പറഞ്ഞു:

'ഞാൻ നിങ്ങളെ ശ്രദ്ധിക്കുന്നുണ്ടായിരുന്നെന്ന് നിങ്ങൾ അറിഞ്ഞിരുന്നോ? നിങ്ങൾക്ക് ഒരു കച്ചവടക്കാരന്റെ ഛായ ഒട്ടുംതന്നെ ഇല്ല."

'നിങ്ങളും ഒരു കച്ചവടക്കാരന്റെ മകളെപോലെ അല്ല." ഇത് പറഞ്ഞു കഴിഞ്ഞ് ഫോമാ അവളെ സംശയത്തോടെ നോക്കി. അവൾ പറഞ്ഞ

തിന്റെ അർത്ഥം അയാൾക്ക് മനസ്സിലായില്ല. അവൾ അയാളെ വേദനിപ്പിക്കാനുള്ള ശ്രമമായിരുന്നോ? അതോ ആർദ്രതയുള്ള ചിന്തകൾ ഇല്ലാതെയാണോ അവൾ ഇത്തരത്തിലുള്ള ഒരു അഭിപ്രായം പറഞ്ഞത്?

"അതിന് ദൈവത്തിനോട് നന്ദി പറയണം." അവൾ പറഞ്ഞു. അതിനുശേഷം അവൾ അയാൾക്കുവേണ്ടി സൗഹൃദത്തിന്റെ ഒരു പുഞ്ചിരി പുഞ്ചിരിച്ചു.

"എന്ത് കാര്യമാണ് നിങ്ങളെ ഇത്രമാത്രം സന്തോഷിപ്പിക്കുന്നത്?"

'നമുക്ക് നമ്മുടെ അച്ഛന്മാരോട് സാമ്യമില്ലെന്നുള്ള സത്യം."

ഫോമാ അവളെ അത്ഭുതത്തോടെ നോക്കി. അയാൾ മറുപടി പറഞ്ഞില്ല.

അവൾ ശബ്ദം താഴ്ത്തി പറഞ്ഞു. "എന്നോട് സത്യം പറയണം. എന്റെ അച്ഛനെ നിങ്ങൾ ഇഷ്ടപ്പെടുന്നില്ല ശരിയല്ലേ? നിങ്ങൾക്ക് അച്ഛനെ ഇഷ്ടമല്ല."

"വളരെ കൂടുതൽ ഇഷ്ടപ്പെടുന്നെന്ന് പറയാൻ പറ്റില്ല." ഫോമാ സാവധാനം പറഞ്ഞു.

"എനിക്ക് അച്ഛനോട് അങ്ങേയറ്റത്തെ വെറുപ്പാണ്."

"എന്തിന്?"

"എല്ലാം കൊണ്ടും വെറുപ്പാണ്. കൂടുതൽ അറിയുമ്പോൾ നിങ്ങൾക്ക് അത് സ്വയം ബോദ്ധ്യപ്പെടും. നിങ്ങളുടെ അച്ഛൻ എന്റെ അച്ഛനേക്കാൾ നല്ല മനുഷ്യൻ ആയിരുന്നു."

"അത് ശരിയാണ്." ഫോമാ അഭിമാനത്തോടെ പറഞ്ഞു

ഈ സംസാരത്തിനുശേഷം സാമാന്യം ഭേദപ്പെട്ട ഒരു സ്നേഹബന്ധം അവർക്കിടയിൽ പൊട്ടിമുളച്ചു. ദിവസം കഴിയും തോറും അത് കൂടുതൽ ബലപ്പെട്ടു. അത് ഏറെക്കുറെ അസാധാരണമെന്നു പറയാവുന്ന ഒരു കൂട്ടുകെട്ട് ആയിരുന്നെങ്കിലും അവരുടെ ബന്ധം വളരെ പെട്ടെന്ന് ഒരു സൗഹൃദമായി മാറി.

എങ്കിലും ലൂബാ പ്രായം കൂടിയ ഒരു വ്യക്തി ഒരു കൊച്ചുകുട്ടിയോട് പെരുമാറുന്നതു പോലെയാണ് ഫോമായോട് ഇടപെട്ടത്. അവൾ അയാളെ ചെറിയതോതിൽ പരിഹസിച്ചുകൊണ്ട് ഗൗരവത്തിലാണ് സംസാരിച്ചിരുന്നത്. അവളുടെ സംസാരം ഫോമാ ഗോർഡിയീവിന് അപരിചിതമായ വാക്കുകൾ നിറഞ്ഞതായിരുന്നു. ഇത്തരം വാക്കുകൾ അവൾ പ്രത്യേക പരിഗണന കൊടുത്തുകൊണ്ടാണ് ഉച്ചരിച്ചിരുന്നത്. അവൾക്ക് അവളുടെ സംസാരത്തിൽ സംതൃപ്തിയുണ്ടെന്ന് വ്യക്തമായിരുന്നു. ഒരിക്കൽപ്പോലും കണ്ടിട്ടില്ലാത്ത ടരസ് എന്ന സഹോദരനെപ്പറ്റി പറയാൻ അവൾക്ക് പ്രത്യേകതാല്പര്യം ഉണ്ടായിരുന്നു. പക്ഷേ, അയാളെപ്പറ്റി അവൾ പറഞ്ഞുകൊണ്ടിരുന്ന എല്ലാ കഥകൾക്കും അൻഫിസാ അപ്പച്ചിയുടെ ധീരനും കുലീനനുമായ കൊള്ളക്കാരന്റെ കഥകളുമായി സാമ്യം ഉണ്ടെന്ന് ഫോമായ്ക്ക് തോന്നിയിരുന്നു. പലപ്പോഴും അച്ഛനെപ്പറ്റി പരാതി പറയുന്നതിനിടയിൽ അവൾ ഫോമായോടു പറഞ്ഞു.

"നിങ്ങളും അതുപോലെ ഒരുത്തൻ ആയിരിക്കും."

ഈ അഭിപ്രായ പ്രകടനം ഫോമാ ഇഷ്ടപ്പെടുന്നതായിരുന്നില്ല. അത് അയാളുടെ അഭിമാനത്തെ മുറിപ്പെടുത്തി. പക്ഷേ ചിലപ്പോൾ അവൾ ഒന്നും മറച്ചുവെച്ചില്ല. അവൾ അയാളോട് പ്രത്യേക മമതയും സൗഹൃദവും കാണിച്ചു. അപ്പോൾ അയാൾ അവളുടെ മുന്നിൽ മനസ്സു തുറന്നു. പിന്നീട് വളരെനേരം അവരുടെ ആലോചനകളും വികാരങ്ങളും അവർ പരസ്പരം പങ്കുവയ്ക്കും.

രണ്ടുപേരും ധാരാളം കാര്യങ്ങൾ ആത്മാർത്ഥതയോടെ സംസാരിച്ചു. പക്ഷേ, ഒരാളും മറ്റയാളിനെ മനസ്സിലാക്കിയില്ല. ലൂബായ്ക്ക് പറയാനുള്ളതെല്ലാം തനിക്ക് അന്യമായ കാര്യങ്ങളാണെന്ന് ഫോമായ്ക്ക് തോന്നി. അതേസമയം തന്റെ വൃത്തികെട്ട സംസാരത്തിൽ അവൾക്ക് താല്പര്യമില്ലെന്നും അയാൾക്ക് വ്യക്തമായിരുന്നു. അവൾ തന്നെ മനസ്സിലാക്കാൻ ശ്രമിക്കുന്നില്ലെന്ന് അയാൾക്ക് മനസ്സിലായി. അവരുടെ സംസാരം വളരെ നേരം നീണ്ടുനില്ക്കുമ്പോഴും അവർക്കിടയിൽ പരിഭ്രമത്തിന്റെ ഒരു വലിയ മതിൽ വളരെ പെട്ടെന്ന് ഉയർന്നുവന്നിരുന്നു. ഈ മതിൽ സംസാരത്തിനുശേഷം അസംതൃപ്തിയും അസ്വസ്ഥതയുമാണ് അവരിൽ അവശേഷിപ്പിച്ചത്. ഈ മതിലിൽ തൊട്ടുനോക്കാനോ അങ്ങനെ ഒരു മതിൽ അവിടെയുണ്ടെന്ന് പരസ്പരം പറയാനോ അവർ തയ്യാറായില്ല. അവരിൽ ഓരോരുത്തരിലും പരസ്പരം യോജിപ്പിച്ചുനിർത്തുന്ന എന്തൊക്കെയോ കാര്യങ്ങൾ ഉണ്ടെന്നുള്ള അവ്യക്തമായ ബോധത്തോടെ അവർ സംസാരം തുടർന്നുകൊണ്ടിരുന്നു.

ഫോമാ തലതൊട്ടപ്പന്റെ വീട്ടിൽ എത്തിയപ്പോൾ ലൂബാ അവിടെ തനിച്ചാണെന്ന് മനസ്സിലാക്കി. അവൾ അയാളെ സ്വീകരിക്കാൻ പുറത്തേക്ക് വന്നു. അവൾക്ക് എന്തോ അസുഖമുണ്ടെന്ന് വ്യക്തമായിരുന്നു. അല്ലെങ്കിൽ അവൾ തീക്ഷ്ണമായ ആലോചനയിൽ ആയിരുന്നു. അവളുടെ കണ്ണുകൾക്കുചുറ്റും കറുത്തവലയങ്ങൾ രൂപം കൊണ്ടിരുന്നു. തണുപ്പ് തോന്നിയതുകൊണ്ട് അവൾ ഇളംചൂടുള്ള ഒരു പുതപ്പ് പുതച്ചിരുന്നു. അവൾ പുഞ്ചിരിച്ചുകൊണ്ട് പറഞ്ഞു.

"നിങ്ങൾ വന്നതു നന്നായി! കാരണം ഇവിടെ ഞാൻ തനിച്ചായിരുന്നു. ഒരിടത്തും പോകാൻ തോന്നുന്നില്ല. നിങ്ങൾ ചായ കുടിക്കുന്നോ?"

"കുടിക്കാം നിങ്ങൾക്ക് എന്തുപറ്റി?" സുഖമില്ലേ?"

"ഭക്ഷണം കഴിക്കുന്ന മുറിയിലേക്ക് പോകാം. ഞാൻ അവരോട് സമോവർ കൊണ്ടു വരാൻ പറയാം." അവൾ അയാളുടെ ചോദ്യത്തിന് മറുപടി പറയാതെ പറഞ്ഞു.

അയാൾ രണ്ടു ജനാലകൾ തോട്ടത്തിലേക്ക് തുറക്കുന്ന ഒരു ചെറിയ മുറിയിലേക്ക് പോയി. മുറിയുടെ നടുക്ക് ദീർഘവൃത്താകൃതിയിലുള്ള ഒരു മേശകിടന്നിരുന്നു. അതിനുചുറ്റും പഴയരീതിയിൽ തുകൽ കൊണ്ട് മൂടിയ കസേരകൾ ഉണ്ടായിരുന്നു. ഒരുഭാഗത്ത് കണ്ണാടി വാതിലുള്ള ഒരു നീളം കൂടിയ ക്ലോക്ക് തൂക്കിയിട്ടിരുന്നു. മുറിയുടെ മൂലയിൽ പാത്രങ്ങൾ വയ്ക്കാ

നുള്ള ഒരു അലമാരയും ജനാലകളുടെ എതിർവശത്തെ ഭിത്തിയിൽ മുറിയോളം നീളമുള്ള ഒരു പലകത്തട്ടും ഉണ്ടായിരുന്നു.

"നിങ്ങൾ വിരുന്ന് കഴിഞ്ഞ് വരുകയാണോ?" മുറിയിലേക്ക് കടക്കുമ്പോൾ ലൂബാ ചോദിച്ചു.

"ഫോമാ മറുപടി പറയാതെ തലകുലുക്കി.

"എങ്ങനെ ഉണ്ടായിരുന്നു? ഗംഭീരമായിരുന്നോ?"

"അത് ഭയാനകമായിരുന്നു!" ഫോമാ പുഞ്ചിരിച്ചു. "ഞാൻ ചൂടുള്ള കല്ക്കരിയുടെ പുറത്തിരിക്കുന്നതുപോലെയാണ് അവിടെ ഇരുന്നത്. അവിടെ അവരെല്ലാം മയിലുകളാണെന്ന് തോന്നി. ഞാൻ ഒരു മൂങ്ങയാണെന്നും തോന്നി."

ലൂബാ അലമാരിയിൽനിന്നും പാത്രങ്ങൾ പുറത്തെടുക്കുകയായിരുന്നു. അവൾ ഫോമായോട് മറുപടിയൊന്നും പറഞ്ഞില്ല.

"സത്യത്തിൽ നിങ്ങൾ എന്തിനാണ് ഇത്രമാത്രം വിഷമിക്കുന്നത്?" അവളുടെ ദുഃഖം നിഴലിക്കുന്ന മുഖത്തുനോക്കിക്കൊണ്ട് ഫോമാ ചോദിച്ചു.

അവൾ അയാളുടെ നേർക്ക് തിരിഞ്ഞുകൊണ്ട് ആവേശത്തോടെ പറഞ്ഞു.

"ഫോമാ! എന്തു പുസ്തകമാണ് ഞാൻ വായിച്ചത്! നിങ്ങൾക്ക് അതു മനസ്സിലാക്കാൻ കഴിഞ്ഞാൽ!"

'നിങ്ങളെ ഈ അവസ്ഥയിൽ എത്തിച്ച സ്ഥിതിക്ക് അത് നിശ്ചയമായും നല്ല പുസ്തകം ആയിരിക്കണം." ഫോമാ പുഞ്ചിരിച്ചുകൊണ്ട് പറഞ്ഞു.

"ഞാൻ ഉറങ്ങിയില്ല. രാത്രി മുഴുവൻ വായന ആയിരുന്നു. ഒന്ന് ആലോചിച്ചു നോക്കൂ. നിങ്ങൾ വായിക്കുന്നു. നിങ്ങളുടെ മുമ്പിൽ മറ്റൊരു സാമ്രാജ്യത്തിന്റെ വാതിലുകൾ തുറന്നിരിക്കുന്നതായി നിങ്ങൾക്ക് തോന്നുന്നു. അവിടുത്തെ മനുഷ്യർ വ്യത്യസ്തരാണ്. അവരുടെ ഭാഷ മറ്റൊന്നാണ്. എല്ലാ കാര്യങ്ങളിലും വ്യത്യാസം ഉണ്ട്. ജീവിതംതന്നെ മറ്റൊന്നാണ്."

"ഇതൊന്നും എനിക്ക് ഇഷ്ടമല്ല." ഫോമാ അസംതൃപ്തി പ്രകടിപ്പിച്ചു. "അതെല്ലാം കെട്ടുകഥയാണ്. വെറും കള്ളമാണ്. നാടകവും ഇതുപോലെ ആണ്. അതിൽ കച്ചവടക്കാരെ കളിയാക്കുന്നുണ്ട്. സത്യത്തിൽ അവർ ഇതുപോലെ മണ്ടന്മാരാണോ? ഒരിക്കലും അല്ല! ഉദാഹരണത്തിന് നിങ്ങളുടെ അച്ഛനെതന്നെ എടുക്കാവുന്നതാണ്!"

"ഫോമാ നാടകശാലയും സ്കൂളും ഒരുപോലെയാണ്." ലൂബാ പഠിപ്പിക്കുന്നമട്ടിൽ പറഞ്ഞു. "അതുപോലെയുള്ള കച്ചവടക്കാർ ഉണ്ട്. പുസ്തകത്തിൽ എന്ത് കള്ളമാണ് ഉള്ളത്?'

"യക്ഷിക്കഥകളിലെ പോലെ ഒന്നും സത്യമല്ല."

'നിങ്ങൾക്ക് തെറ്റി! നിങ്ങൾ പുസ്തകങ്ങളൊന്നും വായിച്ചിട്ടില്ല. നിങ്ങൾക്ക് എങ്ങനെയാണ് വിലയിരുത്താൻ കഴിയുന്നത്. അവ എങ്ങനെ ജീവിക്കണമെന്ന് നിങ്ങൾ പഠിപ്പിക്കും?"

"'അത് ശരിയല്ല!" ഫോമാ അയാളുടെ പുസ്തകംകൊണ്ട് ഒരു നല്ല കാര്യവും ഉണ്ടാകാൻ പോകുന്നില്ല!' ഉദാഹരണം നിങ്ങളുടെ അച്ഛൻ തന്നെ ആണ്. അദ്ദേഹം പുസ്തകം വായിക്കാറുണ്ടോ? എന്നിട്ടും അദ്ദേഹം അറിവുള്ളവനാണ്! ഇതിന് ഞാൻ അദ്ദേഹത്തെനോക്കി അസൂയപ്പെട്ടു. എല്ലാവരുമായുള്ള അദ്ദേഹത്തിന്റെ പെരുമാറ്റം അങ്ങേയറ്റം സ്വാതന്ത്ര്യത്തോടെയാണ്. അങ്ങേയറ്റം ബുദ്ധിപൂർവ്വം ആണ്. അദ്ദേഹത്തിന് ഓരോരുത്തരോടും പറയാൻ ഓരോരോ കാര്യങ്ങളുണ്ട്. അദ്ദേഹം ആഗ്രഹിക്കുന്നതെന്തും അദ്ദേഹത്തിന് നേടാൻ പറ്റുമെന്ന് ഒറ്റനോട്ടത്തിൽ നിങ്ങൾക്ക് പറയാൻ കഴിയും."

"അച്ഛൻ എന്തിനാണ് പരിശ്രമിക്കുന്നത്?" ലൂബാ ഉറക്കെ പറഞ്ഞു. "പണം ഒഴിച്ച് മറ്റൊന്നിനും വേണ്ടി അല്ല. പക്ഷേ, ഭൂമിയിൽ ഉള്ളവർക്കെല്ലാം സന്തോഷം വേണമെന്ന് ആഗ്രഹിക്കുന്ന മനുഷ്യർ ഉണ്ട്. ഈ ലക്ഷ്യം നേടാൻ വേണ്ടി അവർ അവരെപോലും പരിഗണിക്കാതെ ജോലി ചെയ്യുന്നു; അവർ കഷ്ടപ്പാടുകൾ സഹിച്ചുകൊണ്ട് മരിക്കുന്നു! അവരുമായി എന്റെ അച്ഛനെ എങ്ങനെയാണ് താരതമ്യപ്പെടുത്തുന്നത്?"

"അവരെ താരതമ്യപ്പെടുത്തേണ്ട കാര്യമില്ല. അവർ ഒരു കാര്യം വ്യക്തമായി ഇഷ്ടപ്പെടുന്നുണ്ട്. അതേസമയം നിന്റെ അച്ഛൻ മറ്റൊരുകാര്യം ഇഷ്ടപ്പെടുന്നു."

"അവർ ഒരു കാര്യവും ഇഷ്ടപ്പെടുന്നില്ല!"

"അതെങ്ങനെയാണ്?"

"അവർ എല്ലാ കാര്യങ്ങളും വ്യത്യാസപ്പെടുത്താൻ ആഗ്രഹിക്കുന്നു."

"അപ്പോൾ അവരും ഏതോ കാര്യത്തിനു വേണ്ടി പരിശ്രമിക്കുന്നുണ്ട്?" ഫോമാ ആലോചനയോടെ പറഞ്ഞു. "അവരും ഏതോ കാര്യം ആഗ്രഹിക്കുന്നുണ്ട്."

"അവർ എല്ലാവരുടേയും സന്തോഷം ആഗ്രഹിക്കുന്നു!" ലൂബാ ഉറക്കെ പറഞ്ഞു.

"എനിക്ക് ഇത് മനസ്സിലാകുന്നില്ല." തലകുലുക്കിക്കൊണ്ട് ഫോമാ പറഞ്ഞു. "അപ്പോൾ എന്റെ സന്തോഷം ആരാണ് ശ്രദ്ധിക്കുന്നത്? അതുകൂടാതെ എനിക്ക് വേണ്ടത് എന്താണെന്ന് ഇതുവരെ സ്വയം മനസ്സിലാക്കാൻ എനിക്ക് കഴിഞ്ഞിട്ടില്ലാത്തപ്പോൾ അവർക്ക് എങ്ങനെയാണ് എന്നെ സന്തോഷിപ്പിക്കാൻ പറ്റുന്നത്? ശരിയല്ല. നിങ്ങൾ വിരുന്നിൽ പങ്കെടുത്തവരെ ശ്രദ്ധിക്കേണ്ടതായിരുന്നു."

"അവർ മനുഷ്യരല്ല!" ലൂബാ അസന്നിഗ്ദ്ധമായി പ്രഖ്യാപിച്ചു.

"നിങ്ങളുടെ നോട്ടത്തിൽ അവർ എന്താണെന്ന് എനിക്കറിയില്ല. പക്ഷേ, അവർക്ക് അവരുടെ അവസ്ഥയെപ്പറ്റി ധാരണ ഉണ്ട്. അനായാസമായി മുന്നോട്ടു പോകുന്ന ബുദ്ധിമാന്മാരുടേയും ബുദ്ധിമതികളുടെയും ഒരു ആൾക്കൂട്ടം."

എതിർപ്പ് പ്രകടമാക്കിക്കൊണ്ട് ലൂബാ ഉറക്കെ പറഞ്ഞു. "ഫോമാ നിങ്ങൾക്ക് ഒന്നും മനസ്സിലാകുന്നില്ല! ഒരു കാര്യവും നിങ്ങളെ ഇളക്കിമറി

ക്കുന്നില്ല! നിങ്ങൾ ഒരു മടിയനാണ്."

"ഇപ്പോൾ പറഞ്ഞത് വളരെ കൂടിപ്പോയി! ഞാൻ എവിടെയാണെന്ന് മനസ്സിലാക്കാൻ വേണ്ടത്ര സമയം എനിക്ക് കിട്ടിയില്ല. അതിലും കൂടുതലായി മറ്റൊന്നും ഇല്ല."

"നിങ്ങൾ ചിന്തിക്കാത്ത ഒരു മനുഷ്യനാണ്!" ലൂബാ ഉറപ്പിച്ച് പറഞ്ഞു.

"നിങ്ങൾ എന്റെ മനസ്സിൽ കയറി നോക്കിയിട്ടില്ലല്ലോ." ഫോമാ ശാന്തമായി മറുപടി പറഞ്ഞു. "എന്റെ ചിന്തകൾ നിങ്ങൾക്ക് അറിയാൻ കഴിയില്ല.

"നിങ്ങൾക്ക് എന്തുകാര്യമാണ് ആലോചിക്കാൻ ഉള്ളത്?" ലൂബാ ചോദിച്ചു.

"ആലോചിക്കാൻ ഉള്ളതോ? ഒന്നാമതായി, ഞാൻ തനിച്ചാണ്. രണ്ടാമതായി എനിക്ക് നിശ്ചയമായും ജീവിക്കണം. എനിക്ക് ഇന്നത്തെ അവസ്ഥയിൽ മുന്നോട്ടുപോകാൻ മൊത്തത്തിൽ അസാദ്ധ്യമാണ്. എനിക്ക് മനുഷ്യരോട് സംസാരിക്കാൻ പറ്റുന്നില്ല. അതുമാത്രമല്ല എനിക്ക് ചിന്തിക്കാനും പറ്റുന്നില്ല." ഫോമാ ചിന്താക്കുഴപ്പത്തോടെ പുഞ്ചിരിച്ചുകൊണ്ട് അയാളുടെ സംസാരം അവസാനിപ്പിച്ചു.

"വായിക്കേണ്ടത് ആവശ്യമാണ്. മനസ്സിലാക്കേണ്ടതും ആവശ്യമാണ്." മുറിക്കുള്ളിൽ അങ്ങോട്ടും ഇങ്ങോട്ടും നടന്നുകൊണ്ട് ലൂബാ അയാളെ ഉപദേശിച്ചു.

"എന്റെ മനസ്സിനുള്ളിൽ എന്തൊക്കെയോ കിടന്ന് ഇളകുന്നുണ്ട്" ഫോമാ അവളുടെ മുഖത്തേക്ക് നോക്കാതെ ആത്മഗതം പോലെ പറഞ്ഞു. "പക്ഷേ, അത് എന്താണെന്ന് എനിക്ക് പറയാൻ പറ്റുന്നില്ല. ഉദാഹരണത്തിന് എന്റെ തലതൊട്ടപ്പൻ പറയുന്നതെന്തും ബുദ്ധിപൂർവ്വമാണെന്നും യുക്തിപൂർവ്വമാണെന്നും എനിക്ക് തോന്നുന്നു. പക്ഷേ, അതൊന്നും എന്നെ ആകർഷിക്കുന്നില്ല. മറ്റു മനുഷ്യരോട് എനിക്ക് ഇതിലും കൂടുതൽ താല്പര്യം തോന്നുന്നുണ്ട്."

"നിങ്ങൾ ഉദ്ദേശിക്കുന്നത് കുലീനരെ ആണോ?" ലൂബാ ചോദിച്ചു.

"അതെ."

"നിങ്ങളുടെ സ്ഥാനം അതുതന്നെ ആണ്!" ലൂബാ പുച്ഛത്തോടെ പുഞ്ചിരിച്ചുകൊണ്ട് പറഞ്ഞു. "നിങ്ങൾ ചിന്തിച്ചുനോക്കൂ! അവർ മനുഷ്യരാണോ? അവർക്ക് മനസ്സ് എന്നു പറയുന്ന സാധനം ഉണ്ടോ?" "നിങ്ങൾക്ക് എങ്ങനെയാണ് അവരെ മനസ്സിലാകുന്നത്? നിങ്ങൾക്ക് അവരെ പരിചയം ഇല്ലല്ലോ!"

"പുസ്തകങ്ങളില്ലേ? ഞാൻ അവരെപ്പറ്റിയുള്ള പുസ്തകങ്ങൾ വായിച്ചിട്ടില്ലേ?"

ജോലിക്കാരി സമോവർ കൊണ്ടു വന്നു. സംസാരം തടസപ്പെട്ടു. ലൂബാ സംസാരം നിർത്തി ചായ ഉണ്ടാക്കിക്കൊണ്ടിരിക്കുമ്പോൾ ഫോമാ അവളെ നോക്കിക്കൊണ്ട് മിഡിൻസ്കായായെ പറ്റി ആലോചിച്ചു. അയാൾക്ക് മിഡിൻസ്കായായോട് സംസാരിക്കാനുള്ള ആഗ്രഹം തോന്നു

ന്നുണ്ടായിരുന്നു.

“ശരിയാണ്” ലൂബാ ചിന്തിച്ചുറപ്പിച്ച മട്ടിൽ പറഞ്ഞു. “ഓരോ ദിവസവും ജീവിക്കാൻ വിഷമമാണെന്ന് എനിക്ക് കൂടുതൽ കൂടുതൽ ബോദ്ധ്യപ്പെടുന്നുണ്ട്. ഞാൻ എന്തു ചെയ്യണം? വിവാഹം കഴിക്കണോ? ആരെ? ജീവിതത്തിൽ കുടിക്കുകയും ചീട്ടുകളിക്കുകയും മനുഷ്യരെ കൊള്ളയടിക്കുകയും മാത്രം ചെയ്യുന്ന ഒരു കച്ചവടക്കാരനെ ഞാൻ വിവാഹം കഴിക്കണോ? ഒരു കാട്ടാളനെ? ഞാൻ അത് ആഗ്രഹിക്കുന്നില്ല! ഞാൻ ഒരു വ്യക്തിയായി നിലനില്ക്കാൻ ആഗ്രഹിക്കുന്നു. ഞാൻ അങ്ങനെ ആണ്. കാരണം ജീവിതത്തിന്റെ ഘടന എന്തുമാത്രം തെറ്റാണെന്ന് എനിക്ക് മനസ്സിലായിട്ടുണ്ട്. ഞാൻ പഠിക്കണോ? എന്റെ അച്ഛൻ ഈ കാര്യം അനുവദിക്കില്ല. ദൈവമേ! ഞാൻ ഒളിച്ചോടിയാലോ? എനിക്ക് അതിനുള്ള ധൈര്യം ഇല്ല. ഞാൻ എന്താണ് ചെയ്യേണ്ടത്?”

അവൾ കൈ രണ്ടും ചേർത്തുവെച്ച് മേശപ്പുറത്തേക്ക് കമഴ്ന്നു കിടന്നു.

“ഇവിടെ കാര്യങ്ങളെല്ലാം എത്രമാത്രം അറപ്പുണ്ടാക്കുന്നുണ്ടെന്ന് നിങ്ങൾക്ക് അറിയില്ല. ഇവിടെ ചുറ്റുപാടും ജീവനുള്ള ഒരു മനുഷ്യൻ പോലും ഇല്ല. എന്റെ അമ്മ മരിച്ചുകഴിഞ്ഞപ്പോൾ അച്ഛൻ എല്ലാവരേയും ഓടിച്ചുവിട്ടു. ചിലർ പഠിക്കാൻ പോയി. ലിപയും ഞങ്ങളെവിട്ടുപോയി. അവൾ എനിക്ക് എഴുതുന്നുണ്ട്.”

“വായന തന്നെ! ഞാൻ വായിച്ചു കൊണ്ടിരിക്കുകയാണ്! വായിച്ചു കൊണ്ടിരിക്കുകയാണ്!” നിരാശയോടെ അവൾ ഉറക്കെ പറഞ്ഞു. പിന്നീട് നിമിഷനേരത്തെ നിശ്ശബ്ദതയ്ക്ക് ശേഷം അവൾ ദുഃഖത്തോടെ സംസാരം തുടർന്നു.

“ഹൃദയത്തിന് ഏറ്റവും ആവശ്യമുള്ളതൊന്നും പുസ്തകങ്ങളിൽ ഇല്ല. അതുകൂടാതെ അവയിൽ എനിക്ക് മനസ്സിലാകാത്ത ധാരാളം കാര്യങ്ങൾ ഉണ്ട്. അതുമാത്രമല്ല മുഴുവൻ സമയവും തനിച്ചിരുന്ന് വായിക്കുമ്പോൾ എനിക്ക് ക്ഷീണം തോന്നും. തനിച്ചായതിന്റെ ക്ഷീണം! എനിക്ക് മനുഷ്യനോട് സംസാരിക്കണം. പക്ഷേ, സംസാരിക്കാൻ ആരുമില്ല! എനിക്ക് മടുപ്പ് തോന്നുന്നു. നമ്മൾ ഒരിക്കൽ മാത്രമാണ് ജീവിക്കുന്നത്. എനിക്ക് ജീവിക്കാനുള്ള സമയം അതിക്രമിച്ചിരിക്കുന്നു. പക്ഷേ, ഒരു മനുഷ്യൻ പോലും ഇല്ല! എന്തിനുവേണ്ടിയാണ് ഞാൻ ജീവിക്കുന്നത്? ലിപ എന്നോടും പറയും: ‘വായിക്കൂ, നിങ്ങൾക്ക് അത് മനസിലാകും’ എനിക്ക് റൊട്ടി വേണം. അവൾ എനിക്ക് കരിങ്കല്ലുതരുന്നു. ഒരാൾ എന്താണ് ചെയ്യേണ്ടതെന്ന് എനിക്ക് മനസ്സിലായിട്ടുണ്ട്. അയാൾ ഇഷ്ടപ്പെടുകയും വിശ്വസിക്കുകയും ചെയ്യുന്നതിനുവേണ്ടി നിവർന്നു നില്ക്കണം. അതിനുവേണ്ടി അയാൾ യുദ്ധം ചെയ്യണം.”

അവൾ ഒരു തേങ്ങലിനോട് സാമ്യമുള്ള ഒരു ശബ്ദം പുറപ്പെടുവിച്ചുകൊണ്ട് സംസാരം അവസാനിപ്പിച്ചു:

“പക്ഷേ, ഞാൻ തനിച്ചാണ്. ഞാൻ ആരോട് യുദ്ധം ചെയ്യും? ഇവിടെ

ശത്രുക്കൾ ഇല്ല. ഇവിടെ മനുഷ്യർ ഇല്ല! ഇവിടെ ഞാൻ ജീവിക്കുന്നത് ജയിലിലാണ്!"

ഫോമാ അയാളുടെ കൈവിരലുകൾ കണ്ണെടുക്കാതെ പരിശോധിച്ചു കൊണ്ട് അയാളുടെ സംസാരം ശ്രദ്ധിച്ചു കേട്ടു. അവളുടെ വാക്കുകളിൽ ഏതോ തീവ്രദുഃഖം ഉണ്ടെന്ന് അയാൾക്കു തോന്നി. പക്ഷേ, അയാൾക്ക് അവളെ മനസ്സിലായില്ല. അവൾ ദുഃഖത്തോടെ നിശ്ശബ്ദയായപ്പോൾ അവളോട് പറയാൻ ഏതാനും വാക്കുകൾ ഒഴിച്ച് മറ്റൊന്നും അയാൾക്ക് കണ്ടെത്താൻ കഴിഞ്ഞില്ല. ആ വാക്കുകൾ ഒരു കുറ്റപ്പെടുത്തൽ പോലെ ആയിരുന്നു:

''പുസ്തകങ്ങൾ കൊണ്ട് നിങ്ങൾക്ക് പ്രയോജനമില്ലെന്ന് നിങ്ങൾതന്നെ ഇപ്പോൾ പറയുന്നു. എന്നിട്ടും നിങ്ങൾ എന്നോട് വായിക്കാൻ നിർദ്ദേശിക്കുന്നു."

അവൾ അയാളുടെ മുഖത്തു നോക്കി. അവളുടെ കണ്ണുകൾ ദേഷ്യം കൊണ്ട് തിളങ്ങി.

"ഹോ, ഈ പീഡനം മുഴുവൻ നിങ്ങളുടെ ഉള്ളിലും ഉണർന്നെഴുന്നേല്ക്കണമെന്ന് ഞാൻ അങ്ങേയറ്റം ആഗ്രഹിക്കുന്നുണ്ട്. എന്നെ സ്ഥിരമായി കഷ്ടപ്പെടുത്തുന്ന ഈ പീഡനങ്ങൾ. നിങ്ങളുടെ ആലോചനകൾ എന്റെ ചിന്തകളെപോലെ നിങ്ങളുടെ ഉറക്കം കെടുത്തും. നിങ്ങൾക്കും എല്ലാ കാര്യങ്ങളോടും മടുപ്പ് തോന്നും. ഒടുവിൽ നിങ്ങളോടുതന്നെ മടുപ്പ് തോന്നും! നിങ്ങളിൽ ഒരോരുത്തരോടും എനിക്ക് പുച്ഛമാണ്. ഞാൻ നിങ്ങളെ വെറുക്കുന്നു!"

അവൾ അങ്ങേയറ്റത്തെ ദേഷ്യത്തോടെ അയാളെ നോക്കി. ദേഷ്യം കൊണ്ട് അവൾ ചുവന്നുതുടുത്തിരുന്നു. അങ്ങേയറ്റത്തെ പകയോടെയാണ് അവൾ സംസാരിച്ചത്. പക്ഷേ, അയാൾക്ക് അവളോട് പക തോന്നാതിരുന്നത് അയാളെ അത്ഭുതപ്പെടുത്തി. ഇതിനു മുമ്പ് ഒരിക്കൽപ്പോലും അവൾ അയാളോട് ഈ രീതിയിൽ സംസാരിച്ചിട്ടില്ല.

"നിങ്ങൾക്ക് എന്തുപറ്റി?" അയാൾ അവളോട് ചോദിച്ചു.

"എനിക്ക് നിങ്ങളോടും വെറുപ്പാണ്. നിങ്ങൾ; നിങ്ങൾ എന്താണ്? നിങ്ങൾക്ക് സാമാന്യബുദ്ധി ഇല്ല. നിങ്ങൾ ഉപയോഗം ഇല്ലാത്തവനാണ്. നിങ്ങൾ മനുഷ്യവർഗ്ഗത്തിന് എന്താണ് നല്കാൻ പോകുന്നത്?" അവൾ വെറുപ്പോടെ ശബ്ദം താഴ്ത്തി പറഞ്ഞു.

"ഞാൻ ഒന്നും നല്കാൻ പോകുന്നില്ല. അവർ അതിനുവേണ്ടി സ്വയം പരിശ്രമിക്കട്ടെ!" അയാളുടെ സംസാരം അവളുടെ ദേഷ്യം ഇരട്ടിയാക്കുമെന്ന് മനസ്സിലാക്കിക്കൊണ്ട് ഫോമാ മറുപടി പറഞ്ഞു.

"ഭാഗ്യംകെട്ട ജന്തു!" ലൂബാ വെറുപ്പോടെ ഉറക്കെ പറഞ്ഞു.

അവളുടെ ആത്മവിശ്വാസവും കുറ്റപ്പെടുത്തലുകളുടെ ശക്തിയും കൊണ്ട് പക നിറഞ്ഞ അവളുടെ സംസാരം ശ്രദ്ധിച്ചുകേൾക്കാൻ ഫോമാ നിർബ്ബന്ധിതനായി. അവളുടെ വാക്കുകളിൽ സാമാന്യബുദ്ധിയുള്ളതായി അയാൾക്ക് തോന്നി. അയാൾ സത്യത്തിൽ അവളോട് അടുത്തടുത്ത് വരു

കയായിരുന്നു. പക്ഷേ, അവൾ ഈർഷ്യയോടെ അയാളെ അവഗണിച്ചു കൊണ്ട് നിശ്ശബ്ദയായി.

പുറത്ത് ആ സമയത്തും വെളിച്ചം ഉണ്ടായിരുന്നു. ജനാലകളുടെ മുന്നിലെ ലിൻഡൻ മരങ്ങളിൽ അസ്തമയത്തിന്റെ തിളക്കം ഉണ്ടായിരുന്നു. പക്ഷേ, മുറിക്കുള്ളിൽ വെളിച്ചം കുറഞ്ഞിരുന്നു. ക്ലോക്കിനും അലമാരയ്ക്കും പലകത്തട്ടിനും വലിപ്പം കൂടിയതായി തോന്നി. ക്ലോക്കിന്റെ താഴെയുള്ള ചില്ലുകൂടിനുള്ളിൽ വലിയ പെൻഡുലം ഇടത്തോട്ടും വലത്തോട്ടും തളർന്ന ഒരു ശബ്ദം ഉണ്ടാക്കിക്കൊണ്ട് ഒളിച്ചുകളിച്ചു. ഫോമാ പെൻഡുലത്തിലേക്ക് നോക്കി. അയാൾക്ക് ഏകാന്തത തോന്നാൻ തുടങ്ങി.

ലൂബാ എഴുന്നേറ്റ് മേശയുടെ മുകളിൽ തൂങ്ങിക്കിടന്നിരുന്ന വിളക്കു കൊളുത്തി. ലൂബായുടെ മുഖം വിളറിയിരുന്നെങ്കിലും അവളുടെ മുഖത്ത് ആത്മവിശ്വാസം ഉണ്ടായിരുന്നു

"നിങ്ങൾ എന്നെ അന്വേഷിച്ചിരുന്നോ?" ഫോമാ കരുതലോടെ ചോദിച്ചു. "എന്തിനായിരുന്നു? എനിക്ക് മനസ്സിലായില്ല."

"എനിക്ക് നിങ്ങളോട് സംസാരിക്കാൻ ആഗ്രഹമില്ല!" ലൂബാ ദേഷ്യപ്പെട്ട് മറുപടി പറഞ്ഞു.

"അത് നിങ്ങളുടെ ഇഷ്ടം. പക്ഷേ, ഞാൻ നിങ്ങളോട് എന്ത് തെറ്റ് ചെയ്തു?"

"നിങ്ങളോ?"

"അതെ ഞാൻ."

"എന്നെ മനസ്സിലാക്കൂ. എനിക്ക് ശ്വാസം മുട്ടുകയാണ്! ഇവിടെ എന്നെ അടച്ചിട്ടിരിക്കുകയാണ്! ഇത് ജീവിതം ആണോ? ജീവിക്കേണ്ടത് ഇങ്ങനെയാണോ? ഞാൻ എന്റെ അച്ഛന്റെ വീട്ടിലെ ഒരു ആശ്രിതയാണ്. അവർ എന്നെ ഇവിടെ വീട്ടുവേലക്കാരിയായി നിയമിച്ചിരിക്കുകയാണ്. പിന്നീട് അവർ എന്നെ വിവാഹം കഴിപ്പിക്കും! വീണ്ടും ഗൃഹഭരണം. ഇത് ഒരു ചതുപ്പുനിലമാണ്. ഞാൻ ഈ ചതുപ്പിലെ ചെളിയിൽ മുങ്ങിക്കൊണ്ടിരിക്കുന്നു. എനിക്ക് ശ്വാസംമുട്ടുന്നുണ്ട്."

"അതിൽ എനിക്ക് എന്താണ് ചെയ്യാനുള്ളത്?" ഫോമാ ചോദിച്ചു.

"നിങ്ങൾ മറ്റുള്ളവരേക്കാൾ മെച്ചമല്ല."

"അതുകൊണ്ട് നിങ്ങളുടെ മുമ്പിൽ ഞാൻ കുറ്റക്കാരനാണോ?"

"അതെ, കുറ്റക്കാരനാണ്! നിങ്ങൾക്ക് മെച്ചപ്പെടാനുള്ള ആഗ്രഹം വേണം."

"പക്ഷേ, ഞാൻ അത് ആഗ്രഹിക്കുന്നില്ലേ?"

ലൂബാ എന്തോ പറയാൻ തുടങ്ങുകയായിരുന്നു. പക്ഷേ, ആ സമയത്ത് എവിടെ നിന്നോ മണി മുഴങ്ങാൻ തുടങ്ങി. കസേരയിൽ മലർന്നു കിടന്നു കൊണ്ട് അവർ ശബ്ദംതാഴ്ത്തി പറഞ്ഞു.

"അത് അച്ഛനാണ്."

"അച്ഛൻ കുറച്ചുസമയം കഴിഞ്ഞ് വന്നാലും എനിക്ക് യാതൊരു വിഷമവും ഇല്ലായിരുന്നു." ഫോമാ പറഞ്ഞു. "നിങ്ങൾ പറയുന്നത് കുറേക്കൂടി

കേൾക്കണമെന്ന് എനിക്ക് ആഗ്രഹം ഉണ്ടായിരുന്നു. നിങ്ങൾ സാധാരണ സംസാരിക്കുന്നതുപോലല്ല സംസാരിച്ചുകൊണ്ടിരുന്നത്."

വാതിൽ പടിയിൽ പ്രത്യക്ഷപ്പെട്ടുകൊണ്ട് യക്കോവ് ടരസോവിച്ച് ഉറക്കെ പറഞ്ഞു. 'നിങ്ങൾ ചായകുടിക്കുകയാണോ? എനിക്കും അല്പം ചായ ഒഴിക്ക്!"

മയാകിൻ മധുരമായി പുഞ്ചിരിക്കുന്നുണ്ടായിരുന്നു. അയാൾ കൈതിരുമ്മിക്കൊണ്ട് ഫോമായുടെ അടുത്തിരുന്ന് തമാശയ്ക്ക് പുറത്തു തട്ടിക്കൊണ്ട് ചോദിച്ചു:

"നിങ്ങൾ എന്ത് രഹസ്യമാണ് പറഞ്ഞുകൊണ്ടിരിക്കുന്നത്?"

"ഞങ്ങൾ പല നിസ്സാരകാര്യങ്ങളും പറഞ്ഞുകൊണ്ടിരിക്കുകയായിരുന്നു." ലൂബാ മറുപടിപറഞ്ഞു.

"ഞാൻ നിന്നോട് ചോദിച്ചില്ല. ചോദിച്ചോ?" അവളുടെ അച്ഛൻ മുഖം കോട്ടിക്കൊണ്ട് പറഞ്ഞു. "നീ പെണ്ണുങ്ങളുടെ കാര്യം നോക്കി അവിടെ മിണ്ടാതിരുന്നാൽ മതി."

"ഞാൻ അവളോട് വിരുന്നിനെപ്പറ്റി പറയുകയായിരുന്നു." ഫോമാ അവന്റെ തലതൊട്ടപ്പന്റെ സംസാരം തടസ്സപ്പെടുത്തി.

"ങാ! അപ്പോൾ ഞാനും വിരുന്നിനെപ്പറ്റി സംസാരിക്കാം. ഞാൻ മുഴുവൻ സമയവും നിന്നെ ശ്രദ്ധിക്കുകയായിരുന്നു. നീ ഉചിതമായി പെരുമാറിയില്ല!"

"എന്താണ് ഉദ്ദേശിക്കുന്നത്." ഫോമാ നെറ്റിചുളിച്ചുകൊണ്ട് താല്പര്യമില്ലാതെ ചോദിച്ചു.

"നിന്റെ പെരുമാറ്റം ശരിയല്ലെന്നാണ് ഞാൻ ഉദ്ദേശിച്ചത്. അത്രമാത്രം. കൂടുതലായി ഒന്നുമില്ല. ഉദാഹരണത്തിന് ഗവർണ്ണർ നിന്നോട് സംസാരിക്കുമ്പോൾ നീ മിണ്ടാതെ നിന്നു."

"എനിക്ക് അയാളോട് എന്തു പറയാൻ പറ്റും? അച്ഛൻ മരിക്കുന്നത് ഭാഗ്യദോഷമാണെന്ന് അയാൾ പറയുന്നു. ശരിയാണ്. എനിക്ക് അത് അറിയാം. അയാളോട് ഞാൻ എന്തു പറയും?"

''പക്ഷേ, ദൈവം അങ്ങനെ ആഗ്രഹിക്കുമ്പോൾ എനിക്ക് എതിർക്കാൻ പറ്റില്ലല്ലോ" എന്ന് പറഞ്ഞാൽ മതിയായിരുന്നു അല്ലെങ്കിൽ അതുപോലെ മറ്റെന്തെങ്കിലും. ഒരു മനുഷ്യന്റെ വിനയത്തിൽ ഗവർണ്ണറന്മാർക്ക് വലിയ താല്പര്യമാണ്."

"അയാൾക്ക് ഞാനൊരു ആട്ടിൻകുട്ടിയാണെന്ന് തോന്നണമായിരുന്നോ?" ഫോമാ പുഞ്ചിരിച്ചുകൊണ്ട് ചോദിച്ചു.

"നീ ആട്ടിൻകുട്ടിതന്നെ ആയിരുന്നു. പക്ഷേ, അതിന്റെ ആവശ്യം ഉണ്ടായിരുന്നില്ല. നിങ്ങൾ ആട്ടിൻകുട്ടിയും ആകരുത്. ചെന്നായും ആകരുത്. അയാളുടെ മുമ്പിൽ 'അങ്ങ് ഞങ്ങളുടെ അച്ഛനാണ്. ഞങ്ങൾ അങ്ങയുടെ മക്കളാണ്' എന്ന രീതിയിൽ പെരുമാറണം. ആ നിമിഷം അയാൾ അലിഞ്ഞിരിക്കും. "

"എന്തിനാണ് അങ്ങനെ പെരുമാറുന്നത്?"

"ഏത് കാര്യത്തിനും ഒരു ഗവർണ്ണറെക്കൊണ്ട് എവിടെയെങ്കിലും ഉപയോഗം ഉണ്ടാകും."

"ഫോമായെ അച്ഛൻ എന്താണ് പഠിപ്പിക്കുന്നത്?" ലൂബാ അവജ്ഞയോടെ ശബ്ദം താഴ്ത്തി ചോദിച്ചു.

"എന്ത് പഠിപ്പിക്കാൻ?"

"താളത്തിനൊത്ത് തുള്ളാൻ."

"നീ കള്ളം പറയുന്ന ഒരു പഠിച്ച വിഡ്ഢിയാണ്! ഞാൻ ഫോമായെ രാഷ്ട്രീയമാണ് പഠിപ്പിക്കുന്നത്. താളത്തിനൊത്ത് തുള്ളാനല്ല. നീ ഞങ്ങളുടെ അടുത്തു നിന്ന് പോകുന്നതാണ് നല്ലത്! ഞാൻ ജീവിതത്തിന്റെ രാഷ്ട്രീയമാണ് പഠിപ്പിക്കുന്നത്. നീ ദുഷിപ്പൊന്നും കേൾക്കാൻ നില്ക്കേണ്ട. നീ പോയി ഞങ്ങൾക്കുള്ള ഉച്ചഭക്ഷണം തയ്യാറാക്കാൻ നോക്ക്!"

ലൂബാ എഴുന്നേറ്റ് കസേരയുടെ മുന്നിലേക്ക് ഒരു ടൗവ്വൽ വലിച്ചെറിഞ്ഞിട്ട് മുറിയിൽ നിന്നും പുറത്തുപോയി. മയാകിൻ അവൾ ദേഷ്യപ്പെട്ട് നടന്നുപോകുന്നതുനോക്കി കണ്ണുചിമ്മി. അയാൾ വിരലുകൾ കൊണ്ട് മേശപ്പുറത്ത് താളം പിടിച്ചുകൊണ്ട് പറഞ്ഞു:

"ഫോമാ ഞാൻ നിനക്ക് പറഞ്ഞുതരാം. അങ്ങേയറ്റം സത്യസന്ധവും കലർപ്പില്ലാത്തതുമായ അറിവുകളും തത്ത്വശാസ്ത്രവും ഞാൻ നിനക്ക് പറഞ്ഞുതരാം. അതെല്ലാം നീ മനസ്സിലാക്കിയാൽ നിന്റെ ജീവിതം കുറ്റമറ്റതായിരിക്കും."

വൃദ്ധന്റെ നെറ്റിയിലെ ചുളിവുകൾ എങ്ങനെയാണ് വലിഞ്ഞുമുറുകുന്നതെന്ന് ഫോമാ കണ്ടു. അയാൾക്ക് അവ ശിലായുഗത്തിലെ ലിപികളാണെന്ന് തോന്നി:

"ഫോമാ നീ ഈ ഭൂമിയിൽ ജീവിക്കുന്നതുകൊണ്ട് നിനക്കു ചുറ്റും നടക്കുന്ന എല്ലാ കാര്യങ്ങളെക്കുറിച്ചും ചിന്തിക്കേണ്ടത് നിന്റെ ഒന്നാമത്തെ ചുമതലയാണ്. എന്തുകൊണ്ട്? നിന്റെ സ്വന്തം വിവരക്കേടുകൊണ്ട് നീ കഷ്ടപ്പെടാതിരിക്കാനും നിന്റെ തെറ്റുകൾ കൊണ്ട് മറ്റുള്ളവർക്ക് ഉപദ്രവം ഉണ്ടാകാതിരിക്കാനും വേണ്ടിയാണ് നീ ഇത്തരത്തിൽ ചിന്തിക്കണമെന്ന് ഞാൻ പറയുന്നത്. മനുഷ്യന്റെ എല്ലാ പ്രവൃത്തികൾക്കും രണ്ട് വശം ഉണ്ട്. ഒന്ന് എല്ലാവർക്കും കാണാവുന്ന വശം. ഇത് തെറ്റായ വശം ആണ്. മറ്റേ വശം മൂടിവെച്ചിരിക്കുന്നു. അത് യഥാർത്ഥ വശം ആണ്. ആ പ്രവൃത്തിയുടെ അർത്ഥം മനസ്സിലാക്കുന്നതിന് ഈ മറച്ചുവെച്ച വശം കണ്ടെത്താൻ നിങ്ങൾക്ക് കഴിയണം. ഉദാഹരണത്തിന് അനാഥമന്ദിരങ്ങളോ സത്രങ്ങളോ അതുപോലുള്ള മറ്റു സ്ഥാപനങ്ങളോ പരിഗണിക്കാം. അവ എന്തിന് വേണ്ടി ഉള്ളതാണ്?

"ഇതിൽ എന്താണ് ആലോചിക്കാനുള്ളത്?" ഫോമാ മടുപ്പോടെ പറഞ്ഞു. "അവ എന്തിനുള്ളതാണെന്ന് എല്ലാവർക്കും അറിയാം. ദരിദ്രർക്കും ദുർബ്ബലർക്കും വേണ്ടിയാണെന്ന് ആർക്കാണ് അറിയാത്തത്?"

'ഫോമാ! ചിലപ്പോൾ ഒരു മനുഷ്യൻ ഒരു നീചനും ആഭാസനുമാണെന്ന് എല്ലാവർക്കും അറിയാമായിരിക്കും. എങ്കിലും എല്ലാവരും അയാളെ

ഇവാൻ എന്നോ പീറ്ററെന്നോ വിളിക്കും. അതുകൂടാതെ അയാളെ ചീത്ത വിളിക്കുന്നതിനുപകരം അയാളുടെ പേരിനൊപ്പം ബഹുമാനത്തോടെ അയാളുടെ അച്ഛന്റെ പേര് കൂട്ടിച്ചേർക്കുകയും ചെയ്യും."

"ഇതു തമ്മിൽ എന്താണ് ബന്ധം?"

"ഇതെല്ലാം തമ്മിൽ ബന്ധമുണ്ട്. അതായത് പാവങ്ങൾക്കും തെണ്ടികൾക്കും വേണ്ടിയുള്ള സത്രങ്ങൾ ക്രിസ്തുവിന്റെ കല്പന അനുസരിച്ചുള്ളതാണെന്നാണ് ഏതൊരാളും പറയുന്നത്. ശരിയാണ്! പക്ഷേ, ഈ തെണ്ടി ആരാണ്? അയാൾ ക്രിസ്തുവിന്റെ ഓർമ്മ നമ്മളിലേക്ക് കൊണ്ടുവരാൻ വിധിക്കപ്പെട്ട ഒരു മനുഷ്യനാണ്. അയാൾ ദൈവത്തിന്റെ മണിയാണ്. ജീവിതത്തിൽ അയാൾ മുഴങ്ങുന്നത് നമ്മുടെ മനഃസാക്ഷി ഉണർത്താൻ വേണ്ടി ആണ്. അയാൾ ജനാലയുടെ പുറത്തുനിന്നുകൊണ്ട് ഉറക്കെ പാടുന്നു: "ക്രിസ്തുവിനെ ഓർത്ത്!" അയാൾ പാട്ടിലൂടെ ക്രിസ്തുവിനെപ്പറ്റി നമ്മളെ ഓർമ്മപ്പെടുത്തുന്നു. നിങ്ങളെപ്പോലെ നിങ്ങളുടെ അയൽക്കാരനെയും സ്നേഹിക്കുക' എന്ന ക്രിസ്തുവിന്റെ ദൈവികമായ കല്പന നിങ്ങൾക്ക് ഓർമ്മ വരുന്നു. പക്ഷേ, ക്രിസ്തുവിന്റെ അനുശാനങ്ങൾ അനുസരിച്ച് പ്രവർത്തിക്കാൻ പറ്റാത്ത തരത്തിലാണ് മനുഷ്യർ ജീവിതത്തെ ക്രമീകരിച്ചിരിക്കുന്നത്. നമുക്ക് യേശുക്രിസ്തുവിനെ മൊത്തത്തിൽ ആവശ്യമില്ലാതായിരിക്കുന്നു. നമ്മൾ ഒരുതവണ അല്ല ഒരുപക്ഷേ, നൂറായിരം തവണ അദ്ദേഹത്തെ കുരിശിൽക്കയറ്റിയിരിക്കുന്നു. എന്നിട്ടും നമുക്ക് അദ്ദേഹത്തെ ജീവിതത്തിൽ നിന്നും മൊത്തത്തിൽ അകറ്റി നിർത്താൻ കഴിയുന്നില്ല. കാരണം അദ്ദേഹത്തിന്റെ പാവപ്പെട്ട സഹോദരൻ തെരുവിൽനിന്നു കൊണ്ട് അദ്ദേഹത്തിന്റെ ദിവ്യമായ പേരുപറഞ്ഞ് പാട്ടുപാടിക്കൊണ്ട് അദ്ദേഹത്തെപ്പറ്റി നമ്മളെ ഓർമ്മപ്പെടുത്തുന്നു. പിന്നീട് ഇപ്പോൾ നമ്മൾ ഈ തെണ്ടികളെ പ്രത്യേകം വീടുകളിൽ അടച്ചിടുന്നു. അങ്ങനെ അവർ തെരുവുകളിൽ അലഞ്ഞു നടന്ന് നമ്മുടെ മനസ്സാക്ഷിയെ ഉണർത്താതിരിക്കാനുള്ള ക്രമീകരണങ്ങൾ നമ്മൾ നടത്തുന്നു."

തലതൊട്ടപ്പനെ അത്ഭുതത്തോടെ നോക്കിക്കൊണ്ട് ഫോമാ പറഞ്ഞു: "ശരിയാണ്."

"ങാ!" മയാകിൻ ഉറക്കെ പറഞ്ഞു. അയാളുടെ കണ്ണുകളിൽ വിജയത്തിന്റെ തിളക്കം ഉണ്ടായിരുന്നു.

"ഇതൊന്നും എന്റെ അച്ഛൻ ചിന്തിക്കാതിരുന്നത് എന്തുകൊണ്ടാണ്." ഫോമാ അസ്വസ്ഥനായി.

"ഞാൻ പറയുന്നത് മുഴുവൻ കേൾക്കണം. കാര്യങ്ങൾ ഇതിലും മോശമാണ്. നമ്മൾ പലതരം മന്ദിരങ്ങൾക്കുള്ളിൽ അവരെ അടച്ചിടാനുള്ള ക്രമീകരണങ്ങൾ നടത്തിയെന്നും അവിടെ അവരെ കുറഞ്ഞ ചെലവിൽ സംരക്ഷിക്കാമെന്നും വൃദ്ധരും രോഗികളുമായ ആ തെണ്ടികളെക്കൊണ്ട് നിർബ്ബന്ധമായി പണിയെടുപ്പിച്ചാൽ നമുക്ക് ഭിക്ഷകൊടുക്കേണ്ട ആവശ്യം വരുന്നില്ലെന്നും, കീറത്തുണിയുടുത്ത ഈ തെണ്ടികൾ തെരുവിൽനിന്ന് അപ്രത്യക്ഷമാകുമ്പോൾ അവരുടെ കഷ്ടപ്പാടും ദാരിദ്ര്യവും നമുക്ക് കാണേ

ണ്ടിവരുന്നില്ലെന്നും, അതുകൊണ്ട് ലോകത്തുള്ള മനുഷ്യരെല്ലാം നല്ല ഭക്ഷണം കഴിച്ച് നല്ലവസ്ത്രങ്ങൾ ധരിച്ച് ജീവിക്കുകയാണെന്ന് നമുക്ക് ചിന്തിക്കാൻ കഴിയുമെന്നും നമുക്ക് മനസ്സിലാക്കാൻ പറ്റും. ഈ പലതരം മന്ദിരങ്ങൾ സത്യം മറച്ചുവെയ്ക്കാനും ക്രിസ്തുവിനെ നമ്മുടെ ജീവിതത്തിൽ നിന്ന് പുറത്താക്കാനും ഉദ്ദേശിച്ചുള്ളവയാണ്! ഇത് നിനക്ക് വ്യക്തമായോ?"

"വ്യക്തമായി!" വൃദ്ധന്റെ യുക്തിപൂർവ്വമുള്ള വാക്കുകൾകൊണ്ട് ചിന്താകുഴപ്പത്തിലായ ഫോമാ പറഞ്ഞു.

"ഇതുകൊണ്ട് കാര്യങ്ങൾ പൂർണ്ണമായിട്ടില്ല. കുളത്തിന്റെ അടിത്തട്ടുവരെ ഇതുവരെ വറ്റിച്ചുകഴിഞ്ഞിട്ടില്ല!" ഉത്സാഹത്തോടെ കൈ വീശിക്കൊണ്ട് മയാകിൻ പറഞ്ഞു.

അയാളുടെ മുഖത്തെ ചുളിവുകൾ അനങ്ങുന്നുണ്ടായിരുന്നു. അയാളുടെ കാര്യങ്ങൾ മണത്തറിയാൻ കഴിവുള്ള നീണ്ട മൂക്ക് ഇളകിക്കൊണ്ടിരുന്നു. അയാളുടെ ശബ്ദത്തിൽ രോഷവും ആവേശവും മുഴങ്ങുന്നുണ്ടായിരുന്നു.

"നമുക്ക് ഈ കാര്യം ഇപ്പോൾ മറ്റൊരു വശത്തുനിന്ന് പരിശോധിക്കാം. പാവങ്ങളെ ഉദ്ദേശിച്ചുള്ള ഈ അനാഥമന്ദിരങ്ങളേയും സത്രങ്ങളേയും ഏറ്റവും കൂടുതൽ സഹായിക്കുന്നത് ആരാണ്? സമ്പന്നരായ മനുഷ്യർ, കച്ചവടക്കാർ, കച്ചവടക്കാരുടെ സംഘങ്ങൾ. അത് നല്ലകാര്യം! നമ്മുടെ ജീവിതത്തെ ക്രമീകരിക്കുന്നതും അതിനുവേണ്ട കല്പനകൾ പുറപ്പെടുവിക്കുന്നതും ആരാണ്? കുലീനന്മാരും ഉദ്യോഗസ്ഥന്മാരും. അതു കൂടാതെ നമ്മുടെ വർഗ്ഗത്തിൽ പെടാത്ത മറ്റു പലതരത്തിലുള്ള മനുഷ്യരും നിയമങ്ങളും പത്രങ്ങളും ശാസ്ത്രവും ഉൾപ്പെടെ എല്ലാ കാര്യങ്ങളും സംഭവിക്കുന്നത് അവരിൽ നിന്നാണ്. മുമ്പ് അവർ ഭൂവുടമകൾ ആയിരുന്നു. ഇപ്പോൾ അവരുടെ ഭൂമി അവർക്ക് നഷ്ടപ്പെട്ടിരിക്കുന്നു. അവർ ഉദ്യോഗത്തിലേക്ക് കടന്നിരിക്കുന്നു. അത് നല്ലകാര്യം! പക്ഷേ, ഇന്നത്തെ ഏറ്റവും ശക്തരായ മനുഷ്യർ ആരാണ്? സാമ്രാജ്യത്തിലെ ഏറ്റവും ഉന്നതമായ ശക്തി കച്ചവടക്കാരാണ്. കാരണം അയാളുടെ ഭാഗത്ത് അയാൾക്ക് കോടികൾ ഉണ്ട്. അത് ശരിയല്ലേ?"

'ശരിയാണ്!" പറയാൻ പോകുന്ന കാര്യങ്ങളുടെ തിളക്കം പ്രത്യക്ഷപ്പെട്ടുകഴിഞ്ഞിരുന്ന തലതൊട്ടപ്പന്റെ കണ്ണുകളിലേക്ക് ആകാംക്ഷയോടെ നോക്കിക്കൊണ്ട് ഫോമാ മയാകിൻ പറഞ്ഞതെല്ലാം അംഗീകരിച്ചു.

"ഇത് പ്രത്യേകം ശ്രദ്ധിക്കണം" വൃദ്ധൻ മനസ്സിൽ പതിയുന്ന തരത്തിൽ വ്യക്തമായി പറഞ്ഞു. "നമ്മൾ കച്ചവടക്കാർക്ക് ജീവിതത്തിന്റെ ക്രമീകരണത്തിൽ യാതൊരു പങ്കും ഇല്ല. നമുക്ക് അതിനെപ്പറ്റി ഇന്ന് അഭിപ്രായം ഇല്ല. ജീവിതം ക്രമീകരിച്ചത് മറ്റുള്ളവർ ആണ്. ജീവിതത്തിൽ എല്ലാത്തരത്തിലുള്ള ചൊറിയും ചിരങ്ങും വർദ്ധിക്കാൻ കാരണം അവരാണ്. മടിയന്മാരും പാവപ്പെട്ട ഭാഗ്യദോഷികളും; അവരുടെ സംഖ്യ വർദ്ധിച്ചപ്പോൾ അവർ ജീവിതത്തെ തടസ്സപ്പെടുത്തി. ജീവിതത്തെ അവർ

നശിപ്പിച്ചു. ന്യായമായി വിലയിരുത്തിയാൽ ഇപ്പോൾ അവരുടെ ചുമതല അതിനെ ശുദ്ധീകരിക്കുന്നതാണ്. പക്ഷേ, നമ്മൾ അതിനെ ശുദ്ധീകരിച്ചു കൊണ്ടിരിക്കുന്നു. നമ്മൾ ദരിദ്രർക്ക് പണം സംഭാവന ചെയ്യുന്നു. നമ്മൾ അവരെ സംരക്ഷിക്കുന്നു. നീ സ്വയം വിലയിരുത്തിനോക്കണം, നമ്മൾ മറ്റുള്ളവരുടെ കീറത്തുണികൾ തയ്ച്ച് ശരിയാക്കുന്നത് എന്തിനാണ്? മറ്റു ള്ളവർ ജീവിച്ച അവരുടെ വീടുകളുടെ അറ്റകുറ്റപണി നമ്മൾ എന്തിനാണ് നടത്തിക്കൊടുക്കുന്നത്? നമുക്ക് അപരിചിതരായ അവർ ചീഞ്ഞളിഞ്ഞ് ശ്വാസം വിടാതാകുന്ന സമയം വരെ ഒരുവശത്ത് മാറിനിന്ന് അവരെ ശ്രദ്ധ ക്കുന്നതല്ലേ നമ്മളെ സംബന്ധിച്ചിടത്തോളം കൂടുതൽ യുക്തിയുള്ള കാര്യം? അവർക്ക് അതിനെ കീഴടക്കാൻ പറ്റില്ല. അതിനുള്ള വഴികൾ അവ രുടെ കൈയിൽ ഇല്ല. അപ്പോൾ അവർ നമ്മുടെ നേർക്ക് തിരിയും: മാന്യ ന്മാർ നമ്മളെ സഹായിക്കണമെന്ന് അപേക്ഷിക്കുന്നു!" അപ്പോൾ നമ്മൾ അവരോട് പറയും: "ഞങ്ങൾക്ക് ഞങ്ങളുടെ ജോലിക്കുള്ള അവസരം കിട്ടട്ടെ! ഈ ജീവിതത്തിന്റെ ശില്പികളുടെ പദവി ഞങ്ങൾക്ക് ഉണ്ടാകട്ടെ!" അവർ ഇതു ചെയ്തുകഴിയുമ്പോൾ നമുക്ക് ജീവിതത്തിലെ എല്ലാത്തരം അഴുക്കും പതിരും ഒറ്റയടിക്ക് തൂക്കിക്കളയേണ്ടിവരും. അപ്പോൾ ആരാണ് യഥാർത്ഥത്തിൽ തന്റെ വിശ്വസ്തരായ ജോലിക്കാരെന്നും അവർ ജോലി ചെയ്യാത്ത സമയത്ത് എന്തുമാത്രം വിവേകം അവർ നേടിയിട്ടുണ്ടെന്നും ചക്രവർത്തിക്ക് മനസ്സിലാകും. നിനക്ക് മനസ്സിലായോ?"

"എനിക്ക് വ്യക്തമായി മനസ്സിലായി!" ഫോമാ ഉറക്കെ പറഞ്ഞു.

തലതൊട്ടപ്പൻ ഉദ്യോഗസ്ഥന്മാരെപ്പറ്റി പറഞ്ഞപ്പോൾ ഫോമായ്ക്ക് വിരുന്നിൽ പങ്കെടുത്തിരുന്ന മനുഷ്യരെ ഓർമ്മവന്നു. അയാൾ ചുറുചുറു ക്കുള്ള സെക്രട്ടറിയെ ഓർമ്മിച്ചു. ഈ തടിച്ച് പൊക്കംകുറഞ്ഞ മനുഷ്യന് എന്തുതന്നെ ആയാലും വർഷത്തിൽ ആയിരം റൂബിളിൽ വരുമാനം ഉണ്ടാ കില്ലെന്നുള്ള ഒരു ചിന്ത അയാളുടെ മനസ്സിലൂടെ കടന്നുപോയി. ഇതിനി ടയിൽ അയാൾ സ്വന്തം വരുമാനത്തെപ്പറ്റി ആലോചിച്ചു. അത് ഒരു കോടി ആണ്. പക്ഷേ, ആ മനുഷ്യൻ സ്വാതന്ത്ര്യത്തോടെ വളരെ അനായാസ മായി ജീവിക്കുന്നു. എന്നാൽ അയാൾക്ക് എങ്ങനെയാണ് ജീവിക്കേണ്ട തെന്ന് അറിയില്ല. അയാൾക്ക് വാസ്തവത്തിൽ ജീവിക്കാൻ പരിഭ്രമമാണ്. ഈ താരതമ്യത്തോടൊപ്പം തലതൊട്ടപ്പന്റെ സംസാരം കൂടി കേട്ടപ്പോൾ ആലോചനകളുടെ ഒരു നീർച്ചുഴി തന്നെ അയാളുടെ മനസ്സിൽ രൂപം കൊണ്ടു. പക്ഷേ, അതിൽനിന്നും ഒരെണ്ണം മാത്രമേ അയാൾക്ക് കോരി യെടുത്ത് പുറത്ത് പ്രകടിപ്പിക്കാൻ കഴിഞ്ഞുള്ളൂ:

"സത്യത്തിൽ നമ്മൾ ജോലി ചെയ്യുന്നത് പണത്തിനുവേണ്ടി മാത്ര മാണോ? നമുക്ക് അധികാരം തരാൻ കഴിഞ്ഞില്ലെങ്കിൽ ആ പണം കൊണ്ട് എന്ത് ഉപയോഗമാണുള്ളത്?"

"ങാ!" കണ്ണുചിമ്മിക്കൊണ്ട് മയാകിൻ പറഞ്ഞു.

"ഹോമാ നീരസത്തോടെ ഉറക്കെ ചോദിച്ചു: "എന്റെ അച്ഛൻ എന്ത് പറഞ്ഞു. അച്ഛൻ അച്ഛനോട് സംസാരിച്ചിട്ടുണ്ടോ?"

“അവനോട് ഞാൻ ഇരുപതുവർഷം സംസാരിച്ചു.”

“എന്നിട്ട് അച്ഛൻ എന്തു ചെയ്തു?”

“ഞാൻ പറഞ്ഞതൊന്നും അവന്റെ ചെവിയിൽ കേറിയില്ല. നിന്റെ അച്ഛന്റെ തലയോട്ടിക്ക് കട്ടി കൂടുതലായിരുന്നു. അവന്റെ ആത്മാവ് എല്ലാവർക്കും വേണ്ടി തുറന്നിരുന്നപ്പോൾ അവൻ അവന്റെ മനസ്സ് അവന്റെ ഉള്ളിൽ ഒളിച്ചുവെച്ചിരിക്കുക ആയിരുന്നു. അതെ, അവൻ ഒരു മണ്ടത്തരം കാണിച്ചു. ആ പണത്തെപ്പറ്റി എനിക്ക് വിഷമം ഉണ്ട്.”

“എനിക്ക് ആ പണത്തെ പറ്റി വിഷമം ഇല്ല.”

“നീ അതിന്റെ പത്തിലൊന്നെങ്കിലും ഉണ്ടാക്കണം. അത് കഴിഞ്ഞു വേണം സംസാരിക്കാൻ.”

“ഞാൻ അകത്തേക്ക് വരട്ടോ?” വാതിലിനു പിന്നിൽ നിന്നും ലൂബായുടെ ശബ്ദം കടന്നുവന്നു.

“വരൂ വലതുകാൽവെച്ച് കടന്നുവരൂ.” അവളുടെ അച്ഛൻ പറഞ്ഞു.

“നിങ്ങൾ ഇപ്പോൾ ഭക്ഷണം കഴിക്കുന്നോ?” അവൾ കടന്നുവരുന്നതിനിടയിൽ ചോദിച്ചു.

“നമുക്ക് കഴിക്കാം.”

അവൾ പലകത്തട്ടിന്റെ അടുത്തേക്ക് നടന്നു. പാത്രങ്ങൾ കിലുങ്ങാൻ തുടങ്ങി. യക്കോവ് ടരാസോവിച്ച് അവളെ നോക്കി ചുണ്ടനക്കി. പെട്ടെന്ന് ഫോമായുടെ കാൽമുട്ടിൽ ഒരു അടികൊടുത്തുകൊണ്ട് അയാൾ പറഞ്ഞു:

“അതാണ് വഴി. നീ ചിന്തിച്ചുനോക്ക്!”

ഫോമായുടെ മറുപടി ഒരു പുഞ്ചിരി ആയിരുന്നു. പക്ഷേ, അയാൾ ആലോചിച്ചു: “ഇയാൾ കൂടുതൽ ബുദ്ധിമാനാണ്. എന്റെ അച്ഛനേക്കാൾ ബുദ്ധിമാൻ.”

പക്ഷേ, അയാളുടെ ഉള്ളിൽനിന്ന് മറ്റൊരു ശബ്ദം ഉടൻതന്നെ മറുപടി പറഞ്ഞു:

“കൂടുതൽ ബുദ്ധിമാനാണ്. പക്ഷേ, കൂടുതൽ മോശപ്പെട്ടവനാണ്.”

അഞ്ച്

മയാകിനുമായുള്ള ഫോമായുടെ ഇരട്ടബന്ധം കാലംകഴിയുന്നതിനൊപ്പം കൂടുതൽ കൂടുതൽ ശക്തമായിക്കൊണ്ടിരുന്നു. ആകാംക്ഷയോടെ അയാളുടെ സംസാരം ശ്രദ്ധിച്ചുകൊണ്ടിരിക്കുമ്പോൾ തലതൊട്ടപ്പനുമായുള്ള ഓരോ കണ്ടുമുട്ടലിലും വൃദ്ധനോടുള്ള വിരോധം ശക്തിപ്പെടുകയാണെന്ന് ഫോമായ്ക്ക് തോന്നി. ചിലപ്പോൾ യക്കോവ് ടരാസോവിച്ച് സാദൃശ്യം മുതൽ ഭയംവരെ ഉള്ള മനോഭാവങ്ങൾ ഫോമായിൽ ഉയർന്നുവരാൻ കാരണമായി. ചിലപ്പോൾ ശാരീരികമായ വെറുപ്പ് പോലും ഫോമായ്ക്ക് തോന്നിയിരുന്നു. സാധാരണ എന്തെങ്കിലും സന്തോഷമുള്ള കാര്യം പറഞ്ഞ് പൊട്ടിച്ചിരിക്കാനുള്ള സമയത്താണ് വൃദ്ധൻ ഫോമാ

അടുത്ത് വരുന്നത്. ചിരിക്കുന്ന സമയത്ത് അയാളുടെ മുഖഭാവത്തിൽ ഇടയ്ക്കിടയ്ക്ക് വ്യത്യാസം വരുത്തിക്കൊണ്ട് വൃദ്ധന്റെ മുഖത്തെ ചുളിവുകൾ വിറയ്ക്കും. ഒടിഞ്ഞുപോയ കറുത്ത പല്ലുകൾ പുറത്തുകാണിച്ചുകൊണ്ട് അയാളുടെ വരണ്ട ചുണ്ടുകൾ വലിഞ്ഞു മുറുകും. അയാളുടെ ചെറിയ ചുവന്ന താടി കത്തിയെരിയുകയാണെന്ന് തോന്നും. അയാളുടെ ചിരി തുരുമ്പിച്ച വിജാഗിരിയുടെ കരച്ചിൽപോലെ ആയിരുന്നു. മൊത്തത്തിൽ വൃദ്ധൻ അടങ്ങിയിരിക്കാത്ത ഒരു പല്ലിയെപോലെ ആയിരുന്നു. മനോഭാവം മറച്ചുവയ്ക്കാൻ കഴിയാതെ ഫോമാ പലപ്പോഴും മയാകിനോട് പരുഷമായി പെരുമാറി. സംസാരത്തിലൂടെയും ആംഗ്യങ്ങളിലൂടെയും ഫോമാ അയാളുടെ മനോഭാവം പ്രകടമാക്കി. പക്ഷേ, വൃദ്ധൻ അതൊന്നും ശ്രദ്ധിക്കുന്നതായി ഭാവിച്ചില്ല. അയാൾ ഓരോ ചുവടുവയ്പിലും ഫോമായെ ഉപദേശിച്ചുകൊണ്ടിരുന്നു. അയാളുടെ കരുതലുള്ള ഒരു നോട്ടം എല്ലാ സമയത്തും ഫോമായുടെ മുകളിൽ ഉണ്ടായിരുന്നു. ചെറുപ്പക്കാരനായ ഗോർഡിയീവിന്റെ ആവിക്കപ്പലുകളുടെ കാര്യങ്ങളിൽ ലയിച്ച് അയാൾ സ്വന്തം കച്ചവടത്തെപ്പോലും അവഗണിച്ചു. ഫോമായ്ക്ക് വേണ്ടി അയാൾ ധാരാളം ഒഴിവുസമയം അനുവദിച്ചിരുന്നു. മയാകിന് നഗരത്തിലുള്ള സുപ്രധാനമായ സ്ഥാനത്തിനും അയാൾക്ക് വോൾഗയിലുള്ള അതിവിപുലമായ പരിചയങ്ങൾക്കും നന്ദിപറയണം. കച്ചവടം ഗംഭീരമായിരുന്നു. പക്ഷേ, ഫോമായുടെ കാര്യങ്ങളിലുള്ള മയാകിന്റെ ആവേശത്തോടെയുള്ള താല്പര്യത്തിനു പിന്നിൽ അയാളെക്കൊണ്ട് ലൂബായെ വിവാഹം കഴിപ്പിക്കാനുള്ള ഉറച്ച തീരുമാനമാണെന്ന് ഫോമായ്ക്ക് തോന്നിയിരുന്ന സംശയം കൂടുതൽ ബലപ്പെട്ടു. ഇത് വൃദ്ധനോടുള്ള അയാളുടെ അവജ്ഞ വർദ്ധിപ്പിച്ചു.

അയാൾക്ക് ലൂബായെ ഇഷ്ടമായിരുന്നു. പക്ഷേ, അതേസമയം അവൾ അയാൾക്ക് അപകടകാരിയാണെന്നുള്ള തോന്നൽ ഉണ്ടായിരുന്നു. കൂടാതെ അവൾക്ക് അയാളെപ്പറ്റി സംശയമുണ്ടെന്നും അയാൾക്ക് തോന്നിയിരുന്നു. അവളുടെ വിവാഹം നടന്നില്ല. മയാകിൻ ഒരിക്കലും വിവാഹത്തെപ്പറ്റി ഒരു വാക്കുപോലും അവളോട് സംസാരിച്ചില്ല. അയാൾ വൈകുന്നേരങ്ങളിൽ വിരുന്നുകൾ നടത്തിയില്ല. അയാൾ ചെറുപ്പക്കാരിൽ ഒരാളെപോലും വീട്ടിലേക്ക് ക്ഷണിച്ചില്ല; ലൂബായെ വീടിന് പുറത്തുപോകാൻ അനുവദിച്ചതുമില്ല. അവളുടെ എല്ലാ കൂട്ടുകാരികളുടെയും വിവാഹം കഴിഞ്ഞിരുന്നു. ഫോമാ അവളുടെ വാക്കുകളെ ആദരിച്ചു. അവളുടെ അച്ഛന്റെ സംസാരം ആകാംക്ഷയോടെ ശ്രദ്ധിച്ചതുപോലെ അവളുടെ സംസാരവും അയാൾ ആകാംക്ഷയോടെ ശ്രദ്ധിച്ചു. പക്ഷേ അവൾ ടരസിനെപ്പറ്റി സ്നേഹവും വേദനയും കലർന്ന ശബ്ദത്തിൽ സംസാരിക്കാൻ തുടങ്ങുന്ന സമയത്തെല്ലാം അവൾ ആ പേരിനു താഴെ മറ്റൊരാളെ ഒളിച്ചുവെച്ചിരിക്കുന്നതായി അയാൾക്ക് തോന്നിയിരുന്നു. അത് ഒരുപക്ഷേ, അയാൾ അവളുടെ വാക്കുകളിൽ എന്തോ കാരണം കൊണ്ട് സർവ്വകലാശാലവിട്ട് മോസ്കോയിലേക്ക് പോയ പഴയ യക്കോവ് ആയിരിക്കാം. അവളുടെ മന

സ്സിൽ ധാരാളം നിഷ്കളങ്കതയും ആർദ്രതയും ഉണ്ടായിരുന്നു. അതിനോട് ഫോമായ്ക്ക് താല്പര്യമായിരുന്നു. അവളുടെ സംസാരം പലപ്രാവശ്യം ഫോമായിൽ അവളെപ്പറ്റിയുള്ള അനുകമ്പ ഉണർത്തി. അവൾ ജീവിക്കുന്നില്ലെന്നും ഉണർന്നിരുന്ന് സ്വപ്നം കാണുകയാണെന്നും അയാൾക്ക് തോന്നി.

അയാളുടെ അച്ഛന്റെ ശവസംസ്കാര സദ്യയുടെ ദിവസത്തെ അയാളുടെ പെരുമാറ്റം എല്ലാ കച്ചവടക്കാരും അറിഞ്ഞിരുന്നു. അത് അയാൾക്ക് ചീത്തപേരു നല്കി. എക്സ്ചേയ്ഞ്ചിൽ എല്ലാവരും അയാളെ വിദ്വേഷം കലർന്ന പുച്ഛത്തോടെ നോക്കുന്നത് അയാൾ ശ്രദ്ധിച്ചു. അവർ അയാളോട് ഒരു പ്രത്യേകരീതിയിലാണ് സംസാരിച്ചത്. ഒരു ദിവസം പിന്നിൽനിന്നും രഹസ്യം പറയുന്നതുപോലുള്ള ഒരു സംസാരം അയാൾ കേട്ടു.

"ഗോർഡിയീവോ! പേടിത്തൂറി!"

ഇത് തന്നെപ്പറ്റി പറഞ്ഞതാണെന്ന് അയാൾക്ക് തോന്നി. പക്ഷേ, അയാളുടെ നേർക്ക് ആ വാക്കുകൾ ആരാണ് വലിച്ചെറിഞ്ഞതെന്ന് കാണാൻ വേണ്ടി അയാൾ തിരിഞ്ഞുനോക്കിയില്ല. മുമ്പ് അയാൾക്ക് ആരാധന തോന്നിയിരുന്ന സമ്പന്നരുടെ അറിവിനും സമ്പത്തിനും ഇപ്പോൾ അയാളുടെ കണ്ണിൽ അതിന്റെ പകിട്ട് നഷ്ടപ്പെട്ടുപോയിരിക്കുന്നു. ഏതെങ്കിലുമൊക്കെ ലാഭകരമായ കരാറുകൾ ഒന്നിലധികം തവണ അയാളുടെ കൈയിൽനിന്നും അവർ തട്ടിയെടുത്തിരിക്കുന്നു. ഇത് അവർ ആവർത്തിക്കുമെന്ന് അയാൾക്ക് വ്യക്തമായിക്കഴിഞ്ഞിരുന്നു. അവർ എല്ലാവരും ഒരുപോലെയാണെന്ന് അയാൾക്ക് തോന്നി. പരസ്പരം ചതിക്കാൻ തയ്യാറുള്ളവരും പണത്തിന് ആർത്തിയുള്ളവരുമായ ഒരുകൂട്ടം മനുഷ്യർ. അയാളുടെ നിരീക്ഷണം തലതൊട്ടപ്പനുമായി പങ്കുവെച്ചപ്പോൾ വൃദ്ധൻ പറഞ്ഞു:

"അല്ലാതെ എന്തു ചെയ്യാൻ പറ്റും? കച്ചവടം യുദ്ധംപോലെ ആണ്. ഒരു അപകടം പിടിച്ച കാര്യം. അവിടെ അവർ പണസഞ്ചിക്കുവേണ്ടിയാണ് യുദ്ധം ചെയ്യുന്നത്. കച്ചവടത്തിന്റെ ആത്മാവ് പണസഞ്ചി ആണ്."

"എനിക്ക് ഇത് ഇഷ്ടമല്ല." ഫോമാ പ്രഖ്യാപിച്ചു.

"എനിക്കും എല്ലാ കാര്യങ്ങളും ഇഷ്ടപ്പെടുന്നില്ല. ഒരുപാട് കള്ളത്തരങ്ങൾ നടക്കുന്നുണ്ട്. ഞാനും സമ്മതിക്കുന്നു. പക്ഷേ, കച്ചവടത്തിൽ ന്യായം നോക്കാൻ ഒരിക്കലും കഴിയില്ല. നിങ്ങൾ നിശ്ചയമായും തന്ത്രശാലി ആയിരിക്കണം. നിങ്ങൾ ഒരാളെ കച്ചവടത്തിനുവേണ്ടി സമീപിക്കുമ്പോൾ വലതു കൈയിൽ തേനും ഇടതുകൈയിൽ കത്തിയും കരുതിയിരിക്കണം. എല്ലാവർക്കും ഇഷ്ടം അഞ്ച് കോപ്പക്കിന്റെ സാധനം അര കോപ്പക്കിന് വാങ്ങാനാണ്."

"ശരിയാണ്. എന്തായാലും കച്ചവടം നല്ലകാര്യം അല്ല" ഫോമാ ആലോചിച്ചുകൊണ്ട് പറഞ്ഞു.

"പക്ഷേ, ഭാവിയിൽ ഇത് നല്ല കാര്യം ആയിരിക്കുമെന്ന് ഫോമാ മന

സ്സിലാക്കണം. നിങ്ങൾ മേൽക്കൈ നേടിക്കഴിയുമ്പോൾ കച്ചവടം നല്ല കാര്യം ആയിരിക്കും. ജീവിതം വളരെ ലളിതമാണ്: ഒന്നുകിൽ എല്ലാവരേയും കടിക്കണം അല്ലെങ്കിൽ ഓവുചാലിൽ കിടക്കണം."

വൃദ്ധൻ പുഞ്ചിരിച്ചു. അയാളുടെ വായിലെ ഒടിഞ്ഞ പല്ലുകൾ കണ്ടപ്പോൾ ഫോമായുടെ മനസ്സിൽ തീക്ഷ്ണമായ ഒരു ചിന്ത ഉയർന്നു.

"നിങ്ങൾ ഒരുപാടുപേരെ കടിച്ചിട്ടുണ്ടെന്ന് തോന്നുന്നു."

"അവിടെയുള്ളതു ഒരേ ഒരുവാക്കാണ്. യുദ്ധം!" വൃദ്ധൻ ആവർത്തിച്ചു.

"ഇതാണോ യാഥാർത്ഥ്യം?" മയാകിനെ ആശങ്കയോടെ നോക്കിക്കൊണ്ട് ഫോമാ ചോദിച്ചു.

"യാഥാർത്ഥ്യം അതുകൊണ്ട് നീ എന്താണ് ഉദ്ദേശിക്കുന്നത്?"

"ഇതിനെക്കാൾ മെച്ചമായി മറ്റൊന്നും ഇല്ല? ഇത് എല്ലാക്കാര്യങ്ങളും ഉൾക്കൊള്ളുന്നുണ്ടോ?"

"മറ്റ് എന്തുകാര്യമാണ് ചെയ്യാനുള്ളത്? എല്ലാവരും അവരവർക്കു വേണ്ടിയാണ് ജീവിക്കുന്നത്. നമ്മളിൽ ഓരോരുത്തരും അവനവന് ഏറ്റവും നല്ലത് വരണമെന്നാണ് ആഗ്രഹിക്കുന്നത്. ഏറ്റവും നല്ലത് എന്നു പറഞ്ഞാൽ എന്താണ്? മറ്റുള്ളവരുടെ മുന്നിൽ എത്തിച്ചേരുക. മറ്റുള്ളവരുടെ മുകളിൽ സ്ഥാനം പിടിക്കുക. അതായത് എല്ലാവരും ജീവിതത്തിൽ ഒന്നാം സ്ഥാനം കിട്ടാൻ വേണ്ടിയാണ് പരിശ്രമിക്കുന്നത്. ഒരാൾ ഈ വഴിക്ക് ശ്രമിക്കും. മറ്റൊരാൾ ആ വഴിക്ക് ശ്രമിക്കും. പക്ഷേ, എല്ലാവരും ദൂരെനിന്നുപോകുമ്പോൾ ഒരു ഗോപുരം പോലെ ഉയർന്നുനില്ക്കാൻ അങ്ങേയറ്റം ആഗ്രഹിക്കുന്നുണ്ട്. മനുഷ്യനെ നിയോഗിച്ചിരിക്കുന്നത് നിശ്ചയമായും മുകളിലേക്ക് പോകാനാണ്. ഇയ്യോബിന്റെ പുസ്തകംപോലും പറയുന്നത് ഇങ്ങനെയാണ്. ഒന്ന് നോക്കൂ. കളിക്കുന്ന കുട്ടികൾ പോലും പരസ്പരം മറികടക്കണമെന്നാണ് ആഗ്രഹിക്കുന്നത്. ഏതു കളിക്കും അതിൽ താല്പര്യം ഉണ്ടാക്കുന്ന ഒരു മൂർദ്ധന്യം ഉണ്ട്. അതാണ് കളിയെ രസകരമാക്കുന്നത്. നിനക്ക് മനസ്സിലായോ?"

"ഇത് എനിക്ക് മനസ്സിലായി!" ഫോമാ ആത്മവിശ്വാസത്തോടെ പറഞ്ഞു.

"പക്ഷേ, നീ ഇതുകൂടി മനസ്സിലാക്കണം. മനസ്സിലാക്കിയതുകൊണ്ടു മാത്രം നിങ്ങൾക്ക് വളരെ മുന്നോട്ടുപോകാൻ കഴിയില്ല. നിങ്ങൾക്ക് നിശ്ചയമായും ആഗ്രഹം വേണം. ഒരു വലിയ പർവ്വതം ഒരു ചെറിയ കുന്നാണെന്നും കടൽ ഒരു ചെറിയ കുളമാണെന്നും തോന്നിപ്പിക്കുന്ന തരത്തിലുള്ള ആഗ്രഹം. നിന്റെ പ്രായത്തിൽ എന്റെ ജീവിതം എളുപ്പമായിരുന്നു. എന്നാൽ നീ ഇപ്പോൾ ലക്ഷ്യം നോക്കുന്നതേയുള്ളൂ. പക്ഷേ, മറ്റൊരു കാര്യം. നല്ല പഴങ്ങൾ സമയത്തിനുമുമ്പ് പാകമാകില്ല."

വൃദ്ധൻ വിരസമായ സംസാരം കൊണ്ട് ഉദ്ദേശിച്ച കാര്യം ഉടൻതന്നെ നേടിയെടുത്തു. അത് കേട്ടുകൊണ്ടിരുന്ന ഫോമായ്ക്ക് ജീവിതത്തിന്റെ ലക്ഷ്യം സ്വയം ബോദ്ധ്യപ്പെട്ടിരുന്നു. അയാൾ മറ്റുള്ളവരേക്കാൾ മെച്ചമായിരിക്കണം. അയാൾ തീരുമാനം എടുത്തു. വൃദ്ധൻ കൊളുത്തിയ അതി

മോഹങ്ങളുടെ വേരുകൾ അയാളുടെ ഹൃദയത്തിലേക്ക് ആഴ്ന്നിറങ്ങി. അതിന്റെ വേരുകൾ അയാളുടെ ഹൃദയത്തിൽ ഉണ്ടായിരുന്നു. പക്ഷേ, ആ വേരുകൾ കൊണ്ട് ഹൃദയം നിറഞ്ഞില്ല. കാരണം മിഡിൻസ്കായായുമായുള്ള ഫോമായുടെ ബന്ധം എത്തിച്ചേരേണ്ട അവസ്ഥയിലേക്ക് എത്തിച്ചേർന്നിരുന്നു. അയാൾ അവൾക്കുവേണ്ടി ആഗ്രഹിച്ചു. അയാൾ എപ്പോഴും അവളെ കാണാൻ വേണ്ടി കാത്തിരുന്നു. എന്നാൽ അവളുടെ സാന്നിദ്ധ്യത്തിൽ അയാൾ മോശമായ രീതിയിൽ ഒരു മണ്ടനെപ്പോലെ ലജ്ജിച്ചു. അയാൾക്ക് അത് മനസ്സിലായി. അതിനെപ്പറ്റി ആലോചിച്ച് അയാൾ കഷ്ടപ്പെട്ടു. അയാൾ ഇടയ്ക്കിടയ്ക്ക് അവളെ സന്ദർശിച്ചു. പക്ഷേ, വീട്ടിൽവെച്ച് അവളെ തനിച്ച് കണ്ടുമുട്ടാൻ കഴിഞ്ഞിരുന്നില്ല. പഞ്ചസാരയ്ക്ക് മുകളിലെ ഈച്ചകളെപ്പോലെ സുഗന്ധം പരത്തുന്ന സുന്ദരക്കുട്ടപ്പന്മാർ അവൾക്കുചുറ്റും എല്ലാസമയത്തും ഓടിനടക്കുന്നുണ്ടായിരുന്നു. അവർ അവളോട് ഫ്രഞ്ചിൽ സംസാരിച്ചു. അവർ പാട്ടുപാടി. പൊട്ടിച്ചിരിച്ചു. അയാൾ ദേഷ്യവും അസൂയയും സഹിക്കാൻ കഴിയാതെ നിശ്ശബ്ദനായി അവരെ നോക്കി. അവളുടെ ആഡംബരത്തോടെ അലങ്കരിച്ച സ്വീകരണമുറിയിൽ എന്തെങ്കിലും തട്ടിമുട്ടി മറിഞ്ഞുവീഴാതെ നടക്കാൻ അങ്ങേയറ്റം ബുദ്ധിമുട്ടായിരുന്നു. മുറിയുടെ ഒരു മൂലയിൽ കാലുകൾ പിണച്ചിരുന്ന് ഫോമാ അവരെ കണ്ണെടുക്കാതെ ശ്രദ്ധിച്ചു.

പതുപതുത്ത പരവതാനിക്കു മുകളിലൂടെ അയാളെ നോക്കി പുഞ്ചിരിച്ചുകൊണ്ട് അവൾ നിശ്ശബ്ദയായി അങ്ങോട്ടും ഇങ്ങോട്ടും നടന്നുകൊണ്ടിരുന്നു. അവളുടെ ആരാധകർ ഈ സമയത്തെല്ലാം അവളുടെ ചുറ്റും നിന്ന് വാലാട്ടുന്നുണ്ടായിരുന്നു. അവർ മേശകൾക്കും കസേരകൾക്കും തട്ടികൾക്കും പൂത്തട്ടുകൾക്കും ഇടയിലൂടെ സർപ്പങ്ങളെപ്പോലെ തെന്നിമാറി. ഉടയുന്ന മനോഹരമായ വസ്തുക്കൾ മുറിക്കുള്ളിൽ അങ്ങിങ്ങായി ചിതറിക്കിടന്നിരുന്നത് അവർക്കും ഫോമായ്ക്കും ഒരുപോലെ അപകടം ഉണ്ടാക്കുന്ന കാര്യമായിരുന്നു. പക്ഷേ, അയാൾ മുറിയിലൂടെ നടന്നപ്പോൾ പരവതാനി അയാളുടെ കാൽവയ്പിൽ വേണ്ടപോലെ അമർന്നില്ല. മുറിക്കുള്ളിലെ വസ്തുക്കളിൽ അയാളുടെ കോട്ട് തട്ടി. അവ വിറച്ചുകൊണ്ട് മറിഞ്ഞുവീണു. പിയാനോയുടെ അടുത്ത് വെള്ളോടിൽ നിർമ്മിച്ച ഒരു നാവികൻ നിന്നിരുന്നു. അയാൾ കൈ ഉയർത്തി ജീവൻ രക്ഷിക്കാനുള്ള വളയം കടലിലേക്ക് എറിയാൻ തയ്യാറായി നില്ക്കുകയാണ്. വളയത്തിൽ നിന്ന് ലോഹക്കയറുകൾ തൂങ്ങിക്കിടന്നു. ഈ കയറുകൾ ഫോമായുടെ മുടിയിൽ മുറയ്ക്ക് കുരുങ്ങുന്നുണ്ടായിരുന്നു. ഇതെല്ലാം കൂടി സോഫിയാ പാവ്ലോവ്നായിലും അവളുടെ ആരാധകരിലും പൊട്ടിച്ചിരി ഉയരാൻ കാരണമായി. അത് ഫോമായെ അങ്ങേയറ്റം വേദനിപ്പിച്ചു. അവന്റെ മനസ്സിലെ ചൂട് തണുപ്പായി മാറി.

പക്ഷേ, അവളോടൊപ്പം തനിച്ചായ സന്ദർഭങ്ങളിലും അയാളുടെ അസ്വസ്ഥതയ്ക്ക് കുറവൊന്നും സംഭവിച്ചില്ല. അവളുടെ സ്വീകരണമുറിയുടെ ഒരു ഒഴിഞ്ഞമൂലയിൽ അയാളുടെ അടുത്തിരുന്ന് മറ്റുള്ളവരെ എല്ലാം

കുറ്റപ്പെടുത്തിക്കൊണ്ടാണ് അവൾ സാധാരണ സംസാരിക്കുന്നത്:

'നിങ്ങളെ കണ്ടതിലുള്ള എന്റെ സന്തോഷം നിങ്ങൾക്ക് വിശ്വസിക്കാൻ കഴിയില്ല." അവൾ ഒരു പൂച്ചയെപോലെ അയാളുടെ കണ്ണുകളിലേക്ക് കുനിഞ്ഞ് നോക്കും. അവളുടെ കണ്ണുകളിൽ അപ്പോൾ ആസക്തി മിന്നും.

"നിങ്ങളോട് സംസാരിക്കാൻ എനിക്ക് ഇഷ്ടമാണ്." അവളുടെ വാക്കുകൾ സംഗീതാത്മകമായി വലിച്ചുനീട്ടിക്കൊണ്ട് അവൾ പറഞ്ഞു. "മറ്റുള്ളവരോടുള്ള എന്റെ മടുപ്പ് വർദ്ധിച്ചിരിക്കുന്നു. അവരെല്ലാം മടുപ്പുതോന്നുന്ന സാധാരണക്കാരാണ്. അവർക്ക് പുതിയതായി ഒന്നുംതന്നെ പറയാനില്ല. എന്നാൽ നിങ്ങൾ ആത്മാർത്ഥത ഉള്ളവനാണ്. നിങ്ങൾക്ക് പുതിയ കാര്യങ്ങൾ പറയാനുണ്ട്. നിങ്ങൾക്കും അവരെ ഇഷ്ടമല്ല. ശരിയല്ലേ?"

"എനിക്ക് അവരെ സഹായിക്കാൻ പറ്റില്ല!" ഫോമാ ഉറപ്പിച്ച് പറഞ്ഞു.

"എന്നെ സഹിക്കാൻ പറ്റുന്നുണ്ടോ?" അവൾ മൃദുവായി ചോദിച്ചു.

"ഫോമാ അവളുടെ മുഖത്തുനിന്ന് കണ്ണുമാറ്റിക്കൊണ്ട് ദീർഘനിശ്വാസത്തോടെ പറഞ്ഞു:

"ഇത് എന്നോട് എത്രതവണ ചോദിച്ചുകഴിഞ്ഞിരിക്കുന്നു?"

"ഇത് എന്നോട് പറയാൻ നിങ്ങൾക്ക് കഴിയില്ലേ?"

"പറയാൻ കഴിയും. പക്ഷേ, എന്തിനാണ് പറയുന്നത്?"

"ഇത് എനിക്ക് അറിഞ്ഞേ പറ്റൂ!"

"എന്നെ നിങ്ങൾ പരിഹസിക്കുകയാണ്" ഫോമാ ആത്മവിശ്വാസത്തോടെ പറഞ്ഞു. അവൾ കണ്ണുതുറിച്ച് അത്ഭുതത്തോടെ അന്വേഷണം നടത്തുന്നമട്ടിൽ ചോദിച്ചു:

"ഞാൻ നിങ്ങളെ പരിഹസിക്കാൻ നോക്കിയെന്ന് പറയുന്നത് എന്തുകൊണ്ടാണ്?"

"അവളുടെ മുഖഭാവം ഒരു മാലാഖയുടേതായിരുന്നു. അയാൾക്ക് അവളെ വിശ്വസിക്കാതിരിക്കാൻ കഴിഞ്ഞില്ല.

"ഞാൻ നിങ്ങളെ സ്നേഹിക്കുന്നു! ഞാൻ നിങ്ങളെ സ്നേഹിക്കുന്നു! നിങ്ങളെ സ്നേഹിക്കാതിരിക്കാൻ കഴിയില്ല! അയാൾ ബുദ്ധിമുട്ടി പറഞ്ഞൊപ്പിച്ചു. പക്ഷേ, ഉടൻ തന്നെ അയാൾ ശബ്ദം താഴ്ത്തി ദുഃഖത്തോടെ കൂട്ടിച്ചേർത്തു: "പക്ഷേ, നിങ്ങൾക്ക് അതിന്റെ ആവശ്യം ഇല്ല!"

"നിങ്ങൾക്ക് അത് മനസ്സിലായി!" മിഡിൻസ്കായാ അയാളുടെ അടുത്തുനിന്ന് പിന്നോട്ട് മാറിക്കൊണ്ട് സംതൃപ്തിയോടെ നെടുവീർപ്പിട്ടു. "ഇത്രമാത്രം യുവത്വത്തിന്റെ തന്മയത്വത്തോടെ നിങ്ങൾ ഇതു പറയുന്നതു കേൾക്കാൻ എന്നും എനിക്ക് അങ്ങേയറ്റത്തെ സംതൃപ്തി ഉണ്ടായിരുന്നു. നിങ്ങൾ എന്റെ കൈ ചുംബിക്കാൻ ഇഷ്ടപ്പെടുന്നുണ്ടോ?"

ഒരു വാക്കുപോലും പറയാതെ അവളുടെ വെളുത്തു മെലിഞ്ഞ കൈപ്പത്തി കൈയിലെടുത്ത് വളരെനേരം അയാൾ അതിൽ ശ്രദ്ധാപൂർവ്വം തലകുനിച്ച് വികാരതീവ്രമായി ചുംബിച്ചുകൊണ്ടിരുന്നു. അയാളുടെ

വൈകാരികമായ പെരുമാറ്റത്തിൽ അല്പംപോലും മനസ്സിളകാതെ മനോഹരമായി പുഞ്ചിരിച്ചുകൊണ്ട് അവൾ അയാളുടെ കൈയിൽ നിന്നും കൈപ്പത്തി പിൻവലിച്ചു. ദുഃഖം നിഴലിക്കുന്ന കണ്ണുകളിൽ അസാധാരണമായ ഒരു തിളക്കവുമായി അവൾ അയാളുടെ കണ്ണുകളിലേക്ക് നോക്കി. അവളുടെ കണ്ണുകളിലെ ഈ തിളക്കം എന്നും ഫോമായെ ചിന്താക്കുഴപ്പത്തിലാക്കിയിരുന്നു. അവൾ വളരെ അപൂർവ്വവും വിചിത്രവുമായ ഒരു വസ്തുവിനെ പരിശോധിക്കുന്നതുപോലെ അയാളെ പരിശോധിച്ചതിനുശേഷം പറഞ്ഞു:

"നിങ്ങളുടെ മനസ്സിന് എത്രമാത്രം പുതുമയും ശക്തിയും അധികാരവുമുണ്ടെന്ന് നിങ്ങൾ മനസ്സിലാക്കിയിട്ടുണ്ടോ? നിങ്ങൾ കച്ചവടക്കാർ മൊത്തത്തിൽ ഒരുപുതിയ വർഗ്ഗമാണ്. മാനസികമായും ശാരീരികമായും വളരെ അധികം ഊർജ്ജമുള്ള പാരമ്പര്യം സ്വന്തമായുള്ള ഒരു വർഗ്ഗം. നിങ്ങളെത്തന്നെ ഉദാഹരണമായെടുക്കാം. നിങ്ങളെ മിനുക്കിയെടുത്താൽ നിങ്ങൾ അമൂല്യമായ ഒരു രത്നമാണ്. ഹോ!"

"നിങ്ങൾ" എന്നോ "നിങ്ങളുടെ കച്ചവടരീതി" എന്നോ അവൾ പറയുന്ന സമയത്തെല്ലാം ഈ വാക്കുകൾകൊണ്ട് അവൾ അയാളെ ദൂരത്തേക്ക് തള്ളിമാറ്റുന്നതായി ഫോമായ്ക്ക് തോന്നിയിരുന്നു. ഈ തോന്നൽ ആ നിമിഷത്തിൽത്തന്നെ അയാളെ വേദനിപ്പിച്ചു. എല്ലാസമയത്തും ഒരു പൂവിന്റെ സുഗന്ധമുള്ള മനോഹരമായ വസ്ത്രം ധരിച്ച അവളുടെ രൂപം ഒരു അവിവാഹിതയുടേതായിരുന്നു. അയാൾ അവളുടെ സുന്ദരമായ ചെറിയ രൂപത്തിലേക്ക് നിശ്ശബ്ദനായി നോക്കി ഇരുന്നു. ചിലപ്പോൾ അവളെ കെട്ടിപ്പിടിച്ച് ചുംബിക്കാനുള്ള വന്യമായ ഒരു ആഗ്രഹം അയാളെ പിടികൂടി. പക്ഷേ, അവളുടെ അഴകുള്ള മെലിഞ്ഞ ശരീരം സ്ഫടികം പോലെ ഉടഞ്ഞുപോകുമെന്ന് അയാൾ ഭയന്നു. അവളുടെ തലോടൽപോലെയുള്ള ശാന്തമായ ശബ്ദവും സാമാന്യം കരുതലോടെയുള്ള നോട്ടവും അയാളുടെ വികാരത്തെ തണുപ്പിച്ചു. അവൾക്ക് അയാളുടെ ആത്മാവിലേക്ക് നേരിട്ട് നോക്കിക്കൊണ്ടിരുന്ന് അയാളുടെ എല്ലാ ചിന്തകളും പ്രവചിക്കാൻ പറ്റുമെന്ന് അയാൾക്ക് തോന്നി. പക്ഷേ, ഇത്തരത്തിലുള്ള വൈകാരികമായ പൊട്ടിത്തെറികൾ അപൂർവ്വമായിരുന്നു. സാധാരണഗതിയിൽ ഫോമാ മിഡിൻസ്കായായെ ആരാധനയോടെയാണ് പരിഗണിച്ചിരുന്നത്. അവളുടെ സൗന്ദര്യത്തോടും സംസാരത്തോടും വേഷങ്ങളോടു പോലും അയാൾക്ക് ആരാധന ആയിരുന്നു. ഈ ആരാധന കൂടാതെ അവൾ അയാളിൽ നിന്നും എത്രമാത്രം ഉയരത്തിലാണെന്നും അയാൾ അവളിൽനിന്നും എത്രമാത്രം ദൂരത്തിലാണെന്നും ഉള്ള വേദന ഉണ്ടാകുന്ന തീക്ഷ്ണമായ അറിവും അയാളുടെ മനസ്സിൽ ഉണ്ടായിരുന്നു.

അവർക്കിടയിൽ ഈ ബന്ധം വളരെ ചുരുങ്ങിയ കാലം കൊണ്ടാണ് നിലവിൽ വന്നത്. ഒന്നോ രണ്ടോ കണ്ടുമുട്ടലുകൾക്കുശേഷം മിഡിൻസ്കായാ ഫോമായെ പൂർണ്ണമായും സ്വന്തമാക്കിക്കഴിഞ്ഞിരുന്നു. പിന്നീട് അവൾ സാവധാനം അവനെ പീഡിപ്പിക്കാൻ തുടങ്ങി. ആരോഗ്യ

മുള്ള ശക്തനായ ഒരു ചെറുപ്പക്കാരനെ അവളുടെ കാരുണ്യത്തിൽ നില നിർത്തുന്നതിൽ അവൾക്ക് താല്പര്യമുണ്ടെന്ന് വ്യക്തമായിരുന്നു. അയാളിലെ മൃഗത്തെ അവളുടെ ശബ്ദവും നോട്ടവും കൊണ്ട് ഉണർത്താനും മെരുക്കിയെടുക്കാനും അവൾ ഇഷ്ടപ്പെട്ടു. അവളുടെ ഔന്നത്യത്തിന്റെ ശക്തിയെപ്പറ്റിയുള്ള ആത്മവിശ്വാസം കൊണ്ട് അയാളോടൊപ്പം പ്രവർത്തിക്കുന്നതിൽ അവൾ ആഹ്ലാദം കണ്ടെത്തി. അവളുടെ അടുത്തുനിന്ന് തിരിച്ചുപോരുമ്പോൾ സാധാരണനിലയിൽ അയാൾ പകുതി ആവേശത്തിലായിരിക്കും. വേദനയുണ്ടാകുന്നതും ലഹരിപിടിപ്പിക്കുന്നതുമായ ധാരാളം തോന്നലുകൾ അയാളെ വീർപ്പുമുട്ടിക്കും. അയാൾക്ക് അയാളോട് തന്നെ ദേഷ്യം തോന്നും. അവളോടുള്ള പക അയാളിൽ അവശേഷിക്കും. അതിനുശേഷം രണ്ട് ദിവസം കഴിഞ്ഞ് ഇതേ പീഡനത്തിനു വിധേയനാകാൻ വേണ്ടി അയാൾ വീണ്ടും തിരിച്ചുവരും.

ഒരു ദിവസം അയാൾ അവളോട് മടിയോടെ ചോദിച്ചു:

“സോഫിയാ പാവ്ലോവിനാ! എന്നെങ്കിലും നിങ്ങൾക്ക് കുട്ടികൾ ഉണ്ടായിരുന്നോ?''

“ഇല്ല.”

“ഉണ്ടാവില്ലെന്ന് ഞാനും വിചാരിച്ചു” ഫോമാ സന്തോഷത്തോടെ ഉറക്കെ പറഞ്ഞു.

നിഷ്കളങ്കയായ ഒരു ചെറിയ പെൺകുട്ടി നോക്കുന്നതുപോലെ അയാളെ നോക്കിക്കൊണ്ട് പാവ്ലോവ്നാ ചോദിച്ചു:

“നിങ്ങൾ ഇങ്ങനെ ആലോചിക്കാൻ എന്താണ് കാരണം? നിങ്ങൾ എന്തിനാണ് എനിക്ക് കുട്ടികൾ ഉണ്ടോ എന്ന് അറിയാൻ ആഗ്രഹിക്കുന്നത്?”

ഫോമായുടെ മുഖം വിളറി. അയാൾ തലകുനിച്ചുനിന്ന് കനത്ത ശബ്ദത്തിൽ അവളോട് സംസാരിക്കാൻ തുടങ്ങി. അയാൾ പറയുന്ന ഓരോ വാക്കും അമിതഭാരം ഉള്ളതാണെന്നും അയാൾ അത് നിലത്തുനിന്നും ബുദ്ധിമുട്ടി പൊക്കിയെടുത്തതാണെന്നും തോന്നി.

“അതായത്- ഒരു സ്ത്രീ- അവർ- അവർക്ക് കുട്ടിയുണ്ടായിട്ടുണ്ടെങ്കിൽ അത്തരം ഒരു സ്ത്രീയുടെ കണ്ണുകൾക്ക് മൊത്തത്തിൽ വ്യത്യാസം ഉണ്ടായിരിക്കും.”

“അങ്ങനെയാണോ? അപ്പോൾ അവ ഏതുതരത്തിൽ ഉള്ള കണ്ണുകൾ ആയിരിക്കും?”

“ലജ്ജയില്ലാത്ത കണ്ണുകൾ” ഫോമാ വായിൽ തോന്നിയ മറുപടി പറഞ്ഞു.

മിഡിൻസ്കായാ പൊട്ടിച്ചിരിച്ചു. അവളെ നോക്കിക്കൊണ്ടു നിന്നിരുന്ന ഫോമായും ചിരിക്കാൻ തുടങ്ങി.

“എന്നോട് ക്ഷമിക്കണം!” ഒടുവിൽ അയാൾ പറഞ്ഞു. “ഒരുപക്ഷേ, ഞാൻ പറഞ്ഞതിൽ എന്തെങ്കിലും തെറ്റുണ്ടായിരിക്കാം. പറഞ്ഞത് മര്യാദ കേടാണോ?”

“ഓ! ഒരിക്കലും അല്ല! നിങ്ങൾക്ക് മര്യാദകേട് പറയാൻ പറ്റില്ല. നിങ്ങൾ ഒരു ശുദ്ധനാണ്. വളരെ സ്നേഹമുള്ള ഒരു ആൺകുട്ടി. അതാണ് എന്റെ കണ്ണുകൾക്ക് ലജ്ജയില്ലാത്തത്?”

“നിങ്ങളുടെ കണ്ണുകൾ മാലാഖയുടെ കണ്ണുകൾപോലെ ആണ്!” തിളങ്ങുന്ന കണ്ണുകൾകൊണ്ട് അവളെ നോക്കിക്കൊണ്ട് ഫോമാ പറഞ്ഞു. അവൻ ഒരിക്കൽപ്പോലും നോക്കാത്ത ഒരു നോട്ടം അയാളെ നോക്കി. അവളുടെ മുഖഭാവം ഒരു അമ്മയുടേതായിരുന്നു. കുട്ടിയെപറ്റിയുള്ള സ്നേഹവും ഭയവും ഒന്നിക്കുന്ന മ്ലാനമായ മുഖഭാവം.

“ഫോമാ പോയ്ക്കോളൂ. എനിക്ക് ക്ഷീണം ഉണ്ട്. അല്പം വിശ്രമിക്കണം” അയാളെ നോക്കിക്കൊണ്ട് എഴുന്നേല്ക്കുന്നതിനിടയിൽ അവൾ പറഞ്ഞു. അയാൾ അനുസരണയോടെ പുറത്തേക്ക് നടന്നു.

ഈ സംഭവത്തിനുശേഷം കുറച്ച് കാലത്തേക്ക് അയാളോടുള്ള അവളുടെ പെരുമാറ്റം കൂടുതൽ കർശനമായിരുന്നു. കൂടുതൽ നിഷ്കളങ്കമായിരുന്നു. പക്ഷേ, പിന്നീട് അവരുടെ ബന്ധം പഴയ പൂച്ചയും എലിയും കളിയിലേക്ക് പെട്ടെന്നുതന്നെ തിരിച്ചെത്തി.

ഫോമായ്ക്ക് മിഡിൻസ്കായായോടുള്ള ബന്ധത്തിന് മയാകിന്റെ ശ്രദ്ധയിൽനിന്ന് രക്ഷപ്പെടാൻ കഴിഞ്ഞിരുന്നില്ല. ഒരു ദിവസം മയാകിൻ വെറുപ്പോടെ പല്ലിളിച്ചുകൊണ്ട് ഫോമായോട് പറഞ്ഞു.

“ഫോമാ! നീ നിന്റെ തല അപകടത്തിൽ നഷ്ടപ്പെടാതിരിക്കാൻവേണ്ടി ഇടയ്ക്കിടയ്ക്ക് കൈകൊണ്ട് തപ്പിനോക്കുന്നത് നല്ല കാര്യം ആയിരിക്കും.”

“അച്ഛൻ എന്താണ് ഉദ്ദേശിക്കുന്നത്?” ഫോമാ ചോദിച്ചു.

“ഞാൻ സോങ്കയെ പറ്റിയാണ് പറഞ്ഞത്. മിക്കവാറും നീ അവളെ കാണാനായി പോകാറുണ്ട്.”

“അതുകൊണ്ട് അച്ഛനെന്ത് കുഴപ്പം?” ഫോമാ സാമാന്യം പരുഷമായി പറഞ്ഞു. “അച്ഛൻ അവളെ സോങ്കോ എന്ന് വിളിക്കാൻ കാരണം എന്ത്?”

“അതുകൊണ്ട് എനിക്ക് കുഴപ്പമൊന്നും ഇല്ല. നിന്നെ കൊള്ളയടിച്ചതുകൊണ്ട് എനിക്ക് ഒന്നും നഷ്ടപ്പെടില്ല. അവളുടെ പേര് സോങ്കാ എന്നാണെന്ന് എല്ലാവർക്കും അറിയാം. അതുപോലെ മറ്റുള്ളവരുടെ കൈകൊണ്ട് തീക്കനൽ വാരിക്കാൻ അവൾക്ക് ഇഷ്ടമാണെന്നുള്ള കാര്യവും എല്ലാവർക്കും അറിയാം.”

“അവൾ അറിവുള്ളവളാണ്!” കൈ രണ്ടും പോക്കറ്റിനുള്ളിൽ ഒളിപ്പിച്ചുകൊണ്ട് നീരസത്തോടെ ഫോമാ പ്രഖ്യാപിച്ചു. “അവൾക്ക് ബുദ്ധിയുണ്ട്.”

“അവൾക്ക് ബുദ്ധിയുണ്ടെന്ന് സമ്മതിക്കുന്നു! അന്നത്തെ ആഘോഷം അവൾ എത്രമാത്രം ബുദ്ധിപൂർവ്വമാണ് നടത്തിയത്. അവിടെ രണ്ടായിരത്തി നാനൂറ് റൂബിൾ വരുമാനം ഉണ്ടായിരുന്നു. ചെലവ് ആയിരം റൂബിളിന്റെ അടുത്തുപോലും എത്തിയില്ല. എല്ലാവരും അവൾക്കു വേണ്ടി എല്ലാ കാര്യങ്ങളും പ്രതിഫലം ഇല്ലാതെയാണ് ചെയ്യുന്നത്. ബുദ്ധിയുണ്ട്!

അവൾ നിങ്ങളെ അഭ്യസിപ്പിക്കും. പ്രത്യേകിച്ച് അവൾക്കുചുറ്റും കറങ്ങി നടക്കുന്ന ആ മടിയന്മാരെ അവൾ പഠിപ്പിക്കും."

"അവർ മടിയന്മാരല്ല. അവർ ബുദ്ധിയുള്ള മനുഷ്യരാണ്!" ഇപ്പോൾ സ്വന്തം അഭിപ്രായത്തിനു വിരുദ്ധമായി ഫോമാ കോപത്തോടെ പറഞ്ഞു. "ഞാൻ അവരിൽ നിന്ന് പലതും മനസ്സിലാക്കുന്നു. എനിക്ക് എന്ത് അറിയാം? എനിക്ക് ഒന്നും അറിയില്ല. എന്നെ എന്താണ് പഠിപ്പിച്ചിട്ടുള്ളത്? അതേസമയം അവർ എല്ലാകാര്യങ്ങളും സംസാരിക്കുന്നു. ഓരോരുത്തർക്കും അവരുടേതായ കാര്യങ്ങൾ പറയാനുണ്ട്. ഒരു മനുഷ്യനെ പോലെ ആകുന്നതിൽനിന്ന് എന്നെ തടഞ്ഞുനിർത്തരുത്."

"ഹോ! നീ സംസാരിക്കാൻ എങ്ങനെ പഠിച്ചു! ഇത്രയും ദേഷ്യപ്പെട്ട് പുരപ്പുറത്ത് വീഴുന്ന ആലിപ്പഴം പോലെ സംസാരിക്കാൻ നീ എവിടുന്ന് പഠിച്ചു? ശരി ഒരു മനുഷ്യനെ പോലെ ആകേണ്ടത് ആവശ്യമാണ്. പക്ഷേ, ഒരു മനുഷ്യനെപ്പോലെ ആകുന്നതിന് നിങ്ങൾ മദ്യശാലയിൽപോയാലും ഇത്രത്തോളം അപകടം ഉണ്ടാകില്ല. അവിടെയുള്ളവർ സോഫിയ പാവ്ലോവ്നായുടെ ആളുകളേക്കാൾ മെച്ചമാണ്. നിങ്ങൾക്ക് ഒരാളിൽനിന്ന് മറ്റൊരാളെ വേർതിരിച്ചറിയാൻ കഴിയണം. സോഫിയായെ ഉദാഹരണമാക്കാം. അവൾ എന്തിനെയാണ് പ്രതിനിധീകരിക്കുന്നത്? പ്രകൃതിക്ക് അലങ്കാരത്തിനുള്ള ഒരു പ്രാണിയെയാണ് അവൾ പ്രതിനിധീകരിക്കുന്നത്. അതിൽ കൂടുതലായി അവൾ മറ്റൊന്നും അല്ല!"

തീക്ഷ്ണമായ മാനസിക വിക്ഷോഭത്തോടെ ഫോമാ പല്ലുകടിച്ചുകൊണ്ട് മയാകിന്റെ അടുത്തുനിന്ന് അകന്നുമാറി. പക്ഷേ, വൃദ്ധൻ മിഡിൻസ്കായെ പറ്റിയുള്ള സംസാരം ഉടൻതന്നെ വീണ്ടും ആരംഭിച്ചു.

അവർ ആവിക്കപ്പലുകളുടെ പരിശോധനകഴിഞ്ഞ് ഉൾക്കടലിൽനിന്ന് തിരിച്ചു വരികയായിരുന്നു.വിശാലമായ ഒരു സ്ലഡ്ജിൽ ഇരുന്ന് അവർ കച്ചവടത്തിന്റെ കാര്യങ്ങൾ സ്വകാര്യമായി സംസാരിക്കുക ആയിരുന്നു. ഇത് മാർച്ച് മാസത്തിൽ ആയിരുന്നു. സ്ലഡ്ജിനടിയിലെ മഞ്ഞിൽനിന്ന് വെള്ളം കുമിളകുത്തുന്നുണ്ടായിരുന്നു. മഞ്ഞ് മൂടിക്കഴിഞ്ഞിരുന്നു. ആകാശത്ത് ഇളംചൂടുള്ള സൂര്യൻ ആഹ്ലാദത്തോടെ തിളങ്ങിക്കൊണ്ടിരുന്നു.

"നമ്മൾ തിരിച്ചെത്തുമ്പോൾത്തന്നെ നീ നിന്റെ ശ്രീമതിയുടെ അടുത്തേക്ക് പോകുമോ?" കച്ചവടത്തെപ്പറ്റിയുള്ള അവരുടെ സംസാരം തടസ്സപ്പെടുത്തിക്കൊണ്ട് മയാകിൻ അപ്രതീക്ഷിതമായി ചോദിച്ചു.

"ഞാൻ പോകും." ഫോമാ ചോദ്യം ഇഷ്ടപ്പെടാതെ ഉത്തരം ചുരുക്കി പറഞ്ഞു.

"നീ അവൾക്ക് ഇടയ്ക്കിടയ്ക്ക് സമ്മാനങ്ങൾ കൊടുക്കാറുണ്ടോ? മയാകിൻ സാമാന്യം വാത്സല്യത്തോടെ തുറന്നു ചോദിച്ചു.

"എന്ത് സമ്മാനം? എന്തുകാര്യത്തിന്?" ഫോമാ അത്ഭുതപ്പെട്ടു.

"നീ അവൾക്ക് സമ്മാനങ്ങൾ കൊടുക്കാറില്ലേ? അങ്ങനെ പറയില്ലല്ലോ! അവൾ നിന്റെ കൂടെ കഴിയുന്നത് സ്നേഹത്തിനുവേണ്ടി മാത്രം ആണെന്നാണോ നീ പറയുന്നത്?"

ദേഷ്യവും നാണക്കേടും കൊണ്ട് ഫോമാ തിളച്ചുമറിഞ്ഞു. അയാൾ പെട്ടെന്ന് മയാകിന്റെ മുഖത്തുനോക്കി അവജ്ഞയോടെ പറഞ്ഞു.

"എന്താണിത്? അച്ഛന് പ്രായമായില്ലേ? എന്നിട്ടും കേട്ടാൽ നാണം തോന്നുന്ന വർത്തമാനങ്ങളാണ് അച്ഛൻ പറയുന്നത്! അവൾ ഇതുപോലെ തരംതാഴുമെന്ന് അച്ഛൻ വിചാരിക്കുന്നുണ്ടോ?"

മയാകിൻ സങ്കടത്തോടെ സാവധാനം പറഞ്ഞു: "നീ എന്തൊരു മണ്ട നാണ്! വിഡ്ഢി!" പെട്ടെന്ന് ദേഷ്യം വന്നതുകൊണ്ട് അയാൾ ഉറക്കെ പറഞ്ഞു:

"നിനക്ക് നാണമില്ലേ? എല്ലാ കാട്ടാളന്മാരും ആ ചട്ടിയിൽ ഉള്ളതുമുഴുവൻ കുടിച്ചുവറ്റിച്ചു കഴിഞ്ഞു. അടിമട്ടല്ലാതെ മറ്റൊന്നും അതിൽ അവശേഷിച്ചിട്ടില്ല. ഇപ്പോൾ ഒരു വിഡ്ഢി ആ വൃത്തികെട്ട ചട്ടിക്കുള്ളിൽ ദൈവം ഉണ്ടെന്ന് കണ്ടെത്തിയിരിക്കുന്നു! അവിടെയുള്ളത് പിശാചാണ്! അവളുടെ അടുത്തു ചെന്ന് നേരിട്ട് പറഞ്ഞാൽ മതി:

"എനിക്ക് നിന്റെ കാമുകനാകാൻ ആഗ്രഹമുണ്ട്. ഞാൻ ഒരു ചെറുപ്പക്കാരനാണ്. അതിനുവേണ്ടി എന്നോട് ഒരുപാട് പണം ചോദിക്കരുത്."

"അച്ഛാ!" ഫോമാ ആത്മവിശ്വാസത്തോടെ ഭീഷണിയുടെ സ്വരത്തിൽ പറഞ്ഞു. "ഇത്തരം സംസാരം കേട്ടുകൊണ്ടിരിക്കാൻ എനിക്ക് കഴിയില്ല. വേറൊരാൾ ആയിരുന്നെങ്കിൽ."

"ഞാൻ നിനക്ക് മുന്നറിയിപ്പ് തരുമെന്ന് ആരെങ്കിലും പ്രതീക്ഷിക്കുന്നുണ്ടോ? എന്റെ ദൈവമേ!" കൈ രണ്ടും കൂട്ടിപ്പിടിച്ചുകൊണ്ട് മയാകിൻ വിളിച്ചുകൂവി "അതായത് മഞ്ഞുകാലം തീരുന്നതുവരെ നീ അവളുടെ നിയന്ത്രണത്തിൽ ആയിരിക്കും! എന്തൊരു മേൽനോട്ടം! അവൾ എന്തൊരു കാട്ടുമൃഗമാണ്!"

മയാകിന് ദേഷ്യം ഉണ്ടായിരുന്നു. അയാളുടെ ശബ്ദത്തിൽ ഈർഷ്യ മുഴങ്ങിക്കൊണ്ടിരുന്നു. ഇത്തരം ഒരവസ്ഥയിൽ അയാളെ മുമ്പൊരിക്കലും ഫോമാ കണ്ടിരുന്നില്ല. അതുകൊണ്ട് ഫോമാ മറുപടി പറഞ്ഞില്ല.

"അവൾ നിന്നെ നശിപ്പിക്കും! ദൈവമേ! അവൾ ബാബിലോണിലെ വേശ്യയാണ്!"

മയാകിൻ കണ്ണുചിമ്മിക്കൊണ്ടിരുന്നു. അയാളുടെ ചുണ്ടുകൾ വിറയ്ക്കുന്നുണ്ടായിരുന്നു. ശബ്ദത്തിൽ അമർഷത്തിന്റെ കാർക്കശ്യത്തോടെ അയാൾ മിഡിൻസ്കായായെ കുറ്റപ്പെടുത്താൻ തുടങ്ങി.

ഫോമായ്ക്ക് തലതൊട്ടപ്പൻ പറയുന്നത് സത്യമാണെന്ന് തോന്നി. അയാൾക്ക് ശ്വസിക്കാൻ ബുദ്ധിമുട്ടുവന്നു. വായ് വരളുന്നതായും കയ്പുരസം വായിൽ നിറയുന്നതായും ഫോമായ്ക്ക് അനുഭവപ്പെട്ടു.

"ശരി, അച്ഛാ, പറഞ്ഞത് മതി" മയാകിന്റെ മുഖത്തു നോക്കാതെ ഫോമാ ദുഃഖത്തോടെ യാചിച്ചു.

"നീ എത്രയും വേഗം വിവാഹം കഴിക്കണം!" മയാകിൻ പരിഭ്രമത്തോടെ ഉറക്കെപറഞ്ഞു.

"ദൈവത്തെ ഓർത്ത് അത് പറയരുത്" ഫോമാ പതുക്കെപറഞ്ഞു.

മയാകിൻ ഫോമായെ ഒളിക്കണ്ണിട്ടു നോക്കി. അയാൾ നിശ്ശബ്ദനായി. ഫോമായുടെ മുഖം വലിഞ്ഞുമുറുകിയിരിക്കുന്നതായി തോന്നി. അയാൾ കൂടുതൽ വിളറിയിരിക്കുന്നു. അയാളുടെ പാതിവിടർന്ന ചുണ്ടുകളിലും ഇരുണ്ട മുഖഭാവത്തിലും ഒരു ദയനീയവും കയ്പുനിറഞ്ഞതുമായ ബുദ്ധിമാന്ദ്യത്തിന്റെ ധാരാളിത്തം കാണാനുണ്ടായിരുന്നു. വഴിയുടെ ഇരുവശത്തും പാടം ആയിരുന്നു. ഇടയ്ക്കിടയ്ക്ക് മഞ്ഞുകാലത്ത് തോരാനിടുന്ന തുണികൾകൊണ്ട് പാടം മൂടപ്പെട്ടിരുന്നു. സ്ലഡ്ജിനടിയിൽ നിന്നും വെള്ളം തെറിച്ചുവീണുകൊണ്ടിരുന്നു. കുതിരയുടെ കുളമ്പിൽനിന്നും ചെളിയിൽ കുഴഞ്ഞ മഞ്ഞ് ചുറ്റുപാടും ചിതറി വീഴുന്നുണ്ടായിരുന്നു.

“മനുഷ്യൻ ചെറുപ്പത്തിൽ എത്രമാത്രം വിഡ്ഢിയാണ്!” പതിഞ്ഞ ശബ്ദത്തിൽ മയാകിൻ പറഞ്ഞു. ഫോമാ മയാകിന്റെ മുഖത്തേക്ക് നോക്കിയില്ല.

“ചെറുപ്പക്കാരന്റെ മുമ്പിൽ ഒരു മരക്കുറ്റി നില്ക്കുന്നു. പക്ഷേ, അയാൾ അവിടെ കാണുന്നത് ഒരു കാട്ടുമൃഗത്തിന്റെ മോന്ത ആണ്– അങ്ങനെയാണ് അയാൾ സ്വയം ഭയപ്പെടുത്തുന്നത്. ഹോ!”

“കൂടുതൽ വ്യക്തമായി പറയണം.” ഫോമാ ആത്മവിശ്വാസത്തോടെ പറഞ്ഞു.

“പറയാൻ എന്തിരിക്കുന്നു? കാര്യം വ്യക്തമാണ്. പെൺകുട്ടികൾ പാൽപാടകൊണ്ടുള്ള പലഹാരം ആണ്. സ്ത്രീകൾ പാലാണ്. സ്ത്രീകൾ അടുത്താണ്. പെൺകുട്ടികൾ ദൂരെയാണ്. നിനക്ക് ഒരു കാര്യം ഇല്ലാതെ പറ്റില്ലെങ്കിൽ സോങ്കയുടെ അടുത്തുപോയി അവളോട് തുറന്നു പറയണം. അങ്ങനെയാണ് കാര്യങ്ങളുടെ കിടപ്പ്. അവൾ ഒരു പാപിയാണെങ്കിൽ നിനക്ക് കാര്യങ്ങൾ കൂടുതൽ എളുപ്പമായിരിക്കും. അങ്ങനെയുള്ളപ്പോൾ നീ ഇത്രമാത്രം ദേഷ്യപ്പെടുന്നത് എന്തിനാണ്?”

“അച്ഛന് മനസ്സിലാകില്ല.” ഫോമാ പതിഞ്ഞ ശബ്ദത്തിൽ പറഞ്ഞു.

“എന്ത് കാര്യമാണ് എനിക്ക് മനസ്സിലാകാത്തത്? എല്ലാ കാര്യവും എനിക്ക് മനസ്സിലാകും!”

“ഹൃദയം. മനുഷ്യന് ഒരു ഹൃദയം ഉണ്ട്.” ചെറുപ്പക്കാരൻ നെടുവീർപ്പിട്ടു.

മയാകിൻ കണ്ണു ചിമ്മിക്കൊണ്ട് പറഞ്ഞു. “അപ്പോൾ അയാൾക്ക് ബുദ്ധിയില്ല.”

ആറ്

ഫോമാ നഗരത്തിൽ എത്തിയപ്പോൾ അയാൾക്ക് ദുഃഖം തോന്നുന്നുണ്ടായിരുന്നു. പക നിറഞ്ഞ ദേഷ്യം അയാളെ പിടികൂടിയിരുന്നു. മിഡിൻസ്കായായെ പരിഹസിക്കാനും ചീത്തവിളിക്കാനുമുള്ള തീവ്രമായ

ആഗ്രഹത്തിൽ അയാൾ എരിയുകയായിരുന്നു. പല്ലുകൾ കൂട്ടിപ്പിടിച്ച് രണ്ടു കൈയും പോക്കറ്റിനുള്ളിലേക്ക് ആഴത്തിൽ തിരുകിക്കൊണ്ട് ഏതാനും മണിക്കൂറുകൾ അയാൾ തുടർച്ചയായി വീട്ടിലെ ഒഴിഞ്ഞമുറികൾ തോറും കയറിയിറങ്ങി. അയാൾ ചിന്താക്കുഴപ്പത്തിലായിരുന്നു. കോപം കൊണ്ട് നിറഞ്ഞുപോയ അയാളുടെ ഹൃദയത്തെ ഉൾക്കൊള്ളാനുള്ള വലിപ്പം അയാളുടെ നെഞ്ചിന് ഉണ്ടായിരുന്നില്ല. മനസ്സിലെ ദേഷ്യം ചവിട്ടിത്താഴ്ത്തുന്നതുപോലെ അയാൾ കാൽപ്പാദങ്ങൾ തറയിൽ ആഞ്ഞുചവിട്ടി.

"ആ നികൃഷ്ട ജന്തു. അവൾ സ്വയം മാലാഖയായി വേഷം മാറിയിരിക്കുന്നു!" അയാളുടെ ഓർമ്മയിൽനിന്ന് പിലാഗിയോ തിളക്കത്തോടെ എഴുന്നേറ്റുവന്നു. അയാൾ പകയോടെ പതുക്കെ പറഞ്ഞു:

'വഴിതെറ്റിപ്പോയവളാണെങ്കിലും അവൾ മെച്ചമാണ്. അവൾ ശീലാവതി ചമയത്തില്ല. അവൾ മനസ്സും ശരീരവും വെളിപ്പെടുത്തി. അവളുടെ ഹൃദയം നിശ്ചയമായും അവളുടെ മാറിടം പോലെ ആണ്. വെളുപ്പ് നിറമുള്ളതും ഉറപ്പുള്ളതും."

ചില സമയങ്ങളിൽ അയാളുടെ പ്രതീക്ഷ അയാളുടെ ചെവിയിൽ മടിയോടെ രഹസ്യം പറഞ്ഞു:

"ഒരുപക്ഷേ, അവളെപ്പറ്റി പറഞ്ഞതെല്ലാം കള്ളമായിരിക്കാം."

പക്ഷേ, തലതൊട്ടപ്പന്റെ വാക്കുകളുടെ വിശ്വസനീയതയേയും ശക്തിയേയും അയാൾ ഓർമ്മയിലേക്ക് തിരിച്ചുകൊണ്ടുവന്നു. അതോടെ അയാളുടെ ഇത്തരം ചിന്തകൾ അവസാനിച്ചു. ദുഷിച്ച ആലോചനകൾ തീകൊള്ളികൾ പോലെ അയാളുടെ ഹൃദയത്തിൽ തറച്ചു. അവ ഉണ്ടാക്കിയ തുളച്ചിറങ്ങുന്ന വേദനയിൽ അയാളുടെ ഹൃദയം ചിന്നഭിന്നമായി.

മിഡിൻസ്കായായുടെ വിലയിടിച്ചതിലൂടെ മയാകിൻ ചെയ്തത് ഫോമായുടെ കണ്ണിൽ അവളിലേക്കുള്ള ദൂരം കുറയ്ക്കുയായിരുന്നു. ഫോമായ്ക്ക് ഉടൻതന്നെ ഈ കാര്യം മനസ്സിലായി. കുറച്ച് ദിവസങ്ങൾ കടന്നുപോയി. വസന്തത്തിലെ കച്ചവടത്തിരക്കിൽ ഫോമായുടെ മനസ്സിൽ ഇളകി മറിഞ്ഞുകൊണ്ടിരുന്ന വികാരങ്ങൾ ശാന്തമായി. അവളെ നഷ്ടപ്പെട്ടതിലുള്ള ദുഃഖം അയാൾക്ക് അവളോടു തോന്നിയ വിരോധത്തെ നശിപ്പിച്ചു. അവളിലേക്കുള്ള ദൂരം കുറഞ്ഞെന്നുള്ള ചിന്ത അവളോടുള്ള അഭിനിവേശം വർദ്ധിപ്പിച്ചു. എന്തായാലും ഈ കാര്യം സ്വയം ചിന്തിക്കാതെ അയാൾ സോഫിയ പാവ്‌ലോവ്നായെ ഉടൻതന്നെ കണ്ട് അവളിൽ നിന്ന് ആഗ്രഹിക്കുന്ന കാര്യം തുറന്നുപറയാൻ അയാൾ തീരുമാനിച്ചു. അതായിരുന്നു തീരുമാനം! ഈ തീരുമാനത്തിൽ അയാൾക്ക് ഒരുതരം ആഹ്ലാദം പോലും തോന്നി. ആവശ്യമുള്ള കാര്യങ്ങൾ കഴിയുന്നത്ര ഭംഗിയായി അവളോട് അവതരിപ്പിക്കുന്നതിനെപ്പറ്റി ആലോചിച്ചുകൊണ്ട് അയാൾ ആത്മവിശ്വാസത്തോടെ മിഡിൻസ്കായായുടെ വീട്ടിലേക്ക് നടന്നു.

മിഡിൻസ്കായായുടെ ജോലിക്കാരികൾക്ക് അയാളുടെ സന്ദർശനങ്ങൾ ശീലമായിക്കഴിഞ്ഞിരുന്നു. മിഡിൻസ്കായാ വീട്ടിൽ ഉണ്ടോ എന്ന അയാളുടെ ചോദ്യത്തിന് ജോലിക്കാരി മറുപടി പറഞ്ഞു

"സ്വീകരണമുറിയിലേക്ക് പോകൂ. അവർ അവിടെ തനിച്ചാണ്.,"

അയാൾ ഏറെക്കുറെ പേടിച്ചു പോയിരുന്നു. പക്ഷേ, പതുപതുത്ത കറുത്ത താടിയുള്ള തവിട്ടുനിറമുള്ള മുഖവും വലിയ കറുത്തകണ്ണുകളും വൃത്തിയായി വേഷം ധരിച്ച അന്തസ്സുള്ള രൂപവും കണ്ണാടിയിൽ പ്രതിഫലിച്ചുകണ്ടപ്പോൾ അയാൾ തോളുയർത്തിയതിനുശേഷം ആത്മവിശ്വാസത്തോടെ സ്വീകരണമുറിയിലേക്ക് നടന്നു. ഒരു തന്ത്രിവാദ്യത്തിന്റെ അപരിചിതമായ ശബ്ദങ്ങൾ അയാളെ സ്വീകരിക്കാൻ വേണ്ടി ശാന്തമായി ഒഴുകിവരുന്നുണ്ടായിരുന്നു. ശ്രദ്ധകിട്ടാൻവേണ്ടി യാചിച്ചിട്ടും അത് ലഭിക്കാതെ വന്നതിന്റെ മോഹഭംഗത്തോടെ ഹൃദയത്തെ ഇളക്കി മറിച്ചുകൊണ്ടിരിക്കുന്ന ഏതോ കാര്യത്തെപ്പറ്റി ആ ശബ്ദങ്ങൾ പരാതി പറയുകയാണെന്ന് തോന്നി. മദ്യശാലയിലെ 'യന്ത്ര'ത്തിൽ നിന്ന് ദുഃഖം സൂചകമായ സംഗീതം ഉയരുമ്പോൾ അയാളുടെ ഹൃദയത്തിൽ വിഷാദം തീവ്രവേദനയായി നിറയും. അയാൾ ഒന്നുകിൽ അവരോട് യന്ത്രം നിർത്തിവെയ്ക്കാൻ ആവശ്യപ്പെടും. അല്ലെങ്കിൽ കണ്ണുനീരും വിലാപവും നിറഞ്ഞ വാക്കുകളില്ലാത്ത ഈ സംഗീതം ശാന്തമായി കേട്ടിരിക്കാൻ കഴിയില്ലെന്നമട്ടിൽ എഴുന്നേറ്റ് കുറച്ച് ദൂരത്തേക്ക് മാറിയിരിക്കും. എന്നാൽ ഇപ്പോൾ സ്വയം തിരിച്ചറിയാതെ സ്വീകരണമുറിയുടെ വാതിലിനടുത്തെത്തിയപ്പോൾ അയാൾ നടത്തം അവസാനിപ്പിച്ചു.

വാതിലിൽ പലനിറത്തിലുള്ള പളുങ്കുമണികൾ കോർത്ത നീളമുള്ള ചരടുകൾ കൊണ്ടുള്ള ഒരു തിരശ്ശീല തൂക്കിയിരുന്നു. കാല്പനികമായ ഒരു പൂച്ചെടിയുടെ ചിത്രം പളുങ്കുമണികളിലൂടെ രൂപപ്പെടുന്ന വിധത്തിലാണ് തിരശ്ശീലയിൽ പളുങ്കുമണികൾ കോർത്തിണക്കിയിരുന്നത്. ചരടുകൾ സാവധാനം ഇളകുമ്പോൾ പൂക്കളുടെ നിഴലുകൾ അന്തരീക്ഷത്തിലൂടെ പറന്നു നടക്കുന്നുണ്ടായിരുന്നു. ഈ സുതാര്യമായ തിരശ്ശീലയിലൂടെ സ്വീകരണമുറിയുടെ ഉൾഭാഗം ഫോമായ്ക്ക് കാണാൻ കഴിഞ്ഞിരുന്നു. മിഡിൻസ്കായ അവൾക്ക് ഇഷ്ടമുള്ള സോഫയിലിരുന്ന് മാൻഡലിൻ വായിക്കുന്നു. ഭിത്തിയിൽ ഉറപ്പിച്ചുവെച്ചിരുന്ന ജപ്പാനിൽനിന്നുള്ള ഒരു വലിയ കുട കറുത്തവേഷത്തിലുള്ള അവളുടെ ചെറിയ രൂപത്തിനു മുകളിൽ പലനിറത്തിലുള്ള നിഴലുകൾ വീഴ്ത്തിയിരുന്നു. ചുവന്ന മൂടിയുള്ള ഉയരമുള്ള ഓട്ടുവിളക്കിൽ തട്ടി അസ്തമയത്തിന്റെ വെളിച്ചം അവളുടെ കറുത്തവേഷത്തിൽ തെറിച്ചുവീണിരുന്നു. ലോലമായ തന്ത്രികളുടെ ശാന്തമായ ശ്രുതികൾ സന്ധ്യയുടെ സൗരഭ്യം നിറഞ്ഞ ഇടുങ്ങിയ മുറിക്കുള്ളിൽ ദുഃഖത്തോടെ വിറയ്ക്കുന്നുണ്ടായിരുന്നു. ഇപ്പോൾ അവൾ മാൻഡലിൻ മടിയിൽ വെച്ചതിനുശേഷം തന്ത്രികളിൽ വിരലോടിച്ചുകൊണ്ട് അവളുടെ മുന്നിലേക്ക് വരുന്നത് ആരാണെന്ന് സൂക്ഷിച്ചുനോക്കി. ഫോമാ ഉച്ചത്തിൽ ഒരു നെടുവീർപ്പിട്ടു.

സംഗീതത്തിന്റെ മൃദുലമായ ധ്വനികൾ മിഡിൻസ്കായായ്ക്ക് ചുറ്റും പറന്നുനടന്നു. അവളുടെ മുഖത്തു നിഴലുകൾ വീഴുന്നതുപോലെ അവളുടെ മുഖഭാവം മാറിക്കൊണ്ടിരുന്നു. അവളുടെ കണ്ണിന്റെ തിളക്കം കൊണ്ട്

അവളുടെ മുഖത്തു വീണുകൊണ്ടിരുന്ന നിഴലുകൾ ഉരുകിക്കൊണ്ടിരുന്നു.

ഫോമാ അവളെ നോക്കി. അവൾക്ക് മനുഷ്യരുടെ സാന്നിദ്ധ്യത്തിലുള്ള സൗന്ദര്യം തനിച്ചാകുമ്പോൾ ഇല്ലെന്ന് ഫോമായ്ക്ക് മനസ്സിലായി. ഇപ്പോൾ അവളുടെ മുഖം കണ്ടാൽ കൂടുതൽപ്രായം തോന്നിച്ചു. കൂടുതൽ ഗൗരവവും ഉണ്ടായിരുന്നു. അവളുടെ കണ്ണുകളിൽ ഇപ്പോൾ ആർദ്രത ഉണ്ടായിരുന്നില്ല. മാന്യതയും ഉണ്ടായിരുന്നില്ല. അവളുടെ കണ്ണുകളിൽ ക്ഷീണവും മടുപ്പും ഉണ്ടായിരുന്നു. അവളുടെ മുഖഭാവത്തിലും തളർച്ച ഉണ്ടായിരുന്നു. അവളുടെ മുഖം കണ്ടാൽ എഴുന്നേല്ക്കാൻ ശ്രമിച്ചിട്ടും അവൾക്ക് അതിന് കഴിയുന്നില്ലെന്ന് തോന്നും. അവളുടെ അടുത്തേക്ക് വരാൻ അയാളെ പ്രേരിപ്പിച്ചിരുന്ന വികാരത്തിന് ഇപ്പോൾ വ്യത്യാസം വന്നിരിക്കുന്നതായി ഫോമാ ശ്രദ്ധിച്ചു. അയാൾ കാൽപ്പാദങ്ങൾ തറയിൽ ഉരച്ചുകൊണ്ട് ചുമച്ചു.

“ആരാ, അത്?” പരിഭ്രമത്തോടെ സ്ത്രീ ചോദിച്ചു. അമ്പരപ്പിന്റെ ധ്വനി ഉയർത്തിക്കൊണ്ട് മാൻഡലിന്റെ കമ്പികൾ വിറച്ചു.

“ഇത് ഞാനാണ്.” പളുങ്കുമണികൾ കോർത്ത ചരടുകൾ ഇരുവശത്തേക്കും വകഞ്ഞുമാറ്റിക്കൊണ്ട് ഫോമാ പറഞ്ഞു.

“ഹോ! നിങ്ങൾ കടന്നുവന്ന ശബ്ദംപോലും കേൾക്കാൻ കഴിഞ്ഞില്ല. നിങ്ങളെ കണ്ടതിൽ എനിക്ക് സന്തോഷം ഉണ്ട്. ഇരിക്കൂ! ഇത്രയും കാലം വരാതിരുന്നത് എന്താണ്?”

ഒരു കൈ അയാളുടെ നേർക്ക് നീട്ടിക്കാണിച്ചുകൊണ്ട് മറ്റേകൈകൊണ്ട് അവൾ അടുത്തുകിടന്ന ചെറിയ കസേര ചൂണ്ടിക്കാണിച്ചു. അവളുടെ മുഖത്ത് സന്തോഷം ഉണ്ടായിരുന്നു.

“ഞാൻ എന്റെ ആവിക്കപ്പലുകൾ പരിശോധിക്കാൻ വേണ്ടി ഉൾക്കടലിൽ പോയിരിക്കുകയായിരുന്നു. കസേര സോഫയുടെ അടുത്തേക്ക് വലിച്ചിട്ടുകൊണ്ട് ഫോമാ പെട്ടെന്ന് പറഞ്ഞു.

“പാടത്തു ഇപ്പോഴും ധാരാളം മഞ്ഞുണ്ടോ?”

“ഒരാൾ ആഗ്രഹിക്കുന്നത്രയും മഞ്ഞുണ്ട്. പക്ഷേ, അത് ഇപ്പോൾ തന്നെ ഉരുകാൻ തുടങ്ങിക്കഴിഞ്ഞിട്ടുണ്ട്. വഴിയിൽ എല്ലാ സ്ഥലത്തും വെള്ളമാണ്.”

അയാൾ അവളെ നോക്കി പുഞ്ചിരിച്ചു. മിഡിൻസ്കായായ്ക്ക് അയാളുടെ പെരുമാറ്റത്തിലെ അനായാസത വ്യക്തമായിരുന്നു. അയാളുടെ പുഞ്ചിരിയിൽ ഏതോ പുതിയ കാര്യം അവളുടെ ശ്രദ്ധയിൽപ്പെട്ടിരുന്നു. അതുകൊണ്ട് അവൾ വസ്ത്രം ഒതുക്കിയിട്ടുകൊണ്ട് അയാളുടെ അടുത്തുനിന്നും അല്പംകൂടി ദൂരത്തേക്ക് മാറി ഇരുന്നു. അവരുടെ കണ്ണുകൾ കൂട്ടിമുട്ടി മിഡിൻസ്കായാ മുഖം താഴ്ത്തി.

“മഞ്ഞ് ഉരുകിക്കൊണ്ടിരിക്കുകയാണോ?” ചെറുവിരലിലെ മോതിരം നോക്കിക്കൊണ്ട് ആലോചനയോടെ അവൾ ചോദിച്ചു.

“അതെ എല്ലായിടത്തും അരുവികളാണ്” ഫോമാ ബൂട്ടുകളിലേക്ക് ആരാധനയോടെ നോക്കിക്കൊണ്ട് മറുപടി പറഞ്ഞു.

“അത് കൊള്ളാം വസന്തം വരുന്നുണ്ട്.”

“ഇനി ഇപ്പോൾ കൂടുതൽ താമസം ഉണ്ടാകില്ല.”

“വസന്തം വരുന്നുണ്ട്.” സ്വന്തം സംസാരത്തിന്റെ ധ്വനി ശ്രദ്ധിക്കുന്ന മട്ടിൽ മിഡിൻസ്കായാ പറഞ്ഞു.

“ആളുകൾ പ്രണയിക്കാൻ തുടങ്ങും” ഫോമാ പുഞ്ചിരിച്ചുകൊണ്ട് പറഞ്ഞു. എന്തോ കാരണം കൊണ്ട് അയാൾ കൈകൾ കൂട്ടിത്തിരുമ്മി.

“നിങ്ങൾ സ്വയം തയ്യാറെടുക്കുകയാണോ?” മിഡിൻസ്കായാ താല്പര്യമില്ലാതെ ചോദിച്ചു.

“എനിക്ക് അതിന്റെ ആവശ്യം ഇല്ല. ഞാൻ വളരെ മുമ്പുതന്നെ അതിന് തയ്യാറെടുത്തിരുന്നു. എന്റെ ജീവിതകാലം മുഴുവനും ഞാൻ മുൻകൂട്ടി തന്നെ പ്രണയത്തിലാണ്.”

അവൾ അയാളെ ഒളിക്കണ്ണിട്ട് നോക്കിയതിനുശേഷം വീണ്ടും മാൻഡലിൻ വായിക്കാൻ തുടങ്ങി. മാൻഡലിന്റെ കമ്പികളിലേക്ക് നോക്കിക്കൊണ്ട് അവൾ ദുഃഖത്തോടെ പറഞ്ഞു.

“വസന്തം. പക്ഷേ, ഇപ്പോൾ നിങ്ങൾ ജീവിതം തുടങ്ങുന്നത്. എത്ര നല്ല കാര്യമാണ്. ഹൃദയം ശക്തമാണ്. അവിടെ ഇരുണ്ടതായി യാതൊന്നും ഇല്ല.”

“സോഫിയാ പാവ്ലോവ്നാ!” ഫോമാ സ്നേഹത്തോടെ ഉറക്കെ വിളിച്ചു. അവൾ സ്നേഹപൂർവ്വമുള്ള ഒരു ആംഗ്യം കാണിച്ച് അയാളെ സംസാരം പൂർത്തിയാക്കാൻ സമ്മതിച്ചില്ല.

“ഫോമാ അല്പം കഴിഞ്ഞ് പറയാം! ഇന്ന് നിങ്ങളോട് എനിക്ക് ചില നല്ല കാര്യങ്ങൾ പറയാൻ പറ്റും. വളരെക്കാലം ജീവിച്ച ഒരു മനുഷ്യൻ അയാളുടെ ഹൃദയത്തിലേക്ക് നോക്കുമ്പോൾ അയാൾ മറന്നുകിടന്ന ചില കാര്യങ്ങൾ വളരെ അപ്രതീക്ഷിതമായി അവിടെ അയാൾക്ക് കണ്ടെത്താൻ കഴിയുമെന്ന് നിങ്ങൾ ചിന്തിച്ചിട്ടുണ്ടോ? അത് വർഷങ്ങളായി അയാളുടെ ഹൃദയത്തിന്റെ അടിത്തട്ടിൽ എവിടെയോ കിടക്കുന്നുണ്ടായിരുന്നു. പക്ഷേ, അതിനുണ്ടായിരുന്ന യുവത്വത്തിന്റെ സുഗന്ധം അല്പംപോലും നഷ്ടപ്പെട്ടിട്ടുണ്ടാകില്ല. ഓർമ്മ അതിൽ സ്പർശിക്കുന്ന നിമിഷത്തിൽ ജീവിതത്തിന്റെ പ്രഭാതത്തിൽ അയാളെ പൊതിഞ്ഞിരുന്ന വസന്തത്തിന്റെ ഇളം കാറ്റ് വീണ്ടും വീശാൻ തുടങ്ങും. ഇത് ദുഃഖിപ്പിക്കുന്ന കാര്യമാണെങ്കിലും നല്ല കാര്യമാണ്.”

അവളുടെ വിരലുകളുടെ സ്പർശനത്തിൽ മാൻഡലിന്റെ കമ്പികൾ വിറച്ചു. അവയുടെ നാദത്തിനൊപ്പം അവളുടെ മൃദുലമായ ശബ്ദം കൂടി ച്ചേർന്നപ്പോൾ അയാളുടെ ഹൃദയത്തെ അത് സൗമ്യമായി തലോടുകയാണെന്ന് ഫോമായ്ക്ക് തോന്നി.

പക്ഷേ, അയാളുടെ തീരുമാനത്തിൽ ഉറച്ചുനിന്നുകൊണ്ട് അവളുടെ സംസാരത്തിന്റെ അർത്ഥം മനസ്സിലാക്കാതെ അയാൾ അവളുടെ വാക്കുകൾ ശ്രദ്ധിച്ചു. അയാൾ ആലോചിച്ചു.

“നിങ്ങൾക്ക് സംസാരിക്കാം! പക്ഷേ, നിങ്ങൾ പറയുന്നതൊന്നും

ഞാൻ വിശ്വസിക്കില്ല."

ഈ ആലോചന അയാളെ ഇളക്കി മറിച്ചു. പണ്ടത്തെപ്പോലെ അവളുടെ സംസാരം ആത്മാർത്ഥതയോടെ ശ്രദ്ധിച്ചുകേൾക്കാൻ കഴിയാത്തതിൽ അയാൾക്ക് ദുഃഖം തോന്നി.

"ജീവിക്കുന്നതിന് അതിന്റെ ആവശ്യം എന്താണെന്നാണോ നിങ്ങൾ ആലോചിക്കുന്നത്?" സ്ത്രീ ചോദിച്ചു.

"ചിലപ്പോൾ ഞാൻ അതിനെപ്പറ്റി ആലോചിക്കും. പിന്നീട് അത് ഞാൻ മറന്നുപോകും. എനിക്ക് അതിനൊന്നും സമയം ഇല്ല!' ഫോമാ പുഞ്ചിരിച്ചുകൊണ്ട് പറഞ്ഞു. "അതുമാത്രമല്ല; അതിനെപ്പറ്റി ആലോചിക്കാൻ എന്താണുള്ളത്? അത് ലളിതമാണ്. മറ്റുള്ളവർ ജീവിക്കുന്നത് എങ്ങനെയാണെന്ന് നിങ്ങൾ കാണുന്നുണ്ട്. അതിന്റെ തുടർച്ചയായി നിങ്ങൾ അവരെ അനുകരിക്കണം."

"ഏയ്, അങ്ങനെ ചെയ്യരുത്! അത് നിങ്ങൾ ഒഴിവാക്കണം. നിങ്ങൾ വളരെ നല്ലവനാണ്! നിങ്ങൾക്ക് എന്തോ ഒരു പ്രത്യേകത ഉണ്ട്; എന്താണ് പ്രത്യേകത? എനിക്ക് അറിയില്ല. പക്ഷേ, അത് മനസ്സിലാക്കാൻ കഴിയുന്നുണ്ട്. നിങ്ങൾക്ക് ജീവിതത്തിൽ നേട്ടങ്ങളുണ്ടാക്കാൻ ബുദ്ധിമുട്ടായിരിക്കും. നിങ്ങളുടെ കൂടെയുള്ളവരെപോലെ സാധാരണ രീതിയിൽ മുന്നോട്ട് പോകാൻ നിങ്ങൾക്ക് കഴിയില്ലെന്ന് ഞാൻ ഉറപ്പിച്ച് പറയാം. ഇല്ല! നേട്ടങ്ങൾക്കുവേണ്ടി മാത്രം ഉഴിഞ്ഞു വെച്ച ഒരു ജീവിതം നിങ്ങളെ തൃപ്തിപ്പെടുത്തുകയില്ല. റൂബിളിനു വേണ്ടിയുള്ള നായാട്ട് നിങ്ങളെ തൃപ്തനാക്കില്ല. ഒരിക്കലും ഇല്ല! നിങ്ങൾക്ക് മറ്റു ചില ആഗ്രഹങ്ങൾ ഉണ്ടാകുമെന്ന് എനിക്ക് അറിയാം. ശരിയല്ലേ?"

അവളുടെ സംസാരം വേഗത്തിലായിരുന്നു. അവളുടെ കണ്ണുകളിൽ പരിഭ്രമം ഉണ്ടെന്നു തോന്നി. അവളെ നോക്കിയിരിക്കുമ്പോൾ ഫോമാ വിചാരിച്ചു. അവൾ എന്താണ് ഉന്നംവയ്ക്കുന്നത്?

അയാൾ സാവധാനം അവളോട് മറുപടി പറഞ്ഞു.

"ഒരുപക്ഷേ, എനിക്ക് മറ്റെന്തെങ്കിലും ആഗ്രഹം ഉണ്ടായിരിക്കാം. ഒരുപക്ഷേ, ഞാൻ ആ ആഗ്രഹം നേടിയിരിക്കാം."

കൂടുതൽ അടുത്തേക്ക് നീങ്ങിനിന്ന് അയാളുടെ മുഖത്ത് നോക്കിക്കൊണ്ട് വിശ്വസിപ്പിക്കുന്ന രീതിയിൽ അവൾ പറഞ്ഞു:

"ഒരു കാര്യം ശ്രദ്ധിക്കണം! മറ്റുള്ളവരെപോലെ ജീവിക്കരുത്! നിങ്ങളുടെ ജീവിതത്തെ വ്യത്യസ്തമായ രീതിയിൽ ക്രമീകരിക്കണം! നിങ്ങൾക്ക് ശക്തിയുണ്ട്. ചെറുപ്പമാണ്. നിങ്ങൾ നല്ലവനാണ്!"

"ഞാൻ നല്ലവനാണെങ്കിൽ എനിക്ക് നിശ്ചയമായും നല്ലത് വരണം!" താൻ അസ്വസ്ഥനാകുന്നുണ്ടെന്നുള്ള തോന്നലോടെ ഫോമാ ഉറക്കെപ്പറഞ്ഞു. അയാളുടെ ഹൃദയം ആകാംക്ഷകൊണ്ട് തുടിക്കാൻ തുടങ്ങിയിരുന്നു.

"പക്ഷേ, അങ്ങനെയല്ല! ഇവിടെ ഭൂമിയിൽ നല്ല മനുഷ്യർക്ക് ചീത്ത മനുഷ്യരേക്കാൾ മോശം അനുഭവങ്ങളാണ്!" മിൻഡിസ്കായ ദുഃഖ

ത്തോടെ പറഞ്ഞു.

വീണ്ടും അവളുടെ വിരലുകളുടെ സ്പർശനം കൊണ്ട് മാൻഡലിന്റെ നാദങ്ങൾ നൃത്തം ചെയ്യാൻ തുടങ്ങി. അവളോട് പറയാനുള്ളത് ഇപ്പോൾ പറഞ്ഞില്ലെങ്കിൽ പിന്നീട് അത് പറയാൻ കഴിയില്ലെന്ന് ഫോമായ്ക്ക് തോന്നി. "ദൈവം എന്നെ അനുഗ്രഹിക്കട്ടെ." അയാൾ സ്വയം മനസ്സിൽ പറഞ്ഞു. പറയാനുള്ള ശക്തി സംഭരിച്ചുകൊണ്ട് അയാൾ പതുക്കെ സംസാരിക്കാൻ തുടങ്ങി.

"സോഫിയാ പാവ്‌ലോവ്നാ! മതിയാക്കാം! എനിക്ക് ഒരു കാര്യം പറയാനുണ്ട്. ഞാൻ നിങ്ങളോട് തൃപ്തിയായി എന്ന് പറയാൻ വന്നതാണ്. നമുക്ക് നല്ലരീതിയിൽ തുറന്ന് ഇടപെടാം. തുടക്കത്തിൽ നിങ്ങൾ എന്നെ നിങ്ങളിലേക്ക് ആകർഷിച്ചു. ഇപ്പോൾ നിങ്ങൾ വേലിക്കെട്ടി എന്നെ അകറ്റി നിർത്തുന്നു. നിങ്ങൾ പറയുന്നത് എനിക്ക് മനസ്സിലാകുന്നില്ല. എന്റെ മനസ്സ് നിർജ്ജീവമാണ്. പക്ഷേ, നിങ്ങൾ സ്വയം ഒളിക്കാൻ ആഗ്രഹിക്കുന്ന കാര്യം എനിക്ക് മനസ്സിലാക്കാൻ കഴിയുന്നുണ്ട്. എന്നെ ഇവിടെ എത്തിച്ചത് എന്തു കാര്യമാണെന്ന് ഇപ്പോൾ നിങ്ങൾക്ക് മനസ്സിലായിക്കാണും. ഇല്ലേ?"

അയാളുടെ കണ്ണുകൾ തിളങ്ങാൻ തുടങ്ങി. ഓരോ വാക്കും ഉച്ചരിക്കുമ്പോൾ അയാളുടെ ശബ്ദം കൂടിക്കൊണ്ടിരുന്നു. അത് കൂടുതൽ ഊഷ്മളമായിക്കൊണ്ടിരുന്നു. അവൾ മുന്നോട്ട് നീങ്ങിക്കൊണ്ട് അമ്പരപ്പോടെ പറഞ്ഞു.

"ഒന്ന് നിർത്ത്."

'ഇല്ല. ഞാൻ നിർത്തില്ല, ഞാൻ സംസാരിക്കും!"

"നിങ്ങൾ പറയാൻ ആഗ്രഹിക്കുന്ന കാര്യം എനിക്ക് അറിയാം."

"നിങ്ങൾക്ക് മുഴുവൻ അറിയില്ല!" ഫോമാ ഭീഷണിപ്പെടുത്തുന്ന മട്ടിൽ എഴുന്നേറ്റു നിന്നുകൊണ്ട് പറഞ്ഞു. "പക്ഷേ, നിങ്ങളുടെ എല്ലാ കാര്യങ്ങളും എനിക്ക് അറിയാം. എല്ലാ കാര്യങ്ങളും."

''ശരി? അപ്പോൾ എനിക്ക് അത് കൂടുതൽ നല്ലതാണ്; മിഡിൻസ്കായാ ശാന്തമായി പറഞ്ഞു.

എവിടെയോ പോകാനുണ്ടെന്ന ഭാവത്തിൽ അവളും സോഫയിൽ നിന്ന് എഴുന്നേറ്റു. പക്ഷേ, ഏതാനും നിമിഷം കഴിഞ്ഞ് അവൾ വീണ്ടും സോഫയിൽ ഇരുന്നു. അവളുടെ മുഖം ഗൗരവത്തിൽ ആയിരുന്നു. ചുണ്ടുകൾ കൂട്ടിപ്പിടിച്ചിരുന്നു. പക്ഷേ, അവൾ മുഖം കുനിച്ചിരുന്നതുകൊണ്ട് കണ്ണുകളിലെ ഭാവം ഫോമായ്ക്ക് കാണാൻ കഴിഞ്ഞില്ല. "നിങ്ങളുടെ എല്ലാ കാര്യങ്ങളും എനിക്ക് അറിയാം." എന്ന് പറയുമ്പോൾ അവൾ പേടിച്ച് നാണംകെട്ട് പോകുമെന്നാണ് അയാൾ ചിന്തിച്ചിരുന്നത് അതോടെ അയാളെ കുരങ്ങുകളിപ്പിച്ചതിന് അവൾ അയാളോട് ക്ഷമചോദിക്കുമെന്ന് അയാൾ ആലോചിച്ചിരുന്നു. അപ്പോൾ അയാൾ അവളെ കെട്ടിപ്പിടിച്ചുകൊണ്ട് അവൾക്ക് മാപ്പുകൊടുക്കും. പക്ഷേ, അങ്ങനെയല്ല സംഭവിച്ചത്. അവളുടെ ശാന്തത കൊണ്ട് ചിന്താക്കുഴപ്പത്തിലായത് അയാൾ ആയിരുന്നു.

അയാൾ സംസാരം തുടരാൻ വാക്കുകൾ അന്വേഷിച്ചുകൊണ്ട് അവളെ നോക്കി. പക്ഷേ, ഒരു വാക്കുപോലും അയാൾക്ക് കണ്ടെത്താൻ കഴിഞ്ഞില്ല.

"അത് കൂടുതൽ നല്ലതാണ്." അവൾ താല്പര്യക്കുറവോടെ ഉറപ്പിച്ചു പറഞ്ഞു. "അപ്പോൾ നിങ്ങൾ എല്ലാക്കാര്യവും അറിഞ്ഞിരിക്കുന്നു. ഇല്ലേ? നിശ്ചയമായും നിങ്ങൾ എന്നെ കുറ്റപ്പെടുത്തിയിട്ടുണ്ട്. ഞാൻ അത് അർഹിക്കുന്നുണ്ട്. എനിക്ക് മനസ്സിലാകും. ഞാൻ നിങ്ങളുടെ മുമ്പിൽ കുറ്റക്കാരിയാണ്. പക്ഷേ, ഇല്ല; എനിക്ക് സ്വയം ന്യായീകരിക്കാൻ കഴിയില്ല."

അവൾ പെട്ടെന്ന് സംസാരം നിർത്തി. സങ്കോചത്തോടെ രണ്ട് കൈയും ഉയർത്തി തലമുടി ഒതുക്കിവയ്ക്കാൻ തുടങ്ങി.

ഫോമാ ആഴത്തിൽ ഒരു നെടുവീർപ്പിട്ടു. അയാൾക്ക് ഉറപ്പുതോന്നിയിരുന്ന ഒരു പ്രതീക്ഷയെ അവളുടെ സംസാരം നശിപ്പിച്ചുകളഞ്ഞു. അയാളുടെ ഹൃദയത്തിൽ ആ പ്രതീക്ഷയുടെ സാന്നിദ്ധ്യം അയാൾക്കു മാത്രം അറിവുള്ളതായിരുന്നു. ഇപ്പോൾ ആ പ്രതീക്ഷ അവസാനിച്ചതായി അയാൾക്ക് തോന്നി. പരുഷമായി കുറ്റപ്പെടുത്തിക്കൊണ്ട് അയാൾ പറഞ്ഞു.

"അവൾ എന്തു സുന്ദരിയാണ്. അവൾ എത്രമാത്രം നല്ലവളാണ്." എന്നൊക്കെ നിങ്ങളെനോക്കിയിരുന്ന് ആലോചിച്ചിരുന്ന ഒരു സമയം എനിക്ക് ഉണ്ടായിരുന്നു. അതിനുശേഷം ഇപ്പോൾ നിങ്ങൾ സ്വയം സമ്മതിക്കുന്നു 'ഞാൻ തെറ്റുകാരിയാണ്.' ഹോ!"

ഹോമായുടെ ശബ്ദം ഇടറി. അവൾ സാവധാനം ചിരിക്കാൻ തുടങ്ങി.

"നിങ്ങൾ എത്രമാത്രം നല്ലവനാണ്. എത്രമാത്രം മണ്ടനാണ്. ഇതൊക്കെ നിങ്ങൾക്ക് മനസ്സിലാക്കാൻ പറ്റാത്തത് വളരെ മോശമാണ്."

അവളുടെ തലോടൽപോലെയുള്ള സംസാരവും ദുഃഖം നിഴലിക്കുന്ന പുഞ്ചിരിയും കൊണ്ട് നിരായുധനാക്കപ്പെട്ടെന്നുള്ള തോന്നലോടെ ഫോമാ അവളെ നോക്കി. അയാളുടെ ഹൃദയത്തിൽ അവൾക്ക് എതിരെ ഉണ്ടായിരുന്ന തണുത്തുറഞ്ഞ പരുക്കൻ മഞ്ഞ് ഇപ്പോൾ അവളുടെ കണ്ണുകളുടെ ഇളം ചൂടുള്ള പ്രകാശത്തിനുമുന്നിൽ അലിഞ്ഞുതുടങ്ങിയിരുന്നു. ഇപ്പോൾ അവൾക്ക് ഒരു കുട്ടിയെപ്പോലെ ചെറുത്തുനില്ക്കാനുള്ള കഴിവുപോലും ഇല്ലാതായെന്ന് അയാൾക്ക് തോന്നി. അവൾ യാചിക്കുന്നമട്ടിൽ സൗമ്യമായ ശബ്ദത്തിൽ എന്തൊക്കെയോ പറയുന്നുണ്ടായിരുന്നു പക്ഷേ, അവളുടെ സംസാരം അയാൾ ശ്രദ്ധിച്ചില്ല.

അവളുടെ സംസാരം തടസ്സപ്പെടുത്തിക്കൊണ്ട് അവൻ പറഞ്ഞു. "അനുകമ്പ ഇല്ലാതെയാണ് ഞാൻ നിങ്ങളുടെ അടുത്തുവന്നത്. എന്റെ ഉദ്ദേശ്യം നിങ്ങളോട് എല്ലാ കാര്യങ്ങളും പറയണമെന്നായിരുന്നു എന്നാൽ ഞാൻ ഒരു കാര്യവും പറഞ്ഞില്ല. എനിക്ക് അങ്ങനെ ചെയ്യണമെന്ന് തോന്നിയില്ല. ഞാൻ ക്ഷീണിച്ചുപോയി. നിങ്ങൾ എന്നെ വല്ലാതെ ശ്വാസം മുട്ടിക്കുകയായിരുന്നു. ഞാൻ നിങ്ങളെ കാണരുതായിരുന്നു! നിങ്ങൾ എനിക്ക് ആരാണ്? ഞാൻ ഇവിടെ നിന്ന് പോകുന്നത് നന്നായിരിക്കുമെന്ന് തോന്നുന്നു."

"പോകരുത്!" പെട്ടെന്ന് അയാളുടെ നേർക്ക് കൈ നീട്ടിക്കൊണ്ട്

അവൾ പറഞ്ഞു. "എന്തിനാണ് ഇത്രമാത്രം ഗൗരവം കാണിക്കുന്നത്? എന്നോട് ദേഷ്യം തോന്നരുത്! ഞാൻ നിങ്ങൾക്ക് ആരാണ്? നിങ്ങൾക്ക് വേണ്ടത് വ്യത്യാസമുള്ള ഒരു സുഹൃത്തിനെ ആണ്. അവൾ നിങ്ങളെ പോലെ നിഷ്കളങ്കമായ മനസ്സുള്ള ഒരു സ്ത്രീ ആയിരിക്കണം. അവൾ നിശ്ചയമായും ആരോഗ്യവും സന്തോഷവും ഉള്ളവളാവണം. ഞാൻ– ഞാൻ ഇപ്പോൾതന്നെ പ്രായമായ ഒരു സ്ത്രീ ആണ്. ഞാൻ എപ്പോഴും വേവലാതിപ്പെട്ടു കൊണ്ടിരിക്കുന്നവളാണ്. എന്റെ ജീവിതം അങ്ങേയറ്റം ശൂന്യമാണ്! അങ്ങേയറ്റം വിരസമാണ്! സന്തോഷത്തോടെ ജീവിച്ചു പരിചയിച്ചതിനുശേഷം ഒരാൾക്ക് സന്തോഷിക്കാൻ കഴിഞ്ഞില്ലെങ്കിൽ അയാൾക്ക് മടുപ്പ് തോന്നും! അയാൾ സന്തോഷത്തോടെ ജീവിക്കാൻ ആഗ്രഹിക്കുന്നു. അയാൾ ചിരിക്കാൻ ആഗ്രഹിക്കുന്നു. എന്നാൽ അയാൾ ചിരിക്കുന്നില്ല. അയാളെ നോക്കി ജീവിതം ചിരിച്ചുകൊണ്ടിരിക്കുന്നു. ഒരു അമ്മയെപ്പോലെ ഞാൻ നിങ്ങളെ ഉപദേശിക്കുന്നു. ഞാൻ നിങ്ങളോട് യാചിക്കുന്നു. സ്വന്തം ഹൃദയത്തെ ഒഴിച്ച് മറ്റൊന്നിനേയും അനുസരിക്കരുത്! അതിന്റെ നിർദ്ദേശം അനുസരിച്ച് ജീവിക്കുക. മനുഷ്യർക്ക് ഒന്നും അറിയില്ല. അവർക്ക് യാതൊരു സത്യവും നിങ്ങളോട് പറയാൻ കഴിയില്ല. അവരെ വകവയ്ക്കരുത്."

കഴിയുന്നത്ര വ്യക്തമായി തുറന്നു പറയാൻ ശ്രമിക്കുന്നതിനിടയിൽ അവൾ അസ്വസ്ഥയായി. അവളുടെ വാക്കുകൾ ഒന്നിനു പിറകെ ഒന്നായി പരസ്പരബന്ധമില്ലാതെ പുറന്നുവന്നു. മുഴുവൻസമയവും അവളുടെ ചുണ്ടുകളിൽ ദയനീയമായ ഒരു പുഞ്ചിരി ഉണ്ടായിരുന്നു. അവളുടെ മുഖത്തിന് സൗന്ദര്യം നഷ്ടപ്പെട്ടിരുന്നു.

"ജീവിതം വളരെ കർക്കശമാണ്. എല്ലാ മനുഷ്യരും അതിന്റെ അഭ്യർത്ഥനകൾക്ക് കീഴടങ്ങണമെന്ന് ജീവിതം ആഗ്രഹിക്കുന്നു. ഏറ്റവും ശക്തർക്കുമാത്രമേ ശിക്ഷിക്കപ്പെടില്ല എന്ന ധൈര്യത്തോടെ ജീവിതത്തെ എതിർക്കാൻ കഴിയുകയുള്ളൂ. അവർക്കുപോലും അത് ചെയ്യാൻ കഴിയുമോ എന്നുള്ളത് ഇപ്പോഴും സംശയിക്കപ്പെടുന്ന കാര്യമാണ്! ഹോ, ജീവിക്കാൻ എന്തുമാത്രം ബുദ്ധിമുട്ടാണെന്ന് നിങ്ങൾ മനസ്സിലാക്കിയിരുന്നെങ്കിൽ! മനുഷ്യൻ അവന്റെ സ്വന്തം മനസാക്ഷിയെപോലും ഭയക്കാൻ തുടങ്ങുന്ന അവസ്ഥയിൽ വരെ എത്തിയിരിക്കുന്നു. അയാൾ വിധികർത്താവും കുറ്റവാളിയും ആയി വേർതിരിക്കപ്പെട്ടിരിക്കുന്നു. അയാൾ സ്വന്തം മനസാക്ഷിയുടെ വിധി തീരുമാനിക്കുന്നു. അയാൾ അയാളിൽ തന്നെ ന്യായീകരണം അന്വേഷിക്കുന്നു. അയാൾ അയാളോടൊപ്പം സ്വയം ഒറ്റപ്പെടുന്നത് ഒഴവാക്കാൻ വേണ്ടി അയാളെ നിന്ദിക്കുന്നവരോടൊപ്പവും അയാൾക്ക് അറപ്പുളവരോടൊപ്പവും രാത്രിയും പകലും കഴിച്ചുകൂട്ടാൻ അയാൾ തയ്യാറാകുന്നു."

ഫോമാ അവിശ്വാസത്തോടെ തല ഉയർത്തിക്കൊണ്ട് അത്ഭുതത്തോടെ പറഞ്ഞു:

"എനിക്ക് ഇതൊന്നും മനസ്സിലാകത്തില്ല! ലൂബോവും ഇതുതന്നെ

യാണ് പറയുന്നത്."

'ഏത് ലൂബോവ്? അവൾ എന്ത് പറഞ്ഞു?"

"എന്റെ തലതൊട്ടപ്പന്റെ മകൾ. അവൾ ഇതുതന്നെ പറയുന്നു. അവൾ എപ്പോഴും ജീവിതത്തെപ്പറ്റി പരാതി പറഞ്ഞുകൊണ്ടിരിക്കുന്നു. അവൾ പറയുന്നത് ജീവിക്കാൻ കഴിയില്ലെന്നാണ്."

"ഓ അവൾ ഇപ്പോഴും ചെറുപ്പമാണ്! അവൾ അതിനെപ്പറ്റി സംസാരിച്ചുതുടങ്ങിയിരിക്കുന്നതിൽ വലിയ സന്തോഷം തോന്നുന്നു."

"സന്തോഷമോ!" ഫോമാ പരിഹാസത്തോടെ വലിച്ചുനീട്ടി പറഞ്ഞു. അത് മനുഷ്യരെക്കൊണ്ട് നെടുവീർപ്പിടീക്കുന്ന സന്തോഷമായിരിക്കും. അതിനോടൊപ്പം പരാതി പറയിക്കുന്ന സന്തോഷവും ആയിരിക്കും."

"നിശ്ചയമായും നിങ്ങൾ പരാതികൾക്ക് ചെവികൊടുക്കുന്നത് നല്ല കാര്യമാണ്. മനുഷ്യരുടെ ഇത്തരം പരാതികളിൽ ധാരാളം വിവേകം ഉണ്ട്. ഹോ! ഈ പരാതികളിൽ ഏതു സ്ഥലത്തും ഉള്ളതിലും കൂടുതൽ വിവേകം ഉണ്ട്. നിങ്ങൾ ആ പരാതികൾ ശ്രദ്ധിച്ചാൽ അവ നിങ്ങളുടെ വഴികണ്ടെത്താൻ നിങ്ങളെ പഠിപ്പിക്കും."

ഫോമായ്ക്ക് അവളുടെ സംസാരം വിശ്വസനീയമാണെന്ന് തോന്നി. അയാൾ അമ്പരപ്പോടെ ചുറ്റുപാടും നോക്കി. എല്ലാ കാര്യങ്ങളും വളരെക്കാലമായി അയാൾക്ക് പരിചിതമായിരുന്നു. പക്ഷേ, ഇന്ന് അവയ്ക്കെല്ലാം സാമാന്യം പുതുമയുണ്ടെന്ന് അയാൾക്ക് തോന്നി. നിരർത്ഥകമായ വസ്തുക്കൾ മുറിക്കുള്ളിൽ കുത്തിനിറച്ചിരുന്നു. പടങ്ങളും അലമാരകളും കൊണ്ട് എല്ലാ ഭിത്തികളും മൂടപ്പെട്ടിരുന്നു. എല്ലാ മൂലകളിൽനിന്നും തിളക്കമുള്ള മനോഹരമായ പ്രതിമകൾ അയാളെ നോക്കുന്നുണ്ടായിരുന്നു. വിളക്കിന്റെ ഇളം ചുവപ്പ് നിറമുള്ള വെളിച്ചം ഒരാളുടെ മനസ്സിൽ സ്ഥായിയായ ശോകപ്രവണത നിറയ്ക്കുന്നതായിരുന്നു. മുറിക്കുള്ളിൽ സന്ധ്യയുടെ മൂടുപടം വീണിരുന്നു. വാതിലുകൾക്കു മുന്നിൽ കെട്ടിയുള്ള തിരശ്ശീലകൾ ചലനമില്ലാതെ തൂങ്ങിക്കിടക്കുന്നുണ്ടായിരുന്നു. ഇവയെല്ലാം ചേർന്ന് ഫോമായെ അമ്പരപ്പിച്ചു. അയാൾക്ക് ഏറെക്കുറെ ശ്വാസംമുട്ടുന്നുണ്ടായിരുന്നു. അയാൾക്ക് യാത്രയ്ക്കിടയിൽ വഴിതെറ്റായതുപോലെ തോന്നി. അയാൾക്ക് ആ സ്ത്രീയെ പറ്റി ദുഃഖം തോന്നിയിരുന്നു. പക്ഷേ, അവളും അയാളെപ്പറ്റി അസ്വസ്ഥയായിരുന്നു.

"നിങ്ങൾ ഞാൻ പറഞ്ഞതൊക്കെ കേട്ടിരുന്നോ? എനിക്ക് നിങ്ങളുടെ അമ്മയോ പെങ്ങളോ ആയാൽ കൊള്ളാമെന്ന് ആഗ്രഹമുണ്ട്. നിങ്ങൾ എന്റെ മനസ്സിൽ ഉണർത്തിവിട്ടതുപോലുള്ള സ്നേഹവും സൗഹൃദവും ഇതുവരെ മറ്റാരും ഉണർത്തിയിട്ടില്ല. നിങ്ങളാണെങ്കിൽ എന്നെ നോക്കുന്നത് വളരെ കൂടുതൽ ശത്രുതയോടെ ആണ്. നിങ്ങൾ എന്നെ വിശ്വസിക്കുന്നുണ്ടോ? അതോ നിങ്ങൾക്ക് എന്നെ വിശ്വാസമില്ലെന്നാണോ?"

അയാൾ അവളെ നോക്കി നെടുവീർപ്പിട്ടുകൊണ്ട് പറഞ്ഞു.

"എനിക്ക് അറിയില്ല. ഞാൻ നിങ്ങളെ വിശ്വസിച്ചിരുന്നു."

"ഇപ്പോൾ?" അവൾ പെട്ടെന്ന് ചോദിച്ചു.

“ഇപ്പോൾ. ഞാൻ പോകുന്നതാണ് ഏറ്റവും നല്ലത്! എനിക്ക് ഒന്നും മനസ്സിലാകുന്നില്ല. എങ്കിലും മനസ്സിലാക്കാൻ കഴിയുമെന്ന് ഞാൻ പ്രതീക്ഷിക്കുന്നു. എനിക്ക് എന്നെപ്പോലും മനസ്സിലാകുന്നില്ല. ഞാൻ നിങ്ങളെ കാണാൻ വരുമ്പോൾ പറയേണ്ടതെന്താണെന്ന് എനിക്ക് അറിയാമായിരുന്നു. ഇവിടെ എത്തിയപ്പോൾ എല്ലാം കുഴഞ്ഞുമറിഞ്ഞു. നിങ്ങൾ എന്നെ ദുരിതത്തിലാക്കി. നിങ്ങൾ എന്നെ മുൾമുനയിൽ നിർത്തി. പിന്നീട് ഇപ്പോൾ നിങ്ങൾ എന്നോടു പറയുന്നു. ഞാൻ നിങ്ങളുടെ അമ്മയെ പോലെയാണ്. അതിന്റെ അർത്ഥം സ്ഥലം കാലിയാക്ക്!”

“എന്നെ മനസ്സിലാക്കൂ. എനിക്ക് നിങ്ങളെപ്പറ്റി വിഷമം ഉണ്ട്!” അവൾ സൗമ്യമായി പറഞ്ഞു.

“ഫോമായ്ക്ക് അവളോടുള്ള നീരസം കൂടുതൽ കൂടുതൽ ശക്തമാകുന്നുണ്ടായിരുന്നു. അവളോട് സംസാരിക്കുന്തോറും അയാളുടെ വാക്കുകൾ അർത്ഥശൂന്യമായിക്കൊണ്ടിരുന്നു. സംസാരിക്കുന്നതിനിടയിൽ അയാളെ വരിഞ്ഞു ചുറ്റിയിരിക്കുന്ന ഒരു കയർ പൊട്ടിക്കാൻ ശ്രമിക്കുന്ന രീതിയിൽ അയാൾ തോളുകൾ തുടർച്ചയായി ചലിപ്പിക്കുന്നുണ്ടായിരുന്നു.

“വിഷമം? എന്തിന്? എനിക്ക് അതിന്റെ ആവശ്യം ഇല്ല. എനിക്ക് നന്നായി സംസാരിക്കാൻ കഴിയില്ല! ഊമയാകുന്നത് നല്ല കാര്യമല്ല! പക്ഷേ, ഞാൻ നിങ്ങളോട് പറയണമായിരുന്നു. നിങ്ങൾ എന്നോട് ശരിയായി ഇടപെട്ടില്ല. അത് സത്യമാണ്. നിങ്ങൾ എന്തിനാണ് ഒരു മനുഷ്യനെ വശീകരിച്ചത്? ഞാൻ നിങ്ങൾക്ക് ഒരു കളിപ്പാട്ടമാണോ?”

“എന്റെ ആഗ്രഹം നിങ്ങൾ എന്റെകൂടെ വേണമെന്നായിരുന്നു” അവൾ കുറ്റസമ്മതം നടത്തുന്നമട്ടിൽ പറഞ്ഞു.

അവളുടെ വാക്കുകൾ അയാൾ കേട്ടില്ല.

“കാര്യത്തോടടുത്തപ്പോൾ നിങ്ങൾ ഭയന്നിരിക്കുന്നു. നിങ്ങൾ എന്നെ ഒഴിവാക്കി വാതിൽ അടച്ചു. നിങ്ങൾ പശ്ചാത്തപിക്കാൻ തുടങ്ങി. ആഹാ! ജീവിതം ഇഷ്ടമല്ല! നിങ്ങൾ എന്തിനാണ് ഏതോ ജീവിതത്തെ പറ്റി എപ്പോഴും പരാതി പറയുന്നത്? എന്ത് ജീവിതം? മനുഷ്യനാണ് ജീവിതം. മനുഷ്യർ ഇല്ലെങ്കിൽ ജീവിതവും ഇല്ല. നിങ്ങൾ മറ്റേതോ ക്രൂരമൃഗത്തെ കണ്ടെത്തിയിരിക്കുന്നു. നിങ്ങൾ ഇത് കണ്ടെത്തിയത് നിങ്ങളുടെ കണ്ണുകളെ വഞ്ചിക്കാനാണ്. നിങ്ങൾക്ക് സ്വയം ന്യായീകരിക്കാൻ വേണ്ടി ആണ്. നിങ്ങൾ എന്തെങ്കിലും കുഴപ്പം ഉണ്ടാക്കുന്നു. നിങ്ങൾ പലതരം കണ്ടെത്തലുകളും മണ്ടത്തരങ്ങളും കൊണ്ട് സ്വയം നശിക്കുന്നു. അതിനുശേഷം നിങ്ങൾ നെടുവീർപ്പിടുന്നു. ഹാ ജീവിതം! ഹോ ജീവിതം! ഇത് നിങ്ങൾക്കു വേണ്ടി നിങ്ങൾ ചെയ്തതല്ലേ? പരാതികൾക്കുള്ളിൽ സ്വയം കയറിനിന്നു കൊണ്ട് നിങ്ങൾ മറ്റുള്ളവരെ ചിന്താക്കുഴപ്പത്തിലാക്കുന്നു. നിങ്ങൾക്ക് നിങ്ങളുടെ വഴിതെറ്റിയിട്ടുണ്ട്. അത് സമ്മതിക്കുന്നു. പക്ഷേ, എന്നെ അതിൽ വഴുതിവീഴാൻ വേണ്ടി നയിച്ചുകൊണ്ടുപോകാൻ നിങ്ങൾ ആഗ്രഹിക്കുന്നതിന്റെ കാരണം എന്താണ്? നിങ്ങളുടെ ഉള്ളിലിരുന്ന് സംസാരിക്കുന്നത് നിങ്ങളുടെ തിന്മയാണോ? നിങ്ങൾക്കു ദുഃഖമുണ്ടെന്ന് നിങ്ങൾ

പറയുന്നു. 'അയാൾക്കും ദുഃഖം തോന്നട്ടെ. അയാളുടെ ഹൃദയത്തിൽ ഞാൻ വിഷം കലർന്ന കണ്ണുനീർ തളിക്കും!' ഇതാണോ നിങ്ങൾ ആലോചിക്കുന്നത്? ഛേ! ദൈവം നിങ്ങൾക്ക് ഒരു മാലാഖയുടെ സൗന്ദര്യം തന്നിട്ടുണ്ട്. പക്ഷേ, നിങ്ങളുടെ ഹൃദയം അത് എവിടെയാണ് നഷ്ടപ്പെട്ടത്?"

അവളുടെ മുമ്പിൽ നില്ക്കുമ്പോൾ അയാൾ അടിമുടി വിറയ്ക്കുന്നുണ്ടായിരുന്നു. അയാൾ അവളെ ആപാദചൂഡം അവജ്ഞയോടെ പരിശോധിച്ചു. ഇപ്പോൾ അയാളുടെ ഹൃദയത്തിൽ നിന്നും അയാളുടെ സംസാരം നിയന്ത്രണമില്ലാതെ പുറത്തേക്ക് ഒഴുകി. അയാൾ ഉറക്കെ സംസാരിച്ചില്ല. പക്ഷേ, അയാളുടെ വാക്കുകൾക്ക് ശക്തിയും ആഹ്ലാദവും ഉണ്ടായിരുന്നു. അയാൾ തല ഉയർത്തി വിടർന്ന കണ്ണുകൾകൊണ്ട് അയാളുടെ മുഖത്തേക്ക് കണ്ണെടുക്കാതെ നോക്കിക്കൊണ്ടിരുന്നു. അവളുടെ ചുണ്ടുകൾ വിറയ്ക്കുന്നുണ്ടായിരുന്നു. അവളുടെ വായുടെ രണ്ടുമൂലയ്ക്കും ആഴമുള്ള ചുളിവുകൾ പ്രത്യക്ഷപ്പെട്ടു.

"ഒരു സുന്ദരി ഉറപ്പായും നന്മനിറഞ്ഞ ഒരുജീവിതം നയിക്കണം. എന്നാൽ അവൾ നിങ്ങളെപ്പറ്റി കഥകൾ പറയുന്നുണ്ട്." ഫോമായുടെ ശബ്ദം ഇടറി; അയാൾ കൈ ഉയർത്തിക്കാണിച്ചു. അവ്യക്തമായ ചില ശബ്ദങ്ങൾ പുറപ്പെടുവിച്ചുകൊണ്ട് സംസാരം അവസാനിപ്പിച്ചു.

"ഞാൻ പോകുന്നു!"

"ശരി!" മിഡിൻസ്കായാ സൗമ്യമായി പറഞ്ഞു.

പക്ഷേ, അയാൾ അവൾക്ക് കൈകൊടുത്തില്ല. അവളുടെ അടുത്തു നിന്ന് അയാൾ വളരെ പെട്ടെന്ന് തിരിഞ്ഞുനടന്നു. പക്ഷേ, വാതിലിനടുത്ത് എത്തുന്നതിനുമുമ്പുതന്നെ അയാൾക്ക് അവളെപ്പറ്റി ദുഃഖം തോന്നി. അയാൾ കഴുത്ത് തിരിച്ച് അവളെ നോക്കി. മുറിയുടെ മൂലയ്ക്ക് അവൾ തലകുനിച്ച് നില്ക്കുന്നുണ്ടായിരുന്നു. അവളുടെ കൈകൾ യാതൊരു ചലനവുമില്ലാതെ തൂങ്ങിക്കിടക്കുന്നു.

അവളെ ആ രീതിയിൽ ഉപേക്ഷിച്ച് പോകാൻ പറ്റില്ലെന്ന് മനസ്സിലായപ്പോൾ അയാൾ വീണ്ടും ചിന്താക്കുഴപ്പത്തിലായി. അയാൾ ശാന്തമായി പറഞ്ഞു. പക്ഷേ, അയാളുടെ ശബ്ദത്തിൽ പശ്ചാത്താപം ഉണ്ടായിരുന്നില്ല.

"ഒരു പക്ഷേ, ഞാൻ പ്രയാസം തോന്നുന്ന എന്തെങ്കിലും കാര്യം പറഞ്ഞിട്ടുണ്ടാകാം. എന്നോട് ക്ഷമിക്കണം! കാരണം നിങ്ങളെ ഞാൻ എന്തായാലും സ്നേഹിക്കുന്നുണ്ട്." അയാൾ ആഴത്തിൽ ഒരു ദീർഘനിശ്വാസം വിട്ടു.

"ഇല്ല. നിങ്ങൾ എന്നെ ബുദ്ധിമുട്ടിച്ചിട്ടില്ല. ദൈവം നിങ്ങൾക്ക് നല്ലതു വരുത്തും."

"ശരി. അപ്പോൾ ഞാൻ പോകുന്നു!" ഫോമാ മുമ്പു പറഞ്ഞതിനേക്കാൾ താഴ്ന്ന ശബ്ദത്തിൽ വീണ്ടും പറഞ്ഞു.

"ശരി." ശബ്ദം താഴ്ത്തിക്കൊണ്ട് അവളും മറുപടി പറഞ്ഞു.

പളുങ്കുമണികൾ കോർത്ത ചരടുകൾ ഫോമാ കൈകൊണ്ട് വകഞ്ഞുമാറ്റി. അവ ശബ്ദത്തോടെ തിരിച്ചുവന്ന് അയാളുടെ കവിളിൽ തട്ടി.

അതിന്റെ തണുത്ത സ്പർശനം അയാളെ ഞെട്ടിച്ചു അയാൾ നെഞ്ചിനുള്ളിൽ ശക്തമായ ഉൽക്കണ്ഠയോടെ പുറത്തേക്ക് നടന്നു. സുതാര്യമെങ്കിലും വലിച്ചുകീറി പുറത്തു വരാൻ പറ്റാത്ത ഒരു വലയ്ക്കുള്ളിൽ കുടുങ്ങിപ്പോയതുപോലെ അയാളുടെ ഹൃദയം മിടിച്ചുകൊണ്ടിരുന്നു.

ഈ സമയം കൊണ്ട് നേരം ഇരുട്ടി. ചന്ദ്രന് തിളക്കം ഉണ്ടായിരുന്നു. ചെളിക്കുണ്ടുകൾ മൂടിക്കൊണ്ട് വിളറിയ വെള്ളിനിറമുള്ള മഞ്ഞ് ഉറഞ്ഞു കിടന്നു. ഫോമാ ഓരം ചേർന്നു നടന്നു. അയാൾ അയാളുടെ വടികൊണ്ട് മഞ്ഞുകട്ടകൾ തല്ലി ഉടച്ചു. അവ ദുഃഖത്തോടെ അടർന്നു മാറി. വീടുകളുടെ നിഴലുകൾ കറുത്ത സമചതുരങ്ങളായി വഴിയിൽ വീണുകിടന്നു. മരങ്ങളുടെ നിഴലുകൾക്ക് വിചിത്രമായ ആകൃതികളായിരുന്നു. അവയിൽ ചില നിഴലുകൾ നിസ്സഹായതയോടെ ഭൂമിയെ കെട്ടിപ്പിടിക്കുന്ന മെലിഞ്ഞ കൈകളാണെന്ന് തോന്നി.

"അവൾ ഇപ്പോൾ എന്തു ചെയ്യുക ആയിരിക്കും?" അരണ്ട ഇളം ചുവപ്പു നിറമുള്ള വെളിച്ചത്തിൽ ഇടുങ്ങിയ മുറിയുടെ മൂലയിൽ തനിച്ചു നില്ക്കുന്ന അവളുടെ രൂപം മനസ്സിൽ വന്നപ്പോൾ അയാൾ ആലോചിച്ചു.

"എനിക്ക് ഏറ്റവും നല്ലത് അവളെ മറന്നുകളയുന്നതാണ്." അയാൾ തീരുമാനിച്ചു. പക്ഷേ, അയാൾക്ക് അവളെ മറക്കാൻ കഴിഞ്ഞില്ല. ചിലപ്പോൾ തീക്ഷ്ണമായ അനുകമ്പയും ചിലപ്പോൾ സ്വൈരക്കേടും ചിലപ്പോൾ കോപവും ഇളക്കിവിട്ടുകൊണ്ട് അയാളുടെ മുമ്പിൽ അവൾ നിലയുറപ്പിച്ചിരുന്നു. അവളെ അയാൾ നെഞ്ചിനുള്ളിൽ കൊണ്ടുനടക്കുന്നതുപോലെ അവളുടെ പ്രതിരൂപം അങ്ങേയറ്റം വ്യക്തവും അവളെപ്പറ്റിയുള്ള ആലോചനകൾ അങ്ങേയറ്റം വേദനയുണ്ടാക്കുന്നതും ആയിരുന്നു. രാത്രിയുടെ നിശ്ശബ്ദതയിലേക്ക് മിനുസമുള്ള പാറക്കല്ലുകൾക്കു മുകളിൽ ചക്രങ്ങൾ ഉരുളുന്നതിന്റെ പരുഷമായ ശബ്ദത്തിനൊപ്പം മഞ്ഞുകട്ടകൾ ഉടയുന്ന ശബ്ദം കൂടി കോരിനിറച്ചു കൊണ്ട് ഒരു കുതിരവണ്ടി എതിർദിശയിൽ നിന്ന് വരുന്നുണ്ടായിരുന്നു. കുതിരവണ്ടി നിലാവുള്ള ഒരു ഭാഗത്തു കൂടി കടന്നു പോകുമ്പോൾ ശബ്ദത്തിന് കൂടുതൽ ചുറുചുറുക്ക് വന്നതുപോലെ തോന്നി. കുതിരവണ്ടിയുടെ നിഴൽ കൂടുതൽ ഇരുണ്ടു. എന്തോ കാരണം കൊണ്ട് വണ്ടിയിലുണ്ടായിരുന്ന വണ്ടിക്കാരനും യാത്രക്കാരനും മുന്നോട്ടുകുനിഞ്ഞിരുന്നതുകൊണ്ട് അവരെ കുതിരയുടെ നിഴലിൽനിന്ന് വേർതിരിക്കാൻ കഴിഞ്ഞിരുന്നില്ല. വെളിച്ചവും നിഴലും കൊണ്ട് നിരത്തിനെ പുള്ളികുത്തിയിരുന്നു. ദൂരത്തേക്ക് നോക്കുമ്പോൾ ഇരുട്ടിനുകട്ടികൂടി ഭൂമിയിൽ നിന്ന് ആകാശം വരെ ഉയരമുള്ള ഒരു കറുത്ത മതിൽ കൊണ്ട് ഭൂമിയെ വേലികെട്ടി വേർതിരിച്ചിരിക്കുന്നതുപോലെ ആയിരുന്നു. എന്തുകൊണ്ടോ ആ കുതിരവണ്ടിയിലെ യാത്രക്കാർ എവിടെ പോകണമെന്ന് അറിയാൻ പാടില്ലാത്ത അവസ്ഥയിലാണെന്ന് ഫോമായ്ക്ക് തോന്നി. അയാൾക്കും എവിടേക്കാണ് പോകുന്നതെന്ന് അറിയില്ലായിരുന്നു. അയാളുടെ വീട് അയാളുടെ സങ്കല്പത്തിൽ പ്രത്യക്ഷപ്പെട്ടു. ആറ് വലിയ മുറികൾ. അവിടെ അയാൾ തനിച്ച് ജീവിക്കുന്നു. ഒരുപക്ഷേ, ഒരിക്കലും തിരി

ച്ചുവരാതിരിക്കാൻ വേണ്ടി അൻഫിസാ അപ്പച്ചി അവരുടെ കന്യകാമഠത്തിലേക്ക് പോയിരിക്കുന്നു— അവർ മരിക്കുന്നത് അവിടെയായിരിക്കും. വീട്ടിലെ താമസക്കാർ വൃദ്ധനും പൊട്ടനുമായ പാചകക്കാരൻ ഇവാനും വൃദ്ധയായ ജോലിക്കാരി സിക്ലിറ്റിയായും പതിഞ്ഞ മൂക്കും നിറയെ രോമവും ഉള്ള കറുത്തനായയും ആയിരുന്നു., നായയും ഏറെക്കുറെ വൃദ്ധനായിരുന്നു.

"ഒരുപക്ഷേ, സത്യത്തിൽ ഞാൻ വിവാഹം കഴിക്കേണ്ടതാണ്" ഫോമാ നെടുവീർപ്പിട്ടുകൊണ്ട് വിചാരിച്ചു.

പക്ഷേ, വിവാഹം കഴിക്കാൻ എത്രമാത്രം എളുപ്പമാണെന്ന് ആലോചിച്ചപ്പോൾ അയാൾക്ക് അതിനോട് യോജിപ്പ് തോന്നിയില്ല. അവന്റെ നോട്ടത്തിൽ അതൊരു മണ്ടത്തരമാണെന്ന് പോലും തോന്നി. നാളെ അയാളുടെ തലതൊട്ടപ്പന്റെ അടുത്ത് ഒരു വധുവിനെവേണമെന്ന് പറയേണ്ട കാര്യമേ ഉള്ളൂ. ഒരു മാസം കഴിയുന്നതിനുമുമ്പ് ഒരു സ്ത്രീ അയാളോടൊപ്പം വീട്ടിൽ താമസമാകും. രാത്രിയും പകലും അവൾ അയാളുടെ അടുത്തുതന്നെ ഉണ്ടാകും. അയാൾ അവളോട് പറയും. "നമുക്ക് നടക്കാൻ പോകാം." അവൾ നടക്കാൻ ഇറങ്ങും. അയാൾ അവളോട് പറയും. "നമുക്ക് ഉറങ്ങാൻ പോകാം." അവൾ ഉറങ്ങാൻ വരും. അവൾക്ക് അയാളെ ചുംബിക്കാൻ തോന്നിയാൽ അവൾ ചുംബിക്കും. അയാൾക്ക് ഇഷ്ടപ്പെട്ടില്ലെങ്കിലും അവൾ ചുംബിക്കും. അയാൾ 'എനിക്ക് ആഗ്രഹമില്ല" എന്ന് പറഞ്ഞാൽ അവൾക്ക് അപമാനിച്ചതായി തോന്നും. അയാൾ അവളോട് എന്തിനെപറ്റി സംസാരിക്കും? അവൾ അയാളോട് എന്തു പറയും? അയാൾ അയാൾക്കു പരിചയമുള്ള കച്ചവടക്കാരുടെ ചെറുപ്പക്കാരികളായ പെൺമക്കളെ പറ്റി ആലോചിച്ചു. അവരിൽ ചിലരൊക്കെ വളരെ സുന്ദരികളായിരുന്നു. അവരിൽ ആരുവേണമെങ്കിലും പൂർണ്ണമനസ്സോടെ അയാളെ വിവാഹം കഴിക്കുമെന്ന് അയാൾക്ക് ബോദ്ധ്യമുണ്ട്. പക്ഷേ, അവരിൽ ഒരാളും അയാളുടെ ഭാര്യ ആകണമെന്ന് അയാൾ ആഗ്രഹിക്കുന്നില്ല. ഒരു പെൺകുട്ടി ഒരു ഭാര്യ ആകുന്നത് എത്രമാത്രം നാണക്കേടാണ്. എത്രമാത്രം വൃത്തികേടാണ്. വിവാഹം കഴിഞ്ഞ് നവദമ്പതിമാർ കിടക്കമുറിയിലെത്തുമ്പോൾ അവർക്ക് പരസ്പരം പറയാൻ എന്താണുള്ളത്? അത്തരം ഒരു സന്ദർഭത്തിൽ താൻ പറയുന്നത് എന്തൊക്കെയായിരിക്കുമെന്ന് ആലോചിച്ചുനോക്കാൻ ഫോമാ പരിശ്രമിച്ചു. അയാൾ ചിന്താക്കുഴപ്പത്തിലായി. അതിനു പറ്റിയ വാക്കുകൾ കണ്ടെത്താൻ കഴിയാതെ അയാൾ ചിരിക്കാൻ തുടങ്ങി. പിന്നീട് അയാൾ ലൂബാ മയാകിനെ ഓർമ്മിച്ചു. അവൾക്കുപോലും പൊരുത്തപ്പെടാൻ പറ്റാത്ത അയാൾക്ക് മനസ്സിലാകാത്ത ചില വാക്കുകൾ ആദ്യം പറയുന്നത് നിശ്ചയമായും അവൾ തന്നെ ആയിരിക്കും. എന്തായാലും അവളുടെ സംസാരം പൊരുത്തപ്പെടാൻ പറ്റുന്നതല്ലെന്ന് അയാൾക്ക് തോന്നി. അവളുടെ പ്രായവും പാരമ്പര്യവും ഭാവവുമുള്ള ഒരു പെൺകുട്ടി പറയേണ്ടതൊന്നും അവൾ പറയുന്നില്ലെന്ന് ഫോമായ്ക്ക് തോന്നി.

ഇവിടെവെച്ച് അയാളുടെ ചിന്തകൾ ലുബോവിന്റെ പരാതികളിലേക്ക് ചേക്കേറി. അയാളുടെ നടത്തത്തിന്റെ വേഗത കുറഞ്ഞു. അയാൾ കൂടുതൽ കാര്യങ്ങൾ സംസാരിച്ചിട്ടുള്ള എല്ലാ മനുഷ്യരും എപ്പോഴും ജീവിതത്തെപ്പറ്റിയാണ് പറഞ്ഞുകൊണ്ടിരുന്നതെന്നുള്ള സത്യം അയാളെ അത്ഭുതപ്പെടുത്തി. അയാളുടെ അച്ഛൻ, അപ്പച്ചി, തലതൊട്ടപ്പൻ, ലുബോവ്, സോഫിയാ പാവ്‌ലോവ്‌നാ— ഇവരെല്ലാം ഒന്നുകിൽ അയാളെ ജീവിതം. മനസ്സിലാക്കാൻ പഠിപ്പിച്ചു അല്ലെങ്കിൽ അവർ അയാളോട് ജീവിതത്തെപ്പറ്റി പരാതി പറഞ്ഞു. അയാൾ കപ്പലിൽവെച്ച് വിധിയെപറ്റി കിഴവൻ പറഞ്ഞ വാക്കുകളും ജീവിതത്തെപ്പറ്റിയുള്ള മറ്റ് പല അഭിപ്രായങ്ങളും എല്ലാത്തരം മനുഷ്യരിൽനിന്നും അയാൾ കേൾക്കാനിടയായിട്ടുള്ള ജീവിതത്തെ പറ്റിയുള്ള പരാതികളം ശകാരവാക്കുകളും ഒന്നൊന്നായി ഓർത്തുകൊണ്ടിരുന്നു.

"ഇതിന്റെ അർത്ഥം എന്താണ്?" അയാൾ ആലോചിച്ചു. ജീവിതം മനുഷ്യനല്ലെങ്കിൽ അത് മറ്റെന്താണ്? ജീവിതം മറ്റെന്തോ ആണെന്ന മട്ടിലാണ് മനുഷ്യർ എപ്പോഴും സംസാരിക്കുന്നത്. മനുഷ്യനു പുറത്തുള്ള ഏതോ കാര്യം. ആ കാര്യം അയാളെ ജീവിതത്തിൽനിന്ന് വിലക്കുന്നു. ഒരുപക്ഷേ, പിശാച് ഈ കാര്യമായിരിക്കും?"

അസഹ്യമായ ഭയം ഫോമായെ പിടികൂടി. അയാൾ ഞെട്ടിവിറച്ചുകൊണ്ട് ചുറ്റുപാടും നോക്കി. നിരത്ത് നിശ്ശബ്ദമായി ഒഴിഞ്ഞുകിടക്കുകയായിരുന്നു. വീടുകളുടെ ഇരുണ്ട ജനാലകൾ രാത്രിയുടെ ഇരുട്ടിലേക്ക് ഉളിഞ്ഞുനോക്കുന്നുണ്ടായിരുന്നു. മതിലുകളിലൂടെയും വേലികളിലൂടെയും ഫോമായുടെ നിഴൽ അയാളെ പിൻതുടർന്നുകൊണ്ടിരുന്നു

"വണ്ടിക്കാരാ" നടത്തത്തിന്റെ വേഗത കൂട്ടിക്കൊണ്ട് അയാൾ ഉറക്കെ വിളിച്ചുകൂവി. ഒരു നിഴൽ അയാളുടെ പിന്നിൽ നിന്നും പൊട്ടിമുളച്ച് അയാളുടെ അടുത്തേക്ക് ഇഴഞ്ഞുവന്നു. പേടിപ്പെടുത്തുന്ന നിശ്ശബ്ദമായ ഒരു കറുത്തരൂപം. അയാളുടെ പിന്നിൽ നിന്നും ഒരു തണുത്തകാറ്റ് വീശുന്നതായും ഭയാനകവും അദൃശ്യവും ആയ ആ വലിയ രൂപം അയാളെ പിൻതള്ളി മുന്നോട്ടുപോകുകയാണെന്നും ഫോമായ്ക്ക് തോന്നി. ഇരുട്ടിൽ നിന്ന് ശബ്ദം ഉണ്ടാകാതെ പ്രത്യക്ഷപ്പെട്ട കുതിരവണ്ടിയിൽ കയറാൻ വേണ്ടി അയാൾ ഭയത്തോടെ ഓടുകയായിരുന്നു. വണ്ടിയിൽ കയറി ഇരുന്നുകഴിഞ്ഞപ്പോൾ തിരിഞ്ഞു നോക്കാൻ ആഗ്രഹിച്ചെങ്കിലും അയാൾക്ക് അതിനുള്ള ധൈര്യം ഉണ്ടായിരുന്നില്ല

ഏഴ്

ഫോമാ മിഡിൻസ്കായോട് സംസാരിച്ചിട്ട് ഒരാഴ്ച കഴിഞ്ഞിരുന്നു. അവളുടെ പ്രതിരൂപം ഫോമായുടെ കണ്ണിൽനിന്ന് മാറാതെ അയാളുടെ ഹൃദയത്തിൽ നിരന്തരം വേദനിപ്പിക്കുന്ന ഉൽക്കണ്ഠ ഉയർത്തിക്കൊണ്ട് ഉറച്ചുനില്ക്കുകയായിരുന്നു. അയാൾ അവളുടെ അടുത്ത് ചെല്ലാൻ ആഗ്ര

ഹിച്ചു. അവളുടെ അടുത്തെത്താനുള്ള മോഹം കൊണ്ട് അയാളുടെ എല്ലുകൾക്ക് പോലും വേദന തോന്നി. പക്ഷേ, അയാൾ ഒന്നും പുറത്തുകാട്ടിയില്ല. അയാൾ അയാളുടെ ആഗ്രഹത്തിന് വഴങ്ങാൻ കൂട്ടാക്കാതെ മുറുമുറുത്തു. അയാളുടെ കാര്യങ്ങളിൽ അയാൾ ഉത്സാഹത്തോടെ ഇടപെട്ടു. അയാളുടെ മനസ്സിൽ അവളെപ്പറ്റി ദേഷ്യം ഉണർത്തി വിടാൻ അയാൾ സ്വയം ശ്രമിച്ചുകൊണ്ടിരുന്നു. അവളുടെ അടുത്ത് തിരിച്ചുചെന്നാൽ അവളെ ഉപേക്ഷിച്ചുപോന്ന അവസ്ഥയിൽ വീണ്ടും അവളെ കാണാൻ കഴിയില്ലെന്ന് അയാൾക്ക് തോന്നി. അന്നത്തെ സംസാരത്തിനുശേഷം അവളിൽ നിശ്ചയമായും ചില വ്യത്യാസങ്ങൾ വന്നിട്ടുണ്ടാകും. അവൾ ഒരിക്കലും മുമ്പ് ഉണ്ടായിരുന്ന സൗഹൃദത്തോടെ അയാളെ സ്വീകരിക്കില്ല. അയാളിൽ പതിവായി വിചിത്രമായ ചിന്തകളും മോഹങ്ങളും ഉണർത്തിക്കൊണ്ടിരുന്ന ആ തെളിഞ്ഞ പുഞ്ചിരി അവളുടെ മുഖത്ത് കാണാൻ കഴിഞ്ഞെന്നുവരില്ല. ഇതെല്ലാം നഷ്ടപ്പെട്ട് മറ്റു ചില കാര്യങ്ങൾ അവയുടെ സ്ഥാനം അപഹരിച്ചിരിക്കാം എന്ന് ഭയപ്പെട്ടുകൊണ്ട് അയാൾ സ്വയം നിയന്ത്രിച്ചു. അതിന്റെ വേദന അയാൾ സ്വയം അനുഭവിച്ചു.

അയാളുടെ ജോലിയും അവളോടുള്ള മോഹവും ജീവിതത്തെക്കുറിച്ച് ചിന്തിക്കുന്നതിൽ നിന്ന് അയാളെ തടസ്സപ്പെടുത്തിയില്ല. അയാളുടെ ഹൃദയത്തിൽ അമ്പരപ്പ് സൃഷ്ടിക്കാൻ തുടങ്ങിക്കഴിഞ്ഞിരുന്ന ഈ സമസ്യയെ അയാൾ ഒരു ദാർശനിക പ്രശ്നമാക്കിയില്ല. അയാൾക്ക് തർക്കിക്കാൻ കഴിഞ്ഞിരുന്നില്ല. പക്ഷേ, അയാൾ മനുഷ്യർ പറയുന്ന എല്ലാ കാര്യങ്ങളും ശ്രദ്ധിച്ച് കേൾക്കാൻ തുടങ്ങി. അവരുടെ സംസാരം ഓർമ്മയിൽ വയ്ക്കാൻ അയാൾ പരിശ്രമിച്ചു. അവർ അയാൾക്ക് ഒരു കാര്യവും വ്യക്തമാക്കിയില്ല എന്നു മാത്രമല്ല അവർ അയാളുടെ അമ്പരപ്പ് വർദ്ധിപ്പിച്ചു. അവരെ സംശയത്തോടെ നിരീക്ഷിക്കാൻ അയാളെ പ്രേരിപ്പിച്ചു. അവർ ബുദ്ധിമാന്മാരും കൗശലക്കാരും വിവേകശാലികളും ആയിരുന്നു. അയാൾ അത് മനസ്സിലാക്കി; അവരുമായി ഇടപെടുമ്പോൾ ഒരാൾ എപ്പോഴും സ്വന്തം സുരക്ഷ നോക്കേണ്ടത് ആവശ്യമായിരുന്നു. പ്രധാനപ്പെട്ട കാര്യങ്ങളിൽ അവരിൽ ഒരാൾ പോലും പറയുന്നതുപോലെ പ്രവർത്തിക്കാറില്ലെന്ന് അയാൾ ഇപ്പോൾതന്നെ മനസ്സിലാക്കിക്കഴിഞ്ഞിരുന്നു. അവരെ ശ്രദ്ധാപൂർവ്വം നിരീക്ഷിച്ചപ്പോൾ അവരുടെ ജീവിതത്തെപ്പറ്റിയുള്ള നെടുവീർപ്പുകളും പരാതികളും അയാളിൽ ഉണർത്തിയത് അവിശ്വാസം ആയിരുന്നു. സാവധാനം അയാൾ എല്ലാവരേയും സംശയത്തോടെ നോക്കാൻ തുടങ്ങി. അതോടെ നേർത്ത ചുളിവുകൾ അയാളുടെ നെറ്റിയെ പൊതിഞ്ഞു.

ഒരു ദിവസം രാവിലെ തലതൊട്ടപ്പൻ എക്സ്ചെയിഞ്ചിൽവെച്ച് അയാളോട് പറഞ്ഞു.

"അനാനി വന്നിട്ടുണ്ട്. അയാൾക്ക് നിന്നെ കാണണമെന്നുണ്ട്. വൈകിട്ട് അയാളുടെ അടുത്ത് പോകണം. അയാളോട് സൂക്ഷിച്ച് സംസാരിക്കണം. അനാനി നിന്നെക്കൊണ്ട് കച്ചവടത്തിന്റെ കാര്യങ്ങൾ തുറന്നു പറയിപ്പിക്കാൻ ശ്രമിക്കും. അയാൾ കൗശലക്കാരനാണ്. ചെകുത്താൻ.

അയാൾ വിശുദ്ധനായ ഒരു കുറുക്കനാണ്. അയാൾ സ്വർഗ്ഗത്തേക്ക് കണ്ണും നട്ട് പ്രാർത്ഥന നടത്തുന്നതിനിടയിൽ നിങ്ങളുടെ പോക്കറ്റിൽ കൈയിട്ട് പണസഞ്ചി തട്ടിയെടുക്കും. ഇടപെടുമ്പോൾ സൂക്ഷിക്കണം."

"നമ്മൾ അയാൾക്ക് എന്തെങ്കിലും കടം തിരിച്ചുകൊടുക്കാനുണ്ടോ?" ഫോമാ ചോദിച്ചു.

"തീർച്ചയായും ഉണ്ട്! നമ്മൾ പത്തേമാരിയുടെ പണം ഇതുവരെ കൊടുത്തിട്ടില്ല. അതുകൂടാതെ കുറച്ച് കാലം മുമ്പ് അയാളുടെ കൈയിൽനിന്നും ആറടിയുടെ അമ്പത്തഞ്ച് തുലാത്തണ്ടുകൾ എടുത്തിരുന്നു. എല്ലാം കൂടി ഒറ്റയടിക്ക് വേണമെന്നു പറഞ്ഞാൽ കൊടുക്കരുത്. റൂബിൾ കോപ്പക് പറ്റിപ്പിടിക്കുന്ന ഒരു സാധനം ആണ്. കൂടുതൽസമയം അത് നിങ്ങളുടെ കൈയിൽ ഇരിക്കുകയാണെങ്കിൽ കൂടുതൽ കോപ്പക്കുകൾ അതിൽ പറ്റിപ്പിടിക്കും. റൂബിൾ ഒരു സാമർത്ഥ്യമുള്ള പ്രാവിനെപ്പോലെ ആണ്. അതിനെ ആകാശത്തേക്ക് പറത്തിവിട്ടിട്ട് നിങ്ങൾ ഒന്ന് വട്ടംകറങ്ങി മേലോട്ട് നോക്കണം. അത് ഒരുകൂട്ടം പ്രാവുകളെ അതിന്റെ കൂടെ പ്രാവിൻ കൂട്ടിലേക്ക് തിരിച്ചുകൊണ്ടുവരും."

"പക്ഷേ, അയാൾ അത് ആവശ്യപ്പെട്ടാൽ നമ്മൾ എങ്ങനെ കൊടുക്കും?"

"അയാൾ ബഹളം വയ്ക്കട്ടെ. നീയും ബഹളം ഉണ്ടാക്കണം. പക്ഷേ, പണം കൊടുക്കരുത്."

"ഞാൻ അയാളെ കാണാൻ ഇപ്പോൾതന്നെ പോകാം."

അനാനി സാവിച്ച് ഷൂറോവ് പണക്കാരനായ ഒരു തടിക്കച്ചവടക്കാരനായിരുന്നു. അയാൾക്ക് ഒരു വലിയ തടിമിൽ ഉണ്ട്. അയാൾക്ക് ഇഗ്നാറ്റുമായി ഇടപാടുകൾ ഉണ്ടായിരുന്നു. പൈൻമരം പോലെ തല ഉയർത്തി നില്ക്കുന്ന കട്ടിത്താടിയും നീണ്ട കൈകളും ഉള്ള ആ നരച്ച കിഴവനെ ഒന്നിലധികം തവണ ഫോമാ കണ്ടിട്ടുണ്ട്. ഷൂറോവ് കാട്ടുപ്രദേശത്തെ അറിയപ്പെടാത്ത ഒരു ഗ്രാമത്തിൽ ദുഷിച്ച ജീവിതം നയിച്ചിരുന്നതായും ഈ തടിക്കച്ചവടക്കാരൻ നേരായ വഴിക്കല്ല പണം സമ്പാദിച്ചതെന്നും ഫോമാ കേട്ടിരുന്നു. ഷൂറോവിന്റെ ചെറുപ്പത്തിൽ അയാളുടെ തോട്ടത്തിലെ കുളിപ്പുരയിൽ ഒരു കുറ്റവാളിയെ അയാൾ താമസിച്ചിരുന്നതായി ഫോമായുടെ കുട്ടിക്കാലത്ത് ഇഗ്നാറ്റ് പറഞ്ഞിട്ടുണ്ടായിരുന്നു. അവിടെ താമസിച്ചുകൊണ്ട് അയാൾ അനാനിക്ക് വേണ്ടി കള്ളപ്പണം നിർമ്മിച്ചുകൊടുത്തു. അന്നുമുതൽ അനാനി പണക്കാരനാകാൻ ആരംഭിച്ചു. ഒരുദിവസം കുളപ്പുര തീപിടിച്ച് ചാമ്പലായി. ചാരത്തിനിടയിൽ നിന്നും അന്ന് തലയോടു പൊട്ടിയ ഒരു ശവം അവർ കണ്ടെടുത്തിരുന്നു. ഷൂറോവ് അയാളെ തല്ലിക്കൊണ്ട് കുളപ്പുരയ്ക്ക് തീവെച്ചതാണെന്ന് ഒരു കിംവദന്തി നാട്ടിൽ പരന്നിരുന്നു. ഇത്തരം കാര്യങ്ങൾ സുന്ദരനായ ആ കിഴവന്റെ ജീവിതത്തിൽ ഒന്നിലധികം പ്രാവശ്യം സംഭവിച്ചിരുന്നു. പക്ഷേ, നഗരത്തിലെ ഒട്ടുമിക്ക പണക്കാർക്കും ഇത്തരം കഥകളുടെ അടിത്തറ ഉണ്ടായിരുന്നു. അവർക്ക് എല്ലാവർക്കും ഉണ്ടായിരുന്നു. ഇത്തരം കഥകൾ ഫോമാ ചെറുപ്പത്തിൽ

കേട്ടിരുന്നു. പക്ഷേ, മുമ്പൊരിക്കലും അയാൾ അതൊക്കെ സത്യമാണോ കള്ളമാണോ എന്ന് ആലോചിച്ചിട്ടില്ല.

ഷൂറോവ് രണ്ട് ഭാര്യമാരെ ഒഴിവാക്കിയെന്നും ഫോമായ്ക്ക് അറിവുണ്ടായിരുന്നു. അവരിൽ ഒരാൾ ആദ്യരാത്രിയിലെ അയാളുടെ ആലിംഗനത്തിൽ മരിച്ചുപോകുകയായിരുന്നു. അതിനുശേഷം മകന്റെ ഭാര്യയോടൊപ്പം അയാൾ മറ്റൊരു സ്ഥലത്തേക്ക് താമസം മാറ്റി. അയാളുടെ മകൻ മനഃപ്രയാസം കൊണ്ട് കുടി തുടങ്ങി. അയാൾ സമയത്ത് സുബോധത്തിലേക്ക് തിരിച്ചെത്തിയിരുന്നില്ലെങ്കിൽ അബോധാവസ്ഥയിൽതന്നെ അയാൾ അവസാനിക്കുമായിരുന്നു. പിന്നീട് വെപ്പാട്ടി ആയിരുന്ന അയാളുടെ മരുമകൾ മരിച്ചപ്പോൾ ഷൂറോവ് ഊമയായ ഒരു തെണ്ടിപ്പെണ്ണിനെ വീട്ടിൽ കൂട്ടിക്കൊണ്ടുവന്നു,. അവൾ ഇപ്പോഴും അയാളോടൊപ്പം ജീവിച്ചുകൊണ്ടിരിക്കുകയാണ്. അടുത്ത കാലത്ത് അവൾ ഒരു ചത്തകുഞ്ഞിനെ പ്രസവിച്ചിരുന്നു. അനാനി താമസിച്ചിരുന്ന ഹോട്ടലിലേക്കുള്ള യാത്രയിൽ ഈ കാര്യങ്ങളെല്ലാം ഫോമാ വെറുതെ ഓർമ്മിച്ചു. തനിക്ക് ഷൂറോവിനോട് അസാമാന്യമായ താല്പര്യം തോന്നുന്നുണ്ടെന്ന് ഫോമായ്ക്ക് തോന്നി.

അടുത്ത വീടിന്റെ തുരുമ്പിച്ച മേൽക്കൂരയിലേക്ക് തുറക്കുന്ന ഒരേ ഒരു ജനാലമാത്രമുള്ള മുറിയുടെ വാതിലിൽ നടത്തം അവസാനിപ്പിച്ചുകൊണ്ട് ഫോമാ ബഹുമാനത്തോടെ വാതിൽ തുറന്നു. കിഴവൻ ഷൂറോവ് അല്പംമുമ്പ് ഉറക്കം ഉണർന്ന് കിടക്കയിൽ താഴോട്ട് നോക്കി ചാരി ഇരിക്കുകയാണെന്ന് അയാൾക്ക് മനസ്സിലായി. അയാൾ കുനിഞ്ഞിരിക്കുന്നതുകൊണ്ട് അയാളുടെ വെളുത്തതാടി കാൽമുട്ടിൽ തൊടുന്നുണ്ടായിരുന്നു. പക്ഷേ, കുനിഞ്ഞിരിക്കുന്ന സമയത്തും അയാളുടെ വലുപ്പം വളരെ കൂടുതലായിരുന്നു.

“ആരാ, അത്?” അനാനി തല ഉയർത്താതെ പരുക്കൻ ശബ്ദത്തിൽ ദേഷ്യത്തോടെ ചോദിച്ചു.

“അനാനി സാവിച്ച്, ഇത് ഞാനാണ് എന്തുണ്ട് വിശേഷം?”

വൃദ്ധൻ സാവധാനം തല ഉയർത്തി വലിയ കണ്ണുകൾ ചിമ്മിക്കൊണ്ട് ഫോമായെ നോക്കി.

“ഇഗ്നാറ്റിന്റെ മകൻ. ശരിയല്ലേ?”

“വളരെ ശരിയാണ്.”

“ശരി, ഇവിടേക്കു വരൂ. ജനലിന്റെ അടുത്ത് ഇരിക്കൂ. നിങ്ങൾ എന്തുമാത്രം വളർന്നെന്ന് കാണട്ടെ. എന്റെ കൂടെ ഒരു ഗ്ലാസ് ചായ കുടിക്കരുതോ?”

“നിവർന്നിരുന്ന് താടിതടവിക്കൊണ്ട് വൃദ്ധൻ ജോലിക്കാരനെ ഉറക്കെ വിളിച്ചു. അയാൾ നിശ്ശബ്ദനായി ഫോമായെ പരിശോധിക്കാൻ ആരംഭിച്ചു. ഫോമായും അയാളെ ഒളിക്കണ്ണിട്ടു നോക്കി.

വൃദ്ധന്റെ ഉയർന്ന നെറ്റിത്തടം ചുളിവുകൾ നിറഞ്ഞതായിരുന്നു. അയാളുടെ തൊലിയുടെ നിറം ഇരുണ്ടിരുന്നു. നരച്ച മുടിച്ചുരുളുകൾ അയാളുടെ കൂർത്ത ചെവികളെ മൂടിയിരുന്നു. അയാളുടെ മുകൾഭാഗത്തിന്

അറിവും നന്മയും നിറഞ്ഞ ഒരു മുഖഭാവം കൊടുത്തു. പക്ഷേ, അയാളുടെ ചുണ്ടുകൾക്കും കവിളുകൾക്കും ചുവപ്പുനിറമായിരുന്നു. അതുകൂടാതെ അയാളുടെ ചുണ്ടുകൾ തടിച്ചതായിരുന്നു. അയാളുടെ മുഖവുമായി അവയ്ക്ക് യാതൊരു യോജിപ്പും ഉണ്ടായിരുന്നില്ല. വൃദ്ധൻ ചുണ്ട നക്കുമ്പോൾ താഴെ മഞ്ഞപ്പല്ലുകൾ തിളങ്ങുന്നുണ്ടായിരുന്നു. അയാളുടെ നരച്ച മീശയ്ക്കുള്ളിൽ ഒളിക്കാൻ ആഗ്രഹിക്കുന്നതുപോലെ അയാളുടെ മെലിഞ്ഞ മൂക്ക് താഴോട്ട് വളഞ്ഞതായിരുന്നു. അയാൾ കാലിക്കോ തുണിക്കൊണ്ടുള്ള ഇളംചുവപ്പുനിറമുള്ള ഷർട്ടാണ് ധരിച്ചിരുന്നത്. അയാൾ ബൂട്ടിനുള്ളിലേക്ക് അറ്റം ചുരുകിവെച്ച കറുപ്പുനിറമുള്ള ഒരു അയഞ്ഞ കാലുറയും അതിനുമുകളിൽ സിൽക്ക് തുണികൊണ്ടുള്ള ഒരു അരപ്പട്ടയും അണിഞ്ഞിരുന്നു. ഫോമാ അയാളുടെ ചുണ്ടുകളിലേക്ക് തുറിച്ചുനോക്കിക്കൊണ്ട് ആലോചിച്ചു. "വൃദ്ധൻ നിശ്ചയമായും പറഞ്ഞുകേട്ടതിൽ നിന്ന് ഒട്ടുംതന്നെ വ്യത്യസ്തനല്ല."

"നിങ്ങൾ കുട്ടിയായിരുന്നപ്പോൾ അച്ഛന്റെ ഛായ ആയിരുന്നു." ഷാറോവ് പെട്ടെന്ന് പറഞ്ഞു. അതിനുശേഷം അയാൾ നെടുവീർപ്പിട്ടു. പിന്നീട് അല്പസമയത്തെ നിശ്ശബ്ദതയ്ക്ക് ശേഷം അയാൾ ചോദിച്ചു. "നിങ്ങൾ അച്ഛനെ ഓർക്കാറുണ്ടോ? എന്നെങ്കിലും അയാൾക്കുവേണ്ടി പ്രാർത്ഥിച്ചിട്ടുണ്ടോ? നിങ്ങൾ അത് ചെയ്യണം! നിങ്ങൾ നിശ്ചയമായും പ്രാർത്ഥിക്കണം! 'ഫോമായുടെ ചുരുക്കിയുള്ള മറുപടി കേട്ടുകഴിഞ്ഞ് അയാൾ സംസാരം തുടർന്നു. "ഇഗ്നാറ്റ് ഒരു ഭയങ്കര പാപി ആയിരുന്നു. അയാൾ ഓർക്കാപ്പുറത്ത് മാനസാന്തരപ്പെടാതെയാണ് മരിച്ചുപോയത്. അയാൾ ഒരു വലിയ പാപി ആയിരുന്നു!"

"അച്ഛൻ മറ്റുള്ളവരേക്കാൾ വലിയ പാപി ആയിരുന്നില്ല." അച്ഛന്റെ കാര്യത്തിൽ വിഷമം തോന്നിയിട്ട് ഫോമാ ദേഷ്യപ്പെട്ടുകൊണ്ട് പറഞ്ഞു.

"ആരേക്കാൾ പാപിയല്ലെന്നാണ് പറയുന്നത്. ഒരു ഉദാഹരണം പറഞ്ഞാട്ടെ?" ഷൂറോവ് നിർബ്ബന്ധിച്ചു.

"ഇവിടെ ധാരാളം പാപികൾ ഇല്ലേ?"

"ഇവിടെ ഭൂമിയിൽ മരിച്ചുപോയ ഇഗ്നാറ്റിനേക്കാൾ പാപിയായി ഒരാൾ മാത്രമേ ഉള്ളൂ അത് ആ നശിച്ച അവിശ്വാസി ആണ്. നിങ്ങളുടെ തലതൊട്ടപ്പൻ യാഷ്ക്കാ." വൃദ്ധൻ പെട്ടെന്ന് വിളിച്ചു പറഞ്ഞു.

"നിങ്ങൾക്ക് ആ കാര്യം ഉറപ്പാണോ?" ഫോമാ പുഞ്ചിരിച്ചുകൊണ്ട് ചോദിച്ചു.

"എനിക്കോ? തീർച്ചയായും എനിക്ക് ഉറപ്പുണ്ട്!" ആത്മവിശ്വാസത്തോടെ തലകുലുക്കിക്കൊണ്ട് ഷൂറോവ് പറഞ്ഞു. അയാളുടെ കണ്ണുകളുടെ കറുപ്പുനിറം സാമാന്യം വർദ്ധിച്ചിരുന്നു., "ഞാനും ദൈവത്തിന്റെ മുമ്പിൽ പാപം ചെയ്യാതെയല്ല ചെല്ലുന്നത്. ഞാനും എന്റെ കൂടെ പാപങ്ങളുടെ ഒരു വലിയ ചുമട് കൊണ്ടുപോകുന്നുണ്ട്. ഞാൻ സ്വയം ചെകുത്താനെ സന്തോഷിപ്പിക്കുകയായിരുന്നു. ഞാൻ ദൈവത്തിനെ അദ്ദേഹത്തിന്റെ ദയയ്ക്കുവേണ്ടി മാത്രമാണ് വിശ്വസിച്ചത്. എന്നാൽ യാഷ്ക്കാ

ഒന്നിലും വിശ്വസിക്കുന്നില്ല. സ്വപ്നങ്ങളിലോ കിളികളുടെ സംഗീതത്തിലോ അയാൾക്ക് വിശ്വാസം ഇല്ല. യാഷ്ക്കാ ദൈവത്തിൽ വിശ്വസിക്കുന്നില്ല. ഇത് എനിക്ക് അറിയാവുന്ന കാര്യമാണ്! അയാളുടെ അവിശ്വാസത്തിന് അയാൾക്ക് ഭൂമിയിൽ വെച്ചു തന്നെ ശിക്ഷകിട്ടും."

"ഇതും നിങ്ങൾക്ക് ഉറപ്പുള്ള കാര്യമാണോ?"

"അതെ, എനിക്ക് ഉറപ്പുണ്ട്. എന്റെ സംസാരം ശ്രദ്ധിക്കുന്നത് പരിഹാസ്യമായ കാര്യമാണെന്ന് നിങ്ങൾ ചിന്തിക്കുന്നത് എനിക്കും മനസ്സിലാകുന്നുണ്ടെന്ന് നിങ്ങൾ വിചാരിക്കുന്നില്ലേ? നിശ്ചയമായും നിങ്ങൾ കൂർമ്മബുദ്ധിയുള്ളവനാണ്! പക്ഷേ, ഒരുപാട് പാപങ്ങൾ ചെയ്യുന്നവൻ എപ്പോഴും ബുദ്ധിമാനായിരിക്കും! പാപം നിങ്ങളെ പഠിപ്പിക്കും! അതുകൊണ്ടാണ് യാഷ്ക്കാ മയാകിന് അസാധാരണമായ അറിവുള്ളത്."

വൃദ്ധന്റെ ആത്മവിശ്വാസമുള്ള പരുക്കൻ ശബ്ദം ശ്രദ്ധിച്ചുകൊണ്ടിരിക്കുമ്പോൾ ഫോമാ വിചാരിച്ചു:

"അയാൾ മരണത്തിന് സുഗന്ധമുണ്ടാക്കുകയാണെന്ന് തോന്നുന്നു."

ജോലിക്കാരൻ പ്രത്യേകതകൾ ഇല്ലാത്ത വിളറിയ മുഖമുള്ള ഒരു കുള്ളൻ ആയിരുന്നു. അയാൾ പെട്ടെന്ന് സമോവർ മുറിയിൽ കൊണ്ടുവെച്ചിട്ട് വെപ്രാളപ്പെട്ട് തിരിച്ചുപോയി. വൃദ്ധൻ ജനൽപടിയിൽ ഇരുന്ന ചില കടലാസുകെട്ടുകൾ അഴിക്കുകയായിരുന്നു. ഫോമായുടെ മുഖത്തു നോക്കാതെ അയാൾ പറഞ്ഞു:

"നിങ്ങൾക്ക് ധൈര്യം ഉണ്ട്. നിങ്ങളുടേത് ഇരുണ്ട കണ്ണുകളാണ്. മുമ്പ് കൂടുതൽ തെളിഞ്ഞകണ്ണുകളുള്ള മനുഷ്യർ ഉണ്ടായിരുന്നു. കാരണം അന്ന് മനസ്സിന് കൂടുതൽ തിളക്കം പതിവായിരുന്നു. മുമ്പ് എല്ലാകാര്യങ്ങളും കൂടുതൽ ലളിതമായിരുന്നു. മനുഷ്യരും പാപങ്ങളും. ഇപ്പോൾ എല്ലാം കുഴഞ്ഞു മറിഞ്ഞിരിക്കുന്നു. ശരിയല്ലേ!"

അയാൾ ചായ തയ്യാറാക്കി. ഫോമായുടെ എതിർവശത്തിരുന്നുകൊണ്ട് അയാൾ സംസാരം തുടർന്നു.

"നിങ്ങളുടെ അച്ഛൻ നിങ്ങളുടെ പ്രായത്തിൽ വെള്ളം പമ്പുചെയ്യുന്നവൻ ആയിരുന്നു. ഞങ്ങളുടെ ഗ്രാമത്തിനടുത്ത് കപ്പലിലെ ജോലിക്കാരോടൊപ്പം അയാൾ താമസിച്ചിട്ടുണ്ട്. നിങ്ങളുടെ പ്രായത്തിൽ ഇഗ്നാറ്റ് എനിക്ക് ഒരു പളുങ്കുപാത്രംപോലെ സുതാര്യമായിരുന്നു. അയാൾ ഏതുതരം മനുഷ്യനാണെന്ന് ഒറ്റനോട്ടത്തിൽ നിങ്ങൾക്ക് പറയാൻ കഴിയുമായിരുന്നു. എന്നാൽ നിങ്ങൾ— നിങ്ങളെ ഞാൻ ഇവിടെ നോക്കിക്കൊണ്ടിരിക്കുകയാണ്. പക്ഷേ, നിങ്ങൾ എന്താണെന്ന് എനിക്ക് മനസ്സിലാകുന്നില്ല. നിങ്ങൾ ആരാണ്? നിങ്ങൾക്കു പോലും അത് മനസ്സിലായിട്ടില്ല. അതുകൊണ്ടാണ് നിങ്ങൾ ബുദ്ധിമുട്ടുന്നത്. ഇന്നത്തെകാലത്ത് എല്ലാവരും നിശ്ചയമായും കഷ്ടപ്പെടേണ്ടിവരുന്നു. കാരണം അവർക്ക് സ്വയം മനസ്സിലായിട്ടില്ല. ജീവിതം കൊടുങ്കാറ്റിൽ നിലംപൊത്തിയ ഒരു മരക്കൂട്ടമാണ് അതിനുള്ളിലൂടെ പുറത്തുകടക്കാനുള്ള വഴി നിങ്ങൾ തന്നെ മനസ്സിലാക്കി എടുക്കണം. അത് എവിടെയാണ്? എല്ലാം വഴുതിവീണു കൊണ്ടിരിക്കുന്നു.

നിങ്ങൾ വിവാഹം കഴിച്ചോ?"

"ഇതുവരെ ഇല്ല;" ഫോമാ പറഞ്ഞു.

"അവിടെ വീണ്ടും പറയാനുണ്ട്. നിങ്ങൾ വിവാഹം കഴിച്ചിട്ടില്ല. എന്നിട്ടും നിങ്ങൾ ഇപ്പോൾ പരിശുദ്ധനല്ലെന്ന് എനിക്ക് ഉറപ്പുണ്ട്. ശരി. നിങ്ങളുടെ കച്ചവടത്തിൽ നിങ്ങൾ കഠിനാദ്ധ്വാനം ചെയ്യുന്നുണ്ടോ?"

"ചിലപ്പോൾ, ഞാൻ എന്റെ തലതൊട്ടപ്പന്റെ കൂടെ ഉള്ളപ്പോൾ."

"ഇന്നത്തെകാലത്ത് നിങ്ങൾക്ക് എന്തുതരം ജോലിയാണ് ഉള്ളത്?" വൃദ്ധൻ തലകുലുക്കിക്കൊണ്ട് പറഞ്ഞു. അയാളുടെ കണ്ണുകൾ തുടർച്ചയായി ഇരുളുകയും തിളങ്ങുകയും ചെയ്തു. "നിങ്ങൾക്ക് ഇപ്പോൾ അദ്ധ്വാനിക്കേണ്ട കാര്യമില്ല! കവിഞ്ഞ കാലത്ത് കച്ചവടക്കാരൻ കച്ചവടത്തിനു വേണ്ടി കുതിരപ്പുറത്ത് സഞ്ചരിച്ചു. മഞ്ഞത്തും കാറ്റത്തും രാത്രിയിലും അയാൾ യാത്ര ചെയ്തു! വഴിയിൽ കൊലപാതകികൾ അയാൾക്കു വേണ്ടി കാത്തു നിന്നു. അയാളെ കൊന്നു. അയാൾ അയാളുടെ പാപങ്ങൾ രക്തത്തിൽ കഴുകിക്കൊണ്ട് രക്തസാക്ഷിയായി. ഇപ്പോൾ അവർ ട്രെയിനിൽ സഞ്ചരിക്കുന്നു. ഇപ്പോൾ അവർ കമ്പിയടിക്കുന്നു. ഒരു മനുഷ്യൻ പറയുന്നത് അഞ്ചുമൈൽ ദൂരത്തുള്ള ഓഫീസിലിരുന്നു കേൾക്കാൻ പറ്റുന്ന തരത്തിലുള്ള എന്തോ ഒരു സാധനം അവർ ഇപ്പോൾ കണ്ടുപിടിച്ചിട്ടു പോലുമുണ്ട്. അവിടെ നിശ്ചയമായും ഈ കാര്യത്തിൽ പിശാചിന് കൈയുണ്ട്! ഒരു മനുഷ്യൻ അനങ്ങാതിരിക്കുന്നു. അവിടെ ഇരുന്നു കൊണ്ട് താൻ തനിച്ചായെന്നുള്ള തോന്നൽ കൊണ്ട് മാത്രം അയാൾ പാപങ്ങൾ ചെയ്യുന്നു. കാരണം അയാൾക്ക് മറ്റൊന്നും ചെയ്യാനില്ല. അയാളുടെ ജോലിയെല്ലാം യന്ത്രങ്ങൾ ചെയ്യുന്നു. അയാൾക്ക് ജോലി ഇല്ല. അദ്ധ്വാനം ഇല്ലെങ്കിൽ മനുഷ്യൻ നശിച്ചു! അയാൾ സ്വയം യന്ത്രങ്ങൾ ഉണ്ടാക്കിയെടുത്തിട്ട് അതെല്ലാം നല്ലതാണെന്ന് ചിന്തിക്കുന്നു! എന്നാൽ യന്ത്രം നിങ്ങൾക്കു വേണ്ടി ചെകുത്താൻ തയ്യാറാക്കിയ കെണിയാണ്! അങ്ങനെ നിങ്ങളെ അയാൾ അതിനുള്ളിൽ പെടുത്തുന്നു. അദ്ധ്വാനിക്കുമ്പോൾ നിങ്ങൾക്ക് പാപം ചെയ്യാൻ സമയം ഇല്ല. പക്ഷേ, യന്ത്രം ഉള്ളപ്പോൾ നിങ്ങൾക്ക് സ്വാതന്ത്ര്യം ഉണ്ട്. സൂര്യരശ്മികൾ ഭൂമിയുടെ ആഴങ്ങളിലെ താമസക്കാരായ പുഴുക്കളെ കൊല്ലുന്നതുപോലെ സ്വാതന്ത്ര്യം മനുഷ്യനെ കൊല്ലുന്നു!"

വാക്കുകൾ വാശിയോടെ വ്യക്തമായി ഉച്ചരിച്ചതിനുശേഷം വൃദ്ധൻ വിരലുകൊണ്ട് നാലുതവണ മേശപ്പുറത്ത് അടിച്ചു. വിജയിയെപോലെ അയാളുടെ മുഖം തിളങ്ങി. അയാളുടെ നെഞ്ച് കൂടുതൽ ഉയർന്നു. അതിനു മുകളിൽ അയാളുടെ താടിയുടെ വെള്ളി രോമങ്ങൾ നിശ്ശബ്ദമായി വിറച്ചു. അയാളെ നോക്കിക്കൊണ്ടിരുന്നപ്പോൾ ഭയം ഫോമയെ പൊതിഞ്ഞു കാരണം അയാളുടെ സംസാരത്തിന് ഉറച്ചവിശ്വാസത്തിന്റെ ശക്തിയാണ് ഫോമയെ ചിന്താക്കുഴപ്പത്തിലാക്കിയത്. വൃദ്ധനെ പറ്റി അയാൾ മനസ്സിലാക്കിയതെല്ലാം അയാൾ മറന്നു പോയിരുന്നു. അല്പം മുമ്പ് അയാൾ വിശ്വസിച്ചിരുന്ന ഒരു കാര്യവും ഇപ്പോൾ അയാളുടെ ഉള്ളിൽ ഉണ്ടായിരു

ന്നില്ല.

"ശരീരത്തിന് സ്വാതന്ത്ര്യം ആര് നല്കിയാലും അയാൾ ആത്മാവിനെ കൊല്ലുന്നു!" അയാളുടെ സംസാരം കൊണ്ട് ആരോ ഫോമായുടെ പിന്നിൽ ദുഃഖത്തോടെ പേടിച്ചുനില്ക്കുന്നത് താൻ കണ്ടെന്നും ആ മനുഷ്യന്റെ ഭയവും വേദനയും തന്നെ ആനന്ദിപ്പിക്കുന്നുണ്ടെന്നും ഉള്ള മട്ടിലുള്ള ഒരു അസാധാരണമായ നോട്ടം നോക്കിക്കൊണ്ട് അനാനി പറഞ്ഞു. "നിങ്ങളെ പോലെയുള്ള ഇന്നത്തെ സകലമാന മനുഷ്യരും സ്വാതന്ത്ര്യത്തിലൂടെ നശിക്കും. ചെകുത്താൻ നിങ്ങളെ പിടികൂടിക്കഴിഞ്ഞിരിക്കുന്നു. അയാൾ നിങ്ങളിൽ നിന്ന് അദ്ധ്വാനം തിരിച്ചെടുത്തിരിക്കുന്നു. യന്ത്രങ്ങളും കമ്പിയില്ലാ കമ്പിയും നിങ്ങളുടെ കൈയിലേക്ക് അയാൾ ഇട്ടുതന്നിരിക്കുന്നു. മനുഷ്യരുടെ ആത്മാവിനെ സ്വാതന്ത്ര്യം എങ്ങനെയാണ് തിന്നുതീർക്കുന്നത്! കുട്ടികൾ എന്തുകൊണ്ടാണ് അച്ഛന്മാരേക്കാൾ മോശമായി പോകുന്നത്? കാരണം അവർക്കുകിട്ടുന്ന സ്വാതന്ത്ര്യം. അതെ. അതുകൊണ്ടാണ് അവർ കുടിക്കുന്നതും സ്ത്രീകളോടൊപ്പം വഴിപിഴച്ച ജീവിതം നയിക്കുന്നതും. അവർക്ക് അദ്ധ്വാനം കുറവായതുകൊണ്ട് ശക്തിയും കുറവാണ്. അവർക്ക് അലട്ടലുകൾ ഇല്ലാത്തതുകൊണ്ട് ആഹ്ലാദത്തിന്റെ പൊരുൾ അനുഭവിക്കാൻ പറ്റില്ല. വിശ്രമിക്കുന്ന സമയത്താണ് ആഹ്ലാദം വരുന്നത്. എന്നാൽ ഇന്നത്തെകാലത്ത് ആരും ക്ഷീണിക്കുന്നില്ല."

പോമാ ശാന്തമായി പറഞ്ഞു. "അവർ കുടിക്കുന്നതും വഴിപിഴക്കുന്നതും പണ്ടത്തെ പോലെയാണെന്നാണ് ഞാൻ വിചാരിക്കുന്നത്."

"അത് നിങ്ങൾക്ക് എങ്ങനെ അറിയാം? നിങ്ങൾ മിണ്ടരുത്!" രൂക്ഷമായി നോക്കിക്കൊണ്ട് അനാനി വിളിച്ചുകൂവി. പണ്ട്കാലത്ത് മനുഷ്യന് കൂടുതൽ ശക്തി ഉണ്ടായിരുന്നു. പാപങ്ങൾ അയാളുടെ ശക്തിക്ക് അനുസരിച്ചായിരുന്നു. എന്നാൽ ഇന്നത്തെ കാലത്തെ നിങ്ങൾക്ക് ശക്തി കുറവാണ്. പാപങ്ങൾ കൂടുതലാണ്. കൂടാതെ നിങ്ങളുടെ പാപങ്ങൾ കൂടുതൽ അറപ്പുണ്ടാക്കുന്നവയുമാണ്. അന്ന് മനുഷ്യർ ഓക്കുമരങ്ങൾപോലെ ആയിരുന്നു. ദൈവത്തിന്റെ വിധിന്യായം പോലും അവരുടെ ശക്തിക്ക് അനുസരിച്ചായിരിക്കുന്നു. അവരുടെ ശരീരത്തിന്റെ ഭാരം തൂക്കിനോക്കും. മാലാഖമാർ അവരുടെ രക്തത്തിന്റെ അളവുനോക്കും. അവരുടെ പാപങ്ങളുടെ ഭാരം രക്തത്തിന്റേയും ശരീരത്തിന്റേയും ഭാരത്തെ കവച്ചുവെയ്ക്കുന്നില്ലെന്ന് മാലാഖമാർ ഉറപ്പുവരുത്തും. നിങ്ങൾക്ക് മനസ്സിലാകുന്നുണ്ടോ? ആടിനെ കടിച്ചുകീറിയതിന് ദൈവം ചെന്നായയെ ശിക്ഷിക്കില്ല. പക്ഷേ, ഒരു ആടിന്റെ മരണത്തിന് ഒരു നികൃഷ്ടനായ എലി കാരണക്കാരൻ ആകുകയാണെങ്കിൽ ദൈവം എലിയെ ശിക്ഷിക്കും!"

"ദൈവം മനുഷ്യനെ വിധിക്കുന്നത് എങ്ങനെയാണെന്ന് മനുഷ്യൻ എങ്ങനെ പറയും?" ഫോമാ ആലോചിച്ചു കൊണ്ട് ചോദിച്ചു. "വ്യക്തമായ ഒരു വിചാരണ ആവശ്യമുണ്ട്."

"വ്യക്തമായ വിചാരണ എന്തിനാണ്?"

"ആളുകൾക്ക് മനസ്സിലാക്കാൻ വേണ്ടി."

"എന്റെ വിധികർത്താവ് ദൈവം അല്ലാതെ ആരാണ്?'.

"ഫോമാ വൃദ്ധനെ ഒളികണ്ണിട്ടു നോക്കിയതിനുശേഷം നിശ്ശബ്ദനായി കുനിഞ്ഞിരുന്നു. ഷൂറോവ് കൊന്ന് ചുട്ടെരിച്ച അഭയാർത്ഥിയായ കുറ്റവാളിയെ അയാൾ വീണ്ടും ഓർമ്മിച്ചു. അതെല്ലാം സംഭവിച്ച കാര്യങ്ങളാണെന്ന് അയാൾ വീണ്ടും വിശ്വസിച്ചു. അടുത്തത് അയാളുടെ ഭാര്യമാരും വെപ്പാട്ടിമാരും അവരെല്ലാം നിശ്ചയമായും ഈ വൃദ്ധന്റെ ലാളനകൊണ്ട് അവരുടെ ശവക്കുഴിയിലേക്ക് വെപ്രാളപ്പെട്ട് നടന്നു പോയവരാണ്. അയാൾ എല്ലുറപ്പുള്ള അയാളുടെ നെഞ്ചുകൊണ്ട് അവരെ ഞെരിച്ചുടച്ചിട്ടുണ്ട്. അയാളുടെ കഴുത്തുറ്റ നീണ്ട കൈകളുടെ ആലിംഗനത്തിൽ മരിച്ചുപോയ സ്ത്രീകളുടെ കട്ടപിടിച്ച ചോരയുടെ കടും ചുവപ്പുനിറം ഇപ്പോഴും മാഞ്ഞുപോയിട്ടില്ലാത്ത തടിച്ച ചുണ്ടുകൾ കൊണ്ട് അവരുടെ ജീവന്റെ സത്ത അയാൾ കുടിച്ചുവറ്റിച്ചിട്ടുണ്ട്. ഇപ്പോൾ അയാളുടെ അടുത്തെവിടെയോ മരണം കാത്തുനില്ക്കാൻ തുടങ്ങിക്കഴിഞ്ഞപ്പോൾ അയാൾ അയാളുടെ പാപങ്ങളുടെ കണക്കെടുക്കുന്നു. മറ്റുള്ളവരുടെ പാപങ്ങൾ തീരുമാനിക്കുന്നു. ഒരുപക്ഷേ, സ്വന്തം പാപങ്ങളിൽ തീർപ്പു കല്പിച്ചു കൊണ്ട് അയാൾ പറയുന്നു:

"എന്റെ വിധികർത്താവ് ദൈവം അല്ലാതെ ആരാണ്?"

"അയാൾക്ക് ഭയം ഉണ്ടോ ഇല്ലയോ?" രഹസ്യമായി വൃദ്ധനെ പരിശോധിച്ചുകൊണ്ട് ഫോമാ സ്വയം ചോദിച്ചു.

"എന്റെ കുട്ടി! ആലോചിച്ചുനോക്കൂ" ഷൂറോവ് തലകുലുക്കിക്കൊണ്ട് പറഞ്ഞു. "നിങ്ങൾക്ക് എങ്ങനെ ജീവിക്കേണ്ടിവരുമെന്ന് ആലോചിച്ചു നോക്കൂ. നിങ്ങളുടെ ഹൃദയത്തിന്റെ തലസ്ഥാനം ചെറുതും ശീലങ്ങൾ വലുതുമാണ്. നിങ്ങളുടെ സ്വന്തം സത്തയുടെ മുമ്പിൽ നിങ്ങൾ പാപ്പരാവാതെ പിടിച്ചു നില്ക്കണം!" വൃദ്ധൻ പൊട്ടിച്ചിരിച്ചു.

"എന്റെ ഹൃദയത്തിൽ എന്തൊക്കെ എത്രമാത്രം ഉണ്ടെന്ന് നിങ്ങൾക്ക് എങ്ങനെ പറയാൻ പറ്റും?" വൃദ്ധന്റെ പൊട്ടിച്ചിരിയിൽ മനഃപ്രയാസം തോന്നിയ ഫോമാ മുഖം വീർപ്പിച്ചുകൊണ്ട് ചോദിച്ചു.

"എനിക്ക് അത് മനസ്സിലാക്കാൻ പറ്റും. ഞാൻ വളരെക്കാലമായി ജീവിക്കുന്നതുകൊണ്ട് എനിക്ക് എല്ലാ കാര്യങ്ങളും അറിയാൻ പറ്റും! ഞാൻ എത്രകാലമായി ജീവിക്കുന്നു! മരങ്ങൾ വളർച്ചയെത്തി അവ മുറിച്ച് വീടുപണിഞ്ഞ് ആ വീടുകൾ പോലും ഇപ്പോൾ ജീർണ്ണിച്ചിരിക്കുന്നു. എന്തായാലും ഇതെല്ലാം നേരിട്ട് കണ്ട ഞാൻ ഇപ്പോഴും ജീവിച്ചിരിപ്പുണ്ട്. ഇടയ്ക്ക് എന്റെ ജീവിതത്തെപ്പറ്റി ഓർക്കുമ്പോൾ ഞാൻ വിചാരിക്കും. ഒരു മനുഷ്യന് ഇത്രയും കാലം ജീവിക്കാൻ പറ്റുമോ? ഇതിനെല്ലാം സാക്ഷിയാകാൻ ഒരാൾക്ക് ജീവിതകാലം കൊണ്ട് കഴിയുന്ന കാര്യമാണോ?" വൃദ്ധൻ ഫോമായെ രൂക്ഷമായി നോക്കിക്കൊണ്ട് തലകുലുക്കി. അതിനുശേഷം അയാൾ നിശ്ശബ്ദനായി.

മുറിക്കുള്ളിൽ നിശ്ശബ്ദത പടർന്നു. വീടിന്റെ മേൽക്കൂരയിൽ മരച്ചില്ലകളുടെ മർമ്മരം ഉണ്ടായിരുന്നു. ജനാലയ്ക്ക് പുറത്തു തെരുവിൽനിന്നും

ആരുടെയൊക്കെയോ അടക്കിപ്പിടിച്ച സംസാരം കേൾക്കുന്നുണ്ടായിരുന്നു. മേശപ്പുറത്തെ സമോവർ ഒരു ശോകഗാനം പാടി. ഷൂറോവ് താടിതടവിക്കൊണ്ട് അയാളുടെ ചായഗ്ലാസിലേക്ക് കണ്ണെടുക്കാതെ നോക്കിക്കൊണ്ടിരിക്കുക ആയിരുന്നു. അയാളുടെ നെഞ്ചിനുള്ളിൽ ഏതോ ഭാരം കിടന്ന് ചുറ്റിത്തിരിയുന്നതുപോലെയുള്ള ഒരു ബഹളം അയാൾക്ക് കേൾക്കാൻ കഴിഞ്ഞിരുന്നു.

"അച്ഛനില്ലാതെ ജീവിക്കാൻ നിങ്ങൾക്ക് ബുദ്ധിമുട്ടാണ്. അങ്ങനെയല്ലേ?" അയാൾ ചോദിച്ചു.

"ഞാൻ അത് ശീലിച്ചുകൊണ്ടിരിക്കുന്നു," ഫോമാ മറുപടി പറഞ്ഞു.

"നിങ്ങൾ സമ്പന്നനാണ്. യക്കോവ് മരിക്കുമ്പോൾ നിങ്ങൾ കൂടുതൽ സമ്പന്നനായിരിക്കും. അയാൾ എല്ലാം നിങ്ങൾക്ക് ഉപേക്ഷിച്ചിട്ടുപോകും."

"എനിക്ക് അതിന്റെ ആവശ്യം ഇല്ല."

"അയാൾക്ക് അത് മറ്റാർക്ക് കൊടുക്കാൻ പറ്റും? അയാൾക്ക് ഒരു മകളാണുള്ളത്. നിങ്ങൾ അവളെ വിവാഹം കഴിക്കണം. അവൾ നിങ്ങളുടെ വളർത്തു പെങ്ങളാണെന്നതും തലതൊട്ട പെങ്ങളാണെന്നതും കാര്യമാക്കേണ്ട! അതെല്ലാം ശരിപ്പെടുത്തിയെടുക്കാൻ പറ്റും. അതിനുശേഷം നിങ്ങൾക്ക് വിവാഹം കഴിക്കാം. ഇപ്പോൾ നയിക്കുന്ന ജീവിതം കൊണ്ട് നിങ്ങൾക്ക് എന്ത് നന്മ കിട്ടാനുണ്ട്? നിങ്ങൾ എന്നും പെൺകുട്ടികളുടെ കൂടെ ചുറ്റിത്തിരിയാമെന്ന് വിചാരിക്കുന്നുണ്ടോ?"

"ഇല്ല."

"കച്ചവടക്കാരന്റെ കാലംകഴിഞ്ഞുകൊണ്ടിരിക്കുകയാണെന്നാണ് ഒരു വനപാലകൻ എന്നോട് പറഞ്ഞത്. അയാൾ പറഞ്ഞത് കള്ളമാണോ സത്യമാണോ എന്ന് എനിക്ക് അറിയില്ല. പണ്ടുകാലത്ത് നായ്ക്കൾ ചെന്നായ്ക്കളായിരുന്നു. ഇപ്പോൾ നായ്ക്കളായി തരംതാണിരിക്കുന്നു. നമ്മളുടെ കാര്യത്തിലും വ്യത്യാസം ഇല്ല. നമ്മളും വലിയ താമസം ഇല്ലാതെ നായ്ക്കളായി മാറും. നമ്മൾ ശാസ്ത്രത്തെ ഉയർത്തിക്കാണിക്കും. നമ്മൾ തലയിൽ ഫാഷനുള്ള തൊപ്പിവയ്ക്കും. നമ്മുടെ മുഖച്ഛായ നഷ്ടപ്പെടാനുള്ള എല്ലാ കാര്യങ്ങളും നമ്മൾ ചെയ്യും. എല്ലാ കുട്ടികളെയും ജിംനേഷ്യത്തിൽ പഠിപ്പിക്കുന്നത് ഒരു ആചാരം ആയിട്ടുണ്ട്. കച്ചവടക്കാരും പ്രഭുക്കന്മാരും സാധാരണക്കാരും എല്ലാവരും ഒരേ ശൈലിയിലേക്ക് വന്നുകൊണ്ടിരിക്കുന്നു. അവർ അവരെ ചാരനിറത്തിലുള്ള വേഷം അണിയിക്കുന്നു. എല്ലാ കുട്ടികളേയും അവർ പഠിപ്പിക്കുന്നത് ഒരേ വിഷയം ആണ്. അവർ ഒരു മരം നട്ടുവളർത്തുന്ന പോലെയാണ് മനുഷ്യനെ വളർത്തുന്നത്. അവൾ ഇങ്ങനെ ചെയ്യുന്നത് എന്തുകൊണ്ടാണ്? ആർക്കും അറിയില്ല. ഒരു തടിക്ഷണം പോലും അതിന്റെ മുട്ടുകൾ കൊണ്ട് കുറഞ്ഞപക്ഷം വേർതിരിച്ചറിയാൻ പറ്റും. ഇവിടെ അവർ ആഗ്രഹിക്കുന്നത് എല്ലാ മനുഷ്യരേയും ഒരേപോലെ ആക്കി എടുക്കാനാണ്. പ്രയമായവർക്കുവേണ്ടി ശവപ്പെട്ടി ഇപ്പോൾതന്നെ കാത്തിരിക്കുന്നുണ്ട്. അതേ! അൻപതുകൊല്ലം കഴിയുമ്പോൾ ഞാൻ ഈ ലോകത്ത് ജീവിച്ചിരുന്നെന്ന് ഒരാളും വിശ്വസിക്കില്ല.

ഞാൻ ഷൂറോവ് എന്ന് ഇരട്ടപ്പേരുള്ള സാവായുടെ മകൻ അനാനി. ആ ഞാൻ–അനാനി–ദൈവം ഒഴിച്ച് മറ്റാരേയും പേടിച്ചില്ല. എന്റെ ചെറുപ്പത്തിൽ ഞാൻ ഒരു കൃഷിക്കാരൻ ആയിരുന്നു. എനിക്ക് ആകെ ഉണ്ടായിരുന്നത് രണ്ടേകാൽ ഡസ്യാറ്റിൻ കൃഷിസ്ഥലം ആയിരുന്നു. ഞാൻ വൃദ്ധനായ പ്പോഴേക്കും പതിനോരായിരം ഡസ്യാറ്റിൻ സ്ഥലം സമ്പാദിച്ചിരിക്കുന്നു. എല്ലാം കാടാണ് ഒരുപക്ഷേ, പണമായി രണ്ട് കോടി ഉണ്ടാകും."

"അവിടെ അവർ എപ്പോഴും പണത്തെപ്പറ്റിയാണ് സംസാരിക്കുന്നത്!" ഫോമാ അസംതൃപ്തിയോടെ പറഞ്ഞു. "മനുഷ്യൻ പണത്തിൽ നിന്ന് എന്ത് സന്തോഷമാണ് സാധിച്ചെടുക്കുന്നത്?"

"ങാ!" ഷൂറോവ് മുരണ്ടു. പണത്തിന്റെ ശക്തി മനസ്സിലാക്കാൻ പറ്റു ന്നില്ലെങ്കിൽ നിങ്ങൾ ഒരു മോശം കച്ചവടക്കാരൻ ആയിരിക്കും."

"അത് മനസ്സിലാക്കിയവർ ആരുണ്ട്?"

"ഞാൻ!" ഷൂറോവ് ആത്മവിശ്വാസത്തോടെ പറഞ്ഞു. "ഞാൻ മാത്ര മല്ല. എല്ലാ ബുദ്ധിമാന്മാരും അത് മനസ്സിലാക്കിയിട്ടുണ്ട്. പണം എന്താ ണെന്ന് യാഷ്ക്കായ്ക്ക് അറിയാം? എന്റെ കുട്ടീ, അതൊരു മഹാകാര്യ മാണ്! നിങ്ങളുടെ മുമ്പിൽ പണം നിരത്തിയിട്ട് ആലോചിക്കുക. 'ഇതിൽ എന്താണ് അടങ്ങിയിരിക്കുന്നത്?' അപ്പോൾ മനുഷ്യന്റെ മനസ്സും ശക്തിയും ഒന്നൊഴിയാതെ അതിലുണ്ടെന്ന് നിങ്ങൾക്ക് മനസ്സിലാകും. നിങ്ങളുടെ പണത്തിൽ ആയിരക്കണക്കിനാളുകൾ അവരുടെ ജീവിതം നിക്ഷേപിച്ചി ട്ടുണ്ട്. ആയിരക്കണക്കിനാളുകൾ അത് തുടരുകയം ചെയ്യം. നിങ്ങൾക്ക് അതെല്ലാം തീയിലേക്ക് വാരി എറിഞ്ഞ് പണം ആളിക്കത്തുന്നത് എങ്ങ നെയാണെന്ന് നോക്കിനില്ക്കാൻ പറ്റും. ആ നിമിഷത്തിൽ നിങ്ങളെ നിങ്ങൾ സ്വയം യജമാനനായി പരിഗണിക്കും."

"പക്ഷേ, ഒരാളും ഇങ്ങനെ ചെയ്യില്ല."

"കാരണം വിഡ്ഢികൾക്ക് പണമില്ല. പണം കച്ചവടത്തിൽ മുടക്കി യിരിക്കുന്നു. കച്ചവടം ജനങ്ങൾക്ക് ഭക്ഷണം നല്കുന്നു. നിങ്ങൾ ആ ജന ങ്ങളുടെ എല്ലാം യജമാനനാണ്. എന്തിനാണ് ദൈവം മനുഷ്യനെ സൃഷ്ടി ച്ചത്? മനുഷ്യൻ ദൈവത്തിനെ പ്രാർത്ഥിക്കാൻ വേണ്ടിയാണ് അദ്ദേഹം അങ്ങനെ ചെയ്തത്. അദ്ദേഹം തനിച്ചായിരുന്നു. അദ്ദേഹത്തിന് ഏകാ ന്തത തോന്നി. അതുകൊണ്ട് അദ്ദേഹം അധികാരം ആഗ്രഹിക്കാൻ തുടങ്ങി. അദ്ദേഹത്തിന്റെ ഛായയിൽ മനുഷ്യനെ സൃഷ്ടിച്ചതുകൊണ്ട് മനു ഷ്യനും അധികാരം ആഗ്രഹിച്ചു. പണം ഒഴിച്ച് മറ്റെന്തിനാണ് അധികാരം നല്കാൻ കഴിയുന്നത്? അതാണ് അതിന്റെ വഴി, ശരി, അപ്പോൾ നിങ്ങൾ എനിക്ക് പണം കൊണ്ടുവന്നിട്ടുണ്ടോ?"

"ഇല്ല." ഫോമാ മറുപടി പറഞ്ഞു. വൃദ്ധന്റെ സംസാരം ഫോമായുടെ തലയുടെ ഭാരം കൂട്ടി. അയാൾ വിഷമിക്കുകയായിരുന്നു. സംസാരം അവ സാനം കച്ചവടക്കാര്യങ്ങളിലേക്ക് തിരിഞ്ഞതിൽ അയാൾക്ക് സന്തോഷം തോന്നി.

"അത് ശരിയായില്ല" ഷൂറോവ് മുഖം വീർപ്പിച്ചു." അതിന്റെ സമയം

കഴിഞ്ഞതാണ്— നിങ്ങൾ നിശ്ചയമായും അത് തരണം."

"അതിന്റെ പകുതി നിങ്ങൾക്ക് നാളെ കിട്ടും."

"പകുതിയായിപ്പോയത് എന്തുകൊണ്ടാണ്?" മുഴുവൻ കിട്ടില്ലേ?"

"ഞങ്ങൾക്ക് ഇപ്പോൾ പണത്തിന്റെ വലിയ അത്യാവശ്യം ഉണ്ട്."

"നിങ്ങളുടെ കൈവശം ഒന്നുമില്ലേ? പക്ഷേ, എനിക്കും അതിന്റെ ആവശ്യം ഉണ്ട്."

"അല്പസമയം കൂടി ഞങ്ങൾക്ക് തരണം."

"എന്റെ കുട്ടീ ഞാൻ കാത്തിരിക്കില്ല! നിങ്ങൾ നിങ്ങളുടെ അച്ഛനല്ല. നിങ്ങളെപ്പോലെ പേടിത്തൊണ്ടന്മാരായ ചെറുപ്പക്കാർ വിശ്വസിക്കാൻ കൊള്ളാവുന്ന കൂട്ടരല്ല. ഒരു മാസം കൊണ്ട് നിങ്ങൾ മൊത്തം കച്ചവടവും തകർത്തുകളയും. അതിന്റെ നഷ്ടം എനിക്കായിരിക്കും. നിങ്ങൾ മുഴുവൻ പണവും നാളെ എനിക്ക് തരണം. അല്ലെങ്കിൽ ഞാൻ ഉടമ്പടി ചീട്ട് വെച്ച് പരാതിപ്പെടും. അതിന് എനിക്ക് അധികസമയം വേണ്ട!"

ഫോമാ വിസ്മയത്തോടെ ഷൂറോവിനെ നോക്കി. അയാൾക്ക് ഒരു നിമിഷം മുമ്പ് ചെകുത്താനെ പറ്റി തീക്ഷ്ണമായി സംസാരിച്ച ആ വൃദ്ധനുമായി യാതൊരു സാമ്യവും ഇല്ലായിരുന്നു. അപ്പോൾ അയാളുടെ മുഖവും കണ്ണുകളും വ്യത്യസ്തമായിരുന്നു. ഇപ്പോൾ അയാൾ ഒരു ക്രൂരനാണെന്ന് തോന്നി. അയാളുടെ പുഞ്ചിരിയിൽ അനുകമ്പ ഉണ്ടായിരുന്നില്ല. നാസാരന്ധ്രങ്ങൾക്കടുത്തുള്ള കവിളിലെ ഞരമ്പുകൾ അത്യാർത്തിയോടെ വിറച്ചുകൊണ്ടിരുന്നു. ഉടൻ തന്നെ പണം കൊടുത്തില്ലെങ്കിൽ ഷൂറോവ് തന്നെ വെറുതെവിടില്ലെന്ന് ഫോമായ്ക്ക് മനസ്സിലായി. അയാൾ ഉടമ്പടി ചീട്ടുകൊണ്ട് സ്ഥാപനത്തെ നിശ്ചയമായും അപകീർത്തിപ്പെടുത്തും.

"കച്ചവടം മോശമാണെന്ന് ഞാനും സമ്മതിക്കുന്നു. ഷൂറോവ് പല്ലിളിച്ചു. "ശരി. സത്യം പറയണം. നിങ്ങളുടെ അച്ഛന്റെ പണം നിങ്ങൾ എവിടെയാണ് ധൂർത്തടിക്കുന്നത്?"

ഫോമാ വൃദ്ധനെ ഒന്ന് പരീക്ഷിക്കാൻ ആഗ്രഹിച്ചു.

"ഒരു കച്ചവടവും ശരിയാകുന്നില്ല." അയാൾ നെറ്റിചുളിച്ചുകൊണ്ട് പറഞ്ഞു. "ഞങ്ങൾക്ക് കരാറുകൾ ഒന്നും ലഭിച്ചിട്ടില്ല. കെട്ടിവെച്ച പണമൊന്നും തിരിച്ചുകിട്ടിയിട്ടില്ല. അതുകൊണ്ട് ഏറെക്കുറെ കഷ്ടത്തിലാണെന്നു പറയാം."

"അങ്ങനെയാണോ! ഞാൻ നിങ്ങളെ സഹായിക്കട്ടോ?"

"വളരെ നല്ല കാര്യം. പണം തരേണ്ട തീയതി ഒന്നു നീട്ടിവെച്ചാൽ മതിയാകും" ഫോമാ അഹംഭാവമില്ലാതെ തലകുനിച്ചുകൊണ്ട് യാചിച്ചു.

"നിങ്ങളുടെ അച്ഛനുമായുള്ള കൂട്ടുകെട്ട് കണക്കിലെടുത്ത് ഞാൻ സഹായിക്കണോ? ശരി. അങ്ങനെ ചെയ്യാം. ഞാൻ അത് ചെയ്യാം."

"എത്രകാലത്തേക്ക് നിങ്ങൾ അത് നീട്ടിവയ്ക്കും? ഫോമാ അന്വേഷിച്ചു.

"ആറുമാസം."

"എനിക്ക് നിങ്ങളോട് നന്ദിയുണ്ട്."

"അത് പറയേണ്ട കാര്യമില്ല. നിങ്ങൾ എനിക്ക് പതിനോരായിരത്തി അറുന്നൂറ് റൂബിൾ തരാനുണ്ട്. ശ്രദ്ധിച്ചു കേൾക്കണം. ഉടമ്പടി ചീട്ട് പതിനയ്യായിരമാക്കി മാറ്റി എഴുതണം. ഈ തുകയുടെ പലിശ എനിക്ക് മുൻകൂറായി തരണം. ഒരു ഉറപ്പിനു വേണ്ടി നിങ്ങളുടെ രണ്ട് കേവ് വള്ളങ്ങൾ ഞാൻ പണമായി സ്വീകരിച്ചുകൊള്ളാം."

ഫോമാ കസേരയിൽനിന്ന് എഴുന്നേറ്റ് പുഞ്ചിരിച്ചുകൊണ്ട് പറഞ്ഞു:

"ഉടമ്പടി ചീട്ട് നാളെ കൊടുത്താൽ മതി. മുഴുവൻ കടവും നാളെ ത്തന്നെ തീർത്തേക്കാം."

"ഷൂറോവും കസേരയിൽ നിന്ന് എഴുന്നേറ്റു ഫോമായുടെ അവജ്ഞ നിറഞ്ഞ നോട്ടത്തിനു മുമ്പിൽ തലകുനിക്കാതെ നെഞ്ച് ചൊറിഞ്ഞു കൊണ്ട് വൃദ്ധൻ ശാന്തമായി പറഞ്ഞു.

"അങ്ങനെയാവാം."

"നിങ്ങളുടെ ഔദാര്യത്തിന് നന്ദിയുണ്ട്."

"ഓ! അതിൽക്കാര്യമില്ല! നിങ്ങൾ എനിക്ക് ഒരു അവസരം തന്നില്ല. അല്ലെങ്കിൽ എന്റെ ഔദാര്യം ഞാൻ നിങ്ങൾക്ക് കാണിച്ചുതരുമായിരുന്നു." വൃദ്ധൻ പല്ലിളിച്ചുകൊണ്ട് താല്പര്യമില്ലാതെ പറഞ്ഞു.

"ശരിയാണ് പക്ഷേ, ഒരാൾ നിങ്ങളുടെ കൈയിൽ വന്ന് വീഴണം."

"അയാൾ അത് ഔദാര്യമാണെന്ന് മനസ്സിലാക്കും."

'നിങ്ങൾ അയാളോട് ഔദാര്യം കാണിച്ചെന്ന തോന്നൽ ഉണ്ടാകും. ആ കാര്യത്തിൽ എനിക്ക് വിശ്വാസം ഉണ്ട്."

"എന്റെ കുട്ടീ, ഇതുമതിയാക്കാം!" ഷൂറോവ് ഉറപ്പിച്ച് പറഞ്ഞു. "നിങ്ങൾ നിങ്ങളെ പറ്റി വളരെ ബുദ്ധിമാനാണെന്ന് ചിന്തിക്കുന്നുണ്ടെങ്കിലും അത് വളരെ പെട്ടെന്ന് സംഭവിച്ചിരിക്കുന്നു. നിങ്ങൾ ഒന്നും തന്നെ നേടിയിട്ടില്ല. പക്ഷേ, നിങ്ങൾ ഇപ്പോൾ തന്നെ പൊങ്ങച്ചം പറയാൻ തുടങ്ങിയിരിക്കുന്നു! പക്ഷേ, നിങ്ങൾ എന്നെക്കൊണ്ട് നേട്ടം ഉണ്ടാക്കണം. അപ്പോൾ നിങ്ങൾ ആഹ്ലാദംകൊണ്ട് അലറിവിളിക്കും. എന്നാൽ പിന്നെ കാണാം. മുഴുവൻ പണവും നാളെ ഉണ്ടാവണം."

"അത് ആലോചിച്ച് ബുദ്ധിമുട്ടണ്ട. പിന്നെ കാണാം."

"ദൈവം നിങ്ങളോടൊപ്പം ഉണ്ടാകട്ടെ!"

മുറിയിൽനിന്ന് പുറത്തുകടന്നപ്പോൾ ഉറക്കെ കോട്ടുവാ ഇട്ടതിനു ശേഷം ഏറെക്കുറെ പരുക്കൻ ശബ്ദത്തിൽ വൃദ്ധൻ മൂളിപ്പാട്ടുപാടാൻ തുടങ്ങുന്നത് ഫോമാ കേട്ടു:

"ഓ! കാന്യാമറിയമേ! കാരുണ്യത്തിന്റെ വാതിൽ ഞങ്ങൾക്കായി തുറക്കേണമേ!"

ഫോമാ വൃദ്ധന്റെ അടുത്ത് നിന്നും രണ്ടുതരം തോന്നലുകളുമായാണ് തിരിച്ചുപോന്നത്. ഷൂറോവിനെ അയാൾക്ക് ഇഷ്ടപ്പെട്ടു. അതേ സമയത്തുതന്നെ അയാൾക്ക് വൃദ്ധനോട് അറപ്പും തോന്നുന്നുണ്ടായിരുന്നു.

വൃദ്ധന്റെ പാപത്തെപ്പറ്റിയുള്ള സംസാരം അയാൾ ഓർത്തു. ദൈവത്തിന്റെ കാരുണ്യത്തിലുള്ള അയാളുടെ വിശ്വാസത്തിന്റെ ശക്തിയെപ്പറ്റി

ഫോമാ ആലോചിച്ചു. ആദരവിനോട് സാദൃശ്യമുള്ള ഒരു മനോഭാവം വൃദ്ധൻ ഫോമായുടെ മനസ്സിൽ ഉണർത്തിയിരുന്നു.

"അയാളും ജീവിതത്തെപ്പറ്റി സംസാരിക്കുന്നു. അയാളുടെ പാപങ്ങൾ അയാൾ മനസ്സിലാക്കിയിരിക്കുന്നു. പക്ഷേ, അതിന്റെ മുകളിൽ അയാൾ ഏങ്ങലടിക്കുന്നില്ല, അതിനെപ്പറ്റി അയാൾ പരാതി പറയുന്നില്ല. അയാൾ പാപം ചെയ്തു അയാൾ അതിന്റെ ഫലം അനുഭവിക്കാൻ തയ്യാറാണ്. എന്നാൽ അവളോ?" അയാൾ മിഡിൻസ്കായായെ ഓർമ്മിച്ചു. അയാളുടെ ഹൃദയം വേദനകൊണ്ട് ചുരുങ്ങി.

അവൾ പശ്ചാത്തപിച്ചുകൊണ്ടിരിക്കുന്നു. അവൾ ന്യായവിധിയിൽ നിന്ന് മറഞ്ഞു നില്ക്കാൻ വേണ്ടി കരുതിക്കൂട്ടി പശ്ചാത്തപിക്കുകയാണെന്ന് പറയാൻ പറ്റില്ല. അല്ലെങ്കിൽ സത്യത്തിലുള്ള ഹൃദയവേദന കൊണ്ടാണെന്നും പറയാൻ പറ്റില്ല. അയാൾ പറയുന്നു. "എന്റെ വിധി കർത്താവ് ദൈവം അല്ലാതെ മറ്റാരാണ്?" അത് അങ്ങനെയൊക്കെയാണ്.

തനിക്ക് അനാനിയോട് അസൂയയുണ്ടെന്ന് ഫോമായ്ക്ക് തോന്നി. അയാൾ പെട്ടെന്ന് തന്നെ പറ്റിക്കാനുള്ള ഷൂറോവിന്റെ ശ്രമങ്ങൾ ഓർമ്മിച്ചു. ഇത് അയാളുടെ മനസ്സിലേക്ക് വൃദ്ധനോടുള്ള വെറുപ്പിനെ ക്ഷണിച്ചുകൊണ്ടുവന്നു. അയാൾക്ക് അയാളുടെ തോന്നലുകളെ പൊരുത്തപ്പെടുത്താൻ കഴിഞ്ഞില്ല. അയാൾ ഉൽക്കണ്ഠയോടെ പുഞ്ചിരിച്ചു.

മയാകിന്റെ മേശയുടെ അടുത്തു വന്നിരുന്നുകൊണ്ട് അയാൾ പറഞ്ഞു. "ഞാൻ ഇപ്പോൾ ഷൂറോവിന്റെ സ്ഥലത്ത് പോയിരുന്നു."

അയഞ്ഞ വേഷത്തിലായിരുന്ന മയാകിൻ ഒരു പലകയിൽ കണക്കെഴുതിക്കൂട്ടുകയായിരുന്നു. അയാൾ തുകൽ പൊതിഞ്ഞ കസേരയിൽ ഇരുന്ന് കുലുങ്ങിക്കൊണ്ട് ഉന്മേഷത്തോടെ പറഞ്ഞു:

"ലൂബാവാ! ഇവന് കുറച്ച് ചായ ഒഴിച്ചുകൊടുക്ക്. ഫോമാ, എനിക്ക് ഒൻപതുമണിക്ക് ഉപദേശകസമിതിയിൽ ചെല്ലണം. അതെല്ലാം വിശദമായി പെട്ടെന്ന് പറഞ്ഞു തീർക്കണം."

യക്കോവ് ടരാസോവിച്ച് വിഷമത്തോടെ തല വെട്ടിച്ചുകൊണ്ട് ഉറക്കെ പറഞ്ഞു. "നീ എല്ലാ കാര്യങ്ങളും നശിപ്പിച്ചു. അയാളുമായുള്ള ഇടപാടിൽ നീ എന്തിനാണ് ഇത്രമാത്രം സത്യസന്ധത കാണിച്ചത്? ഹോ! എന്നെക്കൊണ്ട് നിന്നെ അവിടെ പറഞ്ഞയിപ്പിച്ചത് ചെകുത്താനാണ്! ഞാൻ നേരിട്ട് പോയാൽ മതിയായിരുന്നു. ഞാൻ അവനെ എന്റെ വിരലിനു ചുറ്റും ഇട്ട് കറക്കുമായിരുന്നു!'

"പക്ഷേ, അതിലെന്താണ് വ്യത്യാസം, എന്തായാലും നമ്മൾ പണം കൊടുക്കണം."

"ബുദ്ധിയുള്ള മനുഷ്യർ ഇതിലൊന്നും തിടുക്കം കാണിക്കില്ല. എന്നാൽ നീ കഴിയുന്നതും വേഗം പണം തിരിച്ചുകൊടുക്കാൻ വേണ്ടി ഓടാൻ പോലും തയ്യാറാണ്. നീ എന്ത് കച്ചവടക്കാരനാണ്!"

യക്കോവ് ടരാസോവിച്ചിന് തലതൊട്ടമകനോട് നിശ്ചയമായും അസംതൃപ്തി തോന്നിയിരുന്നു. സംസാരിക്കാതെ ചായ ഒഴിച്ചുകൊണ്ടു നിന്ന

മകളോട് അയാൾ ദേഷ്യത്തോടെ വിളിച്ചുകൂവി,

"പഞ്ചസാര എന്റെ അടുത്തോട്ട് നീക്കിവെക്ക്. എനിക്ക് അത് എടുക്കാൻ പറ്റില്ലെന്ന് നിനക്ക് കണ്ടുകൂടെ?"

'ലൂബോവിന്റെ മുഖം വിളറി. അവളുടെ കണ്ണുകളിൽ വിഷമം ഉണ്ടായിരുന്നു. അവളുടെ കൈകൾ മടിയോടെ ചലിച്ചു. അവളെ നോക്കിയിരിക്കുമ്പോൾ ഫോമാ വിചാരിച്ചു.

"അച്ഛന്റെ സാന്നിദ്ധ്യത്തിൽ ഇവൾ എന്തുമാത്രം സാധു ആണ്."

"അയാൾ നിന്നോട് എന്തിനെപ്പറ്റിയാണ് സംസാരിച്ചത്?"

"പാപങ്ങളെ പറ്റി."

'നിശ്ചയമായും അത് ശരിയാണ്! ഓരോ മനഷ്യനും അവനവന്റെ കാര്യങ്ങൾ പ്രിയപ്പെട്ടതാണ്. അയാൾ പാപങ്ങളുടെ ഒരു വലിയ നിർമ്മാതാവാണ്. നരകത്തിൽ അവർ വളരെക്കാലമായി അയാൾക്കുവേണ്ടി കാത്തിരിക്കുകയാണ്. തണ്ടുവലി ശിക്ഷ അനുഭവിക്കുന്നവരും അയാൾക്കുവേണ്ടി അക്ഷമരാണ്."

"അയാൾ ഗൗരവത്തിലാണ് സംസാരിക്കുന്നത്" ചായ ഇളക്കിക്കൊണ്ട് ഫോമാ പറഞ്ഞു.

"അയാൾ നിന്നെ ശകാരിച്ചോ?" ഒരു കുസൃതിച്ചിരിയോടെ മയാകിൻ അന്വേഷിച്ചു.

"കുറച്ചൊക്കെ."

"നീ എന്തുചെയ്തു?"

"ഞാൻ കേട്ടു."

"നീ എന്താണ് കേട്ടത്?"

"അയാൾ പറയുന്നതു ശക്തർക്ക് മാപ്പ് കിട്ടുമെന്നാണ്. പക്ഷേ, ദുർബ്ബലർക്ക് മാപ്പില്ല."

"ഒന്ന് ആലോചിച്ചുനോക്കൂ. എന്തൊരു വിവേകമാണ്! ഈച്ചയ്ക്ക് പോലും അത് അറിയാം."

മയാകിൻ ഷൂറോവിനെ പുച്ഛത്തോടെ കണ്ടത് ഫോമാ എന്തുകൊണ്ടോ ഇഷ്ടപ്പെട്ടില്ല. അയാൾ വൃദ്ധന്റെ മുഖത്തുനോക്കി വികൃതമായി ചിരിച്ചുകൊണ്ട് ചോദിച്ചു.

"പക്ഷേ, അയാൾക്ക് അച്ഛനെ ഇഷ്ടമല്ല."

"ആർക്കും എന്നെ ഇഷ്ടമല്ല." മയാകിൻ അഭിമാനത്തോടെ പറഞ്ഞു. "അവർ എന്നെ ഇഷ്ടപ്പെടാനുള്ള യാതൊരു കാരണവും ഇല്ല. ഞാൻ ഒരു പെണ്ണല്ല. പക്ഷേ, അവർ എന്നെ ബഹുമാനിക്കുന്നുണ്ട്. അവർ ഭയക്കുന്നവരെ മാത്രമാണ് അവർ ബഹുമാനിക്കുന്നത്." വൃദ്ധൻ പൊങ്ങച്ചത്തോടെ ഫോമായെ നോക്കി കണ്ണിറുക്കി.

"അയാൾ ഗൗരവത്തിലാണ് സംസാരിക്കുന്നത്?" ഫോമാ ആവർത്തിച്ചു. "അയാൾ പരാതി പറയുന്നു. യഥാർത്ഥ കച്ചവടക്കാരന്റെ കാലം കഴിഞ്ഞെന്നാണ് അയാൾ പറയുന്നത്. എല്ലാ മനുഷ്യരേയും ഒരേ കാര്യങ്ങൾ പഠിപ്പിക്കുന്നെന്നാണ് അയാളുടെ പരാതി. അയാൾ പറയുന്നത് അതുകൊണ്ട്

എല്ലാവരും ഒരുപോലെ ആകുമെന്നാണ്."

"അത് തെറ്റാണെന്ന് അയാൾ വിചാരിക്കുന്നുണ്ടോ?"

"അത് വ്യക്തമല്ലേ?"

"വിഡ്ഢി!" മയാകിൻ പുച്ഛത്തോടെ പറഞ്ഞു.

"അതിനെന്താണ്? അത് നല്ല കാര്യം ആണോ?" തലതൊട്ടപ്പനെ സംശയത്തോടെ നോക്കിക്കൊണ്ട് ഫോമാ ചോദിച്ചു.

"ഏതാണ് നല്ലതെന്ന് നമുക്ക് അറിയില്ല. പക്ഷേ, ഏതാണ് ബുദ്ധിയെന്ന് നമുക്ക് അറിയാൻ പറ്റും. എല്ലാത്തരം മനുഷ്യരേയും ഒരു സ്ഥലത്ത് ഒന്നിച്ചു നിർത്തി അവരെ ഒരേ ആശയംകൊണ്ട് പ്രചോദിപ്പിച്ചാൽ അത് വിവേകമാണെന്ന് തീർച്ചയായും നമ്മൾ സമ്മതിച്ചുകൊടുക്കണം. കാരണം. ഒരു സാമ്രാജ്യത്തിൽ മനുഷ്യന്റെ സ്ഥാനം എന്താണ്? ഒരു വെറും ചുടുകട്ടയ്ക്ക് മുകളിൽ അല്ല. എല്ലാ കട്ടകളും ഒരേവലുപ്പത്തിലായിരിക്കണം. നിനക്ക് മനസ്സിലാകുന്നുണ്ടോ? ഒരേ പൊക്കവും ഭാരവും ഉള്ള ആ മനുഷ്യനെ എനിക്ക് ഇഷ്ടമുള്ള ഏതുസ്ഥാനത്തും പ്രതിഷ്ഠിക്കാൻ പറ്റും."

"ഒരു കട്ടയാകുന്നത് ഇഷ്ടപ്പെടുന്ന ആരെങ്കിലും ഉണ്ടോ?" ഫോമാ മുഖം വീർപ്പിച്ചു.

"അത് ഇഷ്ടപ്പെടുന്നതിന്റെ പ്രശ്നമല്ല. അത് ഒരു സത്യാവസ്ഥയാണ്. നിങ്ങൾ കട്ടിയുള്ള സാധനം കൊണ്ട് ഉണ്ടാക്കിയതാണെങ്കിൽ അവർക്ക് നിങ്ങളെ നിരപ്പാക്കാൻ പറ്റില്ല. നിങ്ങളെ ആർക്കും തന്നെ മായിച്ചുകളയാൻ പറ്റില്ല. പക്ഷേ, ചില ആളുകളെ ചുറ്റികകൊണ്ട് അടിച്ചാൽ അവർ സ്വർണ്ണമായി മാറും. കൂട്ടത്തിൽ തല പൊട്ടുകയാണെങ്കിൽ നിങ്ങൾക്ക് എന്തുചെയ്യാൻ പറ്റും? അത് തല ദുർബ്ബലമായിരുന്നു എന്നതിന്റെ ലക്ഷണം മാത്രമാണ്."

"അയാൾ അദ്ധ്വാനത്തെ പറ്റിയും സംസാരിച്ചു. എല്ലാ കാര്യങ്ങളും യന്ത്രങ്ങൾ ചെയ്യുന്നതുകൊണ്ട് മനുഷ്യർ ചീത്തയാകുമെന്നാണ് അയാൾ പറയുന്നത്."

"അയാൾക്ക് ഭ്രാന്താണ്!" മയാകിൻ അവജ്ഞയോടെ കൈവീശി., "എനിക്ക് അത്ഭുതം തോന്നുന്നു. എല്ലാത്തരം വിഡ്ഢിത്തങ്ങളോടും നിനക്ക് എത്രമാത്രം ആർത്തിയാണ്! ഇത് എവിടുന്ന് വരുന്നു?"

"ഇതും സത്യമല്ലേ?" കടുത്ത പൊട്ടിച്ചിരിയിലേക്ക് കടന്നുകൊണ്ട് ഫോമാ ചോദിച്ചു.

"അയാൾക്ക് എന്ത് സത്യം മനസ്സിലാക്കാൻ പറ്റും? ഒരു യന്ത്രം എന്നു കേട്ടപ്പോൾ മണ്ടൻ വിചാരിച്ചിട്ടുണ്ടാകും– യന്ത്രം എന്തുകൊണ്ടാണ് ഉണ്ടാക്കിയത്? ഇരുമ്പുകൊണ്ട്. അതുകൊണ്ട് അതിനോട് അനുകമ്പ വേണ്ട. അത് കറങ്ങിക്കൊണ്ടിരിക്കും. അത് നിങ്ങൾക്ക് റൂബിൾ നിർമ്മിച്ചുതരും. ഒന്നും പറയാതെ ഒരു ബുദ്ധിമുട്ടും ഇല്ലാതെ നിങ്ങൾ അത് ചലിപ്പിക്കുന്നു. അത് കറങ്ങുന്നു. ഒരു മനുഷ്യനാണെങ്കിൽ അയാൾക്ക് അസ്വസ്ഥതയും ദുരിതവും ഉണ്ട്. അയാൾ പലപ്പോഴും വലിയ ദുരിതത്തിലായിരിക്കും.

അയാൾ മുറവിളി കൂട്ടുന്നു. ദുഃഖിക്കുന്നു. കരയുന്നു. യാചിക്കുന്നു. ചില പ്പോൾ അയാൾ കുടിച്ച് ബോധം കെടുന്നു. ഹാ! എനിക്ക് വേണ്ടതിലും കൂടുതലായി എന്തെല്ലാം കാര്യങ്ങൾ അയാളിൽ ഉണ്ട്! എന്നാൽ ഒരു യന്ത്രം ഒരു മുഴക്കോലുപോലെ ആണ്. അതിനുള്ളിൽ കൃത്യമായി ആവ ശ്യമുള്ള അളവിലാണ്. എല്ലാം നിറച്ചിരിക്കുന്നത്. ശരി. ഞാൻ വേഷം മാറാൻ പോകുന്നു. പോകാൻ സമയമായി."

ചെരുപ്പുകൾ തറയിൽ ഉറക്കെ ഉരസിക്കൊണ്ട് അയാൾ എഴുന്നേറ്റു പോയി. ഫോമാ അയാൾ പോകുന്നത് നോക്കിക്കൊണ്ട് നെറ്റിചുളിച്ചു. അയാൾ ആലോചിച്ചു. "ചെകുത്താനുപോലും ഇതിന്റെ ഉള്ളിലെന്താ ണെന്ന് കാണാൻ പറ്റില്ല. ഒരാൾ ഇതു പറയുന്നു,. ഒരാൾ അതു പറയുന്നു."

"പുസ്തകത്തിന്റെ കാര്യമെടുത്താലും ഇതുപോലെതന്നെ ആണ്. ഒരു വ്യത്യാസവും ഇല്ല."

ഫോമാ സന്തോഷത്തോടെ പുഞ്ചിരിച്ചുകൊണ്ട് അവളെ നോക്കി. അവ്യക്തമായ ഒരു പുഞ്ചിരിയിലൂടെ അവൾ അയാൾക്ക് മറുപടി കൊടുത്തു.

അവളുടെ കണ്ണുകളിൽ ക്ഷീണം ഉണ്ടെന്നു തോന്നി.

"നിങ്ങൾ ഇപ്പോഴും വായന തുടരുകയാണോ?" ഫോമാ ചോദിച്ചു.

"അതെ." പെൺകുട്ടി ദുഃഖത്തോടെ മറുപടി പറഞ്ഞു.

"ഇപ്പോഴും തനിച്ചാണോ?"

"തനിച്ചിരുന്ന് ഞാൻ മടുത്തു. ഒരു വാക്ക് മിണ്ടാൻ പോലും ഇവിടെ ആരുമില്ല."

"അത് കഷ്ടമാണ്." അവൾ ഇതിന് മറുപടി ഒന്നും പറഞ്ഞില്ല. പക്ഷേ, തലകുനിച്ചു കൊണ്ട് അവൾ ടൗവ്വലിന്റെ വക്ക് പിച്ചിപ്പറിക്കാൻ തുടങ്ങി.

"നിങ്ങൾ വിവാഹം കഴിക്കണം." അവളോട് അനുകമ്പ തോന്നുന്നു ണ്ടെന്ന് സ്വയം മനസ്സിലാക്കിക്കൊണ്ട് ഫോമാ പറഞ്ഞു.

"ദയവായി എന്നെ ഒറ്റയ്ക്ക് വിട്ടേക്കൂ." നെറ്റി ചുളിച്ചുകൊണ്ട് ലുബോവ് പറഞ്ഞു.

"എന്തിനാണ് നിങ്ങളെ ഒറ്റയ്ക്ക് വിടുന്നത്? നിങ്ങൾ വിവാഹം കഴിക്കും. എനിക്ക് ഉറപ്പുണ്ട്."

"നെടുവീർപ്പിട്ടുകൊണ്ട് പെൺകുട്ടി പറഞ്ഞു. "അതാണ് ഞാനും ആലോചിച്ചുകൊണ്ടിരിക്കുന്നത്? അത് ആവശ്യമാണ്. അതായത് ഞാൻ വിവാഹം കഴിക്കണം. പക്ഷേ, എങ്ങനെ? നിങ്ങൾക്ക് മനസ്സിലാകുമോ എനിക്കും മറ്റുള്ളവർക്കും ഇടയിൽ ഒരു കനത്ത മൂടൽമഞ്ഞ് തങ്ങിനി ല്ക്കുന്നതുപോലെയാണ് എനിക്ക് ഇപ്പോൾ അനുഭവപ്പെടുന്നത്."

"അത് നിങ്ങളുടെ പുസ്തകത്തിൽ നിന്നാണ്." ഫോമാ ആത്മവി ശ്വാസത്തോടെ ഇടയ്ക്കു കയറി പറഞ്ഞു.

"വരട്ടെ! എനിക്കു ചുറ്റും നടന്നുകൊണ്ടിരിക്കുന്ന കാര്യങ്ങൾ മന സ്സിലാക്കുന്ന സ്വഭാവം ഞാൻ അവസാനിപ്പിച്ചു. ഒരുകാര്യവും എനിക്ക് ഇഷ്ടപ്പെടുന്നില്ല. എല്ലാ കാര്യങ്ങളും എനിക്ക് അപരിചിതമായിരിക്കുന്നു.

ഒന്നും ശരിയായ രീതിയിൽ അല്ല. എല്ലാം തെറ്റാണ്. ഞാൻ അത് കാണുന്നു. ഞാൻ അത് മനസ്സിലാക്കുന്നു. എന്നിട്ടും അത് തെറ്റാണെന്ന് എനിക്ക് പറയാൻ പറ്റുന്നില്ല. അത് എന്തുകൊണ്ടാണ്?"

"അത് അങ്ങനെയല്ല, അങ്ങനെയല്ല" ഫോമാ പിറുപിറുത്തു. "അത് നിങ്ങളുടെ പുസ്തകങ്ങൾ കാരണം ആണ്. ഇതൊക്കെ തെറ്റാണെന്ന് ഒരുപക്ഷേ, എനിക്കും തോന്നുന്നുണ്ട്. ഒരുപക്ഷേ, അത് നമ്മുടെ ചെറുപ്പത്തിന്റെ വിഡ്ഢിത്തം ആയിരിക്കും."

"ആദ്യമൊക്കെ എനിക്ക് അങ്ങനെ തോന്നിയിരുന്നു." അയാളുടെ സംസാരം ശ്രദ്ധിക്കാതെ ലൂബോവ് പറഞ്ഞു. "അപ്പോൾ പുസ്തകത്തിലുള്ള എല്ലാ കാര്യങ്ങളും എനിക്ക് വ്യക്തമായിരുന്നു. പക്ഷേ, ഇപ്പോൾ..."

"നിങ്ങൾ പുസ്തകങ്ങൾ താഴെ വെയ്ക്ക്." ഫോമാ അവജ്ഞയോടെ അഭിപ്രായപ്പെട്ടു.

"അങ്ങനെ പറയരുത്." പുസ്തകങ്ങൾ എങ്ങനെ എനിക്ക് താഴെ വയ്ക്കാൻ പറ്റും? ലോകത്ത് എത്രമാത്രം വ്യത്യസ്തമായ ആശയങ്ങൾ ഉണ്ടെന്ന് നിങ്ങൾക്ക് അറിവുണ്ടോ? ദൈവമേ! നിങ്ങളുടെ തലയ്ക്ക് തീപിടിക്കാനും മാത്രമുള്ള ആശയങ്ങൾ ഉണ്ട്. ഒരു പുസ്തകം അനുസരിച്ച് ഈ ഭൂമിയിൽ ഉള്ളതെല്ലാം ന്യായമായ കാര്യങ്ങളാണ്."

"എല്ലാ കാര്യങ്ങളും ന്യായമാണെന്നോ?" ഫോമാ ചോദിച്ചു.

"എല്ലാ കാര്യങ്ങളും! സത്യം അതിന്റെ എതിരാണെന്നാണ് മറ്റൊരു പുസ്തകം പറയുന്നത്."

"ആലോചിച്ചു നോക്കൂ! ഇതെല്ലാം അസംബന്ധം അല്ലേ?"

"നിങ്ങൾ എന്താണ് ചർച്ച ചെയ്യുന്നത്?" കഴുത്തിലും നെഞ്ചത്തും പലതരം ബഹുമതിമുദ്രകൾ തൂക്കിയിട്ട നീളമുള്ള ഒരു കോട്ടിനുള്ളിൽ വാതിലിൽ പ്രത്യക്ഷപ്പെട്ടുകൊണ്ട് മയാകിൻ ചോദിച്ചു.

"പ്രത്യേകിച്ച് ഒന്നുമില്ല." ലുബോവ് മുഖം വീർപ്പിച്ചുകൊണ്ട് പറഞ്ഞു.

"ഞങ്ങൾ പുസ്തകങ്ങളെപ്പറ്റി സംസാരിക്കുകയായിരുന്നു." ഫോമാ കൂട്ടിച്ചേർത്തു.

"എന്താ പുസ്തകങ്ങൾ?"

"അവൾ വായിച്ചുകൊണ്ടിരിക്കുന്ന പുസ്തകങ്ങൾ. അവൾ വായിച്ച ഒരു പുസ്തകത്തിൽ ഈ ഭൂമിയിലുള്ളതെല്ലാം ന്യായമാണെന്ന് എഴുതിയിരിക്കുന്നു."

"സത്യമാണോ!"

"അത് കള്ളമാണെന്ന് ഞാൻ പറഞ്ഞു!"

"ശരി." യക്കോവ് ടരോസോവിച്ച് ആലോചനയിൽ മുഴുകി. അയാൾ താടി ചൊറിഞ്ഞുകൊണ്ട് കണ്ണുകൾ ചെറുതാക്കി.

"അത് എന്ത് പുസ്തകം ആണ്?" അല്പസമയം കഴിഞ്ഞ് അയാൾ മകളോട് ചോദിച്ചു.

"ഒരു മഞ്ഞ കവറുള്ള പുസ്തകം" ലുബോവ് മനസ്സില്ലാമനസ്സോടെ പറഞ്ഞു.

“ആ പുസ്തകം എന്റെ മേശപ്പുറത്ത് വെച്ചേക്കണം. ലോകത്തുള്ള തെല്ലാം ന്യായമാണെന്നു പറഞ്ഞത് ആലോചിക്കാതെ പറഞ്ഞ കാര്യം അല്ല! നോക്കൂ, ആരോ അതിനെപ്പറ്റി ആലോചിച്ചിരിക്കുന്നു. അതെ, അത് വളരെ ബുദ്ധിപൂർവ്വം സൂചിപ്പിക്കുകയും ചെയ്തിട്ടുണ്ട്. വിഡ്ഢികൾ ഇല്ലാ യിരുന്നെങ്കിൽ അത് പൂർണ്ണമായും ശരിയാകുമായിരുന്നു. പക്ഷേ, വിഡ്ഢി കൾക്ക് എപ്പോഴും തെറ്റുപറ്റുന്നതുകൊണ്ട് ലോകത്തുള്ളതെല്ലാം ന്യായ മാണെന്ന് പറയാൻ പറ്റില്ല. എന്നാലും എനിക്ക് ആ പുസ്തകം ഒന്ന് നോക്കണം. ചിലപ്പോൾ അതിൽ സാമാന്യബുദ്ധിക്ക് നിരക്കുന്ന കാര്യ ങ്ങൾ കാണാം. ഫോമാ! ഞാൻ പോയിട്ടുവരാം. നീ ഇവിടെ നില്ക്കുന്നോ അതോ എന്റെ കൂടെ വരുന്നോ?”

“ഞാൻ കുറച്ചുനേരം ഇവിടെ നില്ക്കാം.,”

“എന്നാൽ ശരി.”

ലൂബോവും ഫോമായും വീണ്ടും ഒറ്റപ്പെട്ടു.

“നിങ്ങളുടെ അച്ഛൻ എന്ത് മനുഷ്യനാണ്?” തലതൊട്ടപ്പൻ പോയ ഭാഗത്തേക്ക് നോക്കി തലയാട്ടിക്കൊണ്ട് ഫോമാ പറഞ്ഞു.

“ശരി, അച്ഛൻ എന്തുതരം മനുഷ്യനാണെന്നാണ് നിങ്ങൾ വിചാരി ക്കുന്നത്?”

“എന്ത് കാര്യത്തിനും അച്ഛൻ ചുട്ട മറുപടി കൊടുക്കും. എല്ലാ കാര്യ ങ്ങളും സംസാരം കൊണ്ട് മൂടി വയ്ക്കാനാണ് അച്ഛന്റെ ആഗ്രഹം.”

“അതെ, അച്ഛൻ ബുദ്ധിമാനാണ്. എന്നിട്ടും എന്റെ ജീവിതം എത്ര മാത്രം കഷ്ടമാണെന്ന് അച്ഛന് മനസ്സിലാകുന്നില്ല.”

“എനിക്കും അത് മനസ്സിലാകുന്നില്ല. കൂടുതലും നിങ്ങളുടെ ഭാവന യാണ്.”

“ഞാൻ എന്താണ് ഭാവനയിൽ കാണുന്നത്?” അവൾ ദേഷ്യപ്പെട്ട് വിളിച്ചുകൂവി.

“എന്താണെന്നോ? ഇതെല്ലാം തന്നെ നിങ്ങളുടെ സ്വന്തം ആശയങ്ങല്ല. മറ്റ് ആരുടെയൊക്കെയോ ആശയങ്ങളാണ്.”

“മറ്റ് ആരുടെയൊക്കെയോ ആശയങ്ങൾ.”

“അവൾക്ക് രൂക്ഷമായി എന്തെങ്കിലും അറിയണമെന്ന് തോന്നി. പക്ഷേ, അത് പുറത്തുവന്നില്ല. അവൾ നിശ്ശബ്ദയായി.

ഫോമാ അവളെ നോക്കി അവളുടെ ഒരുവശത്ത് മിഡിൻസ്കായായെ പ്രതിഷ്ഠിച്ചുകൊണ്ട് അയാൾ ദുഃഖത്തോടെ ആലോചിച്ചു.

“എല്ലാവരും എന്ത് മാത്രം വ്യത്യസ്തരാണ്. ആണായാലും പെണ്ണാ യാലും വ്യത്യാസമില്ല. നിങ്ങൾക്ക് ഒരിക്കലും ഒരുപോലെ തോന്നില്ല.”

അവർ മുഖത്തോടു മുഖം നോക്കി ഇരുന്നു. രണ്ടുപേരും ആലോച നയിൽ ആയിരുന്നു. ഒരാളും മറ്റയാളെ നോക്കിയില്ല. പുറത്തു ഇരു ട്ടായിക്കൊണ്ടിരുന്നു. മുറിക്കുള്ളിൽ നേരത്തെതന്നെ ഇരുട്ടു പരന്നിരുന്നു. കാറ്റ് ലിൻഡൻ മരങ്ങളെ ഉലയ്ക്കുന്നുണ്ടായിരുന്നു. മരച്ചില്ലകൾ തണുത്തു വിറച്ച് മുറിക്കുള്ളിൽ അഭയം കിട്ടാൻ യാചിക്കുന്നതുപോലെ വീടിന്റെ

ചുമരുകളിൽ ചാടിപ്പിടിക്കാൻ ശ്രമിക്കുകയാണെന്ന് തോന്നി.

"ലുബാ!" ഫോമാ മൃദുവായി വിളിച്ചു. അവൾ തല ഉയർത്തി അയാളെ നോക്കി.

'മിഡിൻസ്കായുമായി ഞാൻ വഴക്കിട്ട കാര്യം അറിഞ്ഞോ?"

"എന്തിന്?" ആകാംക്ഷയോടെ ലുബാ ചോദിച്ചു.

"അവൾ എന്നെ വേദനിപ്പിച്ചതുകൊണ്ടാണ് അങ്ങനെ സംഭവിച്ചത്. അതെ അവൾ എന്നെ വേദനിപ്പിച്ചു."

"നന്നായി. നിങ്ങൾ അവളോട് വഴക്കിട്ടത് എന്തായാലും നല്ല കാര്യമായി." അവൾ സമ്മതഭാവത്തിൽ പറഞ്ഞു. "കാരണം അവൾ നിങ്ങളെ തലകുത്തി നിർത്തുമായിരുന്നു. അവൾ ഒരു നികൃഷ്ട ജീവി ആണ്. അവൾ ഒരു കുഴഞ്ഞാട്ടക്കാരി ആണ്. അല്ല, അതിലും മോശമാണ്. ഹോ, അവളെ പറ്റി എന്തെല്ലാം കാര്യങ്ങൾ എനിക്ക് അറിയാം?"

"അവൾ നികൃഷ്ട ജീവി അല്ല." ഫോമാ മുഖം വീർപ്പിച്ചു. "നിങ്ങൾക്ക് അവളെ പറ്റി ഒന്നും അറിയില്ല. നിങ്ങൾ എല്ലാവരും കള്ളം പറഞ്ഞുകൊണ്ടിരിക്കുകയാണ്!"

"ഓ എന്നോട് ക്ഷമിക്കണം."

"ഫോമാ യാചനയുടെ സ്വരത്തിൽ പറഞ്ഞു. "എന്നോട് അവളെ പറ്റി മോശമായി സംസാരിക്കരുത്. അത് ആവശ്യമുള്ള കാര്യം അല്ല. എനിക്ക് എല്ലാ കാര്യങ്ങളും അറിയാം. ദൈവത്തിനെ സാക്ഷി നിർത്തി പറയാം! അവൾ സ്വയം എന്നോട് എല്ലാകാര്യങ്ങളും പറഞ്ഞിട്ടുണ്ട്."

"അവൾ നേരിട്ട് പറഞ്ഞോ!" ലുബാ അത്ഭുതത്തോടെ ഉറക്കെ പറഞ്ഞു. "അവൾ എന്ത് സ്ത്രീയാണ്! അവൾ നിങ്ങളോട് എന്താണ് പറഞ്ഞത്?"

"അവൾ കുറ്റക്കാരിയാണെന്ന്" ഫോമാ അലസിപ്പോയ ഒരുപുഞ്ചിരിയോടെ ബുദ്ധിമുട്ടി പറഞ്ഞൊപ്പിച്ചു.

"അതു മാത്രമേ പറഞ്ഞുള്ളൂ." പെൺകുട്ടിയുടെ ചോദ്യത്തിൽ നിരാശയുടെ മുഴക്കം ഉണ്ടായിരുന്നു. അത് ഫോമാ കേട്ടു. അയാൾ പ്രതീക്ഷയോടെ ചോദിച്ചു.

"അത് തന്നെ ധാരാളം അല്ലേ?"

"ഇനി ഇപ്പോൾ നിങ്ങൾ എന്തുചെയ്യും?"

"ഞാനും ആലോചിക്കുന്നത് അതുതന്നെയാണ്."

"നിങ്ങൾക്ക് അവളെ വലിയ ഇഷ്ടമാണോ?"

ഫോമാ നിശ്ശബ്ദനായി. അയാൾ ജനാലയിലേക്ക് നോക്കിക്കൊണ്ട് ബുദ്ധിമുട്ടി മറുപടി പറഞ്ഞു.

"എനിക്ക് അറിയില്ല. പക്ഷേ, ഞാൻ മുമ്പ് സ്നേഹിച്ചിരുന്നതിനേക്കാൾ കൂടുതൽ ഇപ്പോൾ അവളെ സ്നേഹിക്കുന്നുണ്ടെന്ന് തോന്നുന്നു."

"വഴക്കിടുന്നതിന് മുമ്പ് സ്നേഹിച്ചതിലും കൂടുതൽസ്നേഹിക്കുന്നുണ്ടോ?"

"ഉണ്ട്."

“ഇത്തരം ഒരു സ്ത്രീയെ ഒരാൾക്ക് എങ്ങനെ സ്നേഹിക്കാൻ കഴിയുമെന്ന് എനിക്ക് അത്ഭുതം തോന്നുന്നു.” തോളുയർത്തിക്കൊണ്ട് പെൺകുട്ടി പറഞ്ഞു.

“ഇത്തരം ഒരു സ്ത്രീ? തീർച്ചയായും പറ്റും. എന്തുകൊണ്ട് പറ്റില്ല.” ഫോമാ ഉറക്കെ ചോദിച്ചു.

“എനിക്ക് അത് മനസ്സിലാക്കാൻ കഴിയുന്നില്ല. ഇതിലും കൊള്ളാവുന്ന സ്ത്രീകളെ കണ്ടുമുട്ടാത്തതുകൊണ്ടാണ് നിങ്ങൾ അവളോട് അടുത്തു പോയതെന്ന് തോന്നുന്നു.”

“അല്ല. ഇതിലും കൊള്ളാവുന്ന ഒരു സ്ത്രീയെ ഞാൻ കണ്ടുമുട്ടിയിട്ടില്ല.” ഫോമാ അടിവരയിട്ടു പറഞ്ഞു. ഒരു നിമിഷത്തെ നിശ്ശബ്ദതയ്ക്ക് ശേഷം അയാൾ സങ്കോചത്തോടെ കൂട്ടിച്ചേർത്തു. “ഒരു പക്ഷേ, ഇതിലും കൊള്ളാവുന്ന ഒരാളും ഉണ്ടാകില്ല.”

“നമ്മുടെ ആളുകളുടെ കൂട്ടത്തിലോ?”ലുബോവ് ഇടയ്ക്കു കയറി ചോദിച്ചു.

“എനിക്ക് അവളെ അത്യാവശ്യമാണ്! കാരണം അവളുടെ മുമ്പിൽ എനിക്ക് ലജ്ജ തോന്നുന്നുണ്ട്.”

“അതെന്താണ്?”

“ഓ, മൊത്തത്തിൽ എനിക്ക് അവളെ ഭയമാണ്,. അതായത് എന്നെ പറ്റി അവർ മോശമായി ചിന്തിക്കാൻ എനിക്ക് ആഗ്രഹം ഇല്ല. ചിലപ്പോൾ എനിക്ക് മദിരോത്സവത്തിന് പുറപ്പെട്ടാൽ കൊള്ളാമെന്ന് ഞാൻ ചിന്തിക്കും. എന്റെ എല്ലാ നാഡികളും തുടിക്കാൻ തുടങ്ങും. അപ്പോൾ അവളെ ഞാൻ ഓർക്കും. അതോടെ അതിൽ നിന്ന് ഞാൻ പിൻവാങ്ങും. മറ്റ് കാര്യങ്ങളെല്ലാം അതുപോലെ തന്നെ ആണ്. അവൾ ഇത് കണ്ടുപിടിച്ചാൽ എന്താകുമെന്ന് ഞാൻ ആലോചിക്കും. അതിനുശേഷം എനിക്ക് അത് ചെയ്യാനുള്ള ധൈര്യം ഉണ്ടാകില്ല.”

പെൺകുട്ടി ചിന്തിച്ചുറപ്പിച്ചമട്ടിൽ സാവധാനം പറഞ്ഞു. “അതുശരി, അത് നിങ്ങൾ അവളെ സ്നേഹിക്കുന്നതിന്റെ തെളിവാണ്. ഞാനും ഇതുപോലെ ആയിരിക്കും. ഞാൻ സ്നേഹിക്കുകയാണെങ്കിൽ ഞാനും അയാളെ പറ്റി ആലോചിക്കും. അയാൾ എന്തു പറയുമെന്ന് ചിന്തിക്കും.”

“അവളെ സംബന്ധിക്കുന്ന എല്ലാ കാര്യങ്ങൾക്കും വളരെ പ്രത്യേകതകൾ ഉണ്ട്.” ഫോമാ ശാന്തമായി വിശദീകരിച്ചു. “സ്വന്തമായ ഒരുരീതിയിലാണ് അവൾ സംസാരിക്കുന്നത്. ദൈവമേ! അവൾക്ക് എന്തൊരു സൗന്ദര്യമാണ്.! അതുമാത്രമല്ല അവളെ കണ്ടാൽ ഒരു കുട്ടിയാണെന്ന് തോന്നും.”

‘നിങ്ങൾക്കിടയിൽ എന്താണ് നടന്നത്?” ലൂബോവ് ചോദിച്ചു.

ഫോമാ കസേര അവളുടെ അടുത്തേക്ക് നീക്കിയിട്ട് കുനിഞ്ഞിരുന്നുകൊണ്ട് അയാൾക്കും മിഡിൻസ്കായായ്ക്കും ഇടയിൽ നടന്ന കാര്യങ്ങൾ എന്തോ കാരണം കൊണ്ട് ശബ്ദം താഴ്ത്തി പറയാൻ തുടങ്ങി. സംസാരത്തിനിടയിൽ അയാൾ മിഡിൻസ്കായായോട് പറഞ്ഞ വാക്കുകൾ തിരിച്ചു

വന്നപ്പോൾ ആ വാക്കുകൾ ആവശ്യപ്പെടുന്ന ഭാവുകത്വം അയാളിൽ വീണ്ടും ഉണർന്നു.

"ഞാൻ അവളോടു പറഞ്ഞു: "നിങ്ങൾ എന്തിനാണ് എന്നെ പരിഹസിക്കുന്നത്?" അയാൾ കുറ്റപ്പെടുത്തു മട്ടിൽ ദേഷ്യപ്പെട്ടു കൊണ്ട് പറഞ്ഞു.

ലൂബാ സമ്മതിച്ചമട്ടിൽ തലകുലുക്കിക്കൊണ്ട് അയാളെ പ്രോത്സാഹിപ്പിച്ചു. അവളുടെ കവിളുകൾ ഉത്സാഹം കൊണ്ട് തിളങ്ങുന്നുണ്ടായിരുന്നു.

"അത് വേണം! അത് വളരെ നന്നായി! അപ്പോൾ അവൾ എന്ത് പറഞ്ഞു?"

"അവൾ ഒന്നും പറഞ്ഞില്ല. മിണ്ടാതിരുന്നു?" ഫോമാ ദുഃഖത്തോടെ പറഞ്ഞു. "അതായത്, അവൾ പ്രസക്തി ഇല്ലാത്ത കാര്യങ്ങൾ പറഞ്ഞു; പക്ഷേ, എന്ത് പ്രയോജനം?"

അയാൾ കൈകൊണ്ട് ആംഗ്യം കാണിച്ചതിനുശേഷം നിശ്ശബ്ദനായി. പിന്നിയിട്ട തലമുടിയിൽ കളിച്ചുകൊണ്ടിരുന്ന ലുബായും നിശ്ശബ്ദയായിരുന്നു. സമോവർ നേരത്തേതന്നെ തണുത്തുപോയിരുന്നു. മുറിക്കുള്ളിലെ ഇരുട്ട് കൂടുതൽ കനത്തു. ജനാലയ്ക്ക് പുറത്തും ഇരുട്ടിന് കട്ടികൂടിയിരുന്നു. ലിൻഡൻ മരത്തിന്റെ കറുത്ത ചില്ലകൾ വിഷാദത്തോടെ ഇളകികൊണ്ടിരുന്നു.

"വിളക്കു കൊളുത്താൻ സമയമായി" ഫോമാ പറഞ്ഞു.

"നമ്മൾ രണ്ടുപേരും എത്രമാത്രം വിഷമിക്കുന്നു." ലൂബാ നെടുവീർപ്പിട്ടുകൊണ്ട് പറഞ്ഞു.

ഫോമായ്ക്ക് അവൾ പറഞ്ഞ് ഇഷ്ടമായില്ല.

"എനിക്ക് വിഷമമൊന്നും ഇല്ല." അയാൾ ഉറച്ച ശബ്ദത്തിൽ നിഷേധിച്ചു. "ഞാൻ ഇതുവരെ ജീവിതവുമായി പൊരുത്തപ്പെട്ടിട്ടില്ല. അതാണ് പ്രശ്നം."

"നാളെ എന്തു ചെയ്യുമെന്ന് അറിയാൻ പാടില്ലാത്തവൻ ദുഃഖിതനാണ്." ലുബാ ദുഃഖത്തോടെ പറഞ്ഞു. "എനിക്ക് അത് അറിയില്ല. നിങ്ങൾക്കും അറിയില്ല. എവിടേക്കാണ് പോകുന്നത്? എന്നിട്ടും നമുക്ക് പോകാതിരിക്കാൻ പറ്റില്ല. എന്റെ ഹൃദയത്തിന് ഒരിക്കലും സ്വസ്ഥത ഇല്ലാത്തത് എന്തുകൊണ്ടാണ്? അതിനുള്ളിൽ എന്നും ഏതോ തരത്തിലുള്ള പ്രതീക്ഷകൾ സ്പന്ദിച്ചുകൊണ്ടിരിക്കുന്നു."

"എന്റെ കാര്യത്തിലും അങ്ങനെതന്നെ ആണ്." ഫോമാ പറഞ്ഞു. "ഞാൻ ചിന്തിക്കാൻ തുടങ്ങും. പക്ഷേ, എന്തിനെപ്പറ്റിയാണ് ചിന്തിക്കുന്നത്? എനിക്ക് അത് സ്വയം വ്യക്തമായി മനസ്സിലാക്കാൻ പറ്റുന്നില്ല. എന്റെ ഹൃദയത്തിലും വേദനയുണ്ട്. പക്ഷേ, എനിക്ക് ക്ലബ്ബ് വരെ പോകേണ്ടതുണ്ട്."

"പോകരുത്." ലുബാ യാചിച്ചു.

"എനിക്ക് പോകാതിരിക്കാൻ പറ്റില്ല. ഒരാൾ എന്നെ കാത്തിരിക്കുന്നുണ്ട്. ഞാൻപോയിട്ടുവരാം."

“വീണ്ടും എന്നാണ് നമ്മൾ കാണുന്നത്!” അവൾ അയാളുടെ നേർക്ക് കൈനീട്ടിക്കൊണ്ട് ദുഃഖത്തോടെ അയാളുടെ കണ്ണുകളിലേക്ക് നോക്കി.

‘‘നിങ്ങൾക്ക് ഉറങ്ങാൻ സമയമായില്ലേ?’’ ഫോമാ അവളുടെ കൈപിടിച്ച് ശക്തമായി കുലുക്കിക്കൊണ്ട് ചോദിച്ചു.

“ഞാൻ കുറച്ച് വായിക്കാൻ പോകുന്നു.”

“നിങ്ങൾക്ക് പുസ്തകം, കുടിയന് വിസ്കി പോലെ ആണ്.”

ഫോമാ അനുകമ്പയോടെ പറഞ്ഞു.

“ഇതിനേക്കാൾ മെച്ചപ്പെട്ട മറ്റെന്തുണ്ട്?”

തെരുവിലൂടെ നടന്നുനീങ്ങുമ്പോൾ അയാൾ വീടിന്റെ ജനാലകളിലേക്ക് തിരിഞ്ഞുനോക്കി. അവയിലൊന്നിൽ ലുബായുടെ മുഖം അയാൾ ശ്രദ്ധിച്ചു. അവൾ അയാളോടു പറഞ്ഞ കാര്യങ്ങൾപോലെ അവളുടെ മുഖവും അവ്യക്തമായിരുന്നു. അവളുടെ മോഹങ്ങൾക്കും ഈ അവ്യക്തത ഉണ്ടായിരുന്നു. അവളെക്കാൾ മെച്ചപ്പെട്ട അയാളുടെ അവസ്ഥയെപ്പറ്റിയുള്ള ബോധത്തോടെ അവളെ നോക്കി തലയാട്ടിക്കൊണ്ട് ആലോചിച്ചു.

“ഇവർക്കും മറ്റവളെപോലെ ഇവളുടെ വഴിതെറ്റിപ്പോയിട്ടുണ്ട്.”

ഈ ഓർമ്മയിൽ നിന്നും മിഡിൻസ്കായായെ വിരട്ടി ഓടിക്കാൻ ആഗ്രഹിക്കുന്ന മട്ടിൽ അയാൾ തലകുലുക്കിക്കൊണ്ട് നടത്തത്തിന്റെ വേഗത കൂട്ടി.

രാത്രിയാകുകയായിരുന്നു. വഴിയാത്രക്കാരുടെ മുഖത്തേക്ക് പൊടി പറത്തിക്കൊണ്ട് തെരുവിൽ ശക്തിയായി കാറ്റു വീശിക്കൊണ്ടിരുന്നു. ഇരുട്ടിലൂടെ ആളുകൾ വെപ്രാളപ്പെട്ട് നടന്നുനീങ്ങുന്നുണ്ടായിരുന്നു. പൊടി കണ്ണിൽ നിറഞ്ഞതുകൊണ്ട് ഫോമാ മുഖം ചുളിച്ചു. അയാൾ വിചാരിച്ചു:

“ഞാൻ ഇപ്പോൾ വഴിയിൽ കണ്ടുമുട്ടാൻ പോകുന്നത് ഒരുപെണ്ണിനെ ആണെങ്കിൽ സോഫിയാ പാവ്ലോവ്നാ എന്നെ മുമ്പു സ്വീകരിച്ചിരുന്ന സൗഹൃദത്തോടെ നിശ്ചയമായും സ്വീകരിക്കും. നാളെത്തന്നെ ഞാൻ അവളെ കാണാൻ പോകും. ഒരു പുരുഷനെയാണ് കണ്ടുമുട്ടുന്നതെങ്കിൽ ഞാൻ നാളെ പോകില്ല. കൂടിക്കാഴ്ച ഞാൻ മാറ്റിവയ്ക്കും.”

പക്ഷേ, അയാൾക്ക് കണ്ടുമുട്ടാൻ കഴിഞ്ഞത് ഒരു നായയെ ആയിരുന്നു. അത് ഫോമായ്ക്ക് അങ്ങേയറ്റത്തെ മുഷിച്ചിൽ ഉണ്ടാക്കി. അയാൾക്ക് കൈയിൽ ഇരുന്ന ചൂരൽകൊണ്ട് നായയെ അടിക്കണമെന്ന് തോന്നി.

ക്ലബ്ബിലെ ലഘുഭക്ഷണമുറിയിൽ വെച്ച് ഫോമാ ഓക്ടിഷ് ചേവിനെ കണ്ടുമുട്ടി. അയാൾ പതിവുപോലെ സന്തോഷത്തിലായിരുന്നു. അയാൾ വാതിലിൽ നിന്ന് കൃതാവുള്ള ഒരു തടിച്ച മനുഷ്യനോട് സംസാരിക്കുകയായിരുന്നു. ഗോർഡിയീവിനെ കണ്ടപ്പോൾ അയാൾ മുന്നോട്ട് വന്ന് പുഞ്ചിരിച്ചുകൊണ്ട് പറഞ്ഞു. “വിനീതനായ കോടീശ്വരൻ എന്തുപറയുന്നു?”

ഓക്ടിഷ്ചേവിന്റെ കൈ സ്നേഹത്തോടെ കുലുക്കിക്കൊണ്ട് ഫോമാ ചോദിച്ചു.

"ഞാൻ വിനീതനാണെന്ന് നിങ്ങൾക്ക് തോന്നിയത്. എന്തുകൊണ്ടാണ്?"

"എന്തൊരു ചോദ്യം! കുടിക്കത്തില്ല കളിക്കത്തില്ല, പെണ്ണുങ്ങളെ ഇഷ്ടമല്ല. സന്ന്യാസിയെപ്പോലെ ജീവിക്കുന്ന ഒരു മനുഷ്യൻ! നമ്മുടെ അതുല്യയായ രക്ഷാധികാരിണി വേനൽക്കാലം കഴിച്ചുകൂട്ടാൻ നാളെ വിദേശത്തു പോകുന്ന കാര്യം ഫോമാ ഇഗ്നാറ്റിവിച്ച് കേട്ടിരുന്നോ?"

"സോഫിയാ പാവ്ലോവ്നാ അല്ലേ?" ഫോമാ സാവധാനം പറഞ്ഞു. "കേട്ടിരുന്നു. തീർച്ചയായും എന്റെ ജീവിതത്തിലെ സൂര്യൻ അസ്തമിച്ചുകൊണ്ടിരിക്കുകയാണ്. ഒരുപക്ഷേ, നിങ്ങളുടെ സൂര്യനും അസ്തമിക്കുകയായിരിക്കും?"

ഓക്ടിഷ്ചേവ് രഹസ്യമായി പല്ലിളിച്ചശേഷം ഫോമായുടെ മുഖത്തേക്ക് നോക്കി.

നെഞ്ചത്തേക്ക് കുനിഞ്ഞു പോകുന്ന തല ഉയർത്താൻ കഴിയുന്നില്ലെന്ന തോന്നലോടെ ഫോമാ അയാളുടെ മുമ്പിൽ നിന്നു.

"ശരിയാണ്. അവൾ തിളങ്ങുന്ന പ്രഭാതസൂര്യനാണ്."

"മിഡിൻസ്കായാ വിദേശത്ത് പോകുന്നോ?" ഒരു പുരുഷന്റെ ആഴമുള്ള ശബ്ദം കേട്ടു. "അതെന്തായാലും നന്നായി! എനിക്ക് സന്തോഷമുണ്ട്."

ആ മനുഷ്യൻ തന്റെ സാന്നിദ്ധ്യം ഉറപ്പിക്കാൻ വേണ്ടി ഗൗരവത്തിൽ മീശ തടവുകയായിരുന്നു. അയാളുടെ ചുണ്ടിൽ നിന്നും ആഴമുള്ള അറപ്പു തോന്നുന്ന വാക്കുകൾ ഫോമായുടെ ചെവിയിൽ വീണു.

"കാരണം നഗരത്തിൽ ഗണികകളുടെ എണ്ണത്തിൽ ഒരെണ്ണത്തിന്റെ കുറവുണ്ടാകും."

"അവൾ ഗണികയാണെന്ന് നിങ്ങൾക്ക് എങ്ങനെ അറിയാം." കൃതാവു വെച്ച മനുഷ്യന്റെ അടുത്തേക്ക് ആത്മവിശ്വാസത്തോടെ നടന്നുവന്നുകൊണ്ട് ഫോമാ ചോദിച്ചു. ആ മനുഷ്യൻ അവജ്ഞയോടെ ഫോമായെ നോക്കിയതിനുശേഷം ഒരുവശത്തേക്ക് തിരിഞ്ഞുനോക്കിക്കൊണ്ട് പറഞ്ഞു.

"ഞാൻ ഒന്നും പറഞ്ഞില്ല. എന്ത് ഗണിക?"

'മാർട്ടിൻ നിക്കിറ്റിച്ച്, ഒരു സ്ത്രീയെ പറ്റി നിങ്ങൾ അങ്ങനെ പറയാൻ പാടില്ലായിരുന്നു." ഓക്ടിഷ്ചേവ് വിശ്വാസം തോന്നുന്ന ശബ്ദത്തിൽ സംസാരിക്കാൻ തുടങ്ങി. പക്ഷേ, അയാളെ ഫോമാ തടസ്സപ്പെടുത്തി:

"ഒരു നിമിഷം! ക്ഷമിക്കണം! എനിക്ക് ഇദ്ദേഹത്തോട് ഇപ്പോൾ പറഞ്ഞ വാക്കിന്റെ അർത്ഥം ചോദിക്കണമെന്നുണ്ട്." വളരെ വ്യക്തമായി ഇത് പറയുന്നതിനിടയിൽ ഫോമാ രണ്ടു കൈയും പോക്കറ്റിൽ തിരുകികൊണ്ട് നെഞ്ചുവിരിച്ചുനിന്നു. കൃതാവുവെച്ച മാന്യൻ വീണ്ടും അവജ്ഞ നിഴലിക്കുന്ന പുഞ്ചിരിയോടെ ഫോമായെ നോക്കി.

"അത് അവസാനിപ്പിക്കൂ.' ഓക്ക്ടിഷ്ചേവ് ഉറക്കെ പറഞ്ഞു.

"ഞാൻ പറഞ്ഞത് ഗണിക എന്നാണ്." ആ വാക്ക് രുചിച്ചു നോക്കുന്ന മട്ടിൽ ചുണ്ടനക്കിക്കൊണ്ട് കൃതാവുകാരൻ പറഞ്ഞു. "നിങ്ങൾക്ക്

അതിന്റെ അർത്ഥം അറിയില്ലെങ്കിൽ ഞാൻ വിശദീകരിച്ചു തരാം."

"നിങ്ങൾ അത് വിശദീകരിക്കുന്നതാണ് നല്ലത്." അയാളുടെ മുഖത്തു നിന്ന് കണ്ണെടുക്കാതെ നെടുവീർപ്പിട്ടുകൊണ്ട് ഫോമാ പറഞ്ഞു.

ഓക്ടിഷ്ചേവ് അയാളുടെ കൈയിൽ പിടിച്ച് വലിച്ച് ഒരുവശത്തേക്ക് മാറ്റി നിർത്താൻ ശ്രമിച്ചു.

"ഗണികയുടെ അർത്ഥം നിങ്ങൾക്ക് അത്യാവശ്യമായി അറിയണമെങ്കിൽ പറഞ്ഞുതരാം. ഒരു ഗണിക ഒരു വേശ്യയാണ്."

കൃതാവുകാരന് ഒഴിഞ്ഞുമാറാൻ സമയം കിട്ടുന്നതിനുമുമ്പ് ഫോമാ അയാളുടെ ചാരനിറമുള്ള ചുരുണ്ടമുടിയിൽ പിടിച്ച് കുലുക്കാൻ തുടങ്ങി. അയാളുടെ ഉറച്ച ശരീരം മൊത്തം കുലുങ്ങി. ഇടതുകൈ ഉയർത്തി ശിക്ഷയുടെ സമയം കൃത്യമായി സൂക്ഷിക്കുന്നമട്ടിൽ ഫോമാ വിരസമായ ശബ്ദത്തിൽ പറഞ്ഞു.

"ഒരാളെ അയാൾ ഇല്ലാത്ത സമയത്ത് ചീത്ത പറയരുത്. അയാളുടെ മുഖത്ത് കണ്ണിൽ നോക്കി ചീത്തപറയണം."

തടിച്ച കൈ അന്തരീക്ഷത്തിലൂടെ പറന്നുവരുന്നതും മുടിക്ക് കുത്തിപിടിച്ച് കുലുക്കിക്കൊണ്ടിരുന്ന മനുഷ്യന്റെ കാലുകൾ വളഞ്ഞ് നിലത്തുകൂടി ഉരസി നീങ്ങുന്നതും നേരിട്ടുകാണുന്നതിന്റെ ആഹ്ലാദം അയാൾ അനുഭവിച്ചു. കൃതാവുകാരന്റെ സ്വർണ്ണവാച്ച് പോക്കറ്റിൽനിന്നും പുറത്തുവന്ന് അയാളുടെ കുടവയറിനു മുകളിലൂടെ ഒരു ചങ്ങലയിൽ തൂങ്ങിക്കിടന്ന് ആടുന്നുണ്ടായിരുന്നു. അയാൾ അടിയേറ്റ് താഴെ വീണതോടെ ഫോമാ സ്വന്തം ശക്തിയുടെ ലഹരിക്ക് അടിമപ്പെട്ടു. പ്രതികാരത്തിന്റെ ആഹ്ലാദത്തിൽ അയാൾ വിറച്ചു. താഴെ വീണ മനുഷ്യനെ പകയോടെ മുരണ്ടുകൊണ്ട് വന്യമായ സന്തോഷത്തോടെ അയാൾ നിലത്തുകൂടി വലിച്ചുകൊണ്ടുപോയി. ഈ നിമിഷങ്ങളിൽ അയാൾ സംതൃപ്തി നല്കുന്ന ഒരു അനുഭൂതി അനുഭവിക്കുകയായിരുന്നു. വളരെക്കാലമായി അയാളുടെ ഹൃദയത്തെ ഞെരിച്ചിരുന്ന ദുഃഖത്തിന്റെ മടുപ്പിക്കുന്ന ഭാരത്തിൽ നിന്നും സ്വതന്ത്രനായതിന്റെ സുഖത്തിന് അയാൾ അടിമപ്പെട്ടിരുന്നു. പിന്നിൽ നിന്ന് ആരോ അരക്കെട്ടിൽ പിടിച്ച് വലിക്കുന്നുണ്ടെന്നും ആരോ കൈപിടിച്ച് വളച്ച് ഒടിക്കാൻ ശ്രമിക്കുന്നുണ്ടെന്നും ആരോ കാല്പാദങ്ങളിൽ ചവിട്ടി ഞെരിക്കുന്നുണ്ടെന്നും ഫോമായ്ക്ക് തോന്നുന്നുണ്ടായിരുന്നു. പക്ഷേ, അയാളുടെ കൈപ്പിടിയിൽ കിടന്ന് ഞരങ്ങലോടെ പിടഞ്ഞുകൊണ്ടിരിക്കുന്ന തടിച്ച മനുഷ്യനെ മാത്രം കണ്ടുകൊണ്ടിരുന്ന ചുവന്ന കണ്ണുകൾക്ക് മറ്റൊന്നും തന്നെ കാണാനുള്ള കഴിവ് ഉണ്ടായിരുന്നില്ല. ഒടുവിൽ ഫോമായെ അവർ പിടിച്ചു വലിച്ചുമാറ്റി. ചുവന്ന മൂടൽ മഞ്ഞിലൂടെ കാണുന്നതുപോലെ അയാൾ ചതച്ചു താഴെയിട്ട മനുഷ്യൻ കാല്ക്കൽ വീണുകിടക്കുന്നത് അയാൾ കണ്ടു. അയാൾ എഴുന്നേല്ക്കാൻ ശ്രമിച്ചുകൊണ്ട് നിലത്തുകിടന്ന് കാലുകൾ അനക്കുന്നുണ്ടായിരുന്നു. ഇരുണ്ട നിറമുള്ള രണ്ടു മനുഷ്യർ അയാളെ എഴുന്നേല്പിച്ചു നിർത്തി. അയാളുടെ രണ്ട് കൈകളും ഒടിഞ്ഞ ചിറകുകൾ പോലെ തൂങ്ങിക്കിടന്നു. തേങ്ങലു

കൾക്കിടയിലൂടെ അയാൾ ഫോമായോടു വിളിച്ചുകൂവി:

"നീ ഒരിക്കലും എന്നെ അടിക്കരുതായിരുന്നു! അത് ഒരിക്കലും പാടില്ലാത്തതായിരുന്നു.! എടാ തെമ്മാടി! എനിക്ക് കുട്ടികൾ ഉണ്ട്! എല്ലാവർക്കും എന്നെ അറിയാം! വൃത്തികെട്ടവൻ! കാട്ടാളൻ! നീ കാത്തിരുന്നോ!"

ഓക്ടിഷ്ചേവ് ഫോമായുടെ ചെവിയിൽ ഉറക്കെ പറഞ്ഞു. "ദൈവത്തെ ഓർത്ത് തിരിച്ചുപോകൂ."

"അല്പം കൂടി ക്ഷമിക്കണം. ഞാൻ അവന്റെ മുഖത്തൊരു ചവിട്ടു കൊടുക്കട്ടെ." ഫോമാ യാചിച്ചു. പക്ഷേ അയാളെ അവിടെനിന്ന് വലിച്ചു കൊണ്ടുപോയി. അയാളുടെ ചെവിയിൽ ഒരു ഇരമ്പൽ ഉണ്ടായിരുന്നു. അയാളുടെ ഹൃദയമിടിപ്പിന് വേഗത കൂടിയിരുന്നു.പക്ഷേ, അയാൾക്ക് ആശ്വാസവും സന്തോഷവും തോന്നി. ക്ലബ്ബിന്റെ വാതിലിൽ എത്തിയപ്പോൾ അയാൾ ആശ്വാസത്തിന്റെ ആഴത്തിലുള്ള ഒരു നെടുവീർപ്പിട്ടു കൊണ്ട് ഓക്ടിഷ്ചേവിനോട് സൗഹൃദത്തോടെ പുഞ്ചിരിച്ചുകൊണ്ട് പറഞ്ഞു:

"അവനെ ഞാൻ നല്ലവണ്ണം ചതച്ചു. ഇല്ലേ?"

തമാശക്കാരനായ സെക്രട്ടറി കോപത്തോടെ ഉറക്കെ പറഞ്ഞു. "പറയുന്നതുകൊണ്ട് വിഷമം തോന്നരുത്. അത് വളരെ കൂടിപ്പോയി. ഞാൻ ഇതുപോലൊരു കാര്യം മുമ്പ് ഒരിക്കലും കണ്ടിട്ടില്ല!"

ഫോമാ സൗഹൃദത്തോടെ പറഞ്ഞു. "അയാൾക്ക് അടികിട്ടാൻ അർഹതയില്ലേ? അയാൾ ഒരു തെമ്മാടി അല്ലേ? ഒരാളെ പിന്നിൽ നിന്ന് കുത്താൻ പാടില്ല. അത് ശരിയല്ല! അയാൾ അവളുടെ അടുത്തുപോയി മുഖത്തു നോക്കി പറയണം. അതാണ് വേണ്ടത്."

"പക്ഷേ നിങ്ങൾ അയാളെ ഇടിച്ചത് അവൾക്കുവേണ്ടി മാത്രം അല്ല. ശരിയല്ലേ?"

"അവൾക്കുവേണ്ടി മാത്രമല്ലെന്ന് പറയുമ്പോൾ നിങ്ങൾ എന്താണ് ഉദ്ദേശിക്കുന്നത്? അപ്പോൾ പിന്നെ ആർക്കു വേണ്ടി ആണ്?" ഫോമാ അത്ഭുതത്തോടെ ചോദിച്ചു.

"ആർക്കുവേണ്ടി ആണെന്ന് എനിക്ക് അറിയില്ല. പക്ഷേ, നിങ്ങൾക്ക് പഴയ കണക്ക് തീർക്കാനുണ്ടെന്ന് ഉറപ്പാണ്! ദൈവമേ! എന്ത് രംഗം ആയിരുന്നു! ജീവിതത്തിൽ ഞാൻ അത് മറക്കില്ല."

"അയാൾ – ആ മനുഷ്യൻ – അയാൾ ആരാണ്? " ഫോമാ ചോദിച്ചു. പെട്ടെന്ന് അയാൾ പൊട്ടിച്ചിരിക്കാൻ തുടങ്ങി ''അയാൾ അലറിയത് എന്ത് ഉറക്കെ ആയിരുന്നു. വിഡ്ഢി!"

ഓക്ടിഷ്ചേവ് ഫോമായുടെ മുഖത്തേക്ക് സൂക്ഷിച്ചുനോക്കിക്കൊണ്ട് ചോദിച്ചു.

"ഇടി കൊടുത്ത മനുഷ്യനെ അറിയില്ലെന്ന് നിങ്ങൾ പറയുന്നത് സത്യമാണോ? അത് സത്യത്തിൽ സോഫിയാ പാവ്‌ലോവ്നായ്ക്ക് വേണ്ടി മാത്രം ആയിരുന്നോ?"

"ദൈവത്തെ പിടിച്ച് ആണയിടാം! അത് അവൾക്കുവേണ്ടി മാത്രം

ആയിരുന്നു.”

“അങ്ങനെയാണെങ്കിൽ ഇതിന്റെ ഫലം ചെകുത്താൻ തീരുമാനിക്കും!” അയാൾ പെട്ടെന്ന് സംസാരം നിർത്തി. അമ്പരപ്പോടെ തോളുകൾ ഉയർത്തി. രണ്ടു കൈയും മലർത്തിക്കാണിച്ചു. വീണ്ടും ഫോമായെ സംശയത്തോടെ നോക്കിക്കൊണ്ട് നടപ്പാതയിലൂടെ നടക്കാൻ തുടങ്ങി. “ഫോമാ ഇഗ്നാറ്റിവിച്ച്, നിങ്ങൾ ഇതിന് മറുപടി പറയേണ്ടിവരും.”

“അയാൾ എന്നെ കോടതിയിൽ കൊണ്ടുപോകുമോ?”

“എവിടെ കൊണ്ടുപോകുമെന്ന് ദൈവത്തിന് അറിയാം. അയാൾ വൈസ് ഗവർണ്ണറുടെ മരുമകനാണ്.”

“ആണോ?”

“അതെ. സത്യം പറഞ്ഞാൽ അയാൾ ഒരു ആഭാസനും തെമ്മാടിയും ആണ്. ഈ സത്യം കണക്കിലെടുക്കുമ്പോൾ അയാൾക്ക് ഇടി കിട്ടേണ്ടതാണെന്ന് തീർച്ചയായും ഞാൻ സമ്മതിക്കും. പക്ഷേ, നിങ്ങൾ ന്യായീകരിച്ച സ്ത്രീയെ പരിഗണിക്കുമ്പോൾ..”

“സാർ!” ഓക്ടിഷ്ചേവിന്റെ തോളിൽ ബലമായി പിടിച്ചുകൊണ്ട് ഫോമാ പറഞ്ഞു:

“ഞാൻ എന്നും നിങ്ങളെ ഇഷ്ടപ്പെട്ടിരുന്നു. ഇപ്പോൾ നിങ്ങൾ എന്നോടൊപ്പം നടക്കുന്നു. എനിക്ക് ഇത് മനസ്സിലാകുന്നുണ്ട്. എനിക്ക് ഇത് തിരിച്ചറിയാൻ കഴിയും. പക്ഷേ, ഞാനുള്ളപ്പോൾ അവളെ പറ്റി ചീത്ത പറയരുത്. നിങ്ങളുടെ അഭിപ്രായത്തിൽ അവൾ എന്തുതന്നെ ആയാലും എന്റെ കണ്ണിൽ അവൾ എനിക്ക് പ്രിയപ്പെട്ടവൾ ആണ്. എനിക്ക് ഏറ്റവും നല്ല സ്ത്രീ അവളാണ്.”

“നിങ്ങൾ ഒരു സാധാരണക്കാരനല്ലെന്ന് എനിക്ക് സമ്മതിക്കേണ്ടിവരും.”

“ഞാൻ ഒരു സാധാരണ മനുഷ്യനാണ്. ഒരു അപരിഷ്കൃതൻ. ഞാൻ അയാളെ അടിച്ചു. എനിക്ക് അതിൽ ഇപ്പോൾ സന്തോഷം തോന്നുന്നു. എന്ത് വന്നാലും വരട്ടെ.”

“അതുകൊണ്ട് എന്തെങ്കിലും കുഴപ്പം ഉണ്ടാകുമെന്നുള്ള ഭയം എനിക്ക് ഉണ്ട്. നിങ്ങൾക്ക് അറിയാമോ. സത്യം പറഞ്ഞാൽ എനിക്കും നിങ്ങളെ ഇഷ്ടമാണ്. നിങ്ങളുടെ തുറന്നു സംസാരിക്കുന്ന സ്വഭാവം എനിക്ക് ഇഷ്ടമാണ്. പക്ഷേ, നിങ്ങളുടെ കൂടെ നടക്കുന്നതു സൂക്ഷിച്ചു വേണം. ഇത്തരം സാഹസികത നിങ്ങളെ പിടികൂടിയാൽ ഒരാൾക്ക് നിങ്ങളുടെ കൈയിൽ നിന്നും അടികിട്ടാൻ ഇടയുണ്ട്.”

“അതൊന്നും ഉണ്ടാവില്ല. ഇത് ആദ്യത്തെ തവണയാണ്. എല്ലാ ദിവസവും ഞാൻ ആളുകളെ അടിക്കാൻ നടക്കുകയല്ല. ആണോ?” ഫോമാ മനഃപ്രയാസത്തോടെ പറഞ്ഞു. അയാളുടെ കൂട്ടുകാരൻ പൊട്ടിച്ചിരിക്കാൻ തുടങ്ങി.

“നിങ്ങൾ എന്തൊരു മനുഷ്യനാണ്! ഞാൻ പറയുന്നത് ശ്രദ്ധിക്ക്. അടിയുണ്ടാക്കുന്നത് മോശമാണ്. എന്നോട് വിഷമം തോന്നരുത്. പക്ഷേ,

അത് ആളുകൾ വെറുക്കുന്ന കാര്യമാണ്. എങ്കിലും ഈ കാര്യത്തിൽ നിങ്ങളുടെ തിരഞ്ഞെടുപ്പ് തെറ്റിയില്ലെന്ന് ഞാൻ സമ്മതിക്കും. നിങ്ങൾ അടിച്ചത് ലോകത്തെ മുഴുവൻ കുറ്റം പറഞ്ഞു നടക്കുന്ന ഒരു പെണ്ണുപിടിയനെ ആണ്. അയാൾ ഒരു ഇത്തിക്കണ്ണി ആണ്. ശിക്ഷ കിട്ടില്ലെന്ന ധൈര്യം വെച്ചുകൊണ്ട് സ്വന്തം അനന്തിരവന്മാരെ കൊള്ളയടിച്ച ഒരു കള്ളൻ."

"ശരി അതിന് ഞാൻ ദൈവത്തിനോട് നന്ദി പറയുന്നു!" ഫോമാ സംതൃപ്തിയോടെ പറഞ്ഞു. ഇപ്പോൾ എന്തായാലും ഞാൻ അയാളെ ചെറുതായി ശിക്ഷിച്ചിരിക്കുന്നു."

"ചെറുതായി ശിക്ഷിച്ചെന്നോ? അതുകൊള്ളാം. നമുക്ക് അതു ചെറുതായിരുന്നെന്ന് വിചാരിക്കാം. പക്ഷേ, എന്റെ കുട്ടി ഞാൻ പറയുന്നത് ശ്രദ്ധിച്ചു കേൾക്കണം. നിങ്ങളെ ഉപദേശിക്കാനുള്ള അനുവാദം എനിക്ക് തരണം. ഞാൻ നിയമം അറിയാവുന്ന മനുഷ്യനാണ്. അയാൾ ആ കയസീവ് ഒരു തെമ്മാടിയാണ്. അത് സത്യമാണ്! പക്ഷേ, ഒരു തെമ്മാടിയെ പോലും നിങ്ങൾ അടിക്കാൻ പാടില്ല. കാരണം അയാൾ നിയമത്തിന്റെ പിതൃതുല്യമായ സംരക്ഷണത്തിലുള്ള ഒരു സാമൂഹികജീവി ആണ്. അയാൾ ശിക്ഷാനിയമത്തിന്റെ പരിധികൾ മറികടക്കുന്നതിന് മുമ്പ് നിങ്ങൾക്ക് അയാളെ തൊടാൻ പറ്റില്ല. പക്ഷേ, അയാൾ മറികടന്നാലും നിങ്ങൾ തൊടാൻ പാടില്ല. ഞങ്ങൾ വിധികർത്താക്കളാണ് അയാളുടെ കാര്യം തീരുമാനിക്കേണ്ടത്. നിങ്ങൾക്ക് വേണ്ടത് ക്ഷമയാണ്."

"അയാൾ ഉടൻതന്നെ നിങ്ങളുടെ കൈയിൽ വന്ന് വീഴുമോ?" ഫോമാ നിഷ്കളങ്കമായ ഒരു ചോദ്യം ഉന്നയിച്ചു.

"അത് പറയാൻ ബുദ്ധിമുട്ടാണ്. അയാൾ ബോധമില്ലാത്തവനാണെങ്കിലും ഒരുപക്ഷേ, ഒരിക്കലും അയാൾ പിടികൂടപ്പെട്ടെന്നു വരില്ല. അവസാനകാലം വരെ നിയമത്തിന്റെ മുമ്പിൽ എനിക്കും നിങ്ങൾക്കും ഉള്ള തുല്യതയോടെ അയാൾ നമുക്കിടയിൽ ജീവിക്കും. എന്റെ ദൈവമേ! ഞാൻ നിങ്ങളോട് എന്തൊക്കെയാണ് പറയുന്നത്!

"രഹസ്യങ്ങളോട് വഞ്ചന കാണിക്കുന്നു. ശരിയല്ലേ?" ഫോമാ പല്ലിളിച്ചു.

"ഇത് രഹസ്യങ്ങൾ അല്ല. പക്ഷേ, ഞാൻ അർത്ഥമില്ലാതെ സംസാരിക്കരുതായിരുന്നു. നാശം! പക്ഷേ, അപ്പോൾ ഈ കാര്യം എന്റെ തലയ്ക്ക് പിടിച്ചു. നിശ്ചയമായും ഒരു കുതിരയെ പോലെ വെറും തൊഴി മാത്രം കൊടുക്കുന്ന സമയത്തു പോലും നെമസിസ് അവളോട് സ്വയം സത്യസന്ധത പുലർത്തിയിരുന്നു."

വഴിയിൽ ഒരു തടസ്സം കണ്ടതുപോലെ ഫോമാ പെട്ടെന്ന് നടത്തം നിർത്തി.

"നെമസിസ്. നീതിദേവത" ഓക്ടിഷ്ചേവ് അവ്യക്തമായി പറഞ്ഞു. "നിങ്ങൾക്ക് എന്തുപറ്റി?"

ഫോമാ സാവധാനം താല്പര്യമില്ലാതെ പറഞ്ഞു. "ഇതെല്ലാം സംഭവിക്കാൻ കാരണം അവൾ വിദേശത്തു പോകുന്ന കാര്യം നിങ്ങൾ ഓർമ്മ

പ്പെടുത്തിയതാണ്."

"ആര് പോകുന്ന കാര്യം."

"സോഫിയാ പാവ്‌ലോവ്നാ."

"ശരിയാണ്. അവളുപോകുന്നുണ്ട്. അതിനെന്താണ്?"

അയാൾ ഫോമായുടെ മുഖത്തോടു മുഖം നോക്കിനിന്ന് പുഞ്ചിരിച്ചു. ഗോർഡിയീവ് ചൂരൽകൊണ്ട് നടപ്പാതയിലെ കല്ലുകൾ തട്ടിമാറ്റിക്കൊണ്ട് നിശ്ശബ്ദനായി കുനിഞ്ഞുനിന്നു.

"വരൂ" ഓക്ടിഷ്ചേവ് പറഞ്ഞു. ഫോമാ താല്പര്യക്കുറവോടെ സംസാരിച്ചുകൊണ്ട് നടക്കാൻ തുടങ്ങി.

"അവൾ പോകട്ടെ."

ഓക്ടിഷ്ചേവ് കൂട്ടുകാരനെ നോക്കി തലകുലുക്കിക്കൊണ്ട് ചൂളം വിളിച്ചു.

"എനിക്ക് അവളില്ലാതെ ജീവിക്കാൻ പറ്റില്ലേ?"

ഫോമാ ദൂരെ എവിടേക്കോ നോക്കിക്കൊണ്ട് ചോദിച്ചു. അല്പ സമയം കഴിഞ്ഞ് അയാൾ സ്വയം മറുപടി പറഞ്ഞു. അയാളുടെ ശബ്ദം പതറിയിരുന്നു.

"തീർച്ചയായും പറ്റും."

''ഞാൻ പറയാം.'' ഓക്ടിഷ്ചേവ് ഉറക്കെ പറഞ്ഞു: "ഞാൻ നിങ്ങൾക്ക് നല്ല ഒരു ഉപദേശം തരാം. ഒരു മനുഷ്യൻ അയാൾ മാത്രം ആയിരിക്കണം."

"സർ, എന്നോട് അല്പംകൂടി മയപ്പെടുത്തി സംസാരിക്കണം." അയാളുടെ സംസാരം ശ്രദ്ധിച്ച് കേട്ടതിനുശേഷം ഫോമാ പറഞ്ഞു.

"കൂടുതൽ മയപ്പെടുത്തണോ? ശരി. ഞാൻ ആഗ്രഹിച്ചത് ആ സ്ത്രീയെപ്പറ്റിയുള്ള ചിന്ത ഉപേക്ഷിക്കണമെന്ന് പറയാനാണ്. നിങ്ങൾക്ക് അവൾ വിഷമുള്ള ഒരു ആഹാരം ആയിരിക്കും."

"ഇതു തന്നെ ആണ് അവളും എന്നോട് പറഞ്ഞത്." ഫോമാ ഇടയ്ക്കുകയറി പറഞ്ഞു. അയാളുടെ ശബ്ദത്തിൽ വിഷമം ഉണ്ടായിരുന്നു.

"അവൾ നിങ്ങളോട് പറഞ്ഞോ?" ഓക്ടിഷ് ചേവ് ചോദിച്ചു. അയാൾ ആലോചിക്കാൻ തുടങ്ങി. ഞാൻ ഒരുകാര്യം പറയാം. ഒരുപക്ഷേ, നമുക്ക് പോയി അത്താഴം കഴിക്കാൻ പാടില്ലേ?"

"നമുക്ക് പോകാം. "ഫോമാ സമ്മതിച്ചു. പെട്ടെന്ന് മുഷ്ടിചുരുട്ടി അന്തരീക്ഷത്തിൽ വീശിക്കൊണ്ട് ഫോമാ അലറി. "ശരി നമുക്ക് പോകാം. എനിക്ക് അവസാനിപ്പിക്കാൻ പറ്റും. എല്ലാം അവസാനിപ്പിച്ച് ഞാൻ സ്വതന്ത്രനാകും. നിങ്ങൾക്ക് എന്നെ പിടിച്ചുനിർത്താൻ പറ്റില്ല!"

"എന്തിന് പിടിച്ചുനിർത്തണം? അത് നമുക്ക് അഹംഭാവം ഇല്ലാതെ ചെയ്യാൻ പറ്റും?"

"ഉൽക്കണ്ഠയോടെ അയാളുടെ തോളിൽ പിടിച്ചുനിർത്തിക്കൊണ്ട് ഫോമാ പറഞ്ഞു. "ഇല്ല! നില്ക്കൂ! അതെന്താണ്? ഞാൻ മറ്റുള്ളവരേക്കാൾ മോശമാണോ? എല്ലാവരും ജീവിക്കുന്നു, ചുറ്റിത്തിരിയുന്നു, തിക്കിത്തി

രക്കി മുന്നേറുന്നു, എല്ലാവർക്കും സ്വന്തം ലക്ഷ്യങ്ങളുണ്ട്. എന്നാൽ ഞാൻ തോന്നിയ വഴിക്ക് സഞ്ചരിക്കുന്നു. എല്ലാവരും അവരവരിൽ സംതൃപ്ത രാണ്. അവരുടെ പരാതികളെ പറ്റി പറയുകയാണെങ്കിൽ അവർ കള്ളം പറയുകയാണ്. വഞ്ചകന്മാർ! അവർ ഭംഗിക്കു വേണ്ടി വെറുതെ അഭിന യിക്കുകയാണ്. എനിക്ക് അഭിനയിക്കാൻ കാരണം ഇല്ല. ഞാൻ ഒരു വിഡ്ഢിയാണ്. സുഹൃത്തേ, എനിക്കൊന്നും മനസ്സിലാകുന്നില്ല. ഞാൻ വെറുതെ ജീവിക്കണമെന്ന് ആഗ്രഹിക്കുന്നു! എനിക്ക് ചിന്തിക്കാൻ കഴി വില്ല. എനിക്ക് മടുപ്പുതോന്നുന്നു! ഒരാൾ ഇതു പറയുന്നു, ഒരാൾ അതു പറയുന്നു! ഹോ! പക്ഷേ, അവൾ! നിങ്ങൾ മനസ്സിലാക്കിയിരുന്നെങ്കിൽ; എന്റെ പ്രതീക്ഷ അവളിൽ ആയിരുന്നു. ഞാൻ എന്താണോ പ്രതീക്ഷി ച്ചത് അത് ഞാൻ അവളിൽ പ്രതീക്ഷിച്ചു. എനിക്ക് പറയാൻ കഴിയുന്നില്ല, പക്ഷേ, ഏറ്റവും നല്ല സ്ത്രീ അവളാണ്! ചിലസമയത്ത് വളരെ വ്യത്യ സ്തമായ എന്നാൽ അവളുടെ സ്വന്തമായ ചില കാര്യങ്ങൾ അവൾ സംസാ രിക്കുമ്പോൾ– ഞാൻ അവളെ അങ്ങേയറ്റം വിശ്വസിക്കുന്നുണ്ട്. എന്റെ ചങ്ങാതി, അവളുടെ കണ്ണുകൾ അതിമനോഹരമാണ്! ദൈവമേ! ആ കണ്ണു കളിലേക്ക് നോക്കാൻ എനിക്ക് ലജ്ജ ആയിരുന്നു. അവൾ ചില വാക്കു കൾ പറയും. എല്ലാ കാര്യങ്ങളും എനിക്ക് വ്യക്തമായി മനസ്സിലാകും. സ്നേഹം കൊണ്ട് മാത്രമല്ല ഞാൻ അവളുടെ അടുത്ത് വരുന്നത്. ഞാൻ എന്റെ മൊത്തം ആത്മാവുമായാണ് അവളുടെ അടുത്ത് ചെല്ലുന്നത്! ഞാൻ ആഗ്രഹിച്ചു. അവൾ സുന്ദരി ആയതുകൊണ്ട് ഞാൻ അവളുടെ കൂടെ യുള്ള പുരുഷനായിത്തീരാമെന്ന് ഞാൻ ആലോചിച്ചു."

കൂട്ടുകാരന്റെ ചുണ്ടിൽ നിന്നും പൊട്ടിപ്പുറപ്പെട്ട പരസ്പരബന്ധമി ല്ലാത്തതും വേദന ഉണ്ടാകുന്നതുമായ വാക്കുകൾ ഓക്ടിഷ്ചേവ് ശ്രദ്ധിച്ചു കേട്ടു. അയാളുടെ ചിന്തകൾ പ്രകടമാക്കാനുള്ള ശ്രമത്തിൽ മുഖത്തെ പേശികൾ എങ്ങനെയാണ് വലിഞ്ഞു മുറുകുന്നതെന്ന് ഓക്ടിഷ് ചേവിന് മനസ്സിലായി. ഈ പൊട്ടിത്തെറിക്കു പിന്നിൽ ഗൗരവമുള്ള മഹത്തായ ദുഃഖം ഉണ്ടെന്ന് അയാൾക്ക് മനസ്സിലായി. പെട്ടെന്ന് നടവഴിയിലൂടെ വ്യത്യ സ്തമായ നീണ്ട കാൽവെപ്പുകളോടെ നടക്കാൻ തുടങ്ങിയ ശക്തനും പ്രാകൃതനുമായ ഈ ചെറുപ്പക്കാരന്റെ ദൗർബ്ബല്യത്തിൽ അങ്ങേയറ്റം ദയ നീയമായി ചില കാര്യങ്ങൾ ഉണ്ടായിരുന്നു. അയാളുടെ പിന്നാലെ ചെറിയ ചുവടുകൾ വെച്ച് കുതിച്ചുകൊണ്ടിരുന്ന ഓക്ടിഷ്ചേവിന് ഫോമായെ ശാന്തനാക്കേണ്ടത് തന്റെ ചുമതലയാണെന്ന് തോന്നി. അന്നുവൈകു ന്നേരം ഫോമാ ചെയ്തതും പറഞ്ഞതും ആയ ഓരോകാര്യവും അയാളെ പറ്റി കൂടുതൽ അറിയണമെന്നുള്ള തോന്നൽ ഓക്ടിഷ്ചേവിൽ ഉണർത്തി യിരുന്നു. ചെറുപ്പക്കാരനായ കോടീശ്വരന്റെ നിഷ്കളങ്കത അയാളെ ആകർഷിച്ചു. ഈ നിഷ്കളങ്കതയുടെ ഇരുണ്ടശക്തി അയാളെ ചിന്താ ക്കുഴപ്പത്തിലാക്കി. അതിന്റെ സമ്മർദ്ദത്തിൽ അയാൾ അസ്വസ്ഥനായി. അയാൾ ചെറുപ്പമായിരുന്നെങ്കിലും ജീവിതത്തിന്റെ എല്ലാ സന്ദർഭ ങ്ങൾക്കും യോജിക്കുന്ന വാക്കുകളുടെ ഒരു ശേഖരം അയാളുടെ കൈയിൽ

ഉണ്ടായിരുന്നു. അവയെ തിരിച്ചുവിളിച്ചുകൊണ്ടുവരാൻ അയാൾക്ക് കുറച്ചു കൂടി സമയം വേണ്ടിവന്നു.

"എന്റെ തോന്നൽ എന്നെ സംബന്ധിക്കുന്ന എല്ലാ കാര്യങ്ങളും ഇരുണ്ടതും ഇടുങ്ങിയതുമാണെന്നാണ്." ഫോമാ ഗോർഡിയീവ് പറഞ്ഞു. "എന്റെ തോളിൽ ഒരു ഭാരം ഇരിക്കുന്നതായി എനിക്ക് തോന്നുന്നു. പക്ഷേ, എനിക്ക് ആ ഭാരം എന്താണെന്ന് അറിയില്ല! അത് എന്റെ മുകളിൽ ഒരു നിയന്ത്രണം അടിച്ചേല്പിക്കുന്നു. ജീവിതത്തിന്റെ വഴിയിലൂടെയുള്ള എന്റെ ചലനങ്ങളുടെ സ്വാതന്ത്ര്യത്തിനു മുകളിൽ ആ ഭാരത്തിന്റെ നിയന്ത്രണം ഉണ്ട്. മനുഷ്യർ പറയുന്നത് ശ്രദ്ധിച്ചാൽ അവർ ഓരോരുത്തരും ഓരോരോ കാര്യങ്ങൾ പറയുന്നത് നിങ്ങൾക്ക് കേൾക്കാം പക്ഷേ, അവൾക്ക് പറയാൻ കഴിയുമായിരുന്നു."

"എന്റെ ചങ്ങാതി!" സാവധാനം അയാളുടെ കൈയിൽ പിടിച്ചുകൊണ്ട് ഓക്ടിഷ്ചേവ് ഫോമായുടെ സംസാരം തടസ്സപ്പെടുത്തി. "ഇത് ശരിയല്ല! നിങ്ങൾ ജീവിക്കാൻ തുടങ്ങുന്നതിനു മുമ്പുതന്നെ തത്ത്വശാസ്ത്രം പറഞ്ഞു തുടങ്ങിയിരിക്കുന്നു! അത് ശരിയല്ല! നമുക്ക് ജീവിതം തന്നിരിക്കുന്നത് ജീവിക്കാനാണ്! അതിന്റെ അർത്ഥം ജീവിക്കുക, മറ്റുള്ളവരെ ജീവിക്കാൻ അനുവദിക്കുക. ആ തത്ത്വശാസ്ത്രം അതാണ്! പിന്നെ ആ സ്ത്രീയുടെ കാര്യം! അവൾ മാത്രമാണോ ഈ ലോകത്തുള്ളത്? ലോകം വേണ്ടത്ര വലുതാണ്. നിങ്ങൾക്ക് ആഗ്രഹം ഉണ്ടെങ്കിൽ നിങ്ങളുടെ തത്ത്വശാസ്ത്രത്തിന്റെ അടയാളം പോലും ആത്മാവിൽനിന്ന് അപ്രത്യക്ഷമാക്കാൻ കഴിവുള്ള ഒരു സ്ത്രീയെ ഞാൻ പരിചയപ്പെടുത്തിത്തരാം. ഹോ, അസാമാന്യയായ ഒരു സ്ത്രീ! ജീവിതത്തിന് സ്വയം അവളെ പ്രയോജനപ്പെടുത്തേണ്ടതിനെ പറ്റി അവൾ എത്രമാത്രം നല്ലവണ്ണം മനസ്സിലാക്കിയിരിക്കുന്നു! നിങ്ങൾക്ക് അറിയാമോ, അവളെ പറ്റിയും ചില പുരാണങ്ങൾ ഉണ്ടായിരുന്നു. അവൾ സുന്ദരി ആണ്. എന്റെ അഭിപ്രായത്തിൽ ഒരു മാലാഖ. നിങ്ങൾക്ക് അവൾ എത്രമാത്രം യോജിക്കും! ഒരാണി പുറത്തെടുക്കാൻ നമുക്ക് മറ്റൊരാണി തുളച്ചുകയറ്റേണ്ടിവരും."

"എന്റെ മനസ്സാക്ഷി അത് അനുവദിക്കുന്നില്ല. ഫോമാ ആത്മവിശ്വാസത്തോടെ പറഞ്ഞു. അയാളുടെ ശബ്ദത്തിൽ ദുഃഖം ഉണ്ടായിരുന്നു. അവൾ ജീവിക്കുന്ന കാലത്തോളം എനിക്ക് ഒരു സ്ത്രീയെ നോക്കാൻ പോലും കഴിയില്ല."

"ഇത് ഇതുപോലെ തടിയും തണ്ടുമുള്ള ഒരുചെറുപ്പക്കാരൻ പറയുന്നതാണോ?" ഓക്ടിഷ് ചേവ് ആശ്ചര്യപ്പെട്ടു. അയാളുടെ വികാരങ്ങൾക്ക് ഒരു സ്ത്രീയുടെ സൗഹൃദത്തിലൂടെ ഒരു കൈവഴി കണ്ടെത്തേണ്ടതിന്റെ അത്യാവശ്യത്തെപ്പറ്റി അയാൾ ഫോമായുമായി ഒരു അദ്ധ്യാപകനേപ്പോലെ തർക്കിക്കാൻ ആരംഭിച്ചു.

"ഇത് ഗംഭീരമായിരിക്കും. നിങ്ങൾക്ക് ഇത് ഒഴിച്ചുകൂടാൻ വയ്യാത്തതാണ്. നിങ്ങൾക്ക് എന്നെ വിശ്വസിക്കാം. മനസ്സാക്ഷിയുടെ കാര്യത്തിൽ നിങ്ങൾ എന്നോട് ക്ഷമിക്കണം. നിങ്ങൾ അതിനെ ശരിയായ രൂപത്തി

ലല്ല നിർവ്വചിച്ചത്. നിങ്ങളുടെ കാര്യത്തിൽ തലയിടുന്നത് മനസ്സാക്ഷി അല്ല. അത് മടിയാണെന്നാണ് ഞാൻ വിശ്വസിക്കുന്നത്. നിങ്ങൾ ജീവിക്കുന്നത് സമൂഹത്തിന് പുറത്താണ്. നിങ്ങൾക്ക് ലജ്ജയാണ്. നിങ്ങൾക്ക് ഇതിനെപ്പറ്റിയെല്ലാം അവ്യക്തമായ ബോധം ഉണ്ട്. ഈ ബോധത്തെ ആണ് നിങ്ങൾ മനസ്സാക്ഷിയായി തെറ്റിദ്ധരിച്ചിരിക്കുന്നത്. ഈ കാര്യത്തിൽ മനസ്സാക്ഷിയുടെ ചോദ്യം ഉയരുന്നില്ല. ജീവിതം ആസ്വദിക്കുന്നത് മനുഷ്യനെ സംബന്ധിച്ചിടത്തോളം സ്വാഭാവികമാണ്. അത് അയാളുടെ ആവശ്യവും അവകാശവും ആയ സ്ഥിതിക്ക് മനസ്സാക്ഷിക്ക് ഇവിടെ എന്താണ് ചെയ്യാനുള്ളത്?"

രണ്ടു നിര കെട്ടിടങ്ങൾക്കിടയിലൂടെയുള്ള വഴിക്ക് ഇരുട്ട് നിറഞ്ഞ ഒരു കുഴിയുമായി സാമ്യം ഉണ്ടായിരുന്നു. ഫോമാ വഴിയിലേക്ക് സൂക്ഷിച്ചു നോക്കിക്കൊണ്ട് മുന്നോട്ടുനടന്നു. അയാൾ ഓക്ടിഷ്ചേവിന്റെ വേഗതയുമായി അയാളുടെ കാലടികളെ ചിട്ടപ്പെടുത്തി. വഴി അവസാനിക്കുന്നില്ലെന്ന് തോന്നി. ശ്വാസംമുട്ടിക്കുന്ന പരിധികൾ ഇല്ലാത്ത ഏതോ ഒരു ഇരുണ്ടവസ്തു വഴിയിലൂടെ സാവധാനം ദൂരത്തേക്ക് ഒഴുകിക്കൊണ്ടിരിക്കുകയാണെന്ന് തോന്നി. ഓക്ടിഷ്ചേവിന്റെ എരിവും പുളിയുമുള്ള ശബ്ദം ഫോമായുടെ ചെവിയിൽ മുഴങ്ങി. പക്ഷേ, അയാൾ അത് ശ്രദ്ധിക്കുന്നുണ്ടായിരുന്നില്ല. അവ അയാളുടെ ചെവിയിൽ ഒട്ടിപ്പിടിച്ചിട്ടുണ്ടെന്നും അയാൾ മനഃപൂർവ്വമല്ലാതെ ആ സംസാരം ഓർത്തെടുക്കുന്നുണ്ടെന്നും അയാൾക്ക് തോന്നി. ഒരു മനുഷ്യൻ അയാളോടൊപ്പം നടക്കുന്നുണ്ടെങ്കിലും അയാൾ തനിച്ച് ഇരുട്ടിലൂടെ അലഞ്ഞുതിരിയുകയാണെന്ന് ഫോമായ്ക്ക് തോന്നി. ഇരുട്ട് അയാളെ പിടിച്ച് വലിച്ചു സാവധാനം എവിടേക്കോ കൊണ്ടുപോകുന്നതുപോലെ ഉള്ള അനുഭവം ആയിരുന്നു. എന്നിട്ടും അയാൾക്ക് നടത്തം അവസാനിപ്പിക്കാൻ തോന്നുന്നുണ്ടായിരുന്നില്ല. ഏതോ തരത്തിലുള്ള ക്ഷീണം അയാളുടെ ചിന്തകളെ തടസ്സപ്പെടുത്തി. അയാളുടെ കൂട്ടുകാരന്റെ ഉപദേശങ്ങളെ ചെറുത്തു നില്ക്കാനുള്ള ആഗ്രഹം അയാൾക്ക് ഇല്ലായിരുന്നു. അയാൾ എന്തിനാണ് അവയെ ചെറുത്തു നില്ക്കുന്നത്?

"ഓരോരുത്തരം തത്ത്വജ്ഞാനികൾ ആകേണ്ട ആവശ്യം ഇല്ല." ഏറെക്കുറെ സ്വന്തം ബുദ്ധിശക്തിയുടെ ആവേശത്തിലായിരുന്ന ഓക്ടിഷ്ചേവ് ചൂരൽ ആകാശത്തേക്ക് വീശിക്കൊണ്ട് പറഞ്ഞു. "എല്ലാവരും തത്ത്വജ്ഞാനികളായാൽ ജീവിക്കാൻ ആരാണ് ബാക്കിവരുന്നത്? പക്ഷേ, നമ്മൾ ജീവിക്കുന്നത് ഒരുതവണ മാത്രമാണ്! അതുകൊണ്ട് ജീവിക്കാൻ തിടുക്കം കൂട്ടുന്നതാണ് ഏറ്റവം നല്ല കാര്യം. ദൈവത്തെക്കൊണ്ട് സത്യം ചെയ്യാം! സത്യം അതുതന്നെ ആണ്! പക്ഷേ, സംസാരം കൊണ്ട് എന്ത് പ്രയോജനം? നിങ്ങളെ ഒന്ന് കുലുക്കി ഉണർത്താൻ നിങ്ങൾ എന്നെ അനുവദിക്കുമോ? നമുക്ക് ഇപ്പോൾതന്നെ എനിക്ക് പരിചയമുള്ള ഒരു സ്ഥലത്ത് പോകാം. അവിടെ രണ്ട് സഹോദരിമാർ ഉണ്ട്. ങാ! അവർ എങ്ങനെ ജീവിക്കുന്നു. നിങ്ങൾ വരുന്നോ?"

"ശരി, ഞാൻ വരാം." ഫോമാ ശാന്തമായി പറഞ്ഞു. അയാൾ കോട്ടു വായിട്ടു "ഇതിപ്പോൾ താമസിച്ചുപോയില്ലേ?" മേഘം മൂടിയിരുന്ന ആകാശത്തേക്ക് നോക്കിക്കൊണ്ട് അയാൾ ചോദിച്ചു.

"അവരെ കാണാൻ പോകുമ്പോൾ നിങ്ങൾക്ക് ഒരിക്കലും താമസിച്ചു ചെല്ലാൻ കഴിയില്ല!" ഓക്ടിഷ്ചേവ് സന്തോഷത്തോടെ ഉറക്കെപറഞ്ഞു.

എട്ട്

ക്ലബ്ബിലെ രംഗം കഴിഞ്ഞ് മൂന്നുദിവസത്തിനുശേഷം പട്ടണത്തിൽ നിന്ന് ദൂരെയുള്ള കച്ചവടക്കാരൻ സ്വാന്റ്സീവിന്റെ തടികൊണ്ടു പണിഞ്ഞ് കപ്പൽ തുറയിലാണ് ഫോമാ അയാളെ സ്വയം കണ്ടെത്തിയത്. കച്ചവടക്കാരന്റെ മകനും ഓക്ടിഷ്ചേവും കഷണ്ടിയും കൃതാവുമുള്ള പക്വമതിയായ ഒരു മാന്യനും നാലു സ്ത്രീകളും അയാളോടൊപ്പം ഉണ്ടായിരുന്നു. സ്വാൻറ്റ് സീവിന്റെ മകൻ കണ്ണാടി ധരിച്ചിരുന്നു. മെലിഞ്ഞു വിളറിയ അയാൾ നില്ക്കുന്ന സമയത്ത് അയാളുടെ ദുർബ്ബലമായ ശരീരത്തെ താങ്ങിനിർത്താൻ അറപ്പുണ്ടെന്ന മട്ടിൽ അയാളുടെ കാൽമുട്ടുകൾ വിറച്ചുകൊണ്ടിരുന്നു. കൃതാവുവെച്ച മനുഷ്യൻ അയാളെ ജീൻ എന്ന് വിളിച്ചു. അയാൾ ഈ പേര് ഉച്ചരിക്കുന്നതു കേട്ടാൽ അയാൾക്ക് സ്ഥിരമായി ജലദോഷം ഉണ്ടെന്നു തോന്നും. ജീനിന്റെ പെണ്ണ് തടിയും പൊക്കവും പ്രൗഢമായ മാറിടവും ഉള്ള ഒരു സ്ത്രീ ആയിരുന്നു. അവളുടെ തല രണ്ടുവശത്തു നിന്നും ഞെരിച്ചമർത്തിവെച്ചിരിക്കുന്നതുപോലെ ആയിരുന്നു. അവളുടെ നീളമുള്ള കൂർത്ത മൂക്ക് അവളുടെ മുഖത്തിന് ഏറെക്കുറെ ഒരു കിളിയുടെ ഛായ നല്കിയിരുന്നു. ആ വൃത്തികെട്ട മുഖത്തിന് അനക്കം ഉണ്ടായിരുന്നില്ല. തണുത്തുറഞ്ഞ ഉരുണ്ട കണ്ണുകളിൽ മാത്രം എല്ലാ സമയത്തും കൗശലം നിറഞ്ഞ തുളച്ചിറങ്ങുന്ന പുഞ്ചിരി ഉണ്ടായിരുന്നു. ഓക്ടിഷ് ചേവിന്റെ പെണ്ണിന്റെ പേര് 'വിറ' എന്നായിരുന്നു. അവൾ ചുവന്നമുടിയും പൊക്കവും ഉള്ള ഒരു വിളറിയ സ്ത്രീ ആയിരുന്നു. അവൾക്ക് ധാരാളം മുടി ഉണ്ട്. അവളുടെ ഉയർന്ന നെറ്റിയും കവിളും ചെവിയും മൂടിക്കിടക്കുന്ന ഒരു വലിയ തൊപ്പി തലയിൽവെച്ചിരിക്കുകയാണെന്ന് തോന്നും. അതിനിടയിൽ നിന്നും അവളുടെ വലിയ നീലക്കണ്ണുകൾ മടിയോടെ പുറത്തേക്ക് നോക്കി.

കൃതാവുവെച്ച മാന്യൻ കൊഴുത്തുരുണ്ട ഒരു പെൺകുട്ടിയുടെ സമീപത്താണ് ഇരുന്നിരുന്നത്. അയാൾ അവളുടെ തോളിലേക്ക് ചരിഞ്ഞ് രഹസ്യം പറയുമ്പോഴെല്ലാം അവൾ മുഴങ്ങുന്ന ശബ്ദത്തിൽ കുലുങ്ങിച്ചിരിച്ചു.

ഫോമായുടെ പെണ്ണ് പ്രൗഢിയുള്ള ഒരു തവിട്ടുനിറമുള്ള തലമുടിക്കാരി ആയിരുന്നു. അവൾ കറുത്തവേഷമാണ് ധരിച്ചിരുന്നത്. ഇരുണ്ട നിറവും കനത്ത മുടിച്ചുരുളുകളും ഉള്ള അവൾ തല എപ്പോഴും ഉയർത്തിപ്പിടിച്ചിരുന്നു. അവളുടെ ചുറ്റുപാടും ഉള്ള എല്ലാ കാര്യങ്ങളേയും ഒരു

അധികാരഭാവത്തോടെയാണ് അവൾ കണ്ടിരുന്നത്. അവിടെ ഉണ്ടായിരുന്നവരിൽ ഏറ്റവും പ്രധാനവ്യക്തിയായി അവൾ അവളെത്തന്നെ അവരോധിച്ചിട്ടുണ്ടെന്ന് വ്യക്തമായിരുന്നു.

നദിയുടെ ശാന്തമായ വിശാലതയിലേക്ക് നിരന്നുകിടന്നിരുന്ന ചങ്ങാടങ്ങളിൽ അവസാനത്തേതിലാണ് സംഘം ഇരുന്നിരുന്നത്. പലകകൾ ചങ്ങാടത്തിനു മുകളിൽ നിരത്തി ഇട്ടിരുന്നു. ചങ്ങാടത്തിന്റെ നടുക്ക് കിടന്ന പ്രാകൃതമായ ഒരു മേശപ്പുറത്ത് ഒഴിഞ്ഞ കുപ്പികളും കൂടുകളും ഉണ്ടായിരുന്നു. എല്ലാ സ്ഥലത്തും മിഠായികടലാസുകളും ഓറഞ്ചിന്റെ തോടും ചിതറിക്കിടക്കുന്നുണ്ടായിരുന്നു. ഒരു മൂലയ്ക്ക് കൂട്ടിയിട്ടിരുന്ന മണ്ണിനു മുകളിൽ ഒരു തീകുണ്ഡം എരിഞ്ഞുകൊണ്ടിരുന്നു. തീകുണ്ഡത്തിനടുത്ത് കുത്തിയിരുന്ന് കൈ ചൂടാക്കിക്കൊണ്ടിരുന്ന ഗ്രാമീണൻ മേശയ്ക്ക് ചുറ്റും ഇരുന്നിരുന്നവരെ രഹസ്യമായി നോക്കുന്നുണ്ടായിരുന്നു. അവർ സൂപ്പും ഭക്ഷണവും കഴിച്ചുകഴിഞ്ഞിരുന്നു. ഇപ്പോൾ മേശപ്പുറത്തു വീഞ്ഞും പഴവും ഇരിക്കുന്നുണ്ട്.

രണ്ട് ദിവസത്തെ ആഘോഷത്തിന്റെയും ഇപ്പോൾ കഴിച്ച ഭക്ഷണത്തിന്റെയും ക്ഷീണത്തിൽ സംഘത്തിന് മാനസികമായി തളർച്ച ബാധിച്ചിരുന്നു. അവർ എല്ലാവരും നദിയിലേക്ക് നോക്കിയിരുന്ന് സംസാരിച്ചുകൊണ്ടിരുന്നു. പക്ഷേ, അവരുടെ സംസാരം ഇടയ്ക്കിടയ്ക്ക് നീണ്ട ഇടവേളകൾ കൊണ്ട് തടസ്സപ്പെടുന്നുണ്ടായിരുന്നു.

വസന്തകാലത്തെപോലെ തെളിച്ചവും തിളക്കവും ഉള്ള ദിവസം ആയിരുന്നു. കരകവിഞ്ഞൊഴുകുന്ന വിശാലമായ നദിയിലെ കലക്കവെള്ളത്തിനു മുകളിൽ തണുത്ത ആകാശം രാജകീയമായ തെളിച്ചത്തോടെ പരന്നുകിടന്നു. നദി ആകാശം പോലെ ശാന്തവും കടൽപോലെ വിശാലവും ആയിരുന്നു. ദൂരെയുള്ള പർവ്വതനിരകൾ നിറഞ്ഞ നദീതീരം നീലനിറമുള്ള മൂടൽമഞ്ഞിനുള്ളിലായിരുന്നു. മഞ്ഞിലൂടെ കൊടുമുടികളിലെ പള്ളിക്കുരിശുകൾ വലിയ നക്ഷത്രങ്ങൾപോലെ തിളങ്ങിക്കൊണ്ടിരുന്നു. പർവ്വതനിരകളുടെ നദീതീരം നദിയെ സജീവമാക്കി. ആവിക്കപ്പലുകൾ അങ്ങോട്ടും ഇങ്ങോട്ടും പോകുന്നുണ്ടായിരുന്നു. അവയുടെ ശബ്ദം ചങ്ങാടങ്ങളെ മറികടന്ന് തിരമാലകളുടെ നേർത്ത ശബ്ദങ്ങൾ നിറഞ്ഞ പുൽത്തകിടിയിലേക്ക് കടന്നുവരുന്നുണ്ടായിരുന്നു. ആ ശബ്ദത്തിന് ആഴമുള്ള തേങ്ങലിനോട് സാമ്യം ഉണ്ടായിരുന്നു. ഒഴുക്കിനെതിരെ വലിയ പന്നികൾ കിടക്കുന്നതുപോലെ നദിയുടെ ശാന്തമായ വിശാലതയെ കീറിമുറിച്ചുകൊണ്ട് വലിയ ചങ്ങാടങ്ങൾ ഒന്നിനു പിറകേ ഒന്നായി നിരന്നുകിടന്നു. കപ്പലുകളുടെ പുകക്കുഴലിലൂടെ പുറത്തുവരുന്ന കട്ടിയുള്ള കറുത്ത പുക തെളിഞ്ഞ അന്തരീക്ഷത്തിലേക്ക് സാവധാനം അലിഞ്ഞുചേർന്നു. എപ്പോഴെങ്കിലും ഒരു ചൂളംവിളിയുടെ പ്രതിദ്ധ്വനി ഉയർന്നു. അത് അദ്ധ്വാനം കൊണ്ട് സഹികെട്ട ഏതോ വലിയ മൃഗത്തിന്റെ കോപത്തോടെയുള്ള അലർച്ചപോലെ ആയിരുന്നു. ചങ്ങാടങ്ങൾക്ക് സമീപത്തുള്ള പുൽത്തകിടിയിൽ നിശ്ശബ്ദത തളം കെട്ടി നിന്നു. വെള്ളപ്പൊക്കത്തിൽ മുങ്ങിപ്പോയ

ഒറ്റപ്പെട്ട മരങ്ങളിൽ ഇളംപച്ച നിറമുള്ള പായലിന്റെ തിളക്കം ഉണ്ടായിരുന്നു. തായ്ത്തടി വെള്ളത്തിൽ മുങ്ങി ചില്ലുകൾ മാത്രം പുറത്തുകാണുന്ന മരങ്ങൾക്ക് വെള്ളത്തിലെ പ്രതിഫലനവുമായി ഒന്നിച്ചപ്പോൾ വെള്ളം അവയ്ക്ക് ഗോളങ്ങളുടെ രൂപം നല്കി. ഏറ്റവും ചെറിയ കാറ്റ് പോലും അവയെ നദിയുടെ കണ്ണാടിപോലെയുള്ള ഉപരിതലത്തിലൂടെ അസാധാരണമായ രീതിയിൽ ഒഴുക്കിവിടുമെന്ന് തോന്നി.

ചുവന്ന മുടിയുള്ള സ്ത്രീ വിഷാദത്തോടെ ദൂരത്തേക്ക് നോക്കിക്കൊണ്ട് നേർത്ത ശബ്ദത്തിൽ ദുഃഖത്തോടെ പാടി.

"വോൾഗാ നദിയിലൂടെ ഒരു ചെറിയവള്ളം ഒഴുകുന്നു."

ഇരുണ്ട നിറക്കാരി അവളുടെ മുഖത്തേക്ക് നോക്കാതെ വെറുപ്പോടെ പറഞ്ഞു. "ഇതില്ലാതെതന്നെ ഞങ്ങൾക്ക് ആവശ്യത്തിന് ദുഃഖം തോന്നുന്നുണ്ട്."

"അവളെ തടയേണ്ട. അവൾ പാടട്ടെ!" ഫോമാ അയാളുടെ പെണ്ണിന്റെ മുഖത്തു നോക്കി. അഭ്യർത്ഥന നടത്തി. അയാൾ വിളറിയിരുന്നു. ഇടയ്ക്കിടയ്ക്ക് എന്തോ ഒരു ചിന്ത അയാളുടെ കണ്ണുകളിൽ തിളങ്ങുന്നതായി തോന്നി. അതിനുശേഷം അയാളുടെ ചുണ്ടിൽ മ്ലാനത നിറഞ്ഞ അവ്യക്തമായ ഒരു പുഞ്ചിരി കടന്നുവരും.

"നമുക്ക് സംഘം ചേർന്ന് പാടാം!" കൃതാവുവെച്ച മനുഷ്യൻ അഭിപ്രായപ്പെട്ടു.

"വേണ്ട. ഇവർ രണ്ടും പാടട്ടെ!" ഓക്ടിഷ്ചേവ് ഉത്സാഹത്തോടെ ഉറക്കെ പറഞ്ഞു. "വിറ, നീ കൂടി ആ പാട്ട് പാട്! ഞാൻ നേരം പുലരുമ്പോൾ പോകുമെന്ന് നിങ്ങൾക്ക് അറിയാമല്ലോ. അത് എങ്ങനെയാണ്? പാട് പാവ്ലിങ്കാ!"

കുലുങ്ങിച്ചിരിക്കുന്ന പെൺകുട്ടി ഇരുണ്ട നിറക്കാരിയെനോക്കി ബഹുമാനത്തോടെ ചോദിച്ചു.

"സാഷാ ഞാൻ പാടട്ടോ!"

"ഞാൻ തന്നെ പാടാം." ഫോമായുടെ കൂട്ടുകാരി പ്രഖ്യാപിച്ചു. കിളിയുടെ മുഖമുള്ള സ്ത്രീയുടെ നേർക്ക് തിരിഞ്ഞുകൊണ്ട് അവൾ ആജ്ഞാപിച്ചു.

"വാസാ എന്റെ കൂടെ പാടൂ!"

വാസാ ഉടൻ തന്നെ സ്വാന്റ്സീവുമായുള്ള അവളുടെ സംസാരം നിർത്തി. തൊണ്ട തടവിയതിനുശേഷം ഉണ്ടക്കണ്ണുകൾകൊണ്ട് സഹോദരിയെ നോക്കി. സാഷാ എഴുന്നേറ്റ് ധിക്കാരത്തോടെ മേശപ്പുറത്ത് കൈകുത്തിനിന്ന് സാമാന്യം പുരുഷത്വമുള്ള ശക്തമായ ശബ്ദത്തിൽ പ്രഖ്യാപനം നടത്താൻ തുടങ്ങി:

"ലോകത്തെ ജീവിതം അയാൾക്ക് തിളക്കമുള്ളതാണ്
അയാൾക്ക് ദുഃഖവും ഉൽക്കണ്ഠയും അറിയില്ല.
വികാരത്തിന്റെ ജ്വലിക്കുന്ന തിളക്കം
അയാളുടെ ഹൃദയത്തെ ദഹിപ്പിക്കുന്നില്ല!"

അവളുടെ സഹോദരി തലകുലുക്കിക്കൊണ്ട് സാവധാനം ദുഃഖത്തോടെ വിപരീതമായ ഒരു ശബ്ദത്തിൽ വിലപിക്കാൻ ആരംഭിച്ചു:

"ഹാ, ഞാൻ! എന്റെ കീഴടങ്ങലിന്റെ ഉത്സവം!"

സഹോദരിയുടെ നേർക്ക് കണ്ണോടിച്ചുകൊണ്ട് സാഷാ അവളുടെ താഴ്ന്ന സ്വരത്തിൽ വ്യക്തമാക്കിക്കൊടുത്തു.

"ഒരു പുൽനാമ്പുപോലെ എന്റെ ഹൃദയം വരണ്ടുണങ്ങുന്നു."

രണ്ടു ശബ്ദങ്ങളും ഒന്നിച്ചുചേർന്ന് അമിതശക്തികൊണ്ട് വിറയ്ക്കുന്ന വെള്ളത്തിനു മുകളിലൂടെ ഒഴുകി നീങ്ങി. അതിൽ ഒരു ശബ്ദം വിലാപത്തിന്റെ വിഷം കൊണ്ട് ലഹരിപിടിച്ചു സഹിക്കാൻ പറ്റാത്ത ഹൃദയവേദനയെപ്പറ്റി പരാതിപറയുകയായിരുന്നു. അത് ദുർബ്ബലമായ ദുഃഖത്തോടെ ഏങ്ങലടിച്ചു. ദുരിതങ്ങളുടെ തീകുണ്ഡത്തെ കണ്ണുനീരുകൊണ്ട് കെടുത്തി. കൂടുതൽ താഴ്ന്ന, കൂടുതൽ പുരുഷത്വമുള്ള മറ്റേ ശബ്ദം അന്തരീക്ഷത്തിലൂടെ പ്രതാപത്തോടെ ഉരുണ്ടുപോയി. ആ ശബ്ദത്തിൽ പീഡിപ്പിക്കാനുള്ള ക്രൂരതയും പ്രതികാരത്തിനുള്ള സന്നദ്ധതയും നിറഞ്ഞു നില്ക്കുന്നുണ്ടായിരുന്നു. വാക്കുകൾ വ്യക്തമായ ഉച്ചാരണത്തോടെ നെഞ്ചിൽനിന്നും ആഴമുള്ള ഒരു നീരൊഴുക്കുപോലെ പുറത്തേക്ക് വന്നു. ഓരോ വാക്കിലും തിളയ്ക്കുന്ന രക്തത്തിന്റെ ഗന്ധം ഉണ്ടായിരുന്നു. ഓരോ വാക്കിലും പീഡനത്തിനുള്ള ഉത്സാഹം ഉണ്ടായിരുന്നു. ഓരോ വാക്കിലും പ്രതികാരത്തിനുള്ള അതിശക്തമായ അഭ്യർത്ഥനയുടെ വിഷം കലർന്നിട്ടുണ്ടായിരുന്നു.

"ഞാൻ അയാളോട് പ്രതികാരം ചെയ്യും" വാസ കണ്ണടച്ച് ആവലാതിയുടെ സ്വരത്തിൽ പാടി.

"ഞാൻ അയാളെ എരിച്ചുകളയും
ഞാൻ അയാളെ വറ്റിച്ചുകളയും."

സാഷാ അമ്പുകൾപോലെ പാഞ്ഞുചെല്ലുന്ന ശക്തമായ ശൈലിയിൽ ആത്മവിശ്വാസത്തോടെ ശപഥം ചെയ്തു. പെട്ടെന്ന് പാട്ടിന്റെ ശൈലി വ്യത്യാസപ്പെടുത്തിക്കൊണ്ട് അവൾ സാവധാനത്തിൽ സഹോദരിയെ പോലെ മദാലസമായ ഈണത്തിൽ പാടി.

"തീവ്രമായ കാറ്റിനേക്കാളും അരിഞ്ഞിട്ട പുല്ലിനേക്കാളും."

കൈമുട്ടുകൾ മേശപ്പുറത്ത് വെച്ച് തലകുനിച്ച് ഇരുന്നുകൊണ്ട് ഫോമാ ആ സ്ത്രീയുടെ മുഖത്തേക്ക് ദേഷ്യത്തോടെ സൂക്ഷിച്ചുനോക്കി. ദൂരത്തേക്ക് നോക്കിക്കൊണ്ടിരുന്ന അവളുടെ പകുതി അടഞ്ഞ കണ്ണുകളിൽ പകയുടെ തിളക്കം ഉണ്ടായിരുന്നു. അവയുടെ തിളക്കം കൊണ്ട് ആ സ്ത്രീയുടെ നെഞ്ചിൽ നിന്നും പുറത്തേക്കുവന്ന മൃദുവായ ശബ്ദം പോലും അവളുടെ കണ്ണുകൾപോലെ കറുത്തതും ജ്വലിക്കുന്നതും ആണെന്ന് അയാൾക്ക് തോന്നി. അയാൾ അവളുടെ തലോടലുകൾ ഓർമ്മിച്ചു. പിന്നീട് അയാൾ ആലോചിച്ചു,

"അവൾ ഈ അവസ്ഥയിൽ എത്തിച്ചേർന്നത് എങ്ങനെയാണ്? അവളോടൊപ്പം കഴിയുന്നത് ഭയക്കേണ്ട കാര്യമാണ്."

അയാളുടെ പെണ്ണിന്റെ തൊട്ടടുത്തിരുന്നിരുന്ന ഓക്ടിഷ്ചേവിന്റെ

മുഖത്ത് സന്തോഷം ഉള്ള ഒരു മുഖഭാവം ഉണ്ടായിരുന്നു. അയാൾ പാട്ടിൽ ശ്രദ്ധിച്ചു. അയാളുടെ മുഖം സംതൃപ്തി കൊണ്ട് തിളങ്ങി. കൃതാവുവെച്ച മാന്യനും സ്വാന്റ്സീവും പരസ്പരം ചാരിയിരുന്ന് എന്തൊക്കെയോ രഹസ്യങ്ങൾ പറഞ്ഞുകൊണ്ട് വീഞ്ഞ് കുടിക്കുകയായിരുന്നു. ചുവന്ന തലമുടിയുള്ള സ്ത്രീ ഓക്ടിഷ്ചേവിന്റെ കൈപ്പത്തി അവളുടെ കൈയിൽ എടുത്തുവെച്ച് ആലോചനയോടെ പരിശോധിച്ചുകൊണ്ടിരുന്നു. കുലുങ്ങിച്ചിരിക്കുന്ന പെൺകുട്ടി ദുഃഖിക്കാൻ തുടങ്ങിയിരുന്നു. അവൾ പാട്ടിൽ ലയിച്ചുപോയതുപോലെ തലകുനിച്ചിരുന്ന് പാട്ടുകേട്ടു. തീയുടെ അടുത്തുനിന്നും ഗ്രാമീൻ എഴുന്നേറ്റു വന്നു. അയാൾ പലകയുടെ മുകളിലൂടെ പിന്നിൽ കൈകെട്ടി ശ്രദ്ധയോടെ നടന്നു. താടി തഴച്ചുവളർന്നുനിന്ന അയാളുടെ മുഖത്ത് ഇപ്പോൾ നിഷ്കളങ്കമായ ആഹ്ലാദത്തിന്റെ പുഞ്ചിരി ഉണ്ടായിരുന്നു.

"ഏയ്! പക്ഷേ, സഹതപിക്കുക, അനുകമ്പയും ധൈര്യവും ഉള്ള എന്റെ മനുഷ്യാ!" വാസാ തലകുലുക്കിക്കൊണ്ട് നിഷ്കളങ്കമായി യാചിച്ചു. അവളുടെ സഹോദരി മുന്നോട്ട് ചരിഞ്ഞ് നിന്ന് തല ഒന്നുകൂടി ഉയർത്തിക്കൊണ്ട് വിജയത്തിന്റെ ധ്വനിയോടെ പാട്ട് അവസാനിപ്പിച്ചു:

"പ്രണയത്തിന്റെ അഭിലാഷങ്ങളും വ്യഥകളും!"

പാട്ട് നിർത്തിയതിനുശേഷം അവൾ ധിക്കാരത്തോടെ ചുറ്റുപാടും നോക്കി. അവൾ ഫോമായുടെ അടുത്തുവന്ന് അയാളുടെ കഴുത്തിൽ ശക്തിയായി അടിച്ചുകൊണ്ട് ചോദിച്ചു.

"പാട്ട് നന്നായിരുന്നോ?"

"ഗംഭീരമായിരുന്നു!" അവളോട് പുഞ്ചിരിക്കുന്നതിനിടയിൽ നെടുവീർപ്പിട്ടുകൊണ്ട് ഫോമാ പറഞ്ഞു.

പാട്ട് അയാളുടെ ഹൃദയത്തിൽ സ്നേഹിക്കാനുള്ള ദാഹം നിറച്ചു. അത് ഇപ്പോഴും വശ്യമായ ശബ്ദങ്ങളോടെ വിറച്ചുകൊണ്ടിരുന്നു. പക്ഷേ, മറ്റുള്ളവരുടെ മുന്നിൽവെച്ച് അവൾ അയാളുടെ കഴുത്തിൽ അടിച്ചതിൽ അയാൾക്ക് നാണക്കേട് തോന്നി.

"അലക്സാൻഡ്രേ സറിൽയേവ്നാ! ഒന്നാംതരം പാട്ട്, ഒന്നാംതരംപാട്ട്" ഓക്ടിഷ്ചേവ് വിളിച്ചുകൂവി. മറ്റുള്ളവർ കൈയടിക്കുകയായിരുന്നു. പക്ഷേ, അവരെ അവൾ ശ്രദ്ധിച്ചില്ല. അവൾ ഫോമായെ അധികാരത്തോടെ കെട്ടിപ്പിടിച്ചുകൊണ്ട് പറഞ്ഞു.

"ശരി, പാട്ടിന് എനിക്ക് എന്തെങ്കിലും സമ്മാനം തരണം."

"തീർച്ചയായും ഞാൻ സമ്മാനം തരും."

'എന്തു തരും?"

"നിങ്ങൾ പറയണം."

"ഞങ്ങൾ പട്ടണത്തിൽ വരുമ്പോൾ പറയാം. എനിക്ക് ഇഷ്ടമുള്ള സമ്മാനം തന്നാൽ ഞാൻ നിങ്ങളെ സ്നേഹിച്ച് ശ്വാസംമുട്ടിക്കും!"

"സമ്മാനത്തിനുപകരം?" ഫോമാ പുഞ്ചിരിച്ചുകൊണ്ട് സംശയത്തോടെ ചോദിച്ചു. "എന്തായാലും നിങ്ങൾക്ക് എന്നെ സ്നേഹിക്കാതിരി

ക്കാൻ കഴിയില്ല."

അവൾ അയാളെ ശാന്തമായി നോക്കി. ഒരു നിമിഷം ആലോചിച്ച തിനുശേഷം തീരുമാനം എടുത്തമട്ടിൽ പറഞ്ഞു

"ഏതുവിധത്തിലായാലും നിങ്ങളെ സ്നേഹിക്കാനുള്ള സമയം ആയി ട്ടില്ല. ഞാൻ കള്ളം പറയില്ല. ഞാൻ എന്തിനാണ് നിങ്ങളോട് കള്ളം പറ യുന്നത്? ഞാൻ നിങ്ങളെ പണത്തിനുവേണ്ടിയും സമ്മാനങ്ങൾക്കുവേണ്ടി യുമാണ് സ്നേഹിക്കുന്നത്. പണമല്ലാതെ ആണുങ്ങൾക്ക് യാതൊന്നും ഇല്ല. അവർക്ക് പണത്തിൽക്കൂടുതലായി മറ്റൊന്നും തരാൻ കഴിയില്ല. മൂല്യ മുള്ള ഒന്നുംതന്നെ അവർക്ക് തരാനില്ല. എനിക്ക് ഇതൊക്കെ നേരത്തെ തന്നെ നല്ലവണ്ണം അറിയാം. ഒരാൾക്ക് അതുകൊണ്ട് വെറുതെ സ്നേഹിക്കാം. അതെ കുറച്ചുകൂടി കാത്തിരിക്കണം. അപ്പോൾ എനിക്ക് നിങ്ങളെ കുറേക്കൂടി മനസ്സിലാകും. ഒരുപക്ഷേ, അപ്പോൾ ഞാൻ നിങ്ങളെ സൗജന്യമായി സ്നേഹിച്ചെന്നിരിക്കും. ഇതിനിടയിൽ നിങ്ങൾ എന്നെ തെറ്റിദ്ധരിക്കരുത്. എന്റെ ജീവിതത്തിന് എനിക്ക് ധാരാളം പണം വേണം."

ഫോമാ അവൾ പറയുന്നത് ശ്രദ്ധിച്ചു. അവളുടെ കോട്ടം തട്ടാത്ത വടിവൊത്ത ശരീരത്തിന്റെ സാമീപ്യത്തിൽ അയാൾ ഇടയ്ക്കിടയ്ക്ക് വിറച്ചു. സ്വാന്റ്സീവിന്റെ പതറിയ വിരസമായ ശബ്ദം അയാളുടെ ചെവിയിൽ വീഴു ന്നുണ്ടായിരുന്നു.

"എനിക്ക് അത് ഇഷ്ടപ്പെട്ടില്ല. പലർക്കും ഇഷ്ടമുള്ള ഈ റഷ്യൻ പാട്ടിന്റെ സൗന്ദര്യം എനിക്ക് മനസ്സിലാകുന്നില്ല. അതിൽ എന്താണ് ഉള്ളത്? ങേ? ഒരു ചെന്നായയുടെ ഓരിയിടൽ! വിശപ്പിന്റെ വന്യമായ ഒരു നിലവിളി! ങേ! ഒരു അസുഖം പിടിച്ച നായയുടെ ഞരക്കം. മൊത്തത്തിൽ മൃഗീയമായ ചില കാര്യങ്ങൾ. അതിൽ സന്തോഷത്തിനുള്ള യാതൊന്നും ഇല്ല. അതിൽ ജീവനുള്ള ശബ്ദം പോലും ഇല്ല. ഫ്രഞ്ച് കർഷകർ പാടു ന്നത് എങ്ങനെയാണെന്ന് നിങ്ങൾ ഒന്ന് കേട്ടുനോക്കണം. ങാ! അല്ലെ ങ്കിൽ ഇറ്റലിക്കാര് പാടുന്നതു കേട്ടാലും മതി."

ഓക്ടിഷ് ചേവ് ഇഷ്ടപ്പെടാത്തമട്ടിൽ വിളിച്ചു കൂവി "ഇവാൻ നിക്കോ ളായ് വിച്ചിനോട് എനിക്ക് യോജിപ്പില്ല."

"ഞാൻ നിങ്ങളോട് യോജിക്കുന്നു. ഈ റഷ്യൻ പാട്ട് വിരസമാണ്. അതിൽ സംസ്കാരത്തിന്റെ ശോഭ ഇല്ല."

"പക്ഷേ, എന്തായാലും അതിൽ ഒരു സ്നേഹമുള്ള ഹൃദയം നിറഞ്ഞു നില്ക്കുന്നുണ്ട്." ഓറഞ്ച് പൊളിച്ചുകൊണ്ടിരിക്കുന്നതിനിടയിൽ ചുവന്ന തലമുടിക്കാരി ഇടയ്ക്കുകയറി പറഞ്ഞു.

സൂര്യൻ അസ്തമിക്കുകയായിരുന്നു. കാടിന്റെ പിന്നിൽ ദൂരെ എവി ടെയോ മുങ്ങിക്കൊണ്ടിരുന്ന സൂര്യൻ കാട്ടിലും പുൽത്തകിടിയിലും ചുവന്ന ചായം പൂശിക്കൊണ്ട് തണുത്തിരുണ്ട നദിയുടെ വിശാലതയ്ക്ക് മുകളിലേക്ക് സ്വർണ്ണപ്പൊട്ടുകൾ വാരി എറിഞ്ഞു. ഫോമാ വെള്ളത്തിനു മുകളിലൂടെ തെന്നിമാറിക്കൊണ്ടിരുന്ന സൂര്യരശ്മികളുടെ കളി നോക്കി ഇരുന്നു. അയാൾ സംസാരത്തിന്റെ പൊട്ടും പൊടിയും മാത്രം കേട്ടു.

വാക്കുകളെ അന്തരീക്ഷത്തിലൂടെ തിരക്കിട്ടു പറക്കുന്ന ഒരു കൂട്ടം കറുത്ത ചിത്രശലഭങ്ങളായി അയാൾ സ്വയം സങ്കല്പിച്ചു. അയാളുടെ തോളിൽ ചാരി വിശ്രമിച്ചിരുന്ന സാഷാ സാവധാനം ഏതോ രഹസ്യം അയാളുടെ ചെവിയിൽ പറഞ്ഞുകൊണ്ടിരുന്നു. അതുകേട്ട് അയാളുടെ മുഖം തുടുത്തു. അയാൾ ചിന്താക്കുഴപ്പത്തിലായി. കാരണം അവൾ അയാളിൽ ഒരിക്കലും അവസാനിക്കാത്ത ഒരു ചുംബനത്തിനുള്ള മോഹം ആളിക്കത്തിക്കുകയാണെന്ന് അയാൾക്ക് തോന്നി. അവൾ ഒഴിച്ച് അവിടെ കൂടിയവരിൽ മറ്റൊരാളുടെ കാര്യത്തിലും അയാൾക്ക് താല്പര്യം തോന്നിയില്ല. എന്നാൽ സ്വാൻറ്സീവിനോടും കൃതാവുവെച്ച മനുഷ്യനോടും അയാൾക്ക് സത്യത്തിൽ അറപ്പു തോന്നുന്നുണ്ടായിരുന്നു.

"നിങ്ങൾ എങ്ങോട്ടാണ് തുറിച്ചു നോക്കുന്നത്. ഓക്ടിഷ്ചേവ് ആത്മവിശ്വാസത്തോടെ പരിഹസിക്കുന്നത് ഫോമാ കേട്ടു.

ഓക്ടിഷ്ചേവ് പരിഹസിച്ച നാട്ടിൻപുറത്തുകാരൻ തൊപ്പി ഊരി കാൽമുട്ടുകൾക്കിടയിൽവെച്ചശേഷം പുഞ്ചിരിച്ചുകൊണ്ട് പറഞ്ഞു:

"ഞാൻ അവരുടെ പാട്ടുകേൾക്കാൻ വന്നതാണ്."

"അതുശരി, അവൾ നന്നായിട്ട് പാടുന്നുണ്ടോ?"

'എന്ത് ചോദ്യം! തീർച്ചയായും" ഗ്രാമീണൻ സാഷായെ ആരാധനയോടെ നോക്കിക്കൊണ്ട് മറുപടി പറഞ്ഞു.

"അത് ശരിയാണ്.!" ഓക്ടിഷ്ചേവ് ഉറക്കെ പറഞ്ഞു.

"അവരുടെ നെഞ്ചിനകത്ത് ശബ്ദത്തിന്റെ വലിയ ശക്തി ഉണ്ട്." ഗ്രാമീണൻ തലകുലുക്കിക്കൊണ്ട് പറഞ്ഞു.

ഇതുകേട്ടപ്പോൾ സ്ത്രീകൾ പൊട്ടിച്ചിരിച്ചു. ആണുങ്ങൾ സാഷയെപ്പറ്റി ദ്വയാർത്ഥം വെച്ച് ചില അഭിപ്രായപ്രകടനങ്ങൾ നടത്തി.

ഇതെല്ലാം ശാന്തമായി കേട്ടിരുന്നതിനുശേഷം സാഷാ ഗ്രാമീണനോടു ചോദിച്ചു.

"നിങ്ങൾ പാടുമോ?"

"ഞങ്ങൾ കുറച്ചൊക്കെ പാടും!" അയാൾ കൈകൊണ്ട് ആംഗ്യം കാണിച്ചുകൊണ്ട് ചോദിച്ചു. 'നിങ്ങൾക്ക് എന്തെല്ലാം പാട്ട് അറിയാം?"

"എല്ലാത്തരം പാട്ടുകളും അറിയാം. എനിക്ക് പാടാൻ ഇഷ്ടമാണ്."

അയാൾ ക്ഷമ ചോദിക്കുന്നമട്ടിൽ പുഞ്ചിരിച്ചു.

"വരൂ, നമുക്ക് രണ്ടുപേർക്കും കൂടി ഒന്നിച്ചു പാടാം."

"നമ്മൾ ഒന്നിച്ചോ? ഞാൻ നിങ്ങൾക്ക് പറ്റിയ കൂട്ടാണോ?"

"ശരി, ശ്രമിച്ചു നോക്കാം!"

'എനിക്ക് ഇരിക്കാമോ?"

'മേശയുടെ അടുത്തുവന്ന് ഇരിക്ക്."

"ഇത് എന്ത് ഇടപാടാണ്!" മുഖം ചുളിച്ചുകൊണ്ട് സ്വാൻറ്സീവ് അത്ഭുതപ്പെട്ടു.

"നിങ്ങൾക്ക് മടുപ്പാണെങ്കിൽ നിങ്ങൾക്ക് പോയി മുങ്ങിച്ചാകാം." അയാളുടെ മുഖത്തേക്ക് കണ്ണോടിച്ചുകൊണ്ട് സാഷാ ദേഷ്യപ്പെട്ടു.

"പറ്റില്ല, വെള്ളത്തിന് തണുപ്പാണ്" അവളുടെ നോട്ടത്തിൽ പരുങ്ങിക്കൊണ്ട് സ്വാൻറ്സീവ് മറുപടി പറഞ്ഞു.

"നിങ്ങളുടെ ഇഷ്ടം പോലെ!' അവൾ തോളുകൾ ഉയർത്തി. "പക്ഷേ, ഇപ്പോൾ അതിനുപറ്റിയ സമയമാണ്. ഇപ്പോൾ ധാരാളം വെള്ളമുണ്ട്. നിങ്ങളുടെ ചീഞ്ഞ ശരീരം കൊണ്ട് വെള്ളം കൂടുതൽ അശുദ്ധമാകില്ല."

"ഹോ, എന്തൊരു ഫലിതം." ചെറുപ്പക്കാരൻ ചീറിക്കൊണ്ട് അവളുടെ അടുത്തുനിന്ന് മുഖംതിരിച്ചുകൊണ്ട് വെറുപ്പോടെ കൂട്ടിച്ചേർത്തു. "റഷ്യയിൽ വേശ്യകൾ പോലും അഹങ്കാരികളാണ്."

അവൾ തൊട്ടടുത്തിരുന്ന മനുഷ്യന്റെ നേർക്ക് തിരിഞ്ഞു. പക്ഷേ, ആ മനുഷ്യൻ ലഹരി കയറിയ ഒരു പുഞ്ചിരിമാത്രമേ അയാൾക്ക് തിരിച്ചു കൊടുത്തുള്ളൂ. ഓക്ടിഷ്ചേവും വളരെകൂടുതൽ കുടിച്ചിരുന്നു. മങ്ങിപ്പോയ കണ്ണുകൾകൊണ്ട് കൂട്ടുകാരനെ നോക്കിയിരുന്നുകൊണ്ട് അയാൾ എന്തോ പിറുപിറുത്തു. സ്വാൻറ്സീവ് പറയുന്നതൊന്നും അയാൾ കേൾക്കുന്നുണ്ടായിരുന്നില്ല. കിളിയെപ്പോലെ മുഖം ഉള്ളവൾ മൂക്കിനുതാഴെ പിടിച്ചിരുന്ന പാത്രത്തിൽ നിന്നും മിഠായി കൊത്തിപ്പെറുക്കുക ആയിരുന്നു. പാവ്‌ലിങ്കാ ചങ്ങാടത്തിന്റെ അറ്റത്തുപോയിനിന്ന് ഓറഞ്ച് തോടുകൾ വെള്ളത്തിലേക്ക് വലിച്ചെറിയുകയായിരുന്നു.

"ഇതുപോലെ ഒരു മോശം കൂട്ടുകെട്ടിന്റെ കൂടെ ഞാൻ ഇന്നുവരെ ഒരു വിനോദയാത്രയിൽ പങ്കെടുത്തിട്ടില്ല." സ്വാൻറ്സീവ് അയൽക്കാരന്റെ അടുത്ത് സങ്കടം പറഞ്ഞു.

ഫോമാ പുഞ്ചിരിയോടെ അയാളെ ശ്രദ്ധിച്ചു. ഈ വൃത്തികെട്ട മെലിഞ്ഞ മനുഷ്യന് മടുപ്പുതോന്നുന്നതിലും സാഷാ അയാളെ പരിഹസിച്ചതിലും ഫോമായ്ക്ക് ആഹ്ലാദം ഉണ്ടായിരുന്നു. ഇടയ്ക്കിടയ്ക്ക് അവളെ അംഗീകരിച്ചുകൊണ്ട് അയാൾ അവളെ നോക്കുന്നുണ്ടായിരുന്നു. അവൾ എല്ലാവരോടും യഥാർത്ഥത്തിൽ മാന്യമായ ഒരു സ്ത്രീയെ പോലെ അഭിമാനത്തോടെ തുറന്ന് ഇടപെടുന്നവളാണെന്നുള്ള സത്യം അയാളെ സന്തോഷിപ്പിച്ചു.

കാൽമുട്ടിൽ കൈചുറ്റിപ്പിടിച്ച് അവളുടെ കാല്ക്കൽ ഇരിപ്പുറപ്പിച്ച ഗ്രാമീണൻ തല ഉയർത്തി അവളുടെ വാക്കുകൾ ഗൗരവത്തോടെ ശ്രദ്ധിച്ചു കേട്ടു.

"ഞാൻ എന്റെ ശബ്ദം താഴ്ത്തുമ്പോൾ നിങ്ങൾ നിങ്ങളുടെ ശബ്ദം ഉയർത്തണം. മനസ്സിലായോ?"

"എനിക്ക് മനസ്സിലായി. പക്ഷേ, എന്തെങ്കിലും അല്പം ഒരു ധൈര്യത്തിന് എനിക്ക് തരണം."

"ഫോമാ ഇയാൾക്ക് ഒരു ഗ്ലാസ് ബ്രാന്റി കൊടുക്കൂ."

ഗ്രാമീണൻ അത് കാലിയാക്കിയതിനുശേഷം സന്തോഷത്തോടെ തൊണ്ട ശരിയാക്കി. അയാൾ ചുണ്ടനക്കിക്കൊണ്ട് പറഞ്ഞു. "ഇപ്പോൾ എനിക്കു പറ്റും."

അവൾ ദേഷ്യപ്പെട്ട് ആജ്ഞാപിച്ചു.

"എങ്കിൽ ആരംഭിക്കാം!"

ഗ്രാമീണൻ നെറ്റിതുടച്ചു. അവളുടെ മുഖത്തേക്ക് നോക്കി. അയാൾ ഉണർന്ന ശ്രുതിയിൽ പാടാൻ തുടങ്ങി.

"എനിക്ക് കുടിക്കാൻ വയ്യ.

എനിക്ക് തിന്നാൻ വയ്യ."

അസാധാരണമായ ദുഃഖഭാവത്തോടെ സ്ത്രീയുടെ തേങ്ങൽ വിറയലോടെ പുറത്തുവന്നു.

"എന്റെ ആത്മാവിനെ വീഞ്ഞ് സന്തോഷിപ്പിക്കുന്നില്ല."

"ഗ്രാമീണൻ മനോഹരമായി പുഞ്ചിരിച്ചു. തല ഇരുവശത്തേക്കും ആട്ടി, കണ്ണുകളടച്ചുകൊണ്ട് ഉയർന്ന ശ്രുതിയിൽ രാഗങ്ങളുടെ പതറുന്ന തിരമാലകളെ അന്തരീക്ഷത്തിലേക്ക് കോരി ഒഴിച്ചു.

"ഓ, എനിക്ക് വിട പറയാനുള്ള സമയം എത്തി."

സ്ത്രീ വേദനയുടെ ഇടർച്ചയോടെ തേങ്ങിക്കരഞ്ഞു.

"ഓ എന്റെ ബന്ധുക്കളിൽ നിന്ന്

ഞാൻ അകലേണ്ടി വരുന്നു."

ഗ്രാമീണൻ ഇരുവശത്തേക്കും ആടിക്കൊണ്ട് അസാധാരണമാംവിധം തീക്ഷ്ണമായ മനോവേദനയുടെ ആവിഷ്കാരത്തോടെ ശബ്ദം താഴ്ത്തി പാടി.

"കഷ്ടം അപരിചിതമായ സ്ഥലങ്ങളിലേക്ക് പിരിഞ്ഞുപോകാൻ ഞാൻ നിർബ്ബന്ധിതനാണ്."

തേങ്ങലുകളും ഉൽക്കണ്ഠകളും നിറഞ്ഞ ഈ രണ്ടു ശബ്ദങ്ങൾ സന്ധ്യയുടെ പുതുമയുള്ള നിശ്ശബ്ദതയിലേക്ക് കോരിയൊഴിക്കപ്പെട്ടപ്പോൾ അവർക്കു ചുറ്റുമുള്ള എല്ലാ കാര്യങ്ങളും കൂടുതൽ മെച്ചപ്പെട്ടതായി തോന്നി. കടുത്ത അദ്ധ്വാനവും അപമാനവും കാത്തിരിക്കുന്ന ഏതോ വിദേശരാജ്യത്തേക്ക് ജനിച്ച മണ്ണിൽ നിന്നും ഒരു ഇരുണ്ട ശക്തിയുടെ സ്വാധീനത്തിൽ അടർത്തിമാറ്റപ്പെടുന്ന ഒരു മനുഷ്യന്റെ തീവ്രവേദനയോടു തോന്നുന്ന അനുകമ്പയുടെ ദുഃഖം നിറഞ്ഞ പുഞ്ചിരി നാലുപാടും നിറഞ്ഞു നില്ക്കുന്നതായി തോന്നി. അത് വെറും ശബ്ദതരംഗങ്ങളാണെന്ന് തോന്നുന്നില്ല. അത് ഒരു പാട്ടാണെന്നു പോലും തോന്നിയില്ല. പക്ഷേ, തേങ്ങലുകൾ തിരയടിക്കുന്ന മനുഷ്യഹൃദയത്തിന്റെ കണ്ണുനീരാണെന്ന് തോന്നി. ഈ കണ്ണുനീർ അന്തരീക്ഷത്തെ നനയ്ക്കുന്നതായി തോന്നി. കർക്കശമായ ജീവിതപോരാട്ടത്തിൽ തളർന്നുപോയ മനസ്സിന്റെയും ശരീരത്തിന്റെയും വ്രണങ്ങളുടെ വന്യമായ വേദനയും ആവശ്യങ്ങളും ഉരുക്കുമുഷ്ടി മനുഷ്യനിൽ അടിച്ചേല്പിക്കുന്ന മുറിവുകളുടെ തീക്ഷ്ണമായ വേദനയും; ഒരാൾക്കും ഒരു കാര്യത്തിനും പ്രതിദ്ധ്വനി ലഭിക്കാത്ത ശൂന്യമായ ആകാശത്തിന്റെ വിദൂരതയിലേക്ക് എടുത്തെറിയപ്പെട്ട ദുഃഖം നിറഞ്ഞ ആ ശബ്ദങ്ങൾക്കുള്ളിലെ പ്രാകൃതവും ലളിതവും ആയ വാക്കുകളുടെ ആഴങ്ങളിൽ ഒളിപ്പിച്ചുവെച്ചിരുന്നു.

ഫോമാ പാട്ടുകാരുടെ അടുത്തുനിന്നും ഒരുവശത്തേക്ക് മാറിനിന്നു.

അയാൾ ഭയത്തിനോട് സാദൃശ്യമുള്ള ഒരു വികാരത്തോടെ അവരെ നോക്കി. പാട്ട് ഒരുവലിയ തിരമാലയായി അയാളുടെ നെഞ്ചിലേക്ക് പാഞ്ഞുകയറിയിരുന്നു. അതിൽ അടങ്ങിയിരുന്ന ദുഃഖത്തിന്റെ വന്യമായ ശക്തി അയാളുടെ ഹൃദയത്തെ വേദനിപ്പിച്ചുകൊണ്ട് പിടിമുറുക്കിയിരിക്കുന്നു. ഉടൻതന്നെ അയാളുടെ നെഞ്ചിൽ നിന്നും കണ്ണുനീർ പുറത്തേക്ക് വരുമെന്ന് അയാൾക്ക് തോന്നി. അയാളുടെ തൊണ്ട അടഞ്ഞു. അയാളുടെ മുഖം വിറച്ചുകൊണ്ടിരുന്നു. സാഷായുടെ കറുത്ത കണ്ണുകൾ ദുഃഖത്തോടെ തിളങ്ങിക്കൊണ്ടിരിക്കുന്നത് മങ്ങലോടെ ആണെങ്കിലും അയാൾ കാണുന്നുണ്ടായിരുന്നു. അവ വളരെ വലുതാണെന്നും കൂടുതൽ കൂടുതൽ വലുതായിക്കൊണ്ടിരിക്കുകയാണെന്നും അയാൾക്ക് തോന്നി. അവിടെ പാടിക്കൊണ്ടിരുന്നത് രണ്ട് മനുഷ്യർ ആയിരുന്നില്ലെന്നുള്ള ഒരു തോന്നൽ അയാളെ പിടികൂടി. അയാൾക്കു ചുറ്റുമുള്ള എല്ലാ വസ്തുക്കളും പാട്ടുപാടുകയായിരുന്നു. ഏങ്ങലടിക്കുകയായിരുന്നു. വിറയ്ക്കുകയായിരുന്നു. എല്ലാ വസ്തുക്കളും ദുഃഖത്തിന്റെ കുത്തൊഴുക്കിൽപ്പെട്ട് ശ്വാസം മുട്ടുകയായിരുന്നു. പൊള്ളുന്ന കണ്ണുനീർ വാർത്തുകൊണ്ട് എവിടെയോ എത്താൻ വേണ്ടി അവയെല്ലാം ചേർന്ന് പരിശ്രമിക്കുകയായിരുന്നു. ജീവനുള്ളതെല്ലാം നൈരാശ്യത്തിന്റെ ശക്തമായ ആലിംഗനത്തിൽ ഒത്തുചേർന്നിരിക്കുകയാണെന്ന് തോന്നി. അവരോടൊപ്പം ചേർന്ന് അയാളും പാടിക്കൊണ്ടിരുന്നതായി അയാൾക്ക് തോന്നി. എവിടെനിന്നോ ദുഃഖം നിറഞ്ഞ തേങ്ങലുകൾ പാട്ടിനൊപ്പം കലർന്നിരുന്നു. നദി മാത്രമല്ല വിദൂരതയിൽ നദീതീരം പോലും തേങ്ങുകയായിരുന്നു.

ഇപ്പോൾ ഗ്രാമീണൻ താഴെയിരുന്ന് സാഷായെ നോക്കിക്കൊണ്ട് കൈകൊണ്ട് ആംഗ്യങ്ങൾ കാണിച്ചുകൊണ്ടിരുന്നു. അവൾ കുനിഞ്ഞ് അയാളുടെ കൈകളുടെ ചലനത്തെ തടസ്സപ്പെടുത്താതെ തലയാട്ടുന്നുണ്ടായിരുന്നു. രണ്ടുപേരും ഇപ്പോൾ വാക്കുകളില്ലാതെ ശബ്ദങ്ങളിലൂടെയാണ് പാടിക്കൊണ്ടിരുന്നത്. അതിശക്തമായ ഈ തേങ്ങലുകളുടെ ഗദ്ഗദങ്ങളും അന്തരീക്ഷത്തിലേക്ക് ഒഴുക്കിവിടുന്നത് ഈ രണ്ടു ശബ്ദങ്ങൾ മാത്രമാണെന്ന് വിശ്വസിക്കാൻ ഫോമായ്ക്ക് കഴിഞ്ഞിരുന്നില്ല.

അവർ പാട്ട് അവസാനിപ്പിച്ചപ്പോൾ ഫോമാ ആവേശംകൊണ്ട് വിറയ്ക്കുകയായിരുന്നു. കണ്ണുനീരിന്റെ നനവുണങ്ങാത്ത മുഖത്തോടെ അവരെ നോക്കി അയാൾ ദുഃഖത്തോടെ പുഞ്ചിരിച്ചു.

"അത് നിങ്ങളെ കരയിപ്പിച്ചോ?" സാഷാ ചോദിച്ചു. ക്ഷീണം കൊണ്ട് വിളറിപ്പോയ അവൾ ശ്വാസം വിടാൻ ബുദ്ധിമുട്ടുന്നുണ്ടായിരുന്നു.

ഫോമാ ഗ്രാമീണനെ നോക്കി. എന്താണ് സംഭവിച്ചതെന്ന് തിരിച്ചറിയാൻ പറ്റാത്തപോലെ അയാൾ അമ്പരപ്പോടെ ചുറ്റുപാടും നോക്കിക്കൊണ്ട് നെറ്റിയിലെ വിയർപ്പ് തുടച്ചുകളയുകയായിരുന്നു.

എല്ലാം നിശ്ശബ്ദമായിരുന്നു. ഒന്നിനും അനക്കം ഉണ്ടായിരുന്നില്ല.

"എന്റെ ദൈവമേ!" ഫോമാ നെടുവീർപ്പിട്ടു. "സാഷാ! നാട്ടിൻപുറത്തുകാരാ! നിങ്ങൾ ആരാണ്?" അയാൾ ഏറെക്കുറെ അലറുകയായിരുന്നു.

“ഞാൻ സ്റ്റീഫൻ ആണ്.” നാട്ടിൻപുറത്തുകാരൻ പരിഭ്രമത്തോടെ പുഞ്ചിരിച്ചുകൊണ്ട് എഴുന്നേറ്റു. “ഞാൻ സ്റ്റീഫനാണ്. സത്യമായും ഞാൻ സ്റ്റീഫൻ ആണ്.”

“നിങ്ങൾ എന്തു പാട്ടാണ് പാടിയത്. ഹോ!” ഫോമാ കാലുകൾ ഇളക്കിച്ചവുട്ടിക്കൊണ്ട് അത്ഭുതപ്പെട്ടു.

ഗ്രാമീണൻ നെടുവീർപ്പിട്ടതിനുശേഷം വിശ്വാസം തോന്നുന്ന രീതിയിൽ ശാന്തമായി പറഞ്ഞു. “ദുഃഖത്തിന് കാളയെക്കൊണ്ട് രാപ്പാടിയെ പോലെ പാടിക്കാൻ പറ്റും. അവർ എന്തുകൊണ്ട് ഇങ്ങനെ പാടിയെന്ന് ദൈവത്തിനുമാത്രമേ അറിയുള്ളൂ. അവർ മനസ്സുകൊണ്ടാണ് പാടുന്നത്. സത്യം പറഞ്ഞാൽ നിങ്ങൾ വെറുതെ ദുഃഖം കൊണ്ട് മലർന്നുകിടന്ന് മരിക്കും! അതൊരു സ്ത്രീതന്നെ ആണ്!”

“അത് നല്ല പാട്ടായിരുന്നു!” ലഹരി കയറിയ ശബ്ദത്തിൽ ഓക്ടിഷ്ചേവ് പറഞ്ഞു.

“എന്തു പാട്ട്. ഇത് എന്താണെന്ന് ആർക്ക് അറിയാം!” പെട്ടെന്ന് കസേരയിൽനിന്ന് ചാടി എഴുന്നേറ്റു കൊണ്ട് സ്വാൻറ്സീവ് അലറി. അയാളുടെ ക്ഷമ നശിച്ചിരുന്നു. “ഞാൻ കുറച്ച് നല്ല സമയത്തിനു വേണ്ടിയാണ് വരുന്നത്. അവർ ഇവിടെ എനിക്ക് മരണാനന്തരച്ചടങ്ങ് നടത്തുന്നു! എന്ത് അന്യായമാണ്! എനിക്ക് ഇത് താങ്ങാൻ പറ്റില്ല! ഞാൻ പോകുന്നു!”

“ജീൻ., ഞാനും പോകുകയാണ്. എനിക്കും ക്ഷീണം ഉണ്ട്.’, കൃതാവു വെച്ച മാന്യൻ പ്രഖ്യാപിച്ചു.

“വാസാ” സ്വാൻറ്റ്സീവ് അയാളുടെ പെണ്ണിനോട് വിളിച്ചുപറഞ്ഞു. “പോകാൻ തയ്യാറെടുക്കൂ.”

“അതെ, പോകാനുള്ള സമയമായി.” ചുവന്ന മുടിക്കാരി ഓക്ടിഷ്ചേവിനോട് പറഞ്ഞു. “തണുപ്പുണ്ട്. നേരം ഇരുട്ടാറായി.”

“സ്റ്റീഫൻ! എല്ലാം എടുത്തുമാറ്റ്” വാസാ കല്പന പുറപ്പെടുവിച്ചു.

എല്ലാവരും തിരക്കുകൂട്ടാൻ തുടങ്ങി. എല്ലാവരും എന്തൊക്കെയോ സംസാരിക്കാൻ ആരംഭിച്ചു. ഫോമാ അവരെ രഹസ്യമായി നോക്കി. അയാൾക്ക് ദേഷ്യം വന്നു. ആൾക്കൂട്ടം ചിന്നിച്ചിതറി ചങ്ങാടത്തിലൂടെ നടന്നുകൊണ്ടിരുന്നു. വിളർച്ചയും ക്ഷീണവും ബാധിച്ച് അവർ പരസ്പരം ബന്ധമില്ലാത്ത മണ്ടത്തരങ്ങൾ പറഞ്ഞു. സ്വന്തം സാധനങ്ങൾ പെറുക്കി അടുക്കുന്നതിനിടയിൽ സാഷാ യാതൊരു ശ്രദ്ധയുമില്ലാതെ അവരെ തള്ളി മാറ്റുന്നുണ്ടായിരുന്നു.

“സ്റ്റീഫൻ! കുതിരകളെ വിളിക്കൂ!”

“ഞാൻ കുറച്ചുകൂടി കോണ്യാക് കുടിക്കും. എന്റെ കൂടെ കുറച്ചു കൂടി ക്യോണ്യാക് കുടിക്കാൻ ആർക്കെങ്കിലും ആഗ്രഹം ഉണ്ടോ?” കൈയിൽ കുപ്പി പൊക്കിപ്പിടിച്ചുകൊണ്ട് സ്വർഗ്ഗീയമായ നിർവൃതിയോടെ കൃതാവുവെച്ച മാന്യൻ ഇഴച്ചിഴച്ചിഴച്ച് പറഞ്ഞൊപ്പിച്ചു.

വാസാ സ്വാൻറ്സീവിന്റെ കഴുത്തിൽ ഒരു തൂവാല ചുറ്റിക്കൊടുക്കുകയായിരുന്നു. അയാൾ അവളുടെ മുമ്പിൽ നിന്ന് അസംതൃപ്തിയോടെ

മുരണ്ടുകൊണ്ടിരുന്നു. അയാളുടെ ചുണ്ടുകൾ ഇടയ്ക്കിടയ്ക്ക് ചുരുണ്ടു കയറി. അയാളുടെ കാൽമുട്ടുകൾ വിറച്ചുകൊണ്ടിരുന്നു. അവരെ നോക്കിക്കൊണ്ടു നിന്നപ്പോൾ ഫോമായ്ക്ക് വെറുപ്പുതോന്നി. അയാൾ അടുത്ത ചങ്ങാടത്തിലേക്ക് നടന്നു. ഈ മനുഷ്യരെല്ലാം ആ പാട്ടുകേൾക്കാത്ത മട്ടിൽ പെരുമാറുന്നതിൽ അയാൾക്ക് അത്ഭുതം തോന്നി. അയാളുടെ നെഞ്ചിൽ ആ പാട്ടിന് ജീവൻ ഉണ്ടായിരുന്നു. അവിടെ ഇരുന്ന് ഏതോ ഒരുകാര്യം ചെയ്യാനും പറയാനുമുള്ള അടങ്ങാത്ത ആഗ്രഹത്തെ അത് സജീവമായി തിരിച്ചുകൊണ്ടുവന്നു. പക്ഷേ, അവിടെ അയാൾക്ക് പറയാൻ ആരും ഉണ്ടായിരുന്നില്ല.

സൂര്യൻ അസ്തമിച്ചിരുന്നു. ദൂരത്തുള്ളതെല്ലാം നീലമൂടൽമഞ്ഞിനുള്ളിലായിരുന്നു. ഫോമാ അവിടേക്ക് നോക്കിയതിനുശേഷം മുഖംതിരിച്ചു. അയാൾക്ക് ഈ മനുഷ്യരുടെ കൂടെ നഗരത്തിലേക്ക് പോകാനോ ഇവിടെ അവരോടൊപ്പം താമസിക്കാനോ തോന്നിയില്ല. അവൾ ഇപ്പോഴും പരസ്പരബന്ധമില്ലാതെ സംസാരിച്ചുകൊണ്ട് ചങ്ങാടത്തിലൂടെ അങ്ങോട്ടും ഇങ്ങോട്ടും കുലുങ്ങിക്കൊണ്ട് നടന്നുകൊണ്ടിരിക്കുകയായിരുന്നു. പെണ്ണുങ്ങൾ ആണുങ്ങളോളം കുടിച്ചിരുന്നില്ല. ചുവന്ന മുടിയുള്ളവൾക്ക് മാത്രം വളരെ നേരത്തേക്ക് ബഞ്ചിൽ നിന്ന് തനിയെ എഴുന്നേല്ക്കാൻ കഴിഞ്ഞില്ല. ഒടുവിൽ എഴുന്നേറ്റപ്പോൾ അവൾ പ്രഖ്യാപിച്ചു.

'എന്റെ തലയ്ക്ക് പിടിച്ചു."

"ഫോമാ ഒരു തടിക്കഷണത്തിന്റെ മുകളിൽക്കയറി ഇരുന്ന് ഒരു കോടാലി ആകാശത്തേക്ക് എറിഞ്ഞു തിരിച്ചുപിടിക്കുന്ന കളിയിലായിരുന്നു. സ്റ്റീഫൻ തീകൂട്ടാനുള്ള വിറകുകീറാനെടുത്തതായിരുന്നു ആ കോടാലി.

"എന്റെ ദൈവമേ! ഇത് എന്തായാലും വൃത്തികേടാണ്!" തനിയെ കുറയുകയും കൂടുകയും ചെയ്യുന്ന സ്വാൻറ്സീവിന്റെ ശബ്ദം കേട്ടു. ഫോമായ്ക്ക് ആ ശബ്ദത്തോടും സ്വാൻറ്സീവിനോടും സാഷാ ഒഴിച്ച് ബാക്കി എല്ലാവരോടും വെറുപ്പു തോന്നാൻ തുടങ്ങി. സാഷാ അയാളിൽ ഒരുതരം അസ്വസ്ഥത ഉണർത്തി. ആ അസ്വസ്ഥതയ്ക്കുള്ളിൽ ഒരേസമയം അവളോടുള്ള ആരാധനയും അപ്രതീക്ഷിതമായി അവൾ ഭയാനകമായ എന്തെങ്കിലും കാര്യം ചെയ്യുമെന്നുള്ള ഭയവും അടങ്ങിയിരുന്നു.

"എടാ കഴുതേ!" സ്വാൻറ്സീവ് തുളച്ചിറങ്ങുന്ന ശബ്ദത്തിൽ അലറി. അയാൾ സ്റ്റീഫന്റെ നെഞ്ചിൽ ഇടിക്കുന്നത് ഫോമാ ശ്രദ്ധിച്ചു. അതിനുശേഷം സ്റ്റീഫൻ തൊപ്പി ഊരി വിയനത്തോടെ ഒരുവശത്തേക്ക് മാറിനിന്നു.

"കഴുത!" സ്വാൻറ്സീവ് വിളിച്ചുകൂവി. അയാൾ കൈ ഉയർത്തിക്കൊണ്ട് സ്റ്റീഫന്റെ അടുത്തേക്ക് നടന്നു.

ഫോമാ ചാടി എഴുന്നേറ്റ് ഭീഷണിയുടെ സ്വരത്തിൽ ഉറക്കെ പറഞ്ഞു.

"ഏയ്, നിങ്ങൾ എന്താണ് ചെയ്യുന്നത്! അയാളെ തൊടരുത്!"

"തൊട്ടാൽ എന്തുചെയ്യും?" സ്വാൻറ്സീവ് അയാളുടെ നേർക്കു തിരിഞ്ഞു.

"സ്റ്റീഫൻ, ഇവിടെ വരൂ" ഫോമാ വിളിച്ചു പറഞ്ഞു.

സ്വാൻറ്സീവ് സ്റ്റീഫനെ വെറുപ്പോടെ നോക്കിക്കൊണ്ട് പറഞ്ഞു. "ഒരു പാട്ടുകാരൻ."

ഫോമാ സ്വാൻറ്സീവിന്റെ അടുത്തേക്ക് നടക്കാൻ തുടങ്ങി. പക്ഷേ, പെട്ടെന്ന് ഒരുചിന്ത അയാളുടെ മനസ്സിൽ തെളിഞ്ഞു അയാൾ സ്റ്റീഫനോട് ശബ്ദം താഴ്ത്തി അന്വേഷിച്ചു:

"ചങ്ങാടങ്ങൾ കെട്ടിയുറപ്പിക്കുന്നത് മൂന്ന് സ്ഥലങ്ങളിലല്ലേ?"

"അതെ മൂന്നു സ്ഥലത്താണ്!"

"ആ കെട്ടെല്ലാം അറത്ത് മാറ്റ്!"

"അവർ?"

"ബഹളം ഉണ്ടാക്കരുത്. അറത്ത് മാറ്റ്. എല്ലാ കെട്ടും അറത്ത് മാറ്റ്! ശബ്ദം ഉണ്ടാക്കരുത്! അവർ അത് ശ്രദ്ധിക്കില്ല."

"സ്റ്റീഫൻ കോടാലി കൈയിലെടുത്തു. അയാൾ സാവധാനം ഒരു കെട്ട് മറ്റൊരുകെട്ടുമായി കൂട്ടിക്കെട്ടിയിരിക്കുന്ന സ്ഥലത്തേക്ക് സാവധാനം നടന്നു. കോടാലികൊണ്ട് ഏതാനും തവണ വെട്ടിയതിനുശേഷം അയാൾ ഫോമായുടെ അടുത്ത് തിരിച്ചുവന്നു.

"ഞാൻ ഉത്തരവാദിയല്ല;" അയാൾ പറഞ്ഞു.

"പേടിക്കേണ്ട.,"

"അവർ നീങ്ങിത്തുടങ്ങി" സ്റ്റീഫൻ ഭയത്തോടെ പതുക്കെ പറഞ്ഞു. ഉടൻതന്നെ അയാൾ കുരിശു വരച്ചു. പുഞ്ചിരിച്ചുകൊണ്ട് ചങ്ങാടം നോക്കി നിന്ന ഫോമായുടെ ഹൃദയത്തിലേക്ക് ഒരുതരം ആഹ്ലാദം തോന്നുന്ന മധുരമായ ഭയം മൂർച്ചയോടെ തുളച്ചിറങ്ങി.

ചങ്ങാടത്തിലുണ്ടായിരുന്നവർ ഇപ്പോഴും അങ്ങോട്ടും ഇങ്ങോട്ടും നടക്കുകയായിരുന്നു. പരസ്പരം തട്ടിമുട്ടി പൊട്ടിച്ചിരിച്ചുകൊണ്ട് അവർ സംസാരിക്കുന്നുണ്ടായിരുന്നു. സ്ത്രീകളെ അവരുടെ സാധനങ്ങൾ പൊറുക്കി അടുക്കുന്നതിന് സഹായിച്ചുകൊണ്ടിരുന്ന അവരുടെ ചലനങ്ങൾക്ക് വേഗത ഉണ്ടായിരുന്നില്ല. ഇതിനിടയിൽ ചങ്ങാടം സാവധാനം വെള്ളത്തിൽ കിടന്ന് തിരിയാൻ തുടങ്ങിയിരുന്നു

"ഒഴുക്ക് അവരെ കപ്പലിന്റെ നേർക്ക് വലിച്ചുകൊണ്ടുപോയാൽ അവർ അണിയത്തുപോയി തട്ടും. അവർ തരിപ്പണമാകും."

'മിണ്ടാതിരിക്ക്."

"അവർ മുങ്ങും."

"ഒരു ബോട്ടെടുത്ത് അവരുടെ മുമ്പിൽ എത്താം."

"അതു മതി! അല്ലാതെന്ത്? എന്തായാലും അവർ മനുഷ്യജീവികളല്ലെ? അവരുടെ ചുമതല നമുക്ക് വരും." സ്റ്റീഫൻ സംതൃപ്തിയോടെ പൊട്ടിച്ചിരിച്ചുകൊണ്ട് ചങ്ങാടങ്ങൾക്കുമുകളിലൂടെ കരയിലേക്ക് കുതിച്ചു. വെള്ളത്തിനു മീതെ നിന്നിരുന്ന ഫോമായ്ക്ക് എന്തെങ്കിലും വിളിച്ചുകൂവാനുള്ള അടക്കങ്ങൾ പറ്റാത്ത ആഗ്രഹം തോന്നി. പക്ഷേ, ചങ്ങാടം കുറച്ചുകൂടി ഒഴുകിനീങ്ങാനുള്ള സമയം കൊടുക്കാൻ വേണ്ടി അയാൾ സ്വയം നിയ

ന്ത്രിച്ചു. അല്ലെങ്കിൽ അവർക്ക് കെട്ടിയിട്ടിരിക്കുന്ന മറ്റ് ചങ്ങാടങ്ങളിലേക്ക് ചാടി കയറാൻ പറ്റും. ഓരോ നിമിഷവും വെള്ളത്തിനു മുകളിൽ കിടന്ന് ഇളകിക്കൊണ്ട് അയാളുടെ അടുത്ത് നിന്ന് അകന്നുകൊണ്ടിരുന്ന ചങ്ങാടം അയാൾക്ക് ആഹ്ലാദത്തിന്റെ ഒരു അനുഭവം ആയിരുന്നു. അയാളുടെ മനസ്സിലുണ്ടായിരുന്ന അവ്യക്തമായ ഇരുണ്ട ഭാരം ചങ്ങാടത്തിലെ മനുഷ്യരുടെ കൂടെ ദൂരത്തേക്ക് ഒഴുകിപ്പോകുകയാണെന്ന് തോന്നി. പുതിയ അന്തരീക്ഷത്തെ അയാൾ ശാന്തമായി ഉൾക്കൊണ്ടു. അതോടെ അയാളുടെ തലച്ചോറിലെ കാർമേഘം ഒഴിഞ്ഞു. ഒഴുകിക്കൊണ്ടിരുന്ന ചങ്ങാടത്തിന്റെ അറ്റത്ത് സാഷാ മുഖം തിരിഞ്ഞ് നില്ക്കുന്നുണ്ടായിരുന്നു. ഫോമാ അവളുടെ മുഖം കണ്ടില്ല. അയാൾ അവളുടെ മനോഹരമായ രൂപത്തിലേക്ക് നോക്കി. മനഃപൂർവ്വം ആലോചിക്കാതെ അയാൾക്ക് മിഡിൻസ്കായായെ ഓർമ്മവന്നു. മിഡിൻസ്കായായ്ക്ക് സാഷായോളം വലുപ്പം ഇല്ല. അവളുടെ ഓർമ്മ അയാളെ വേദനിപ്പിച്ചു. അയാൾ പരിഹാസത്തോടെ ഉറക്കെ വിളിച്ചുകൂവി.

"ഏയ് പിന്നെക്കാണാം! പോയ് വരൂ!"

പെട്ടെന്ന് മനുഷ്യരുടെ ഇരുണ്ട രൂപങ്ങൾ ചങ്ങാടത്തിന്റെ അറ്റത്തുനിന്നും അയാളുടെ അടുത്തേക്ക് നടന്നുവന്നു. അവർ ചങ്ങാടത്തിന്റെ മദ്ധ്യത്തിൽ ഒന്നിച്ചുകൂടി. പക്ഷേ, ഈ സമയം കൊണ്ട് അയാൾക്കും അവർക്കും ഇടയിൽ പത്തടി അകലത്തിൽ വെള്ളം ഓളം അടിക്കുന്നുണ്ടായിരുന്നു.

കുറച്ചുസമയം നിശ്ശബ്ദതയുടെ നിമിഷങ്ങൾ ആയിരുന്നു.

അതിനുശേഷം അസഹ്യമായ വിധത്തിൽ ദയനീയമായ ഭീതിയുടെ ശബ്ദങ്ങൾ ഫോമായുടെ നേർക്ക് തെറിച്ചുവീണു. അതിൽ ഏറ്റവും ഉച്ചത്തിൽ ഏറ്റവും വെറുപ്പു തോന്നുന്ന സ്വാൻറ്സീവിന്റെ തുളച്ചിറങ്ങുന്ന ശബ്ദം അയാളുടെ ചെവിക്കുള്ളിലേക്ക് ഇടിച്ചുകയറി:

"സഹായിക്കണേ!"

ആരോ, മിക്കവാറും അത് കൃതാവുവെച്ച മാന്യൻ ആയിരിക്കണം. അയാളുടെ പൗരുഷമുള്ള ശബ്ദത്തിൽ അലറി:

"അവർ മനുഷ്യരെ മുക്കിക്കൊല്ലുകയാണ്!"

"നിങ്ങൾ മനുഷ്യരാണോ?" അവരുടെ നിലവിളികേട്ട് ക്ഷമ നശിച്ച ഫോമാ കോപത്തോടെ വിളിച്ചുകൂവി. ആളുകൾ ഭയംകൊണ്ട് ഭ്രാന്തുപിടിച്ച് ചങ്ങാടത്തിനു മുകളിൽകിടന്ന് ഓടി. അവരുടെ ചവിട്ടുകൊണ്ട് ചങ്ങാടം ഉലഞ്ഞു. വെള്ളം ചങ്ങാടത്തിനടിയിൽക്കിടന്ന് തുടിച്ചു. നിലവിളികൾ അന്തരീക്ഷത്തെ സ്വന്തമാക്കി. മനുഷ്യർ കൈവീശിക്കൊണ്ട് കുതിച്ചുചാടി. സാഷായുടെ നിശ്ചലവും നിശ്ശബ്ദവുമായ രൂപം മാത്രം ചങ്ങാടത്തിന്റെ അറ്റത്ത് അന്തസ്സോടെ നില്ക്കുന്നുണ്ടായിരുന്നു.

"ഞണ്ടുകളോട് ഞാൻ അന്വേഷിച്ചെന്ന് പറയണം." ഫോമാ വിളിച്ചുപറഞ്ഞു. ചങ്ങാടം കൂടുതൽ ദൂരത്തേക്ക് ഒഴുകിപ്പോകുന്നതിനനുസരിച്ച് ഫോമായ്ക്ക് കൂടുതൽ ആശ്വാസം തോന്നി.

"ഫോമാ ഇഗ്നാറ്റിവിച്ച്, നോക്കിക്കോ ഇതൊരു അപകടം പിടിച്ച തമാശയാണ്. ഞാൻ പരാതിപ്പെടും." ഓക്ടിഷ്ചോവ് ഗൗരവത്തിൽ പറഞ്ഞു. പക്ഷേ അയാളുടെ ശബ്ദം അവ്യക്തമായിരുന്നു.

"നിങ്ങൾ മുങ്ങിമരിച്ചുകഴിഞ്ഞ് നിങ്ങൾക്ക് പരാതിപ്പെടാം." ഫോമാ ആഹ്ലാദത്തോടെ മറുപടി പറഞ്ഞു.

"നിങ്ങൾ ഒരു കൊലപാതകി ആണ്!" സ്വാൻറ്സീവ് ഗദ്ഗദത്തോടെ പറഞ്ഞു. പക്ഷേ, ആ സമയത്ത് ഭയം കൊണ്ടോ അത്ഭുതംകൊണ്ടോ നിലവിളിക്കുന്നതുപോലെയുള്ള ഒരു ശബ്ദം വെള്ളത്തിൽ നിന്ന് കേട്ടു. അപ്പോൾതന്നെ വെള്ളം കിലുക്കത്തോടെ തെറിക്കുന്നതിന്റെ ശബ്ദവും ഫോമാ കേട്ടു. ഫോമാ ഞെട്ടി. അയാൾ സ്തംഭിച്ചു പോയി. അതിനു ശേഷം ഒരു സ്ത്രീയുടെ ചെവി അടപ്പിക്കുന്ന വന്യമായ നിലവിളി ഉയർന്നു. പിന്നീട് ആണുങ്ങളുടെ ഭയം നിറഞ്ഞ നിലവിളികൾ. ചങ്ങാടത്തിലെ എല്ലാ രൂപങ്ങളും അവരവരുടെ സ്ഥാനത്ത് സ്തംഭിച്ചു നിന്നു. വെള്ളത്തിലേക്ക് നോക്കിയപ്പോൾ ഫോമായ്ക്കും താൻ സത്യത്തിൽ സ്തംഭിച്ചു പോയെന്ന് തോന്നി. വെള്ളത്തിലൂടെ ചുറ്റുപാടും തെറിച്ചുകൊണ്ടിരുന്ന വെള്ളത്തിന്റെ അകമ്പടിയോടെ കറുത്ത എന്തോ ഒന്ന് അയാളുടെ അടുത്തേക്ക് ഒഴുകി വരുന്നുണ്ടായിരുന്നു.

മനഃപൂർവ്വമല്ലാത്ത ഏറെക്കുറെ സ്വാഭാവികമായി ഫോമാ ചങ്ങാടത്തിന്റെ മുകളിൽ കമഴ്ന്നുകിടന്ന് കൈരണ്ടും വെള്ളത്തിലേക്ക് നീട്ടി വെച്ചു. അയാളുടെ തല വെള്ളത്തിനു മുകളിലേക്ക് തൂങ്ങിക്കിടന്നു. അവിശ്വസനീയമായ ദൈർഘ്യമുള്ള ധാരാളം നിമിഷങ്ങൾ കടന്നുപോയി. നനഞ്ഞു തണുത്ത രണ്ടു കൈകൾ അയാളുടെ കഴുത്തിൽ പിടിമുറുക്കി. കറുത്ത കണ്ണുകൾ അയാളുടെ മുന്നിൽ പൊടുന്നനെ തിളങ്ങി. അപ്പോൾ അത് സാഷാ ആയിരുന്നെന്ന് അയാൾ തിരിച്ചറിഞ്ഞു.

അയാളെ പിടികൂടിയിരുന്ന അവ്യക്തമായ ഭയം അപ്രത്യക്ഷപ്പെട്ടു. പകരം വന്യമായ ആഹ്ലാദം സ്ഥാനം പിടിച്ചു. സ്ത്രീയെ വെള്ളത്തിൽ നിന്നും വലിച്ചു പുറത്തെടുത്തുകൊണ്ട് അയാൾ അവളുടെ അരക്കെട്ടിൽ ചുറ്റിപ്പിടിച്ച് നെഞ്ചോട് ചേർത്തു. അവളോട് എന്തുപറയണമെന്നറിയാതെ അയാൾ ആശ്ചര്യത്തോടെ അവളുടെ കണ്ണുകളിലേക്ക് നോക്കി. അവൾ ഒരു തലോടൽ പോലെ അയാളെ നോക്കി പുഞ്ചിരിച്ചു.

"എനിക്ക് തണുക്കുന്നു" അടിമുടി വിറച്ചുകൊണ്ട് സാഷാ സൗമ്യമായി പറഞ്ഞു.

അവളുടെ ശബ്ദം കേട്ടപ്പോൾ ഫോമാ സന്തോഷത്തോടെ ചിരിച്ചു. അവളെ കൈയിൽ എടുത്തുകൊണ്ട് ചങ്ങാടങ്ങൾക്കു മുകളിലൂടെ അയാൾ കരയിലേക്ക് കുതിച്ചു. അവൾ തണുത്തു വിറയ്ക്കുന്നുണ്ടായിരുന്നു. പക്ഷേ, അവളുടെ ശ്വാസത്തിന് ചൂടുണ്ടായിരുന്നു. അവളുടെ ശ്വാസം തട്ടി അയാളുടെ കവിളുകൾ പൊള്ളി. അത് അയാളുടെ നെഞ്ചിൽ വന്യമായ ആഹ്ലാദം നിറച്ചു.

"നിങ്ങൾ എന്നെ മുക്കിക്കൊല്ലാൻ ആഗ്രഹിച്ചോ?" അയാളിലേക്ക്

അമർന്നുകൊണ്ട് അവൾ ചോദിച്ചു. "പക്ഷേ, അത് വളരെനേരത്തേ ആയിപ്പോയി. നിങ്ങൾക്ക് കാത്തിരിക്കാമായിരുന്നു"

"നിങ്ങൾ നല്ലതുപോലെ നീന്തി. അവർ ഇപ്പോഴും അതിൽക്കിടന്ന് അലറുകയാണ്."

"അവർ എവിടെങ്കിലും പോയി തുലയട്ടെ!" അവർ മുങ്ങിച്ചാകുകയാണെങ്കിൽ നമ്മളെ സൈബീരിയായിലേക്ക് പറഞ്ഞുവിടും." അയാളെ സാന്ത്വനപ്പെടുത്താനും പ്രോത്സാഹിപ്പിക്കാനും ആഗ്രഹിക്കുന്നമട്ടിൽ അവൾ പറഞ്ഞു. അവൾ വിറയ്ക്കാൻ തുടങ്ങി. അയാൾ അനുഭവിച്ചുകൊണ്ടിരുന്ന അവളുടെ ശരീരത്തിന്റെ വിറയൽ അയാളുടെ നടത്തത്തിന്റെ വേഗത കൂടാൻ കാരണമായി.

സഹായത്തിനുവേണ്ടിയുള്ള നിലവിളികളും തേങ്ങലുകളും അവരെ നദിയിൽ നിന്നും പിൻതുടരുന്നുണ്ടായിരുന്നു അവിടെ ശാന്തമായ ജലപ്പരപ്പിലൂടെ ഒരു ചെറിയ ദ്വീപ് കരയിൽ നിന്ന് നദിയുടെ പ്രധാന ഒഴുക്കിലേക്ക് പിൻവാങ്ങുന്നത് മൂവന്തിസമയത്തെ അരണ്ട വെളിച്ചത്തിലൂടെ കാണാൻ കഴിഞ്ഞിരുന്നു. ആ ദ്വീപിനു മുകളിൽ ഇരുണ്ട മനുഷ്യരൂപങ്ങൾ ഓടിനടക്കുന്നുണ്ടായിരുന്നു.

രാത്രി അവരെ ഇരുട്ടു കൊണ്ട് പൊതിയുകയായിരുന്നു.

ഒൻപത്

ഒരു ഞായറാഴ്ച ഉച്ചതിരിഞ്ഞ് യക്കോവ് ടരോസോവിച്ച് മയാകിൻ മകളോടൊപ്പം അയാളുടെ തോട്ടത്തിലിരുന്ന് ചായ കുടിക്കുകയായിരുന്നു. അയാൾ ഷർട്ടിന്റെ കോളർ അഴിച്ചിട്ട് കഴുത്തിൽ ഒരു ടൗവ്വൽ ചുറ്റിയിരുന്നു. തഴച്ചുവളർന്ന ചെറിമരങ്ങൾക്കു താഴെ കിടന്ന ബഞ്ചിലിരുന്ന് അയാൾ മുഖത്തെ വിയർപ്പുതുടച്ചു. കൈ ഉയർത്തി ആംഗ്യങ്ങൾ കാണിച്ചുകൊണ്ട് അയാൾ വാതോരാതെ സംസാരിച്ചു കൊണ്ടിരുന്നു.

"വയറിന് മേൽകൈ അനുവദിച്ചു കൊടുക്കുന്നവൻ ഒരേസമയം മണ്ടനും ദ്രോഹിയും ആണ്! തിന്നുന്നതിനേക്കാളും കുടിക്കുന്നതിനേക്കാളും മെച്ചപ്പെട്ട യാതൊരുകാര്യവും ലോകത്തില്ലേ? നിങ്ങൾ ഒരു പന്നിയെപ്പോലെ ആണെങ്കിൽ മനുഷ്യരുടെ മുമ്പിൽ നിങ്ങൾക്ക് എന്ത് പറഞ്ഞ് അഭിമാനിക്കാൻ പറ്റും?"

വൃദ്ധന്റെ കണ്ണുകളിൽ നിന്ന് തീപ്പൊരി പറന്നു. അയാളുടെ ചുണ്ടുകൾ വെറുപ്പുകൊണ്ട് വലിഞ്ഞുമുറുകി. അയാളുടെ മുഖത്തെ നൈരാശ്യത്തിന്റെ ചുളിവുകൾ വിറച്ചു.

"ഫോമാ എന്റെ മകനായിരുന്നെങ്കിൽ ഞാൻ അവനെ ഒരു മനുഷ്യൻ ആക്കുമായിരുന്നു."

അക്കേഷ്യായുടെ ഒരു ചില്ല ഒടിച്ച് അതിൽ കളിച്ചുകൊണ്ടിരുന്ന ലുബോവ് അച്ഛന്റെ സംസാരം നിശ്ശബ്ദയായി കേട്ടുകൊണ്ടിരുന്നു. ഇട

യ്ക്കിടയ്ക്ക് അസ്വസ്ഥതകൊണ്ട് വിറച്ചുകൊണ്ടിരുന്ന അച്ഛന്റെ മുഖത്തേക്ക് അവൾ സൂക്ഷിച്ചുനോക്കുന്നുണ്ടായിരുന്നു. ലുബോവ് തിരിച്ചറിഞ്ഞിരുന്നില്ലെങ്കിലും പ്രായം കൂടിയപ്പോൾ അവളുടെ അച്ഛനോടുള്ള തണുത്ത ബന്ധത്തിന് വ്യത്യാസം വന്നിരുന്നു. അയാളുടെ വാക്കുകളിൽ അവളുടെ പുസ്തകങ്ങളിലെ ആശയങ്ങൾ അവൾ കണ്ടെത്താൻ തുടങ്ങി. അതോടെ അവളുടെ പുസ്തകങ്ങളിലെ തണുത്ത അക്ഷരങ്ങളേക്കാൾ അയാളുടെ ജീവനുള്ള വാക്കുകൾക്ക് അവൾ മുൻഗണന കൊടുക്കാൻ തുടങ്ങി. മനഃപൂർവ്വമല്ലാതെ അവൾ അച്ഛന്റെ വശത്തേക്ക് അടുത്തുകൊണ്ടിരുന്നു. അയാൾ എല്ലാകാലത്തും ജാഗ്രതയോടെ കച്ചവടം നടത്തിക്കൊണ്ട് ബുദ്ധിപൂർവ്വം സ്വന്തം വഴിയിലൂടെ തനിച്ച് മുന്നോട്ടു നീങ്ങി. അയാളുടെ ഈ ഏകാന്തത അവൾ തിരിച്ചറിഞ്ഞു. അത് എത്രമാത്രം വേദന ഉണ്ടാക്കുമെന്ന് അവൾ മനസ്സിലാക്കി. അച്ഛനുമായുള്ള അവളുടെ ബന്ധം തീക്ഷ്ണതയോടെ വളർന്നു. ചിലപ്പോൾ അവൾ തർക്കങ്ങൾ പോലും നടത്തി. അവളുടെ അഭിപ്രായങ്ങളോട് അയാൾക്ക് എന്നും പുച്ഛമായിരുന്നു. പക്ഷേ, പലപ്പോഴും അയാൾ അവളുടെ അഭിപ്രായങ്ങൾ വാത്സല്യത്തോടെ ശ്രദ്ധിച്ചു.

"മരിച്ചുപോയ ഇഗ്നാറ്റ് മകന്റെ വൃത്തികെട്ട ജീവിതത്തെപ്പറ്റി പത്രത്തിൽ എഴുതിയിരിക്കുന്നത് വായിച്ചിരുന്നെങ്കിൽ അയാൾ ഫോമായെ കൊല്ലുമായിരുന്നു!" മേശപ്പുറത്ത് കൈചുരുട്ടി ഇടിച്ചുകൊണ്ട് വൃദ്ധൻ പറഞ്ഞു. "അവർ എന്തൊക്കെയാണ് എഴുതിക്കൂട്ടിയിരിക്കുന്നത്! ഇത് നാണക്കേടാണ്!"

"അയാൾക്ക് അത് വേണം!" ലുബോവ് പറഞ്ഞു.

''അത് തോന്നിയപോലെ എഴുതിയതാണെന്ന് ഞാൻ പറയുന്നില്ല. അവർ ആവശ്യമായതുകൊണ്ടാണ് അവന്റെ നേർക്ക് കുരച്ചത്? പക്ഷേ, ആർക്കാണ് ഇത്രയും ദേഷ്യം വന്നത്?"

"ആര് എഴുതിയാൽ എന്ത്? അച്ഛന് അതിൽ എന്ത് വ്യത്യാസമാണുള്ളത്?"

"അറിയാൻ എനിക്ക് താല്പര്യം ഉണ്ട്. ഫോമായുടെ പെരുമാറ്റം എത്ര ബുദ്ധിപൂർവ്വമാണ്. ആ തെമ്മാടി എഴുതിയിരിക്കുന്നത്? നിശ്ചയമായും അയാൾ അവന്റെ കൂടെ ഉണ്ടായിരുന്നു കാണും. ഈ മര്യാദകേടെല്ലാം അയാൾ നേരിട്ട് കണ്ടുകാണും."

"ഏയ്, ഇല്ല. അയാൾ ഫോമായുടെ കൂടെ ഈ ആഘോഷത്തിനൊന്നും പോകില്ല!'' ലുബോവ് ആത്മവിശ്വാസത്തോടെ പറഞ്ഞു. പെട്ടെന്ന് അച്ഛന്റെ തുളച്ചിറങ്ങുന്ന നോട്ടത്തിനു മുമ്പിൽ അവൾ വിളറിപ്പോയി.

"അപ്പോൾ! നിനക്ക് നല്ല നിലയിൽ പരിചയങ്ങൾ ഉണ്ട്!" മയാകിൻ തമാശമട്ടിൽ ഗൗരവമായി പറഞ്ഞു. "അത് ആരാണ് എഴുതിയത്?"

"അറിഞ്ഞിട്ട് അച്ഛനെന്തുവേണം?"

"എന്നോട് പറയണം!"

അവൾക്ക് പറയാൻ ആഗ്രഹം ഉണ്ടായിരുന്നില്ല. പക്ഷേ, വൃദ്ധൻ നിർബ്ബന്ധം തുടർന്നു. അയാളുടെ ശബ്ദം കൂടുതൽ ഉച്ചത്തിലായിക്കൊണ്ടിരുന്നു. അപ്പോൾ ഉൽക്കണ്ഠയോടെ അവൾ ചോദിച്ചു.

"അതിനുപകരം അച്ഛൻ അയാളെ ഉപദ്രവിക്കില്ലല്ലോ?"

"ഞാൻ ഉപദ്രവിക്കും. ഞാൻ അയാളുടെ തല കടിച്ചെടുക്കും! മണ്ടി! എനിക്ക് അയാളെ എന്തു ചെയ്യാൻ പറ്റും? അവർ ഈ എഴുത്തുകാർ എന്നുപറയുന്നവർ മണ്ടന്മാരല്ല. അവർ ഒരു ശക്തിയാണ്. ഒരു ശക്തി പിശാചുക്കൾ! ഞാൻ ഇവിടുത്തെ ഗവർണ്ണർ അല്ല. അയാൾക്കു പോലും ഒരാളുടെ കൈ പിഴുതെടുക്കാനും നാക്ക് മുറിച്ചുകളയാനും പറ്റില്ല. അവർ ചുണ്ടെലിയെപ്പോലെ നമ്മളെ കുറച്ചുകുറച്ചായി കരണ്ടുതിന്നും. അവർക്ക് വിഷം കൊടുക്കണം. എലിവിഷം അല്ല. റൂബിൾ അതെ. റൂബിൾ കൊടുക്കണം. ശരി ആരാണത്?"

"അച്ഛൻ ഓർക്കുന്നുണ്ടോ? ഞാൻ സ്കൂളിൽ പോയിരുന്നപ്പോൾ ഒരു ഇരുണ്ട ചെറിയ പയ്യൻ ഇവിടെ വരാറുണ്ടായിരുന്നു. ജിംനേഷ്യത്തിലെ ഒരു വിദ്യാർത്ഥി. യോഷോവ്? ഓർമ്മയുണ്ടോ?"

"ഓ നല്ല ഓർമ്മയുണ്ട്. ഞാൻ അവനെ കണ്ടു. എനിക്ക് അവനെ അറിയാം. അവനാണോ?"

"അതെ."

"ഒരു കുഞ്ഞു ചുണ്ടെലി. ആ സമയത്തുതന്നെ അവന്റെ കൈയിലിരുപ്പ് ശരിയല്ല. അവൻ എന്തെങ്കിലുമൊക്കെ കുഴപ്പം ഉണ്ടാക്കുമെന്ന് അന്നുതന്നെ അറിയാം. അന്നുപോലും അവൻ മനുഷ്യരുടെ വഴിയിൽ കയറി നില്ക്കും. അവൻ ഒരു തന്റേടി ആയിരുന്നു. അന്നുതന്നെ ഞാൻ അവനെ സംരക്ഷിക്കേണ്ടതായിരുന്നു. ഒരുപക്ഷേ, അവനെ എനിക്ക് ഒരു മനുഷ്യനാക്കാൻ കഴിയുമായിരുന്നു."

ലുബോവ് അച്ഛനെ നോക്കി. അവൾ പെട്ടെന്ന് ചോദിച്ചു.

"പത്രങ്ങൾക്കുവേണ്ടി എഴുതുന്നവരൊന്നും മനുഷ്യരല്ലേ?"

വൃദ്ധൻ വളരെനേരം മകളുടെ ചോദ്യത്തിന് മറുപടി പറഞ്ഞില്ല. അയാൾ വിരലുകൊണ്ട് മേശപ്പുറത്ത് താളം അടിച്ചുകൊണ്ട് തേച്ചുമിനുക്കിയ പിത്തള സമോവറിൽ പ്രതിബിംബിച്ച മുഖം നോക്കിയിരുന്നുകൊണ്ട് എന്തൊക്കെയോ ആലോചിക്കുകയായിരുന്നു. പിന്നീട് അയാൾ തല ഉയർത്തി ദേഷ്യപ്പെട്ടുകൊണ്ട് മനസ്സിൽ പതിയുന്ന മട്ടിൽ പറഞ്ഞു.

"അവർ മനുഷ്യരല്ല. അവർ ചിരങ്ങുകളാണ്! റഷ്യക്കാരുടെ രക്തം അശുദ്ധമായിരിക്കുന്നു. അത് കൂട്ടിക്കലർത്തി നശിപ്പിച്ചിരിക്കുന്നു. ഈ ചീത്ത രക്തത്തിൽ നിന്നാണ് ഈ പുസ്തകങ്ങളും പത്രങ്ങളിൽ എഴുതുന്നവരും ഉണ്ടായിരിക്കുന്നത്. അവർ പരക്കെ പടർന്നുപിടിച്ചിരിക്കുന്നു. അവർ ഇപ്പോഴും കൂടുതൽ കൂടുതൽ പടർന്നുപിടിച്ചുകൊണ്ടിരിക്കുകയാണ്. എവിടെയാണ് രക്തം ചീത്തയാകുന്നത്? രക്ത–ചംക്രമണത്തിന്റെ വേഗത കുറയുമ്പോൾ. ഉദാഹരണത്തിന് കൊതുക് എവിടെ നിന്നാണ് വരുന്നത്? ചതുപ്പുനിലത്തിൽ നിന്ന്. എല്ലാത്തരം വൃത്തികേടുകളും കെട്ടി

നില്ക്കുന്ന വെള്ളത്തിൽ വർദ്ധിച്ചുകൊണ്ടിരിക്കും. അലങ്കോലമായ ജീവിതത്തിന്റെ കാര്യത്തിലും ഈ കാര്യം സത്യമാണ്."

"അച്ഛൻ പറയുന്നത് ശരിയല്ല." ലുബോവ് പതുക്കെ പറഞ്ഞു.

"എന്ത് ശരിയല്ലെന്നാണ് പറയുന്നത്?"

"എഴുത്തുകാർ ഏറ്റവും സ്വാർത്ഥരല്ലാത്ത മനുഷ്യരാണ്. അവർ വിശാലമായ മനസ്സുള്ളവരാണ്. അവർ ഒന്നുംതന്നെ ആഗ്രഹിക്കുന്നില്ല. അവർ ശ്രമിക്കുന്നത് മുഴുവൻ നീതിക്കുവേണ്ടിയാണ്. സത്യത്തിനുവേണ്ടിയാണ്. അവർ കൊതുകുകളല്ല."

പ്രിയപ്പെട്ടവരെ പുകഴ്ത്താൻ തുടങ്ങിയപ്പോൾ ലുബോവിന്റെ ആവേശം കൂടി. അവളുടെ മുഖം തുടുത്തു. അച്ഛനെ വിശ്വസിപ്പിക്കാൻ കഴിയാത്തതുകൊണ്ട് അവൾ പറയുന്നത് വിശ്വസിക്കണമെന്ന് യാചിക്കുന്ന മട്ടിൽ അവൾ അച്ഛന്റെ മുഖത്തേക്ക് നോക്കി.

വൃദ്ധൻ നെടുവീർപ്പിട്ടുകൊണ്ട് അവളെ തടസ്സപ്പെടുത്തി. "നീ ധാരാളം വായിച്ചിരിക്കുന്നു! നിനക്ക് വിഷം തീണ്ടിയിട്ടുണ്ട്! അവർ ആരാണെന്ന് പറയൂ? ആർക്കും അറിയില്ല! ആ യോഷോവ് അവൻ എന്തു ചെയ്യുന്നു? ദൈവത്തിനു മാത്രം അറിയാം. അവർ ആഗ്രഹിക്കുന്നത് സത്യത്തെ ആണെന്നാണ് നീ പറയുന്നത്? സത്യമാണ് ഏറ്റവും പ്രിയപ്പെട്ട കാര്യമെന്ന് വിചാരിക്കുന്ന അവർ എത്രമാത്രം പക്വത ഉള്ളവരാണ്! ഒരുപക്ഷേ, എല്ലാവരും നിശ്ശബ്ദമായി ഇത് അന്വേഷിക്കുന്നുണ്ടാകും? ഞാൻ പറയുന്നത് വിശ്വസിക്കാം. മനുഷ്യന് സ്വാർത്ഥനാകാതിരിക്കാൻ പറ്റില്ല. അവന്റേതല്ലാത്തതിനുവേണ്ടി മനുഷ്യന് യുദ്ധം ചെയ്യാൻ കഴിയില്ല. അവൻ അങ്ങനെ യുദ്ധം ചെയ്യുകയാണെങ്കിൽ അവന്റെ പേര് വിഡ്ഢിയാണെന്നാണ്. അവനെക്കൊണ്ട് ആർക്കും ഉപയോഗം ഇല്ല. ഒരു മനുഷ്യന് അവനുവേണ്ടി– അവനുവേണ്ടി മാത്രം നിലകൊള്ളാൻ നിശ്ചയമായും കഴിയണം. അപ്പോൾ അയാൾക്ക് എന്തെങ്കിലുമൊക്കെ നേടാൻ കഴിയും! നിങ്ങൾ അന്വേഷിക്കുന്നത് ഇവിടെ കിട്ടും! സത്യം! ഇവിടെ ഞാൻ ഏറെക്കുറെ നാല്പത് വർഷമായി ഇതേ പത്രം വായിക്കുന്നുണ്ട്. എന്റെ മുഖം നിനക്ക് വ്യക്തമായി നിന്റെ മുമ്പിൽ കാണാൻ കഴിയുന്നുണ്ട്. ഇവിടെ ഈ സമോവറിൽ വീണ്ടും എന്റെ മുഖം ഉണ്ട്. പക്ഷേ, അത് മറ്റൊരു മുഖമാണ്. ഈ പത്രങ്ങൾ എല്ലാക്കാര്യത്തിനും ഈ സമോവർ മുഖമാണ് നല്കുന്നത്. പത്രങ്ങൾ യഥാർത്ഥമുഖം കാണുന്നില്ല. എന്നിട്ടും നിങ്ങൾ അവരെ വിശ്വസിക്കുന്നു. പക്ഷേ, സമോവറിലെ എന്റെ മുഖം വികൃതമാക്കപ്പെട്ടതാണെന്ന് എനിക്ക് അറിയാം. യഥാർത്ഥസത്യം ആർക്കും പറയാൻ പറ്റില്ല. മനുഷ്യന്റെ തൊണ്ടയ്ക്ക് ഇതുപറയാനും മാത്രമുള്ള മാധുര്യം ഇല്ല. അപ്പോൾ യഥാർത്ഥ സത്യം ആർക്കും അറിയില്ല.

ലുബോവ് ദുഃഖത്തോടെ പറഞ്ഞു. "പക്ഷേ, പുസ്തകങ്ങളും പത്രങ്ങളും എല്ലാ മനുഷ്യരുടെയും പൊതുവായ താല്പര്യങ്ങൾക്കുവേണ്ടി വാദിക്കുന്നുണ്ട്."

"ജീവിതം നിനക്ക് മടുത്തിട്ടുണ്ടെന്ന് ഏത് പത്രത്തിൽ എഴുതിയി

ട്ടുണ്ട്? നിനക്ക് വിവാഹം കഴിക്കാനുള്ള സമയമായെന്ന് ഏതെങ്കിലും പത്ര ത്തിൽ ഉണ്ടോ? അപ്പോൾ നിന്റെ താല്പര്യം അവർ ന്യായീകരിച്ചില്ല. എന്റെ താല്പര്യത്തിനും അവർ വാദിച്ചിട്ടില്ല. എനിക്ക് എന്തുവേണമെന്ന് ആർക്കാണ് അറിയാവുന്നത്? എന്റെ താല്പര്യങ്ങൾ ഞാൻ ഒഴിച്ച് മറ്റാർക്ക് മനസ്സിലാകും?"

"അച്ഛൻ പറയുന്നത് ശരിയല്ല. എനിക്ക് അത് തെളിയിക്കാൻ പറ്റില്ല. പക്ഷേ, അത് ശരിയല്ലെന്നാണ് എനിക്ക് തോന്നുന്നത്." ഏറെക്കുറെ നൈരാശ്യത്തോടെ ലുബോവ് പറഞ്ഞു.

"അത് ശരിയാണ്!" വൃദ്ധൻ ഉറപ്പിച്ചു പറഞ്ഞു. "റഷ്യ കുഴപ്പത്തി ലാണ്. അതിൽ സ്ഥിരതയുള്ള ഒരുകാര്യവും ഇല്ല. എല്ലാ കാര്യങ്ങളും പതറിയിരിക്കുന്നു. എല്ലാവരും അന്യായമായി ജീവിക്കുന്നു. എല്ലാവരും ഒരു വശത്തുകൂടി നടക്കുന്നു. ജീവിതത്തിൽ യോജിപ്പ് ഇല്ല. എല്ലാവരും പലതരം അപശബ്ദങ്ങളിൽ അലറിക്കൊണ്ടിരിക്കുന്നു. മറ്റൊരാൾക്ക് ആവ ശ്യമുള്ളത് ഒരാൾക്ക് പോലും മനസ്സിലാക്കുന്നില്ല! എല്ലായിടത്തും മൂടൽമ ഞ്ഞാണ്. എല്ലാവരും ആ മൂടൽമഞ്ഞ് ശ്വസിച്ചുകൊണ്ടിരിക്കുന്നു. അതു കൊണ്ട് മനുഷ്യരുടെ രക്തം അശുദ്ധമായിരിക്കുന്നു. ചിരങ്ങിന്റെ കാരണം അതാണ്. മനുഷ്യന് അനുമാനിക്കാനുള്ള വലിയ സ്വാതന്ത്ര്യം നല്കിയി ട്ടുണ്ട്. പക്ഷേ, അവന് ഒന്നും ചെയ്യാനുള്ള അനുവാദം ഇല്ല. പക്ഷേ, അതു കൊണ്ട് മനുഷ്യൻ ജീവിക്കാതെ ചീഞ്ഞുനാറിപ്പോകുന്നു.

"അപ്പോൾ ഒരാൾക്ക് എന്ത് ചെയ്യാൻ പറ്റും?" കൈമുട്ടുകൾ മേശപ്പു റത്തുവെച്ച് അച്ഛന്റെ അടുത്തേക്ക് കുനിഞ്ഞിരുന്നുകൊണ്ട് ലുബോവ് ചോദിച്ചു.

"എല്ലാം ചെയ്യാം!" വൃദ്ധൻ ആവേശത്തോടെ വിളിച്ചു പറഞ്ഞു. "എല്ലാ കാര്യങ്ങളും ചെയ്തുകൊണ്ട് മുന്നോട്ടുപോകാം. ഓരോ മനു ഷ്യനും അയാൾക്ക് ഏറ്റവും നല്ലവണ്ണം അറിയുന്ന കാര്യം ചെയ്യട്ടെ! പക്ഷേ, മനുഷ്യന് അതിനുള്ള സ്വാതന്ത്ര്യം നല്കണം. പൂർണ്ണമായ സ്വാതന്ത്ര്യം! പക്ഷേ, പക്വതയില്ലാത്ത ഓരോ ചെറുപ്പക്കാരനും അയാൾക്ക് എല്ലാ കാര്യങ്ങളും അറിയാമെന്നും ജീവിതം പരിപൂർണ്ണമായി ചിട്ടപ്പെടു ത്താനാണ് തന്നെ സൃഷ്ടിച്ചിരിക്കുന്നതെന്നും വിശ്വസിക്കുന്ന കാലം വന്നി രിക്കുന്നതുകൊണ്ട് ആ തെമ്മാടിയെ അതിനുള്ള സ്വാതന്ത്ര്യം കൊടു ക്കുക! ഇതാ, മുന്നോട്ടു നയിച്ചോ! നടക്കട്ടെ! ജീവിച്ച് കാണിക്കൂ! അപ്പോൾ ഒരു തമാശ നടക്കും. അയാളുടെ കടിഞ്ഞാൺ കൈയിൽ നിന്ന് പോകും. മനുഷ്യർ അയാളുടെ ചെവിക്ക് മീതെ അത്തി തൂവലുപോലെ അങ്ങോട്ടും ഇങ്ങോട്ടും പറന്നു നടക്കും. അയാൾ താനൊരു അമാനുഷിനാണെന്ന് സ്വയം വിശ്വസിക്കും. അപ്പോൾ അയാൾ അയാളുടെ ആവേശം കാണി ക്കാൻ ആരംഭിക്കും."

വൃദ്ധൻ കുറച്ചുസമയം സംസാരം നിർത്തി. അയാൾ ശബ്ദം താഴ്ത്തി വിഷാദത്തോടെ പറഞ്ഞു. പക്ഷേ, അയാൾ പുഞ്ചിരിക്കുന്നുണ്ടായിരുന്നു.

"എന്നാൽ അയാളിൽ ആ സൃഷ്ടിപരമായ ആവേശം കാര്യമായില്ല!

അയാൾ ഒന്നുരണ്ടു ദിവസം രോമാഞ്ചം കൊള്ളും. എല്ലാഭാഗത്തും അയാൾ വ്യാപിച്ചു നില്ക്കും. അതുകഴിഞ്ഞ് പാവം മനുഷ്യൻ പെട്ടെന്ന് തളർന്നു പോകും. കാരണം അയാളുടെ ഹൃദയം ചീഞ്ഞുപോയതാണ്. ഇവിടെ വെച്ച് ആ പാവത്തിനെ യഥാർത്ഥത്തിൽ ജീവിതത്തെ വടിയോ പേനയോ ഇല്ലാതെ വിരലുകൊണ്ടും തലച്ചോറുകൊണ്ടും നിയന്ത്രിച്ചു കൊണ്ടുപോകാൻ പ്രാപ്തരായ നായകന്മാർ പിടികൂടും."

"അവർ എന്തുപറയും. മാന്യന്മാരേ, നിങ്ങൾ ക്ഷീണിച്ചു പോയോ? അവർ എന്താണ് പറയാൻ പോകുന്നത്? നിങ്ങളുടെ പ്ലീഹയ്ക്ക് യഥാർത്ഥ ചൂട് താങ്ങാൻ കഴിയില്ല. കഴിയുമോ? അതുകൊണ്ട്" ശബ്ദം ഉയർത്തി ക്കൊണ്ട് ആധികാരികമായ ശൈലിയിൽ വൃദ്ധൻ സംസാരം അവസാനി പ്പിച്ചു:

"ശരി, അപ്പോൾ നിങ്ങൾ ഒച്ചയുണ്ടാക്കുന്നു. മിണ്ടരുത്. കരയേണ്ട! മരത്തിൽ നിന്ന് പുഴുവിനെ കുലുക്കിയിടുന്നതുപോലെ ഞങ്ങൾ നിങ്ങളെ ഭൂമിയിൽ നിന്ന് കുലുക്കി എറിയും! ലുബാവ്കാ, ഇങ്ങനെയൊക്കെയാണ് സംഭവിക്കാൻ പോകുന്നത്" അയാൾ പൊട്ടിച്ചിരിച്ചു.

വൃദ്ധൻ സന്തോഷത്തിൽ ആയിരുന്നു. അയാളുടെ ചുളിവുകൾ വിറച്ചു. തർക്കിച്ചു. സംസാരിച്ചതിന്റെ ആവേശത്തിൽ അയാൾ ഇടയ്ക്കി ടയ്ക്ക് സ്വന്തം അറിവിന്റെ രുചിനോക്കുന്നതുപോലെ ചുണ്ടുകൾ നാക്കു കൊണ്ട് നനച്ചുകൊണ്ടിരുന്നു.

"അപ്പോൾ കുഴപ്പത്തിനിടയിൽ മേൽക്കൈ നേടുന്നവർ ജീവിതത്തെ ബദ്ധിപൂർവ്വം അവരുടേതായ രീതിയിൽ ക്രമീകരിക്കും. അപ്പോൾ കാര്യ ങ്ങൾ തോന്നിയതുപോലെ പോകില്ല. ഒരു വ്യവസ്ഥ കാണും. അതു കാണാൻ നമ്മൾ ജീവിച്ചിരിക്കില്ല. അതാണ് കഷ്ടം."

വൃദ്ധന്റെ വാക്കുകൾ ഒന്നൊന്നായി ശക്തമായ വലകൾ പോലെ ലുബോവിന്റെ മുകളിൽ വന്നുവീണു. അവൾ അതിനുള്ളിൽ കുടുങ്ങി. അതിൽ നിന്ന് സ്വയം രക്ഷപ്പെടാൻ പറ്റാതെ അവൾ നിശ്ശബ്ദത പാലിച്ചു. അയാളുടെ വാക്കുകളിൽ അവൾക്ക് ഒരു താങ്ങും തണലും കിട്ടാൻ വേണ്ടി അവൾ അയാളെ സൂക്ഷിച്ചുനോക്കി. അയാളുടെ സംസാരത്തിൽ പുസ്ത കങ്ങളിൽ വായിച്ചതിനോടു സാദൃശ്യമുള്ള എന്തൊക്കെയോ കാര്യങ്ങൾ അവൾക്ക് കേൾക്കാൻ കഴിഞ്ഞു. അത് യഥാർത്ഥ സത്യമാണെന്ന് അവൾക്ക് തോന്നി. പക്ഷേ, അച്ഛന്റെ വിജയാഹ്ലാദത്തോടെയുള്ള ദുഷിച്ച പൊട്ടിച്ചിരി അവളുടെ ഹൃദയത്തിൽ തറച്ചു. അയാളുടെ മുഖത്ത് ഇരുണ്ട ചെറിയ സർപ്പങ്ങളെപോലെ പടർന്നുകയറിയിരുന്ന ചുളിവുകൾ അയാ ളുടെ സാന്നിദ്ധ്യത്തിൽ അവൾക്ക് സ്വയം അവളെപ്പറ്റി ഒരു ഭയം തോന്നാൻ പ്രേരണയായി. സ്വപ്നങ്ങളിൽ അവൾക്ക് അങ്ങേയറ്റം ലളിതവും എളുപ്പ വുമാണെന്ന് തോന്നിയ കാര്യങ്ങളിൽ നിന്ന് അച്ഛൻ അവളെ ഒരുവശ ത്തേക്ക് മാറ്റിനിർത്തുകയാണെന്ന് അവൾക്ക് തോന്നി.

അപ്രതീക്ഷിതമായി അവളുടെ മനസ്സിലൂടെ കടന്നുപോയ ഒരു ചിന്തയ്ക്കും ആഗ്രഹത്തിനും അനുസരിച്ച് അവൾ അച്ഛനോട് പെട്ടെന്ന്

ചോദിച്ചു. "അച്ഛാ! അച്ഛന്റെ അഭിപ്രായത്തിൽ ടരസ് എന്തുതരം മനുഷ്യ നാണ്?"

മയാകിൻ ഞെട്ടി. അയാളുടെ പുരികങ്ങൾ കോപത്തോടെ ചലിച്ചു. അയാൾ മകളുടെ മുഖത്തേക്ക് തുളച്ചിറങ്ങുന്ന നോട്ടം നോക്കിക്കൊണ്ട് ചോദിച്ചു.

"ഇത് എന്തു സംസാരമാണ്?"

"അയാളെപറ്റി സംസാരിക്കാൻ പോലും പാടില്ലെ?" ലുംബോവ് പതുക്കെ ചോദിച്ചു.

"അവനെപ്പറ്റി സംസാരിക്കാൻ എനിക്ക് ആഗ്രഹം ഇല്ല. അവനെപ്പറ്റി സംസാരിക്കരുതെന്ന് നിന്നോടും ഞാൻ ഉപദേശിക്കുന്നു!" വൃദ്ധൻ വിരൽചൂണ്ടി അവളെ ഭയപ്പെടുത്തി. അതിനുശേഷം ദുഃഖത്തോടെ മുഖംവീർപ്പിച്ചുകൊണ്ട് കുനിഞ്ഞിരുന്നു. പക്ഷേ, മകനെ പറ്റി സംസാരി ക്കാൻ ആഗ്രഹമില്ലെന്ന് പറഞ്ഞപ്പോൾ അയാൾ പറയുന്നത് എന്താണെന്ന് അയാൾ മനസ്സിലാക്കിയിരുന്നില്ലെന്ന് വ്യക്തമായിരുന്നു. കാരണം ഒരു മിനി റ്റിനുശേഷം അയാൾ കോപത്തോടെ ഉറപ്പിച്ച് പറഞ്ഞു.

"ടരസ്കായും ഒരു ചിരങ്ങ് ആണ്. ജീവിതം നിങ്ങളെ ആവേശത്തി ലാക്കിയതുകൊണ്ട് യഥാർത്ഥ സുഗന്ധങ്ങൾ നിങ്ങൾക്ക് തിരിച്ചറിയാൻ പറ്റുന്നില്ല. എല്ലാ അഴുക്കും നിങ്ങൾ വിഴുങ്ങുന്നു. അതുകൊണ്ടുള്ള പ്രശ്നം നിങ്ങളുടെ തലയ്ക്കാണ്. അതുകൊണ്ടാണ് എന്തെങ്കിലും ചെയ്യാൻ നിങ്ങൾക്ക് പ്രാപ്തി ഇല്ലാത്തത്. ഈ പ്രാപ്തിക്കുറവാണ് നിങ്ങളെ വിഷമിപ്പിക്കുന്നത്. ടരസ്കാ. അവനിപ്പോൾ നാല്പതു വയസ്സു കാണും. അവൻ എനിക്ക് നഷ്ടപ്പെട്ടു. എന്റെ മകൻ തണ്ടുവലിക്കുന്ന അടി മയാണോ? അവൻ അവന്റെ അച്ഛനോട് സംസാരിക്കില്ല. അവന് അബദ്ധം പറ്റി."

"അയാൾ എന്തുചെയ്തു?" വൃദ്ധന്റെ സംസാരം ആകാംക്ഷയോടെ കേട്ടുകൊണ്ടിരുന്ന ലുബോവ് ചോദിച്ചു.

"ആർക്കറിയാം? ഒരുപക്ഷേ, അന്ന് അവന് സ്വയം മനസ്സിലായിട്ടു ണ്ടാകില്ല. അവൻ ഒരു മണ്ടന്റെ മകനല്ല. അവൻ വിവേകമുള്ള ഒരു മനു ഷ്യനായിട്ടുണ്ടാകും. അപ്പോൾ അവൻ കൂടുതൽ വിഷമം അനുഭവിച്ചിട്ടു ണ്ടാകും. നിഷേധികൾ അവനെപ്പോലെ ഉള്ളവരെ താലോലിക്കുന്നു. അവർ അവരെ എന്റെ അടുത്തേക്ക് പറഞ്ഞുവിടണമായിരുന്നു. എന്താണ് ചെയ്യേണ്ടതെന്ന് ഞാൻ അവർക്ക് കാണിച്ചുകൊടുക്കാം. മരുഭൂമിയിലേക്ക് നീങ്ങട്ടെ! ഒറ്റപ്പെട്ട സ്ഥലങ്ങളിലേക്ക് നടത്തിച്ചുകൊണ്ടുപോകട്ടെ! മുന്നോ ട്ടുപോകട്ടെ! അവിടെ അവരുടെ അധികാരികളായി ഞാൻ ആരോഗ്യമുള്ള കർഷകരെ കുടിയിരുത്തും. ശരി. ബഹുമാന്യരായ മാന്യന്മാരേ! നിങ്ങൾക്ക് കുടിക്കാനും തിന്നാനും തന്നിരുന്നു. നിങ്ങൾക്ക് വിദ്യാഭ്യാസം തന്നിരുന്നു. നിങ്ങൾ എന്തുപഠിച്ചു. നിങ്ങളുടെ കടം വീട്ടാൻ പഠിച്ചോ? അതെ. ഞാനൊരു തുരുമ്പിച്ച തുട്ടുപോലും അവർക്കുവേണ്ടി ചെലവാക്കില്ല. ഞാൻ അവരിൽ നിന്ന് അവസാനതുള്ളിവരെ പിഴിഞ്ഞെടുക്കും. നിങ്ങൾ

ഒരു മനുഷ്യനെ തോന്നിയ വഴിക്ക് വിടരുത്. അയാളെ ജയിലിൽ അടച്ചതുകൊണ്ട് മാത്രം കാര്യമില്ല! അവർ നിയമം മറികടന്ന മാന്യന്മാരാണ്! അത് സാരമില്ല. പക്ഷേ, അവർ നിശ്ചയമായും പണി എടുത്തിരിക്കണം. ഒരു ഗോതമ്പ് മണിയിൽ നിന്നാണ് ഒരു ഗോതമ്പു ചെടി ഉണ്ടാകുന്നത്. ഉപയോഗമില്ലാതെ ഒരു മനുഷ്യനെ മരിക്കാൻ അനുവദിക്കരുത്. ഒരു നല്ല ആശാരി ഒരു തടിച്ചീളിനുപോലും അതിനുപറ്റിയ സ്ഥാനം കണ്ടെത്തും. അതുപോലെ ഓരോ മനുഷ്യനേയും ലാഭകരമായി പ്രയോജനപ്പെടുത്തണം. പൂർണ്ണമായും പ്രയോജനപ്പെടുത്തണം. എല്ലാത്തരം ചവറുകൾക്കും ജീവിതത്തിൽ ഒരു സ്ഥാനമുണ്ട്. മനുഷ്യൻ ഒരിക്കലും ഒരു ചവർ അല്ല. ങാ! യുക്തി ഇല്ലാതെ ശക്തി ഉണ്ടാകുന്നത് മോശമാണ്. അല്ലെങ്കിൽ ശക്തിയില്ലാതെ യുക്തി ഉണ്ടാകുന്നത് നല്ലതാണോ? ഫോമായെ ഇപ്പോൾ ഉദാഹരണമാക്കാം. അവിടെ ആരാണ് വരുന്നതെന്ന് നോക്കൂ."

തിരിഞ്ഞു നോക്കിയപ്പോൾ "യർമാക്കിന്റെ" ക്യാപ്റ്റൻ യഫി തോട്ടത്തിലൂടെ നടന്നുവരുന്നത് ലുബോവ് കണ്ടു. അയാൾ ബഹുമാനത്തോടെ തൊപ്പി ഊരി അവളെ വണങ്ങി. അയാളുടെ മുഖത്ത് ആശയ്ക്ക് വകയില്ലാത്ത ഒരു കുറ്റബോധം ഉണ്ടായിരുന്നു. അയാൾ പരിഭ്രമിച്ചിട്ടുണ്ടെന്ന് തോന്നി. അയാളെ ഉടൻതന്നെ യക്കോവ് ടരസോവിച്ച് തിരിച്ചറിഞ്ഞു. അയാൾ അമ്പരപ്പോടെ യഫിമിനോട് വിളിച്ചു ചോദിച്ചു:

"നിങ്ങൾ എവിടെനിന്ന് വരുന്നു? എന്ത് പറ്റി?"

"ഞാൻ. ഞാൻ നിങ്ങളെ കാണാൻ വന്നതാണ്." മേശയുടെ അടുത്തുവന്ന് നിന്നുകൊണ്ട് യഫിം പറഞ്ഞു.

"അതെനിക്ക് മനസ്സിലായി. എന്താണ് കാര്യം? കപ്പൽ എവിടെ കിടക്കുന്നു?"

"കപ്പൽ അവിടെ ഉണ്ട്!" യഫിം അന്തരീക്ഷത്തിലേക്ക് ചൂണ്ടിക്കൊണ്ട് പറഞ്ഞു.

"എവിടെയാണെന്ന് പറയൂ? വ്യക്തമായി സംസാരിക്കൂ. എന്താണ് സംഭവിച്ചത്?" വൃദ്ധൻ കോപത്തോടെ വിളിച്ചു പറഞ്ഞു.

"ഒരു ഭാഗ്യദോഷം."

'കപ്പൽ തകർന്നോ?"

"ഇല്ല. ദൈവം ഞങ്ങളെ രക്ഷിച്ചു."

"തീ പിടിച്ചോ? ശരി. പെട്ടെന്ന് പറയൂ."

യഫിം ശ്വാസം എടുത്തുകൊണ്ട് സാവധാനം പറഞ്ഞു.

"ഒമ്പതാം നമ്പർ ചങ്ങാടം തകർന്നു. ഒരാളുടെ നട്ടെല്ലിന് പൊട്ടലുണ്ട്. ഒരാളെ കാണാനില്ല. അയാൾ മരിച്ചുകാണും. വേറെ ആ അഞ്ചുപേർക്ക് മുറിവു പറ്റിയിട്ടുണ്ട്. ചിലർ അവശരാണെങ്കിലും വലിയ കുഴപ്പം ഇല്ല.

"ക്യാപ്റ്റനെ ഒരു ദുശ്ശകുനം കണ്ടപോലെ നോക്കിക്കൊണ്ട് മയാകിൻ പറഞ്ഞു.

"യഫിമുസ്കാ, ഞാൻ നിങ്ങളുടെ തൊലി ഉരിക്കും."

"അത് ചെയ്തത് ഞാനല്ല." യഫിം പെട്ടെന്ന് പറഞ്ഞു.

“നിങ്ങൾ അല്ലേ?” കോപിച്ച് വിറച്ചുകൊണ്ട് മയാകിൻ വിളിച്ചുകൂവി. “പിന്നെ ആരാണ്?”

“ഉടമസ്ഥൻ തന്നെയാണ് ചെയ്തത്.”

“ഫോമായോ? നിങ്ങൾ എവിടെയായിരുന്നു?”

“ഞാൻ ഡെക്കിൽ കിടക്കുകയായിരുന്നു.”

“നിങ്ങൾ കിടക്കുകയായിരുന്നു. അതുശരി.”

“എന്നെ അവിടെ കെട്ടിയിട്ടിരിക്കുകയായിരുന്നു.”

“എന്ത്?” വൃദ്ധൻ തുളച്ചിറങ്ങുന്ന ശബ്ദത്തിൽ നിലവിളിച്ചു.

“നടന്നതെല്ലാം പറയാൻ എന്നെ അനുവദിക്കണം. അയാൾ കുടിച്ചിട്ട് അലറി: “മാറി നില്ക്ക്! ഞാൻ നയിക്കാം!’ ഞാൻ പറഞ്ഞു. “ഞാൻ മാറില്ല. ഞാൻ ക്യാപ്റ്റൻ ആണ്.” അയാൾ പറഞ്ഞു. ‘അവനെ പിടിച്ചു കെട്ടിയിട്.’ എന്നെ കെട്ടിയതിനുശേഷം അവർ എന്നെ നാവികർക്കൊപ്പം മേൽത്തട്ടിലെ അറയിലേക്ക് താഴ്ത്തി. യജമാനൻ കുടിച്ചിരുന്നതുകൊണ്ട് എന്തെങ്കിലും നേരമ്പോക്ക് വേണമെന്ന് ആഗ്രഹിച്ചു. ‘ചെറുയി ഗോറസ്’ ആറ് ശൂന്യമായ ചങ്ങാടങ്ങളും കെട്ടിവലിച്ചുകൊണ്ട് നമ്മുടെ നേർക്ക് വരുന്നുണ്ടായിരുന്നു. ഫോമാ ഇഗ്നാറ്റിച്ച് അവരുടെ വഴിതടഞ്ഞു. അവർ വിസിലടിച്ച് പലതവണ. സത്യം പറഞ്ഞാൽ അവർ പലതവണ വിസിലടിച്ചു.”

“എന്നിട്ട്”

“എന്നിട്ട് അവർക്ക് ഗതിമാറ്റാൻ പറ്റിയില്ല. മുമ്പിലുണ്ടായിരുന്ന രണ്ട് ചങ്ങാടങ്ങൾ ഇടിച്ചുകയറി. നമ്മുടെ ഒമ്പതാം ചങ്ങാടത്തിൽ ഇടിച്ചപ്പോൾ അത് തകർന്നുപോയി. അവരുടെ രണ്ടു ചങ്ങാടങ്ങൾക്കും കേടുപറ്റിയിട്ടുണ്ട്. പക്ഷേ, നമുക്ക് കൂടുതൽ തകരാറു സംഭവിച്ചു.”

മയാകിൻ കസേരയിൽ നിന്ന് എഴുന്നേറ്റ് നിന്ന് ദേഷ്യപ്പെട്ട് പൊട്ടിച്ചിരിച്ചു. യഫിം കൈമലർത്തിക്കൊണ്ട് നെടുവീർപ്പിട്ടു അയാൾ പറഞ്ഞു: “അയാൾക്ക് അക്രമാസക്തമായ ഒരു പ്രകൃതം ഉണ്ട്. മദ്യം കഴിച്ചിട്ടില്ലെങ്കിൽ കൂടുതൽ സമയവും അയാൾ നിശ്ശബ്ദനാണ്. എന്തൊക്കെയോ ആലോചിച്ചുകൊണ്ട് ചുറ്റിനടക്കും. പക്ഷേ, വീണ്ടു ചെന്നുകഴിയുമ്പോൾ അയാളുടെ പിടിവിടും. അപ്പോൾ അയാൾ കച്ചവടത്തിന്റെ പോയിട്ട് അയാളുടെ പോലും യജമാനനല്ല. അയാൾ അതിന്റെയെല്ലാം ശത്രു ആയി മാറും. പറയുന്നതിൽ എന്നോട് ക്ഷമിക്കണം!

യക്കോവ് ടരാസോവിച്ച്! എനിക്ക് തിരിച്ചു പോകണം. യജമാനനില്ലാതെ ഞാൻ തനിച്ച് ഇടപെടാറില്ല. എനിക്ക് ഒരു യജമാനനില്ലാതെ ജീവിക്കാൻ പറ്റില്ല.”

“കൂടുതൽ പറയേണ്ട മയാകിൻ കർശനമായി പറഞ്ഞു.” ഫോമാ എവിടെ?”

“അവിടെ ഉണ്ട്. അപകടം ഉണ്ടായപ്പോൾ തന്നെ അയാൾക്ക് ബോധം തിരിച്ചു വന്നു. ഉടൻതന്നെ ജോലിക്കാർക്കുവേണ്ടി ആളുകളെ പറഞ്ഞയച്ചു. അവർ ചങ്ങാടം ഉയർത്തും. അവർ ഇപ്പോൾ ജോലി തുടങ്ങിയിട്ടു

ണ്ടാകും,"

"അവൻ അവിടെ തനിച്ചാണോ?"

"തനിച്ചല്ല." ലുബോവിന്റെ മുഖത്തേക്ക് കണ്ണോടിച്ചുകൊണ്ട് യഫിം മറുപടി പറഞ്ഞു.

"സത്യമാണോ?"

"അയാളുടെകൂടെ ഒരു സ്ത്രീ ഉണ്ട്. ഇരുണ്ടനിറമുള്ള ഒരു സ്ത്രീ."

"അതെന്തിനാണ്?"

"ആ സ്ത്രീ സ്വബോധത്തിലല്ലെന്നു തോന്നുന്നു." യഫിം നെടുവീർപ്പിട്ടുകൊണ്ടുപറഞ്ഞു. "അവൾ നിർത്താതെ പാടിക്കൊണ്ടിരിക്കുകയാണ്. അവൾ നല്ലപോലെ പാടുന്നുണ്ട്. കേട്ടിരിക്കാൻ തോന്നും."

"ഞാൻ നിങ്ങളോട് അവളെ പറ്റിയല്ല ചോദിക്കുന്നത്." മയാകിൻ കോപത്തോടെ അലറി. അയാളുടെ മുഖത്തെ ചുളിവുകൾ വിറയ്ക്കുന്നുണ്ടായിരുന്നു. അച്ഛൻ കരയാൻ തുടങ്ങുകയാണെന്നു ലുബോവിനു തോന്നി

"അച്ഛൻ സമാധാനപ്പെടണം!" ലുബോവ് മയാകിനെ സമാധനപ്പെടുത്തി. "ഒരുപക്ഷേ, വലിയ നഷ്ടം പറ്റിയിട്ടുണ്ടാകില്ല."

"വലിയ നഷ്ടം ഇല്ലെന്നോ?" യക്കോവ് ടരാസോവിച്ച് മുഴങ്ങുന്ന ശബ്ദത്തിൽ വിളിച്ചുകൂവി. "മണ്ടി, നീ എന്താണ് മനസ്സിലാക്കിയത്? ചങ്ങാടം തകർന്നെന്നു മാത്രമാണോ? ഒരു മനുഷ്യൻ നഷ്ടപ്പെട്ടിരിക്കുന്നു! അതാണ് കാര്യം! അവൻ എനിക്ക് ആവശ്യമുള്ളവനാണ്! എനിക്ക് അവനെ വേണം! നീ ഒരു പമ്പരവിഡ്ഢിയാണ്!" വൃദ്ധൻ തോട്ടത്തിലെ വഴിയിലൂടെ തല കുലുക്കിക്കൊണ്ട് കോപത്തോടെ നടന്നകന്നു. അയാളുടെ നടത്തത്തിന് നല്ല ചുറുചുറുക്ക് ഉണ്ടായിരുന്നു.

ഈ സമയത്ത് ഫോമാ അയാളുടെ തലതൊട്ടപ്പന്റെ അടുത്തുനിന്ന് നാനൂറ് മൈൽ ദൂരത്തുള്ള വോൾഗയുടെ തീരത്തെ ഒരു ഗ്രാമത്തിലെ ഒരു കുടിലിനുള്ളിലായിരുന്നു. അയാൾ ഉറക്കം ഉണർന്ന് നിലത്തുവിരിച്ചിരുന്ന പുതിയ വൈക്കോൽ കൊണ്ടുള്ള മെത്തയിൽ കിടന്നുകൊണ്ട് ജനാലയിലൂടെ ചാരനിറമുള്ള മേഘങ്ങൾ ചിതറിക്കിടന്ന ആകാശത്തേക്ക് നോക്കി. കാറ്റ് മേഘങ്ങളെ പിച്ചിപ്പറിച്ച് പല കഷണങ്ങളാക്കി എവിടേക്കോ നയിച്ചുകൊണ്ടിരുന്നു. തളർന്നുപോയ തടിച്ച മേഘങ്ങളെ മറ്റുചിലത് പിൻതള്ളിക്കൊണ്ട് മുന്നേറി. അവ ആകാശത്തു കൂടി ഒരു വലിയ കൂട്ടമായി നീങ്ങിക്കൊണ്ടിരുന്നു. ഇടയ്ക്കിടയ്ക്ക് അവ ഒത്തുകൂടിക്കൊണ്ടിരുന്നു. ഇടയ്ക്കിടയ്ക്ക് അവ വേർപിരിഞ്ഞു കൊണ്ടിരുന്നു. ഇടയ്ക്കിടയ്ക്ക് നിശ്ശബ്ദമായ ചിന്താക്കുഴപ്പത്തോടെ അവ ഭൂമിയിലേക്ക് താഴ്ന്നുവന്നു. പിന്നീട് പെട്ടെന്ന് ഒന്നിനെ മറ്റൊന്ന് വിഴുങ്ങിക്കൊണ്ട് വീണ്ടും മുകളിലേക്ക് പറന്നുയർന്നു.

ലഹരിയുടെ ഭാരമുള്ള തല അനക്കാതെ ഫോമാ വളരെനേരം മേഘങ്ങളെ നോക്കിക്കൊണ്ട് കിടന്നു. ഒടുവിൽ ഹൃദയത്തിലേക്ക് നനവിന്റെ തണുത്ത ഇളംകാറ്റ് വീശിക്കൊണ്ട് നിശ്ശബ്ദമേഘങ്ങൾ നെഞ്ചിലൂടെ കടന്നു

പോകുന്നുണ്ടെന്ന് അയാൾക്ക് തോന്നിത്തുടങ്ങി. ആകാശത്തു കൂടിയുള്ള മേഘങ്ങളുടെ ചലനത്തിൽ ശക്തിഹീനമായ എന്തൊക്കെയോ ഉണ്ടെന്ന് അയാൾക്ക് തോന്നി. അയാൾക്കുള്ളിലും അതെല്ലാം ഉള്ളതായി അയാൾക്ക് അനുഭവപ്പെട്ടു. കഴിഞ്ഞ മാസങ്ങളിൽ അയാൾ കടന്നുപോയ എല്ലാ അവസ്ഥകളും തുടർച്ചയായി അയാളുടെ ഓർമ്മയിൽ എത്തി. താൻ ഒരു തിളച്ചുമറിയുന്ന അരുവിയിൽ വീണിരിക്കുകയാണെന്നും ആകാശത്തെ മേഘങ്ങളോട് സാമ്യമുള്ള ഇരുണ്ട തിരമാലകൾ അയാളെ എവിടേക്കോ വലിച്ചു കൊണ്ടുപോകുകയാണെന്നും അയാൾക്ക് തോന്നി. അയാളെ ആവരണം ചെയ്തിരുന്ന ഇരുട്ടിൽ ഇന്നലെ അയാളോടൊപ്പം ഉണ്ടായിട്ടില്ലാത്ത മറ്റു ചില മനുഷ്യർ കൂടി ഇന്ന് അയാൾക്കൊപ്പം ഉണ്ടെന്ന് അയാൾക്ക് അനുഭവപ്പെട്ടു. ഓരോ ദിവസവും അവർ മാറിക്കൊണ്ടിരുന്നു. അവർ എല്ലാവരും കാഴ്ചയിൽ ഒരുപോലെ ആണ്. ഒരുപോലെ ദയനീയത തോന്നുന്ന അറപ്പു തോന്നുന്ന മനുഷ്യർ. ലഹരിയുടെ ആർത്തിയിൽ ശബ്ദകോലാഹലത്തോടെ ഒരു ചുഴലിക്കാറ്റിൽ അകപ്പെട്ടപോലെ അവർ അയാൾക്കു ചുറ്റും പറന്നുനടന്നു. അവർ അയാളെ ചീത്തവിളിച്ചു. വഴക്കിട്ടു കൂക്കിവിളിച്ചു. ഒന്നിൽക്കൂടുതൽ തവണ കരയുകപോലും ഉണ്ടായി. അയാൾ അവരെ അടിച്ചു ഒരു ദിവസം ആരുടെയോ മുഖത്ത് അടിച്ച കാര്യം അയാൾ ഓർമ്മിച്ചു ആരുടെയോ കോട്ട് വലിച്ചുകീറി വെള്ളത്തിലെറിഞ്ഞതും ആരോ തവളകളെപോലെ അറപ്പുതോന്നുന്ന നനഞ്ഞ ചുണ്ടുകൾകൊണ്ട് തന്റെ കൈയ്യിൽ ചുംബിക്കുന്നതും കരഞ്ഞുകൊണ്ട് കൊല്ലരുതെന്ന് യാചിക്കുന്നതും അയാൾ ഓർമ്മിച്ചു. ചില മുഖങ്ങൾ അയാളുടെ ഓർമ്മയിലൂടെ മിന്നിമറഞ്ഞു. ചില ശബ്ദങ്ങളും വാക്കുകളും അയാളുടെ ഓർമ്മയിൽ മുഴങ്ങി. അതിനിടയിൽ മഞ്ഞ സിൽക്ക് തുണി ചുറ്റിയ നഗ്നമായ മാറിടമുള്ള ഒരു സ്ത്രീ ദുഃഖത്തോടെ ഉറക്കെ പാടി.

"ജീവിക്കാൻ പറ്റുമ്പോൾ നമുക്ക് ജീവിക്കാം
അതിനുശേഷം പുല്ലു വളരാതിരിക്കട്ടെ"

എല്ലാ ആളുകളും അയാളെപോലെ വന്യവും മൃഗീയവുമായി പെരുമാറിക്കൊണ്ടിരുന്നു. ഇരുണ്ട തിരമാല ചവറുപോലെ അവരെ എല്ലാം ഒഴുക്കിക്കൊണ്ടുപോയി. അവർ എല്ലാവരും അയാളെപ്പോലെ ഈ വന്യമായ തിര അവരെ എവിടേക്കാണ് കൊണ്ടുപോകുന്നതെന്ന് നോക്കാൻ നിശ്ചയമായും ഭയപ്പെട്ടിരുന്നു. അവരുടെ ഭയത്തെ വീഞ്ഞിൽ മുക്കിക്കൊന്നുകൊണ്ട് അലറിവിളിച്ച് അർത്ഥശൂന്യമായ കാര്യങ്ങൾചെയ്ത് സന്തോഷമില്ലാതെ പരാതിപറഞ്ഞ് അവർ ഒഴുക്കിലൂടെ ബുദ്ധിമുട്ടി മുന്നോട്ടുനീങ്ങിക്കൊണ്ടിരുന്നു. അവർക്കിടയിൽ കറങ്ങിത്തിരിഞ്ഞുകൊണ്ട് അയാളും അതുതന്നെയാണ് ചെയ്തുകൊണ്ടിരുന്നത്. ഇതെല്ലാം അയാൾ ചെയ്തുകൊണ്ടിരുന്നത് ജീവിതത്തിന്റെ വരമ്പ് പെട്ടെന്ന് താണ്ടുന്നതിനോ അല്ലെങ്കിൽ ജീവിതത്തിനു ശേഷം എന്താണെന്ന് ചിന്തിക്കുന്നതിനോ ഉള്ള ഭയം കൊണ്ടാണെന്ന് അയാൾക്ക് തോന്നി.

അവരുടെ മദ്യത്തിന്റെ പൊള്ളുന്ന തകരാറുകൾക്കിടയിലും കാമാസക്തിയുടെ തീക്ഷ്ണമായ വികാരങ്ങളുടെ പരിഭ്രമത്തിനിടയിലും സ്വയം മറക്കാനുള്ള പരിഭ്രാന്തമായ ആഗ്രഹത്തിനിടയിലും ശാന്തത കൈക്കൊണ്ടത് സാഷാ മാത്രം ആയിരുന്നു. അവൾ ഒരിക്കലും ലഹരി പിടിക്കുന്നതുവരെ മദ്യപിച്ചില്ല. അവൾ എപ്പോഴും ആധികാരികമായ ശബ്ദത്തിൽ ആളുകളെ അഭിസംബോധന ചെയ്തു. അവളുടെ എല്ലാ ചലനങ്ങളിലും ആത്മവിശ്വാസം ഉണ്ടായിരുന്നു. കുത്തൊഴുക്കിൽ അവൾ വീണു പോയിട്ടില്ലെന്നു തോന്നി. പക്ഷേ, അവൾ തീക്ഷ്ണമായ ആ ഒഴുക്കിനെ കീഴടക്കുകയായിരുന്നു. അയാൾക്കു ചുറ്റുമുള്ള മനുഷ്യരിൽ ഏറ്റവും ബുദ്ധിയുള്ള വ്യക്തി അവളാണെന്ന് ഫോമായ്ക്ക് തോന്നി. കുടിച്ചുമദിക്കാൻ ഏറ്റവും ആഗ്രഹമുള്ളതും അവൾക്കാണെന്ന് തോന്നി. എല്ലാവരോടും ഒരേ രീതിയിൽ സംസാരിച്ചും എന്തെങ്കിലും പുതിയ കാര്യങ്ങൾ കണ്ടെത്തിയും അവൾ എല്ലാവരേയും അവളുടെ അധികാരത്തിനുള്ളിൽ ഒതുക്കി നിർത്തി. അവളുടെ കൂട്ടുകാരോടും ഫോമായോടും സംസാരിക്കുന്ന ശബ്ദത്തിലും രീതിയിലുമാണ് അവൾ ജോലിക്കാരനോടും നാവികനോടും സംസാരിച്ചത്. അവൾ പിലാഗിയായെക്കാൾ സുന്ദരി ആയിരുന്നു. ചെറുപ്പം ആയിരുന്നു. പക്ഷേ, അവളുടെ തലോടലുകൾ വികാരരഹിതമായിരുന്നു. അവയ്ക്ക് ഒരു രഹസ്യസ്വഭാവം ഉണ്ടായിരുന്നു. അവളുടെ ഹൃദയത്തിന്റെ ആഴങ്ങളിൽ അവൾ ഭയാനകമായ ഏതോ കാര്യം എല്ലാവരിൽ നിന്നും മറച്ചുവയ്ക്കുന്നുണ്ടെന്നും ഒരിക്കലും അവൾ ഒരാളെപോലും സ്നേഹിക്കില്ലെന്നും അവളെ അവൾ പൂർണ്ണമായി സ്വയം വെളിപ്പെടുത്തുകയില്ലെന്നും ഫോമാ സങ്കല്പിച്ചു. ഈ സ്ത്രീയുടെ ഉള്ളിലെ രഹസ്യം അവളെ അയാളിലേക്ക് ആകർഷിച്ചു. അവളുടെ ഇരുണ്ട കണ്ണുകൾപോലെ കറുപ്പു നിറമുള്ള അവളുടെ വികാരരഹിതവും ശാന്തവുമായ മനസിനോട് പിരിമുറുക്കമുള്ള താല്പര്യവും ജിജ്ഞാസയും അയാൾക്ക് അനുഭവപ്പെട്ടു.

എന്തായാലും ഒരു ദിവസം ഫോമാ അവളോട് പറഞ്ഞു.

"പക്ഷേ, എന്ത് മാത്രം പണം ഞാനും നിങ്ങളും കൂടി ധൂർത്തടിച്ചിരിക്കുന്നു!"

"അവളെ നോക്കിക്കൊണ്ട് അവൾ ചോദിച്ചു:

"സത്യത്തിൽ എന്തിനാണ്?" അവൾ അത് അങ്ങേയറ്റം ലളിതമായി അതിനെ സാധൂകരിച്ചതിൽ ഫോമാ അത്ഭുതപ്പെട്ടു.

മറ്റൊരു സന്ദർഭത്തിൽ അയാൾ ചോദിച്ചു. "നിങ്ങൾ ആരാണ്?"

"നിങ്ങൾ എന്റെ പേര് മറന്നുപോയോ?"

"അതല്ല."

"എന്താണ് നിങ്ങൾക്ക് അറിയേണ്ടത്?"

"നിങ്ങളുടെ ഉത്ഭവമാണ് ഞാൻ ചോദിക്കുന്നത്."

"ങാ! ഞാൻ യാറോസാവി ജില്ലക്കാരിയാണ്. ഞാൻ ഊഗ്ലിച്ചിൽ

നിന്നാണ്. ഞാൻ ഒരു ഹാർപ്പ്* വായനക്കാരി ആണ്. അതിരിക്കട്ടെ ഇപ്പോൾ ഞാൻ ആരാണെന്ന് നിങ്ങൾക്ക് അറിയാം. എനിക്ക് ഇപ്പോൾ കൂടുതൽ മാധുര്യം തോന്നുന്നുണ്ടോ?"

"അത് എനിക്ക് അറിയാൻ സാധിക്കുമോ?" ഫോമാ ചിരിച്ചുകൊണ്ട് ചോദിച്ചു.

"നിങ്ങൾക്ക് വേണ്ടത് ആയില്ലേ? ഞാൻ അതിനെപ്പറ്റി കൂടുതലൊന്നും നിങ്ങളോട് പറയില്ല. എന്തിനാണ് പറയുന്നത്? നമ്മൾ എല്ലാവരും മനുഷ്യരും മൃഗങ്ങളും വരുന്നത് ഒരു സ്ഥലത്തു നിന്നുതന്നെ ആണ്. അപ്പോൾ എനിക്ക് നിങ്ങളോട് എന്നെപ്പറ്റി പറയാൻ എന്താണുള്ളത്? അല്ലെങ്കിൽതന്നെ എന്തിനാണ് പറയുന്നത്? ഈ സംസാരത്തിൽ അർത്ഥം ഇല്ല. ഇന്നത്തെ ദിവസം കഴിച്ചുകൂട്ടുന്നതിനെപ്പറ്റി നമുക്ക് ആലോചിക്കാം."

ആ ദിവസം അവർ ഒരു കപ്പലിൽ ഒരു സംഗീതവാദ്യവൃന്ദ സംഘത്തിന്റെ കൂടെ ഒരു യാത്ര നടത്തി. അവർ എല്ലാവരും ഭയാനകമായി ഷാംപെയിൻ കുടിച്ചു. സാഷാ വ്യത്യസ്തമായ ഒരു ശോകഗാനം അത്ഭുതപ്പെടുത്തുന്ന രീതിയിൽ പാടി. ഫോമാ അവളുടെ പാട്ട്കേട്ട് വികാരാധീനനായി ഒരു കുട്ടിയെപോലെ പൊട്ടിക്കരഞ്ഞു. പിന്നീട് അയാൾ അവളോടൊപ്പം നൃത്തം ചെയ്തു. ഒടുവിൽ വിയർത്തു ക്ഷീണിച്ച് അതേ വേഷത്തിൽ അയാൾ കടലിൽ വീണു.

ഇപ്പോൾ ഇതും ഇതിനപ്പുറമുള്ള കാര്യങ്ങളും ഓർമ്മിച്ചപ്പോൾ അയാൾക്ക് അയാളെപ്പറ്റി നാണക്കേടും സാഷായെ പറ്റി അതൃപ്തിയും തോന്നി. അയാൾ അവളുടെ വടിവൊത്ത ശരീരത്തിലേക്ക് നോക്കി. അവളുടെ ശ്വാസോച്ഛ്വാസം പോലും അയാൾ കേൾക്കുന്നുണ്ടായിരുന്നു. ഈ സ്ത്രീയെ താൻ സ്നേഹിക്കുന്നില്ലെന്നും അവൾ തനിക്ക് ഒരു ആവശ്യമില്ലെന്നും അയാൾക്കു തോന്നി. അയാളുടെ ഭാരം തോന്നുന്ന തലയ്ക്കുള്ളിൽ ചില ഇരുണ്ട ദുസ്സഹമായ ചിന്തകൾ സാവധാനം മുളച്ചുവന്നിരുന്നു. ഈ പ്രാവശ്യം അയാൾ കടന്നുപോന്ന എല്ലാ കാര്യങ്ങളും അയാളുടെ ഉള്ളിൽ ഒരു നനവുള്ള പന്തുപോലെ ചുരുണ്ടുകൂടിയിട്ടുണ്ടെന്നും ഇപ്പോൾ ആ പന്ത് അയാളുടെ നെഞ്ചിലൂടെ സാവധാനം ഉരുണ്ട് അതിന്റെ ചുരുളുകൾ അഴിഞ്ഞുണ്ടായ ഇരുണ്ട ചരടുകൾ അയാളെ ചുറ്റിവരിയുകയാണെന്നും അയാൾക്ക് തോന്നി.

"എന്റെ ഉള്ളിൽ സംഭവിക്കുന്നത് എന്താണ്?" അയാൾ ആലോചിച്ചു. "ഞാൻ കുടി തുടങ്ങിയിരിക്കുന്നു. എന്തുകൊണ്ട്? എങ്ങനെ ജീവിക്കണമെന്ന് എനിക്ക് അറിയില്ല! ഞാൻ ആരാണെന്ന് എനിക്ക് സ്വയം മനസ്സിലാകുന്നില്ല! ഞാൻ ആരാണ്?"

ഈ ചോദ്യം അയാളെ അത്ഭുതപ്പെടുത്തി. അത് സ്വയം വ്യക്തമാക്കാൻ വേണ്ടി വളരെ നേരം അയാൾ അതിനെപ്പറ്റി ആലോചിച്ചു. എന്തുകൊണ്ട് മറ്റുള്ളവരെപോലെ ആത്മവിശ്വാസത്തോടെ ജീവിക്കാൻ

---

* ഒരു തരം വീണ.

അയാൾക്ക് കഴിയുന്നില്ല. ഇപ്പോൾ അയാളുടെ മനഃസാക്ഷി അയാളെ കൂടുതൽ പീഡിപ്പിച്ചു. അയാൾ വൈക്കോലിന്റെ മുകളിൽ തിരിഞ്ഞും മറിഞ്ഞും കിടന്നു. ഫോമാ തിരിഞ്ഞുകിടന്നപ്പോൾ കൈമുട്ടുകൾ സാഷായെ തള്ളി മാറ്റി.

"ശ്രദ്ധിച്ചുകിടക്കൂ." പകുതി ഉറക്കത്തിൽ അവൾ പറഞ്ഞു.

"അതു സാരമില്ല. നിങ്ങൾ വലിയ ചക്രവർത്തിനി അല്ലല്ലോ!"

"നിങ്ങൾക്ക് എന്തുപറ്റി?"

"ഒന്നും പറ്റിയില്ല."

അവൾ മുഖംതിരിഞ്ഞുകിടന്ന് മടിയോടെ കോട്ടുവാ ഇട്ടുകൊണ്ട് പറഞ്ഞു.

"ഞാൻ വീണ്ടും ഒരു ഹാർപ്പ് വായനക്കാരി ആയെന്ന് സ്വപ്നം കണ്ടു. ഞാൻ തനിയെ പാടിക്കൊണ്ടിരിക്കുകയാണെന്ന് എനിക്ക് തോന്നി. എന്റെ എതിർവശത്ത് ഒരു വലിയ വൃത്തികെട്ട നായ മുറുമുറുത്തുകൊണ്ട് പാട്ടു നിർത്താൻ വേണ്ടി കാത്തുനില്ക്കുകയാണെന്ന് തോന്നി. ഞാൻ ഭയപ്പെട്ടു. ഞാൻ പാട്ടു നിർത്തിയാൽ നായ എന്നെ കടിച്ചുകീറുമെന്ന് എനിക്ക് അറിയാം. അതുകൊണ്ട് ഞാൻ നിർത്താതെ പാടിക്കൊണ്ടിരുന്നു. പെട്ടെന്ന് എന്റെ ശബ്ദം നിന്നുപോയതുപോലെ തോന്നി. നായ പല്ലിളിക്കുന്നു. എന്റെ ദൈവമേ, എന്നെ രക്ഷിക്കണേ! ഇതിന്റെ അർത്ഥം എന്താണ്?"

"നിങ്ങളുടെ ഈ വെറും വാക്കുകൾ അവസാനിപ്പിക്കണം!" ഫോമാ കർക്കശമായി പറഞ്ഞു. "നിങ്ങൾക്ക് എന്നെപ്പറ്റി എന്തൊക്കെ അറിയാമെന്ന് പറയൂ."

"എനിക്ക് നിങ്ങളെപ്പറ്റി അറിയാം. ഉദാഹരണത്തിന് നിങ്ങൾ ഇപ്പോൾ ഉണർന്നുകിടക്കുകയാണെന്ന് എനിക്ക് അറിയാം" അവൾ മുഖംതിരിക്കാതെ കിടന്നകിടപ്പിൽ കിടന്നുകൊണ്ട് പറഞ്ഞു.

"അത് സത്യമാണ്. ഞാൻ ഉണർന്നിരിക്കുകയാണ്." തലയ്ക്ക് പിന്നിൽ കൈവെച്ച് കിടന്നുകൊണ്ട് ഫോമാ പറഞ്ഞു. അയാൾ സംസാരം തുടർന്നു: "അതുകൊണ്ടാണ് ഞാൻ ചോദിച്ചത്. ഞാൻ എന്തുതരം മനുഷ്യനാണെന്നാണ് നിങ്ങൾ വിചാരിക്കുന്നത്?"

"മദ്യപിച്ച് തലവേദനയുള്ള ഒരു മനുഷ്യൻ" സാഷാ കോട്ടുവാ ഇട്ടുകൊണ്ട് പറഞ്ഞു.

"അലക്സാദ്രാ! ഫോമായാചനയുടെ സ്വരത്തിൽ പറഞ്ഞു. "അർത്ഥമില്ലാതെ സംസാരിക്കരുത്! മനഃപൂർവ്വം ആലോചിച്ച് പറയണം. നിങ്ങൾ എന്നെപ്പറ്റി എന്താണ് വിചാരിക്കുന്നത്?"

"ഞാൻ ഒന്നും വിചാരിക്കുന്നില്ല." അവൾ താല്പര്യമില്ലാതെ മറുപടി പറഞ്ഞു. "നിങ്ങൾ അർത്ഥമില്ലാത്ത ചോദ്യം ചോദിച്ച് എന്നെ എന്തിനാണ് ബുദ്ധിമുട്ടിക്കുന്നത്?"

"ഇത് അർത്ഥമില്ലാത്ത ചോദ്യമാണോ?" ഫോമാ ദുഃഖത്തോടെ പറഞ്ഞു. ''ഇതാണ് പ്രധാന കാര്യം. എനിക്ക് ഏറ്റവും അത്യാവശ്യമുള്ള കാര്യം ഇതാണ്."

"അയാൾ ഒരു നെടുവീർപ്പിട്ടതിനു ശേഷം നിശ്ശബ്ദനായി. ഒരു മിനിറ്റുനേരത്തെ നിശ്ശബ്ദതയ്ക്കു ശേഷം സാഷാ അവളുടെ താല്പര്യമില്ലാത്ത ശബ്ദത്തിൽ വീണ്ടും സംസാരം ആരംഭിച്ചു. "നിങ്ങൾ ആരാണെന്ന് നിങ്ങളോട് പറയണം. നിങ്ങൾ ഇങ്ങനെ ആയത് എന്തുകൊണ്ടാണെന്നും ഞാൻ നിങ്ങളോട് പറയണം. നിങ്ങൾ എന്നെങ്കിലും ആലോചിച്ചിട്ടുണ്ടോ! എന്നെ പോലെയുള്ള ഒരു സ്ത്രീയോട് ഇത്തരം ഒരു ചോദ്യം ന്യായമാണോ എന്ന് നിങ്ങൾ ചിന്തിച്ചിട്ടുണ്ടോ? ഓരോ മനുഷ്യനേയും പറ്റി എന്ത് അടിസ്ഥാനത്തിലാണ് ഞാൻ ആലോചിക്കേണ്ടത്? എനിക്ക് എന്നെപ്പറ്റി ചിന്തിക്കാൻ പോലും സമയം കിട്ടുന്നില്ല. ഒരുപക്ഷേ, ഞാൻ അങ്ങനെ ചിന്തിക്കാൻ ആഗ്രഹിക്കുന്നില്ലെന്നാണ് തോന്നുന്നത്?"

"ഫോമാ ചിരിച്ചുകൊണ്ട് പറഞ്ഞു. "എനിക്കും ഇതുപോലെ ഒന്നിനും ആഗ്രഹമില്ലാതെ ആകണമെന്ന് ആഗ്രഹം ഉണ്ട്."

അവൾ തലയിണയിൽ നിന്ന് മുഖം ഉയർത്തി. ഫോമായുടെ മുഖത്തേക്ക് നോക്കിയതിനുശേഷം പറഞ്ഞു.

"നിങ്ങൾ എന്നെ അത്ഭുതപ്പെടുത്തുന്നു. നോക്കൂ. നിങ്ങൾക്ക് അതുകൊണ്ട് ഒരു നന്മയും ഉണ്ടാകാൻ പോകുന്നില്ല. എനിക്ക് നിങ്ങളെപ്പറ്റി ഒരുകാര്യവും നിങ്ങളോട് പറയാൻ കഴിയില്ല. ഒരു മനുഷ്യനെ പറ്റി സത്യം പറയാൻ അസാദ്ധ്യമാണ്. ആർക്കാണ് അയാളെ മനസ്സിലാക്കാൻ പറ്റുന്നത്? അയാൾക്ക് പോലും അയാളെ അറിയില്ല. എന്നാലും ഞാൻ നിങ്ങളോട് പറയാം. നിങ്ങൾ മറ്റുള്ളവരെക്കാൾ ഭേദമാണ്. പക്ഷേ, അതുകൊണ്ട് എന്തു കാര്യം?"

"ഏത് രീതിയിലാണ് ഞാൻ ഭേദമാകുന്നത്?" ഫോമാ ആലോചനയോടെ ചോദിച്ചു.

"പറയാം! ഒരാൾ ഒരു നല്ല പാട്ട് പാടുമ്പോൾ. നിങ്ങൾ കരയുന്നു. ഒരാൾ മോശമായി പെരുമാറുമ്പോൾ നിങ്ങൾ അയാളെ അടിക്കുന്നു. സ്ത്രീകളോട് നിങ്ങൾ മര്യാദകേട് കാണിക്കുന്നില്ല. നിങ്ങൾ വഴക്കുണ്ടാക്കുന്നില്ല. ചിലപ്പോൾ നിങ്ങൾക്ക് സാഹസികമായി ഇടപെടാനും കഴിയും."

എന്നിട്ടും ഇതൊന്നും ഫോമായെ തൃപ്തിപ്പെടുത്തിയില്ല.

"നിങ്ങൾ എന്നോട് ശരിക്കുള്ള കാര്യം പറയുന്നില്ല!" ഫോമാ മൃദുവായി പറഞ്ഞു. "ശരി നിങ്ങൾക്ക് വേണ്ടത് എന്താണെന്ന് എനിക്ക് അറിയില്ല. പക്ഷേ, ഇവിടെ ഇപ്പോൾ അവർ ചങ്ങാടം ഉയർത്തിക്കഴിയുമ്പോൾ നമ്മൾ എന്താണ് ചെയ്യാൻ പോകുന്നത്?"

"നമുക്ക് എന്ത് ചെയ്യാൻ പറ്റും?" സാഷാ ചോദിച്ചു.

"നമുക്ക് നിഷ്നിയിലോ കസാനിലോ പോകാം?"

"എന്തിന്?"

"ആഘോഷത്തിന്"

"എനിക്ക് കൂടുതൽ ആഘോഷിക്കാൻ ആഗ്രഹം ഇല്ല."

"നിങ്ങൾ മറ്റെന്താണ് ചെയ്യാൻ പോകുന്നത്?"

"എന്ത് ചെയ്യാൻ? ഒന്നും ചെയ്യില്ല."

രണ്ടുപേരും പരസ്പരം നോക്കാതെ വളരെനേരം നിശ്ശബ്ദരായിരുന്നു.

"നിങ്ങളുടെ സ്വഭാവം യോജിക്കാൻ പറ്റുന്നതല്ല." സാഷാ പറഞ്ഞു. "സഹിക്കാൻ ബുദ്ധിമുട്ടുള്ളതു സ്വഭാവം ആണ്."

"പക്ഷേ, എന്തായാലും ഞാൻ കൂടുതൽ കുടിച്ച് ബോധം കെടില്ല." ഫോമാ ആത്മവിശ്വാസത്തോടെ ഉറപ്പു കൊടുത്തു.

"നിങ്ങൾ കള്ളം പറയുകയാണ്." സാഷാ ശാന്തമായി തിരിച്ചു പറഞ്ഞു.

"നിങ്ങൾക്ക് കാണാം! നിങ്ങൾ എന്താണ് വിചാരിക്കുന്നത്. ഇതുപോലൊരു ജീവിതം നയിക്കുന്നത് നല്ലതാണെന്നാണോ?"

"നമുക്ക് കാണാം."

"എങ്കിൽപറയൂ. ഇത് നല്ലതാണോ?"

"പക്ഷേ, എന്താണ് കൂടുതൽ നല്ലത്?"

ഫോമാ അവളെ സംശയത്തോടെ നോക്കിക്കൊണ്ട് പറഞ്ഞു.

"നിങ്ങൾ എന്ത് അറപ്പുണ്ടാക്കുന്ന വർത്തമാനമാണ് പറയുന്നത്."

"കണ്ടോ. വീണ്ടും ഞാൻ നിങ്ങളെ തൃപ്തിപ്പെടുത്തുന്നില്ല."

"എന്ത് മനുഷ്യരാണ്?" ഫോമാ അസഹ്യതയോടെ അയാളുടെ മുഖം ചുളിച്ചുകൊണ്ട്പറഞ്ഞു. "അവർ മരങ്ങളെപോലെ ആണ്. അവരും ജീവിക്കുന്നുണ്ട്. പക്ഷേ, എങ്ങനെ? ഒരാൾക്കും മനസ്സിലാകുന്നില്ല. അവർ എവിടേക്കോ ഇഴഞ്ഞുകൊണ്ടിരിക്കുന്നു. പക്ഷേ, അവരോടോ മറ്റുള്ളവരോടോ എവിടേക്കാണ് ഇഴയുന്നതെന്ന് പറയാൻ അവർക്ക് കഴിയുന്നില്ല. പാറ്റ ഇഴഞ്ഞുപോകുമ്പോൾ എവിടെ പോകുന്നെന്നും എന്തിനു പോകുന്നെന്നും പാറ്റയ്ക്ക് അറിയാം. പക്ഷേ, നിങ്ങൾ? നിങ്ങൾ എവിടെയാണ് പോകുന്നത്?"

"പിന്നീട് പറയാം" സാഷാ ഇടയ്ക്കുകയറി പറഞ്ഞു. അവൾ ശാന്തമായി ചോദിച്ചു. "നിങ്ങൾക്ക് എന്നെക്കൊണ്ട് എന്തുകാര്യമാണ് ഉള്ളത്? നിങ്ങൾക്ക് എന്നിൽ നിന്ന് വേണ്ടതെല്ലാം എടുക്കാം. പക്ഷേ, എന്റെ മനസ്സിലേക്ക് ഇഴഞ്ഞുകയറരുത്!"

"ഫോമാ പുച്ഛത്തോടെ പറഞ്ഞു. "നിങ്ങളുടെ മനസ്സിലേക്ക് ഇഴഞ്ഞു കയറരുതെന്ന് പറയുന്നു. പക്ഷേ ഏത് മനസ്സ്!"

അവൾ മുറിക്കുള്ളിൽ ചിതറിക്കിടന്ന വസ്ത്രങ്ങൾ അടുക്കിപ്പെറുക്കി. ഫോമാ അവളെ ശ്രദ്ധിച്ചു. അവളുടെ മനസ്സിനെ പറ്റി അയാൾ സംസാരിച്ചതുകേട്ടിട്ടും അവൾക്ക് ദേഷ്യം വരാത്തതിൽ അയാൾക്ക് വിഷമം തോന്നി. അവളുടെ മുഖം പതിവുപോലെ ശാന്തമായിരുന്നു പക്ഷേ, അയാളുടെ ആഗ്രഹം അവൾ ദുഃഖിക്കുന്നതോ ദേഷ്യപ്പെടുന്നതോ കാണാൻ ആയിരുന്നു. ആ സ്ത്രീയിൽ നിന്നും മനുഷ്യസഹജമായ എന്തെങ്കിലും കാര്യങ്ങൾ കാണാൻ അയാൾ ആഗ്രഹിച്ചു.

അയാളുടെ ലക്ഷ്യം നേടാൻ വേണ്ടി ഫോമാ നിർബ്ബന്ധം പിടിച്ചു. "ഒരു മനസ്സുള്ള ആർക്കെങ്കിലും നിങ്ങൾ ജീവിക്കുന്നതുപോലെ ജീവിക്കാൻ പറ്റുമോ? മനസ്സുണ്ടെങ്കിൽ അതിനുള്ളിൽ തീ എരിയും. മനസ്സിൽ

നാണക്കേട് തോന്നും."

ഇതിനിടയിൽ അവൾ ബെഞ്ചിൽ ഇരുന്ന് സ്റ്റോക്കിങ്ങുകൾ ഇട്ടുകൊണ്ടിരുന്നു. പക്ഷേ, അയാളുടെ ശബ്ദം കേട്ടപ്പോൾ അവൾ തല ഉയർത്തി ഫോമായുടെ മുഖത്തേക്ക് സൂക്ഷിച്ചുനോക്കി.

"നിങ്ങൾ എന്താണ് നോക്കിക്കൊണ്ടിരിക്കുന്നത്?." ഫോമാ ചോദിച്ചു.

'നിങ്ങൾ എന്താണ് ഇങ്ങനെ ചോദിക്കുന്നത്?" അവൾ അയാളുടെ മുഖത്തുനിന്നും കണ്ണെടുക്കാതെ ചോദിച്ചു.

"കാരണം എനിക്ക് അത് അറിഞ്ഞേ പറ്റൂ!"

"അറിയാതിരിക്കാൻ പറ്റില്ലേ?"

അവളുടെ ചോദ്യത്തിൽ ഭയപ്പെടുത്തുന്ന ഏതോ കാര്യം ഉണ്ടായിരുന്നു. ഈ പ്രാവശ്യം അവളെ പ്രകോപിപ്പിക്കാൻ ശ്രമിക്കാതെ ഫോമാ ഭയത്തോടെ പറഞ്ഞു.

"ഞാൻ ചോദിച്ചതിന്റെ ഉത്തരം കിട്ടിയില്ല."

"ഓ! നിങ്ങളെ പറ്റിയുള്ള അഭിപ്രായം!" സാഷാ നെടുവീർപ്പിട്ടതിനു ശേഷം വസ്ത്രങ്ങൾ അണിഞ്ഞു കൊണ്ടിരുന്നു.

"എന്നെപ്പറ്റി എന്തു പറയുന്നു."

"എന്തു പറയാൻ; നിങ്ങൾക്ക് അച്ഛന്മാരായി രണ്ടുപേർ ഉണ്ടെന്നു തോന്നും. മനുഷ്യർക്കിടയിൽ ഞാൻ നിരീക്ഷിച്ചിട്ടുള്ള കാര്യം നിങ്ങൾക്ക് അറിയാമോ?"

"പറയൂ. കേൾക്കട്ടെ."

"ഒരാൾക്ക് സ്വയം ഉത്തരം കണ്ടെത്താൻ പറ്റുന്നില്ലെങ്കിൽ അതിന്റെ അർത്ഥം അയാൾ സ്വയം ഭയക്കുന്നുണ്ടെന്നാണ്."

"നിങ്ങൾ എന്നെ ആണോ ഉദ്ദേശിച്ചത്?" അല്പസമയം കഴിഞ്ഞ് ഫോമാ ചോദിച്ചു.

"നിങ്ങളുടെ കാര്യത്തിലും അത് അങ്ങനെതന്നെ ആണ്."

മുറിയുടെ നടുക്കുനിന്നു കൊണ്ട് നിലത്തുകിടന്നിരുന്ന ഫോമായുടെ നേർക്ക് കൈനീട്ടിക്കൊണ്ട് താല്പര്യമില്ലാത്തമട്ടിൽ അവൾ ശബ്ദം താഴ്ത്തി പറഞ്ഞു:

"നിങ്ങൾക്ക് എന്റെ മനസ്സിനെ പറ്റി പറയാൻ അവകാശം ഇല്ല. നിങ്ങൾക്ക് അതുമായി ഇടപെടേണ്ട ആവശ്യം ഇല്ല! അതുകൊണ്ട് നിങ്ങൾ കൂടുതൽ സംസാരിക്കരുത്! ഞാൻ സംസാരിച്ചെന്നുവരും! എനിക്ക് ഇഷ്ടമാണെങ്കിൽ നിങ്ങളോടെല്ലാം ഒരുകാര്യം പറയാൻ പറ്റും! ഞാൻ അത് എങ്ങനെ പറയും! ഞാൻ ശബ്ദം ഉയർത്തി. സംസാരിച്ചാൽ അത് കേൾക്കാനുള്ള ധൈര്യം ആർക്കുണ്ടാകും? എനിക്ക് നിങ്ങളെ പറ്റി ചിലത് പറയാനുണ്ട്. പറയാനുള്ളതൊക്കെ ചുറ്റിക പോലെയാണ്! എനിക്ക് നിങ്ങളുടെ എല്ലാം തലയ്ക്ക് അടിക്കാൻ പറ്റും. അതുകൊണ്ട് നിങ്ങൾക്ക് എല്ലാം ബോധം നഷ്ടപ്പെടും. നിങ്ങൾ എല്ലാം തെമ്മാടികൾ ആണെങ്കിലും നിങ്ങൾ വാക്കുകൊണ്ട് തിരുത്താൻ പറ്റില്ല. നൊയ്മ്പു കാലത്തെ ആദ്യത്തെ തിങ്കളാഴ്ച വറവുചട്ടിയിലിട്ട് പൊരിക്കുന്നതുപോലെ നിങ്ങളെ പൊരിക്കണം."

അവൾ പെട്ടെന്ന് കൈ ഉയർത്തി തലമുടി അഴിച്ചിട്ടു. കട്ടിയുള്ള കറുത്ത മുടിച്ചുരുളുകൾ തോളത്തേക്ക് പടർന്നു വീണപ്പോൾ അവൾ അഹന്തയോടെ തലകുലുക്കിക്കൊണ്ട് വെറുപ്പോടെ പറഞ്ഞു.

"ഞാൻ കുത്തഴിഞ്ഞ ജീവിതം നയിക്കുന്നത് കാര്യമാക്കേണ്ട! ചേറിൽ ജീവിക്കുന്ന ഒരു മനുഷ്യൻ പലപ്പോഴും സിൽക്കിൽ പൊതിഞ്ഞു നടക്കുന്ന മനുഷ്യനേക്കാൾ വൃത്തിയുള്ളവനാകാറുണ്ട്. ഞാൻ നിങ്ങളെപ്പോലെയുള്ള നായകളെപറ്റി എന്താണ് വിചാരിക്കുന്നതെന്ന് മനസ്സിലാക്കിയാൽ എനിക്ക് നിങ്ങളോടുള്ള കോപം എത്രമാത്രം ഉണ്ടെന്ന് നിങ്ങൾ തിരിച്ചറിയും! ഈ കോപം കാരണമാണ് ഞാൻ മിണ്ടാതിരിക്കുന്നത്! അതെല്ലാം നിങ്ങളെ പാടിക്കേൾപ്പിച്ചാൽ എന്റെ മനസ്സ് ശൂന്യമായിപ്പോകുമെന്ന് ഞാൻ ഭയപ്പെടുന്നു. എനിക്ക് മുന്നോട്ടു ജീവിക്കാൻ പിന്നെ യാതൊന്നും ബാക്കി ഉണ്ടാവില്ല." ഫോമാ അവളെ നോക്കി. ഇപ്പോൾ അയാൾക്ക് അവളോട് ഇഷ്ടം തോന്നുന്നുണ്ടായിരുന്നു. അവളുടെ സംസാരത്തിൽ അയാളുടെ മനോനിലയുമായി സാമ്യമുള്ള ചില കാര്യങ്ങൾ ഉണ്ടായിരുന്നു. സംതൃപ്തിയോടെ ചിരിച്ചുകൊണ്ട് അയാൾ അവളോടു പറഞ്ഞു.

"എന്റെ മനസ്സിലും ഏതോ ഒരുകാര്യം വളർന്നു വരുന്നുണ്ടെന്ന് എനിക്കും തോന്നുന്നുണ്ട്. സമയം വരുമ്പോൾ എനിക്കും അത് പറയേണ്ടി വരും." അയാളുടെ ശബ്ദത്തിലും സംതൃപ്തി ഉണ്ടായിരുന്നു.

"ആർക്കെതിരെ?" സാഷാ അലക്ഷ്യമായി ചോദിച്ചു.

"എല്ലാവർക്കും എതിരെ!" ഫോമാ ചാടി എഴുന്നേറ്റു കൊണ്ട് പറഞ്ഞു. "കാപട്യങ്ങൾക്കെതിരെ! ഞാൻ ചോദിക്കട്ടെ."

"സമോവർ തയ്യാറായോ എന്ന് ചോദിക്ക്." സാഷാ താല്പര്യമില്ലാതെ ആജ്ഞാപിച്ചു.

"ഫോമാ അവളുടെ മുഖത്തേക്ക് കണ്ണോടിച്ചുകൊണ്ട് ദേഷ്യപ്പെട്ട് വിളിച്ചുകൂവി.

"വേണമെങ്കിൽ തനിയെ ചോദിച്ചു നോക്ക്."

'ശരി. ഞാൻ ചോദിക്കാം."

"നിങ്ങൾ എന്തിനാണ് ദേഷ്യപ്പെടുന്നത്?" അവൾ കുടിലിൽനിന്ന് പുറത്തുകടന്നു. ഇടയ്ക്കിടയ്ക്ക് ശബ്ദം ഉണ്ടാക്കിക്കൊണ്ട് പതഞ്ഞു പൊങ്ങുന്ന കലങ്ങിമറിഞ്ഞ നദിയുടെ ഇരുണ്ട ഓളങ്ങൾക്കു മുകളിലൂടെ രൂക്ഷമായി തുളച്ചിറങ്ങുന്ന ഒരു കൊടുങ്കാറ്റ് വീശാൻ തുടങ്ങിയിരുന്ന നദീതീരത്തെ വില്ലോ കാടുകൾ കുനിഞ്ഞ് നിലം തൊട്ടു. അവ വിറച്ചുകൊണ്ട് നിലത്തു കിടക്കാനുള്ള തുടക്കം ആയിരുന്നു. പക്ഷേ, പെട്ടെന്ന് കാറ്റുവീശിയപ്പോൾ അവ ഭയത്തോടെ പിന്നോട്ടുമാറി. അന്തരീക്ഷം ആരുടെയോ നിലവിളിയും ഓരിയിടലും നിരവധി മനുഷ്യരുടെ നെഞ്ചിൽ നിന്നും പുറത്തേക്ക് വരുന്ന നെടുവീർപ്പുകളും കൊണ്ട് നിറഞ്ഞു.

"ഒത്തു പിടിച്ചാൽ മലയും പോരും" ഒരു കൊടുങ്കാറ്റുപോലുള്ള ഈ നിലവിളി അദ്ധ്വാനം കൊണ്ട് ശ്വാസം മുട്ടുന്ന ആരുടെയൊക്കെയോ

വിരിഞ്ഞനെഞ്ചുകളിൽ നിന്നും പുറത്തുവന്നു. അത് ഓളങ്ങളുടെ കാറ്റിനൊപ്പമുള്ള നൃത്തത്തെ പ്രോത്സാഹിപ്പിക്കുന്നതുപോലെ ശക്തിയോടെ നദീതീരത്തിലൂടെ ആഞ്ഞടിച്ചു.

മലനിരകൾ നിറഞ്ഞ നദീതീരത്ത് നങ്കൂരമിട്ടിരുന്ന ഒഴിഞ്ഞ ചങ്ങാടങ്ങളും അവയുടെ ആകാശത്തേക്ക്. ഉയർന്നു നില്ക്കുന്ന. പായ്മരങ്ങളും കാറ്റിന്റെ അദൃശ്യമായ വഴികളെ വിശദീകരിക്കുന്നതുപോലെ പലവഴിക്ക് ആടിയുലഞ്ഞു. രണ്ട് ചങ്ങാടങ്ങളുടേയും മേൽത്തട്ട് കനമുള്ള തവിട്ടുനിറമുള്ള തടിയുടെ ചട്ടക്കൂടുകൾ കൊണ്ട് തടസ്സപ്പെട്ടിരുന്നു. വലിയ കെട്ടുകൾ എല്ലായിടത്തും തൂങ്ങിക്കിടന്നിരുന്നു. ചങ്ങലകളും വടങ്ങളും കൊണ്ട് മുറുക്കിക്കെട്ടിയിരുന്ന ചട്ടക്കൂടുകളിൽ ചങ്ങലകൾ അവ്യക്തമായി കുലുങ്ങിക്കൊണ്ടിരുന്നു. ഗ്രാമീണരുടെ ഒരു സംഘം ഒരു വലിയ മരം കാലുകൾ അമർത്തിച്ചവിട്ടി ഉച്ചത്തിൽ വിളിച്ചു കൂവിക്കൊണ്ട് കപ്പൽ തറയിലൂടെ വലിച്ചുകൊണ്ടുവന്നു.

"ഒത്തു പിടിച്ചാൽ മലയും പോരും,."

അവിടെയും ഇവിടെയും മനുഷ്യരൂപങ്ങൾ ചട്ടക്കൂടുകളിൽ ചുറ്റിപ്പിണഞ്ഞുകിടന്നു. കാറ്റ് അവരുടെ വേഷങ്ങളെ ഊതിവീർപ്പിച്ച് അവർക്ക് വിചിത്രമായ രൂപങ്ങൾ നല്കി. കാറ്റ് ചിലപ്പോൾ അവരെ കൂനന്മാരാക്കി ചിലപ്പോൾ കാറ്റുനിറച്ച സഞ്ചികളാക്കി മാറ്റി. ചട്ടക്കൂടുകളിലും ചങ്ങാടങ്ങളുടെ മേൽത്തട്ടിലും ഉണ്ടായിരുന്ന മനുഷ്യർ മുറിക്കുന്നതിന്റെയും അറക്കുന്നതിന്റെയും അണികൾ അടിച്ചുകയറ്റുന്നതിന്റെയും തിരക്കിലായിരുന്നു. ഷർട്ടിന്റെ കൈകൾ മുട്ടിനുമുകളിലേക്ക് ചുരുട്ടിവെച്ച ഉറച്ച പേശിയുള്ള കൈകൾ എല്ലായിടവും കാണാനുണ്ടായിരുന്നു. കാറ്റ് തടിചീളുകൾ ചിതറിയിട്ടു. അന്തരീക്ഷത്തിൽ ഉത്സാഹത്തിന്റെ ജീവനുള്ള പലതരം ശബ്ദങ്ങൾ കേൾക്കുന്നുണ്ടായിരുന്നു. അധാർമ്മികമായ ആഹ്ലാദത്തോടെ വാളുകൾ തടിക്കഷണങ്ങളെ കരണ്ടു. കോടാലിയുടെ വെട്ടുകൊണ്ട് തടിക്കഷണങ്ങൾ ഞരങ്ങുകയും കരഞ്ഞുവിളിക്കുകയും ചെയ്തു. പലകകൾക്ക് മുറിവുപറ്റിയപ്പോൾ അവ ദൈന്യതയോടെ അടർന്നു മാറി. ചങ്ങലകളുടെ കിലുക്കം ഓളങ്ങളുടെ അമർഷം നിറഞ്ഞ അമറലുകളുമായി പൊരുത്തപ്പെട്ടു. അദ്ധ്വാനത്തിന്റെ ഈ ശബ്ദങ്ങളെ കാറ്റ് നദിയുടെ ഉപരിതലത്തിൽ വാരി വിതറുകയും മേഘങ്ങളെ ആകാശത്തുകൂടി ശക്തിയോടെ മുന്നോട്ടു തള്ളിവിടുകയുംചെയ്തു.

'മിഷ്ക്കാ! നിന്നെ ചെകുത്താൻ പിടിച്ചോ!" ചട്ടക്കൂടിന്റെ മുകളിൽ നിന്ന് ആരോ വിളിച്ചുകൂവി. മേൽതട്ടിൽ നിന്നിരുന്ന ഒരുതടിച്ച ഗ്രാമീണൻ മുകളിലേക്ക് നോക്കി മറുപടി പറഞ്ഞു.

"എന്തുപറ്റി?" ചണനാരുപോലുള്ള നീണ്ടതാടി അയാളുടെ മുഖത്തേക്ക് പറന്നുവീണു.

"അറ്റം ഞങ്ങളുടെ കൈയിൽ തരൂ."

ഒരു മുഴക്കമുള്ള ശബ്ദം പ്രതിദ്ധ്വനിച്ചു.

"ഈ പലക നിങ്ങൾ എങ്ങനെയാണ് കെട്ടിവെച്ചിരിക്കുന്നത്. കണ്ണു

കാണില്ലേ? ഞാൻ നിങ്ങളുടെ കണ്ണ് തുടച്ചുതരാം!"

"വലിച്ചുമുറുക്ക്! ശക്തിയായി വലിച്ചമുറുക്ക്!"

"ഒരു തവണകൂടി!" യാചനയുടെ ശബ്ദത്തിൽ ആരോ വിളിച്ചുകൂവി.

ഫോമാ ഒരു തൂണിൽ ചാരിനിന്ന് താടിതടവിക്കൊണ്ട് ഗ്രാമീണരുടെ സാഹസികമായ ജോലിയെ ആരാധനയോടെ നോക്കി. അയാളുടെ ചുറ്റുമുള്ള ശബ്ദം കർഷകർക്കൊപ്പം പണിയെടുക്കാനും തടി മുറിച്ചെടുക്കാനും ഭാരം ചുമക്കാനും കല്പന നല്കാനും എല്ലാവരുടേയും ശ്രദ്ധയെ അയാളിലേക്ക് നിർബ്ബന്ധിച്ചുകൊണ്ടു വരാനും അയാളുടെ ശക്തിയും കഴിവും അയാളുടെ ഉള്ളിലെ സജീവമായ മനസ്സും അവരുടെ മുമ്പിൽ പ്രദർശിപ്പിക്കാനുമുള്ള അടങ്ങാത്ത ആഗ്രഹത്തെ അയാളിലേക്ക് വിളിച്ചുകൊണ്ടു വന്നു. പക്ഷേ, അയാൾ സ്വയം നിയന്ത്രിച്ചു. അനക്കമില്ലാതെ നിശ്ശബ്ദനായി നില്ക്കുന്ന സമയത്ത് ഏതോ ഒരു കാര്യത്തെ പറ്റി അയാൾക്ക് ഭയവും നാണക്കേടും തോന്നി. അവിടെയുള്ള എല്ലാവരുടേയും യജമാനൻ ആണെന്നുള്ള സത്യം അയാളെ അമ്പരപ്പിച്ചു. അയാൾ ജോലി ചെയ്യാൻ തുടങ്ങിയാൽ സ്വന്തം സംതൃപ്തിയാണ് അതിന്റെ ഉദ്ദേശ്യമെന്ന് ഒരാളും വിശ്വസിക്കില്ല. ഒരു ഉദാഹരണം കാണിച്ചുകൊടുത്ത് അവരെ പ്രോത്സാഹിപ്പിക്കാനുള്ള അടവാണെന്നുമാത്രം അവർ കരുതുകയുള്ളൂ. അപ്പോൾ എന്തായാലും അവർ അയാളെ നോക്കി ചിരിക്കാതിരിക്കില്ല.

ഒരു വെളുത്ത ചുരുണ്ട തലമുടിക്കാരൻ ഷർട്ടിന്റെ കുടുക്കഴിച്ചിട്ടു കൊണ്ട് അയാളുടെ മുന്നിലൂടെ ഇടയ്ക്കിടയ്ക്ക് ഓടിക്കൊണ്ടിരുന്നു. ചിലപ്പോൾ തോളിൽ ഒരു തടിക്കഷണം, ചിലപ്പോൾ കൈയിൽ ഒരു കോടാലി അതും കൊണ്ട് അയാൾ ഒരു ആടിനെപോലെ തുള്ളിക്കളിച്ചു. തടിക്കഷണങ്ങളും തടിച്ചീളുകളും തടസ്സം സൃഷ്ടിച്ചിരുന്ന മേൽത്തട്ടിലൂടെ പാഞ്ഞുപോകുന്നതിനിടയിൽ അയാൾ നിർത്താതെ തമാശ പറഞ്ഞു. പൊട്ടിച്ചിരിച്ചു. പലരേയും സഹായിച്ചു. വിശ്രമിക്കാതെ ജോലി തുടർന്നു. ഫോമാ അയാളെ വളരെ കാര്യമായി ശ്രദ്ധിച്ചു. ആവേശകരവും ആരോഗ്യകരവുമായ ഏതോ ഒരു കാര്യത്തിന്റെ തിളക്കം ഉണ്ടായിരുന്ന ഈ സന്തോഷമുള്ള മനുഷ്യനോട് അയാൾക്ക് അസൂയ തോന്നി.

"അയാൾക്ക് സന്തോഷം ഉണ്ടെന്ന് വ്യക്തമാണ്." ഫോമാ വിചാരിച്ചു. ഈ വിചാരം അയാളെ ഒന്ന് അമ്പരപ്പിക്കാൻ വേണ്ടി എങ്ങനെയെങ്കിലും അയാളെ പരിഹസിക്കാനുള്ള തീക്ഷ്ണമായ ഒരു ആഗ്രഹത്തെ ഫോമായുടെ മനസ്സിൽ ഉയർത്തിക്കൊണ്ടുവന്നു. അയാളുടെ ചുറ്റും ഉള്ളവർ എല്ലാം ജോലിയുടെ ആവേശത്തിലായിരുന്നു. അവൾ ബദ്ധപ്പെട്ട് ചട്ടക്കൂട് കെട്ടിയുറപ്പിക്കുന്നതിന്റെയും മുങ്ങിപ്പോയ ചങ്ങാടം പൊക്കി എടുക്കാൻ വേണ്ടി കപ്പികൾ ക്രമീകരിക്കുന്നതിന്റെയും തിരക്കിലായിരുന്നു. എല്ലാവരും സന്തോഷത്തോടെ കൂക്കിവിളിക്കുന്നുണ്ടായിരുന്നു. അവർ എല്ലാം ജീവിക്കുകയായിരുന്നു. ഈ സമയത്ത് ഈ വലിയ അദ്ധ്വാനത്തിൽ ഒരു അധികപ്പറ്റാണെന്നുള്ള തോന്നലോടെ എന്തെങ്കിലും ചെയ്യാൻ അറിയാതെ എന്തുചെയ്യണമെന്നറിയാതെ എല്ലാവരിലും നിന്ന് ഒഴിഞ്ഞുമാറി അയാൾ

തനിച്ച് നില്ക്കുകയായിരുന്നു. മനുഷ്യർക്കിടയിൽ താനൊരു അധികപ്പറ്റാണെന്നുള്ള തോന്നൽ അയാളെ പീഡിപ്പിച്ചു. അയാൾ അനുഭവിച്ച പീഡനത്തിന്റെ തീവ്രത കൂടുന്നതിനനുസരിച്ച് അയാൾ കൂടുതൽ തീക്ഷ്ണമായി അവരെ ശ്രദ്ധിക്കാൻ തുടങ്ങി. ഇതെല്ലാം അയാൾക്കു വേണ്ടിയാണ് നടന്നുകൊണ്ടിരിക്കുന്നതെന്ന ആലോചന അയാളെ കുത്തിനോവിച്ചു. എന്നിട്ടും അയാളുടെ സാന്നിദ്ധ്യം അവിടെ അസ്ഥാനത്തായിരുന്നു.

'അപ്പോൾ എന്റെ സ്ഥാനം എവിടെയാണ്?' അയാൾ ദുഃഖത്തോടെ ആലോചിച്ചു. എന്റെ ജോലി എവിടെയാണ്? അപ്പോൾ ഞാൻ ഒരു വികൃത ജീവി ആണോ? അവരിൽ ഏതാൾക്കും ഉള്ള ശക്തി എനിക്കും ഉണ്ട്. പക്ഷേ, അതുകൊണ്ട് എനിക്ക് എന്ത് പ്രയോജനം ഉണ്ട്? ചങ്ങലകൾ കിലുക്കി കപ്പികൾ ഞരങ്ങി. കോടാലികളുടെ ശബ്ദം നദിയുടെ ഉപരിതലത്തിലൂടെ ഉറക്കെ പ്രതിദ്ധ്വനിച്ചു. ഓളങ്ങളിൽ പെട്ട് ചങ്ങാടങ്ങൾ ആടിയുലഞ്ഞു. പക്ഷേ, ചങ്ങാടം ഉലയുന്നതുകൊണ്ടല്ല താൻ ഉലയുന്നതെന്നും അത് അയാൾക്ക് ഒരു സ്ഥലത്ത് ഉറച്ചുനില്ക്കാൻ പറ്റാത്തതുകൊണ്ടാണെന്നും ഫോമായ്ക്ക് തോന്നി. അയാൾക്ക് അതിനുള്ള കഴിവ് നഷ്ടപ്പെട്ടിരുന്നു.

കരാറുകാരൻ കൂർത്ത താടിയും നരച്ച ചുളിവുകളുള്ള മുഖവും ചെറിയ കണ്ണുകളും ഉള്ള ഒരു കൊച്ചു മനുഷ്യന് ആയിരുന്നു. അയാൾ ഫോമയുടെ അടുത്തുവന്ന് നദിയുടെ അടിത്തട്ടിൽ നിന്നും പൊന്തിവരുന്നതുപോലെയുള്ള ഒരു പ്രത്യേക ശബ്ദത്തിൽ പതുക്കെ സംസാരിച്ചു. അവർ ജയിക്കില്ലെന്നും അയാളുടെ സാന്നിദ്ധ്യത്തിൽ അവർക്ക് അമ്പരപ്പുണ്ടെന്നും ഫോമായ്ക്ക് തോന്നി. അയാളുടെ മനസ്സിലൂടെ അധാർമ്മികമായ ഒരു ആലോചന കടന്നുപോയി.

"ഒരുപക്ഷേ, ചങ്ങലകൾ പൊട്ടിപ്പോകും."

"സൂക്ഷിക്കണം." കരാറുകാരൻ അലറി. "ഒന്നിച്ച് ഉയർത്താൻ തുടങ്ങ്. ദൈവം നമ്മളെ സഹായിക്കും." പെട്ടെന്ന് കൈ ഉയർത്തിക്കൊണ്ട് തുളച്ചിറങ്ങുന്ന ശബ്ദത്തിൽ അയാൾ വിളിച്ചുകൂവി."

"അതു വിട്ടുകള! അതു പോകട്ടെ!"

ജോലിക്കാർ അയാളുടെ അലർച്ച അനുസരിച്ചു. അവർക്ക് ക്ഷീണമുണ്ടെങ്കിലും എല്ലാവരും കൂടി ആവേശത്തോടെ വിളിച്ചുകൂവി.

"അതുപോകട്ടെ! അത് അനങ്ങുന്നുണ്ട്."

പെട്ടെന്ന് വലിക്കേണ്ടിവന്ന വലിയ ഭാരത്തിന്റെ ആയാസം കൊണ്ട് കപ്പികൾ കരഞ്ഞു. ചങ്ങലകൾ കിലുങ്ങി. ജോലിക്കാർ ഉത്തോലനത്തിന്റെ കൈപ്പിടികളിൽ നെഞ്ചത്തമർത്തിക്കൊണ്ട് ഉച്ചത്തിൽ അലറിവിളിച്ചു. ഓളങ്ങൾ ചങ്ങാടങ്ങൾക്കിടയിൽ കിടന്ന് അവർക്ക് കിട്ടിയ സമ്മാനം ഉപേക്ഷിക്കാൻ തയ്യാറല്ലെന്നമട്ടിൽ പ്രതിഷേധത്തോടെ ആർത്തലച്ചു. ഫോമായുടെ നാലുചുറ്റും ചങ്ങലകളും വടങ്ങളും വലിഞ്ഞുമുറുകിനിന്ന് വിറയ്ക്കുന്നുണ്ടായിരുന്നു. അയാളുടെ കാലുകളും കടന്ന് ചാരനിറമുള്ള വലിയ വിരികളെപോലെ അവ എവിടേക്കോ ഇഴഞ്ഞുപോയിരുന്നു. അവ

ഇടയ്ക്കിടയ്ക്ക് മുകളിലേക്ക് ഉയർന്നു. പിന്നീട് ശബ്ദം ഉണ്ടാക്കിക്കൊണ്ട് മേൽത്തട്ടിലേക്ക് തിരിച്ചുവീണു. എല്ലാ ശബ്ദങ്ങളും ജോലിക്കാരുടെ ബഹളത്തിൽ മുങ്ങിപ്പോയിരുന്നു.

"ഒത്തു പിടിച്ചാൽ മലയും പോരും" അവർ വിജയാഹ്ലാദത്തോടെ ഒരേസ്വരത്തിൽ വിളിച്ചുകൂവി. പക്ഷേ, കരാറുകാരന്റെ കിലുങ്ങുന്ന ശബ്ദം അവരുടെ ശബ്ദങ്ങളുടെ ആഴമുള്ള തരംഗങ്ങളിലേക്ക് റൊട്ടി മുറിക്കുന്ന കത്തിയുടെ അനായാസതയോടെ തുളച്ചിറങ്ങിച്ചെന്നു.

"കുട്ടികളേ! ആഞ്ഞുവലിക്ക്! എല്ലാവരും ഒരേസമയം ഒന്നിച്ചു ചേർന്ന്!"

ഫോമായെ വിചിത്രമായ ഒരു വികാരം കൈവശപ്പെടുത്തി. ജോലിക്കാരുടെ ആവേശത്തോടെയുള്ള കൂക്കുവിളിയുടെ ഭാഗമായി മാറാൻ അയാൾ ഇപ്പോൾ തീക്ഷ്ണമായി ആഗ്രഹിക്കുന്നുണ്ടായിരുന്നു. അവരുടെ കുക്കുവിളികൾ നദിക്ക് തുല്യം ശക്തവും വിശാലവും ആയിരുന്നു. അയാളുടെ ആഗ്രഹത്തിന്റെ തീക്ഷ്ണതകൊണ്ട് മുഖത്ത് വിയർപ്പുപൊടിഞ്ഞു. പെട്ടെന്ന് ആവേശം കൊണ്ട് അയാളുടെ മുഖം വിളറി. അയാൾ ഉത്തോലകത്തിനടുത്തേക്ക് അതിവേഗത്തിൽ പാഞ്ഞുചെന്നു.

"എല്ലാവരും ഒന്നിക്കട്ടെ! ഒന്നിച്ച്!" അയാൾ തുളയ്ക്കുന്ന ശബ്ദത്തിൽ വിളിച്ചുകൂവി. അയാൾ ഉത്തോലകത്തിന്റെ അടുത്തെത്തിയപ്പോൾ അതിന്റെ കൈപ്പിടിയിലേക്ക് എല്ലാ ശക്തിയുമെടുത്ത് നെഞ്ചമർത്തിക്കൊണ്ട് കാലുകൾ മേൽത്തട്ടിൽ ഉറപ്പിച്ചു ചവിട്ടി. ഉത്തോലകത്തിന്റെ തണ്ടുതിരിക്കുന്നതിനുള്ള അയാളുടെ പരിശ്രമത്തിനുപകരം അയാളുടെ നെഞ്ചിലേക്ക് ആളിക്കത്തുന്ന അതിശക്തമായ ഏതോ ഒരു കാര്യം ഇരച്ചു കയറിയിരുന്നു. അയാളുടെ മനസ്സിലെ അവാച്യമായ ആഹ്ലാദം ഇളകിമറിയുന്ന ഒരു നിലവിളിയായി സ്വയം പുറത്തുവന്നു. അയാളുടെ ശക്തി വർദ്ധിച്ചുകൊണ്ടിരിക്കുകയാണെന്നും ആ ശക്തികൊണ്ട് മാത്രമാണ് ഉത്തോലകം തിരിയുന്നതെന്നും അയാൾക്ക് തോന്നി. അയാൾ തലകുനിച്ച് കുനിഞ്ഞുനിന്ന് ഒരുകാളയെ പോലെ ഭാരം ഉയർത്താൻ മുഴുവൻ ശക്തിയുമെടുത്തു. ഉത്തോലകം തിരിച്ചു. ഭാരത്തിന്റെ ശക്തി അയാളെ പിന്നോട്ടു തള്ളുന്നുണ്ടായിരുന്നെങ്കിലും അത് അവസാനം അയാൾക്ക് കീഴടങ്ങി മുമ്പോട്ടു വയ്ക്കുന്ന ഓരോ കാലടിയും അയാളെ കൂടുതൽ കൂടുതൽ ആവേശത്തിലാക്കി. അയാൾ നടത്തിയ ഓരോ ശ്രമത്തിനും പകരം അയാളുടെ ഉള്ളിൽ ശക്തവും തീക്ഷ്ണവുമായ അഭിമാനം സ്ഥാനം പിടിക്കുന്നുണ്ടായിരുന്നു. അയാളുടെ തലകറങ്ങി. കണ്ണുകൾ ചുവന്നു. അയാൾ ഒന്നുംതന്നെ കാണുന്നുണ്ടായിരുന്നില്ല. അത് കീഴടങ്ങുകയാണെന്നും ഉടൻതന്നെ താൻ അതിനെ കീഴ്പ്പെടുത്തുമെന്നും തന്റെ ശക്തികൊണ്ട് അയാളുടെ വഴിതടഞ്ഞിരുന്ന ഏതോ ഒരു വലിയ ശക്തിയെ തകിടം മറിക്കുമെന്നും അതിനെ കീഴ്പ്പെടുത്തിയതിനുശേഷം താൻ സ്വതന്ത്രമായി അഭിമാനത്തോടെ നിവർന്നു നില്ക്കുമെന്നും അയാൾക്ക് തോന്നി. ഇതുപോലെ ശക്തമായ ഒരു തോന്നൽ അയാൾ ജീവിതത്തിൽ

ആദ്യമായി അനുഭവിക്കുകയായിരുന്നു. ദാഹിച്ചു വിശന്നു വലയുന്ന ഒരു ആത്മാവിന്റെ എല്ലാ ശക്തിയുമെടുത്ത് അയാൾ വലിച്ചു കുടിച്ചു. അത് അയാളെ ലഹരി പിടിപ്പിച്ചു. അവസാനം അയാളുടെ സന്തോഷം ജോലിക്കാരുമായി ചേർന്നുള്ള വിജയാഹ്ലാദത്തിന്റെ കൂക്കുവിളികളായി പുറത്തുവന്നു.

"ഒത്തുപിടിച്ചാൽ മലയും പോരും"

"നിർത്തൂ നിർത്തൂ. കെട്ടിയുറപ്പിക്കൂ!"

ഫോമായുടെ നെഞ്ച് ഏതോ ഒരു സാധനവുമായി കൂട്ടിയിടിക്കുന്നതുപോലെ തോന്നി. അയാൾ പിന്നോട്ട് തെറിച്ചുവീണു.

"ഫോമാ ഇഗ്നാറ്റിച്ച് നിങ്ങളുടെ വിജയത്തിൽ എന്റെ അഭിനന്ദനനങ്ങൾ!" കരാറുകാരൻ അയാളെ അഭിനന്ദിച്ചു. അയാളുടെ മുഖത്തെ ചുളിവുകൾ സന്തോഷത്തിന്റെ തിളക്കത്തിൽ വിറയ്ക്കുന്നുണ്ടായിരുന്നു. "ദൈവത്തിന് നന്ദി പറയണം! നിങ്ങൾ ഇപ്പോൾ നിശ്ചയമായും ക്ഷീണിച്ചുകാണും?"

"ഫോമായുടെ മുഖത്ത് തണുത്ത കാറ്റ് വീശി. ആത്മപ്രശംസകൾ നിറഞ്ഞ സംതൃപ്തിയുടെ ഒരു കോലാഹലം അയാൾക്കു ചുറ്റും നടക്കുന്നുണ്ടായിരുന്നു. പരസ്പരം സത്യപ്രതിജ്ഞകൾ നടത്തി വിയർത്ത പുരികങ്ങളിൽ പുഞ്ചിരിയുമായി ഗ്രാമീണർ അയാളുടെ ചുറ്റുംവന്ന് കൂടിനിന്നു. അയാൾ അമ്പരപ്പോടെ പുഞ്ചിരിച്ചു. അയാളുടെ ഉള്ളിലെ ആവേശം ഇപ്പോഴും തണുത്തിരുന്നില്ല. അതുകൊണ്ട് എന്താണ് സംഭവിച്ചതെന്നും അയാൾക്ക് ചുറ്റും കൂടിനില്ക്കുന്നവർക്ക് ഇത്രമാത്രം സന്തോഷവും സംതൃപ്തിയും തോന്നാനുള്ള കാരണം എന്താണെന്നും അയാൾക്ക് മനസ്സിലായില്ല.

"ഒരേ തോട്ടത്തിലെ തടത്തിൽ നിന്ന് ഒരു മുള്ളങ്കിക്കിഴങ്ങ് പിഴുതെടുക്കുന്നതുപോലെ ആണ് നമ്മൾ എഴുപതിനായിരം പഡ് ഭാരം ഉയർത്തിയത്." ആരോ ഒരാൾ പറഞ്ഞു.

"യജമാനന്റെ കൈയിൽ നിന്നും നമുക്ക് ഒരു വീപ്പ വിസ്കി കിട്ടേണ്ടതാണ്."

നങ്കൂരചങ്ങലകളുടെ ഒരു കുന്നിന്റെ മുകളിൽ നിന്നിരുന്ന ഫോമാ ജോലിക്കാരുടെ തലയ്ക്കുമുകളിലൂടെ രണ്ടു ചങ്ങാടങ്ങൾക്കു മദ്ധ്യത്തിൽ കറുത്ത വഴുവഴുപ്പുള്ള കേടുപറ്റിയ മറ്റൊരു ചങ്ങാടം ചങ്ങലകളിൽ പൊതിഞ്ഞ് നിർത്തിയിട്ടിരിക്കുന്നതു കണ്ടു. അത് പൂർണ്ണമായും ചങ്ങലകൾ കൊണ്ട് പൊതിഞ്ഞിരുന്നു. ഏതോ ഭയാനകമായ രോഗം കൊണ്ട് ചീർത്ത് വിരൂപമായ ആ ചങ്ങാടത്തെ അതിന്റെ കൂട്ടുകാരായ ചങ്ങാടങ്ങൾ താങ്ങിയെടുത്ത് നിർത്തിയിരിക്കുകയാണെന്ന് തോന്നി. ചങ്ങാടത്തിന്റെ നടുക്ക് അതിന്റെ ഒടിഞ്ഞു പോയ പായ്മരം ദുഃഖത്തോടെ തല കുനിച്ച് നില്ക്കുന്നുണ്ടായിരുന്നു. തുരുമ്പിച്ച വസ്തുക്കൾ നിന്നിരുന്ന മേൽത്തട്ടിനു മുകളിലൂടെ ചോര പോലെ ചുവന്ന വെള്ളത്തിന്റെ അരുവികൾ ഒഴുകിയിറങ്ങുന്നുണ്ടായിരുന്നു. മേൽത്തട്ടുമുഴുവൻ നനഞ്ഞു

കറുത്ത തടിക്കഷണങ്ങളും ഇരുമ്പ് കൂനകളും വടങ്ങളും കിടപ്പുണ്ടായിരുന്നു.

"ഉയർത്തിയെടുത്തോ?" ഈ ഭാരമുള്ള വൃത്തികെട്ട ചങ്ങാടം കാഴ്ചയിൽ പെട്ടപ്പോൾ എന്തുപറയണമെന്നറിയാതെ ഫോമാ ചോദിച്ചു. ഈ അഴുക്കു പിടിച്ച പരുക്കുപറ്റിയ വികൃത ജന്തുവിനെ വെള്ളത്തിൽനിന്ന് പൊക്കിയെടുക്കുന്നതിനു വേണ്ടിയാണ് അയാളുടെ ആത്മാവ് സന്തോഷം കൊണ്ട് പതഞ്ഞു പൊങ്ങിയതെന്നുള്ള ചിന്ത അയാളെ വീണ്ടും അസ്വസ്ഥനാക്കി.

"ചങ്ങാടം എങ്ങനെയുണ്ട്?" ഫോമാ ആരോടെന്നില്ലാതെ കരാറുകാരനെ ഉദ്ദേശിച്ച് ചോദിച്ചു.

"അതിന് വലിയ തകരാറൊന്നും ഇല്ല! ഇപ്പോൾ തന്നെ അതു ശരിയാക്കാൻ വേണ്ടി ഇരുപത് ആശാരിമാരെ നമുക്ക് ഏർപ്പാടാക്കണം. അവർ അത് പെട്ടെന്ന് ശരിയാക്കും." ആശ്വസിപ്പിക്കുന്ന മട്ടിൽ കരാറുകാരൻ പറഞ്ഞു.

മുടിക്ക് നിറം കുറവുള്ള മനുഷ്യൻ വിശാലമായി പുഞ്ചിരിച്ചുകൊണ്ട് ഫോമായുടെ മുഖത്തുനോക്കി ചോദിച്ചു.

"ഞങ്ങൾക്ക് വോഡ്ക്ക വല്ലതും കിട്ടുമോ?"

"നിങ്ങൾ അല്പം ക്ഷമിച്ചുകൂടേ? സമയം ഉണ്ടല്ലോ!"

കരാറുകാരൻ തന്റേടത്തോടെ പറഞ്ഞു. "അദ്ദേഹത്തിന് ക്ഷീണമുണ്ടെന്ന് നിങ്ങൾക്ക് കണ്ടുകൂടെ?"

അതോടെ ഗ്രാമീണർ സംസാരിക്കാൻ തുടങ്ങി.

"തീർച്ചയായും. അദ്ദേഹം ക്ഷീണിച്ചിട്ടുണ്ട്!"

"അത് എളുപ്പത്തിൽ ചെയ്യാൻ പറ്റുന്ന പണി ആയിരുന്നില്ല!"

"ഈ ജോലി ചെയ്ത് പരിചയമില്ലാത്തവർ തീർച്ചയായും ക്ഷീണിക്കും."

"നിങ്ങൾ ശീലിച്ചിട്ടില്ലെങ്കിൽ കഞ്ഞികുടിക്കാൻ പോലും ബുദ്ധിമുട്ടാണ്."

"ഞാൻ ക്ഷീണിച്ചിട്ടില്ല" ഫോമാ അവ്യക്തമായി പറഞ്ഞു. ഗ്രാമീണർ അയാളുടെ അടുത്തേക്ക് വീണ്ടും എത്തിയപ്പോൾ ആദരവോടെയുള്ള അഭിപ്രായങ്ങൾ കേൾക്കുന്നുണ്ടായിരുന്നു.

"ഒരാൾക്ക് ജോലി ചെയ്യാൻ ഇഷ്ടമാണെങ്കിൽ അത് സന്തോഷമുള്ള കാര്യമാണ്."

"അത് ഒരുകളിപോലെ ആണ്."

"അത് ഒരു സ്ത്രീയുടെ കൂടെ കളിപറഞ്ഞിരിക്കുന്നതുപോലെ ആണ്."

പക്ഷേ, തലമുടിക്ക് നിറം കുറഞ്ഞ മനുഷ്യൻ അയാളുടെ അഭ്യർത്ഥനയിൽ ഉറച്ചു നിന്നു

"ഇദ്ദേഹം ഞങ്ങൾക്ക് ഒരു ബാൽ ബോഡ്ക്കയെങ്കിലും തരണം." അയാൾ പുഞ്ചിരിച്ചുകൊണ്ട് പറഞ്ഞു. അതിനുശേഷം അയാൾ നെടു

വീർപ്പിട്ടു.

"ഫോമാ അയാളുടെ മുമ്പിലുള്ള താടിവെച്ച മുഖങ്ങളിലേക്ക് നോക്കി. അയാൾക്ക് അവരെ ചൊടിപ്പിക്കാൻ പറ്റുന്ന എന്തെങ്കിലും കാര്യം പറയണമെന്ന് തോന്നി. പക്ഷേ, അയാളുടെ തലയ്ക്കുള്ളിൽ എല്ലാംകൂടി കൂടിക്കുഴയുകയായിരുന്നു. പക്ഷേ, അതിനുള്ളിൽനിന്ന് അയാൾക്ക് ഒരു ചിന്തയും വ്യക്തമായി കണ്ടെത്താൻ പറ്റിയില്ല. അവസാനം പറയുന്നതെന്താണെന്നുപോലും തിരിച്ചറിയാതെ അയാൾ ദേഷ്യപ്പെട്ടു:

"നിങ്ങൾക്ക് എല്ലാസമയത്തും കുടിക്കണമെന്നുള്ള ഒരു ആഗ്രഹം മാത്രമേ ഉള്ളൂ! നിങ്ങൾക്ക് എന്ത് കാര്യം ചെയ്താലും അതിൽ ഒരു വ്യത്യാസം ഇല്ല! നിങ്ങൾ ചിന്തിക്കേണ്ടതായിരുന്നു. എന്തിന് ചെയ്തു? അതിന്റെ ഉദ്ദേശ്യം എന്താണ്. ങേ! നിങ്ങൾക്ക് മനസ്സിലായോ!"

അയാൾക്കുചുറ്റും കൂടിനിന്ന മുഖങ്ങളിൽ അമ്പരപ്പ് പ്രത്യക്ഷപ്പെട്ടു. താടിവെച്ച മുഖങ്ങൾ നെടുവീർപ്പിടാൻ തുടങ്ങി. അവർ പരസ്പരം ചൊറിയാൻ തുടങ്ങി. മറ്റുള്ളവർ നിരാശയോടെ ഫോമായെ നോക്കിയതിനുശേഷം തിരിഞ്ഞു നടന്നു.

"ശരിയാണ്! ശരിയാണ്!" കരാറുകാരൻ നെടുവീർപ്പിട്ടുകൊണ്ട് പറഞ്ഞു. അതുകൊണ്ട് കുഴപ്പം ഒന്നും ഉണ്ടാകില്ല. എന്തുകൊണ്ട് എങ്ങനെ എന്നൊന്നും ചിന്തിക്കുന്നതുകൊണ്ട് തകരാറൊന്നും ഇല്ല. അതൊക്കെ അറിവിന്റെ വാക്കുകളാണ്."

ഈ കാര്യത്തിൽ മുടിക്ക് നിറം കുറവുള്ള മനുഷ്യന് വ്യത്യസ്തമായ അഭിപ്രായം ആയിരുന്നു.

"ഞങ്ങൾക്ക് ഞങ്ങളുടെ ജോലിയെപ്പറ്റി ചിന്തിക്കേണ്ട കാര്യമില്ല. ജോലി ഉണ്ടെങ്കിൽ നിങ്ങൾ ജോലി ചെയ്യുന്നു. അയാളുടെ കാര്യം വളരെ വ്യക്തമാണ്. ഒരു റൂബിൾ സമ്പാദിക്കാൻ പറ്റിയാൽ ദൈവത്തിന് നന്ദി പറയണം. നിങ്ങൾക്ക് എല്ലാ കാര്യങ്ങളും ചെയ്യാൻ പറ്റും."

"ചെയ്യുന്നതിന്റെ ആവശ്യം എന്താണെന്ന് നിങ്ങൾക്ക് അറിവുണ്ടോ?" അഭിപ്രായം ഇഷ്ടപ്പെടാതെ ഫോമാ ചോദിച്ചു.

"എല്ലാ കാര്യങ്ങളും ആവശ്യമാണ്. ഇതും അതും എല്ലാം ആവശ്യമാണ്."

"പക്ഷേ, അതിന്റെ യുക്തി എന്താണ്?"

"നിങ്ങളുടെ വർഗ്ഗത്തിന് എല്ലാ കാര്യങ്ങളിലും ഒരു യുക്തി മാത്രമേ ഉള്ളൂ. ആഹാരത്തിനും ചെലവിനും ഉള്ളത് സമ്പാദിച്ചാൽ ജീവിക്കുക! വിലപേശലിൽ എന്തെങ്കിലും കുടിക്കാൻ കിട്ടിയാൽ കുടിക്കുക."

ഫോമാ വെറുപ്പോടെ ഉറക്കെ പറഞ്ഞു. "നിങ്ങൾ സംസാരിക്കുന്നുണ്ടല്ലോ! നിങ്ങൾക്ക് എന്തു മനസ്സിലായി?"

"മനസ്സിലാകുന്നത് ഞങ്ങളുടെ ജോലി ആണോ?" മുടിക്ക് നിറം കുറവുള്ള മനുഷ്യൻ തല കുലുക്കിക്കൊണ്ട് പറഞ്ഞു. ഇപ്പോൾ ഫോമായോടു സംസാരിക്കുന്നതിൽ അയാൾക്ക് മടുപ്പ് തോന്നി. വോഡ്ക്ക കൊടുക്കാൻ ഫോമായ്ക്ക് താല്പര്യമില്ലെന്ന് അയാൾ സംശയിച്ചു. അയാൾ സാമാന്യം

ദേഷ്യത്തിൽ ആയിരുന്നു.

"അതാണ് കാര്യം" ഫോമാ നിർദ്ദേശം നല്കുന്നമട്ടിൽ അയാളോടു പറഞ്ഞു. അയാൾ വഴങ്ങിത്തുടങ്ങിയതിൽ ഫോമായ്ക്ക് സന്തോഷം തോന്നി. എതിർപ്പും പുച്ഛവും നിഴലിക്കുന്ന നോട്ടങ്ങൾ അവഗണിച്ചു കൊണ്ട് ഫോമാ പറഞ്ഞു. "മനസ്സിലാക്കുന്നവനു മാത്രമാണ് എന്നും നില നില്ക്കുന്ന ജോലികൾ ചെയ്യാൻ കഴിയുന്നത്!"

"അത് ദൈവത്തിന്റെ കാര്യമാണ്" ഗ്രാമീണരെ നോക്കിക്കൊണ്ട് കരാറുകാരൻ വിശദീകരിച്ചു. ദൈവത്തെ ധ്യാനിച്ച് ഒരു നെടുവീർപ്പിട്ടതിനു ശേഷം അയാൾ കൂട്ടിച്ചേർത്തു. "അത് സത്യമാണ്. അത് എത്രമാത്രം സത്യമാണ്!"

ശരിയായ രീതിയിൽ പ്രാധാന്യമുള്ള ഏതോ ഒരു കാര്യം പറയാൻ ഫോമാ ആവേശത്തോടെ ആഗ്രഹിച്ചു. അതിനു ശേഷം ഈ മനുഷ്യർ അയാളെ വ്യത്യസ്തമായ ഒരു രീതിയിൽ പരിഗണിക്കാൻ സാദ്ധ്യത ഉണ്ട്. മുടിക്ക് നിറം കുറഞ്ഞ മനുഷ്യൻ ഒഴിച്ച് മറ്റെല്ലാവരും നിശ്ചയമായും സംശയത്തോടെയാണ് അയാളെ ക്ഷീണിച്ചകണ്ണുകൾകൊണ്ട് നോക്കുന്നതെന്നുള്ള സത്യം ഫോമായെ അസംതൃപ്തനാക്കി.

അയാൾ പുരികങ്ങൾ ഉയർത്തിക്കൊണ്ട് പറഞ്ഞു. "ആയിരം വർഷങ്ങൾ കഴിഞ്ഞാലും മനുഷ്യർ സംസാരിക്കുന്നതരത്തിലുള്ള ജോലികൾ ചെയ്യണം. അത്തരം ജോലികൾ ചെയ്യേണ്ടത് ആവശ്യമാണ്. ബോഗോറോഡ്സ്കിലെ ഗ്രാമീണരാണ് ഇത് ചെയ്തത്. അതെ. മനുഷ്യർ അങ്ങനെ പറയണം."

മുടിക്ക് നിറം കുറവുള്ള മനുഷ്യൻ അത്ഭുതത്തോടെ ഫോമായെ നോക്കിക്കൊണ്ട് ചോദിച്ചു.

"അതിന് ഒരുപക്ഷേ, ഞങ്ങൾ വോൾഗ കുടിച്ചു വറ്റിക്കണമായിരിക്കും?" പിന്നീട് അയാൾ മൂക്ക് ചുളിച്ച് തലയാട്ടിക്കൊണ്ട് പ്രഖ്യാപിച്ചു. "ഞങ്ങൾക്ക് അത് ചെയ്യാൻ പറ്റില്ല. ഞങ്ങളുടെ എല്ലാം വയറ് പൊട്ടിത്തെറിക്കും."

അയാളുടെ സംസാരം ഫോമായ്ക്ക് ഇഷ്ടപ്പെട്ടില്ല. അയാൾ ചുറ്റുപാടും നോക്കി. ഗ്രാമീണർ മുഖം വീർപ്പിച്ചുകൊണ്ട് പുച്ഛത്തോടെ പുഞ്ചിരിക്കുകയായിരുന്നു. അവരുടെ പുഞ്ചിരി ആണികൾപോലെ അയാളിലേക്ക് തുളച്ചിറങ്ങി. ആ സമയം വരെ വായ തുറക്കാതിരുന്ന നരച്ച താടിയുള്ള ഗൗരവക്കാരനായ ഒരു ഗ്രാമീണൻ പെട്ടെന്ന് ഫോമായുടെ അടുത്തേക്ക് വന്ന് സാവധാനം സംസാരിക്കാൻ തുടങ്ങി:

"ഞങ്ങൾ വോൾഗ കുടിച്ചുവറ്റിച്ചാലും ആ പർവ്വതം മുഴുവൻ തിന്നു തീർത്താലും അതെല്ലാംതന്നെ മറന്നുപോകും. എല്ലാ കാര്യങ്ങളും മറക്കപ്പെടും. ജീവിതം വളരെക്കാലം ഉണ്ട്. എല്ലാ കാര്യങ്ങളിൽനിന്നും മുന്തിനില്ക്കുന്ന കാര്യങ്ങൾ ഞങ്ങൾക്ക് ചെയ്യാൻ പറ്റില്ല. പക്ഷേ, ഞങ്ങൾക്ക് ചട്ടക്കൂട് ഉണ്ടാക്കാൻ പറ്റും. അത് ഞങ്ങൾക്ക് ചെയ്യാൻ പറ്റും."

അയാൾ സംസാരത്തിനുശേഷം തടിക്കുള്ളിലേക്ക് ആപ്പ് കയറിപ്പോ

കുന്നതുപോലെ ആൾക്കൂട്ടത്തിലേക്ക് കയറിപ്പോയി. അയാളുടെ വാക്കുകൾ ഫോമായെ അടിച്ചമർത്തിക്കളഞ്ഞു. ഗ്രാമീണർ അയാളെ മണ്ടനായിട്ടാണ് മനസ്സിലാക്കിയിരിക്കുന്നതെന്ന് ഫോമായ്ക്ക് തോന്നി. അവരുടെ കണ്ണിൽ യജമാനൻ എന്നുള്ള പ്രാധാന്യം തിരിച്ചു പിടിക്കാനും ക്ഷീണിച്ചുപോയ ഗ്രാമീണരുടെ ശ്രദ്ധ വീണ്ടും അയാളിലേക്ക് ആകർഷിക്കാനും വേണ്ടി ഫോമാ സടകുടഞ്ഞ് എഴുന്നേറ്റു. ചിരിക്കാൻ തോന്നുന്ന തരത്തിൽ കവിൾ വീർപ്പിച്ചതിനുശേഷം മനസ്സിൽ പതിയുന്ന ശബ്ദത്തിൽ അയാൾ വിളിച്ചുപറഞ്ഞു.

"ഞാൻ മൂന്നുഭരണി വോഡ്ക നിങ്ങൾക്ക് സമ്മാനമായി തരുന്നു."

ചെറിയ സംസാരത്തിന് എപ്പോഴും കൂടുതൽ അർത്ഥം ഉണ്ടാകും. വളരെ ശക്തമായ ഒരു പ്രതികരണം ഉണ്ടാക്കാൻ അതിന് എപ്പോഴും കഴിഞ്ഞിരിക്കും. ഗ്രാമീണർ ആദരവോടെ ഫോമായ്ക്ക് വഴിമാറിക്കൊടുത്തു. നന്ദിപൂർവ്വം സന്തോഷത്തോടെ പുഞ്ചിരിച്ചുകൊണ്ട് അവർ തലകുനിച്ചു. ഒരുമിച്ചുള്ള ഒരു വിളിച്ചു കൂവലിലൂടെ അവർ അയാളുടെ ഔദാര്യത്തിന് നന്ദി പറഞ്ഞു.

"എന്നെ കരയിലേക്ക് കൊണ്ടുപോകണം. പെട്ടെന്ന് അയാളുടെ മനസ്സിൽ തോന്നിയ ആവേശം അധികനേരം നീണ്ടുനില്ക്കില്ലെന്ന് ഫോമായ്ക്ക് തോന്നി. അയാളുടെ ഹൃദയത്തെ ഒരു പുഴു കാർന്നുതിന്നാൻ തുടങ്ങിയിരുന്നു. അയാൾക്ക് ക്ഷീണം തോന്നി.

"എനിക്ക് മടുപ്പ് തോന്നുന്നു! "കുടിലിലേക്ക് കടന്നുവരുന്നതിനിടയിൽ ഫോമാ പറഞ്ഞു. സാഷാ ഇളം ചുവപ്പുനിറമുള്ള ഒരുമേൽവസ്ത്രമാണ് ധരിച്ചിരുന്നത്. അവൾ മേശപ്പുറത്ത് വീണ്ടും ഭക്ഷണവും നിരത്തുന്ന തിരക്കിലായിരുന്നു. "എനിക്ക് മടുപ്പു തോന്നുന്നു. അലക്സാൺഡ്രാ! എന്നോട് എന്തെങ്കിലും ചെയ്യാൻ നിങ്ങൾക്ക് കഴിഞ്ഞില്ലെങ്കിൽ ഞേ!"

അവൾ അയാളെ ശ്രദ്ധിച്ച് നോക്കി. ബഞ്ചിൽ അയാളുടെ തോളുരുമ്മി ഇരുന്നുകൊണ്ട് അവൾ പറഞ്ഞു.

"നിങ്ങൾക്ക് മടുപ്പു തോന്നുന്നതിന്റെ അർത്ഥം ഏതോ കാര്യം നിങ്ങൾ ആഗ്രഹിക്കുന്നുണ്ടെന്നാണ്. നിങ്ങൾക്ക് എന്താണ് വേണ്ടത്?"

"എനിക്ക് അറിയില്ല." ഫോമാ ദുഃഖത്തോടെ തലയാട്ടിക്കൊണ്ട് പറഞ്ഞു.

"ആലോചിച്ചുനോക്കൂ."

"എനിക്ക് ആലോചിക്കാൻ കഴിയുന്നില്ല. ഞാൻ ആലോചിച്ചിട്ട് ഒരു കാര്യവും പിടികിട്ടുന്നില്ല."

"എന്റെ കുട്ടീ!" സാഷാ അയാളുടെ അടുത്തു നിന്ന് അല്പം ദൂരത്തേക്ക് മാറി ഇരുന്നുകൊണ്ട് പുച്ഛത്തോടെ പറഞ്ഞു. "നിങ്ങളുടെ ബുദ്ധി നിങ്ങൾക്ക് ഒരു അധികപ്പറ്റാണ്."

ഫോമാ അവളുടെ ശബ്ദമോ ചലനമോ ശ്രദ്ധിച്ചിരുന്നില്ല. അയാൾ ബഞ്ചിൽ കൈകുത്തി മുന്നോട്ടു കുനിഞ്ഞ് നിലത്തുനോക്കി ഇരുന്ന് അങ്ങോട്ടും ഇങ്ങോട്ടും ആടിക്കൊണ്ട് പറഞ്ഞു.

"ചിലപ്പോൾ ഞാൻ ആലോചിച്ചുകൊണ്ടേ ഇരിക്കും. ടാറിനുള്ളിൽ ഉറച്ചുപോകുന്നതുപോലെ മനസ്സ് ചിന്തകൾക്കുള്ളിൽ ഉറച്ചു പോകും. പെട്ടെന്ന് ഒരു അടയാളം പോലും അവശേഷിപ്പിക്കാതെ എല്ലാ ചിന്തകളും അപ്രത്യക്ഷപ്പെടും. പിന്നീട് മനസ്സിനുള്ളിൽ ഇരുട്ടറയ്ക്കുള്ളിലെ ഇരുട്ടുപോലെയുള്ള ഇരുട്ടാണ്. ഇരുട്ടും തണുപ്പും ശൂന്യതയും. അതിനുള്ളിൽ യാതൊന്നും ഇല്ലാത്ത അവസ്ഥ! അത് ഭയങ്കരമാണ്. ആ സമയത്ത് ഞാൻ ഒരു മനുഷ്യനല്ലെന്നും ഞാൻ ആഴം അളക്കാൻ പറ്റാത്ത ഒരു മലയിടുക്കാണെന്നും എനിക്ക് തോന്നും. നിങ്ങൾ എന്നോട് എന്റെ ആഗ്രഹം എന്താണെന്ന് ചോദിക്കുന്നു?"

സാഷാ അയാളെ ഇടങ്കണ്ണിട്ടുനോക്കിയതിനുശേഷം ദുഃഖത്തോടെ പാടാൻ തുടങ്ങി.

"കാറ്റ് വീശുമ്പോൾ മൂടൽമഞ്ഞ് കടലിൽ നിന്ന് കയറി വരുന്നു."

"ഞാൻ ആഘോഷങ്ങൾ ആഗ്രഹിക്കുന്നില്ല. അത് അറപ്പുണ്ടാക്കുന്നു! എന്നും ഒന്നുതന്നെ. മനുഷ്യരും നേരംപോക്കുകളും വീഞ്ഞും. എനിക്ക് പക തോന്നുമ്പോൾ ഞാൻ എല്ലാവർക്കും അടികൊടുക്കും. എനിക്ക് മനുഷ്യരെ പറ്റി തൃപ്തി ഇല്ല. അവർ എന്താണ്? അവരെ മനസ്സിലാക്കാൻ പറ്റില്ല. അവർ എന്തിനാണ് ജീവിതം തുടരുന്നത്? അവർ സത്യം പറയുമ്പോൾ— അവരിൽ ആരു പറയുന്നത് നമ്മൾ ശ്രദ്ധിക്കും? ഒരാൾ ഇതുപറയും. ഒരാൾ അതുപറയും. എന്നാൽ എന്റെ കാര്യമോ എനിക്ക് ഒന്നുംതന്നെ പറയാൻ കഴിയുന്നില്ല."

"പ്രിയപ്പെട്ടവനെ നീ ഇല്ലെങ്കിൽ എന്റെ ജീവിതം തളർന്നു."

സാഷാ അവളുടെ മുന്നിലെ ഭിത്തിയിലേക്ക് നോക്കിക്കൊണ്ട് പാടി. ഫോമാ ആട്ടം തുടർന്നു കൊണ്ടിരിക്കുന്നതിനിടയിൽ പറഞ്ഞു.

"ചിലപ്പോൾ എനിക്ക് മനുഷ്യരുടെ മുമ്പിൽ കുറ്റബോധം തോന്നാറുണ്ട്. എല്ലാവരും ജീവിക്കുന്നു. ബഹളം ഉണ്ടാക്കുന്നു. ഞാനോ? എന്റെ താഴെ ഭൂമി ഇല്ലാത്തതുപോലെ ഞാൻ ഭയപ്പെട്ടിരിക്കുന്നു. ഞാൻ പരിഭ്രമിച്ചിരിക്കുന്നു. അത് ഒരുപക്ഷേ, എന്റെ അമ്മയുടെ നിർവ്വികാരത എനിക്ക് പകർന്നുകിട്ടിയതുകൊണ്ടാണോ? അമ്മയ്ക്ക് മഞ്ഞിന്റെ തണുപ്പായിരുന്നെന്നാണ് തലതൊട്ടപ്പൻ പറയുന്നത്. അവർ എന്നും എന്തിനോവേണ്ടി ആശിക്കുകയായിരുന്നു എന്നാണ് തലതൊട്ടപ്പന്റെ അഭിപ്രായം. ഞാനും ആശിച്ചുകൊണ്ടിരിക്കുകയാണ്. മനുഷ്യനെപ്പറ്റിയാണ് ഞാൻ ആശിച്ചുകൊണ്ടിരിക്കുന്നത്. എനിക്ക് അവരുടെ അടുത്തുചെന്ന് പറയണമെന്നുണ്ട്. "സഹോദരങ്ങളെ, എന്നെ സഹായിക്കണം! എന്നെ പഠിപ്പിക്കണം! എനിക്ക് എങ്ങനെ ജീവിക്കണമെന്ന് അറിയില്ല! എനിക്ക് തെറ്റുപറ്റിയിട്ടുണ്ടെങ്കിൽ എന്നോട് ക്ഷമിക്കണം!" പക്ഷേ, തല ഉയർത്തിനോക്കുമ്പോൾ അവിടെ സംസാരിക്കാൻ ആരും ഇല്ലെന്ന് എനിക്ക് മനസ്സിലായി. ആർക്കും താല്പര്യമില്ല. അവർ എല്ലാം തെമ്മാടികളാണ്! അവർ എന്നെക്കാൾ മോശപ്പെട്ടവരാണ്. കാരണം കുറഞ്ഞപക്ഷം ഇതുപോലെ ജീവിക്കാൻ എനിക്ക് നാണക്കേടുണ്ട്. അവർക്ക് അതുപോലും ഇല്ല! അവർ അത് തുടരുന്നു."

ഫോമാ മര്യാദയില്ലാത്ത ചില ശകാരങ്ങൾ ഉരുവിട്ടതിനുശേഷം നിശ്ശബ്ദനായി സാഷാ പാട്ടുനിർത്തിയതിനുശേഷം അയാളുടെ അടുത്തുനിന്ന് കുറേക്കൂടി അകന്നിരുന്നു. പുറത്ത് കാറ്റ് ജനൽപാളികളിൽ പൊടിവാരി വിതറിക്കൊണ്ട് ആഞ്ഞുവീശുന്നുണ്ടായിരുന്നു. അടുപ്പിൽ പൈൻ തടിച്ചീളുകളിൽ പാറ്റകൾ ഗുസ്തി പിടിച്ചുകൊണ്ടിരുന്നു. പറമ്പിലെവിടെയോ ഒരു പശുക്കുട്ടി ദാരുണമായി അമറി.

സാഷാ ഫോമായെനോക്കി പുച്ഛത്തോടെ പുഞ്ചിരിച്ചുകൊണ്ട് പറഞ്ഞു:

“മറ്റൊരു ഭാഗ്യംകെട്ട ജീവി കൂടി അമറിക്കൊണ്ടിരിക്കുന്നുണ്ട്. നിങ്ങൾക്ക് അതിന്റെ അടുത്തേക്ക് പോകാം. ഒരുപക്ഷേ, നിങ്ങൾക്ക് ഒന്നിച്ച് പാടാൻ പറ്റും.” അവൾ അയാളുടെ ചുരുണ്ട മുടി നേരംപോക്കിനുവേണ്ടി ഒരുവശത്തേക്ക് മാടി ഒതുക്കി.

“നിങ്ങളെ പോലെയുള്ള മനുഷ്യരെ എന്തിനുകൊള്ളാം? അതാണ് നിങ്ങൾ ആലോചിക്കേണ്ട കാര്യം. എന്തിനെ പറ്റിയാണ് നിങ്ങൾ നെടുവീർപ്പിടുന്നത്? മടി പിടിച്ചിരിക്കുന്നതുകൊണ്ടാണ് നിങ്ങൾക്ക് മടുപ്പു തോന്നുന്നത്. നിങ്ങൾ സ്വയം കച്ചവടത്തിൽ മുഴുകണം.”

“എന്റെ ദൈവമേ!” ഫോമാ തലയാട്ടി.

“ഒരാൾക്ക് സ്വയം മനസ്സിലാക്കാൻ ബുദ്ധിമുട്ടാണ്. അതെ. അത് പ്രയാസമാണ്. “ക്ഷമനശിച്ച് അയാൾ പെട്ടെന്ന് വിളിച്ചുകൂവി. എന്ത് കച്ചവടം? എനിക്ക് കച്ചവടത്തിനോട് യാതൊരു ആഗ്രഹവും ഇല്ല. കച്ചവടം എന്താണ്? കച്ചവടം വെറും ഒരുവാക്കാണ്. നിങ്ങൾ അതിന്റെ ആഴത്തിൽ ഇറങ്ങി അതിന്റെ അസ്തിവാരം നോക്കിയാൽ അസംബന്ധമൊഴിച്ച് മറ്റൊന്നും നിങ്ങൾക്ക് അവിടെ കാണാൻ പറ്റില്ല. എനിക്ക് അത് മനസ്സിലാക്കാൻ കഴിയില്ലേ? എല്ലാ കാര്യങ്ങളും എനിക്ക് മനസ്സിലാകും. എല്ലാ കാര്യങ്ങളും ഞാൻ കാണും. എല്ലാ കാര്യങ്ങളും ഞാൻ അനുഭവിക്കും! എനിക്ക് അത് പറയാൻ പറ്റില്ലെന്നു മാത്രം! കച്ചവടത്തിന്റെ ലക്ഷ്യം എന്താണ്? പണം? എനിക്ക് അത് ധാരാളം ഉണ്ട്! എനിക്ക് അതുകൊണ്ട് നിങ്ങളെ ശ്വാസംമുട്ടിച്ച് കൊല്ലാം. അതിനുള്ളിലിട്ട് മൂടാം. കച്ചവടം നെറികേടല്ലാതെ മറ്റൊന്നും അല്ല. ഞാൻ കച്ചവടക്കാരുമായി ഇടപെടുന്നുണ്ട്. ശരിയാണ്. പക്ഷേ, അവരെപ്പറ്റി എന്താണ് പറയാനുള്ളത്? അവരുടെ ആർത്തി അളക്കാൻ പറ്റില്ല. എന്നിട്ടും അവർ സ്വയം അത് മനസ്സിലാക്കാതെ കച്ചവടത്തിനുചുറ്റും കിടന്ന് കറങ്ങുന്നു. അവർ സ്വയം ഒളിപ്പിച്ചുവയ്ക്കുന്നു. പിശാചുക്കൾ അവരെ ഈ ബഹളത്തിൽ നിന്ന് സ്വതന്ത്രമാക്കാൻ ശ്രമിച്ചുനോക്കൂ. എന്ത് സംഭവിക്കും. കണ്ണുപൊട്ടന്മാരേ പോലെ അവർ അവിടെയും ഇവിടെയും തപ്പിത്തടഞ്ഞു നടക്കും. അവർക്ക് മനസ്സ് നഷ്ടപ്പെടും. അവർക്ക് ഭ്രാന്ത് പിടിക്കും! എനിക്ക് ആ കാര്യം അറിയാം! കച്ചവടം മനുഷ്യന് സന്തോഷം കൊണ്ടുവരുമെന്ന് നിങ്ങൾ വിചാരിക്കുന്നുണ്ടോ? ഇല്ല. അങ്ങനെ ഒരിക്കലും സംഭവിക്കില്ല. അതായത് ഇവിടെ മറ്റെന്തിന്റെയോ അഭാവം ഉണ്ട്. എന്നാൽ എല്ലാ കാര്യങ്ങളും ഇങ്ങനെ

അല്ല. നദി ഒഴുകുന്നു. മനുഷ്യർക്ക് അതിലൂടെ കപ്പലിൽ യാത്ര ചെയ്യാം. മരങ്ങൾ വളരുന്നു. അതിന് ഉപയോഗം ഉണ്ട്. നായ വീടിന് കാവൽ നില്ക്കും. ഈ ലോകത്തുള്ള എല്ലാ കാര്യങ്ങൾക്കും ന്യായീകരണം ഉണ്ട്. എന്നാൽ മനുഷ്യർ ഭൂമിയിൽ മൊത്തത്തിൽ പാറ്റകളെപോലെ അധികപ്പറ്റാണ്. എല്ലാ കാര്യങ്ങളും അവർക്കുവേണ്ടിയാണ്. എന്നാൽ അവരോ? അവർ എന്തിനുവേണ്ടി ആണ്? അവരുടെ ന്യായീകരണം എവിടെയാണ്? ഹ ഹാ ഹാ!"

ഹോമാ വിജയത്തിലെത്തിയിരുന്നു. തനിക്ക് മെച്ചമുള്ളതും മനുഷ്യർക്ക് എതിരായുള്ളതുമായ ഏതോ ഒരു കാര്യം താൻ കണ്ടെത്തിയിരിക്കുന്നതായി ഫോമായ്ക്ക് തോന്നി. ഇതുകാരണം അയാൾക്ക് വലിയ ആഹ്ലാദം ഉണ്ടെന്നുള്ള തോന്നലിൽ ഫോമാ ഉറക്കെ പൊട്ടിച്ചിരിച്ചു.

"നിങ്ങൾക്ക് തല വേദനിക്കില്ലേ?" ഉൽക്കണ്ഠയോടെ അയാളുടെ മുഖം സൂക്ഷ്മമായി പരിശോധിച്ചതിനുശേഷം സാഷാ അന്വേഷിച്ചു.

"എന്റെ മനസ്സിനു വേദനയുണ്ട്!" ഫോമാ ഉറക്കെ പറഞ്ഞു. "അതിന് സത്യസന്ധത ഉള്ളതു കൊണ്ടാണ് വേദനിക്കുന്നത്. കാരണം നിസ്സാര കാര്യങ്ങളിൽ അതിന് സംതൃപ്തി കിട്ടുന്നില്ല. എങ്ങനെ ജീവിക്കണമെന്നും എന്തുദ്ദേശ്യത്തിനുവേണ്ടി ജീവിക്കണമെന്നും അതിനോട് പറഞ്ഞുകൊടുക്കണം! അതിന് എന്റെ തലതൊട്ടപ്പനെ ഉദാഹരണമാക്കാം. അദ്ദേഹം ബുദ്ധിമാനാണ്! അദ്ദേഹം പറയുന്നു. ജീവിതം സൃഷ്ടിക്കുക! പക്ഷേ, അങ്ങനെ അദ്ദേഹം മാത്രമാണുള്ളത്. ശരി. ഞാൻ അദ്ദേഹത്തോട് ചോദിച്ചു നോക്കാം. ജീവിതം നമ്മളെ പിടിച്ചടക്കിയിരിക്കുകയാണെന്ന് എല്ലാവരും പറയുന്നു! ജീവിതം നമ്മളെ ശ്വാസംമുട്ടിക്കുന്നു. ഇതുകൂടി ഞാൻ ചോദിക്കാം. നമുക്ക് ജീവിതം സൃഷ്ടിക്കാൻ എങ്ങനെയാണ് കഴിയുന്നത്. ഇത് ചെയ്യണമെങ്കിൽ നിങ്ങൾ അതിനെ കൈവെള്ളയിൽ സൂക്ഷിച്ചുവയ്ക്കണം. നിങ്ങൾ അതിനെ നിയന്ത്രിക്കുന്ന യജമാനൻ ആയിരിക്കണം. ചെളി കൈയിൽ എടുക്കാതെ നിങ്ങൾക്ക് ഒരു ചെറിയ പാത്രം പോലും ഉണ്ടാക്കാൻ പറ്റില്ല."

സാഷാ ഗൗരവത്തിൽ പറഞ്ഞു. "പറയുന്നത് ശ്രദ്ധിക്കണം! നിങ്ങൾ വിവാഹം കഴിക്കണമെന്നാണ് ഞാൻ വിചാരിക്കുന്നത്."

ഫോമാ തോളുകൾ ഉയർത്തിക്കൊണ്ട് ചോദിച്ചു. "എന്തിന്?"

"നിങ്ങൾക്ക് ഒരു കടിഞ്ഞാൺ ആവശ്യമാണ്."

"ശരി! ഞാൻ നിങ്ങളുടെ കൂടെ ജീവിക്കുകയാണ്. നിങ്ങൾ എല്ലാം ഒരുപോലെ ഉള്ളവരാണ്. ശരിയല്ലേ? ഒരാൾക്ക് മറ്റൊരാളേക്കാൾ കൂടുതൽ മധുരം ഇല്ല. നിങ്ങൾക്ക് മുമ്പ് എനിക്ക് നിങ്ങളെപ്പോലെയുള്ള മറ്റൊരാൾ ഉണ്ടായിരുന്നു. അങ്ങനെ അല്ല. പക്ഷേ, അവൾ അത് ചെയ്തത് സ്നേഹത്തിനുവേണ്ടി ആയിരുന്നു. അവൾക്ക് എന്നോട് ഒരു ഇഷ്ടം തോന്നിയിരുന്നു. അവൾ പാവമായിരുന്നു. പക്ഷേ,. അല്ലെങ്കിൽ എല്ലാ രീതിയിലും അവൾ നിങ്ങളെപോലെ ആയിരുന്നു. നിങ്ങൾ കൂടുതൽ സുന്ദരിയാണെന്നു മാത്രം. പക്ഷേ, എനിക്ക് ഒരു പ്രത്യേക സ്ത്രീയോട് ഇഷ്ടം

തോന്നിയിരുന്നു. കുലീനയായ ഒരു സ്ത്രീ! അവൾ വഴിവിട്ട ജീവിതം നയിക്കുന്നവളാണെന്ന് എല്ലാവരും പറഞ്ഞു. പക്ഷേ, എനിക്ക് അവളെ ലഭിച്ചില്ല. അതെ, അവൾ ബുദ്ധിയും അറിവും ഉള്ളവളായിരുന്നു. അവൾ ആഡംബരജീവിതമാണ് നയിച്ചിരുന്നത്. കാര്യങ്ങളുടെ യഥാർത്ഥ സ്വാദ് അറിയാൻ പറ്റുന്നത് അവിടെയായിരിക്കുമെന്ന് ഞാൻ ചിന്തിച്ചിരുന്നു. അവൾ എന്നെ സ്വീകരിച്ചില്ല. ഒരുപക്ഷേ, ഞാൻ വിജയിച്ചിരുന്നെങ്കിൽ എല്ലാ കാര്യങ്ങളും മറ്റൊരു രീതിയിൽ ആകുമായിരുന്നു. എനിക്ക് അവളോട് കൊതി ആയിരുന്നു. എനിക്ക് സ്വയം വിട്ടുമാറാൻ കഴിയില്ലെന്ന് ഞാൻ വിചാരിച്ചു. എന്നാൽ ഇപ്പോൾ ഞാൻ എന്നെ മദ്യത്തിന് വിട്ടുകൊടുത്തിരിക്കുന്നു. ഞാൻ അവളെ വീഞ്ഞിൽ മുക്കി കൊന്നു. ഞാൻ അവളെ മറന്നുകൊണ്ടിരിക്കുകയാണ്. അതും തെറ്റാണ്. മനുഷ്യാ! സത്യം പറഞ്ഞാൽ നീ ഒരു തെമ്മാടി ആണ്."

ഫോമാ നിശ്ശബ്ദനായി. സാഷാ ബഞ്ചിൽനിന്ന് എഴുന്നേറ്റ് മുറിക്കുള്ളിൽ ചുണ്ടുകടിച്ചുകൊണ്ട് അങ്ങോട്ടും ഇങ്ങോട്ടും നടന്നു. അവൾ അയാളുടെ മുന്നിൽ വന്ന് നടത്തം നിർത്തി രണ്ടുകൈയും തലയിൽ വെച്ച് കൊണ്ട് പറഞ്ഞു.

"ഒരു കാര്യം പറയാനുണ്ട്. ഞാൻ പോകുന്നു."

"നിങ്ങൾ എവിടെ പോകുന്നു?" തല ഉയർത്താതെ ഫോമാ ചോദിച്ചു.

"എനിക്ക് അറിയില്ല. എവിടെ പോയാലും ഒരുപോലെ ആണ്."

"പക്ഷേ, എന്തിന്?"

"നിങ്ങൾ എപ്പോഴും ആവശ്യമില്ലാത്ത കാര്യങ്ങൾ പറഞ്ഞുകൊണ്ടിരിക്കുന്നു. നിങ്ങളുടെ കൂടെയാകുമ്പോൾ തനിച്ചായതുപോലെ ആണ്. നിങ്ങൾ എന്നെ വിഷമിപ്പിക്കുന്നു."

ഫോമാ തല ഉയർത്തി അവളെ നോക്കി. അയാൾ ദുഃഖത്തോടെ പൊട്ടിച്ചിരിച്ചു.

"സത്യത്തിൽ അങ്ങനെ സംഭവിച്ചോ?'

"നിങ്ങൾ എന്നെ വിഷമിപ്പിക്കുന്നുണ്ട്! നിങ്ങൾക്ക് മനസ്സിലാകുന്നുണ്ടോ? ഞാൻ അതിനെപ്പറ്റി ചിന്തിച്ചാൽ നിങ്ങൾ എന്താണ് പറയുന്നതെന്നും എന്തുകൊണ്ടാണ് നിങ്ങൾ അങ്ങനെ പറയുന്നതെന്നും എനിക്ക് മനസ്സിലാകും. കാരണം, ഞാനും അത്തരത്തിൽ ഉള്ളവളാണ്. സമയം വരുമ്പോൾ ഞാനും ഈ കാര്യങ്ങളെല്ലാം ആലോചിക്കും. അതിനുശേഷം ഞാൻ എല്ലാം മറക്കും. പക്ഷേ, ഇപ്പോൾ എനിക്ക് ഇതെല്ലാംതന്നെ വളരെ നേരത്തേയാണ്. ഇല്ല. ഇനിയും എനിക്ക് ജീവിക്കാൻ ആഗ്രഹം ഉണ്ട്. അതിനുശേഷം വരുന്നതു വരട്ടെ!"

"ഞാനും മറവിയിലേക്ക് പോകുമോ?" സംസാരിച്ച് ക്ഷീണിച്ചുപോയ ഫോമാ താല്പര്യമില്ലാതെ ചോദിച്ചു.

"തീർച്ചയായും" സാക്ഷാ ആത്മവിശ്വാസത്തോടെ ശാന്തമായി മറുപടി പറഞ്ഞു. "ഇത്തരത്തിലുള്ള എല്ലാ മനുഷ്യരും മറവിയിലേക്ക് പോകും. തലച്ചോറില്ലാത്ത കർക്കശ സ്വഭാവക്കാരന്റെ ജീവിതം എന്തൊരു

ജീവിതമാണ്? നമ്മളുടെ എല്ലാം ജീവിതം അയാളുടെ ജീവിതം പോലെ ആണ്."

"എനിക്ക് യാതൊരു സ്വഭാവവും ഇല്ല." ഫോമാ മൂരി നിവർന്നു കൊണ്ട് പറഞ്ഞു. അതിനുശേഷം അയാൾ ശബ്ദം താഴ്ത്തി കൂട്ടി ച്ചേർത്തു.

"സ്വഭാവം മാത്രമല്ല എനിക്ക് തലച്ചോറും ഇല്ല." അവർ പരസ്പരം നോക്കിക്കൊണ്ട് ഒരുമിനിറ്റ് നേരം നിശ്ശബ്ദരായിരുന്നു.

"നമ്മൾ എന്തു ചെയ്യാൻ പോകുന്നു?" ഫോമാ ചോദിച്ചു.

"നമുക്ക് തീർച്ചയായും അത്താഴം കഴിക്കണം."

"അതല്ല. പൊതുവെ എന്താണ് നമ്മൾ പിന്നീട് ചെയ്യാൻ പോകുന്നത്? അതാണ് ഞാൻ ഉദ്ദേശിച്ചത്."

"പിന്നീട് ചെയ്യാൻ പോകുന്നത് എനിക്ക് അറിയില്ല."

"എന്തായാലും നിങ്ങൾ എന്നെ ഉപേക്ഷിക്കാൻ തീരുമാനിച്ചോ?"

"അതെ. വരൂ. നമുക്ക് പിരിയുന്നതിനുമുമ്പ് കുറേക്കൂടി കുടിക്കാം. നമുക്ക് കസാനിൽ പോകാം. അവിടെ നമുക്ക് ഒരുകൂത്ത് നടത്താം. നമുക്ക് ഒരു ആഘോഷമാക്കിക്കളയാം. അവിടെവെച്ച് ഞാൻ നിങ്ങളോട് വിട പറയുന്ന പാട്ട് പറയാം."

"അത് കൊള്ളാം" ഫോമാ സമ്മതിച്ചു. "പിരിഞ്ഞു പോകുമ്പോൾ അത് വളരെ സ്വാഭാവികമാണ്. അത് നല്ല രസമായിരിക്കും! സാഷാ ഒരു കാര്യം ഞാൻ പറയാം. അവർ പറയുന്നത് നിങ്ങളെപോലെ ഉള്ള സ്ത്രീകൾ പണത്തിന് ആർത്തിയുള്ളവരാണെന്നാണ്, മോഷണം പോലും നടത്തുന്നുവെന്നാണ്. പറയുന്നത്."

"അവർ പറയട്ടെ." സാഷാ ശാന്തായി പറഞ്ഞു.

"നിങ്ങൾക്ക് വിഷമം തോന്നുന്നില്ലേ?" ഫോമാ ജിജ്ഞാസയോടെ ചോദിച്ചു. "പക്ഷേ, നിങ്ങൾക്ക് ആർത്തി ഇല്ല. എന്റെ കൂടെ ജീവിക്കു ന്നത് നിങ്ങൾക്ക് കൂടുതൽ പ്രയോജനം കിട്ടുന്ന കാര്യമാണ്. എനിക്ക് പണം ഉണ്ട്. എന്നിട്ടും നിങ്ങൾ എന്നെ വിട്ടുപോകുന്നു. അതിന്റെ അർത്ഥം നിങ്ങൾക്ക് ആർത്തി ഇല്ലെന്നാണ്."

സാഷാ കുറച്ചുനേരം ആലോചിച്ചു. കൈമലർത്തിക്കാണിച്ചുകൊണ്ട് അവൾ പറഞ്ഞു. ഒരുപക്ഷേ, എനിക്ക് ആർത്തി ഇല്ലായിരിക്കാം. അതു കൊണ്ട് എന്തുകാര്യം. ഞാൻ തെരുവ് പെണ്ണുങ്ങളുടെ കൂട്ടത്തിൽ ഏറ്റവും താഴെ ഉള്ളവളല്ല. അപ്പോൾ ആരോടാണ് എനിക്ക് പക തോന്നേണ്ടത്? അവർക്ക് ഇഷ്ടമുള്ളതൊക്കെ അവർ പറയട്ടെ! എന്തായാലും അത് മനു ഷ്യരുടെ സംസാരം ആയിരിക്കും. കാളകളുടെ അമറൽ ആകില്ല. മനു ഷ്യന്റെ വിശുദ്ധിയും സത്യസന്ധതയും എനിക്ക് വളരെ പരിചിതമായ കാര്യങ്ങളാണ്! അതെല്ലാം എനിക്ക് നല്ലവണ്ണം അറിയാം! എന്നെ ഒരു ന്യായാധിപയായി തിരഞ്ഞെടുത്താൽ ഞാൻ മരിച്ചവരെ മാത്രമേ കുറ്റവി മുക്തരാക്കൂ!" പകയോടെ പൊട്ടിച്ചിരിച്ചു കൊണ്ട് സാഷാ പറഞ്ഞു. "ശരി നമുക്ക് ഇതുമതിയാക്കാം. ആവശ്യത്തിനുള്ള അസംബന്ധം നമ്മൾ

സംസാരിച്ചുകഴിഞ്ഞു. നമുക്ക് മേശയുടെ അടുത്തേക്ക് പോകാം."

അടുത്ത ദിവസം രാവിലെ ഉസ്ട്യായിലെ തുറമുഖത്തേക്ക് അടുത്തുകൊണ്ടിരുന്ന ഒരുകപ്പലിൽ ഫോമായും സാഷായും ഉണ്ടായിരുന്നു. അവർ കപ്പലിന്റെ തൂക്കുപാലത്തിൽ അടുത്തടുത്ത് നില്ക്കുകയായിരുന്നു. സാഷായുടെ വെളുത്ത തൂവലുകളുള്ള വലിപ്പം കൂടിയ കറുത്ത തൊപ്പി ആളുകളുടെ ശ്രദ്ധ ആകർഷിച്ചുകൊണ്ടിരുന്നു. അവളുടെ അടുത്തു നില്ക്കുമ്പോൾ മനുഷ്യരുടെ ജിജ്ഞാസ കലർന്ന നോട്ടം അയാളുടെ വിളറിയ മുഖത്തുകൂടി ഇഴയുന്നുണ്ടെന്ന് ഫോമായ്ക്ക് തോന്നി. തിളങ്ങുന്ന വേനൽക്കാല വേഷങ്ങൾ ധരിച്ച മനുഷ്യർ തുറമുഖത്ത് കാത്തുനില്ക്കുന്നുണ്ടായിരുന്നു. ആൾക്കൂട്ടത്തിലെ പലമുഖങ്ങൾക്കിടയിൽ തനിക്കു പരിചയമുള്ള ഒരു മുഖം കണ്ടതുപോലെ ഫോമായ്ക്ക് തോന്നി. ഇപ്പോൾ അയാൾ ആളുകൾക്കിടയിൽ ഒളിച്ചു നിന്നുകൊണ്ട് അയാളിൽ നിന്ന് കണ്ണു പിൻവലിക്കാതിരിക്കുകയാണെന്ന് ഫോമാ മനസ്സിലാക്കുന്നുണ്ടായിരുന്നു.

'നമുക്ക് മുറിയിലേക്ക് പോകാം." അയാൾ സാഷായോട് പറഞ്ഞു. അയാൾ അസ്വസ്ഥനായിരുന്നു.

"ആളുകളിൽ നിന്ന് നിങ്ങളുടെ പാപങ്ങൾ മറച്ചുപിടിക്കാൻ ശീലിക്കരുത്. "സാഷാ പുഞ്ചിരിച്ചുകൊണ്ട് മറുപടി പറഞ്ഞു. "ഒരുപക്ഷേ, നിങ്ങൾ അവിടെ എന്തെങ്കിലും പരിചയക്കാരനെ കണ്ടിട്ടുണ്ടാകും? ശരിയല്ലേ?"

"ശരിയാണ്. ആരോ എന്നെ ശ്രദ്ധിക്കുന്നുണ്ട്."

"പാലുകുപ്പി കൊണ്ടുവരുന്ന നേഴ്സ് ആയിരിക്കും?" അവൾ പൊട്ടിച്ചിരിച്ചു.

"നിങ്ങൾ മുറുമുറുക്കുകയാണ്!" ഫോമാ ദേഷ്യത്തോടെ അവളെ ഇടംകണ്ണിട്ടു നോക്കിക്കൊണ്ട് പറഞ്ഞു. "എനിക്ക് ഭയമുണ്ടെന്ന് നിങ്ങൾ വിശ്വസിക്കുന്നുണ്ടോ?"

"നിങ്ങൾക്ക് എന്തുമാത്രം ധൈര്യം ഉണ്ടെന്ന് എനിക്ക് മനസ്സിലാക്കാൻ പറ്റും."

"നിങ്ങൾക്ക് കാണാം. ആരേയും ഞാൻ പതറാതെ അഭിമുഖീകരിക്കും." ഫോമാ ദേഷ്യപ്പെട്ടു. പക്ഷേ, ആൾക്കൂട്ടത്തെ സൂക്ഷ്മമായി പരിശോധിച്ചതിനുശേഷം പെട്ടെന്ന് മുഖഭാവം മാറ്റിക്കൊണ്ട് അയാൾ സാവധാനം കൂടിച്ചേർത്തു.

"ഓ! എന്റെ തലതൊട്ടപ്പനാണ്."

തുറമുഖത്തിന്റെ അറ്റത്ത് രണ്ട് തടിച്ച സ്ത്രീകളുടെ ഇടയിൽക്കടന്ന് ഞെരിഞ്ഞുകൊണ്ട് യക്കോവ് ടരസോവിച്ച് നില്ക്കുന്നുണ്ടായിരുന്നു. ഇരുമ്പ് പോലെയുള്ള മുഖം മുകളിലേക്ക് ഉയർത്തിക്കൊണ്ട് തൊപ്പിഊരി കല്പിച്ചുകൂട്ടിയുള്ള വിനയത്തോടെ അയാൾ ഫോമായെ വീശിക്കാണിച്ചു. അയാളുടെ താടിവിറച്ചു. കഷണ്ടിത്തല തിളങ്ങി. അതോടൊപ്പം അയാളുടെ ചെറിയ കണ്ണുകൾ തമരുകൾപോലെ തുളച്ചിറങ്ങി.

കഴുകൻ!' തൊപ്പി ഉയർത്തിക്കാണിച്ച് തലയാട്ടിക്കൊണ്ട് ഫോമാ തല

തൊട്ടപ്പനെ നോക്കി മുറുമുറുത്തു.

അയാൾ തലകുമ്പിട്ടതിൽ മയാകിന് വലിയ സന്തോഷം തോന്നിയെന്ന് വ്യക്തമായിരുന്നു. വൃദ്ധൻ എങ്ങനെയൊക്കെയോ ചുരുണ്ടുകൂടി. തടിച്ചികൾക്കിടയിൽ കാലുറപ്പിച്ച് നിന്നു. അയാളുടെ മുഖം ദുർവിചാരത്തോടെയുള്ള ഒരു പുഞ്ചിരികൊണ്ട് തിളങ്ങുന്നതായി തോന്നി.

"ആ ചെറിയ ആൺകുട്ടി അണ്ടിപ്പരിപ്പ് മേടിക്കാനുള്ള പണം തരുമെന്ന് തോന്നുന്നു!" സാഷാ ഫോമായെ കളിയാക്കി. അവളുടെ സംസാരവും തലതൊട്ടപ്പന്റെ പുഞ്ചിരിയും കൂടി അയാളുടെ നെഞ്ചിൽ ഒരു തീകുണ്ഡം കൂട്ടുകയാണെന്ന് ഫോമായ്ക്ക് തോന്നി.

"എന്ത് സംഭവിക്കുമെന്ന് നമുക്ക് നോക്കാം." ഫോമാ മുറുമുറുത്തു. കപ്പൽ നിശ്ചലമായി. ആളുകൾ തിരമാലപോലെ പുറത്തേക്ക് ഒഴുകി. തിരക്കിൽപ്പെട്ട് അല്പസമയത്തേക്ക് മയാകിൻ അപ്രത്യക്ഷനായി. അയാൾ വീണ്ടും വിദ്വേഷത്തോടെയുള്ള പുഞ്ചിരിയുമായി ഫോമായുടെ മുമ്പിൽ പ്രത്യക്ഷപ്പെട്ടു. ഫോമാ കോപത്തോടെ അയാളുടെ മുഖത്തുനിന്ന് കണ്ണെടുക്കാതെ സാവധാനം അയാളുടെ അടുത്തേക്ക് നടന്നുവന്നു. അവർ പിന്നിൽ നിന്ന് അയാളെ തള്ളി. അവർ അയാളുടെ ശരീരത്തിലേക്ക് ചാഞ്ഞു കിടന്നു. അവർ അയാളെ ഞെക്കിപ്പിഴിഞ്ഞു. ഇത് ഫോമായെ കൂടുതൽ ദേഷ്യം പിടിപ്പിച്ചു. ഇപ്പോൾ അയാൾ വൃദ്ധന്റെ നേർക്കുനേർ വന്നു. വൃദ്ധൻ അയാളെ വിനയത്തോടെ തലകുനിച്ചു അഭിവാദ്യം ചെയ്തശേഷം ചോദിച്ചു:

"ഫോമാ ഇഗ്നാറ്റിച്ച്, നീ എവിടെ പോകുന്നു."

"എന്റെ കാര്യങ്ങൾക്ക് പോകുന്നു." തല തൊട്ടപ്പനെ അഭിവാദ്യം ചെയ്യാതെ ഫോമാ മറുപടി പറഞ്ഞു.

"സാർ, അത് അങ്ങേയറ്റം നല്ല കാര്യമാണ്!" യക്കോവ് ടരാസോവിച്ച് അർത്ഥം വെച്ച് പുഞ്ചിരിച്ചുകൊണ്ട് പറഞ്ഞു. "തൂവലുകളുള്ള സ്ത്രീ- അവൾ നിന്റെ ആരാണെന്ന് ഞാൻ ചോദിക്കുന്നതിൽ തെറ്റുണ്ടോ?"

"അവൾ എന്റെ വെപ്പാട്ടി ആണ്" ഫോമാ തലതൊട്ടപ്പന്റെ തീക്ഷ്ണമായ നോട്ടത്തിനുമുമ്പിൽ തലകുനിക്കാതെ ഉറക്കെ പറഞ്ഞു.

സാഷാ ഫോമായുടെ താടിവരെ കഷ്ടിച്ച് ഉയരമുള്ള കിഴവന്റെ മുഖം തോളിനു മുകളിലൂടെ പരിശോധിച്ചുകൊണ്ട് ഫോമായുടെ പിന്നിൽ അനങ്ങാതെ നിന്നു. ഫോമായുടെ ഉറക്കെയുള്ള സംസാരത്തിൽ ഒരു അപവാദത്തിന്റെ മണം അടിച്ചതുകൊണ്ട് അങ്ങോട്ട് ആകൃഷ്ടരായി. പെട്ടെന്നുതന്നെ ഒരു അപവാദത്തിന്റെ സാദ്ധ്യത മയാകിനും മനസ്സിലായി. അയാൾ ഫോമായുടെ വഴക്കിടാനുള്ള മനോഭാവത്തെ നിമിഷങ്ങൾക്കുള്ളിൽ വളരെ കൃത്യമായി കണക്കുകൂട്ടി എടുത്തു. അയാൾ നെറ്റിയിലെ ചുളിവുകൾ കൂടുതൽ ചുളിച്ചു. ചുണ്ടുകടിച്ചുകൊണ്ട് ഫോമായോട് ശാന്തമായി പറഞ്ഞു.

"എനിക്ക് നിന്നോട് ചില കാര്യങ്ങൾ പറയാനുണ്ട്. നീ എന്റെ കൂടെ

ഹോട്ടലിലേക്ക് വരുമോ?"

"കുറച്ച് സമയത്തേക്ക് ഞാൻ വരാം."

"അപ്പോൾ നിനക്ക് സമയം ഇല്ല. അല്ലേ? നീ മറ്റൊരു ചങ്ങാടം തകർക്കാനുള്ള തിരക്കിലായിരിക്കും. ങേ?" സ്വയം അടക്കിവയ്ക്കാൻ കഴിയാതെ വൃദ്ധൻ പൊട്ടിത്തെറിച്ചു.

"അവ തകർക്കാൻ കഴിയുന്നതായതുകൊണ്ട് അവ തകർക്കുന്നതിൽ തെറ്റുണ്ടോ? ഫോമ തന്റേടത്തോടെ തിരിച്ചടിച്ചു.

"തീർച്ചയായും ഉണ്ട്. അത് നീ സമ്പാദിച്ചതല്ല. നീ അത് നശിപ്പിക്കുന്നത് എന്തിനാണ്? ശരി. വരൂ! നമുക്ക് കുറച്ച്സമയത്തേക്ക് ആ സ്ത്രീയെ ഒഴിവാക്കരുതോ?" മയാകിൻ ശാന്തമായി ചോദിച്ചു.

"സാഷാ, പട്ടണത്തിൽ പോയി സൈബീരിയൻ സത്രത്തിൽ ഒരു മുറി എടുക്കണം. ഞാൻ ഉടൻതന്നെ അവിടെ എത്താം!" ഇതുപറഞ്ഞതിനുശേഷം മയാകിന്റെ നേർക്ക് തിരിഞ്ഞുകൊണ്ട് അയാൾ പ്രഖ്യാപിച്ചു.

"ഞാൻ തയ്യാറാണ്! നമുക്ക് പോകാം."

ഹോട്ടലിലേക്ക് പോകുന്നതിനിടയിൽ അവരിൽ ഒരാളും സംസാരിച്ചിരുന്നില്ല. തന്നോടൊപ്പം നടന്നെത്താൻ തലതൊട്ടപ്പന്റെ കാലുനീട്ടിവെച്ച് പാടുപെടണമെന്ന് മനസ്സിലാക്കിക്കൊണ്ട് ഫോമാ മനപൂർവ്വം നടത്തത്തിന്റെ വേഗത കൂട്ടി. വൃദ്ധൻ തന്നോടൊപ്പം എത്താൻ കഴിയുന്നില്ലെന്നുള്ള സത്യം അയാളുടെ ഉള്ളിൽ ഇളക്കിമറിഞ്ഞുകൊണ്ടിരുന്ന എതിർക്കാനുള്ള മനോഭാവത്തെ ശക്തിപ്പെടുത്തി.

ഹോട്ടലിന്റെ വിശാലമായ സ്വീകരണ ഹാളിൽ പ്രവേശിച്ച് ഒരു ഒഴിഞ്ഞ മൂലയിലേക്ക് തിരിഞ്ഞുകൊണ്ട് മയാകിൻ പറഞ്ഞു. "വെയ്റ്റർ, ഞങ്ങൾക്ക് ഒരു കുപ്പി ബിയർ വേണം."

"എനിക്ക് കോണിയാക് വേണം" ഫോമാ ആജ്ഞാപിച്ചു.

"നിങ്ങളുടെ ചീട്ടുകൾ മോശമായിരിക്കുമ്പോൾ ഏറ്റവും ചെറിയ ചീട്ടുകൊണ്ടുവേണം കളി തുടങ്ങുന്നത്." പരിഹാസത്തോടെ മയാകിൻ ഫോമായെ ഉപദേശിച്ചു.

"അച്ഛന് എന്റെ കളി അറിയില്ല!" മേശയുടെ അടുത്ത് ഇരുന്നുകൊണ്ട് ഫോമാ പറഞ്ഞു.

'ശരിയാണോ? നോക്കട്ടെ! പലരും അങ്ങനെ കളിയാക്കാറുണ്ട്.'

"എങ്ങനെ?"

"നീ കളിക്കുന്നതുപോലെ. ചങ്കൂറ്റത്തോടെ മണ്ടത്തരങ്ങൾ കാണിച്ചുകൊണ്ടുള്ള കളി പലരും കളിക്കാറുണ്ട്."

"ഞാൻ കളിച്ചാൽ ഒന്നുകിൽ തല പൊട്ടിച്ചിതറും അല്ലെങ്കിൽ ഭിത്തി അടർന്നുവീഴും." മേശപ്പുറത്ത് മുഷ്ടിചുരുട്ടി ഇടിച്ചു കൊണ്ട് ഫോമാ പറഞ്ഞു.

"ഇതുവരെ നിന്റെ കെട്ടുവിട്ടില്ലേ?" മയാകിൻ പുഞ്ചിരിച്ചുകൊണ്ട് ചോദിച്ചു.

ഫോമാ ദേഷ്യപ്പെട്ട് മുഖം വീർപ്പിച്ചുകൊണ്ട് കസേരയിൽ സ്വയം

കുറേക്കൂടി ഉറച്ചിരുന്നുകൊണ്ട് പറഞ്ഞു.

"അച്ഛൻ ബുദ്ധിയുള്ള മനുഷ്യനാണ്. അച്ഛന്റെ സാമാന്യ ബോധത്തോട് എനിക്ക് ബഹുമാനം ഉണ്ട്."

"നന്ദി!" മയാകിൻ മേശപ്പുറത്ത് കൈകുത്തി അല്പം എഴുന്നേറ്റ് തല കുനിച്ചുകൊണ്ട് പറഞ്ഞു.

"അതിന് നന്ദി പറയേണ്ട ആവശ്യം ഇല്ല. എനിക്ക് ഇപ്പോൾ ഇരുപതല്ലെന്ന് അച്ഛൻ ഓർക്കണം. ഞാൻ ഇപ്പോൾ ഒരു കുട്ടി അല്ല."

"തീർച്ചയായും അല്ല." മയാകിൻ സമ്മതിച്ചു. "നീ ഇതിനിടയിൽ നല്ല വണ്ണം ജീവിതം കണ്ടിരിക്കുന്നു. അത് പ്രത്യേകം പറയേണ്ട കാര്യം ഇല്ല. കൊതുക് കഴിയുന്നത്ര കാലം ജീവിച്ചാൽ പിടക്കോഴി ആകാറുണ്ടോ?"

"തമാശ വേണ്ട!" ഫോമാ ആത്മവിശ്വാസത്തോടെ മയാകിനെ താക്കീതു ചെയ്തു. അയാളുടെ അങ്ങേയറ്റത്തെ ആത്മവിശ്വാസം മയാകിനെ ഞെട്ടിച്ചു. അയാളുടെ മുഖത്തെ ചുളിവുകൾ പരിഭ്രമം കൊണ്ട് വിറച്ചു.

"അച്ഛൻ ഇവിടെ എന്തിനാണ് വന്നത്?" ഫോമാ ചോദിച്ചു.

"പറയാം! നീ ഇവിടെ ചില വൃത്തികെട്ട ജോലികൾ ചെയ്തു. അതുകൊണ്ട് വലിയ തകരാറ് സംഭവിച്ചിട്ടുണ്ടോ എന്ന് കണ്ടെത്താൻ എനിക്ക് ആഗ്രഹം തോന്നി. ഞാൻ നിന്റെ ഒരു ബന്ധു ആണെന്ന് നീ മനസ്സിലാക്കണം. അതുകൂടാതെ നിനക്കുള്ള ഒരേ ഒരു ബന്ധു ഞാൻ മാത്രം ആണ്."

"അച്ഛൻ അച്ഛനെതന്നെ വെറുതെ ബുദ്ധിമുട്ടിക്കുകയാണ്. ഞാൻ പറയാൻ പോകുന്നത് എന്താണെന്ന് അച്ഛന് അറിയാമോ? ഒന്നുകിൽ എനിക്ക് പൂർണ്ണസ്വാതന്ത്ര്യം തരണം. അല്ലെങ്കിൽ എന്റെ കച്ചവടം മുഴുവനും അച്ഛൻ സ്വന്തം കൈയിൽ എടുത്ത് നടത്തണം. എല്ലാ കാര്യങ്ങളും സ്വന്തമായിക്കോളൂ. എല്ലാ കാര്യങ്ങളും. അവസാനത്തെ റൂബിൾ വരെ!"

ഫോമാ പോലും പ്രതീക്ഷിക്കാതെയാണ് ഈ അഭിപ്രായം അയാളിൽ നിന്ന് പൊട്ടിത്തെറിച്ചത്. ഇതിനു മുമ്പ് ഒരിക്കലും അയാൾ ഇങ്ങനെ ഒരു കാര്യം ചിന്തിച്ചിട്ടുപോലും ഉണ്ടായിരുന്നില്ല. പക്ഷേ, ഇപ്പോൾ ഈ വാക്കുകൾ പറഞ്ഞുകഴിഞ്ഞപ്പോൾ തലതൊട്ടപ്പൻ എല്ലാ സ്വത്തുക്കളും ഏറ്റെടുത്താൽ അയാൾ പൂർണ്ണമായും സ്വതന്ത്രനാകുമെന്ന് ഫോമായ്ക്ക് വ്യക്തമായിരുന്നു. അപ്പോൾ അയാൾക്ക് എവിടെവേണമെങ്കിലും പോകാമെന്നും ഇഷ്ടമുള്ളതെന്തും ചെയ്യാമെന്നും വളരെ പെട്ടെന്ന് അയാൾ തിരിച്ചറിഞ്ഞു. ഈ നിമിഷം വരെ അയാൾ ഏതോ ഒരു വലയ്ക്കുള്ളിൽ കെട്ടുപിണഞ്ഞ് കിടക്കുകയായിരുന്നു. പക്ഷേ, അയാൾക്ക് അയാളെ തളച്ചിട്ടിരിക്കുകയാണെന്ന് അറിയില്ലായിരുന്നു. അയാൾക്ക് അത് തകർക്കാൻ കഴിയില്ല. എന്നാൽ ഇപ്പോൾ അവ വളരെ എളുപ്പത്തിൽ സ്വയം കൊഴിഞ്ഞു വീണുകൊണ്ടിരിക്കുന്നു. അയാളുടെ നെഞ്ചിൽ വളരെ ആഹ്ലാദവും അമ്പരപ്പും ഉളവാക്കുന്ന ഒരുപ്രതീക്ഷ ആളിക്കത്താൻ തുടങ്ങി. അത് കലങ്ങിമറിഞ്ഞ അയാളുടെ ജീവിതത്തിൽ പെട്ടെന്ന് വെളിച്ചം ജ്വലിച്ചുതുടങ്ങിയതുപോലെ ആയിരുന്നു. ഇപ്പോൾ അയാളുടെ മുമ്പിൽ വളരെ വിശാല

മായ ഒരുവഴി തുറന്നുകിടക്കുന്നുണ്ടെന്ന് തോന്നി. ചില പ്രതിബിംബങ്ങൾ അയാളുടെ മനസ്സിൽ ഉദിച്ചുയർന്നു. അവയുടെ സ്ഥാനചലനങ്ങൾ ശ്രദ്ധിച്ചുകൊണ്ടിരിക്കുമ്പോൾ അയാൾ പരസ്പരം ബന്ധമില്ലാതെ മുറുമുറുക്കുന്നുണ്ടായിരുന്നു.

"ഇവിടെ ഇത് എന്തിനേക്കാളും നല്ല കാര്യമാണ്! എല്ലാം സ്വീകരിച്ചുകഴിഞ്ഞാൽ അതിന്റെ കാര്യം അവസാനിക്കും! എന്നെ സംബന്ധിച്ചിടത്തോളം എനിക്ക് ഈ വിശാലമായ ലോകത്ത് എവിടെ പോകാനുമുള്ള സ്വാതന്ത്ര്യം കിട്ടും! എനിക്ക് ഇതുപോലെ ജീവിക്കാൻ പറ്റില്ല. എന്റെ കഴുത്തിൽ ഭാരം തൂക്കിയിരിക്കുന്നതുപോലെ തോന്നുന്നു! എന്നെ മൊത്തത്തിൽ ചുറ്റിവരിഞ്ഞ് കെട്ടിയിട്ടതുപോലെ തോന്നുന്നു! അവിടെ ഞാൻ പോകാൻ പാടില്ല! ഈ കാര്യം ഞാൻ ചെയ്യാൻ പാടില്ല! എനിക്ക് സ്വതന്ത്രമായി ജീവിക്കണം. എനിക്ക് എല്ലാ കാര്യങ്ങളും സ്വയം മനസ്സിലാക്കണം. എന്റെ ജീവിതം എനിക്ക് സ്വയം അന്വേഷിച്ച് കണ്ടെത്തണം! അല്ലെങ്കിൽ ഞാൻ ആരാണ്? ഒരു തടവുകാരൻ! ദയവായി എല്ലാം സ്വീകരിക്കണം. എല്ലാം ചെകുത്താൻ സ്വന്തമാക്കട്ടെ! ദയവായി എനിക്ക് സ്വാതന്ത്ര്യം തരണം! ഞാൻ എന്തുതരം കച്ചവടക്കാരനാണ്? എനിക്ക് ഒരുകാര്യവും ഇഷ്ടമല്ല. അതുകൊണ്ട്. ഞാൻ മനുഷ്യരെ കൈവെടിയും. എല്ലാം കൈവെടിയും. എനിക്കുവേണ്ടി ഒരു സ്ഥലം ഞാൻ സ്വയം കണ്ടെത്തും. ഞാൻ ഏതെങ്കിലും തരത്തിലുള്ള ഒരുജോലി കണ്ടുപിടിച്ച് ജോലി ചെയ്യും. ദൈവമേ! അച്ഛാ! എനിക്ക് സ്വാതന്ത്ര്യം തരൂ! കാരണം ഞാൻ കുടിച്ചുകൊണ്ടിരിക്കുകയാണെന്നും ആ സ്ത്രീയോട് ഇടപെടുകയാണെന്നും അച്ഛൻ മനസ്സിലാക്കി കഴിഞ്ഞു."

മയാകിൻ ഫോമായെ നോക്കി. അയാളുടെ സംസാരം ശ്രദ്ധയോടെ കേട്ടു. അവളുടെ മുഖം ഭയന്നുപോയതുപോലെ നിശ്ചലമായിരുന്നു. മദ്യശാലയിലെ പോലെ അവ്യക്തമായ ശബ്ദങ്ങൾ അന്തരീക്ഷത്തിൽ ഉണ്ടായിരുന്നു. ചില മനുഷ്യർ അവരെ കടന്നുപോയി. അവർ മയാകിനെ അഭിവാദനം ചെയ്തു. പക്ഷേ, അയാൾ ഒരുകാര്യവും കാണുന്നുണ്ടായിരുന്നില്ല. അയാൾ ദയനീയമായ ആഹ്ലാദത്തോടെ പുഞ്ചിരിച്ചുകൊണ്ടിരുന്ന ഫോമായുടെ അസ്വസ്ഥമായ മുഖത്തുനിന്നും കണ്ണെടുക്കാൻ പറ്റാത്ത അവസ്ഥയിലായിരുന്നു.

മയാകിൻ നെടുവീർപ്പിട്ടു കൊണ്ട് ഫോമായുടെ സംസാരം തടസ്സപ്പെടുത്തി. "നിനക്ക് വഴിതെറ്റിയെന്ന് എനിക്ക് മനസ്സിലായി. നീ അസംബന്ധങ്ങൾ പറഞ്ഞുകൊണ്ടിരിക്കുന്നു. അതിന് പഴി പറയേണ്ടത് നിന്റെ മണ്ടത്തരങ്ങളെ ആണോ അതോ കോണിയാക്കിനെ ആണോ? എനിക്ക് ഈ കാര്യം അറിഞ്ഞാൽ കൊള്ളുമെന്നുണ്ട്."

"അച്ഛാ!" ഫോമാ ഉറക്കെ പറഞ്ഞു. "അത് തീർച്ചയായും ചെയ്യാൻ കഴിയും. മനുഷ്യർ അവരുടെ എല്ലാ സ്വത്തുക്കളും വേണ്ടെന്നു വെച്ച് സ്വയം രക്ഷപ്പെട്ട സംഭവങ്ങൾ ഉണ്ടായിട്ടുണ്ട്."

"അത് എന്റെ കാലത്തല്ല. അവരാരും എന്നോട് അടുപ്പമുള്ളവരും

ആയിരുന്നില്ല!" മയാകിൻ ആത്മവിശ്വാസത്തോടെ പറഞ്ഞു. "അല്ലെങ്കിൽ എങ്ങനെയാണ് വിട്ടുപോകേണ്ടതെന്ന് ഞാൻ അവർക്ക് കാണിച്ചുകൊടുക്കാമായിരുന്നു."

"പലരും എല്ലാം ഉപേക്ഷിച്ച് പോയിട്ട് വിശുദ്ധരായി മാറിയിട്ടുണ്ട്."

"ങാ! അവർ എന്റെ അടുത്തുനിന്ന് പോകണമായിരുന്നു. കാര്യം ലളിതമാണ്. നിനക്ക് 'ഡ്രോട്ട്സ്' കളിക്കാൻ അറിയാം. അറിയില്ലേ? നിങ്ങൾ ഒരു സ്ഥലത്തുനിന്നും മറ്റൊരുസ്ഥലത്തേക്ക് നോക്കുന്നതുവരെ കരുക്കൾ നീക്കിക്കൊണ്ടിരിക്കുന്നു. നിങ്ങൾ വഴിക്കുവെച്ച് തോറ്റില്ലെങ്കിൽ നിങ്ങൾക്ക് രാജ്ഞിയെ കിട്ടും. പിന്നീട് എല്ലാവഴിയും നിങ്ങൾക്ക് തുറന്നുകിട്ടും. നിനക്ക് മനസ്സിലാകുന്നുണ്ടോ? ഞാൻ എന്തിനാണ് നിന്നോട് ഗൗരവമുള്ള കാര്യങ്ങൾ പറയുന്നത്? ആവോ! ആർക്കറിയാം!"

"അച്ഛാ! അച്ഛൻ അത് ആഗ്രഹിക്കാത്തത് എന്താണ്?" ഫോമാ ദേഷ്യപ്പെട്ട് ചോദിച്ചു:

"ഞാൻ പറയുന്നത് ശ്രദ്ധിക്ക്! നിങ്ങൾ പുകക്കുഴൽ തൂക്കുന്നവനാണെങ്കിൽ മേൽക്കൂരയിൽ കയറണം. നിങ്ങൾ കാവൽക്കാരനാണെങ്കിൽ കാവൽ ഗോപുരത്തിന്റെ മുകളിൽ നില്ക്കണം! ഓരോതരം മനുഷ്യർക്കും സ്വന്തമായ ജീവിതരീതികൾ ഉണ്ട്. പശുക്കുട്ടിക്ക് കരടിയെ പോലെ അമറാൻ കഴിയില്ല! നിങ്ങൾക്ക് നിങ്ങളുടെ ജീവിതം ജീവിക്കണമെങ്കിൽ അങ്ങനെ ജീവിക്ക്! പക്ഷേ, അസംബന്ധം സംസാരിക്കരുത്. നിങ്ങൾക്ക് സംബന്ധമില്ലാത്തിടത്ത് നുഴഞ്ഞുകയറരുത്. നിങ്ങളുടെ ജീവിതം നിങ്ങളുടെ രീതിയിൽ ക്രമീകരിക്കുക." വൃദ്ധന്റെ ഇരുണ്ട ചുണ്ടുകളിൽനിന്നും ഫോമായ്ക്ക് പരിചിതമായ ആത്മവിശ്വാസമുള്ള വാക്കുകൾ തിളക്കത്തോടെ ഇളകിമറിയുന്ന ഒരു അരുവിയായി പുറത്തേക്ക് ഒഴുകി. വളരെ എളുപ്പത്തിൽ സ്വതന്ത്രനാകുമെന്ന് ഫോമായ്ക്ക് തോന്നിയിരുന്നു. ആ തോന്നലിന്റെ പിടിയിൽ പെട്ട് വൃദ്ധന്റെ സംസാരം ഫോമാ ശ്രദ്ധിച്ചിരുന്നില്ല. ഈ ആശയം അയാളുടെ തലച്ചോറിനെ തിന്നു തുടങ്ങിയിരുന്നു. അയാളുടെ തളർച്ച ബാധിച്ച ശൂന്യമായ ജീവിതത്തിലെ എല്ലാ ബന്ധങ്ങളും അടർത്തിമാറ്റാനുള്ള ആഗ്രഹം അയാളുടെ ഹൃദയത്തിൽ കൂടുതൽ കൂടുതൽ ശക്തമായിക്കൊണ്ടിരുന്നു. ജീവിതത്തിൽ അയാളെ ശ്വാസം മുട്ടിച്ചുകൊണ്ടിരുന്ന തലതൊട്ടപ്പനുമായും അയാളുടെ കപ്പലുകളുമായും ചങ്ങാടങ്ങളുമായും ആഘോഷങ്ങളുമായും അയാൾക്കുള്ള ഇടുങ്ങിയ ബന്ധങ്ങളിൽനിന്ന് അകന്നുമാറാനുള്ള മോഹം അയാളെ അസ്വസ്ഥനാക്കി.

വൃദ്ധന്റെ വാക്കുകൾ വളരെ ദൂരെ നിന്ന് അയാളുടെ മുകളിലേക്ക് വന്നു വീഴുകയാണെന്ന് തോന്നി. അതിനോടൊപ്പം പാത്രങ്ങളുടെ കിലുക്കവും ജോലിക്കാരന്റെ പാദങ്ങൾ തറയിൽ ഉരസുന്നതിന്റെ ശബ്ദവും ആരുടെയൊക്കെയോ മദ്യപിച്ച ശബ്ദത്തിലുള്ള അലർച്ചയും കൂടിക്കലരുന്നുണ്ടായിരുന്നു. അവരുടെ അടുത്തു തന്നെ നാലുകച്ചവടക്കാർ ഉച്ചത്തിൽ തർക്കിക്കുന്നുണ്ടായിരുന്നു.

"രണ്ടേകാൽ. ദൈവത്തിന് നന്ദി പറയാം."

"ലൂക്കാ മിട്രിച്ച്! ഞാൻ അതെങ്ങനെ സമ്മതിക്കും?"

"അയാൾക്ക് രണ്ടര കൊടുക്ക്!"

"അതുശരിയാണ്! അത്രയും കൊടുക്കണം. അത് നല്ല കപ്പലാണ്. അത് ചുറുചുറുക്കോടെ ചങ്ങാടം കെട്ടിവലിക്കും?

"ചങ്ങാതിമാരേ, എനിക്ക് പറ്റില്ല. രണ്ടര എന്നെക്കൊണ്ട് നടക്കില്ല."

"നിന്റെ ചെറുപ്പം കൊണ്ടാണ് നിനക്ക് ഈ വിഡ്ഢിത്തങ്ങളെല്ലാം തോന്നുന്നത്!" സംസാരത്തിന്റെ പ്രാധാന്യം കൂട്ടാൻ വേണ്ടി മേശപ്പുറത്ത് ശക്തിയായി അടിച്ചുകൊണ്ട് മയാകിൻ പറഞ്ഞു. "നിന്റെ ആത്മവിശ്വാസം വിഡ്ഢിത്തം ആണ്. നിന്റെ സംസാരം മൊത്തത്തിൽ അസംബന്ധമാണ്. നീ ഇപ്പോൾ ഒരുപക്ഷേ, സന്ന്യാസിയാകുമായിരിക്കാം. അതോ നിനക്ക് പെരുവഴിയിലിറങ്ങാൻ ആഗ്രഹം ഉണ്ടോ?"

ഫോമാ മിണ്ടാതിരുന്ന് കേട്ടു. അയാളുടെ ചുറ്റുപാടും നിന്നുള്ള മുരളലുകൾ ഇപ്പോൾ കൂടുതൽ ദൂരത്തേക്ക് അകന്നുപോയതുപോലെ തോന്നി. ഞാൻ ഇപ്പോൾ അശാന്തമായ ഒരു ജനക്കൂട്ടത്തിനുള്ളിലാണെന്ന് അയാൾ സ്വയം സങ്കല്പിച്ചു. എന്തിനാണ് തിരക്കുന്നുണ്ടാകുന്നതെന്നറിയാതെ അവർ അങ്ങോട്ടും ഇങ്ങോട്ടും ബഹളം വെച്ചു. പരസ്പരം ചാടിക്കയറി അവരുടെ കണ്ണുകൾ ആർത്തിയോടെ മലർക്കെ തുറന്നിരുന്നു. അവർ അലറുകയും വീഴുകയും പരസ്പരം ചവിട്ടി അരയ്ക്കുകയും ചെയ്യുന്നുണ്ടായിരുന്നു. അവർ എല്ലാവരും ഒരു സ്ഥലത്തിനു വേണ്ടി ഉന്തിത്തള്ളുകയായിരുന്നു. അവർക്ക് വേണ്ടതെന്താണെന്ന് മനസ്സിലാക്കാത്തതുകൊണ്ട് അയാൾക്ക് അവരുടെ ഇടയിൽപെട്ടത് ഇഷ്ടപ്പെട്ടില്ല. കാരണം അയാൾക്ക് അവരുടെ വാക്കുകളിൽ വിശ്വാസം ഇല്ലായിരുന്നു. അവർക്ക് അവരിൽത്തന്നെ വിശ്വാസം ഇല്ലെന്ന് അയാൾക്ക് തോന്നി. അവർക്ക് ഒരു കാര്യവും മനസ്സിലാകുന്നുണ്ടായിരുന്നില്ല. അയാൾക്ക് അവരുടെ ഇടയിൽനിന്നും സ്വയം അടർന്നുമാറ്റി ജീവിതത്തിന്റെ തീരത്തെത്തിയാൽ അവിടെനിന്നുകൊണ്ട് അയാൾക്ക് അവരെ കാണാൻ കഴിയും. അപ്പോൾ അയാൾക്ക് എല്ലാ കാര്യങ്ങളും വ്യക്തമാകും. അപ്പോൾ അവർക്ക് എന്താണ് വേണ്ടതെന്നും അയാൾക്ക് മനസ്സിലാക്കും. അതുകൂടാതെ അവർക്കിടയിൽ അയാളുടെ സ്ഥാനം എവിടെയാണെന്ന് അയാൾക്ക് കണ്ടെത്താൻ കഴിയും.

"എനിക്ക് മനസ്സിലാകില്ലേ?" ഫോമാ ആലോചനയിൽ മുഴുകിയിരിക്കുന്നതു കണ്ടപ്പോൾ തന്റെ സംസാരത്തെപ്പറ്റി ആലോചിക്കുകയാണെന്നുള്ള ധാരണയിൽ മയാകിൻ കൂടുതൽ സൗമ്യമായി സംസാരിച്ചു. "നീ സന്തോഷമാണ് ആഗ്രഹിക്കുന്നതെന്ന് എനിക്ക് മനസ്സിലാകും. എന്റെ ചങ്ങാതി അത് എളുപ്പത്തിൽ പിടികൂടാൻ പറ്റുന്ന കാര്യം അല്ല. അവർ കാട്ടിൽ കൂണുകൾ അന്വേഷിക്കുന്നതു പോലെ വേണം നിങ്ങൾ സന്തോഷം അന്വേഷിക്കേണ്ടത്. അത് കണ്ടെത്താൻ വേണ്ടി നിങ്ങൾക്ക് കുനിഞ്ഞുനോക്കേണ്ടിവരും. കണ്ടെത്തിയാലും അത് വിഷമുള്ള കൂണ

ല്ലെന്ന് നിങ്ങൾക്ക് ഉറപ്പുവരുത്തേണ്ടിവരും."

"അപ്പോൾ അച്ഛൻ എന്നെ സ്വതന്ത്രനാക്കും?" പെട്ടെന്ന് തല ഉയർത്തിക്കൊണ്ട് ഫോമാ ചോദിച്ചു. അയാളുടെ പൊള്ളുന്ന നോട്ടത്തിൽ നിന്ന് മയാകിൻ മുഖം തിരിച്ചു.

"അച്ഛാ! കുറഞ്ഞപക്ഷം കുറച്ച് കാലമെങ്കിലും! എല്ലാ കാര്യങ്ങളിൽ നിന്നും മാറിനിന്ന് ഞാനൊന്ന് ശ്വാസം വിടട്ടെ!" ഫോമാ അപേക്ഷിച്ചു. "കാര്യങ്ങൾ എങ്ങനെ പോകുന്നെന്ന് ഞാൻ ശ്രദ്ധിച്ചോളാം. അല്ലെങ്കിൽ ഞാൻ ഒരു കുടിയനായിപ്പോകും."

"വിഡ്ഢിത്തം പറയരുത്. നീ എന്തിനാണ് മണ്ടൻ കളിക്കുന്നത്?"

ഫോമാ ശാന്തമായി മറുപടി പറഞ്ഞു. "ശരി! അച്ഛന് അതു വേണ്ട. ശരിയല്ലേ? അപ്പോൾ ഒരു കാര്യവും ഉണ്ടാകില്ല! ഞാൻ ഇതു മുഴുവൻ ധൂർത്തടിക്കും! അപ്പോൾ നമുക്ക് കൂടുതൽ സംസാരിക്കാൻ ഒന്നും തന്നെ ഇല്ല! ഞാൻ പോകുന്നു! ഞാൻ ജോലി തുടങ്ങാൻ പോകുന്നു! അച്ഛന് കാണാം! അച്ഛന് അതുകണ്ട് സന്തോഷിക്കാം! എല്ലാം പുകഞ്ഞു തീരും!" ഫോമാ ആത്മവിശ്വാസത്തോടെ ശാന്തമായി സംസാരിച്ചു. ഇങ്ങനെ തീരുമാനിച്ചതുകൊണ്ട് തലതൊട്ടപ്പന് അയാളെ തടസ്സപ്പെടുത്താൻ കഴിയില്ലെന്ന് ഫോമാ വിചാരിച്ചു. പക്ഷേ, മയാകിൻ കസേരയിൽ നിവർന്നിരുന്നുകൊണ്ട് ആർഭാടങ്ങളില്ലാതെ ശാന്തമായി പറഞ്ഞു:

"നിന്നെ എനിക്ക് എങ്ങനെ കൈകാര്യം ചെയ്യാൻ പറ്റുമെന്ന് നിനക്ക് മനസ്സിലായിട്ടുണ്ടോ?"

"അച്ഛന്റെ ഇഷ്ടംപോലെ!" കൈ മലർത്തിക്കാണിച്ചുകൊണ്ട് ഫോമാ പറഞ്ഞു.

"ശരി. ഇപ്പോൾ എന്റെ ഇഷ്ടം ഈ പറയാൻ പോകുന്ന കാര്യം ആണ്. ഞാൻ പട്ടണത്തിൽ പോയി നീ ഭ്രാന്തനാണെന്ന് പ്രഖ്യാപിക്കാൻ വേണ്ട എല്ലാ കാര്യങ്ങളും ചെയ്യും. ഞാൻ നിന്നെ ഒരു ഭ്രാന്താലയത്തിലാക്കും."

"അങ്ങനെ ചെയ്യാൻപറ്റുമോ?" അവിശ്വാസത്തോടെ ഫോമാ ചോദിച്ചു. പക്ഷേ, അയാളുടെ ശബ്ദത്തിൽ ഭയത്തിന്റെ ധ്വനി ഉണ്ടായിരുന്നു.

"നമുക്ക് എല്ലാ കാര്യങ്ങളും ചെയ്യാൻ പറ്റും."

ഫോമാ തല താഴ്ത്തി. അയാൾ തലതൊട്ടപ്പന്റെ മുഖത്തേക്ക് ഒളിഞ്ഞു നോക്കിക്കൊണ്ട് ആലോചിച്ചു:

"അയാൾ ഇത് ചെയ്യും. അയാൾ എന്നെ ഒഴിവാക്കില്ല."

"നീ കാര്യമായി മണ്ടൻ കളിക്കുകയാണെങ്കിൽ എനിക്ക് നിന്നെ കാര്യമായി കൈകാര്യം ചെയ്യേണ്ടിവരും. നിന്നെ ഒരു മനുഷ്യനാക്കാമെന്ന് ഞാൻ നിന്റെ അച്ഛന് വാക്കുകൊടുത്തിരുന്നു. ഞാൻ അത് ചെയ്യാം. നിനക്ക് നിന്റെ കാലിൽ നില്ക്കാൻ പറ്റുന്നില്ലെങ്കിൽ ഞാൻ നിന്നെ ഇരുമ്പഴിക്കുള്ളിൽ ആക്കും. അപ്പോൾ നിനക്ക് നിവർന്നുനില്ക്കാൻ പറ്റും. നിന്റെ ഈ വിശുദ്ധവചനങ്ങളെല്ലാം അധികം കുടിച്ചിട്ടു പുറത്തുവരുന്ന വൃത്തികെട്ട വിവരക്കേടുകളാണെന്ന് എനിക്ക് അറിയാം. പക്ഷേ, നീ ഇത് ഉപേക്ഷിച്ചി

ല്ലെങ്കിൽ നിന്റെ അച്ഛൻ ഉണ്ടാക്കിയ സ്വത്തെല്ലാം തോന്ന്യാസം കാണിച്ച് നശിപ്പിക്കുകയാണെങ്കിൽ നിന്നെ ഞാൻ പൂട്ടും. ഞാൻ ഒരു മണി നിന്റെ പുറത്ത് വിളക്കിച്ചേർക്കും. എന്നെ മണ്ടനാക്കാൻ വലിയ ബുദ്ധിമുട്ടാണ്."

മയാകിൻ മാന്യമായി സംസാരിച്ചു. അയാളുടെ കവിളിലെ ചുളിവുകളെല്ലാം മുകളിലേക്ക് വളഞ്ഞിരുന്നു. അയാളുടെ ചെറിയ കണ്ണുകൾ പരിഹാസത്തോടെ ചിരിച്ചുകൊണ്ടിരുന്നു. അയാളുടെ നെറ്റിയിലെ ചുളിവുകൾ കഷണ്ടി വരെ ഉയർന്നുകൊണ്ട് വിചിത്രമായ ഒരു മാതൃക രൂപപ്പെടുത്തി. അയാളുടെ മുഖത്ത് അനുകമ്പ ഉണ്ടായിരുന്നില്ല. അയാളുടെ കർക്കശമായ മുഖഭാവം ഫോമായുടെ മനസ്സിനെ ഉലച്ചു.

"അപ്പോൾ എനിക്ക് രക്ഷപ്പെടാൻ ഒരു വഴിയും ഇല്ല?" ഫോമാ ദുഃഖത്തോടെ ചോദിച്ചു. "അച്ഛൻ എന്റെ എല്ലാ വഴികളും തടസ്സപ്പെടുത്തുകയാണ്."

"ഒരു വഴി ഉണ്ട്. അവിടേക്ക് പോകണം. ഞാൻ നിനക്ക് കാണിച്ചു തരാം. വിഷമിക്കേണ്ട. അത് ശരിയായ വഴി ആയിരിക്കും! നീ നിനക്ക് അർഹതപ്പെട്ട സ്ഥലത്ത് എത്തിയിരിക്കും!"

ഈ ആത്മവിശ്വാസവും ഇളക്കം തട്ടാത്ത പൊങ്ങച്ചവും കേട്ടപ്പോൾ ഫോമായ്ക്ക് ദേഷ്യം വന്നു. അയാൾ പോക്കറ്റിൽ കൈ തിരുകി പല്ലുകടിച്ചുകൊണ്ട് അയാളുടെ കസേരയിൽ നിവർന്നിരുന്നു. മയാകിന്റെ മുഖത്തേക്ക് മുഖം അടുപ്പിച്ചുകൊണ്ട് അയാൾ പറഞ്ഞു:

"എന്തിനാണ് അച്ഛൻ ഇങ്ങനെ പൊങ്ങച്ചം പറയുന്നത്? എന്തിനേപ്പറ്റിയാണ് ഈ പൊങ്ങച്ചം പറയുന്നത്? അച്ഛന്റെ സ്വന്തം മകൻ. അയാൾ എവിടെപ്പോയി? അച്ഛന്റെ സ്വന്തം മകൾ അവൾ എന്താണ്? ജീവിതം ഉണ്ടാക്കിത്തരുമെന്നാണ് പറയുന്ന്! ശരിയാണ്. അച്ഛൻ ബുദ്ധിമാനാണ്. എല്ലാ കാര്യങ്ങളും അറിയാം. അച്ഛൻ എന്തിനാണ് ജീവിക്കുന്നതെന്ന് എന്നോട് പറയാൻ പറ്റുമോ? എന്തിനാണ് അച്ഛൻ പണം കൂട്ടിവയ്ക്കുന്നത്? അച്ഛൻ മരിക്കില്ലെന്ന് വിചാരിക്കുന്നുണ്ടോ? ശരി. അതിനുശേഷം എന്താണ്? അച്ഛൻ എന്നെ കീഴടക്കിക്കഴിഞ്ഞു. എന്റെ മുകളിൽ അച്ഛൻ സ്വാധീനം ഉറപ്പിച്ചിരിക്കുന്നു. പക്ഷേ, എന്നാലും ഞാൻ അച്ഛന്റെ പിടിയിൽ നിന്ന് അടർന്നുമാറിപ്പോകും! ഒന്നും അവസാനിച്ചിട്ടില്ല! ജീവിതത്തിനുവേണ്ടി അച്ഛൻ എന്ത് ചെയ്തിട്ടുണ്ട്? ഉദാഹരണത്തിന് എന്റെ അച്ഛൻ ഒരു സത്രം എങ്കിലും പണിഞ്ഞുകൊടുത്തിട്ടുണ്ട്. അച്ഛൻ എന്തെങ്കിലും കാര്യം ചെയ്തിട്ടുണ്ടോ? എന്തുകാര്യം കൊണ്ടാണ് അച്ഛൻ ഓർമ്മിക്കപ്പെടാൻ പോകുന്നത്?"

മയാകിന്റെ ചുളിവുകൾ വിറച്ചു. അവ താഴോട്ട് വലിഞ്ഞു. അതോടെ അയാളുടെ മുഖം വിളറിയതുപോലെ തോന്നി. കരയുന്നതുപോലെയുള്ള ഒരു മുഖഭാവം അയാളുടെ മുഖത്ത് പ്രത്യക്ഷപ്പെട്ടു.

മയാകിന്റെ മുഖത്തുനിന്നും കണ്ണെടുക്കാതെ ഫോമാ ചോദിച്ചു. "അച്ഛൻ എങ്ങനെ സ്വയം ന്യായീകരിക്കും?"

"നാവടക്കടാ വിഡ്ഢി!" അമ്പരപ്പോടെ ചുറ്റുപാടും നോക്കിക്കൊണ്ട്

വൃദ്ധൻ ശബ്ദംതാഴ്ത്തി പറഞ്ഞു.

''ഞാൻ എല്ലാം പറഞ്ഞു കഴിഞ്ഞു! ഇനി ഇപ്പോൾ ഞാൻ പോകുന്നു!''

''ഫോമാ കസേരയിൽനിന്ന് എഴുന്നേറ്റു തൊപ്പി ഉറപ്പിച്ചുവെച്ചു കൊണ്ട് വൃദ്ധനെ വെറുപ്പോടെ പരിശോധിച്ചു.

''നിനക്ക് ഫോകാം. പക്ഷേ, ഞാൻ നിന്നെ പിടികൂടും! ഞാൻ പറഞ്ഞതുപോലെ പ്രവർത്തിക്കും!'' ഇടറിയെ ശബ്ദത്തിൽ യക്കോവ് ടരാസോവിച്ച് പറഞ്ഞു.

''ഞാൻ ഒന്ന് ആഘോഷിക്കാൻ പോകുന്നു. എല്ലാം ഞാൻ ധൂർത്തടിക്കും.''

''ശരി. നമുക്ക് കാണാം!''

''ഞാൻ പോകുന്നു!'' ഫോമാ ചിരിച്ചു.

''കുറച്ചുകാലത്തേക്ക് നിനക്ക് പോകാം! ഞാൻ തനിച്ച് തിരിച്ചു പോകും. എനിക്ക് അത് ഇഷ്ടമാണ്. എനിക്ക് നിന്നേയും ഇഷ്ടമാണ്. സാരമില്ല. നീ നല്ലവനാണ്!'' ശ്വാസംവിടാൻ ബുദ്ധിമുട്ടുന്നമട്ടിൽ മയാകിൻ പതുക്കെ പറഞ്ഞു.

''എന്നെ സ്നേഹിക്കണ്ട. പക്ഷേ, എന്നെ പഠിപ്പിക്കണം. പക്ഷേ, അപ്പോൾ അച്ഛന് എന്നെ ശരിയായ കാര്യം പഠിപ്പിക്കാൻ പറ്റുന്നില്ല!'' വൃദ്ധന്റെ അടുത്തുനിന്ന് തിരിഞ്ഞുനടന്നു മുറിക്ക് പുറത്തേക്ക് പോകുന്നതിനിടയിൽ ഫോമാ പറഞ്ഞു.

മദ്യശാലയിൽ യക്കോവ് ടരാവോസിച്ച് മയാകിൻ ഒറ്റപ്പെട്ടു. അയാൾ മേശപ്പുറത്തുവീണു കിടന്ന ബിയറിൽ വിറയ്ക്കുന്ന വിരൽമുക്കി പാത്രത്തിൽ പലതരം ചിത്രങ്ങൾ വരച്ചുകൊണ്ടിരുന്നു. അയാളുടെ മെലിഞ്ഞ വിരലുകൾ പാത്രത്തിൽ വരച്ചിടുന്ന ചിത്രങ്ങൾ മനസ്സിലാക്കാൻ ബുദ്ധിമുട്ടുന്ന മട്ടിൽ അയാളുടെ അസഹ്യത നിഴലിക്കുന്ന മുഖം പാത്രത്തിലേക്ക് കൂടുതൽ കൂടുതൽ കുനിഞ്ഞു.

അയാളുടെ കഷണ്ടിത്തലയിൽ വിയർപ്പുതുള്ളികൾ തിളങ്ങി. അയാളുടെ കവിളിലൂടെ ചുളിവുകൾ പതിവുപോലെ മുൻകോപം കൊണ്ട് വിറച്ചു. മദ്യശാലയിൽ വലിയ ഒച്ചപ്പാട് ഉണ്ടാക്കുന്ന ഒരു ബഹളം അരങ്ങേറി. ജനാലപാളികൾ കിലുങ്ങിക്കൊണ്ടിരുന്നു. വോൾഗയിൽ നിന്ന് കപ്പലുകളുടെ ചൂളം വിളിയും ചക്രങ്ങൾ വെള്ളത്തിൽ തുടിക്കുന്നതിന്റെ ഒച്ചയും ചരക്കുകയറ്റുന്നവരുടെ ആരവവും ഓളങ്ങൾക്ക് മുകളിലൂടെ കടന്നുവരുന്നുണ്ടായിരുന്നു. ജീവിതം ചോദ്യം ചെയ്യാൻ പാടില്ലാത്ത വിധത്തിൽ നിർത്താതെ മുന്നോട്ട് ചലിച്ചുകൊണ്ടിരുന്നു.

ജോലിക്കാരനെ തലയാട്ടി അടുത്തേക്ക് വിളിച്ചുകൊണ്ട് അസാധാരണമായി മനസ്സിൽ പതിയുന്ന തീക്ഷ്ണതയോടെ യക്കോവ് ടരാസോവിച്ച് ചോദിച്ചു.

''ഇതിനെല്ലാം കൂടി ഞാൻ എത്ര റൂബിളിന്റെ കടക്കാരൻ ആയിട്ടുണ്ട്?''

പത്ത്

മയാകിനുമായി വഴക്കിടുന്നതിനുമുമ്പ് ഫോമായുടെ മദ്യപാനോത്സവങ്ങൾക്ക് കാരണം ജിജ്ഞാസയിൽ നിന്നുയർന്ന ജീവിതത്തോടു തോന്നിയ മടുപ്പായിരുന്നു. അതിൽ നിന്നും അല്പം വ്യത്യസ്തമായി ഇപ്പോൾ അയാൾ കുത്തഴിഞ്ഞ ജീവിതം നയിക്കാനുള്ള കാരണം ഏറെക്കുറെ നൈരാശ്യത്തിൽനിന്നുള്ള പകയായി മാറിയിരുന്നു. ഇപ്പോൾ പലപ്പോഴും അയാളുടെ മനസ്സിൽ അയാളെ പോലും അമ്പരപ്പിക്കുന്ന തരത്തിൽ മനുഷ്യവർഗ്ഗത്തോടുള്ള ഒരു ധിക്കാരമനോഭാവം നിറഞ്ഞിരുന്നു. അയാളെ പോലെതന്നെ അയാൾക്ക് ചുറ്റുമുള്ള മനുഷ്യർക്കും ഒരുതരത്തിലുള്ള താങ്ങും ന്യായീകരണവും കിട്ടുന്നില്ലെന്ന് അയാൾ മനസ്സിലാക്കി. എന്നാൽ അവർ ഇത് മനസ്സിലാക്കിയിരുന്നില്ല. അല്ലെങ്കിൽ മനഃപൂർവ്വം മനസ്സിലാക്കാൻ കൂട്ടാക്കിയില്ല. അവരുടെ ഉദ്ദേശ്യം കുത്തഴിഞ്ഞ ജീവിതത്തിനുവേണ്ടി സ്വയം ഉഴിഞ്ഞുവയ്ക്കാൻ ആയിരുന്നു. അവരിൽ ഉറപ്പുള്ള ഒന്നുംതന്നെ അയാൾക്ക് കാണാൻ കഴിഞ്ഞില്ല. സുബോധം ഉള്ളപ്പോൾ അയാളുടെ കണ്ണിൽ അയാൾ വിഡ്ഢികളും ദുഃഖിതരും ആയിരുന്നു. ലഹരിയിൽ അവർ അയാൾക്ക് കൂടുതൽ വിഡ്ഢികളും കൂടുതൽ അറപ്പു വരുന്നവരും ആയിരുന്നു. അവരിൽ ഒരാളോടുപോലും അയാൾക്ക് ആദരവ് തോന്നിയില്ല. അവരിൽ ഒരാളോടും അയാൾക്ക് ആത്മാർത്ഥമായ ആഴത്തിലുള്ള താല്പര്യം തോന്നിയില്ല. അവരിൽ ആരോടും അയാൾക്ക് ബഹുമാനം തോന്നിയില്ല. അവരുടെ പേരുപോലും അയാൾ അന്വേഷിച്ചില്ല. എവിടെവെച്ച് എപ്പോഴാണ് അവരെ പരിചയപ്പെട്ടതെന്ന് അയാൾ മറന്നു. വെറുപ്പു കലർന്ന ജിജ്ഞാസയോടെ അവരെ പരിഗണിച്ചിരുന്ന അയാൾ ഏതു സമയത്തും അവരെ കുത്തിനോവിക്കുന്ന എന്തെങ്കിലും കാര്യം പറയാൻ ആഗ്രഹിച്ചിരുന്നു. അയാൾ പല വിനോദകേന്ദ്രങ്ങളിലും അവരോടൊപ്പം പകലുകളും രാത്രികളും ചെലവഴിച്ചു. അയാളുടെ പരിചയങ്ങൾ ഓരോ സ്ഥലത്തിന്റെയും രീതികൾക്ക് അനുസരിച്ചുള്ളവ ആയിരുന്നു. വിലകൂടിയ ഭക്ഷണ ശാലകളിൽ വെച്ച് സമൂഹത്തിലെ മെച്ചപ്പെട്ട വർഗ്ഗത്തിൽപ്പെട്ട ചില ചതിയന്മാർ അയാളുടെ ചുറ്റുംകൂടി. ചൂതുകളിക്കാർ ഈരടിപാട്ടുകാർ, ജാലവിദ്യക്കാർ, നടന്മാർ, കൂടാതെ വഴിപിഴച്ച ജീവിതം നയിച്ച് നശിച്ചുപോയ ജന്മിമാർ. തുടക്കത്തിൽ ഈ മനുഷ്യർ അയാളെ പ്രോത്സാഹിപ്പിക്കുന്ന തരത്തിൽ പെരുമാറി. അവരുടെ നല്ല അഭിരുചികളെ പറ്റി അവർ അയാളോട് പൊങ്ങച്ചം പറഞ്ഞു. വീഞ്ഞിന്റെ കാര്യത്തിലും ഭക്ഷണത്തിന്റെ കാര്യത്തിലും ഉള്ള അവരുടെ അറിവിനെ പറ്റി അവർ സ്വയം പുകഴ്ത്തി സംസാരിച്ചു. പിന്നീട് അവർ അയാളോട് സഹായങ്ങൾക്ക് വേണ്ടി അപേക്ഷിക്കാൻ തുടങ്ങി. അവർ അയാളുടെ സേവപിടിക്കാൻ ആരംഭിച്ചു. ശ്രദ്ധിക്കപ്പെടാതെ ചിതറിക്കിടന്നിരുന്ന അയാളുടെ പണം അവർ പല ബാങ്കുകളിൽനിന്നും വാഗ്ദാനപത്രങ്ങളുടെ ഉറപ്പിൽ

കടമെടുത്തു തുടങ്ങിയിരുന്നു. വിലകുറഞ്ഞ മദ്യശാലകളിൽ ഗുമസ്ത ന്മാരും ബാർബറന്മാരും ഉദ്യോഗസ്ഥന്മാരും കഴുകന്മാരെ പോലെ അയാ ളുടെ ചുറ്റും കൂടി. ഈ മനുഷ്യർക്കിടയിൽ എന്നും അയാൾക്ക് മെച്ചപ്പെട്ട ഒരു മാനസികാവസ്ഥ ആയിരുന്നു. അയാൾ കൂടുതൽ സ്വതന്ത്രനാണെന്ന് തോന്നി. ഈ മനുഷ്യർ അയാൾക്ക് വിലകൂടിയ ഹോട്ടലുകളിൽ കണ്ടു മുട്ടിയ വൃത്തിയുള്ള സമൂഹത്തിലെ മനുഷ്യരെ പോലെ പൈശാചിക മായ രീതിയിൽ വികൃതമാക്കപ്പെട്ടിരുന്നില്ല. ഇവരിൽ അയാൾ സാധാരണ മനുഷ്യരെ കണ്ടു. ഇവർ അവരോളം അധഃപതിച്ചിരുന്നില്ല. അവരോളം ബുദ്ധിയുള്ളവരായിരുന്നില്ല. അയാൾക്ക് ഇവരെ കൂടുതൽ മനസ്സിലാക്കാൻ കഴിഞ്ഞു. ചിലപ്പോൾ ഇവർ പൂർണ്ണമായും അസൂയ പ്രകടിപ്പിച്ചു. ശക്ത മായ വികാരങ്ങൾക്ക് അടിമപ്പെട്ടു. ഇവരിൽ എപ്പോഴും കൂടുതൽ മാനു ഷികമായ എന്തൊക്കെയോ കാര്യങ്ങൾ ഉണ്ടായിരുന്നു. പക്ഷേ, വൃത്തി യുള്ള സമൂഹത്തിലെ മനുഷ്യരെപ്പോലെ ഇവരും പണത്തിന് അത്യാർത്തി ഉള്ളവർ ആയിരുന്നു. ഇവർ നാണമില്ലാതെ അയാളെ കൊള്ളയടിച്ചു. അയാൾ അത് മനസ്സിലാക്കി. അയാൾ ഇവരെ രൂക്ഷമായി പരിഹസിച്ചു.

തീർച്ചയായും അവിടെ സ്ത്രീകൾ ഉണ്ടായിരുന്നു. ആരോഗ്യമുള്ള സ്ത്രീകൾ. ഫോമാ അവരെ കൂടെക്കൂട്ടിക്കൊണ്ടുവന്നു. വലിയ തോതിൽ അവർക്ക് പണം കൊടുത്തു. പാവങ്ങളുടെ പ്രിയമതമകൾ. ഓരോ ആഴ്ച യിലും അയാൾ അവരെ മാറ്റിക്കൊണ്ടിരുന്നു. മൊത്തത്തിൽ സ്ത്രീകളോട് അയാൾ പുരുഷന്മാരേക്കാൾ മെച്ചപ്പെട്ട രീതിയിൽ ഇടപെട്ടു. അയാൾ അവരെ കളിയാക്കി. അവരോട് കുത്തിനോവിക്കുന്ന വൃത്തികെട്ട വർത്ത മാനങ്ങൾ പറഞ്ഞു. പക്ഷേ, അയാൾക്ക് പകുതി ലഹരിയിലായിരിക്കു മ്പോൾ പോലും അവരുടെ സാന്നിദ്ധ്യത്തിൽ ഒരുതരം ലജ്ജയിൽനിന്ന് സ്വയം ഒഴിവാകാൻ കഴിഞ്ഞിരുന്നില്ല. അവരിൽ ഏറ്റവും ശക്തിയും ധിക്കാ രവും ഉള്ളവർപോലും ഒരു ചെറിയ കുട്ടിയെപോലെ നിസ്സഹായത അനു ഭവിക്കുന്നുണ്ടെന്ന് അയാൾക്ക് തോന്നി. അവർ എല്ലാവരും ദുർബ്ബലരും നിസ്സഹായരും ആയിരുന്നു. ഒരു പുരുഷനെ അടിക്കാൻ ഏതുസമയത്തും തയ്യാറുള്ള അയാൾ ഒരിക്കലും ഒരു സ്ത്രീയുടെ പുറത്ത് കൈവെച്ചില്ല. ചിലപ്പോൾ എന്തെങ്കിലും കാര്യംകൊണ്ട് ക്ഷമനശിച്ചാൽ അയാൾ അവരെ ചീത്തപറഞ്ഞ് കാര്യം അവസാനിപ്പിച്ചു. സ്ത്രീകളെക്കാൾ തനിക്ക് പതി ന്മടങ്ങ് ശക്തിയുണ്ടെന്ന് അയാൾക്ക് തോന്നി. ഓരോ സ്ത്രീയും അയാ ളേക്കാൾ വളരെ കൂടുതൽ ദുരിതം അനുഭവിക്കുന്നുണ്ടെന്ന് അയാൾക്ക് തോന്നി. സ്വന്തം അധഃപതനത്തെ പറ്റി പൊങ്ങച്ചം പറയുന്ന സ്ത്രീകൾ ഫോമായിൽ ഒരുതരം നാണക്കേടിനെ ക്ഷണിച്ചുവരുത്തി. ആ നാണക്കേട് അയാളെ അമ്പരപ്പിച്ചു. അയാളെ ഭീരുവാക്കി മാറ്റി. ഒരു വൈകുന്നേരം ഭക്ഷണം കഴിച്ചുകൊണ്ടിരിക്കുമ്പോൾ ഈ കൂട്ടത്തിൽ മര്യാദ ഇല്ലാത്ത ഒരു സ്ത്രീ മദ്യലഹരിയിൽ ഒരു തണ്ണിമത്തൻതോടു കൊണ്ട് ഫോമാ യുടെ കവിളിൽ അടച്ചു. ഫോമായും പകുതി ലഹരിയിൽ ആയിരുന്നു. അയാൾ ദേഷ്യം കൊണ്ട് വിളറിപ്പോയി. അയാൾ ഇരിപ്പിടത്തിൽ നിന്ന്

എഴുന്നേറ്റ് പോക്കറ്റിൽ കൈതിരുകി കൊണ്ട് അസഹ്യത കൊണ്ട് വിറയ്ക്കുന്ന ക്രൂരത നിറഞ്ഞ ശബ്ദത്തിൽ വിളിച്ചുകൂവി.

"വൃത്തികെട്ട ശവം! നിന്നെ ഇവിടെ കാണരുത്! മറ്റാരെങ്കിലും ആയിരുന്നെങ്കിൽ ഈ കാണിച്ചതിന് നിന്റെ തല തല്ലിപ്പൊട്ടിക്കുമായിരുന്നു. നിങ്ങളോട് ഞാൻ ദാക്ഷിണ്യം കാണിക്കുന്നുണ്ടെന്ന് നിങ്ങൾക്ക് അറിയാം. നിങ്ങളെപ്പോലെ ഉള്ളവരുടെ നേർക്ക് ഒരിക്കലും ഞാൻ കൈ ഉയർത്താറില്ല. ഇവളെ ചെകുത്താന്റെ അടുത്തേക്ക് ഓടിച്ചുവിട്!"

കസാനിൽ എത്തിച്ചേർന്ന് ഏതാനും ദിവസം കഴിഞ്ഞപ്പോൾ സാഷാ ഒരു വോഡ്ക ഡിസ്റ്റിലറി ഉടമയുടെ മകന്റെ വെപ്പാട്ടിയായി മാറി. അയാൾ നേരത്തെ ഫോമയോടൊപ്പം ആഘോഷങ്ങളിൽ പങ്കെടുക്കുന്ന മനുഷ്യൻ ആയിരുന്നു. അവളുടെ പുതിയ യജമാനന്റെ കൂടെ 'കാമാ'യിലെ ഏതോ ഒരു സ്ഥലത്തേക്ക് പോകുന്നതിന്റെ തിരക്കിനിടയിൽ അവൾ ഫോമായോടു പറഞ്ഞു.

"പ്രിയപ്പെട്ടവനേ! ഞാൻ പോകുന്നു. ഒരുപക്ഷേ, നമ്മൾ വീണ്ടും കണ്ടുമുട്ടിയെന്ന് വരും! നമ്മൾ രണ്ടുപേരും സഞ്ചരിക്കുന്നത് ഒരു വഴിയിലൂടെ ആണ്! പക്ഷേ, നിങ്ങളുടെ ഹൃദയത്തിന് കടിഞ്ഞാൺ ഇടരുതെന്ന് ഞാൻ നിങ്ങളെ ഉപദേശിക്കുന്നു. ഒരുകാര്യത്തിലേക്കും തിരിഞ്ഞുനോക്കാതെ സ്വയം ജീവിതം ആസ്വദിക്കൂ! ഒടുവിൽ കഞ്ഞികുടിച്ചുകഴിയുമ്പോൾ പാത്രം താഴെയിട്ട് ഉടച്ചുകളയണം! ഞാൻ പോകുന്നു!"

അവൾ അയാളുടെ ചുണ്ടുകളിൽ ചൂടുള്ള ഒരു ചുംബനം കൊടുത്തു. ആ സമയത്ത് അവളുടെ കണ്ണുകൾക്ക് കൂടുതൽ കറുപ്പുനിറം തോന്നി.

അവൾ അയാളെ ഉപേക്ഷിച്ച് പോകുന്നതിൽ ഫോമായ്ക്ക് സന്തോഷം തോന്നിയിരുന്നു. അയാൾക്ക് അവളെ മടുത്തിരുന്നു. അവളുടെ തണുത്ത താല്പര്യമില്ലായ്മ അയാളെ ഭയപ്പെടുത്തിയിരുന്നു. പക്ഷേ, ഇപ്പോൾ ഏതോ ഒരു കാര്യം അയാളുടെ ഉള്ളിൽക്കിടന്ന് വിറയ്ക്കുന്നുണ്ടായിരുന്നു. അയാൾ അവൾക്ക് മുഖം തിരിഞ്ഞുനിന്നുകൊണ്ട് ശബ്ദം താഴ്ത്തി പറഞ്ഞു.

"ഒരുപക്ഷേ, നിങ്ങൾക്ക് വേണ്ടപോലെ യോജിച്ചുപോകാൻ കഴിഞ്ഞില്ലെങ്കിൽ എന്റെ അടുത്തേക്ക് തിരിച്ചുവരണം."

"നന്ദി" അവൾ മറുപടി പറഞ്ഞു. ഏതോ കാരണം കൊണ്ട്, ഈ കാരണം കൊണ്ടാണോ എന്ന് അറിയില്ല അവൾ പൊട്ടിച്ചിരിച്ചു. അത് അവളെ സംബന്ധിച്ചിടത്തോളം പതിവുള്ള കാര്യം ആയിരുന്നില്ല.

അങ്ങനെ ഒരേപോലെയുള്ള സ്ഥലങ്ങളിൽ ചുറ്റിത്തിരിഞ്ഞ് ഒരുപോലെയുള്ള മനുഷ്യർക്കിടയിൽ പകലാണോ രാത്രിയാണോ എന്ന് തിരിച്ചറിയാതെ ഫോമാ ജീവിച്ചുകൊണ്ടിരുന്നു. ഈ മനുഷ്യർ ഫോമായെ സംബന്ധിച്ചിടത്തോളം ഒരു നല്ലകാര്യത്തിനും ഉള്ള പ്രചോദനം ആയില്ല. അതു കൂടാതെ താൻ അവരേക്കാൾ മുകളിലാണെന്ന് അയാൾ സ്വയം വിലയിരുത്തിയിരുന്നു. കാരണം ഈ ജീവിതത്തിൽ നിന്ന് സ്വതന്ത്രനാകാനുള്ള ആഗ്രഹത്തിന്റെ സാദ്ധ്യതയെപ്പറ്റിയുള്ള ആലോചനകൾ അയാളുടെ മന

സ്സിന്റെ ആഴങ്ങളിലേക്ക് കൂടുതൽ കൂടുതൽ ആഴത്തിൽ വേരുറപ്പിക്കുന്നുണ്ടായിരുന്നു. സ്വാതന്ത്ര്യത്തിനുവേണ്ടിയുള്ള തീവ്രമായ ആഗ്രഹം അയാളെ കൂടുതൽ ഉറപ്പുള്ള ഒരു ആലിംഗനത്തിനുള്ളിൽ ഒതുക്കി നിർത്തി. കാരണം ഈ ബഹളത്തിൽനിന്നും ജീവിതത്തിന്റെ തീരത്തേക്ക് ഒഴുകിയെത്തുന്നതായി സങ്കല്പിക്കുമ്പോൾ അയാൾ കണ്ട ചിത്രങ്ങൾ എന്നത്തേതിലും തിളക്കം ഉള്ളവ ആയിരുന്നു. ഒന്നിൽ അധികം തവണ രാത്രിയിൽ തനിച്ചാകുമ്പോൾ അയാൾകണ്ണടച്ച് ഭയാനകമെന്ന് പറയാവുന്ന തരത്തിലുള്ള എണ്ണമറ്റ ഒരു ജനക്കൂട്ടത്തെ മനസ്സിൽ സങ്കല്പിച്ചിട്ടുണ്ട്. അവർ എവിടെയോ പൊടിയും മൂടൽമഞ്ഞും നിറഞ്ഞ ആഴമുള്ള ഒരു മലയടിവാരത്തിൽ തിക്കിത്തിരക്കിക്കൊണ്ടിരുന്നു. അവർ ആ സ്ഥലത്തുനിന്നും മാറാതെ പരസ്പരം ഉന്തുംതള്ളും ഉണ്ടാക്കിക്കൊണ്ടിരുന്നു. അവർ ഒരു ധ്യാനം പൊടിക്കുന്ന യന്ത്രത്തിന്റെ ധാന്യം ഇടുന്ന പാത്രത്തിനുള്ളിലെ ധാന്യങ്ങളാണെന്ന് തോന്നി. അവരുടെ പാദങ്ങൾക്ക് താഴെ ഒരു അദൃശ്യമായ ആട്ടുകല്ല് അവരെ പൊടിച്ചുകൊണ്ടിരിക്കുന്നതുപോലെ തോന്നി. മനുഷ്യർ അതിനുള്ളിൽ കിടന്ന് തിരമാലകൾ പോലെ ഇളകിക്കൊണ്ടിരുന്നു. ഇപ്പോൾ അവർ താഴോട്ട് വീണ് പെട്ടെന്ന് അരഞ്ഞു പൊടിഞ്ഞ് അപ്രത്യക്ഷമാകും. അനുകമ്പയില്ലാത്ത ആട്ടുകല്ലിൽ നിന്ന് രക്ഷപ്പെടാൻ വേണ്ടി അവർ ഇപ്പോൾ മുകളിലേക്ക് തള്ളിക്കയറാൻ ശ്രമിച്ചുകൊണ്ടിരിക്കുന്നു. അവിടെ ഒരു വലിയ കുട്ടയിൽ പിടിച്ചിട്ടിരിക്കുന്ന ഞണ്ടുകളെപ്പോലെ പരസ്പരം ചാടിപ്പിടിക്കുന്ന മനുഷ്യരും ഉണ്ടായിരുന്നു. അവർ കെട്ടിപ്പിണഞ്ഞ് എവിടേക്കോ ഇഴഞ്ഞു. അവർ പരസ്പരം ഇടപെട്ടു. അവർക്ക് അവരുടെ പരസ്പരമുള്ള ബന്ധനത്തിൽ നിന്ന് സ്വയം രക്ഷപ്പെടാൻ കഴിഞ്ഞിരുന്നില്ല.

ഫോമാ ആൾക്കൂട്ടത്തിനിടയിൽ പരിചയമുള്ള മുഖങ്ങൾ കണ്ടു: അവിടെ അയാളുടെ അച്ഛൻ ചങ്കുറപ്പോടെ വഴിയിലുള്ളവരെ എല്ലാം നീളമുള്ള കൈപ്പത്തികൾ കൊണ്ടും വിരിഞ്ഞ നെഞ്ചും കൊണ്ടും ശക്തിയോടെ തള്ളിമാറ്റുന്നതിനിടയിൽ മുഴങ്ങുന്ന ശബ്ദത്തിന്റെ പൊട്ടിച്ചിരിച്ചുകൊണ്ട് മുന്നോട്ട് നടന്നുകൊണ്ടിരുന്നു. അതിനുശേഷം മനുഷ്യരുടെ പാദങ്ങൾക്കിടയിൽ ഏതോ ആഴങ്ങളിലേക്ക് അച്ഛൻ അപ്രത്യക്ഷമാകുന്നു. അവിടെ അയാളുടെ തലതൊട്ടപ്പൻ മെലിഞ്ഞ് വഴക്കമുള്ള തന്റെ കരുത്തുറ്റ ശരീരവുമായി മനുഷ്യരുടെ കാലുകൾക്കിടയിലൂടെ പാമ്പിനെപോലെ വളഞ്ഞുപുളയുകയും ഇടയ്ക്കിടയ്ക്ക് അവരുടെ തോളിൽ ചാടിക്കയറുകയും ചെയ്യുന്നുണ്ടായിരുന്നു. അവിടെ ലുബോവ് അവളുടെ അച്ഛന്റെ പിന്നിൽ നിന്ന് ഇടയ്ക്കിടയ്ക്ക് ദൂരത്തേക്ക് മാറുകയും വീണ്ടും അടുത്തെത്തുകയും ചെയ്തുകൊണ്ട് കരഞ്ഞുവിളിച്ച് കഷ്ടപ്പെടുന്നുണ്ടായിരുന്നു. മുഖത്ത് അനുകമ്പ കലർന്ന പുഞ്ചിരിയോടെ എല്ലാവരിൽ നിന്നും ഒഴിഞ്ഞുമാറി. എല്ലാവർക്കും വഴിമാറിക്കൊടുത്തുകൊണ്ട് അൻഫിസാ അപ്പച്ചി സാവധാനം നടക്കുന്നു. ഒരു മെഴുകുതിരിനാളം പോലെ ഫോമായുടെ മുന്നിൽ അവരുടെ പ്രതിബിംബം വിറച്ചുകൊണ്ടി

രുന്നു. അത് അണഞ്ഞുപോയതു കൊണ്ട് ഇരുട്ടിനുള്ളിൽ ആ നാളം അപ്രത്യക്ഷപ്പെടുന്നു. പിലാഗയാ നീണ്ടുകിടക്കുന്ന വഴിയിലൂടെ തിടുക്കപ്പെട്ട് എവിടേക്കോ പൊയ്ക്കൊണ്ടിരിക്കുന്നു. അവിടെ സോഫിയാ പാവ്ലോവ്നാ അയാൾ അവസാനമായി അവളെ കാണുന്ന സമയത്ത് കൈരണ്ടും നിർജ്ജീവമായി തൂക്കിയിട്ട് നിന്നിരുന്നതുപോലെ നില്ക്കുകയായിരുന്നു. അവളുടെ വലിയ കണ്ണുകളിൽ ഏതോ ഭയം തിളങ്ങിക്കൊണ്ടിരുന്നു. സാഷായും ഇവിടെയുണ്ട്. അവൾ ബഹളത്തിലൊന്നും യാതൊരു താല്പര്യവും കാണിക്കാതെ അവൾക്കു പാടാൻകഴിയുന്ന പരമാവധി ശബ്ദത്തിൽ പാടിക്കൊണ്ട് ജീവിതത്തിന്റെ അടിത്തട്ടിലേക്ക് തന്റേടത്തോടെ നേരിട്ട് നടന്നുപോകുന്നുണ്ടായിരുന്നു. അവളുടെ കറുത്ത കണ്ണുകൾ ദൂരെ ഏതോ ബിന്ദുവിൽ ഉറച്ചു നിന്നു. ഫോമാ ബഹളവും അലർച്ചകളും പൊട്ടിച്ചിരിയും ലഹരികയറിയ കൂക്കുവിളികളും പണമിടപാടുകളെ പറ്റിയുള്ള വഴക്കുകളും കേട്ടു. കുഴിക്കുള്ളിൽ കുന്നുകൂടിയിരിക്കുന്ന ജീവനുള്ള ഈ മനുഷ്യരുടെ കൂനയ്ക്കുമുകളിൽ പാട്ടുകളും തേങ്ങലുകളും വട്ടമിട്ട് പറന്നുകൊണ്ടിരിക്കുന്നു. അവർ ചാടുന്നു; വീഴുന്നു. ഇഴയുന്നു. പരസ്പരം ഞെരുക്കുന്നു. മറ്റൊരാളുടെ തോളിൽ ചാടിക്കയറുന്നു. അന്ധന്മാരെപോലെ എല്ലായിടത്തും തപ്പിത്തടയുന്നു. മറ്റുള്ളവരുടെ മുകളിലേക്ക് കാലിടറിവീഴുന്നു. പിടയുന്നു. വീണ്ടും മറഞ്ഞുവീണുകൊണ്ട് കാഴ്ചയിൽ നിന്ന് അപ്രത്യക്ഷമാകുന്നു. മനുഷ്യരുടെ തലയ്ക്കുമുകളിലൂടെ തുരുമ്പു പിടിക്കാത്ത പണം പറന്നുയർന്നുകൊണ്ടിരിക്കുന്നു. മനുഷ്യർ ആർത്തിയോടെ അതിന്റെ നേർക്ക് കൈ ഉയർത്തുന്നു. സ്വർണ്ണം കിലുങ്ങുന്നു. വെള്ളികിലുങ്ങുന്നു. കുപ്പികൾ ചീറ്റുന്നു. കോർക്കുകൾ തെറിക്കുന്നു. ആരോ എങ്ങലടിക്കുന്നു. ദുഃഖം തളം കെട്ടിയ ഒരു സ്ത്രീശബ്ദം പാടുന്നു:

“അതുകൊണ്ട് ജീവിക്കാൻ കഴിയുമ്പോൾ
നമുക്ക് ജീവിക്കാം
അതിനുശേഷം – പുല്ലുപോലും ചിലപ്പോൾ
വളരാൻ കൂട്ടാക്കില്ല!”

ഈ വന്യമായ ദൃശ്യം ഫോമായുടെ മനസ്സിൽ സ്വയം സ്ഥാനം ഉറപ്പിച്ചു. ഓരോ തവണ അത് അയാളുടെ മുമ്പിൽ ഉയർന്നുവരുന്ന സമയത്തെല്ലാം അതിന് വ്യക്തതയും വലിപ്പവും വർദ്ധിച്ചുകൊണ്ടിരുന്നു. അത് അയാളുടെ നെഞ്ചിൽ കുഴപ്പം പിടിച്ച ഏതോ ഒരു കാര്യം ഉയർത്തിക്കൊണ്ടുവന്നു. അത് നദിയിലേക്ക് അരുവി ഒഴുകിവീഴുന്നതുപോലെ ഭയവും കലഹവും അനുകമ്പയും കോപവും ഇവയോടൊപ്പം മറ്റു പലതും വന്നുവീണു കൊണ്ടിരുന്ന അവ്യക്തവും ഉന്നതവും ആയ ഒരു അനുഭൂതി ആയിരുന്നു. ഇതെല്ലാം കൂടി നെഞ്ചിനുള്ളിൽ കിടന്ന് തിളച്ചുമറിഞ്ഞ് ഒരു പീഡിപ്പിക്കുന്ന ആഗ്രഹമായി മാറി. വേർപെടുത്താൻ പറ്റാത്ത ആ ആഗ്രഹത്തിന്റെ ശക്തി അയാളെ ശ്വാസം മുട്ടിച്ചു. അയാളുടെ കണ്ണുകളിൽ കണ്ണുനീർ നിറഞ്ഞു. മനുഷ്യരെ മുഴുവൻ ഭയപ്പെടുത്താൻ വേണ്ടി അലറാനും ഒരു കാട്ടുമൃഗത്തെപ്പോലെ ഓരിയിടാനും അയാൾ ആഗ്രഹിച്ചു.

അങ്ങനെ അവരുടെ മോഹങ്ങളിലേക്കും കോലാഹലങ്ങളിലേക്കും അയാളുടേതായി പുതുമയുള്ള എന്തെങ്കിലും കോരി ഒഴിച്ചുകൊണ്ട് അർത്ഥശൂന്യമായ ഈ തിരക്കിനെ തടസ്സപ്പെടുത്താൻ അയാൾ ആഗ്രഹിച്ചു. ഉറപ്പുള്ള ചില വാക്കുകൾ അവരോട് ഉറക്കെ സംസാരിക്കാനും അവരുടെ പരസ്പരം എതിർദിശയിലുള്ള നീക്കങ്ങൾ അവസാനിപ്പിച്ച് അവരെ എല്ലാം ഒരുദിശയിലേക്ക് നയിക്കാനും അയാൾ ആഗ്രഹിച്ചു. അവരുടെ തലയ്ക്ക് ബലമായി പിടിച്ച് അവരെ വലിച്ചുവേർപെടുത്താനും അവരിൽ ചിലർക്ക് അടികൊടുക്കാനും മറ്റുള്ളവരെ തലോടാനും അവരെ മൊത്തത്തിൽ ശകാരിക്കാനും ഒരു തീജ്ജ്വാലകൊണ്ട് അവർക്ക് വെളിച്ചം നല്കാനും അയാൾ ആഗ്രഹിച്ചു.

അയാളിൽ ഒന്നും ഉണ്ടായിരുന്നില്ല. ആവശ്യമുള്ള വാക്കുകളോ പ്രകാശം നല്കാനുള്ള ജ്വാലയോ അയാളുടെ കൈവശം ഉണ്ടായിരുന്നില്ല. അയാൾക്ക് ആകെ ഉണ്ടായിരുന്നത് വ്യക്തമായി മനസ്സിലായിക്കഴിഞ്ഞിരുന്ന ആഗ്രഹം മാത്രം ആയിരുന്നു. പക്ഷേ, അത് നിറവേറ്റാൻ അസാദ്ധ്യമായ ആഗ്രഹം ആയിരുന്നു. മനുഷ്യർ ഒച്ചപ്പാട് ഉണ്ടാക്കിക്കൊണ്ടിരുന്ന ആഴമുള്ള മലയിടുക്കിലെ ജീവിതത്തിനു പുറത്താണ് തന്റെ ജീവിതമെന്ന് അയാൾ സങ്കല്പിച്ചു. അയാൾ സംസാരിക്കാതെ സ്വന്തം കാലിൽ ഉറച്ചു നില്ക്കുകയാണെന്ന് അയാൾ മനസ്സിലാക്കി. അയാൾ അവരോട് വിളിച്ചു പറയുമായിരുന്നു:

“നിങ്ങൾ എങ്ങനെയാണ് ജീവിക്കുന്നതെന്ന് മനസ്സിലാക്കൂ! നിങ്ങൾക്ക് നാണക്കേട് തോന്നുന്നില്ലേ?”

പക്ഷേ, അയാളുടെ ശബ്ദം കേട്ട് അവർ “ഞങ്ങൾ എങ്ങനെ ജീവിക്കണം?” എന്ന് അയാളോട് ചോദിച്ചിരുന്നെങ്കിൽ അയാൾ അവരെ ചീത്ത പറയുമായിരുന്നു.

ഇത്തരം ഒരു ചോദ്യം അവരിൽ നിന്ന് വന്നിരുന്നെങ്കിൽ അതിനു ശേഷം അയാൾ ഇപ്പോൾ നില്ക്കുന്ന ഉയരങ്ങളിൽ നിന്നും ജനക്കൂട്ടത്തിന്റെ കാൽച്ചുവട്ടിലെ അരകല്ലിലേക്ക് തലകുത്തി വീഴുമെന്നുള്ള കാര്യം അയാൾക്ക് പൂർണ്ണമായും വ്യക്തമായിരുന്നു. അയാളുടെ നാശത്തിനു ശേഷം അപ്പോൾ പരിഹാസം അയാളെ പിന്തുടരുമായിരുന്നു.

ചിലപ്പോൾ ഈ പേടി സ്വപ്നത്തിന്റെ സമ്മർദ്ദത്തിൽ അയാൾ പിച്ചും പേയും പറഞ്ഞ് ചില അർത്ഥമില്ലാത്തതും പരസ്പര ബന്ധം ഇല്ലാത്തതുമായ വാക്കുകൾ അയാളുടെ ചുണ്ടിൽ നിന്നും അടർന്നുവീണു. അയാളുടെ ഉള്ളിലെ വേദനാജനകമായ സംഘർഷങ്ങൾ കാരണം അയാൾ വിയർക്കാറുണ്ടായിരുന്നു. ചിലപ്പോൾ ഈ ഭീതിജനകവും ദുഃഖകരവുമായ ചിത്രം അയാളുടെ മനസ്സിലേക്ക് സ്വയം തിരക്കുകൂട്ടി കടന്നുവരുന്നതിന്റെ കാരണം ലഹരി കൊണ്ട് ഭ്രാന്തു പിടിക്കുന്നതാണെന്ന് അയാൾക്ക് തോന്നിയിരുന്നു. വളരെ ബുദ്ധിമുട്ടി ഈ ചിത്രങ്ങൾ അയാൾ ഒരുവശത്തേക്ക് തൂത്തുമാറും. പക്ഷേ, അധികം കുടിക്കാതെ അയാൾ ഒറ്റപ്പെടുന്ന സമയത്ത് ഈ ബുദ്ധിഭ്രമം അയാളെ വീണ്ടും പിടികൂടും. അതിന്റെ

ഭാരം കൊണ്ട് വീണ്ടും അയാളുടെ ബോധം നശിക്കും. ഈ സ്വാതന്ത്ര്യത്തിനു വേണ്ടിയുള്ള അയാളുടെ ദാഹം അതിന്റെ ശക്തികൊണ്ട് അയാളെ പീഡിപ്പിച്ചു. അതിന്റെ തീക്ഷ്ണത കൂടിക്കൂടി വന്നു. പക്ഷേ, സ്വത്തിന്റെ വിലങ്ങുകൾ തകർത്ത് പുറത്തുവരാൻ അയാൾക്ക് കഴിഞ്ഞില്ല. ഫോമായുടെ കാര്യങ്ങൾ നോക്കാൻ മുക്യാതർ കൊടുത്തിരുന്ന മയാകിന്റെ പ്രവർത്തനങ്ങൾകൊണ്ട് ഓരോദിവസവും അയാളോട് കടപ്പാടുതോന്നേണ്ട അവസ്ഥയിലേക്ക് ഫോമാ എത്തിച്ചേർന്നിരുന്നു. ആളുകൾ ചരക്കുകൂലിയെപ്പറ്റി എഴുതുമ്പോഴെല്ലാം അവർക്ക് കിട്ടാനുള്ള പണത്തെപ്പറ്റി അയാളെ ഓർമ്മിപ്പിച്ചുകൊണ്ടിരുന്നു. അയാളുടെ ജോലിക്കാർ സ്വയം പരിഹരിച്ചുകൊണ്ടിരുന്ന നിസ്സാര പണമിടപാടുകൾക്കുവേണ്ടി അയാളെ ഇപ്പോൾ നിരന്തരമായി കത്തിലൂടെയും നേരിട്ടും ശല്യപ്പെടുത്താൻ തുടങ്ങിയിരിക്കുന്നു. അവർ അയാളെ അന്വേഷിച്ചുനടന്ന് മദ്യശാലകളിലെത്തി കണ്ടുപിടിച്ചു. കാര്യങ്ങൾ എന്തുകൊണ്ട് എങ്ങനെ ചെയ്യണമെന്ന് അവർ അയാളോട് ചോദിച്ചു. ചിലപ്പോൾ എന്തു കാര്യമാണെന്നോ എന്താണ് ചെയ്യുന്നതെന്നോ മനസ്സിലാക്കാതെ അവർ അയാൾക്കു മറുപടി കൊടുത്തു. അവരുടെ മറച്ചുവെച്ച അവജ്ഞ അയാൾക്ക് മനസ്സിലാക്കുന്നുണ്ടായിരുന്നു. ഏറക്കുറെ എല്ലാ സമയത്തും അയാളുടെ ആജ്ഞ അനുസരിച്ച് അവർ ജോലി ചെയ്യുന്നില്ലെന്ന് അയാൾക്ക് മനസ്സിലായി. പക്ഷേ, അവർ ആ കാര്യങ്ങൾ അയാൾ പറഞ്ഞതിലും ഭേദപ്പെട്ട രീതിയിൽ മറ്റൊരു മാർഗ്ഗത്തിലൂടെ ചെയ്തുകൊണ്ടിരുന്നു. ഇതിൽ തലതൊട്ടപ്പന്റെ ബുദ്ധിപൂർവ്വമുള്ള ഇടപെടൽ അയാൾ തിരിച്ചറിഞ്ഞു. വൃദ്ധൻ അയാളെ അയാളുടെ വഴിയിലേക്ക് തിരിച്ചുവരാൻ നിർബ്ബന്ധിക്കുകയാണെന്ന് ഫോമായ്ക്ക് മനസ്സിലാകുന്നുണ്ടായിരുന്നു. ആ സമയത്ത് താൻ സ്വന്തം കച്ചവടത്തിന്റെ യജമാനൻ അല്ലെന്നും അതിന്റെ അപ്രധാനമായ ഒരു ഭാഗം മാത്രമാണെന്നും ഫോമാ തിരിച്ചറിഞ്ഞു. ഇത് അയാളെ അസ്വസ്ഥനാക്കി. അയാൾ വൃദ്ധനിൽ നിന്ന് കൂടുതൽ അകന്നു. ഇത് സ്വന്തം നാശത്തിലൂടെ ആണെങ്കിൽ പോലും കച്ചവടത്തോട് വിടപറയാനുള്ള അയാളുടെ ആഗ്രഹം വർദ്ധിപ്പിച്ചു. ദേഷ്യം കൊണ്ട് ഫോമാ മദ്യശാലകളിലും വേശ്യാലയങ്ങളിലും പണം വാരിവിതറി. പക്ഷേ, ഇത് വളരെക്കാലം നീണ്ടുനിന്നില്ല. യാക്കോവ് ടരാസോവിച്ച് അയാളുടെ മൊത്തം പണവും ബാങ്കുകളിൽ നിന്ന് പിൻവലിച്ചു. വാഗ്ദാനപത്രങ്ങൾ കൊടുത്താൽപോലും ബാങ്കുകൾ മുമ്പ് പണം നല്കിയിരുന്ന ലാഘവത്തോടെ ഇപ്പോൾ പണം നല്കുന്നില്ലെന്ന് ഫോമാ തിരിച്ചറിയാൻ തുടങ്ങി. ഇത് അയാളുടെ ദുരഭിമാനത്തെ കുത്തിനോവിച്ചു. അയാൾക്ക് അപമാനപ്പെട്ടതായി തോന്നി. കച്ചവടവൃത്തങ്ങളിൽ ഫോമായുടെ മാനസിക നില തെറ്റിയിട്ടുണ്ടെന്നും ഒരുപക്ഷേ, അയാളുടെ സംരക്ഷണത്തിനായി മറ്റൊരാളെ രക്ഷകനായി നിയമിക്കേണ്ടിവരുമെന്നുമുള്ള ഒരു അപവാദം തലതൊട്ടപ്പൻ പ്രചരിപ്പിക്കുന്നതായി തിരിച്ചറിഞ്ഞപ്പോൾ ഫോമായുടെ അടിതെറ്റി. അയാൾ ഭയന്നു. ഫോമായ്ക്ക് അയാളുടെ തലതൊട്ടപ്പന്റെ ശക്തിയുടെ പരിധി അറിയില്ല.

ഈ കാര്യത്തിൽ ആരുടെ എങ്കിലും ഉപദേശം സ്വീകരിക്കുന്നതിൽ അയാൾ വിജയിച്ചില്ല. കച്ചവടത്തിന്റെ ലോകത്ത് വൃദ്ധൻ ഒരു ശക്തിയാണെന്നും അവിടെ അയാൾക്ക് ഇഷ്ടമുള്ളതെന്തും ചെയ്യാനുള്ള കഴിവുണ്ടെന്നും ഫോമായ്ക്ക് ബോദ്ധ്യമുണ്ടായിരുന്നു. തുടക്കത്തിൽ മായാകിന്റെ കൈ തന്റെ പുറത്ത് വീണിരിക്കുന്നതിൽ അയാൾക്ക് വേദന തോന്നിയിരുന്നു. പക്ഷേ, പിന്നീട് അയാൾ അതിനോട് പൊരുത്തപ്പെട്ടു. അയാൾ എല്ലാകാര്യങ്ങളും ഉപേക്ഷിച്ചുകൊണ്ട് അയാളുടെ അസ്വസ്ഥമായ, ലഹരിപിടിച്ച ജീവിതം തുടർന്നു. അവിടെ അയാൾക്ക് ഒരു ആശ്വാസം മാത്രം ഉണ്ടായിരുന്നു. മനുഷ്യർ. ഓരോ ദിവസം കഴിയുംതോറും അവർ അയാളേക്കാൾ മൊത്തത്തിൽ മോശക്കാരും അവിവേകികളും ആണെന്ന് അയാൾക്ക് ബോദ്ധ്യപ്പെട്ടുകൊണ്ടിരുന്നു. അവർ ജീവിതത്തിന്റെ യജമാനന്മാർ അല്ലെന്നും അതിന്റെ അടിമകളാണെന്നും അയാൾക്ക് മനസ്സിലായി. ജീവിതം അവരെ വട്ടം കറക്കുകയാണെന്നും അതിന്റെ ഇഷ്ടത്തിന് അവരെ വളയ്ക്കുകയും ഒടിക്കുകയും ചെയ്തുകൊണ്ടിരിക്കുകയാണെന്നും അയാൾ തിരിച്ചറിഞ്ഞു. അവർ ജീവിതത്തിന് നിർവ്വികാരമായി വഴങ്ങിക്കൊടുക്കുകയായിരുന്നു. അവരിൽ അയാൾ ഒഴിച്ച് മറ്റൊരാൾപോലും സ്വാതന്ത്ര്യം ആഗ്രഹിച്ചില്ല. പക്ഷേ, അയാൾ അത് ആഗ്രഹിച്ചു. അതുകൊണ്ട് കുടിയന്മാരായ കൂട്ടുകാരേക്കാൾ ഉയർന്ന ഒരു സ്ഥാനത്തേക്ക് അയാൾ സ്വയം അയാളെ പൊന്തിച്ചുനിർത്തി.

ഒരു ദിവസം ഒരു മദ്യശാലയിൽവെച്ച് പകുതി ലഹരിയിലായിരുന്ന ഒരാൾ അയാളുടെ ജീവിതത്തെപ്പറ്റി ഫോമയോട് പരാതിപറഞ്ഞു. അയാൾ താടിവടിക്കാത്ത മെലിഞ്ഞ് പൊക്കം കുറഞ്ഞ ഒരു മനുഷ്യനായിരുന്നു. അയാളുടെ ഇരുണ്ടകണ്ണുകളിൽ ഭയം ഉണ്ടായിരുന്നു. അയാൾ ദയനീയമായി കണ്ണുചിമ്മിക്കൊണ്ടിരുന്നു. അയാളുടെ രണ്ടു ചെവിയും ഇടവിട്ടിടവിട്ട് വിറച്ചുകൊണ്ടിരുനിന്നു. അയാളുടെ ചെറിയ ശബ്ദത്തിനും വിറയൽ ഉണ്ടായിരുന്നു.

'മനുഷ്യർക്കിടയിൽ എന്റെ വഴി കണ്ടെത്താൻ ഞാൻ വളരെയധികം കഷ്ടപ്പെട്ടിട്ടുണ്ട്. ഞാൻ എല്ലാ കാര്യങ്ങളും പരീക്ഷിച്ചിട്ടുണ്ട്. ഞാൻ ഒരു കാളയെപോലെ പണി എടുത്തിട്ടുണ്ട്. പക്ഷേ, ജീവിതം എന്നെ ഒരുവശത്തേക്ക് തള്ളിനീക്കി എനിക്ക് ഒരു അവസരംപോലും തരാതെ എന്നെ കാൽച്ചുവട്ടിലിട്ട് ചവിട്ടിഞെരിച്ചു. എന്റെ ക്ഷമ മുഴുവൻ നശിച്ചു. ങേ! അങ്ങനെ ഞാൻ കുടിയനായി. എനിക്ക് ഞാൻ നശിച്ചുപോകുമെന്നാണ് തോന്നുന്നത്. എന്തായാലും എന്റെ മുന്നിൽ തുറന്നുകിടക്കുന്ന വഴി അതുമാത്രമാണ്!"

"മണ്ടാ!" ഫോമാ വെറുപ്പോടെ പറഞ്ഞു. ''നിങ്ങൾ എന്തിനാണ് മനുഷ്യർക്കിടയിൽ വഴികണ്ടെത്താൻ ആഗ്രഹിക്കുന്നത്? നിങ്ങൾ അവരിൽ നിന്ന് മാറിനില്ക്കുന്നതാണ് ശരിയായ കാര്യം, ഒരുവശത്ത് മാറിനില്ക്കുമ്പോൾ അവർക്കിടയിൽ നിങ്ങളുടെ സ്ഥാനം എവിടെയാണെന്ന് നിങ്ങൾക്ക് കണ്ടുപിടിക്കാൻ പറ്റും. പിന്നീട് ആ സ്ഥലത്തേക്ക് നിങ്ങൾക്ക്

നേരിട്ട് പോകാം."

"എനിക്ക് നിങ്ങളുടെ സംസാരം മനസ്സിലാക്കുന്നില്ല." കൊച്ചു മനുഷ്യൻ അയാളുടെ കുറ്റിത്തലമുടിനിറഞ്ഞ മെലിഞ്ഞ തലകുലുക്കി.

ഫോമാ ആത്മസംതൃപ്തിയോടെ പൊട്ടിച്ചിരിച്ചു.

"നിങ്ങൾക്ക് അത് മനസ്സിലായിട്ടുണ്ടോ? ഇല്ല. ദൈവം വിധികല്പിച്ചവന്റെ കാര്യത്തിൽ."

"ദൈവമല്ല. മനുഷ്യനാണ് ജീവിതം ചിട്ടപ്പെടുത്തുന്നത്!" ഫോമാ വായിൽ തോന്നിയത് വിളിച്ചുപറഞ്ഞു. അയാളുടെ സംസാരത്തിലെ ധിക്കാരം അയാളെപോലും അത്ഭുതപ്പെടുത്തി. കൊച്ചു മനുഷ്യൻ അയാളെ സംശയത്തോടെ നോക്കിക്കൊണ്ട് പേടിച്ചു പിൻമാറി.

"ദൈവം നിങ്ങൾക്ക് യുക്തി തന്നിട്ടുണ്ടോ?" അമ്പരപ്പിൽ നിന്ന് മോചിതനായപ്പോൾ ഫോമാ ചോദിച്ചു

"തീർച്ചയായും," ഫോമായോട് സംസാരിച്ചുകൊണ്ടിരുന്ന മനുഷ്യൻ പറഞ്ഞു. അയാളുടെ ശബ്ദത്തിൽ ആത്മവിശ്വാസം ഇല്ലായിരുന്നു.

"ശരി, അപ്പോൾ ഒരു കുന്നിക്കുരുവോളം കൂടുതൽ യുക്തി ചോദിക്കാൻ നിങ്ങൾക്ക് അവകാശം ഇല്ല! നിങ്ങളുടെ യുക്തി അനുസരിച്ച് സ്വന്തം ജീവിതം നിങ്ങൾക്ക് സൃഷ്ടിച്ചെടുക്കണം. ദൈവം നിങ്ങളുടെ വിധി പറയും. നമ്മൾ എല്ലാവരും അദ്ദേഹത്തിന്റെ ജോലിക്കാരാണ്. അദ്ദേഹത്തിന്റെ കണ്ണിൽ നമുക്ക് എല്ലാവർക്കും തുല്യവിലയാണ്. മനസ്സിലായോ?"

"ഇടയ്ക്കിടയ്ക്ക് ധിക്കാരമാണെന്ന് അയാൾക്ക് പോലും തോന്നുന്ന ചില കാര്യങ്ങൾ ഫോമാ വിളിച്ചുകൂവാറുണ്ട്. അതേസമയം അയാൾ പറഞ്ഞ കാര്യങ്ങൾകൊണ്ട് അയാളുടെ നോട്ടത്തിൽ സ്വന്തം നില ഉയർന്നതായി അയാൾക്ക് തോന്നാറുണ്ട്. ഫോമായുടെ തലച്ചോറിൽ തീപ്പൊരികൾ പോലെ മിന്നുന്ന ചില സാഹസിക ചിന്തകളും വാക്കുകളും അപ്രതീക്ഷിതമായി രൂപപ്പെടാറുണ്ടായിരുന്നു.

ഫോമായുടെ ജീവിതം ഒരു ചതുപ്പുനിലത്തിലൂടെ നടക്കുന്നതുപോലെ ആയിരുന്നു ഓരോ ചുവടുവയ്ക്കുമ്പോഴും ചേറിൽ മുങ്ങിപ്പോകാനുള്ള സാദ്ധ്യത ഉണ്ടായിരുന്നു. പക്ഷേ, അയാളുടെ തലതൊട്ടപ്പൻ ദൂരെനിന്ന് അയാളുടെ നടത്തം ശ്രദ്ധിച്ചു കൊണ്ടിരുന്നു. അയാൾക്ക് നടന്നു നീങ്ങാൻ ഉറപ്പുള്ള സ്ഥലം മയാകിൻ ചൂണ്ടിക്കാണിച്ചുകൊണ്ടിരുന്നു

ഫോമായുമായുള്ള വഴക്കിനു ശേഷം യക്കോവ് ടരാസോവിച്ച് ദുഃഖിതനായി വീട്ടിൽ തിരിച്ചെത്തി. അയാളുടെ കണ്ണുകളിൽ വരണ്ട തിളക്കം ഉണ്ടായിരുന്നു. വലിഞ്ഞുമുറുകി നില്ക്കുന്ന ഒരു ചരടുപോലും അയാളുടെ ശരീരം നിവർന്നിരുന്നു. അയാളുടെ ചുളിവുകൾ വേദന കൊണ്ട് കൂടുതൽ ചുളുങ്ങി. അയാളുടെ മുഖം കൂടുതൽ ചെറുതായി അയാളുടെ തൊലികൂടുതൽ ഇരുണ്ടു. അയാളെ ഈ അവസ്ഥയിൽ കണ്ടപ്പോൾ അയാൾക്ക് കാര്യമായ എന്തോ അസുഖമാണെന്നും അയാൾ അത് സ്വയം ബലമായി നിയന്ത്രിക്കുകയാണെന്നും ലുബോവിനു തോന്നി. വൃദ്ധൻ മകളുടെ ചോദ്യങ്ങൾക്ക് ചുരുക്കം വാക്കുകളിൽ മറുപടി പറഞ്ഞുകൊണ്ട്

പരിഭ്രമത്തോടെ മുറിക്കുള്ളിൽ ചുറ്റിനടന്നു. ഒടുവിൽ അയാൾ അവളോട് ഉറക്കെ പറഞ്ഞു.

"ഞാൻ തനിച്ചിരിക്കട്ടെ! ഇതിനൊന്നും നീയുമായി യാതൊരു ബന്ധവും ഇല്ല."

അയാളുടെ മൂർച്ചയുള്ള പച്ച കണ്ണുകളിലെ വിഷാദഭാവം ശ്രദ്ധയിൽപ്പെട്ടപ്പോൾ ലുബോവിന് അയാളെപ്പറ്റി വിഷമം തോന്നി. അയാൾക്ക് എന്താണ് സംഭവിച്ചതെന്ന് ചോദിച്ചറിയേണ്ടത് അവൾ സ്വന്തം ചുമതലയാക്കി മാറ്റിയിരുന്നു. അയാൾ ഭക്ഷണമേശയുടെ അടുത്തുവന്ന് ഇരുന്നപ്പോൾ അവൾ പെട്ടെന്ന് അയാളുടെ അടുത്തുചെന്ന് തോളിൽ കൈവെച്ചുകൊണ്ട് വാത്സല്യത്തോടെ ചോദിച്ചു. അവളുടെ ശബ്ദത്തിൽ ആകാംക്ഷ ഉണ്ടായിരുന്നു:

"അച്ഛന് സുഖമില്ലേ? എന്നോട് പറയൂ?"

അവളുടെ തലോടലുകൾ അങ്ങേയറ്റം വിരളമായിരുന്നു. അത് എന്നും ഒറ്റപ്പെട്ടുജീവിച്ച വൃദ്ധനെ സാന്ത്വനപ്പെടുത്തി. ഏതോ കാരണം കൊണ്ട് അയാൾ അതിനോടൊന്നും പ്രതികരിച്ചില്ലെങ്കിലും അതിനെ ആസ്വദിക്കാതിരിക്കാൻ വൃദ്ധന് കഴിഞ്ഞില്ല. ഇപ്പോൾ തോളുവെട്ടിച്ച് അവളുടെ കൈ എടുത്തുമാറ്റിയതിനുശേഷം അയാൾ പറഞ്ഞു:

'നീ നിന്റെ സ്ഥലത്തേക്ക് പോകണം. ഹവ്വയുടെ ചൊറിച്ചിലുണ്ടാക്കുന്ന ജിജ്ഞാസകൊണ്ട് നിനക്ക് വിശ്രമിക്കാൻ പറ്റുന്നില്ല."

പക്ഷേ, ലുബോവ് പോയില്ല. അയാളുടെ കണ്ണുകളിലേക്ക് കണ്ണെടുക്കാതെ നോക്കിക്കൊണ്ട് നീരസത്തോടെ ചോദിച്ചു.

"അച്ഛൻ എന്തിനാണ് ഞാൻ ഒരു കൊച്ചുകുട്ടിയാണെന്നുള്ള മട്ടിൽ സംസാരിക്കുന്നത്? അല്ലെങ്കിൽ ഒരു മണ്ടിയാണെന്നുള്ള രീതിയിലാണ് അച്ഛൻ സംസാരിക്കുന്നത്."

"കാരണം നീ വളർന്നെങ്കിലും നിനക്ക് വിവരം കുറവാണ്. അതേ! അതാണ് കാര്യം! പോയിരുന്ന് ഭക്ഷണം കഴിക്ക്"

അവൾ നിശ്ശബ്ദയായി നടന്നുചെന്ന് മയാകിന്റെ എതിർവശത്തു കിടന്ന കസേരയിൽ ഇരുന്നു. പതിവിനു വിപരീതമായി മയാകിൻ സാവധാനത്തിൽ ഭക്ഷണം കഴിച്ചു. അയാൾ ക്യാബേജ് സൂപ്പ് സ്പൂൺകൊണ്ട് ഇളക്കിക്കൊണ്ട് വളരെനേരം ഇരുന്നു. അയാൾ അങ്ങേയറ്റം സൂക്ഷ്മതയോടെ സൂപ്പ് പരിശോധിച്ചുകൊണ്ടിരുന്നു.

"തടസ്സപ്പെട്ടുപോയ നിന്റെ മനസ്സിന് നിന്റെ അച്ഛന്റെ ചിന്തകൾ ഉൾക്കൊള്ളാൻ കഴിഞ്ഞില്ലെങ്കിൽ!"

ലുബോവ് സ്പൂൺ മാറ്റിവെച്ച് ഏതാണ്ട് കരയുന്ന ശബ്ദത്തിൽ പറഞ്ഞു.

"അച്ഛൻ എന്തിനാണ് എന്നെ കളിയാക്കുന്നത്? ഞാൻ തനിച്ചാണെന്ന് അച്ഛന് അറിയാവുന്ന കാര്യമാണ്. എന്നും തനിച്ചായിരുന്നു. എന്റെ ജീവിതം എത്രമാത്രം ബുദ്ധിമുട്ടാണെന്ന് അച്ഛന് മനസ്സിലാകും. അച്ഛൻ ഒരിക്കൽപ്പോലും എന്നോട് സ്നേഹത്തോടെ ഒരു വാക്കുപോലും പറഞ്ഞി

ട്ടില്ല. അച്ഛൻ ഒരിക്കലും എന്നോട് ഒരുകാര്യവും പറയാറില്ല! അച്ഛനും തനിച്ചാണ്. അച്ഛനും ജീവിതം ബുദ്ധിമുട്ടാണ്. എനിക്ക് അത് മനസ്സിലാക്കാൻ കഴിയുന്നുണ്ട്. അച്ഛന് ജീവിക്കാൻ അങ്ങേയറ്റത്തെ പ്രയാസം തോന്നുന്നുണ്ട്. പക്ഷേ, അതിന് കുറ്റംപറയേണ്ടത് അച്ഛനെ മാത്രമാണ്! അച്ഛനെ മാത്രം!"

"ഇപ്പോൾ ബാലാമിന്റെ പെൺ കഴുതയും സംസാരിച്ചു തുടങ്ങിയിരിക്കുന്നു!" വൃദ്ധൻ പൊട്ടിച്ചിരിച്ചു കൊണ്ട് പറഞ്ഞു. "ശരി, അടുത്തതെന്താണ്?"

"അച്ഛൻ അച്ഛന്റെ അറിവിനെപറ്റി വലിയ അഹംഭാവം ഉണ്ട്."

"മറ്റ് എന്തൊക്കെ ഉണ്ട്?"

"അത് നല്ല കാര്യം അല്ല. അത് എന്നെ വളരെ കൂടുതൽ വേദനിപ്പിക്കുന്നു. അച്ഛൻ എന്നെ ആട്ടി ഓടിക്കുന്നത് എന്തിനാണ്? എനിക്ക് അച്ഛനല്ലാതെ ഒരാൾ പോലും ഇല്ലെന്ന് അറിയാവുന്ന കാര്യമല്ലേ?"

അവളുടെ കണ്ണുകളിലേക്ക് കണ്ണുനീർ ഒഴുകിയെത്തി. അച്ഛൻ അത് ശ്രദ്ധിച്ചു അയാളുടെ മുഖം വിറച്ചു.

"നീ ഒരു പെൺകുട്ടി അല്ലായിരുന്നെങ്കിൽ!" അയാൾ പറഞ്ഞു "നിനക്ക് മർഫാ പൂസാഡ് നിറ്റ്സായോളം തലച്ചോറ് ഉണ്ടായിരുന്നെങ്കിൽ ഞാൻ എല്ലാവരേയും പരിഹസിക്കുമായിരുന്നു. ഫോമായേയും ഞാൻ പരിഹസിക്കുമായിരുന്നു. കരയേണ്ട!"

അവൾ കണ്ണുതുടച്ചുകൊണ്ട് ചോദിച്ചു "ഫോമായെ എന്തിനാണ് പരിഹസിക്കുന്നത്?"

"അവൻ ലഹള കൂട്ടുന്നു." അവൻ പറയുന്നു. "എന്റെ സ്വത്തെല്ലാം എടുത്തിട്ട് എന്നെ സ്വതന്ത്രനാക്കണം." അവന്റെ തലയിൽ കടന്നിരിക്കുന്നത് ഇത്തരം ആലോചനകളാണ്.'

"ശരി, അതിനെന്ത്?" ലുബോവ് ധൈര്യമായി ചോദിച്ചു. ഫോമായുടെ ആഗ്രഹം നല്ലതാണെന്നും അത് സത്യസന്ധമാണെങ്കിൽ കുലീനമായ ഒരു ആഗ്രഹമാണെന്നും പറയാനാണ് അവർ ഉദ്ദേശിച്ചത്. പക്ഷേ, അവളുടെ സംസാരം കൊണ്ട് അച്ഛനെ അസ്വസ്ഥനാക്കാൻ അവൾക്ക് പേടി ആയിരുന്നു. അതുകൊണ്ട് അവൾ അയാളെ സംശയത്തോടെ നോക്കി.

"എന്താണെന്നോ?" മയാകിൻ ആവേശത്തോടെ വിറച്ചുകൊണ്ട് പറഞ്ഞു. "ഒന്നുകിൽ അവൻ അധികം കുടിച്ചതു കൊണ്ടാണ് ഇങ്ങനെ പറയുന്നത്, അല്ലെങ്കിൽ ദൈവം പൊറുക്കട്ടെ അവന്റെ അമ്മയുടെ യാഥാസ്ഥിതികമായ ആത്മാവാണ് അവനെക്കൊണ്ട് ഇത് പറയിക്കുന്നത്. ഈ വൃത്തികേട് അവന്റെ ഉള്ളിൽ നിന്ന് പുളിച്ചുതികട്ടാൻ തുടങ്ങുകയാണെങ്കിൽ എനിക്ക് അവനോട് പോരടിക്കേണ്ടിവരും. ഞങ്ങൾ തമ്മിൽ വലിയ വഴക്കുണ്ടാകും. അവൻ എന്റെ നേർക്ക് നെഞ്ച് വലിച്ചു കൊണ്ട് വന്നു. അവൻ വലിയ ധിക്കാരമാണ് കാണിച്ചത്. അവൻ ചെറുപ്പമാണ്. ഇതുവരെ അവന്റെ ഉള്ളിൽ വലിയ കൃത്രിമം ഒന്നും ഇല്ല. അവൻ പറയുന്നത് 'എല്ലാം ഞാൻ കുടിച്ചുതീർക്കും. എല്ലാം പുകഞ്ഞ് തീരും! കുടിക്കേണ്ടത്

എങ്ങനെയാണെന്ന് അച്ഛന് ഞാൻ കാണിച്ചുതരാം' എന്നൊക്കെയാണ്."

മയാകിൻ മുഷ്ടിചുരുട്ടി സ്വന്തം തലയ്ക്കുമീതെ ഉയർത്തിക്കൊണ്ട് ഭീഷണി മുഴക്കി.

"അവന് എന്ത് ധൈര്യമാണ്? കച്ചവടം സ്ഥാപിച്ചെടുത്തത് ആരാണ്? ആരാണ് കച്ചവടം ശരിയാക്കി എടുത്തത്? അവനാണോ? അല്ല. അവന്റെ അച്ഛൻ. നാല്പതു കൊല്ലത്തെ അദ്ധ്വാനം അതിലുണ്ട്. അവൻ അത് നശിപ്പിക്കാൻ ആഗ്രഹിക്കുന്നു. കച്ചവടക്കാരും വ്യാപാരികളും നൂറ്റാണ്ടുകളായി റഷ്യയെ ചുമലിൽകൊണ്ട് നടക്കുകയാണ്. നമ്മൾ ഇപ്പോൾ റഷ്യയെ ചുമന്നുകൊണ്ടിരിക്കുകയാണ്. മഹാനായ പീറ്റർ ദിവ്യമായ വിവേകമുള്ള ഒരു സാർ ചക്രവർത്തി ആയിരുന്നു. നമ്മുടെ വില അദ്ദേഹത്തിന് അറിമായിരുന്നു. നമ്മളെ കച്ചവടം പഠിപ്പിക്കേണ്ടതിന്റെ ആവശ്യത്തെപ്പറ്റി അദ്ദേഹം പുസ്തകങ്ങൾ രചിച്ചിട്ടുണ്ട്. അതുകൂടാതെ അദ്ദേഹത്തിന്റെ കല്പന അനുസരിച്ച് പോളിഡോർ വിർജിലി ഓർബാൻസ്കി ചരക്കുവിവരപട്ടികയെ പറ്റി 1720 ൽ അച്ചടിച്ച് പ്രസിദ്ധീകരിച്ച ഒരു പുസ്തകം എന്റെ കൈയിൽ ഉണ്ട്. അയാൾക്ക് അത് മനസ്സിലായിരുന്നു. നമുക്കുള്ള വഴി അദ്ദേഹം തെളിച്ചുതന്നു! ഇപ്പോൾ നമ്മൾ സ്വന്തം കാലിൽ നില്ക്കുന്നു. നമ്മുടെ സ്ഥാനം നമുക്ക് അനുഭവിക്കാൻ കഴിയുന്നുണ്ട്. നമ്മൾ ജീവിതത്തിന്റെ അടിത്തറ തീർത്തിരിക്കുന്നു. കട്ടകൾക്കു പകരം നമ്മൾ സ്വയം ഭൂമിയിൽ കട്ടകളുടെ സ്ഥാനം ഏറ്റെടുത്തിരിക്കുന്നു. ഇപ്പോൾ നമുക്ക് മുകളിലുള്ള നിലകൾ കെട്ടി ഉയർത്തണം. ഞങ്ങൾക്ക് പ്രവർത്തിക്കാനുള്ള സ്വാതന്ത്ര്യം തരണം! അവിടെയാണ് നമ്മുടെ മുന്നോട്ടുള്ള ഗതി നിയന്ത്രിക്കേണ്ടത്. അവിടെയാണ് പ്രശ്നം കിടക്കുന്നത്. പക്ഷേ, ഫോമാ ഇത് മനസ്സിലാക്കുന്നില്ല. പക്ഷേ, അവൻ അത് മനസ്സിലാക്കിയേ പറ്റൂ. അവന് നിശ്ചയമായും ജോലി തുടരേണ്ടിയിരിക്കുന്നു. അവന് അവന്റെ അച്ഛന്റെ ആസ്തി ഉണ്ട്. ഞാൻ മരിക്കുമ്പോൾ എന്റേതും അതിന്റെകൂടെ കൂടിച്ചേരും. ജോലി ചെയ്യണം! പക്ഷേ, അവൻ പിച്ചുംപേയും പറഞ്ഞുകൊണ്ടിരിക്കുന്നു. ഇല്ല. ഞാൻ അവനെ ശരിയാക്കിയെടുക്കും!"

വൃദ്ധന് അസ്വസ്ഥതകൊണ്ട് ശ്വാസംമുട്ടുന്നുണ്ടായിരുന്നു. മകളുടെ സ്ഥാനത്ത് ഫോമയാണ് ഇരിക്കുന്നതെന്ന മട്ടിൽ മയാകിൻ കോപത്തോടെ ലുബോവിനെ നോക്കി. അച്ഛന്റെ അസ്വസ്ഥത ലുബോവിനെ ഭയപ്പെടുത്തി. പക്ഷേ, അച്ഛനെ തടസ്സപ്പെടുത്താനുള്ള ധൈര്യം അവൾക്ക് ഉണ്ടായിരുന്നില്ല. അവൾ അയാളുടെ പരുഷമായ മുഖത്തേക്ക് നിശ്ശബ്ദമായി നോക്കി അയാളുടെ മുഖം മ്ലാനമായിരുന്നു.

"നമ്മുടെ അച്ഛന്മാർ വഴിയിൽ കല്ലുനിരത്തി തന്നിട്ടുണ്ട്. നിശ്ചയമായും നിങ്ങൾ അതിന്റെ മുകളിൽ കൂടി നടക്കണം. ഞാൻ അൻപത് കൊല്ലം ജോലി ചെയ്തത് എന്തു കാര്യത്തിനാണ്? ഞാൻ പോയിക്കഴിയുമ്പോൾ എന്റെ കുട്ടികൾ അത് തുടരുമെന്നുള്ള ഉദ്ദേശ്യത്തിലാണ്. എന്റെ കുട്ടികൾ? എന്റെ കുട്ടികൾ എവിടെയാണ്?"

വൃദ്ധൻ ദുഃഖത്തോടെ തലതാഴ്ത്തി. അയാളുടെ ശബ്ദം ഇടറി. സ്വയം

സംസാരിക്കുന്ന മട്ടിൽ അയാൾ സങ്കടപ്പെട്ടു പറഞ്ഞു.

"ഒരുത്തൻ ഒരു കുറ്റവാളി. പൂർണ്ണമായും നശിച്ചുകഴിഞ്ഞു. മറ്റവൻ ഒരു മദ്യപാനി. എനിക്ക് അവനിൽ വലിയ പ്രതീക്ഷ ഒന്നും ഇല്ല. എന്റെ മകളെ ഞാൻ ആരെ ഏല്പിക്കും? എന്റെ മരണത്തിനു മുമ്പ് എന്റെ അദ്ധ്വാനം ഞാൻ ആർക്ക് കൊടുത്തിട്ട് പോകും? എനിക്ക് ഒരു മരുമകൻ ഉണ്ടായിരുന്നെങ്കിൽ? ഫോമാ ഒരു മനഷ്യനായിത്തീരുമെന്ന് ഞാൻ വിചാരിച്ചു. അവൻ ശ്രദ്ധയുള്ളവനായിത്തീരുമെന്ന് ഞാൻ കരുതി. അപ്പോൾ നിന്നെ അവനുകൊടുക്കാമെന്നും നിന്റെ കൂടെ എനിക്കുള്ളതെല്ലാം അവനെ ഏല്പിക്കാമെന്നും ഞാൻ വിചാരിച്ചിരുന്നു! പക്ഷേ, ഫോമായെക്കൊണ്ട് ഒന്നിനുംകൊള്ളില്ല. അവന്റെ സ്ഥാനത്ത് മറ്റൊരാളെ എനിക്ക് കാണാൻ കഴിയുന്നില്ല. ഇപ്പോൾ നമുക്കുള്ളത് എന്തുതരം മനുഷ്യരാണ്! പണ്ടുകാലത്ത് മനുഷ്യരെ ഇരുമ്പുകൊണ്ടാണ് നിർമ്മിച്ചിരുന്നത്. ഇപ്പോൾ അവരെ ഉണ്ടാക്കിയിരിക്കുന്നത് ഇന്ത്യയിലെ റബ്ബർ കൊണ്ടാണ്. ഇപ്പോൾ മനുഷ്യരെല്ലാം വളഞ്ഞുപോകുന്നു. അവർക്ക് ഒന്നുമില്ല. അവർക്ക് ഉറപ്പില്ല. അതെന്താണ്? അവർ അങ്ങനെ ആയത് എന്തുകൊണ്ടാണ്?"

മയാകിൻ അമ്പരപ്പോടെ മകളെ നോക്കി. അവൾ മറുപടി പറഞ്ഞില്ല.

"എന്നോടു പറയൂ." അയാൾ അവളോട് ചോദിച്ചു. "നിനക്ക് വേണ്ടത് എന്താണ്? നിന്റെ അഭിപ്രായത്തിൽ എങ്ങനെയാണ് ശരിയായി ജീവിക്കേണ്ടത്? നിന്റെ ആഗ്രഹം എന്താണ്? നീ പഠിച്ചിട്ടുണ്ട്. വായിച്ചിട്ടുണ്ട്. നിനക്ക് വേണ്ടത് എന്താണെന്ന് എന്നോട് പറയണം."

ചോദ്യങ്ങൾ വളരെ അപ്രതീക്ഷിതമായാണ് ലുബോവിന്റെ തലയിൽ വന്ന് വീണത്. അവൾ അമ്പരന്നുപോയി. അവളുടെ അച്ഛൻ ഈ കാര്യം സംസാരിച്ചതിൽ അവൾക്ക് സന്തോഷം ഉണ്ടായിരുന്നു. അതേസമയം അയാളുടെ കണക്കുകൂട്ടലിൽ അവളുടെ സ്ഥാനം താഴ്ന്നു പോകുമെന്നുള്ള ഭയം കൊണ്ട് മറുപടി പറയാൻ അവൾക്ക് ഭയം ഉണ്ടായിരുന്നു. പിന്നീട് മേശയ്ക്ക് കുറുകെ ചാടാനുള്ള ധൈര്യം സംഭരിക്കുന്നതുപോലെ ധൈര്യം സംഭരിച്ചുകൊണ്ട് അവൾ വിറക്കുന്ന ശബ്ദത്തിൽ പറഞ്ഞൊപ്പിച്ചു.

"അതായത് എല്ലാവർക്കും സന്തോഷവും സംതൃപ്തിയും ഉണ്ടാവണം. എല്ലാവരും തുല്യരായിരിക്കണം. എല്ലാവർക്കും ജീവിക്കാൻ ഒരേ പോലെ അവകാശം ഉണ്ടായിരിക്കണം. ജീവിതത്തിന്റെ അനുഗ്രഹങ്ങളിൽ എല്ലാവർക്കും വായു ഉള്ളതുപോലെ എല്ലാവർക്കും സ്വാതന്ത്ര്യം ഉണ്ടായിരിക്കണം. എല്ലാ കാര്യങ്ങളിലും തുല്യത വേണം!"

അസ്വസ്ഥമായ അവളുടെ സംസാരം തുടങ്ങുന്ന സമയത്ത് അച്ഛൻ അവളുടെ മുഖത്തേക്ക് ആകാംക്ഷ നിറഞ്ഞ ജിജ്ഞാസയോടെ നോക്കിക്കൊണ്ടിരുന്നു. പക്ഷേ, അവൾ തിടുക്കത്തിൽ വാക്കുകൾ വലിച്ചെറിയാൻ തുടങ്ങിയപ്പോൾ അയാളുടെ കണ്ണുകളിലൂടെ വ്യത്യസ്തമായ ഒരു മുഖഭാവം പുറത്തുവന്നു. ഒടുവിൽ നിശ്ചലമായ വെറുപ്പോടെ അയാൾ അവളോട് പറഞ്ഞു.

"എനിക്ക് ഇത് നേരത്തേതന്നെ അറിയാമായിരുന്നു
നീ ഒരു പരിഷ്കാരിയായ വിഡ്ഢിയാണ്."

അവൾ തലതാഴ്ത്തി. പക്ഷേ, പെട്ടെന്ന് വീണ്ടും തല ഉയർത്തിക്കൊണ്ട് ദുഃഖത്തോടെ ഉറക്കെ പറഞ്ഞു.

"പക്ഷേ, അത് അച്ഛൻ തന്നെ പറഞ്ഞിരുന്നു. സ്വാതന്ത്ര്യം."

"നീ നാവടക്കുന്നതാണ് കൂടുതൽ നല്ല കാര്യം!" വൃദ്ധൻ അവളോട് പരുഷമായി കയർത്തു. ഓരോരുത്തരും മറ്റവനേക്കാൾ മുകളിലാകാൻ ആഗ്രഹിക്കുമ്പോൾ എല്ലാവർക്കും എങ്ങനെ തുല്യരാകാൻ പറ്റും? എല്ലാവർക്കും എങ്ങനെ ഒരുപോലെ സന്തോഷിക്കാൻ പറ്റും. ഒരു തെണ്ടിക്കുപോലും അയാളുടെ അഹംഭാവം ഉണ്ട്.. അയാളും മറ്റുള്ളവരുടെ മുമ്പിൽ എപ്പോഴും ഏതെങ്കിലും പൊങ്ങച്ചം പറയും. ഒരു ചെറിയ കുട്ടിപോലും അവന്റെ കളിക്കൂട്ടുകാർക്കിടയിൽ ഒന്നാമനാകാൻ ആഗ്രഹിക്കുന്നു. ഒരാൾ മറ്റൊരാൾക്ക് ഒരിക്കലും കീഴടങ്ങുന്നില്ല. ഓരോ മനുഷ്യനും സ്വന്തമായി ആത്മാവുണ്ട്. സ്വന്തമായി മുഖവും ഉണ്ട്. അവരുടെ ആത്മാവിനെ സ്നേഹിക്കാത്തവരെയും മുഖത്തെ ശ്രദ്ധിക്കാത്തവരേയും മാത്രമേ ഒരേ രൂപത്തിലേക്ക് ചിന്തേരിടാൻ പറ്റൂ. നീ ധാരാളം ചവറ് പുസ്തകങ്ങൾ വായിച്ചിട്ടുണ്ട്. അതെല്ലാം നീ വാരിവിഴുങ്ങിയിരിക്കുകയാണ്!"

വൃദ്ധന്റെ മുഖത്ത് അവജ്ഞയും വെറുപ്പും പ്രകടമായിരുന്നു. അയാൾ കസേര മേശയുടെ അടുത്തുനിന്നും ശബ്ദത്തോടെ തള്ളിമാറ്റിക്കൊണ്ട് ചാടി എഴുന്നേറ്റ് കൈ പിന്നിൽ കെട്ടി തലകുലുക്കി ദേഷ്യത്തോടെ എന്തൊക്കെയോ സ്വയം പിറുപിറുത്തുകൊണ്ട് മുറിക്കുള്ളിൽ പാഞ്ഞു നടക്കാൻ തുടങ്ങി. അയാളുടെ മുമ്പിൽ ശക്തിനഷ്ടപ്പെട്ടെന്നു തോന്നലുള്ള ലുബോവ് അയാൾ പിറുപിറുക്കുന്നത് കേട്ടുകൊണ്ടിരുന്നു. അപ്പോൾ അവളുടെ ഹൃദയം വന്യമായി മിടിക്കുന്നുണ്ടായിരുന്നു.

"ഞാൻ തനിച്ചായിരിക്കുമ്പോൾ ഇയോബിനെപ്പോലെ ഞാൻ തനിച്ചായിരിക്കുന്നു. ദൈവമേ! ഞാൻ എന്തു ചെയ്യും? ഞാൻ തനിച്ച്! എനിക്ക് വിവേകം ഇല്ലേ? എനിക്ക് ബുദ്ധി ഇല്ലേ? ജീവിതം എന്നേയും വഞ്ചിക്കുകയാണോ? ആരേയാണ് അത് താലോലിക്കുന്നത്? എന്തിനോടാണ് അതിന് സ്നേഹം ഉള്ളത്? നന്മയെ അത് ശിക്ഷിക്കുന്നുണ്ടോ? തിന്മയെ അത് ശിക്ഷിക്കാതിരിക്കുന്നുണ്ടോ? ജീവിതത്തിന്റെ നീതി ആർക്കും മനസ്സിലാക്കാൻ പറ്റുന്നില്ല."

പെൺകുട്ടിക്ക് വൃദ്ധനെപറ്റി ദുഃഖം തോന്നാൻ തുടങ്ങി. അയാളെ സഹായിക്കാനുള്ള തീക്ഷ്ണമായ ആഗ്രഹം അവളെ പിടികൂടി. അയാൾക്ക് അവളെക്കൊണ്ട് പ്രയോജനം ഉണ്ടാകുമെന്ന് അവൾ ആഗ്രഹിച്ചു.

കത്തി എരിയുന്ന കണ്ണുകൾ കൊണ്ട് അയാളെ പിൻതുടരുന്നതിനിടയിൽ അവൾ പെട്ടെന്ന് ശബ്ദം താഴ്ത്തി പറഞ്ഞു.

"അച്ഛാ ദുഃഖിക്കരുത്. ടരസ് ഇപ്പോളും ജീവിച്ചിരിപ്പുണ്ട്. ഒരുപക്ഷേ, അവൻ.."

മയാകിൻ പാദങ്ങളിൽ ആണി അടിച്ചുറപ്പിച്ചതുപോലെ പെട്ടെന്ന്

നടത്തം നിർത്തി. പിന്നീട് അയാൾ സാവധാനം തല ഉയർത്തി.

"ചെറുപ്പത്തിൽ വളർച്ചയുടെ സമയത്ത് വളഞ്ഞുപോകുന്ന മരം പ്രായമാകുമ്പോൾ നിശ്ചയമായും ഒടിഞ്ഞുവീഴും. പക്ഷേ, എന്തായാലും എനിക്ക് ഇപ്പോൾ ടരസ് പോലും വെറും വൈക്കോൽ ആണ്. അവൻ ഫോമായേക്കാൾ മെച്ചമാണോ എന്ന കാര്യത്തിൽ എനിക്ക് സംശയം ഉണ്ട്. ഫോമായ്ക്ക് ഒരു സ്വഭാവം ഉള്ളവനാണ്. അവന് അവന്റെ അച്ഛന്റെ ധൈര്യം കിട്ടിയിട്ടുണ്ട്. അവന് ഒരുപാട് ഭാരം സ്വയം താങ്ങി നിർത്താൻ കഴിയും. പക്ഷേ, ടരസ്ക്കായിക്ക്. നീ അവനെ സമയത്ത് ഓർത്തു. ശരിയാണ്!"

ഒരു നിമിഷം മുമ്പ് ധൈര്യം നഷ്ടപ്പെട്ട് പരാതി പറയുന്ന അവസ്ഥയിലായിരുന്ന വൃദ്ധൻ എലിപ്പത്തായത്തിൽ വീണ എലിയെ പോലെ മുറിക്കുള്ളിൽ ദുഃഖിതനായി ചുറ്റിത്തിരിയുകയായിരുന്നു. ഇപ്പോൾ അയാൾ മുഖത്തെ അസ്വസ്ഥത അവസാനിപ്പിച്ച് ആത്മവിശ്വാസത്തോടെ മേശയുടെ അടുത്തേക്ക് നടന്നുവന്ന് ശ്രദ്ധയോടെ കസേര തുടച്ച് സാവധാനം ആ കസേരയിൽ ഇരുന്നുകൊണ്ട് പറഞ്ഞു.

"നമുക്ക് ടരസ്കായെ അന്വേഷിക്കണം. അവൻ ഉസോല്യയിൽ ഏതോ ഫാക്ടറിയിലാണ് ജീവിക്കുന്നത്. എന്നോട് ചില കച്ചവടക്കാർ പറഞ്ഞിരുന്നു. അവർ എവിടെ സോഡാ നിർമ്മിക്കുന്നുണ്ടെന്നാണ് എന്റെ വിശ്വാസം, ഞാൻ അവിടുത്തെ വിശേഷങ്ങൾ കണ്ടെത്തും. ഞാൻ അവന് എഴുത്തെഴുതാം."

"എഴുത്തെഴുതാൻ അച്ഛൻ എനിക്ക് അനുവാദം തരണം." ലുബോവ് യാചിച്ചു. സന്തോഷം കൊണ്ട് അവൻ വിറയ്ക്കുന്നുണ്ടായിരുന്നു. അവളുടെ മുഖം ആവേശം കൊണ്ട് തുടുത്തിരുന്നു.

"നീയോ?" മയാകിൻ ചോദിച്ചു അവളെ ഒന്ന് കണ്ണോടിച്ചു നോക്കിയതിനുശേഷം അയാൾ കുറച്ചുസമയം നിശ്ശബ്ദനായിരുന്നു ആലോചിച്ചു. അതിനുശേഷം പറഞ്ഞു.

"അതിൽ തെറ്റൊന്നും ഇല്ല. സത്യത്തിൽ അത് കൂടുതൽ നല്ലതാണ്! എഴുതുമ്പോൾ അവൻ വിവാഹം കഴിച്ചോ? എങ്ങനെയാണ് ജീവിക്കുന്നത്? എന്തൊക്കെയാണ് ഭാവികാര്യങ്ങൾ? എന്നെല്ലാം അവനോട് ചോദിക്കണം. അപ്പോൾ സമയം ആകുമ്പോൾ എന്താണ് എഴുതേണ്ടതെന്ന് ഞാൻ പറഞ്ഞുതരാം."

"അച്ഛാ ഇപ്പോൾ എഴുതിക്കൂടെ?" ലുബോവ് ആകാംക്ഷയോടെ അന്വേഷിച്ചു.

"നിന്റെ വിവാഹം ഉടൻ നടത്തേണ്ടത് ആവശ്യമാണ്. ഞാൻ ഒരു ചുവന്ന മുടിക്കാരന്റെ മുകളിൽ കണ്ണുവെട്ടിച്ചിട്ടുണ്ട്. നമ്മൾ മണ്ടനാണെന്ന് തോന്നുന്നില്ല. പറഞ്ഞുവരുമ്പോൾ അയാൾ വിദേശത്ത് പഠിച്ചവനാണ്."

"അച്ഛൻ സ്മോളിനെപറ്റി ആണോ പറയുന്നത്?" ലുബോവ് ചോദിച്ചു.

"സ്മോളിനാണെന്നു തന്നെ വിചാരിക്കാം. അതിലെന്ത് കുഴപ്പം?" യക്കോവ് ടരസോവിച്ച് ഗൗരവത്തിൽ ചോദിച്ചു.

"കുഴപ്പം ഇല്ല. പക്ഷേ, എനിക്ക് അയാളെ അറിയില്ല."

"നിനക്ക് അയാളെ ഞങ്ങൾ പരിചയപ്പെടുത്താം. സമയമായി, ലുബോവ്, സമയമായി. ഞാൻ അവനെ ഉപേക്ഷിച്ചിട്ടില്ലെങ്കിലും ഫോമായെക്കുറിച്ചുള്ള നമ്മുടെ പ്രതീക്ഷകൾ മോശമാണ്."

"ഫോമായെ ഞാൻ കണക്കാക്കുന്നില്ല.. അയാൾ എനിക്ക് ആരാണ്?"

"അത് ശരിയല്ല. നിനക്ക് കുറച്ചു കൂടി ബുദ്ധി ഉണ്ടായിരുന്നെങ്കിൽ ഒരുപക്ഷേ, അവൻ നശിക്കില്ലായിരുന്നു! നിങ്ങളെ ഒന്നിച്ചു കാണുന്ന സമയത്തെല്ലാം ഞാൻ ആലോചിച്ചിരുന്നു; "എന്റെ മകൻ അവനെ അവളിലേക്ക് ആകർഷിക്കും! അത് ഒരു നല്ല കാര്യം ആയിരിക്കും" പക്ഷേ, എനിക്ക് തെറ്റുപറ്റി. പറയാതെ തന്നെ നിനക്ക് പ്രയോജനമുള്ള കാര്യം നീ മനസ്സിലാക്കുമെന്ന് ഞാൻ വിചാരിച്ചു. എന്റെ കുട്ടീ അതാണ് വഴി!" അച്ഛൻ പഠിപ്പിക്കുന്ന മട്ടിൽ പറഞ്ഞു.

അയാളുടെ മനസ്സിൽ പതിയുന്ന സംസാരം കേട്ടുകഴിഞ്ഞപ്പോൾ അവൾ ആലോചിക്കാൻ തുടങ്ങിയിരുന്നു. അവളുടെ ഏകാന്തതയിൽ നിന്ന് പുറത്തു കടക്കാൻ മറ്റൊരു വഴിയും കാണാതെ ലുബോവ് വിവാഹത്തെപ്പറ്റി ഇപ്പോൾ ഇടയ്ക്കിടയ്ക്ക് ചിന്തിക്കുന്നുണ്ടായിരുന്നു. അച്ഛനെ ഉപേക്ഷിച്ച് എവിടെയെങ്കിലും പോയി എന്തെങ്കിലും ചെയ്യാനോ പഠിക്കാനോ ഉള്ള ആഗ്രഹത്തെ വളരെ മുമ്പുതന്നെ അവൾ പരാജയപ്പെടുത്തിയിരുന്നു. ഇതുപോലെ തീക്ഷ്ണമല്ലെങ്കിലും ഉൾക്കരുത്തില്ലാത്ത അവ്യക്തമായ മറ്റു പല ആഗ്രഹങ്ങളെയും അവൾ കീഴ്പ്പെടുത്തിയിട്ടുണ്ട്. അവൾ വായിച്ച പലതരത്തിലുള്ള പുസ്തകങ്ങളിൽ നിന്നും കട്ടിയുള്ള ഒരു അടിമട്ട് അവളിൽ അവശേഷിച്ചിരുന്നു. അത് ആദിജീവകോശത്തിന്റെ ജീവൻ ഉൾക്കൊള്ളുന്നതായി തോന്നിയിരുന്നു. ഈ അടിമട്ട് ലുബോവിന്റെസ്വന്തം ജീവിതത്തെപ്പറ്റി ഒരു സംതൃപ്തി വളർന്നുവരാൻ കാരണമായി. വ്യക്തിപരമായി സ്വാതന്ത്ര്യത്തിനുവേണ്ടി അവൾ തീവ്രമായി ആഗ്രഹിച്ചു. അച്ഛന്റെ ഭാരിച്ച രക്ഷാകർത്തൃത്വത്തിൽ നിന്നും സ്വതന്ത്രയാകാൻ അവൾ ആഗ്രഹിച്ചു. പക്ഷേ, അവൾക്ക് ഈ ആഗ്രഹങ്ങൾ കൈവരിക്കാനുള്ള ശക്തിയോ അതിനുള്ള ഭാവനയോ ഉണ്ടായിരുന്നില്ല. പക്ഷേ, പ്രകൃതി അവളുടെ മുകളിൽ അതിന്റേതായ സ്വാധീനം ഉണ്ടായിരുന്നു. കുട്ടികളോടൊപ്പമുള്ള ചെറുപ്പക്കാരിയായ ഒരു അമ്മയെ കാണുന്ന സമയത്തെല്ലാം ലുബോവിന് അവളുടെ ഉള്ളിൽ ഒരു മ്ലാനത തോന്നിയിരുന്നു. ചിലപ്പോൾ കണ്ണാടിയുടെ മുമ്പിൽ നില്ക്കുമ്പോൾ അവളുടെ തുടുത്ത മുഖത്തെ പുതുമയുള്ള കണ്ണുകൾ ചുറ്റും കറുത്ത വലയങ്ങൾ രൂപപ്പെടുന്നത് അവൾ ദുഃഖത്തോടെ തിരിച്ചറിഞ്ഞു. ജീവിതം വഴിയിലെവിടെയോ അവളെ മറന്നുവെച്ച് മുന്നോട്ടു നീങ്ങിക്കൊണ്ടിരിക്കുന്നതായി അവൾക്ക് തോന്നി. ഇപ്പോൾ അച്ഛൻ പറയുന്നതുകേട്ടപ്പോൾ സ്മോളിൻ ഏതുതരം മനുഷ്യനായിരിക്കുമെന്ന് അവൾ സ്വയം സങ്കല്പിച്ചു നോക്കി. അയാൾ ജിംനേഷ്യത്തിലെ വിദ്യാർത്ഥി ആയിരിക്കുമ്പോൾ അവൾ അയാളെ കണ്ടിട്ടുണ്ട്. അയാളുടെ മുഖം മുഴുവൻ തേമ്പൽ (പൊരികണ്ണി) നിറഞ്ഞിരുന്നു. അയാ

ളുടെ മൂക്ക് പതിഞ്ഞതായിരുന്നു. എല്ലാം സമയത്തും അയാൾ ശാന്തനും ക്ഷീണിതനും ആയിരുന്നു. അയാൾ വൃത്തികേടായി നൃത്തം ചെയ്തു. അയാളുടെ സംസാരം താല്പര്യം ഉണർത്തുന്നതായിരുന്നില്ല. അതുകഴിഞ്ഞിട്ട് ഇപ്പോൾ കാലം വളരെയായിരിക്കുന്നു. അയാൾ വിദേശത്തായിരുന്നു. അവിടെ അയാൾ എന്തൊക്കെയോ കാര്യങ്ങൾ പഠിക്കുകയായിരുന്നു. ഇപ്പോൾ അയാൾ എങ്ങനെയായിരിക്കും? അയാൾ ഏത് തരത്തിലുള്ള മനുഷ്യൻ ആയിരിക്കും? സ്മോളിനിൽ നിന്നും അവളുടെ ചിന്തകൾ അവളുടെ സഹോദരനിലേക്ക് കുതിച്ചുചാടി. അവൾ ദുഃഖത്തോടെ ആലോചിച്ചു. ടരസിന്റെ മറുപടി എന്തായിരിക്കും? അയാൾ ഇപ്പോൾ എന്തുതരം മനുഷ്യനായിരിക്കും? സഹോദരനെപ്പറ്റി അവൾ സ്വയം സങ്കല്പിച്ചെടുത്ത പ്രതിരൂപം സ്മോളിനേയോ അച്ഛനേയോ പരിഗണിക്കുന്നതിൽ നിന്ന് അവളെ തടഞ്ഞുനിർത്തി. ടരസിനെ കാണുന്നതിനുമുമ്പ് വിവാഹത്തിന് സമ്മതിക്കില്ലെന്ന് അവൾ തീരുമാനം എടുത്തുകഴിഞ്ഞിരുന്നു. ആ സമയത്ത് അവളുടെ അച്ഛൻ അവളോട് ഓർക്കാപ്പുറത്ത് അലറുകയായിരുന്നു.

"ലുബോവ്ക്കാ നീ എന്താണ് ആലോചിക്കുന്നത്? കൂടുതൽ സമയവും നീ എന്തു കാര്യമാണ് ചിന്തിച്ചുകൊണ്ടിരിക്കുന്നത്?"

"അത് എല്ലാം പെട്ടെന്ന് സംഭവിച്ചുകൊണ്ടിരിക്കുന്നതിനെപ്പറ്റി ആലോചിക്കുകയായിരുന്നു."

"എന്തുകാര്യമാണ് പെട്ടെന്ന് സംഭവിച്ചത്?"

"എല്ലാ കാര്യങ്ങളും. ഒരാഴ്ച മുമ്പ് ടരസിനെപറ്റി അച്ഛനോട് പറയാൻ പറ്റില്ലായിരുന്നു. എന്നാൽ ഇപ്പോൾ."

"അത് ആവശ്യമാണ്! ആവശ്യം ഒരു ശക്തി ആണ്. അത് ഇരുമ്പ് കമ്പിയെ വളച്ച് സ്പ്രിങ് ആക്കിമാറ്റും. ഉരുക്ക് വഴങ്ങിത്തരില്ല. ടരസ് എന്താണെന്ന് നമുക്ക് മനസ്സിലാക്കാൻ പറ്റും! മനുഷ്യനെ ഞെരുക്കുന്നത് ജീവിതം അല്ലെങ്കിൽ മറിച്ച് ജീവിതത്തെ അവന് യോജിച്ചതരത്തിൽ ഞെരുക്കിവയ്ക്കുന്നത് മനുഷ്യനാണെങ്കിൽ ജീവിതത്തിന്റെ ശക്തിയെ എതിർത്തു നില്ക്കുന്ന മനുഷ്യൻ അഭിനന്ദനം അർഹിക്കുന്നുണ്ട്. ആ മനുഷ്യനുള്ളതാണ് എന്റെ ആദരവുകൾ! അയാളുടെ കൈ പിടിച്ച് കുലുക്കാൻ എന്നെ അനുവദിക്കണം. അയാളോടൊപ്പം കച്ചവടം മുമ്പോട്ടു കൊണ്ടുപോകാം. എനിക്ക് പ്രായമായി. ജീവിതം ഇപ്പോൾ എത്രമാത്രം ചുറുചുറുക്കുള്ളതായിരിക്കുന്നു! ഓരോ വർഷം പിന്നിടുമ്പോഴും ജീവിതത്തോടുള്ള താല്പര്യം കൂടിക്കൂടി വരുന്നു! ജീവിതത്തിന്റെ രുചി വർദ്ധിച്ചുകൊണ്ടിരിക്കുന്നു! ഞാൻ ചിരഞ്ജീവി ആയില്ലെങ്കിലെന്ന് ഞാൻ ആഗ്രഹിക്കുന്നു! കാലം മുഴുവൻ എനിക്ക് പ്രവർത്തിക്കാൻ കഴിഞ്ഞിരുന്നെങ്കിലെന്ന് ഞാൻ ആഗ്രഹിക്കുന്നു!" വൃദ്ധൻ നാക്കുകൊണ്ട് ചുണ്ടുനനച്ചു. കൈകൾ കൂട്ടിത്തിരുമ്മി. അയാളുടെ ചെറിയ കണ്ണുകൾ ആർത്തിയോടെ തിളങ്ങി..

പക്ഷേ, നിങ്ങളുടെ ചോരയ്ക്ക് കട്ടിക്കുറവാണ്! നിങ്ങൾ സമയമാ

കുന്നതിനു മുമ്പുതന്നെ മുതിർന്നവരായി. നിങ്ങൾ കൂടുതൽ വളർന്ന് ഉണങ്ങിത്തുടങ്ങിയിരിക്കുന്നു. നിങ്ങൾ ഒരു പഴയ മുളങ്കിക്കിഴങ്ങിനെപ്പോലെയാണ് ജീവിക്കുന്നത്. ജീവിതം കൂടുതൽ കൂടുതൽ സൗന്ദര്യത്തോടെ വളർന്നു കൊണ്ടിരിക്കുകയാണെന്നുള്ള സത്യം നിങ്ങൾക്ക് മനസ്സിലാക്കാൻ പറ്റുന്നില്ല. ഞാൻ ഈ ഭൂമിയിൽ അറുപത്തേഴ് കൊല്ലം ജീവിച്ചു കഴിഞ്ഞു. ഞാൻ എന്റെ ശവക്കുഴിയുടെ അടുത്താണ് നില്ക്കുന്നതെങ്കിലും പോയകാലത്ത് ഞാൻ ചെറുപ്പമായിരുന്നപ്പോൾ ഭൂമിയിൽ ഇത്രമാത്രം പൂക്കൾ ഉണ്ടായിരുന്നില്ലെന്നും അന്നത്തെ പൂക്കൾക്ക് ഇന്നത്തെ പൂക്കളോളം സൗന്ദര്യം ഉണ്ടായിരുന്നില്ലെന്നും എനിക്ക് മനസ്സിലാക്കാൻ പറ്റുന്നുണ്ട്. എല്ലാ കാര്യങ്ങളും കൂടുതൽ സൗന്ദര്യത്തോടെ വളർന്നുകൊണ്ടിരിക്കുന്നു! ഇന്ന് നമുക്ക് എത്ര മനോഹരമായ കെട്ടിടങ്ങൾ ഉണ്ട്! എത്ര വലിയ കപ്പലുകൾ ഉണ്ട്! എത്ര വ്യത്യസ്തമായ തൊഴിൽ ഉപകരണങ്ങൾ ഉണ്ട്! എല്ലാ കാര്യങ്ങളിലും തലച്ചോറിന്റെ ഒരു ലോകം കടന്നുവന്നിരിക്കുന്നു! നിങ്ങൾ ചുറ്റുംനോക്കിക്കൊണ്ട് ആലോചിച്ചു നോക്കൂ! മനുഷ്യരേ നിങ്ങൾ എന്തുമാത്രം ബുദ്ധിമാന്മാരാണ്! നിങ്ങൾ ആദരവും പാരിതോഷികങ്ങളും അർഹിക്കുന്നുണ്ട്! നിങ്ങൾ ജീവിതത്തെ ബുദ്ധിപൂർവ്വം ചിട്ടപ്പെടുത്തിയിരിക്കുന്നു. എല്ലാ കാര്യങ്ങളും നല്ലതാണ്. എല്ലാ കാര്യങ്ങളിലും ആഹ്ലാദം ഉണ്ട്. ഞങ്ങളുടെ പിൻമുറക്കാരായ നിങ്ങൾക്ക് മാത്രം സജീവമായ എല്ലാ വികാരങ്ങളും ഇല്ലാതായിരിക്കുന്നു! സാധാരണക്കാരുടെ ഇടയിൽനിന്നുള്ള ഏത് ചെറിയ മുറിവൈദ്യനും നിങ്ങളേക്കാൾ ബുദ്ധിമാനാണ്! ആ യഷോവിനെ ഉദാഹരണമാക്കാം. അവൻ എന്താണ്? എന്നിട്ടും അവൻ നമ്മുടെ മുകളിലുള്ള ന്യായാധിപനായി എന്നല്ല ജീവിതത്തിന്റെ മുകളിൽ വിധികല്പിക്കുന്നവനായി സ്വയം വേഷം കെട്ടുന്നു. അവന് ധൈര്യം ഉണ്ട്. പക്ഷേ, നിങ്ങളോ! ഒന്നും പറയേണ്ട! നിങ്ങൾ തെണ്ടികളെപോലെ ജീവിക്കുന്നു നിങ്ങളുടെ ആഹ്ലാദത്തിൽ നിങ്ങൾ കാട്ടുമൃഗങ്ങളാണ്. ഭാഗ്യദോഷത്തിൽ കൃമികളും! നിങ്ങൾ അധഃപതിച്ചിരിക്കുന്നു. നിങ്ങളുടെ സിരകളിലേക്ക് അവർക്ക് തീ കടത്തി വിടേണ്ടിവരും. നിങ്ങളുടെ തൊലി ഉരിഞ്ഞിട്ട് ഉപ്പുവെള്ളം തളിക്കേണ്ടിവരും. അപ്പോൾ നിങ്ങൾ ചാടി എഴുന്നേല്ക്കുമായിരിക്കും!"

ഉയരംകുറഞ്ഞ് ഇരുണ്ട നിറവും കഷണ്ടിത്തലയുമായുള്ള യക്കോവ് ടരാസോവിച്ചിന്റെ വായിൽ ഒടിഞ്ഞുപോയ ഒരുകറുത്തപല്ല് ഉണ്ടായിരുന്നു. അയാളുടെ തൊലി ചുളിഞ്ഞ് അസ്ഥികൾ പുറത്തുകണ്ടിരുന്നു. അയാൾ തുടുത്ത മുഖമുള്ള ചെറുപ്പക്കാരിയായ മകളുടെ മുകളിലേക്ക് കർക്കശമായ വാക്കുകൾ വാരി എറിഞ്ഞു. അയാൾ കണ്ണുകളിൽ കുറ്റബോധം വരുത്തിക്കൊണ്ട് അയാളെ നോക്കി. അവളുടെ പുഞ്ചിരിയിൽ പരിഭ്രമം ഉണ്ടായിരുന്നു. സ്വന്തം ആഗ്രഹങ്ങളിൽ നെഞ്ചുറപ്പുള്ള വൃദ്ധനോട് അവളുടെ മനസ്സിൽ ബഹുമാനം വളർന്നുകൊണ്ടിരുന്നു.

ഫോമാ പിച്ചുംപേയും പറഞ്ഞുകൊണ്ട് അലഞ്ഞുതിരിഞ്ഞുകൊണ്ടിരുന്നു. തനിക്ക് ചുറ്റുമുള്ള മനുഷ്യരോടുള്ള വെറുപ്പും വിദ്വേഷവും ചുമന്നു

കൊണ്ട് അയാൾ മദ്യശാലകളിലും ഒളിസ്ഥലങ്ങളിലുമായി സമയം കളഞ്ഞുകൊണ്ടിരുന്നു. ചിലപ്പോൾ അവരുടെ ഇടയിൽ നിന്നും അയാളുടെ അധാർമ്മികമായ വികാരങ്ങളോടുള്ള ഒരു എതിർപ്പ് ഏതെങ്കിലും തരത്തിൽ കാണാൻ കഴിയുമെന്നുള്ള ഒരു മോഹം അയാളുടെ ഉള്ളിൽ ഉണർന്നിരുന്നു. പൊള്ളുന്ന അവജ്ഞയോടെ അയാളെ ചീത്തവിളിച്ച് നാണം കെടുത്തുന്ന ഏതെങ്കിലും ധീരനും മൂല്യമുള്ളവനുമായ മനുഷ്യനെ കണ്ടുമുട്ടാൻ അയാൾ കൊതിച്ചു. ഈ ആഗ്രഹം കൂടുതൽ കൂടുതൽ വ്യക്തമായിക്കൊണ്ടിരുന്നു. ഓരോ തവണ അത് ഉയർന്നുവരുമ്പോഴും ആ ആഗ്രഹം അയാളെ നശിപ്പിച്ചുകൊണ്ടിരിക്കുകയാണെന്ന് ബോദ്ധ്യമുള്ള ഒരു മനുഷ്യൻ അയാളോടു കാണിക്കുന്ന ഒരു സഹായമായാണ് അവസാനിച്ചത്.

ഒരു ദിവസം ഒരു മദ്യശാലയിലെ മേശയ്ക്കരുകിൽ ഇരുന്നുകൊണ്ട് പകുതി ലഹരിയിൽ അയാൾ വിളിച്ചുകൂവി. "സഹോദരന്മാരേ!" അയാൾക്കു ചുറ്റും റൊട്ടി വായിൽ തൊട്ടിട്ട് വളരെ ദിവസങ്ങൾകഴിഞ്ഞെന്നുള്ള രീതിയിൽ ആർത്തിയുള്ള ഒരുതരം ഇരുണ്ട മനുഷ്യർ കൂട്ടം കൂടിയിരുന്നു.

"സഹോദരന്മാരേ! എനിക്ക് മടുപ്പു തോന്നുന്നു! ഞാൻ നിങ്ങളെക്കൊണ്ട് മടുത്തിരിക്കുന്നു! എന്നെ ക്രൂരമായി അടിച്ച് ഓടിക്ക്! നിങ്ങൾ നീചന്മാരാണ്! പക്ഷേ, എന്നേക്കാൾ കൂടുതൽ അടുപ്പം നിങ്ങൾക്ക് പരസ്പരം ഉണ്ട്. എന്തുകൊണ്ട്? ഞാൻ ഒരു കുടിയൻ അല്ല. നീചനും അല്ല. എങ്കിലും ഞാൻ നിങ്ങൾക്ക് ഒരു അപരിചിതൻ ആണ്! ഞാൻ ഒരു അപരിചിതനാണെന്ന് എനിക്ക് മനസ്സിലാകുന്നുണ്ട്. നിങ്ങൾ എന്റെ പണം കൊണ്ട് കുടിക്കുന്നു. എന്നിട്ട് രഹസ്യമായി എന്റെ പുറത്തു തുപ്പുന്നു. എനിക്ക് അത് അനുഭവിക്കാൻ കഴിയുന്നുണ്ട്. നിങ്ങൾ എന്തിനാണ് അങ്ങനെ ചെയ്യുന്നത്?"

'തീർച്ചയായും അവർക്ക് അയാളോട് മറ്റൊരു രീതിയിൽ ഇടപെടാൻ കഴിയുമായിരുന്നു. മനസ്സിന്റെ ആഴങ്ങളിൽ അവരിൽ ഒരാൾപോലും അയാൾ ഫോമായേക്കാൾ അധഃപതിച്ച അവസ്ഥയിലാണെന്ന് കണക്കാക്കിയിരുന്നില്ല. പക്ഷേ, ഫോമാ സമ്പന്നനാണ്. ഇത് ഫോമായോട് ഒരു ചങ്ങാതി എന്ന നിലയിൽ ഇടപെടുന്നതിൽ നിന്ന് അവരെ തടഞ്ഞു വെച്ചു. അതുകൂടാതെ അയാൾ എപ്പോഴും അവരുടെ മനഃസാക്ഷിയെ പിളർക്കുന്ന പരിഹാസങ്ങൾ പറഞ്ഞിരുന്നു. ഇത് അവരെ അമ്പരപ്പിച്ചു. കൂടാതെ, അയാൾ ശക്തനും അടിപിടി ഉണ്ടാക്കാൻ തയ്യാറുള്ളവനും ആയിരുന്നു. അയാളെ എതിർത്ത് സംസാരിക്കാൻ അവർ ഭയന്നു. അയാൾ ആഗ്രഹിച്ചതും അതുതന്നെ ആയിരുന്നു. അയാൾ അവജ്ഞയോടെ കാണുന്ന അവരുടെ കൂട്ടത്തിൽ നിന്നും ഒരാൾ അയാളെ എതിർക്കുമെന്ന് കൂടുതൽ തീക്ഷ്ണതയോടെ അയാൾ ആഗ്രഹിച്ചു. ആ മനുഷ്യൻ മുഖത്തോടുമുഖം നോക്കി ശക്തമായി എന്തെങ്കിലും പറയുമെന്നും ആ വാക്കുകൾ അയാളെ കുത്തനെയുള്ള വഴിയിൽ തള്ളിയിടുമെന്നും അയാൾ ആ അപകടം അനു

ഭവിച്ചറിയുമെന്നും ആ വഴിയിലെ അഴുക്ക് അതിനോടുള്ള നിസ്സഹായ മായ നീരസം അയാളിൽ നിറയ്ക്കുമെന്നും ഫോമാ ആശിച്ചു.

ഫോമാ അയാൾക്കുവേണ്ടത് കണ്ടെത്തി.

ഒരു ദിവസം ശ്രദ്ധകിട്ടാത്തതിൽ അസ്വസ്ഥരായി കുടിച്ചുകൊണ്ടിരുന്ന ചങ്ങാതിമാരോട് അയാൾ വിളിച്ചുകൂവി.

"കുട്ടികളേ നിങ്ങൾ എല്ലാവരും നിശ്ശബ്ദരായിരിക്കണം! ആരാണ് നിങ്ങൾക്ക് തിന്നാനും കുടിക്കാനും തന്നത്? നിങ്ങൾ അത് മറന്നുപോയോ? ഞാൻ നിങ്ങളെ വരുതിയിലാക്കും! എന്നെ എങ്ങനെ ബഹുമാനിക്കണമെന്ന് ഞാൻ നിങ്ങൾക്ക് കാണിച്ചു തരും! ഞാൻ സംസാരിക്കുമ്പോൾ നിങ്ങൾ തീർച്ചയായും സംസാരിക്കാൻ പാടില്ല!"

എല്ലാവരും നിശ്ശബ്ദരായിരുന്നു. അത് ഒരുപക്ഷേ, അയാൾക്ക് അവരോടുള്ള താല്പര്യം നഷ്ടപ്പെടുമെന്നുള്ള ഭയം കൊണ്ടായിരിക്കാം. അല്ലെങ്കിൽ ആരോഗ്യമുള്ള ശക്തനായ ആ കാട്ടുമൃഗത്തിന്റെ അടിയോടുള്ള ഭയം കൊണ്ടായിരിക്കാം. അവർ പാത്രത്തിലേക്ക് കുനിഞ്ഞിരുന്ന് അയാളോടുള്ള ഭയവും ദേഷ്യവും മറച്ചു വച്ചുവയ്ക്കാൻ ശ്രമിച്ചുകൊണ്ട് ഒരു മിനിറ്റ് നേരം നിശ്ശബ്ദരായിരുന്നു. ഫോമാ ആത്മസംതൃപ്തിയോടെ അവരെ നോക്കി. അവരുടെ അടിമകളെപോലെയുള്ള വിധേയത്വത്തിൽ തൃപ്തി തോന്നിയ അയാൾ പൊങ്ങച്ചം പറഞ്ഞു:

"ങ്ങാ! നിങ്ങൾ ഊമകളായി. അങ്ങനെ വേണം! ഞാൻ കർക്കശക്കാരനാണ്! ഞാൻ..."

"നിങ്ങൾ ഒരു മഹാമടിയൻ ആണ്!" ആരുടെയോ ശാന്തമായ അഭിപ്രായം ഉറക്കെ കേട്ടു.

"എന്താണ് പറഞ്ഞത്?" ഫോമാ കസേരയിൽനിന്ന് ചാടി എഴുന്നേറ്റുകൊണ്ട് പറഞ്ഞു. "അതു പറഞ്ഞ് ആരാണ്?"

"അപ്പോൾ മുഷിഞ്ഞ വേഷത്തിലുള്ള ഒരു മനുഷ്യൻ മേശയുടെ അറ്റത്തുനിന്ന് എഴുന്നേറ്റു. അയാൾക്ക് നല്ല ഉയരം ഉണ്ടായിരുന്നു. അയാളുടെ വലിയ തലയിൽ നരച്ചമുടിയുടെ ഒരു കൂമ്പാരം ഉണ്ടായിരുന്നു. അയാളുടെ മുടി കട്ടിയുള്ള ചുരുളുകളായി എല്ലാ ദിശകളിലേക്കും എഴുന്നുനിന്നു. അയാളുടെ മുഖം മഞ്ഞയായിരുന്നു. മുഖം വടിച്ചിരുന്നില്ല. അയാളുടെ നീണ്ട മൂക്കിന്റെ അറ്റം വളഞ്ഞിട്ടുണ്ടായിരുന്നു. കപ്പലിന്റെ മേൽതട്ടു കഴുകുന്ന കുറ്റിച്ചൂലുമായി അയാൾക്ക് സാമ്യം ഉണ്ടെന്ന് ഫോമായ്ക്ക് തോന്നി. ലഹരിയിലായിരുന്ന ഫോമായെ ഈ സാമ്യം അത്ഭുതപ്പെടുത്തി.

"നന്നായിട്ടുണ്ട്" അയാൾ അവജ്ഞയോടെ പറഞ്ഞു. "നിങ്ങൾ എന്താണ് മുറുമുറുക്കുന്നത്? ങേ? ഞാൻ ആരാണെന്ന് നിങ്ങൾക്ക് അറിയാമോ?"

ദുഃഖിതനായ ഒരു അഭിനേതാവിന്റെ അംഗവിക്ഷേപങ്ങളോടെ അയാൾ ഒരു ഇന്ദ്രജാലക്കാരന്റെ വിരലുകൾപോലെ വഴക്കമുള്ള കൈവിരലുകളുള്ള അയാളുടെ കൈപ്പത്തി ഫോമായുടെ നേർക്ക് നീട്ടിക്കൊണ്ട് ആഴമുള്ള പരുക്കൻ ശബ്ദത്തിൽ പറഞ്ഞു:

“നിങ്ങൾ നിങ്ങളുടെ അച്ഛന്റെ അധഃപതിച്ച രോഗം ഉള്ളവനാണ്. അയാൾ ഒരു കൊള്ളക്കാരൻ ആയിരുന്നെങ്കിലും നിങ്ങളോട് താരതമ്യപ്പെടുത്തുമ്പോൾ എന്തായാലും കൂടുതൽ മെച്ചപ്പെട്ട ഒരു മനുഷ്യൻ ആയിരുന്നു.”

ഇത് വളരെ അപ്രതീക്ഷിതമായിരുന്നു. അയാളുടെ ദേഷ്യം കൊണ്ട് ഫോമായുടെ ഹൃദയം ചുരുങ്ങി. ഈ മര്യാദകേടിന് മറുപടി പറയാൻ കഴിയാതെ ഫോമാ കണ്ണു തുറിച്ച് നിശ്ശബ്ദനായിരുന്നു. അയാളുടെ മുമ്പിൽ നിന്നിരുന്ന മനുഷ്യൻ അയാളുടെ മയങ്ങിവീർത്ത കണ്ണുകൾകൊണ്ട് കാട്ടുമൃഗത്തെപ്പോലെ നാലുചുറ്റും നോക്കിക്കൊണ്ട് പരുക്കൻ ശബ്ദത്തിൽ സംസാരം തുടർന്നു.

“നിങ്ങൾ ഞങ്ങളിൽ നിന്ന് ബഹുമാനം ആവശ്യപ്പെടുന്നു. നിങ്ങൾ ഒരു വിഡ്ഢിയാണ്! അതിന് നിങ്ങൾക്ക് എന്തു അർഹതയുണ്ട്? നിങ്ങൾ ആരാണ്? ഒരു കുടിയൻ. നിങ്ങളുടെ അച്ഛൻ സ്വത്ത് കുടിച്ചുതീർക്കുന്ന ഒരു കാട്ടാളൻ! എന്നെപോലെ ഒരു അറിയപ്പെടുന്ന കലാകാരൻ. ഒന്നിലും താല്പര്യമില്ലാത്തവൻ. കലയുടെ ശ്രീകോവിലിലെ ആത്മാർത്ഥതയുള്ള ഒരു ആരാധകൻ. അവൻ നിങ്ങളുടെ കുപ്പിയിൽ നിന്ന് കുടിച്ചു എന്ന് പറയുന്നതിൽ നിങ്ങൾക്ക് അഭിമാനിക്കാനുള്ള വകയുണ്ട്! ഈ കുപ്പിയിൽ ചന്ദനവും ശർക്കരപാവും ഉണ്ട്. അതിന്റെ കൂടെ മൂക്കിൽ വലിച്ചുകയറ്റുന്ന പുകയിലപ്പൊടി ചേർത്തിരിക്കുന്നു. നിങ്ങൾ അത് വീഞ്ഞാണെന്ന് വിചാരിക്കുന്നു. അത് കാട്ടാളൻ എന്നും കഴുതയെന്നും നിങ്ങളെ വിളിക്കാനുള്ള അനുമതി പത്രമാണ്.”

“എടാ തെണ്ടി!” ഫോമാ കലാകാരന്റെ അടുത്തേക്ക് പാഞ്ഞുചെല്ലുന്നതിനിടയിൽ അലറി. പക്ഷേ, അയാളെ ആരോ പിന്നോട്ടു പിടിച്ചുവലിച്ചു. അയാളെ പിടിച്ചുനിർത്തിയവരുടെ പിടിയിൽക്കിടന്ന് കുതറിക്കൊണ്ട് കുറ്റിച്ചൂലുപോലുള്ള ആ മനുഷ്യനോട് മറുപടി പറയാൻ കഴിയാതെ ഫോമായ്ക്ക് അയാൾ പറയുന്നതെല്ലാം കേട്ടുനില്ക്കേണ്ടിവന്നു. അയാൾ ഇടിമുഴക്കം പോലെയുള്ള പരുക്കൻ ശബ്ദത്തിൽ പറഞ്ഞു.

“നിങ്ങൾ മോഷ്ടിച്ച റൂബിളുകളിൽ നിന്നും ഏതാനും കോപ്പക്ക് മനുഷ്യരുടെ മുന്നിലേക്ക് എറിഞ്ഞുകൊടുത്തിട്ട് സ്വയം നേതാവാണെന്ന് വിചാരിക്കുന്നു! നിങ്ങൾ ഒരു കള്ളന്റെ രണ്ടിരട്ടിയാണ്! നിങ്ങൾ റൂബിളുകൾ മോഷ്ടിച്ച് കോപ്പക്കുകൾക്കു പകരം നന്ദി മോഷ്ടിച്ചെടുക്കാൻ നോക്കുന്നു! പക്ഷേ, ഞാൻ അത് നിങ്ങൾക്ക് തരില്ല! തിന്മയെ കുറ്റപ്പെടുത്താൻ വേണ്ടി ജീവിതം ഉഴിഞ്ഞുവെച്ച ഞാൻ നിങ്ങളുടെ മുമ്പിൽ നിവർന്നുനിന്ന് പറയും: ‘നിങ്ങൾ ഒരു സമ്പന്നൻ ആയതുകൊണ്ട് തന്നെ നിങ്ങൾ ഒരു വിഡ്ഢിയും തെണ്ടിയും ആണ്! വിവേകം ഇരിക്കുന്നത് ഇവിടെയാണ്. എല്ലാ സമ്പന്നരും തെണ്ടികളാണ്! പ്രശസ്തനായ ഈരടിവിദ്വാൻ റിംസ്കി കാനിബാൾസ്കി പറയുന്ന സത്യം ഇതാണ്.”

ഫോമാ ഇപ്പോൾ അയാളെ പൊതിഞ്ഞുനില്ക്കുന്ന മനുഷ്യർക്കിടയിൽ ശാന്തനായി നില്ക്കുകയായിരുന്നു. അയാൾ ഈരടി വിദ്വാന്റെ ഇടി

മുഴക്കം പോലെയുള്ള വാക്കുകൾ താല്പര്യത്തോടെ കേൾക്കാൻ തുടങ്ങിയിരുന്നു. അത് അയാളിൽ ആരോ ഒരു പുണ്ണുള്ള സ്ഥലത്ത് ചൊറിഞ്ഞ് അവിടത്തെ തീവ്രമായ ചൊറിച്ചിലിന്റെ വേദനയ്ക്ക് ആശ്വാസം പകരുന്നതുപോലെയുള്ള ഒരു തോന്നൽ ഉണ്ടാക്കി. ആളുകൾ ആവേശം പ്രകടിപ്പിച്ചു. ആരൊക്കെയോ ഈരടി വിദ്വാന്റെ ശക്തമായ സംസാരത്തിന്റെ ഒഴുക്ക് തടഞ്ഞുനിർത്താൻ ശ്രമിച്ചു. മറ്റുചിലർ ഫോമായെ ദൂരെ മറ്റൊരിടത്തേക്ക് വലിച്ചുകൊണ്ടുപോകാൻ ശ്രമിച്ചു. ഒരു വാക്കുപോലും ഉച്ചരിക്കാതെ ഫോമാ അവരെ തള്ളിമാറ്റിയിട്ട് ഈ മനുഷ്യരുടെ ഇടയിൽ താൻ അപമാനിക്കപ്പെടുന്നതിന്റെ തീക്ഷ്ണമായ ആഹ്ലാദം അനുഭവിച്ചുകൊണ്ടും കൂടുതൽ കൂടുതൽ ശ്രദ്ധയോടെ അയാളുടെ സംസാരത്തിൽ അലിഞ്ഞുചേർന്നു. ഈരടി വിദ്വാന്റെ വാക്കുകൾ സൃഷ്ടിച്ച അസ്വസ്ഥതയുടെ വേദന ഫോമായുടെ ആത്മാവിനെ കൂടുതൽ കൂടുതൽ തീക്ഷ്ണതയോടെ തലോടിക്കൊണ്ടിരുന്നു. ഈരടി വിദ്വാൻ അയാളുടെ കുറ്റപ്പെടുത്തലുകളിലെ മാലിന്യങ്ങളുടെ ലഹരി കയറിയ ഇടിമുഴക്കം തുടർന്നുകൊണ്ടിരുന്നു.

"ജീവിതത്തിന്റെ യജമാനൻ നിങ്ങളാണെന്ന് നിങ്ങൾ വിചാരിക്കുന്നു. ശരിയല്ലേ? നിങ്ങൾ റൂബിളിന്റെ തരംതാണ അടിമയാണ്."

ആൾക്കൂട്ടത്തിൽ ആരോ ഒരാൾ ഏമ്പക്കം വിട്ടു. ഓരോ തവണ ഏമ്പക്കം വിടുമ്പോഴും അയാൾ ഈ സംസാരത്തോടുള്ള അയാളുടെ ഇഷ്ടക്കേട് വ്യക്തമാക്കുകയായിരുന്നു.

താടിവടിക്കാത്ത ഒരുതടിച്ച മനുഷ്യന് ഫോമായോട് അനുകമ്പ തോന്നി. ഒരുപക്ഷേ, ആ രംഗം കണ്ട് മടുപ്പ് തോന്നിയതുകൊണ്ടായിരിക്കാം. അയാൾ കൈവീശിക്കൊണ്ട് സങ്കടപ്പെട്ട് പറഞ്ഞു.

"അത് അവസാനിപ്പിക്കൂ! ഇത് ഒരു നല്ല കാര്യം അല്ല! കാരണം, നമ്മൾ എല്ലാം പാപികൾ ആണ്!"

"സാരമില്ല. സംസാരിക്കട്ടെ!" ഫോമാ ശബ്ദം താഴ്ത്തി പറഞ്ഞു. "എല്ലാ കാര്യങ്ങളും പറയൂ! ഞാൻ നിങ്ങളെ തൊടില്ല."

ഭിത്തിയിലെ കണ്ണാടികളിൽ ലഹരികയറി കുഴഞ്ഞുമറിയുന്ന ഈ ആൾക്കൂട്ടം പ്രതിഫലിച്ചു. അവരെ നേരിട്ടുകാണുമ്പോൾ തോന്നുന്ന വെറുപ്പിനേക്കാൾ കൂടുതൽ വെറുപ്പ് അവരുടെ പ്രതിബിംബങ്ങൾ കാണുമ്പോൾ തോന്നിയിരുന്നു.

"എനിക്ക് സംസാരിക്കാൻ ആഗ്രഹം ഇല്ല!" ഈരടി വിദ്വാൻ ഉറക്കെ പറഞ്ഞു. "സത്യത്തിന്റെ മുത്തുകളോടൊപ്പം എന്റെ ദേഷ്യവും കൂടി നിങ്ങളുടെ മുമ്പിൽ പ്രദർശിപ്പിക്കാൻ എനിക്ക് ആഗ്രഹം ഇല്ല."

അയാൾ രാജകീയമായി തല ഉയർത്തി മുന്നോട്ടുനടന്നു. അയാൾ വാതിലിന്റെ നേർക്ക് ദുഃഖത്തോടെ ചുവടുവെച്ചു.

"നിങ്ങൾ കള്ളം പറയുന്നു!" അയാളെ പിൻതുടരാൻ ശ്രമിച്ചു കൊണ്ട് ഫോമാ പറഞ്ഞു. നില്ക്കൂ നിങ്ങൾ എന്നെ അസ്വസ്ഥനാക്കി. ഇപ്പോൾ നിങ്ങൾ തന്നെ എന്നെ സാന്ത്വനപ്പെടുത്തണം."

എല്ലാവരേയും തള്ളിമാറ്റി എന്തൊക്കെയോ വിളിച്ചുകൂവിക്കൊണ്ട് മുന്നോട്ടു കുതിച്ച അയാളെ അവർ പിടിച്ചു നിർത്തി. അയാളുടെ മനസ്സിലെ എല്ലാ എതിർപ്പുകളേയും അയാളെ തടസ്സപ്പെടുത്തുന്ന ശക്തികൾക്കെതിരെ പോരാടാനുള്ള തീവ്രമായ അഭിലാഷമാക്കി മാറ്റുന്നത് അയാൾക്ക് ആശ്വാസം ലഭിക്കുന്ന കാര്യം ആയിരുന്നു. ഇപ്പോൾ അവരെ എല്ലാം തള്ളിമാറ്റിക്കൊണ്ട് തെരുവിലേക്ക് ഓടിയെത്തിക്കഴിഞ്ഞപ്പോൾതന്നെ അയാളുടെ അസ്വസ്ഥതയ്ക്ക് ആശ്വാസം കിട്ടിക്കഴിഞ്ഞിരുന്നു. അയാൾ തെരുവിന്റെ ഒരുവശത്തുനിന്ന് ചുറ്റുപാടും നോക്കിക്കൊണ്ട് നാണക്കേടോടെ ആലോചിച്ചു:

"എന്നെ കളിയാക്കാനും അച്ഛനെ കള്ളനെന്നു വിളിക്കാനും ആ കുറ്റിച്ചൂലിനെ അനുവദിക്കാൻ എനിക്ക് എങ്ങനെ സാധിച്ചു?"

"നേരം ഇരുട്ടിയിരുന്നു. അയാളുടെ ചുറ്റുപാടും നിശ്ശബ്ദത പരന്നിരുന്നു. ചന്ദ്രന് തിളക്കം കൂടിയിരുന്നു. ഉന്മേഷം തരുന്ന ഒരു നേർത്ത കാറ്റ് വീശുന്നുണ്ടായിരുന്നു. ഫോമാ ദുഃഖത്തോടെ ചുറ്റുപാടും നോക്കിക്കൊണ്ട് കാറ്റിനെതിരെ അതിവേഗത്തിൽ നടന്നു. മദ്യശാലയിൽ നിന്നുള്ളവരിൽ ഒരാൾപോലും തന്നെ പിന്തുടരരുതെന്ന് അയാൾ മനസ്സിൽ ആഗ്രഹിച്ചു. ആ മനുഷ്യരുടെ എല്ലാം കണ്ണിൽ അയാൾ സ്വയം അയാളുടെ വില ഇടിച്ചു കളഞ്ഞെന്ന് അയാൾക്ക് മനസ്സിലായിട്ടുണ്ടായിരുന്നു. നടക്കുന്നതിനിടയിൽ താൻ എന്തിനാണ് പുറത്തുവന്നതെന്ന് അയാൾ ചിന്തിച്ചു. ഒരു ചതിയൻ മാനക്കേടുണ്ടാക്കുന്ന വാക്കുകൾ കൊണ്ട് അയാളെ പരസ്യമായി അപമാനിച്ചു. പ്രശസ്തമായ ഒരു കച്ചവടക്കാരന്റെ മകനായ അയാൾക്ക് ആ പരിഹാസത്തിനു മറുപടി കൊടുക്കാൻ കഴിഞ്ഞില്ല.

"ഇത് ഞാൻ അർഹിക്കുന്നുണ്ട്?" ഫോമാ ദുഃഖത്തോടെ ആലോചിച്ചു. "ഇത് ഞാൻ അർഹിക്കുന്നുണ്ട്! നിങ്ങൾക്ക് ബോധം പോകരുതെന്ന് മനസ്സിലാക്കണം. എന്നാൽ ഞാൻ അത് സ്വയം ആഗ്രഹിച്ചു. ഞാൻ എല്ലാവരോടും ഇടപെട്ടു. അതുകൊണ്ട് ഇപ്പോൾ എനിക്ക് എന്റെ പങ്ക് കിട്ടി! ഈ ചിന്തകൾ അയാൾക്ക് വേദനയോടൊപ്പം സ്വയം അനുകമ്പ തോന്നാൻ ഇടയാക്കി. അയാൾ ഈ ചിന്തകളുമായി തെരുവുകളിലൂടെ ബോധപൂർവ്വം അലഞ്ഞുതിരിഞ്ഞുകൊണ്ടിരുന്നു. അയാൾ അയാളുടെ ഉള്ളിൽ കൂടുതൽ ശക്തവും ഉറപ്പുള്ളതുമായ എന്തൊക്കെയോ കാര്യങ്ങൾ അന്വേഷിച്ചുകൊണ്ടിരുന്നു. പക്ഷേ, അയാളുടെ ഉള്ളിലുള്ള എല്ലാ കാര്യങ്ങളും കൂടിക്കുഴഞ്ഞുകിടന്നു. നിയതമായ രൂപങ്ങൾ കൈക്കൊള്ളാതെ അവ അയാളുടെ ഹൃദയത്തെ പീഡിപ്പിച്ചു. അസഹ്യമായ സ്വപ്നത്തിലെന്നപോലെ അയാൾ നദീതീരത്തെത്തി. അയാൾ അവിടെ തീരത്തുകിടന്നിരുന്ന ഒരുപലകയിലിരുന്ന് ചെറിയ ഓളങ്ങൾ ഇളകിക്കൊണ്ടിരുന്ന ശാന്തമായ ഇരുണ്ട ജലപ്പരപ്പിലേക്ക് നോക്കി. മാറിൽ വളരെവലിയ ഭാരങ്ങളും ചുമന്ന് പ്രതാപത്തോടെ നദി ഏറെക്കുറെ നിശ്ശബ്ദയായി ഒഴുകിക്കൊണ്ടിരുന്നു. നദിയിൽ മുഴുവൻ കറുത്ത യാനപാത്രങ്ങൾ നിറഞ്ഞി

രുന്നു. നക്ഷത്രങ്ങളും വിളക്കുകളും നദിയിൽ പ്രതിഫലിച്ചിരുന്നു. മൃദുലമായി പിറുപിറുത്തുകൊണ്ടിരുന്ന ഓളങ്ങൾ ഫോമായുടെ കാലിൽ തട്ടി ചിന്നിച്ചിതറി. ആകാശത്തു നിന്ന് ദുഃഖം പെയ്തിറങ്ങി. ഒറ്റപ്പെടലിന്റെ വേദന ഫോമായെ ഞെരിച്ചു.

അയാൾ ദുഃഖത്തോടെ ആകാശത്തേക്ക് നോക്കിക്കൊണ്ട് ആലോചിച്ചു. "ദൈവമേ! ഞാൻ എത്രവലിയ പരാജയമാണ്. എന്നിൽ ഒന്നുമില്ല. ദൈവം എന്നിൽ ഒന്നും നിക്ഷേപിച്ചിട്ടില്ല. എന്റെ ദൈവമേ! എന്നെക്കൊണ്ട് എന്ത് പ്രയോജനം ഉണ്ട്?"

ക്രിസ്തുവിന്റെ ഓർമ്മയിൽ ഫോമായ്ക്ക് ആശ്വാസം തോന്നി. അയാളുടെ ഏകാന്തത കുറഞ്ഞിട്ടുണ്ടെന്നു തോന്നി. അയാൾ ദീർഘനിശ്വാസം വിട്ടുകൊണ്ട് നിശ്ശബ്ദതയിൽ ദൈവത്തെ അഭിസംബോധന ചെയ്യാൻ തുടങ്ങി.

"ദൈവമേ! മറ്റുള്ളവരും ഒന്നും മനസ്സിലാക്കുന്നില്ല. പക്ഷേ, എല്ലാം അറിയാമെന്ന് അവർ വിചാരിക്കുന്നു. അതുകൊണ്ട് അവർക്ക് ജീവിക്കാൻ കൂടുതൽ എളുപ്പമാണ്. എന്നാൽ എനിക്കോ? എനിക്ക് ന്യായീകരണം ഇല്ല. ഇവിടെ ഇപ്പോൾ രാത്രിയാണ്. ഞാൻ തനിച്ചാണ്. എനിക്ക് ഒരു സ്ഥലത്തും പോകാനില്ല. ആരോടെങ്കിലും എന്തെങ്കിലും പറയാൻ എനിക്ക് കഴിയില്ല. ഞാൻ ആരേയും സ്നേഹിക്കുന്നില്ല. എന്റെ തലതൊട്ടപ്പനെ മാത്രം എനിക്ക് ഇഷ്ടമാണ്. പക്ഷേ, അദ്ദേഹത്തിന് ആത്മാവില്ല. എന്തായാലും അങ്ങ് അദ്ദേഹത്തെ ശിക്ഷിച്ചിട്ടില്ല! അദ്ദേഹം അദ്ദേഹത്തേക്കാൾ ബുദ്ധിമാനും മെച്ചപ്പെട്ടവനുമായി ഒരാളും ലോകത്തില്ലെന്ന് ചിന്തിക്കുന്നു! എന്നാൽ അങ്ങ് അതിൽ പരിതപിക്കുന്നു. എന്റെ കാര്യത്തിലും അങ്ങനെ തന്നെ ആണ്. എനിക്ക് എന്തെങ്കിലും ഭാഗ്യദോഷം തന്നുവിട്ടിരുന്നെങ്കിൽ. എന്തെങ്കിലും അസുഖം എന്നെ കീഴ്പ്പെടുത്തിയിരുന്നെങ്കിൽ. പക്ഷേ, ഇവിടെ ഞാൻ ഇരുമ്പുപോലെ ശക്തനാണ്. ഞാൻ കുടിക്കുന്നു. ജീവിതം നേരംപോക്കാക്കിയിരിക്കുന്നു. ഞാൻ അഴുക്കിൽ ജീവിക്കുന്നു. പക്ഷേ, ശരീരത്തിൽ തുരുമ്പുപോലും പിടിക്കുന്നില്ല. എന്റെ ആത്മാവിനു മാത്രം വേദനിക്കുന്നു. ദൈവമേ! ഇത്തരം ഒരുജീവിതം എന്ത് കാര്യത്തിനു വേണ്ടിയാണ്?"

എതിർപ്പിന്റെ അവ്യക്തമായ ആലോചനകൾ തനിച്ച് വഴിതെറ്റി അലഞ്ഞുതിരിയുന്ന ആ മനുഷ്യന്റെ മനസ്സിൽ ഒന്നിനു പിറകേ ഒന്നായി മിന്നിത്തിളങ്ങി. അയാൾക്കു ചുറ്റുമുള്ള നിശ്ശബ്ദതയ്ക്ക് ആഴം കൂടിക്കൊണ്ടിരുന്നു. രാത്രി എന്നത്തേതിലും കൂടുതൽ ഇരുണ്ടുകൊണ്ടിരുന്നു. തീരത്തോടടുത്ത് ഒരുബോട്ട് നങ്കൂരമിട്ടിരുന്നു. അത് ഇരുവശത്തേക്കും ആടുന്നതിനിടയിൽ ഞരങ്ങുന്നതുപോലെ ഒരു കർക്കശ ശബ്ദം പുറപ്പെടുവിച്ചുകൊണ്ടിരുന്നു.

"ഇത്തരം ഒരു ജീവിതത്തിൽ നിന്ന് ഞാൻ എങ്ങനെയാണ് സ്വതന്ത്രനാകുന്നത്?" ബോട്ടിനെ നോക്കി ഇരുന്ന് ഫോമാ ആലോചിച്ചു. "എന്ത് തൊഴിലാണ് എനിക്ക് വിധിക്കപ്പെട്ടിരിക്കുന്നത്? എല്ലാവരും ജോലി ചെയ്യു

കയാണ്."

പെട്ടെന്ന് മഹത്തരമെന്ന് തോന്നിയ ഒരു ചിന്ത അയാളിലേക്ക് കടന്നു വന്നു:

"കഠിനമായ ജോലി എളുപ്പമുള്ള ജോലിയേക്കാൾ വിലകുറഞ്ഞ താണ്! ചില മനുഷ്യർ ഒരു റൂബിളിനുവേണ്ടി അയാളുടെ മൊത്തം ജോലിയും സമർപ്പിക്കുന്നു. എന്നാൽ മറ്റു ചിലർ ഒരു വിരലുകൊണ്ട് ആയിരം റൂബിൾ തോണ്ടി എടുക്കുന്നു."

ഈ ചിന്ത അയാളിൽ ആഹ്ലാദം ഉണർത്തി. മനുഷ്യന്റെ ജീവിത ത്തിലെ മറ്റൊരു കാപട്യം താൻ കണ്ടുപിടിച്ചതായി അയാൾക്ക് തോന്നി. അയാൾ കപ്പലിൽ തീ കൂട്ടുന്ന ഇല്യ എന്ന വൃദ്ധനെപ്പറ്റി ആലോചിച്ചു. അയാൾ അയാളുടെ ഊഴം കഴിഞ്ഞ് മറ്റൊരു സുഹൃത്തിന്റെ എട്ടുമണി ക്കൂർ സമയം കൂടി നെരിപ്പോടിനടുത്ത് പത്തു കോപ്പക്കിനു വേണ്ടി അസ ഹനീയമായ ചൂടിൽ ജോലി തുടരാറുണ്ടായിരുന്നു. ഒരുദിവസം കഠിനാ ദ്ധ്വാനംകൊണ്ട് അയാൾ തളർന്നുവീണു. അയാൾ കപ്പലിന്റെ അണിയത്ത് കിടക്കുകയായിരുന്നു. ഇതുപോലെ സ്വയം നശിക്കുന്നത് എന്തിനാണെന്ന് ഫോമാ ചോദിച്ചപ്പോൾ ഇല്യ അവ്യക്തമായി മറുപടി പറഞ്ഞു:

"നിങ്ങൾക്ക് നൂറു റൂബിളിനുള്ള ആവശ്യത്തേക്കാൾ കൂടുതൽ ആവശ്യം എനിക്ക് ഓരോ കോപ്പക്കിനും ഉണ്ട്. അതാണ് കാരണം!"

ഇതു പറഞ്ഞതിനുശേഷം വേദന കൊണ്ട് പുളയുന്ന വൃദ്ധൻ മുഖം തിരിഞ്ഞ് കിടന്നു.

വൃദ്ധനെപ്പറ്റി ആലോചിച്ചപ്പോൾ പെട്ടെന്ന് കഠിനാദ്ധ്വാനം ചെയ്യുന്ന നിസ്സാരക്കാരായ മനുഷ്യരെ യാതൊരു ബുദ്ധിമുട്ടുമില്ലാതെ അയാൾക്ക് ആലിംഗനം ചെയ്യാൻ കഴിഞ്ഞു. അവർ എന്തിനാണ് ജീവിക്കുന്നതെന്ന് അയാൾ അത്ഭുതപ്പെട്ടു. ലോകത്ത് ജീവിക്കുന്നതിൽ അവർക്ക് എന്ത് ആഹ്ലാദമാണ് കിട്ടാനുള്ളത്? അവർ അവസാനം ഇല്ലാത്ത അവരുടെ വൃത്തികെട്ട കഠിനാദ്ധ്വാനം തുടർന്നുകൊണ്ടിരിക്കുന്നു. അവർ നികൃഷ്ട മായ ഭക്ഷണം കഴിക്കുന്നു. അവർ നികൃഷ്ടമായ വസ്ത്രങ്ങൾ ധരിക്കുന്നു. അവർ കുടിക്കുന്നു. ഒരു മനുഷ്യന് അറുപത് വയസ്സുണ്ട്. എന്നിട്ടും അയാൾ ചെറുപ്പക്കാരോടൊപ്പം അദ്ധ്വാനം തുടരുന്നു. അവർ തിന്നാനെങ്കിലും കിട്ടാൻ വേണ്ടി ഭൂമി മുഴുവൻ പരതി നടക്കുന്ന പൂക്കളുടെ ഒരു വലിയ കൂനയാണെന്ന് ഫോമായ്ക്ക് തോന്നി. ഈ മനുഷ്യരുമായുള്ള കൂടിക്കാ ഴ്ചകൾ ഫോമായുടെ മനസ്സിൽ ഒന്നൊന്നായി ഉയർന്നു വന്നു. ചിലപ്പോൾ പരിഹാസം നിറഞ്ഞതും ചിലപ്പോൾ പ്രതീക്ഷയ്ക്കു വകയില്ലാത്ത വിധ ത്തിൽ ദുഃഖം നിറഞ്ഞതുമായ ജീവിതത്തെപ്പറ്റിയുള്ള അവരുടെ അഭി പ്രായങ്ങൾ അയാൾക്ക് ഓർമ്മവന്നു. അവരുടെ മുറവിളികൂട്ടുന്ന ഗാന ങ്ങൾ അയാളുടെ മനസ്സിലേക്ക് കടന്നുവന്നു. ഒരുദിവസം നാവികനെ വാട കയ്ക്ക് എടുക്കുന്ന ഗുമസ്തനോട് യഫിം ഓഫീസിൽവെച്ച് പറഞ്ഞ വാക്കുകൾ ഈ സമയത്ത് ഫോമായ്ക്ക് ഓർമ്മവന്നു:

"ലോപുകിനിലെ ചില ഗ്രാമീണർ സ്വയം ജോലിചെയ്യാൻ വേണ്ടി

ഇവിടെ വന്നിരുന്നു. അവർക്ക് മാസം പത്ത് റൂബിളിൽ കൂടുതൽ കൊടുക്കേണ്ട. കഴിഞ്ഞ വേനലിൽ അവരുടെ സ്ഥലങ്ങളെല്ലാം കത്തിച്ചാരമായിരുന്നു. അവർ ഇപ്പോൾ വളരെ അത്യാവശ്യക്കാരാണ്. അവർ പത്തു റൂബിളിന് പണിയെടുക്കും."

പലകയിൽ ഇരുന്നുകൊണ്ട് ഫോമാ മുന്നോട്ടും പിന്നോട്ടും ആടിക്കൊണ്ടിരുന്നു. നദിയിലെ ഇരുട്ടിൽ നിന്ന് ധാരാളം മനുഷ്യരൂപങ്ങൾ അയാളുടെ മുന്നിൽ നിശ്ശബ്ദരായി പ്രത്യക്ഷപ്പെട്ടു നാവികർ, തീ കൂട്ടുന്നവർ, ഗുമസ്തന്മാർ, പരിചാരകർ, പകുതി ലഹരിയിലായിരുന്ന മുഖത്തു നിറം പുരട്ടിയ സ്ത്രീകൾ, മദ്യപന്മാർ— അവർ അന്തരീക്ഷത്തിൽ നിഴലുകൾ പോലെ ഒഴുകി: അവരിൽ നിന്നും തണുത്ത ഉപ്പുരസമുള്ള ഏതോ ഒരുകാര്യം പുറത്തേക്ക് വന്നു. ആ ഇരുണ്ട ജനക്കൂട്ടം ശബ്ദം ഉണ്ടാക്കാതെ ശരത്ക്കാല മേഘങ്ങൾപോലെ സാവധാനം നീങ്ങി. ഓളങ്ങളുടെ മൃദുലമായ ശബ്ദം ഒരു ശോകഗാനത്തിന്റെ നെടുവീർപ്പുകളെ അയാളുടെ മനസ്സിലേക്ക് കോരി ഒഴിച്ചു. ദൂരെ നദിയുടെ അങ്ങേക്കരയിൽ ഇരുട്ടിന്റെ ആലിംഗനത്തിൽ കിടന്ന ഒരു തടികൂന എരിഞ്ഞുകൊണ്ടിരുന്നു. ഇരുട്ടിൽ അത് വിറയ്ക്കുന്നുണ്ടായിരുന്നു. ഒരുചുവന്ന പൊട്ടുപോലെ ഇരുട്ടിൽ അത് കഷ്ടിച്ച് കാണാൻ കഴിഞ്ഞിരുന്നു. പക്ഷേ, ഇപ്പോൾ അത് വീണ്ടും ആളിക്കത്തി. ഇരുട്ട് പിൻവാങ്ങി. തീ ആളിപടരുകയാണെന്ന് വ്യക്തമായിരുന്നു. പിന്നീട് അത് വീണ്ടും അണഞ്ഞു.

"എന്റെ ദൈവമേ!" ദുഃഖം എന്നതേതിലും ശക്തിയോടെ അയാളുടെ ഹൃദയത്തെ ഞെരിക്കുന്നുണ്ടെന്ന തോന്നലോടെ ഫോമാ സങ്കടപ്പെട്ട് ആലോചിച്ചു. ആ തീകുണ്ഡം പോലെ ഇവിടെ ഞാനും ഒറ്റപ്പെട്ടിരിക്കുന്നു എന്നതിൽ നിന്ന് പ്രകാശം പുറത്തേക്ക് വരുന്നില്ല. പുകമാത്രാണ് പുറത്തുവരുന്നത്. സംസാരിക്കാൻ ബുദ്ധിമാനായ ഒരു മനുഷ്യനെ കണ്ടുമുട്ടിയില്ലെങ്കിൽ! എനിക്ക് മുന്നോട്ടു ജീവിക്കാൻ ഒരിക്കലും കഴിയില്ല. എനിക്ക് ഒന്നുംചെയ്യാൻ കഴിയില്ല. ഒരു മനുഷ്യനെ ഇപ്പോൾ കണ്ടുമുട്ടണമെന്ന് ഞാൻ ആഗ്രഹിക്കുന്നു."

നദിയിൽ വളരെ ദൂരെയായി രണ്ട് ചുവന്ന തീഗോളങ്ങൾ പ്രത്യക്ഷപ്പെട്ടു. അല്പം മുകളിലായി മൂന്നാമത് ഒരെണ്ണം കൂടി ഉണ്ടായിരുന്നു. ഒരു നേർത്ത ശബ്ദം ദൂരത്തുനിന്നും പ്രതിദ്ധ്വനിക്കുന്നുണ്ടായിരുന്നു. കറുത്ത ഒരു സാധനം ഫോമായുടെ അടുത്തേക്ക് നീങ്ങിവരുന്നുണ്ടായിരുന്നു.

"ഒരു കപ്പൽ വരുന്നുണ്ട്" ഫോമാ വിചാരിച്ചു. "അതിൽ ഒരു നൂറുമനുഷ്യരെങ്കിലും ഉണ്ടായിരിക്കും. അവരിൽ ഒരാളെ പറ്റി പോലും എനിക്ക് ആലോചിക്കാനുള്ള ഒരു കാര്യവും ഇല്ല. അവർ സഞ്ചരിക്കുന്നത് എവിടേക്കാണെന്ന് അവരിൽ ഓരോരുത്തർക്കും അറിവുണ്ട്. അവരിൽ ഓരോരുത്തർക്കും അവരുടേതായ എന്തൊക്കെയോ കാര്യങ്ങൾ ഉണ്ട്. ഓരോരുത്തരും അവർക്ക് വേണ്ടത് എന്താണെന്ന് അറിവുള്ളവരാണെന്ന് ഞാൻ വിശ്വസിക്കുന്നു. പക്ഷേ, എനിക്ക് എന്താണ് വേണ്ടത്? ആരാണ് എന്നോട് അത് പറയാൻ പോകുന്നത്? അത്തരം ഒരു മനുഷ്യൻ എവിടെയുണ്ട്?

കപ്പലിലെ വിളക്കുകളുടെ പ്രതിഫലനങ്ങൾ വെള്ളത്തിൽ കിടന്ന് വിറച്ചു കൊണ്ടിരുന്നു. തിളങ്ങുന്ന വെള്ളം അവ്യക്തമായ ഒരു മുരളലോടെ കപ്പലിൽ നിന്നും ദൂരത്തേക്ക് ഓളം അടിച്ചുകൊണ്ടിരുന്നു. കപ്പലിൽ അഗ്നി ചിറകുകളുള്ള ഒരു വളരെ വലിയ മത്സ്യമാണെന്നു തോന്നി.

ഈ അസഹ്യമായ രാത്രിക്കുശേഷം ഏതാനും ദിവസങ്ങൾ കഴിഞ്ഞു ഫോമാ വീണ്ടും കുടിച്ചു. അത് അയാളുടെ ആഗ്രഹത്തിനെതിരായി സംഭവിച്ച ഒരു അപകടം ആയിരുന്നു. അയാൾ സ്വയം കുടി നിയന്ത്രിക്കാനുള്ള തീരുമാനം എടുത്തിരുന്നു. അങ്ങനെ അയാളുടെ പരിചയക്കാരായ കൂട്ടുകുടിയന്മാരെ കാണാൻ ഇടവരില്ലെന്ന വിശ്വാസത്തോടെ അയാൾ നഗരത്തിലെ ഏറ്റവും ചെലവുകൂടിയ ഹോട്ടലിൽ ഭക്ഷണം കഴിക്കാൻ പോയി. അവർ കുടിക്കാൻ തിരഞ്ഞെടുക്കുന്നത് എപ്പോഴും ചെലവുകുറഞ്ഞ ഹോട്ടലുകൾ ആയിരുന്നു. പക്ഷേ, അയാളുടെ കണക്കുകൂട്ടലുകൾ തെറ്റാണെന്ന് തെളിഞ്ഞു. അവിടെ അയാൾക്ക് സാഷായെ വെപ്പാട്ടി ആക്കിയ ബ്രാൻഡി ഡിസ്റ്റിലറിക്കാരന്റെ മകന്റെ സൗഹൃദത്തോടെയുള്ള ആലിംഗനത്തിന് ഒട്ടുംതന്നെ താമസം വന്നില്ല.

അയാൾ ഫോമായുടെ അടുത്തേക്ക് ഓടിവന്ന് കെട്ടിപ്പിടിച്ചുകൊണ്ട് സന്തോഷത്തോടെ പൊട്ടിച്ചിരിച്ചു.

"ഇതൊരു കണ്ടുമുട്ടലാണ്! ഞാൻ ഇവിടെ ഭക്ഷണം കഴിക്കാൻ തുടങ്ങിയിട്ട് മൂന്നുദിവസം ആയി. ഞാൻ ഒരു കൂട്ടില്ലാതെ തളർന്നിരിക്കുകയായിരുന്നു. പട്ടണത്തിൽ മാന്യനായ ഒരു മനുഷ്യൻ പോലും ഇല്ല. അതുകൊണ്ട് എനിക്ക് പത്രക്കാരുമായി സംസാരിക്കേണ്ടി വന്നു. അവർ തുടക്കത്തിൽ കുലീനന്മാരാണെന്ന് ഭാവിച്ച് എന്നെ കൊഞ്ഞനംകാട്ടിയെങ്കിലും അവർ സന്തോഷമുള്ള ഒരു കൂട്ടരാണ്. കുറച്ചു സമയം കൊണ്ട് ഞങ്ങളെല്ലാം കുടിച്ച് പിമ്പിരിയായി. അവർ ഇന്ന് ഇവിടെ വീണ്ടും വരും. എന്റെ അച്ഛന്റെ സ്വത്തിന്റെ ബലത്തിൽ ഞാൻ ആണയിടുന്നു! അവരെ ഞാൻ നിങ്ങൾക്ക് പരിചയപ്പെടുത്തിത്തരാം. അതിൽ ഒരു എഴുത്തുകാരൻ ഉണ്ടായിരുന്നു. നിങ്ങളെപ്പറ്റി എപ്പോഴും പുകഴ്ത്തി എഴുതുന്ന ഒരുത്തൻ അയാളുടെ പേര് എന്തായിരുന്നു? ഒരു തമാശക്കാരൻ. അവൻ പോയി തുലയട്ടെ! സ്വന്തം ഉപയോഗത്തിനുവേണ്ടി അതുപോലുള്ള ഒരുത്തനെ വാടകയ്ക്ക് എടുക്കുന്നത് നല്ല കാര്യമാണെന്ന് നിങ്ങൾക്ക് തോന്നുന്നില്ലേ? അയാൾക്ക് കുറച്ച് പണം കൊടുത്തിട്ട് സന്തോഷിപ്പിക്കാൻ ആജ്ഞാപിക്കണം! അത് എങ്ങനെയുണ്ടാകും? ഒരു ഈരടിവിദ്വാൻ എനിക്ക് ജോലിക്കാരനായി ഉണ്ടായിരുന്നു. അയാളുടെ കൂടെ കഴിയുന്നത് ഏറെക്കുറെ രസകരമായിരുന്നു. ചിലപ്പോൾ ഞാൻ അയാളോട് പറഞ്ഞിരുന്നു. 'റിംസ്കി! ഞങ്ങൾക്ക് രണ്ട് ഈരടി പറഞ്ഞു തരൂ.' അയാൾ തുടങ്ങും. ഞാൻ പറയാം. ചിരിച്ച് നിങ്ങളുടെ തലപൊളിഞ്ഞു പോകും. വലിയ കഷ്ടമായിപ്പോയി. അയാൾ എങ്ങോട്ടോ ഓടിപ്പോയി. നിങ്ങൾ ഭക്ഷണം കഴിച്ചോ?"

"ഇല്ല. അലക്സാണ്ഡ്രെ എങ്ങനെ ഉണ്ട്?" വർണ്ണശബളമായ വേഷം

ധരിച്ച ഉയരവും ചുവന്ന മുഖവും ഉള്ള തുറന്നു സംസാരിക്കുന്ന ആ മനുഷ്യന്റെ ഉറക്കെയുള്ള സംസാരം കാരണം ഫോമായുടെ ചെവി ഏറെക്കുറെ അടഞ്ഞുപോയ അവസ്ഥയിൽ ആയിരുന്നു.

"അവളോ?" നിങ്ങൾക്ക് അറിയാമായിരിക്കും. രണ്ടാമൻ മുഷിച്ചിലോടെ പറഞ്ഞു. "നിങ്ങളുടെ ആ അലക്സാൻഡ്രെ ഒരു വൃത്തികെട്ട സ്ത്രീ ആണ്! അവൾ അങ്ങേയറ്റത്തെ ദുരൂഹത ആണ്! അവളോടൊപ്പം ജീവിച്ചാൽ തളർന്നുപോകും! അവൾ ഒരു തവളയെപ്പോലെ നിർവ്വികാരയാണ്. ഹോ! എന്റെ ഊഹം ഞാൻ അവളെ പറഞ്ഞുവിടുമെന്നാണ്."

"ദുരൂഹത. ശരിയാണ്." പറഞ്ഞുകഴിഞ്ഞപ്പോൾ ഫോമാ എന്തൊക്കെയോ ആലോചിക്കാൻ തുടങ്ങിയിരുന്നു.

"ഓരോരുത്തരും അവരുടെ ജോലി ഏറ്റവും നല്ല രീതിയിൽ ചെയ്യണം. ഡിസ്റ്റിലറിക്കാരന്റെ മകൻ പഠിപ്പിക്കുന്നമട്ടിൽ പറഞ്ഞു. "നിങ്ങൾ ആരുടെ എങ്കിലും വെപ്പാട്ടി ആയാൽ നിങ്ങളുടെ ചുമതല പരമാവധി നല്ല രീതിയിൽ നിങ്ങൾ നിർവ്വഹിക്കണം. നിങ്ങൾ മാന്യമായ ഒരു സ്ത്രീ ആണെങ്കിൽ അങ്ങനെ വേണം. അതുകള. നമുക്ക് അല്പം കുടിക്കാം?"

അവർ കുടിച്ചു. സ്വഭാവികമായും അവർ ലഹരിയിലായി. വൈകുന്നേരം ആയപ്പോൾ ഹോട്ടലിൽ ഒരു സംഘം ആളുകൾ ഒത്തുകൂടി. ലഹരിയിലായിരുന്ന ഫോമാ കനത്ത ശബ്ദത്തിൽ അവരോട് സംസാരിച്ചു.

"ഞാൻ ഇതിനെ ആ രീതിയിലാണ് മനസ്സിലാക്കുന്നത്. ചില മനുഷ്യർ പുഴുക്കളാണ്. മറ്റുചിലർ കുരുവികളും. കുരുവികൾ കച്ചവടക്കാരാണ്. അവർ പുഴുക്കളെ കൊത്തിപ്പെറുക്കുന്നു. അവരുടെ കൂട്ടരുടെ വിധി അതാണ്. അവരെ ആവശ്യമുണ്ട്. പക്ഷേ, ഞാനും നിങ്ങളും– നമ്മൾ എല്ലാവരും. ഒരു പ്രയോജനവും ഇല്ലാത്തവരാണ്. നമ്മുടെ ജീവിതത്തെ ഒന്നിനോടും താരതമ്യപ്പെടുത്താൻ പറ്റില്ല. അടുക്കും ചിട്ടയുമില്ലാത്ത വെറുതെ അങ്ങനെ ജീവിക്കുന്നു. നമ്മൾ യാതൊരു ഉപയോഗവും ഇല്ലാത്തവരാണ്. ഇവിടെയുള്ളവരും ബാക്കിയുള്ളവരും എന്ത് കാര്യത്തിനുള്ളവരാണ്? സഹോദരന്മാരേ! നിങ്ങൾ അത് മനസ്സിലാക്കണം. ദൈവം സത്യം! നമ്മൾ എന്തിനാണ് പൊട്ടിത്തെറിക്കുന്നത്? കാരണം നമ്മളിൽ ആവശ്യത്തിലധികമുള്ള എന്തൊക്കെയോ കാര്യങ്ങൾ ഉണ്ട്. നമ്മുടെ ആത്മാവിലും ആവശ്യത്തിലധികമുള്ള കാര്യങ്ങൾ ഉണ്ട്. നമ്മുടെ എല്ലാവരുടേയും ജീവിതം ആവശ്യത്തിൽ അധികമാണ്! സഖാക്കളെ ഞാൻ കരയുന്നു. ഞാൻ എന്തിനുവേണ്ടിയാണ്? എന്നെക്കൊണ്ട് പ്രയോജനം ഇല്ല! എന്നെ കൊന്നാൽ ഞാൻ മരിക്കുമായിരിക്കും. എനിക്ക് മരിക്കണം."

ലഹരി കയറിയ കണ്ണുനീർ ഒഴുക്കിക്കൊണ്ട് അയാൾ പൊട്ടിക്കരഞ്ഞു. അയാളുടെ അടുത്ത് കുടിച്ച് ബോധംകെട്ട് ഇരുന്നിരുന്ന ഇരുണ്ട നിറമുള്ള ഒരു കൊച്ചു മനുഷ്യൻ ഫോമായെ ഏതോ കാര്യം ഓർമ്മിപ്പിക്കാൻ തുടങ്ങി. അയാൾ ഫോമായെ ചുംബിക്കാൻ ശ്രമിച്ചുകൊണ്ട് ഒരു കത്തിയെടുത്ത് മേശപ്പുറത്ത് കുത്തിക്കൊണ്ട് അട്ടഹസിച്ചു:

"സത്യം! ആരും മിണ്ടരുത്! ഇത് ശക്തിയുള്ള വാക്കുകളാണ് താറുമാറായ ജീവിതത്തിലെ ആനകൾ സംസാരിക്കട്ടെ! പച്ചയായ റഷ്യൻ മനസാക്ഷി പവിത്രമായ കാര്യങ്ങൾ പറയുന്നു. ഗോർഡിയീവ് നിങ്ങൾ അട്ടഹസിക്കണം! എല്ലാ കാര്യങ്ങളുടെയും നേർക്ക് അട്ടഹസിക്കണം!" വീണ്ടും അയാൾ ഫോമായുടെ തോളിൽ പിടിച്ച് അയാളുടെ തോളിലേക്ക് ചാടിക്കയറാൻ ശ്രമിച്ചു. അയാൾ കറുത്ത തലമുടി പറ്റെവെട്ടിയ തല നിവർത്താതെ നാലുവശത്തേക്കും തിരിച്ചുകൊണ്ടിരുന്നതുകൊണ്ട് ഫോമായ്ക്ക് അയാളുടെ മുഖം കാണാൻ കഴിഞ്ഞിരുന്നില്ല. ഫോമായ്ക്ക് അയാളോട് ദേഷ്യം തോന്നിയിരുന്നു. ഫോമാ അയാളെ ഒരു വശത്തേക്ക് തള്ളിമാറ്റിക്കൊണ്ട് ആവേശത്തോടെ വിളിച്ചുകൂവി.,

"ദൂരെ പോ! നിങ്ങളുടെ മുഖം എവിടെ? പോകൂ!" ലഹരി കയറിയ ചെവി അടപ്പിക്കുന്ന ഒരു പൊട്ടിച്ചിരി അവർക്കു ചുറ്റും മുഴങ്ങി. ബ്രാണ്ടി ഡിസ്റ്റലറിക്കാരന്റെ മകൻ പരുക്കൻ ശബ്ദത്തിൽ ആരെയോ ലക്ഷ്യംവെച്ച് വിളിച്ചുപറഞ്ഞു.

"എന്റെ അടുത്ത് വരൂ! താമസവും ഭക്ഷണവും കൂടാതെ മാസം നൂറു റൂബിൾ തരാം! കടലാസുകൾ പട്ടിയ്ക്കിട്ടുകൊടുക്ക്. ഞാൻ നിങ്ങൾക്ക് കൂടുതൽ തരാം!"

സർവ്വസാധനങ്ങളും തിരമാലകളെപോലെ താളത്തിൽ ഇരുവശത്തേക്കും ചലിക്കാൻ തുടങ്ങി. മനുഷ്യർ ചിലപ്പോൾ ഫോമായുടെ അടുത്തുനിന്ന് കൂടുതൽ ദൂരത്തേക്ക് അകന്നുപോയി. ചിലപ്പോൾ അവർ അയാളുടെ തൊട്ടടുത്തേക്ക് തിരിച്ചുവന്നു. മേൽക്കൂര താഴോട്ടിറങ്ങി വന്നു. തമ്പുകളിലേക്ക് ഉയർന്നു. താമസിയാതെ താൻ ഞെരിഞ്ഞ് നിരന്നുപോകുമെന്ന് ഫോമായ്ക്ക് തോന്നി. അതിനുശേഷം എവിടെയോ ഇളകിമറിയുന്ന ഒരുവലിയ നദിയിലൂടെ താൻ സഞ്ചരിക്കുകയാണെന്ന് ഫോമായ്ക്ക് തോന്നാൻ തുടങ്ങി. പരിഭ്രമത്തോടെ അയാൾ വിളിച്ചുകൂവി.

"നമ്മൾ എങ്ങോട്ടാണ് ഒഴുകുന്നത്?" ക്യാപ്റ്റൻ എവിടെ?"

അയാളുടെ ചോദ്യത്തിന്റെ മറുപടി മദ്യപിച്ച ഒരു ജനക്കൂട്ടത്തിന്റെ പൊട്ടിച്ചിരി ആയിരുന്നു. അതിന്റെ കൂടെ ഇരുണ്ടനിറമുള്ള ചെറിയ മനുഷ്യന്റെ വെറുപ്പുതോന്നുന്ന തുളച്ചിറങ്ങുന്ന അലർച്ചയും പുറത്തുവന്നു.

"സത്യം. നമ്മൾ എല്ലാവരും നിയന്ത്രിക്കാൻ ചുക്കാൻ ഇല്ലാതെ സഞ്ചരിച്ചുകൊണ്ടിരിക്കുകയാണ്. ക്യാപ്റ്റൻ എവിടെ?" അയാൾ പൊട്ടിച്ചിരിച്ചു.

ഫോമാ ഈ പേടിസ്വപ്നത്തിൽ നിന്നും ഉണർന്നപ്പോൾ രണ്ടു ജനാലകളുള്ള ഒരു ചെറിയ മുറിയിലായിരുന്നു. ആദ്യമായി അയാളുടെ കണ്ണിൽപെട്ടത് ഇലകൊഴിഞ്ഞ ഒരു മരം ആയിരുന്നു. അത് നിന്നിരുന്നത് ജനാലയുടെ തൊട്ടടുത്ത് ആയിരുന്നു. അതിന്റെ തൊലി അടർന്നുപോയ വണ്ണമുള്ള ദ്രവിച്ച തടി മുറിക്കുള്ളിൽ വെളിച്ചം കടക്കുന്നത് തടയുന്നുണ്ടായിരുന്നു. ഇലകൊഴിഞ്ഞ് ഉണങ്ങിപ്പോയ മരച്ചില്ലകൾ അന്തരീക്ഷത്തിൽ നിസ്സഹായതയോടെ സ്വയം പടർന്നുകിടന്ന് അങ്ങോട്ടും ഇങ്ങോട്ടും ആടി ഉലയുമ്പോൾ സങ്കടപ്പെട്ട് ഞരങ്ങിക്കൊണ്ടിരുന്നു. ഒരു മഴ പെയ്തു

കൊണ്ടിരുന്നു. ജനാല പാളികളിലൂടെ വെള്ളം അരുവികളായി ഒഴുകിക്കൊണ്ടിരുന്നു. ഒരാൾക്ക് മേൽക്കൂരയിൽ നിന്നും നിലത്തു വീഴുന്ന വെള്ളം വേദനയോടെ ഏങ്ങലടിക്കുന്നത് കേൾക്കാൻ കഴിയും. ഈ തേങ്ങലുകൾക്കൊപ്പം മറ്റൊരു ശബ്ദംകൂടി കൂട്ടിനുണ്ടായിരുന്നു. അത് വെപ്രാളപ്പെട്ട് കടലാസിൽ എന്തൊക്കെയോ കുത്തിക്കുറിക്കുമ്പോൾ പേന ഉരയുന്നതിന്റെ തുളച്ചിറങ്ങുന്ന ശബ്ദം ആയിരുന്നു. പിന്നീട് ഇടവിട്ടിടവിട്ടുള്ള മുറുമുറുപ്പും കേൾക്കുന്നുണ്ടായിരുന്നു.

പിന്നീട് അയാൾ തലവേദന എടുത്തിരുന്ന തല ബുദ്ധിമുട്ടി ചരിച്ച് നോക്കിയപ്പോൾ ഇരുണ്ട നിറമുള്ള ഒരു കൊച്ചുമനുഷ്യൻ മേശയുടെ അടുത്തിരുന്ന് തിടുക്കപ്പെട്ട് കടലാസിൽ എന്തൊക്കെയോ എഴുതുന്നത് കണ്ടു. അയാൾ എഴുതുന്നത് ശരി വയ്ക്കുന്നതുപോലെ തലയാട്ടുന്നുണ്ടായിരുന്നു. അയാളുടെ വേഷം രാത്രിവസ്ത്രങ്ങൾ ആയിരുന്നു. ഇരിക്കുന്നത് തീയുടെ മുകളിൽ ആണെങ്കിലും എന്തുകൊണ്ടോ എഴുന്നേല്ക്കാൻ പറ്റാത്തതുപോലെ അയാൾ കസേരയിലിരുന്ന് ഞെരിപിരികൊണ്ടു. അയാൾ ഇടയ്ക്കിടയ്ക്ക് ഇടത്തെ കൈ നെറ്റിയിൽ അമർത്തി തിരുമ്മുന്നുണ്ടായിരുന്നു. ഇടയ്ക്കിടയ്ക്ക് ആ കൈ അന്തരീക്ഷത്തിൽ ഗഹനമായ ചിന്തകളെ ചലനങ്ങളാക്കി മാറ്റുന്നുണ്ടായിരുന്നു. അയാളുടെ നഗ്നമായ പാദങ്ങൾ നിലത്ത് ഉരസിക്കൊണ്ടിരുന്നു. കഴുത്തിലെ ഒരു പ്രത്യേക ഞരമ്പ് വിറയ്ക്കുന്നുണ്ടായിരുന്നു. അയാളുടെ ചെവിപോലും അനങ്ങിക്കൊണ്ടിരുന്നു. അയാൾ ഫോമായുടെ നേർക്ക് തിരിഞ്ഞപ്പോൾ അയാളുടെ നേർത്ത ചുണ്ടുകൾ അനങ്ങിക്കൊണ്ടിരിക്കുന്നത് ഫോമാ കണ്ടു. അയാളുടെ കൂർത്ത മൂക്ക് നേർത്ത മീശയുടെ മുകളിലേക്ക് വളഞ്ഞിരുന്നു. അയാൾ പുഞ്ചിരിക്കുമ്പോൾ അയാളുടെ നേർത്ത മീശ വലിഞ്ഞുനിന്നു. അയാളുടെ ചീർത്ത ചുളിവുകൾ വീണ മുഖത്തിന് മഞ്ഞനിറം ആയിരുന്നു. അയാളുടെ ചുറുചുറുക്കുള്ള തിളങ്ങുന്ന കറുത്ത കണ്ണുകൾ ആകെയുള്ള കണ്ണുകളല്ലെന്ന് തോന്നി.

അയാളെ കണ്ടുകണ്ടു ക്ഷീണിച്ചപ്പോൾ ഫോമാ സാവധാനം മുറി പരിശോധിക്കാൻ തുടങ്ങി. ഭിത്തികളിൽ തുളച്ചുകയറ്റിയിരുന്ന വലിയ ആണികളിൽ വർത്തമാനപത്രങ്ങൾ കെട്ടുകെട്ടായി തൂക്കിഇട്ടിരുന്നു. മേൽക്കൂരയിൽ ഒരുകാലത്ത് വെള്ളനിറം ഉണ്ടായിരുന്ന കടലാസുകൾ ഒട്ടിച്ചിരുന്നു. ഇപ്പോൾ അതെല്ലാം ബലൂൺ പോലെ വീർത്തു നില്ക്കുന്നു. പല സ്ഥലത്തും കീറിപ്പറിഞ്ഞ് കഷണങ്ങളായി തൂങ്ങിക്കിടന്നിരുന്നു. നിലത്ത് വസ്ത്രങ്ങളും ബൂട്ടുകളും പുസ്തകങ്ങളും കടലാസുകളും ചിന്നിച്ചിതറിക്കിടക്കുന്നുണ്ടായിരുന്നു. മൊത്തത്തിൽ ആ മുറി കാഴ്ചയിൽ തിളച്ചവെള്ളം വീണ് പൊള്ളി അടർന്നുപോയതാണെന്ന് തോന്നും.

കൊച്ചു മനുഷ്യൻ പേന താഴെവെച്ചു. അയാൾ മേശപ്പുറത്തേക്ക് കുനിഞ്ഞ് വിരലുകൊണ്ട് ചുറുചുറുക്കോടെ താളം പിടിച്ചുകൊണ്ട് അവ്യക്തമായ ശബ്ദത്തിൽ പാടാൻ തുടങ്ങി.

“ചെണ്ട എടുത്തുകൊള്ളൂ ഭയക്കേണ്ട

നൃത്തക്കാരിയെ ഉറക്കെ ചുംബിക്കൂ
അതാണ് പഠിപ്പിന്റെ ന്യായം
അതാണ് തത്ത്വശാസ്ത്രം."

ഫോമാ ആഴത്തിൽ നെടുവീർപ്പിട്ടുകൊണ്ടു പറഞ്ഞു.

"എനിക്ക് കുറച്ചു സോഡാ കിട്ടുമോ?" കൊച്ചുമനുഷ്യൻ കസേരയിൽ നിന്ന് ചാടി എഴുന്നേറ്റ് ഫോമായുടെ അടുത്തുവന്ന്. ചോദിച്ചു.

'സഖാവിനെങ്ങനെയുണ്ട്? സോഡാ? തീർച്ചയായും ഉണ്ട്! സോഡാ മാത്രം മതിയോ അതോ കോണ്യാക് കൂടി വേണോ?"

"കോണ്യാക് ഉണ്ടെങ്കിൽ കൂടുതൽ നന്ന്" അയാളുടെ നേർക്കു നീട്ടിയ മെലിഞ്ഞ കൈപിടിച്ച് കുലുക്കിക്കൊണ്ട് ഫോമാ പറഞ്ഞു. അയാൾ കൊച്ചുമനുഷ്യന്റെ മുഖത്തേക്ക് കണ്ണെടുക്കാതെ നോക്കി.

"യഗോറോവ്നാ!" കൊച്ചുമനുഷ്യൻ വാതിലിനടുത്തെത്തി വിളിച്ചു കൂവി. അയാൾ ഫോമായുടെ നേർക്ക് തിരിഞ്ഞുകൊണ്ട് ചോദിച്ചു. "ഫോമാ ഇഗ്നാറ്റിവിച്ച് നിനക്ക് എന്നെ മനസ്സിലായില്ലേ?"

''എനിക്ക് എന്തോ ഓർമ്മ വരുന്നുണ്ട്. നമ്മൾ എവിടെയോവെച്ച് കണ്ടിട്ടുണ്ടെന്ന് തോന്നുന്നു."

"ആ കണ്ടുമുട്ടൽ നാലു മണിക്കൂർ നീണ്ടുനിന്നു. പക്ഷേ, അത് വളരെക്കാലം മുമ്പായിരുന്നു."

"എന്റെ ദൈവമേ" ഫോമാ ആശ്ചര്യത്തോടെ കിടക്കയിൽ നിന്ന് അല്പം ഉയർന്നുകൊണ്ട് ഉറക്കെ പറഞ്ഞു. "ഇത് നീയാണെന്ന് വിശ്വസിക്കാൻ പറ്റുന്നില്ല."

"അത് എനിക്ക് പോലും വിശ്വസിക്കാൻ പറ്റാത്ത സമയങ്ങൾ ഉണ്ടായിരുന്നു. ചങ്ങാതി."

യോഷോവിന്റെ മുഖം മങ്ങി എന്തോ കാരണം കൊണ്ട് അയാളുടെ കൈ സ്വന്തം നെഞ്ചത്ത് പരതിനടന്നു.

"ശരി "ഫോമാ വിക്കിവിക്കി പറഞ്ഞു. "പക്ഷേ, നീ വളരെ പ്രായമായിരിക്കുന്നു. ആ നിനക്ക് എത്ര വയസ്സാ."

"മുപ്പത്."

"പക്ഷേ, മെലിഞ്ഞിട്ടുണ്ട്. വിളറിയിട്ടുമുണ്ട്. നിനക്ക് അൻപത് വയസ്സുണ്ടെന്ന് തോന്നും. ജീവിതം നിനക്ക് മധുരമുള്ളതല്ലെന്ന് തോന്നുന്നു. കൂടാതെ നീ കുടിക്കുന്നുണ്ടെന്ന് എനിക്ക് മനസ്സിലായി."

ചുറുചുറുക്കുള്ള തന്റെ സഹപാഠിയെ അങ്ങേയറ്റം ക്ഷീണിതനായി കണ്ടപ്പോൾ ഫോമായ്ക്ക് ദുഃഖം തോന്നി. തീപൊള്ളൽ ഏറ്റതുപോലെയുള്ള ഒരു പട്ടിക്കൂടിൽ ജീവിക്കുന്നതിൽ അയാൾ വിഷമിച്ചു. അയാൾ ദുഃഖത്തോടെ കണ്ണുചിമ്മി യോഷോവിന്റെ ചെറിയ കണ്ണുകളിൽ അസ്വസ്ഥത എരിയുന്നത് ഫോമാ കണ്ടു. യോഷോവ് വെള്ളക്കുപ്പിയുടെ കോർക്കു തുറക്കാൻ പരിശ്രമിക്കുകയായിരുന്നു. അയാൾ കുപ്പി കാൽമുട്ടുകൾക്കിടയിൽവെച്ച് അമർത്തിക്കൊണ്ട് കോർക്ക് പുറത്തെടുക്കാൻ പ്രയോജനമില്ലാതെ ശ്രമിച്ചുകൊണ്ടിരുന്നു. ഈ ബലക്കുറവ് ഫോമായെ

ദുഃഖിപ്പിച്ചു.

"ശരിയാണ്. ജീവിതം നിന്നെ വലിച്ചുകുടിച്ച് ഉണക്കിക്കളഞ്ഞു. നീ പഠിച്ചു പക്ഷേ, ശാസ്ത്രംപോലും മനുഷ്യനെ കാര്യമായി സഹായിക്കുന്നുണ്ടെന്ന് തോന്നുന്നില്ല." ഗോർഡീയീവ് സങ്കടപ്പെട്ടു

ക്ഷീണം കൊണ്ട് വിളറിപ്പോയ യോഷോവ് കുപ്പി ഫോമായെ ഏല്പിച്ചുകൊണ്ട് പറഞ്ഞു. "കുടിക്കൂ" പിന്നീട് അയാൾ നെറ്റി തുടച്ചുകൊണ്ട് ഫോമായുടെ കിടക്കയിൽ ഇരുന്നു. അയാൾ പറഞ്ഞു:

"ശാസ്ത്രത്തെ ഉപേക്ഷിക്കാം! ശാസ്ത്രം ദൈവങ്ങളുടെ മദ്യം ആണ്. പക്ഷേ, അത് ഇതുവരെ വേണ്ടതുപോലെ പുളിച്ചിട്ടില്ല. അതുകൊണ്ട് അത് ഉപയോഗിക്കാൻ പാകമായിട്ടില്ല. ചങ്ങാതി, ശാസ്ത്രം മനുഷ്യരുടെ സന്തോഷത്തിന് തയ്യാറെടുത്തിട്ടില്ല. അത് ഉപയോഗിക്കുന്ന മനുഷ്യർക്ക് നമുക്ക് ഇപ്പോൾ ഉള്ളതുപോലെ ഉള്ള തലവേദന അല്ലാതെ മറ്റൊന്നും ലഭിക്കില്ല. നീ ഇങ്ങനെ ലക്കില്ലാതെ കുടിക്കുന്നതെന്താണ്?"

"ഞാനോ? എനിക്ക് മറ്റെന്താണ് ചെയ്യാൻ പറ്റുന്നത്?' ഫോമാ ചിരിച്ചുകൊണ്ട് ചോദിച്ചു.

യോഷോവ് പകുതി അടഞ്ഞ കണ്ണുകൾ കൊണ്ട് ഫോമായെ പരിശോധിക്കുന്നമട്ടിൽ നോക്കിയതിനുശേഷം പറഞ്ഞു.

"നിന്റെ ചോദ്യത്തെ ഇന്നലെ രാത്രിയിൽ നീ വിളിച്ചു പറഞ്ഞ കാര്യങ്ങളുമായി ചേർത്തു വെച്ചാൽ നിന്റെ സംതൃപ്തമായ ജീവിതത്തെ നീയും ആസ്വദിക്കുന്നില്ലെന്നാണ് എന്റെ കുഴപ്പംപിടിച്ച മനസ്സിനുള്ളിൽ എനിക്ക് തോന്നുന്നത്."

കിടക്കയിൽനിന്ന് എഴുന്നേറ്റു കൊണ്ട് ഫോമാ നെടുവീർപ്പിട്ടു. "എന്റെ ജീവിതം എന്താണ്? അത് അർത്ഥമില്ലാത്ത കാര്യമാണ്. ഞാൻ തനിച്ച് ജീവിക്കുന്നു. എനിക്ക് ഒന്നുംതന്നെ മനസ്സിലാക്കാൻ പറ്റുന്നില്ല. എങ്കിലും ഞാൻ എന്തിനോവേണ്ടി ആഗ്രഹിക്കുന്നുണ്ട്. ഞാൻ എല്ലാവരുടേയും പുറത്തേക്ക് തുപ്പിയതിനുശേഷം എവിടെയെങ്കിലും അപ്രത്യക്ഷപ്പെടാൻ തീവ്രമായി ആഗ്രഹിക്കുന്നു! എല്ലാ കാര്യങ്ങളിൽ നിന്നും ഓടിപ്പോകാൻ ഞാൻ ആഗ്രഹിക്കുന്നു. ഞാൻ അങ്ങേയറ്റം ക്ഷീണിച്ചിരിക്കുന്നു!"

"ഇത് കൊള്ളാം!" നാലുചുറ്റും തിരിഞ്ഞുനോക്കി കൈ തിരുമ്മിക്കൊണ്ട് യോഷോവ് പറഞ്ഞു. "ഇതുകൊള്ളാം ഇത് സത്യസന്ധവും ആഴമുള്ളതും ആണെങ്കിൽ ജീവിതത്തോടുള്ള അതൃപ്തിയുടെ നിലപാട് കച്ചവടക്കാരുടെ ഉറക്കറകളിലേക്കും തുളച്ചുകയറിക്കഴിഞ്ഞിരിക്കുന്നു. കൊഴുത്ത ക്യാബേജ് സൂപ്പും ചായയും മറ്റു ദ്രാവകങ്ങളും നിറഞ്ഞ തടാകങ്ങളിൽ മുങ്ങിച്ചത്ത ആത്മാവുകളുടെ മരണമുറികളിലേക്ക് അതൃപ്തി പ്രവേശിച്ചു കഴിഞ്ഞെന്നാണ് ഇത് സൂചിപ്പിക്കുന്നത്. എനിക്ക് അതിനെ പറ്റിയുള്ള സുഷ്മമായ വിവരണം തരണം. അപ്പോൾ ഞാൻ ഒരു നോവലെഴുതും ചങ്ങാതി."

"എന്നെപ്പറ്റി നീ എന്തൊക്കെയോ എഴുതിയിരുന്നെന്ന് ആരൊ

ക്കെയോ എന്നോട് പറഞ്ഞിരുന്നു." ഫോമാ ജിജ്ഞാസയോടെ അന്വേഷിച്ചു. ഇത്രമാത്രം വൃത്തികെട്ട ഒരു ജന്തുവിന് എന്താണ് എഴുതാൻ കഴിയുന്നതെന്ന് മനസ്സിലാക്കാൻ കഴിയാതെ ഫോമാ അയാളുടെ പഴയ ചങ്ങാതിയെ ഒരിക്കൽക്കൂടി ശ്രദ്ധയോടെ സൂക്ഷ്മപരിശോധനയ്ക്ക് വിധേയനാക്കി.

"തീർച്ചയായും ഞാൻ എഴുതിയിരുന്നു. നീ അതു വായിച്ചോ?"

"ഇല്ല. എനിക്ക് അതിനുള്ള അവസരം വന്നില്ല."

"അവർ നിന്നോട് എന്താണ് പറഞ്ഞത്?"

"നീ എന്നെ ബുദ്ധിപൂർവ്വം ചീത്തവിളിച്ചെന്നാണ് അവർ പറഞ്ഞത്?"

"അത് നിനക്ക് വായിച്ചുനോക്കാൻ താല്പര്യം ഇല്ലേ?" ഗോർഡിയീവിനെ സൂക്ഷ്മപരിശോധനയ്ക്ക് വിധേയനാക്കിക്കൊണ്ട് യോഷോവ് ചോദിച്ചു.

"ഞാൻ അത് വായിക്കാം!' ഫോമാ അയാൾക്ക് വാക്കുകൊടുത്തു. യോഷോവിന്റെ എഴുത്തിനോട് അയാൾ കാണിക്കുന്ന പരിഗണനയിൽ യോഷോവ് വിഷമിക്കുമെന്നുള്ള തോന്നലോടെ ഫോമാ പറഞ്ഞു. ''അത് എന്നെ പറ്റി ആയതുകൊണ്ട് തീർച്ചയായും രസകരമായിരിക്കും. അയാൾ സുഹൃത്തിനെ നോക്കി സ്നേഹത്തോടെ പുഞ്ചിരിച്ചുകൊണ്ട് കൂട്ടിച്ചേർത്തു.

ഇങ്ങനെ പറഞ്ഞെങ്കിലും അയാൾക്ക് യാതൊരുതാല്പര്യവും ഉണ്ടായിരുന്നില്ല. യോഷോവിനോടുള്ള അനുകമ്പയാണ് അയാളെ കൊണ്ട് ഇങ്ങനെ പറയിച്ചത്. അയാൾക്ക് മറ്റൊരു മനോഭാവം കൂടി ഉണ്ടായിരുന്നു. യോഷോവ് ഏതുതരം മനുഷ്യനാണെന്ന് അയാൾ എന്തുകൊണ്ട് ഇങ്ങനെ നശിച്ചുപോയെന്നും മനസ്സിലാക്കാൻ അയാൾക്ക് ആഗ്രഹം ഉണ്ടായിരുന്നു. യോഷോവുമായുള്ള ഈ കൂടിക്കാഴ്ച അയാളിൽ അനുകമ്പ ഉണരാൻ കാരണമായി. അത് അയാളുടെ ബാല്യത്തിന്റെ ഓർമ്മകളെ തിരിച്ചുവിളിച്ചു. അയാളുടെ ഓർമ്മയിൽ അവ കഴിഞ്ഞ കാലത്തിന്റെ വിദൂരതയിൽ മങ്ങിക്കത്തുന്ന ചെറിയ വിളക്കുകൾപോലെ മിന്നിക്കൊണ്ടിരുന്നു. തിളച്ചുകൊണ്ടിരുന്ന സമോവർ ഇരുന്നിരുന്ന മേശയുടെ അടുത്തേക്ക് യോഷോവ് നടന്നുചെന്നു. അയാൾ ടാർപോലെ കൊഴുത്ത രണ്ടു ഗ്ലാസ് ചായ ഒഴിച്ചുകൊണ്ട് ഫോമായോട് പറഞ്ഞു.

"ചായ കുടിക്കാം. നിന്റെ കാര്യങ്ങളൊക്കെ എന്നോടു പറയൂ."

"എനിക്ക് നിന്നോട് ഒന്നുംപറയാനില്ല. ഞാൻ ജീവിതത്തിൽ ഒരു കാര്യവും കണ്ടിട്ടില്ല. എന്റെ ജീവിതം ശൂന്യമാണ്! നിന്നെപ്പറ്റി പറയുന്നതാണ് കൂടുതൽ നല്ലത്. എന്തായാലും എന്നെക്കാൾ കൂടുതൽ കാര്യങ്ങൾ നീ മനസ്സിലാക്കിയിട്ടുണ്ട് അത് എനിക്ക് ഉറപ്പുണ്ട്."

തലയാട്ടുന്നത് അവസാനിപ്പിക്കാതെ യോഷോവ് ആലോചിക്കാൻ തുടങ്ങി. ആലോചിക്കുമ്പോൾ അയാളുടെ മുഖം അനങ്ങുന്നുണ്ടായിരുന്നില്ല. മുഖത്തെ മൊത്തം ചുളിവുകളും കണ്ണിനടുത്ത് ഒത്തുചേർന്നു. കണ്ണുകൾക്കു ചുറ്റും രശ്മികൾ വലയം ചെയ്തിരിക്കുന്നതുപോലെ

തോന്നും. ഇതുകാരണം അയാളുടെ കണ്ണുകൾ നെറ്റിക്കുതാഴെ കൂടുതൽ ആഴത്തിലേക്ക് പിൻവാങ്ങിയതായി തോന്നി.

"എന്റെ ചങ്ങാതി, ഞാൻ ഒന്നോ രണ്ടോ കാര്യങ്ങൾ മനസ്സിലാക്കി യിട്ടുണ്ട്. പക്ഷേ, എനിക്ക് ഒരുപാട് കാര്യങ്ങൾ അറിയാം." അയാൾ തല കുലുക്കിക്കൊണ്ട് ആരംഭിച്ചു. ഒരു പക്ഷേ, ഞാൻ അറിയേണ്ടതിലും കൂടു തൽ കാര്യങ്ങൾ ഞാൻ അറിഞ്ഞിട്ടുണ്ട്. ആവശ്യമുള്ളതിലും കൂടുതൽ അറിയുന്നത് അത്യാവശ്യമുള്ള കാര്യങ്ങൾ അറിയാത്തതുപോലെ അപ കടകരമാണ്. ഞാൻ ജീവിച്ചത് എങ്ങനെയാണെന്ന് ഞാൻ പറയട്ടെ? ശരി, ഞാൻ ശ്രമിച്ചുനോക്കാം. എന്നെ പറ്റി ഒരാൾക്കും താല്പര്യം തോന്നാ ത്തതുകൊണ്ട് ഞാൻ ആരോടും ഇതുവരെ എന്നെപ്പറ്റി പറഞ്ഞിട്ടില്ല. മനു ഷ്യർക്ക് നിങ്ങളിൽ താല്പര്യം ഉണർത്താതെ ഈ ഭൂമിയിൽ ജീവിക്കു ന്നത് അങ്ങേയറ്റം കുറ്റകരമാണ്."

"എനിക്ക് നിന്റെ മുഖത്തുനിന്നും മറ്റ് എല്ലാ കാര്യങ്ങളിൽ നിന്നും നിന്റെ ജീവിതം എളുപ്പമായിരുന്നില്ലെന്ന് മനസ്സിലാക്കാൻ കഴിയുന്നുണ്ട്!" മൊത്തത്തിൽ കൂട്ടുകാരന്റെ ജീവിതത്തിനു മാധുര്യം ഇല്ലെന്നുള്ള തോന്ന ലിന്റെ സന്തോഷത്തോടെ ഫോമാ പറഞ്ഞു. യോഷോവ് ഒരു വലിക്ക് ചായ കുടിച്ചു. ഗ്ലാസ് ശബ്ദത്തോടെ മേശപ്പുറത്തുവെച്ചു. കാലുകൾ ഇരി ക്കുന്ന കസേരയുടെ അറ്റത്തേക്ക് ഉയർത്തിവെച്ചു. കാൽമുട്ടുകൾ കൈകൊണ്ട് ചുറ്റിപ്പിടിച്ചു. താടി കാൽമുട്ടിൽ താങ്ങിനിർത്തി. ഈ ഇരി പ്പിൽ അയാൾക്ക് റബ്ബറിന്റെ വഴക്കം ഉണ്ടായിരുന്നു. അയാൾ ആരംഭിച്ചു.

"എന്റെ പഴയ അദ്ധ്യാപകൻ സാച്ച്കോവ് എല്ലാം കൊണ്ടും ഒരു ശരാശരി മനുഷ്യനായിരുന്നു. ഇപ്പോൾ അയാൾ ഡോക്ടറാണ്. ഞാൻ പാഠങ്ങൾ മനസ്സിലാക്കിയിട്ടുള്ള സമയത്തൊക്കെ അയാൾ പറഞ്ഞു. "നീ മിടുക്കനാണ്. നീ കഴിവുള്ള കുട്ടിയാണ്. നമ്മൾ തൊഴിലാളികൾ ജീവി തത്തിന്റെ പിന്നാംപുറത്തുനിന്ന് വരുന്നവരാണ്. നമുക്ക് മുന്നിലെത്താൻ എല്ലാവരേക്കാളും മെച്ചപ്പെട്ട രീതിയിൽ പഠിക്കണം. റഷ്യയ്ക്ക് സത്യസ ന്ധരും ബുദ്ധിയുള്ളവരുമായ മനുഷ്യരെ ആവശ്യമുണ്ട്. നമ്മൾ അങ്ങനെ ആകാൻ ശ്രമിക്കണം. അപ്പോൾ നിങ്ങളുടെ വിധിയുടെ യജമാനൻ നിങ്ങ ളായിരിക്കും. നിങ്ങൾ സമൂഹത്തിന് ആവശ്യമുള്ള ഒരു അംഗമാകും. നമ്മ ളെപ്പോലെയുള്ള സാധാരണക്കാരിലാണ് രാജ്യത്തിന്റെ പ്രതീക്ഷ നില നില്ക്കുന്നത്. നമ്മൾ സത്യം പുറത്തുകൊണ്ടുവരേണ്ടവരാണ്. അങ്ങനെ അയാൾപലതും പറഞ്ഞു. ഞാൻ അയാളെ വിശ്വസിച്ചു. ദുഷ്ടൻ അതുക ഴിഞ്ഞ് ഇപ്പോൾ ഇരുപത് കൊല്ലം കഴിഞ്ഞിരുന്നു. തൊഴിലാളികൾ വളർന്നു. പക്ഷേ, ഒരിക്കലും അവർ വിവേകം കയ്യടക്കുകയോ ജീവിത ത്തിൽ വെളിച്ചം കൊണ്ടുവരികയോ ചെയ്തിട്ടില്ല. പണ്ടത്തെപോലെ റഷ്യ ഇപ്പോഴും ഒരു മാറാരോഗം കൊണ്ട് കഷ്ടപ്പെട്ടുകൊണ്ടിരിക്കുന്നു. ആഭാ സന്മാരുടെ എണ്ണത്തിലും അമിതമായ വർദ്ധനവ്. നമ്മൾ തൊഴിലാളികൾ അവരുടെ തിക്കിലും തിരക്കിലും സന്തോഷം കണ്ടെത്തുന്നു. എന്റെ അദ്ധ്യാപകൻ ഒരു സേവകനാണെന്ന് ഞാൻ വീണ്ടും പറയുന്നു. മേയ

റുടെ ആജ്ഞകൾ അനുസരിക്കാൻ നിർബ്ബന്ധിതനായ ബുദ്ധിയും സ്വഭാവവും ഇല്ലാത്ത ഒരു ജന്തു. എന്നാൽ ഞാൻ സമൂഹത്തിന്റെ ജോലിക്കാരുടെ കൂട്ടത്തിലെ ഒരു കോമാളി. നഗരത്തിൽ പ്രശസ്തി എന്നെ പിന്തുടരുന്നുണ്ട്. ഞാൻ നിരത്തിലൂടെ നടന്നാൽ ഒരു ഡ്രൈവർ മറ്റൊരു ഡ്രൈവറോട് പറയുന്നത്. കേൾക്കാം "ആ പോകുന്നത് യോഷോവാണ്. അയാൾ ഭയങ്കര ബുദ്ധിമാനാണ്. അയാൾ ചുമയ്ക്കുന്നത് പോലും ബുദ്ധിപൂർവ്വമാണ്. "അതേ! പക്ഷേ, ഇതുപോലും എളുപ്പത്തിൽ നേടിയെടുക്കാമ്പറ്റില്ല."

യോഷോവിന്റെ മുഖത്ത് പരുഷമായ ഒരു വിഡ്ഢിച്ചിരി പരന്നു. അയാൾ ചുണ്ടുകൾകൊണ്ട് മാത്രം നിശ്ശബ്ദമായി ചിരിക്കാൻ ആരംഭിച്ചു. ഫോമായ്ക്ക് അയാളുടെ സംസാരം മനസ്സിലായില്ല. അവസാനം എന്തെങ്കിലും പറയാൻ വേണ്ടി അയാൾ തോന്നിയപോലെ ഒരു അഭിപ്രായം പറഞ്ഞു.

"അപ്പോൾ നീ ലക്ഷ്യം പിടിച്ച സ്ഥലത്ത് നിന്റെ അമ്പ് കൊണ്ടില്ല. അല്ലേ?"

"അതെ, വളരെ മുകളിലെത്തുമെന്ന് ഞാൻ വിചാരിച്ചു. ഞാൻ അങ്ങനെ എത്തേണ്ടവനാണ്! എത്തേണ്ടവനാണെന്ന് ഞാൻ പറയും!"

അയാൾ കസേരയിൽ നിന്ന് ചാടി എഴുന്നേറ്റു. തുളച്ചിറങ്ങുന്ന ശബ്ദത്തിൽ ചുറുചുറുക്കോടെ സംസാരിച്ചുകൊണ്ട് മുറിയിൽ ഓടിനടക്കാൻ തുടങ്ങി:

"പക്ഷേ, ഒരാൾക്ക് ജീവിതത്തിൽ സ്വയം നിഷ്കളങ്കനായി തുടരാനും ജീവിതത്തിൽ സ്വതന്ത്രമനുഷ്യനായിരിക്കാനും നിശ്ചയമായും വളരെ കൂടുതൽ ശക്തി വേണം! എനിക്ക് അതെല്ലാം ഉണ്ട്! എനിക്ക് അത് ഉണ്ടായിരുന്നു. എനിക്ക് വിവേകം ഉണ്ടായിരുന്നു. എനിക്ക് വേണ്ടത്ര വഴക്കം ഉണ്ടായിരുന്നു. എനിക്ക് ഇപ്പോൾ യാതൊരു തരത്തിലും ആവശ്യമില്ലാത്ത ചില കാര്യങ്ങൾ പഠിക്കാൻ വേണ്ടി അതു മുഴുവൻ ഞാൻ ചെലവഴിച്ചു. എന്റെ ഉള്ളിലുള്ള ഏതോ കാര്യം സംരക്ഷിച്ചു.നിർത്തുന്നതിനുവേണ്ടി ഞാൻ എന്നെ പൂർണ്ണമായും ഇല്ലാതാക്കി. ഞാനും എന്നോടൊപ്പമുള്ള മറ്റ് പലരും ജീവിതത്തിനുവേണ്ടി എന്തെങ്കിലും സമ്പാദിച്ചുകൂട്ടാനുള്ള ഉദ്ദേശ്യത്തിൽ സ്വയം കൊള്ളയടിച്ചു. അതൊന്ന് ആലോചിച്ചുനോക്കൂ! എന്നെ ഒരു മൂല്യമുള്ള മനുഷ്യനാക്കാൻ സ്വയം ആഗ്രഹിച്ചിട്ട് ഞാൻ എല്ലാ രീതിയിലും എന്റെ വ്യക്തിത്വത്തെ വില കുറച്ചുകണ്ടു. പട്ടിണി കിടന്ന് മരിക്കാതിരിക്കാനും പഠിക്കാനും വേണ്ടി ഞാൻ തുടർച്ചയായി ആറുവർഷം മരത്തലയന്മാരെ എഴുതാനും വായിക്കാനും പഠിപ്പിച്ചു. എനിക്ക് ധാരാളം അമ്മമാരുടെയും അച്ഛന്മാരുടെയും അറപ്പും വെറുപ്പും സഹിക്കേണ്ടിവന്നു. അവർ യാതൊരു നിയന്ത്രണവുമില്ലാതെ എന്നെ അപമാനിച്ചു. എന്റെ ഭക്ഷണം സമ്പാദിക്കുന്നതിനിടയിൽ എനിക്ക് എന്റെ ബൂട്ടുകൾ സമ്പാദിക്കാനുള്ള സമയം കിട്ടിയില്ല. എന്റെ ദാരിദ്ര്യത്തിന്റെ ബലത്തിൽ നാണം കെട്ട ആവലാതികളുമായി പരോപകാരം നടത്തുന്ന സ്ഥാപനങ്ങളെ എനിക്ക് ആശ്രയിക്കേണ്ടിവന്നു. ഒരാളുടെ ശരീരത്തിന്റെ ജീവിതത്തെ

താങ്ങിനിർത്തുമ്പോൾ അയാളുടെ ആത്മാവിനെ നിങ്ങൾ എത്രമാത്രം കൊല്ലുന്നുണ്ടെന്ന് മനുഷ്യസ്നേഹികൾ മനസ്സിലാക്കിയിരുന്നെങ്കിൽ! അവർ കൊടുക്കുന്ന ഓരോ റൂബിളിലെയും തൊണ്ണൂറ്റി ഒൻപതുകോപ്പാക്കിലും അയാളുടെ ആത്മാവിലുള്ള വിഷം ഉണ്ടെന്ന് അവർ മനസ്സിലാക്കിയിരുന്നെങ്കിൽ! അവരുടെ പവിത്രമായ പ്രവർത്തനത്തിൽ നിന്നും അവർ വലിച്ചെടുക്കുന്ന അഹംഭാവത്തിന്റെയും അനുകമ്പയുടെയും ആധിക്യത്തിൽ നിന്ന് അവർക്ക് അടർന്നുമാറ്റാൻ കഴിഞ്ഞിരുന്നെങ്കിൽ! ഈ ലോകത്ത് ഭിക്ഷ സ്വീകരിക്കുന്നവനേക്കാൾ ദുരിതം അനുഭവിക്കുന്നവനായി മറ്റാരും ഇല്ലെന്നുള്ള ഭാവത്തിൽ ഭിക്ഷ കൊടുക്കുന്നവൻ ആരായാലും അവനേക്കാൾ അറപ്പും വെറുപ്പും ഉണ്ടാക്കുന്നവനായി ഈ ലോകത്ത് മറ്റാരും ഇല്ല."

യോഷോവ് ഭ്രാന്ത് പിടിച്ച ഒരു മദ്യപാനിയെപോലെ മുറിയിലാകെ ആടിയാടി നടന്നു. അയാളുടെ പാദങ്ങൾക്കടിയിൽ കടലാസുകൾ കീറിപ്പറിഞ്ഞുകൊണ്ടിരുന്നു. അയാൾ പല്ലുഞെരിച്ചു. തലകുലുക്കി. അയാൾ രണ്ടു കൊച്ചുപക്ഷിയുടെ ഒടിഞ്ഞ ചിറകുകൾ പോലെ അന്തരീക്ഷത്തിൽ വീശിക്കൊണ്ടിരുന്നു. മൊത്തത്തിൽ അയാൾ ഒരു കുട്ടകത്തിലെ ചൂടുവെള്ളത്തിൽ കിടന്ന് വേവുകയാണെന്ന് തോന്നി. ഫോമായ്ക്ക് യോഷോവിനോട് അനുകമ്പ തോന്നി. അതേസമയം അയാൾ ബുദ്ധിമുട്ടുന്നതിൽ അയാൾക്ക് സന്തോഷവും ഉണ്ടായിരുന്നു.

"ഞാൻ തനിച്ചല്ല. അവനും ബുദ്ധിമുട്ടുന്നുണ്ട്" യോഷോവ് സംസാരിച്ചുകൊണ്ടിരിക്കുമ്പോൾ ഫോമാ വിചാരിച്ചു. യോഷോവിന്റെ തൊണ്ടയിൽ നിന്ന് എണ്ണയിടാത്ത വിജാഗിരിയുടെ ശബ്ദംപോലെ ഒരു ശബ്ദം പുറത്തുവന്നു.

"ഞാൻ മനുഷ്യരുടെ അനുകമ്പയുടെ വിഷം കൊണ്ടാണ് നശിച്ചത്. വേണ്ടരീതിയിലുള്ള അഭിനന്ദനം കിട്ടാത്തുകൊണ്ടാണ് കൂടുതൽ ആളുകളും നശിക്കുന്നതെന്ന് നീ മനസ്സിലാക്കിയിട്ടുണ്ടോ? പലരുടേയും നാശം ക്ഷയരോഗം കൊണ്ടല്ല. ഒരുപക്ഷേ, ജനനേതാക്കന്മാർ ജില്ലകളുടെ മേൽനോട്ടം വഹിക്കാനുള്ള കാരണം അതായിരിക്കാം."

"ജില്ലകളുടെ മേൽനോട്ടം ആരെങ്കിലും വഹിക്കട്ടെ!" ഫോമാ കൈമലർത്തിക്കൊണ്ട് പറഞ്ഞു. "നീ നിന്റെ കാര്യങ്ങൾ സംസാരിക്ക്."

"എന്നെപ്പറ്റി എന്തുപറയാൻ! ഞാൻ ഇവിടെ നില്ക്കുകയല്ലേ!" മുറിയുടെ നടുക്ക് നടത്തം നിർത്തി രണ്ടു കൈകൊണ്ടും നെഞ്ചത്തടിച്ചുകൊണ്ട് യോഷോവ് പറഞ്ഞു. എനിക്ക് നേടാൻ കഴിയുന്നതെല്ലാം നേടിക്കഴിഞ്ഞു. ഞാൻ ജനങ്ങളെ വിനോദിപ്പിക്കുന്നവൻ എന്ന പദവി നേടിക്കഴിഞ്ഞു. അതാണ് എനിക്ക് ചെയ്യാൻ പറ്റുന്ന ഒരേ ഒരു കാര്യം! ചെയ്യേണ്ടതെന്താണെന്ന് അറിഞ്ഞുകൊണ്ട് അത് ചെയ്യാൻ കഴിയാത്ത അവസ്ഥ! ചെയ്യേണ്ട കാര്യങ്ങൾ ചെയ്യാനുള്ള ശക്തി ഇല്ലാത്ത അവസ്ഥ! അത് പീഡനം ആണ്."

"അത് ശരിയാണ്! ഞാനൊന്ന് പറയട്ടെ!" ഫോമാ ആവേശത്തോടെ

പറഞ്ഞു. "ഒരാൾക്ക് ശാന്തമായി ജീവിക്കാൻ എന്താണ് ചെയ്യേണ്ടതെന്ന് പറഞ്ഞുതരൂ. അതായത് സ്വയം സംതൃപ്തനാകാൻ എന്താണ് വേണ്ടത്?"

ഫോമായ്ക്ക് ഈ സംസാരം അർത്ഥശൂന്യമായ കോലാഹലം ആണെന്ന് തോന്നി. അത് അയാളുടെ ഹൃദയത്തിൽ വികാരങ്ങളുടെ വേലിയേറ്റം ഉണ്ടാക്കാതെ മനസ്സിൽ ചിന്തകൾ ഒന്നും ഉണർത്താതെ മരിച്ചുമണ്ണടിഞ്ഞു.

"നിങ്ങൾ എപ്പോഴും നിങ്ങൾക്ക് നേടാൻ കഴിയാത്ത എന്തെങ്കിലും കാര്യത്തോട് പ്രണയത്തിലായിരിക്കണം. ഒരു മനുഷ്യൻ മുകളിലോട്ട് നിവർന്നു നിന്ന് എത്തിനോക്കിക്കൊണ്ടിരുന്നാൽ അയാളുടെ പൊക്കം വർദ്ധിക്കും."

ഇപ്പോൾ അയാളെപ്പറ്റി സ്വയം സംസാരിക്കുന്നത് യോഷോവ് അവസാനിപ്പിച്ചു. അയാൾ വ്യത്യസ്തമായ ഒരു ശബ്ദത്തിൽ കൂടുതൽ ശാന്തമായി സംസാരിക്കാൻ തുടങ്ങി. അയാളുടെ ശബ്ദം തീരുമാനം എടുത്ത മട്ടിൽ ഉറപ്പുള്ളതായിരുന്നു. അയാളുടെ മുഖഭാവത്തിൽ ആത്മവിശ്വാസം നിഴലിച്ചു. അയാൾ കൈവിരലുകൾ ഉയർത്തിക്കൊണ്ട് മുറിയുടെ നടുക്ക് അനങ്ങാതെ നിന്നുവായിക്കുന്നതുപോലെ അയാൾ സംസാരിക്കാൻ തുടങ്ങി.

'മനുഷ്യർ പൂർണ്ണതൃപ്തിക്കുവേണ്ടി അദ്ധ്വാനിക്കുന്നതുകാരണം അവർ അധഃപതിക്കുന്നുണ്ട്. തൃപ്തി ശരീരത്തിന്റെ സന്തുഷ്ടിയായതുകൊണ്ട് നല്ലതുപോലെ ഭക്ഷണം കഴിക്കുന്ന മനുഷ്യൻ ഒരു മൃഗമാണ്. മനസ്സിന്റെ സംതൃപ്തിയും മനുഷ്യനെ മൃഗമാക്കി മാറ്റും."

അയാളുടെ മൊത്തം ഞരമ്പുകളും പേശികളും ഒരിക്കൽക്കൂടി പെട്ടെന്ന് വലിഞ്ഞു മുറുകിയതുപോലെ വീണ്ടും അസ്വസ്ഥനായി മുറിക്കുള്ളിൽ ഓടി നടന്നുകൊണ്ട് യോഷോവ് സംസാരിക്കാൻ തുടങ്ങി.

"സ്വയം സംതൃപ്തനായ ഒരു മനുഷ്യൻ സമൂഹത്തിലെ നെഞ്ചിലെ ഉറപ്പുള്ള ഒരു മുഴയാണ്. അയാൾ എന്റെ ബദ്ധശത്രു ആണ്. അയാൾ അയാളുടെ ഉള്ളിൽ വലിച്ചുപോയ വിവേകം കുത്തിനിറയ്ക്കുന്നു. ഒരു പിശുക്കിയായ വീട്ടമ്മയുടെ ഒരു തരത്തിലും അവർക്ക് പ്രയോജനമില്ലാത്ത ചപ്പുചവറുകൾ കുത്തിനിറച്ച സ്റ്റോർമുറി പോലെയാണ് ആ മനുഷ്യൻ നിലനില്ക്കുന്നത്. അയാളുടെ വിലകുറഞ്ഞ സത്യങ്ങളെ അയാളുടെ ഉള്ളിൽ നിറച്ചുവയ്ക്കുന്നു. ഇത്തരം ഒരു മനുഷ്യന്റെ വാതിൽ നിങ്ങൾ തുറക്കുകയാണെങ്കിൽ ചീഞ്ഞുനാറുന്ന മണം നിങ്ങളുടെ മുഖത്തടിക്കും. നിങ്ങൾ ശ്വസിക്കുന്ന വായുവിലേക്ക് വളിച്ചുനാറിയ ചപ്പുചവറുകൾ ഒരു അരുവിപോലെ ഒഴുകിയെത്തും. ഈ ഭാഗ്യദോഷികളായ മനുഷ്യർ അവരെ ഉറച്ച സ്വഭാവമുള്ള മനുഷ്യരായി സ്വയം പരിഗണിക്കും., അവർ ഉറച്ച ആദർശങ്ങളും വിശ്വാസങ്ങളും ഉള്ളവരാണെന്ന് സ്വയം വിലയിരുത്തും. വിശ്വാസങ്ങൾ അവരുടെ ദരിദ്രമായ ആത്മാവിന്റെ നഗ്നതയെ മൂടാനുള്ള വസ്ത്രങ്ങളാണെന്ന് അവരിൽ ഒരാൾപോലും മനസ്സിലാക്കുന്നില്ല. ഇത്തരം മനുഷ്യരുടെ മെലിഞ്ഞ പുരികങ്ങൾക്കു മുകളിൽ എല്ലാവർക്കും പരിചി

തമായ വിവരണം തിളങ്ങുന്നുണ്ടാകും. ശാന്തതയും ആത്മവിശ്വാസവും. എത്രമാത്രം തെറ്റായ വിവരണം! അവരുടെ നെറ്റിയിൽ അമർത്തി തുടയ്ക്കുകയാണെങ്കിൽ നിങ്ങൾക്ക് ശരിയായ വിവരണം വായിക്കാൻ പറ്റും."

ഇടുങ്ങിയ ചിന്തയും ആത്മാവിന്റെ ദൗർബ്ബല്യവും!

യോഷോവ് മുറിക്കുള്ളിൽ കോലാഹലം ഉണ്ടാക്കുന്നത് ശ്രദ്ധിച്ചുകൊണ്ട് ഫോമാ ദുഃഖത്തോടെ ആലോചിച്ചു.

"അവൻ ചീത്ത പറയുന്നത് ആരെ ആണ്? എനിക്ക് മനസ്സിലാകുന്നില്ല. പക്ഷേ, അവന് ഭയങ്കരമായി മുറിവേറ്റിട്ടുണ്ടെന്ന് എനിക്ക് മനസ്സിലാക്കാൻ കഴിയുന്നുണ്ട്."

"ഞാൻ ഇതുപോലെയുള്ള എത്ര മനുഷ്യരെ കണ്ടിരിക്കുന്നു!" യോഷോവ് പകയോടെ പറഞ്ഞു. അയാളുടെ ശബ്ദത്തിൽ ഭയം ഉണ്ടായിരുന്നു. "ഈ ചില്ലറ കച്ചവടങ്ങൾ ജീവിതത്തിൽ എന്തുമാത്രം വർദ്ധിച്ചിരിക്കുന്നു. അവിടെ ശവം മൂടാനുള്ള തുണിയും ടാറും മിഠായിയും പാറ്റകളും നശിപ്പിക്കുന്ന ബോറോക്സും ഉണ്ടാകും. പക്ഷേ, പുതുമയും ചൂടും സുഖവും നല്കുന്ന ഒന്നുംതന്നെ നിങ്ങൾക്ക് അവിടെ കണ്ടെത്താൻ കഴിയില്ല. നിങ്ങൾ ഏകാന്തതയുടെ വേദനയുള്ള തളർന്ന ആത്മാവുമായി അവരുടെ അടുത്തുപോകുന്നു. ജീവിതമുള്ള എന്തെങ്കിലും കാര്യം കഴിക്കാൻ വേണ്ടിയുള്ള ദാഹത്തോടെയാണ് നിങ്ങൾ അവിടെ പോകുന്നത്. അവർ നിങ്ങൾക്ക് ചവച്ചരച്ച പുഴുക്കളെ നല്കുന്നു. അവർ നിങ്ങൾക്ക് കാലപ്പഴക്കം കൊണ്ട് പുളിച്ചു പോയ പുസ്തകങ്ങളിൽ നിന്നുള്ള ചിന്തകൾ തരുന്നു. ഈ വരണ്ടുപോയ ജീർണ്ണിച്ച ചിന്തകൾ എല്ലാ സമയത്തും അങ്ങേയറ്റം ദരിദ്രമാണ്. അവയെ ആവിഷ്കരിക്കാൻ ധാരാളം ഒച്ചപ്പാട് ഉണ്ടാക്കുന്ന അർത്ഥശൂന്യമായ വാക്കുകൾ ആവശ്യമാണ്. അത്തരം ഒരു മനുഷ്യൻ സംസാരിക്കുമ്പോൾ ഞാൻ സ്വയം പറയും. അവിടെ ധാരാളം മണികെട്ടിയ നല്ല ഭക്ഷണം ഉണ്ടെങ്കിലും കൂടുതൽ വെള്ളം കുടിപ്പിക്കുന്ന ഒരു പെൺകുതിര പോകുന്നുണ്ട്. അവൾ നഗരത്തിൽ നിന്ന് ഒരു വണ്ടി ചവറു കയറ്റിക്കൊണ്ട് പോകുകയാണ്. ആ ദുരിതം പിടിച്ച ജന്തു അവളുടെ വിധിയിൽ പൂർണ്ണസംതൃപ്തി ഉള്ളവളാണ്."

"അവർ അപ്പോൾ പ്രയോജനം ഇല്ലാത്ത മനുഷ്യരാണ്." ഫോമാ പറഞ്ഞു.

"അല്ല അവർ പ്രയോജനം ഇല്ലാത്തവരല്ല. ഒരിക്കലും അല്ല! മനുഷ്യർ എങ്ങനെ ആകരുതെന്നതിന്റെ ഉദാഹരണമായി അവർ നിലനില്ക്കണം. സത്യം പറഞ്ഞാൽ അവരുടെ ശരിയായ സ്ഥലം എല്ലാത്തരം വികൃതജന്തുക്കളേയും പലതരം അസാധാരണ വ്യതിയാനങ്ങളേയും ഭദ്രമായി സൂക്ഷിക്കുന്ന ശരീരശാസ്ത്രകാഴ്ച ബംഗ്ലാവുകളിലാണ്. ജീവിതത്തിൽ ഉപയോഗം ഇല്ലാത്ത ഒന്നുംതന്നെ ഇല്ല. ഞാൻ പോലും ആവശ്യമുള്ള ഒരു കാര്യം ആണ്! ജീവിതത്തിന്റെ മുമ്പിൽ അടിമയുടെ ഭീരുത്വം ആത്മാവിൽ ഉള്ളവരും ഹൃദയത്തിന്റെ സ്ഥാനത്ത് അവനവനോടുള്ള അതിരു കടന്ന ആരാധന ഉള്ളവരുമായ മനുഷ്യർ മാത്രമാണ് ഉപയോഗ

മില്ലാത്തവരായി ലോകത്തുള്ളത്. പക്ഷേ, എനിക്ക് എന്റെ വെറുപ്പ് കോരി ഒഴിക്കാൻ വേണ്ടി അവർ പോലും ആവശ്യമുള്ളവരാണ്.”

നേരം വൈകുന്നതുവരെ യോഷോവ് ആവേശത്തിലായിരുന്നു. അയാൾ വെറുക്കുന്ന മനുഷ്യരെ അയാൾ നിന്ദിച്ചുകൊണ്ടിരുന്നു. അതിന്റെ ഉള്ളടക്കം ഫോമായ്ക്ക് വ്യക്തമായില്ലെങ്കിലും അവരുടെ പൈശാചികമായ ചൂട് അയാളിലേക്ക് പകർന്നു. ഈ ചൂട് എതിർക്കാനുള്ള ആഗ്രഹത്തെ അയാളിലേക്ക് ക്ഷണിച്ചുകൊണ്ടുവന്നു. ചിലപ്പോൾ അയാളുടെ ഉള്ളിൽ യോഷോവിനോടുള്ള അവിശ്വാസം മുളപൊട്ടി. അത്തരം ഒരുനിമിഷത്തിൽ ഫോമാ യോഷോവിനോട് തുറന്നു ചോദിച്ചു.

“സമ്മതിച്ചു! നിനക്ക് ഇതുപോലെ മനുഷ്യരുടെ മുഖത്തു നോക്കി സംസാരിക്കാൻ പറ്റുമോ?”

“സന്ദർഭം കിട്ടുമ്പോഴെല്ലാം ഞാൻ അത് ചെയ്യാറുണ്ട്. എല്ലാ ഞായറാഴ്ചത്തെ പത്രത്തിലും നിങ്ങൾക്ക് അത് കാണാം. നിനക്ക് ഇഷ്ടമാണെങ്കിൽ ചിലത് ഞാൻ വായിച്ച് കേൾപ്പിക്കാം.”

ഫോമായുടെ മറുപടിക്ക് കാത്തുനില്ക്കാതെ അയാൾ ഭിത്തിയിൽനിന്നും ഏതാനും പത്രങ്ങൾ കീറിയെടുത്തു. വീണ്ടും മുറിക്കുള്ളിൽ ചുറ്റിക്കറങ്ങിക്കൊണ്ട് അയാൾ ഫോമായ്ക്ക് വേണ്ടി അവ വായിക്കാൻ തുടങ്ങി. അയാൾ അട്ടഹസിച്ചു. അയാൾ മുറുമുറുത്തു. അയാൾ പൊട്ടിച്ചിരിച്ചു. ചങ്ങല വലിച്ചുപൊട്ടിക്കാൻ ശ്രമിച്ച് പരാജയപ്പെട്ട നായയെപോലെ ദേഷ്യത്തോടെ പല്ലിളിച്ചുകാണിച്ചു. കൂട്ടുകാരന്റെ സൃഷ്ടിയുടെ പൊരുൾ ഫോമായ്ക്ക് മനസ്സിലായില്ല. അവയുടെ സാഹസികമായ ധിക്കാരവും തുളച്ചിറങ്ങുന്ന പരിഹാസവും തീക്ഷ്ണമായ പകയും ഫോമായ്ക്ക് അനുഭവിക്കാൻ കഴിഞ്ഞിരുന്നു.

“ഗാംഭീര്യം!” പ്രത്യേകതയുള്ള ഒരു പദപ്രയോഗം കണ്ടെത്തിക്കൊണ്ട് അയാൾ ഉറക്കെ പറഞ്ഞു. “അത് ബുദ്ധിപൂർവ്വം ലക്ഷ്യത്തിലെത്തുന്നുണ്ട്.” ഇടയ്ക്കിടയ്ക്ക് അയാളുടെ മുന്നിലൂടെ ചിലപ്പോൾ രൂക്ഷമായും ചിലപ്പോൾ സാഹസികമായും ചിലപ്പോൾ ആദരവോടും സൂചിപോലെ മുനയുള്ള മുള്ളുകൊണ്ട് യോഷോവ് കുത്തിക്കൊണ്ടിരുന്ന പരിചിതമായ കച്ചവടക്കാരുടെയും പ്രശസ്തരായ മറ്റാളുകളുടെയും പേരുകൾ തിളങ്ങുന്നുണ്ടായിരുന്നു.

ഫോമായുടെ അംഗീകാരവും സംതൃപ്തി എരിയുന്ന അയാളുടെ കണ്ണുകളും അയാളുടെ ആവേശം തുളുമ്പുന്ന മുഖവും യോഷോവിന് കൂടുതൽ പ്രചോദനം നല്കി. അയാൾ ചിലപ്പോൾ തളർന്ന് കസേരയിൽ ഇരുന്നു. വീണ്ടും ചാടി എഴുന്നേറ്റ് വിളിച്ചുകൂവിക്കൊണ്ട് ഫോമായുടെ അടുത്തേക്ക് പാഞ്ഞുചെന്നു.

“ഇപ്പോൾ എന്റെ കാര്യം വായിക്കരുതോ?” കേൾക്കാനുള്ള ആഗ്രഹത്തോടെ ഫോമാ ചോദിച്ചു. യോഷോവ് പത്രങ്ങളുടെ കൂനയ്ക്കുള്ളിൽ പരതി ഒരെണ്ണം കീറിയെടുത്തു. അയാൾ ഫോമായുടെ മുമ്പിൽ രണ്ടു കൈകൊണ്ടും പത്രം നിവർത്തിപ്പിടിച്ച് കാലുകൾ കവച്ചുവെച്ച് നിലയു

റപ്പിച്ചു. ഫോമാ ഒടിഞ്ഞ ഇരിപ്പടമുള്ള കസേരയിൽ പുഞ്ചിരിച്ചുകൊണ്ട് ചാരി ഇരുന്നു.

ഫോമായെ പറ്റിയുള്ള വിവരണം ചങ്ങാടത്തിലെ മദ്യപാനത്തോടെയാണ് ആരംഭിച്ചത്. അത് വായിച്ചുകൊണ്ടിരിക്കുമ്പോൾ ചില പ്രത്യേക വാക്കുകൾ അയാളെ കൊതുകിനെപ്പോലെ കുത്തിനോവിക്കുന്നത് ഫോമായ്ക്ക് അനുഭവിക്കാൻ കഴിഞ്ഞിരുന്നു. അയാളുടെ മുഖത്തെ ഗൗരവം വർദ്ധിച്ചു. അയാൾ നിശ്ശബ്ദനായി തലകുനിച്ചിരുന്നു. കൊതുകുകളുടെ എണ്ണം കൂടിക്കൊണ്ടിരുന്നു.

"ഇതിപ്പോൾ കൂടിപ്പോയി!" ഒടുവിൽ അസംതൃപ്തിയോടെ അയാൾ പറഞ്ഞു. അയാൾ അസ്വസ്ഥനായിരുന്നു. "ഒരു മനുഷ്യനെ നാണം കെടുത്താൻ അറിയുന്നതുകൊണ്ടുമാത്രം നിനക്ക് ദൈവത്തിന്റെ പ്രീതി ലഭിക്കില്ലെന്ന് ഉറപ്പാണ്."

"മിണ്ടാതിരിക്ക്! തീരാറായി" കൂടുതൽ സംസാരിക്കാതെ യോഷോവ് വായന തുടർന്നു.

ശല്യം ഉണ്ടാക്കുന്നതിലും അപവാദം സൃഷ്ടിക്കുന്നതിലും കച്ചവടക്കാർ സമൂഹത്തിലെ മറ്റുള്ളവരേക്കാൾ മുകളിലാണെന്ന് ലേഖനത്തിലൂടെ യോഷോവ് സ്ഥാപിച്ചിരുന്നു. "എന്തുകൊണ്ടാണ് ഇങ്ങനെ സംഭവിക്കുന്നത്?" ഈ ചോദ്യം ചോദിച്ചതിനുശേഷം യോഷോവ് സ്വയം മറുപടി പറഞ്ഞു.

"ഈ മോടി കാട്ടാനുള്ള വന്യമായ ആഗ്രഹം അലസതയേയും അമിതമായുള്ള ഊർജ്ജത്തേയും ആശ്രയിച്ചിരിക്കുന്ന കാര്യമാണെന്നാണ് എനിക്ക് തോന്നുന്നത്. അതിനോടൊപ്പം വരുന്ന സംസ്കാരമില്ലായ്മയിൽ നിന്നാണ് ഈ ആഗ്രഹം ഉണ്ടാകുന്നത്. നമ്മുടെ കച്ചവടക്കാരുടെ വർഗ്ഗം ഏറ്റവും ആരോഗ്യമുള്ളവരാണെന്നും ഏറ്റവും കൂടുതൽ അലസരാണെന്നുമുള്ള കാര്യത്തിൽ ആർക്കും സംശയം ഉണ്ടാകില്ല."

"അത് സത്യമാണ്! മുഷ്ടിചുരുട്ടി മേശപ്പുറത്തിടിച്ചുകൊണ്ട് ഫോമാ ഉറക്കെ പറഞ്ഞു. "അത് സത്യമാണ്! എനിക്ക് ഒരു കാളയുടെ ശക്തിയുണ്ട്. പക്ഷേ, ഞാൻ ഒരു കുരുവിയുടെ ജോലി പോലും ചെയ്യുന്നില്ല."

"കച്ചവടക്കാരൻ എവിടെയാണ് അവന്റെ ഊർജ്ജം ചെലവാക്കുന്നത്? അയാൾക്ക് എക്സ്ചെയിഞ്ചിൽ അധികമൊന്നും ചെലവാക്കാൻ പറ്റില്ല. അതുകൊണ്ട് അയാളുടെ അധികം വരുന്ന പേശിബലത്തിന്റെ മൂലധനം അയാൾ കബാക്കിയിലെ മദ്യശാലകളിൽ കുടിച്ചുമറിഞ്ഞ് ധൂർത്തടിക്കുന്നു. കാരണം അയാൾക്ക് അയാളുടെ ശക്തിയുടെ മറ്റ് ഉപയോഗങ്ങൾ അറിയില്ല. അവ കൂടുതൽ ഫലം നല്കുന്നതും ജീവിതത്തിൽ കൂടുതൽ പ്രയോജനപ്പെടുന്നതുമാണ്. അയാൾ ഇപ്പോഴും ഒരു മൃഗമാണ്. ജീവിതം അയാൾക്ക് ഒരു കൂടായി മാറിക്കഴിഞ്ഞിരിക്കുന്നു. അയാളുടെ ഗംഭീര ആരോഗ്യവും വഴിവിട്ട ജീവിതത്തിനുള്ള അഭിരുചിയും ചേരുമ്പോൾ ഈ കൂട് അയാൾക്ക് വളരെ കൂടുതൽ ഇടുങ്ങിപ്പോയതായി അനുഭവപ്പെടുന്നു. സംസ്കാരത്തിന്റെ തടസ്സം ഉണ്ടെങ്കിലും അയാൾ ഉടൻതന്നെ ഒരു നെറി

കെട്ട ജീവിതം ആരംഭിക്കുന്നു. ഒരു കച്ചവടക്കാരന്റെ ധാർമ്മികമായ അധഃപതനം എപ്പോഴും കൂട്ടിലടയ്ക്കപ്പെട്ട ഒരു മൃഗത്തിന്റെ എതിർപ്പാണ്. തീർച്ചയായും ഇത് മോശം കാര്യം ആണ്. ഈ മൃഗത്തിന് അതിന്റെ ശക്തി കൂടാതെ കുറച്ച് ബുദ്ധികൂടി ഉണ്ടെങ്കിൽ ഈ എതിർപ്പ് കൂടുതൽ മോശമായിരിക്കും. എന്നെ വിശ്വസിക്കാം. അപ്പോൾ പോലും അയാൾ അപവാദങ്ങൾ ഉണ്ടാക്കുന്നത് അവസാനിപ്പിക്കില്ല. പക്ഷേ, അവയെല്ലാം അപ്പോൾ ചരിത്രസംഭവങ്ങൾ ആയിരിക്കും. ദൈവം നമ്മളെ അത്തരം സംഭവങ്ങളിൽ നിന്ന് രക്ഷിക്കുന്നു. കാരണം അവ ഉദ്ഭവിക്കുന്നത് കച്ചവടക്കാരന്റെ അധികാരത്തിലുള്ള ദാഹത്തിൽ നിന്നാണ്. അവരുടെ ലക്ഷ്യം ഒരു വർഗ്ഗത്തിന്റെ പരമാധികാരം ആയിരിക്കും. അയാളുടെ ലക്ഷ്യം നേടുന്നതിനുള്ള വഴിയെ പറ്റി കച്ചവടക്കാരന് പിടിവാശി ഉണ്ടാകില്ല.

"ശരി, നീ എന്തുപറയുന്നു? ഇത് സത്യം അല്ലേ?" വായിച്ചുകഴിഞ്ഞ പത്രം ഒരുവശത്തേക്ക് എറിഞ്ഞുകൊണ്ട് യോഷോവ് ചോദിച്ചു.

"എനിക്ക് അവസാനം മനസ്സിലായില്ല." ഫോമാ മറുപടി പറഞ്ഞു. "ശക്തിയുടെ കാര്യം സത്യമാണ്! എന്റെ ശക്തിക്ക് ഒരുതരത്തിലുള്ള ആവശ്യവും ഇല്ലാത്തതുകൊണ്ട് എനിക്ക് അതിനെ എവിടെയാണ് പ്രയോജനപ്പെടുത്താൻ കഴിയുന്നത്? എനിക്ക് കൊള്ളക്കാരുമായി യുദ്ധം ചെയ്യേണ്ടിവരും. അല്ലെങ്കിൽ ഞാൻ സ്വയം ഒരു കൊള്ളക്കാരനാകണം. അത് ചെയ്യുന്നത് തലകൊണ്ടാകരുത്. കയ്യും നെഞ്ചും കൊണ്ടായിരിക്കണം. എന്നാൽ ഇവിടെ ഞങ്ങൾക്ക് എക്സ്ചെയ്ഞ്ചിൽ പോകണം. ഒരു റൂബിൾ ഉണ്ടാക്കുന്നതിനുള്ള ലക്ഷ്യത്തോടെ നല്ലപോലെ പരിശ്രമിക്കണം. അതിന് ഞങ്ങൾക്ക് വേണ്ടത് എന്താണ്? ജീവിതം എല്ലാക്കാലത്തേക്കും ഈ രീതിയിൽ ക്രമീകരിച്ചിരിക്കുകയാണോ? എല്ലാവരും ദുഃഖിതരാണെങ്കിൽ ഈ ജീവിതം എന്തുതരം ജീവിതമാണ്? എല്ലാവർക്കും ഇത് കൂടുതൽ ഇടുങ്ങിയതാണെന്ന് തോന്നിയാൽ ഈ ജീവിതം എന്തുതരം ജീവിതമാണ്? ജീവിതം മനുഷ്യന്റെ അഭിരുചിക്ക് അനസുരിച്ചുള്ളതായിരിക്കണം. എനിക്ക് അത് ഇടുങ്ങിയതാണെങ്കിൽ ഞാൻ അതിനെ വേർപെടുത്തിക്കൊണ്ട് കൂടുതൽ സ്ഥലം കണ്ടെത്തണം. ഞാൻ അത് തകർത്തതിനുശേഷം വീണ്ടും നിർമ്മിക്കണം. പക്ഷേ, അതിന് ഞാൻ തലകുലുക്കി സമ്മതിക്കണം. അവിടെയാണ് കുഴപ്പം കിടക്കുന്നത്! ജീവിതം കൂടുതൽ സ്വതന്ത്രമാകാൻ എന്താണ് ചെയ്യേണ്ടത്? അത് എനിക്ക് മനസ്സിലാകുന്നില്ല."

"ശരിയാണ്!" യോഷോവ് പറഞ്ഞു. "അതായത് നീ ചെന്നുനില്ക്കുന്നത് അവിടെയാണ്! അത് ഒരു നല്ല കാര്യം ആണ്. നീ എന്തെങ്കിലും വായിക്കാറുണ്ടോ?"

"ഇല്ല. ഞാൻ പുസ്തകങ്ങൾ ശ്രദ്ധിക്കാറില്ല. ഞാൻ ഒരു പുസ്തകവും വായിച്ചിട്ടില്ല."

"അതുകൊണ്ടാണ് നീ അവയെ ശ്രദ്ധിക്കാത്തത്."

"എനിക്ക് അത് വായിക്കാൻ പേടിയാണ്. എനിക്ക് ഒരു പെൺകുട്ടിയെ അറിയാം. പുസ്തകം അവളോടൊപ്പം കുടിക്കുന്നതിനേക്കാൾ

മോശം കാര്യമാണ്. ഒരു മനുഷ്യൻ ഏതോ ഒരുകാര്യം സങ്കല്പിച്ച് ആ കാര്യം അച്ചടിച്ചിറക്കുന്നു. മറ്റുള്ളവർ അത് വായിക്കുന്നു. അത് രസമാണെങ്കിൽ അതുകൊണ്ട് കുഴപ്പം ഇല്ല. പക്ഷേ, ഒരു പുസ്തകത്തിൽ നിന്ന് ജീവിക്കാൻ പഠിക്കുന്നത് എങ്ങനെയാണ്! അത് അസംബന്ധമാണ്. അത് മനുഷ്യൻ എഴുതിയതാണ്. ദൈവം എഴുതിയതല്ല. മനുഷ്യന് അവനുവേണ്ടി എന്ത് നിയമങ്ങളും ഉദാഹരണങ്ങളുമാണ് സ്ഥാപിച്ചെടുക്കാൻ കഴിയുന്നത്?"

"അപ്പോൾ സുവിശേഷ പുസ്തകങ്ങളുടെ കാര്യം എന്തുപറയുന്നു? അവ മനുഷ്യർ എഴുതിയതല്ലേ?"

"അത് അപ്പോസ്തലന്മാർ എഴുതിയതാണ്. ഇപ്പോൾ അവർ ഇല്ല."

"അത് കൊള്ളാം. നിന്റെ വാദം ശക്തമാണ്! അപ്പോസ്തലന്മാർ ഇല്ലെന്ന് പറഞ്ഞത് സത്യമാണ്. ജൂദാസുമാർ മാത്രമാണ് അവശേഷിച്ചത്."

ഫോമായ്ക്ക് സന്തോഷം തോന്നി. കാരണം അയാളുടെ ഓരോ വാക്കും യോഷോവ് ശ്രദ്ധയോടെ കേട്ട് വിലയിരുത്തുകയാണെന്ന് അയാൾക്ക് മനസ്സിലായിരുന്നു. ജീവിതത്തിൽ ആദ്യമായി അയാളുടെ വാക്കുകൾ ശ്രദ്ധിക്കുന്നതു കണ്ടപ്പോൾ ഫോമാ ധൈര്യമായി സ്വാതന്ത്ര്യത്തോടെ മനസ്സിലെ ഭാരം കൂട്ടുകാരന്റെ മുമ്പിൽ സ്വയം ഇറക്കിവെച്ചു. യോഷോവ് അയാളെ മനസ്സിലാക്കാൻ ആഗ്രഹിക്കുന്നുണ്ടെന്നുള്ള ധാരണയിൽ സംസാരിക്കുന്ന വാക്കുകൾ തിരഞ്ഞെടുക്കുന്നതിൽ പോലും അയാൾ ശ്രദ്ധിച്ചില്ല.

"നീ ഒരു വിചിത്രജീവിയാണ്!" അവരുടെ കണ്ടുമുട്ടലിനുശേഷം രണ്ടു ദിവസം കഴിഞ്ഞ് യോഷോവ് പറഞ്ഞു. "നീ സംസാരിക്കുന്നത് ബുദ്ധിമുട്ടിയാണെങ്കിലും നിന്റെ ഉള്ളിൽ പതറാത്ത ഒരു മനസ്സുണ്ടെന്ന് തോന്നുന്നു! ജീവിതത്തിന്റെ വ്യവസ്ഥകളെ പറ്റി കുറച്ചൊക്കെ മനസ്സിലാക്കിയാൽ നീ വേണ്ടത്ര ഉറക്കെ സംസാരിക്കാം. അതെ! ഞാൻ അത് വിശ്വസിക്കുന്നു."

"പക്ഷേ സംസാരിച്ചതുകൊണ്ട് നിങ്ങൾക്ക് സ്വയം കഴുകി വൃത്തിയാക്കാൻപറ്റില്ല. അതുപോലെ നിങ്ങൾക്ക് സ്വയം സ്വതന്ത്രനാക്കാനും പറ്റില്ല." ഫോമാ നെടുവീർപ്പിട്ടുകൊണ്ട് അഭിപ്രായപ്പെട്ടു. "എല്ലാ കാര്യങ്ങളും അറിയാമെന്നും എല്ലാ കാര്യങ്ങളും ചെയ്യാൻ പറ്റുമെന്ന് ഭാവിക്കുന്ന മനുഷ്യരെപ്പറ്റി ചിലതൊക്കെ നീ പറഞ്ഞിരുന്നു. എനിക്കും അത്തരം ആളുകളെ പരിചയമുണ്ട്. ഉദാഹരണത്തിന് എന്റെ തലതൊട്ടപ്പൻ അവർക്ക് എതിരെ ഇറങ്ങിപ്പുറപ്പെടുന്നത് ഒരു നല്ലകാര്യം ആയിരിക്കും. അവരെ ശിക്ഷിക്കണം. അവർ അപകടം പിടിച്ച കൂട്ടരാണ്!"

"നീ നിന്റെ ഉള്ളിൽ ഇപ്പോൾ ഉള്ളതെല്ലാം സൂക്ഷിച്ചുവെച്ചാൽ ജീവിതം നീ എങ്ങനെ മുന്നോട്ടുകൊണ്ടുപോകുമെന്ന് എനിക്ക് സങ്കല്പിക്കാൻ പറ്റുന്നില്ല." യോഷോവ് പറഞ്ഞു.

"അത് ബുദ്ധിമുട്ടാണ്. എനിക്ക് നെഞ്ചുറപ്പില്ല. ഒരുപക്ഷേ, എനിക്ക് പെട്ടെന്ന് എന്തെങ്കിലും ചെയ്യാൻ കഴിയുമായിരിക്കും. നമ്മളിൽ ഓരോരുത്തർക്കും ജീവിതത്തിന് പരിമിതിയും ബുദ്ധിമുട്ടും ഉണ്ടെന്ന് എനിക്ക്

നല്ലവണ്ണം അറിയാം. എന്റെ തലതൊട്ടപ്പൻ അത് മനസ്സിലായിട്ടുണ്ടെന്നും എനിക്ക് അറിയാം! പക്ഷേ, അദ്ദേഹം ഈ പരിമിതിയിൽ നിന്ന് ലാഭം ഉണ്ടാക്കുന്നു. അദ്ദേഹത്തിന് അതിൽ സന്തോഷം ഉണ്ട്. അദ്ദേഹം ഒരു സൂചിപോലെ മുനയുള്ളവനാണ്., ഇഷ്ടമുള്ള സ്ഥലത്തുകൂടി എല്ലാം അദ്ദേഹം വഴി കണ്ടെത്തും. പക്ഷേ, ഞാൻ വലിപ്പവും ഭാരവും കൂടുതലുള്ള മനുഷ്യനാണ്. അതുകൊണ്ടാണ് എനിക്ക് ശ്വാസം മുട്ടുന്നത്! അതുകൊണ്ടാണ് എന്റെ ജീവിതം തടസ്സപ്പെടുന്നത്. ഒന്നുപരിശ്രമിച്ചാൽ എനിക്ക് എല്ലാ കാര്യങ്ങളിൽ നിന്നും സ്വതന്ത്രനാകാൻ പറ്റും. എന്റെ ശരീരം എന്റെ എല്ലാ ശക്തിയുമെടുത്ത് കുലുക്കിയാൽ എല്ലാ തടസ്സങ്ങളും അടർന്നുവീഴും."

"അത് കഴിഞ്ഞ്?" യോഷോവ് ചോദിച്ചു. "അതു കഴിഞ്ഞ്?" ഫോമാ ആലോചിക്കാൻ തുടങ്ങി. ഒരു നിമിഷം ആലോചിച്ചശേഷം അയാൾ കൈ മലർത്തി. "അതുകഴിഞ്ഞ് എന്താണെന്ന് എനിക്ക് അറിയില്ല. അതു ഞാൻ അപ്പോൾ നോക്കാം!"

"നമുക്ക് നോക്കിക്കളയാം!" യോഷോവ് സമ്മതിച്ചു.

ജീവിതം പൊള്ളലേല്പിച്ച ഈ ചെറിയ മനുഷ്യന് കുടി ഒരു ശീലം ആയിരുന്നു. അയാളുടെ ദിവസം ഇങ്ങനെ ആരംഭിച്ചു. രാവിലെ പ്രാദേശിക പത്രങ്ങൾ നോക്കിക്കൊണ്ട് അയാൾ ചായകുടിച്ചു. വാർത്തകളിൽ നിന്ന് അയാളുടെ പംക്തിക്കുള്ള അസംസ്കൃത വസ്തുക്കൾ കണ്ടെത്തി അയാൾ അവയെല്ലാം അപ്പോൾ തന്നെ കുറിച്ചെടുത്തു. പിന്നീട് അയാൾ പത്രം ഓഫീസിലേക്ക് ഓടി. അവിടെ അയാൾ പ്രാദേശിക പത്രങ്ങളിലെ വാർത്താശകലങ്ങളിൽ നിന്ന് പ്രാദേശിക ചിത്രങ്ങൾ കെട്ടിച്ചമച്ചു. വെള്ളിയാഴ്ച അയാൾക്ക് അയാളുടെ ഞായറാഴ്ച പംക്തി എഴുതിയുണ്ടാക്കണം. ഇതിനെല്ലാം കൂടി മാസം നൂറ്റിഇരുപത്തഞ്ച് റൂബിൾ അവർ അയാൾക്ക് പ്രതിഫലമായി കൊടുത്തിരുന്നു. അയാൾ ജോലികൾ പെട്ടെന്ന് തീർത്തു. അയാളുടെ ഒഴിവുസമയം 'ധർമ്മസ്ഥാപനങ്ങളെ പറ്റിയുള്ള പഠനത്തിനും കണക്കെടുപ്പിനും' വേണ്ടി വിനിയോഗിച്ചു. അർദ്ധരാത്രിവരെ അയാൾ ഫോമായുടെ കൂടെ ക്ലബ്ബുകളിലും ഹോട്ടലുകളിലും മദ്യശാലകളിലുമായി കറങ്ങിനടന്നു. എല്ലാ സ്ഥലങ്ങളിൽ നിന്നും അയാളുടെ ലേഖനങ്ങൾക്കുള്ള വാർത്തകൾ അയാൾ വലിച്ചെടുത്തു. അയാൾ അവയെ 'സമൂഹത്തിന്റെ മനഃസാക്ഷി വൃത്തിയാക്കിയെടുക്കാനുള്ള ചൂരലുകൾ' എന്ന് വിളിച്ചു. വാർത്തകളുടെ പുറത്തുള്ള നിരോധന അധികാരത്തെ അയാൾ 'സത്യപ്രചാരണത്തിന്റേയും ജീവിതാവകാശങ്ങളുടെയും മേലധികാരി' എന്ന് വിളിച്ചു. വാർത്താപത്രങ്ങളെ അയാൾ "വായനക്കാരന് അപകടകരമായ ആശയങ്ങൾ പരിചയപ്പെടുത്തിക്കൊടുക്കുന്ന ഇടനിലക്കാരൻ" എന്നു വിളിച്ചു. അയാളുടെ സ്വന്തം ജോലികളെ അയാൾ 'ഒരു ആത്മാവിന്റെ ചില്ലറ വില്പന' എന്നും 'വിശുദ്ധമായ സ്ഥാപനങ്ങൾക്ക് എതിരെയുള്ള ധിക്കാരത്തിനുള്ള പ്രവണത' എന്നും വിളിച്ചു.

യോഷോവ് നേരമ്പോക്ക് പറയുന്നതും കാര്യമായി പറയുന്നതും തമ്മിൽ തിരിച്ചറിയാൻ ഫോമായ്ക്ക് ബുദ്ധിമുട്ടായിരുന്നു. അയാൾ എല്ലാ

കാര്യങ്ങളെപ്പറ്റിയും ആവേശത്തോടെ സംസാരിച്ചു. അയാൾ എല്ലാ കാര്യങ്ങളേയും കർക്കശമായി കുറ്റപ്പെടുത്തി. ഫോമായ്ക്ക് അതെല്ലാം ഇഷ്ടമായിരുന്നു. പക്ഷേ, പലപ്പോഴും ആവേശത്തോടെ തർക്കിക്കാൻ തുടങ്ങുമ്പോൾ അയാൾ അതേ ആവേശത്തോടെ സ്വയം പരസ്പരവിരുദ്ധമായി സംസാരിച്ചു. അല്ലെങ്കിൽ ഏതെങ്കിലും വിഡ്ഢിത്തം പറഞ്ഞുകൊണ്ട് സംസാരം അവസാനിപ്പിക്കും. ആ സമയത്ത് ഈ മനുഷ്യന് ഒരുകാര്യത്തോടും സ്നേഹം ഇല്ലെന്ന് ഫോമായ്ക്ക് തോന്നി. അയാൾ ഉള്ളിൽ ഒരു കാര്യം ശക്തമായി വേരൂന്നിയിട്ടില്ലെന്ന് തോന്നി. ഒരു കാര്യവും അയാളെ നയിക്കുന്നില്ലെന്ന് തോന്നി. അയാളെപ്പറ്റി സ്വയം സംസാരിക്കുന്ന സമയത്തു മാത്രം അയാളുടെ ശബ്ദത്തിന് ഒരു പ്രത്യേകത ഉണ്ടായിരുന്നു. അയാളെ പറ്റിയുള്ള സംസാരത്തിന്റെ ആവേശം കൂടുമ്പോൾ എല്ലാവരേയും എന്നല്ല എല്ലാ കാര്യങ്ങളേയും അയാൾ കൂടുതൽ ആവേശത്തോടെ ചീത്തവിളിച്ചു. ഫോമായോടുള്ള അയാളുടെ ബന്ധത്തിന് ഇരട്ട മുഖം ആയിരുന്നു. ചിലപ്പോൾ അടിമുടി വിറച്ചുകൊണ്ട് ദേഷ്യപ്പെട്ട് സംസാരിക്കാൻ ഫോമാ അയാൾക്ക് ധൈര്യം കൊടുത്തു.

"മുന്നോട്ടുപോകട്ടെ! നിങ്ങൾക്ക് കഴിയുന്ന എല്ലാ കാര്യങ്ങളും കീഴ്പ്പെടുത്തണം! എല്ലാ കാര്യങ്ങളും നിരാകരിക്കണം! എല്ലാ ശക്തിയും എടുത്ത് മുന്നോട്ട് തള്ളിക്കയറണം. മനുഷ്യനേക്കാൾ മൂല്യമുള്ളയാതൊന്നും ഇല്ല! ഇത് മനസ്സിലാക്കണം! ഏറ്റവും ഉറക്കെ നിങ്ങൾ വിളിച്ചു കൂവണം. "സ്വാതന്ത്ര്യം! സ്വാതന്ത്ര്യം!"

പക്ഷേ, ഈ വാക്കുകളുടെ തിളങ്ങുന്ന തീപ്പൊരികളുടെ ചൂടുതട്ടി സ്വന്തം ലാഭത്തിനുവേണ്ടി ജീവിതത്തിന്റെ വികാസം ആഗ്രഹിക്കാത്ത മനുഷ്യരെ കീഴ്പ്പെടുത്താൻ എന്തുചെയ്യണമെന്ന് ഫോമാ സ്വപ്നം കാണാൻ തുടങ്ങുമ്പോൾ യോഷോവ് പലപ്പോഴും ഇടയ്ക്കുകയറി പറഞ്ഞു.

"അത് ഉപേക്ഷിക്കാം! നിനക്ക് ഒന്നും ചെയ്യാൻ പറ്റില്ല! നിന്നെപ്പോലെയുള്ള ആളുകളുടെ ആവശ്യം ഇല്ല! നിങ്ങളുടെ സമയം അതായത് ബുദ്ധിയില്ലാത്ത ശക്തന്മാരുടെ സമയം കഴിഞ്ഞു പോയി! നീ വളരെ കൂടുതൽ താമസിച്ചുപോയി! നിനക്ക് ജീവിതത്തിൽ സ്ഥാനം ഇല്ല."

"ശരിയല്ല. നീ കള്ളം പറയുന്നു!" എതിർപ്പിൽ അസ്വസ്ഥനായിക്കൊണ്ട് ഫോമാ വിളിച്ചുകൂവി.

"ശരി. നിനക്ക് എന്തുചെയ്യാൻ പറ്റും?"

"എനിക്കോ? എനിക്ക് നിന്നെ കൊല്ലാൻ പറ്റും." ഫോമാ മുഷ്ടിചുരുട്ടിക്കൊണ്ട് ദേഷ്യപ്പെട്ടു പറഞ്ഞു.

"പോടാ നോക്കുകുത്തി!" തോൾ ഉയർത്തിക്കൊണ്ട് യോഷോവ് അനുകമ്പയോടെ പറഞ്ഞു. "അതിൽ എന്തെങ്കിലും കാര്യം ഉണ്ടോ? കാരണം ഞാൻ എന്റെ മുറിവുകൾകൊണ്ട് ഇപ്പോൾ തന്നെ പകുതി മരിച്ചു കഴിഞ്ഞതാണ്."

പെട്ടെന്ന് വിദ്വേഷത്തോടെ നിവർന്നുനിന്നുകൊണ്ട് അയാൾ

പറഞ്ഞു.

"എന്റെ വിധി എന്നോട് തെറ്റുകാണിച്ചു. പൊതുജനത്തിന്റെ കൈക്കൂലി വാങ്ങിക്കൊണ്ട് ഞാൻ എന്തിനാണ് സ്വയം താഴോട്ടുവന്നത്? ഞാൻ എന്തിനാണ് പഠിക്കാൻ വേണ്ടി പന്ത്രണ്ടുവർഷം തുടർച്ചയായി ജോലി ചെയ്തത്? ഞാൻ എന്തിനാണ് ഇപ്പോൾ എനിക്ക് യാതൊരു തരത്തിലും ആവശ്യം ഇല്ലാത്ത മടുപ്പുതോന്നുന്ന നിസ്സാരകാര്യങ്ങളും പരസ്പരവിരുദ്ധമായ വിഡ്ഢിത്തങ്ങളും വിഴുങ്ങാൻ വേണ്ടി സർവ്വകലാശാലയിലും ജിംനേഷ്യത്തിലുമായി പന്ത്രണ്ടുവർഷങ്ങൾ പാഴാക്കിയത്? ഒരു പംക്തി എഴുതാൻ വേണ്ടി, ഓരോ ദിവസവും കോമാളിവേഷം കെട്ടാൻ വേണ്ടി, പൊതുജനത്തെ രസിപ്പിക്കാൻ വേണ്ടി, അവർക്ക് ആവശ്യമുള്ള കാര്യങ്ങൾ ഇന്നതൊക്കെയാണെന്ന് എന്നെ സ്വയം ബോദ്ധ്യപ്പെടുത്താൻ വേണ്ടി. എന്റെ ചെറുപ്പത്തിന്റെ ശക്തി എവിടെ? എന്റെ ആത്മാവിന്റെ എല്ലാ വെടിയുണ്ടകളും ഒരു വെടിക്ക് മൂന്ന് കോപ്പക്ക് എന്ന തോതിൽ ഞാൻ വെടിവെച്ച് തീർത്തിരിക്കുന്നു. ഞാൻ എനിക്കു വേണ്ടി എന്ത് വിശ്വാസമാണ് നേടിയിട്ടുള്ളത്? ജീവിതത്തിൽ എല്ലാം വിലകെട്ടതാണെന്നുള്ള സത്യത്തിലുള്ള വിശ്വാസം മാത്രം നേടിയിട്ടുണ്ട്. എല്ലാ കാര്യങ്ങളും തകർക്കണമെന്നും നശിപ്പിക്കണമെന്നുമുള്ള വിശ്വാസവും നേട്ടമായിട്ടുണ്ട്. ഞാൻ എന്തിനെയാണ് സ്നേഹിക്കുന്നത്? എന്നെമാത്രം. ഞാൻ സ്നേഹിക്കുന്ന വസ്തു എന്റെ സ്നേഹം അർഹിക്കുന്നതായി എനിക്ക് തോന്നുന്നില്ല. എനിക്ക് എന്താണ് നേടാൻ പറ്റുന്നത്?"

അയാൾ മെലിഞ്ഞ ദുർബ്ബലമായ കൈകൾകൊണ്ട് നെഞ്ചും കഴുത്തും ചൊറിഞ്ഞുകൊണ്ടിരുന്നു. അയാൾ ഏതാണ്ട് പൊട്ടിക്കരയാൻ ആരംഭിച്ചിരുന്നു.

പക്ഷേ, ചിലപ്പോൾ അയാൾ ധൈര്യത്തിന്റെ ഒരു ഒഴുക്കിൽ പെട്ടിരുന്നു. അപ്പോൾ അയാൾ വ്യത്യസ്തമായ ഒരു മാനസികനിലയിലാണ് സംസാരിച്ചിരുന്നത്.

"ഞാൻ? ഇല്ല. എന്റെ പാട്ട് ഇതുവരെ അവസാനം വരെ പാടിയിട്ടില്ല! എന്റെ നെഞ്ച് ചിലകാര്യങ്ങൾ വലിച്ചെടുത്തിരിക്കുന്നു. ഞാൻ ഒരു ചാട്ടപോലെ ചീറ്റും! ഞാൻ പത്രം വേണ്ടെന്ന് വയ്ക്കാം. ഞാൻ ഗൗരവമുള്ള ജോലി ചെയ്യും. ഞാൻ ഒരു ചെറിയ പുസ്തകം എഴുതും. ഞാൻ അതിന് "ആത്മാവിന്റെ മരണം" എന്ന് പേരിടും. ആ പേരിൽ ഒരു പ്രാർത്ഥന ഉണ്ട്. അത് മരിക്കുന്നവർക്കുവേണ്ടി ചൊല്ലുന്നതാണ്. ആന്തരികമായ ഷണ്ഡത്വത്തിന്റെ ശാപംകൊണ്ട് ഈ സമൂഹം മരിക്കുന്നതിനു മുമ്പ് പുകയുന്ന സുഗന്ധദ്രവ്യം പോലെ ഈ പുസ്തകം സമൂഹത്തിന് കിട്ടും."

അയാളുടെ ഓരോ വാക്കും ശ്രദ്ധിച്ചുകൊണ്ട് അയാളുടെ അഭിപ്രായങ്ങൾ താരതമ്യം ചെയ്തപ്പോൾ അയാളും തന്നെപോലെ ദുർബ്ബലനാണെന്ന് ഫോമായ്ക്ക് മനസ്സിലായി. അയാൾക്കും വഴിതെറ്റിയിട്ടുണ്ട്. പക്ഷേ, യോഷോവിന്റെ മനോഭാവം ഫോമായെ പിടികൂടിക്കഴിഞ്ഞിരുന്നു. അയാ

ളുടെ സംസാരം ഫ്രോമായുടെ ഭാഷാസ്വാധീനം വർദ്ധിപ്പിച്ചു. ചിലപ്പോൾ അങ്ങേയറ്റം ശക്തിയോടെ ബുദ്ധിപൂർവ്വം അയാൾ എന്തെങ്കിലും കാര്യം അവതരിപ്പിക്കുന്നത് ഫോമാ ആഹ്ലാദത്തോടെ ശ്രദ്ധിച്ചിരുന്നു. അയാൾ പലപ്പോഴും യോഷോവിന്റെ വീട്ടിൽ ചില പ്രത്യേകതകൾ ഉള്ള മനുഷ്യരെ കണ്ടുമുട്ടിയിരുന്നു. അവർക്ക് എല്ലാ കാര്യങ്ങളും അറിയാമെന്ന് എല്ലാ കാര്യങ്ങളും മനസ്സിലാക്കാൻ കഴിയുമെന്നും ഫോമായ്ക്ക് തോന്നി. അവർ എല്ലാ കാര്യങ്ങളും എതിർത്തു. അവർ എല്ലാ കാര്യങ്ങളിലും കാപട്യവും വഞ്ചനയും കണ്ടെത്തി. അയാൾ അവരെ നിശ്ശബ്ദമായി ശ്രദ്ധിച്ചു. അയാൾ അവരുടെ വാക്കുകൾക്ക് ചെവികൊടുത്തു. അവരുടെ സാഹസികത അയാൾക്ക് ഇഷ്ടപ്പെട്ടു. പക്ഷേ, അയാളോടുള്ള അവരുടെ ധിക്കാരം നിറഞ്ഞ പെരുമാറ്റം അയാളെ അവരിൽനിന്ന് അകറ്റി. അവർ പിന്നീട് യോഷോവിന്റെ മുറിയിലെത്തിയപ്പോൾ വഴിയിൽവെച്ചും ഹോട്ടലിൽവെച്ചും കണ്ടതിനേക്കാൾ ബുദ്ധിമാന്മാരാണെന്ന് ഫോമായ്ക്ക് മനസ്സിലായി. അവർ ആ മുറിക്കുള്ളിൽ മാത്രം ഉപയോഗിക്കേണ്ട ആംഗ്യംങ്ങളും വാക്കുകളും കൊണ്ട് പ്രത്യേകതകളുള്ള സംഭാഷണം നടത്തി. മുറിക്കുപുറത്ത് ഇതെല്ലാം തികച്ചും സാധാരണഗതിയിൽ ആയിരുന്നു. ചിലപ്പോൾ അവർ മുറിക്കുള്ളിൽ ഒരു വിറകുകൂനപോലെ ആളിക്കത്തി. അവരുടെ കൂട്ടത്തിൽ ഏറ്റവും തിളക്കമുള്ള തീക്കൊള്ളി യോഷോവ് ആയിരുന്നു. പക്ഷേ, ഈ തീകുണ്ഡത്തിന്റെ വെളിച്ചം കൊണ്ട് ഫോമായുടെ ആത്മാവിലെ ഇരുട്ടിനെ പൂർണ്ണമായും തുത്തുമാറ്റാൻ കഴിഞ്ഞിരുന്നില്ല.

ഒരു ദിവസം യോഷോവ് അയാളോട് പറഞ്ഞു. "ഇന്ന് നമ്മൾ കുടിക്കും! ഞങ്ങളുടെ അച്ചുനിരത്തുകാർ ഒരു സംഘടന ഉണ്ടാക്കിയിട്ടുണ്ട്. പ്രസാധകനിൽ നിന്നും അവർ ജോലികളെല്ലാം കരാറെടുത്ത് ചെയ്യാൻ പോകുകയാണ് ഇതിന്റെപേരിൽ ഒരു മദ്യപാനം ഉണ്ട്. എന്നെ ക്ഷണിച്ചിട്ടുണ്ട്. ഞാനാണ് ഇങ്ങനെ ചെയ്യാൻ അവരെ ഉപദേശിച്ചത്. നമുക്ക് പോകരുതോ? നിങ്ങൾക്ക് അവരെ നല്ലപോലെ സല്ക്കരിക്കാം."

"പോകാം." ഫോമ പറഞ്ഞു. ആരോടൊപ്പം സമയം കളയാനും ഫോമ തയ്യാറായിരുന്നു. സമയം അയാൾക്ക് ഒരു ഭാരം ആയിരുന്നു.

അന്നുവൈകുന്നേരം ഫോമായും യോഷോവും നഗരത്തിനു പുറത്തുള്ള ഒരു തോട്ടത്തിന്റെ അതിർത്തിയിൽ ഈ പരുക്കൻ മുഖമുള്ള മനുഷ്യർക്കൊപ്പം ആയിരുന്നു. അവിടെ വൃത്തിയായി വേഷം ധരിച്ച പന്ത്രണ്ട് അച്ചുനിരത്തുകാർ ഉണ്ടായിരുന്നു. അവർ യോഷോവിനോട് ഒരു കൂട്ടുകാരനോട് പെരുമാറുന്നതുപോലെ പെരുമാറി. ഇത് ഫോമായെ അമ്പരപ്പിച്ചു. അയാളുടെ കണ്ണിൽ യോഷോവ് അവർക്ക് മുകളിലുള്ള ഒരു യജമാനന്റെ സ്ഥാനത്തായിരുന്നു. അവർ അയാളുടെ ജോലിക്കാരുടെ സ്ഥാനത്തും ആയിരുന്നു. യോഷോവ് ഫോമായെ അവർക്ക് പരിചയപ്പെടുത്തിയെങ്കിലും അവർ അയാളെ ശ്രദ്ധിക്കുന്നതായി തോന്നിയില്ല.അവർ അയാൾക്ക് കൈകൊടുത്തുകൊണ്ട് കണ്ടതിൽ വളരെ സന്തോഷം ഉണ്ടെന്ന് പറഞ്ഞു. അയാൾ ഒരു കുറ്റിക്കാടിനടുത്ത് കിടന്നുകൊണ്ട്

അവരെ ശ്രദ്ധിച്ചു. അവരുടെ സംഘത്തിൽ അയാൾക്ക് സ്വയം ഒരു അപരിചിതനാണെന്ന് തോന്നി. യോഷോവ് പോലും കരുതിക്കൂട്ടി അയാളിൽ നിന്ന് അകന്നുനിന്നുകൊണ്ട് അയാളെ ശ്രദ്ധിക്കാതിരിക്കുകയാണെന്ന് തോന്നി. യോഷോവിന്റെ പെരുമാറ്റത്തിൽ വളരെ വിചിത്രമായ ഒരുകാര്യം ഫോമാ മനസ്സിലാക്കി. പംക്തി എഴുത്തുകാരനായ കൊച്ചുമനുഷ്യൻ അച്ചു നിരത്തുകാരുടെ സംസാരവും ശബ്ദവും അനുകരിക്കുന്നതായി തോന്നി. അയാൾ അവർക്കൊപ്പം തടിക്കൂനയിൽ കയറി കോലാഹലം ഉണ്ടാക്കി. ബിയർകുപ്പികൾ തുറന്നു. ചീത്ത വിളിച്ചു. ഉറക്കെ പൊട്ടിച്ചിരിച്ചു. അവരെ പോലെ ആകാൻ പരമാവധി പരിശ്രമിച്ചു. അയാളുടെ വേഷംപോലും പതിവുള്ളതിലും സാധാരണമായിരുന്നു.

"സഹോദരങ്ങളെ!" അയാൾ ആവേശത്തോടെ വിളിച്ചുപറഞ്ഞു. "എനിക്ക് നിങ്ങളോടൊപ്പം സന്തോഷമാണ്! ഞാൻ ഒരു വലിയ പക്ഷി അല്ല. ഞാൻ ഒരു കോടതികാവല്ക്കാരന്റെ ഏകമകനാണ്. മാറ്റ്വിയോഷ്വ് എന്ന സാധാരണ പട്ടാളക്കാരന്റെ മകൻ."

"അവൻ എന്തിനാണ് ഇങ്ങനെ പറയുന്നത്?" ഫോമാ ആലോചിച്ചു. "ഒരു മനുഷ്യൻ ആരുടെ മകനായാൽ എന്താണ്? ഒരു മനുഷ്യനെ ബഹുമാനിക്കുന്നത് അയാളുടെ അച്ഛന്റെ പേരിലല്ല. അയാളുടെ തലച്ചോറിന്റെ പേരിലാണ്."

ആകാശത്ത് ഒരുവലിയ തീകുണ്ഡം പോലെ അസ്തമിച്ചുകൊണ്ടിരുന്ന സൂര്യൻ മേഘങ്ങളിൽ സ്വർണ്ണത്തിന്റെയും ചോരയുടെയും നിറം പിടിപ്പിച്ചു. കാട്ടിൽ നിന്നും ഈർപ്പവും നിശ്ശബ്ദതയും അരിച്ചിറങ്ങി. കാടിന്റെ അതിർത്തിയിൽ ഇരുണ്ട മനുഷ്യരൂപങ്ങൾ ഒച്ചപ്പാടും ബഹളവും ഉണ്ടാക്കി. അവരിൽ വീതികൂടിയ അരികുകളുള്ള വൈക്കോൽ തൊപ്പി വെച്ച ഒരു ചെറിയ മനുഷ്യൻ അക്കോഡിയൻ വായിച്ചു. തൊപ്പി തലയുടെ പിന്നിലേക്ക് ചരിച്ചുവെച്ച ഇരുണ്ട മേൽമീശയുള്ള മറ്റൊരാൾ അക്കോഡിയനോടൊപ്പം പാട്ടുപാടി. മറ്റു രണ്ടുപേർ രണ്ടു വടിക്കുവേണ്ടി പിടിവലി നടത്തി. അവരുടെ ബലം പരിശോധിച്ചു. അവരിൽ പലരും ബിയറും മറ്റുസാധനങ്ങളും ഇരുന്നിരുന്ന കൂടയ്ക്ക് ചുറ്റും തിരക്കുകൂട്ടിക്കൊണ്ടിരുന്നു. നരച്ച താടിയുള്ള പൊക്കമുള്ള ഒരു മനുഷ്യൻ തീകുണ്ഡത്തിലേക്ക് കമ്പുകൾ വലിച്ചെറിഞ്ഞു. തീയിലേക്ക് വീണ നനഞ്ഞ കമ്പുകൾ വെളുത്ത പുക പരത്തിക്കൊണ്ട് പൊട്ടിത്തെറിച്ചു. അക്കോഡിയൻ പരിഹസിക്കുന്ന മട്ടിൽ ഉത്സാഹത്തോടെ പാട്ടുപാടി. പാട്ടുകാരന്റെ കൃത്രിമശബ്ദം അക്കോഡിയന്റെ ശബ്ദത്തെ കൂടുതൽ ശക്തിപ്പെടുത്തി പൂർണ്ണതയിൽ എത്തിച്ചു.

ഇവരിൽ നിന്നെല്ലാം മാറി ഒരുചെറിയ കുന്നിൻ ചരിവിൽ മൂന്നു ചെറുപ്പക്കാർ കിടക്കുന്നുണ്ടായിരുന്നു. അവർക്കു മുന്നിൽ മുഴങ്ങുന്ന ശബ്ദത്തിൽ സംസാരിച്ചുകൊണ്ട് യോഷോവ് നിന്നിരുന്നു.

"നിങ്ങൾ അദ്ധ്വാനത്തിന്റെ വിശുദ്ധമായ കൊടിയാണ് ഉയർത്തിപ്പിടിക്കുന്നത്. ഞാനും നിങ്ങളെപോലെ ആ പട്ടാളത്തിലെ ഒരു രഹസ്യ ഭട

നാണ്. നമ്മൾ എല്ലാവരും അച്ചടിയന്ത്രം എന്ന രാജ്ഞിയുടെ സേവക രാണ്. നമ്മൾ നിശ്ചയമായും ശക്തമായ സൗഹൃദത്തോടെ ജീവിക്കണം."

"നിക്കോളായ് മാറ്റ്‌വിയിച്ച്, നിങ്ങൾപറഞ്ഞത് സത്യമാണ്!" ആരുടെയോ അവ്യക്തമായ ശബ്ദം അയാളെ തടസ്സപ്പെടുത്തി. "ഞങ്ങൾ പ്രസാധകരോട് നിങ്ങൾക്കുള്ള സ്വാധീനം ഉപയോഗപ്പെടുത്താൻ പറയണമെന്ന് ആഗ്രഹിച്ചിരുന്നു. അയാളുടെ രീതി അനുസരിച്ച് അത് പുറത്തുവരുന്നത് ഇങ്ങനെ ആണ്. ഞങ്ങളിൽ ഒരാൾ കുടിക്കുകയാണെങ്കിൽ ഞങ്ങളുടെ അന്നത്തെ ശമ്പളം പിഴയടയ്ക്കണം. ഞങ്ങൾക്ക് അസുഖം വന്നാലും ഇതുതന്നെയാണ് സംഭവിക്കുന്നത്. ന്യായമായിട്ടാണെങ്കിൽ രോഗിയായ മനുഷ്യന് കുറഞ്ഞപക്ഷം പകുതി ശമ്പളമെങ്കിലും കൊടുക്കേണ്ടതാണ്. രോഗം ഉള്ളപ്പോൾ അത് സ്ഥിരീകരിക്കാൻ വേണ്ടി ഡോക്ടറുടെ സർട്ടിഫിക്കറ്റ് നല്കാൻ ഞങ്ങളെ അനുവദിക്കണം. ഞങ്ങൾക്ക് മൂന്നുപേർക്കും പെട്ടെന്ന് അസുഖം വന്നാൽ എന്തു ചെയ്യാൻ പറ്റും?"

"അതെ. അത് തീർച്ചയായും ന്യായമായ കാര്യമാണ്" യോഷോവ് സമ്മതിച്ചു. "പക്ഷേ, എന്റെ ചങ്ങാതിമാരേ, സഹകരണത്തിന്റെ മൂല തത്ത്വം."

ഫോമാ മറ്റുള്ളവരുടെ സംസാരത്തിലേക്ക് ശ്രദ്ധതിരിച്ചതുകൊണ്ട് നേരത്തേ സംസാരിച്ച സുഹൃത്തിന്റെ സംസാരത്തിന് അയാൾ ചെവി കൊടുത്തില്ല. രണ്ട് മനുഷ്യർ സംസാരിച്ചുകൊണ്ടിരുന്നു. ഒരാൾ മോശം വസ്ത്രങ്ങൾ ധരിച്ച പൊക്കമുള്ള ഒരു ക്ഷീണിച്ച മനുഷ്യൻ. മറ്റയാൾ ഭംഗിയുള്ള മുടിയും താടിയും ഉള്ള ഒരു ചെറുപ്പക്കാരൻ.

"പൊക്കമുള്ള മനുഷ്യൻ ചുമച്ചു കൊണ്ട് ഉറപ്പിച്ച് പറഞ്ഞു. "എന്റെ അഭിപ്രായം അത് മണ്ടത്തരം ആണെന്നാണ്. ഞങ്ങളെ പോലെ ഉള്ളവർ എങ്ങനെയാണ് വിവാഹം കഴിക്കുന്നത്. വിവാഹം കഴിച്ചാൽ കുട്ടികൾ ഉണ്ടാകും. അവരെ സംരക്ഷിക്കാനുള്ള വക നമ്മുടെ കൈവശം ഉണ്ടോ? ഭാര്യക്ക് വസ്ത്രങ്ങൾ ഇല്ലാതിരിക്കാൻ പറ്റില്ല. അതുമാത്രമല്ല. നിങ്ങൾക്ക് കിട്ടുന്ന സ്ത്രീ ഏതുതരക്കാരിയാണെന്ന് പറയാൻ പറ്റില്ല."

"അവൾ നല്ല പെൺകുട്ടി ആണ്." ഭംഗിയുള്ള മുടിയുള്ള ചെറുപ്പക്കാരൻ പതുക്കെ പറഞ്ഞു.

"ശരി ഇപ്പോൾ അവൾ നല്ല പെൺകുട്ടി ആയിരിക്കാം. വിവാഹനിശ്ചയം കഴിഞ്ഞ പെൺകുട്ടിയും ഭാര്യയും തമ്മിൽ വളരെ വ്യത്യാസം ഉണ്ട്. രണ്ടും രണ്ടാണ്. പക്ഷേ, അതല്ല പ്രധാന കാര്യം. നിങ്ങൾക്ക് ശ്രമിച്ചുനോക്കാം. ഒരുപക്ഷേ, അവൾ ശരിക്കും നല്ലവൾ ആയിരിക്കും. പക്ഷേ, അപ്പോൾ നിങ്ങൾക്ക് അതിനുള്ള വരവ് ഉണ്ടാകില്ല. നിങ്ങൾ ജോലിചെയ്ത് സ്വയം മരിക്കും. അതുകൂടാതെ നിങ്ങൾ അവളെ നശിപ്പിക്കും. വിവാഹം നമുക്ക് അസാദ്ധ്യമായ ഒരു കാര്യമാണ്. ഇതുപോലുള്ള വരുമാനംകൊണ്ട് ഒരുകുടംബത്തെ സംരക്ഷിക്കാൻ കഴിയുമെന്ന് നിങ്ങൾ വിചാരിക്കുന്നുണ്ടോ? ഇവിടെ ഞാൻ വിവാഹം കഴിച്ചത് നാലുവർഷം മുമ്പാണ്. എന്റെ അവസാനം അടുത്തുകഴിഞ്ഞു. ഞാൻ

സന്തോഷം അറിഞ്ഞിട്ടില്ല. ബുദ്ധിമുട്ടും ബദ്ധപ്പാടും മാത്രം ബാക്കി."

അയാൾ ചുമയ്ക്കാൻ തുടങ്ങി. വളരെനേരം അയാൾ ചുമച്ചുകൊണ്ടിരുന്നു. ചുമ അവസാനിച്ചപ്പോൾ അയാൾ ചങ്ങാതിയോട് അടഞ്ഞ ശബ്ദത്തിൽ പറഞ്ഞു.

"അത് ഉപേക്ഷിക്കുന്നതാണ് നല്ലത്. അതുകൊണ്ട് പ്രയോജനം ഒന്നും ഉണ്ടാക്കാൻ പോകുന്നില്ല."

ചെറുപ്പക്കാരൻ ദുഃഖത്തോടെ തലതാഴ്ത്തി. ഈ സമയത്ത് ഫോമാ ആലോചിച്ചു.

"അയാൾ ബുദ്ധിപൂർവ്വം സംസാരിക്കുന്നു. അയാൾക്ക് ശരിയായ രീതിയിൽ ആലോചിക്കാൻ കഴിയുന്നുണ്ടെന്ന വ്യക്തമാണ്."

അവർ ഫോമായോടു കാണിച്ച ശ്രദ്ധക്കുറവ് അയാളെ ഏറെക്കുറെ അസ്വസ്ഥനാക്കിയിരുന്നു. അതേസമയം ഈയപ്പൊടി പുരണ്ട് ഇരുണ്ടുപോയ മുഖങ്ങളുള്ള ഈ മനുഷ്യരോട് ഫോമായ്ക്ക് ബഹുമാനവും തോന്നിത്തുടങ്ങിയിരുന്നു. അവർ എല്ലാവരും തന്നെ പ്രായോഗികമായ കാര്യങ്ങൾ ഗൗരവത്തോടെ സംസാരിച്ചുകൊണ്ടിരുന്നു. അവരിൽ ഒരാൾപോലും അയാളുടെ സേവ പിടിച്ചില്ല. ആരും സ്നേഹംകൊണ്ട് അയാളെ ശല്യപ്പെടുത്തിയില്ല. തീകുണ്ഡത്തിന്റെ ഒരുവശത്തിരുന്നുകൊണ്ട് തിളങ്ങുന്ന സന്തോഷമുള്ള കാപട്യമില്ലാത്ത കുറേ മുഖങ്ങൾ ഫോമാ കണ്ടു. അവർ എല്ലാവരും കുടിയുടെ ആവേശത്തിലായിരുന്നു. പക്ഷേ, അവർ ലഹരിയിൽ ആയിരുന്നില്ല. അവർ ചിരിച്ചു. പരിഹസിച്ചു പാട്ടുപാടാൻ ശ്രമിച്ചു. കുടിച്ചു. വെളുത്ത റൊട്ടിയും കറികളും വെള്ളരിക്കയും തിന്നു. ഇവയ്ക്കെല്ലാം ഫോമായുടെ നോട്ടത്തിൽ വ്യത്യസ്തവും രുചികരവുമായ സ്വാദ് ഉണ്ടായിരുന്നു. അയാളുടെ ആത്മവിശ്വാസം കൂടി. മൊത്തത്തിലുള്ള സന്തോഷംകൊണ്ട് ഈ മനുഷ്യർക്ക് എന്തെങ്കിലും തരത്തിൽ ഇഷ്ടപ്പെടാൻ കഴിയുന്ന എന്തെങ്കിലും കാര്യം പറയണമെന്ന് അയാൾക്ക് തോന്നി. അയാളുടെ ഒരുവശത്ത് ഇരുന്നിരുന്ന യോഷോവ് തോളുകൊണ്ട് തട്ടിവിളിച്ച് തലകുലുക്കിക്കൊണ്ട് ഏതോ ഒരു കാര്യം അവ്യക്തമായി മറുമുറുത്തു.

"സഹോദരന്മാരേ! നമുക്ക് കുട്ടികളുടെ പാട്ട് പാടാം."

"ഓളങ്ങളുടെ വേഗതയിൽ"

പരുക്കൻ ശബ്ദത്തിൽ ആരോ അലറി

"നമ്മുടെ ജീവിതത്തിന്റെ ദിവസങ്ങൾ."

"ചങ്ങാതിമാരേ!" ഒരു കൈയിൽ ഗ്ലാസുമായി എഴുന്നേറ്റുകൊണ്ട് യോഷോവ് പറഞ്ഞു. അയാളുടെ കാലിടറി. മറ്റേകൈ അയാൾ ഫോമായുടെ തലയിൽ പിടിച്ചു. തുടങ്ങിയ പാട്ട് മുറിഞ്ഞുപോയി. എല്ലാവരും അയാളുടെ മുഖത്തേക്ക് നോക്കി.

"അദ്ധ്വാനിക്കുന്നവരേ! ഏതാനും വാക്കുകൾ പറയാൻ എന്നെ അനുവദിക്കണം. എല്ലാ ഹൃദയത്തിൽ നിന്നുള്ള വാക്കുകളാണ്. നിങ്ങളുടെ ചങ്ങാത്തത്തിൽ എനിക്ക് സന്തോഷം ഉണ്ട്! നിങ്ങളുടെ ഇടയിൽ എനിക്ക്

സന്തോഷം തോന്നുന്നു. അത് നിങ്ങൾ അദ്ധ്വാനിക്കുന്ന മനുഷ്യരായതു കൊണ്ടാണ്. അംഗീകരിച്ചിട്ടില്ലെങ്കിലും നിങ്ങൾക്ക് സന്തോഷിക്കാൻ അവകാശം ഉണ്ടെന്നുള്ള കാര്യത്തിൽ സംശയത്തിനുള്ള സാദ്ധ്യത പോലും ഇല്ല. നിങ്ങളെ പോലെ സത്യസന്ധരും ഉന്നതരുമായ മനുഷ്യരുടെ ഇടയിൽ ജീവിതത്തിന്റെ വിഷം തീണ്ടിയ ഒറ്റപ്പെട്ട മനുഷ്യൻ ജീവിക്കുന്നു. അങ്ങേയറ്റം അനായാസമായി അങ്ങേയറ്റത്തെ സ്വാതന്ത്ര്യത്തോടെ."

യോഷോവിന്റെ ശബ്ദം വിറച്ചു. അയാളുടെ തല ആടാൻ തുടങ്ങി. അയാളുടെ കൈയിൽ ഇളംചൂടുള്ള ചില തുള്ളികൾ ഇറ്റുവീണ് ഒഴുകുന്നതായി ഫോമായ്ക്ക് തോന്നി. അയാൾ യോഷോവിന്റെ ചുളിഞ്ഞ മുഖത്തേക്ക് തല ഉയർത്തി നോക്കി. യോഷോവ് അടിമുടി വിറച്ചു കൊണ്ട് സംസാരം തുടരുകയായിരുന്നു.

"ഞാൻ തനിച്ചല്ല. വിധിയുടെ ഭീഷണിക്കൊണ്ട് തകർന്ന് കഷ്ടപ്പെട്ടുകൊണ്ടിരിക്കുന്ന എന്നപോലെ ഉള്ള ധാരാളം മനുഷ്യരുണ്ട്. ഞങ്ങൾ നിങ്ങളെക്കാൾ ഭാഗ്യദോഷികൾ ആണ്. കാരണം ഞങ്ങളുടെ ശരീരവും ആത്മാവും നിങ്ങളുടെ ശരീരത്തേക്കാളും ആത്മാവിനേക്കാളും തളർന്നുപോയിരിക്കുന്നു. പക്ഷേ, ഞങ്ങൾക്ക് അറിവിന്റെ ആയുധം ഉള്ളതുകൊണ്ട് ഞങ്ങൾ നിങ്ങളേക്കാൾ ശക്തരാണ്. എന്നാൽ ഞങ്ങളുടെ ശക്തിപ്രയോഗിക്കാൻ ഞങ്ങൾക്ക് അവസരം ഇല്ല. നിങ്ങളുടെ അടുത്തെത്തി ഞങ്ങളെ നിങ്ങൾക്ക് സമർപ്പിച്ച് നിങ്ങളെ ജീവിക്കാൻ സഹായിക്കാൻ ഞങ്ങൾ സന്തോഷത്തോടെ തയ്യാറെടുത്തിരിക്കുന്നു. ഞങ്ങൾക്ക് മറ്റൊന്നും ചെയ്യാനില്ല! നിങ്ങളില്ലെങ്കിൽ ഞങ്ങൾക്ക് നില്ക്കാൻ ഇടംപോലും ഇല്ലാത്തവരാണ്. ഞങ്ങളില്ലങ്കിൽ നിങ്ങൾ കാഴ്ച ഇല്ലാത്തവരാണ്. സഖാക്കളേ! നമ്മളെ പരസ്പര പൂരകങ്ങളായാണ് വിധിപോലും സൃഷ്ടിച്ചിരിക്കുന്നത്!"

"അവൻ അവരോട് എന്താണ് യാചിക്കുന്നത്?" യോഷോവിന്റെ സംസാരം അമ്പരപ്പോടെ കേട്ടിരുന്നുകൊണ്ട് ഫോമാ ആലോചിച്ചു. അയാൾ അച്ചുനിരത്തുകാരുടെ മുഖങ്ങൾ പരിശോധിച്ചപ്പോൾ അവരും യോഷോവിനെ അമ്പരപ്പോടെ നോക്കുന്നത് കണ്ടു.

"ചങ്ങാതിമാരേ! ഭാവി നിങ്ങളുടേതാണ്!" ഭാവിയെപ്പറ്റി വിഷമം തോന്നുന്നുണ്ടെന്നമട്ടിൽ യോഷോവ് ദുഃഖത്തോടെ തലയാട്ടി. "ഭാവി ആത്മാർത്ഥമായി അദ്ധ്വാനിക്കുന്ന മനുഷ്യർക്കുള്ളതാണ്. നിങ്ങൾക്ക് നിങ്ങളുടെ മുമ്പിൽ ഒരു വലിയ കർത്തവ്യം ഉണ്ട്! നിങ്ങൾക്ക് സ്വതന്ത്രമായ ഒരു സംസ്കാരം സൃഷ്ടിക്കേണ്ടിയിരിക്കുന്നു. അത്യന്താപേക്ഷിതവും തിളക്കമുള്ളതും ആയ ഒരു പുതിയസംസ്കാരം. ശരീരംകൊണ്ടും മനസ്സുകൊണ്ടും നിങ്ങളിൽ ഒരാളായ ഞാൻ നിങ്ങളുടെ ഭാവിക്കുവേണ്ടി ആശംസകൾ അർപ്പിക്കുന്നു!'

യോഷോവ് ഗ്ലാസ് കാലിയാക്കിക്കൊണ്ട് നിലത്തേക്ക് വീണു. അച്ചുനിരത്തുകാർ അയാളുടെ ആശംസ ആവേശത്തോടെ ഏറ്റെടുത്തു. മരങ്ങളുടെ ഇലകളെ വിറപ്പിച്ചുകൊണ്ട് ശക്തമായ ഒരു ആർപ്പുവിളി അന്തരീക്ഷത്തിൽ ചുറ്റിത്തിരിഞ്ഞു.

"നമുക്ക് ഒരു പാട്ടുപാടാം."വീണ്ടും തടിച്ച മനുഷ്യന്റെ നിർദ്ദേശം വന്നു.

"ശരി." രണ്ടു മൂന്നു ശബ്ദങ്ങൾ ഒന്നിച്ചു. പറഞ്ഞു. ഏതു പാട്ടുവേണമെന്നതിനെ ചൊല്ലി ഒരു ബഹളം നടന്നു. യോഷോവ് കോലാഹലം കേട്ടുകൊണ്ട് അവരെ ഓരോരുത്തരേയും പരിശോധിച്ചു.

"സഹോദരന്മാരേ" യോഷോവ് വീണ്ടും വിളിച്ചുകൂവി." എനിക്ക് മറുപടി തരണം. എന്റെ സ്വാഗതപ്രസംഗത്തിന് മറുപടിയായി ഏതാനും വാക്കുകൾ പറയണം."

പെട്ടെന്ന് ഒന്നും സംഭവിച്ചില്ലെങ്കിലും വീണ്ടും എല്ലാവരും നിശ്ശബ്ദരായി. ചിലർ ജിജ്ഞാസയോടെ അയാളുടെ മുഖത്തേക്ക് നോക്കിക്കൊണ്ടിരുന്നു. മറ്റുള്ളവർ പരിഹാസം നിറഞ്ഞ ഒരു പുഞ്ചിരി ഒളിച്ചുവയ്ക്കാൻ ശ്രമിക്കുന്നുണ്ടായിരുന്നു. ബാക്കിയുള്ളവരുടെ മനസ്സിലെ അസംതൃപ്തി മുഖത്തുതന്നെ വ്യക്തമായി എഴുതിവെച്ചിരുന്നു. അയാൾ നിലത്തുനിന്ന് വീണ്ടും എഴുന്നേറ്റുകൊണ്ട് ദേഷ്യപ്പെട്ട് പറഞ്ഞു.

"ഇവിടെയുള്ള ഞങ്ങൾ രണ്ടു മനുഷ്യരെ ജീവിതം നിരാകരിച്ചതാണ്. എന്നേയും ഈ ഇരിക്കുന്ന മനുഷ്യനേയും ഞങ്ങൾ രണ്ടുപേരും മറ്റുള്ളവർക്ക് ഞങ്ങൾ പ്രയോജനപ്പെടുന്നതിൽ സന്തോഷം അനുഭവിക്കുന്നു. ഞങ്ങൾ മനുഷ്യന് ഒരേപോലെയുള്ള പരിഗണന ആഗ്രഹിക്കുന്നു. എന്നാൽ ആ തടിയൻ."

'നിക്കൊളായ് മാറ്റ്വിയിച്ച് നിങ്ങൾ ഞങ്ങളുടെ അതിഥിയെ പരിഹസിക്കരുത്!" ആരോ ഒരാൾ ഇഷ്ടക്കേട് വ്യക്തമാക്കി.

"അതെ. അത് അനാവശ്യമാണ്." ഫോമായെ തീകുണ്ഡത്തിനടുത്തേക്ക് ക്ഷണിച്ച തടിയൻ മറ്റയാൾ പറഞ്ഞത് ശരിവച്ചു. "എന്തിനാണ് അസ്വസ്ഥത ഉണ്ടാക്കുന്നതരത്തിൽ സംസാരിക്കുന്നത്?"

മൂന്നാമതൊരു ശബ്ദം വ്യക്തതയോടെ ഉച്ചത്തിൽ മുഴങ്ങി.

"നമ്മൾ ഇവിടെ ഒന്നിച്ചുചേർന്നത് സ്വയം ആനന്ദിക്കാനാണ്. ഒന്ന് വിശ്രമിക്കാൻ വേണ്ടി ആണ്."

"വിഡ്ഢികൾ" യോഷോവ് പകുതിബോധത്തിൽ ചിരിച്ചു. "അനുകമ്പയുള്ള മണ്ടന്മാർ. പക്ഷേ, ഇവൻ ആരാണെന്ന് നിങ്ങൾക്ക് അറിവുണ്ടോ? ഇവൻ നിങ്ങളുടെ ചോര ഊറ്റിക്കുടിക്കുന്ന ആളുകളുടെ കൂട്ടത്തിൽ ഉള്ളവനാണ്."

"നിക്കോളായ് മാറ്റ്വിയിച്ച്, നിങ്ങൾ ഇതുമതിയാക്കണം!" അവർ യോഷോവിനോട് വിളിച്ചുപറഞ്ഞു. അയാളെ കൂടുതൽ ശ്രദ്ധിക്കാതെ അവർ എല്ലാവരും സംസാരിക്കാൻ തുടങ്ങി. ഫോമായ്ക്ക് കൂട്ടുകാരന്റെ അവസ്ഥയിൽ അങ്ങേയറ്റത്തെ സങ്കടം തോന്നി. അയാൾക്ക് യോഷോവിനോട് പരിഭവം പോലും തോന്നിയില്ല. യോഷോവിന്റെ ആക്രമണത്തിൽ നിന്നും അയാളെ പ്രതിരോധിച്ച ഈ മനുഷ്യർ ഇപ്പോൾ അയാളെ മനഃപൂർവ്വം അവഗണിക്കുകയാണെന്ന് ഫോമാ മനസ്സിലാക്കി. യോഷോവ് ഇത് ശ്രദ്ധിക്കുകയാണെങ്കിൽ അയാൾ വിഷമിക്കുമെന്ന് ഫോമായ്ക്ക് അറി

യാമായിരുന്നു. സംഭവിക്കാൻ സാദ്ധ്യതയുള്ള വെറുപ്പുതോന്നുന്ന സന്ദർഭങ്ങളിൽ നിന്നും കൂട്ടുകാരനെ രക്ഷപ്പെടുത്താൻ വേണ്ടി യോഷോവിന്റെ തോളിൽ തട്ടിക്കൊണ്ട് ഫോമാ ചോദിച്ചു.

"മുറുമുറുപ്പ് നിർത്തി നമുക്ക് അല്പം കുടിക്കാം? അതോ നമുക്ക് വീട്ടിൽ പോകാനുള്ള സമയം ആയോ?"

"വീടോ?" മനുഷ്യർക്കിടയിൽ സ്ഥലം ഇല്ലാത്തവന് എവിടെയാണ് വീട് ഉള്ളത്?" യോഷോവ് ചോദിച്ചു. അയാൾ വീണ്ടും വിളിച്ചുകൂവി. "സഖാക്കളേ!"

അയാളുടെ വിളിച്ചുകൂവലിനുള്ള മറുപടി വ്യാപകമായ മുറുമുറുപ്പിൽ മുങ്ങി ചത്തു. പിന്നീട് അയാൾ തലതാഴ്ത്തിക്കൊണ്ട് ഫോമായോട് പറഞ്ഞു:

"നമുക്ക് ഇവിടെനിന്ന് പോകാം."

'കുറച്ചുസമയം കൂടി ഇരിക്കാൻ എനിക്ക് വിഷമം ഇല്ല. എങ്കിലും നമുക്ക് പോകാം. ഇത് രസമുള്ള സംഗതി ആണ്. അവർ മാന്യമായി പെരുമാറുന്നുണ്ട്. ചെകുത്താന്മാർ!"

"എനിക്ക് ഇനിയും ഇത് താങ്ങാൻ പറ്റില്ല. എനിക്ക് ശ്വാസം മുട്ടുന്നു."

"ശരി അപ്പോൾ പോകാം."

ഫോമാ എഴുന്നേറ്റു അച്ചുനിരത്തുകാരെ നോക്കി. തൊപ്പി ഊരി തല കുനിച്ചു കൊണ്ട് സന്തോഷത്തോടെ ഉറക്കെ പറഞ്ഞു.

"നിങ്ങളുടെ ആതിഥ്യത്തിന് നന്ദി! ഞാൻ പോകുന്നു."

അവർ പെട്ടെന്ന് അനുനയിപ്പിക്കാൻ ശ്രമിച്ചുകൊണ്ട് അയാളുടെ ചുറ്റുംകൂടി.

"പോകരുത്! എവിടെയാണ് പോകുന്നത്! നമുക്ക് എല്ലാവർക്കും കൂടി പാടാം?"

"ഇല്ല. എനിക്ക് പോയേപറ്റൂ. എന്റെ ചങ്ങാതിക്ക് ഒറ്റയ്ക്ക് പോകാൻ ബുദ്ധിമുട്ടാണ്. എനിക്ക് അയാളുടെകൂടെ പോകാതിരിക്കാൻ പറ്റില്ല."

"അല്പം കൂടി കാത്തിരുന്നുകൂടെ!" തടിയൻ ഉറക്കെ പറഞ്ഞു. അതിനുശേഷം അയാൾ ശബ്ദം താഴ്ത്തിപ്പറഞ്ഞു.

"ആരെങ്കിലും അയാളെ വീട്ടിൽക്കൊണ്ടുവിടണം."

"നിങ്ങൾ ഇവിടെ നില്ക്കണം. ഞങ്ങൾ അദ്ദേഹത്തെ പട്ടണത്തിൽ നിന്ന് ഒരു വണ്ടിയിൽക്കയറ്റി വിടാം."

ഫോമായ്ക്ക് അവിടെ നില്ക്കണമെന്ന് തോന്നി. അതേസമയം അയാൾ എന്തിനെയോ പേടിക്കുന്നുണ്ടായിരുന്നു. ഈ സമയത്ത് യോഷോവ് എഴുന്നേറ്റ് ഫോമായുടെ കോട്ടിൽ പിടിച്ച് വലിച്ചു കൊണ്ട് പറഞ്ഞു.

"പോകാം. അവർ എന്തെങ്കിലും ചെയ്യട്ടെ!"

നമുക്ക് വീണ്ടും കാണാം! ഞാൻ ഇപ്പോൾ പോകട്ടെ." വിനയപൂർവ്വം ഉള്ള അഭ്യർത്ഥനകൾക്കിടയിൽ ഫോമാ വിടപറഞ്ഞു.

തീകുണ്ഡത്തിനടുത്തുനിന്ന് ഇരുപത് ചുവട് നടന്നുകഴിഞ്ഞപ്പോൾ

യോഷോവ് പൊട്ടിച്ചിരിച്ചു. "അവർ നമ്മളെ സങ്കടപ്പെട്ട് യാത്രയാക്കി. പക്ഷേ, ഞാൻ പോകുന്നതിൽ അവർക്ക് സന്തോഷം ഉണ്ട്. ഞാൻ അവരെ മൃഗങ്ങളായി മാറുന്നതിൽ നിന്ന് തടസ്സപ്പെടുത്തി."

"നിങ്ങൾ അവരെ അസ്വസ്ഥരാക്കി. അത് സത്യം ആണ്." ഫോമാ പറഞ്ഞു. "പക്ഷേ, നിങ്ങൾ അങ്ങനെ സംസാരിച്ചത് എന്തിനാണ്. ആളുകൾ ആനന്ദിക്കാൻ വന്നതാണ്. പക്ഷേ, നിങ്ങൾ അനാവശ്യമായി ഇടപെട്ടു. അതിൽ അവർക്ക് മുഷിച്ചിൽ തോന്നി!"

"നീ ഒന്നും പറയരുത്! നിനക്ക് ഒരുകാര്യവും മനസ്സിലായിട്ടില്ല!" യോഷോവ് വിളിച്ചുകൂവി" ഞാൻ ലഹരിയിലാണെന്നാണ് നിന്റെ വിചാരം. ലഹരികയറിയത് എന്റെ ശരീരത്തിനാണ്. മനസ്സിന് ഒരിക്കലും ലഹരി കയറിയിട്ടില്ല. അതിന് എല്ലാ കാര്യങ്ങളും അറിയാൻ കഴിയുന്നുണ്ട്. ഈ ലോകം എന്തുമാത്രം അല്പത്തരങ്ങളും വിഡ്ഢിത്തങ്ങളും വൃത്തികേടുകളും നിറഞ്ഞതാണ്! ഈ ദുരിതം പിടിച്ച മണ്ടന്മാരായ മനുഷ്യരുടെ കാര്യം എന്ത് പറയാൻ!"

യോഷോവ് സംസാരം നിർത്തി. തലയിൽ കൈവെച്ചു കൊണ്ട് അല്പസമയം നിന്നു. അയാളുടെ കാലുകൾ നിലത്തുറച്ചില്ല.

"അതെ!" ഫോമാ വലിച്ചുനീട്ടി പറഞ്ഞു. അവർക്ക് പരസ്പരം സാമ്യം ഇല്ല. ഈ മനുഷ്യർ എന്തുമാത്രം മര്യാദക്കാരാണ്. അവർ ശരിയായ രീതിയിൽ ചിന്തിക്കുന്നുണ്ട്. അവർ സാമാന്യബുദ്ധി ഉള്ളവരാണ്. എന്നിട്ടും അവർ വെറും തൊഴിലാളികൾ ആണ്."

അവരുടെ പിന്നിലെ ഇരുട്ടിൽ ആളുകൾ ശക്തമായ ഒരു സംഘഗാനം പാടാൻ തുടങ്ങി. സ്വരച്ചേർച്ച ഇല്ലാതെ ആരംഭിച്ച പാട്ട് വളർന്നുവികസിച്ച് ആളൊഴിഞ്ഞ പാടങ്ങൾക്കു മുകളിലെ രാത്രിയുടെ അന്തരീക്ഷത്തിലൂടെ വളരെ വലിയ തിരമാലകളായി മാറി അലയടിച്ചു കൊണ്ടിരുന്നു.

"എന്റെ ദൈവമേ!" യോഷോവ് നെടുവീർപ്പിട്ടുകൊണ്ട് ദുഃഖത്തോടെ പറഞ്ഞു. "നമ്മൾ എവിടെയാണ് നിലനില്ക്കേണ്ടത്? നമ്മുടെ മനസ്സിനെ എവിടെ കെട്ടിയിടും? അതിന്റെ സൗഹൃദങ്ങൾക്കും സ്നേഹത്തിനും പവിത്രമായ അദ്ധ്വാനത്തിനും വേണ്ടിയുള്ള ദാഹത്തെ ആര് ശമിപ്പിക്കും."

"ഈ സാധാരണക്കാരായ മനുഷ്യർ" ഫോമാ സാവധാനം പറഞ്ഞു. അയാൾ സ്വന്തം ചിന്തകളിൽ ലയിച്ചിരുന്നതുകൊണ്ട് കൂട്ടുകാരന്റെ സംസാരം ശ്രദ്ധിച്ചിരുന്നില്ല, "ഈ മനുഷ്യരെപ്പറ്റി ആഴത്തിൽ നോക്കിയാൽ അവർ വളരെകൂടുതൽ മോശക്കാരല്ല! അവരെപ്പറ്റി സാമാന്യം താല്പര്യം തോന്നും. അവരെപ്പോലെ ഉള്ള തൊഴിലാളികളേയും കൃഷിക്കാരേയും വ്യക്തമായി മനസ്സിലാക്കിയാൽ അവർ കുതിരകളെ പോലെ ആണ്. അവർ ഭാരം ചുമക്കുന്നു. അതോടൊപ്പം അവർ കിതയ്ക്കുകയും തൊഴിക്കുകയും ചെയ്യുന്നു."

"അവർ അവരുടെ പുറത്ത് നമ്മുടെ ജീവിതം ചുമക്കുന്നു." യോഷോവ് അസ്വസ്ഥതയോടെ വിശദീകരിച്ചു. "അവർ അത് കുതികരളെപ്പോലെ അനുസരണയോടെ ചുമക്കുന്നു. അവരുടെ ഈ അനുസരണ

നമ്മുടെ ഭാഗ്യദോഷം ആണ്! നമ്മുടെ ശാപം!"

സ്വന്തം ചിന്തകളുടെ ആവേശത്തിൽ ഫോമാ തർക്കിച്ചു.

"അവർ ഭാരം ചുമക്കുന്നുണ്ട്. നിസ്സാരകാര്യങ്ങൾക്ക് വേണ്ടി അവർ ജീവിതകാലം മുഴുവൻ പരിശ്രമിക്കുന്നു. എന്നിട്ട് ഒരു നൂറ്റാണ്ടുകൊണ്ട് അവരുടെ മനസ്സിൽ വരാത്ത ഏതോ ഒരുകാര്യം അവർ പെട്ടെന്ന് പറയുന്നു. അവർ അത് അനുഭവിക്കുന്നുണ്ടെന്ന് വ്യക്തമാണ്. അതെ അവരുടെ കൂടെ കഴിക്കാൻ താല്പര്യം തോന്നും."

യോഷോവ് നിശ്ശബ്ദനായി വളരെനേരം ആടിആടി നടന്നു. പെട്ടെന്ന് കൈമലർത്തിക്കൊണ്ട് അടഞ്ഞ ശബ്ദത്തിൽ അയാൾ പ്രഖ്യാപിച്ചു. അയാളുടെ ശബ്ദം വയറിനുള്ളിൽ നിന്ന് വരുന്നതാണെന്ന് തോന്നി.,

"ജീവിതം എന്നെ ക്രൂരമായി വഞ്ചിച്ചു. ഞാൻ വളരെ അധികം വേദന അനുഭവിച്ചു."

"ഇത് എന്റെ സ്വന്തം കവിതയിലെ വരികളാണ് ചങ്ങാതി." അയാൾ പെട്ടെന്ന് പകുതിവഴിയിൽ നിർത്തിക്കൊണ്ട് ദുഃഖത്തോടെ തലകുലുക്കി. "എന്റെ വരികൾ എങ്ങനെ ഉണ്ട്? ഞാൻ മറന്നുപോയി. അതിൽ സ്വപ്നങ്ങളെ പറ്റി എന്തൊക്കെയോ ഉണ്ടായിരുന്നു. ജീവിതത്തിന്റെ ചൂടേറ്റ് നെഞ്ചിനുള്ളിൽ കിടന്ന് ശ്വാസം മുട്ടുന്ന പവിത്രവും പരിശുദ്ധവുമായ ആഗ്രഹങ്ങളുടെ കാര്യം അതിൽ എഴുതിയിട്ടുണ്ടായിരുന്നു. ഹോ!"

"എന്റെ നെഞ്ചിനുള്ളിൽ അടക്കം ചെയ്ത
സ്വപ്നങ്ങൾ വീണ്ടും ഒരിക്കൽ ഉണർന്നു വരില്ല"

ചങ്ങാതി നീ വിഡ്ഢിയായതുകൊണ്ട് നിനക്ക് എന്നെക്കാൾ സന്തോഷം ഉണ്ട്. എന്നാൽ ഞാൻ.....

ഫോമാ അസ്വസ്ഥതയോടെ പറഞ്ഞു. "മര്യാദയ്ക്ക് സംസാരിക്കണം! നീ അവരുടെ പാട്ട് ശ്രദ്ധിക്കുന്നതാണ് കൂടുതൽ നല്ലത്."

"ഞാൻ മറ്റുള്ളവരുടെ പാട്ടുകേൾക്കാൻ ആഗ്രഹിക്കുന്നില്ല." തലയാട്ടിക്കൊണ്ട് യോഷോവ് പറഞ്ഞു. "എനിക്ക് എന്റെ സ്വന്തം പാട്ടുണ്ട്. അത് ജീവിതം കഷണങ്ങളാക്കി വാടകയ്ക്ക് കൊടുത്ത ഒരു മനസ്സിന്റെ പാട്ടാണ്."

അയാൾ വന്യമായ ശബ്ദത്തിൽ നിലവിളിക്കാൻ തുടങ്ങി:

"എന്റെ നെഞ്ചിനുള്ളിൽ അടക്കം ചെയ്ത
സ്വപ്നങ്ങൾ വീണ്ടും ഒരിക്കൽ ഉണർന്ന് വരില്ല.
സ്വപ്നങ്ങളുടെ സംഖ്യ എത്ര വലുതായാലും
വീണ്ടും ഒരിക്കൽ അവ ഉണർന്ന് വരില്ല."

യോഷോവ് ഒരു സ്ത്രീയെ പോലെ ഏങ്ങലടിച്ചുകൊണ്ട് പൊട്ടിക്കരഞ്ഞു. ഫോമായ്ക്ക് അയാളോട് അനുകമ്പ തോന്നി. പക്ഷേ, അയാൾ കൂടെയുള്ളതിൽ ഫോമാ അസ്വസ്ഥനായി. യോഷോവിന്റെ തോളിൽ തട്ടിക്കൊണ്ട് അയാൾ പറഞ്ഞു:

"കരച്ചിൽ നിർത്തൂ! നീ എന്തുമാത്രം ദുർബ്ബലനാണ്!" തലയിൽ കൈവെച്ചുകൊണ്ട് യോഷോവ് മുഖം ഉയർത്തി. കരച്ചിൽ നിർത്താൻ ഒരു

ശ്രമം നടത്തിയതിനുശേഷം വന്യമായ നിലവിളി ദുഃഖത്തോടെ വീണ്ടും ആരംഭിച്ചു.

“സ്വപ്നങ്ങളുടെ എണ്ണം എത്ര കൂടുതലാണ്! അവയുടെ ശവക്കുഴി എത്രമാത്രം ഇടുങ്ങിയതാണ്! ഞാൻ അവയെ കവിതയുടെ ശവവസ്ത്രം കൊണ്ട് പുതപ്പിച്ചു. ഒരേസമയത്തും ഞാൻ അവയ്ക്കുവേണ്ടി ധാരാളം പവിത്രമായ ശോകഗാനങ്ങൾ പാടി!”

ഫോമാ നിരാശയോടെ നെടുവീർപ്പിട്ടു. ക്രിസ്തുവിനെ വിചാരിച്ച് ഇത് അവസാനിപ്പിക്കൂ! ദൈവത്തെ സാക്ഷി നിർത്തി പറയാം. ഇത് വളരെ കഷ്ടമാണ്!”

ദൂരെ നിന്നും ഇരുട്ടിന്റെ നിശ്ശബ്ദതയിലൂടെ ഉച്ചത്തിൽ സംഘഗാനം ഒഴുകി വരുന്നുണ്ടായിരുന്നു. ആരോ ചൂളം അടിച്ചുകൊണ്ടിരുന്നു. തുള ച്ചിറങ്ങുന്ന ഈ ശബ്ദം മുഴക്കമുള്ള ശബ്ദങ്ങളുടെ തിരമാലകളെ കവച്ചു വെച്ചു. ഫോമാ നാലുപാടും നോക്കി. അയാൾ കാടിന്റെ കറുത്ത മതിലും തീകുണ്ഡത്തിന്റെ തിളങ്ങുന്ന ബിന്ദുവിനുചുറ്റും കൂടി നില്ക്കുന്ന മങ്ങിയ മനുഷ്യരൂപങ്ങളും കണ്ടു. കാടിന്റെ മതിൽ ഒരു നെഞ്ച് പോലെ ആയിരു ന്നു. തീകുണ്ഡം ആ നെഞ്ചിലെ ചോര ഒലിക്കുന്ന വ്രണം പോലെ ആയി രുന്നു. രക്തം ചുട്ടുപൊള്ളുന്ന അരുവികളായി ഒലിച്ചിറങ്ങുമ്പോൾ നെഞ്ച് വിറച്ചുകൊണ്ടിരിക്കുകയാണെന്ന് തോന്നി. കാടിന്റെ പശ്ചാത്തലത്തിൽ നാലു വശത്തുനിന്നും ഉള്ള ഇരുട്ടിന്റെ ആലിംഗനത്തിൽ അമർന്നുപോയ മനുഷ്യർ കൊച്ചുകുട്ടികളാണെന്ന് തോന്നി. അവരും തീകുണ്ഡത്തിന്റെ തിളക്കത്തിൽ എരിഞ്ഞുകൊണ്ടിരിക്കുകയാണെന്ന് തോന്നി. അവർ കൈവീശിക്കൊണ്ട് അവരുടെ പാട്ട് ശക്തിയോടെ ഉറക്കെ പാടി.

ഫോമായുടെ അടുത്തുനിന്നിരുന്ന യോഷോവ് ആവേശത്തോടെ പറഞ്ഞു:

“നീ കഠിനഹൃദയമായ മടയനാണ്! നീ എന്താണ് എന്നെ ശ്രദ്ധിക്കാ ത്തത്? മരിക്കുന്ന ആത്മാവിന്റെ ഗാനം നീ ശ്രദ്ധിക്കേണ്ടതാണ്. നീ അതിനെപറ്റി ദുഃഖിക്കണം. അതിന് എന്തുകൊണ്ട് മുറിവുപറ്റിയെന്നും എന്തുകൊണ്ട് അത് മരിക്കുന്നെന്നും ആലോചിച്ച് നീ ദുഃഖിക്കേണ്ടതാണ്! ഞാൻ കുടിച്ചിട്ടുണ്ടെന്നാണ് നിന്റെ വിചാരം. എനിക്ക് വിഷം തീണ്ടിയി ട്ടുണ്ട്. ദൂരെ പോകൂ!’

കാടിന്റേയും തീകുണ്ഡത്തിന്റെയും മനോഹരമായ കാഴ്ചയിൽ കണ്ണെടുക്കാതെ ഫോമാ യോഷോവിന്റെ അടുത്തുനിന്നും ഏതാനും ചുവട് ദൂരത്തേക്ക് മാറിക്കൊണ്ട് യോഷോവിനോട് ശബ്ദം താഴ്ത്തി പറഞ്ഞു:

“മണ്ടൻ കളിയാക്കരുത്. എന്നെ നീ എന്തിനാണ് ഇടയ്ക്കിടയ്ക്ക് ചീത്തവിളിക്കുന്നത്?”

“എനിക്ക് തനിച്ച് എന്റെ പാട്ടുപാടി തീർക്കണം.”

യോഷോവും ആടിയാടി ഫോമായുടെ അടുത്തു നിന്ന് ഒരുവശ ത്തേക്ക് മാറി. കുറച്ച് സമയം കഴിഞ്ഞ് വീണ്ടും തേങ്ങുന്ന ശബ്ദത്തിൽ

ഉറക്കെ പാടി:

"എന്റെ ഗാനം നിലച്ചു! ഇനി ഒരിക്കലും
ഞാൻ അവരുടെ മരണത്തിന്റെ ഉറക്കത്തെ
താറുമാറാക്കില്ല
ദൈവമേ! എന്റെ ആത്മാവിന് വിശ്രമം തരൂ!
കാരണം അതിന്റെ മുറിവുകൾ മാരകമാണ്,
ദൈവമേ! എന്റെ ആത്മാവിന് വിശ്രമം തരൂ!"

അയാളുടെ സങ്കടപ്പെട്ടുള്ള തേങ്ങലുകളുടെ ശബ്ദം കേട്ട് ഫോമാ ഞെട്ടി. അയാൾ യോഷോവിനോടൊപ്പം എത്താൻ വേണ്ടി തിരക്കിട്ടു നടന്നു. പക്ഷേ, അയാളുടെ മുന്നിൽ കടക്കുന്നതിനുമുമ്പ് ഭ്രാന്തമായ ഒരു നിലവിളിയോടെ യോഷോവ് നിലത്തു കമഴ്ന്നുവീണ് അസുഖമുള്ള കൊച്ചുകുട്ടികൾ വിങ്ങിപ്പൊട്ടുന്നതുപോലെ പൊട്ടിക്കരാൻ തുടങ്ങി.

"മതി, നിർത്ത്!" പല്ല് കടിച്ചുകൊണ്ട് ഫോമാ പറഞ്ഞു. "ഒന്ന് മതിയാക്കിക്കൂടെ!"

ജീവിതത്തിന്റെ ഇടുങ്ങിയ മനഃസ്ഥിതി കൊണ്ട് മുറിവുപറ്റി കഷ്ടപ്പെടുന്ന മനുഷ്യന്റെ പക നിറഞ്ഞ് സ്വസ്ഥതനഷ്ടപ്പെട്ട ഫോമാ നഗരത്തിലെ വിളക്കുകൾ തിളങ്ങിക്കൊണ്ടിരുന്ന ഇരുട്ടിലേക്ക് മുഖംതിരിച്ചു. വിദ്വേഷം നിറഞ്ഞ ദുഃഖത്തിന്റെ പൊട്ടിത്തെറിയിൽപ്പെട്ട് അയാൾ ആഴമുള്ള ശബ്ദത്തിൽ ഉറക്കെ അലറി:

"അനാത്തിമാ!* നശിക്കട്ടെ! കുറച്ചുകഴിയുമ്പോൾ നിന്റെ തൊണ്ടയും അടയും! നശിക്കട്ടെ!"

പതിനൊന്ന്

ഒരു ദിവസം എക്സ്ചേയിഞ്ചിൽ നിന്നു തിരിച്ചുവന്ന മയാകിൻ പറഞ്ഞു. "ലുബോവ്കാ!" ഇന്ന് വൈകുന്നേരം നീ ഒരു തയ്യാറെടുപ്പ് നടത്തണം. ഞാൻ നിനക്ക് ഒരുവരനെ കൊണ്ടുവരാൻ പോകുകയാണ്! ഞങ്ങൾക്ക് വേണ്ടി ഒരു നല്ല ഭക്ഷണം ഒരുക്കണം. മേശപ്പുറത്ത് കഴിയുന്നത്ര വെള്ളിപ്പാത്രങ്ങൾ നിരത്തണം. പഴങ്ങൾ വയ്ക്കുന്ന പാത്രവും ഉണ്ടായിരിക്കണം. നമ്മുടെ മേശ കാണുമ്പോൾ അയാൾക്ക് മതിപ്പു തോന്നണം! നമ്മുടെ കൈയിലുള്ള ഓരോ സാധനങ്ങളും വ്യത്യസ്തമാണെന്ന് അയാൾ മനസ്സിലാക്കട്ടെ!"

ലൂബോവ് അച്ഛന്റെ സോക്സ് തുന്നിക്കൊണ്ട് ജനാലയുടെ അടുത്ത് ഇരിക്കുകയായിരുന്നു. അവൾ കൈയിലിരുന്ന സോക്സിനു മുകളിലേക്ക് തല കുനിച്ചു പിടിച്ചിരുന്നു.

"ഇതൊക്കെ എന്തുകാര്യത്തിനാണ്?" അവൾ അസംതൃപ്തിയോടെ

---

* ദേഷ്യം വരുമ്പോൾ പറയുന്ന ഒരു ഗ്രീക്ക് വാക്ക് (ശപിക്കപ്പെട്ടവൻ, ഒഴിവാക്കപ്പെട്ടവൻ തുടങ്ങിയ അർത്ഥങ്ങൾ)

ചോദിച്ചു. അവൾക്ക് നീരസം തോന്നി.

"എന്തിനാണെന്നോ? അത് ന്യായമായ മര്യാദയാണ്. കാരണം ഒരു പെൺകുട്ടി ഒരു കുതിരയല്ല. ചമയങ്ങളില്ലാതെ നിങ്ങൾക്ക് അവളെ പറഞ്ഞുവിടാൻ പറ്റില്ല."

അപമാനം കൊണ്ട് ലുബോവിന്റെ മുഖം തുടുത്തു. അവൾ സങ്കോടത്തോടെ തലയാട്ടി. അവൾ ചെയ്തുകൊണ്ടിരുന്ന ജോലി വലിച്ചെറിഞ്ഞ് അച്ഛനെ നോക്കി. അതിനുശേഷം വീണ്ടും സോക്സ് കൈയിലെടുത്ത് അതിന്റെ മുകളിലേക്ക് കൂടുതൽ കുനിഞ്ഞിരുന്നു. വൃദ്ധൻ ദേഷ്യപ്പെട്ട് താടിവലിച്ചു പറിച്ചുകൊണ്ട് മുറിക്കുള്ളിൽ അങ്ങോട്ടും ഇങ്ങോട്ടും നടന്നു. അയാളുടെ കണ്ണുകൾ വിദൂരതയിൽ ഉറച്ചു നിന്നു. അയാൾ വളരെ കുഴഞ്ഞുമറിഞ്ഞ അതേ ആലോചനയിലാണെന്ന് വ്യക്തമായിരുന്നു. അവൾ പറയുന്നത് അയാൾ കേൾക്കില്ലെന്ന് പെൺകുട്ടിക്ക് മനസ്സിലായി. അയാളുടെ സംസാരം അവളെ തരംതാഴ്ത്തിയെന്ന് അയാൾ തിരിച്ചറിഞ്ഞില്ല. അവളുടെ വിദ്യാഭ്യാസമുള്ള ഭർത്താവെന്ന സുഹൃത്തിനെ പറ്റിയുള്ള കാല്പനികസ്വപ്നങ്ങൾ സ്മോളിനെ വിവാഹം കഴിക്കാനുള്ള അച്ഛന്റെ പിടിവാശിയിൽ ശ്വാസം മുട്ടിമരിച്ചു. അവ മരിച്ച് ചീഞ്ഞുനാറി അവളുടെ ആത്മാവിന്റെ അടിത്തട്ടിൽ കയ്ക്കുന്ന ഒരു അടിമട്ടായി അവശേഷിച്ചു. താൻ കച്ചവടക്കാർക്കിടയിലെ ഒരു സാധാരണ പെൺകുട്ടിയേക്കാൾ മുകളിലാണെന്ന് അവൾ സ്വയം വിലയിരുത്തിയിരുന്നു. രക്ഷകർത്താക്കളുടെ ഇഷ്ടത്തിനൊത്ത് വിവാഹം കഴിക്കുന്ന വസ്ത്രങ്ങളെപ്പറ്റി മാത്രം ആലോചിക്കുന്ന ഒരു മണ്ടിപെണ്ണിനേക്കാൾ മെച്ചമാണെന്ന് അവൾക്ക് സ്വയം തോന്നിയിരുന്നു. ഇപ്പോൾ സമയമായതുകൊണ്ടുമാത്രം അവൾ വിവാഹം കഴിക്കാൻ പോകുന്നു. അവളുടെ അച്ഛന്റെ കച്ചവടത്തിന് ഒരു പിൻതുടർച്ചക്കാരനെ കണ്ടെത്താൻ വേണ്ടിയാണ് അവൾ വിവാഹം കഴിക്കാൻപോകുന്നത്. അവൾക്ക് മാത്രമായി ഒരു പുരുഷനെ ആകർഷിക്കാൻ കഴിയില്ലെന്ന് അവളുടെ അച്ഛൻ വിചാരിക്കുന്നു. അതുകൊണ്ട് അയാൾ അവളെ വെള്ളികൊണ്ട് അലങ്കരിക്കുന്നു. അസ്വസ്ഥതയോടെ അവൾ ജോലി തുടർന്നു. സൂചി വിരലിൽ കുത്തിയിറങ്ങി. സൂചി ഒടിഞ്ഞു. പക്ഷേ, അവൾ പറയുന്നതൊന്നും അച്ഛന്റെ മനസ്സിൽ കയറില്ലെന്നറിഞ്ഞുകൊണ്ട് അവൾ നിശ്ശബ്ദത പാലിച്ചു.

ഇടയ്ക്കിടയ്ക്ക് സ്തോത്രങ്ങൾ മൂളിക്കൊണ്ടും ഇടയ്ക്കിടയ്ക്ക് ഒരു നവവരനോട് പെരുമാറേണ്ടതെങ്ങനെയാണെന്ന് മകളെ പറഞ്ഞു മനസ്സിലാക്കിക്കൊണ്ടും വൃദ്ധൻ മുറിക്കുള്ളിൽ അങ്ങോട്ടും ഇങ്ങോട്ടും നടന്നുകൊണ്ടിരുന്നു. പിന്നീട് അയാൾ വിരലുകൾകൊണ്ട് എന്തൊക്കെയോ കണക്കുകൂട്ടി നോക്കി. അയാൾ നെറ്റിചുളിച്ചു അതിനുശേഷം പുഞ്ചിരിച്ചു.

"ദൈവം എന്നെ പരീക്ഷിച്ച് വിധി പറയും. അന്യായം ചെയ്യുന്നവനിൽ നിന്നും വിശ്വാസവഞ്ചകനിൽ നിന്നും എന്നെ രക്ഷിക്കും. അതെ! ലുബോവ് നീ നിന്റെ അമ്മയുടെ മരതകങ്ങൾ എടുത്ത് അണിയണം."

"മതി അച്ഛാ," പെൺകുട്ടി ദുഃഖത്തോടെ പറഞ്ഞു. "പ്രാർത്ഥിച്ചാൽ

മതി.”

“തർക്കുത്തരം പറയേണ്ട. ഞാൻ പറയുന്നത്. കേട്ടാൽ മതി.” അയാൾ വീണ്ടും അയാളുടെ കണക്കുകൂട്ടലുകളിൽ ലയിച്ചു.

“അത് മുപ്പതു ശതമാനം ആകുന്നു. ങ്ഠാ! അവൻ ഒരു കള്ളൻ ആണ്. അങ്ങയുടെ സത്യവും അങ്ങയുടെ വെളിച്ചവും താഴോട്ട് അയച്ചേക്കണേ!”

“അച്ഛാ!” ലുബോവ് ഉറക്കെ വിളിച്ചു.

“എന്തുവേണം?”

“അയാളെ അച്ഛന് ഇഷ്ടമായോ?”

“ആരെ?”

‘സ്മോളിനെ.”

“സ്മോളിനെ എനിക്ക് ഇഷ്ടമായി. അതെ. അവൻ ഒരു കള്ളനാണ്. അവൻ ബുദ്ധിമാനാണ്. ഒന്നാംതരം കച്ചവടക്കാരൻ! ശരി. ഞാൻ ഇപ്പോൾ പോകുകയാണ്. നീ തയ്യാറെടുപ്പുകൾ നടത്തിക്കൊള്ളൂ!”

ലുബോവ് തനിച്ചായപ്പോൾ അവൾ ജോലി വലിച്ചെറിഞ്ഞ് കണ്ണുകൾ ഇറുക്കി അടച്ച് കസേസരയിൽ ചാരി ഇരുന്നു. അവളുടെ കൈകൾ കാൽമുട്ടിൽ വിശ്രമിച്ചു. അവളുടെ വിരലുകൾ വിറച്ചുകൊണ്ടിരുന്നു. മോഹഭംഗത്തിന്റെ കയ്പ് നിറഞ്ഞപ്പോൾ അവൾക്ക് ഭാവിയെ പറ്റി ഭയങ്കരമായ ഭയം തോന്നി. അവൾ നിശ്ശബ്ദമായി പ്രാർത്ഥിച്ചു.

“എന്റെ ദൈവമേ! അയാൾ ഒരു അനുകമ്പയുള്ള മനുഷനായിരുന്നെങ്കിൽ! ദൈവമേ! അയാളെ കരുണയുള്ളവനും ആത്മാർത്ഥയുള്ളവനും ആക്കേണമേ! ദൈവമേ! ഒരു അപരിചിതൻ വരുന്നു! അയാൾ നിങ്ങളെ പരിശോധിക്കുന്നു! അയാൾക്ക് നിങ്ങളെ ഇഷ്ടപ്പെട്ടാൽ അയാൾ നിങ്ങളെ വർഷങ്ങളോളം സ്വന്തമാക്കുന്നു! അത്ര എത്രമാത്രം അപമാനകരമാണ്! എത്രമാത്രം ദാരുണമാണ്! എന്റെ ദൈവമേ! എനിക്ക് ഓടിപ്പോകാൻ കഴിഞ്ഞിരുന്നെങ്കിൽ! എന്തുചെയ്യണമെന്ന് എന്നെ ഉപദേശിക്കാൻ ആരെങ്കിലും ഉണ്ടായിരുന്നെങ്കിൽ! അയാൾ ആരാണ്? ഞാൻ അയാളെപ്പറ്റി എങ്ങനെ മനസ്സിലാക്കും? എനിക്ക് ഒന്നും ചെയ്യാൻ കഴിയുന്നില്ല! ഞാൻ ആലോചിച്ചു! ഹോ! എന്തുമാത്രം ആലോചിച്ചു. ഞാൻ വായിച്ചു! ഞാൻ എന്തിനുവേണ്ടിയാണ് വായിച്ചത്? എനിക്ക് ജീവിക്കാൻ കഴിയാത്തപ്പോൾ മറ്റൊരു രീതിയിൽ ജീവിക്കാൻ കഴിയില്ലെന്ന് എന്തിനാണ് ഞാൻ മനസ്സിലാക്കുന്നത്? ഒരുപക്ഷേ, പുസ്തകങ്ങൾ ഇല്ലായിരുന്നെങ്കിൽ എന്റെ ജീവിതം കുറേക്കൂടി എളുപ്പം ആകുമായിരുന്നു. ലളിതം ആകുമായിരുന്നു. ഇതെല്ലാം എത്രമാത്രം ദയനീയമാണ്! ഞാൻ എത്രമാത്രം ദുരിതം പിടിച്ച ഭാഗ്യദോഷി ആണ്! ഞാൻ ഒറ്റപ്പെട്ടിരിക്കുന്നു. കുറഞ്ഞപക്ഷം ടരസ് എങ്കിലും ഇവിടെ ഉണ്ടായിരുന്നെങ്കിൽ.

സഹോദരനെപ്പറ്റി ഓർമ്മിച്ചപ്പോൾ അവൾക്ക് കൂടുതൽ ദുഃഖം തോന്നി. അവൾ സ്വയം കൂടുതൽ വിഷമിച്ചു. അവൾ ടരസിന് കഴിയുന്നതും വേഗം അച്ഛനെ തിരിച്ചുവന്ന് കാണാൻ പറഞ്ഞ് സുദീർഘമായി എഴുതിയിരുന്നു. ആ എഴുത്തിൽ അവൾക്ക് അയാളോടുള്ള സ്നേഹം

അവൾ വ്യക്തമാക്കിയിരുന്നു. അവൾക്ക് അയാളെ പറ്റിയുള്ള പ്രതീക്ഷകൾ അവൾ അറിയിച്ചിരുന്നു. അവരുടെ അച്ഛന് ബുദ്ധിമാനാണെന്നും എല്ലാ കാര്യങ്ങളും അദ്ദേഹത്തിന് മനസ്സിലാകുമെന്നും അവൾ അയാളെ ബോദ്ധ്യപ്പെടുത്താൻ ശ്രമിച്ചിരുന്നു. അയാളുടെ ഏകാന്തതയെപറ്റി അവൾ പറഞ്ഞു മനസ്സിലാക്കി. ജീവിതത്തോടുള്ള അയാളുടെ സമീപനത്തെ അവൾ പുകഴ്ത്തി. അതേ സമയം അവളോടുള്ള അയാളുടെ സമീപനത്തെപ്പറ്റി അവൾ പരാതി പറഞ്ഞു.

രണ്ടാഴ്ച അവൾ മറുപടിക്കുവേണ്ടി ആകാംക്ഷയോടെ കാത്തിരുന്നു. മറുപടി കിട്ടിയപ്പോൾ അവൾ ആഹ്ലാദവും നൈരാശ്യവും കൊണ്ട് തേങ്ങിക്കരഞ്ഞു. ടരസിന്റെ മറുപടി ഏതാനും വരികളിൽ ഒതുങ്ങി. അച്ഛന് എതിർപ്പില്ലെങ്കിൽ കച്ചവടത്തിന്റെ ആവശ്യത്തിനുവേണ്ടി വോൾഗയിൽ വരുമ്പോൾ ഒരുമാസത്തിനുള്ളിൽ ടരസിന്റെ മറുപടി. എഴുത്തിന് ഒരു മഞ്ഞുകട്ടയുടെ തണുപ്പായിരുന്നു. കണ്ണനീരോടെ അവൾ എഴുത്ത് പല പ്രാവശ്യം ശ്രദ്ധിച്ചു വായിച്ചു. അത് ചുരുട്ടിക്കൂട്ടി. വീണ്ടും ചുളിവുകൾ നിവർത്തി. പക്ഷേ, ഇതുകൊണ്ടൊന്നും അതിലെ സ്നേഹം വർദ്ധിച്ചില്ല. അതിന്റെ നനവ് മാത്രം കൂടിക്കൊണ്ടിരുന്നു. ഉറപ്പുള്ള വലിയ കൈയക്ഷരങ്ങൾ നിറഞ്ഞ കട്ടിയുള്ള കടലാസിൽ നിന്നും ചുളിവുകളുള്ള ഒരു മുഖം അയാളെ നോക്കുന്നുണ്ടെന്ന് അവൾക്ക് തോന്നി. നെറ്റിച്ചുളിച്ച് സംശയത്തോടെ നോക്കിക്കൊണ്ടിരുന്ന ആ മുഖത്തിന് അവളുടെ അച്ഛന്റെ ഛായ ഉണ്ടായിരുന്നു.

യക്കോവ് ടരാസോവിച്ചിൽ മകന്റെ എഴുത്ത് വ്യത്യസ്തമായ ഒരു പ്രതികരണമാണ് സൃഷ്ടിച്ചത്. ടരസിന്റെ മറുപടിയിലെ കാര്യങ്ങൾ മനസ്സിലാക്കിയപ്പോൾ ഒരു പ്രത്യേക പുഞ്ചിരിയോടെ അയാൾ പെട്ടെന്ന് മകളുടെ നേർക്ക് തിരിഞ്ഞു.

“ശരി, ഞാൻ നോക്കട്ടെ! അത് എന്റെ കൈയിൽ തരൂ! ആളുകൾ എത്രമാത്രം യുക്തിയോടെയാണ് എഴുത്തെഴുന്നതെന്ന് നമുക്ക് വായിച്ചു നോക്കാം. എന്റെ കണ്ണട എവിടെ? ങ്ങാ! ‘പ്രിയപ്പെട്ട ലുബോവ്! അതെ.”

വൃദ്ധൻ നിശ്ശബ്ദനായി. അയാൾ മകന്റെ എഴുത്ത് വായിച്ച് മേശപ്പുറത്തുവെച്ചതിനുശേഷം പുരികങ്ങൾ ഉയർത്തി മുറിക്കുള്ളിൽ നിശ്ശബ്ദനായി അങ്ങോട്ടും ഇങ്ങോട്ടും നടന്നു. അയാളുടെ മുഖത്ത് ആശ്ചര്യം ഉണ്ടായിരുന്നു. പിന്നീട് അയാൾ ഒരിക്കൽക്കൂടി എഴുത്തെടുത്ത് വായിച്ചതിനുശേഷം മേശപ്പുറത്ത് താളം അടിച്ചു കൊണ്ട് സംസാരിച്ചു:

“ആ എഴുത്ത് മോശം അല്ല അതിന് ശക്തിയുണ്ട്. ആവശ്യമില്ലാത്ത ഒരു വാക്കുപോലും എഴുത്തിൽ ഇല്ല. കൊള്ളാം! ഒരുപക്ഷേ, അയാൾക്ക് തണുപ്പടിച്ച് കട്ടികൂട്ടിയിട്ടുണ്ടാകും. അവിടെ തണുപ്പിന് രൂക്ഷത കൂടുതലാണ്. അവൾ വരട്ടെ! നമുക്ക് അയാളെ പരിശോധിച്ചു നോക്കാം. ഇത് രസമാണ്. അതെ മകന്റെ ദുരൂഹതകളെപ്പറ്റി പറയുമ്പോൾ ഡേവിഡിന്റെ സ്ത്രോത്രത്തിൽ പറയുന്നുണ്ട്; നിങ്ങൾ എന്റെ ശത്രുവായി തിരിച്ചുവന്നപ്പോൾ— ബാക്കി എങ്ങനെയാണെന്ന് ഞാൻ മറന്നുപോയി. അവസാനം

എന്റെ ശത്രുക്കളുടെ ആയുധങ്ങൾ ക്ഷയിച്ചു. ശബ്ദങ്ങൾക്കിടയിൽ അവന്റെ ഓർമ്മ അപ്രത്യക്ഷമായി. ശരി. നമുക്ക് ഇതെല്ലാം ബഹളം ഉണ്ടാക്കാതെ അയാളോട് സംസാരിക്കാം."

വൃദ്ധൻ വെറുപ്പുനിറഞ്ഞ പുഞ്ചിരിയോടെ ശാന്തമായി സംസാരിക്കാൻ ശ്രമിച്ചു. പക്ഷേ, അയാൾക്ക് പുഞ്ചിരിക്കാൻ കഴിഞ്ഞില്ല. അയാളുടെ ചുളിവുകൾ രോഷത്തോടെ വിറച്ചു. അയാളുടെ ചെറിയ കണ്ണുകളിൽ ഒരു പ്രത്യേകതരം തിളക്കം ഉണ്ടായിരുന്നു.

"ലൂബോവ്ക്കാ നീ അവന് വീണ്ടും എഴുതണം. വരാൻ പറയണം. വരുന്നതിന് പേടി വേണ്ടെന്ന് പ്രത്യേകം എഴുതണം."

ലുംബോ ടരസിന് വീണ്ടും എഴുതി. പക്ഷേ, ഈ പ്രാവശ്യം എഴുത്ത് ചെറുതായിരുന്നു. അവളുടെ നിഗൂഢതകൾ നിറഞ്ഞ ഈ സഹോദരൻ ഏതുതരം മനുഷ്യനായിരിക്കുമെന്ന് സങ്കല്പിച്ചുകൊണ്ട് മറുപടിക്കു വേണ്ടി അവൾ ഓരോ ദിവസവും കാത്തിരുന്നു. പണ്ട് അയാളെ പറ്റി അവൾ ദുഃഖത്തോടെയാണ് ആലോചിച്ചിരുന്നത്. വിശ്വാസികൾക്ക് രക്തസാക്ഷികളോടുള്ള ആദരവോടെയാണ് അവൾ അയാളെപറ്റി ചിന്തിച്ചിരുന്നത്. ഇപ്പോൾ അയാളെ അവൾ ഭയക്കുന്നു. കാരണം മനുഷ്യരേയും ജീവിതത്തേയും വിലയിരുത്താനുള്ള അവകാശം വേദന നിറഞ്ഞ കഷ്ടപ്പാടുകളിലൂടെ ചെറുപ്പത്തിൽത്തന്നെ അയാൾ നേടിക്കഴിഞ്ഞിരിക്കുന്നു. അയാൾ ചെറുപ്പം മറ്റൊരു നാട്ടിൽ നശിപ്പിച്ചവനാണ്. വരുമ്പോൾ അയാൾ അവളോട് ചോദിച്ചെന്നുവരും.

"നീ നിന്റെ സ്വാതന്ത്ര്യത്തിനല്ലേ വിവാഹം കഴിക്കുന്നത്? സ്നേഹത്തിനുവേണ്ടി അല്ലേ?"

അവൾ അയാളോട് എന്ത് മറുപടി പറയും? അവളുടെ മനസ്സിന്റെ കഴിവുകുറവിനോട് അയാൾ ക്ഷമിക്കുമോ? അവൾ എന്തിനാണ് വിവാഹം കഴിക്കുന്നത്? അവളുടെ ജീവിതത്തിന് വ്യത്യാസം വരുത്താൻ വേണ്ടി ചെയ്യാൻ കഴിയുന്ന ഒരേ ഒരുകാര്യം ഇതു മാത്രമാണോ?

പെൺകുട്ടിയുടെ മനസ്സിൽ ദുഃഖകരമായ ചിന്തകൾ ഒന്നൊന്നായി പൊട്ടിമുളച്ച് അവളെ പീഡിപ്പിച്ചുകൊണ്ടിരുന്നു. അവയെ എതിർത്തു കീഴടക്കാനുള്ള വ്യക്തമായ മോഹത്തിന് അവൾ അശക്തനായിരുന്നു. സ്മോളിൻ അയാളുടെ കസേരയിൽനിന്ന് എഴുന്നേറ്റ് അവളുടെ അടുത്തേക്ക് വന്ന് ആദരവോടെ തലകുനിച്ചു. അയാൾ വിനയപൂർവ്വം തലകുനിച്ചതിൽ അവൾക്ക് സാമാന്യം സന്തോഷം തോന്നി. അയാളുടെ വില കൂടിയ വേഷം അയാളുടെ വഴക്കമുള്ള ശരീരത്തിന് നല്ലപോലെ ഇണങ്ങുന്നുണ്ടായിരുന്നു. അയാൾക്ക് വലിയ വ്യത്യാസം വന്നിരുന്നില്ല. അയാൾ പഴയ പറ്റെ വെട്ടിയ ചുവന്ന തലമുടിക്കാരൻ തന്നെ ആയിരുന്നു. മേൽമീശയ്ക്ക് നീളം കൂടിയതു മാത്രമായിരുന്നു ഒരേ ഒരു വ്യത്യാസം. അയാളുടെ കണ്ണുകൾക്ക് കൂടുതൽ വലിപ്പം വെച്ചതായി തോന്നി.

"ഇപ്പോൾ വളരെ വ്യത്യാസം വന്നിട്ടുണ്ട്. ഇല്ലേ?" മയാകിൻ മകളോട് വരനെ ചൂണ്ടിക്കൊണ്ട് ഉറക്കെ ചോദിച്ചു. സ്മോളിൻ പുഞ്ചിരിച്ചു

കൊണ്ട് അവൾക്ക് കൈകൊടുത്തു. അയാൾ പൗരുഷമുള്ള മുഴങ്ങുന്ന ശബ്ദത്തിൽ പറഞ്ഞു:

'നിങ്ങളുടെ പഴയ സുഹൃത്തിനെ മറന്നിട്ടില്ലെന്ന് ഞാൻ പ്രതീക്ഷിക്കുന്നു."

"അതൊന്നും സാരമില്ല! നിങ്ങൾക്ക് ഇതെല്ലാം പിന്നീട് സംസാരിക്കാം." മകളെ സൂക്ഷ്മപരിശോധന നടത്തിക്കൊണ്ട് വൃദ്ധൻ പറഞ്ഞു.

"ലുബോവാ, ഞങ്ങൾ അല്പം സംസാരിക്കുന്ന സമയം കൊണ്ട് നിനക്ക് വേണ്ട ക്രമീകരണങ്ങളെല്ലാം നടത്താം. അപ്പോൾ ആഫ്രിക്കക്കാരൻ സ്വന്തം കാര്യങ്ങൾ പറയൂ."

"ലൂബോവ് യാക്കോവ് ലിവ്നാ നിങ്ങൾ എന്നോട് ക്ഷമിക്കില്ലേ?" സ്മോളിൻ മാന്യതയോടെ ക്ഷമചോദിച്ചു.

"പ്രാർത്ഥന ചടങ്ങുകൾക്ക് മുകളിലല്ല" ലുബോവ് പറഞ്ഞു. "അയാൾ ബുദ്ധിമാനും മര്യാദയുള്ളവനുമാണ്." മുറിയിൽ കിടന്നിരുന്ന മേശയുടെ അടുത്തുനിന്നും ഭിത്തി അലമാരയുടെ അടുത്തേക്ക് നടക്കുമ്പോൾ അവൾ സ്വന്തം അഭിപ്രായം സ്വയം പറഞ്ഞു. സ്മോളിൻ സംസാരം അവൾ ശ്രദ്ധിച്ചു കേൾക്കാൻ തുടങ്ങി. അയാൾ ആത്മവിശ്വാസത്തോടെ ശാന്തമായി സംസാരിച്ചു. കേൾക്കുന്ന മനുഷ്യനുവേണ്ടി അയാൾ സംസാരം മനഃപൂർവ്വം ലളിതമാക്കിയിരുന്നു. "അതെ, അപ്പോൾ നാലുവർഷം വിദേശ കമ്പോളങ്ങളിലെ റഷ്യൻ തുകലിന്റെ അവസ്ഥ ഞാൻ ശ്രദ്ധിച്ച് പഠിച്ചു. അത് വളരെ ദാരുണമാണ്! ദുഃഖകരമാണ്! ഏകദേശം മുപ്പതുകൊല്ലം മുമ്പ് മാതൃകയായി കണക്കാക്കിയിരുന്നത് നമ്മുടെ തുകൽ ആയിരുന്നു. ഇപ്പോൾ അതിന്റെ ആവശ്യക്കാരുടെ എണ്ണം തുടർച്ചയായി കുറഞ്ഞുകൊണ്ടിരിക്കുകയാണ്. തീർച്ചയായും അതിന്റെകൂടെ വിലയും കുറഞ്ഞുകൊണ്ടിരിക്കും. അത് സ്വാഭാവികം ആണ്. പണത്തിന്റെയും അറിവിന്റെയും കുറവുകൊണ്ട് തുകലിന്റെ ചെറിയ ചെറിയ നിർമ്മാതാക്കൾക്ക് അവരുടെ ഉല്പന്നത്തിന് വേണ്ടത്ര ഗുണനിലവാരം കാത്തുസൂക്ഷിക്കാൻ കഴിയുന്നില്ല. അതേസമയം അവർക്ക് വില കുറയ്ക്കാനും സാധിക്കുന്നില്ല. അവരുടെ ചരടുകൾ അങ്ങേയറ്റം മോശമാണ് ഏറ്റവും നല്ല തുകൽ നിർമ്മാതാക്കളെന്ന റഷ്യയുടെ പേര് നശിപ്പിച്ചതിന് അവരെയാണ് കുറ്റപ്പെടുത്തേണ്ടത്. പൊതുവായി പറഞ്ഞാൽ സാങ്കേതികവിദ്യയുടെയും പണത്തിന്റെയും കുറവുകൊണ്ട് ചെറിയ നിർമ്മാതാക്കൾ ഗുണനിലവാരം മെച്ചപ്പെടുത്താൻ പറ്റാത്ത ഒരു അവസ്ഥയിലാണ്. സാങ്കേതികവിദ്യയുടെ പുരോഗതിക്കൊത്ത് മുന്നേറാൻ അവർക്ക് സാധിക്കില്ല. അത്തരം ഒരു നിർമ്മാതാവ് രാജ്യത്തിന്റെ ഒരു ഭാഗ്യദോഷം ആണ്. അയാൾ രാജ്യത്തിന്റെ വാണിജ്യത്തിലെ ഒരു പരാന്നഭോജി ആണ്."

"ങാ!" വൃദ്ധൻ ഒരു കണ്ണുകൊണ്ട് അതിഥിയേയും മറ്റേകണ്ണുകൊണ്ട് മകളേയും നോക്കിക്കൊണ്ട് ദീർഘനിശ്വാസം വിട്ടു. "അതുകൊണ്ട് മറ്റ് ചെറിയ ഫാക്ടറികളെല്ലാം അടച്ചുപൂട്ടി പോകുന്ന തരത്തിലുള്ള ഒരു വലിയ ഫാക്ടറി നിർമ്മിക്കാനാണ് നിങ്ങൾ ഉദ്ദേശിക്കുന്നത്?"

"ഒരിക്കലും അല്ല!" സ്മോളിൻ ഉറക്കെ പറഞ്ഞു. വൃദ്ധന്റെ വാക്കുകളെ കൈവീശി ആട്ടി ഓടിച്ചുകൊണ്ട് അയാൾ പറഞ്ഞു. മറ്റുള്ളവരെ എന്തിനാണ് ദ്രോഹിക്കുന്നത്? അങ്ങനെ ചെയ്യാൻ എനിക്ക് എന്താണ് അവകാശം? റഷ്യൻ തുകലിന്റെ വിലയും പ്രാധാന്യവും വിദേശങ്ങളിൽ വർദ്ധിക്കണം. എന്റെ ലക്ഷ്യം അതാണ്. നിർമ്മാണത്തിലുള്ള അറിവിന്റെ ബലത്തിൽ ഞാൻ ഒരു മാതൃകാ ഫാക്ടറി നിർമ്മിച്ച് മാതൃകയാക്കാവുന്ന ഉല്പന്നങ്ങൾകൊണ്ട് കമ്പോളം നിറയ്ക്കും. രാജ്യത്തിന് വാണിജ്യപരമായ ഒരു ബഹുമതി!'

"അതിന് വലിയ മുതൽ മുടക്ക് വേണ്ടിവരുന്നമെന്നാണോ സ്മോളിൻ പറയുന്നത്?"

"ഒരു മൂന്നുലക്ഷത്തോളം വേണം."

"അച്ഛൻ എനിക്ക് അത്രയും സ്ത്രീധനം നല്കില്ല." ലുബോവ് ആലോചിച്ചു.

"എന്റെ ഫാക്ടറിയിൽ ചെരുപ്പുകൾ, പെട്ടികൾ, കുതിരക്കോപ്പുകൾ തുടങ്ങിയ തുകൽ ഉല്പന്നങ്ങളും നിർമ്മിക്കും."

"എത്ര ശതമാനമാണ് സ്മോളിൻ സ്വപ്നം കാണുന്നത്?"

"ഞാൻ സ്വപ്നം കാണുകയല്ല. റഷ്യയിലെ അവസ്ഥ വെച്ച് കഴിയാവുന്നത്ര കൃത്യതയോടെ കണക്കുകൂട്ടി കൊണ്ടിരിക്കുകയാണ്. "സ്മോളിൻ മനസ്സിൽ പതിയുന്ന മട്ടിൽ പറഞ്ഞു. "ഒരു നിർമ്മാതാവ് ഒരു യന്ത്രം ഉണ്ടാക്കുന്ന പണിക്കാരനെപോലെ പ്രായോഗിക ബുദ്ധി ഉള്ളവനായിരിക്കണം. ഒരു ഗൗരവമുള്ളകാര്യം ഗൗരവത്തോടെ ചെയ്യാൻ ആഗ്രഹിക്കുന്നുണ്ടെങ്കിൽ ഏറ്റവും ചെറിയ പിരിയാണിയുടെ ഉരസൽ പോലും കണക്കിലെടുക്കണം. റഷ്യയിലെ കന്നുകാലിവളർത്തലും ഇറച്ചിയുടെ ഉപഭോഗവും അടിസ്ഥാനമാക്കി ഞാൻ തയ്യാറാക്കിയ ഒരു ചെറിയ വിവരണം നിങ്ങൾക്ക് വായിക്കാൻ തരാം."

"അതുകൊള്ളാം." മയാകിൻ ചിരിച്ചു "ആ വിവരണം എനിക്ക് തരണം. അത് രസമുണ്ട്! പടിഞ്ഞാറൻ യൂറോപ്പിൽ നിങ്ങൾ സമയം വെറുതെ കളഞ്ഞില്ലെന്ന് തോന്നുന്നു. നമുക്ക് ഇപ്പോൾ റഷ്യൻ രീതിയിലുള്ള എന്തെങ്കിലും ഭക്ഷണം കഴിക്കാം."

"ലുബോവ് യാക്കോവ് ലിവ്നാ നിങ്ങൾ എങ്ങനെയാണ് സമയം കളയുന്നത്?" കത്തിയും മുള്ളും കൈയിൽ എടുത്തുകൊണ്ട് സ്മോളിൻ ചോദിച്ചു.

"അവൾ ഇവിടെ എന്നോടൊപ്പം തനിച്ചാണ്" മകൾക്കുവേണ്ടി മയാകിൻ മറുപടി പറഞ്ഞു. "അവളാണ് എന്റെ വീടുനോക്കുന്നത്. വീടുകാര്യങ്ങളെല്ലാം അവളുടെ തോളിലാണ്. അതുകൊണ്ട് അവളുടെ സന്തോഷത്തിന് അവൾക്ക് സമയമില്ല."

"നാടകം കാണാൻ പോകാറുണ്ടോ?"

"ഞാൻ വല്ലപ്പോഴും പോകാറുണ്ട്. എന്റെ കൂടെ വരാൻ ആരുമില്ല."

വൃദ്ധൻ ഉറക്കെപറഞ്ഞു.

"നാടകത്തിൽ കച്ചവടക്കാരനെ പ്രാകൃതനായ ഒരു വിഡ്ഢിയായി ചിത്രീകരിക്കുന്നത് ഒരു പരിഷ്കാരമായിരിക്കുന്നു. അതിന്റെ കാരണം എന്താണ്? അത് തമാശ ആണ്. പക്ഷേ, അത് കളവായതുകൊണ്ട് വിശ്വസനീയമല്ല! ഞാൻ ഒരു വിഡ്ഢിയാണോ? ഞാൻ ഒരു വ്യവസായിയും ആ നാടകശാലയുടെ ഉടമസ്ഥനും ആണെങ്കിൽ? നിങ്ങൾ അരങ്ങിലെ കച്ചവടക്കാരനേ നോക്കൂ. അയാളെ നിങ്ങൾ ജീവിതത്തിൽ കാണില്ല. അവർ ചരിത്രപരമായ എന്തെങ്കിലും അതായത് 'സീസറിന്റെ ജീവിതം' അല്ലെങ്കിൽ 'ഹാംലറ്റ്' അല്ലെങ്കിൽ 'വസിലിസ' അങ്ങനെ എന്തെങ്കിലും പ്രദർശനം നടത്തിയാൽ സത്യസന്ധമായ പുനർനിർമ്മാണത്തിന്റെ ആവശ്യം ഇല്ല. കാരണം അതെല്ലാം കഴിഞ്ഞുപോയകാരണങ്ങളാണ്. അതിന് നമ്മളുമായി യാതൊരുബന്ധവും ഇല്ല. അത് സത്യം ആണെങ്കിലും അല്ലെങ്കിലും അതു തമ്മിൽ വലിയ വ്യത്യാസം ഇല്ല. അത് മോശമാകരുതെന്ന് മാത്രം. പക്ഷേ, നിങ്ങൾ വർത്തമാനകാലം ചിത്രീകരിക്കുമ്പോൾ കള്ളം പറയരുത്! മനുഷ്യനെ അവന്റെ യഥാർത്ഥ അവസ്ഥയിൽ കാണിക്കണം."

ചുണ്ടിൽ മോഹിപ്പിക്കുന്ന പുഞ്ചിരിയുമായി സ്മോളിൻ വൃദ്ധന്റെ വാക്കുകൾക്ക് ചെവികൊടുത്തു. അയാൾ ലുംബോവിനെ ഇടംകണ്ണിട്ടു നോക്കി. അയാൾ നോട്ടത്തിലൂടെ അച്ഛന്റെ വാദത്തെ എതിർക്കാൻ അവളെ ക്ഷണിക്കുകയാണെന്ന് തോന്നി. ഏറക്കുറെ പരിഭ്രമത്തോടെ അവൾ പറഞ്ഞു.

"അച്ഛാ, എന്നാലും കച്ചവടക്കാരുടെ വർഗ്ഗത്തിലെ കൂടുതൽ ആളുകൾക്കും വിദ്യാഭ്യാസം ഇല്ല. അവർ അപരിഷ്കൃതമാണ്."

"അതെ." സ്മോളിൻ ദുഃഖത്തോടെ അഭിപ്രായം പറഞ്ഞു. അയാൾ അത് ശരിയാണെന്ന് സമ്മതിക്കുന്നമട്ടിൽ തലുകുലക്കി. "അത് ഒരു ദുഃഖസത്യം ആണ്."

"ഫോമാ ഒരു നല്ല ഉദാഹരണമാണ്." പെൺകുട്ടി സംസാരം തുടർന്നു.

മയാകിൻ ഉറക്കെ പറഞ്ഞു. "ഓ! നിങ്ങൾ ചെറുപ്പക്കാർക്ക് കൈയിൽ പുസ്തകം ഉണ്ടാകും."

"കൂട്ടുകെട്ടുകളിലൊന്നും നിങ്ങൾക്ക് താല്പര്യമില്ലേ? സ്മോളിൻ ലുംബോവിനോട് ചോദിച്ചു "നിങ്ങൾക്ക് ഇവിടെ ധാരാളം വ്യത്യസ്തമായ കൂട്ടുകെട്ടുകൾ ഉണ്ടല്ലോ."

"ഉണ്ട്." ലുബോവ് പറഞ്ഞു "പക്ഷേ, ഞാൻ എല്ലാ കാര്യങ്ങളിൽ നിന്നും ഒഴിഞ്ഞുമാറിയാണ് ജീവിക്കുന്നത്."

"വീടു നോക്കണം." അച്ഛൻ ഇടയ്ക്കു കയറി നോക്കി. "ഞങ്ങൾക്ക് ഇവിടെ ഒരുപാട് സാധനങ്ങൾ ഉണ്ട്. എല്ലാം വൃത്തിയാക്കി എണ്ണിപ്പെറുക്കി അടുക്കിവയ്ക്കണം."

അയാൾ തിളങ്ങുന്ന സ്ഫടിക പാത്രങ്ങളും വെള്ളിപാത്രങ്ങളും നിരത്തിയിരുന്ന മേശപ്പുറത്തേക്ക് നോക്കി. ആത്മസംതൃപ്തിയോടെ തലകു

ലുക്കി. അതിനുശേഷം സാധനങ്ങളുടെ ഭാരം കൊണ്ട് തട്ടുകൾ ഒടിഞ്ഞു പോകാൻ സാദ്ധ്യത ഉള്ള ഭിത്തി അലമാരയിലേക്ക് നോക്കി. ഇതെല്ലാം സ്മോളിൻ ശ്രദ്ധിച്ചു. അയാളുടെ ചുണ്ടിൽ പരിഹാസം നിറഞ്ഞ ഒരു പുഞ്ചിരി തത്തിക്കളിക്കാൻ തുടങ്ങി. പിന്നീട് അയാൾ ലുബോവിന്റെ മുഖത്തേക്ക് നോക്കി. അയാളുടെ നോട്ടത്തിൽ അവളോടുള്ള അനുകമ്പ അവൾ തിരിച്ചറിഞ്ഞു. അയാളുടെ മുഖത്ത് സൗഹൃദം നിഴലിച്ചിരുന്നു. അവളുടെ കവിളുകൾ പെട്ടെന്ന് ചുവന്നു. അവൾ മറച്ചുവെച്ച ആഹ്ലാദത്തോടെ സ്വയം പറഞ്ഞു.

"ദൈവത്തിനു നന്ദി!"

വലിയ ഓട്ടുവിളക്കിന്റെ വെളിച്ചം സ്ഫടിക പാത്രങ്ങളുടെ വശങ്ങളിൽ തട്ടി പ്രതിഫലിച്ചു. മുറിക്കുള്ളിൽ കൂടുതൽ വെളിച്ചം പരന്നു.

"എനിക്ക് നമ്മുടെ പഴയ പട്ടണം ഇഷ്ടമാണ്! പെൺകുട്ടിയെ നോക്കി പുഞ്ചിരിച്ചു കൊണ്ട് സ്മോളിൻ പറഞ്ഞു. ഇത് വളരെ സുന്ദരമാണ്. വളരെ ശക്തമാണ്. ഇവിടെ ഒരാൾക്ക് ജോലി ചെയ്യാൻ ആവേശം തോന്നിപ്പിക്കുന്ന സന്തോഷം നിലനില്ക്കുന്നുണ്ട്. ഈ പട്ടണത്തിന്റെ ആകർഷണീയത ഏറെക്കുറെ സഹതാപം ഉണ്ടാക്കുന്നതാണ്. ഇവിടെ ഒരാൾക്ക് സാഹസികമായി ജീവിക്കാൻ തോന്നും. ഒരാൾക്ക് കൂടുതൽ ഗൗരവമായി കൂടുതൽ ജോലി ചെയ്യണമെന്ന് തോന്നും. അതുകൂടാതെ ഇത് ഒരു ബുദ്ധിയുള്ള പട്ടണമാണ്. ഇവിടെ നിന്ന് പ്രസിദ്ധീകരിക്കുന്ന പത്രം എത്രമാത്രം പ്രായോഗികമാണെന്ന് നോക്കൂ! ഒരു കാര്യം പറയാം. ഞങ്ങൾ അത് വാങ്ങാൻ ഉദ്ദേശിക്കുന്നു."

"ഞങ്ങൾ എന്നു പറഞ്ഞത് ആരെ ഉദ്ദേശിച്ചാണ്?" മയാകിൻ ചോദിച്ചു.

"ഞാൻ ഉർവാന്റ്സോവ് ഷൂകിൻ."

"അത് നല്ല കാര്യം ആണ്!" മേശപ്പുറത്ത് കൈകൊണ്ട് താളംപിടിച്ചു കൊണ്ട് വൃദ്ധൻ പറഞ്ഞു. "അത് പ്രായോഗികബുദ്ധിയുള്ള പ്രവൃത്തിയാണ്! അവരുടെ വായടയ്ക്കാനുള്ള സമയം കഴിഞ്ഞിരിക്കുകയാണ്! പ്രത്യേകിച്ചും ആ യോഷോവിന്റെ നാക്ക്. അവൻ മൂർച്ചയുള്ള വാൾപോലെ ആണ്. അവന്റെ നാവടക്കണം!"

സ്മോളിൻ വീണ്ടും പുഞ്ചിരിച്ചുകൊണ്ട് ലുബോവിനെ നോക്കി. അവളുടെ ഹൃദയം ഒരിക്കൽക്കൂടി സന്തോഷംകൊണ്ട് വിറച്ചു. തുടുത്ത മുഖത്തോടെ അവൾ അച്ഛനോട് പറഞ്ഞു. സത്യത്തിൽ അവൾ അഭിസംബോധന ചെയ്തത്. സ്മോളിനെ ആയിരുന്നു.

"സ്മോളിൻ പത്രം വാങ്ങുന്നത് അച്ഛൻ പറയുന്നതുപോലെ നാവടപ്പിക്കാനല്ലെന്നാണ് എനിക്ക് മനസ്സിലാക്കാൻ കഴിയുന്നത്."

"അതുകൊണ്ട് മറ്റെന്താണ് ചെയ്യാൻ കഴിയുന്നത്?" തോളുയർത്തിക്കൊണ്ട് വൃദ്ധൻ ചോദിച്ചു. "കഴമ്പില്ലാത്ത സംസാരവും ബഹളവും അല്ലാതെ മറ്റൊന്നും ഇല്ല. തീർച്ചയായും പ്രായോഗികബുദ്ധിയുള്ള കച്ചവടക്കാർ അതിൽ നേരിട്ട് എഴുതുകയാണെങ്കിൽ."

സ്മോളിൻ കാര്യം പറഞ്ഞു മനസ്സിലാക്കുന്ന മട്ടിൽ വൃദ്ധനെ തടസ്സപ്പെടുത്തിക്കൊണ്ട് സംസാരിക്കാൻ തുടങ്ങി. "കച്ചവടത്തിന്റെ കാഴ്ചപ്പാടിലൂടെ മാത്രം നോക്കിയാൽ ഒരുപക്ഷേ, പത്രം പ്രസിദ്ധീകരിക്കുന്നത് ലാഭകരമായിരിക്കും. പക്ഷേ, ഇതുകൂടാതെ പത്രത്തിന് കൂടുതൽ പ്രാധാന്യമുള്ള മറ്റൊരു ലക്ഷ്യം ഉണ്ട്. അതിന് വ്യക്തിയുടെ അവകാശങ്ങളും വ്യവസായത്തിന്റെയും വാണിജ്യത്തിന്റെയും താല്പര്യങ്ങളും സംരക്ഷിക്കാനുള്ള ഉദ്ദേശ്യം കൂടി ഉണ്ട്."

"അതുതന്നെയാണ് ഞാൻ പറഞ്ഞത്. കച്ചവടക്കാരൻ നേരിട്ട് പത്രം നടത്തിയാൽ അത് പ്രയോജനകരം ആയിരിക്കും."

"അച്ഛാ, ഞാൻ ഒരു കാര്യം പറയട്ടെ!' ലുബോവ് പറഞ്ഞു.,

സ്മോളിന്റെ മുമ്പിൽ സ്വയം വെളിപ്പെടുത്താനുള്ള ആഗ്രഹം അവൾ അനുഭവിച്ചു തുടങ്ങിയിരുന്നു. അവൾക്ക് അയാളുടെ വാക്കുകൾ മനസ്സിലായെന്ന് അയാളെ ധരിപ്പിക്കാൻ അവൾ ആഗ്രഹിച്ചു. താൻ വേഷങ്ങളിലും നൃത്തവിരുന്നുകളിലും മാത്രം താല്പര്യമുള്ള കച്ചവടക്കാരുടെ പെൺമക്കളുടെ കൂട്ടത്തിൽ പെട്ടവളല്ലെന്ന് സ്മോളിന് ഉറപ്പുകൊടുക്കാൻ അവൾ ആഗ്രഹിച്ചു. അവൾക്ക് സ്മോളിനെ ഇഷ്ടപ്പെട്ടു. വളരെക്കാലം വിദേശത്ത് താമസിച്ച ഒരു കച്ചവടക്കാരനെ അവൾ ആദ്യമായി കാണുകയായിരുന്നു. അയാൾ മനസ്സിൽ പതിയുന്ന തരത്തിൽ നിഗമനങ്ങൾ നടത്തി. അയാൾ അങ്ങേയറ്റം കൃത്യതയോടെ കാര്യങ്ങൾ വിലയിരുത്തി. അയാൾ വളരെ ഭംഗിയായി വസ്ത്രങ്ങൾ ധരിച്ചു. അയാൾ പട്ടണത്തിലെ ഏറ്റവും ബുദ്ധിയുള്ള മനുഷ്യനായ തന്റെ അച്ഛനോട് ഒരു മുതിർന്നമനുഷ്യൻ കുട്ടിയോട് സംസാരിക്കുന്ന രീതിയിൽ സംസാരിച്ചു. അവൾക്ക് സ്മോളിനോട് താല്പര്യം തോന്നി.

"വിവാഹം കഴിഞ്ഞ്,. എന്നെ വിദേശത്തു കൊണ്ടുപോകാൻ ഞാൻ സ്മോളിനോട് നിർബ്ബന്ധം പിടിക്കും.' അവൾ ആലോചിച്ചു. ഈ ആലോചനയുടെ അസ്വസ്ഥതയിൽ അച്ഛനോട് പറയാൻ വന്നകാര്യം അവൾ മറന്നുപോയി. ഏതാനും നിമിഷങ്ങൾ അവൾ നിശ്ശബ്ദയായി. ഈ നിശ്ശബ്ദത സ്മോളിന്റെ ഉള്ളിൽ അവൾക്ക് അനുകൂലമല്ലാത്ത ആലോചനകൾ ഉണർത്തുമെന്നുള്ള ഭയത്തോടെ അവൾ പറഞ്ഞു.

"അച്ഛന്റെ സംസാരം കൊണ്ട് അതിഥിയ്ക്ക് അല്പം വീഞ്ഞുകൊടുക്കുന്ന കാര്യം നമ്മൾ മറന്നുപോയി." വേദനാജനകമായ നിമിഷങ്ങളുടെ നിശ്ശബ്ദതയ്ക്ക് ശേഷം അവളുടെ വാക്കുകൾ പുറത്തുവന്നു.

"അത് നിന്റെ ജോലിയാണ്. ആതിഥേയ നീയാണ്.' വൃദ്ധൻ തിരിച്ചു പറഞ്ഞു.

"നിങ്ങൾ വിഷമിക്കേണ്ട" സ്മോളിൻ ഉറക്കെ പറഞ്ഞു. "ഞാൻ കുടിക്കാറില്ല."

"സത്യമാണോ?" മയാകിൻ ചോദിച്ചു.

"ഞാൻ നിങ്ങൾക്ക് ഉറപ്പുതരുന്നു! ചിലപ്പോൾ ക്ഷീണം തോന്നുമ്പോൾ അല്ലെങ്കിൽ അസുഖം ഉള്ളപ്പോൾ ഞാൻ ഒന്നോ രണ്ടോ ഗ്ലാസ്

വീഞ്ഞ് കുടിക്കും. പക്ഷേ, സന്തോഷത്തിനുവേണ്ടി വീഞ്ഞുകുടിക്കുന്നത് എനിക്ക് മനസ്സിലാക്കാൻ പറ്റുന്നില്ല. സംസ്കാരം ഉള്ള ഒരു മനുഷ്യന് മറ്റ് ധാരാളം സന്തോഷങ്ങൾ ഉണ്ട്."

"നീ ഉദ്ദേശിച്ചത് സ്ത്രീകളെ ആണോ?" വൃദ്ധൻ കണ്ണുചിമ്മിക്കൊണ്ട് ചോദിച്ചു.

മുഖത്തേക്ക് ഇരച്ചുകയറിയ ചുവപ്പുനിറം കൊണ്ട് സ്മോളിന്റെ മുഖം തുടുത്തു. അയാളുടെ കഴുത്ത് ചുവന്നു. ക്ഷമചോദിക്കുന്ന കണ്ണുകൾ കൊണ്ട് അയാൾ ലുബോവിനെ നോക്കി. അയാൾ നീരസത്തോടെ മയാകിനോടു പറഞ്ഞു.

"നാടകങ്ങളും പുസ്തകങ്ങളും സംഗീതവുമാണ് ഞാൻ ഉദ്ദേശിച്ചത്."

അയാളുടെ മറുപടി കേട്ടപ്പോൾ ലുബോവിന്റെ മുഖം സന്തോഷം കൊണ്ട് തിളങ്ങി.

വൃദ്ധൻ സംശയത്തോടെ ചെറുപ്പക്കാരനെ നോക്കി. പുഞ്ചിരിച്ചു കൊണ്ട് പെട്ടെന്ന് വിളിച്ചു പറഞ്ഞു.

"ജീവിതം മുമ്പോട്ട് നീങ്ങിക്കൊണ്ടിരിക്കുന്നു. പണ്ട് പട്ടിക്ക് അടിമട്ട് കിട്ടിയാലും സ്വാദോടെ തിന്നുമായിരുന്നു. ഇപ്പോൾ ഒരു പട്ടിക്കുട്ടിക്ക് അത് തിന്നാൻ കൊള്ളില്ലെന്ന് തോന്നുന്നു. ഞാൻ വെറുപ്പു തോന്നുന്ന അഭിപ്രായം പറഞ്ഞതിൽ ക്ഷമിക്കണം. പക്ഷേ, അത് സത്യത്തോട് അടുത്തു നില്ക്കുന്നുണ്ട്. അത് ഞാൻ കൃത്യമായി നിങ്ങളെ പറ്റി സൂചിപ്പിച്ചതല്ല. ഞാൻ പൊതുവായ ഒരു അഭിപ്രായം പറഞ്ഞതാണ്."

ലുബോവിന്റെ മുഖം വിളറി., അവൾ സ്മോളിനെ ഭയത്തോടെ നോക്കി. അയാൾ മേശപ്പുറത്തിരുന്ന നിറങ്ങൾ പൂശിയ പഴയ ഉപ്പുപാത്രം പരിശോധിക്കുകയായിരുന്നു. വൃദ്ധന്റെ വാക്കുകൾ കേൾക്കാത്തമട്ടിൽ അയാൾ നിശ്ശബ്ദനായിരുന്ന് മീശ പിരിച്ചുകൊണ്ടിരുന്നു. പക്ഷേ, അയാളുടെ കണ്ണുകളുടെ കറുപ്പു നിറം കൂടി. അയാൾ ചുണ്ടുകൾ ഇറുക്കി അടച്ചു. അയാളുടെ താടിയെല്ല് ധാർഷ്ട്യത്തോടെ മുമ്പോട്ട് തള്ളിനിന്നു.

മയാകിൻ ഒന്നും സംഭവിക്കാത്തതുപോലെ പറഞ്ഞു.

'അപ്പോൾ മൂന്നുലക്ഷം റൂബിളുകൊണ്ട് നിങ്ങളുടെ കച്ചവടം തീപോലെ കത്തിപ്പടരും?"

"ഒന്നരകൊല്ലത്തിനകം ഞാൻ ആകാംക്ഷയോടെ കാത്തിരിക്കുന്ന എന്റെ സാധനങ്ങളുടെ ആദ്യത്തെ പങ്ക് ഞാൻ കയറ്റി അയക്കും." ഉറച്ച ആത്മവിശ്വാസത്തോടെ സ്മോളിൻ പറഞ്ഞു. അയാൾ വൃദ്ധന്റെ മുഖത്തേക്ക് തറപ്പിച്ച് നോക്കി.

"സ്മോളിന്റെയും മയാകിന്റെയും ഫാക്ടറി അങ്ങനെ മുമ്പോട്ടുപോകട്ടെ! ഞാൻ ഒരു പുതിയ കച്ചവടം തുടങ്ങാൻ താമസിച്ചുപോയെന്ന് തോന്നുന്നുണ്ട്. അല്ലേ? എനിക്കുവേണ്ടി ശവക്കുഴി തയ്യാറായിട്ട് ഒരുപാട് കാലം കഴിഞ്ഞിരിക്കുന്നതായി ഞാൻ വിശ്വസിക്കുന്നു. നിങ്ങൾക്ക് അതിനെക്കുറിച്ച് എന്ത് തോന്നുന്നു?"

ഉത്തരം പറയുന്നതിനു പകരം സ്മോളിൻ അത്യുച്ചത്തിൽ പൊട്ടി

ച്ചിരിച്ചു. പക്ഷേ, അയാളുടെ ചിരിയിൽ അവഗണനയും താല്പര്യക്കുറവും ഉണ്ടായിരുന്നു. ചിരി അവസാനിച്ചപ്പോൾ അയാൾ പറഞ്ഞു.

"അങ്ങനെ പറയരുത്."

അയാളുടെ പൊട്ടിച്ചിരികേട്ട് വൃദ്ധൻ ഞെട്ടി. സ്മോളിന്റെ വാക്കുകൾക്ക് ശേഷം മൂന്നുപേരും കുറച്ചു സമയത്തേക്ക് ഒന്നും സംസാരിച്ചില്ല.

"അതെ." മയാകിൻ തല ഉയർത്താതെ പറഞ്ഞു. അയാൾ തലകുനിച്ച് ഇരിക്കുകയായിരുന്നു. "അതിനെപ്പറ്റി ചിന്തിക്കേണ്ടത് ആവശ്യമാണ്. ഞാൻ നിശ്ചയമായും അതിനെ പറ്റി ചിന്തിക്കണം." പിന്നീട് അയാൾ തല ഉയർത്തി മകളേയും സ്മോളിനേയും സൂക്ഷ്മമായി പരിശോധിച്ചു അവസാനം അയാൾ കസാരയിൽ നിന്ന് എഴുന്നേറ്റു കൊണ്ട് കാർക്കശ്യത്തോടെ പറഞ്ഞു. "ഞാൻ കുറച്ചുനേരം എന്റെ മുറിയിലേക്ക് പോകുകയാണ്. ഞാൻ ഇല്ലെങ്കിലും നിങ്ങൾ തനിച്ചായെന്ന് തോന്നില്ല."

അയാൾ തലകുനിച്ച് കാലുകൾ ഇഴച്ചുനീക്കിക്കൊണ്ട് മുറിയിൽ നിന്നും പുറത്തുപോയി.

മുറിക്കുള്ളിൽ ഒറ്റപ്പെട്ടുപോയ ചെറുപ്പക്കാർ അർത്ഥശൂന്യമായ ചില വാക്കുകൾ പരസ്പരം കൈമാറി. ആ വാക്കുകൾ അവർക്കിടയിൽ ഉണ്ടായ അകലം വർദ്ധിക്കാൻ മാത്രം ഉപകരിക്കുന്നതാണെന്ന് രണ്ടുപേർക്കും ബോദ്ധ്യം ഉണ്ടായിരുന്നു. അവർ അവർക്കിടയിൽ വേദനാജനകമായ ഒരു നിശ്ശബ്ദത നിലനിർത്തി. എങ്കിലും അവർക്ക് പ്രത്യാശ ഉണ്ടായിരുന്നു. ലുബോവ് ഒരു ഓറഞ്ചെടുത്ത് അമിതശ്രദ്ധയോടെ തൊലികളയാൻ ആരംഭിച്ചു. സ്മോളിൻ ഇടതുകൈ കൊണ്ട് മീശ തടവിക്കൊണ്ട് കണ്ണു താഴോട്ടാക്കി മീശ പരിശോധിച്ചു. കത്തി കൈയിലെടുത്തു. കളിച്ചുകൊണ്ടിരുന്ന സ്മോളിൻ പെട്ടെന്ന് താഴ്ന്ന ശബ്ദത്തിൽ ലുബോവിനോട് പറഞ്ഞു.

"ഞാൻ ഔചിത്യമില്ലാതെ പെരുമാറിയതിന് മാപ്പു ചോദിക്കുന്നു. ലുബോവ് യാക്കോവ് ലിവ്നാ, നിങ്ങളുടെ അച്ഛനോടൊപ്പമുള്ള നിങ്ങളുടെ ജീവിതം ബുദ്ധിമുട്ടാണെന്ന് വ്യക്തമാണ്. അദ്ദേഹം പഴയരീതിയിലുള്ള കാഴ്ചപ്പാടുകൾ വെച്ചുപുലർത്തുന്ന മനുഷ്യനാണ്. അദ്ദേഹം സാമാന്യം കഠിനഹൃദയനാണ്."

ലുബോവ് ഞെട്ടി. അവൾ സ്മോളിനെ ഇഷ്ടത്തോടെ നോക്കിക്കൊണ്ട് പറഞ്ഞു.

"അത് ബുദ്ധിമുട്ടുതന്നെ ആണ്. പക്ഷേ, ഞാൻ അത് പരിചയിച്ചു കഴിഞ്ഞു. അച്ഛനും നല്ല ഗുണങ്ങൾ ഉണ്ട്."

"തീർച്ചയായും ഉണ്ട്! സംശയം ഇല്ല. പക്ഷേ, ഇത്രമാത്രം വിദ്യാഭ്യാസവും സൗന്ദര്യവും ഉള്ള നിങ്ങളെ പോലെയുള്ള ഒരു ചെറുപ്പക്കാരിയുടെ കാഴ്ചപ്പാടുകളോട് നിങ്ങൾ ഒരുകാര്യം മനസ്സിലാക്കണം. ഞാൻ നിങ്ങളെപ്പറ്റി കുറേ കാര്യങ്ങൾ കേട്ടിട്ടുണ്ട്."

അയാൾ അങ്ങേയറ്റത്തെ അനുകമ്പയോടെ പുഞ്ചിരിച്ചു. അയാളുടെ ശബ്ദം അങ്ങേയറ്റം മൃദുവായിരുന്നു. ആത്മാവിന് ആഹ്ലാദം പകരുന്ന ഇളം ചൂടുള്ള ഒരു കാറ്റ് മുറിക്കുള്ളിൽ നിറഞ്ഞു. ഏകാന്തതയുടെ ബന്ധന

ത്തിൽനിന്നും സ്വതന്ത്രയായി സന്തോഷം കണ്ടെത്താൻ കഴിഞ്ഞേക്കുമെന്നുള്ള മങ്ങിയ പ്രതീക്ഷയിൽ പെൺകുട്ടിയുടെ മനസ്സ് കൂടുതൽ കൂടുതൽ തിളക്കത്തോടെ പ്രകാശിക്കാൻ തുടങ്ങി.

പന്ത്രണ്ട്

നദിയുടെ ഉപരിതലത്തിൽ ചാരനിറത്തിൽ കട്ടിയുള്ള മൂടൽമഞ്ഞ് പരന്നിരുന്നു. ഇടയ്ക്കിടയ്ക്ക് താല്പര്യമില്ലാതെ ചൂളം വിളിച്ചുകൊണ്ട് ഒരുകപ്പൽ ഒഴുക്കിനെതിരെ സാവധാനം മുന്നോട്ടു നീങ്ങുന്നുണ്ടായിരുന്നു. നനഞ്ഞു തണുത്ത മേഘങ്ങൾ കപ്പലിനെ നാലുവശത്തു നിന്നും പൊതിഞ്ഞ് കപ്പലിൽ നിന്ന് ഉയരുന്ന ശബ്ദങ്ങളെ അതിന്റെ നനവിനുള്ളിൽ മുക്കിക്കൊന്നു. ധിക്കാരത്തോടെ മുഴങ്ങുന്ന ചൂളംവിളി ഒച്ച അടഞ്ഞുപോയ ഒരു അമറൽ പോലെയാണ് പുറത്തുവന്നത്. നനഞ്ഞു കുതിർന്ന അന്തരീക്ഷത്തിൽ ചൂളംവിളിയുടെ ശബ്ദത്തിന് സ്വന്തമായി ഒരു സ്ഥലം കണ്ടെത്താൻ കഴിയുന്നില്ലെന്ന് തോന്നി. അത് നനഞ്ഞുകുതിർന്ന് താഴെ വീണു. കപ്പലിന്റെ ചക്രങ്ങൾ കറങ്ങുന്ന ശബ്ദം കപ്പലിന്റെ വശങ്ങളിൽ നിന്ന് ഉയരുന്നതായി തോന്നിയില്ല. അസാധാരണമായ മട്ടിൽ വിരസമായ ആ ശബ്ദം നദിയുടെ ഇരുണ്ട അടിത്തട്ടിൽ എവിടെനിന്നോ ഉയരുന്നതാണെന്ന് തോന്നി. കപ്പലിൽ നില്ക്കുന്ന ഒരാൾക്ക് നദിയോ നദീതീരമോ ആകാശമോ കാണാൻ കഴിയില്ല. എല്ലാവശത്തും കട്ടിയുള്ള നരച്ച ഇരുട്ട് മൂടിക്കിടന്നു. വേദനാജനകമായ വിധത്തിൽ വിരസമായ ഈ ഇരുട്ടിന് ചലനം ഉണ്ടായിരുന്നില്ല. ഈ ഇരുട്ടിന്റെ അളന്നുതിട്ടപ്പെടുത്താൻ പറ്റാത്ത ഭാരം കപ്പലിനെ ഞെരിച്ചു. അത് കപ്പലിന്റെ ചലനങ്ങളുടെ വേഗത കുറച്ചു. ശബ്ദങ്ങളെ വിഴുങ്ങിയതുപോലെ അത് കപ്പലിനെത്തന്നെ വിഴുങ്ങാനുള്ള തയ്യാറെടുപ്പിലാണെന്നു തോന്നി. വെള്ളത്തിനുമുകളിൽ ചക്രങ്ങൾ വിരസമായ ശബ്ദത്തോടെ തിരിയുന്നതിനൊത്ത് കപ്പൽ അനങ്ങുന്നുണ്ടെങ്കിലും കപ്പൽ മരണഭീതിയോടെ അന്ത്യശ്വാസം വലിക്കുന്ന യക്ഷിക്കഥയിലെ ഒരു വികൃതജന്തുവിനെപോലെ വേദനകൊണ്ട് കഷ്ടപ്പെടുകയാണെന്ന് തോന്നി.

കപ്പലിലെ വിളക്കുകൾക്ക് ജീവൻ ഉണ്ടായിരുന്നില്ല. പായ്മരത്തിലെ റാന്തലിനുചുറ്റും തിളക്കമില്ലാത്ത ഒരു മഞ്ഞനിറം രൂപപ്പെട്ടിരുന്നു. അത് കപ്പലിന്റെ മുകൾത്തട്ടിലെ നരച്ച മൂടൽമഞ്ഞിനുമാത്രം വെളിച്ചം നല്കിക്കൊണ്ട് തൂങ്ങിക്കിടന്നു. കപ്പലിന്റെ വലതുവശത്തെ ചുവന്ന വിളക്ക് ആരുടെയോ ക്രൂരമായ ഇടിക്കൊണ്ട് ചതഞ്ഞ് ചോര ഒലിച്ചുകൊണ്ടിരിക്കുന്ന ഒരുവളരെ വലിയ ചുവന്ന കണ്ണാണെന്ന് തോന്നി. കപ്പലിന്റെ ജനാലകളിൽ നിന്ന് മൂടൽമഞ്ഞിലേക്ക് വീണ പ്രകാശം നാലുചുറ്റും നിന്ന് സമ്മർദ്ദം ചെലുത്തിക്കൊണ്ടിരുന്ന ശ്വാസംമുട്ടിക്കുന്ന തണുപ്പിന് മുകളിൽ ഇളം നിറങ്ങൾ പൂശിക്കൊടുത്തിരുന്നു.

പുകക്കുഴലിൽ നിന്നുള്ള പുകതാഴോട്ട് വീണു. അത് മൂടൽമഞ്ഞുമായി കൂടിക്കലർന്ന് മൂന്നാംക്ലാസ് യാത്രക്കാർ നിശ്ശബ്ദരായി മൂടിപ്പുതച്ച് ചുരുണ്ടുക്കൂടി ഇരുന്നിരുന്ന മേൽത്തട്ടിലെ വിടവുകളിലേക്ക് തുളച്ചിറങ്ങി. അവർ ആടുകളെപോലെ സംഘങ്ങളായി കൂട്ടംകൂടി ഇരുന്നു. യന്ത്രങ്ങളുടെ ഭാഗത്തുനിന്ന് അദ്ധ്വാനിക്കുന്നതിന്റെ ഞരക്കങ്ങളും മണിമുഴക്കങ്ങളും വിദഗ്ദ്ധനായ യന്ത്രപ്പണിക്കാരന്റെ കല്പനകളും മുകളിലേക്ക് പറന്നുവന്നുകൊണ്ടിരുന്നു.

"അതെ! പതുക്കെ— അതെ— പകുതിവേഗതയിൽ"

കപ്പലിന്റെ അമരത്ത് ഉപ്പിട്ട മത്സ്യങ്ങളുടെ വീപ്പകൾ കൂട്ടിവെച്ചതിന്റെ മറവിൽ ഒരു ചെറിയ വൈദ്യുതിവിളക്കിന്റെ വെളിച്ചത്തിൽ ഒരു കൂട്ടം ആളുകൾ ഒന്നിച്ചു ചേർന്നിരുന്നു. അവർ വൃത്തിയുള്ള കമ്പിളിവസ്ത്രങ്ങൾ ധരിച്ച ശാന്തരായ ഗ്രാമീണർ ആയിരുന്നു. അവരിൽ ഒരാൾ ഒരു ബഞ്ചിൽ കമഴ്ന്നു കിടക്കുന്നു. അയാളുടെ കാൽക്കൽ മറ്റൊരാൾ ഇരിക്കുന്നു. വേറൊരാൾ ഒരു വീപ്പയിൽ ചാരി നില്ക്കുന്നു. മറ്റുരണ്ടുപേർ കപ്പലിന്റെ മേൽത്തട്ടിൽ ഇരിക്കുന്നു. അവർ പുരോഹിതന്റെ നിറംമങ്ങിയ മേലങ്കി അണിഞ്ഞ കൊഴുത്തുരുണ്ട മനുഷ്യന്റെ മുഖത്തേക്ക് വ്യാകുലതയോടെ നോക്കിക്കൊണ്ടിരുന്നു. അയാൾ ഒരു കീറിയ കമ്പിളിത്തൊപ്പി തലയിൽ വെച്ചിരുന്നു. ആ മനുഷ്യൻ ഇരുന്നിരുന്നത് ഏതോ ഒരു പെട്ടിയുടെ മുകളിൽ ആയിരുന്നു. അയാൾ കുനിഞ്ഞിരുന്ന് സ്വന്തം പാദങ്ങളിലേക്ക് നോക്കിക്കൊണ്ട് താഴ്ന്ന ശബ്ദത്തിൽ ആത്മവിശ്വാസത്തോടെ സംസാരിച്ചു.

"ദൈവത്തിന്റെ വളരെക്കാലം നീണ്ടു നിന്ന സഹനത്തിന് ഒരു അവസാനം ഉണ്ടാകും. അദ്ദേഹത്തിന്റെ അമർഷം മനുഷ്യരുടെ മുകളിലേക്ക് പൊട്ടിത്തെറിക്കും. അദ്ദേഹത്തിന്റെ മുമ്പിൽ നമ്മൾ പുഴുക്കളെപ്പോലെ ആണ്. അപ്പോൾ നമ്മൾ എങ്ങനെയാണ് അദ്ദേഹത്തിന്റെ അമർഷത്തെ മാറ്റി നിർത്താൻ പോകുന്നത്? അദ്ദേഹത്തിന്റെ ദയയ്ക്കുവേണ്ടി നമ്മൾ എന്തു പറഞ്ഞ് മുറവിളി കൂട്ടും?"

സ്വന്തം മ്ലാനതയുടെ സമ്മർദ്ദം കൊണ്ട് ഫോമാ അയാളുടെ മുറിയിൽ നിന്നും കപ്പലിന്റെ മേൽത്തട്ടിലേക്ക് ഇറങ്ങിവന്നിരുന്നു. കുറച്ചു സമയമായി അയാൾ താർപ്പായി കൊണ്ട് മൂടിയിരുന്ന എന്തൊക്കെയോ കച്ചവടച്ചരക്കുകളുടെ നിഴലിൽ നിന്നുകൊണ്ട് ഉപദേശിയുടെ താക്കീതുകൾ നിറഞ്ഞ സംസാരം കേട്ടു നില്ക്കുകയായിരുന്നു. മേൽത്തട്ടിലൂടെ നടക്കുന്നതിനിടയിൽ അയാൾ ഈ സംഘത്തെ കണ്ടുമുട്ടുകയായിരുന്നു. സംസാരിച്ചുകൊണ്ടിരുന്ന തീർത്ഥാടകന്റെ രൂപം അയാളെ ആകർഷിച്ചതുകൊണ്ട് അയാൾ അവരുടെ അടുത്തെത്തിയപ്പോൾ നടത്തം തല്ക്കാലത്തേക്ക് അവസാനിപ്പിച്ചു. ആ മനുഷ്യന്റെ ഉറപ്പുള്ള വലിയ ശരീരവും ആത്മവിശ്വാസം ഉള്ള ഇരുണ്ട മുഖവും ശാന്തമായ വലിയ കണ്ണുകളും ഫോമായ്ക്ക് എവിടെയോ പരിചയം ഉള്ളവയായിരുന്നു. അയാളുടെ തൊപ്പയിൽ നിന്ന് താഴോട്ട് നീണ്ടുകിടക്കുന്ന ചാരനിറമുള്ള മുടിച്ചുരുളു

കൾ, കാടുപോലെ വളർന്ന താടി, നീണ്ടു വളഞ്ഞ മൂക്ക്, കൂർത്ത ചെവികൾ, തടിച്ച ചുണ്ടുകൾ ഇതെല്ലാം ഫോമാ മുമ്പ് കണ്ടിട്ടുണ്ട്. പക്ഷേ, എപ്പോൾ എവിടെവെച്ച് കണ്ടെന്ന് ഓർത്തെടുക്കാൻ ഫോമായ്ക്ക് കഴിഞ്ഞില്ല.

"അതെ, നമ്മൾ ദൈവത്തിന്റെ മുമ്പിൽ കടക്കാരാണ്!" ആഴത്തിൽ നെടുവീർപ്പിട്ടുകൊണ്ട് ഒരു ഗ്രാമീണൻ പറഞ്ഞു.

"നമ്മൾ തീർച്ചയായും പ്രാർത്ഥിക്കണം" ബഞ്ചിൽ കിടന്നിരുന്ന ഗ്രാമീണൻ കഷ്ടിച്ച് കേൾക്കാൻ കഴിയുന്ന ശബ്ദത്തിൽ പറഞ്ഞു:

"നിങ്ങളുടെ ആത്മാവിലെ പാപം നിറഞ്ഞ നികൃഷ്ട ചിന്തകളെ പ്രാർത്ഥനയുടെ വാക്കുകൾ കൊണ്ട് നിങ്ങൾക്ക് ചുരണ്ടിക്കളയാൻ പറ്റുമോ?"ആരോ നിരാശകലർന്ന ശബ്ദത്തിൽ ഉറക്കെ ചോദിച്ചു.

തീർത്ഥാടകന്റെ ചുറ്റും കൂടിയവരിൽ ഒരാൾപോലും ഈ ചോദ്യത്തിന്റെ നേർക്ക് തിരിഞ്ഞില്ല. അവരുടെ തല മാത്രം നെഞ്ചത്തേക്ക് കൂടുതൽ കുനിഞ്ഞുപോയിരുന്നു. വളരെനേരത്തേക്ക് അവർ അനക്കമില്ലാതെ നിശ്ശബ്ദരായിരുന്നു.

തീർത്ഥാടകൻ അയാളുടെ കേൾവിക്കാരെ നീലക്കണ്ണുകൾകൊണ്ട് ഗൗരവത്തോടെ പരിശോധിച്ചു. അതിനുശേഷം അയാൾ സൗമ്യമായി പറഞ്ഞു.

സറിയാക്കാരനായ എഫ്രെയിം പറഞ്ഞു. "നിങ്ങളുടെ ആത്മാവിനെ നിങ്ങളുടെ ചിന്തകളുടെ കേന്ദ്രബിന്ദു ആക്കിക്കൊണ്ട് പാപങ്ങളിൽനിന്ന് സ്വതന്ത്രനാകാനുള്ള നിങ്ങളുടെ ആഗ്രഹത്തെ സ്വയം ശക്തിപ്പെടുത്തുക."

അയാൾ സാവധാനം ജപമാലയുടെ മണികൾ തിരിച്ചുകൊണ്ട് വീണ്ടും തലതാഴ്ത്തി.

"അതിന്റെ അർത്ഥം നമ്മൾ ചിന്തിക്കണമെന്നാണ്." ഒരു ഗ്രാമീണൻ പറഞ്ഞു. "പക്ഷേ, ഭൂമിയിലെ ജീവിതത്തിനിടയിൽ മനുഷ്യന് ചിന്തിക്കാനുള്ള സമയം എവിടെകിട്ടും?"

"നമ്മുടെ നാലുചുറ്റും അസ്വസ്ഥത ആണ്."

"നമ്മൾ മരുഭൂമിയിലേക്ക് പിൻവാങ്ങണം." ബഞ്ചിൽ കിടന്നിരുന്ന ഗ്രാമീണൻ പറഞ്ഞു.

"എല്ലാവർക്കും അതിനുള്ള കഴിവ് ഉണ്ടാകില്ല."

ഗ്രാമീണർ സംസാരം അവസാനിപ്പിച്ച് നിശ്ശബ്ദരായി. തുളച്ചിറങ്ങുന്ന ഒരു ചൂളം വിളി പ്രതിദ്ധ്വനിച്ചു. യന്ത്രത്തിൽ നിന്ന് ഒരു ചെറിയ മണിമുഴക്കം കേൾക്കാൻ തുടങ്ങി. ആരോ ഉറക്കെ വിളിച്ചു പറഞ്ഞു.

"ഏയ് അവിടെ വെള്ളം അളക്കുന്നരക്കാൽ നോക്കൂ."

"എന്റെ ദൈവമേ!" ആഴത്തിലുള്ള ഒരു നെടുവീർപ്പ് കേട്ടു.

ഒരു പകുതി അടഞ്ഞ അവ്യക്തമായ ശബ്ദം വിളിച്ചുപറഞ്ഞു.

"ഒൻപത്! ഒൻപത്!"

കപ്പലിന്റെ മേൽത്തട്ടിലേക്ക് അടർന്നുവീണ മൂടൽമഞ്ഞ് ചാരനിറമുള്ള പുകപോലെ കപ്പലിന്റെ മേൽത്തട്ടിലൂടെ ഒഴുകി നടന്നു.

"ദയവായി മനുഷ്യർ ഡേവിഡ് രാജാവിന്റെ വാക്കുകൾക്ക് ചെവി കൊടുക്കണം." തലകുലുക്കിക്കൊണ്ട് തീർത്ഥാടകൻ പറഞ്ഞു. അയാൾ വ്യക്തതയോടെ വായിക്കാൻ തുടങ്ങി.

"ദൈവമേ എന്റെ ശത്രുക്കൾ കാരണം അങ്ങ് അങ്ങയുടെ നീതിയ്ക്കൊത്ത് എന്നെ നയിച്ചാലും. അങ്ങയുടെ വഴി എന്റെ മുമ്പിൽ തുറന്നു തന്നാലും. കാരണം അവരുടെ വാക്കുകളിൽ വിശ്വാസം ഇല്ല. അവരുടെ ഉള്ളിൽ കൗശലമാണ്. അവരുടെ തൊണ്ട ഒരു തുറന്ന ശവക്കുഴി ആണ്. അവർ അവരുടെ നാവുകൊണ്ട് മുഖസ്തുതി നടത്തുന്നു. ദൈവമേ, അങ്ങ് അവരെ നശിപ്പിക്കണം. അവരുടെ ഉപദേശങ്ങൾ കൊണ്ട് അവർ അധഃപതിക്കട്ടെ.

"എട്ട്! ഏഴ്!" തേങ്ങലുകൾ പോലെ ഈ മുറവിളികൾ ദൂരെ നിന്ന് പ്രതിദ്ധ്വനിച്ചു.

കപ്പൽ ദേഷ്യത്തോടെ ചീറ്റി. അതിന്റെ വേഗത കുറഞ്ഞു. ആവി ചീറ്റുന്ന ശബ്ദത്തിൽ തീർത്ഥാടകന്റെ ശബ്ദം കേൾക്കാതായി. ഫോമാ അയാളുടെ ചുണ്ടനങ്ങുന്നതു മാത്രം കണ്ടു.

"എഴുന്നേറ്റു പോ!" ഉച്ചത്തിലുള്ള ഒരു അലർച്ച കേട്ടു. "ഇത് എന്റെ സ്ഥലം ആണ്!"

"നിങ്ങളുടെ സ്ഥലമാണെന്നോ!"

"ഇവിടെ നിങ്ങൾക്ക് സ്ഥലം ഉണ്ടോ!"

"ഞാൻ നിങ്ങളുടെ താടിക്ക് ഒരു തട്ടുതരും; അപ്പോൾ നിങ്ങൾക്ക് നിങ്ങളുടെ സ്ഥലം കാണാൻ പറ്റും. ഒരു തമ്പുരാൻ വന്നിരിക്കുന്നു!"

"എഴുന്നേറ്റു പോ!"

ഒരു ബഹളം നടന്നു. തീർത്ഥാടകന്റെ സംസാരം കേട്ടുകൊണ്ടിരുന്ന ഗ്രാമീണർ വഴക്കു നടന്നുകൊണ്ടിരുന്ന ഭാഗത്തേക്ക് തലതിരിച്ചുനോക്കി. തീർത്ഥാടകൻ നെടുവീർപ്പിട്ടതിനുശേഷം നിശ്ശബ്ദനായി. യന്ത്രത്തിനടുത്തു നിന്ന് അണഞ്ഞു കൊണ്ടിരിക്കുന്ന തീകുണ്ഡത്തിലേക്ക് ഉണങ്ങിയ ചില്ലകൾ വലിച്ചെറിഞ്ഞതുപോലെ ശബ്ദകോലാഹലത്തോടെ സജീവമായ ഒരു വഴക്ക് കത്തിപ്പടർന്നു.

"ഞാൻ അത് നിങ്ങൾക്ക് തരുന്നുണ്ട്; ചെകുത്താന്മാർ! നിങ്ങൾ രണ്ടു പേരും ഇവിടെ നിന്ന് പോണം."

"ഇവരെ ക്യാപ്റ്റന്റെ അടുത്ത് കൊണ്ടുപോകൂ."

"അതുകൊള്ളാം. അവർക്ക് അങ്ങനെ ഒരു ഒത്തുതീർപ്പ് തന്നെയാണ് വേണ്ടത്.,"

"അവന്റെ കഴുത്തിന് നല്ല ഒരു ഇടി കിട്ടി."

"നാവികർക്ക് നല്ല ബുദ്ധിയാണ്."

"എട്ട്! ഒൻപത്!" വെള്ളം അളക്കുന്ന മരക്കാൽ കൈയിലുള്ള മനുഷ്യൻ വിളിച്ചു പറഞ്ഞു.

"ശരി, വേഗത കൂട്ടൂ" എൻജിനീയറുടെ ഉറക്കെയുള്ള നിർദ്ദേശം വന്നു.

കപ്പലിന്റെ ചലനത്തിനൊപ്പം ഫോമാ ഉലഞ്ഞുകൊണ്ടിരുന്നു.

അയാൾ താർപ്പായിയുടെ പുറത്തുചാരിനിന്നുകൊണ്ട് അയാളുടെ ചുറ്റും ഉയർന്നുവന്നിരുന്ന ഓരോ ശബ്ദങ്ങളും ശ്രദ്ധയോടെ കേട്ടു. എല്ലാം കൂടി ഒന്നിച്ചു ചേർന്നപ്പോൾ അത് ഫോമായ്ക്ക് പരിചിതമായ ഒരു ചിത്രമായി മാറി. ചുറ്റുപാടും കണ്ണുകൾക്ക് തുളച്ചിറങ്ങാൻ കഴിയാത്ത ഇരുട്ടും മൂടൽ മഞ്ഞിന്റെ അനിശ്ചിതത്വവും ഉണ്ടെങ്കിൽ മനുഷ്യന്റെ ജീവിതം മടുപ്പുതോന്നുന്ന വേഗതയിൽ എവിടേക്കോ നീങ്ങിക്കൊണ്ടിരിക്കുന്നു. മനുഷ്യർ അവരുടെ പാപങ്ങളെ പറ്റി ദുഃഖിക്കുന്നു. അവർ ശക്തമായി നെടുവീർപ്പിടുന്നു. അതിനുശേഷം ഇളം ചൂടുള്ള സ്ഥലം സ്വന്തമാക്കാൻ വേണ്ടി വഴക്കടിക്കുന്നു. ജീവിതത്തിൽ ഒരു വ്യവസ്ഥയ്ക്ക് വേണ്ടി പരിശ്രമിക്കുന്നവരിൽ നിന്ന് അവർക്ക് അടികിട്ടുന്നു. അവർ ലക്ഷ്യത്തിലേക്കുള്ള സ്വതന്ത്രമായ വഴി കണ്ടെത്താൻ വേണ്ടി ഭയത്തോടെ അന്വേഷിക്കുന്നു.

"ഒൻപത്! എട്ട്!"

കപ്പലിനു മുകളിലൂടെ ദയനീയമായ കരച്ചിൽ പറന്നുനടന്നു. ജീവിതത്തിന്റെ ബഹളത്തിനിടയ്ക്ക് തീർത്ഥാടകന്റെ പവിത്രമായ പ്രാർത്ഥന കേൾക്കാൻ ഉണ്ടായിരുന്നില്ല. അതുമാത്രമല്ല ദുഃഖത്തിൽ നിന്ന് മോചനം ഇല്ല. സ്വന്തം വിധിയെ പറ്റി ആലോചിക്കുന്നവന് സന്തോഷം ലഭിക്കില്ല.

ഫോമായ്ക്ക് തീർത്ഥാടകനോട് സംസാരിക്കണമെന്ന് തോന്നി. അയാളുടെ മൃദുലമായ വാക്കുകളിൽ ഈശ്വരനോടുള്ള ആത്മാർത്ഥമായ ഭയവും അയാളുടെ മുന്നിലിരിക്കുന്ന മനുഷ്യരോടുള്ള എല്ലാത്തരം ഭയങ്ങളും മുഴങ്ങുന്നുണ്ടായിരുന്നു. അനുകമ്പയും താക്കീതും നിറഞ്ഞ തീർത്ഥാടകന്റെ ശബ്ദത്തിന് ഒരു പ്രത്യേക ശക്തി ഉണ്ടായിരുന്നു. അത് അയാളുടെ ആഴമുള്ള സംസാരശൈലി ശ്രദ്ധിക്കാൻ ഫോമായെ നിർബ്ബന്ധിച്ചു.

കുനിഞ്ഞിരിക്കുന്ന അയാളുടെ വലിയ രൂപത്തെ വ്യക്തമായി പരിശോധിച്ചു കൊണ്ട് ഫോമാ ആലോചിച്ചു. "അയാൾ എവിടെയാണ് ജീവിക്കുന്നതെന്ന് ഞാൻ ചോദിക്കും. ഞാൻ അയാളെ കണ്ടത് എവിടെച്ചാണെന്നും എനിക്ക് അറിയണം. അയാൾക്ക് എന്റെ ഏതെങ്കിലും പരിചയക്കാരന്റെ ഛായ ഉണ്ടോ?"

പെട്ടെന്ന് വിനീതമായ ആ ഉപദേശി പഴയ അനാനി ഷൂറോവിന്റെ മകനല്ലാതെ മറ്റാരുമല്ലെന്നുള്ള ബോധം ഫോമായുടെ മനസ്സിലേക്ക് കടന്നുവന്നു. ആകസ്മികമായ ഈ തിരിച്ചറിവിൽ ഫോമാ തീർത്ഥാടകന്റെ അടുത്തു ചെന്നിരുന്നു കൊണ്ട് സ്വാതന്ത്ര്യത്തോടെ ചോദിച്ചു.

"പിതാവ് ഇർഗിസിൽ നിന്നാണോ?"

തീർത്ഥാടകൻ മുഖം ഉയർത്തി ഫോമായെ സാവധാനം പരിശോധിച്ചതിനുശേഷ ശാന്തമായി പറഞ്ഞു:

"ഇർഗിസിലും ഞാൻ ഉണ്ടായിരുന്നു."

"അത് നിങ്ങളുടെ ജന്മസ്ഥലം ആണോ?"

"നിങ്ങൾ ഇപ്പോൾ അവിടെനിന്നാണോ വരുന്നത്?"

"അല്ല. ഞാൻ സെയന്റ് സ്റ്റീഫനിൽ നിന്നാണ് വരുന്നത്."

സംസാരം മുറിഞ്ഞു പോയി. തീർത്ഥാടകനോട് ഷൂറോവിന്റെ

മകനാണോ എന്ന് ചോദിക്കാനുള്ള ധൈര്യം ഫോമായ്ക്ക് ഉണ്ടായിരുന്നില്ല.

"നമ്മൾ ഈ മൂടൽ മഞ്ഞു കാരണം താമസിക്കും." ആരോ പറഞ്ഞു.

"താമസിക്കാതിരിക്കാൻ നമുക്ക് എന്തുചെയ്യാൻ പറ്റും?"

എല്ലാവരും ഫോമായെനോക്കി നിശ്ശബ്ദരായിരുന്നു. സുന്ദരനും ചെറുപ്പക്കാരനും ആയ ഫോമാ അവരുടെ ഇടയിൽ പെട്ടെന്ന് വില കൂടിയ വസ്ത്രങ്ങളിൽ പ്രത്യക്ഷപ്പെട്ടത് അവിടെ കൂടിയിരുന്നതിൽ ജിജ്ഞാസ ഉണർത്തി. ഈ ജിജ്ഞാസയെപ്പറ്റി അയാൾ ബോധവാനായിരുന്നു. അവരെല്ലാം അയാളുടെ സംസാരം കേൾക്കാനും അയാൾ അവിടെ വന്നത് എന്തിനാണെന്നറിയാനും ആഗ്രഹം ഉള്ളവരാണെന്ന് അയാൾക്ക് മനസ്സിലായി. ഇതെല്ലാം കൂടി അയാളെ ചിന്താക്കുഴപ്പത്തിലാക്കി. അയാൾക്ക് ദേഷ്യം വന്നു.

"പിതാവേ, ഞാൻ നിങ്ങളെ മുമ്പ് എവിടെയോ വെച്ച് കണ്ടിട്ടുള്ളതായി എനിക്ക് തോന്നുന്നു?" ഫോമാ അവസാനം പറഞ്ഞു.

"അയാളെ നോക്കാതെ തീർത്ഥാടകൻ മറുപടി പറഞ്ഞു. "ഒരുപക്ഷേ കണ്ടിട്ടുണ്ടാകും."

"എനിക്ക് നിങ്ങളോട് സംസാരിക്കാൻ ആഗ്രഹം ഉണ്ട്." ഫോമാ മടിയോടെ ശബ്ദം താഴ്ത്തി പറഞ്ഞു.

"ശരി, അപ്പോൾ സംസാരിക്കൂ."

"എന്റെ കൂടെ വരാമോ?"

"എവിടേക്ക്?"

"എന്റെ മുറിയിലേക്ക്."

തീർത്ഥാടകൻ ഫോമായുടെ മുഖത്തുനോക്കി. ഒരു നിമഷത്തെ നിശ്ശബ്ദതയ്ക്കു ശേഷം അയാൾ സമ്മതിച്ചു.

"പോകാം."

അവിടെനിന്ന് പോരുമ്പോൾ ഗ്രാമീണർ തന്നെ നോക്കുന്നുണ്ടെന്ന് ഫോമായ്ക്ക് മനസ്സിലായി. ഇപ്പോൾ അവർക്ക് അയാളെപ്പറ്റി താല്പര്യമുണ്ടെന്നുള്ള അറിവിൽ ഫോമായ്ക്ക് സന്തോഷം തോന്നി.

മുറിയിലെത്തിയപ്പോൾ അയാൾ ചോദിച്ചു:

"നിങ്ങൾക്ക് എന്തെങ്കിലും കഴിക്കാമെന്ന് തോന്നുന്നു. എന്താണ് വേണ്ടത്? ഞാൻ അത് കൊണ്ടുവരാൻ പറയാം."

"ഒന്നും വേണ്ട. നിങ്ങളുടെ ആഗ്രഹം എന്താണ്?"

കാലപ്പഴക്കം കൊണ്ട് നിറം മങ്ങി കീറിപ്പറിഞ്ഞുപോയ ഷർട്ട് ധരിച്ച ഈ മനുഷ്യൻ അതീവശ്രദ്ധയോടെ മുറിയുടെ മുക്കും മൂലയും പരിശോധിച്ചു. നേർത്ത കമ്പിളിത്തുണികൊണ്ട് മൂടിയ സോഫയിൽ ഇരിക്കാൻ തുടങ്ങുമ്പോൾ കമ്പിളിയിൽ നിന്നും അയാളുടെ മുഷിഞ്ഞ വേഷത്തിൽ അഴുക്കു പറ്റുമെന്ന മട്ടിൽ അയാൾ അയാളുടെ മേൽവസ്ത്രം ഉയർത്തി വെച്ചു.

'പിതാവിന്റെ പേരെന്താണ്?" തീർത്ഥാടകന്റെ മുഖത്തെ താല്പര്യ

ക്കുറവ് മനസ്സിലാക്കിക്കൊണ്ട് ഫോമാ ചോദിച്ചു.

"മിറോൺ"

"മിഖായൽ അല്ല?"

"മിഖായലാണോ എന്ന് ചോദിക്കാൻ കാരണം?" തീർത്ഥാടകൻ ചോദിച്ചു.

"ഞങ്ങളുടെ പട്ടണത്തിൽ ഷൂറോവ് എന്നൊരു കച്ചവടക്കാരൻ ഉണ്ടായിരുന്നു. അയാളും ഇർഗിസിലേക്ക് പോയിരുന്നു. അയാളുടെ പേരിന്റെ ഒരുഭാഗം 'മിഖായേൽ' എന്നായിരുന്നു."

ഫോമാ സംസാരിക്കുമ്പോൾ മിറോൺ പിതാവിനെ കണ്ണെടുക്കാതെ നോക്കിക്കൊണ്ടിരുന്നു. പക്ഷേ, പിതാവ് ഫോമായെ ഗൗനിച്ചില്ല.

"ഞാൻ അങ്ങനെ ഒരാളെ കണ്ടുമുട്ടിയിട്ടില്ല. എന്തെങ്കിലും ആ പേരിൽ ഒരാളെ കണ്ടതായി ഞാൻ ഓർക്കുന്നില്ല." അയാൾ ആലോചനയോടെ പറഞ്ഞു. "നിങ്ങൾക്ക് അയാളെ പറ്റി അറിയാൻ ആഗ്രഹമുണ്ട്. അല്ലേ?"

"അതെ."

"ഇല്ല. ഞാൻ മിഖായേൽ ഷൂറോവിനെ ഒരിക്കലും കണ്ടുമുട്ടിയിട്ടില്ല. ക്രിസ്തുവിനെ വിചാരിച്ച് എനിക്ക് മാപ്പുതരണം!" മിറോൺ പിതാവ് സോഫയിൽ നിന്ന് എഴുന്നേറ്റ് തലകുമ്പിട്ടതിനുശേഷം വാതിലിന്റെ നേർക്ക് നടന്നു.

"പക്ഷേ, അല്പസമയം കൂടി ഇവിടെ ഇരിക്കണം. നമുക്ക് കുറച്ചു കൂടി സംസാരിക്കാം!" അയാളുടെ അടുത്തേക്ക് പാഞ്ഞുചെന്ന് കൊണ്ട് ഫോമാ ഉറക്കെ പറഞ്ഞു. മിറോൺ പിതാവ് ആശങ്കയോടെ ഫോമായെ നോക്കിക്കൊണ്ട് സോഫയിൽ ഇരുന്നു. ദൂരത്തു നിന്നും ആഴമുള്ള ഒരു ഞരക്കം പോലെയുള്ള ശബ്ദം കേട്ടു. ആ ശബ്ദത്തിന്റെ തൊട്ടുപിന്നാലെ ഫോമായുടേയും ഫോമായുടെ അതിഥിയുടെയും തലയ്ക്ക് മുകളിലൂടെ ഭയന്നമട്ടിലുള്ള കപ്പലിന്റെ ചൂളംവിളി കടന്നുപോയി. ദൂരത്തു നിന്നും പെട്ടെന്നുതന്നെ വളരെ നേർത്ത ഒരു ചൂളം വിളി മറുപടിയായി ഉയർന്നു വന്നു. ഫോമാ ജനാല തുറന്ന് അവരുടെ കപ്പലിന്റെ അടുത്തുകൂടി മൂടൽ മഞ്ഞിലൂടെ എന്തോ ഒരു സാധനം അഗാധമായ ശബ്ദം ഉണ്ടാക്കിക്കൊണ്ട് ചലിക്കുന്നുണ്ടായിരുന്നു. വിചിത്രമായ വെളിച്ചത്തിന്റെ ബിന്ദുക്കൾ ഒഴുകി കൊണ്ടിരുന്നു. മൂടൽമഞ്ഞ് ഇളകിമറിഞ്ഞതിനു ശേഷം വീണ്ടും നിശ്ചല മായി.

"പേടിച്ചുപോയി!" ജനാല അടച്ചുകൊണ്ട് ഫോമാ ഉറക്കെ പറഞ്ഞു.

"എന്തിനാണ് പേടിക്കുന്നത്? മിറോൺ പിതാവ് ചോദിച്ചു.

"ഇതിപ്പോൾ പകലുമല്ല. രാത്രിയുമല്ല. ഇരുട്ടില്ല. വെളിച്ചവും ഇല്ല! നമ്മൾ എവിടെയാണ് പോകുന്നതെന്ന് നമുക്ക് അറിയില്ല. നമ്മൾ നദിയി ലൂടെ അലഞ്ഞുതിരിയുകയാണ്."

"നിങ്ങളുടെ ഉള്ളിൽ ആന്തരികമായ ജ്വാല ഉണ്ടായിരിക്കണം. നിങ്ങ ളുടെ ആത്മാവിനുള്ളിൽ വെളിച്ചം ഉണ്ടായിരിക്കണം. അപ്പോൾ നിങ്ങൾക്ക്

എല്ലാ കാര്യങ്ങളും കാണാൻ പറ്റം." മിറോൺ പിതാവ് പഠിപ്പിക്കുന്നരീതിയിൽ ആത്മവിശ്വാസത്തോടെ പറഞ്ഞു.

മിറോൺ പിതാവിന്റെ ഈ തണുത്ത വാക്കുകൾ ഫോമായ്ക്ക് ഇഷ്ടപ്പെട്ടില്ല. അയാൾ പിതാവിനെ സംശയത്തോടെ നോക്കി. പിതാവ് പ്രാർത്ഥനയിൽ മുഴുകി തലകുനിച്ചിരിക്കുകയായിരുന്നു. അയാളുടെ ജപമാലയുടെ മുത്തുകൾ കൈക്കുള്ളിൽ സാവധാനം ചലിക്കുന്നുണ്ടായിരുന്നു.

തീർത്ഥാടകന്റെ പെരുമാറ്റം ഫോമായ്ക്ക് ധൈര്യം കൊടുത്തു. അയാൾ പറഞ്ഞു.

മിറോൺ പിതാവ് എനിക്ക് ഒരു കാര്യം പറഞ്ഞുതരണം. പിതാവിനെ പോലെ ബന്ധുക്കളില്ലാതെ പൂർണ്ണസ്വാതന്ത്ര്യത്തോടെ അലഞ്ഞുതിരിഞ്ഞുനടക്കുന്നത് സുഖമുള്ള ജീവിതം ആണോ?"

'മിറോൺ പിതാവ് തല ഉയർത്തി ലാളന കൊണ്ട് പൊട്ടിച്ചിരിക്കുന്ന ഒരു കൊച്ചുകുട്ടിയെ പോലെ പൊട്ടിച്ചിരിച്ചു. കാറ്റും സൂര്യരശ്മികളും തട്ടി നിറം മങ്ങിയ അയാളുടെ മുഖം പ്രശാന്തമായ ആഹ്ലാദം കൊണ്ട് തിളങ്ങി. ഫോമായുടെ കാൽമുട്ടിൽതൊട്ടുകൊണ്ട് അയാൾ ആത്മാർത്ഥമായി പറഞ്ഞു.

"ലൗകികമായ എല്ലാ കാര്യങ്ങളും നിങ്ങൾ മാറ്റിവയ്ക്കണം. കാരണം അതിൽ ഉദാത്തമായ യാതൊന്നും ഇല്ല. ഞാൻ നിങ്ങളോട് ശരിയായ കാര്യം പറയുന്നു. തിന്മയിൽ നിന്ന് തിരിഞ്ഞുനടക്കുന്നു. പറഞ്ഞിട്ടുള്ള കാര്യങ്ങൾ നിങ്ങൾ ഓർക്കുന്നുണ്ടോ? പാപിയുടെ ഉപദേശം കേൾക്കാത്തവനും പാപികളുടെ വഴിയിൽ നില്ക്കാത്തവനുമായ മനുഷ്യൻ അനുഗ്രഹീതനാണ്. നിങ്ങളുടെ ആത്മാവിന് ഏകാന്തതകൊണ്ട് ചൈതന്യം വരുത്തുക. നിങ്ങളുടെ ഉള്ളിൽ ദൈവത്തെപ്പറ്റിയുള്ള ചിന്തകൾ നിറയ്ക്കുക. കാരണം അതിനെപ്പറ്റിയുള്ള ചിന്തകൾക്കു മാത്രമേ മനുഷ്യന് അവന്റെ ആത്മാവിനെ ദൈവനിന്ദയിൽ നിന്നും രക്ഷിക്കാൻ കഴിയൂ."

"അതല്ല കാര്യം!" ഫോമാ പറഞ്ഞു. "എനിക്ക് എന്റെ പാപമോചനം കണ്ടെത്തേണ്ട ആവശ്യം ഇല്ല. ഞാൻ അത്രയധികം പാപങ്ങൾ ചെയ്തിട്ടുണ്ടോ? മറ്റുള്ളവരെ നോക്കൂ. ഞാൻ ഇഷ്ടപ്പെടുന്ന കാര്യം കാര്യങ്ങൾ മനസ്സിലാക്കുന്നതാണ്."

"നിങ്ങൾ ലോകത്തുനിന്ന് മുഖം തിരിച്ചാൽ നിങ്ങൾക്ക് മനസ്സിലാക്കാൻ പറ്റും. സ്വതന്ത്രമായ വഴിയിലൂടെ സഞ്ചരിക്കുക. പാടങ്ങളിലൂടെയും ചതുപ്പുകളിലൂടെയും നിരപ്പായ സ്ഥലങ്ങളിലൂടെയും പർവ്വതങ്ങളിലൂടെയും സഞ്ചാരം തുടരുക. ലോകത്തെ ദൂരെ മാറി നിന്ന് നിങ്ങളുടെ സ്വാതന്ത്ര്യത്തിന്റെ അവസ്ഥയിൽ നോക്കിക്കാണണം."

"അത് ശരിയാണ്." ഫോമാ വിളിച്ചു പറഞ്ഞു. "ഞാൻ വിചാരിക്കുന്നതും അതുതന്നെ ആണ്. ഒരുവശത്തു മാറിനിന്നാൽ ഒരാൾക്ക് കൂടുതൽ നല്ലപോലെ കാര്യങ്ങൾ കാണാൻ കഴിയും."

മിറോൺ ഫോമായുടെ സംസാരം ശ്രദ്ധിച്ചില്ല. അയാൾ തനിക്കു മാത്രം അറിയാവുന്ന ഒരുവലിയ രഹസ്യം പുറത്തുപറയുന്നതുപോലെ

പറഞ്ഞു:

"നിങ്ങൾക്കു ചുറ്റുമുള്ള നിശ്ചലമായ കാട് ദൈവത്തിന്റെ വിവേകത്തെപ്പറ്റി മധുരമുള്ള ശബ്ദത്തിൽ നിങ്ങളോട് മന്ത്രിക്കും. ദൈവത്തിന്റെ ചെറുപക്ഷികൾ നിങ്ങളുടെ മുമ്പിൽ അദ്ദേഹത്തിന്റെ പവിത്രമായ മഹിമയെ പാടിപുകഴ്ത്തും. ചതുപ്പുനിലങ്ങളെ പുൽനാമ്പുകൾ കന്യാമറിയത്തിനുവേണ്ടി സുഗന്ധദ്രവ്യങ്ങൾ പുകയ്ക്കും."

തീർത്ഥാടകന്റെ ശബ്ദം അമിതമായ വികാരം കൊണ്ട് വിറച്ചതിനു ശേഷം നിഗൂഢമായ ഏതോ രഹസ്യം പുറത്തുവിടുന്നമട്ടിൽ ചുരുങ്ങി. അയാൾ കൂടുതൽ ചെറുപ്പം ആയതുപോലെ തോന്നി. അയാളുടെ കണ്ണുകൾ ആത്മവിശ്വാസത്തോടെ തിളങ്ങി. സ്വന്തം സന്തോഷം പകർന്നുകൊടുക്കുന്നതിൽ സന്തോഷം കണ്ടെത്തുന്ന മനുഷ്യന്റെ ആഹ്ലാദം നിറഞ്ഞ പുഞ്ചിരികൊണ്ട് അയാളുടെ മുഖം തിളങ്ങാൻ തുടങ്ങിക്കഴിഞ്ഞിരുന്നു.

"എല്ലാ പുൽനാമ്പുകളിലും ദൈവത്തിന്റെ ഹൃദയം മിടിക്കുന്നു. ഭൂമിയിലേക്കും അന്തരീക്ഷത്തിലേക്കും എല്ലാ ചെറുപ്രാണികളും അദ്ദേഹത്തിന്റെ പവിത്രമായ ചൈതന്യത്തെ ശ്വസിക്കുന്നു. ദൈവം; യേശുക്രിസ്തു എല്ലായിടത്തും ജീവിക്കുന്നു. ഭൂമിയിലെ കാടുകൾക്കും പാടങ്ങൾക്കും ഉള്ള സൗന്ദര്യം എത്രമാത്രമാണ്! നിങ്ങൾ എന്നെങ്കിലും കെർസൻസിൽ പോയിട്ടുണ്ടോ? അവിടുത്തെ നിശ്ശബ്ദത മറ്റൊന്നുമായും താരമത്യപ്പെടുത്താൻ പറ്റാത്തതരത്തിൽ അങ്ങേയറ്റം മഹനീയമാണ്. അവിടുത്തെ മരങ്ങളും പുൽക്കൊടികളും സ്വർഗ്ഗത്തിലെ പോലെ ആണ്."

സൗന്ദര്യവും ആത്മാവിനെ സാന്ത്വനപ്പെടുത്തുന്ന നിശ്ശബ്ദതയും നിറഞ്ഞ വിശാലമായ പാടങ്ങളുടെയും ഇടതൂർന്ന കാടുകളുടെയും വർണ്ണന ഫോമാ ശ്രദ്ധിച്ചു കേട്ടു. അയാളുടെ ഭാവന അതിലേക്ക് ആകർഷിക്കപ്പെട്ടു.

"നിങ്ങൾ ഒരു മരത്തണലിൽ വിശ്രമിക്കുകയാണെന്ന മട്ടിൽ ആകാശത്തേക്ക് നോക്കുന്നു. ആകാശം നിങ്ങളെ ആലിംഗനം ചെയ്യാൻ ആഗ്രഹിക്കുന്നതുപോലെ താഴോട്ട് വരുന്നു. പ്രശാന്തമായ ആഹ്ലാദം നിറഞ്ഞ നിങ്ങളുടെ ആത്മാവിൽ സ്നേഹം ഉണ്ട്. നിങ്ങൾ ഒന്നും തന്നെ ആഗ്രഹിക്കുന്നില്ല. ഒന്നിനോടും നിങ്ങൾക്ക് അസൂയ ഇല്ല. ദൈവവും നിങ്ങളും ഒഴിച്ച് ഒരാൾ പോലും ഭൂമിയിൽ ഇല്ലെന്ന് നിങ്ങൾക്ക് തോന്നുന്നു."

തീർത്ഥാടകന്റെ സംസാരം അൻഫിസാ അപ്പച്ചിയുടെ അത്ഭുതകരമായ യക്ഷിക്കഥകളെപ്പറ്റിയുള്ള ഓർമ്മകളെ ഫോമായുടെ മനസ്സിലേക്ക് വിളിച്ചുകൊണ്ടുവന്നു. ചുട്ടുപൊള്ളുന്ന ഒരു നീണ്ടയാത്രയ്ക്ക് ശേഷം പൂക്കളും പുല്ലും മണക്കുന്ന ഒരു കാട്ടരുവിയിലെ തെളിഞ്ഞവെള്ളം കുടിച്ചതുപോലെ ഫോമായ്ക്ക് അനുഭവപ്പെട്ടു., അയാളുടെ സങ്കല്പത്തിലെ ചിത്രങ്ങൾ കൂടുതൽ കൂടുതൽ വിശാലമായിക്കൊണ്ടിരുന്നു. ഇടതൂർന്നു വളരുന്ന നിശ്ചലമായ കാട്ടിനുള്ളിലൂടെ ഒരു വഴി മുന്നോട്ടു പോകുന്നുണ്ട്. മരച്ചില്ലകൾക്കിടയിലൂടെ നേർത്ത സൂര്യകിരണങ്ങൾ തുളച്ചിറങ്ങുന്നു അവ

അന്തരീക്ഷത്തിലൂടെ വിറച്ചുകൊണ്ട് താഴോട്ടു വന്ന് നാടോടിയുടെ പാദങ്ങളിൽ സ്പർശിക്കുന്നു. അവിടെ കുമിളകളുടെ സുഗന്ധവും ചീത്ത ഇലകളുടെ ദുർഗ്ഗന്ധവും ഉണ്ട്. തേൻ നിറഞ്ഞ പൂക്കളുടെ സുഗന്ധം ഉണ്ട്. പൈൻ മരങ്ങളുടെ അദൃശ്യമായ രൂക്ഷഗന്ധം അന്തരീക്ഷത്തിലൂടെ നെഞ്ചിലേക്ക് തുളച്ചിറങ്ങുന്നു. എല്ലാ സ്ഥലത്തും നിശ്ശബ്ദത: കിളികൾ മാത്രം പാടിക്കൊണ്ടിരിക്കുന്നു. അങ്ങേയറ്റം അത്ഭുതകരമായ നിശ്ശബ്ദത ആയതുകൊണ്ട് കിളികൾ പാടുന്നത് നിങ്ങളുടെ നെഞ്ചിനുള്ളിലാണെന്ന് തോന്നും. നിങ്ങൾ സാവധാനം നടക്കുന്നു. നിങ്ങളുടെ ജീവിതം ഒരു സ്വപ്നംപോലെ മുന്നോട്ടുപോകുന്നു. എന്നാൽ ഇവിടെ എല്ലാ കാര്യങ്ങളും നരച്ച നിശ്ചലമായ മൂടൽമഞ്ഞ് കൊണ്ട് മൂടപ്പെട്ടിരിക്കുന്നു. നമ്മൾ അതിനുള്ളിൽകിടന്ന് വെളിച്ചത്തിനും സ്വാതന്ത്ര്യത്തിനുംവേണ്ടി പ്രയോജനമില്ലാതെ കഷ്ടപ്പെടുന്നു. അവിടെ താഴെനിന്നും അവർ പാടാൻ തുടങ്ങിയിരിക്കുന്നു. അവരുടെ പാട്ട് കേൾക്കാൻ കഴിയുന്ന ശബ്ദത്തിൽ അല്ല. അത് പകുതിപാട്ടും പകുതി പ്രാർത്ഥനയും ആണ്. വീണ്ടും ആരോ അലറുന്നുണ്ട്. ചീത്തവിളിക്കുന്നുണ്ട്. എന്നാലും അവർ വഴികണ്ടെത്താൻ പരിശ്രമിക്കണം.

"ഏഴര! ഏഴ്!"

"നിങ്ങൾക്ക് ശ്രദ്ധിക്കേണ്ട കാര്യം ഇല്ല." തീർത്ഥാടകൻ സംസാരിച്ചു. അയാളുടെ ശബ്ദം ഒരു അരുവിപോലെ ഒഴുകി. "ആരും നിങ്ങൾക്ക് ഒരു കഷണം റൊട്ടി തരും. നിങ്ങളടെ സ്വാതന്ത്ര്യത്തിൽ നിങ്ങൾക്ക് മറ്റെന്തിന്റെയെങ്കിലും ആവശ്യം ഉണ്ടോ? ഈ ലോകത്ത് താല്പര്യങ്ങൾ ആത്മാവിന്റെ മുകളിൽ വീഴുന്ന വിലങ്ങുകളാണ്."

"നിങ്ങൾ നല്ലവണ്ണം സംസാരിക്കുന്നു." ഫോമാ നെടുവീർപ്പിട്ടുകൊണ്ടു പറഞ്ഞു.

"സഹോദരാ!" അയാളുടെ സമീപത്തേക്ക് കൂടുതൽ അടുത്തുകൊണ്ട് തീർത്ഥാടകൻ പറഞ്ഞു. "ആത്മാവ് ഉണർന്ന് സ്വാതന്ത്ര്യത്തിനുവേണ്ടി കൊതിക്കുമ്പോൾ അതിനെ നിർബ്ബന്ധിച്ച് താരാട്ടു പാടി ഉറക്കാൻ നോക്കരുത്. അതിന്റെ ശബ്ദം ശ്രദ്ധിച്ചു കേൾക്കണം. എന്തായാലും എവിടെയായാലും ഈ ലോകത്തിന്റെ മൊത്തത്തിലുള്ള ആകർഷണീയതകൾ കണക്കിലെടുത്താലും അതിന് പരിശുദ്ധി ഇല്ല. സൗന്ദര്യം ഇല്ല. അപ്പോൾ ആത്മാവിന്റെ നിയമങ്ങൾ അനുസരിക്കുക. *ജോൺ ക്രിസ്റ്റോസ്റ്റം പറയുന്നു: "വിശുദ്ധന്മാരുടെ വിശുദ്ധൻ മനുഷ്യനാണ്."

അയാളുടെ ശബ്ദം നീണ്ടുനിന്ന ഒരു ചൂളംവിളിയുടെ തുളച്ചിറങ്ങുന്ന ശബ്ദത്തിൽ മുങ്ങിപ്പോയി. അയാൾ ആ ശബ്ദം ശ്രദ്ധിച്ചു. പെട്ടെന്ന് സോഫയിൽനിന്ന് ചാടി എഴുന്നേറ്റുകൊണ്ട് മിറോൺ പിതാവ് പറഞ്ഞു.

"നമ്മൾ തുറമുഖത്തോട് അടുത്തുകൊണ്ടിരിക്കുകയാണ്. ആ ചൂളംവിളിയുടെ അർത്ഥം അതാണ്. ഞാൻ പോകുന്നു. സഹോദരാ! നിങ്ങൾക്ക്

---

* കോൺസ്റ്റാന്റിനോപ്പിളിലെ ആർച്ച് ബിഷപ്പ് (എ ഡി 349–407) ഗ്രന്ഥകാരൻ

നിങ്ങളുടെ ആത്മാവിന്റെ ആഗ്രഹത്തിനൊത്ത് പ്രവർത്തിക്കാനുള്ള ശക്തിയും ഉറപ്പും ദൈവം തരട്ടെ! ഞാൻ പോകുന്നു."

അയാൾ ഫോമായെ തലകുനിച്ച് വണങ്ങി. അയാളുടെ സംസാരത്തിലും തലകുലുക്കിലും സ്ത്രൈണമായ ചില കാര്യങ്ങൾ ഉണ്ടായിരുന്നു. ഫോമായും അയാളെ തലകുനിച്ച് വണങ്ങി.

മുറിയുടെ വാതിലിന്റെ കൈപ്പിടി തിടുക്കപ്പെട്ട് തിരിച്ചുകൊണ്ടുനിന്ന തീർത്ഥാടകനോട് ഫോമാ പറഞ്ഞു. "പട്ടണത്തിൽ വരുമ്പോൾ നിങ്ങൾ എന്നെ കാണാൻ വരണം."

"ഞാൻ വരും! തീർച്ചയായും വരും!" ഞാൻ പോയിട്ടുവരാം! ദൈവം നിങ്ങളെ രക്ഷിക്കട്ടെ!"

കപ്പൽ തുറമുഖത്തിലെത്തിയപ്പോൾ ഫോമാ മേൽത്തട്ടിൽ വന്നു നിന്ന് മൂടൽമഞ്ഞിലേക്ക് നോക്കി. കപ്പലിൽ നിന്നും മനുഷ്യർ പലകകളുടെ മുകളിലൂടെ താഴോട്ട് നടന്നിറങ്ങുന്നുണ്ടായിരുന്നു. പക്ഷേ, ആ ഇരുണ്ട രൂപങ്ങൾക്കിടയിൽ തീർത്ഥാടകനെ ഫോമായ്ക്ക് തിരിച്ചറിയാൻ കഴിഞ്ഞില്ല. കപ്പലിൽ നിന്ന് ഇറങ്ങിപ്പോയ എല്ലാവരും ഒരുപോലെ അവ്യക്തം ആയിരുന്നു. അവർ എല്ലാവരും നിറം മങ്ങിയ തണുപ്പിൽ അലിഞ്ഞുചേർന്ന് കാഴ്ചയിൽ നിന്ന് അപ്രത്യക്ഷപ്പെട്ടതായി തോന്നി. ഒരാൾക്ക് നദീതീരം കാണാൻ കഴിഞ്ഞിരുന്നില്ല. കപ്പലിലെ ഒച്ചപ്പാടും ബഹളവും കൊണ്ട് കരയിലേക്ക് ഇറങ്ങുന്ന തടിപ്പാലം അങ്ങോട്ടും ഇങ്ങോട്ടും ആടുന്നുണ്ടായിരുന്നു. പാലത്തിനു മുകളിൽ റാന്തലിന്റെ മഞ്ഞ വെളിച്ചം ആടിക്കൊണ്ടിരിക്കുന്നത് ഒരാൾക്ക് കാണാൻ കഴിയും. മനുഷ്യരുടെ കാലൊച്ചയും ബഹളവും അവസാനിച്ചുകഴിഞ്ഞിരുന്നു.

ആളുകൾ ഇറങ്ങിയതിനുശേഷം കപ്പൽ മൂടൽമഞ്ഞിലൂടെ സാവധാനം നീങ്ങി. തീർത്ഥാടകനും തുറമുഖവും മനുഷ്യരുടെ ബഹളവും എല്ലാം പെട്ടെന്ന് ഒരു സ്വപ്നംപോലെ അപ്രത്യക്ഷമായി. വീണ്ടും അവിടെ കൂരിരുട്ടും അതിനുള്ളിൽക്കിടന്ന് തപ്പിത്തടയുന്ന കപ്പലും മാത്രം അവശേഷിച്ചു. ഫോമാ അയാളുടെ മുമ്പിലുള്ള മൂടൽമഞ്ഞിന്റെ നിശ്ചലമായ കടലിലേക്ക് നോക്കി. അയാൾ മേഘങ്ങളില്ലാത്ത തെളിഞ്ഞ നീലാകാശത്തെപ്പറ്റി ആലോചിച്ചു. ആ നീലാകാശം ഇപ്പോൾ എവിടെയാണ്?

അടുത്ത ദിവസം ഉച്ചയായപ്പോൾ അയാൾ യോഷോവിന്റെ ചെറിയ മുറിയിലിരുന്ന് കൂട്ടുകാരന്റെ വായിൽ നിന്നും സ്ഥലത്തെ വാർത്തകൾ കേൾക്കുകയായിരുന്നു. യോഷോവ് പത്രങ്ങൾ കൂട്ടിവെച്ചിരുന്ന മേശപ്പുറത്ത് കയറി ഇരുന്ന് കാലാട്ടിക്കൊണ്ട് വിവരണം നടത്തി:

"തിരഞ്ഞെടുപ്പിന്റെ പ്രചാരണം ആരംഭിച്ചിരിക്കുന്നു. കച്ചവടക്കാർ നിന്റെ തലതൊട്ടപ്പനെ മേയറായി നിർദ്ദേശിച്ചിരിക്കുന്നു. കിഴവൻ പിശാച്! ഇപ്പോൾ ഒരു നൂറ്റൻപത് വയസ്സിൽ കൂടുതൽ കാണുമെങ്കിലും അയാൾ ചെകുത്താനെ പോലെ മരണം ഇല്ലാത്തവനാണ്. അയാൾ മകളെ സ്മോളിനെക്കൊണ്ട് വിവാഹം കഴിപ്പിക്കാൻ പോകുന്നു., ഈ ആ ചുവന്ന തലമുടിക്കാരനെ ഓർക്കുന്നുണ്ടോ? അവർ പറയുന്നത് അവൻ മാന്യനാണെ

ന്നാണ്. പക്ഷേ, ഈ കാലത്ത് ബുദ്ധിമാന്മാരായ തെമ്മാടികളെയും അവർ മാന്യന്മാരെന്ന് വിളിക്കാറുണ്ട്. കാരണം ഇപ്പോൾ മാന്യന്മാർ ഇല്ല. ഇപ്പോൾ സ്മോളിൻ ബോധമുള്ള മനുഷ്യന്റെ ഭാഗം അഭിനയിക്കുകയാണ്. അവൻ ബുദ്ധിജീവികളുടെ സമൂഹത്തിൽ ഉൾപ്പെട്ടു കഴിഞ്ഞിരിക്കുന്നു. ഏതൊക്കെയോ സ്ഥാപനങ്ങൾക്ക് എന്തൊക്കെയോ സംഭാവന ചെയ്തുകൊണ്ട് അവൻ പെട്ടെന്നുതന്നെ മുൻനിരയിലേക്ക് വന്നിരിക്കുന്നു. മുഖത്തുനോക്കിയാൽ അവൻ അങ്ങേയറ്റത്തെ കൗശലക്കാരനാണെന്ന് മനസ്സിലാക്കും. പക്ഷേ, അവൻ ഒരു പ്രധാന ഭാഗം അഭിനയിക്കും. കാരണം അവന് പരിതസ്ഥിതിയോട് ഇണങ്ങിച്ചേരാൻ അറിയാം. അതെ ചങ്ങാതി, അവൻ ഒരു നവീകരണവാദിയാണ്. നവീകരണവാദിയായ കച്ചവടക്കാരൻ ചെന്നായയുടെയും പന്നിയുടെയും തവളയുടെയും പാമ്പിന്റെയും ഒരു മിശ്രിതം ആണ്."

"അത് എന്തെങ്കിലും ആകട്ടെ!" ഫോമാ താല്പര്യക്കുറവോടെ കൈമലർത്തിക്കാണിച്ചുകൊണ്ട് ഫോമാ പറഞ്ഞു. "എനിക്ക് അതിൽ എന്തു കാര്യം? നിന്റെ കാര്യം എന്തു പറയുന്നു. നീ ഇപ്പോഴും കുടി തുടരുന്നുണ്ടോ?"

"ഞാൻ കുടിക്കുന്നുണ്ട്. ഞാൻ എന്തിനാണ് കുടിക്കാതിരിക്കുന്നത്?"

വൃത്തികെട്ട അല്പവസ്ത്രധാരിയായ യോഷോവ് അടിപിടി കഴിഞ്ഞ് വരുന്ന ഒരു കിളിയെ പോലെ ഉണ്ടായിരുന്നു.

"ഞാൻ ഇടയ്ക്കിടയ്ക്ക് കുടിക്കുന്നത് എന്റെ ഹൃദയത്തിലെ തീ അണയ്ക്കാൻ വേണ്ടി ആണ്. നീ ഒരു നനഞ്ഞ കൊള്ളി ആണ്. നീ അല്പാല്പമായി പുകഞ്ഞുകൊണ്ടിരിക്കുകയാണ്. ശരിയല്ലേ?"

"എനിക്ക് കാരണവരുടെ അടുത്തേക്ക് പോകണം." ഫോമാ മുഖം ചുളിച്ചുകൊണ്ട് പറഞ്ഞു.

"ശരി പോയി നോക്ക്!"

"എനിക്ക് പോകാൻ തോന്നുന്നില്ല. അയാൾ പ്രഭാഷണം ആരംഭിക്കും."

"അപ്പോൾ പോകേണ്ട!"

"പക്ഷേ, എനിക്ക് പോയേ പറ്റൂ."

"അപ്പോൾ പോകണം."

"നീ എന്തിനാണ് ഇപ്പോഴും കോമാളികളിക്കുന്നത്?" ഫോമാ നീരസത്തോടെ പറഞ്ഞു.

"അതുകണ്ടാൽ നിനക്ക് എപ്പോഴും സന്തോഷമാണെന്ന് തോന്നും."

"ദൈവത്തെ സാക്ഷി നിർത്തി പറയാൻ എനിക്ക് സന്തോഷം തോന്നുന്നുണ്ട്!" മേശപ്പുറത്തുനിന്ന് ചാടി ഇറങ്ങിക്കൊണ്ട് യോഷോവ് പറഞ്ഞു. ഇന്നലത്തെ പത്രത്തിൽ ഒരു മാന്യനെ ഞാൻ നല്ലപോലെ പൊരിച്ചിട്ടുണ്ട്! പിന്നീട് ഞാൻ രസമുള്ള ഒരു കഥ കേട്ടു. കുറച്ചു കൂട്ടുകാർ ജീവിതത്തെപ്പറ്റി തത്ത്വജ്ഞാനം പറഞ്ഞ് കടപ്പുറത്ത് ഇരിക്കുകയായിരുന്നു. ഒരു ജൂതൻ അവരോടു പറഞ്ഞു. 'മാന്യന്മാരേ നിങ്ങൾ വളരെ വ്യത്യസ്ത

മായ പലതും സംസാരിക്കുന്നത് എന്തിനാണ്? ഞാൻ നിങ്ങളോട് പെട്ടെന്ന് പറഞ്ഞുതരാം: നമ്മുടെ ജീവിതത്തിന് ഇളകി മറിയുന്ന ഈ കടലിനെ പോലെ ഒരു കോപ്പക്കിന്റെ വിലപോലും ഇല്ല."

''നീ എന്തെങ്കിലും പറഞ്ഞോ!'' ഫോമാ പറഞ്ഞു. ''ഞാൻ പോകുന്നു."

"നീ പൊയ്ക്കോ. ഞാൻ ഇന്ന് സന്തോഷത്തിലാണ്. ഞാൻ നിന്റെ കൂടെ കരയാനില്ല. കൂടുതൽ ആലോചിച്ചാൽ നീ കരയുകയല്ല. നീ അമറുകയാണ്."

ഉറക്കെ പാടിക്കൊണ്ടിരുന്ന യോഷോവിന്റെ അടുത്തുനിന്നും ഫോമാ തിരിച്ചുപോയി.

"ഭയപ്പെടാതെ ചെണ്ടകൊട്ടണം!"

"ചെണ്ട. നീ തന്നെ സ്വയം ഒരു ചെണ്ടയാണ്." സാവധാനം തെരുവിലേക്ക് നടന്നിറങ്ങുമ്പോൾ ഫോമാ മനസ്സിൽ വിചാരിച്ചു. അയാൾ അസ്വസ്ഥനായിരുന്നു.

മയാകിന്റെ വീട്ടിൽ ലൂബോവാണ് അയാളെ സ്വീകരിച്ചത്. അസ്വസ്ഥതയോടെ അവൾ അയാളുടെ മുമ്പിൽ പെട്ടെന്ന് പ്രത്യക്ഷപ്പെടുകയായിരുന്നു. അവൾ ആവേശത്തോടെ പറഞ്ഞു:

"നിങ്ങൾ! എന്റെ ദൈവമേ! നിങ്ങൾ എന്തുമാത്രം വിളറിയിരിക്കുന്നു! നിങ്ങൾ എന്തുമാത്രം മെലിഞ്ഞുപോയി! നിങ്ങൾ ഒന്നാംതരം ജീവിതം നയിക്കുകയായിരുന്നെന്ന് തോന്നുന്നു."

പിന്നീട് അവളുടെ മുഖത്ത് പരിഭ്രമം പ്രത്യക്ഷപ്പെട്ടു. അവൾ രഹസ്യം പറയുന്നതുപോലെ പറഞ്ഞു.

"ഫോമാ നിങ്ങൾക്ക് അറിയില്ല. നിങ്ങൾ കേട്ടിരുന്നോ? ആരോ മണി അടിക്കുന്നുണ്ട്. ഒരുപക്ഷേ, അത് അയാൾ ആയിരിക്കാം."

അവൾ സിൽക്ക് വസ്ത്രം ഉലയുന്നതിന്റെ ശബ്ദത്തോടെ പെട്ടെന്ന് മുറിയിൽനിന്ന് പുറത്തേക്ക് പോയി. അത്ഭുതപ്പെട്ടുനിന്ന ഫോമായ്ക്ക് അവളോട് അച്ഛൻ എവിടെയാണെന്ന് ചോദിക്കാനുള്ള അവസരം പോലും കിട്ടിയില്ല. യക്കോവ് ടരാസോവിച്ച് വീട്ടിൽ എത്തിയിരുന്നു. അവധി ദിവസത്തെ വസ്ത്രങ്ങളിൽ കട്ടിളപ്പടിയിൽകൈകുത്തിക്കൊണ്ട് നെഞ്ചത്ത് തൂക്കിയ മെഡലുകളുമായി അയാൾ നീണ്ടു നിവർന്ന് നിന്നു. അയാളുടെ പച്ച നിറമുള്ള ചെറിയ കണ്ണുകൾ ഫോമയെ പരിശോധിച്ചു. അയാളുടെ കണ്ണുകൾ തന്നെ നോക്കുന്നുണ്ടെന്ന് മനസ്സിലാക്കിയ ഫോമാ തല ഉയർത്തി അവയെ നേരിട്ടു.

"എന്റെ മാന്യസുഹൃത്തിന്റെ വിശേഷങ്ങൾ എന്തൊക്കെയാണ്?" കുറ്റപ്പെടുത്തുന്നമട്ടിൽ തല ആട്ടിക്കൊണ്ട് വൃദ്ധൻ ചോദിച്ചു. "എവിടെ നിന്നാണ് എഴുന്നള്ളിയതെന്ന് ചോദിക്കാൻ പാടുണ്ടോ? നിന്റെ കൊഴുപ്പെല്ലാം വലിച്ചു കുടിച്ചത് ആരായിരുന്നു? പന്നി ചെളിക്കുണ്ട് അന്വേഷിക്കുന്നു; ഫോമാ അതിനേക്കാൾ മോശം സ്ഥലം അന്വേഷിക്കുന്നു എന്ന് കേട്ടതെല്ലാം ശരിയാണോ?"

"അച്ഛന് എന്നോട് മറ്റൊന്നും സംസാരിക്കാൻ ഇല്ലേ?" ഫോമാ വൃദ്ധന്റെ മുഖത്തേക്ക് ചങ്കുറപ്പോടെ നോക്കിക്കൊണ്ട് ചോദിച്ചു. പെട്ടെന്ന് തലതൊട്ടപ്പൻ വിറയ്ക്കുന്നത് ഫോമാ ശ്രദ്ധിച്ചു. അയാളുടെ കാലുകൾ വിറയ്ക്കുന്നുണ്ടായിരുന്നു. അയാലുടെ കണ്ണുകൾ തുടർച്ചയായി തുറിച്ചു പുറത്തേക്ക് വന്നു. അയാളുടെ കൈകൾ കട്ടിളപ്പടിയിൽ പിടിച്ചു നില്ക്കാൻ പാടുപെടുന്നുണ്ടായിരുന്നു. വൃദ്ധന് സുഖമില്ലെന്നുള്ള തോന്നലിൽ ഫോമാ മയാകിന്റെ അടുത്തു ചെന്നു. പക്ഷേ, യക്കോവ് ടരാസോവിച്ച് ദേഷ്യപ്പെട്ട് പരുക്കൻ ശബ്ദത്തിൽ പറഞ്ഞു.

"വഴിയിൽ നിന്ന് മാറിനില്ക്ക്. ഒരു വശത്തോട്ട് മാറിനില്ക്ക്."

അതിനുശേഷം അയാളുടെ മുഖഭാവം പതിവുപോലെ ആയി.

"ഫോമാ പിന്നോട്ടു മാറിയപ്പോൾ സാമാന്യം തടിച്ച പൊക്കം കുറഞ്ഞ ഒരു മനുഷ്യൻ അവിടെ നില്ക്കുന്നത് ശ്രദ്ധയിൽപ്പെട്ടു. അയാൾ മയാകിനെ വണങ്ങിക്കൊണ്ട് പരുഷമായ ശബ്ദത്തിൽ പറഞ്ഞു:

"അച്ഛന് എങ്ങനെയുണ്ട്?"

'ടരാസ് യക്കോവിച്ച് എന്തുണ്ട് വിശേഷങ്ങൾ." കട്ടിളപ്പടിയിൽ നിന്ന് പിടിവിടാതെ പരുങ്ങലോടെ പുഞ്ചിരിച്ചുകൊണ്ട് വൃദ്ധൻ പറഞ്ഞു.

ഫോമാ അസ്വസ്ഥതയോടെ തിരിച്ചുവന്ന് കസേരയിൽ ഇരുന്നു. ജിജ്ഞാസ കൊണ്ട് അയാൾ മരവിച്ചുപോയി. അയാൾ അച്ഛനും മകനും തമ്മിലുള്ള കൂടിക്കാഴ്ച കണ്ണുതുറിച്ച് നോക്കിക്കൊണ്ടിരിക്കാൻ തുടങ്ങി. അച്ഛൻ കട്ടിളപ്പടിയിൽ നിന്ന് പിടിവിടാതെ തലചരിച്ച് പകുതി അടഞ്ഞ കണ്ണുകൾ കൊണ്ട് മകനെ നോക്കി. മകൻ അച്ഛന്റെ അടുത്തുനിന്ന് മൂന്ന് ചുവട് ദൂരത്ത് നില്ക്കുകയായിരുന്നു. അയാളുടെ തലമുടി നരച്ചുകഴി ഞ്ഞിരുന്നു. അയാൾ നെറ്റിചുളിച്ചുകൊണ്ട് വലിയ കറുത്തകണ്ണുകൾ കൊണ്ട് അച്ഛനെ നോക്കി. അയാളുടെ കൂർത്തതാടിയും നേർത്ത മേൽമീ ശയും വിറച്ചു. അയാളുടെ മെലിഞ്ഞ മുഖത്ത് അച്ഛന്റെ കൂർമ്മ ബുദ്ധി തോന്നിപ്പിക്കുന്ന മൂക്ക് ഉണ്ടായിരുന്നു. അയാളുടെ കൈയിൽ ഇരുന്നി രുന്ന തൊപ്പിയും വിറയ്ക്കുന്നുണ്ടായിരുന്നു. അയാളുടെ തോളിനു പിന്നിൽ ലൂബായുടെ ആഹ്ലാദമുള്ള വിളറിയ മുഖം ഫോമാ കണ്ടു. അയാൾ യാച നയോടെ അച്ഛനെ നോക്കി. അവളുടെ കണ്ണുകളിൽ ഭയം ഉണ്ടായിരുന്നു. അവൾ കരയാൻ തുടങ്ങുകയാണെന്ന് തോന്നി. കുറച്ചു സമയത്തേക്ക് ആരും സംസാരിച്ചില്ല. ആർക്കും അനക്കം ഉണ്ടായിരുന്നില്ല. അവരുടെ വികാരങ്ങളുടെ വലിപ്പം കൊണ്ട് അവർ ചതഞ്ഞുപോയിരുന്നു. യക്കോവ് ടരാസോവിച്ചിന്റെ നിർജ്ജീവവും ബലഹീനവുമായ വിറയ്ക്കുന്ന ശബ്ദ മാണ് നിശ്ശബ്ദതയെ തകർത്തത്:

"ടരസ് നീ വളർന്നിരിക്കുന്നു."

മകൻ അച്ഛന്റെ മുഖത്തുനോക്കി നിശ്ശബ്ദമായി ചിരിച്ചു. പിന്നീട് അയാൾ ഒറ്റനോട്ടത്തിൽ അച്ഛനെ അടിമുടി പരിശോധിച്ചു.

അച്ഛൻ കട്ടിളപ്പടിയിൽ നിന്ന് കൈയെടുത്തു കൊണ്ട് മകന്റെ അടു ത്തേക്ക് ഒരു ചുവട് മുന്നോട്ടുവെച്ചു. പെട്ടെന്ന് മുഖം ചുളിച്ചുകൊണ്ട്

അയാൾ നടത്തം നിർത്തി. ടരസ് പെട്ടെന്ന് നടന്നുവന്ന് അയാളുടെ കൈ പിടിച്ചു.

വൃദ്ധനായ അച്ഛൻ മകനെ കെട്ടിപ്പിടിച്ചു. അവർ വിറയ്ക്കുന്നുണ്ടായിരുന്നു. ചുംബനങ്ങൾക്കുശേഷം അവർ പരസ്പരം അകന്നുമാറി. കൂടുതൽപ്രായമുള്ള മനുഷ്യന്റെ മുഖത്തെ ചുളിവുകൾ വിറച്ചുകൊണ്ടിരുന്നു. പ്രായം കുറഞ്ഞ മനുഷ്യന്റെ മെലിഞ്ഞ മുഖം ഏറെക്കുറെ നിശ്ചലമായിരുന്നു. ചുംബനങ്ങൾ അവരുടെ കണ്ടുമുട്ടലിന്റെ പുറം മോടിയിൽ യാതൊരു വ്യത്യാസവും വരുത്തിയില്ല. ലുബോവ് മാത്രം സന്തോഷം കൊണ്ട് ഏങ്ങലടിച്ചുകരഞ്ഞു. ഫോമാ ശ്വാസം മുട്ടുന്ന മട്ടിൽ കസേരയിലിരുന്ന് ഞെളിപിരികൊണ്ടു.

“കുട്ടികളേ, നിങ്ങൾ ഹൃദയത്തിലെ മുറിവുകളാണ്. ഹൃദയത്തിലെ സന്തോഷങ്ങൾ അല്ല. യക്കോവ് ടരസോവിച്ച് മണിമുഴക്കം പോലെയുള്ള ശബ്ദത്തിൽ പരാതി പറഞ്ഞു. അയാൾ ഈ വാക്കുകൾ പറയുന്നതിനു മുമ്പ് വളരെകൂടുതൽ ചിന്തിച്ചിട്ടുണ്ട്. കാരണം ഇതു പറഞ്ഞുകഴിഞ്ഞ നിമിഷത്തിൽ തന്നെ അയാൾക്ക് കൂടുതൽ ധൈര്യം വന്നു. അയാളുടെ മുഖം തിളങ്ങി. അയാൾ മകളെ നോക്കിക്കൊണ്ട് ഉത്സാഹത്തോടെ പറഞ്ഞു.

‘‘നീ സന്തോഷം കൊണ്ട് അലിഞ്ഞു പോയോ? നീ പോയി ഞങ്ങൾക്കുവേണ്ടി എന്തെങ്കിലും തയ്യാറാക്കണം. ചായയും മറ്റ് എന്തെങ്കിലും സാധനങ്ങളും. ഞങ്ങൾ മുടിയനായ പുത്രനെ സ്വീകരിക്കാം. നിന്റെ അച്ഛൻ എന്തുതരം മനുഷ്യനാണെന്ന് നീ മറന്നുപോയിട്ടുണ്ടാകും.”

ടരസ് മയാകിൻ എന്തൊക്കെയോ ആലോചിച്ചു കൊണ്ട് അച്ഛനെ നോക്കി. അയാളുടെ വലിയ കണ്ണുകളിൽ പുഞ്ചിരി ഉണ്ടായിരുന്നു.

“ശരി ഇരിക്കൂ. നീ എങ്ങനെ ജീവിച്ചെന്ന് പറയൂ. നീ എന്തു ചെയ്യുക ആയിരുന്നു? നീ എന്താണ് നോക്കുന്നത്? ങാ! അത് ഞാൻ തലതൊട്ട മകനാണ്. ഇഗ്നാറ്റ് ഗോർഡിയീവിന്റെ മകൻ ഫോമാ. നിനക്ക് ഇഗ്നാറ്റിനെ ഓർമ്മയുണ്ടോ?”

“എനിക്ക് എല്ലാ കാര്യങ്ങളും ഓർമ്മയുണ്ട്.”

“ഓ! നീ പൊങ്ങച്ചം പറയുകയില്ലെങ്കിൽ അത് നല്ല കാര്യമാണ്. നിന്റെ വിവാഹം കഴിഞ്ഞോ?”

“എന്റെ ഭാര്യ മരിച്ചുപോയി.”

“നിനക്ക് കുട്ടികൾ ഉണ്ടോ?”

“അവർ മരിച്ചു. രണ്ടുപേർ ഉണ്ടായിരുന്നു.”

“അത് സങ്കടമായിപ്പോയി. എനിക്ക് കൊച്ചുമകൾ കാണുമായിരുന്നു.”

“ഞാൻ പുകവലിച്ചോട്ടെ?” ടരസ് ചോദിച്ചു.

“വലിച്ചോളൂ. നീ ചുരുട്ടാണോ വലിക്കുന്നത്?”

“അച്ഛന് ചുരുട്ട് ഇഷ്ടമല്ലേ?”

“എനിക്ക് എല്ലാം ഒരുപോലെ ആണ്. ചുരുട്ട് വലിക്കുന്നത് സാമാന്യം കുലീനമായ കാര്യമാണ്.”

“നമ്മൾ എന്തിനാണ് നമ്മളെപ്പറ്റി കുലീനന്മാരേക്കാൾ മോശക്കാരാണെന്ന് ചിന്തിക്കുന്നത്?” ടരസ് ചിരിച്ചുകൊണ്ട് ചോദിച്ചു.

“നമ്മൾ മോശക്കാരാണെന്ന് ഞാൻ ചിന്തിക്കുന്നുണ്ടോ?” വൃദ്ധൻ ഉറക്കെ പറഞ്ഞു. “വിദേശരീതിയിൽ താടി മിനുക്കിയ ഒരു ശാന്തനായ മനുഷ്യനെ വായിൽ ചുരുട്ടുമായി കാണുന്നത് എന്നെ സംബന്ധിച്ചിടത്തോളം പരിഹാസ്യമായ ഒരു കാഴ്ചയാണ്. അതാണ് ഞാൻ പറയാൻ ഉദ്ദേശിച്ചത്. അതും അയാൾ എന്റെ മകനാകുമ്പോൾ?” വൃദ്ധൻ ടരസിന്റെ തോളിൽ തട്ടി. അല്ലാത്തപക്ഷം പകുതി നരച്ച ആ മനുഷ്യനോടുള്ള തന്റെ പെരുമാറ്റം ന്യായമല്ലെന്ന് അയാൾ ഭയക്കുന്നതായി തോന്നി. അയാൾ സംശയത്തോടെ മകന്റെ കണ്ണുകളിലേക്ക് നോക്കി. മകന്റെ കണ്ണുകൾക്ക് ചുറ്റും മഞ്ഞ നിറത്തിലുള്ള ഒരു വീക്കം ഉണ്ടായിരുന്നു.

ടരസ് അച്ഛന്റെ മുഖത്തുനോക്കി മധുരമായി പുഞ്ചിരിച്ചു. അയാൾ പലതും ആലോചിച്ചുകൊണ്ട് പറഞ്ഞു:

“സന്തോഷവും ഉത്സാഹവും ഉള്ള അച്ഛനാണ് എന്റെ ഓർമ്മയിൽ ഉള്ളത്. ഇത്രയധികം വർഷങ്ങൾ കഴിഞ്ഞിട്ടും അച്ഛന് യാതൊരു വ്യത്യാസവും വന്നിട്ടില്ലെന്ന് തോന്നുന്നു.”

വൃദ്ധൻ അഭിമാനത്തോടെ നിവർന്നുനിന്നു. മുഷ്ടിചുരുട്ടി സ്വന്തം നെഞ്ചിൽ ഇടിച്ചുകൊണ്ട് മയാകിൻ പറഞ്ഞു.

“സ്വന്തം മൂല്യങ്ങളുള്ള മനുഷ്യനെ വ്യത്യാസപ്പെടുത്താൻ ജീവിതത്തിന് ശക്തി ഇല്ലാത്തതുകൊണ്ട് എനിക്ക് ഒരിക്കലും വ്യത്യാസം വരില്ല. അത് ശരിയല്ലേ?”

“ഹോ! അച്ഛന് എന്തൊരു അഹംഭാവം ആണ്.”

“ഞാൻ എന്റെ മകനെകൊണ്ട് പഠിച്ചതായിരിക്കും.” കൗശലത്തോടെ പല്ലിളിച്ചുകൊണ്ട് വൃദ്ധൻ പറഞ്ഞു. ‘നിങ്ങൾക്ക് അറിയാമോ? എന്റെ മകൻ അഹംഭാവംകൊണ്ട് പതിനേഴ് വർഷം സംസാരിച്ചിട്ടില്ല.”

“അത് അയാൾ പറയുന്നത് അയാളുടെ അച്ഛൻ ശ്രദ്ധിക്കാത്തതുകൊണ്ടാണ്.” ടരസ് മയാകിനെ ഓർമ്മിപ്പിച്ചു.

“ഇപ്പോൾ അതെല്ലാം കഴിഞ്ഞിരിക്കുന്നു കഴിഞ്ഞകാലം കാര്യമാക്കേണ്ട. നമ്മളിൽ ആരെ കുറ്റപ്പെടുത്തണമെന്ന് മനസ്സിലാക്കിയിട്ടുള്ളത് ദൈവം മാത്രമാണ്. സത്യസന്ധമായി അത് തീരുമാനിക്കാനുള്ള യോഗ്യത അദ്ദേഹത്തിനുണ്ട്. അദ്ദേഹം നമുക്ക് അത് പറഞ്ഞുതരും. കാത്തിരിക്കാം! ഞാൻ മിണ്ടില്ല. ഇത് ആ കാര്യം ചർച്ച ചെയ്യാനുള്ള സമയം അല്ല. ഇത്രയും വർഷങ്ങൾ നീ എന്തു ചെയ്തെന്ന് നിനക്ക് എന്നോട് പറയാം. നീ ആ സോഡാ കമ്പനിയിൽ എങ്ങനെയാണ് വന്നുചേർന്നത്? നീ എങ്ങനെയാണ് ജീവിച്ചത്?”

“അത് ഒരു നീണ്ടകഥയാണ്.” ടരസ് നെടുവീർപ്പിട്ടുകൊണ്ട് പറഞ്ഞു. അയാൾ വായിൽ നിന്ന് പുക ഊതിപുറത്തുവിട്ടുകൊണ്ട് സാവധാനം സംസാരിക്കാൻ തുടങ്ങി. “എനിക്ക് സ്വതന്ത്രമായി ജീവിക്കാനുള്ള അവസരം കിട്ടിയപ്പോൾ ഞാൻ റിമിസോവ്സിലെ സ്വർണ്ണകനിയുടെ മേൽനോ

ട്ടക്കാരനെ സമീപിച്ചു."

"എനിക്ക് അറിയാം. അവർ വലിയ പണക്കാരാണ്. മൂന്ന് സഹോദരന്മാർ മൂന്നുപേരും എന്റെ പരിചയക്കാരാണ്. ഒരുത്തൻ ഒരു മുടന്തൻ, മറ്റവൻ ഒരു വിഡ്ഢി, മൂന്നാമത്തവൻ ഒരു പിശുക്കൻ, എന്നിട്ട്!"

"ഞാൻ അയാളുടെ കീഴിൽ രണ്ടുകൊല്ലം ജോലി ചെയ്തു. അതു കഴിഞ്ഞ് ഞാൻ അയാളുടെ മകളെ വിവാഹം ചെയ്തു."

മയാകിൻ പരുഷമായ ശബ്ദത്തിൽ ചോദിച്ചു:

'മേൽനോട്ടക്കാരന്റെ മകളെ ആണോ വിവാഹം കഴിച്ചത്? അത് ഒരിക്കലും മണ്ടത്തരം അല്ല."

ടരസ് ആലോചനയിൽ മുഴുകി അയാൾ കുറച്ചുസമയത്തേക്ക് സംസാരിച്ചില്ല. വൃദ്ധൻ ടരസിന്റെ ദുഃഖം നിറഞ്ഞ മുഖത്തേക്ക് നോക്കി. അയാൾക്ക് മകനെ മനസ്സിലായി.

"അപ്പോൾ നീ ഭാര്യയുടെ കൂടെ സന്തോഷമായി ജീവിച്ചു." അയാൾ പറഞ്ഞു. "ശരിയാണ് നിനക്ക് എന്തുചെയ്യാൻ പറ്റും? സ്വർഗ്ഗം മരിച്ചവർക്കുള്ളതാണ്. ജീവിച്ചിരിക്കുന്നവർക്ക് ജീവിച്ചേ പറ്റൂ. നീ ഇതുവരെ കിഴവനായിട്ടില്ല. നീ തനിച്ചായിട്ട് വളരെകാലം ആയോ?"

"ഇത് മൂന്നാമത്തെ കൊല്ലം ആണ്."

"നീ എങ്ങനെയാണ് സോഡാ ഫാക്ടറയിൽ വന്നുപെട്ടത്?"

"അത് എന്റെ ഭാര്യയുടെ അച്ഛന്റെ ആണ്."

"ങ്ങാ! നിനക്ക് എന്താണ് ശമ്പളം?"

'ഏതാണ്ട് അയ്യായിരം വരും."

"അത് മോശമല്ല. നീ തണ്ടുവലി ശിക്ഷ അനുഭവിച്ചിരുന്നോ?"

ടരസ് അച്ഛനെ തറപ്പിച്ച് നോക്കിക്കൊണ്ട് താല്പര്യക്കുറവോടെ ചോദിച്ചു.

"ഞാൻ ഒരു കുറ്റവാളിയായിരുന്നെന്ന് തോന്നാൻ കാരണം എന്താണ്?"

വൃദ്ധൻ മകനെ അത്ഭുതത്തോടെ നോക്കി. പെട്ടെന്ന് അയാളുടെ മുഖം ആഹ്ലാദം കൊണ്ട് തിളങ്ങി:

"ങ്ങാ! പിന്നെ എന്തായിരുന്നു? നിനക്ക് തണ്ടുവലിശിക്ഷ ഇല്ലായിരുന്നു? അവരോട് ദൈവം ചോദിക്കും! പിന്നെ— എന്താണ് സംഭവിച്ചത്? വിഷമം തോന്നരുത്! ഞാൻ എങ്ങനെ അറിയാനാണ്? നീ സൈബീരിയായിൽ ആയിരുന്നെന്ന് അവർ പറഞ്ഞു. തണ്ടുവലിശിക്ഷ അവിടെയാണ് ഉള്ളത്!"

"ഇത് എന്നന്നേക്കുമായി അവസാനിപ്പിക്കണം." ടരസ് ഗൗരവത്തിൽ പറഞ്ഞു. "നടന്നകാര്യം ഞാൻ അച്ഛനോട് പറയാം. എന്നെ ആറുവർഷത്തേക്ക് സൈബീരിയായിലേക്കു നാടുകടത്തിയിരുന്നു. ആ സമയത്ത് ലിനായിലെ ഖനികളിലാണ് ഞാൻ ജീവിച്ചത്. മോസ്കോയിൽ ഒൻപതു മാസം എന്നെ ജയിലിൽ അടച്ചിരുന്നു. അതാണ് സംഭവിച്ചത്."

"പക്ഷേ, അതിന്റെ അർത്ഥം എന്താണ്?' യക്കോവ് ടരസോവിച്ച് മുറു

മുറുത്തു. ചിന്താക്കുഴപ്പം ഉണ്ടായെങ്കിലും അയാൾക്ക് സന്തോഷം ഉണ്ടായിരുന്നു.

"ആളുകൾ ഇവിടെ അസംബന്ധം പറഞ്ഞുപരത്തി."

"അത് ശരിയാണ്. അത് അസംബന്ധം തന്നെ ആണ്." സംതൃപ്തിയോടെ വൃദ്ധൻ പറഞ്ഞു.

"ഒരു സമയത്ത് അത് ഒരുപാട് ഉപദ്രവം ഉണ്ടാക്കി."

"അതെങ്ങനെയാണ്?"

"അതെ, ഞാൻ കച്ചവടം മെച്ചപ്പെടുത്താൻ സ്വയം ശ്രമിച്ച സമയത്ത് ഇതുകാരണം എന്റെ വിശ്വാസ്യത നശിച്ചിരുന്നു. "യക്കോവ് ടരാസോവിച്ച് അമർഷത്തോടെ തുപ്പി.

ഈ സമയം മുഴുവൻ ഫോമാ അയാളുടെ മൂലയിൽ ഇരുന്ന് അച്ഛനും മകനും തമ്മിലുള്ള സംസാരം കേൾക്കുകയായിരുന്നു. അയാൾ അമ്പരപ്പോടെ ടരസിനെ പരിശോധിച്ചു. സഹോദരനെപ്പറ്റിയുള്ള ലുബോവിന്റെ കഥകളുടെ സ്വാധീനം ഉണ്ടായിരുന്ന ഫോമാ ടരസിൽനിന്ന് അസാധാരണമായ ചില കാര്യങ്ങൾ പ്രതീക്ഷിച്ചിരുന്നു. ടരസ് പ്രത്യേക രീതിയിൽ സംസാരിക്കുമെന്ന് അയാൾ ചിന്തിച്ചിരുന്നു. അയാളുടെ വേഷം പ്രത്യേക രീതിയിലായിരിക്കുമെന്നും. മൊത്തത്തിൽ അയാൾ സാധാരണക്കാരിൽ നിന്ന് വ്യത്യസ്തനായിരിക്കുമെന്നും ഫോമായ്ക്ക് തോന്നിയിരുന്നു. എന്നാൽ അയാളുടെ മുമ്പിൽ നന്നായി വസ്ത്രങ്ങൾ ധരിച്ച ആത്മവിശ്വാസമുള്ള കണ്ണുകളുള്ള ശാന്തനായ ഒരു മനുഷ്യനെയാണ് അയാൾക്ക് കാണാൻ കഴിഞ്ഞത്. അയാളുടെ മുഖം ഏറെക്കുറെ അച്ഛന്റെ മുഖം തന്നെ ആയിരുന്നു. അവർ തമ്മിലുള്ള ഏക വ്യത്യാസം മകന് കറുത്തതാടിയും വായിൽ ചുരുട്ടും ഉണ്ടെന്നുള്ളതായിരുന്നു. അയാൾ ദൈനംദിന കാര്യങ്ങളെപ്പറ്റി പൊടിപ്പും തൊങ്ങലും ഇല്ലാതെ സംസാരിച്ചു. അപ്പോൾ അയാളെ സംബന്ധിച്ചുള്ള പ്രത്യേകതകൾ എവിടെയാണ്? ഇപ്പോൾ അയാൾ അച്ഛനോട് സോഡ നിർമ്മാണത്തിന്റെ ലാഭത്തെപറ്റി പറഞ്ഞുതുടങ്ങിയിരുന്നു. അയൾ ഒരു തണ്ടുവലിശിക്ഷ അനുഭവിച്ച അടിമ അല്ല. ലുബോവ് പറഞ്ഞത് കള്ളമാണ്! ലുബോവിനോട് അവളുടെ സഹോദരനെപ്പറ്റി സംസാരിക്കുന്ന കാര്യം ഓർത്തപ്പോൾ ഫോമായ്ക്ക് സന്തോഷം തോന്നി.

അച്ഛനും സഹോദരനും തമ്മിലുള്ള സംസാരം നടന്നുകൊണ്ടിരിക്കുമ്പോൾ പലപ്രാവശ്യം അവൾ വാതിൽപ്പടിയിൽ പ്രത്യക്ഷപ്പെട്ടു. അവളുടെ മുഖത്ത് സന്തോഷത്തിന്റെ തിളക്കം ഉണ്ടായിരുന്നു. വലിയ ബട്ടണുകൾ ഉള്ള കറുത്ത കോട്ടിട്ട ടരസിനെ നോക്കുന്ന സമയത്തെല്ലാം അവൾക്ക് ആഹ്ലാദം തോന്നിയിരുന്നു. അവൾ ശബ്ദം ഉണ്ടാക്കാതെ നടന്നുവന്ന് അവളുടെ സഹോദരന്റെ അടുത്തേക്ക് കഴുത്ത് നീട്ടിക്കൊണ്ടിരുന്നു. ഫോമാ കാര്യം അന്വേഷിക്കുന്ന മട്ടിൽ അവളെ നോക്കി. പക്ഷേ, കുപ്പികളും പാത്രങ്ങളും കൊണ്ട് വാതിലിലൂടെ അകത്തേക്കും പുറത്തേക്കും ഓടിനടക്കുന്നതിനിടയിൽ അവൾ അയാളെ ശ്രദ്ധിച്ചില്ല.

തണ്ടുവലിശിക്ഷയെ പറ്റി സഹോദരൻ അച്ഛനോട് സംസാരിക്കുന്ന സമയത്ത് അവൾ മുറിക്കുള്ളിലേക്ക് നോക്കാൻ ഇടയായി. സഹോദരന്റെ മുകളിൽ അടിച്ചേല്പിച്ച ശിക്ഷയെ പറ്റി പറഞ്ഞുകൊണ്ടിരുന്നപ്പോൾ കൈയിൽ ഒരു തളികയും നീട്ടിപ്പിടിച്ച് അവൾ അനങ്ങാതെ നിന്ന് എല്ലാ കാര്യങ്ങളും ശ്രദ്ധിച്ചു കേട്ടു. ഫോമായുടെ അത്ഭുതവും പരിഹാസവും നിറഞ്ഞ നോട്ടത്തിനു പിടികൊടുക്കാതെ മുഴുവൻ സംസാരവും ശ്രദ്ധിച്ചു കേട്ടതിനുശേഷം അവൾ സാവധാനം നടന്നുപോയി. പരിചയപ്പെടുത്തുന്ന സമയത്ത് ടരസ് ഫോമായുടെ മുഖത്തേക്ക് നോക്കി ഇരുന്നില്ല. ടരസ് അയാളെ ഗൗനിക്കാത്തതിൽ ഫോമാ അസ്വസ്ഥനായിരുന്നു. ഈ അസ്വ സ്ഥതയോടെ ടരസിനെപ്പറ്റി ആലോചിച്ചുകൊണ്ടിരുന്നതുകൊണ്ട് അച്ഛനും മകനും തമ്മിലുള്ള സംസാരം കുറച്ചു സമയമായി ഫോമാ ശ്രദ്ധിക്കുന്നു ണ്ടായിരുന്നില്ല. പെട്ടെന്ന് ആരോ തന്റെ തോളിൽ പിടിച്ചതായി ഫോമായ്ക്ക് തോന്നി. അത് തലതൊട്ടപ്പനാണെന്നുള്ള തോന്നലോടെ ഫോമാ വിറച്ചുകൊണ്ട് ചാടി എഴുന്നേറ്റു. മയാകിൻ ആവേശത്തോടെ അയാളുടെ മുമ്പിൽ നില്ക്കുന്നുണ്ടായിരുന്നു:

“ഇതാ. നോക്കൂ! ഇതാണ് മനുഷ്യൻ! ഒരു മയാകിൻ ഇങ്ങനെ ആണ്! അവർ അവനെ ഏഴുതവണ ലായനിയിലിട്ട് തിളപ്പിച്ചു. അവർ അവനെ ഞെക്കിപ്പിഴിഞ്ഞ് എണ്ണ പുറത്തെടുത്തു. എന്നിട്ടും അവൻ ജീവിക്കുന്നു. മനസ്സിലായോ? ഒരു സഹായവും ഇല്ലാതെ — തനിച്ച് വഴി തെളിച്ച് അവന്റെ സ്ഥാനം അവൻ കണ്ടെത്തിയിരിക്കുന്നു! അവന് അഹംഭാവം ഉണ്ട്! അതിന്റെ അർത്ഥം അവൻ മയാകിൻ ആണെന്നാണ്! ഒരു മയാകിൻ എന്നു പറഞ്ഞാൽ സ്വന്തം വിധിയെ കൈയിൽ കൊണ്ടുനടക്കുന്ന മനുഷ്യൻ എന്നാണ് അർത്ഥം. നിനക്ക് മനസ്സിലാകുന്നുണ്ടോ? അവന്റെ അടുത്തു നീ ഒരു പാഠം പഠിക്കണം. അവനെ നോക്ക്. ഒരു നൂറുരൂപയുടെ സംഘ ത്തിൽ നിന്ന് അവനെ പോലെ ഒരു മനുഷ്യനെ നിനക്ക് കണ്ടെത്താൻ കഴിയില്ല. അവനെപോലെ ഒരാളെ കണ്ടെത്താൻ വേണ്ടി നിനക്ക് ആയിരം ആളുകളെ പരിശോധിക്കേണ്ടിവരും. ഒരു കാര്യം ഓർമ്മവേണം; നിങ്ങൾക്ക് ഒരു മയാകിനിൽ നിന്ന് മനുഷ്യനെ അല്ലാതെ പിശാചിനെയോ മാലാഖ യെയോ സൃഷ്ടിക്കാൻപറ്റില്ല.”

രൂക്ഷമായ ഈ വൈകാരിക ക്ഷോഭത്തിൽ ഫോമാ സ്തംഭിച്ചു പോയി. അയാൾ ചിന്താക്കുഴപ്പത്തിലായി. വൃദ്ധന്റെ ഉറക്കെയുള്ള സ്തുതി ഗീതത്തിന് മറുപടി പറയാൻ ഫോമായ്ക്ക് അറിയില്ല. ടരസ് ചുരുട്ടുവലി ച്ചുകൊണ്ട് അയാളുടെ അച്ഛനെ ശാന്തമായി നോക്കിക്കൊണ്ടിരിക്കുന്നത് ഫോമാ കണ്ടു. ടരസിന്റെ ചുണ്ടുകളിൽ ഒരുപുഞ്ചിരിയുടെ വിറയൽ ഉണ്ടാ യിരുന്നു. അയാളുടെ മുഖത്ത് തന്നെക്കാൾ എളിയവരോടു തോന്നുന്ന സംതൃപ്തി ഉണ്ടായിരുന്നു. അയാളുടെ രൂപം സാമാന്യം കുലീനവും ധിക്കാരം നിഴലിക്കുന്നതും ആയിരുന്നു. വൃദ്ധന്റെ ആഹ്ലാദത്തിൽ അയാൾ സ്വയം സന്തോഷിക്കുന്നതായി തോന്നി.

യക്കോവ് ടരാസോവിച്ച് ഫോമായുടെ നെഞ്ചത്ത് വിരലുകൊണ്ട് തട്ടി

ക്കൊണ്ട് പറഞ്ഞു:

"എനിക്ക് എന്റെ സ്വന്തം മകനെ അറിയില്ല. അവൻ അവന്റെ മനസ്സ് എന്നോട് തുറന്നുകാട്ടിയിട്ടില്ല. ഞങ്ങളുടെ ഇടയിൽ വളരെ വലിയ ഒരു വിടവ് വളർന്നുകഴിഞ്ഞിരിക്കുന്നു. കഴുകൻ മാത്രമല്ല ചെകുത്താനുപോലും അത് കുറുകെ കടക്കാൻ കഴിയില്ല. ഒരുപക്ഷേ, അവന്റെ ചോര കൂടുതൽ തിളച്ചുപോയിരിക്കാം. അതിൽ ഇപ്പോൾ അവന്റെ അച്ഛന്റെ ചോരയുടെ ഗന്ധം പോലും ഇല്ല. പക്ഷേ, അവൻ ഒരു മയാകിൻ ആണ്! അത് എനിക്ക് പെട്ടെന്ന് അനുഭവപ്പെടുന്നുണ്ട്! അത് അനുഭവപ്പെടുന്നതുകൊണ്ട് ഞാൻ പറയും. "ദൈവമേ! ഇന്ന് അങ്ങയുടെ ജോലിക്കാരന് അങ്ങ് മാപ്പുകൊടുത്തു."

വൃദ്ധൻ അയാളുടെ വിജയാഹ്ലാദത്തിന്റെ ലഹരിയിൽ വിറയ്ക്കുന്നുണ്ടായിരുന്നു. ഫോമായുടെ മുമ്പിൽ നില്ക്കുമ്പോൾ അയാൾ യഥാർത്ഥത്തിൽ തുള്ളിച്ചാടുകയായിരുന്നു.

സാവധാനം കസേരയിൽ നിന്ന് എഴുന്നേറ്റ് അച്ഛന്റെ അടുത്തേക്ക് നടന്നുകൊണ്ട് ടരസ് പറഞ്ഞു. "അച്ഛൻ ബഹളം ഉണ്ടാക്കരുത്! ആ ചെറുപ്പക്കാരനെ എന്തിനാണ് ചിന്താക്കുഴപ്പത്തിലാക്കുന്നത്? വരൂ. നമുക്ക് ഇവിടെ ഇരിക്കാം."

അയാൾ ഫോമായെ നോക്കി ചെറുതായി പുഞ്ചിരിച്ചുകൊണ്ട് അച്ഛന്റെ കൈ പിടിച്ച് മേശയുടെ അടുത്തേക്ക് നടന്നു.

"ഞാൻ രക്തത്തിൽ വിശ്വസിക്കുന്നു. പിൻതുടർച്ചാവകാശം ഉള്ള രക്തത്തിൽ" യക്കോവ് ടരാസോവിച്ച് പറഞ്ഞു. "എല്ലാ ശക്തിയും അതിലാണ് കിടക്കുന്നത്! എന്റെ അച്ഛൻ എന്നോട് പറഞ്ഞത് എനിക്ക് ഓർമ്മയുണ്ട്. 'യാഷ്ക്കാ, നീ എന്റെ കലർപ്പില്ലാത്ത രക്തമാണ്!' അതാണ് കാര്യം. മയാകിന്മാരുടെ ചോരയ്ക്ക് കട്ടി ഉണ്ട്. അത് അച്ഛനിൽ നിന്ന് അച്ഛനിലേക്ക് കൈമാറ്റം ചെയ്യപ്പെടുന്നു. അതിനെ ഒരിക്കലും ഒരു സ്ത്രീക്കും ദുർബ്ബലപ്പെടുത്താൻ കഴിയില്ല. നമുക്ക് കുറച്ച് ഷാംപെയിൻ കുടിക്കാം. അല്ലേ? അതിരിക്കട്ടെ! എന്നോട് കൂടുതൽ കാര്യങ്ങൾ പറയൂ. എന്നോട് നിന്നെപ്പറ്റി പറയൂ. സൈബീരിയായിൽ എങ്ങനെ ഉണ്ടായിരുന്നു?"

ഏതോ ഒരു ചിന്ത വൃദ്ധനെ ഭയപ്പെടുത്തി. വീണ്ടും സുബോധത്തിൽ എത്തിയതിനുശേഷം വൃദ്ധൻ അയാളുടെ തുളച്ചിറങ്ങുന്ന കണ്ണുകൾ മകന്റെ മുഖത്ത് ഉറപ്പിച്ചു വെച്ചു. ഏതാനും മിനിറ്റുകൾ കഴിഞ്ഞ് മകന്റെ സന്ദർഭങ്ങൾക്ക് അനുസരിച്ചുള്ള ചെറിയ മറുപടികൾ കേട്ട് വൃദ്ധൻ പൊട്ടിച്ചിരിച്ചു. ഫോമാ അയാളുടെ മൂലയിൽ ഇരുന്ന് എല്ലാം ശ്രദ്ധയോടെ കേൾക്കുന്നുണ്ടായിരുന്നു.

"സ്വർണ്ണഖനനം നിശ്ചയമായും ഒരു ഉറപ്പുള്ള കച്ചവടം ആണ്." ടരസ് പ്രാധാന്യം കൊടുത്തുകൊണ്ട് ശാന്തമായി പറഞ്ഞു. "പക്ഷേ, അത് സാമാന്യം അപകടം പിടിച്ച പണി ആണ്. അതിന് വലിയ മൂലധനം വേണം. ഉള്ളിൽ എന്തൊക്കെ ഉണ്ടെന്നതിനുപരി ഒരുവാക്കുപോലും ഭൂമി പറയില്ല. വിദേശികളുമായി ഇടപെടുന്നത് വലിയ ലാഭമാണ്. അവരോട്

ഏത് ചുറ്റുപാടിൽ ഇടപെട്ടാലും ലാഭം കിട്ടും. അത് പരിപൂർണ്ണമായും കുറ്റമറ്റ ഒരുപരിശ്രമം ആണ്. പക്ഷേ, അത് ക്ഷീണം ഉണ്ടാക്കുന്ന കാര്യ മാണെന്ന് തീർച്ചയായും സമ്മതിക്കാതിരിക്കാൻ കഴിയില്ല. അതിന് വലിയ തലച്ചോറിന്റെ ആവശ്യം ഇല്ല. അസാധാരണ മനുഷ്യർക്ക് അവിടെ സ്ഥാനം ഇല്ല. വളരെ ഭാവനാശക്തിയുള്ള മനുഷ്യർക്ക് അതിൽ പുരോഗ മനം ഉണ്ടാകില്ല."

ലുബോവ് കടന്നുവന്ന് അവരെ ഭക്ഷണമുറിയിലേക്ക് ക്ഷണിച്ചു. മയാ കിനും ടരസും മുറിക്ക് പുറത്തുവന്നപ്പോൾ ഫോമാ ആരും കാണാതെ ലുബോവിന്റെ ഉടുപ്പിന്റെ കൈയിൽ പിടിച്ച് വലിച്ചു. അവൾ തനിച്ചുനിന്ന് അയാളോട് പെട്ടെന്ന് അന്വേഷിച്ചു.

"എന്തുവേണം?"

"ഒന്നുമില്ല." ഫോമാ പുഞ്ചിരിച്ചുകൊണ്ട് പറഞ്ഞു. "നിങ്ങൾക്ക് സന്തോഷം ഉണ്ടോ എന്ന് ചോദിക്കാമെന്ന് വിചാരിച്ചു."

"തീർച്ചയായും എനിക്ക് സന്തോഷം ഉണ്ട്."

"എന്തിന്?"

"നിങ്ങൾ എന്താണ് ഉദ്ദേശിക്കുന്നത്?"

"എന്തിനാണ് സന്തോഷിക്കുന്നത്? അത് അറിയണമെന്നുണ്ട്."

"നിങ്ങൾ ഒരുവിചിത്രജീവി ആണ്!" ലുബോവ് അത്ഭുതത്തോടെ അയാളെ നോക്കിക്കൊണ്ട് പറഞ്ഞു. "നിങ്ങൾക്ക് കാഴ്ച ഇല്ലേ?"

"എന്ത് കാര്യമാണ് എനിക്ക് കാണാൻ കഴിയാത്തത്?"

"നിങ്ങൾക്ക് എന്തുപറ്റി?" അയാളെ അസ്വസ്ഥതയോടെ നോക്കി ക്കൊണ്ട് ലുബോവ് പറഞ്ഞു.

"വെറുപ്പ് കലർന്ന അനുകമ്പയോടെ ഫോമാ ശബ്ദം താഴ്ത്തി പറഞ്ഞു. "നിന്റെ അച്ഛൻ ഉൾപ്പെടെയുള്ള കച്ചവടവർഗ്ഗത്തിന് എന്ത് നല്ല കാര്യമാണ് ചെയ്യാൻ പറ്റുന്നത്? മുള്ളങ്കി കിഴങ്ങിൽനിന്ന് മുന്തിരിങ്ങാ കിട്ടുമെന്ന് പ്രതീക്ഷിക്കാൻ പറ്റുമോ? നിങ്ങൾ എന്നോട് കള്ളം പറഞ്ഞു, ടരസ് അതാണ്, ടരസ് ഇതാണ്. അയാൾ എന്താണ്? ഒരു കച്ചവടക്കാ രൻ. മറ്റുകച്ചവടക്കാരെപ്പോലെ ഒരു കച്ചവടക്കാരൻ. അയാളുടെ ഉള്ളിൽ ഉള്ളതും. ഒരു യഥാർത്ഥ കച്ചവടക്കാരൻ തന്നെ ആണ്." പെൺകുട്ടി അയാ ളുടെ സംസാരം കേട്ട് അസ്വസ്ഥതയോടെ ചുണ്ടുകടിക്കുന്നതും വിളറു ന്നതും കണ്ടപ്പോൾ ഫോമായ്ക്ക് സംതൃപ്തി തോന്നി.

പെട്ടെന്ന് അവൾ കാൽ നിലത്ത് ചവുട്ടിക്കൊണ്ട് അടഞ്ഞ ശബ്ദ ത്തിൽ പറഞ്ഞു:

"നിങ്ങൾ എന്നോട് സംസാരിക്കേണ്ട!"

അവൾ മുറിയുടെ വാതിലിൽ എത്തിയപ്പോൾ ദേഷ്യത്തോടെ തിരിഞ്ഞു നിന്ന് തറപ്പിച്ച് പറഞ്ഞു:

"നിങ്ങളുടെ ഉള്ളിൽ പകയാണ്!"

ഫോമാ പൊട്ടിച്ചിരിച്ചു. മൂന്ന് സന്തോഷമുള്ള മനുഷ്യർ സജീവമായി സംസാരിച്ചുകൊണ്ടിരിക്കുന്ന മേശയിലേക്ക് പോകാൻ അയാൾ ആഗ്ര

ഹിച്ചില്ല. അയാൾ അവരുടെ സന്തോഷമുള്ള ശബ്ദങ്ങളും സംതൃപ്തിയുള്ള പൊട്ടിച്ചിരിയും പാത്രങ്ങളുടെ കിലുക്കവും കേട്ടു. അയാൾക്ക് അത് മനസ്സിലായി. അയാളുടെ ഹൃദയത്തിന്റെ ഭാരവും ചുമന്നുകൊണ്ട് അവർക്കിടയിൽ അയാൾക്ക് സ്ഥാനമില്ലെന്ന് അയാൾ മനസ്സിലാക്കി. അതുമാത്രമല്ല മറ്റൊരിടത്തും അയാൾക്ക് സ്ഥാനമില്ലെന്നും അയാൾ തിരിച്ചറിഞ്ഞു. 'ലുബോവ് ഇപ്പോൾ അയാളെ വെറുത്തതുപോലെ എല്ലാ മനുഷ്യരും അയാളെ വെറുക്കുകയാണെങ്കിൽ അവർക്കിടയിൽ അയാൾക്ക് കൂടുതൽ സ്വസ്ഥത ലഭിക്കും.' അയാൾ ചിന്തിച്ചു. അപ്പോൾ അവരോട് എങ്ങനെ പെരുമാറണമെന്ന് അയാൾക്ക് മനസ്സിലാകും. അവരോട് സംസാരിക്കാനുള്ള എന്തെങ്കിലും കാര്യം അയാൾ കണ്ടെത്തും. എന്നാൽ ഇപ്പോൾ അവർക്ക് അയാളോട് അനുകമ്പ ഉണ്ടോ എന്ന് അയാൾക്ക് മനസ്സിലാക്കാൻ കഴിയുന്നില്ല. അവർ അയാളെപറ്റി പറഞ്ഞ് ചിരിക്കുകയാണോ എന്ന് തിരിച്ചറിയാൻ അയാൾക്ക് കഴിയുന്നില്ല. കാരണം അയാൾക്ക് വഴിതെറ്റിയിരിക്കുന്നു. അയാൾക്ക് ഒന്നിനോടും യോജിച്ചുപോകാൻ പറ്റുന്നില്ല. മുറിയുടെ നടുക്ക് തനിച്ചു നില്ക്കുമ്പോൾ ആഹ്ലാദിക്കുന്ന മനുഷ്യർക്കിടയിൽ അധികപ്പറ്റാണെന്ന് തോന്നിയതുകൊണ്ട് അവിടെനിന്ന് തിരിച്ചുപോകാൻ അയാൾ തീരുമാനിച്ചു. തെരുവിൽ എത്തിയപ്പോൾ മയാകിന്റെ കുടുംബം തന്നെ അപമാനിച്ചതായി അയാൾക്ക് തോന്നി. എന്തായാലും ഈ ലോകത്ത് അയാൾക്ക് അടുപ്പം ഉള്ളത് അവരോടു മാത്രമാണ്. അയാളുടെ മുമ്പിൽ ആഹ്ലാദം കൊണ്ട് ചുളിവുകൾ ഇളകിമറിയുന്ന തലതൊട്ടപ്പന്റെ മുഖം ഉയർന്നുവന്നു. പച്ചക്കണ്ണുകളിലെ സന്തോഷത്തിന്റെ തിളക്കം കൊണ്ട് അയാളുടെ മുഖത്തിന് പ്രകാശം ഉണ്ടെന്ന് തോന്നി.

"ഇരുട്ടിൽ ജീർണ്ണിച്ച ഒരു മരക്കുറ്റിപോലും കാണാൻ പറ്റും!" ഫോമാ അപരിഷ്കൃതനെപോലെ ആലോചിച്ചു. പിന്നീട് അയാൾ ടരസിന്റെ ഗൗരവമുള്ള ശാന്തമായ മുഖവും അയാളുടെ അടുത്തേക്ക് പെട്ടെന്ന് കുനിഞ്ഞു നോക്കുന്ന ലുബോവിന്റെ രൂപവും ഓർമ്മിച്ചു. അത് അയാളിൽ അസൂയയും സങ്കടവും ഉയർന്നുവരാൻ കാരണമായി.

"എന്നെ അതുപോലെ നോക്കാൻ ആരാണുള്ളത്? അതിന് ഇവിടെ ഒരു ആത്മാവുപോലും ഇല്ല."

നദീതീരത്തെത്തിയപ്പോൾ കടവുകളിലെ അദ്ധ്വാനത്തിന്റെ കോലാഹലം കൊണ്ട് അയാൾ ചിന്തകളിൽ നിന്ന് പുറത്തുവന്നു. എല്ലാത്തരം സാധനങ്ങളും ചുമന്നുകൊണ്ട്വന്ന് കുതിരവണ്ടികളിൽ കയറ്റി എല്ലാഭാഗത്തേക്കും കൊണ്ടുപോകുന്നുണ്ടായിരുന്നു. ആളുകൾ കുതിരകളെ ആവേശത്തോടെ തെളിച്ചുകൊണ്ടിരിക്കുന്നു.അവർ പരസ്പരം വിളിച്ചുകൂവുന്നതിന്റെ അവ്യക്തമായ ഒച്ചപ്പാട് തെരുവിൽ നിറഞ്ഞിരുന്നു. അവർ ഉയർന്ന കെട്ടിടങ്ങൾക്കും നദിക്കും ഇടയിലുള്ള കല്ലുപാകിയ ഇടുങ്ങിയ സ്ഥലത്താണ് തിരക്കിട്ട് ജോലി ചെയ്തുകൊണ്ടിരുന്നത്. അവരുടെ ബഹളം കണ്ടപ്പോൾ വൃത്തികെട്ട ഇടുങ്ങിയ സ്ഥലത്തെ അദ്ധ്വാനം പെട്ടെന്ന് അവസാനിപ്പിച്ച് രക്ഷപ്പെടാൻ ശ്രമിക്കുകയാണെന്ന് ഫോമായ്ക്ക് തോന്നി.

അല്ലെങ്കിൽ അവരെ പോകാൻ അനുവദിക്കാതെ അവശേഷിക്കുന്ന ജോലി പെട്ടെന്ന് ചെയ്തു തീർക്കാൻ വേണ്ടി അവർ സ്വയം തയ്യാറെടുക്കുകയായിരിക്കും. തീരത്ത് പുകക്കുഴലിലൂടെ പുകയുടെ സ്തംഭങ്ങൾ പുറത്തേക്ക് തള്ളിവിട്ടുകൊണ്ട് വലിയ കപ്പലുകൾ അവരെ പ്രതീക്ഷിച്ച് കാത്തുകിടക്കുന്നുണ്ടായിരുന്നു. കപ്പലുകൾ തടസ്സപ്പെടുത്തിയ നദിയുടെ ഒഴുക്ക് ഒരു മിനിറ്റ് നേരത്തെ വിശ്രമത്തിന് യാചിക്കുന്നതുപോലെ വളരെ സാവധാനത്തിൽ സങ്കടപ്പെട്ട് ഓളം അടിച്ചുകൊണ്ടിരുന്നു.

"മുതലാളി!" ഫോമായുടെ ചെവിയിൽ ഒരു പരുക്കൻ നിലവിളി മുഴങ്ങി. "ഈ ജോലികൾ കണക്കാക്കി കുറച്ച് ബ്രാൻഡി സംഭാവന ചെയ്യണം."

ഫോമാ താല്പര്യക്കുറവോടെ ഹർജിക്കാരനെ നോക്കി. അയാൾ കീറിപ്പറിഞ്ഞവേഷം ധരിച്ച വീർത്തമുഖത്ത് നീണ്ടതാടിയുള്ള ഒരു തടിയൻ ആയിരുന്നു. അയാളുടെ പാദങ്ങൾ നഗ്നമായിരുന്നു.

"പൊയ്ക്കോളൂ!" ഫോമാ മുഖംതിരിച്ചുകൊണ്ട് പിറുപിറുത്തു.

"മുതലാളി! മുതലാളി മരിക്കുമ്പോൾ മുതലാളിയുടെ പണം കൂടെക്കൊണ്ടുപോകാൻ കഴിയില്ല. ഒരു ഗ്ലാസ് ബ്രാൻഡിക്കുള്ളത് എനിക്ക് തന്നുകൂടെ? അതോ മുതലാളിക്ക് മുതലാളിയുടെ പോക്കറ്റിൽ കൈയിടാൻപോലും മടിയാണോ?"

ഫോമാ വീണ്ടും ഹർജിക്കാരനെ നോക്കി. അയാളുടെ ശരീരത്തിൽ തുണിയേക്കാൾ കൂടുതൽ ചേറ് ഉണ്ടായിരുന്നു. ചുവന്നു വീർത്ത കണ്ണുകൾ കൊണ്ട് ഫോമായെ തുറിച്ചുനോക്കിക്കൊണ്ടു നിന്ന ആ മനുഷ്യൻ മദ്യലഹരിയിൽ വിറയ്ക്കുന്നുണ്ടായിരുന്നു.

"ഇതാണോ പണം ചോദിക്കേണ്ട രീതി?" ഫോമാ അന്വേഷിച്ചു.

"പിന്നെ എങ്ങനെവേണം? ഒരു പത്തുകോപ്പക്ക് തുട്ടിനുവേണ്ടി ഞാൻ നിങ്ങളുടെ മുമ്പിൽ മുട്ടുകുത്തണോ?" നഗ്നപാദനായ മനുഷ്യൻ ചങ്കൂറ്റത്തോടെ ചോദിച്ചു.

"ഇതാ ഇത് എടുത്തുകൊള്ളൂ." ഫോമാ അയാൾക്ക് ഒരു നാണയം കൊടുത്തു.

"നന്ദി! പതിനഞ്ച് കോപ്പക്ക്! നന്ദിയുണ്ട്. മുതലാളി പതിനഞ്ചുകൂടി തരുകയാണെങ്കിൽ ഞാൻ ആ ബ്രാൻഡിക്കടവരെ നാലുകാലിൽ ഇഴയാം. മുതലാളിക്ക് കാണണോ?" നഗ്നപാദനായ മനുഷ്യൻ നിർദ്ദേശം വെച്ചു.

"എന്നെ തനിച്ചാക്കിയിട്ട് നങ്ങൾക്ക് പോകരുതോ?" ഫോമാ കൈ വീശിക്കൊണ്ട് പറഞ്ഞു:

"ഉള്ളപ്പോൾ കൊടുക്കാത്തവന് ഇല്ലാത്തപ്പോൾ ഒന്നും കിട്ടില്ല." നഗ്നപാദനായ മനുഷ്യൻ നടന്നുപോയി.

അയാൾ തിരിച്ചുപോകുമ്പോൾ ഫോമാ അയാളെ നോക്കിക്കൊണ്ട് സ്വയം പറഞ്ഞു.

"ഒരു നശിച്ച മനുഷ്യൻ. എന്നിട്ടും അയാളുടെ ധൈര്യം എന്താണ്? അയാൾ കടം തിരിച്ചുചോദിക്കുന്നതുപോലെ ആണ് ഭിക്ഷ ചോദിക്കു

ന്നത്. ഇത്തരം ആളുകൾക്ക് ഇത്രയും ധൈര്യം എവിടെനിന്ന് കിട്ടുന്നു?"

അയാൾ ആഴത്തിൽ നെടുവീർപ്പിട്ടുകൊണ്ട് സ്വയം മറുപടി പറഞ്ഞു.

"സ്വാതന്ത്ര്യത്തിൽ നിന്ന് ആ മനുഷ്യന് വിലങ്ങുകൾ ഇല്ല. അയാൾ എന്തിനുവേണ്ടിയാണ് ദുഃഖിക്കുന്നത്? അയാൾ എന്തിനെയാണ് പേടിക്കേണ്ടത്? ഞാൻ എന്തിനെയാണ് പേടിക്കുന്നത്? ഞാൻ ദുഃഖിക്കുന്നത് എന്തിനുവേണ്ടി ആണ്?"

ഈ ചോദ്യങ്ങൾ ഫോമായുടെ ഹൃദയത്തിൽ തറച്ചു. അവ അയാളിലേക്ക് അവ്യക്തമായ ഒരു ഉൽക്കണ്ഠയെ വിളിച്ചുവരുത്തി. അയാൾ അദ്ധ്വാനിക്കുന്ന മനുഷ്യരുടെ ചലനങ്ങൾ നോക്കിക്കൊണ്ട് ആലോചനയിൽ മുഴുകി. താൻ എന്തിനെപ്പറ്റിയാണ് ദുഃഖിക്കുന്നത്? താൻ എന്തിനെയാണ് ഭയക്കുന്നത്?

"ഞാൻ തനിച്ച് എന്റെ സ്വന്തം ശക്തികൊണ്ട് ഒരിക്കലും ഒരിടത്തും അറിയപ്പെടാൻപോകുന്നില്ല. ഒരു വിഡ്ഢിയെ പോലെ എല്ലാവരാലും പരിഹസിക്കപ്പെട്ട് മനുഷ്യർക്കിടയിൽ അലഞ്ഞുതിരിഞ്ഞുകൊണ്ടിരിക്കും. അവർ എന്നെ വെറുപ്പോടെ ഒരു വശത്തേക്ക് തള്ളിമാറ്റുകയാണെങ്കിൽ ഞാൻ വിശാലമായ ലോകത്തേക്ക് ഇറങ്ങിത്തിരിക്കും! എനിക്ക് ഇഷ്ടപ്പെട്ടാലും ഇല്ലെങ്കിലും എനിക്ക് അങ്ങനെ ചെയ്യേണ്ടിവരും!"

ഒരു കടവിൽ നിന്ന് അന്തരീക്ഷത്തിലേക്ക് "ഡുബിനുഷ്കാ'* പറയുന്നയരാൻ തുടങ്ങിയിട്ട് കൂടുതൽ സമയം കഴിഞ്ഞിരുന്നു. ജോലിക്കാർ ചുറുചുറുക്കോടെ ചെയ്യേണ്ട ഏതോ ജോലിക്കുവേണ്ടി ആ നാടൻപാട്ടിനെ സ്വീകരിച്ചുകഴിഞ്ഞിരുന്നു.

"മദ്യശാലയിൽ വീര്യമുള്ള മദ്യങ്ങളുമായി
വലിയ കച്ചവടക്കാർ നിരന്നിരിക്കുന്നു."

അവരുടെ നേതാവ് വ്യക്തതയോടെ നീട്ടിപാടി. ജോലിക്കാരുടെ സംഘം ഒപ്പം ചേർന്നു.

"ഓ, ഡിബിനുഷ്കാ, തള്ളിവിട്! ഹോ!"

പിന്നീട് ആഴമുള്ള പരുഷമായ ശബ്ദങ്ങൾ അന്തരീക്ഷത്തിൽ മുഴങ്ങി.

"ഒത്തുപിടിച്ചാൽ മലയും പോരും."

വീണ്ടും ആ ശബ്ദങ്ങളുടെ ആവർത്തനം.

"ഒത്തുപിടിച്ചാൽ മലയും പോരും.,"

ഫോമാ പാട്ട് ശ്രദ്ധിച്ചു. അയാൾ പാട്ടുകേട്ട ഭാഗത്തേക്ക് നടന്നു. അവിടെ തൊഴിലാളികൾ കപ്പലിൽ നിന്ന് ഉപ്പിട്ട മത്സ്യത്തിന്റെ വലിയ വീപ്പകൾ ഉരുട്ടി പുറത്തേക്ക് കൊണ്ടുവരുന്നത് ഫോമ കണ്ടു. അവരുടെ അഴുക്കുപിടിച്ച ചുവന്ന ഷർട്ടുകളുടെ കോളറുകൾ അഴിച്ചിട്ടിരുന്നു. കയ്യുറകൾ ധരിച്ചിരുന്ന അവരുടെ കൈകൾ തോളുവരെ നഗ്നമായിരുന്നു. അവർ ചരക്കറയുടെ മുഖലിൽ രണ്ടു നിരയായിനിന്ന് നേരമ്പോക്കുകൾ പറഞ്ഞുകൊണ്ട് ഒന്നിച്ച് പാട്ടിന്റെ താളത്തിനൊത്ത് വീപ്പകൾ വടംകെട്ടിവലിച്ചു

* റഷ്യയിലെ ജോലിക്കാർക്കിടയിൽ വളരെ പ്രചാരമുള്ള ഒരു നാടോടിപ്പാട്ട്

കയറ്റിക്കൊണ്ടിരുന്നു. അവരുടെ മുഖങ്ങളിൽ അദ്ധ്വാനത്തിന്റെ ചൈതന്യം ഉണ്ടായിരുന്നു. ചരക്കറയിൽ നിന്ന് കാഴ്ചയില്ലാത്ത നേതാവിന്റെ ഉച്ചത്തിലുള്ള പൊട്ടിച്ചിരി പുറത്തേക്ക് വന്നു.

"പക്ഷേ, നമ്മുടെ കർഷകന്റെ തൊണ്ടയിൽ
വേണ്ടത്ര വോഡ്ക്ക ഒരിക്കലും ഇല്ല."

ജോലിക്കാരുടെ സംഘം ഉച്ചത്തിൽ ഒന്നിച്ച് പാടി.

"ഓ! ഡുബിനിഷ്ക്കാ തള്ളിവിട്! ഹോ!"

സംഗീതംപോലെ പൊരുത്തമുള്ള ജോലി നോക്കിക്കൊണ്ട് നിന്നപ്പോൾ ഫോമായ്ക്ക് സന്തോഷവും അസൂയയും തോന്നി. ജോലിക്കാരുടെ അഴുക്ക് പുരണ്ട മുഖങ്ങളിൽ പുഞ്ചിരി ഉണ്ടായിരുന്നു. ജോലി എളുപ്പമായിരുന്നു. ജോലി തടസ്സമില്ലാതെ പുരോഗമിച്ചു. സംഘഗാനത്തിന്റെ നേതാവ് ഏറ്റവും മെച്ചപ്പെട്ട മനോഭാവത്തിൽ ആയിരുന്നു. നല്ല സഖാക്കളോടൊത്ത് സന്തോഷമുള്ള പാട്ടിന്റെ ഈണത്തിനനുസരിച്ച് ഒന്നിച്ചു ജോലി ചെയ്യുന്നതിന്റെ സുഖത്തെപ്പറ്റി ഫോമാ ആലോചിച്ചു. ജോലി ചെയ്ത് തളരുമ്പോൾ ഒരു ഗ്ലാസ് വോഡ്ക കുടിച്ച് സംഘത്തിലെ തടിച്ചി ഉണ്ടാക്കിയ കൊഴുത്ത ക്യാബേജ് സൂപ്പ് കുടിക്കുന്നതിന്റെ സുഖം ഫോമായുടെ മനസ്സിലൂടെ കടന്നുപോയി.

"പെട്ടെന്ന് വേണം, പെട്ടെന്ന്!" ഫോമായുടെ അടുത്തുനിന്നും ആരുടെയോ അരോചകമായ പരുക്കൻ ശബ്ദം മുഴങ്ങി.

ഫോമാ ചുറ്റുപാടും നോക്കി. വലിയ കുടവയറുള്ള ഒരു തടിയൻ കൈയിലിരിക്കുന്ന വടി പാലത്തിന്റെ പലകകളിൽ കൊട്ടിക്കൊണ്ട് പറഞ്ഞു.

"നിലവിളി കുറച്ചിട്ട് വേഗം പണിയെടുക്ക്"

അയാൾ ചെറിയ കണ്ണുകൾകൊണ്ട് ചുമട്ടുകാരെ നോക്കി. അയാളുടെ മുഖത്തും നെറ്റിയിലും വിയർപ്പ് പൊടിഞ്ഞുകൊണ്ടിരുന്നു. അയാൾ ഇടതുകൈകൊണ്ട് മുറയ്ക്ക് മുഖം തുടയ്ക്കുന്നുണ്ടായിരുന്നു. അയാൾ മല കയറുന്നതുപോലെ ശ്വാസം വിടാൻ അദ്ധ്വാനിക്കുന്നുണ്ടായിരുന്നു.

ഫോമാ അയാളെ വെറുപ്പോടെ നോക്കിക്കൊണ്ട് ആലോചിച്ചു:

"ജോലി ചെയ്യുന്നത് മറ്റുള്ളവർ ആണ്. വിയർക്കുന്നത് ഇയാളും. ഞാൻ ഇയാളെക്കാൾ മോശമാണ്. ഞാൻ വേലിയിൽ ഇരിക്കുന്ന കാക്കയെപോലെ ഉപയോഗമില്ലാത്ത ഒരു ജന്തു ആണ്."

അയാളുടെ ഓരോ തോന്നലിലും ജീവിക്കാനുള്ള സ്വന്തം കഴിവുകേടിനെ പറ്റിയുള്ള വേദനയുണ്ടാക്കുന്ന ചിന്തകൾ മുഴച്ചു നിന്നിരുന്നു. അയാളുടെ ചിന്തകൾ പിടിച്ചുപറ്റുന്ന എല്ലാ കാര്യങ്ങളിലും അയാൾക്ക് അവജ്ഞ തോന്നുന്ന ഏതോ ഒരു കാര്യം ഉണ്ടായിരുന്നു. ഈ കാര്യം ഒരു ഇഷ്ടികപോലെ അയാളുടെ നെഞ്ചത്ത് വന്നു തട്ടി. അയാളുടെ ഒരു വശത്ത് ചരക്കു തൂക്കുന്ന തൂക്കുയന്ത്രത്തിന്റെ അടുത്ത് രണ്ട് നാവികർ നില്ക്കുന്നുണ്ടായിരുന്നു. അവരിൽ ആരോഗ്യം കൂടുതലുള്ള ചുവന്ന മുഖം ഉള്ളവർ മറ്റെയാളോട് പറയുന്നുണ്ടായിരുന്നു.

"ചങ്ങാതി, ആടുകൾ എല്ലാം കൂടി എന്റെ അടുത്തേക്ക് പാഞ്ഞു വന്നു. ആദ്യം മര്യാദയ്ക്കായിരുന്നു! നാലെണ്ണം ഉണ്ടായിരുന്നു. പക്ഷേ, ഞാൻ അതിനെ പിടിച്ചുതള്ളി. കാരണം അതെല്ലാം കൂടി എന്നെ ഇടിച്ചു കൊല്ലുമെന്ന് എനിക്ക് മനസ്സിലായി. ഒരു മുട്ടനാടുപോലും ജീവനോടെ അതിന്റെ രോമം കത്രിക്കാൻ നോക്കിയാൽ ഇടിച്ച് പഞ്ചറാക്കും. എന്താ യാലും ഞാൻ അവയുടെ ഇടയിൽ നിന്നും പുറത്തുകടന്നു! അവ എല്ലാം പല ഭാഗത്തേക്ക് ചിതറി ഓടി."

"പക്ഷേ, നീ അതിനിടയിൽ നല്ല അടികൊടുക്കുന്നുണ്ടായിരുന്നു. ഇല്ലേ?" മറ്റേ നാവികൻ അന്വേഷിച്ചു.

"തീർച്ചയായും! എനിക്ക് അത് മനസ്സിലായി. അഞ്ച് ഇടി ഞാൻ സഹിച്ചു. എന്തായാലും അവ എന്നെ കൊന്നില്ല. അതിന് ദൈവം നന്ദി പറയണം!"

"തീർച്ചയായും."

"ചെകുത്താന്മാരേ! അമരത്തേക്ക് ഞാൻ നിങ്ങളോടാണ് പറയുന്നത്. അമരത്തേക്ക്." ഒരു മീൻ നിറച്ചവീപ്പ കപ്പലിന്റെ മേൽത്തട്ടിലൂടെ ഉരുട്ടി ക്കൊണ്ടുപോയിരുന്ന രണ്ട് ചുമട്ടുകാരോട് വിയർക്കുന്ന മനുഷ്യൻ വിളി ച്ചുകൂവി. അയാളുടെ ശബ്ദത്തിൽ ക്രൂരത ഉണ്ടായിരുന്നു.

"നിങ്ങൾ എന്തിനാണ് അലറിവിളിക്കുന്നത്?" അയാൾ അലറാൻ തുട ങ്ങിയപ്പോൾ ഫോമാ അയാളുടെ നേർക്ക് തിരിഞ്ഞുകൊണ്ട് കർക്കശസ്വ രത്തിൽ ചോദിച്ചു.

"ഇതിൽ നിങ്ങൾക്ക് എന്തെങ്കിലും കാര്യം ഉണ്ടോ?" വിയർക്കുന്ന മനുഷ്യൻ ഫോമായെ നോക്കി ചോദിച്ചു.

"ഇത് എന്റെ കാര്യം ആണ്! ആളുകൾ ജോലി ചെയ്തുകൊണ്ടിരി ക്കുന്നു. അതേസമയം നിങ്ങളുടെ കൊഴുപ്പ് ഉരുകിക്കൊണ്ടിരിക്കുന്നു. അതുകൊണ്ട് അവരോട് അലറണമെന്നാണ് നിങ്ങളുടെ വിചാരം. അല്ലേ?" ഫോമാ ഭീഷണിയുടെ സ്വരത്തിൽ സംസാരിച്ചുകൊണ്ട് അയാളുടെ അടു ത്തേക്ക് നടന്നുചെന്നു.

"നിങ്ങൾ. നിങ്ങൾ നിങ്ങളുടെ കോപം അടക്കുന്നതാണ് നല്ലത്."

വിയർക്കുന്ന മനുഷ്യൻ അയാളുടെ ഓഫീസിലേക്ക് പെട്ടെന്ന് തിരിച്ചു പോയി. അയാളെ നോക്കിനിന്നതിനുശേഷം ഫോമായും കടവിൽ നിന്ന് പോയി. അല്പസമയത്തേക്ക് ചിന്തകളെ അയാളിൽനിന്ന് തിരിച്ചു വിടാൻ വേണ്ടി എന്തെങ്കിലും ചെയ്യാനോ അല്ലെങ്കിൽ ആരെ എങ്കിലും ചീത്തവി ളിക്കാനോ ഫോമാ ആഗ്രഹിച്ചു. പക്ഷേ, അയാളുടെ ചിന്തകൾ പിടിമുറു ക്കുകയായിരുന്നു.

"അവിടെ ഉണ്ടായിരുന്ന ആ നാവികൻ സ്വയം പുറത്തുകടന്നു. ഇപ്പോൾ അയാൾ സുരക്ഷിതനാണ്. അയാളുടെ നില ഭദ്രമാണ്. എന്നാൽ ഞാനോ?"

വൈകുന്നേരം ആയപ്പോൾ അയാൾ വീണ്ടും മയാകിന്റെ വീട്ടിൽ പോയി. വൃദ്ധൻ വീട്ടിൽ ഉണ്ടായിരുന്നില്ല. ഭക്ഷണമുറിയിൽ ലുബോവ്

സഹോദരന്റെ കൂടെ ചായകുടിച്ചുകൊണ്ടിരിക്കുന്നുണ്ടായിരുന്നു. വാതിലിൽ എത്തിയപ്പോൾ ഫോമാ ടരസിന്റെ പരുഷമായ ശബ്ദം കേട്ടു.

"അച്ഛൻ എന്തിനാണ് അയാളെപ്പറ്റി ആലോചിച്ച് മനസ്സ് വിഷമിപ്പിക്കുന്നത്?"

"ഫോമായെ കണ്ടപ്പോൾ അയാൾ പെട്ടെന്ന് സംസാരം നിർത്തി. ടരസ് ഫോമായെ ഗൗരവത്തിൽ സംശയത്തോടെ നോക്കി. ലുബോവിന്റെ മുഖത്തും അസ്വസ്ഥത വ്യക്തമായിരുന്നു. അവൾ ക്ഷമ ചോദിക്കുന്ന മട്ടിൽ പറഞ്ഞു.

"ങാ! നിങ്ങൾ ആയിരുന്നോ?" അവളുടെ ശബ്ദത്തിൽ അതൃപ്തി ഉണ്ടായിരുന്നു.

അവർ എന്നെപ്പറ്റി സംസാരിക്കുക ആയിരുന്നു. മേശയുടെ അടുത്തു വന്നിരിക്കുമ്പോൾ ഫോമാ ആലോചിച്ചു. ടരസ് ഫോമായുടെ മുഖത്തു നോക്കാതെ കസേരയിൽ മുഖം കുനിച്ചിരുന്നു. അവിടെ ഒരു മിനിറ്റ് സമയം സംഭ്രമത്തിന്റെ നിശ്ശബ്ദത ഉണ്ടായിരുന്നു. ഇത് ഫോമായ്ക്ക് ഇഷ്ടപ്പെട്ടു.

"നിങ്ങൾ വിരുന്നിന് പോകുന്നുണ്ടോ?"

"എന്ത് വിരുന്ന്?"

"നിങ്ങൾക്ക് അറിയില്ലേ? കൊനോനോവ് അയാളുടെ പുതിയ കപ്പൽ നീറ്റിലിറക്കുകയാണ്. അവിടെ ഒരു കുർബ്ബാന നടത്തുന്നുണ്ട്. പിന്നീട് അവർ വോൾഗയിലൂടെ ഒരു യാത്രയും പോകുന്നുണ്ട്."

"എന്നെ ക്ഷണിച്ചിട്ടില്ല."

"ആരേയും ക്ഷണിച്ചിട്ടില്ല. അയാൾ എക്സ്ചെയിഞ്ചിൽ വെച്ച് വെറുതെ പ്രസ്താവിക്കുകയായിരുന്നു. എന്നെ ബഹുമാനിക്കാൻ ആഗ്രഹിക്കുന്ന ആർക്കും പങ്കെടുക്കാം."

"ഞാൻ അത് കണക്കിലെടുക്കുന്നില്ല."

"ശരിയാണ് പക്ഷേ, അവിടെ ഗംഭീര മദ്യപാനം ഉണ്ടാകും."

"എനിക്ക് വേണമെന്നുണ്ടെങ്കിൽ എന്റെ ചെലവിൽ തന്നെ മദ്യപിക്കാൻ പറ്റും."

"എനിക്ക് അറിയാം." ലുബോവ് സമ്മതഭാവത്തിൽ തലകുലുക്കിക്കൊണ്ട് പറഞ്ഞു.

"എന്റെ തലതൊട്ടപ്പൻ എവിടെ?" ഫോമാ ചോദിച്ചു.

"അച്ഛൻ ബാങ്കിൽ പോയിരിക്കുന്നു. ഇന്ന് ഭരണസമിതിയുടെ സമ്മേളനം ഉണ്ട്. ഭരണക്കാരുടെ തിരഞ്ഞെടുപ്പ് വരുന്നുണ്ട്."

"അവർ അച്ഛനെ വീണ്ടും തിരഞ്ഞെടുക്കും."

"തീർച്ചയായും."

ഒരിക്കൽ കൂടി സംസാരം മുറിഞ്ഞു. ഫോമാ സഹോദരനെയും സഹോദരിയെയും ശ്രദ്ധിക്കാൻ തുടങ്ങി. ടരസ് സ്പൂൺ താഴെ വെച്ച് സാവധാനം ചായ കുടിച്ചുകൊണ്ട് മറ്റൊരുഗ്ലാസ് സഹോദരിയുടെ അടുത്തേക്ക് നീക്കിക്കൊണ്ട് പുഞ്ചിരിച്ചു. അവൾ സന്തോഷത്തോടെ പുഞ്ചിരിച്ചുകൊണ്ട് ഗ്ലാസ് കൈയിലെടുത്ത് ശ്രദ്ധാപൂർവ്വം കഴുകിവൃത്തിയാക്കി.

പിന്നീട് അവളുടെ മുഖം വലിഞ്ഞുമുറുകി. അവൾ എന്തിനോ വേണ്ടി സ്വയം തയ്യാറെടുക്കുകയാണെന്ന് തോന്നി. ഒടുവിൽ അവൾ ശബ്ദം താഴ്ത്തി സാമാന്യം ബഹുമാനത്തോടെ സഹോദരനോടു ചോദിച്ചു.

"നമുക്ക് നമ്മുടെ സംസാരത്തിന്റെ തുടക്കത്തിലേക്ക് തിരിച്ചു പോയാലോ?"

"നിന്റെ ഇഷ്ടംപോലെ" ടരസ് സമ്മതിച്ചു. "നീ ചില കാര്യങ്ങൾ പറഞ്ഞു. പക്ഷേ, എനിക്ക് മനസ്സിലായില്ല. നീ എന്തൊക്കെയാണ് പറഞ്ഞത്? അപ്പോൾ ഞാൻ ചോദിച്ചു. ഇതെല്ലാം നീ പറയുന്നതുപോലെ നടക്കാത്ത സ്വപ്നങ്ങളാണെങ്കിൽ ഇപ്പോഴുള്ള ജീവിതത്തിൽ അസംതൃപ്തിയുള്ള മനുഷ്യന് എന്ത് ചെയ്യാൻ പറ്റും?"

പെൺകുട്ടി സഹോദരന്റെ അടുത്തേക്ക് ചരിഞ്ഞിരുന്നു. അവളുടെ കണ്ണുകൾ സഹോദരന്റെ ശാന്തമായ മുഖത്ത് പ്രതീക്ഷയോടെ തങ്ങി നിന്നു. അയാൾ ക്ഷീണത്തോടെ കസേരയിൽ ഇളകി ഇരുന്നുകൊണ്ട് മനസ്സിൽ തറയ്ക്കുന്ന രീതിയിൽ ശാന്തമായി പറഞ്ഞു.

"ജീവിതത്തിലുള്ള അസംതൃപ്തി ഏത് ഉറവിടത്തിൽ നിന്ന് ഉയർന്നു വരുന്നതാണെന്ന് നമ്മൾ നിശ്ചയമായും ചിന്തിക്കണം. പ്രധാനമായും അത് വരുന്നത് ജോലി ചെയ്യാനുള്ള കഴിവുകേടിൽ നിന്നും ജോലിയോടുള്ള അനാദരവിൽ നിന്നും ആണെന്നാണ് എന്റെ വിശ്വാസം. അതിന്റെ രണ്ടാമത്തെ ഉറവിടം ഒരാൾക്ക് സ്വന്തം ശക്തിയെ പറ്റിയുള്ള തെറ്റായ ധാരണകൾ ആണ്. കൂടുതൽ ആളുകളുടേയും ഭാഗ്യദോഷം അവർക്ക് യഥാർത്ഥത്തിൽ ചെയ്യാൻ കഴിയുന്നതിലും കൂടുതൽ കഴിവുകൾ ഉണ്ടെന്നുള്ള വിശ്വാസമാണ്. എന്നാൽ മനുഷ്യന്റെ ഭാഗത്തുനിന്ന് ചെറിയ കാര്യങ്ങൾ മാത്രമേ ആവശ്യപ്പെടുന്നുള്ളൂ. അയാൾ അയാളുടെ ശക്തിയ്ക്കു ചേർന്ന ഒരു തൊഴിൽ തിരഞ്ഞെടുക്കണം. അതിൽ കഴിയുന്നത്ര ശ്രദ്ധയോടെ കഴിയുന്നത്ര പ്രാവീണ്യം നേടണം. നിങ്ങൾ ചെയ്യുന്ന കാര്യത്തെ നിങ്ങൾ നിശ്ചയമായും സ്നേഹിക്കണം. പിന്നീട് അദ്ധ്വാനം അത് അങ്ങേയറ്റം പരുക്കനായാലും അതിനെ സർഗ്ഗശക്തിയുടെ ഉയരങ്ങളിലേക്ക് ഉയർത്തുക. സ്നേഹത്തോടെ പണിഞ്ഞെടുക്കുന്ന ഒരു കസേര നല്ലതായിരിക്കും. സുന്ദരമായിരിക്കും. ഉറപ്പുള്ളതായിരിക്കും. എല്ലാ കാര്യങ്ങളും അങ്ങനെതന്നെ ആണ്. "സ്മൈൽസ്" വായിക്കണം. അയാളെ നീ വായിച്ചിട്ടുണ്ടോ? അത് വളരെ യുക്തിയുള്ള പുസ്തകം ആണ്. 'ലുബോക്കിനെ വായിക്കണം. പൊതുവെ ഇംഗ്ലീഷുകാർ രാജ്യത്തിന് അദ്ധ്വാനത്തിനുള്ള അങ്ങേയറ്റത്തെ പ്രാപ്തി ഉണ്ടാക്കിയെടുക്കുകയാണെന്ന് ഓർമ്മവേണം. വ്യവസായത്തിലും വാണിജ്യത്തിലും ഉള്ള അവരുടെ അത്ഭുതകരമായ വിജയം വിശദീകരിക്കുന്നത് ഈ സത്യത്തെ ആണ്. അവർക്ക് അദ്ധ്വാനം ഒരു ആരാധന ആണ്. അദ്ധ്വാനത്തോടുള്ള സ്നേഹത്തെ അടിസ്ഥാനമാക്കിയാണ് എല്ലാകാലത്തും സംസ്കാരത്തിന്റെ ഉയരം നില്ക്കുന്നത്. സംസ്കാരം ഉന്നതമാകുമ്പോൾ മനുഷ്യന്റെ ആവശ്യങ്ങൾ കൂടുതൽ തൃപ്തികരമാകും. അപ്പോൾ മനുഷ്യന്റെ ആവശ്യങ്ങളുടെ മുന്നോട്ടുള്ള

പുരോഗതിയുടെ വഴിയിലെ തടസ്സങ്ങൾ കുറയും. സന്തോഷം സംഭവിക്കുന്ന കാര്യമാണ്. അത് ആവശ്യങ്ങളുടെ പരിപൂർണ്ണമായ സംതൃപ്തി ആണ്. അതാണ് അതിന്റെ കാര്യം. മനുഷ്യന്റെ സന്തോഷം അയാളുടെ ജോലിയോടുള്ള ബന്ധത്തെ ആശ്രയിക്കുന്നുണ്ടെന്ന് നീ മനസ്സിലാക്കിക്കഴിഞ്ഞു"

സംസാരിക്കാൻ താല്പര്യമില്ലാത്തമട്ടിലാണ് ടരസ് സംസാരിച്ചത്. ലുബോവ് നെറ്റിചുളിച്ചുകൊണ്ട് അയാളുടെ അടുത്തേക്ക് ചരിഞ്ഞിരുന്നു ഓരോ വാക്കും ആകാംക്ഷയോടെ ശ്രദ്ധിച്ചുകേട്ടു. അയാളുടെ സംസാരം അവൾ ഉൾക്കൊള്ളാൻ തയ്യാറാണെന്ന് അവളുടെ കണ്ണുകളിൽ നിന്ന് വ്യക്തമായിരുന്നു.

"പക്ഷേ, ഒരു മനുഷ്യന് എല്ലാ കാര്യങ്ങളോടും അറപ്പാണെങ്കിൽ?" ടരസിന്റെ മുഖത്തേക്ക് നോക്കിക്കൊണ്ട് ഫോമാ ചോദിച്ചു.

"പക്ഷേ, അയാൾക്ക് ഏതു കാര്യത്തോടാണ് പ്രത്യേകമായി അറപ്പു തോന്നുന്നത്?" ഫോമായെ നോക്കാതെ ടരസ് ചോദിച്ചു.

ഫോമാ മേശപ്പുറത്തു കൈകുത്തി കുനിഞ്ഞിരുന്നുകൊണ്ട് സ്വയം വിശദീകരിച്ചു:

"ഒരു കാര്യവും അയാളെ സന്തോഷിപ്പിക്കുന്നില്ല. കച്ചവടം, ജോലി, മനുഷ്യർ, പ്രവൃത്തികൾ എല്ലാം ചതിയാണെന്നും കച്ചവടം കച്ചവടമല്ലെന്നും അത് നമ്മുടെ ആത്മാവിന്റെ ശൂന്യതയെ താങ്ങിനിർത്താനുള്ള ഒരു ഊന്നുകോൽ ആണെന്നും; ചിലർ ജോലി ചെയ്യുകയും മറ്റുള്ളവർ ആജ്ഞാപിക്കുകയാണെന്നും എനിക്ക് മനസ്സിലായെന്നിരിക്കട്ടെ! ആജ്ഞാപിച്ച് വിയർക്കുന്നതിന് അവർക്ക് കൂടുതൽ കിട്ടുന്നുണ്ടെന്നും ഞാൻ മനസ്സിലാക്കുന്നു. അത് എന്തുകൊണ്ടാണ്? ങേ?"

"എനിക്ക് നിങ്ങളുടെ ആശയം മനസ്സിലാക്കാൻ കഴിയുന്നില്ല." ടരസ് പ്രഖ്യാപിച്ചു. ലുബോവിന്റെ അവജ്ഞകലർന്ന നോട്ടം ഫോമാ തിരിച്ചറിഞ്ഞു.

"നിങ്ങൾക്ക് മനസ്സിലായില്ലേ?" ടരസിനെ നോക്കി പുഞ്ചിരിച്ചുകൊണ്ട് ഫോമാ ചോദിച്ചു. "ശരി, അത് ഞാൻ ഇങ്ങനെ വിശദീകരിച്ചു പറയാം. ഒരു മനുഷ്യൻ നദിയിലൂടെ ഒരു ബോട്ടിൽ സഞ്ചരിച്ചുകൊണ്ടിരിക്കുന്നു. ബോട്ട് നല്ലതായിരിക്കാം. പക്ഷേ, അതിന്റെതാഴെ എല്ലാസമയത്തും ഒരു അഗാധത ഉണ്ട്. ബോട്ട് സുരക്ഷിതമാണ്. പക്ഷേ, ആ മനുഷ്യന് താഴെയുള്ള ഇരുണ്ട അഗാധത അനുഭവപ്പെടുകയാണെങ്കിൽ ഒരു ബോട്ടിനും അയാളെ രക്ഷപ്പെടുത്താൻ പറ്റില്ല."

ടരസ് ഫോമായെ താല്പര്യമില്ലാതെ നോക്കി. അയാൾ ശാന്തനായിരുന്നു. അയാൾ മേശയുടെ അറ്റത്ത് വിരലുകൊണ്ട് കൊട്ടിക്കൊണ്ട് നിശ്ശബ്ദനായിരുന്നു. ലുബോവ് കസേരയിൽ ഇരുന്ന് അസ്വസ്ഥതയോടെ അനങ്ങിക്കൊണ്ടിരുന്നു. ക്ലോക്കിന്റെ പെൻഡുലം വിരസതയോടെ നിമിഷങ്ങൾ അറിയിച്ചു. അത് നെടുവീർപ്പിടുകയാണെന്ന് തോന്നി. അയാളുടെ മനസ്സിന്റെ വേദനാജനകമായ അമ്പരപ്പിന് ഇവിടെ ഉള്ളവരിൽ നിന്ന്

സ്നേഹത്തോടെയുള്ള ഒരുവാക്കുപോലും മറുപടിയായി കിട്ടിയില്ലെന്നുള്ള ബോധം കൊണ്ട് ഫോമായുടെ ഹൃദയം സാവധാനം വേദനയോടെ സ്പന്ദിക്കാൻ തുടങ്ങി.

"ഒരു മനുഷ്യനെ സംബന്ധിച്ചിടത്തോളം ജോലികൊണ്ട് എല്ലാ കാര്യങ്ങളും ആയെന്ന് കൃത്യമായി പറയാൻ പറ്റില്ല." അയാളുടെ വാക്കുകൾ വിശ്വാസമോ ആത്മാർത്ഥയോ ഇല്ലാത്ത മനുഷ്യരോട് പറയുന്ന രീതിയിൽ ആയിരുന്നില്ല. സ്വയം പറയുന്ന രീതിയിൽ ആയിരുന്നു. "ജോലിയിലാണ് നീതി കിടക്കുന്നതെന്ന് പറയുന്നത് സത്യം അല്ല. ജീവിതകാലം മുഴുവൻ ജോലി ചെയ്യാതെ ജോലി ചെയ്യുന്നവരെക്കാൾ സുഖമായി ജീവിക്കുന്ന മനുഷ്യർ ഉണ്ട്. അത് എങ്ങനെ സംഭവിക്കുന്നു? അദ്ധ്വാനിക്കുന്നവർ വെറും ഭാഗ്യദോഷികളായ കുതിരകൾ ആണ്. മറ്റുള്ളവർ അവരുടെ പുറത്തുകയറി സഞ്ചരിക്കുന്നു. അവർ കഷ്ടപ്പെടുന്നു. പക്ഷേ, അവർക്ക് ദൈവത്തിന്റെ മുമ്പിൽ അവരുടെ ന്യായീകരണം ഉണ്ട്. നിങ്ങൾ എന്തിനാണ് ജീവിക്കുന്നതെന്ന് അവരോട് ചോദിക്കും. അപ്പോൾ അവർ പറയും. "ഞങ്ങൾക്ക് അതിനെപറ്റി ആലോചിക്കാൻ സമയം ഇല്ല. ഞങ്ങൾ ജീവിതം മുഴുവൻ ജോലി ചെയ്തു" എന്റെ കാര്യം നോക്കൂ. എനിക്ക് എന്ത് ന്യായീകരണം ഉണ്ട്? കൂടാതെ കല്പനകൾ പുറപ്പെടുവിക്കുന്നവർ അവർ എങ്ങനെയാണ് സ്വയം ന്യായീകരിക്കുന്നത്. അവർ എന്തിനുവേണ്ടിയാണ് ജീവിച്ചത്? ആ കാര്യം നിശ്ചയമായും എല്ലാവരും അറിയണമെന്നാണ് എന്റെ ആശയം. താൻ എന്തിനാണ് ജീവിക്കുന്നതെന്ന് എല്ലാവരും മനസ്സിലാക്കണം."

"അയാൾ നിശ്ശബ്ദനായി. വീണ്ടും നിഷേധാർത്ഥത്തിൽ തലകുലുക്കി കൊണ്ട് കനത്ത ശബ്ദത്തിൽ അയാൾ ഉറക്കെ പറഞ്ഞു.

മനുഷ്യൻ വെറുതെ ജോലിചെയ്യാനും പണം ഉണ്ടാക്കാനും വീടുവയ്ക്കാനും കുട്ടികളെ പ്രസവിക്കാനും ഒടുവിൽ മരിക്കാനും വേണ്ടി മാത്രമാണോ ജനിക്കുന്നത്? അല്ല; ജീവിതത്തിന് ഏതോ ചില അർത്ഥങ്ങൾ ഉണ്ട്. ഒരു മനുഷ്യൻ ജനിക്കുന്നു. അയാൾ ജീവിക്കുന്നു. മരിക്കുന്നു. എന്തിനുവേണ്ടി? നമ്മൾ എന്തിനാണ് ജീവിക്കുന്നതെന്ന് ആലോചിക്കേണ്ടത് ആവശ്യമാണ്. ദൈവത്തെ മുൻനിർത്തി ഞാൻ പറയുന്നു. അത് ആവശ്യമാണ്. നമ്മുടെ ജീവിതത്തിന് അർത്ഥം ഇല്ല. എന്തായാലും അർത്ഥം ഇല്ല! അതുകൂടാതെ കാര്യങ്ങൾ എല്ലാം ഒരുപോലെ അല്ല. അത് പെട്ടെന്ന് കാണാൻ കഴിയും. ചിലർക്ക് പണം ഉണ്ട്. ആയിരം ആളുകൾക്ക് വേണ്ട പണം അവരുടെ കൈയിലുണ്ട്. അവർ അലസതയിൽ ജീവിക്കുന്നു. മറ്റുള്ളവർ അവരുടെ ജോലിക്കുവേണ്ടി ജീവിതകാലം മുഴുവൻ നട്ടെല്ലു വളയ്ക്കുന്നു. അവർക്ക് ഒരു ചില്ലിക്കാശുപോലും കിട്ടുന്നില്ല. മനുഷ്യരുടെ ഇടയിലെ വ്യത്യാസം നിസ്സാരമല്ല. ധരിക്കാൻ വസ്ത്രംപോലും ഇല്ലാത്തവരുണ്ട്. എങ്കിലും സിൽക്ക് ധരിച്ചിരുന്നതായി അവർ ചിന്തിക്കുന്നു."

സ്വന്തം ആലോചനകളിൽ മുഴുകി ഫോമാ അവരോടുള്ള സംസാരം തുടരുമായിരുന്നു. പക്ഷേ, ടരസ് മേശയുടെ അടുത്തുനിന്നും കസേര തള്ളി

മാറ്റി എഴുന്നേറ്റു നിന്ന് നെടുവീർപ്പിട്ടുകൊണ്ട് പറഞ്ഞു:

"വേണ്ട, നന്ദിയുണ്ട്! എനിക്ക് കൂടുതൽ കേൾക്കാൻ താല്പര്യം ഇല്ല."

ഫോമാ പെട്ടെന്ന് സംസാരം നിർത്തി ലുബോവിനെ നോക്കി പുഞ്ചിരിച്ചു.

"നിങ്ങൾ ഈ തത്ത്വശാസ്ത്രം എവിടെനിന്ന് പെറുക്കിയെടുത്തു?" അവൾ സംശയത്തോടെ ചോദിച്ചു.

"അത് തത്ത്വശാസ്ത്രം അല്ല. അത് പീഡനം മാത്രം ആണ്!" ഫോമാ ശബ്ദം താഴ്ത്തി പറഞ്ഞു. "നിങ്ങൾ കണ്ണുതുറന്ന് ഓരോ കാര്യങ്ങളും നോക്കുക. അപ്പോൾ നിങ്ങളും ഇതുപോലെ ആലോചിക്കും."

ടരസ് മേശയ്ക്ക് പുറംതിരിഞ്ഞു നിന്ന് ക്ലോക്കിലേക്ക് നോക്കിക്കൊണ്ട് പറഞ്ഞു. "ബ്രിട്ടനിലെ കുടിയേറ്റവർഗ്ഗത്തിന് വിഷാദാത്മകത്വം പൂർണ്ണമായും അന്യമാണെന്നുള്ള സത്യം ലുബോവിന്റെ ശ്രദ്ധയിൽ ഉണ്ടാകണം. സ്വിഫ്റ്റിലും ബൈറണിലും അവർ പറയുന്ന വിഷാദാത്മകത്വം മനുഷ്യന്റെയും ജീവിതത്തിന്റെയും വൈകല്യങ്ങൾക്ക് എതിരായുള്ള രൂക്ഷമായ എതിർപ്പ് മാത്രം ആണ്. പക്ഷേ, അവർക്കിടയിൽ നിങ്ങൾക്ക് തണുത്ത അളന്നുതൂക്കിയുള്ള നിഷ്ക്രിയമായ വിഷാദാത്മകത്വം കാണാൻ കഴിയില്ല."

അയാൾ പിന്നീട് പെട്ടെന്ന് ഫോമായെ ഓർമ്മവന്നതുപോലെ കൈപിന്നിൽ കെട്ടി ഫോമായുടെ നേർക്ക് തിരിഞ്ഞുകൊണ്ട് പറഞ്ഞു.

"നിങ്ങൾ ഉയർത്തിയത് വളരെ പ്രധാനപ്പെട്ട ചോദ്യങ്ങളാണ്. അവയിൽ നിങ്ങൾക്ക് കാര്യമായി താല്പര്യം ഉണ്ടെങ്കിൽ നിങ്ങൾ നിശ്ചയമായും പുസ്തകങ്ങൾ വായിക്കണം. പുസ്തകങ്ങളിൽ നിന്ന് ജീവിതത്തിന്റെ അർത്ഥത്തെപറ്റിയുള്ള വിലയേറിയ അഭിപ്രായങ്ങൾ നിങ്ങൾക്ക് കിട്ടും. നിങ്ങൾ എങ്ങനെ ആണ്– പുസ്തകങ്ങൾ വായിക്കാറുണ്ടോ?"

"ഇല്ല!" ഫോമാ ഒറ്റവാക്കിൽ മറുപടി പറഞ്ഞു.

"ങാ!"

"എനിക്ക് പുസ്തകങ്ങൾ ഇഷ്ടമല്ല."

"ങാ! പക്ഷേ, പുസ്തകങ്ങൾകൊണ്ട് എന്തായാലും ചില സഹായങ്ങൾ നിങ്ങൾക്ക് കിട്ടും." ടരസ് പറഞ്ഞു. അയാളുടെ ചുണ്ടുകളിലൂടെ ഒരു പുഞ്ചിരി കടന്നുപോയി.

"പുസ്തകങ്ങൾ എങ്ങനെ സഹായിക്കുമെന്നാണ് പറയുന്നത്? എന്റെ ചിന്തകളിൽ എന്നെ സഹായിക്കാൻ മനുഷ്യർക്ക് കഴിയാത്തതുകൊണ്ട് നിശ്ചയമായും പുസ്തകങ്ങൾക്ക് എനിക്കുവേണ്ടി ഒന്നും ചെയ്യാൻ പറ്റില്ല." ഫോമാ നെറ്റിചുളിച്ചുകൊണ്ട് പറഞ്ഞു.

താല്പര്യക്കുറവ് പ്രകടമാക്കുന്ന ഈ മനുഷ്യനെപറ്റി ഫോമായ്ക്ക് വെറുപ്പും മടുപ്പും തോന്നിത്തുടങ്ങി. അയാൾക്ക് അവിടെ നിന്ന് പോകണമെന്ന് തോന്നി. പക്ഷേ, ആ സമയത്ത് തന്നെ ലുബോവിനോട് അവളുടെ സഹോദരനെ പറ്റി പരിഹസിച്ച് സംസാരിക്കണമെന്ന് ഫോമായ്ക്ക് തോന്നി. അതിനുവേണ്ടി ടരസ് മുറിയിൽനിന്ന് പുറത്തു പോകുന്നതുവരെ

ഫോമാ അവിടെ കാത്തുനിന്നു. ലുബോവ് പാത്രങ്ങൾ കഴുകി വൃത്തിയാക്കി. അവൾ ഗൗരവമുള്ള എന്തൊക്കെയോ കാര്യങ്ങൾ ആലോചിക്കുന്നുണ്ടായിരുന്നു. അവളുടെ കൈയുടെ ചലനങ്ങളിൽ മടി ഉണ്ടായിരുന്നു. ടരസ് മുറിക്കുള്ളിൽ നടത്തം തുടർന്നു. അയാൾ ഇടയ്ക്കിടയ്ക്ക് വെള്ളിപ്പാത്രങ്ങൾവെച്ചിരുന്ന ഭിത്തി അലമാരയുടെ അടുത്തു നടത്തം നിർത്തി ചൂളം അടിച്ചുകൊണ്ട് നിന്നു. അയാൾ അതിന്റെ ചില്ലുജാലകങ്ങളിൽ വിരലുകൊണ്ട് താളം പിടിച്ചു. അയാൾ പകുതി അടഞ്ഞ കണ്ണുകൾ കൊണ്ട് അലമാരയ്ക്കുള്ളിലെ വെള്ളിപ്പാത്രങ്ങൾ പരിശോധിച്ചു. ക്ലോക്കിന്റെ പെൻഡുലം ഇടിച്ചുകാട്ടുന്ന ഒരു മുഖം പോലെ കണ്ണാടിക്കൂട്ടിൽ കിടന്ന് നിമിഷങ്ങൾ കൊഴിയുന്നത് വിരസതയോടെ വിളിച്ചറിയിച്ചുകൊണ്ടിരുന്നു. ലുബോവ് ചോദ്യം ചെയ്യുന്ന മട്ടിൽ പലതവണ തന്നെ നോക്കിയത് ഫോമാ ശ്രദ്ധിച്ചിരുന്നു. അവളുടെ നോട്ടത്തിൽ ശത്രുതയും പ്രതീക്ഷയും ഉണ്ടായിരുന്നു. അയാൾ അവിടെ നിന്ന് പോകാൻ വേണ്ടി അവൾ അക്ഷമയോടെ കാത്തുനില്ക്കുകയാണെന്ന് ഫോമായ്ക്ക് മനസ്സിലായി.

"ഞാൻ രാത്രിയിൽ ഇവിടെ താമസിക്കാൻ പോകുകയാണ്." അയാൾ പുഞ്ചിരിച്ചുകൊണ്ട് പറഞ്ഞു. "എനിക്ക് തലതൊട്ടപ്പനോട് സംസാരിക്കാനുണ്ട്. അതുമാത്രമല്ല. എന്റെ വീട്ടിൽ തനിച്ചാകുമ്പോൾ ഏറെക്കുറെ ഏകാന്തത തോന്നുന്നു."

"അപ്പോൾ മൂലയ്ക്കുള്ള മുറിയിൽ കിടക്ക തയ്യാറാക്കാൻ മാർഫൂഷയോട് പറയൂ." ലുബോവ് അയാളെ ഉപദേശിക്കാൻ തിടുക്കം കൂട്ടി.

"ഞാൻ പറയാം."

അയാൾ എഴുന്നേറ്റ് ഭക്ഷണമുറിയിൽ നിന്നും പുറത്തുപോയി. ഉടൻതന്നെ ടരസ് സഹോദരിയോട് ഏതോ കാര്യം ശബ്ദം താഴ്ത്തി സംസാരിക്കുന്നത് അയാൾ കേട്ടു.

"എന്റെ കാര്യം ആയിരിക്കും.' അയാൾ വിചാരിച്ചു. പെട്ടെന്ന് ഒരു ദുഷിച്ച ചിന്ത അയാളുടെ മനസ്സിൽ തെളിഞ്ഞു. "ബുദ്ധിയുള്ള മനുഷ്യർക്ക് പറയാനുള്ളത് കേൾക്കുന്നതിൽ തെറ്റൊന്നും ഇല്ല."

അയാൾ ചിരിച്ചുകൊണ്ട് ഭക്ഷണമുറിയുടെ അടുത്തുള്ള മറ്റൊരു മുറിയിലേക്ക് ശബ്ദം ഉണ്ടാക്കാതെ കടന്നുവന്നു. ആ മുറിയിൽ വെളിച്ചം ഉണ്ടായിരുന്നില്ല. ഭക്ഷണമുറിയിൽ നിന്നും അടയാത്ത വാതിലിലൂടെ പുറത്തുവന്ന വെളിച്ചത്തിന്റെ ഒരു നേർത്ത വരമാത്രം മുറിക്കുള്ളിൽ കാണാനുണ്ടായിരുന്നു. ഫോമാ ചങ്കിടിപ്പോടെ സാവധാനം നടന്നുചെന്ന് വാതിലിനോട് ചേർന്ന് നിന്നു.

"അയാൾ ഒരു വൃത്തികെട്ടവനാണ്." ടരസ് പറഞ്ഞു.

അതിനുശേഷം ലുബോവിന്റെ തിടുക്കത്തിലുള്ള സംസാരം പുറത്തുവന്നു.

"അയാൾക്ക് ഇവിടെ മുഴുവൻ സമയവും കുടി ആയിരുന്നു. അയാളുടെ ജീവിതം ഭയങ്കരമാണ്! എല്ലാം തുടങ്ങിയത് എന്തായാലും പെട്ടെന്നായിരുന്നു. അയാൾ തുടക്കംകുറിച്ചത് വൈസ് ഗവർണ്ണറുടെ മരുമകനെ

ക്ലബിൽവെച്ച് ഇടിച്ചുകൊണ്ടാണ്. അതിന്റെ അപവാദം മൂടിവയ്ക്കാൻ വേണ്ടി അച്ഛന് ഒരുപാട് കഷ്ടപ്പെടേണ്ടിവന്നു. വൈസ് ഗവർണ്ണറുടെ മരുമകന് ചീത്തപ്പേരുള്ളത് ഒരു നല്ല കാര്യം ആയി. അയാൾ വിശ്വസിക്കാൻ പറ്റാത്ത സ്വഭാവക്കാരനാണ്. എന്നിട്ടും അച്ഛന് രണ്ടായിരം റൂബിളിൽ കൂടുതൽ ചെലവായി. അച്ഛൻ ആ അപവാദത്തിന്റെ തിരക്കിലായിരുന്നപ്പോൾ ഫോമാ ഒരുകൂട്ടം മനുഷ്യരെ വോൾഗയിൽ മുക്കിക്കൊല്ലേണ്ടതായിരുന്നു.

"എന്ത് ഭയങ്കരമാണ്! അതേ മനുഷ്യൻ ജീവിതത്തിന്റെ അർത്ഥം അന്വേഷിക്കാൻ തിരക്കുകൂട്ടുന്നു."

"മറ്റൊരിക്കൽ അയാളെ പോലെയുള്ള കുറേ മനുഷ്യരുടെ കൂടെ ഒരു കപ്പലിൽവെച്ച് അയാൾ ഒരു മദ്യവിരുന്ന് നടത്തി. പെട്ടെന്ന് അയാൾ അവരോടു പറഞ്ഞു. ദൈവത്തെ വിളിച്ച് പ്രാർത്ഥിച്ചോളൂ! ഞാൻ നിങ്ങളെ എല്ലാം വെള്ളത്തിൽ എറിയൻ പോകുകയാണ്! അയാൾക്ക് ഭയങ്കര ശക്തി ആണ്. അവർ നിലവിളിച്ചപ്പോൾ ആ ആൾ പറഞ്ഞു. 'എനിക്ക് എന്റെ രാജ്യത്തെ സേവിക്കണം. എനിക്ക് ഭൂമിയിൽ നിന്ന് അധഃപതിച്ച മനുഷ്യരെ ഒഴിവാക്കണം."

"സത്യമാണോ? അത് യുക്തിയുള്ള സംസാരം ആണ്."

"അയാൾ ഭയങ്കരനാണ്! പോയവർഷങ്ങളിൽ അയാൾ കാണിച്ച അതിക്രമങ്ങൾക്ക് കണക്കില്ല! അയാൾ ധൂർത്തടിച്ച പണത്തിന് കയ്യും കണക്കും ഇല്ല!"

"എന്ത് വ്യവസ്ഥകളിലാണ് അച്ഛൻ അയാൾക്ക് വേണ്ടി അയാളുടെ കാര്യങ്ങൾ നടത്തിക്കൊടുക്കുന്നത്? അതിന്റെ വിശദാംശങ്ങൾ അറിയാമോ?"

"ഇല്ല. എനിക്ക് അറിയില്ല. അച്ഛന് അതിന്റെ മുക്ത്യാർ കിട്ടിയിട്ടുണ്ട്. എന്തിനാണ് ചോദിച്ചത്?"

"വെറുതെ ചോദിച്ചതാണ്. അത് ഉറപ്പുള്ള കച്ചവടം ആണ്. തീർച്ചയായും അതിന്റെ നടത്തിപ്പ് ശുദ്ധമായ റഷ്യൻ രീതിയിൽ ആണ്. മറ്റുവാക്കുകളിൽ പറഞ്ഞാൽ അതിന്റെ നടത്തിപ്പ് വെറുപ്പുതോന്നുന്ന രീതിയിലാണ്. പക്ഷേ, അത് ഗംഭീരവ്യാപാരമാണ്. വേണ്ടരീതിയിൽ നടത്തിക്കൊണ്ടുപോയാൽ അത് ഏറ്റവും ലാഭം കിട്ടുന്ന സ്വർണ്ണഖനി ആയിരിക്കും."

"ഫോമാ ഒന്നും ചെയ്യുന്നില്ല. എല്ലാ കാര്യങ്ങളും അച്ഛന്റെ കൈയിലാണ്."

"അതെ, അത് നല്ല കാര്യം ആണ്."

"ചിലപ്പോൾ അയാൾ മനസ്സിൽ ആലോചിച്ച് പറയുന്ന വാക്കുകളിൽ ആത്മാർത്ഥത ഉണ്ടെന്നും അയാൾ നന്നാകാൻ സാദ്ധ്യത ഉണ്ടെന്നും എനിക്ക് തോന്നാറുണ്ട്. പക്ഷേ, അയാളുടെ വാദങ്ങളും സംസാരവും കൊണ്ട് എനിക്ക് അയാളുടെ വൃത്തികെട്ട ജീവിതത്തെ സാധൂകരിക്കാൻ പറ്റില്ല. ഏത് ചുറ്റുപാടിലും ഞാൻ അതിനെ ന്യായീകരിക്കില്ല!"

"അതിനെപ്പറ്റി ആലോചിച്ച് വിഷമിക്കേണ്ട ആവശ്യം ഇല്ല. മടിയന്മാരും പയ്യന്മാരും അവരുടെ അലസതയെ ന്യായീകരിക്കും."

"അങ്ങനെ അല്ല. ചിലപ്പോൾ അയാൾ ഒരു കൊച്ചുകുട്ടിയെ പോലെ ആണ്. അയാൾ മുമ്പ് അങ്ങനെ ആയിരുന്നു."

"ശരി അതുതന്നെയാണ് ഞാൻ പറഞ്ഞത്. അയാൾ പയ്യനാണ്. അജ്ഞനും അപരിഷ്കൃതനുമായി തുടരണമെന്ന് ആഗ്രഹിക്കുകയും ആ കാര്യം മറച്ചുവയ്ക്കാതിരിക്കുകയും ചെയ്യുന്ന അജ്ഞനും അപരിഷ്കൃതനുമായ ഒരുത്തനെ പറ്റി സംസാരിച്ചതുകൊണ്ട് എന്തെങ്കിലും പ്രയോജനം ഉണ്ടോ?"

"ടരസിന് തീരെ ദയ ഇല്ല."

"അതെ, എനിക്ക് ദയ ഇല്ല. ആളുകൾ അത് ആവശ്യപ്പെടുന്നു. റഷ്യാക്കാർ വെറിപിടിച്ച അവസ്ഥയിലാണ്. നമ്മൾ ആഗ്രഹിച്ചാലും ഇല്ലെങ്കിലും നമ്മൾ സാവധാനം ജീവിതവുമായി ഇണങ്ങിച്ചേരും. സ്വപ്നങ്ങൾ കുഞ്ഞുങ്ങൾക്കും കന്യകമാർക്കും ഉള്ളതാണ്. ഗൗരവമുള്ള മനുഷ്യർക്കാണ് ഗൗരവമുള്ള കച്ചവടം."

"ചിലപ്പോൾ എനിക്ക് ഫോമായെ പറ്റി വലിയ വിഷമം തോന്നും. എന്താണ് അയാൾക്ക് സംഭവിക്കാൻ പോകുന്നത്?"

"എനിക്ക് അതിൽ താല്പര്യം ഇല്ല. അയാൾക്ക് പ്രത്യേകിച്ച് ഒന്നും സംഭവിക്കാൻ പോകുന്നില്ലെന്നാണ് ഞാൻ വിശ്വസിക്കുന്നത്. നല്ലതും ഉണ്ടാകില്ല. ചീത്തയും ഉണ്ടാകില്ല. ആ മന്ദബുദ്ധി അവന്റെ പണം മുഴുവൻ ധൂർത്തടിച്ച് നശിപ്പിക്കും. മറ്റൊന്നും സംഭവിക്കില്ല. അവനെപ്പോലെ ഉള്ള ആളുകൾ ഇന്നത്തെക്കാലത്ത് കുറവാണ്. ഇപ്പോൾ കച്ചവടക്കാർക്ക് വിദ്യാഭ്യാസത്തിന്റെ ശക്തി അറിയാം. അവൻ നാശത്തിലേക്ക് പോകും."

"അത് സാർ പറഞ്ഞത് സത്യം ആണ്!" വാതിൽ തുറന്ന് കട്ടിളപ്പടിയിൽ പ്രത്യക്ഷപ്പെട്ടുകൊണ്ട് ഫോമാ പറഞ്ഞു,

അയാൾ നെറ്റിചുളിച്ചുകൊണ്ട് ടരസിന്റെ മുഖത്തേക്ക് നോക്കി. അയാളുടെ മുഖം വിളറിപ്പോയിരുന്നു. ഫോമാ വിറയ്ക്കുന്ന ചുണ്ടുകൾ കൊണ്ട് താല്പര്യക്കുറവോടെ പറഞ്ഞു. "സത്യം! ഞാൻ നശിച്ചുപോകും. ആമേൻ! എത്രയുംവേഗം നശിക്കുന്നോ അത്രയും നല്ലത്!"

ലുബോവ് ഭയത്തോടെ കസേരയിൽ നിന്ന് ചാടി എഴുന്നേറ്റു. ടരസിന്റെ അടുത്തേക്ക് ഓടി. ടരസ് പോക്കറ്റിൽ കൈതിരുകിക്കൊണ്ട് മുറിയുടെ നടുക്ക് നില്ക്കുകയായിരുന്നു.

"ഫോമാ! ഇത് നാണക്കേടാണ്! നിങ്ങൾ ഒളിച്ചുനിന്ന് കേൾക്കുകയായിരുന്നു." അവൾ അമ്പരപ്പോടെ പറഞ്ഞു.

"അതെ, ഒളിച്ചുനിന്ന് കേൾക്കുന്നത് തെറ്റാണ്!" ഫോമായുടെ മുഖത്തേക്ക് വെറുപ്പോടെ നോക്കിക്കൊണ്ട് ടരസ് പറഞ്ഞു.

"അത് തെറ്റാകട്ടെ!" ഫോമാ കൈമലർത്തിക്കൊണ്ട് പറഞ്ഞു. "ഒളിച്ചുനിന്നുകേൾക്കാതെ സത്യം മനസ്സിലാക്കാൻ പറ്റാത്തത് എന്റെ തെറ്റാണോ?"

"ഫോമാ ദയവായി പോകൂ!" സഹോദരനോട് ചേർന്നുനിന്നുകൊണ്ട് ലുബോവ് യാചിച്ചു.

"ഒരുപക്ഷേ, നിങ്ങൾക്ക് എന്നോട് എന്തെങ്കിലും പറയാനുണ്ടാകും?"

ടരസ് ശാന്തമായി ചോദിച്ചു.

"എനിയ്ക്കോ?" ഫോമാ ഉറക്കെ പറഞ്ഞു. "ഞാൻ എന്തുപറയാനാണ്? എനിക്ക് ഒന്നും പറയാനില്ല. എല്ലാ കാര്യങ്ങളും നിങ്ങൾക്ക് അറിയാമെന്നാണ് എന്റെ വിശ്വാസം."

"എന്നോട് ഒരുകാര്യവും സംസാരിക്കാനില്ലേ?" ടരസ് വീണ്ടും ചോദിച്ചു.

"ഞാൻ സംസാരിച്ചു കഴിഞ്ഞു."

അയാൾ ഫോമായുടെ മുഖത്തു നിന്നും കണ്ണെടുത്തുകൊണ്ട് ലുബോവിനോട് അന്വേഷിച്ചു:

"അച്ഛൻ പെട്ടെന്ന് തിരിച്ചുവരാൻ സാദ്ധ്യത ഉണ്ടോ? അച്ഛൻ പോകുമ്പോൾ എന്തെങ്കിലും പറഞ്ഞിരുന്നോ?"

"ഫോമാ ആ വീട്ടിൽ നിന്നും ഇറങ്ങി നടന്നു. അയാൾക്ക് ഒഴിഞ്ഞു കിടക്കുന്ന സ്വന്തം വീട്ടിലേക്ക് പോകാൻ തോന്നിയില്ല. ശരൽക്കാലത്തിന്റെ അവസാന ദിവസങ്ങളിലെ നരച്ചസന്ധ്യയുടെ വെളിച്ചം പൊതിഞ്ഞിരുന്ന തെരുവിലൂടെ അയാൾ അലഞ്ഞുനടന്നു. അയാൾ ടരസ് മയാകിനെ പറ്റി ആലോചിച്ചുകൊണ്ടിരുന്നു.

"അയാൾ കർക്കശസ്വഭാവക്കാരനാണ്. അയാൾക്ക് അച്ഛന്റെ സ്വഭാവം ആണ്. അച്ഛനോളം അസ്വസ്ഥനല്ലെന്നു മാത്രം. അയാൾ ഒരു കൗശലക്കാരനായ ചതിയനാണെന്ന് തോന്നുന്നു. എന്നാൽ ലുബോവ് അയാൾ ഒരു സന്യാസിയാണെന്നാണ് വിചാരിക്കുന്നത്. വിഡ്ഢിപ്പെണ്ണ്! അയാൾ എന്നെപ്പറ്റി എന്ത് പ്രഭാഷണമാണ് നടത്തിയത്! ഒരു ന്യായാധിപൻ! അവൾക്ക് എന്നോട് അനുകമ്പ ഉണ്ടായിരുന്നു." പക്ഷേ, ആ ചിന്തകൾ അയാളുടെ ഉള്ളിൽ യാതൊരു ചലനവും സൃഷ്ടിച്ചില്ല. അയാൾക്ക് ടരസിനോട് വെറുപ്പോ ലുബോവിനോട് അനുകമ്പയോ തോന്നിയില്ല. അയാൾ അയാളോടൊപ്പം അസ്വസ്ഥത ഉണ്ടാക്കുന്നതും വേദനാജനകവുമായ ഏതോ ഒരു കാര്യത്തെ ചുമന്നുകൊണ്ടുനടന്നു. അയാളുടെ നെഞ്ചിനുള്ളിൽ വളർന്നുകൊണ്ടിരുന്ന, അയാൾക്ക് മനസ്സിലാക്കാൻ പറ്റാത്ത ഏതോ ഒരുകാര്യം. അത് ഒരു പരുപോലെ വീങ്ങിവന്ന് അയാളുടെ ഹൃദയത്തെ കാർന്നുതിന്നു കൊണ്ടിരിക്കുകയാണെന്ന് തോന്നി. കീഴടക്കാൻ പറ്റാത്ത ആ വേദന കൂടിക്കൊണ്ടിരുന്നു. അതിനെ എങ്ങനെ ശമിപ്പിക്കണമെന്ന് അറിയാതെ അയാൾ അതിന്റെ ഫലത്തിനുവേണ്ടി കാത്തിരുന്നു.

അതിനുശേഷം അയാളുടെ തലതൊട്ടപ്പന്റെ വണ്ടി അയാളെ കടന്നുപോയി. വണ്ടിക്കുള്ളിൽ ഫോമാ യക്കോവ് മയാകിന്റെ ചെറിയ രൂപം കണ്ടു. പക്ഷേ, ആ കാഴ്ചയ്ക്കുപോലും അയാളിൽ യാതൊരുവികാരവും ഉണർത്താൻ കഴിഞ്ഞില്ല. വിളക്കു കൊളുത്തുന്ന ജോലിക്കാരൻ ഫോമായെ മറികടന്നുചെന്ന് വിളക്കുകാലിൽ കോണി ചാരിവെച്ച് അതിൽ കയറാൻ തുടങ്ങി. കോണി അയാളുടെ ഭാരം കൊണ്ട് പെട്ടെന്ന് തെന്നിപ്പോയി. അയാൾ വിളക്കുകാലിൽ കെട്ടിപ്പിടിച്ചുകൊണ്ട് ഉറക്കെ ചീത്ത വിളിച്ചു. ഒരു ചുമടും കൊണ്ട് വന്ന് പെൺകുട്ടി ഫോമായുടെ ദേഹത്തു

തട്ടി. അവൾ പറഞ്ഞു.

"ക്ഷമിക്കണം."

ഫോമാ അയാളെ നോക്കി. അയാൾ സംസാരിച്ചില്ല. പിന്നീട് ആകാശത്തു നിന്ന് മഴചാറാൻതുടങ്ങി. അദൃശ്യമായ ചെറിയ തുള്ളികൾ വീണ് കടകളുടെ ജാലകങ്ങളും തെരുവുവിളക്കുകളും പൊടികൊണ്ട് മൂടി. ഈ പൊടിപടലത്തിൽ അയാൾക്ക് ശ്വസിക്കാൻ ബുദ്ധിമുട്ട് തോന്നി.

രാത്രിയിൽ ഞാൻ യോഷോവിന്റെ വീട്ടിൽ പോയാലോ? എനിക്ക് അയാളുടെ കൂടെ കുടിക്കാൻ പറ്റും. ഫോമാ ആലോചിച്ചു. അയാൾ യോഷോവിന്റെ വീട്ടിലേക്ക് നടന്നു. പക്ഷേ, അപ്പോൾ അയാൾക്ക് യോഷോവിനെ കാണാനോ അയാളുടെ കൂടെ കുടിക്കാനോ ഉള്ള ഏറ്റവും ചെറിയ ആഗ്രഹം പോലും ഉണ്ടായിരുന്നില്ല.

യോഷോവിന്റെ വീട്ടിലെ സോഫയിൽ ഒരു അപരിഷ്കൃതനായ മനുഷ്യനെ ഫോമാ കണ്ടു. അയാൾ ഒരു ഷർട്ടും നരച്ച കാലുറയും ധരിച്ചിരുന്നു. അയാളുടെ മുഖം പുകകൊള്ളിച്ചതുപോലെ ഇരുണ്ടിരുന്നു. അയാളുടെ ചലനം ഇല്ലാത്ത വലിയ കണ്ണുകളിൽ ദേഷ്യം ഉണ്ടായിരുന്നു. അയാളുടെ കട്ടിയുള്ള മേൽചുണ്ട് പട്ടാളക്കാരുടെ മീശപോലുള്ള കൂർത്ത മീശകൊണ്ട് മൂടിയിരുന്നു. യോഷോവ് കസേരയുടെ കൈയ്ക്ക് മുകളിലൂടെ കാൽ പുറത്തേക്കിട്ടാണ് ഇരുന്നിരുന്നത്. മേശപ്പുറത്തെ കടലാസുകൾക്കും പുസ്തകങ്ങൾക്കും ഇടയിൽ ഒരുകുപ്പി വോഡ്ക്ക ഇരിക്കുന്നുണ്ടായിരുന്നു. മുറിക്കുള്ളിൽ ഏതോ ഭക്ഷണപദാർത്ഥങ്ങളുടെ മണം തങ്ങിനിന്നിരുന്നു.

"നീ എന്താണ് കറങ്ങിനടക്കുന്നത്?" ഫോമായെ നോക്കി തലയാട്ടിക്കൊണ്ട് യോഷോവ് സോഫയിൽ ഇരിക്കുന്ന മനുഷ്യനോടു പറഞ്ഞു. "ഗോർഡിയീവ്."

ആ മനുഷ്യൻ നവാഗതനെ നോക്കിയതിനുശേഷം തുളച്ചിറങ്ങുന്ന ശബ്ദത്തിൽ പറഞ്ഞു. "ക്രാസ്നോഷ്ചോക്കോവ്." ഫോമാ സോഫയുടെ അറ്റത്തിരുന്നുകൊണ്ട് യോഷോവിനോടു പറഞ്ഞു.

"ഞാൻ ഇന്നുരാത്രിയിൽ ഇവിടെ താമസിക്കാൻ വന്നതാണ്."

"എന്തുപറ്റി? വാസിലി. സംസാരിച്ചോളൂ."

വാസിലി സംശയത്തോടെ ഫോമായെ നോക്കിയശേഷം കർക്കശസ്വരത്തിൽ സംസാരിക്കാൻ തുടങ്ങി:

"എന്റെ അഭിപ്രായത്തിൽ നിങ്ങൾ യാതൊരു പ്രയോജനവും ഇല്ലാത്ത മണ്ടന്മാരെ വെറുതെ ആക്രമിക്കുകയാണ്. മാസാനീല്ലോ ഒരു വിഡ്ഢി ആയിരുന്നു. പക്ഷേ, ചെയ്യേണ്ടകാര്യങ്ങൾ കഴിയുന്നത്ര ഭംഗിയായി ചെയ്തു. നിശ്ചയമായും വിങ്കൽറീഡും ഒരു വിഡ്ഢിയായിരുന്നു. എങ്കിലും ചക്രവർത്തിയുടെ കുന്തങ്ങൾ സ്വയം കുത്തിയിറക്കിയില്ലേ? സ്വിറ്റ്സർലാൻഡുകാർ മെതിക്കപ്പെടുമായിരുന്നു. ഇതുപോലെ ധാരാളം വിഡ്ഢികൾ ഉണ്ടായിരുന്നില്ലേ? എന്നിട്ടും അവർ നായകന്മാർ ആണ്. ബുദ്ധിയുള്ള മനുഷ്യർ ഭീരുക്കളാണ്. പ്രതിബന്ധത്തെ എല്ലാ ശക്തിയുമെടുത്ത് അടികൊടുത്തുകൊണ്ട് ഇടപെടേണ്ടി വരുമ്പോൾ അവർ ചിന്തിക്കും.

ഇതുകൊണ്ട് എന്താണ് സംഭവിക്കാൻ പോകുന്നത്? ഒരുപക്ഷേ, നമ്മൾ യാതൊരുപ്രയോജനവും ഇല്ലാതെ അകാല ചരമംപ്രാപിക്കാൻ ഇടയുണ്ട്. അതുകൊണ്ട് അവസാനശ്വാസംവരെ അവർ തൂണുപോലെ ഉറച്ചുനിൽക്കാം. വിഡ്ഢികൾക്ക് ധൈര്യം ഉണ്ട്! അവർ ഭിത്തിയിൽ തലകൊണ്ടുപോയി ഇടിക്കും! അയാളുടെ തലയോട്ടി പൊട്ടിയാൽ അതുകൊണ്ട് എന്തു സംഭവിക്കാൻ? പശുക്കുട്ടിയുടെ തലയ്ക്കു വില കുറവാണ്. അയാൾ ഭിത്തിയിൽ പൊട്ടൽ ഉണ്ടാക്കിയാൽ ബുദ്ധിമാന്മാർ അതൊരു വാതിലാക്കി മാറ്റും. അവർ അതിലൂടെ അന്തസ്സായി പുറത്തുവന്ന് സ്വയം അതിന്റെ ആദരവ് നേടിയെടുക്കും. ചിന്തിക്കാത്തതുകൊണ്ട് സംഭവിക്കുന്നതാണെങ്കിലും ധീരത ഒരു നല്ല കാര്യം ആണ്."

"വാസിലി നിങ്ങൾ പറയുന്നത് അസംബന്ധം ആണ്!" യോഷോവ് അയാളുടെ നേർക്ക് കൈചൂണ്ടിക്കൊണ്ട് പറഞ്ഞു.

"തീർച്ചയായും!" വാസിലി സമ്മതിച്ചു. "പക്ഷേ, ഞാൻ കണ്ണുപൊട്ടൻ അല്ല. എനിക്ക് കാഴ്ച ഉണ്ട്. ഇവിടെ ധാരാളം തലച്ചോറുകൾ ഉണ്ട്. പക്ഷേ, അതിൽ നിന്നും യാതൊരു നന്മയും പുറത്തുവരുന്നില്ല. ഈ കാലത്ത് ബുദ്ധിയുള്ള മനഷ്യർ ഏറ്റവും വിവേകത്തോടെ പ്രവർത്തിക്കേണ്ടത് എങ്ങനെയെന്ന് ആലോചിച്ചുകൊണ്ടിരിക്കുന്നു."

"കുറച്ചുകഴിഞ്ഞ് പോകാം." യോഷോവ് പറഞ്ഞു.

"എനിക്ക് പറ്റില്ല. എനിക്ക് ജോലിക്ക് പോകണം. ഇപ്പോൾ തന്നെ താമസിച്ചുപോയി. ഞാൻ നാളെ ഇതുവഴി വരാം. അതുപോരെ?"

"വരണം! ഞാൻ ഇതിന്റെ മറുപടി പൊരിച്ചുതരാം"

"നിങ്ങളുടെ പരിപാടി അതുതന്നെ ആണ്!"

"വാസിലി സോഫയിൽ നിന്ന് സാവധാനം എഴുന്നേറ്റ് യാഷോവിന് കൈകൊടുത്തു.

"പോയിട്ടുവരാം!"

പിന്നീട് അയാൾ ഫോമായെ നോക്കി തല കുലുക്കിയതിനുശേഷം വാതിലിലൂടെ പുറത്തുപോയി.

അയാൾ നടന്നുപോകുന്നതിന്റെ കനത്ത ശബ്ദം പ്രതിദ്ധ്വനിച്ചുകൊണ്ടിരുന്ന വാതിലിന്റെ നേർക്ക് വിരൽചൂണ്ടിക്കൊണ്ട് യോഷോവ് ഫോമായോട് ചോദിച്ചു. "നീകണ്ടോ?"

"അയാൾ എന്തുചെയ്യുന്നു?"

"അസിസ്റ്റന്റ് മിഷീനിസ്റ്റാണ്. വാസ്കാക്രാസ് നോഷ് ചെക്കോവ്. അയാളെ കണ്ട് പഠിക്കണം. പതിനഞ്ചുവയസ്സിൽ അയാൾ പഠിക്കാൻ തുടങ്ങി. വായിക്കാനും എഴുതാനും പഠിച്ചു. ഇരുപത്തി എട്ടായപ്പോൾ അയാൾ എത്രമാത്രം നല്ലപുസ്തകങ്ങൾ വായിച്ചുകഴിഞ്ഞിരുന്നെന്ന് ദൈവത്തിനു മാത്രം അറിയാം. ആ സമയം കൊണ്ട് അയാൾ രണ്ടു ഭാഷകളിൽ പണ്ഡിതനായി കഴിഞ്ഞിരുന്നു. ഇപ്പോൾ അയാൾ വിദേശത്തു പോകുകയാണ്."

"എന്തിന്?" ഫോമാ ചോദിച്ചു.

“പഠിക്കാൻ. അവിടെ ആളുകൾ എങ്ങനെയാണ് ജീവിക്കുന്നതെന്ന് മനസ്സിലാക്കാൻ. നീ ഇവിടെ മടിപിടിച്ചിരിക്കുന്നത് എന്തിനുവേണ്ടി ആണ്?”

“അയാൾ വിഡ്ഢികളെ പറ്റി പറഞ്ഞതിൽ ന്യായം ഉണ്ട്.” ഫോമാ ആലോചനയോടെ പറഞ്ഞു.

“എനിക്ക് അറിയില്ല. കാരണം ഞാൻ ഒരു വിഡ്ഢി അല്ല.”

“അത് സത്യം ആണ്. മണ്ടൻ പെട്ടെന്ന് പ്രവർത്തിക്കും. മുന്നോട്ട് പാഞ്ഞുകയറിച്ചെന്ന് തള്ളി താഴെ ഇടും.”

“അവിടെ അയാൾക്ക് നിയന്ത്രണം നഷ്ടപ്പെടുന്നു!” യാക്കോവ് ഉറക്കെ പറഞ്ഞു. “മയാകിന്റെ മകൻ തിരിച്ചുവന്നെന്ന് കേട്ടത് സത്യമാണോ?” യോഷോവ് ചോദിച്ചു.

“അതെ എന്തിനാണ് ചോദിച്ചത്?”

“ഒന്നും ഇല്ല. വെറുതെ.”

“എന്തോ കാര്യം ഉണ്ടെന്ന് നിന്റെ മുഖത്തു നിന്നും എനിക്ക് മനസ്സിലാകുന്നുണ്ട്.”

അയാളുടെ മകനെപറ്റി നമുക്ക് എല്ലാം അറിവുള്ളതാണ്. നമ്മൾ അയാളെ പറ്റി കേട്ടിട്ടുണ്ട്.”

“ഞാൻ അയാളെ കണ്ടിട്ടും ഉണ്ട്.”

“അയാൾ എന്തുചെയ്യുന്നു?”

“ആർക്കറിയാം. എനിക്ക് എന്ത് കാര്യം?”

“അയാൾ അയാളുടെ അച്ഛനെപോലെ ആണോ?”

“അയാൾക്ക് വണ്ണം കൂടുതലുണ്ട്. അയാൾ കൂടുതൽ ഗൗരവക്കാരനാണ്.”

“അതായത് അയാൾ യാഷ്ക്കായേക്കാൾ മോശമാണെന്നാണ്. നീ എന്തായാലും നിന്റെ കാര്യം സൂക്ഷിക്കണം. അല്ലെങ്കിൽ അവർ നിന്നെ ഊറ്റിക്കുടിക്കും.”

“അവർ അതു ചെയ്തോട്ടെ!”

“അവർ നിന്നെ കൊള്ളയടിക്കും. നീ ഇരപ്പാളി ആകും. ആ ടരസ്യക്കാറ്ററിങ് ബർഗിൽ ഭാര്യയുടെ അച്ഛനെ വളരെ ബുദ്ധിപൂർവ്വം പണം പറ്റിച്ചിട്ടുണ്ട്.”

“അവന് ഇഷ്ടമാണെങ്കിൽ അവൻ എന്നെയും കൊള്ളയടിക്കട്ടെ! ഞാൻ അവനോട് ‘നന്ദി’ പറയും. മറ്റൊന്നും പറയില്ല.”

“നീ ഇപ്പോഴും ആ പഴയ പാട്ടുതന്നെ പാടിക്കൊണ്ടിരിക്കുകയാണ്.”

“അതെ.”

“സ്വാതന്ത്ര്യം സ്ഥാപിക്കാൻ.”

“അതെ.”

“അത് വിട്ടുകള! നീ എന്തിനാണ് സ്വാതന്ത്ര്യം ആഗ്രഹിക്കുന്നത്?” നീ അതുകൊണ്ട് എന്താണ് ചെയ്യാൻ പോകുന്നത്? നിന്നെക്കൊണ്ട് ഒന്നിനും പറ്റില്ലാന്ന് നിനക്ക് അറിയില്ലേ? നിനക്ക് എഴുത്തും വായനയും ശീലമില്ല. നിന്നെക്കൊണ്ട് വിറകുകീറാൻ പറ്റില്ല. ഇപ്പോൾ എനിക്ക്

വോഡ്കയും ഭക്ഷണവും വേണ്ടെന്നുവയ്ക്കാൻ കഴിഞ്ഞാൽ എനിക്ക് സ്വതന്ത്രനാകാൻ പറ്റും." യോഷോവ് ചാടി എഴുന്നേറ്റു ഫോമായുടെ മുന്നിൽ നിന്നുകൊണ്ട് പ്രഖ്യാപനം നടത്തുന്നതുപോലെ പറഞ്ഞു.

"ഞാൻ എന്റെ മുറിവേറ്റ ആത്മാവിന്റെ അവശിഷ്ടങ്ങളും എന്റെ ഹൃദയരക്തവും കൂടി വലിച്ചെടുത്ത് നമ്മുടെ ബുദ്ധിജീവി സമൂഹത്തിന്റെ മുഖത്തു തുപ്പും! ഞാൻ അവരോടു പറയും."

"പുഴുക്കളേ, നിങ്ങൾ എന്റെ രാജ്യത്തിന്റെ ഏറ്റവും നല്ല ചോര ആണ്! റഷ്യാക്കാരുടെ പല തലമുറകളുടെ ചോരയും കണ്ണുനീരും പകരം കൊടുത്താണ് നിങ്ങൾ നിലനില്ക്കുന്നത്. നിങ്ങളുടെ രാജ്യം എത്രമാത്രം സ്നേഹത്തോടെ നിങ്ങൾക്ക് പ്രതിഫലം നല്കിയിരിക്കുന്നു! നിങ്ങൾ രാജ്യത്തിനുവേണ്ടി എന്താണ് തിരിച്ചുകൊടുക്കുന്നത്? നിങ്ങൾ കഴിഞ്ഞ കാലത്തിന്റെ കണ്ണുനീർത്തുള്ളികളെ മുത്തുകളാക്കി മാറ്റിയിട്ടുണ്ടോ? നിങ്ങൾ ജീവിതത്തിനുവേണ്ടി എന്ത് കാര്യം സംഭാവന ചെയ്തിട്ടുണ്ട്? നിങ്ങൾ എന്ത് നേടിയിട്ടുണ്ട്? നിങ്ങൾ കീഴടക്കപ്പെടാൻ സ്വയം അനുവദിച്ചിരിക്കുന്നു. നിങ്ങൾ എന്താണ് ചെയ്തുകൊണ്ടിരിക്കുന്നത്? നിങ്ങൾ പരിഹരിക്കപ്പെടാൻ സ്വയം അനുവാദം കൊടുത്തിരിക്കുന്നു."

അയാൾ ദേഷ്യപ്പെട്ട് കാല് നിലത്തുചവുട്ടി. പല്ലുകടിച്ചുകൊണ്ട് ഫോമായുടെ മുഖത്തേക്ക് നോക്കി. അയാൾക്ക് വെറിപിടിച്ച ഒരു വന്യമൃഗത്തോട് സാമ്യം ഉണ്ടായിരുന്നു.

"ഞാൻ അവരോട് പറയും. "നിങ്ങൾ! നിങ്ങൾ ഒരുപാട് ചിന്തിക്കുന്നു. പക്ഷേ, നിങ്ങൾക്ക് വിവേകം ഇല്ല. നിങ്ങൾക്ക് ഒട്ടുംതന്നെ ശക്തിയില്ല. അതുകൂടാതെ നിങ്ങൾ എല്ലാവരും ഭീരുക്കളാണ്. നിങ്ങളുടെ ഹൃദയങ്ങളിൽ മരണവും ഉൽകൃഷ്ടമായ ചിന്തകളും നിറഞ്ഞിരിക്കുന്നു. പക്ഷേ, അവ തൂവൽമെത്തകൾപോലെ മൃദുലമാണ്. സുഖകരമാണ്. സർഗ്ഗശക്തിയുടെ ആത്മാവ് അതിൽകിടന്ന് ശാന്തതയോടെ അഗാധമായ ഉറക്കത്തിലാകുന്നു. നിങ്ങളുടെ ഹൃദയം മിടിക്കുന്നില്ല. അവ സാവധാനം തൊട്ടിയിൽപോലെ ആടിക്കൊണ്ടിരിക്കുന്നു. ഞാൻ എന്റെ ഹൃദയത്തെ രക്തത്തിൽ വിരൽമുക്കി നിങ്ങളുടെ നെറ്റിത്തടങ്ങളിൽ എന്റെ ശകാരവാക്കുകൾ കുറിച്ചിടും. ആത്മാവുനഷ്ടപ്പെട്ട നിങ്ങൾ ആത്മസംതൃപ്തി ലഭിക്കാതെ കഷ്ടപ്പെട്ടുകൊണ്ടിരിക്കും. ഹോ നിങ്ങൾ എന്തുമാത്രം കഷ്ടപ്പെടും! എന്റെ ചാട്ടവാർ മൂർച്ചയുള്ളതാണ്! എന്റെ കൈ ബലമുള്ളതാണ്! ഞാൻ അനുകമ്പയുള്ളവരെ ആഴത്തിൽ സ്നേഹിക്കുന്നു! ഇപ്പോൾ നിങ്ങൾ കഷ്ടപ്പെടുന്നില്ല. കാരണം നിങ്ങൾ കൂടെക്കൂടെ നിങ്ങളുടെ കഷ്ടപ്പാടിനെപറ്റി ധാരാളം കാര്യങ്ങൾ ഉറക്കെ സംസാരിക്കുന്നു. നിങ്ങൾ കള്ളം പറയുന്നു. കാരണം യഥാർത്ഥ കഷ്ടപ്പാടിൽ ഉള്ളത് മൂകത ആണ്! യഥാർത്ഥ അഭിനിവേശത്തിന് അതിരുകൾ ഇല്ല! അഭിനിവേശങ്ങൾ! അഭിനിവേശങ്ങൾ! മനുഷ്യഹൃദയങ്ങളിൽ അത് എപ്പോളാണ് പൊട്ടിമുളയ്ക്കാൻ പോകുന്നത്? നിർവ്വികാരത കാരണം നമ്മൾ എല്ലാം കഷ്ടപ്പെടുകയാണ്."

ശ്വാസം വിടാനുള്ള ബുദ്ധിമുട്ടുകൊണ്ട് അയാൾ ചുമയ്ക്കാൻ

തുടങ്ങി. അയാൾ ഒരു ഭ്രാന്തനെപ്പോലെ കൈവീശിക്കൊണ്ട് അങ്ങോട്ടും ഇങ്ങോട്ടും ചാടിനടക്കുന്നതിനിടയിൽ വളരെനേരത്തേക്ക് ചുമച്ചുകൊണ്ടിരുന്നു. പിന്നീട് അയാൾ ഫോമായുടെ മുന്നിൽ നിന്ന് വീണ്ടും നടത്തം നിർത്തി. അയാളുടെ വിളറിയ മുഖത്തെ കണ്ണുകൾക്ക് ചോരയുടെ ചുവപ്പായിരുന്നു. അയാൾ ശ്വാസം വിടാൻ ബുദ്ധിമുട്ടുന്നുണ്ടായിരുന്നു. കൂർത്തു നില്ക്കുന്ന ചെറിയപല്ലുകൾ പുറത്തുകാണാം. അയാളുടെ ചുണ്ടുകൾ ഇടയ്ക്കിടയ്ക്ക് വിറച്ചു. വൃത്തികെട്ട വേഷത്തിൽ ചീകി ഒതുക്കാത്ത കുറ്റിത്തലമുടിയുമായി അയാളെ കണ്ടാൽ വെള്ളത്തിൽ നിന്ന് കരയ്ക്കെടുത്തിട്ട ഒരു കിളിക്കൂടാണെന്ന് തോന്നും. ഫോമാ ഈ രീതിയിൽ അയാളെ കാണുന്നത് ആദ്യമായിരുന്നില്ല. ആ ചെറിയ മനുഷ്യന്റെ തുളച്ചിറങ്ങുന്ന വാക്കുകൾ അയാൾ നിശ്ശബ്ദനായി കേട്ടുകൊണ്ടിരുന്നു. അവ ആരെ ഉദ്ദേശിച്ചാണെന്ന് മനസ്സിലാക്കാൻ ആഗ്രഹം ഇല്ലാത്തതുകൊണ്ട് അയാളുടെ സംസാരത്തിന്റെ അർത്ഥം അറിയാൻ ഫോമാ ശ്രമിച്ചില്ല. അയാളുടെ വാക്കുകളുടെ ശക്തിമാത്രം ഫോമായുടെ ഉള്ളിലേക്ക് കടന്നു. വെള്ളം പോലെ തിളയ്ക്കുന്ന യോഷോവിന്റെ സംസാരം ഫോമായുടെ ആത്മാവിനെ ചൂടുപിടിപ്പിച്ചു.

"ഞാൻ ആ നികൃഷ്ടരായ മടിയന്മാരോട് പറയും: 'നോക്കൂ! ജീവിതം നിങ്ങളെ പിന്നിലാക്കി മുന്നോട്ടുനീങ്ങിക്കൊണ്ടിരിക്കുന്നു!"

"ഏയ്! അതുകൊള്ളാം!" ഫോമാ ആഹ്ലാദത്തോടെ സോഫയിൽ ഇരുന്ന് കുലുങ്ങാൻ തുടങ്ങി. "യോഷോവ്! നീ ഒരു നേതാവാണ്! പറയൂ. അവരുടെ മുഖത്തേക്ക് അതെല്ലാം വലിച്ചെറിയൂ!"

പക്ഷേ, യോഷോവിന് പ്രോത്സാഹനത്തിന്റെ ആവശ്യം ഉണ്ടായിരുന്നില്ല. ഫോമായുടെ ഉറക്കെയുള്ള സംസാരം അയാൾ കേട്ടതായി തോന്നിയില്ല. അയാൾ സംസാരം തുടർന്നു.

"എന്റെ കഴിവുകളുടെ പരിമിതി എനിക്ക് അറിയാം. അവർ എന്നോട് അലറും. സമാധാനിക്കണം. അവർ എന്നോട് പറയും. സംസാരം നിർത്തണം. അവർ എന്നെ ബുദ്ധിപൂർവ്വം ശാന്തമായി പരിഹസിക്കും. അവർ അവരുടെ പ്രതാപത്തിന്റെ ഉയരങ്ങളിൽ ഇരുന്ന് എന്നോട് സംസാരിക്കും. ഞാൻ ഒരുചെറിയ കിളിയാണെന്ന് എനിക്ക് അറിയാം. ഹോ, ഞാൻ ഒരു രാപ്പാടിപോലും അല്ല! അവരുമായി താരതമ്യപ്പെടുത്തിയാൽ ഞാൻ ഒരു അറിവില്ലാത്താവനാണ്. ഞാൻ ഒരു വെറും വാർത്താലേഖകൻ ആണ്. ആളുകളെ രസിപ്പിക്കാനുള്ള ഒരു മനുഷ്യൻ. അവർ വിളിച്ചുകൂവി എന്നെ നിശ്ശബ്ദനാക്കട്ടെ! അവർ അതുചെയ്യട്ടെ! എന്റെ കവിളിൽ അടിവീഴും! പക്ഷേ, എന്റെ ഹൃദയം എന്തായാലും മിടിച്ചുകൊണ്ടിരിക്കും! ഞാൻ അവരോട് പറയും."

"അതെ, ഞാൻ ഒരു വിവരം ഇല്ലാത്തവൻ ആണ്! അതുകൊണ്ട് നിങ്ങളെക്കാൾ കൂടുതലായി എനിക്കുള്ള ആദ്യത്തെ പ്രയോജനം ഇതാണ്. മനുഷ്യനേക്കാൾ വിലയേറിയ ഒരു സത്യവും പുസ്തകങ്ങളിൽ ഇല്ലെന്ന് എനിക്ക് അറിവുണ്ട്! പ്രപഞ്ചം മനുഷ്യനാണ്. ലോകത്തെ മുഴുവൻ ഉള്ളിൽ

വഹിച്ചുകൊണ്ട് അയാൾ എന്നെന്നും ജീവിക്കട്ടെ. നിങ്ങൾ ഒരുപക്ഷേ, നിങ്ങൾക്ക് മനസ്സിലാക്കാൻ കഴിയാത്ത അർത്ഥം ഉൾക്കൊള്ളുന്ന ഒരു വാക്കിനെച്ചൊല്ലി പരസ്പരം മുറിവുകളും വ്രണങ്ങളും അടിച്ചേല്പിക്കുന്നു. ഒരുവാക്കിനുവേണ്ടി നിങ്ങൾ പരസ്പരം കാർക്കിച്ചുതുപ്പുന്നു. നിങ്ങൾ ആത്മാവിനെ ആക്രമിക്കുന്നു. ഇതിന് ജീവിതം നിങ്ങളോട് രൂക്ഷമായി കണക്കു ചോദിക്കും. നിങ്ങൾക്ക് എന്നെ വിശ്വസിക്കാം. ഇത് ഒരു കൊടുങ്കാറ്റായി മാറും. ഒരു മരത്തിലെ പൊടിപടലങ്ങളെയും കാറ്റും മഴയും കഴുകിക്കളയുന്നതുപോലെ അത് നിങ്ങളെ ഭൂമിയിൽ നിന്ന് തുടച്ചുമാറ്റും. മനുഷ്യഭാഷയിൽ എല്ലാവർക്കും അർത്ഥം അറിയാവുന്നതും എല്ലാവരും ഇഷ്ടപ്പെടുന്നതുമായ വാക്ക് ഒന്നുതന്നെ ആണ്. ആ വാക്ക് ഏത് ഭാഷയിൽ ഉച്ചരിച്ചാലും അതിന്റെ അർത്ഥം സ്വാതന്ത്ര്യം എന്നായിരിക്കും!"

"തകർത്തു മുന്നേറട്ടെ!" ഫോമാ സോഫയിൽ നിന്ന് ചാടി എഴുന്നേറ്റ് യോഷോവിന്റെ തോളിൽ മുറുകെ പിടിച്ചുകൊണ്ട് ഗർജ്ജിച്ചു. അയാൾ യോഷോവിന്റെ അടുത്തേക്ക് കുനിഞ്ഞുനിന്ന് തിളങ്ങുന്ന കണ്ണുകൾകൊണ്ട് യോഷോവിന്റെ മുഖത്തുനോക്കി. അയാൾ ദുഃഖത്തോടെ വിലപിച്ചു. "ഹോ! നിക്കോളെ! എന്റെ ചങ്ങാതി, ഞാൻ നിനക്കുവേണ്ടി മരണതുല്യം ദുഃഖിക്കുന്നു! ഞാൻ വാക്കുകൾക്ക് പറയാൻകഴിയുന്നതിലും കൂടുതൽ ദുഃഖിക്കുന്നു!"

"എന്താണിത്? നിനക്ക് എന്തുപറ്റി?" അപ്രതീക്ഷിതമായി ഫോമ പൊട്ടിത്തെറിച്ചതിൽ അത്ഭുതപ്പെട്ടുകൊണ്ട് യോഷോവ് ഫോമായെ തള്ളി മാറ്റി.

"സഹോദരാ!" കൂടുതൽ സൗഹൃദത്തോടെ ശബ്ദം താഴ്ത്തിക്കൊണ്ട് ഫോമാ പറഞ്ഞു. "നീ എന്തിനാണ് നാശത്തിലേക്ക് മുങ്ങുന്നത്?

"ആര്? ഞാനോ? ഞാൻ മുങ്ങുന്നെന്നോ? നീ കള്ളം പറയുന്നു!"

"ചങ്ങാതി! നീ ആരോടും ഒന്നം പറയരുത്! സംസാരിക്കാൻപറ്റിയ ആരും തന്നെ ഇല്ല! നീ പറയുന്നത് ആര് ശ്രദ്ധിക്കും? ഞാൻ മാത്രം ശ്രദ്ധിക്കും!"

"ഞാൻ അത് കാര്യമാക്കുന്നില്ല!" പൊള്ളലേറ്റതുപോലെ ഫോമായുടെ അടുത്തുനിന്ന് ചാടി മാറിക്കൊണ്ട് യോഷോവ് ദേഷ്യപ്പെട്ടു.

ഫോമാ അയാളുടെ അടുത്തേക്ക് നടന്നുചെന്ന് തീക്ഷ്ണമായ ദുഃഖത്തോടെ വിശ്വാസം തോന്നുന്നമട്ടിൽ സംസാരിച്ചു.

"സംസാരിക്കൂ! എന്നോട് സംസാരിക്കൂ! ഞാൻ നിങ്ങളുടെ വാക്കുകളെ വേണ്ട സ്ഥലത്ത് എത്തിക്കാം. എനിക്ക് അതെല്ലാം മനസ്സിലാകുന്നുണ്ട്. ഞാൻ അവരെ എങ്ങനെ ചുട്ടുപൊള്ളിക്കുമെന്ന് നിങ്ങൾക്ക് കാണാം! അല്പം കാത്തിരിക്കണം! എന്റെ അവസരം വരും!"

"ദൂരെ പോകൂ!" ഫോമായുടെ ശക്തികൊണ്ട് ഭിത്തിയിൽ അമർന്നുനിന്നിരുന്ന യോഷോവ് ഞരങ്ങി. അയാളുടെ നേർക്ക് നീട്ടിയ ഫോമയുടെ കൈ പിൻവലിക്കാൻ യോഷോവ് അമ്പരപ്പോടെ ആംഗ്യം കാണിച്ചു. അയാൾക്ക് ദേഷ്യം വരുന്നുണ്ടായിരുന്നു. ഈ സമയത്ത് കതക് തുറന്ന്

കറുത്ത വേഷം ധരിച്ച ഒരു സ്ത്രീ വാതിൽ പടിയിൽ പ്രത്യക്ഷപ്പെട്ടു. അവരുടെ മുഖത്ത് ദേഷ്യവും ആവേശവും ഉണ്ടായിരുന്നു. അവൾ മുഖത്തു ഒരുതൂവാലകെട്ടി കവിളുകൾ മറച്ചിരുന്നു. അവൾ തല പിന്നോട്ട് ചരിച്ച് യോഷോവിന്റെ നേർക്ക് കൈചൂണ്ടിക്കൊണ്ട് തുളച്ചിറങ്ങുന്ന ശബ്ദത്തിൽ പറഞ്ഞു.

"നിക്കോളെ മാറ്റ്‌വിച്ച്! എന്നോട് ക്ഷമിക്കണം. പക്ഷേ, ഇത് അനുവദിക്കാൻ പറ്റില്ല! മൃഗങ്ങളെപോലെയുള്ള ഈ അലർച്ചയും കൂവലും പറ്റില്ല! എല്ലാ ദിവസവും അതിഥികൾ ഉണ്ട്! ഇനി അങ്ങോട്ട് എനിക്ക് ഇതു സഹിക്കാൻപറ്റില്ല! പൊലീസ് വന്നുകൊണ്ടിരിക്കുന്നു. എനിക്ക് എന്തുചെയ്യണമെന്ന് അറിയില്ല. നാളെ ദയവായി മുറി ഒഴിഞ്ഞുതരണം. നിങ്ങൾ താമസിക്കുന്നത് മരുഭൂമിയിലല്ല. നിങ്ങൾക്കുചുറ്റും മറ്റു മനുഷ്യർ ഉണ്ട്. നിങ്ങളെപോലെ വിദ്യാഭ്യാസം ഉള്ള ഒരു മനുഷ്യർ! അതും ഒരെഴുത്തുകാരൻ! എല്ലാവർക്കും വിശ്രമം വേണം. എനിക്ക് പല്ലുവേദന എടുക്കുന്നുണ്ട്. നിങ്ങൾ നാളെ ഇവിടെ നിന്ന് മാറണമെന്ന് ഞാൻ ആവശ്യപ്പെടുന്നു. ഞാൻ ഒരു മുന്നറിയിപ്പ് ഇവിടെ ഒട്ടിക്കും. പൊലീസിൽ ഞാൻ വിവരം ധരിപ്പിക്കും."

അവൾ അതിവേഗത്തിൽ സംസാരിച്ചു. അവളുടെ സംസാരത്തിന്റെ ഭൂരിഭാഗവും വ്യക്തമായി കേൾക്കാൻ കഴിഞ്ഞിരുന്നില്ല. അയാൾ അസ്വസ്ഥതയോടെ രൂക്ഷമായി പറഞ്ഞ വാക്കുകൾ മാത്രമാണ് തിരിച്ചറിയാൻ കഴിഞ്ഞിരുന്നത്. അവളുടെ തൂവാലയുടെ അറ്റങ്ങൾ കൊമ്പുപോലെ മുഖത്തിന്റെ ഇരുവശങ്ങളിലേക്കും തള്ളിനിന്നു. താടിയെല്ലിന്റെ ചലനങ്ങൾക്കൊപ്പം അത് കുലുങ്ങുന്നുണ്ടായിരുന്നു. അവൾ ബഹളം കൂട്ടാൻ തുടങ്ങിയപ്പോൾ ഫോമാ സാവധാനം സോഫയിലേക്ക് പിൻവാങ്ങി. യോഷോവ് നെറ്റിതുടച്ചുകൊണ്ട് അവളുടെ സംസാരം ശ്രദ്ധിച്ചുകേട്ടു.

"ഓർമ്മവേണം!' വാതിലിന്റെ മറവിൽ നിന്നുകൊണ്ട് അവൾ ഒരിക്കൽകൂടി പറഞ്ഞു. "നാളെ! എന്ത് അക്രമം ആണ്."

"പിശാച്!" വാതിലിലേക്ക് നോക്കിക്കൊണ്ട് യോഷേവ് പിറുപിറുത്തു.

"അതെ! അവർ ഒരു വിട്ടുവീഴ്ചയും ഇല്ലാത്ത സ്ത്രീ ആണ്." ഫോമ യോഷോവിനെ നോക്കിക്കൊണ്ട് പറഞ്ഞു.

യോഷോവ് മേശയുടെ അടുത്തേക്ക് നടന്നുചെന്ന് അര ഗ്ലാസ് വോഡ്ക ഒഴിച്ചുകുടിച്ചതിനുശേഷം കസേരയിൽ തല കുനിച്ചിരുന്നു. കുറച്ചുസമയം ആരും സംസാരിച്ചില്ല. അതിനുശേഷം ഫോമാ സാവധാനം പറഞ്ഞു.

"ഇതെല്ലാം എങ്ങനെയാണ് സംഭവിച്ചത്! നമുക്ക് കണ്ണടച്ചുതുറക്കാനുള്ള സമയം കിട്ടിയില്ല. പെട്ടെന്ന് ഇത്തരം ഒരുപ്രശ്നം."

യോഷോവ് തലകുലുക്കിക്കൊണ്ട് ഫോമായെ കോപത്തോടെ നോക്കി. "നീ ഒന്നുംപറയാതെ സോഫയിൽ കിടന്ന് ഉറങ്ങാൻ നോക്ക്! ഹോ!"

അയാൾ ഫോമായെ മുഷ്ടി ചുരുട്ടിക്കാണിച്ച് ഭീഷണിപ്പെടുത്തി.

പിന്നീട് ഗ്ലാസിൽ വോഡ്ക നിറച്ചതിനുശേഷം അത് കാലിയാക്കി മേശപ്പുറത്തു തിരിച്ചുവെച്ചു.

കുറച്ചുകഴിഞ്ഞപ്പോൾ ഫോമാ വേഷം അഴിച്ചുമാറ്റി സോഫയിൽ കയറിക്കിടന്നു. അയാൾ കണ്ണുകൾ പകുതി അടച്ച് കൊണ്ട് മേശയുടെ അടുത്ത് കുനിഞ്ഞിരിക്കുന്ന യോഷോവിനെ നോക്കി. നിലത്തു നോക്കിയിരിക്കുന്ന അയാളുടെ ചുണ്ടുകൾ നിശ്ശബ്ദമായി ചലിക്കുന്നുണ്ടായിരുന്നു. ഫോമാ അത്ഭുതപ്പെട്ടു. യോഷോവ് അയാളോട് ദേഷ്യപ്പെട്ടതിന്റെ കാരണം ഫോമായ്ക്ക് മനസ്സിലായിരുന്നില്ല. അതിന്റെ കാരണം സ്ത്രീ യോഷോവിനോട് പുറത്തുപോകാൻ പറഞ്ഞതുകൊണ്ട് ആകണമെന്നില്ല. കാരണം അലറിവിളിച്ചുകൊണ്ടിരുന്നത് യോഷോവ് ആയിരുന്നു, അയാൾ ആയിരുന്നില്ല.

"പിശാച്!" യോഷോവ് പല്ലിറുമ്മിക്കൊണ്ട് പിറുപിറുത്തു.

ഫോമാ തലയണയിൽ നിന്ന് സാവധാനം തല ഉയർത്തി. യോഷോവ് ആഴത്തിൽ നെടുവീർപ്പിട്ടുകൊണ്ട് വോഡ്ക കുപ്പിയുടെ നേർക്ക് വീണ്ടും കൈ നീട്ടി. ഫോമാ അയാളോട് മൃദുവായി പറഞ്ഞു.

"നമുക്ക് ഏതെങ്കിലും ഹോട്ടലിലേക്ക് പോകാം. ഇപ്പോൾ സമയം താമസിച്ചുപോയിട്ടില്ല."യോഷോവ് ഫോമായെ നോക്കി അയാൾ തല ചൊറിഞ്ഞുകൊണ്ട് അസാധാരണമായ രീതിയിൽ പൊട്ടിച്ചിരിച്ചു. പിന്നീട് കസേരയിൽ നിന്ന് എഴുന്നേറ്റ് കൊണ്ട് ഫോമായോട് പറഞ്ഞു.

"പോകാം."

ഫോമാ സോഫയിൽ ചുരുണ്ടുകൂടിക്കിടക്കുന്നതുകണ്ടപ്പോൾ യോഷോവിന് ദേഷ്യം വന്നു. അയാൾ അക്ഷമയോടെ ദേഷ്യപ്പെട്ട് അലറി.

"ഒന്നു വേഗം ആകട്ടെ! നീ മണ്ടത്തരത്തിന്റെ ആൾരൂപമാണ്! നശിച്ചവൻ!"

"ശപിക്കരുത്!" ഫോമാ സ്നേഹത്തോടെ പുഞ്ചിരിച്ചുകൊണ്ട് പറഞ്ഞു. "ഒരുസ്ത്രീ കിടന്ന് ചിലച്ചതിന് നീ എന്താണ് ദേഷ്യപ്പെടുന്നത്?"

യോഷോവ് ഫോമായെ നോക്കിയതിനുശേഷം അത്യുച്ചത്തിൽ പൊട്ടിച്ചിരിച്ചു.

പതിമൂന്ന്

"**എ**ല്ലാവരും ഇവിടെ ഉണ്ടോ?" തന്റെ പുതിയ കപ്പലിന്റെ അണിയത്തുനിന്ന് അതിഥികളെ വീക്ഷിച്ചുകൊണ്ട് ഇല്യാ യഫിമോവിച്ച് കോനോനോവ് ചോദിച്ചു.

"എല്ലാവരും ഉണ്ടെന്ന് തോന്നുന്നു!"

തടിച്ചു ചുവന്ന മുഖം സന്തോഷത്തോടെ മുകളിലേക്ക് ഉയർത്തിക്കൊണ്ട് അയാൾ ക്യാപ്റ്റനോട് വിളിച്ചുപറഞ്ഞു.

"പെട്രുഖാ, തള്ളിവിട്."

"ശരി, സാർ" തയ്യാറെടുത്തു നിന്നിരുന്ന ക്യാപ്റ്റൻ സംസാരിക്കാനുള്ള കുഴലിലൂടെ വിളിച്ചുപറഞ്ഞു. ക്യാപ്റ്റൻ തൊപ്പി ഊരി കഷണ്ടിത്തല പുറത്തുകാണിച്ചുകൊണ്ട് ആകാശത്തേക്ക് നോക്കി കുരിശുവരച്ചു. അയാൾ സമൃദ്ധമായ താടി തടവിക്കൊണ്ട് തൊണ്ട ശരിയാക്കിയതിനു ശേഷം ആജ്ഞാപിച്ചു.

"പിന്നോട്ട്!"

അതിഥികൾ ശ്രദ്ധയോടെ ക്യാപ്റ്റന്റെ ചലനങ്ങൾ ശബ്ദം ഉണ്ടാക്കാതെ നോക്കിക്കൊണ്ട് നിന്നു. അയാളെ അനുകരിച്ചുകൊണ്ട് അവരും കുരിശുവരയ്ക്കാൻ തുടങ്ങി. അവരുടെ തൊപ്പികൾ കറുത്തപക്ഷിക്കൂട്ടത്തെപോലെ അന്തരീക്ഷത്തിലൂടെ തെന്നിമാറി.

"ദൈവമേ അങ്ങയുടെ അനുഗ്രഹങ്ങൾ ഞങ്ങൾക്ക് നല്കണമേ!" കോനോവ് വികാരധീനനായി വിളിച്ചുകൂവി

"പിന്നോട്ടുപോയിട്ട് മുന്നോട്ട്! ക്യാപ്റ്റൻ ആജ്ഞാപിച്ചു. വലിപ്പം കൂടിയ 'ഇല്യമുറോ മെറ്റ്സ്' ശക്തിയായി ദീർഘനിശ്വാസം വിട്ടുകൊണ്ട് വെളുത്ത നീരാവിയുടെ ഒരു കനത്ത തൂണിനെ പുറത്തേക്ക് തള്ളിയിറക്കിയിട്ട് ഒരു അരയന്നത്തെപോലെ ഒഴുക്കിനെതിരെ അനായാസമായി നീങ്ങിത്തുടങ്ങി.

"അത് എത്ര എളുപ്പത്തിലാണ് യാത്ര തുടങ്ങിയത്" വാണിജ്യ ഉപദേഷ്ടാവ് ലൂപ് ഗ്രിഗോർയേവ് റസ്നിക്കോവ് ആവേശത്തോടെ പറഞ്ഞു. "ഒന്ന് വിറച്ചതുപോലും ഇല്ല! ഡാൻസ് ചെയ്യുന്ന ഒരുപ്രഭ്വിയെ പോലെ ഉണ്ട്!"

"വേഗത പകുതി മതി!"

"ഇത് ഒരുകപ്പൽ അല്ല. ഇത് ഒരു 'കടലാന' ആണ്." ദൈവഭക്തിയോടെ നെടുവീർപ്പിട്ടുകൊണ്ട് കൂനുള്ള ട്രോഫിം സുബോവ് പറഞ്ഞു. ട്രോഫിം സുബോവ് ഭദ്രാസനപ്പള്ളിയുടെ നോട്ടക്കാരനും നഗരത്തിലെ പ്രധാനപ്പെട്ട പലിശക്കാരനും ആയിരുന്നു.

അന്ന് ഒരു മൂടിക്കെട്ടിയ ദിവസം ആയിരുന്നു. ശരൽക്കാല മേഘങ്ങൾ നിറഞ്ഞ ആകാശം നദിയിൽ പ്രതിഫലിച്ചിരുന്നു. അത് നദിയിലെ വെള്ളത്തിന് ഇരുണ്ട നിറം നല്കി. പുതിയ നിറത്തിന്റെ തിളക്കവുമായി നദിയുടെ വിരസമായ പശ്ചാത്തലത്തിലൂടെ ഒഴുകുന്ന കപ്പൽ കാഴ്ചയിൽ തിളങ്ങുന്ന ഒരു വലിയ പ്രകാശബിന്ദുവിനെ പോലെ ഉണ്ടായിരുന്നു. അതിൽ നിന്നു പുറത്തുവന്ന കറുത്തപുക ഒരു കനത്ത കാർമേഘംപോലെ അന്തരീക്ഷത്തിൽ തങ്ങിനിന്നിരുന്നു. തണുത്ത വെള്ളത്തെ എളുപ്പത്തിൽ വകഞ്ഞുമാറ്റി കരയിലേക്ക് തള്ളിവിട്ടുകൊണ്ട് കപ്പൽ മുന്നോട്ടുനീങ്ങി. ആത്മസംതൃപ്തിയോടെ ഒരുവിജയത്തിൽ പുഞ്ചിരിക്കുന്നതുപോലെ കപ്പലിന്റെ വശങ്ങളിലെ വൃത്താകൃതിയിലുള്ള ജനാലപ്പാളികൾ വെട്ടിത്തിളങ്ങുന്നുണ്ടായിരുന്നു. അതിഥികളുടെ മുമ്പിൽ തൊപ്പി ഊരി തലകുനിച്ചുകൊണ്ട് കോനോനോവ് ഉറക്കെപറഞ്ഞു. "ആദരണീയരായ മാന്യമഹാജനങ്ങളേ! ദൈവത്തിനുള്ളത് നമ്മൾ കൊടുത്തുകഴിഞ്ഞ സ്ഥിതിക്ക്

ചക്രവർത്തിക്കുള്ളത് ചക്രവർത്തിക്ക് കൊടുക്കാൻ നിങ്ങൾ എന്നെ അനുവദിക്കില്ലേ? സംഗീതജ്ഞർ ഇപ്പോൾ ചക്രവർത്തിക്ക് കൊടുക്കാനുള്ളത് കൊടുക്കുന്നതായിരിക്കും."

അതിഥികളുടെ മറുപടിക്ക് വേണ്ടി കാത്തുനില്ക്കാതെ കൈപ്പത്തി മടക്കി വായുടെ ചുറ്റും വെച്ചുകൊണ്ട് അയാൾ വിളിച്ചുപറഞ്ഞു.

"കീർത്തിമാനാകട്ടെ. പാടൂ!'

യന്ത്രത്തിന്റെ പിന്നിൽ നിന്നും പട്ടാളഗായക സംഘം മുഴങ്ങാൻ തുടങ്ങി.

സ്ഥലത്തെ വാണിജ്യ ബാങ്കിന്റെ ഉപജ്ഞാതാവും നടത്തിപ്പുകാരനുമായ മക്കാർ ബോബ്രോവ് കുടവയറിൽ താളംപിടിച്ചുകൊണ്ട് ആഹ്ലാദത്തോടെ പാട്ടുമൂളാൻ ആരംഭിച്ചു.

"കീർത്തിമാനാവട്ടെ! കീർത്തിമാനാവട്ടെ!

നമ്മുടെ റഷ്യയുടെ സാർ ചക്രവർത്തി!"

"ഞാൻ നിങ്ങളെ മേശയിലേക്ക് ക്ഷണിക്കുന്നു! ദയവായി വരണം! ഞാൻ നിങ്ങളോട് താഴ്മയായി അപേക്ഷിക്കുന്നു!" അതിഥികളുടെ ഇടയിലൂടെ സ്വയം തള്ളിക്കയറിക്കൊണ്ട് കോനോവ് പറഞ്ഞു.

അവർ അൻപതുപേർ ഉണ്ടായിരുന്നു. എല്ലാം ശാന്തമായ മനുഷ്യർ, സ്ഥലത്തെ പ്രധാനപ്പെട്ട വ്യാപാരികൾ. അവരിൽ തലനരച്ചവരും കഷണ്ടിക്കാരുമായ പ്രായംകൂടിയവർ പഴയരീതിയിലുള്ള കോട്ടും തൊപ്പിയും ഉയർന്ന ബൂട്ടും ധരിച്ചിരുന്നു. പക്ഷേ, അവർ എണ്ണത്തിൽ കുറവായിരുന്നു. ആധിപത്യം പൊക്കമുള്ള സിൽക്ക് തൊപ്പിക്കും ഷൂസുകൾക്കും പുതിയ രീതിയിലുള്ള കോട്ടുകൾക്കും ആയിരുന്നു. അവർ എല്ലാവരും കപ്പലിന്റെ അണിയത്ത് കൂട്ടംകൂടി നില്ക്കുകയായിരുന്നു. അവർ സാവധാനം കോനോനോവിന്റെ അപേക്ഷ കണക്കിലെടുത്ത് ഉച്ചഭക്ഷണം നിരത്തിയിരുന്ന മേശകളുടെ അടുത്തേക്ക് നീങ്ങുന്നുണ്ടായിരുന്നു. ലൂപ് റസ്നിക്കോവ് യക്കോവ്മയാകിന്റെ കൈപിടിച്ച് നടക്കുന്നതിനിടയിൽ തലകുനിച്ച് മയാകിന്റെ ചെവിയിൽ എന്തോ രഹസ്യം പറഞ്ഞു. മയാകിൻ അത് ശ്രദ്ധിച്ചുകേട്ടതിനുശേഷം പുഞ്ചിരിച്ചു. വളരെ നേരത്തെ ഗുണദോഷത്തിനുശേഷം മയാകിനാണ് ഫോമായെ ഈ വിരുന്നിന് കൂട്ടിക്കൊണ്ടുവന്നത്. അയാൾ വെറുത്തിരുന്ന ഈ മനുഷ്യർക്ക് ഇടയിൽ നിന്ന് ഫോമായ്ക്ക് ഒരു കൂട്ടുകാരനെ കണ്ടെത്താൻ കഴിഞ്ഞില്ല. അയാൾ വിളറിയ മുഖവുമായി സ്വയം ഒറ്റപ്പെട്ട് അവരിൽ നിന്നെല്ലാം ദുഃഖത്തോടെ അകന്നു നിന്നു. കഴിഞ്ഞ രണ്ടുദിവസങ്ങളിൽ അയാൾ യോഷോവിന്റെ കൂടെ അമിതമായി കുടിച്ചുകൊണ്ടിരിക്കുകയായിരുന്നു. ഇപ്പോൾ അയാൾക്ക് ഭയങ്കര തലവേദന ഉണ്ട്. അയാൾക്ക് ഈ ആൾക്കൂട്ടത്തിനിടയിൽ സ്വസ്ഥത തോന്നിയില്ല. മനുഷ്യരുടെ മൂളലും സംഗീതത്തിന്റെ മുഴക്കവും കപ്പലിന്റെ നിലവിളിയും അയാളെ അസ്വസ്ഥനാക്കി.

അയാൾക്ക് ഉറങ്ങണമെന്ന് തോന്നുന്നുണ്ടായിരുന്നു. ഇന്ന് തലതൊട്ടപ്പൻ അങ്ങേയറ്റം അനുകമ്പയോടെ അയാളോട് പെരുമാറിയതിന്റെ

കാരണം ഫോമായ്ക്ക് മനസ്സിലായില്ല. അതിനുപറ്റിയുള്ള ആലോചനയിൽ നിന്ന് ഫോമായ്ക്ക് വിശ്രമം കിട്ടിയിരുന്നില്ല. അയാൾ എന്തിനാണ് തന്നെ നഗരത്തിലെ ഏറ്റവും പ്രമുഖരായ കച്ചവടക്കാരുടെ ഇടയിലേക്ക് കൂട്ടിക്കൊണ്ടുവന്നതെന്ന് ഫോമായ്ക്ക് മനസ്സിലായില്ല. അയാൾ എന്തിനാണ് തന്നോട് കോനോനോവിന്റെ വിരുന്നിലും കുർബ്ബാനയിലും പങ്കെടുക്കാൻ തുടർച്ചയായി യാചിച്ചുകൊണ്ടിരുന്നത്?

“മണ്ടത്തരം കാണിക്കരുത്. നീ വരണം!” തലതൊട്ടപ്പന്റെ ശകാരം ഫോമാ ഓർമ്മിച്ചു. “നിനക്ക് ആളുകളോട് യുദ്ധം ചെയ്യാൻ നാണം എന്തിനാണ്? മനുഷ്യന് അവന്റെ സ്വഭാവം കിട്ടുന്നത് ശീലങ്ങളിൽ നിന്നാണ്. ഈ കൂട്ടത്തിൽ നിന്നെക്കാൾ സ്വത്തുള്ളവർ വളരെ കുറവാണ്. നീ സ്വയം മറ്റുള്ളവരോട് ഒപ്പത്തിനൊപ്പം നില്ക്കണം. നീ വരണം!”

“പക്ഷേ, അച്ഛൻ എന്നോട് ഗൗരവത്തിൽ കാര്യങ്ങൾ സംസാരിക്കാൻ പോകുന്നത് എപ്പോഴാണ്?” തലതൊട്ടപ്പന്റെ പച്ചക്കണ്ണുകളിലെ പരിഹാസം മനസ്സിലായപ്പോൾ ഫോമാ ചോദിച്ചു.

“നീ ഉദ്ദേശിക്കുന്നത് നിന്നെ കച്ചവടത്തിൽ നിന്ന് സ്വതന്ത്രനാക്കുന്നതിനെപ്പറ്റി ആണോ? എന്റെ ചങ്ങാതി, നമുക്ക് അത് സംസാരിക്കാം. നീ ഒരു പ്രത്യേകതരക്കാനാണ്. ശരി. നിന്റെ സ്വത്തെല്ലാം ഉപേക്ഷിച്ചു കഴിയുമ്പോൾ നീ സന്യാസിമഠത്തിൽ ചേരുമോ? നീ പുണ്യവാളന്മാരെ പിൻതുടരാൻ പോകുകയാണോ?”

“അത് ഞാൻ അപ്പോൾ ആലോചിക്കും!' ഫോമാ മറുപടി പറഞ്ഞു.

“ശരി, അപ്പോൾ സന്യാസിമഠത്തിൽപോകുന്നതിനുമുമ്പ് നീ എന്റെ കൂടെവരണം!പെട്ടെന്ന് തയ്യാറാകണം. നിന്റെ വീർത്തിരിക്കുന്ന മുഖം നനഞ്ഞ തുണികൊണ്ട് തുടയ്ക്കണം. ലുബോവിന്റെ കൈയിൽ നിന്ന് കോളോൻ വാങ്ങി ദേഹത്തു പൂശണം. മദ്യത്തിന്റെ മണം മാറട്ടെ. വേഗം വേണം.”

കുർബ്ബാന നടന്നുകൊണ്ടിരിക്കുമ്പോൾ കപ്പലിൽ എത്തിയ ഫോമാ ഒരുവശത്തു മാറിനിന്ന് ശുശ്രൂഷ അവസാനിക്കുന്നതുവരെ വ്യാപാരികളെ നോക്കിക്കൊണ്ടു നിന്നു.

അവർ ഭക്തിയോടെ നിശ്ശബ്ദരായി നിന്നു. അവരുടെ മുഖങ്ങളിൽ ഭക്തി നിർഭരമായ ഏകാഗ്രത ഉണ്ടായിരുന്നു. അവർ ഉത്സാഹത്തോടെ പ്രാർത്ഥിച്ചു. അവർ ആകാശത്തേക്ക് കണ്ണുകൾ ഉയർത്തി ആഴത്തിൽ നെടുവീർപ്പിട്ടുകൊണ്ടിരുന്നു. ഫോമാ അവരെ മാറി മാറി നോക്കി. അയാൾക്ക് അവരെപ്പറ്റി അറിയാവുന്ന കാര്യങ്ങൾ ഓർമ്മവന്നു.

അവിടെ ലൂപ് റസ്നിക്കോവ് ഉണ്ടായിരുന്നു. അയാൾ ജോലി തുടങ്ങിയത് ഒരു വേശ്യാലയം നടത്തിപ്പുകാരനായിട്ടായിരുന്നു. വളരെപെട്ടെന്ന് അയാൾ സമ്പന്നനായി. അയാൾ പണക്കാരനായ ഒരു അതിഥിയെ കഴുത്തുഞെരിച്ച് കൊന്നിട്ടുണ്ടെന്നാണ് ഫോമാ കേട്ടിട്ടുള്ളത്. ഒരു സമ്പന്നനായ സൈബീരിയക്കാരനെ., സുബോവിന്റെ ചെറുപ്പത്തിലെ കച്ചവടം കർഷകരിൽനിന്ന് നൂൽ വാങ്ങുന്നതായിരുന്നു. അയാൾ രണ്ടുതവണ

അതിൽ പരാജയപ്പെട്ടിട്ടുണ്ട്. കോനോനോവിനെ ഇരുപതുകൊല്ലം മുമ്പ് തീവെപ്പിന് വിചാരണ ചെയ്തിട്ടുണ്ട്. ഇപ്പോൾ ഒരു പ്രായമാകാത്ത കുട്ടിയെ പീഡിപ്പിച്ചതിന് അയാളുടെ പേരിൽ കുറ്റപത്രം കൊടുത്തിട്ടുണ്ട്. സക്കീർ കിറില്ലോവ് റോബുസ്റ്റോവിനെ ഇതുപോലെയുള്ള കുറ്റത്തിന് കോനോനോവിനോടൊപ്പം രണ്ടുതവണ കോടതിയിലേക്ക് കൊണ്ടുപോയിട്ടുണ്ട്. റോ ബുസ്റ്റോവ് നീലക്കണ്ണുകളും വട്ടമുഖവും ഉള്ള ഒരു തടിച്ച കച്ചവടക്കാരനാണ്. ഈ കൂട്ടത്തിൽ എന്തെങ്കിലും നാണംകെട്ട കാര്യങ്ങൾ പറയാനില്ലാത്ത ഒരാൾ പോലും ഇല്ലെന്ന് ഫോമായ്ക്ക് തോന്നി

വർഷംതോറും കപ്പലുകളുടെ എണ്ണം തുടർച്ചയായി വർദ്ധിപ്പിച്ചുകൊണ്ടിരിക്കുന്നു. കോനോനോവിനോട് എല്ലാവരും അസൂയപ്പെടുന്നുണ്ടെന്ന് ഫോമായ്ക്ക് ഉറപ്പുണ്ടായിരുന്നു. ഇവരിൽ പലരും പരസ്പരം കഠാരമുനയിൽ നില്ക്കുന്നവരായിരുന്നു. ഇവരിൽ ഒരാളും കച്ചവടത്തിന്റെ യുദ്ധഭൂമിയിൽ മറ്റൊരാളോട് ദയ കാണിക്കില്ല. ഇവർ എല്ലാവരും അവരുടെ അധാർമ്മികതയുടേയും കൗശലങ്ങളുടെയും കഥകൾ പരസ്പരം അറിവുള്ളവരാണ്. പക്ഷേ, ഇപ്പോൾ അവർ വിജയിയായ കോനോനോവിനു ചുറ്റും ഒത്തുകൂടി നിന്നുകൊണ്ട് ഒരു മനുഷ്യനെ പോലെ ശ്വസിക്കുന്നു. അദൃശ്യമാണെങ്കിലും ഉറപ്പുള്ള ഏതോ ഒരുകാര്യം ഇരുണ്ട സമൂഹമായി ഒരുമിച്ചു നില്ക്കുന്ന അവരെ വലയം ചെയ്തിരിക്കുന്നു. ഈ കാര്യം ഫോമായെ അവരിൽ നിന്ന് അകറ്റി നിർത്തി. ഇത് അവരെപ്പറ്റിയുള്ള ഭയത്തിന് പ്രോത്സാഹനമായി.

"ചതിയന്മാർ" സ്വയം ധൈര്യം കൊടുത്തുകൊണ്ട് ഫോമാ വിചാരിച്ചു.

അവർ ശബ്ദം ഉണ്ടാക്കാതെ ചുമച്ചു. നെടുവീർപ്പിട്ടു. പരസ്പരം തല കുനിച്ചു. അവർ പുരോഹിതരുടെ ചുറ്റും ഇളക്കി മാറ്റാൻ പറ്റാത്ത കറുത്ത കരിങ്കല്ലുമതിൽ പോലെ ഉറച്ചുനിന്നു.

"അവർ അഭിനയിക്കുകയാണ്!" ഫോമാ സ്വയം പറഞ്ഞു. അയാളുടെ ഒരുവശത്ത് കൂനുള്ള ഒറ്റക്കണ്ണൻ പാവ്ലിൻ ഗുഷ്ചിൻ നില്ക്കുന്നുണ്ടായിരുന്നു. കുറച്ചുകാലം മുമ്പ് അയാൾ ഭ്രാന്തനായ സ്വന്തം സഹോദരന്റെ കുട്ടികളെ തെണ്ടികളാക്കി തെരുവിന് നല്കിക്കഴിഞ്ഞിരുന്നു. അയാൾ ഒറ്റക്കണ്ണുകൊണ്ട് ഇരുണ്ട ആകാശത്തേക്ക് നോക്കി തുളച്ചിറങ്ങുന്ന ശബ്ദത്തിൽ പ്രാർത്ഥിച്ചു.

"ദൈവമേ! അങ്ങയുടെ അമർഷത്തിൽ എന്നെ കുറ്റവാളി ആക്കല്ലെ,. അങ്ങയുടെ കോപത്തിൽ എന്നെ ശിക്ഷിക്കല്ലെ!"

ആ മനുഷ്യൻ ദൈവത്തിന്റെ ദയയിലുള്ള അങ്ങേയറ്റത്തെ അസാമാന്യമായ വിശ്വാസത്തോടെയാണ് പ്രാർത്ഥിക്കുന്നതെന്ന് ഫോമായ്ക്ക് തോന്നി.

"ലോകത്തെ സംരക്ഷിക്കാൻ അങ്ങയുടെ ജോലിക്കാരൻ നോഹയോട് പെട്ടകം നിർമ്മിക്കാൻ ആജ്ഞാപിച്ച ദൈവമേ!" കയ്യും കണ്ണും ആകാശത്തേക്ക് ഉയർത്തി ആഴമുള്ള പരുക്കൻ ശബ്ദത്തിൽ പുരോഹി

തൻ പറഞ്ഞു. "ഈ കപ്പലിനെ രക്ഷിക്കാനും ഒരു മാലാഖയെ നല്കേണമേ! ഇതിൽ സഞ്ചരിക്കുന്നവരേയും രക്ഷിക്കണമേ!"

കച്ചവടക്കാർ ഒന്നിച്ച് കൈവീശി കുരിശുവരച്ചു. പ്രാർത്ഥനയുടെ ശക്തിയിലുള്ള വിശ്വാസം അവരുടെ മുഖഭാവത്തിൽ ഉണ്ടായിരുന്നു. ഈ ദൃശ്യമെല്ലാം ഫോമായുടെ ഓർമ്മയിൽ സ്ഥാനം പിടിച്ചു. അവ അയാളിൽ ഈ മനുഷ്യരെ പറ്റിയുള്ള അമ്പരപ്പ് ഉണർത്തി. എന്തായാലും മനുഷ്യരോട് അങ്ങേയറ്റം ക്രൂരരായ ഇവർക്ക് ദൈവത്തിന്റെ ദയയിൽ വിശ്വസിക്കാൻ കഴിയുന്നുണ്ട്. അവരുടെ കള്ളം കണ്ടുപിടിക്കാനും അവരുടെ കാപട്യങ്ങളെ പറ്റി സ്വയം ബോദ്ധ്യപ്പെടാനും ഉള്ള ആഗ്രഹം കൊണ്ട് അയാൾ അവരെ കണ്ണെടുക്കാതെ ശ്രദ്ധിച്ചു.

ഫോമായ്ക്ക് അവരുടെ ഒരുപോലെയുള്ള ആത്മവിശ്വാസവും അവരുടെ വിജയം വിളിച്ചുപറയുന്ന മുഖവും അവരുടെ ഉച്ചത്തിലുള്ള ശബ്ദങ്ങളും അവരുടെ പൊട്ടിച്ചിരിയും അവരുടെ ഗൗരവവും കണ്ടപ്പോൾ ദേഷ്യം വന്നു. അവർ ഉച്ചഭക്ഷണം നിരത്തിയിരുന്ന മേശയ്ക്കുചുറ്റും ഇരുന്നുകഴിഞ്ഞിരുന്നു. മേശപ്പുറത്തുണ്ടായിരുന്ന എകദേശം പത്തടി നീളമുള്ള വലിയ കടൽമീനിനെപ്പറ്റി അവർ ആദരവോടെ സംസാരിക്കുന്നുണ്ടായിരുന്നു. മീനിന്റെ പുറം പച്ചക്കറികളും ഞണ്ടുകളും കൊണ്ട് അലങ്കരിച്ചിരുന്നു. കഴുത്തിൽ ഒരു തൂവാല കെട്ടുന്നതിനിടയിൽ പകുതി അടഞ്ഞ കണ്ണുകൾകൊണ്ട് മീനിനെ നോക്കിക്കൊണ്ട് ട്രോഫിം സുബോവ് ധാന്യപ്പൊടി കച്ചവടക്കാരൻ യോനാ യുഷ്ക്കോവിനോട് ചിരിച്ചുകൊണ്ട് പറഞ്ഞു.

"യോനാ നികിഫോറിച്ച! നോക്കൂ, ഇതൊരു തിമിംഗലം തന്നെയാണ്. അതിന് ഒരു മനുഷ്യന്റെ ശവപ്പെട്ടിയുടെ വലുപ്പം ഉണ്ട്! ബൂട്ടിൽ പാദം തിരുകിക്കയറ്റുന്നതുപോലെ നിങ്ങൾക്ക് അതിനുള്ളിലേക്ക് ഇഴഞ്ഞു കയറാം. ശരിയല്ലേ ഹാ ഹാ.'

തുടുത്ത ചെറിയ ശരീരം ഉള്ള യോനാ വെള്ളിപ്പാത്രത്തിൽ ഇരുന്ന ഉപ്പിലിട്ട മീനിനെ നോക്കി ആർത്തിയോടെ ചുണ്ടുനനച്ചു. യോനാ വെള്ളിപ്പാത്രത്തിലേക്ക് അയാളുടെ നീളം കുറഞ്ഞ കൈ നീട്ടുമ്പോൾ മേശപ്പുറത്തിരുന്ന കുപ്പികളിലേക്ക് നോക്കുന്നുണ്ടായിരുന്നു. അയാളുടെ കൈതട്ടി കുപ്പി ചരിഞ്ഞുവീഴുമെന്ന് യോനായ്ക്ക് ഭയം ഉണ്ടായിരുന്നു.

കോനോനോവിന്റെ എതിർവശത്ത് പോളണ്ടിൽ നിന്ന് ഇറക്കുമതി ചെയ്ത പഴക്കമുള്ള വോഡ്കയുടെ ഒരുവീപ്പ ഒരു മുക്കാലിയുടെ മുകളിൽ എല്ലാവർക്കും കാണാൻ പറ്റുന്ന തരത്തിൽ സ്ഥാപിച്ചിരുന്നു. വെള്ളിക്കാലുകളിൽ ഉറപ്പിച്ചുവെച്ച ഒരുവലിയ പാത്രത്തിൽ കക്കകൾ കിടന്നിരുന്നു. എല്ലാ വിഭാഗങ്ങൾക്കും നടുക്ക് ഗോപുരത്തിന്റെ ആകൃതിയിലുള്ള ഒരുകേക്ക് തല ഉയർത്തിനിന്നു.

"ബഹുമാന്യരേ! ഞാൻ നിങ്ങളോട് അപേക്ഷിക്കുന്നു. ദയവായി നിങ്ങൾ ഇഷ്ടമുള്ള ഭക്ഷണം കഴിക്കണം!" കോനോനോവ് വിളിച്ചുപറഞ്ഞു. "എല്ലാവരുടേയും സ്വാദിനനുസരിച്ച് ഞാൻ ഇവിടെ എല്ലാ കാര്യങ്ങളും

കരുതിയിട്ടുണ്ട്. നമ്മുടെ റഷ്യയുടെ സ്വന്തം സാധനങ്ങളുണ്ട്. വിദേശ സാധനങ്ങളും ഉണ്ട്. എല്ലാം ഒരു കുടക്കീഴിൽ! അതാണ് ഏറ്റവും നല്ല വഴി! ആർക്കും എന്തുവേണമെങ്കിലും പറയാം! ആർക്കെങ്കിലും ഒച്ചോ ഞണ്ടോ വേണോ? അത് ഇന്ത്യയിൽ നിന്നാണെന്നാണ് എന്നോട് പറഞ്ഞിരിക്കുന്നത്."

സുബോവ് തൊട്ടടുത്തിരുന്ന മയാകിനോടു പറഞ്ഞു:

"നദിയിലെ ആവിക്കപ്പൽ അതിലെ ജോലിക്കാരുടെ സ്ഥിരമായ താമസസ്ഥലം ആണ്. അതുകൊണ്ട് അതിനെ ഒരു വീടായി കണക്കാക്കണം. ഒരു വീടുണ്ടാക്കുമ്പോൾ ഒരു പ്രാർത്ഥന നടത്തേണ്ടത് അത്യാവശ്യമുള്ള കാര്യമാണ്. കപ്പലിനുവേണ്ടി അല്ലെങ്കിലും അത് ചെയ്യേണ്ട കാര്യം തന്നെ ആണ്. പക്ഷേ, നിങ്ങൾ എന്തു കുടിക്കും?"

"ഞാൻ ഒരു വീഞ്ഞുകുടിയൻ പിശാച് അല്ല. എനിക്ക് കുറച്ചു വോഡ്ക്ക ഒഴിച്ചാൽ മതി." യക്കോവ് ടരാസോവിച്ച് മറുപടി പറഞ്ഞു.

ഒരു മേശയുടെ അറ്റത്ത് പരിചിതരല്ലാത്ത ചില ശാന്തരായ മനുഷ്യരുടെ ഇടയിൽ ഇരുന്ന ഫോമാ വൃദ്ധൻ ഇടയ്ക്കിടയ്ക്ക് തന്നെ നോക്കുന്നുണ്ടെന്നും തിരിച്ചറിഞ്ഞിരുന്നു.

"ഞാൻ കുഴപ്പം ഉണ്ടാക്കുമെന്ന് തലതൊട്ടപ്പൻ ഭയക്കുന്നുണ്ട്." ഫോമാ വിചാരിച്ചു.

"സഹോദരന്മാരേ!" കപ്പൽ നിർമ്മിക്കുന്ന തടിയൻ യാഷ്ചുറോവ് പരുക്കൻശബ്ദത്തിൽ അലറി. "എനിക്ക് മത്തി ഇല്ലാതെ പറ്റില്ല. ഞാൻ മത്തിയിലാണ് തുടങ്ങുന്നത്. അതാണ് എന്റെ പ്രകൃതം."

"പാട്ട് തുടങ്ങാം." പേർഷ്യൻ മാർച്ച് പാടട്ടെ!"

"അതുവേണ്ട!" 'കീർത്തിമാനാകട്ടെ' പാടുന്നതാണ് നല്ലത്.,"

"കീർത്തിമാനാകട്ടെ പാടാം."

കപ്പലിന്റെ നിശ്വാസങ്ങളും ചക്രങ്ങൾ കറങ്ങുന്ന ശബ്ദവും സംഗീതവും എല്ലാം കൂടി ഒന്നിച്ചുചേർന്നപ്പോൾ മഞ്ഞുകാലത്തെ വന്യമായ ഒരുകൊടുങ്കാറ്റിന്റെ ഇരമ്പം അന്തരീക്ഷത്തിൽ സൃഷ്ടിക്കപ്പെട്ടിരുന്നു. ക്ലാർനറ്റിന്റേയും ഫ്ളൂട്ടിന്റെയും ഡ്രമ്മുകളുടെയും ശബ്ദത്തിൽ മനുഷ്യരുടെ ശബ്ദം മുങ്ങിപ്പോയി. വാദ്യങ്ങളുടെ മുഴക്കം കപ്പലിന്റെ മുകളിൽ പറന്നു നടന്നു. അതുകൊണ്ട് മനുഷ്യർക്ക് ഏറ്റവും ഉറക്കെ വിളിച്ചുകൂവേണ്ടിവന്നു. ഇടയ്ക്കിടയ്ക്ക് കപ്പലിൽ നിന്ന് ഉയർന്ന ആവി ചീറ്റുന്ന ശബ്ദം കേട്ടാൽ ആരോ അപ്രതീക്ഷിതമായി മനുഷ്യരുടെ കോലാഹലത്തോട് വെറുപ്പോടെ ദേഷ്യപ്പെടുന്നതുപോലെ ഉണ്ടായിരുന്നു.

"നിങ്ങൾ എനിക്ക് വിലക്കിഴിവ് അനുവദിക്കാതിരുന്നത് ഞാൻ കുഴിയിൽ പോയാലും മറക്കില്ല." ആരോ അമർഷത്തോടെ വിളിച്ചുകൂവി.

"അതുമതി! ഇത് കണക്കുനോക്കാനുള്ള സ്ഥലം ആണോ?" ബോബ്രോവിന്റെ പരുക്കൻ ശബ്ദം മുഴങ്ങി.

"സഹോദരന്മാരേ! ആരെങ്കിലും സംസാരിച്ചാൽ കൊള്ളാമായിരുന്നു."

"പാട്ടുനിർത്തണം!"

"ഞാൻ വിലക്കിഴിവ് തരാത്തതിന്റെ കാരണം ബാങ്കിൽ വന്നാൽ ഞാൻ പറഞ്ഞുതരാം."

"പ്രസംഗിക്കാൻ പോകുന്നു. നിശ്ശബ്ദരായിരിക്കണം!"

"പാട്ടുകാർ, പാട്ട് നിർത്തണം!"

"അതിന്റെ പേര് സ്റ്റാസ്ബർഗ് പൊളസ്റ്റ്രി എന്നാണ്."

"പൊളസ്റ്റ്രി ആണോ? കണ്ടാൽ പറയില്ല. പക്ഷേ, എന്തായാലും ഞാൻ സ്വാദ് നോക്കും?"

"ടരാസോവിച്ച്! തുടങ്ങിക്കോളൂ."

"സഹോദരങ്ങളേ ദൈവത്തിന്റെ കൃപകൊണ്ട് എല്ലാം ഭംഗിയായി."

"ലാ ബെല്ലാ ഫെലാന'യിൽ അവൾ മിക്കവാറും നഗ്നയായി വരാറുണ്ടായിരുന്നു."

പെട്ടെന്ന് റോബുസ്റ്റോവിന്റെ തുളച്ചിറങ്ങുന്ന ശബ്ദം ബഹളത്തിനിടയിലൂടെ പുറത്തേക്കു വന്നു. "സൂക്ഷിക്കണം *ഏശാവിനെ യാക്കോവ് ചതിച്ചു! ഓർമ്മവേണം."

"എനിക്ക് പറ്റില്ല. എന്റെ നാക്ക് ചുറ്റിക അല്ല. അതുകൂടാതെ എനിക്കിപ്പോൾ ചെറുപ്പം അല്ല."

"യക്കോവ് മയാകിൻ ഞങ്ങൾ അപേക്ഷിക്കുകയാണ്."

"ഞങ്ങൾ പ്രസംഗത്തെ ബഹുമതിയായി കണക്കാക്കാം"

"ഞങ്ങൾ നിങ്ങളെ മേയറായി തിരഞ്ഞെടുക്കും."

"ടരസോവിച്ച്! നിങ്ങൾ പറ്റില്ലെന്ന് പറയരുത്."

"എല്ലാവരും നിശ്ശബ്ദരായിരിക്കണം. യക്കോവ് ടരസോവിച്ച് ഏതാനും വാക്കുകൾ പറയും!"

"നിശ്ശബ്ദരാകണം."

ആ നിമിഷത്തിൽ ബഹളത്തിന്റെ കാഠിന്യം കുറഞ്ഞു. ആരോ ദേഷ്യപ്പെട്ട് ഉറക്കെപ്പറയുന്നത് കേൾക്കാൻ കഴിഞ്ഞു. "വൃത്തികെട്ട ശവം എന്നെ പിച്ചി."

ബറോവ് ആഴമുള്ള പരുക്കൻ ശബ്ദത്തിൽ അന്വേഷണം നടത്തി.

"അവൾ നിങ്ങളെ എവിടെയാണ് പിച്ചിയത്?"

"എല്ലാവരും പൊട്ടിച്ചിരിച്ചു. പക്ഷേ, പെട്ടെന്നുതന്നെ നിശ്ശബ്ദരായി. കാരണം യക്കോവ് മയാകിൻ എഴുന്നേറ്റു നിന്ന് കഷണ്ടി ടതടവിക്കൊണ്ട് ആളുകളുടെ ശ്രദ്ധ ക്ഷണിക്കാൻ വേണ്ടി തൊണ്ട ശരിയാക്കി.

"എല്ലാവരും ചെവിതുറന്നുവയ്ക്കണം!" കോനോനോവ് സംതൃപ്തിയോടെ വിളിച്ചുപറഞ്ഞു.

"വ്യാപാരികളുടെ വർഗ്ഗത്തിലെ കുലീനന്മാരേ!" മയാകിൻ പുഞ്ചിരിച്ചുകൊണ്ട് പ്രസംഗം ആരംഭിച്ചു. "ബുദ്ധിമാന്മാരുടേയും വിവരം ഉള്ളവരുടേയും ഭാഷയിൽ വളരെ വ്യത്യസ്തമായ ഒരു വാക്ക് ഉണ്ട്. ആ വാക്ക് 'സംസ്കാരം' എന്നാണ്. എന്റെ മനസ്സിന്റെ എല്ലാ ലാളിത്യത്തോടും കൂടി

---

* ഇരട്ടസഹോദരന്മാരിൽ അനിയൻ യാക്കോബ് ചേട്ടൻ ഏശാവിനെ വഞ്ചിച്ച കഥ

ഞാൻ ഇപ്പോൾ ആ വാക്കിനെക്കുറിച്ചാണ് സംസാരിക്കാൻ പോകുന്നത്."

"അപ്പോൾ അതാണ് ഇന്ന് സംസാരിക്കാൻ പോകുന്നത്!" ആരോ സംതൃപ്തിയോടെ പറയുന്നത് കേട്ടു.

"നിശ്ശബ്ദരാകണം"

"പ്രിയപ്പെട്ടവരേ" മയാകിൻ ശബ്ദം ഉയർത്തി പറഞ്ഞു. "നമ്മൾ കച്ചവടക്കാരെപ്പറ്റി അവർ സ്ഥിരമായി പത്രങ്ങളിൽ എഴുതിക്കൊണ്ടിരിക്കുന്നു. ഈ സംസ്കാരം നമുക്ക് പരിചയമുള്ള കാര്യം അല്ലെന്നും നമ്മൾ സംസ്കാരം ആഗ്രഹിക്കുന്നില്ലെന്നും നമുക്ക് അത് മനസ്സിലാക്കാൻ കഴിയില്ലെന്നും മറ്റും അവർ എഴുതിപ്പിടിപ്പിക്കുന്നു. അവർ നമ്മളെ സംസ്കാരം ഇല്ലാത്ത അപരിഷ്കൃതരായാണ് കണക്കാക്കിയിരിക്കുന്നത്. എന്താണ് സംസ്കാരം? ഞാൻ ഒരു വൃദ്ധനായതുകൊണ്ട് ഇത്തരം സംസ്കാരം കേൾക്കുമ്പോൾ എനിക്ക് വേദനിക്കും. ഒരു ദിവസം ഈ വാക്കിൽ അടങ്ങിയിരിക്കുന്നത് എന്താണെന്ന് മനസ്സിലാക്കാൻ ഞാൻ തീരുമാനിച്ചു." മയാകിൻ നിശ്ശബ്ദനായി. അയാൾ സദസ്യരെ നോക്കി ഒരു വിലയിരുത്തൽ നടത്തി. അതിനുശേഷം ഒരുവിജയിയുടെ പുഞ്ചിരിയോടെ വീണ്ടും സംസാരിക്കാൻ തുടങ്ങി.

"എന്റെ ഗവേഷണങ്ങൾക്കൊടുവിൽ ഈ വാക്കിന്റെ അർത്ഥം ആരാധന ആണെന്ന് തെളിഞ്ഞു. ആരാധന സ്നേഹം ആണ്. ജീവിതത്തിന്റെ മര്യാദകളെക്കുറിച്ചുള്ള അമിതമായ സ്നേഹം. തൊഴിലിനോടുള്ള സ്നേഹം. 'അതുശരിയാണ്!' ഞാൻ വിചാരിച്ചു. അത് ശരിയാണ്. അതിന്റെ അർത്ഥം തൊഴിലിനോടും മര്യാദകളോടും സ്നേഹമുള്ളവൻ ഒരു സംസ്കാരമുള്ള മനുഷ്യനാണെന്നാണ്. മൊത്തത്തിൽ നോക്കിയാൽ ജീവിതത്തെ ക്രമീകരിക്കാനും ജീവിക്കാനും ഇഷ്ടപ്പെടുന്നവർ അയാളുടേയും ജീവിതത്തിന്റെയും മൂല്യം മനസ്സിലാക്കിയവനാണ്. നല്ല കാര്യം!" യക്കോവ് ടരാസോവിച്ച് വിറച്ചു. അയാളുടെ പുഞ്ചിരിക്കുന്ന കണ്ണുകൾക്കും ചുണ്ടിനും നടുക്കുന്ന ചുളിവുകൾ പ്രകാശകിരണങ്ങൾ പോലെ മുഖം മുഴുവൻ വ്യാപിച്ചു. അയാളുടെ കഷണ്ടിത്തല ഏതോ ഒരു കറുത്ത നക്ഷത്രമാണെന്ന് തോന്നി.

കച്ചവടക്കാർ നിശ്ശബ്ദരായി ശ്രദ്ധയോടെ അയാളുടെ വായിലേക്ക് നോക്കി ഇരുന്നു. എല്ലാ മുഖങ്ങളിലും തീക്ഷ്ണമായ ശ്രദ്ധ കാണാനുണ്ടായിരുന്നു. മയാകിന്റെ പ്രസംഗത്തിലെ അഭിപ്രായങ്ങൾ കേട്ട് ആളുകൾ സ്തംഭിച്ചുപോയതുപോലെ തോന്നി. മയാകിന്റെ പ്രസംഗം അവരെ പിൻതള്ളിക്കൊണ്ട് മുന്നോട്ടുകുതിച്ചു.

"പക്ഷേ, ആ വാക്ക് ഇപ്രകാരം കൃത്യമായി വ്യാഖ്യാനിക്കുകയാണെങ്കിൽ നമുക്ക് സംസ്കാരവും പരിഷ്കാരവും ഇല്ലെന്നു പറയുന്നവർ നമ്മളെപ്പറ്റി അപവാദം പറയുകയാണെന്ന് പറയേണ്ടിവരും. അവർ നമ്മളെ നിന്ദിക്കുകയാണ്. കാരണം അവർ വാക്കിനെ മാത്രമാണ് സ്നേഹിക്കുന്നത്. അതിന്റെ അർത്ഥത്തെ അല്ല. എന്നാൽ നമ്മൾ ആ വാക്കിന്റെ കാരണത്തെപോലും സനേഹിക്കുന്നു. നമ്മൾ അതിന്റെ യഥാർത്ഥ സത്തയെ

സ്നേഹിക്കുന്നു. അതിന്റെ പ്രവർത്തനത്തെ സ്നേഹിക്കുന്നു. നമുക്ക് നമ്മുടെ ഉള്ളിൽ ജീവിതത്തോടുള്ള സത്യസന്ധമായ ആരാധന ഉണ്ട്. അവർക്ക് ജീവിതത്തോടുള്ള ആരാധന ഇല്ല. അവർ ആലോചന ഇഷ്ടപ്പെടുന്നു. നമ്മൾ പ്രവർത്തനം ഇഷ്ടപ്പെടുന്നു. കച്ചവടവർഗ്ഗത്തിൽ പെട്ട മാന്യന്മാരെ പ്രവർത്തനത്തോടുള്ള നമ്മുടെ സ്നേഹത്തിന്റെ അതായത് നമ്മുടെ സംസ്കാരത്തിന്റെ ഒരു ഉദാഹരണം ഇവിടെ തന്നെ ഉണ്ട്. വോൾഗയെ ഉദാഹരണമാക്കാം! വോൾഗ ഇവിടെ ഉണ്ട്. നമ്മുടെ പ്രിയപ്പെട്ട അമ്മ! അവളുടെ ഓരോ തുള്ളിവെള്ളവും കൊണ്ട് അവൾക്ക് നമ്മുടെ അന്തസ്സിനെ ഉറപ്പിച്ചുനിർത്താൻ കഴിയും. നമ്മളുടെ പുറത്ത് ചിതറി ഇട്ടിരിക്കുന്ന അർത്ഥശൂന്യമായ അപവാദങ്ങളെ വോൾഗയ്ക്ക് സ്വീകരിക്കാൻ പറ്റും. പ്രിയപ്പെട്ടവരേ, മഹാനായ പീറ്റർ ചക്രവർത്തി മേൽത്തട്ടുള്ള ചെറിയ കപ്പലുകൾ ഈ നദിയിൽ ഇറക്കിയിട്ട് വെറും നൂറുവർഷമാണ് കഴിഞ്ഞിരിക്കുന്നത്. ഇപ്പോൾ ആയിരക്കണക്കിന് ആവിക്കപ്പലുകൾ നദിയിലൂടെ തലങ്ങും വിലങ്ങും സഞ്ചരിച്ചുകൊണ്ടിരിക്കുന്നു. അവയെല്ലാം ആരാണ് നിർമ്മിച്ചത്? അവ ആര് കണ്ടെത്തിയതാണ്? നമ്മൾ! ഇവിടെയുള്ള എല്ലാ കാര്യങ്ങളും നമ്മുടേതാണ്. ഇവിടെയുള്ള എല്ലാ കാര്യങ്ങളും നമ്മുടെ മനസ്സിന്റെ അല്ലെങ്കിൽ റഷ്യക്കാരന്റെ ബുദ്ധിവൈഭവത്തിന്റെ അല്ലെങ്കിൽ പ്രവർത്തനത്തോടുള്ള സ്നേഹത്തിന്റെ പരിണിത ഫലം ആണ്. ആരും നമ്മളെ ഒരു കാര്യത്തിലും സഹായിച്ചിട്ടില്ല. വോൾഗയിലെ കൊള്ള അവസാനിപ്പിച്ചത് നമ്മളാണ്. നമ്മുടെ ചെലവിൽ നമ്മൾ സൈന്യത്തെ വാടകയ്ക്ക് എടുത്തു. നമ്മൾ വോൾഗയിലെ കൊള്ള ഇല്ലാതാക്കി. നമ്മൾ ആയിരക്കണക്കിന് ആവിക്കപ്പലുകളെ ആയിരക്കണക്കിന് മൈൽ ദൂരത്തേക്ക് പറഞ്ഞുവിട്ടു. വോൾഗയുടെ ഏറ്റവും നല്ല പട്ടണം ഏതാണ്? ഏറ്റവും കൂടുതൽ കച്ചവടക്കാരുള്ള പട്ടണം! പട്ടണത്തിലെ ഏറ്റവും നല്ല വീടുകൾ ആരുടേതാണ്? കച്ചവടക്കാരുടെ വീടുകളാണ്! പാവങ്ങളെ പറ്റി ഏറ്റവും കൂടുതൽകരുതൽ ഉള്ളവർ ആരാണ്. കച്ചവടക്കാർ! കച്ചവടക്കാരൻ കോപ്പക്കുകൾ സംഭരിച്ച് ആയിരക്കണക്കിന് റൂബിൾ സംഭാവന ചെയ്യുന്നു. പള്ളികൾ ആരാണ് നിർമ്മിച്ചത്? നമ്മൾ! സർക്കാരിന് കൂടുതൽ പണം കൊടുക്കുന്നത് ആരാണ്? കച്ചവടക്കാർ! നമ്മൾ മാത്രമാണ് ജോലിയെ ജോലിക്കുവേണ്ടി സ്നേഹിക്കുന്നത്. നമ്മൾ മാത്രമാണ് ജീവിതത്തിന്റെ മര്യാദകളെയും ജീവിതത്തേയും സ്നേഹിക്കുന്നത്! നമ്മളെ പറ്റി സംസാരിക്കുന്നവൻ വെറുതെ സംസാരിച്ചുകൊണ്ടിരിക്കും! അത് കാര്യമാക്കേണ്ട. അയാൾ സംസാരിക്കട്ടെ! കാറ്റടിക്കുമ്പോൾ വില്ലോമരം ചിലയ്ക്കും! കാറ്റ് അടങ്ങുമ്പോൾ വില്ലോമരം നിശ്ശബ്ദമാകും! അതുകൊണ്ട് കുതിരവണ്ടിയുടെ തണ്ട് ഉണ്ടാക്കാൻ പറ്റില്ല. ഒരു ചൂലു പോലും ഉണ്ടാക്കാൻ പറ്റില്ല. അത് ഒരു ഉപയോഗവും ഉള്ള മരം അല്ല! ഈ പ്രയോജനമില്ലാത്ത മരത്തിൽ നിന്നാണ് മർമ്മരങ്ങൾ പുറത്തുവരുന്നത്. അവർ ചെയ്യുന്നത് എന്താണ്? അവരെ നമ്മുടെ വിധികർത്താവ് ആക്കിയിട്ടുണ്ടോ? അവർ എങ്ങനെയാണ് ജീവിതത്തിന് അലങ്കരമാകുന്നത്? അത് നമുക്ക് അറിയില്ല. എന്നാൽ നമ്മുടെ ജോലി വ്യക്തമായി കാണാൻ കഴിയുന്നതാണ്.

ജീവിതത്തിന്റെ മുൻപന്തിയിലുള്ളവരെ കാണാൻ കഴിയുന്നത് നിങ്ങളിലാണ്. ജോലിക്കാരെ സ്നേഹിക്കുന്ന ഏറ്റവും നല്ല പരിശ്രമശാലികളെ കാണാൻ കഴിയുന്നതും നിങ്ങളുടെ കൂട്ടത്തിലാണ്. കാര്യങ്ങൾ നിർവ്വഹിക്കാൻ കഴിവുള്ളവരേയും കാര്യങ്ങൾ നിർവ്വഹിച്ചവരേയും കാണാനുള്ളത് നിങ്ങളുടെ ഇടയിലാണ്. ഞാൻ പ്രശസ്തരും അദ്ധ്വാനികളും ആയ റഷ്യയിലെ കച്ചവടവർഗ്ഗത്തിനു വേണ്ടി എന്റെ നിറഞ്ഞ പാനപാത്രം ഉയർത്തുന്നു. നിങ്ങൾ നീണാൾ വാഴട്ടെ! റഷ്യയുടെ പ്രതാപത്തിനു വേണ്ടി നിങ്ങൾ വിജയിക്കട്ടെ."

മയാകിന്റെ പരുഷമായ തുളച്ചിറങ്ങുന്ന വാക്കുകൾ കച്ചവടക്കാർക്കിടയിൽനിന്ന് ചെവിയടപ്പിക്കുന്ന ഒരു വിജയാഹ്ലാദം ഉയരാൻ കാരണമായി. വീഞ്ഞും മയാകിന്റെ വാക്കുകളും ചേർന്നപ്പോൾ എല്ലാ കൊഴുത്തുതടിച്ച ശരീരങ്ങളും ഇളകിമറിഞ്ഞു. അവരുടെ നെഞ്ചിൽ നിന്നും ഒരുമിച്ചുള്ള ഒരു ആർപ്പുവിളി ഉയർന്നു. അവർക്കു ചുറ്റുമുള്ള അന്തീരക്ഷം വിറയ്ക്കുന്നതായി തോന്നി.

"യാക്കോവ്, നിങ്ങൾ ദൈവത്തിന്റെ കാഹളമാണ്." മയാകിനെ നോക്കി പാനപാത്രം ഉയർത്തിക്കൊണ്ട് സുബോവ് വിളിച്ചുപറഞ്ഞു.

കച്ചവടക്കാർ കസേരകൾ മറിച്ചിട്ടുകൊണ്ട് മേശകൾക്കിടയിലൂടെ തിക്കിത്തിരക്കി മയാകിന്റെ അടുത്തേക്ക് പാഞ്ഞുവന്നു. അവർ കൈയിൽ പാനപാത്രങ്ങൾ ഉയർത്തിപ്പിടിച്ചിരുന്നു.

"ഇവിടെ പറഞ്ഞ കാര്യങ്ങൾ നിങ്ങൾക്ക് മനസ്സിലായോ?" റോബുസ്റ്റോവിന്റെ തോളിൽ പിടിച്ച് കുലുക്കിക്കൊണ്ട് കോനോനോവ് ചോദിച്ചു. അത് മനസ്സിലാക്കണം. അത് ഒരു ഗംഭീര പ്രസംഗം ആയിരുന്നു."

"യക്കോവ് ടരസോവിച്ച്! ഞാൻ നിങ്ങളെ ഒന്ന് കെട്ടിപ്പിടിക്കട്ടെ!'

"പാട്ടുതുടങ്ങട്ടെ"

"വാദ്യസംഗീതം മതി."

"ഞങ്ങൾക്ക് പാട്ടുവേണ്ട! യക്കോവ് ടരാസോവിച്ചിന്റെ പ്രസംഗം മതി!"

'ഞാൻ എന്റെ സഹോദരന്മാരിൽ ഏറ്റവും ചെറിയവൻ ആയിരുന്നു. പക്ഷേ, എനിക്ക് കാര്യങ്ങൾ മനസ്സിലാക്കാനുള്ള കഴിവ് ഉണ്ടായിരുന്നു."

"യാക്കോവ്! നിങ്ങൾ മരിക്കുമെന്ന് ഓർക്കുമ്പോൾ ദുഃഖം തോന്നുന്നു. ഞങ്ങളുടെ സങ്കടം പറഞ്ഞറിയിക്കാൻ പറ്റില്ല."

"പക്ഷേ, എത്ര വലിയ ശവസംസ്കാരം ആണ് നടക്കാൻപോകുന്നത്?"

"മാന്യന്മാരേ! നമുക്ക് ഒരു മയാകിൻ നിധി സ്ഥാപിക്കാം. ഞാൻ അതിനുവേണ്ടി ആയിരം സംഭാവന ചെയ്യുന്നു."

"നിശ്ശബ്ദരായിരിക്കണം!"

യക്കോവ് ടരാസോവിച്ച് വീണ്ടും സംസാരിക്കാൻ തുടങ്ങി." നമ്മൾ ജീവിതത്തിന്റെ മുൻപന്തിയിൽ നില്ക്കുന്നവരാണ്. അതുകൂടാതെ കർഷകർ ആയതുകൊണ്ട് നമ്മുടെ രാജ്യത്തിന്റെ യഥാർത്ഥ യജമാനന്മാർ നമ്മളാണ്."

"അത് ശരിയാണ്."

"സംസാരിക്കരുത്. മയാകിൻ സംസാരിച്ചു കഴിയട്ടെ!"

"നമ്മൾ റഷ്യയിലെ ആദിമനുഷ്യരാണ്. നമ്മളിൽ നിന്ന് ഉണ്ടാകുന്ന എല്ലാ കാര്യങ്ങൾക്കും റഷ്യയുടെ യഥാർത്ഥ ഗന്ധം ഉണ്ടാകും. അവയെല്ലാം അങ്ങേയറ്റം സത്യസന്ധം ആണ്. അങ്ങേയറ്റം പ്രയോജനകരമാണ്. അങ്ങേയറ്റം അനിവാര്യമാണ്."

"രണ്ടു രണ്ടും നാലാകുന്നതുപോലെ ഇതും സത്യമാണ്."

"ഇത് വളരെ ലളിതമാണ്."

"അയാൾ ബുദ്ധിമാനാണ്. ഒരു വഞ്ചകനെപോലെ."

"അയാൾ ശാന്തനാണ്. ഒരു..."

"ഒരു കഴുകനെപോലെ." ആരൊക്കെയോ ചിരിച്ചു.

കച്ചവടക്കാർ യക്കോവിനെ ചുറ്റും വട്ടമിട്ടുനിന്നു. അയാളുടെ ചുറ്റുമുള്ള അന്തരീക്ഷത്തിൽ ശബ്ദങ്ങളുടെ ഒരു ബഹളം ആയിരുന്നു. ഇപ്പോൾ അയാളുടെ സംസാരം വ്യക്തമായി കേൾക്കാൻ കഴിയാത്തതിൽ അവർ അങ്ങേയറ്റം അസ്വസ്ഥരായിരുന്നു. കച്ചവടക്കാരുടെ ആവേശം കൂടുതൽ കൂടുതൽ തീക്ഷ്ണമായിക്കൊണ്ടിരുന്നു. എല്ലാ മുഖങ്ങളിലും വിജയത്തിന്റെ തിളക്കം ഉണ്ടായിരുന്നു. കൈകൾ പാനപാത്രങ്ങളുമായി മയാകിന്റെ നേർക്ക് ഉയർന്നുകൊണ്ടിരുന്നു. കച്ചവടക്കാർ അയാളെ തോളിൽ എടുത്തു കയ്യടിച്ചു. അയാളുടെ ചുറ്റും ഉന്തും തള്ളും നടത്തി. അയാളെ ചുംബിച്ചു. അയാളുടെ മുഖത്തേക്ക് സ്നേഹത്തോടെ നോക്കി. ആരോ ഒരാൾ നിർവൃതിയോടെ വിളിച്ചുകൂവി.

"കാമറിൻസ്കായാ, നമ്മുടെ ദേശീയ നാടോടി നൃത്തം."

"അതൊക്കെ നമ്മൾ നടത്തിക്കഴിഞ്ഞു. യാക്കോവ് ടരാസോവിച്ച് നദിയിലേക്ക് നോക്കിക്കൊണ്ട് വിളിച്ചുപറഞ്ഞു.

പെട്ടെന്ന് ഉച്ചത്തിലുള്ള ഒരു ശബ്ദം മുഴങ്ങിക്കേട്ടു. എല്ലാ ശബ്ദങ്ങളും അതിൽ മുങ്ങിപ്പോയി.

"ങാ! അപ്പോൾ അത് നിങ്ങൾ അവസാനിപ്പിച്ചു. ഇല്ലേ?"

ഇതിനുശേഷം ഉടൻ തന്നെ ഒരു അസഭ്യപ്രസ്താവന അന്തരീക്ഷത്തിലൂടെ പ്രതിദ്ധ്വനിച്ചു. ഒരേസമയം വിരസവും ശക്തവും ആയ ശബ്ദത്തിൽ പുറത്തുവന്ന ആ പ്രസ്താവനയിൽ അങ്ങേയറ്റത്തെ പക ഉണ്ടായിരുന്നു. എല്ലാവരും അതുകേട്ടു. എല്ലാവരും നിമിഷനേരത്തേക്ക് നിശ്ശബ്ദരായ അവരെ അപമാനിച്ച ആ മനുഷ്യനെ അവരുടെ കണ്ണുകൾ തിരഞ്ഞുകൊണ്ടിരുന്നു. ഈ സമയത്ത് യന്ത്രത്തിന്റെ നെടുവീർപ്പുകളും ചങ്ങലകളുടെ കിലുക്കവും ഒഴിച്ച് മറ്റൊന്നും തന്നെ കേൾക്കുന്നുണ്ടായിരുന്നില്ല.

"അവിടെ ആരാണ് കുഴപ്പം ഉണ്ടാക്കുന്നത്?" കോനോനോവ് മുഖം വീർപ്പിച്ചു.

"നമുക്ക് ദുഷ്പ്പേരില്ലാത്തതെ മുന്നോട്ട് പോകാൻ പറ്റില്ല!" കഴിഞ്ഞ കാര്യത്തെ പറ്റിയുള്ള ദുഃഖത്തോടെ റസ്നിക്കോവ് നെടുവീർപ്പിട്ടു.

"ഇവിടെ ആരാണ് ചീത്തവിളിക്കുന്നത്?"

കച്ചവടക്കാരുടെ മുഖങ്ങളിൽ അമ്പരപ്പും ജിജ്ഞാസയും അത്ഭു

തവും അവജ്ഞയും പ്രതിഫലിച്ചു. എല്ലാവരും വെറുതെ തിരക്കുകൂട്ടാൻ തുടങ്ങി. യക്കോവ് ടരാസോവിച്ച് മാത്രം ശാന്തനായിരുന്നു. അയാൾക്ക് സംഭവിച്ച കാര്യങ്ങളിൽ സംതൃപ്തി പോലും ഉണ്ടെന്ന് തോന്നി. അയാൾ ശബ്ദം ഉണ്ടാക്കാതെ എഴുന്നേറ്റ് കഴുത്തു നീട്ടി മേശയുടെ അറ്റത്തേക്ക് നോക്കി. അവിടെ അയാൾക്ക് സന്തോഷം ലഭിക്കുന്ന ഏതോ ഒരു കാര്യം കണ്ടമട്ടിൽ അയാളുടെ കണ്ണുകൾ തിളങ്ങി.

"ഗോർഡിയീവ്" യോന യുഷ്ക്കോവ് മൃദുവായി പറഞ്ഞു.

എല്ലാ മുഖങ്ങളും യക്കോവ് ടരാസോവിച്ച് നോക്കിക്കൊണ്ടിരുന്ന ദിശയിലേക്ക് തിരിഞ്ഞു.

അവിടെ മേശപ്പുറത്ത് കൈകുത്തിക്കൊണ്ട് ഫോമാ നിലയ്ക്കുന്നുണ്ടായിരുന്നു. അയാളുടെ മുഖം അമർഷം കൊണ്ട് വികൃതമാക്കപ്പെട്ടിരുന്നു. അയാൾ പല്ലുകടിച്ചു പിടിച്ചുകൊണ്ട് കത്തുന്നകണ്ണുകൾകൊണ്ട് കച്ചവടക്കാരെ നോക്കി. അയാളുടെ കീഴ്ത്താടി വിറയ്ക്കുന്നുണ്ടായിരുന്നു. അയാളുടെ തോളുകൾ വിറയ്ക്കുന്നുണ്ടായിരുന്നു. മേശയുടെ അറ്റത്ത് ബലമായി പിടിച്ചിരുന്ന അയാളുടെ വിരലുകൾ മേശവിരിയിൽ അസ്വസ്ഥതയോടെ ഞെരടിക്കൊണ്ടിരുന്നു. ചെന്നായയെപോലെ ദേഷ്യപ്പെട്ട് അമർഷത്തോടെ നില്ക്കുന്ന അയാളെ കണ്ടപ്പോൾ കച്ചവടക്കാർ വീണ്ടും നിമിഷനേരത്തേക്ക് നിശ്ശബ്ദരായി.

"നിങ്ങൾ എന്ത് കണ്ടിട്ടാണ് അത്ഭുതപ്പെടുന്നത്?" ഫോമാ ചോദിച്ചു. വീണ്ടും അയാളുടെ ചോദ്യത്തെ അസഭ്യമായ പ്രസ്താവന അനുഗമിച്ചു.

"അയാൾക്ക് കുടിച്ച് ബോധം ഇല്ല!" ബോബ്രോവ് തലകുലുക്കിക്കൊണ്ട് പറഞ്ഞു.

"അയാളെ എന്തിനാണ് ക്ഷണിച്ചത്?" റസ്നിക്കോവ് രഹസ്യം പറഞ്ഞു.

'ഫോമാ ഇഗ്നാറ്റിവിച്ച്!" കോനോനോവ് ശാന്തമായി പറഞ്ഞു. "നിങ്ങൾ ഒരിക്കലും മര്യാദകേട് കാണിക്കരുത്. നിങ്ങൾക്ക് തല ചുറ്റുന്നുണ്ടെങ്കിൽ സമാധാനമായി മുറിയിൽ പോയി കിടക്കണം."

"നിങ്ങൾ സംസാരിക്കരുത്!" അയാളുടെ മുഖത്തേക്ക് നോക്കിക്കൊണ്ട് ഫോമാ ഉറക്കെ പറഞ്ഞു. "എന്നോട് സംസാരിക്കാനുള്ള ധൈര്യം ഉണ്ടോ? ഞാൻ കുടിച്ചിട്ടില്ല. എനിക്ക് ഇവിടെയുള്ള ആരേക്കാളും ബോധം ഉണ്ട്! നിങ്ങൾക്ക് മനസ്സിലാകുന്നുണ്ടോ?"

"പക്ഷേ, ഞാൻ ഒന്ന് ചോദിക്കട്ടെ! എന്റെ കുട്ടീ! നിങ്ങളെ ഇവിടെ ആരാണ് ക്ഷണിച്ചത്?" കോനോനോവ് കോപത്തോടെ ചോദിച്ചു.

"അവനെ ഞാനാണ് കൊണ്ടുവന്നത്!'" മയാകിൻ ശബ്ദം മുഴങ്ങി.

"ങാ. ശരി. ഫോമാ ഇഗ്നാറ്റിവിച്ച്, നിങ്ങൾ എന്നോട് ക്ഷമിക്കണം. പക്ഷേ, അയാളെ യക്കോവ് കൊണ്ടുവന്നതുകൊണ്ട് യക്കോവ് തന്നെ അയാളെ നിയന്ത്രിക്കണം. അല്ലെങ്കിൽ അത് മോശമാണ്."

ഫോമാ പുഞ്ചിരിച്ചുകൊണ്ട് നിശ്ശബ്ദനായി നിന്നു. അയാളെ നോക്കിക്കൊണ്ട് നില്ക്കുമ്പോൾ കച്ചവടക്കാരും നിശ്ശബ്ദരായിരുന്നു.

"ഏയ് ഫോയ്കാ!" മയാകിൻ ആരംഭിച്ചു. "നീ വീണ്ടും ഈ കിഴവനെ

നാണം കെടുത്തുകയാണ്.''

"അച്ഛാ!" ഫോമാ ചിരിച്ചുകൊണ്ട് പറഞ്ഞു. ''ഞാൻ ഇതുവരെ ഒന്നും ചെയ്തിട്ടില്ല. അതുകൊണ്ട് ഇപ്പോൾ എന്നെ ഉപദേശിച്ചാൽ അത് വളരെ നേരത്തെ ആയിപ്പോകും. ഞാൻ കുടിച്ചിട്ടില്ല. ഞാൻ ഒന്നുംതന്നെ കുടിച്ചിട്ടില്ല. പക്ഷേ, ഞാൻ എല്ലാ കാര്യങ്ങളും കേട്ടു. മാന്യന്മാരായ കച്ചവടക്കാരേ! എന്നെ സംസാരിക്കാൻ അനുവദിക്കണം! നിങ്ങൾ വളരെ ബഹുമാനിക്കുന്ന എന്റെ തലതൊട്ടപ്പൻ പ്രസംഗിച്ചു കഴിഞ്ഞു. ഇപ്പോൾ മകന്റെ പ്രസംഗം കൂടി കേൾക്കണം.''

"എന്തുപ്രസംഗം?" റസ്നിക്കോവ് പറഞ്ഞു. എന്തിനാണ് പ്രസംഗിക്കുന്നത്? നമ്മൾ ഒന്നിച്ചു കൂടിയത് സന്തോഷിക്കാനാണ്.''

"ഫോമാ ഇഗ്നാറ്റിവിച്ച്, അത് നിങ്ങൾ ഉപേക്ഷിക്കണം. അതാണ് കൂടുതൽ നല്ലത്.''

"നമുക്ക് എന്തെങ്കിലും കുടിക്കാം.''

"നമുക്ക് കുടിക്കാം. ഫോമാ ഒരു കാര്യം ഓർക്കണം. നിങ്ങൾ ഒരു നല്ല അച്ഛന്റെ മകനാണ്.''

ഫോമാ മേശയുടെ അടുത്തു നിന്ന് പിൻവാങ്ങി. അയാൾ ഉപദേശങ്ങൾ കേട്ട് പുഞ്ചിരിച്ചുകൊണ്ട് നിവർന്നു നിന്നു. ഈ മനുഷ്യർക്കിടയിൽ ഏറ്റവും സുന്ദരൻ അയാളായിരുന്നു. ഏറ്റവും ചെറുപ്പവും അയാൾക്കായിരുന്നു. മുഴച്ചു നില്ക്കുന്ന കുടവയറുകളുള്ള തടിച്ച ശരീരങ്ങൾക്കിടയിൽ ഇറുകിയ കോട്ടുധരിച്ച അയാളുടെ സുന്ദരമായ രൂപം പ്രത്യേകം ശ്രദ്ധിക്കപ്പെട്ടിരുന്നു. അയാളുടെ മുമ്പിൽ പ്രതീക്ഷയോടെ അത്ഭുതപ്പെട്ടു നില്ക്കുന്ന ചുളിഞ്ഞുപോയ എല്ലാ മുഖങ്ങളേക്കാളും ഉന്മേഷം വലിയ കണ്ണുകളുള്ള അയാളുടെ തവിട്ടുനിറമുള്ള മുഖത്ത് കാണാനുണ്ടായിരുന്നു. അയാൾ കോട്ട് ഇരുവശത്തേക്കും തുറന്നിട്ട് പോക്കറ്റിൽ കൈ തിരുകിക്കൊണ്ട് നിവർന്നു നിന്നു.

"മുഖസ്തുതികൊണ്ടും തലോടലുംകൊണ്ടും നിങ്ങൾക്ക് എന്റെ നാവടക്കാൻ കഴിയില്ല!" അയാൾ ചങ്കുറപ്പോടെ ഭീഷണി മുഴക്കി. "നിങ്ങൾ ശ്രദ്ധിച്ചാലും ഇല്ലെങ്കിലും ഞാൻ സംസാരിക്കാൻ പോകുകയാണ്. നിങ്ങൾക്ക് എന്നെ ഇവിടെ നിന്ന് ആട്ടി ഓടിക്കാൻ കഴിയില്ല.''

അയാൾ തലയാട്ടിയതിനുശേഷം തോളുകൾ ഉയർത്തിക്കൊണ്ട് ശാന്തമായി പ്രഖ്യാപിച്ചു.

"പക്ഷേ, നിങ്ങളിൽ ആരെങ്കിലും എന്നെ തൊടാനുള്ള ധൈര്യം കാണിച്ചാൽ അത് വിരലുകൊണ്ടായാൽപോലും ഞാൻ അയാളെ കൊല്ലും. ഞാൻ ദൈവത്തെ മുൻനിർത്തി സത്യം ചെയ്യുന്നു. എനിക്ക് എത്ര മനുഷ്യരെ കൊല്ലാൻ പറ്റുമെന്ന് അറിയില്ല. പക്ഷേ, അത്രയും ആളുകളെ ഞാൻ കൊല്ലും.''

അയാളുടെ എതിർവശത്തു നിന്നിരുന്ന ആൾക്കൂട്ടം കുറ്റിച്ചെടികൾ കാറ്റിൽ ഉലയുന്നതുപോലെ പിന്നോട്ട് നീങ്ങി. അവർ അസ്വസ്ഥതയോടെ രഹസ്യം പറയാൻ തുടങ്ങി. ഫോമായുടെ മുഖം കൂടുതൽ ഇരുണ്ടു. അയാളുടെ കണ്ണുകൾ കൂടുതൽ വികസിച്ചു.

"ശരി, നിങ്ങൾ ജീവിതം ഉണ്ടാക്കിയെന്നും ഏറ്റവും സത്യസന്ധമായ

കാര്യങ്ങളും ഏറ്റവും ഉചിതമായ കാര്യങ്ങളും ചെയ്യുന്നുണ്ടെന്നും ഇവിടെ പറയുന്നതുകേട്ടു."

ഫോമാ ആഴത്തിൽ നെടുവീർപ്പിട്ടു. അയാൾ പ്രകടമാകാത്ത നീരസത്തോടെ കേൾവിക്കാരുടെ മുഖങ്ങൾ പരിശോധിച്ചു. അവരുടെ മുഖങ്ങൾ എല്ലാം പെട്ടെന്ന് നീരുവന്നതുപോലെ അസാധാരണമായ രീതിയിൽ വീർത്തുപോയിരുന്നു. അവർ പരസ്പരം കൂടുതൽ അടുത്തുകൊണ്ടു നിശ്ശബ്ദരായി നിന്നു. പിന്നിലെ നിരയിൽ നിന്ന് ആരോ ഒരാൾ പിറുപിറുത്തു.

"അയാൾ എന്തിനെപ്പറ്റിയാണ് സംസാരിക്കാൻ പോകുന്നത്? കടലാസിൽ നിന്നാണോ അതോ ഹൃദയത്തിൽ നിന്നാണോ?"

"ഗോർഡിയീവ് തലകുലുക്കിക്കൊണ്ട് ഉറക്കെപ്പറഞ്ഞു. "നിങ്ങൾ എന്താണ് ഉണ്ടാക്കിയത്? നിങ്ങൾ ഉണ്ടാക്കിയത് ജീവിതം അല്ല. നിങ്ങൾ ഉണ്ടാക്കിയത് ജയിലാണ്. നിങ്ങൾ നടപ്പാക്കിയത് നിയമം അല്ല. നിങ്ങൾ മനുഷ്യനെ വിലങ്ങുവയ്ക്കുകയായിരുന്നു. അത് ശ്വാസംമുട്ടൽ ഉണ്ടാക്കുന്നു. സജീവമായ മനസ്സിന് നിന്നുതിരിയാൻ സ്ഥലമില്ല. ഇതു ഇടുങ്ങിയതാണ്. മനുഷ്യർ ഇല്ലാതായിക്കൊണ്ടിരിക്കുന്നു! നിങ്ങൾ കൊലപാതകികൾ ആണ്. മനുഷ്യവർഗ്ഗത്തിന്റെ ക്ഷമ കൊണ്ടാണ് നിങ്ങൾ ഇന്ന് നിലനില്ക്കുന്നതെന്ന് നിങ്ങൾ മനസ്സിലാക്കുന്നുണ്ടോ?"

"ഇതിന്റെ അർത്ഥം എന്താണ്? റസ്നിക്കോവ് അമർഷത്തോടെ ഉറക്കെ ചോദിച്ചു. "ഇല്യാ യഫിമോവ് എന്താണിത്? ഇത്തരം സംസാരം എനിക്ക് സഹിക്കാൻ പറ്റില്ല."

"ഗോർഡിയീവ്" ബോബ്രോവ് വിളിച്ചു പറഞ്ഞു. "ശ്രദ്ധിക്കണം നിങ്ങളുടെ സംസാരം ശരിയല്ല."

"ഇങ്ങനെ സംസാരിച്ചാൽ നിങ്ങൾക്ക് കിട്ടുമെന്നുള്ള കാര്യം തീർച്ചയാണ്!" സുബോവിന്റെ വക ദുസ്സൂചന വന്നു.

ഫോമാ കണ്ണുചുവപ്പിച്ചുകൊണ്ട് അലറി. "നിങ്ങൾ ഇപ്പോൾ പന്നിയെപ്പോലെ അമറാനാണോ ഭാവം."

ഇരുമ്പിനെ രാകി മിനുസപ്പെടുത്തുന്ന അരം പോലെ മയാകിന്റെ ശാന്തമായ ശബ്ദം മുഴങ്ങി. "അവനെ തൊടരുത്! ഞാൻ നിങ്ങളോട് ആത്മാർത്ഥമായി യാചിക്കുന്നു. അവനെ തടസ്സപ്പെടുത്തേണ്ട. അവൻ പറയട്ടെ. അവൻ സ്വയം സന്തോഷിക്കട്ടെ. അവന്റെ സംസാരത്തിന് നിങ്ങളെ ദ്രോഹിക്കാൻ കഴിയില്ല."

"ഞാൻ നിങ്ങളോട് നന്ദിപറയുന്നു." യോനാ യുഷ്ക്കോവ് വിളിച്ചു പറഞ്ഞു.

"ചങ്ങാതി! നിനക്ക് എന്തുപറ്റി? നിനക്ക് ബോധം പോയോ? അവർ നിന്നെ" ഫോമായുടെ അടുത്തുനിന്നിരുന്ന സ്മോളിൻ അയാളുടെ ചെവിയിൽ പറഞ്ഞു.

"നിനക്ക് പോകാം." അയാളുടെ മുഖത്തേക്ക് ദേഷ്യപ്പെട്ട് നോക്കിക്കൊണ്ട് ഫോമാ പറഞ്ഞു. നീ പോയി മയാകിനെ പുകഴ്ത്താൻ നോക്ക്! ഒരുപക്ഷേ, നിനക്ക് എന്തെങ്കിലും വീണുകിട്ടിയെന്നുവരും!"

സ്മോളിൻ ചൂളം അടിച്ചുകൊണ്ട് ഒരുവശത്തേക്ക് മാറിപ്പോയി. കച്ച വടക്കാർ ഓരോരുത്തരായി കപ്പലിന്റെ പല ഭാഗങ്ങളിലേക്ക് പിരിഞ്ഞു പോകാൻ തുടങ്ങി. ഇത് ഫോമായെ കൂടുതൽ അസ്വസ്ഥനാക്കി. സ്വന്തം വാക്കുകൾ കൊണ്ട് അവരെ ചങ്ങലയ്ക്കിട്ട് നിർത്താൻ ഫോമാ ആഗ്രഹി ച്ചു. പക്ഷേ, അതിനു പറ്റിയ ശക്തമായ വാക്കുകൾ അയാൾക്ക് കണ്ടെ ത്താൻ കഴിഞ്ഞില്ല.

“നിങ്ങൾ ജീവിതം ഉണ്ടാക്കിയെന്നാണ് പറയുന്നത്!” അയാൾ അലറി. നിങ്ങൾ ആരാണ് വെറും പിടിച്ചുപറിക്കാർ, വെറും ചതിയന്മാർ.”

“അവരിൽ ചിലർ ഫോമായെ നോക്കി.

“കോനനോവ്! ആ കൊച്ചുപെൺകുട്ടിയുടെ കാര്യത്തിൽ അവർ നിങ്ങളെ ഉടൻ തന്നെ വിചാരണ ചെയ്യുന്നുണ്ടോ? അവർ നിങ്ങളെ തണ്ടു വലിക്കാൻ പറഞ്ഞയയ്ക്കും. നിങ്ങൾ കപ്പലുകൾ ഉണ്ടാക്കിയതുകൊണ്ട് ഉപയോഗം ഇല്ല. അവർ നിങ്ങളെ സൈബീരിയായ്ക്ക് സർക്കാരിന്റെ കപ്പ ലിലാണ് കൊണ്ടുപോകുന്നത്.”

കോനനോവ് കസേരയിലേക്ക് വീണു. രക്തം അയാളുടെ മുഖത്തേക്ക് ഇരച്ചുകയറി. അയാൾ നിശ്ശബ്ദമായി മുഷ്ടിചുരുട്ടി. ഫോമാ പരുഷമായി പറഞ്ഞു.

“ഞാൻ അത് മറക്കില്ല.” അയാളുടെ മുഖം വികൃതമാകുന്നതും ചുണ്ടു കൾ വിറയ്ക്കുന്നതും ഫോമാ കണ്ടു. ഈ മനുഷ്യർക്ക് ഏറ്റവും ശക്തി യായി അടികൊടുക്കേണ്ടത് എങ്ങനെയാണെന്ന് അയാൾക്ക് മനസ്സിലായി.

“ഹാ ഹാ ഹാ! ജീവിതം ഉണ്ടാക്കുന്നവരേ! ഗുഷ്ചിൻ, നിങ്ങൾ നിങ്ങ ളുടെ അനന്തിരവനും അനന്തിരവൾക്കും ഭിക്ഷ കൊടുക്കുന്നുണ്ടോ, അവർക്ക് നിങ്ങൾ ഏറ്റവും കുറഞ്ഞത് ഒരു കോപ്പക്കെങ്കിലും ദിവസം കൊടുക്കണം. ബോബ്രോവ്! നിങ്ങൾ എന്തിനാണ് നിങ്ങളുടെ വെപ്പാ ട്ടിയെ പറ്റി കള്ളം പറഞ്ഞത്. അവൾ നിങ്ങളെ കൊള്ളയടിച്ചെന്നു പറഞ്ഞ് ജയിലിലേക്ക് അവളെ എന്തിനാണ് പറഞ്ഞുവിട്ടത്? നിങ്ങൾക്ക് അവളെ മടുത്തെങ്കിൽ അവളെ നിങ്ങളുടെ മകന് വിട്ടുകൊടുക്കാമായിരുന്നു. എന്താ യാലും നിങ്ങളുടെ മറ്റേ വെപ്പാട്ടിയുമായി നിങ്ങളുടെ മകൻ രഹസ്യ ഇട പാടുകൾ തുടങ്ങിയിട്ടുണ്ട്. എടോ തടിയൻ പന്നീ! താൻ ഈ കാര്യം അറിഞ്ഞിട്ടുണ്ടോ? ഹാഹാ! ലൂപ് നിങ്ങൾക്ക് വീണ്ടും ഒരു വേശ്യാലയം തുടങ്ങി നിങ്ങളുടെ അതിഥികളെ കൊള്ളയടിക്കാം. പിന്നീട് ചെകുത്താൻ നിങ്ങളെ കൊള്ളയടിച്ചുകൊള്ളും. ഹാ ഹാ! നിങ്ങളെ പോലെ ഒരു ഭക്തന്റെ മുഖം തെമ്മാടിക്ക് കിട്ടുന്നത് വളരെ നല്ല കാര്യമാണ്! ലൂപ്, നിങ്ങൾക്ക് അപ്പോൾ ആരെവേണമെങ്കിലും കൊല്ലാം!’ ഫോമായുടെ സംസാരം അയാളുടെ പരിഹാസം നിറഞ്ഞ പൊട്ടിച്ചിരികൊണ്ട് ഇടയ്ക്കി ടയ്ക്ക് തടസ്സപ്പെടുത്തുന്നുണ്ടായിരുന്നു. അയാളുടെ സംസാരം അവരുടെ ഇടയിൽ ഒരു മതിപ്പ് ഉണ്ടാക്കുന്നുണ്ടെന്ന് ഫോമായ്ക്ക് മനസ്സിലായി. ഇതു വരെ അയാൾ സംസാരിക്കുമ്പോൾ അവർ അയാളുടെ അടുത്തുനിന്ന് ഒഴിഞ്ഞുപോകുക ആയിരുന്നു. ഇപ്പോൾ അവർ ചെറിയ സംഘങ്ങളായി ദൂരെ മാറി നിന്ന് വെറുപ്പോടെ ഫോമായെ നോക്കിക്കൊണ്ടു നില്ക്കുക

യായിരുന്നു. ഇപ്പോൾ അവരുടെ മുഖങ്ങളിൽ അയാൾ പുഞ്ചിരി കണ്ടു. അയാളുടെ സംസാരം അവരെ ദേഷ്യം പിടിപ്പിച്ചെങ്കിലും അയാൾ വിചാരിച്ചിരുന്ന ആഴത്തിൽ അവരെ കുത്തിനോവിച്ചിട്ടില്ലെന്ന് ഫോമായ്ക്ക് മനസ്സിലായി. ഈ കാര്യങ്ങൾകൊണ്ട് അയാളുടെ കോപം തണുത്തു. കൂടാതെ അയാളുടെ ആക്രമണം പരാജയപ്പെട്ടെന്നുള്ള ഒരുബോധം ഫോമായുടെ ഉള്ളിൽ ഉണർന്നു തുടങ്ങിയിരുന്നു. പക്ഷേ, ഓരോരുത്തരേയും പറ്റി എടുത്തുപറയാൻ തുടങ്ങിയപ്പോൾ അയാളോടുള്ള അവരുടെ പെരുമാറ്റത്തിൽ വളരെപെട്ടെന്ന് ഒരു വ്യത്യാസം പ്രകടമായി.

അയാളുടെ പരുക്കൻ വാക്കുകളുടെ ഭാരം താങ്ങാൻ കഴിയാത്തതുപോലെ കോനോനോവ് കസേരയിലേക്ക് വീണപ്പോൾ ചിലരുടെയെല്ലാം മുഖത്തുകൂടി പരിഹാസം നിറഞ്ഞ പുഞ്ചിരി കടന്നുപോയത് ഫോമായുടെ ശ്രദ്ധയിൽ പെട്ടിരുന്നു. ആരോ ഒരാൾ അത്ഭുതത്തോടെ അയാളുടെ വാക്കുകൾ ശരിവെച്ചുകൊണ്ട് രഹസ്യം പറയുന്നത് ഫോമാ കേട്ടിരുന്നു.

"അത് കുറിക്കുകൊണ്ടു!"

ഈ രഹസ്യം ഫോമായ്ക്ക് ശക്തികൊടുത്തു. അയാൾ ആത്മവിശ്വാസത്തോടെ കണ്ണിൽ കണ്ടവരെ എല്ലാം ചീത്തപറയാൻ തുടങ്ങി. തന്റെ സംസാരം പ്രയോജനപ്പെടുന്നുണ്ടെന്നു കണ്ടപ്പോൾ ഫോമാ കൂടുതൽ ആഹ്ലാദത്തോടെ മുറുമുറുത്തു. അവർ അയാൾ പറയുന്നത് നിശ്ശബ്ദരായി നിന്ന് ശ്രദ്ധിച്ചു കേട്ടു. പലരും അയാളുടെ അടുത്തേക്ക് നീങ്ങിനിന്നു.

എതിർപ്പിന്റെ ശബ്ദങ്ങൾ കേൾക്കുന്നുണ്ടായിരുന്നു. പക്ഷേ, അവയൊന്നും നീണ്ടുനിന്നില്ല. ഫോമാ ആരുടെ എങ്കിലും പേര് വിളിച്ചുപറയുന്ന സമയത്ത് എല്ലാവരും നിശ്ശബ്ദരായി. അവർ കുറ്റപ്പെടുത്തപ്പെടുന്ന കൂട്ടുകാരന്റെ നേർക്ക് അവജ്ഞയോടെ നോക്കി.

ബോബ്രോവ് പരിഭ്രമം തോന്നിപ്പിക്കുന്ന തരത്തിൽ പൊട്ടിച്ചിരിച്ചു. പക്ഷേ, അയാളുടെ ചെറിയ കണ്ണുകൾ തുരപ്പണം പോലെ ഫോമായുടെ ഉള്ളിലേക്ക് തുരന്നുകയറി. കൈ വീശിക്കൊണ്ട് ഓടി നടന്ന ലൂപ് റസ്നിക്കോവ് ശ്വാസം വിടാൻ ബുദ്ധിമുട്ടിക്കൊണ്ട് പറഞ്ഞു.

"എന്തിനാണ്? ഞാൻ സാക്ഷി പറയും. എനിക്ക് ഇത് ക്ഷമിക്കാൻ പറ്റില്ല. ഞാൻ കോടതിയിൽ പോകും." പെട്ടെന്ന് ഫോമായുടെ നേർക്ക് കൈനീട്ടിക്കൊണ്ട് അയാൾ തുളച്ചിറങ്ങുന്ന ശബ്ദത്തിൽ വിളിച്ചുകൂവി:

"അയാളെ കെട്ടിയിട്!"

ഫോമാ ചിരിക്കുകയായിരുന്നു.

"നിങ്ങൾക്ക് സത്യത്തെ കെട്ടിയിടാൻ പറ്റില്ല. നിങ്ങൾക്ക് അത് ചെയ്യാൻ പറ്റില്ല! സത്യത്തെ കെട്ടിയിട്ടാലും അത് സംസാരിക്കാതിരിക്കില്ല."

"ദൈവമേ!" കോനോനോവ് സാവധാനം പറഞ്ഞു. അയാളുടെ ശബ്ദം ഇടറി.

"ബഹുമാന്യരായ കച്ചവടക്കാരേ!" മയാകിന്റെ ശബ്ദം മുഴങ്ങിക്കേട്ടു. നിങ്ങൾ അവനെ അഭിനന്ദിക്കണമെന്ന് ഞാൻ ആവശ്യപ്പെടുന്നു. അവൻ അങ്ങനെയുള്ള ഒരു മനുഷ്യനാണ്."

കച്ചവടക്കാർ ഒന്നൊന്നായി ഫോമായുടെ അടുത്തേക്ക് നീങ്ങി. അവ

രുടെ മുഖങ്ങളിൽ അയാൾ അമർഷം കണ്ടു. ജിജ്ഞാസ കണ്ടു. വൃത്തികെട്ട സംതൃപ്തി കണ്ടു. ഭയം കണ്ടു. ഫോമായുടെ അടുത്തിരുന്നിരുന്ന അഹംഭാവമില്ലാതെ ആരോ ഒരാൾ പറഞ്ഞു.

"അവർക്ക് അത് കൊടുക്കണം. ദൈവം നിങ്ങളെ അനുഗ്രഹിക്കും. നിങ്ങൾ ഇനിയും സംസാരിക്കണം! അത് നിങ്ങളുടെ പ്രശസ്തി വർദ്ധിപ്പിക്കും!"

"റോബുസ്റ്റോവ്!" ഫോമാ വിളിച്ചു പറഞ്ഞു. 'നിങ്ങൾ എന്തുകണ്ടിട്ടാണ് പൊട്ടിച്ചിരിക്കുന്നത്? എന്തുകാര്യമാണ് നിങ്ങളെ സന്തോഷിപ്പിക്കുന്നത്? നിങ്ങളും അവസാനം തണ്ടുവലിക്കാൻ പോകും."

"അയാളെ കരയ്ക്ക് ഇറക്കിവിടണം!" പെട്ടെന്ന് ചാടി എഴുന്നേറ്റു കൊണ്ട് റോബുസ്റ്റോവ് വിളിച്ചു കൂവി.

"കോനോനോവ് ക്യാപ്റ്റനോട് വിളിച്ചുപറഞ്ഞു. "പട്ടണത്തിലേക്ക് തിരിച്ചു പോകാം ഗവർണ്ണറെ കാണണം."

ആരോ വികാരനിർഭരമായ ശബ്ദത്തിൽ ദുസ്സൂചന നല്കി.

"ഇത് ഒരു ഗൂഢാലോചന ആണ്. ഇത് മുൻകൂട്ടി നിശ്ചയിച്ചതാണ്. അയാളെ കുടിപ്പിച്ചതിനുശേഷം പ്രേരിപ്പിച്ച് പറയിച്ചതാണ്."

"അല്ല. ഇത് എതിർപ്പാണ്."

"അയാളെ കെട്ടി ഇടണം."

ഫോമാ ഒരു ഷാംപെയിൻ കുപ്പി എടുത്ത് അന്തരീക്ഷത്തിൽ ചുഴറ്റി.

"എങ്കിൽ വരൂ! ഇല്ല. ആരും വരുന്നില്ല നിങ്ങൾ ഞാൻ പറയുന്നത് കേട്ടേ പറ്റൂ. എനിക്ക് അങ്ങനെയാണ് തോന്നുന്നത്."

അയാളുടെ വാക്കുകളുടെ അടിയേറ്റ് ഈ മനുഷ്യൻ നടുങ്ങുന്നതു കണ്ട ആഹ്ലാദത്തിൽ ഫോമാ വീണ്ടും പേരുകളും അസഭ്യങ്ങളും വിളിച്ചു പറയാൻ തുടങ്ങി. ബഹളത്തിനുള്ള പ്രകോപനങ്ങൾ ഒരിക്കൽക്കൂടി കെട്ടടങ്ങി. ഫോമായ്ക്ക് പരിചയം ഇല്ലാത്ത മനുഷ്യർ അയാളെ ആകാംക്ഷ നിറഞ്ഞ ജിജ്ഞാസയോടെ നോക്കി. അവർ അയാളുടെ അഭിപ്രായങ്ങളോട് യോജിക്കുന്നതായി തോന്നി. ചിലരുടെ നോട്ടത്തിൽ ആഹ്ലാദവും അത്ഭുതവും പോലും ഉണ്ടായിരുന്നു. അവരിൽ ഒരാൾ തലനരച്ച് പൊക്കം കുറഞ്ഞ ഒരു വൃദ്ധൻ പെട്ടെന്ന് ഫോമാ ചീത്തവിളിച്ചുകൊണ്ടിരുന്ന കച്ചവടക്കാരുടെ നേർക്കു തിരിഞ്ഞ് കൊണ്ട് മധുരമായ ശബ്ദത്തിൽ പറഞ്ഞു.

"ഇത് മനസ്സാക്ഷിയുടെ സംസാരം ആണ്! നിങ്ങൾ അത് ക്ഷമിച്ചുകളയണം! അതിൽ കാര്യം ഇല്ല. അത് മുന്നറിയിപ്പ് നല്കുന്ന ഒരു കുറ്റപ്പെടുത്തലാണ്! നമ്മൾ പാപികളാണ്. സത്യം പറഞ്ഞാൽ നമ്മൾ അങ്ങേയറ്റം...."

അവർ വൃദ്ധനോട് സംസാരം നിർത്താൻ പറഞ്ഞു. സുബോവ് അയാളെ തോളിൽപിടിച്ച് തള്ളി. അയാൾ തലകുമ്പിട്ടതിനുശേഷം ആൾക്കൂട്ടത്തിൽ മറഞ്ഞു.

"സുബോവ്!" ഫോമാ ഉറക്കെവിളിച്ചു. "നിങ്ങൾ എത്ര ആളുകളെ ചതിച്ച് തെണ്ടികളാക്കിയിട്ടുണ്ട്? നിങ്ങൾ കാരണം തൂങ്ങിമരിച്ച ഇവാൻ മ്യാക്കിനിക്കോവിനെ നിങ്ങൾ സ്വപ്നത്തിലെങ്കിലും ഓർക്കാറുണ്ടോ?

ഓരോ തിരുവത്താഴത്തിനും ശേഷം പള്ളിയിലെ പെട്ടിയിൽനിന്നും നിങ്ങൾ പത്തു റൂബിൾ മോഷ്ടിക്കാറുണ്ടെന്ന് കേൾക്കുന്നത് സത്യമാണോ?"

സുബോവ് ഈ ആക്രമണം പ്രതീക്ഷിച്ചിരുന്നില്ല. അയാൾ സ്തംഭിച്ചു നിന്നു. പക്ഷേ, അയാൾ പെട്ടെന്ന് തുളച്ചിറങ്ങുന്ന ശബ്ദത്തിൽ ആക്രോശിച്ചു.

"ങാ! നിങ്ങൾ എന്റെ നേർക്കും തിരിയുകയാണോ? എന്റെ നേർക്കും?"

അയാൾ വിളിച്ചുകൂവുന്നതിനിടയിൽ മുഖം വീർപ്പിച്ചുകൊണ്ട് ഫോമായെ മുഷ്ടിചുരുട്ടി കാണിച്ചു.

"ഈ വിഡ്ഢി പറയുന്നത് അയാളുടെ ഹൃദയത്തിൽ ദൈവം ഇല്ലെന്നാണ്. ഞാൻ ബിഷപ്പിനോട് പറയും. അവിശ്വാസി! നിനക്ക് തണ്ടുവലി ശിക്ഷകിട്ടും!"

കപ്പലിലെ ബഹളം വർദ്ധിച്ചു. അപമാനിക്കപ്പെട്ടതിന്റെ അമർഷത്തോടെ അമ്പരന്നുനില്ക്കുന്ന മനുഷ്യരെ കണ്ടപ്പോൾ ഫോമായ്ക്ക് താൻ ഭീകരജീവികളെ കൊല്ലുന്ന യക്ഷിക്കഥയിലെ അതികായനാണെന്ന് തോന്നി. അവർ പരസ്പരം സംസാരിച്ച് ബഹളം വെച്ചു. ചിലരുടെ മുഖം ദേഷ്യം കൊണ്ട് ചുവന്നിരുന്നു. ബാക്കിയുള്ളവരുടെ മുഖം വിളറിപ്പോയിരുന്നു. എങ്കിലും അവരുടെ നേർക്കുള്ള പരിഹാസങ്ങളുടെ ഒഴുക്ക് തടഞ്ഞുനിർത്തുന്നതിൽ എല്ലാവരും ഒരുപോലെ നിസ്സഹായരായിരുന്നു.

റസ്നിക്കോവ് കോനോനോവിനെ തോളിൽ പിടിച്ച് നിർത്തിക്കൊണ്ട് ചോദിച്ചു: "നിങ്ങൾക്ക് എന്തുപറ്റി? ഞങ്ങളെ ചീത്ത വിളിക്കാനാണോ നിങ്ങൾ ക്ഷണിച്ചുവരുത്തിയത്?"

യക്കോവ് ടരാസോവിച്ച് മയാകിന്റെ ചുറ്റും ആളുകൾ കൂട്ടംകൂടി നിന്നു. അവർക്ക് ദേഷ്യം ഉണ്ടായിരുന്നു. അവർ അയാളുടെ സംസാരം ശ്രദ്ധിച്ചു കേട്ടു. അവർ സമ്മതഭാവത്തിൽ തലകുലുക്കി.

"യക്കോവ്! എന്തെങ്കിലും ചെയ്യൂ." റോബുസ്റ്റോവ് ഉറക്കെ പറഞ്ഞു. "ഞങ്ങൾ എല്ലാവരും സാക്ഷികളാണ്."

മൊത്തം ബഹളങ്ങൾക്കും മുകളിലേക്ക് ഫോമായുടെ കുറ്റപ്പെടുത്തലുകൾ മുഴങ്ങിക്കേട്ടു.

"നിങ്ങൾ ഉണ്ടാക്കിയത് ജീവിതം അല്ല. എച്ചിൽക്കുഴി ആണ്! നിങ്ങളുടെ പ്രവൃത്തികൾ കൊണ്ട് അഴുകിയ എച്ചിലാണ് കുന്നുകൂടുന്നത്! നിങ്ങൾക്ക് മനസ്സാക്ഷി ഉണ്ടോ? നിങ്ങൾ ദൈവത്തെ ഓർക്കാറുണ്ടോ? പണം, അതാണ് നിങ്ങളുടെ ദൈവം! നിങ്ങളുടെ മനസ്സാക്ഷിയെ നിങ്ങൾ ആട്ടി ഓടിച്ചു. ചോരകുടിയന്മാരേ! നിങ്ങൾ അതിനെ എവിടെയാണ് ആട്ടി ഓടിച്ചത്. നിങ്ങൾ ജോലി ചെയ്യുന്നത് മറ്റുള്ളവരുടെ കൈകൊണ്ടാണ്! ഇതിനെല്ലാം നിങ്ങൾ മറുപടി പറയേണ്ടിവരും! നിങ്ങൾ മരിക്കുമ്പോൾ ഇതിന്റെ എല്ലാം കണക്ക് നിങ്ങളോട് ചോദിക്കും! ഒരു കണ്ണുനീർത്തുള്ളിക്ക് പോലും നിങ്ങൾ ഉത്തരംപറയേണ്ടിവരും! നിങ്ങളുടെ മഹത്തായ പ്രവൃത്തികൾകൊണ്ട് എത്ര മനുഷ്യരുടെ രക്തം കണ്ണുനീരായി മാറി! നിങ്ങ

ളുടെ അർഹത നോക്കിയാൽ നരകം പോലും നിങ്ങൾക്ക് ലഭിക്കുന്ന സുഖവാസകേന്ദ്രമാണ്. എണ്ണയിലല്ല തിളയ്ക്കുന്ന ചേറിലാണ് നിങ്ങളെ പൊരിക്കേണ്ടത്. നിങ്ങളുടെ കഷ്ടപ്പാടുകൾ നൂറ്റാണ്ടുകൾ നീണ്ടുനില്ക്കണം. ചെകുത്താന്മാർ നിങ്ങളെ തിളച്ച വെള്ളത്തിലേക്ക് വലിച്ചെറിയും. ബഹുമാന്യരായ കച്ചവടക്കാരേ! ജീവിതത്തിന്റെ സ്രഷ്ടാക്കളാണെന്നു പോലും! നിങ്ങൾ പിശാചുക്കൾ ആണ്."

ഫോമാ തല ഉയർത്തിപ്പിടിച്ച് കുലുങ്ങിച്ചിരിച്ചു.

ഈ നിമിഷത്തിൽ ചില ആളുകൾ പരസ്പരം നോക്കിയതിനുശേഷം ഫോമായുടെ അടുത്തേക്ക് ഓടിവന്ന് അവരുടെ ഭാരം കൊണ്ട് അയാളെ കീഴ്പ്പെടുത്തി. അതിനെ തുടർന്ന് ഒരു കോലാഹലം നടന്നു.

"പിടികൂടി!" ശ്വാസം എടുക്കാൻ ബുദ്ധിമുട്ടിക്കൊണ്ട് ആരോ ഒരാൾ വിളിച്ചു പറഞ്ഞു.

"നിങ്ങൾ എന്തുപണിയാണ് കാണിക്കുന്നത്?" ഫോമാ എതിർത്തു കൊണ്ട് വിളിച്ചുകൂവി.

അരമിനിറ്റ് സമയം. ആളുകൾ പിടിവലി നടത്തുന്നതിനിടയിൽ അവ്യക്തമായ മുറവിളികൾ കേട്ടിരുന്നു.

"അയാളെ നിലത്ത് തള്ളി ഇട്!,'

"അവന്റെ കൈപിടിക്ക്! കൈയ്ക്ക് പിടിക്ക്!"

"താടിയിൽ ബലമായി പിടിക്കണം."

"തൂവാലകൾ എടുത്ത് കൈ കെട്ടിവയ്ക്കണം."

"നീ കുടിക്കും. അല്ലേ?"

"ങാ! ഇപ്പോൾ എങ്ങനെ ഉണ്ട്?"

"അടിക്കരുത്."

"കഴിഞ്ഞു."

"ഇവന് എന്തൊരു ശക്തിയാണ്!"

"നമുക്ക് അയാളെ അങ്ങോട്ട് തൂക്കിയെടുത്ത് കൊണ്ടുപോകാം."

"അവിടെ കുറച്ചുകൂടി കാറ്റുകിട്ടും."

അവർ ഫോമായെ ഒരു വശത്തേക്ക് വലിച്ചു കൊണ്ടുപോയി. അയാളെ അവർ ക്യാപ്റ്റന്റെ മുറിയുടെ ഭിത്തിയിൽ ചാരി വെച്ചതിനുശേഷം വിയർത്ത പുരികങ്ങൾ തുടച്ചു കൊണ്ട് തിരിച്ചുനടന്നു. പിടിവലി നടത്തിയതിന്റെ ക്ഷീണവും തോറ്റതിന്റെ നാണക്കേടും കൊണ്ട് ഫോമാ നിശ്ശബ്ദനായി കിടന്നു. അയാളുടെ കൈയും കാലും ടൗവ്വലുകളും തൂവാലകളും കൊണ്ട് ബലമായി കെട്ടിവെച്ചിരുന്നു. അയാളുടെ കോട്ട് കീറിപ്പറിഞ്ഞിരുന്നു. ചുവന്ന കണ്ണുകൾ ഉയർത്തി അയാൾ ആകാശത്തേക്ക് നോക്കി. ആകാശത്തിന് തിളക്കം ഉണ്ടായിരുന്നില്ല. ശ്വസിക്കാനുള്ള ബുദ്ധിമുട്ടു കൊണ്ട് അയാളുടെ നെഞ്ച് വല്ലാതെ ഉയർന്നു താഴുന്നുണ്ടായിരുന്നു.

ഇപ്പോൾ അയാളെ അവർക്ക് പരിഹസിക്കാനുള്ള സമയം വന്നിരിക്കുന്നു. സുബോവ് തുടക്കമിട്ടു. അയാൾ ഫോമായുടെ അടുത്തേക്ക് നടന്നുചെന്ന് ഒരു തൊഴി കൊടുത്തതിനുശേഷം സൗമ്യമായി ചോദിച്ചു.

"പ്രവാചകനെപോലെ ഗർജ്ജിക്കുന്നത് കേട്ടു. ഇപ്പോൾ എങ്ങനെ

ഉണ്ട്? ഇപ്പോൾ നിങ്ങൾക്ക് ബാബിലോണിയായിലെ അടിമത്തത്തിന്റെ മാധുര്യം നുകരാൻ കഴിയുന്നുണ്ട്. ഇല്ലേ?" സുബോവിന്റെ ശബ്ദം പ്രതികാരത്തിന്റെ ആഹ്ലാദത്തിൽ വിറയ്ക്കുന്നുണ്ടായിരുന്നു.

ഫോമാ അയാളുടെ മുഖത്തു നോക്കാതെ പരുഷമായി പറഞ്ഞു. "ഞാൻ ക്ഷീണം തീർക്കുന്നതുവരെ കാത്തുനില്ക്ക്. നിങ്ങൾ എന്റെ നാക്ക് കെട്ടിയിട്ടില്ല."

പക്ഷേ, ഇതു പറയുമ്പോൾ തനിക്ക് ഇനിയും ഒന്നു തന്നെ പറയാനോ ചെയ്യാനോ കഴിയില്ലെന്ന് ഫോമാ മനസ്സിലാക്കിയിരുന്നു. അത് അവർ അയാളെ കെട്ടിയിട്ടതുകൊണ്ട് ആയിരുന്നില്ല. പക്ഷേ, ഏതോ ഒരുകാര്യം അയാളുടെ ഉള്ളിൽ അണഞ്ഞുപോയിരുന്നു. അതോടെ ഇരുണ്ടുപോയ അയാളുടെ ആത്മാവിനെ ശൂന്യത കൈയടക്കിക്കഴിഞ്ഞിരുന്നു.

ഉടൻതന്നെ റസ്നിക്കോവ് സുബോവിന്റെ കൂടെ ചേർന്നു. അതിനുശേഷം ഓരോന്നായി മറ്റുള്ളവരും അവരുടെ അടുത്തേക്ക് വന്നു. ബോബ്രോവും കോനോനോവും മറ്റു ചിലരും യക്കോവ് മയാകിന്റെ നേതൃത്വത്തിൽ ആകാംക്ഷയോടെ എന്തൊക്കെയോ ശബ്ദം താഴ്ത്തി ചർച്ചചെയ്തുകൊണ്ട് മുറിയിലേക്ക് പോയി.

കപ്പൽ പൂർണ്ണവേഗതയിൽ നഗരത്തിലേക്ക് നീങ്ങിക്കൊണ്ടിരുന്നു. കപ്പലിന്റെ കുലുക്കം കൊണ്ട് മേശപ്പുറത്തിരുന്ന കുപ്പികൾ കുലുങ്ങി. ഫോമാ മറ്റുള്ള ശബ്ദങ്ങളേക്കാൾ കുപ്പികളുടെ കിലുക്കം ശ്രദ്ധിച്ചു. അയാളുടെ അടുത്ത് കുറ്റപ്പെടുത്തലുകളും കുന്നായ്മകളുമായി ഒരു കൂട്ടം ആളുകൾ നില്ക്കുന്നുണ്ടായിരുന്നു.

പക്ഷേ, ഫോമാ അവരെ കണ്ടത് മൂടൽമഞ്ഞിനുള്ളിലൂടെ കാണുന്നതുപോലെ ആണ്. അവരുടെ വാക്കുകൾ അയാളെ സ്പർശിച്ചില്ല. ഇപ്പോൾ അയാളുടെ ഉള്ളിൽ ആത്മാവിന്റെ ആഴങ്ങളിൽ നിന്ന് പരുഷമായ ഒരു വികാരം മുളപൊട്ടിവളരാൻ തുടങ്ങിയിരുന്നു. അയാൾക്ക് ആ വികാരം മനസ്സിലാക്കാൻ കഴിഞ്ഞിരുന്നില്ലെങ്കിലും അതിന്റെ വളർച്ചയെ അയാൾ തിരിച്ചറിഞ്ഞുകൊണ്ടിരുന്നു. അയാൾ ദുഃഖകരവും അപമാനകരവും ആയ ഏതോ ഒരു കാര്യം അനുഭവിക്കാൻ തുടങ്ങിക്കഴിഞ്ഞിരുന്നു.

"എടോ, വേഷംകെട്ടുകാരാ, ഒന്ന് ആലോചിച്ച് നോക്ക്! നിങ്ങൾ സ്വയം എന്താണ് കാട്ടിക്കൂട്ടി ഇരിക്കുന്നത്?" റസ്നിക്കോവ് പറഞ്ഞു.

"നിങ്ങൾ ഇനി എന്തുതരം ജീവിതമാണ് സാദ്ധ്യമാക്കുന്നത്? ഞങ്ങളിൽ ആരും തന്നെ ഇപ്പോൾ നിങ്ങളെ തുപ്പാൻ പോലും മടിക്കില്ലെന്ന് നിങ്ങൾക്ക് അറിയാമോ?"

"ഞാൻ എന്തുചെയ്തു?" ഫോമാ ചോദിച്ചു. കച്ചവടക്കാർ അയാളുടെ ചുറ്റും കൂട്ടംകൂടി നിന്നു.

"ശരി." യാഷോവ് ചുക്കോവ് പറഞ്ഞു. "ഇപ്പോൾ ഫോമായുടെ ജോലി തീർന്നു."

"പറയാറായില്ല. നമുക്ക് നോക്കാം." സുബോവ് ശബ്ദം താഴ്ത്തി പറഞ്ഞു.

"എന്റെ കെട്ടഴിക്ക്!" ഫോമാ പറഞ്ഞു.

"അതുവേണ്ട! ഞങ്ങൾ താഴ്മയായി നിങ്ങൾക്ക് നന്ദിപറയുന്നു."

"എന്നെ അഴിച്ചുവിട്!'

"അത് കുഴപ്പം ഇല്ല! ഇങ്ങനെ വേണമെങ്കിലും നിങ്ങൾക്ക് കിടക്കാൻ പറ്റും."

"എന്റെ തലതൊട്ടപ്പനെ വിളിക്ക്."

ഈ സമയത്ത് യക്കോവ് ടരാസോവിച്ച് മുന്നോട്ടുവന്നു. അയാൾ മുന്നോട്ടുവന്ന് ഫോമായുടെ അടുത്തുവന്ന് നിന്നു. അയാൾ നീണ്ടുനിവർന്നു കിടക്കുന്ന ഫോമായെ അടിമുടി പരിശോധിച്ചതിനുശേഷം ആഴത്തിൽ നെടുവീർപ്പിട്ടു.

"ശരി ഫോമാ" അയാൾ ആരംഭിച്ചു.

"അവരോട് എന്നെ അഴിച്ചുവീടാൻ പറയൂ" ഫോമാ യാചിച്ചു. അയാളുടെ ശബ്ദത്തിൽ ദുഃഖം ഉണ്ടായിരുന്നു.

"അത് കഴിഞ്ഞ് നിനക്ക് വീണ്ടും ബഹളം ഉണ്ടാക്കാം. അല്ലേ? അതു വേണ്ട. നീ ഇതുപോലെ കിടക്കുന്നതാണ് കൂടുതൽ നല്ലത്." അയാളുടെ തലതൊട്ടപ്പൻ മറുപടി പറഞ്ഞു.

"ഞാൻ മറ്റൊന്നും പറയില്ല. ദൈവത്തെ മുൻനിർത്തി ഞാൻ സത്യം ചെയ്യുന്നു! എന്നെ അഴിച്ചുവിടൂ! എനിക്ക് നാണക്കേടാണ്! ദൈവത്തെ വിചാരിച്ച് എന്നെ അഴിച്ചുവിട്! ഞാൻ കുടിച്ചിട്ടില്ല! ശരി, നിങ്ങൾ എന്റെ കൈ അഴിക്കേണ്ട!"

'നീ ശല്യം ഉണ്ടാക്കില്ലെന്ന് സത്യം ചെയ്യണം." മയാകിൻ പറഞ്ഞു.

"ഞാൻ ശല്യം ചെയ്യില്ല. ഞാൻ ചെയ്യില്ല" ഫോമാ ഞരങ്ങി.

അവർ അയാളുടെ കാലിലെ കെട്ട് അഴിച്ചുവിട്ടു. പക്ഷേ, അയാളുടെ കൈ കെട്ടിയിരിക്കുകയായിരുന്നു. അയാൾ എഴുന്നേറ്റ് നിന്ന് അവരെ നോക്കി പരിതാപകരമായി പുഞ്ചിരിച്ചുകൊണ്ട് പറഞ്ഞു.

"നിങ്ങൾ ജയിച്ചു."

"ഞങ്ങൾ എപ്പോഴും ജയിക്കും." ആത്മവിശ്വാസത്തോടെ പുഞ്ചിരിച്ചുകൊണ്ട് മയാകിൻ പറഞ്ഞു.

ഫോമാ മേശയുടെ അടുത്തേക്ക് നടന്നു. അയാൾ തല ഉയർത്തി ആരുടെ മുഖത്തും നോക്കിയില്ല. കൈ പിന്നിൽ കെട്ടിയിരുന്നതുകൊണ്ട് അയാൾ കൂനിപ്പോയിരുന്നു. അയാൾക്ക് പൊക്കം കുറഞ്ഞതുപോലെ തോന്നി. അയാളുടെ തലമുടി നെറ്റിയിലേക്ക് വീണു കിടന്നു. അയാളുടെ ചുളിഞ്ഞു പറിഞ്ഞ് ഷർട്ടിന്റെ കോളർ ചുണ്ടുവരെ ഉയർന്നു നിന്നു. അയാൾ അത് തഴോട്ട് വലിച്ചുമാറ്റാൻ വേണ്ടി തല ചരിച്ചു കൊണ്ടിരുന്നു. പക്ഷേ, അയാൾക്ക് അത് ചെയ്യാൻ കഴിഞ്ഞില്ല. അതിനുശേഷം മയാകിൻ അയാളുടെ അടുത്തേക്ക് നടന്നുചെന്ന് കോളർ വേണ്ടരീതിയിൽ വെച്ചതിനുശേഷം ഫോമായുടെ കണ്ണുകളിലേക്ക് നോക്കി പുഞ്ചിരിച്ചുകൊണ്ട് പറഞ്ഞു.

"നീ ഇത് അനുഭവിക്കണം."

ഇപ്പോൾ മയാകിന്റെ സാന്നിദ്ധ്യത്തിൽ ഫോമായെ പരിഹസിച്ചവർ നിശ്ശബ്ദരായിരുന്നു. അവർ ജിജ്ഞാസയോടെ വൃദ്ധന്റെ മുഖത്തേക്ക്

നോക്കുന്നുണ്ടായിരുന്നു. അയാൾ ശാന്തനായിരുന്നു. പക്ഷേ, സന്ദർഭത്തിന് തീരെ യോജിക്കാത്ത തരത്തിലുള്ള സംതൃപ്തിയോടെ അയാളുടെ കണ്ണുകൾ തിളങ്ങി.

"എനിക്ക് അല്പം വോഡ്ക തരണം." ഫോമ മേശപ്പുറത്തേക്ക് കുനിഞ്ഞുകിടന്നുകൊണ്ട് യാചിച്ചു. കുനിഞ്ഞുകിടക്കുന്ന അയാളുടെ രൂപം ദയനീയമായിരുന്നു. അവർ ജാഗ്രതയോടെ അയാളുടെ അടുത്തുകൂടി അങ്ങോട്ടും ഇങ്ങോട്ടും നടക്കുന്നതിനിടയിൽ ശബ്ദം താഴ്ത്തി സംസാരിക്കുന്നുണ്ടായിരുന്നു. എല്ലാവരും ഇടയ്ക്ക് അയാളെ നോക്കി. ഇടയ്ക്കിടയ്ക്ക് അയാളുടെ എതിർവശത്ത് ഇരുന്നിരുന്ന മയാകിനെ നോക്കി. മയാകിൻ ഫോമായ്ക്ക് പെട്ടെന്ന് വോഡ്ക കൊടുത്തില്ല. ആദ്യം അയാൾ ഫോമായെ പരിശോധിച്ചു. അതിനുശേഷം അയാൾ ഒരു വീഞ്ഞുഗ്ലാസ് നിറയുന്നതുവരെ വളരെ സാവധാനത്തിൽ വോഡ്ക ഒഴിച്ചുവെച്ചു. അവസാനം ഒന്നുംസംസാരിക്കാതെ അയാൾ വീഞ്ഞ് ഗ്ലാസ് ഫോമായുടെ ചുണ്ടുകളിലേക്ക് ഉയർത്തി. ഫോമാ വോഡ്ക കുടിച്ചതിനു ശേഷം ചോദിച്ചു.

"കുറച്ചുകൂടി!"

"അതുമതി" മയാകിൻ മറുപടി പറഞ്ഞു.

ഇത് അവസാനിച്ചു കഴിഞ്ഞപ്പോൾ ഒരു മിനിറ്റ് സമയത്തേക്ക് അവിടെ അസഹനീയമായ നിശ്ശബ്ദത പരന്നു. ആളുകൾ മേശയുടെ അടുത്തുവരെ ശബ്ദം ഉണ്ടാക്കാതെ വരുന്നുണ്ടായിരുന്നു. മേശയുടെ അടുത്തെത്തുമ്പോൾ അവർ ഫോമായെ കാണാൻ വേണ്ടി കഴുത്തുനീട്ടി.

"ശരി ഫോമാ, നീ ചെയ്തതെന്താണെന്ന് നിനക്ക് ഇപ്പോൾ മനസ്സിലായിട്ടുണ്ടോ?" മയാകിൻ ചോദിച്ചു. അയാളുടെ ചോദ്യം ഉറക്കെ ആയിരുന്നില്ല. പക്ഷേ, എല്ലാവരും അയാളുടെ ചോദ്യം കേട്ടു.

ഫോമാ വെറുതെ തലയാട്ടിയതിനുശേഷം മിണ്ടാതിരുന്നു.

"നിന്നോട് ക്ഷമിക്കാൻ പറ്റില്ല!" മയാകിൻ ശബ്ദം ഉയർത്തി പറഞ്ഞു. "നമ്മൾ എല്ലാവരും ക്രിസ്ത്യാനികളാണെങ്കിലും ഞങ്ങളുടെ ഭാഗത്തു നിന്ന് നിനക്ക് മാപ്പുകിട്ടില്ല. അത് നീ മനസ്സിലാക്കണം."

ഫോമാ തല ഉയർത്തിക്കോണ്ട് ദുഃഖത്തോടെ പറഞ്ഞു.

"ഞാൻ തലതൊട്ടപ്പനെപറ്റി മറന്നുപോയിരുന്നു. ഞാൻ പറഞ്ഞതൊന്നും അച്ഛൻ കേട്ടില്ല."

"ഞാൻ കേട്ടിരുന്നു!" മയാകിൻ ഫോമായെ ചൂണ്ടിക്കൊണ്ട് ഉറക്കെ പറഞ്ഞു. "നിനക്ക് മനസ്സിലായോ?"

"ശരി, അതിൽ പ്രത്യേകിച്ച് കാര്യം ഇല്ല." ഫോമാ നെടുവീർപ്പിട്ടുകൊണ്ട് സംസാരം തുടർന്നു.

"അതെല്ലാം ഒരുപോലെ ആണ്. ഒരു കാര്യവും ഇല്ല. ഏതായാലും അതുകൊണ്ട് നല്ല കാര്യങ്ങളൊന്നും നടന്നില്ല."

അയാൾ വീണ്ടും മേശപ്പുറത്ത് കമഴ്ന്നുകിടന്നു.

"നിന്റെ ആഗ്രഹം എന്താണ്?" മയാകിൻ ഗൗരവത്തിൽ ചോദിച്ചു.

"ഞാൻ എന്താണ് ആഗ്രഹിച്ചത്?'

ഫോമാ തല ഉയർത്തി കച്ചവടക്കാരനെ നോക്കി പുഞ്ചിരിച്ചു. "ഞാൻ ആഗ്രഹിച്ചത്...."

"കുടിയൻ! വൃത്തികെട്ടവൻ!"

"ഞാൻ കുടിച്ചിട്ടില്ല." ഫോമാ മുഖം വീർപ്പിച്ചു. ഞാൻ രണ്ട് ഗ്ലാസ് മാത്രമാണ് കുടിച്ചത്. എനിക്ക് നല്ലബോധം ഉണ്ട്."

ബോബ്രോവ് പറഞ്ഞു. "യക്കോവ് ടരസോവിച്ച് നിങ്ങൾ പറഞ്ഞത് സത്യമാണ്. അയാൾക്ക് ഭ്രാന്താണ്."

"എനിക്ക്?" ഫോമാ ഉറക്കെ ചോദിച്ചു.

പക്ഷേ, അവർ അയാളെ ശ്രദ്ധിച്ചില്ല. റസ്നിക്കോവും സുബോവും ബോബ്രോവും മയാകിന്റെ അടുത്തേക്ക് കുനിഞ്ഞുനിന്ന് താഴ്ന്ന ശബ്ദത്തിൽ സംസാരിക്കാൻ തുടങ്ങി.

"രക്ഷാകർതൃത്വം" ഈ ഒരു വാക്ക് ഫോമായുടെ ചെവി പിടിച്ചെടുത്തു.

"എന്റെ മനസ്സ് നേർവഴിക്കാണ്." അയാൾ കസേരയിൽ ചാരി ഇരുന്ന് ആധി പിടിച്ച കണ്ണുകൾ കൊണ്ട് കച്ചവടക്കാരെ നോക്കി. "ഞാൻ ആഗ്രഹിക്കുന്നതെന്താണെന്ന് എനിക്ക് മനസ്സിലാകുന്നുണ്ട്. ഞാൻ സത്യം പറയാൻ ആഗ്രഹിച്ചു. ഞാൻ നിങ്ങളെ കുറ്റപ്പെടുത്താൻ ആഗ്രഹിച്ചു."

അയാൾ വീണ്ടും വികാരത്തിന് അടിമപ്പെട്ടു. അയാൾ പെട്ടെന്ന് കൈ സ്വതന്ത്രമാക്കാൻ വേണ്ടി ഞെളിപിരികൊണ്ടു.

ബോബ്രോവ് അയാളുടെതോളിൽ കടന്നുപിടിച്ചുകൊണ്ട് പറഞ്ഞു. "അനങ്ങാതിരിക്കണം! ഇയാളെ അനങ്ങാൻ സമ്മതിക്കരുത്. പിടിച്ചു വയ്ക്കണം."

"ശരി, എന്നെ അനങ്ങാൻ സമ്മതിക്കേണ്ട!" ഫോമായുടെ ശബ്ദത്തിൽ ഇഷ്ടക്കേടും ദുഃഖവും ഉണ്ടായിരുന്നു.. "എന്നെ എന്തിനാണ് പിടിച്ചുവെയ്ക്കുന്നത്. എന്നെക്കൊണ്ട് നിങ്ങൾക്ക് എന്താണ് ആവശ്യം,?'

"അനങ്ങാതിരിക്ക്!" അയാളുടെ തലതൊട്ടപ്പൻ ഗൗരവത്തിൽ വിളിച്ചുകൂവി.

ഫോമാ നിശ്ശബ്ദനായി. അയാൾ ചെയ്തതിനൊന്നും ഫലം കിട്ടിയില്ലെന്ന് ഫോമായ്ക്ക് ഇപ്പോൾ മനസ്സിലായി. അയാളുടെ വാക്കുകൾ കച്ചവടക്കാരനെ ഞെട്ടിച്ചിട്ടില്ലെന്ന് ഫോമാ തിരിച്ചറിഞ്ഞു. ഇവിടെ അയാൾക്കു ചുറ്റും അവർ കൂട്ടംകൂടി നിന്നു. ഇവരെ ബോദ്ധ്യപ്പെടുത്താൻ അയാളുടെ കൈയിൽ ഒന്നും തന്നെ ഉണ്ടായിരുന്നില്ല. അയാളെ മദ്യപാനിയും കുഴപ്പക്കാരനുമായി കൈകാര്യം ചെയ്തുകൊണ്ടിരുന്ന അവർ ശാന്തരും ആത്മവിശ്വാസം ഉള്ളവരും ആയിരുന്നു. അതുകൂടാതെ അവർ അയാൾക്ക് എതിരായി എന്തൊക്കെയോ പദ്ധതികൾ ആസൂത്രണം ചെയ്യുന്നുണ്ടായിരുന്നു. അയാൾക്ക് സ്വയം അനുകമ്പ തോന്നി. ബുദ്ധിമാന്മാരും സമർത്ഥരുമായ മനുഷ്യർ അയാളെ അടിച്ചമർത്തിയപ്പോൾ ഫോമായ്ക്ക് അയാളുടെ പ്രാധാന്യം നഷ്ടപ്പെട്ടുപോയതായി തോന്നി. അയാൾ അവരെ ചീത്തവിളിച്ചിട്ട് ഒരുപാട് സമയം കഴിഞ്ഞുപോയിരിക്കുന്നതായി അയാൾക്ക് തോന്നി. അയാൾ അവരെ ചീത്തവിളിച്ചതിനുശേഷം എന്തിനുവേണ്ടിയാണ്

അവരെ ചീത്തവിളിച്ചതെന്ന് ഓർത്തെടുക്കാൻ കഴിയാത്തതരത്തിൽ കാലം കടന്നുപോയിരിക്കുന്നതായി അയാൾക്ക് തോന്നി. അയാൾക്ക് സ്വയം കുറ്റപ്പെടുത്താനുള്ള ഒരു തോന്നൽ പോലും അനുഭവപ്പെടുന്നുണ്ടായിരുന്നു. അത് സ്വന്തം കണ്ണുകൾക്കു മുമ്പിൽ അയാൾ സ്വയം നാണം കെടുന്നതു പോലെയുള്ള ഒരു തോന്നൽ ആയിരുന്നു. അയാളുടെ തൊണ്ടയിൽ ഇക്കിളി അനുഭവപ്പെട്ടു. അയാളുടെ ഹൃദയത്തിൽ പൊടിയും ചാരവും വിതറിയിരിക്കുന്നതുപോലെ നെഞ്ചിനുള്ളിൽ പൊരുത്തമില്ലാത്ത എന്തൊക്കെയോ കാര്യങ്ങൾ അയാൾക്ക് മനസ്സിലാക്കാൻ കഴിഞ്ഞിരുന്നു. അയാളുടെ ഹൃദയമിടിപ്പിന് വ്യത്യാസം വന്നു. അയാളുടെ പ്രവൃത്തിയെ സ്വയം വിശദീകരിക്കാനുള്ള ആഗ്രഹം കൊണ്ട് അയാൾ സാവധാനം പറഞ്ഞു.

“ഞാൻ സത്യം പറയാൻ ആഗ്രഹിച്ചു. ഇത് ജീവിതം ആണോ?”

“വിഡ്ഢി!” മയാകിൻ അവജ്ഞയോടെ പറഞ്ഞു. “എന്ത് സത്യമാണ് നിനക്ക് പറയാൻ കഴിയുന്നത്? നിനക്ക് എന്തുകാര്യമാണ് മനസ്സിലായത്.”

“എന്റെ ഹൃദയത്തിന് മുറിവേറ്റിട്ടുണ്ട്! അത് എനിക്ക് മനസ്സിലായിട്ടുണ്ട്! നിങ്ങൾക്ക് എല്ലാവർക്കും ദൈവത്തിന്റെ കണ്ണിൽ എന്തു ന്യായീകരണം ഉണ്ട്? നിങ്ങൾ എന്ത് കാര്യത്തിനു വേണ്ടിയാണ് ജീവിക്കുന്നത്? അതെ, എനിക്ക് സത്യം ബോദ്ധ്യമായെന്ന് തോന്നുന്നു!”

“അയാൾ പശ്ചാത്തപിക്കുകയാണ്” പരിഹസിച്ച് പുഞ്ചിരിച്ചുകൊണ്ട് റസ്നിക്കോവ് പറഞ്ഞു.

“അയാൾ പശ്ചാത്തപിക്കട്ടെ!” ബോബ്രോവ് അവജ്ഞയോടെ പറഞ്ഞു.

ആരോ കൂട്ടിച്ചേർത്തു. “അയാൾക്ക് ഭ്രാന്താണെന്ന് അയാളുടെ സംസാരം കേട്ടാൽ അറിയാം.”

“സത്യം പറയാൻ എല്ലാവർക്കും പറ്റില്ല” യക്കോവ് ടരാസോവിച്ച് തല ഉയർത്തിപ്പിടിച്ചുകൊണ്ട് ആത്മവിശ്വാസത്തോടെ പറഞ്ഞു. “സത്യത്തെ പിടികൂടുന്നതു ഹൃദയം അല്ല. മനസ്സാണ്. അത് നിനക്ക് മനസ്സിലാകുന്നുണ്ടോ? നിന്റെ തോന്നലുകൾ അസംബന്ധമാണ്! വാല് ചുരുട്ടുമ്പോൾ പശുവിനും തോന്നലുകൾ ഉണ്ട്. പക്ഷേ, നീ നിശ്ചയമായും എല്ലാകാര്യങ്ങളും മനസ്സിലാക്കണം. നിന്റെ ശത്രുവിനെയും നിനക്ക് മനസ്സിലാക്കാൻ കഴിയണം. അയാൾ സ്വപ്നത്തിൽ ചിന്തിക്കുന്നതുപോലും നിനക്ക് ഊഹിക്കാൻ കഴിയണം. അതിനുശേഷം വേണം മുന്നോട്ടുപോകുന്നത്!”

മയാകിൻ പതിവുപോലെ അയാളുടെ പ്രായോഗിക തത്ത്വശാസ്ത്രത്തിന്റെ ആവേശത്തിൽ ആയിരുന്നു. പക്ഷേ, കീഴടങ്ങിയ ഒരു മനുഷ്യനെ യുദ്ധം ചെയ്യാൻ പഠിപ്പിക്കേണ്ട കാര്യം ഇല്ലെന്ന് മയാകിൻ വേണ്ടസമയത്തുതന്നെ തിരിച്ചറിഞ്ഞു. അയാൾ സംസാരം നിർത്തി. ഫോമാ അയാളെ താല്പര്യമില്ലാതെ നോക്കിയതിനുശേഷം അസാധാരണമായ രീതിയിൽ തലകുലുക്കി.

“എന്നെ തനിച്ചിരിക്കാൻ അനുവദിക്കണം!” ഫോമാ സങ്കടപ്പെട്ടുകൊണ്ട് യാചിച്ചു. “നിങ്ങൾ ഇഷ്ടംപോലെ ചെയ്യാം! ശരി, നിങ്ങൾക്ക് മറ്റെ

ന്താണ് വേണ്ടത്? നിങ്ങൾ എന്നെ ചതിച്ചു. എന്നെ മുറിപ്പെടുത്തി. അത് ഞാൻ അർഹിക്കുന്നു. എന്റെ ദൈവമേ! ഞാൻ ആരാണ്?"

എല്ലാവരും അയാളുടെ സംസാരം ശ്രദ്ധയോടെ കേട്ടു. അവരുടെ ശ്രദ്ധയിൽ വിദ്വേഷം നിറഞ്ഞ ഒരു മുൻവിധി ഉണ്ടായിരുന്നു.

"ഞാൻ ജീവിച്ചിരിപ്പുണ്ട്." ഫോമാ കനത്ത ശബ്ദത്തിൽ പറഞ്ഞു. "ഞാൻ നിരീക്ഷിച്ചിട്ടുണ്ട്. ഞാൻ ചിന്തിച്ചിട്ടുണ്ട്. എന്റെ ഹൃദയം ചിന്തകൾകൊണ്ട് മുറിഞ്ഞുപോയിരിക്കുന്നു. ഇവിടെ ഇപ്പോൾ വീർത്തു നിന്ന പരുപൊട്ടിയിരിക്കുന്നു. ഞാൻ ഇപ്പോൾ പൂർണ്ണമായും നിസ്സഹായനാണ്. എന്റെ രക്തം ഒഴുകിത്തീർന്നതുപോലെ തോന്നുന്നു. ഈ ദിവസം വരെ ഞാൻ ജീവിച്ചിട്ടുണ്ട്. എന്നിട്ടും. ഞാൻ ഇപ്പോൾ സത്യം പറയാമെന്ന് വിചാരിച്ചു. അതെ, ഞാൻ അത് പറഞ്ഞു കഴിഞ്ഞു."

അയാൾ വർണ്ണപ്പകിട്ടില്ലാത്ത വിരസമായ ഭാഷയിൽ സംസാരിച്ചു. അയാൾ പിച്ചും പേയും പറയുകയാണെന്ന് തോന്നി.

"ഞാൻ അത് പറഞ്ഞുകഴിഞ്ഞു. ഞാൻ എന്റെ ഉള്ളിലുള്ളതെല്ലാം ശൂന്യമാക്കിയിരിക്കുന്നു. ഒരുകണിക പോലും എന്റെ സംസാരത്തിനു ശേഷം അവശേഷിച്ചിട്ടില്ല. ഒരു കാര്യത്തിനും കോട്ടം തട്ടിയിട്ടില്ല. എന്റെ ഉള്ളിൽ ഏതോ ഒരു കാര്യം ആളിക്കത്തി. അത് അണഞ്ഞിരിക്കുന്നു. അവിടെ ഇപ്പോൾ ഒന്നും തന്നെ ബാക്കി ഇല്ല. ഇപ്പോൾ എനിക്ക് പ്രതീക്ഷിക്കാൻ എന്താണ് ഉള്ളത്? എല്ലാം പഴയതുപോലെ അവശേഷിക്കുന്നു."

യക്കോവ് ടരസോവിച്ച് പൊട്ടിച്ചിരിച്ചു.

"അതെന്താണ്? ഒരുപർവ്വതം നാക്കുകൊണ്ട് നക്കി ഇല്ലാതാക്കാമെന്ന് നീ വിചാരിക്കുന്നുണ്ടോ? നീ ഒരു മൂട്ടയോട് യുദ്ധം ചെയ്യാൻ തയ്യാറെടുപ്പ് നടത്തിയിട്ട് ഒരു കരടിയുടെ പിന്നാലെ ഇറങ്ങിത്തിരിച്ചിരിക്കുന്നു. അതല്ലേ കാര്യം? ഭ്രാന്തൻ! നിന്റെ അച്ഛൻ നിന്നെ ഇപ്പോൾ കണ്ടിരുന്നെങ്കിൽ ങ്ങാ!"

"ഫോമായുടെ കണ്ണുകൾ വീണ്ടും കത്തിജ്ജ്വലിച്ചു. അയാൾ പെട്ടെന്ന് ആത്മവിശ്വാസത്തോടെ ഉറക്കെ പറഞ്ഞു.

"എങ്കിലും ഇതെല്ലാം തലതൊട്ടപ്പന്റെ കുറ്റം ആണ്! നിങ്ങൾ ജീവിതം നശിപ്പിച്ചു. നിങ്ങൾ എല്ലാ കാര്യങ്ങളെയും ഇടുങ്ങിയതാക്കി. നിങ്ങൾ കാരണം ഞങ്ങൾക്ക് ശ്വാസം മുട്ടുന്നു! നിങ്ങൾക്ക് എതിരായുള്ള എന്റെ സത്യം ദുർബ്ബലമാണെങ്കിലും അത് സത്യം തന്നെ ആണ്! നിങ്ങൾക്ക് എല്ലാവർക്കും ശാപം കിട്ടട്ടെ!"

അയാൾ കൈ സ്വതന്ത്രമാക്കാൻ വേണ്ടി കസേരയിൽ ഇരുന്നു ഞെളിപിരികൊണ്ടു. കണ്ണുകളിൽ കോപത്തിന്റെ തിളക്കത്തോടെ അയാൾ വിളിച്ചുകൂവി.

"എന്റെ കൈയിലെ കെട്ടഴിച്ചുവിട്!"

അവർ അയാളുടെ അടുത്തേക്ക് വന്നു. കച്ചവടക്കാരുടെ മുഖത്തെ ഗൗരവം വർദ്ധിച്ചു. റസ്നിക്കോവ് അയാളോട് മനസിൽ പതിയുന്ന രീതിയിൽ പറഞ്ഞു.

"ശബ്ദം ഉണ്ടാക്കരുത്! ശല്യമായി മാറരുത്! നമ്മൾ ഉടൻ തന്നെ പട്ട

ണത്തിൽ എത്തും. ഞങ്ങൾ നിങ്ങളെ കടവിൽ നിന്ന് നേരിട്ട് ഭ്രാന്താലയ ത്തിലേക്ക് കൊണ്ടുപോകില്ല."

ഫോമാ ഉറക്കെ ചോദിച്ചു. "അതായത് നിങ്ങൾ എന്നെ ഭ്രാന്താലയ ത്തിൽ ഇടാൻ പോകുകയാണ്."

ആരും മറുപടി പറഞ്ഞില്ല. അയാൾ അവരുടെ മുഖങ്ങളിലേക്ക് നോക്കിയതിനുശേഷം തലതാഴ്ത്തി.

"സമാധാനത്തോടെ ഇരിക്കാമെങ്കിൽ ഞങ്ങൾ നിങ്ങളുടെ കെട്ടഴി ച്ചുവിടാം." ആരോ പറഞ്ഞു.

"അതിന്റെ ആവശ്യം ഇല്ല." ഫോമാ ശബ്ദം താഴ്ത്തി പറഞ്ഞു. "അതുകൊണ്ട് കാര്യം ഇല്ല. ഒന്നും സംഭവിക്കാൻ പോകുന്നില്ല."

അയാളുടെ സംസാരം വീണ്ടും പിച്ചും പേയും പറയുന്ന അവസ്ഥ യിലേക്ക് പോയി.

"ഞാൻ നശിച്ചു. എനിക്ക് ആ കാര്യം അറിയാം! എന്നാൽ ഞാൻ നശിച്ചത് നിങ്ങളുടെ ശക്തികൊണ്ടല്ല. എന്റെ ദൗർബ്ബല്യം കാരണമാണ്. ദൈവത്തിന്റെ കണ്ണിൽ നിങ്ങളും പുഴുക്കളാണ്. അതെ! കാത്തിരിക്കണം! നിങ്ങളുടെ കഴുത്തും ഞെരിക്കും. ഞാൻ നശിച്ചത് അന്ധതയിലൂടെ ആണ്. ഞാൻ കൂടുതൽ കണ്ടു. മൂങ്ങയെപോലെ എനിക്ക് കണ്ണുകാണാതായി. ഞാൻ കുട്ടിയായിരുന്നപ്പോൾ മലയിടുക്കിലൂടെ ഒരു മൂങ്ങയെ വിരട്ടി ഓടി ച്ചത് എനിക്ക് ഓർമ്മയുണ്ട്. അത് അങ്ങുമിങ്ങും പറന്നു നടന്ന് എവി ടെയോ പോയി ഇടിച്ചു. സൂര്യൻ കാരണം അതിന് കണ്ണു കണ്ടില്ല. അതിന് ഒരുപാട് പരുക്കുപറ്റി. ഒടുവിൽ അത് അപ്രത്യക്ഷപ്പെട്ടു. അന്ന് അച്ഛൻ എന്നോട് പറഞ്ഞു. "മനുഷ്യന്റെ കാര്യവും ഇങ്ങനെതന്നെ ആണ്. ചില മനുഷ്യർ അങ്ങോട്ടും ഇങ്ങോട്ടും തിരക്ക് കൂട്ടും. സ്വയം മുറിവുകൾ ഉണ്ടാക്കും. സ്വയം തളരും. അതിനുശേഷം എവിടെയെങ്കിലും സ്വയം എടു ത്തെറിയും. പിന്നീട് വിശ്രമം. എന്റെ കൈയിലെ കെട്ടഴിക്ക്."

അയാളുടെ മുഖം വിളറി. അയാൾ കണ്ണുകൾ അടച്ചു. അയാളുടെ തോളുകൾ വിറച്ചു. അയാൾ കസേരയിൽ ചുരുണ്ടുകൂടി ഇരുന്ന് മുന്നോട്ടും പിന്നോട്ടും ആടി. അയാളുടെ നെഞ്ച് മേശയുടെ മൂലയ്ക്ക് ഇടിക്കുന്നു ണ്ടായിരുന്നു. അയാൾ എന്തൊക്കെയോ മുറുമുറുക്കാൻ ആരംഭിച്ചു.

കച്ചവടക്കാർ അർത്ഥംവെച്ച് പരസ്പരം നോക്കി. ചിലർ പരസ്പരം തോണ്ടി. അവർ നിശ്ശബ്ദരായി ഫോമായെനോക്കി തലകുലുക്കി. യക്കോവ് മയാകിന്റെ മുഖത്തിന് കല്ലിൽ കൊത്തിയുണ്ടാക്കിയ ശില്പം പോലെ അനക്കം ഉണ്ടായിരുന്നില്ല.

"നമുക്ക് ഒരുപക്ഷേ, അയാളുടെ കെട്ട് അഴിച്ചുവിടാമെന്ന് തോന്നുന്നു?" ബോബ്രോവ് രഹസ്യംപറഞ്ഞു.

"നമ്മൾ കുറച്ചുകൂടി അടുത്തിട്ടുമതി."

"വേണ്ട അതിന്റെ ആവശ്യം ഇല്ല.," മയാകിൻ പതിഞ്ഞ ശബ്ദത്തിൽ പറഞ്ഞു. "അവനെ നമുക്ക് ഇവിടെ കിടത്താം. ആരെങ്കിലും ഒരു കുതിര വണ്ടി കൊണ്ടുവരാനുള്ള ഏർപ്പാട് ചെയ്യണം. ഇവനെ നമുക്ക് നേരേ ഭ്രാന്തലയത്തിലേക്ക് കൊണ്ടുപോകാം."

"ഞാൻ എവിടെ വിശ്രമിക്കും?" ഫോമാ വീണ്ടും പിറുപിറുത്തു. "ഞാൻ എവിടെ കിടക്കും?" അയാളുടെ മുഖത്ത് വേദന നിഴലിച്ചിരുന്നു. അയാൾ പൂർണ്ണമായും തകർന്ന് വികൃതമാക്കപ്പെട്ട അവസ്ഥയിൽ സ്തംഭിച്ചുപോയതുപോലെ ഉണ്ടായിരുന്നു.

മയാകിൻ എഴുന്നേറ്റ് മുറിയിലേക്ക് പോയി. പോകുന്നതിനിടയിൽ അയാൾ ശബ്ദം താഴ്ത്തി പറഞ്ഞുകൊണ്ടിരുന്നു.

"അവന്റെ പുറത്ത് ഒരു കണ്ണുവേണം. അവൻ വെള്ളത്തിൽ ചാടാൻ ഇടയുണ്ട്."

പോകുന്നതിനിടയിൽ യക്കോവ് ടരാസോവിച്ചിനെ നോക്കിക്കൊണ്ട് ബോബ്രോവ് പറഞ്ഞു. "എനിക്ക് അയാളെ പറ്റി ദുഃഖം ഉണ്ട്."

"അയാളുടെ ഭ്രാന്തിന് ആരേയും കുറ്റപ്പെടുത്തേണ്ട കാര്യമില്ല." റസ്നിക്കോവ് പറഞ്ഞു.

മയാകിൻ പോയ ദിശയിലേക്ക് നോക്കി തലയാട്ടിക്കൊണ്ട് സുബോവ് പിറുപിറുത്തു. "യക്കോവിന് അതിൽ പങ്കില്ലേ?"

"യക്കോവിന്റെ കാര്യം എന്തു പറയാൻ? അയാൾക്ക് ഇതുകൊണ്ട് നഷ്ടം ഒന്നും ഇല്ല."

"അതെ. ഇപ്പോൾ അയാൾ...."

"അയാൾ ഫോമായുടെ രക്ഷാകർത്താവായിരിക്കും. അത് മനസ്സിലായോ!"

യന്ത്രത്തിന്റെ ഞരക്കം കൊണ്ട് അവരുടെ രഹസ്യമായ പൊട്ടിച്ചിരിയും സംസാരവും ഫോമായുടെ ചെവിയിൽ എത്തിയില്ല. അയാൾ യാതൊരു ചലനവും ഇല്ലാതെ ദൂരത്തേക്കു നോക്കി ഇരുന്നു. അയാളുടെ ചുണ്ടുകൾ മാത്രം ചെറുതായി വിറയ്ക്കുന്നുണ്ടായിരുന്നു.

"അയാളുടെ മകൻ തിരിച്ചുവന്നിട്ടുണ്ട്." ബോബ്രോവ് രഹസ്യം പറഞ്ഞു.

"എനിക്ക് അയാളുടെ മകനെ അറിയാം." യാഷ് ചുറോവ് പറഞ്ഞു. "ഞാൻ അയാളെ പേമിൽവച്ച് കണ്ടിട്ടുണ്ട്.

"അയാൾ ആൾ എങ്ങനെ ആണ്?"

"ബുദ്ധിമാനാണ്. കച്ചവടത്തിനു പറ്റം."

"അങ്ങനെയാണോ?"

"ഉസോല്യായിൽ അയാൾ വലിയ കച്ചവടം നടത്തുന്നുണ്ട്."

"അപ്പോൾ യക്കോവിന് ഇയാളുടെ ആവശ്യം ഇല്ല. അതെ. അപ്പോൾ അതാണ് കാര്യം."

"നോക്കൂ. അയാൾ കരയുകയാണ്."

"ഹോ?"

ഫോമാ കഴുത്ത് തോളിലേക്ക് ചരിച്ച് കസേരയിൽ ചാരി ഇരിക്കുക ആയിരുന്നു. അയാളുടെ കണ്ണുകൾ അടഞ്ഞിരുന്നു. കൺപോളകളുടെ അടിയിൽനിന്നും കണ്ണുനീർ ഒലിച്ചുകൊണ്ടിരുന്നു. അവ കവിളിലൂടെ മേൽമീശയിലേക്ക് ഒഴുകി ഇറങ്ങി. അയാളുടെ ചുണ്ടുകൾ വിറച്ചു. മീശയിൽ നിന്നും കണ്ണുനീർ നെഞ്ചിലേക്ക് ഇറ്റുവീണു. അയാൾക്ക് അനക്കം

ഉണ്ടായില്ല. അയാളുടെ നെഞ്ചുമാത്രം പ്രയാസപ്പെട്ട് ഉയർന്നുകൊണ്ടിരുന്നു. കച്ചവടക്കാർ അയാളുടെ കണ്ണുനീരിന്റെ കറ ഉണങ്ങിയ മുഖത്തേക്ക് നോക്കി. അയാളുടെ വിളറിയ മുഖം മെലിഞ്ഞുപോയിരുന്നു. അവർ നിശ്ശബ്ദരായി അയാളുടെ അടുത്തുനിന്നും നടന്നുപോയി.

അതിനുശേഷം ഫോമാ തനിച്ചായി. അയാളുടെ കൈകൾ പിന്നിൽ കെട്ടിയിരുന്നു. സല്ക്കാരത്തിന്റെ അവശിഷ്ടങ്ങളും അഴുക്കായ പാത്രങ്ങളും നിറഞ്ഞുകിടന്ന മേശയുടെ അടുത്ത് അയാൾ തനിച്ചിരിക്കുകയായിരുന്നു. ഇടയ്ക്കിടയ്ക്ക് അയാൾ കരഞ്ഞുവീർത്ത കണ്ണുകൾ സാവധാനം തുറന്നു. മൊത്തത്തിൽ കുഴഞ്ഞുമറിഞ്ഞ് അഴുക്കുപിടിച്ചുകിടന്ന മേശ കണ്ണുനീരിന്റെ മൂടാപ്പിലൂടെ അയാൾ കാണുന്നുണ്ടായിരുന്നു.

* * * * *

മൂന്നുവർഷം കഴിഞ്ഞിരിക്കുന്നു.

ഏകദേശം ഒരുവർഷം മുമ്പ് യക്കോവ് ടരാസോവിച്ച് മയാകിൻ മരിച്ചു. മരിക്കുമ്പോൾ അയാൾക്ക് പൂർണ്ണമായ ബോധം ഉണ്ടായിരുന്നു. മരിക്കുന്നതുവരെയും അയാൾ അയാളോട് സത്യസന്ധനായിരുന്നു. മരിക്കുന്നതിന് അല്പസമയം മുമ്പ് അയാൾ മകനോടും മകളോടും മരുമകനോടും പറഞ്ഞു.

“കുട്ടികളേ ഐശ്വര്യത്തിൽ ജീവിക്കുന്ന യക്കോവ് എല്ലാത്തിന്റേയും സ്വാദ് അറിഞ്ഞിട്ടുണ്ട്. ഇപ്പോൾ യക്കോവിന് പോകാൻ സമയം ആയിരിക്കുന്നു. ഞാൻ മരിച്ചുകൊണ്ടിരിക്കുകയാണ്. എങ്കിലും എനിക്ക് വിഷമം ഇല്ല. ദൈവം ഇതെല്ലാം എന്റെ കണക്കിൽ എഴുതി വയ്ക്കും. ഏറ്റവും കാരുണ്യവാനായ അദ്ദേഹത്തിന് ഞാൻ ന്യായമായ ഉപദ്രവങ്ങളാണ് ചെയ്തിട്ടുള്ളത്. ഒരിക്കലും സങ്കടങ്ങളും ആവലാതികളും പറഞ്ഞ് ഉപദ്രവിച്ചിട്ടില്ല. ദൈവമേ! അങ്ങയുടെ കാരുണ്യത്തിലൂടെ ഞാൻ വിവേകമുള്ളവനായി ജീവിച്ചതിൽ എനിക്ക് സന്തോഷം ഉണ്ട്. എന്റെ കുട്ടികളേ! ഞാൻ പോകുന്നു. യോജിപ്പോടെ ജീവിക്കുക. കൂടുതൽ തത്ത്വജ്ഞാനിചമയരുത്. പാപത്തിൽ നിന്ന് ഒളിച്ചുനിന്ന് സ്വയം വഞ്ചിക്കുന്നവൻ വിരുദ്ധനല്ലെന്ന് മനസ്സിലാക്കണം. ഭീരുത്വം കൊണ്ട് പാപത്തിനെതിരായി നിങ്ങൾക്ക് സ്വയംപ്രതിരോധിക്കാൻ കഴിയില്ല. പക്ഷേ, ജീവിതത്തിൽ അവന്റെ ലക്ഷ്യം നേടൻ ആഗ്രഹിക്കുന്നവൻ പാപത്തെ ഭയക്കില്ല. അവന്റെ തെറ്റിനെ ദൈവം ക്ഷമിക്കും. ദൈവം മനുഷ്യനെ ജീവിതം സൃഷ്ടിക്കുന്നവനായാണ് നിയമിച്ചിരിക്കുന്നത്. പക്ഷേ, അവന് വളരെ കൂടുതൽ വിവേകത്തിന്റെ ആനുകൂല്യം അനുവദിച്ചില്ല. അതുകൊണ്ട് മനുഷ്യന്റെ തിരിച്ചുകൊടുത്തിട്ടില്ലാത്ത കടങ്ങൾ അദ്ദേഹം ഗൗരവത്തിൽ എടുക്കില്ല. കാരണം അദ്ദേഹം വിശുദ്ധനും അങ്ങേയറ്റം കാരുണ്യവാനും ആണ്.”

അയാൾ അല്പസമയം കഴിഞ്ഞു മരിച്ചു. പക്ഷേ, തീവ്രവേദന അനുഭവിച്ചാണ് മരിച്ചത്.

കപ്പലിലെ അനിഷ്ടസംഭവങ്ങൾക്കുശേഷം ഉടൻതന്നെ ഏതോ

കാരണം കൊണ്ട് യോഷോവിനെ പട്ടണത്തിൽ നിന്നും പുറത്താക്കിയിരുന്നു.

പട്ടണത്തിൽ "ടരസ് മയാകിനും 'ആഫ്രിക്കക്കാരൻ സ്മോളിനും' എന്ന പേരിൽ ഒരു വലിയ വ്യാപാരസ്ഥാപനം മുളച്ചുവന്നു.

ഈ മൂന്നുകൊല്ലം ഫോമായെപ്പറ്റി ഒന്നുംതന്നെ കേട്ടിരുന്നില്ല. ഭ്രാന്താലയത്തിൽ നിന്ന് പുറത്തുവന്നപ്പോൾ ഊറലിലുള്ള അയാളുടെ അമ്മയുടെ ഏതോ ബന്ധുവിന്റെ അടുത്തേക്ക് മയാകിൻ ഫോമായെ പറഞ്ഞയച്ചെന്ന് ഒരുകേട്ടുകേൾവി ഉണ്ടായിരുന്നു.

കുറച്ചുകാലം മുമ്പ് പട്ടണത്തിലെ തെരുവുകളിൽ ഫോമാ വീണ്ടും പ്രത്യക്ഷപ്പെട്ടു. അയാൾ മുഷിഞ്ഞു നാറിയ വേഷത്തിലായിരുന്നു. അയാൾ പൂർണ്ണബോധത്തിൽ ആയിരുന്നില്ല. ചിലപ്പോൾ അയാൾ തല കുനിച്ച് മുഖം വീർപ്പിച്ചുകൊണ്ട് ദുഃഖത്തോടെ പ്രത്യക്ഷപ്പെട്ടു. ചിലപ്പോൾ അയാളുടെ മുഖത്ത് ഒരു ഭ്രാന്തന്റെ ദയനീയമായ പുഞ്ചിരി ഉണ്ടായിരുന്നു. ചില സമയത്ത് അയാൾ കുഴപ്പക്കാരനാണ്. പക്ഷേ, അത്തരം സന്ദർഭങ്ങൾ അപൂർവ്വമാണ്. അയാൾ വീട്ടുമുറ്റത്തെ ഒരു കുടിലിൽ വളർത്തുപെങ്ങളോടൊപ്പം ജീവിക്കുന്നു. കച്ചവടക്കാരും മറ്റുള്ളവരും പലപ്പോഴും അയാളെ അവജ്ഞയോടെ പരിഹസിച്ചു. ഫോമാ തെരുവിലൂടെ നടന്നു പോകുമ്പോൾ ആരെങ്കിലും അയാളോട് പെട്ടെന്ന് വിളിച്ചു പറയുന്നു:

'ഏയ്, പ്രവാചകാ, ഇവിടെ വരൂ!"

അയാൾ വിളിക്കുന്നവരുടെ അടുത്തേക്ക് പോകുന്ന പതിവില്ല. അയാൾ മനുഷ്യരിൽ നിന്ന് ഒഴിഞ്ഞുമാറി. അയാൾ അവരോട് സംസാരിക്കാൻ കൂട്ടാക്കിയില്ല. പക്ഷേ, അയാൾ അവരുടെ അടുത്തുചെന്നാൽ അവർ അയാളോടു ചോദിച്ചു.

"പ്രവാചകൻ അന്ത്യവിധി ദിവസത്തെപറ്റി എന്തെങ്കിലും ഞങ്ങൾക്ക് പറഞ്ഞു തരില്ലേ?"

അതിനുശേഷം അവർ പൊട്ടിച്ചിരിച്ചു.

www.ingramcontent.com/pod-product-compliance
Ingram Content Group UK Ltd.
Pitfield, Milton Keynes, MK11 3LW, UK
UKHW042100021026
15589UKWH00001B/89